இலக்கியத்தில் மேலாண்மை

இலக்கியத்தில் மேலாண்மை

(சி.பா. ஆதித்தனார் நினைவு இலக்கியப் பரிசு பெற்ற நூல்)

வெ. இறையன்பு

நியூ செஞ்சுரி புக் ஹவுஸ் (பி) லிட்.,
41-பி, சிட்கோ இண்டஸ்டிரியல் எஸ்டேட்,
அம்பத்தூர், சென்னை- 600 050.
☎: 044 - 26251968, 26258410

Language: Tamil
ILAKKIYATHIL MELANMAI
Author: **V.Iraianbu**
First Edition: January, 2016
Fourth Edition: April, 2022
Fifth Edition: June, 2025
Copyright: Author
No. of Pages: xxii + 574 = 596
Publisher:
New Century Book House Pvt. Ltd.,
41-B, SIDCO Industrial Estate,
Ambattur, Chennai - 600 050.
Tamilnadu State, India.
Email: info@ncbh.in
Online: www.ncbhpublisher.in

ISBN: 978 - 81 - 2343 - 114 - 7
Code No. A 3426

₹ **1500/-**

Branches

Ambattur 044- 26359906, **Spenzer Plaza (Chennai)** 044-28490027
Trichy 0431-2700885 **Pudukkottai** 04322- 227773 **Thanjavur** 04362-231371
Tirunelveli 0462-4210990, 2323990 **Madurai** 0452-4374106
Dindigul 0451-2432172 **Coimbatore** 0422-2380554 **Erode** 0424-2256667
Salem 0427-2450817 **Hosur** 04344-245726 **Krishnagiri** 04343-234387
Ooty 0423-2441743 **Vellore** 0416-2234495 **Villupuram** 04146-227800
Pondicherry 0413-2280101 **Nagercoil** 04652-234990

இலக்கியத்தில் மேலாண்மை
ஆசிரியர்: வெ.இறையன்பு
முதல் பதிப்பு: ஜனவரி, 2016
நான்காம் பதிப்பு: ஏப்ரல், 2022
ஐந்தாம் பதிப்பு: ஜூன், 2025

அச்சிட்டோர்: பாவை பிரிண்டர்ஸ் (பி) லிமிடெட்.,
16 (142), ஜானி ஜான் கான் சாலை, இராயப்பேட்டை, சென்னை - 14
☎: 044 - 28482441

All rights reserved. No part of this book may be reprinted or reproduced or utilised in any form or by any electronic, mechanical, or other means, now known or hereafter invented, including photocopying and recording, or in any information storage or retrieval system, without permission in writing from the publishers.

இலக்கியத்தில் மேலாண்மையும் இறையன்புவின் நுண்மாண் நுழைபுலமும்

கல்யாணராமன்

மனிதமுகத்துடன் கூடியவையாகப் புனைந்துரைக்கப்படும் தாராள வாதக் கொள்கை(ளை)கள், அங்கு இங்கு என்றில்லாமல் உலகம் எங்கும் சூறாவளியாய்ச் சுற்றிச் சுழன்றுவரும் சுதந்திரச் சந்தைகளின் நுகர்வுக் காலம் (Consumer Age) இது. இப்போட்டிச்சந்தைகளின் பெருக்கத்தால், 'உன் கண்ணில் நீர் வழிந்தால், என் நெஞ்சில் உதிரம் கொட்டும்' மானுட உணர்வுகளும், 'சிறியன சிறிதும் சிந்தியாது' 'எல்லாரும் இன்புற்றிருக்கக் கருதும்' உயர்தனி விழுமியங்களும் விரைவாகக் காணாமல் போய்க் கொண்டிருக்கின்றன அல்லது முற்றிலுமாகக் காலாவதியாகிவிட்டன! குழப்பங்களும் சிதைவுகளும் கோலோச்சும் இத்தருணத்தில், மானுட வாழ்வின் மீதான எல்லையற்ற நேசத்தோடும், பட்டுப்போகாத புத்திளம் நம்பிக்கைகளோடும், 'அறம் பொருள் இன்பம் வீடு அடைதல் நூற்பயனே' என்ற இந்திய மரபின் வேர்ப்பிடிப்போடும் 'பயன்பாட்டுப் படைப்பாக்கம்' செய்து கொண்டிருக்கிறார் வெ.இறையன்பு.

வாழ்க்கை என்பது எவ்வாறு வெறும் பொழுதுபோக்காக மட்டும் கடந்துசென்று விடுவதில்லையோ, அவ்வாறேதான் இலக்கியமும். 'இருத்தல்' சாரத்துக்கு முந்தையதாய் இருக்கலாம்; ஆனால் வெறும் இருத்தலைக் காட்டிலும் 'விழுமியங்களை விழையும் சாரம்' மேலும் சிறப்புடையதாகும். இப்படிப்பட்ட விரிந்தகன்ற பார்வையோடு எழுத வருகிறவர்கள், இன்று உலகம் முழுவதிலுமே மிகச்சிலர்தான். இருட்டையும் கசப்பையும் எவ்வளவுதான் நுண்மையாகப் பேசினாலும் எழுதினாலும், அவற்றால் விளையப் போவது வெறுமையும் வெறுப்பும்தான் என்றால், நாம் ஏன் ஒளியையும் உற்சாகத்தையும் ஒவ்வொரு நொடியும் மூச்சிழுத்துப் பரப்பிக் கொண்டேயிருக்கக்கூடாது? மானுட வாழ்வின் அர்த்தம் என்பது, மனிதன் எவ்வளவு மகிழ்ச்சியாகவும் அமைதியாகவும் தன் வாழ்நாளைப் படைத்துக் கொண்டான் என்பதில்தானே தங்கியுள்ளது! இப்புரிதல், மிகஆழமாக இறையன்புக்குள் ஊற்றெடுத்திருப்பதைக் காட்டும் மற்றுமொரு எழுத்தாக்கம்தான், 'இலக்கியத்தில் மேலாண்மை'.

எதை எழுதினாலும், அதில் அழுத்தமான நம்பிக்கையையும், இலக்கு நோக்கிய ஆழமான வாழ்க்கை விருப்பையும், 'தான் கலந்து பாடுவது' என்பது, இறையன்புவின் இயல்பு. இது - எழுத்துக்கு 'மானுட முன்னேற்றம்' கருதிய ஒரு திட்டவட்டமான நோக்கமுண்டு என்று கருதுவது - இறையன்புவின் விசாலமான உலகப்பார்வைக்கும் வாழ்க்கை நோக்குக்கும் ஒரு செழிப்பான தத்துவப் பரிமாணத்தை அளிக்கிறது. அன்றாடப் பாடுகளுக்கும் அற்பக் களிப்புகளுக்கும் அப்பால் அடையமுடியாத அமைதியொன்று

அடர்ந்திருக்கிறது; அந்த மகாமோனத்தைக் கண்டுகொள்கிறவரே நடைமுறை வாழ்விலும் நிறைவுடன் ஒளிரமுடியும் என்ற செய்தியைத் தம் எழுத்திலும் பேச்சிலும் தவறாமல் தொடர்ந்து இறையன்பு வலியுறுத்தி வருவதைக் காண்கிறோம். இது அபூர்வம். எப்போதும் நம்பிக்கையுடன் இயங்கிவரும் ஒரு மனித மனம் - நாள்தோறும் நன்மைகளையும் இனிமைகளையும் தேடித் தேடித் தொகுத்துக்கொள்ளும் தெளிந்த உள்ளம் - 'யாம் பெற்ற இன்பம் பெறுக இவ்வையகமும்' எனப் பகிர்ந்துகொள்வதில் பெருமிதப்படும் சிருஷ்டிநிலை - இது அபூர்வம்தானே?

'இலக்கியத்தில் மேலாண்மை' என்ற இந்நூல், இறையன்புவின் 'Magnum Opus' எனச் சொல்லத்தக்க அளவில், மூன்று பெருந்தொகுதிகளாக, 600க்கும் மேற்பட்ட பக்கங்களில், 105 உட்தலைப்புகளுடன், நூற்றுக்கும் கூடுதலான வரலாற்று மற்றும் உண்மைவாழ்க்கைச் சம்பவங்களோடும், முந்நூறுக்கும் அதிகமான கதைகளோடும், ஐம்பதைத் தாண்டிய பழமொழிகளோடும், ஏறக்குறைய 200 தமிழ் மற்றும் ஆங்கில நூல்களின் துணைக்கொண்டும், அறிவையும் ஆர்வத்தையும் ஒருங்கே கிளரும் 'ஒரு நடைமுறை வாழ்வியல் பாடநூலாக' விரிந்துள்ளது. இக்கட்டுரைத் தொகுதியைப் படிப்போர் வாழ்வில் மாற்றங்கள் விளைவது உறுதி. எத்தனை எத்தனை அறிஞர்கள்! எத்தனை எத்தனை நூல்கள்! எவ்வளவு அற்புதமான மேற்கோள்கள்! எவ்வளவு நுட்பமான தர்க்கவாதங்கள்! வியாசரும் வான்மீகியும் ஹோமரும் ஷேக்ஸ்பியரும் லாவோவும் கன்பூசியசும் வள்ளுவரும் கம்பரும் கௌடில்யரும் மாக்கியவல்லியும் புத்தரும் மகாவீரரும் சாக்ரடீசும் பாஷோவும் இயேசுவும் நபிகளும் நியூட்டனும் ஐன்ஸ்டீனும் மார்க்சும் ஃப்ராய்டும் தாகூரும் பாரதியும் டால்ஸ்டாயும் ஹெமிங்வேயும்; ஷெல்லியும் இக்பாலும் மாப்பசானும் புதுமைப்பித்தனும் மில்டனும் கிப்ரானும் ஜென்ஞானிகளும் சங்கச் சான்றோரும் எனத் திக்குகள் எட்டிலுமுள்ள அறிவுச்செல்வங்கள் அனைத்தையும் இந்நூல் மூலமாகத் தமிழுக்குக் கொண்டுவந்து சேர்த்திருக்கிறார் இறையன்பு. இந்நூலைப் படிப்பது, தமிழ் மட்டும் அறிந்த வாசகர்களுக்கு, ஒரு புது அனுபவமும் அறிதலுமாகும்.

'நாடக வழக்கு, உலகியல் வழக்கு, பாடல் சான்ற புலனெறி வழக்கு' என மூன்றைப் பழந்தமிழர் சிறப்பாகக் குறிப்பிடுவர். இவற்றுள் இது நாடக வழக்கு, இது உலகியல் வழக்கு எனப் பிரித்தறிய முடியாத முறைமையில் இவ்விரண்டும் ஒன்றுகலந்து விடுகிறபோதுதான், அது 'பாடல் சான்ற' புலனெறி வழக்காகிறது. இவ்வாறு 'பாடல் சான்ற புலனெறி வழக்கு' செயல்படும் எழுத்தாக்கம்தான், ஒவ்வொரு சமூகத்துக்கும் உயிர்ப்பான படைப்புத் தேவையாகிறது. இதனைக் கூர்மையாக உள்வாங்கிக்கொண்டு, இலக்கியமும் வாழ்க்கையும் முயங்கும் அந்த உச்சமான ஒருமைத்தளத்திலிருந்து, பன்மைக்கருத்துகளின் (Plural Thoughts) ஊடாட்டமாகப் பகிர்ந்து கொள்ளலின் பரிதிச்சிதறல்களாகக் குருவி மூளைக்குள்ளும் கலைச்சிகரங்களைக் கொந்தளிக்கவைக்கும் கண்ணாடிக் காட்சிகளாகப் பற்றி ஈர்க்கும் எளிமையுடன், இப்பனுவலைப் படைத்துள்ளார் இறையன்பு. ஐம்பதுக்கும் மேற்பட்ட உலகப்பெரும் படைப்பாளிகளின் ஆக்கச்சிறந்த படைப்புகளும், இந்த உலகை மாற்றியமைத்த பல்வேறு மேதைகளின் புரட்சிகரமான சிந்தனைகளும் இந்நூலில் முன்மொழியப்பட்டுள்ளன. சீனக்கதைகள், இராமாயண மற்றும் பாரதக் கதைகள், பழந்தமிழ்நாட்டுக் கதைகள், கிரேக்கக் கதைகள், சூஃபி மற்றும் முல்லா கதைகள், ஆர்மேனியக் கதைகள், சிந்துபாத் கதைகள், விக்கிரமாதித்தன் கதைகள், பீர்பால் கதைகள், பைபிள் கதைகள், ஜாதகக் கதைகள், அப்பாஜி கதைகள், ஜென் கதைகள், பஞ்சதந்திரக் கதைகள், ஹிதோபதேசக் கதைகள், புராணக்கதைகள், ஈசாப்புக் கதைகள், உலகம் முழுவதிலும் உலவிவரும் பலதேசத்து நாட்டுப்புறக்கதைகள் என இருபதுக்கும் மேற்பட்ட உலகக்கதைகளின் பெருவெளியாக இந்நூல் விரிந்துள்ளது.

இந்நூலில், இந்துப் புராணங்கள் - வேதங்கள் - இதிகாசங்கள் - உபநிடதங்கள் - அர்த்தசாஸ்திரம் - விதுர நீதி - சுக்ர நீதி - பீஷ்மர் உபதேசம் - கீதை - எனப் பல்வேறுவகை எழுத்துகளும், நிர்வாகவியல் கோணத்திலிருந்து மிகப்பரந்த அளவில் மேற்கோள் காட்டப்பட்டுள்ளன. திருக்குரானிலிருந்தும், விவிலியத்திலிருந்தும், சீன ஞானத்திலிருந்தும், யூத மற்றும் சீக்கியத் தத்துவங்களிலிருந்தும், சமண மற்றும்

பௌத்த சமயங்களின் நடைமுறை வாழ்வுசார் உண்மைகளிலிருந்தும் உரிய கருத்துகள் தேர்ந் தெடுக்கப்பட்டுச் சமகால மேலாண்மை நுட்பங்களுடன் ஒப்பிடப்பட்டுச் சிறப்பாக விளக்கப்பட்டுள்ளன. மேலைநாட்டுச் செவ்விலக்கியங்களையும், சான்றோர் சிந்தனைகளையும் மிகையழுத்தத்துடன் சுட்டிக்காட்டிவிட்டுக் கீழைநாட்டுப் பனுவல்களையும் தத்துவ நூல்களையும் வெறும் பெயரளவில் மட்டும் எடுத்தோதித் தொட்டும் தொடாமலும் விலகிவிடும் பொதுவான விதேசிபுத்திக்கு எதிர்மாறாகச் சங்க இலக்கியம் தொட்டுத் தற்காலப் படைப்புகள்வரை எதனையும் விட்டுவிடாமல் சேகரித்துக்கொண்டு வந்து 'உலகியல் உத்திகளோடு' இணைத்துக்காட்டித் தமிழ்மண்ணுடன் தொடர்புடைய 'பண்பாட்டு மேலாண்மைக்கும்', இந்நூல் வழிப் பெருமை சேர்த்துள்ளார் இறையன்பு.

நூற்றுக்கும் மேற்பட்ட இடங்களில், திருவள்ளுவரும் ஷேக்ஸ்பியரும், திரும்பத் திரும்ப இந்நூலில் எடுத்துக் காட்டப்பட்டுள்ளனர். இவ்விருபெரும் கவிஞர்களின் ஆளுமை, இந்நூல் முழுவதும் ஊடுருவியுள்ளது என்று கூறுவது, வெறும் உபசார வழக்கன்று. இந்த ஒப்புயர்வற்ற இலக்கிய மேதைகளின் கருத்துகளில் எவ்வளவுதூரம் இறையன்பு ஆழ்ந்து தோய்ந்துள்ளார் என்பதற்குச் சரியானதோர் ஆவணமாக இந்நூல் மலர்ந்துள்ளது. தொன்மையான இந்திய, சீன, அராபிய மற்றும் கிரேக்க அறிவுச் சிந்தனை மரபுகள், இன்றைய ஐரோப்பிய விஞ்ஞானத்திற்கும் நிர்வாகவியலுக்கும் அமைத்துத் தந்துள்ள அடிக்கட்டு மானங்களைப் பாடுபட்டுத் தேடிச் செறிவாக இறையன்பு தொகுத்தளித்துள்ள 'நுண்மாண் நுழைபுலம்' கண்டு வியக்கிறோம். இந்நூலைப் பொறுமையோடும் விழிப்போடும் படித்துணரும் பொதுவாசகன், மூல நூல்களைத் தேடிப்போவதோடு, கருத்துகளாலும் கலைநயத்தாலும்; சேர்ந்தொளிரும் புதியதோர் சமவாய்ப்பு உலகிற்குள் உட்புகுந்து களிப்பதும் உறுதி. இதுவே இக்கட்டுரைத்தொகுப்பின் வெற்றியாகும்.

கலைXஅறிவியல், தற்காலம்Xவரலாறு, நடைமுறைXதத்துவம், இல்லறம்Xதுறவறம், இலக்கியம்Xவாழ்க்கை, அறம்Xவணிகம், மரபுXநவீனம், கிராமம்Xநகரம், முதலாளிXதொழிலாளி, பொய்Xமெய், இருள்Xஒளி என எல்லாவற்றையும் முரண்களாகப் பகுத்துப் பார்த்தே நமக்குப் பழகி விட்டது. ஆனால், இவை உண்மையில் ஒன்றிணையும் மையங்களும், விலகிச் செல்லும் விளிம்புகளுமாகும்! அனைத்தையும் இரட்டையாகப் பார்ப்பதில் சாதகங்களும் இருக்கலாம்; எனினும் எதிர்நிலையாகக் காண்பதிலுள்ள பாதகங்கள் பெரிதுபடுத்தப்பட்டுச் சமகாலத்தில் அவை அச்சுறுத்தும் சமூகப் பிளவுகளாகத் திட்டமிட்டு வளர்த்துவிடப்படுகின்றன. உள்ளவாறு உண்மையை உற்றறிவதன் வாயிலாகப் பிளவுபடுத்தும் திரிபுவாதங்களிலிருந்து விடுபட்டுத் தற்காலிகமாகப் பிரச்சினைகளிலிருந்து தப்பிக்காமல் எதனையும் நேருக்குநேர் எதிர்கொள்ளும் ஒருவகை 'ஜென் மனநிலை'யிலிருந்து, இலக்கியத் தையும் மேலாண்மையையும் இணைத்துக் காண இறையன்பு இந்நூலில் முனைகிறார். இது ஓர் ஆக்க பூர்வமான முயற்சியும், சமகாலத்தில் சிறிதும் தவிர்க்கக்கூடாத ஓர் இயல்புவாத அணுகு முறையுமாகும்.

இலக்கியம், 'அறத்தின் குரலாக', இன்றும் உலகில் 'மௌனத்தின் நாதமாக' ஒலித்துக் கொண்டிருக்கிறது; 'மேலாண்மை' வணிகத்தின் நெளிவுசுளிவான, ஆனால் ஆரவாரப்பேச்சாகப், பட்டி தொட்டியெங்கும் பகட்டாகப் பரவிப் படர்ந்து கொண்டிருக்கிறது. கடையேழு வள்ளல்களுள் ஒருவனான 'ஆய்' வேண்டுமானால், 'அறவிலை வாணிகன்' அல்லனாய் வாழ்ந்திருக்கலாம். மற்றபடி இன்று, அறத்தையும் வணிகத்தையும் தளுக்காக இணைத்துத்தான், 'அறம் சார்ந்த வணிகம்' என்ற கலப்புப் பண்பாட்டைப் புகட்டித்தான், சமூகநலம் பேணியாக வேண்டியிருக்கிறது. இந்த யதார்த்தத்தைத் தின்று செரித்துத்தான், திறந்து விடப்பட்ட சந்தை வாய்ப்புகளினூடாகப், புரட்டியெடுக்கப்படும் பழைய விழுமியங்களைச் சாகவிடாமல், உயிர் வாழவைக்கும் பொறுப்புணர்வுடன், 'இலக்கியத்தில் மேலாண்மை' பற்றிச் சீர்திருத்தவாதியின் குரலில் அழுத்தந்திருத்தமாகப் பேசுகிறார் இறையன்பு.

இலக்கியத்தைப் பயன்படுத்திக்கொள்ளாத மேலாண்மைக்குச் சமகாலத்தில் எந்த மதிப்புமில்லை என்பதையும், பல்வேறுவகைகளில் பிரிந்து சிதறுண்டு கிடக்கும் மக்களுக்குள் ஒற்றுமையையும் நம்பிக்கையையும் வலுப்படுத்துவதற்கு மேலாண்மைக்கு மிச்சமிருக்கும் ஒரே வழிகாட்டி இலக்கியம்தான்

என்பதையும், இந்நூலில் இறையன்பு பற்பல சுட்டிக் காட்டல்கள் மூலம் வெளிச்சப்படுத்துகிறார். ‘மன்னிக்கவும் (Excuse me)’, ‘வருந்துகிறேன் (Sorry)’ மற்றும் ‘நன்றி (Thanks)’ என்ற மூன்றே சொற்கள் மூலம் ஆங்கிலேயர் ‘சூரியன் அஸ்தமிக்காத சாம்ராஜ்யத்தை’க் கட்டியெழுப்பியதாகக் கருதப்படும் தொழிற்புரட்சியுகத்திற்குப் பின்னான தனியார்மயச் சூழலில் நின்றுகொண்டு, வெள்ளை மற்றும் கறுப்புத் தொழிலதிபர்களை நோக்கி, ‘Literature based Business Model’ ஒன்றை விரைந்து உருவாக்கிக்கொள்ளுமாறு இறையன்பு அறிவுறுத்துகிறார். நவீனக் காலனித்துவக் காலம் கோரும் இந்நயத்தக்க நனிநாகரிகத்தைப் பெருமுதலாளிகள் இனியேனும் பின்பற்றாவிட்டால், அவர்கள் தொடர்ந்து பிழைப்பது சாத்தியமற்றுப் போகும் என்பதுதான், இறையன்பு விடுக்கும் எச்சரிக்கையாகும்.

ஒரு நூலைப் படித்தால், அதைப் படிக்கும் பாமர வாசகர்களுக்கும், அதிலிருந்து ஏதாவது கிடைக்கத் தான் வேண்டும்! செவ்விலக்கியங்களின் பெருஞ்சிறப்பே இதுதான் - கற்றாருக்கும், சற்றே புரட்டினாருக்கும் அவரவர் கொள்ளளவிற்கேற்பப் பயனளிக்கும் பழத்தோட்டங்கள் அவை! இலக்கியம் கருத்துகளின் காட்சிச்சாலை இல்லை என்பதும், கற்கும்போது வாசகர் பெறும் வாசிப்பனுபவம்தான் இலக்கியத்தில் பிரதானமானது என்பதும் அனைவரும் அறிந்ததே என்றபோதிலும் எழுத்து என்பது, வெறும் ‘படிப்பு ருசி’ சார்ந்த ‘அழகொழுகும் அமைப்பமைதி’ மட்டுமே அன்று என்பதும், அதையும் தாண்டிய ஓர் அர்த்தச் செழுமையும் அதற்குள் வசப்பட்டிருக்க வேண்டும் என்பதும் சிலருக்கே பளிச்சிடும் ‘படைப்பு ரகசிய மாகும்’. இம்மறைபொருள் உண்மை, மிக நுணுக்கமாக இறையன்புவுக்குப் புலப்பட்டிருப்பதால்தான், ‘ஓரிரு நூற்பழக்கமுள்ள வெகுஜன வாசகனும்’ படித்துப் புரிந்துகொண்டு, மெல்ல அசைபோடும் ‘வெளித் தள்ளாமல் உள்ளிழுத்துக் கொள்ளும் பழகுமொழியில் (Not Exclusive but inclusive Language Style)’, அவர் கருத்துகள், எல்லாருக்கும் பெய்யும் மழையாய், இந்நூலில் பெருக்கெடுத்துள்ளன.

புனைவெழுத்தில் மொழி, இறுகியும் திருகியும் பின்னியும் கண்கட்டு வித்தை காட்டியபடியே நகர்ந்தும் பிடி நழுவியும் வழுக்கியும் செல்லலாம். புனைவல்லாத எழுத்தில் மொழி ஆகக்கூடிய எளிமையுடனும், வாசகர் ஆர்வமுடன் பருகுவதற்கு ஏற்பத் தண்ணீரைப் போன்ற நெகிழ்வுடனும், தெளிவாகவும் நேரடியாகவும் இருப்பதுதான் இயல்பாகும். இத்தகைய இயல்புடன், இந்நூலில் இறையன்பு, மொழியைக் கருத்துகளைத் தெளிவுபடுத்தும் புலப்பாட்டுக் கருவியாகப் பயன்படுத்தி யுள்ளார். படித்து முடிக்காமல் நூலை நீங்கள் கீழே வைக்கமுடியாது என்பது மட்டுமன்றிப் படித்து முடித்தபின் உங்கள் இதயத்தில் ‘வாசிப்பின் சாரம்’ அலையலையாகப் புரண்டெழும்பிக்கொண்டே யிருக்கும் என்பதும்தான் இந்நூலின் வளமும் வலிமையும். ‘அப்பா வீட்டில் வெறும் டப்பா’ என்றும், ‘மனமே ஒரு வேளாண்மைக்குட்பட்ட மேலாண்மையுடையதே’ என்றும், ‘புத்திசாலிகள் பூனைகளையும் புலிகளாக்குவார்கள்; அவசரக்காரர்கள் புலிகளையும் எலிகளாக்குவார்கள்’ என்றும், ‘புதிய சோப்பைப் பார்த்ததும் குளிக்க ஆசைப்படும் குழந்தையைப் போலப் புதிய அனுபவம் ஏற்படும்போதெல்லாம் பழந்தமிழர் மனம் துள்ளியது’ என்றும், ‘களைக்கொட்டை எடுத்துக்கொண்டு மலைவெட்டக் கிளம்பக் கூடாது’ என்றும், ‘பதுக்குவது எதுவும் பத்திரமாக இருப்பதில்லை’ என்றும் மிக எளிய சொற்களில் கருத்தோவியங்களைத் திறமையாகத் தீட்டிவிடுகிறார் இறையன்பு. இப்பழகுமொழியின் குழைவும் ஈரப்பதமும் வாசகர் ஈர்ப்பைத் தக்கவைப்பதற்கும், மூளைக்குள் சுற்றிச் சுழன்றாடிக் கற்பனையின் எல்லைகளை விரிப்பதற்கும் உதவுகின்றன.

ஒருமித்த ஞானம் (Collective Wisdom), அதிகாரப்பிரிவு (Separation of Power), இலக்கும் நோக்கும் (Vision and Mission), பிக்மாலியன் விளைவு (Pygmalion Effect), வற்புறுத்திக் கையிருப்பைத் திணிப்பது (Progresstion Bed), பரிசோதனைச் சந்தை (Experimental Market), ஒட்டாத ஓட்டுதல் (Detached Attachment), தகுதிக்கு மீறிய பதவி உயர்வுகள் (Peter's Principle), நச்சரிக்கும் மேலாண்மை (Nagging Management), பெர்ட் அட்டவணை (Bert Table), பக்கவாட்டுச் சிந்தனை (Lateral Thinking), பார்க்கின்சன் விதி (Parkinson Rule), உடல்மொழி (Body Language), ஸ்வாட் (Swat - Strength, Weakness, Opportunity, Threat Analysis), பல்வகை

முதலீடு (Diversification of Funds), பல்லுயிரியம் (Bio-Diversity), வன மேலாண்மை (Forest Management), நிச்சயமற்ற நிலைமை (Risky Situation), உணர்ச்சித்திறன் அறிவு (Emotional Intelligence), சரியான தகவல் தொடர்பு (Right Communication), ஒளிவட்ட விளைவு (Halo Effect), நிறுவனச் சமூகப் பொறுப்புணர்வு (Corporate Social Responsibility), சமூக ஆய்வு (Social Auditing) என இருபதுக்கும் மேற்பட்ட பொருளியல் சார்ந்த மேலாண்மைக் கலைச்சொற்களையும், அவை பற்றிய இலக்கியச் சான்றுகளின் அடிப்படையிலான மேல்விளக்கங்களையும் இந்நூலில் இறையன்பு தொகுத்தளித்துள்ளார். மிகப் பழங்காலம் தொட்டு இத்தகைய மேலாண்மைச் சொற்களும் உத்திகளும், அவ்வக் காலங்களுக்குரிய முறைமைகளில் உலகியலில் செயல்பட்டு வந்துள்ளதாகவும் உரிய சான்றுகள் மூலம் எடுத்துக்காட்டுகிறார்.

பல்லடுக்குப் பயிர்ப் பராமரிப்பு (Multi Storey Cropping) உத்திக்குக் 'காய் மாண்ட தெங்கின் பழம் வீழக் கமுகின் நெற்றிப் பூ மாண்ட' எனத் தொடங்கும் சீவகசிந்தாமணியின் புகழ்பெற்ற பாடலிலிருந்து விளக்கமளிக்கிறார்; நீர் மேலாண்மைக்குக் குடபுலவியனாரின் 'உணவெனப்படுவது நிலத்தொடு நீரே' (புறம் 18) என்ற புறநானூற்றுத் தொடரைச் சான்றாகக் காட்டுகிறார். 'இம்மிகூடத் தரமாட்டான்' என்பதில் வரும் 'இம்மி' என்பதற்குப் 'பத்து இலட்சத்து எழுபத்து ஐயாயிரத்து இருநூற்றில் ஒரு பங்கு' எனத் துல்லியமாகப் பொருளுரைக்கிறார்; 'அக்கிலஸ் ஹீல்ஸ்' என்பதற்கு அச்சொல் தோன்றிய கிரேக்க மூலக்கதையைச் சுட்டிப் பொருத்தமாக விவாதிக்கிறார். 'சீசரின் மனைவி சந்தேகத்திற்கு அப்பாற் பட்டவள்' என்பதற்குச் சரியான அர்த்தத்தைத் தருகிறார்; யூலிஸஸின் மனைவியான பெனிலோப்பைக் கிரேக்கநாட்டுக் கண்ணகி என ஒப்பிட்டுரைக்கிறார். 'பெரட்டோ விதிக்கு' அப்பாஜி கதைகளைப் பொருத்துகிறார்; ஃப்ராங்க் அவுட்லாவின் சூத்திரத்தைப் பிருகத்ரண்யக உபநிடதத்துடன் இணைக்கிறார். 'Brand Ambassador' என்ற சொல்லுக்கு 'முத்திரைத் தூதுவர்' என்ற அழகான மொழிபெயர்ப்பைப் பயன்படுத்துகிறார்; ஒருங்கிணைப்புக்கு ஷேக்ஸ்பியரையும் மேலாண்மைக்குத் திருவள்ளுவரையும் மேற்கோள் காட்டிப் புரியவைக்கிறார். தனித்தனிப் படகுகளில் அகதிகளாக வரும் ஒரே குடும்பத்தைச் சேர்ந்த இலங்கைத் தமிழர்களைத் திட்டமிடல் மற்றும் முடிவெடுத்தலுக்குச் சான்று காட்டிக் கவலைப்படவைக்கிறார். இப்படியாகப் பக்கங்கள்தோறும் வெளிப்படும் இறையன்புவின் 'நூலொடுங் கூடிய மதிநுட்பம்' கண்டு மகிழ்கிறோம்.

புத்தம்புதிதாகத் தனித்துவத்துடன் பிறக்கும் இலக்கியப் படைப்புத்தான் காலத்தைக் கடந்தும் வாழமுடியும்; அவரவர் உழைப்புக்கும் ஆற்றலுக்கும் ஏற்ப வாய்ப்புகளையும் ஊதியத்தையும் வழங்கிக் கூட்டுத்திறன் வளர்க்கும் தொலை நோக்குடன் செயல்படும் நிறுவனம்தான் ஊழியர்களின் நம்பிக்கையையும் சமூகத்தின் எதிர்பார்ப்பையும் நிறைவுசெய்து நெடுங்காலம் நிலைக்கமுடியும். இலக்கியமானாலும் மேலாண்மையானாலும், இதுதான் முடிவான உண்மையாகும். இதை அறிந்துதான் இறையன்பு, ''என்னுடைய கையெழுத்து, எதையாவது பார்த்து எழுதும்போது கிறுக்கலாக இருக்கும். நானாக எழுதும்போது சற்றுத் தெளிவாக இருக்கும். என் கையெழுத்தில் இருந்துதான், 'மற்றவர்களை நகலெடுப்பது கிறுக்குத்தனம்' என்று கற்றுக்கொண்டேன்'' (ப.91) எனத் தம் சொந்த அனுபவத்தை முன்வைத்துத் தனித்திறனைப் பேணி வளர்த்துக் கொள்வதன் வாயிலாகவே மனிதன் தன்னைக் கூட்டுப் பொறுப்புக் கோரும் சமூகத்தில் நிலைநிறுத்திக் கொள்ள முடியும் என்கிறார். இதற்குப் பயன்படுவதாக 'மேலாண்மைப் பயிற்சி' அமைய வேண்டுமெனக் கருதும் இறையன்பு, இப்பயிற்சியின் வழிப்பட்டுத்தான் அறிவையும் பண்பாட்டையும் முதலாளிகளும் தொழிலாளிகளும் வளர்த்துக் கொள்ள முடியுமென்கிறார். ''எந்த நிறுவனத்தில் பணிபுரிகிறவர்கள் அலுவலகத்திற்குச் செல்லும்போது மகிழ்ச்சியாகவும், அலுவலக நேரம் முடியும்போது வருத்தமாகவும் இருக்கிறார்களோ, அந்த அலுவலகமே சிறந்த அலுவலகமாகக் கருதப்படும்'' (ப.101) எனப் புதிய 'மேலாண்மைத் தத்துவம்' கண்டு ஆற்றுப்படுத்துகிறார். இதன் நீட்சியாக, இன்னும் ஒருபடி மேலே சென்று சிந்தித்துப் 'பணிப் பண்பாடு (Work Culture)' மற்றும் 'சந்தை விழுமியங்கள் (Market Values)' பற்றியும் கருத்துரைக்கத் தவறுவதில்லை. ''பொறுப்புகளையும் தவறவிடாமல் மகிழ்ச்சியுடன் இருக்கும் விழிப்புணர்வே வாழ்வின் சாராம்சம்; உடல் நலத்தையும் நிறுவன

நலத்தையும் ஒருசேர ஒழுங்காகப் பார்ப்பதே உத்தியோக லட்சணம்''(ப.278) என்ற இறையன்புவின் கருத்துடன், எவரும் உடன்படுவர்.

மனித சுபாவங்களைப் பரவலாகக் கணக்கிலெடுத்துச் செவ்விலக்கியங்களும் அறநூல்களும் வகுத்தளித்துள்ள விழுமியங்களின் ஒளியில் வழி நடத்தப்பட்டுத்தான், மேலாண்மைக்கான ஒழுங்குவிதிகளையும் நடைமுறை நெகிழ்வுகளையும் உருவாக்கிக் கொள்ள வேண்டுமென்கிறார் இறையன்பு. ''அழகாக இருப்பவர்கள் புத்திசாலிகளாக இருப்பார்கள்; சிவப்பாக இருப்பவர்கள் சுத்தமாக இருப்பார்கள்; நன்றாகப் பேசுகிறவர்கள் திறமைசாலிகளாக இருப்பார்கள்'' (ப.500) போன்ற பல ஒளி வட்டப் புனைவுகளைப் படைப்பிலக்கியங்களும் நடைமுறை வாழ்வியலும் சேர்ந்து கேள்விக்குட் படுத்துவதைச் சுட்டிக்காட்டும் இறையன்பு, எப்போதும் விழிப்புடன் நிர்வாகிகளும் பணியாளர்களும் வாழவேண்டியதன் இன்றியமையாமையைக் கவித்துவத்துடன் வலியுறுத்துகிறார். ''தங்களைப் பிடிக்கத்தான் வருகிறார்களோ என்று எண்ணிக் காகங்கள் எப்போதும் பறக்கின்றன; பிடித்துக் கறி சமைப் பவர்கள் கால்களைச் சுற்றியே கோழிகள் வலம் வருகின்றன. நம்பிக்கெடுவதும் நம்பிக்கையின்மையால் வாழ்வதும் எப்போதும் தொடர்கின்றன'' (ப.219) காகங்களா, கோழிகளா? நாம் யார் என்பதை நாம்தான் முடிவு செய்துகொள்ள வேண்டும்! இது தொடர்பாக, ''எப்போது பயனுள்ளவாறு இருக்க வேண்டும், எப்போது பயனில்லாதவாறு இருக்கவேண்டும் என்பது தெரிந்தால்தான் உலகத்தில் பிழைக்கமுடியும்'' (ப.367) எனச் 'சங்-சூ'வை மேற்கோள் காட்டுகிறார் இறையன்பு. அப்படியானால், இப் பிழைப்புவாதம்தான் மேலாண்மை கற்கவேண்டிய அல்லது கற்பிக்கும் பாடமா?

'வர்க்க முரண்கள்', அண்மைக்கால இந்தியச் சமுதாயத்தில், முன்னைக் காட்டிலும் கூர்மைப் பட்டுள்ளன. அதிர்ச்சியூட்டும் அளவிற்குப் பொருளாதார ஏற்றத்தாழ்வுகள், சாதாரண அன்றாடங் காய்ச்சிகளின் கழுத்தை இறுக்கி நெறிக்கின்றன. போட்டிச்சந்தை யதார்த்தத்தில், இருக்கும் அமைப்பைப் பாதுகாப்பதற்காகப் போதிக்கப்படும் மலிவான நடைமுறைத் தந்திரங்களாகப் பெருமுதலாளிகளின் லாபநலன்களைப் பேணும் 'வெறும் தரகு நோக்குச் சமரசங்களாக'ப் புத்திஜீவிகளால் வகுக்கப்பட்டுப் பிரபலப்படுத்தப்படும் 'மேலாண்மை உத்திகள்' உருமாறிவிட்டன. இந்த அபாயத்தைப் பேரளவுக்கு இறையன்பு புரிந்துகொண்டுள்ளமையால்தான், ''இலக்கியத்தை வாசிப்பவர்கள் கனிவோடும் துணிவோடும் கடமையுணர்வோடும் யாரையும் அச்சுறுத்தாமல் நிர்வாகம் நடத்தவேண்டும் என்பதைக் கற்றுக் கொள்வார்கள். அது 'மேலாண்மைப் பாடத்திட்டத்தில்' வாசிக்கக் கிடைக்காது'' (ப.411) எனப் புத்தறிவு கொளுத்துகிறார். இவ்வாறு இலக்கியத்தையும் மேலாண்மையையும் துல்லியமாக நிறுத்துப் பார்த்துப் பிந்தையதைவிடவும் முந்தையதை இறையன்பு தூக்கிப்பிடிப்பதற்குப் பிணக்கமற்ற இணக்கத்தைச் சமூகவாழ்வில் அவர் காண விரும்புவதே காரணமாகும். ''மேலாண்மை நம்மைக் கடிவாளம் போட்ட குதிரையாக்க முயற்சி செய்கிறது; இலக்கியமோ பருந்துப்பார்வையைத் தருகிறது'' (ப.394) எனப் 'பொருள் பொதிந்த புன்முறுவலுடன்' இறையன்பு விளக்க முனைவதும் மறுக்கமுடியாத உண்மைதான்! புரட்சிக்குச் சாத்தியப்பாடு குறைவாயுள்ள ஒரு நாட்டில், வர்க்க இணக்கத்தைப் போதிப்பதுதானே நடைமுறைக்கு உகந்ததாய் இருக்கமுடியும்?

முதலுக்கு ஈடாக வட்டி வந்தவுடன் வட்டி தருவது நிறுத்தப்பட வேண்டும் என்று அர்த்தசாஸ்திரம் அறிவுறுத்துவதைச் சுட்டிக்காட்டுவதல்லாமல், அதை இன்று நடைமுறைப்படுத்த இறையன்புவால் இயலாது. இது வேறு சமூகம்; இதன் 'ரத்தத்தை உறிஞ்சும்' பொருளாதார விதிகள் முற்றிலும் தனியார் நலன்களைச் சார்ந்தவை. வரலாற்று நோக்கிலிருந்து இப்பணம் மற்றும் வட்டி வளர்ந்து வந்த சுவையான கதையைக் காட்சிப்படுத்தும் இறையன்புவின் வளமான சொற்சித்திரம் சிந்திக்கத்தக்கது. ''பணம் என்பது உழைப்பின் சேமிப்பு. ஒருவர் நிறைய உழைத்துக் குறுகிய காலத்தில் தன்னுடைய உழைப்பைப் பணமாக மாற்றிக்கொள்கிறார். அந்தச் சேமிப்பிற்கு வேறொருவர் பங்குதாரராக வேண்டுமென்றால், அந்த முன்கூட்டிய உழைப்பிற்கான ஒரு விலையைத் தரவேண்டும். பணம் என்பது முதலீடுகளுக்குப்

பயன்படுகிற ஒரு பொருள். எனவே, வேறொருவர் பணத்தை வாங்குகிறபோது கட்டாயம் அதற்கான ஒரு தொகையைத் தந்து ஈடு செய்யவேண்டும் என்பது மரபு. அதுவே வட்டி'' *(ப.562)* இங்குப் பணமும் வட்டியும் எப்போது உபரிமதிப்பாகவும் சுரண்டலாகவும் உருமாறி மானுடமதிப்புகளைச் (Human Values) சிதையச் செய்கின்றன என்பது பற்றி இறையன்பு பேசவில்லை. ஆனால், உழைப்பிலிருந்தும் உற்பத்தியிலிருந்தும் அந்நியப்படுத்தப்பட்டுத் தன்னந்தனியாய்த் திரிந்தலையச்செய்து உதிரிகளாக்கப்படும் பாட்டாளிகளின் வாழ்க்கைச்சிதைவைத் தடுப்பதற்குக் குறிப்பிட்ட சில நன்னெறி நோக்கங்களுடன் கூடிய 'மக்கள்நல மேலாண்மை' நடைமுறைகளைப் பரிந்துரைக்கிறார். ''நோக்கமே இல்லாமல் எந்த நிறுவனம் செயல்பட்டாலும் அது குறுகிய காலத்தில் லாபத்தை அடையலாம்; ஆனால் நாளடைவில் நலிவடைந்து விடும்'' *(ப.388)* என்பதுதான், இறையன்புவின் சமூகப்பார்வையாகும்.

இறுதியாக, இறையன்பு அளிக்கும் சில நுட்பமான தகவல்களைப் பார்க்கலாம். இத்தகவல்கள், 'மொழி - வரலாறு - பண்பாடு - அரசியல் - நிர்வாகம்' எனப் பல நுண்தளங்களைப் பொருத்தமாக இணைத்துக் காணும் 'ஒப்பீட்டு நோக்கில்' இறையன்புவால் வாசகர் முன் வைக்கப்பட்டுள்ளன. இத்தகவல்களைப் புரிந்துகொள்வதும், அப்புரிதலின் அடிப்படையில் செயலாற்ற விழைவதும் அவரவர் சார்பையும் சால்பையும் காட்டக்கூடும்!

★ முதல் உலகப்போரில், பிரான்ஸில், பதுங்கு குழிக்குள் உயிருக்குப் போராடிக் கொண்டிருந்த ஹிட்லரைப் பரிவால் கொல்லாமல் தப்பவிட்ட குற்றத்திற்காக, இரண்டாம் உலகப்போர் காலத்தில், நாளும் நாளும் மனம் நொந்து புலம்பினான் 'ஹென்றி டான்டே' *(ப.113)*

★ பெட்டிகள் செய்யப் பயன்படுத்திய மரத்திற்குப் பெயர் 'பாக்ஸ்'; நாளடைவில் அது பெட்டிகளுக்கே பெயராகிப் போனது. *(ப.131)*

★ அறிவியல்ரீதியாகத் தொலைபேசியைக் கண்டுபிடித்தவராக அலெக்சாண்டர் கிரஹாம்பெல் அறியப்பட்டிருக்கலாம்; ஆனால் உண்மையில் இத்தாலியரான ஆன்டினியா மியூக்ஸிதான் அந்தப் பெருமைக்குரியவர்! இதை 2002ஆம் ஆண்டில் அமெரிக்க ஐக்கிய நாடுகளின் மக்களவையும் ஏற்றுக்கொண்டுள்ளது. *(ப.139)*

★ 'எனிமி (Enemy)' என்ற ஆங்கிலச்சொல்லுக்கு மூலம் லத்தீன்தான்; இச்சொல்லுக்குப் பொருள், 'நண்பன் இல்லாதவர்' என்பதாகும்.*(ப.141)*

★ 'Listen', 'Silent' என்கிற சொற்கள் ஒரே எழுத்துகளால் ஆனவை. *(ப.224)*

★ உலகெங்கிலும் உள்ள ஆண்கள் சட்டை அணியும்போது வலதுகை பாகத்தைத்தான் முதலில் நுழைக்கிறார்கள்; பெண்கள் இடதுகை பாகத்தைத்தான் நுழைக்கிறார்கள். *(ப.236)*

★ ஜெர்மானியர்கள் கால்மேல் கால் போடும்விதமும், அமெரிக்கர்கள் போடும்விதமும் மாறுபட்டிருந்ததால், ஜெர்மனிக்கு இரண்டாம் உலகப் போரின்போது வேவு பார்க்கச் சென்ற அமெரிக்கர்கள் மாட்டிக் கொண்டார்கள். *(ப.261)*

★ 'எகோ' என்ற கிரேக்கத்தேவதையின் கதையிலிருந்து உருவான ஆங்கிலச்சொல்தான் Echo. *(ப.348)*

★ வீழ்ச்சிக்கு முன்பு ஆணவம் வருகிறது - பைபிள்; விநாஸ காலே விபரீத புத்தி - சம்ஸ்கிருதம்; துள்ளுகிற மாடு பொதி சுமக்கும் - தமிழ் *(ப.350)*

★ முதலாளியிடம் அடிமையாக, கடைநிலை ஊழியனாக இருப்பவனும் அடிமைப்படுத்த ஒரு ஜீவன் இருக்கிறது. அது அவன் மனைவி - ஏங்கல்ஸ். *(ப.409)*

★ வானத்தில் பறக்கின்ற பறவைகளின் வழித்தடத்தைக்கூட தெரிந்துகொள்ளலாம்; ஆனால் அரசு ஊழியர்கள் முறையின்றிச் சேர்த்த சொத்தை எப்படி மறைக்கிறார்கள் என்பதைத் தெரிந்துகொள்ளமுடியாது - கௌடில்யர். (ப.491)

இவை யாவும் நுட்பமான தகவல்கள்தாம்; இத்தகவல்களும் மூல நூல்களில் முன்பே காணப்படுபவைதாம். எனினும், இந்தியாவைப் போன்ற முன்னுக்குவரும் முனைப்புள்ள நாடுகளில் வாழும் வளரிளம்பருவத்துப் புதியவர்களுக்குத் தகவல்கள் நிறைய வேண்டும். இத்தகவல்களின்றி, இக்காலத்து இளைஞர்களின் 'அறிவு வளர்ச்சி' சாத்தியமில்லை. நாள்தோறும் புதிய புதிய தகவல்களைப் பசிதீர விழுங்கித்தான், இணையங்கள் ஆட்சி செய்யும் 21ஆம் நூற்றாண்டு உலகிற்குள் நம்மவர் அடியெடுத்து வைத்துப் பின் அரிய பெரிய சாதனைகளைப் படைத்தாக வேண்டும்! இது பற்றிய நுண்மாண் நுழை புலத்துடன்தான், இப்பயன்பாட்டுநூலைக் கொட்டிக் கிடக்கும் ஆயிரமாயிரம் தகவல்களுடன் இறையன்பு புனைந்தளித்துள்ளார்.

மருத்துவக்கல்லூரி மாணவர்கள், பொறியியல் கற்போர், கலைப்பாடங்கள் பயில்வோர், கணினித்துறையில் பணிபுரிவோர், வங்கிப் பணியாளர்கள், இளம் பத்திரிகையாளர்கள், பாட்டுத்துறையில் புகுந்துள்ள புதியோர், குடும்பத்தலைவியர், பள்ளி மற்றும் கல்லூரி ஆசிரியர்கள், போட்டித்தேர்வுக்குப் பயிற்சியெடுத்து வருவோர், சமூக ஆர்வலர்கள், அரசியல்களச் செயல்பாட்டாளர்கள், மேலாண்மை நிர்வாகிகள் எனப் பலதரப்பினருக்கும் பாடநூலாகும் பெருமை இந்த நூலுக்குண்டு. பள்ளிகள் - கல்லூரிகள் - பல்கலைக்கழகங்கள் - அரசு அலுவலகங்கள் - நிதி நிறுவனங்கள் - மேலாண்மைப் பயிற்சி யகங்கள் - தகவல் தொடர்புத்துறை மையங்கள் - இணைய ஊடகங்கள் - நூலகங்கள் எனப் பொது வெளிகள் பலவற்றிலும் இந்நூல் இடம்பெறுவது, 'இலக்கியம் மற்றும் மேலாண்மை குறித்த உலக அறிவு' எங்கும் பரவுவதற்கும், அதன்வழி நுண்ணறிவுத்திறன் மிக்க ஒரு புதிய சமுதாயம் எழுச்சியுறுவதற்குமான முதற்கட்ட முயற்சியாகும்.

இந்நூலைப் படிக்கும் நல்வாய்ப்பையும், இதற்கு அணிந்துரை செய்யும் பெருமகிழ்ச்சியையும் எனக்களித்துத் தோழமைக்குப் பெருமை சேர்த்திருக்கும் 'இளைஞர்களின் நம்பிக்கை நாயகர்' இறையன்பு அவர்களைத் தொடர்ந்து இது போல் 'பயன்பாட்டுப் பனுவல்கள் செய்க' என வாழ்த்துகிறேன். அன்பின் மிகுதியால், கலீல் கிப்ரானின் தீர்க்கதரிசியைப் போற்றியுரைக்கும் இறையன்புவின் அற்புதமான சொற்களையே கடன்வாங்கி, இந்நூலுக்குப் புகழ்மகுடம் சூட்டத் துணிகிறேன்.

இந்நூலைக் கூர்ந்து புரிந்து வாசித்தால், "சுருங்கிய மனமும் பாரா சூட்டாய் விரியும்; வான்வீதியும் பால்வீதியாகிப் பரவசமூட்டும்!" (ப.345)

வாழ்த்துகளுடன்
கல்யாணராமன்

சென்னை -101
15-05-2014

இலக்கியத்தில் மேலாண்மை

நுழைவாயில்

'இலக்கியத்தில் மேலாண்மை' என்று எழுதத் தொடங்கும்போது, என் சிந்தனையோட்டம் ஆடுதாண்டும் காவிரியாகத்தான் ஆரம்பித்தது. இலக்கியம் என்பதை எவ்வாறு வரையறுப்பது, எதற்குள் அதை அடக்குவது என்று சிந்தித்தபோது, டி.எஸ்.எலியட் எழுதிய 'மரபும், தனித்துவமும் (Tradition and individuality)' என்கிற சிறந்த கட்டுரை நினைவுக்கு வந்தது. எல்லாப் புதிய சிந்தனைகளும், மரபிலிருந்து ஊற்றெடுப்பவையே; நவீனப் படைப்புகளும் மரபில் ஐக்கியமாகிவிடுபவையே என்கிற அவருடைய தர்க்கம் எனக்கு நியாயமாகப்பட்டது.

இலக்கியங்களை நேசித்துப் படிக்கும்போது, அங்கங்கே அவற்றில் போகிறபோக்கில் சொல்லப்பட்ட மேலாண் கருத்துக்களையும், நிர்வாக நெறிகளையும் என்னால் உணரமுடிந்தது. இருபது ஆண்டுகளுக்கும் மேலாக அரசு நிர்வாகத்தில் பணியாற்றுகிற அனுபவமும் இதற்கொரு காரணம். அரசுப் பணி என்றாலும் வர்த்தக நிறுவனங்களிலும் பங்கேற்றுள்ள நினைவுகள் அவற்றை இன்னும் தீர்க்கமாகப் பார்க்க உதவின.

இலக்கியங்கள், வாழ்க்கையைப் படம்பிடித்துக்காட்டுகிற முயற்சியை எப்போதும் மேற்கொண்டு வருகின்றன. அவற்றில் சில மிகைப்படுத்துதல் இருந்தாலும், அடிநாதமாக உண்மைத்தன்மையை நாம் அறியலாம். மனித இனம் நாகரிகமடைந்து வாழத் தொடங்கும்போதே ஆதாரமான நிர்வாக நெறிகள் மேற்கொள்ளப்பட்டன. சன்-சு கூறுவதைப்போல ஒரு பெரிய படையை நிர்வகிப்பதும், சின்ன படையை நிர்வகிப்பதும் ஒரே மாதிரியான திறன்தான்.

தொடக்கத்திலிருந்த தொலைபேசிக்கும், இன்றுள்ள அலைபேசிக்கும் நிறைய வேறுபாடுகள் என்பதால் அவற்றின் பயன்பாடு மாறுபடவில்லை. தொடக்கமே இன்றிருப்பதற்கான ஆதாரம். அன்றிருந்த மேலாண்மைப் பண்புகள் சில இன்றிருப்பவற்றைவிட மேம்பட்டிருப்பதையும், இன்று பல புதிய உத்திகள் புகுந்து நிர்வாகமும், கண்காணிப்பும் செழுமையடைந்திருப்பதையும் காணமுடிகிறது. இன்றுள்ள நவீன கருவிகள் அன்றில்லை. அன்று பயன்பாட்டிலிருந்த மண்சார்ந்த நுண்ணறிவு இன்று மறைந்துவிட்டது.

இலக்கியங்களில் உள்ள நுட்பங்கள் பலவற்றை இன்றைய மேலாண் வகுப்புகளில் சொல்லித்தர ஏற்பாடுகளில்லை. இலக்கியம் என்பது வாழ்வுக்குச் சிறிதும் தேவையற்றது. அதைப் படித்தால், தெரிந்து கொண்டால் என்ன நேர்ந்துவிடப்போகிறது என்ற மனப்பான்மை பலரிடம் தென்படுகிறது. அப்படியே தீவிரமாக வாசிப்பவர்கள் இருந்தாலும், அவர்கள் Classical Literature என்று அழைக்கப்படுகிற செவ்வியல் இலக்கியங்களைத் தேர்ந்தெடுத்துப் படிக்கிறார்களா என்பது சந்தேகமே!

பதிப்பகங்கள் அவற்றை எளிமையாக்கவும், அனைவரின் கைக்கெட்டும் தூரத்தில் கொண்டு போவதற்கும் அரிய முயற்சிகளை எடுக்கின்றன. இவற்றை வாங்கி வரவேற்பறையில் வைக்கிற அனை வருமே படித்து முடிக்கிறார்களா என்பதே கேள்வி.

xiii

படிப்பு என்பது உடனடி பயன்பாடு என்கிற 'இண்ஸ்டன்ட்' பண்பாடு இன்று வந்துவிட்டதால், அதையும் அவசரம் ஆக்கிரமித்துக் கொண்டிருக்கிறது. எலுமிச்சை சாதம் தயாரிக்கக் கூடப் பொடிகள் வந்துவிட்டன. எந்தச் சிரமமும் படக்கூடாது; எதற்கும் பொறுமை காக்கும் மனநிலையில்லை. காத்திருப்பது எரிச்சல். இதைப் படித்தால் எனக்குக் கூடுதலாக மதிப்பெண் கிடைக்குமா? பதவி கிடைக்குமா? பணி உயர்வு கிடைக்குமா? எந்த வகையில் எனக்கு நேரடியாக இது தொடர்பு? என்பது பற்றி அவர்கள் சிந்திப்பதில்லை. பணம் ஒன்றே மகிழ்ச்சி வரும் வழி என்று அவர்கள் நினைப்பதும் ஒரு காரணம்.

இன்று பல கல்லூரிகளில் மானுடவியல், வாழ்வியல், இலக்கியம், தூய விஞ்ஞானம் போன்ற பட்டப்படிப்புகள் சொல்லித்தரப்படவில்லை. அவற்றிற்கு வேலைவாய்ப்பு இல்லை என்பதே காரணம். இன்னும் சில ஆண்டுகள் கழித்து ஆங்கிலத்தை முறையாக சொல்லித்தருவதற்கோ, தமிழைச் சரியாகக் கற்றுத்தருவதற்கோ, கணிதத்தைப் பயிற்றுவிப்பதற்கோ நமக்கு ஆட்கள் கிடைக்கமாட்டார்கள். அடிப்படை பலவீனமடைந்தால், உயரமான கோபுரங்கள் சரிந்துவிழும் என்பதை நாம் புரிந்துகொள்ளாமல் இருக்கிறோம்.

இன்றைய இளைஞர்களில் சிலர், 'நான் பார்ப்பது மருத்துவம். எனக்கெதற்குத் திருவள்ளுவர்' என்றும், 'நான் பணிபுரிவது கணினியியல். எனக்கெதற்கு ஷேக்ஸ்பியர்!' என்றும் தெளிவாக இருப்பதாக எண்ணி தவறாக இருக்கிறார்கள். மூத்த மருத்துவர்களோ, விஞ்ஞானிகளோ, பொறியாளர்களோ இலக்கியம், வரலாறு போன்ற எல்லாவற்றையும் நேரம் கிடைக்கும் போதெல்லாம் படித்துத் தங்களை மேம்படுத்திக் கொள்கிறார்கள்.

நம் நாட்டில்தான் இந்த இரயில் பெட்டி மனப்பான்மை. அறிவியல், சரித்திரம், மேலாண்மை, கணிதம் போன்ற துறைசார்ந்த வெளிநாட்டு நூல்களில் இலக்கிய மேற்கோள்களைக் கணக்கின்றிக் காணமுடியும். அவர்கள் வாழ்வையும், இலக்கியத்தையும் பிரித்துப் பார்ப்பதில்லை.

இலக்கியம், சரித்திரம் ஆகியவை சிறிதும் நம் பணிக்குத் தொடர்பில்லை என்பதையே ஒப்புக்கொள்ள முடியாது. ஒரே மாதிரியான பணி அலுப்பூட்டும், சலிப்பேற்றும். எனவே ஒரு கட்டத்தில் கரிந்துபோகிற நிலைக்கும், சாம்பலாகிற சூழலுக்கும் நாம் தள்ளப்பட்டுவிடுவோம். வழக்கமான பணியிலிருந்து சற்று விலகி வேறொன்றை நுகரும்போது இளைப்பாறுகிற மகிழ்ச்சி ஏற்படும். அது நம்மை நமக்கான பணியில் இன்னும் கூர்மையுடன் செயல்பட உதவும்.

இரண்டாவது, நாம் வாசிக்கின்ற பிறவற்றிலும் நம் பணிக்கான பல செய்திகள் அடங்கியிருக்கலாம். அந்தத் தகவல்கள் நாம் பணி நிமித்தமாகச் செல்கிற பணிப்பட்டறைகள், கருத்தரங்குகள் போன்றவற்றிற்கு உதவியாக இருக்கலாம்.

மூன்றாவது, நாம் நம் பணியோடு தொடர்பில்லாதவர்களுடன் பேசும்போதும், பழகும்போதும் சுவாரசியமான மனிதர்களாக மாறுவோம். இது நம் பணி தொடர்பான கூடுதலான தொடர்புகளை உருவாக்கித்தரும்.

நான்காவது, நம் பணி சம்பந்தமாக வருபவர்களிடமே இதைப்போன்ற உபரி செய்திகளைப் பேசும் போது, அது அவர்களுக்கு உற்சாகமூட்டுவதாக இருக்கும். அவர்கள் நம்மோடும், நம் நிறுவனத்துடனும் நெருக்கமாவார்கள்.

ஐந்தாவது, நம் மொழி வளம், சரளமான பிரயோகம், வார்த்தைத் திறன் போன்றவை அதிகரிக்கும். குறைந்த சொற்களில் தகவலை அழுத்தமாகவும், ஆழமாகவும் பயன்படுத்தமுடியும்.

ஆறாவது, நம் வாழ்வை இன்னும் ஆழமாகவும், தெளிவாகவும் புரிந்துகொள்ள முடியும். ஏனென்றால் பணியைக் காட்டிலும் முக்கியமானது வாழ்க்கை.

நாம் நம் வசதிக்காக அறிவைப் பங்குபோட்டுக்கொண்டாலும், உலகில் பல கூறுகள் இணைந்தே ஒவ்வொரு பொருளும் காணப்படுகிறது.

ஒரு கோப்பைத் தேநீரை எடுத்துக்கொண்டால் அதைக் கொதிக்க வைப்பதில் இயற்பியல், அதன் பதப்படுத்தலில் வேதியியல், தேயிலையில் உயிரியல், பரிமாற்றத்தில் வர்த்தகம் உண்டு. சர்க்கரைக்குச் சரித்திரம் உண்டு. தேயிலையைத் தூக்கிக் கடலில் எறிந்ததில் புரட்சி இருக்கிறது. தரத்தைப் பொறுத்த வரை சுகாதாரத்துறை, தேயிலையைப் பறிக்கும் மக்கள் நல்வாழ்வு பற்றிய அக்கறையில் தொழிலாளர் நலத்துறை, அதைக் கொண்டுவரும் வேளையில் இறக்குமதி. இப்படி பல தரப்பட்ட அறிவியல், வர்த்தக மேலாண்மை இணைந்ததே ஒவ்வொரு பொருளும்.

காற்று வீசும்போது அதில் புவியியல், வேதியியல், இயற்பியல் என்று எல்லாம் இருக்கவில்லையா? அதை எப்படித் தரம் பிரிக்கமுடியும்?

ஒன்றில் நிபுணத்துவம் பெறுவது வேறு; மற்றவற்றில் ஆர்வம் செலுத்துவது வேறு. இரண்டும் எதிர்மறையானவை என்று எண்ண வேண்டியதில்லை. வாழ்க்கையை முழுமையாக நுகர நமக்கு இலக்கியங்கள் தேவை.

இலக்கியத்தில் மேலாண்மை என்று நான் எழுதத் தொடங்கியபோது, இவ்வளவு பெரிய முயற்சியாக இருக்கும் என்று நினைக்கவில்லை. அன்றைய இலக்கியங்களில் போகிறபோக்கில் நிர்வாகம், தலைமைப் பண்பு, முடிவெடுத்தல், தகவல்தொடர்பு, நேர மேலாண்மை போன்றவற்றைப் பற்றிப் புலவர்கள் சொன்னார்கள். அவை முற்றிலும் புனைவாக இருந்திருந்தால், நிச்சயம் அவர்கள் காலத்திலேயே நிராகரிக்கப்பட்டிருக்கும். எல்லாச் செய்யுள்களும் மன்னர்களைப் புகழ்பவையாக இல்லை; அவற்றில் கடுமையான விமர்சனங்களும் உண்டு. எனவே உண்மையில் ஊற்றெடுத்தவை அவை எனப் புரிந்துகொள்ள முடிகிறது.

தற்காலிக இலக்கியங்கள் மனிதனுடைய அன்றாட வாழ்வைப் பற்றி அலசுகின்றன. இருந்தாலும் நிர்வாகம், மேலாண்மை போன்றவை எவ்வளவு தூரம் இடம்பெற்றிருக்கின்றன என்பது ஆய்வு செய்யப் படவேண்டும். பண்டைய இலக்கியங்களில் இருந்த நேரடியான பயன்பாடு குறைந்து, பூடகமாகவும், மறைமுகமாகவும், பகடி செய்தும் அரசு நடைமுறைகள் விமரிசிக்கப்படுவதுண்டு.

இலக்கியம் எப்போதும் நம் இதயத்தில் ஒரு தாக்கத்தை ஏற்படுத்துகிறது. அது நேரடியான தாக்கம் போல் உடனடியாக மறைந்துவிடக்கூடியதல்ல. அது உள்ளுக்குள்ளேயே புதைந்து, எப்போது வேண்டு மானாலும் கிளர்ந்துவிடுகிற விதை. எனவே இலக்கியத்தில் உள்ள அறிவியல், மேலாண்மை போன்றவை, சம்பவங்களைச் சாட்சியாக வைத்து நமக்குள் பின்னப்படுகிற மென்மையான சவ்வூடு பரவுதல். அதன் தாக்கம் வாழ்நாளெல்லாம் நீடித்திருக்கும். தன்னுடைய சுயநலம் பாதிக்கப்படும்போது நண்பர்களும் நிச்சயம் முதுகில் குத்தத் தயங்கமாட்டார்கள் என்பதை மேலாண்மைப் புத்தகத்தைப் படிப்பதைக் காட்டிலும் ஜூலியஸ் ஸீஸரைப் படிக்கும்போது ஆழமாகத் தெரிந்துகொள்ளலாம்.

இலக்கியம் என்பதை நான் தமிழ் இலக்கியத்துடன் மட்டும் நிறுத்திக்கொள்ளவில்லை. ஆங்கில இலக்கியம், அராபிய இலக்கியம், சீன இலக்கியம், பிரெஞ்சு இலக்கியம், சமஸ்கிருதம், ஹிந்தி, ஜென் போன்றவற்றையும் அங்கங்கே பயன்படுத்திக்கொள்வதற்கு விரும்பினேன். அவை இரண்டு வகைகளில் எனக்கு முக்கியமாகப்பட்டன. முதலாவது, எல்லா மொழிகளிலும் இருக்கிற ஒத்த சிந்தனைகளை வெளிப் படுத்த முடிந்தது. இரண்டாவது, இந்தப் புத்தகத்தில் சுவாரசியத்தையும், படிப்பவர்களுக்குப் புதிய தகவல்களையும் அளிக்க இந்த உத்தி பயன்பட்டது. இதனால் செறிவும், பல்வகைப்பட்ட விவரங்களும் சேர்ந்து நூலின் ருசி கூடும் என நினைத்தேன்.

இதிகாசங்களையும் இலக்கியங்களாகவே கருதியிருக்கிறேன். அவற்றிலிருந்து இலக்கியங்கள் பெற்ற பங்களிப்புகள் அதிகம். அவற்றை மீள் வாசிப்பு செய்தும், எதிர்வினை செய்தும், மறு உருவாக்கம் செய்தும் படைக்கப்பட்டவை அதிகம். ஷேக்ஸ்பியர், மில்டன், மார்லோ, கம்பர், புதுமைப்பித்தன் என அந்த வரிசை நீளும். இந்திய இதிகாசங்கள் எப்படி இந்திய மரபு இலக்கியத்திற்கு ஒரு பெருவடிவம் கொடுத்ததோ, அதைப்போலவே கிரேக்க இதிகாசங்கள் ஐரோப்பிய சிந்தனை மரபுக்கு பெரிய பங்களிப்பைத் தந்தன. பைபிள், பழைய ஏற்பாடு போன்றவை ஏற்படுத்திய இலக்கியத் தாக்கங்கள் அதிகம்.

இலக்கியம் மாத்திரமல்ல-உருவகக்கதைகளும் நம்முடைய வாழ்வியல் அணுகுமுறையை அக்கறையோடு செதுக்கியிருக்கின்றன. ஜென், சூஃபி, அர்மேனிய கதைகள், பஞ்சதந்திரம், டால்ஸ்டாய், பில்பாய், லா ஃபான்டைன், சங்சு போன்ற பல மார்க்க உருவகக்கதைகளும், இயேசுபெருமான் சீடர் களுக்குக் கூறிய உருவகக்கதைகளும் கவிதைத்தனம் வாய்ந்த சிந்தனைக் கூறுகள். இவற்றைப் படிக்க எடுத்துக்கொள்ளும் நேரம் குறைவாகவும், சிந்திக்க எடுத்துக் கொள்ளும் நேரம் அதிகமாகவும் இருப்பவை. நெற்றியில் ஆணி அடிப்பதைப் போலப் பல கருத்துகள் இவற்றில் தெறித்து விழுகின்றன. எனவே இவற்றையும் நான் பயன்படுத்திக் கொண்டேன்.

சரித்திரத்தில் நடந்த சிலவற்றை எடுத்துக்கொண்ட செய்தியைப் புரியவைக்கும் நோக்கத்தில் நான் மேற்கோள் காட்டியிருக்கிறேன். நீதி நூல்கள், இராஜநீதி நூல்கள் ஆகியவற்றையும் இலக்கியமாகவே கருதியிருக்கிறேன். அவற்றிலுள்ள இலக்கியத்தன்மையையும் அறிவேன். அவற்றை அலசினால் மிக உயர்ந்த இலக்கிய அம்சங்கள் இருப்பதைப் பார்க்கமுடியும்.

என்னைப் பொருத்தவரை நாட்டுப்புறக் கதைகளும் இலக்கியங்களே. அவற்றில் வாழ்வின் சாரம் எதார்த்தமானதாகவும், நடைமுறைக்கு மிகவும் ஏற்றதாகவும் சொல்லப்பட்டிருக்கின்றன. அவற்றையும் நான் பயன்படுத்தியே தீரவேண்டிய சூழல்.

இலக்கியத்தில் மேலாண்மையை எழுத ஒரு பெரிய ஆய்வை மேற்கொள்ளவில்லை. இதற்காகப் புதிதாகப் படிக்கவோ, தகவல்கள் திரட்டவோ நான் முயற்சி செய்யவில்லை. சின்ன வயதிலிருந்தே சிறந்த இலக்கிய நூல்களை வாசிப்பது என்னுடைய விருப்பமாகவும், இளைப்பாறுதலாகவும் இருந்து வந்திருக்கிறது. அது எந்தச் சூழலிலும் தொடர்கிறது.

இப்படி ஒரு நூலைப் பதிப்பது என முடிவு செய்தவுடன், புதிதாக எதையும் வாசிப்பதில்லை எனத் தீர்மானித்தேன். ஏற்கெனவே, வாசித்தவற்றில் மறந்தவை போக எவை மீதமிருக்கின்றனவோ அவையே நம்முடைய கல்வி என்று எங்கோ படித்தது ஞாபகம். அதில் எனக்கு முழு சந்தேகம் வருகிறவற்றை மட்டும் அவ்வப்போது சரிபார்த்துக்கொண்டேன். பெயர்கள், இடங்கள் போன்றவற்றிற்காக அவற்றைப் பார்க்க நேர்ந்தது.

இந்தத் தொகுப்பை எழுதும்போது ஒன்று மட்டும் தெளிவாகப் புரிந்தது. நம் முன்னோர்கள், அதிலும் குறிப்பாகத் தமிழர்கள் எவ்வளவு பண்பட்ட வாழ்வை வாழ்ந்திருக்கிறார்கள்; உழைப்பையும், அறிவையும், சாகசத்தையும் உயிருக்குயிராக அவர்கள் நேசித்திருக்கிறார்கள் என்பவையெல்லாம் எனக்கு இன்னும் தெளிவாகத் தெரிந்தது. பழந்தமிழர் வாழ்ந்த செறிவும், அவர்களுடைய விருந்தோம்பல், வீரம் போன்ற பண்புகளும் என்னை மலைக்க வைத்தன. சுற்றுச்சூழல் மீதும், இயற்கை மீதும் அவர்கள் வைத்திருந்த பற்று என்னைச் சிலிர்க்கவைத்தது. இவ்வுலகை உற்றுக் கவனிப்பவர்களாக அவர்கள் வாழ்ந்திருக்கிறார்கள்.

மேசை மீது உட்கார்ந்து டெஸ்க் ஒர்க் செய்யவில்லை. அனுபவிக்காத, உணராத எதையும் அவர்கள் எழுதவில்லை. புலவர்கள்கூட செடிகள், தாவரங்கள், பறவைகள், விலங்குகள் போன்ற பலவற்றைப் பற்றிக் கூர்மையான பார்வையோடு திகழ்ந்திருக்கிறார்கள். இரண்டாயிரமாண்டுக்கு முன்பு நம் மண் சார்ந்த தொழில்நுட்பம் இருந்திருக்கிறது.

இப்படியொரு மேன்மைமிகு வாழ்க்கை இந்த மண்ணில் ஆயிரமாண்டுகளுக்கு முன்பு இருந்தது என்பதை இன்றைய கல்லூரி மாணவர்கள் அறிவார்களா? இளைஞர்களுக்குத் தெரியுமா? எல்லாவற்றிலும் மேற்கே மேம்பட்டது என்று வாழும் இவர்கள் மனநிலையில் தமிழ்நாடு என்பது மேற்கின் எச்சில் பாத்திரம்தானா என்றெல்லாம் எண்ணி என்னால் நெகிழாமல் இருக்க முடியவில்லை.

இந்த நவநாகரிகத்தின் கூறுகள் எழுதப்பட்டே இருக்கின்றன. அவற்றைப் பண்டிதர்கள் மட்டும் வாசிக்கமுடியும். ஆனால் பலரும் வாசித்துப் பெருமை கொள்ளும் வகையில், இழந்த அந்தச் சாரத்தை மீட்டெடுக்கும் வகையில் நூல்களை எழுதவும், மேடைகளில் பகிர்ந்துகொள்ளவும் ஓர் இயக்கம் தேவைப் படுகிறது. அன்றிருந்த பல பண்புகளைச் சத்தமில்லாமல் தொலைத்துவிட்டு சுயநலத்துடன் சுருங்கிவிட்ட கூட்டத்தை வீறுகொள்ளச் செய்ய வேண்டியது அவசியம் என்றுபடுகிறது.

ஒருசில மாநகரங்கள் மட்டும் வெளிச்சத்தில் மின்ன, பல சின்ன நகரங்களும், வரலாற்றுப் புகழ்பெற்ற இடங்களும் இருளில் மூழ்குவதையும் பார்க்க முடிகிறது. நம் வாழ்நாளுக்குள்ளேயே சோழ சாம்ராஜ்யம் கொடிகட்டிப் பறந்த பல ஊர்கள் காலியாகியிருப்பதைக் காணமுடிகிறது. இலக்கியங்களைப் படிக்கும் போது பரபரப்பான தமிழர் துறைமுகங்களை நாம் காட்சிப்படுத்துகிறோம்! அதை எண்ணி எண்ணி ஏங்குகிறோம்.

இலக்கியமும் சரி, மேலாண்மையும் சரி வாழ்க்கையோடு தொடர்புடையவை. எல்லா இடத்திலும் நாம் மேலாண்மையைச் செய்துவருகிறோம். சில நேரங்களில் நமக்கே தெரியாமல் செய்துவருகிறோம். விவசாயம், விஞ்ஞானம் என அனைத்துமே மேலாண்மையோடு தொடர்புடையவைதான். எனவே இரண் டையும் ஒருங்கிணைந்து வாசிப்பது, கட்டாயம் நம் வாழ்வு குறித்த பார்வையை விசாலமாக்கும். அந்த வகையில் இந்தத் தொகுப்பு எனக்குத் திருப்தியளித்த நூல்.

இந்நூலை அச்சிடுவதற்கு முன்பு வாசித்து மேம்படுத்த ஆக்கபூர்வமான ஆலோசனைகள் வழங்கிய பெரியவர் முனைவர் கே.எஸ்.சுப்பிரமணியன், நண்பர் முனைவர் முருகேசபாண்டியன் ஆகியோருக்கு என் மனமார்ந்த நன்றிகள்.

இந்த நூலை அட்சரம் பிறழாமல் மெய்ம்மை பார்த்துக் கொடுத்த தமிழ் அறிஞர்கள் முனைவர் மலையமான், முனைவர் சரளா ராஜகோபாலன் ஆகியோருக்கு என் உளப்பூர்வமான நன்றிகள்.

இந்த நூலுக்கு விரிவான அணிந்துரை வழங்கிய தமிழாய்ந்த நண்பர் பேராசிரியர் ராமன் அவர்களுக்கும் இதைத் தொடராக வெளியிட்ட ராணி வார இதழுக்கும் நான் என்றும் கடப்பாடு உடையவன்.

உள்ளடக்கம்

இலக்கியமும் மேலாண்மையும்

1. இலக்கியத்தில் மேலாண்மை — 1
2. தேவை ... செக்கு மாடுகளா? ஜல்லிக்கட்டுக் காளைகளா? — 7
3. அதிகம் பறப்பதும் ஆபத்து! — 14

வேளாண்மையில் மேலாண்மை

4. கணினியால் மறந்த கழனி — 19
5. நீரின்றி அமையாது உலகு — 24

வர்த்தக மேலாண்மை

6. சக்கையிலும் சாரம் உண்டு! — 31
7. உண்மை நம்பிக்கை பொய்ப்பதில்லை! — 37

நிருவாக மேலாண்மை

8. எல்லோருக்கும் நல்லவராக இருந்தால் — 42
9. விருத்தியே திருப்தி — 47
10. குறுக்குவழி வெற்றி (யாளர்)கள் — 52
11. சுமையினும் நினைவே சுகம்! — 58

திட்டமிடுதல்

12. நல்லதுக்கு நடைமுறையை மீறலாம்! — 64
13. கண்ணடிப்பில் காவியம்! — 72

வழிநடத்துதல்

14. போருக்குச் சமமான போட்டி உலகம்! — 78
15. சிறந்த நிர்வாக இரகசியங்கள்! — 83
16. அதிகாரத்தை வெல்லும் அன்(ம்)பு — 88
17. அரவணைத்தால் வெற்றிகள் அதிகம் — 92

கட்டுப்படுத்துதல்

18. திட்டமிடு! வெற்றியடை!	96
19. திட்டமிட்டால் திருப்பம் வரும்!	101
20. வயிறு: அலட்சியம் அல்ல!	107

நேர மேலாண்மை

21. நேரத்தின் அருமை!	112
22. காத்திருப்பது இனிப்பல்ல... .. கசப்பு!	117
23. விவேகமே பலம்!	122
24. உன்னதமான நேரம் எது?	127

பணியைப் பகிர்தல்

25. அதிகாரப் பகிர்விலும் அவசியம் பக்குவம்!	132
26. கற்பு காத்த கிரேக்கக் கண்ணகி	137
27. முன்னெச்சரிக்கையே உன்னத எச்சரிக்கை!	142
28. மனபலமே மகத்தான பலம்!	146

தகவல் பரிமாற்றம்

29. பேசும் கலை வளர்ப்போம்!	151
30. சொல் எனும் அம்பு	157
31. வார்த்தை லாவகம்; வாழ்க்கையில் வரம்!	162
32. கடுகு சிறுத்தாலும் காரம் முக்கியம்!	168
33. வார்த்தை லாவகம்; வாழ்க்கைக்கு இலாபம்!	174
34. வாய் ஜாலம்!	181
35. அன்பு எனும் சக்தியும்.. .. ஆபத்தான சுவர் வேலியும்	188
36. சாதகமான பதில், எதிரியும் சரண்!	194
37. காது கொடுங்கள்; கனவு மெய்ப்படும்!	202
38. ஆசை எனும் ஆழி!	208

உடல் மொழி

39. முத்தம் யுத்தம் அல்ல!	215
40. சிரிப்பு இரகசியங்கள்	221
41. அகம் சொல்லும் முகம்!	227
42. ஜன்னல் கண்களின் ஜாலங்கள்!	233
43. அழியாத அரக்கனை அழித்த கோரைப்புல் தந்திரம்!	239

துணிவு மேலாண்மை

44. துணிச்சலே வெற்றியின் தோரணம்!	245
45. துணிச்சல் மட்டுமல்ல.. .. பதற்றமும் அவசியம்!	250

உணர்ச்சி மேலாண்மை

46. அமைதியாய் ஆளுக!	255
47. சதுரங்க சூட்சமமும்.. .. சிரிப்பு மந்திரமும்	261
48. மன அழுத்தம்: இளமையைப் பாதிக்கும்	268

சமரசத்திறன்

- 49. சமரசமே சவுபாக்கியம் — 274
- 50. முடிவில் வேண்டும் முனைப்பு — 279

முடிவெடுக்கும் திறன்

- 51. முயற்சி செய் ; முடிச்சு அவிழும் — 285
- 52. நினைத்ததை முடிக்கும் நிலாக்கள் — 291

ஊக்கமும், மேலாண்மையும்

- 53. ஊக்கமே உணவு — 298
- 54. உள்ளுவதெல்லாம் உயர்வுள்ளல் — 301
- 55. ஊக்கச் சூழல் — 305
- 56. சக்திகளைத் திரட்டிச் சதிகளை விரட்டு — 309
- 57. உள்ளம் திடமானால் உயர்வு நிஜமாகும் — 314

பல பலவீன வாய்ப்பு ஆபத்து பட்டியல்

- 58. இலக்கியத்தில் ஸ்வாட் — 319
- 59. சாபத்தையே வரமாக்கலாம் — 323
- 60. எங்கெங்கு நோக்கினும் பலவீனமடா — 328
- 61. மனத்தில் உள்ளது கைகளின் திறன் — 332

போரும், வர்த்தகமும்

- 62. வர்த்தகமும் போரே — 337
- 63. பணப்பசுவும் தெருநாய்களும் — 340
- 64. ஒரே மூட்டையில் முட்டைகளா? — 343

தலைமைப் பண்புகள்

- 65. தலையே அடையாளம் — 348
- 66. பெருந்தன்மையே முதல் பண்பு — 353
- 67. அனைவரின் மகிழ்ச்சியே நம் மகிழ்ச்சி — 357
- 68. நோக்கமே கட்டளைக்கல் — 362
- 69. புலியைப் பூனையாக்காதே — 369
- 70. நல்லவன் ஆள்வான் — 373
- 71. வாத்தையே கொல்லாதே — 378
- 72. அன்பால் ஆட்கொள் — 386
- 73. படைக்கும் முந்து பந்திக்கும் முந்து — 390
- 74. கனிவுடன் கண்டிக்கலாம் — 395

சுற்றுச்சூழல் மேலாண்மை

- 75. சுற்றுச்சூழல் மேலாண்மை — 401
- 76. வனத்தை வளமாக்கி வாழ்வை நலமாக்குவோம் — 406
- 77. வாழ்வு சிறக்க வான்சிறப்பு — 411

இலக்கியத்தில் மேலாண்மை

நிச்சயமற்ற சூழலும் மேலாண்மையும்

78. ரிஸ்க் எடு .. .. ரஸ்க் சாப்பிடு	416
79. உச்சம் செல்ல அச்சம் தவிர்	422
80. மாற்றி யோசி	426

கோப மேலாண்மை

81. உணர்ச்சிப் பழகுதல் வேண்டா	432
82. சினமென்னும் சேர்ந்தாரைக்கொல்லி	435
83. அஞ்சுவது அஞ்சுக	439
84. உணர்ச்சி மேலாண்மை	444
85. பாய்வதற்குப் பதுங்கு	449
86. அளவோடு பேசுக	454

மனிதவள மேம்பாடு

87. மனிதவளமே மிகுந்த பலம்	459
88. தெளிவாகத் தேர்ந்தெடுத்தல்	464
89. தோற்றமெனும் காட்சிப்பிழை	469
90. புறத்தோற்றம் போலித்தோற்றம்	474
91. பயிற்சியே முயற்சி	480
92. பணியே பயிற்சிதான்	483
93. அனைவரும் ஆசான்கள்	489
94. பதவி உயர்வும், ஊக்க உயர்வும்	494
95. பணியைத் தாண்டி...	498

தண்டனை மேலாண்மை

96. நெருப்பு அடுப்பும், நெஞ்ச நேர்மையும்	503
97. நாமே அடுத்தவருக்கு அளவுகோல்	508
98. தடியை உயர்த்து அடிக்காதே	513
99. நீதியிலும் நீக்குப்போக்கு	517
100. ஆயுள் தண்டனையா ஆயுத தண்டனையா	521
101. விட்டவை தொட்டவை	526
102. நேர்மையோடு தொழில், நேர்மையான தொழில்	531
103. விருந்தும் ஒரு மருந்தே	535
104. கண்களை மூடு காதுகளைத் தீட்டு	539
105. நிறைவாக	546

அத்தியாயம்

1

இலக்கியத்தில் மேலாண்மை

மனித இனம் தொடங்கியபோதே மேலாண்மையும் துளிர்க்க ஆரம்பித்தது. புராதன மனிதனிடம் குருத்துவிட்ட தலைமைப் பண்பும், வழிநடத்தும் இயல்புகளுமே அவனை இயற்கையோடு இயையவும், இடர்களைத் தாண்டி நீடிக்கவும் உதவின. இரண்டு கால்களில் நிமிர்ந்தபோது, அவனால் இன்னும் தீர்க்கமாகத் தன்னுடைய கட்டமைப்புகளைச் செதுக்கவும் முயன்றிட முடிந்தது. அவனால் குழுவாகச் செயல்பட்டு இயற்கையின் சீற்றங்களை எதிர்கொள்ள முடிந்தது. அவர்களில் ஒருவன் முன் நின்று அவர்களை ஒழுங்குபடுத்தவும், நிர்வகிக்கவும் சாத்தியமானது. அவனால் தனக்குப் பொருத்தமான சுற்றுச் சூழ்நிலையைத் தானே உருவாக்கிக்கொள்ள முடிந்தது.

தன்னைப் பிணைத்திருந்த சங்கிலிகளைத் தகர்த்துக் கொஞ்சம் கொஞ்சமாக அவன் விடுதலை பெற முடிந்தது.

மனிதனுடைய மேலாண்மைப் பண்பு அவன் நேரத்தை உருவாக்கத் தொடங்கியபோது உருவானது.

மனிதனுடைய மேலாண்மைப் பண்பு, அவன் நேரத்தை உருவாக்கத் தொடங்கிய போது உருவானது. 'மனிதன் எப்படிப் பேராற்றல் மிக்கவன் ஆனான்?' என்கிற நுட்பமான படைப்பில் எம்.இலியின், யா.செகார் ஆகிய இருவரும் அவனுடைய வளர்ச்சியை விவரித்து வரும்போது, அவனுடைய நேர உணர்வையே

இலக்கியத்தில் மேலாண்மை

முன்னிலைப்படுத்துகிறார்கள். வரலாற்றுக் காலத் திற்கு முந்தைய மனிதனுக்கு ஓய்வு என்பது கனவு. அவனது பொழுது, உணவு தேடுவதிலேயே கழிந்தது. அற்பமான உணவைத் தேடி அலைந்தே நாளைக் கழித்ததால், சொற்பமான ஓய்வுடன் அவன் சொக்கட்டான் விளையாட வேண்டியிருந்தது. விரைவாக வேலை செய்யக்கூடிய, பணியை எளிதாக்கக் கூடிய கருவிகளைச் செய்தபோது,

அவனுக்கு ஓய்வு நேரத்தை உருவாக்க முடிந்தது. உணவுக்காகச் செய்யப்பட்ட ஒவ்வொரு புதிய கருவியும் முடிவில் நிறைய நேரத்தைச் சேமித்தது. அவனுடைய ஓய்வுநேரம் சிந்திக்கவும், இன்னும் வளமான வாழ்க்கைக் கூறுகளை உண்டாக்கிக் கொள்ளவும் வாய்ப்பாக அமைந்தது. இன்று கூட அதிக நேரத்தை உருவாக்க முடிந்தவர்களே வரலாறு படைப்பவர்களாக வாழ்ந்து கொண்டிருக்கிறார்கள்.

> 'மனைவியிடம் இருந்து மேலாண்மையை எப்படிக் கற்றுக் கொள்வது?'

மேலாண்மை என்பது நிறுவனங்களுக்கு மாத்திரமல்ல, நம் வாழ்வின் ஒவ்வொரு செயலிலும் அது கலந்திருக்கிறது. வீடு தொடங்கி, நாட்டை நிர்வகிப்பது வரை மேலாண்மைப் பண்பு தொடரவே செய்கிறது. ஷாரு ரங்னேகர் என்கிற நகைச்சுவை மேலாண் வல்லுநர் 'மனைவியிடம் இருந்து மேலாண்மையை எப்படிக் கற்றுக் கொள்வது?' என்று தொடர் சொற்பொழிவுகள் ஆற்றியிருக்கிறார். அவற்றைத் தவறாமல் கேட்ட அவர் மனைவி சொன்ன திருத்தங்களுடன் அது புத்தகமாகவும் வந்திருக்கிறது.

பல நிறுவனங்களில் மூலப் பொருட்கள் திடீரென இருப்பு இருக்காது. எந்தச் சிற்றுண்டிச் சாலைக்குச் சென்றாலும் பரிமாறுபவர் காட்டுகிற பட்டியலில் நாம் சிரமப்பட்டுத் தேர்ந்தெடுக்கும் பண்டங்கள், சில நிமிடங்களில் 'இப்போதுதான் தீர்ந்தது' என்கிற பதிலோடு நம்மை எரிச்சலடைய வைக்கும். நாம் ஆசையாகக் கேட்கும் பல பொருட்கள் குறிப்பிட்ட நாட்களில் மட்டுமே கிடைக்கும். பண்டப் பட்டியல் (மெனு கார்டு) இருப்பதைச் சொல்வதைவிட, இல்லாததைச் சொல்வதையே அதிகம் செய்கின்றன. ஆனால் வீட்டில் எப்போது கேட்டாலும் தேநீர், போண்டா, பாயசம் என மனைவியால் செய்து தரமுடிகிறது. பொருள்கள் ஓரளவு குறைந்தவுடனேயே கடைக்குச் சென்று வாங்கி வந்து நிரப்பிடும் இயல்பு இல்லத்தரசிகளுக்கு உண்டு.

'நாம் இருக்கிறோமா, இல்லையா?' என்று அடிக்கடி மேலதிகாரிகள் நோட்டமிட்டவண்ணம் இருப்பார்கள். குழந்தைகள் வெளியே விளை யாடும் போது ஐந்து நிமிடங்களுக்கு ஒருமுறை உள்ளே வந்து 'அம்மா இருக்கிறார்களா' எனப் பார்த்துச் செல்லும். 'பாதுகாப்பின்மையை'ப் போன்றதே அது. ஷாரு சொல்லுவார் "இரண்டு பேர் பேசிக்கொண்டிருக்கும்போது, யார் மேலதி காரி என எளிதில் கண்டுபிடித்துவிடலாம். மற்ற வருடைய நேரத்தை வீணடிக்கும் அதிகாரம் படைத்தவரே மேலதிகாரி" என்பார். பல கணவன்

2

மார்களுக்கும் இந்தப் பாதுகாப்பின்மை மனைவி யிடத்தில் உண்டு. இதைச் சூசகமாக அறிந்து, அதை அகற்றுவதில் மனைவிகள் பக்குவம் நிறைந்தவர் களாக இருக்கிறார்கள்.

குழந்தைகள் அதிக அட்டகாசம் செய்யும் போது அவ்வப்போது 'இன்னும் அடங்காம லிருந்தால் அப்பாவிடம் சொல்லுவேன்' என்று நமக்கும் கேட்கும்படி சத்தமான குரலில் ஓர் அதட்டல் கேட்கும். 'அப்பா வீட்டில் வெறும் டப்பா' என்பது அந்தக் குழந்தைகளுக்கும் தெரியும். இருந்தாலும் நமக்கு ஒரு மகிழ்ச்சி. 'நம்மை மேலதிகாரியாக நம் மனைவி கருதுகிறாளே' என்ற அற்ப சந்தோஷம். பல பாராட்டு விழாக்களில், பாராட்டுகிறவர்கள் 'கண்டுபிடிக்கிற' குண நலன் களுக்கும் தனக்கும் எந்த சம்பந்தமும் இல்லை என்று தெரிந்த பிறகும் மகிழ்ச்சியுடன் சிலர் அமர்ந் திருப்பதில்லையா, அதைப்போலத் தான்.

சில நேரங்களில் 'கொஞ்சம் இந்த மருந்துக் குப்பியைத் திறந்து தாருங்கள்' என்று நம்மிடம் தருவார்கள். நாமும் இருக்கிற பலத்தையெல்லாம் திரட்டிக் கைகளுக்குக் கொண்டுவந்து அதைத் திறந்தவுடன் பெருமையாகப் புன்முறுவல் பூப் போம். உண்மையில் அதை அவர்களே திறக்க முடியும். நாமில்லாதபோது பல உணவுக் குப்பி களை அவர்களேதான் திறந்து கொள்கிறார்கள். ஆனால், அவ்வப்போது உடல்ரீதியாகவாவது, மனைவியைவிட பலம் வாய்ந்தவர்கள் என்கிற திருப்தியை நமக்கு ஏற்படுத்தி நம் தன்முனைப்பைத் திருப்திப்படுத்தும் மனவியல் தந்திரத்தை அவர்கள் செய்கிறார்கள். இதுதான் அவர்கள் கையாளும் பகிர்ந்தளிப்பு (Delegation).

இரண்டாம் குழந்தை பிறந்ததும் 'இது நாள் வரை இளவரசியைப்போல் வளர்த்த முதல் பெண் ஏமாந்து போவாளே, எப்படிச் சமாளிக்கப் போகி றோம்' என்று நாம் தடுமாறும் போது, அந்தப் பிரச்சினையை அவர்கள் கையாளும் விதமே அலாதியானது. அந்தப் பெண் குழந்தையை அழைத்து ''நீ இனிமேல் அக்கா ஆகிவிட்டாய், நீ தான் இதை வளர்க்கப்போகிறாய் நான் இதைக் குளிப்பாட்டும்போது உதவவேண்டும். உணவூட்டும் போது, வேடிக்கை காட்ட வேண்டும். தூங்க வைக்கத் தொட்டிலாட்ட வேண்டும்'' என்று சாமர்த்தியமாகப் பொறுப்புகளைக் கொடுத்து, அந்தப் பெண்ணைத் 'துணை மேயர்' போல 'துணைத் தாயர்' பதவி உயர்வு கொடுக்கிற மேலாண்மை பண்பைப் பார்க்கலாம்.

ஷாரு கூறுவதைப் பார்க்கும்போது ஒவ்வொரு இல்லத்திலும் மின்சார நிர்வாகம், உணவு நிர்வாகம், பாத்திரக் கொள்முதல், பழைய பாத்திர நீக்கம் என எண்ணற்ற மேலாண் அம்சங்கள் இருப்பதை உணரமுடிகிறது. வீட்டின் விரிவே நாட்டின் நிர்வாகம் என்பதை அறியவும் முடிகிறது.

வேளாண்மைக்குள்ளும் மேலாண்மைக் கூறுகள் உண்டு. சரியான பயிரைத் தேர்ந்தெடுத்தல், உரியநேரத்தில் விதைத்தல், நீர் மேலாண்மையை நெறிப்படுத்துதல், அறுவடைக்குப் பின் பாது காத்தல், உரிய விலை வரும்வரை இருப்பு வைத்தல் என்று ஒவ்வொரு கட்டத்திலும் விழிப்புணர்வும், பொறுப்புணர்வும், நிர்வாக நெறியும் இணைந்தால் தான் வேளாண்மை செழிக்கும்.

கம்பராமாயணத்தில், தசரதன் தன் நாட்டை மிகவும் நுட்பமாகவும், நுணுக்கமாகவும் ஆட்சி செய்தான் என்பதை விளக்க முற்படும்போது கம்பர், வறியவன் ஒருவன் பாதுகாக்கும் ஒரு சிறு வயலைப் போல, இவ்வுலகம் முழுவதையும் பாதுகாத்து மிகச்சிறந்த முறையில் தசரதன் ஆட்சி செய்தான் என்று குறிப்பிடுகிறார்.

''வையகம் முழுவதும் வறிஞன் ஓம்பும்ஓர்
செய்எனக் காத்து இனிது அரசு செய்கிறான்''

'சின்ன வயல் மட்டுமே சொத்தாகக் கொண்டவன் தன் கவனம் முழுவதையும் அதன் மீதே திரட்டி, ஒரு

பூச்சி விழுந்தாலும் உடன் அகற்றி, கதிர் விட்டதும் இராப்பகலாகக் காவல் காத்து, அறுவடை செய்து, கதிர்களை வீட்டுக்கு எடுத்துச் செல்லும் வரை அக்கறை காட்டி, உள்ளத்தை வயலிலேயே நட்டு வைத்திருப்பான். உயிரைப் பயிரின் மீதே விட்டு வைத்திருப்பான். தன் பரந்த நாட்டை அந்த அளவிற்கு அக்கறையுடன் எந்தப் பகுதியும் தகுதி குறையாமல் சிறக்கும்படி தசரதன் நிர்வகித்தான். அவன் தன் நாட்டிலே உள்ள உயிர் எல்லாம் உறைவது ஓர் உடம்பும் ஆயினான்'

'இரண்டாம் ரிச்சர்ட் மன்னன்' என்கிற துன்பவியல் நாடகத்தில் ஷேக்ஸ்பியர் ஒரு தோட்டக்காரன் தன் தோட்டத்தையும், நாட்டையும் ஒப்பிட்டுப் பேசுவது போலப் படைத்திருப்பார்.

அவன் ''இந்தத் தோட்டத்தை நாங்கள் பராமரிப்பது போலத்தானே நாடும். களைகள் வளரவும், மலர்கள் கருகவும், மூலிகைகள் பூச்சி களுக்கு உணவாகவும் விட்டுவிட்டால் தோட்ட மானாலும், நாடானாலும் நலிவடையவே செய்யும்'' என்று சொல்வான். நாட்டமும், நோட்டமும் இருந்தால்தான் தோட்டமும் சிறக்கும், கோட்டமும் செழிக்கும். வசந்தத்தை வழிமொழியாதவன் வாழ்வில், இயற்கை இலையு திரை முன்மொழிந்துவிடுகிறது என்பதே உண்மை.

மனமே ஒரு வேளாண்மைக்குட்பட்ட மேலாண்மையுடையதே.

''இன்சொல் விளைநிலமாய் ஈதலே வித்தாக
வன்சொற் களைக்கொட்டு வாய்மை எருவூட்டி
அன்புநீர்ப் பாய்ச்சி அறக்கதிர் ஈன்றதோர்
பைங்கூழ் சிறுகாலைச் செய்''

என்கிற நெறியைச் செய்பவர்களே சிறந்த மேலாளர் களாகவும், நிர்வாகிகளாகவும் இருப்பார்கள். அவர்களிடம் பணிபுரிபவர்கள் பணியைப் பாரமாக்காமல் சாரமாக்குவார்கள். வன்முறை கொண்டு அணுகினால் சத்துள்ள மனிதர்கள் வெளியேற, தக்கையானவர்களே தலைதூக்கிச் சக்கைகளையே உற்பத்தி செய்வார்கள்.

உலக இலக்கியங்கள் அனைத்திலும் மேலாண்மைக் கருத்துகள் மென்மையாகப் பரவிக் கிடக்கின்றன. அவை பன்னீர் புஷ்பங்கள் காற்றில் பரவவிடும் மணத்தைப்போல வசீகரமானவை. அவற்றை அப்படியே சிதைத்துக் குப்பிகளில் அடைக்க அவர்கள் முனையவில்லை. மகத்தான மனிதர்களின் வீழ்ச்சிகளைச் சித்திரிக்கும் அவர்கள்,

பலவீனங்களைக் கோடிட்டு எச்சரித்தும், நன்னெறிகளை நம் மனத்தில் எழுத உச்சரித்தும், உள் மனத்தில் அவை எதிரொலித்து அறிவுறுத்தவும் காவியங்கள் மூலமாகவும், நாடகங்கள் மூலமாகவும், கவிதைகள் வாயிலாகவும், உருவகக் கதைகள் ஊடாகவும் நம் முன்னோர்கள் முயன்றனர். அவற்றைக் கதையின் வடிவங்களாகவோ, கேளிக்கைச் சம்பவங்களாகவோ மாத்திரம் பார்த்தால், நாம் பழத்தின் சதையை ஒதுக்கிக் கொட்டையை மட்டும் கடித்துக் கொட்டமடிப்பவர்களாக மருவிப் போய்விடுவோம்.

வால்மீகி இராமாயணத்தில் பரதன் இராமனைத் தேடி வனம் செல்கிறான். அங்குச் சித்திரக்கூடத்தில் இராமனைச் சந்திக்கும்போது, இராஜநீதியைத் தன் இளவலுக்கு இராமன் உபதேசிக்கிறான். இன்றைய ஆட்சியாளர்களும் அவற்றில் பலவற்றைத் தம்மையும் அறியாமல் கடைப்பிடிக்கிறார்கள் என்பதே உண்மை.

உலக இலக்கியங்கள் அனைத்திலும் மேலாண்மைக் கருத்துகள் மென்மையாகப் பரவிக்கிடக்கின்றன

பரதனுடைய நேர மேலாண்மையை வினாவிற்குட்படுத்துகிறான் இராமன். ''தகுந்த காலத்தில் படுக்கிறாயா? தகுந்த காலத்தில் விழிக்கிறாயா?''

திட்டமிடுவதை ஒவ்வொரு நாளும் செய்ய வேண்டும். அன்றைய பணிகளை மன அடுக்குகளில் வகுத்துக் கொள்ள வேண்டும்.

இன்று ஒருமித்த ஞானம் தனிப்பட்ட அறிவிலும் சிறந்தது என்பதைக் குறிப்பிட ஒருமித்த ஞானம் (Wisdom of the crowd) போன்ற நூல்கள் வந்துவிட்டன.

இராமன் பரதனிடம் ''ஒருவனாகவாவது பலருடனாவது அரச செயல்களை ஆலோசிக்காமல் இருக்கிறாயா? ஒருவனாக யோசித்தால் விருப்பு, வெறுப்புக்கேற்ப முடிவெடுக்க நேரிடும். அதிக மானவர்களுடன் ஆலோசித்தால் ஒருமை ஏற்படாது. அந்த முடிவு வெளியாகி, இரகசியம் கசியும்'' என்று எச்சரிக்கிறான்.

நம்மைச் சுற்றி யாரை வைத்துக் கொள்கிறோம் என்பதே நம் வெற்றியைத் தீர்மானிக்கிறது. மதிநுட்பம் மிகுந்தவர்களும் அற்பர்களை அருகில் வைத்தால் அவதிப்பட நேரிடும்.

பரதனை நோக்கி ''அநேக ஆயிரம் மூர்க்கர்கள் இருந்தாலும், அவர்களை விட்டு நன்றாகப் பரிசோதித்துக் காரியம் செய்யும் புத்திமானைச் சேர்க்கிறாயா?'' என வினவுகிறான் இராமன்.

''கைகேயி புத்திரனே! வெகு கடுமையாக மக்களைத் தண்டித்து, அதனால் அவர்கள் கஷ்டப்பட்டு மந்திரிகளிடத்தில் முறையிட்டு அவர்கள் உன்னைத் தடுக்கும்படி வைத்துக்கொள்ளாமல் இருக்கிறாயா?'' என்றும் வினவுகிறான்.

இப்போது நம் நாட்டில் இராணுவத் தளவாடங்கள் எங்கே உற்பத்தியாகின்றன என்கிற செய்திகள் இரகசியமாக வைக்கப்பட்டிருக்கின்றன. தகவல் உரிமைக்கு அப்பாற்பட்டவை அவை. எதிரிகள் எளிதில் தாக்காமல் இருக்கவே இந்த ஏற்பாடு.

இலக்கியத்தில் மேலாண்மை

"உன் நாட்டில் யானைகள் உண்டாகு மிடத்தைப் பிறர் அறியாமல் மறைத்து வைத்திருக் கிறாயா? இல்லாவிட்டால் பிறர் அவற்றைப் பிடித்துக் கொண்டு போவார்கள். ஆண் யானை களைப் பிடிப்பதில் உபயோகப்படும் பெண் யானைகள் விருத்தியாகின்றனவா? குதிரை களையும், ஆண் யானைகளையும், பெண் யானை களையும் மேன்மேலும் சம்பாதிக்கிறாயா?"

பொருளாதாரம் நாட்டின் முதுகெலும்பு. செலவு அதிகமானதால் உரோமாபுரி வீழ்ச்சி யடைந்தது. "உன் வரவு அதிகமாகவும், செலவு குறைவாகவும் இருக்கிறதா? நட்டுவன், விடன், பாடகன், கூத்தாடி முதலியவர்களுக்கு உன் திரவியத்தை ஏராளமாகக் கொடுக்காமலிருக் கிறாயா?"

ஆட்சியின் மிகப்பெரிய சவால் ஊழல். அடுத்தவர்கள் மட்டும் நேர்மையாக இருக்க வேண்டும் என்று எக்கச்சக்க எதிர்பார்ப்பு ஏற்பட்டிருக்கும் நேரம்.

பரதனிடம் இராமன் அதைப் பற்றியும் பேசுகிறான்.

"தனவான்களுக்கும், ஏழைகளுக்கும் வியாஜ்யம் நேர்ந்தால் உன் நியாயாதிகாரிகள் தனவானிடத்திலிருந்து இலாபத்தை அடைய உத்தேசிக்காமல் தீர்ப்பு செய்கிறார்களா?"

இராமன் தரும் பட்டியல் நீளமானது. ஆட்சியாளர்களும், அதிகாரிகளும் அவசியம் திரும்பத் திரும்பப் படிக்க வேண்டிய சருக்கம்; அந்த நூறாவது சருக்கம், நூற்றுக்குநூறு பின்பற்றப் படவேண்டிய சருக்கம்; செருக்கை அழிக்கும் தருக்கம்.

★

அத்தியாயம்

2

தேவை... செக்கு மாடுகளா? ஜல்லிக்கட்டுக் காளைகளா?

இரண்டாயிரம் ஆண்டுகளுக்கு முன்பே பன்னாட்டு வணிகம் நிகழும் இடமாகத் தமிழகம் திகழ்ந்தது. நமக்கு ஒரு காலத்தில் 'கடல்' ஏரியைப் போல எளிதாக இருந்தது. கடலைக் குறிக்க இத்தனைப் பெயர்கள் வேறெந்த மொழியிலாவது இருக்குமா என்பது ஐயமே. 'வர்த்தகம்' நடக்கும் போது, அது குறித்த மேலாண்மையும் இயல்பாக விரவிப் பரவி ஓங்கியிருக்க வேண்டும். 'கடலைக் கடந்தால்' சாதிப் பிரஷ்டம் செய்யப்படும் வழக்கம் வடக்கிலிருந்தபோது, கடலைக் கடந்து திரும்பி வருவது நம் முன்னோர்களுக்குப் பெருமையாக இருந்தது. 'திரைகடலோடியும் திரவியம் தேடு' என்பது தவறாகப் புரிந்துகொள்ளப்பட்டு 'கள்ளக் கடத்தல்' நடந்ததும் உண்டு.

காவிரிப் பூம்பட்டினத்தில் எவ்வாறு பல நாடுகளிலிருந்து வந்த பொருள்கள் பண்டக சாலையில் குவிந்து கிடந்தன என்பது பற்றிப் 'பட்டினப்பாலை' விளக்குகிறது. அந்தப் பொருட்களின் மீது சுங்கம் வசூலித்தபின், புலிச் சின்னத்தைப் பொரித்து வெளியே அனுப்பும் சுங்க அதிகாரிகளும் இருந்தனர். வரி கொடுக்காமல் மறைப்பவர்களுக்கு அச்சம் தரும் வலிமையுடன் அவர்கள் அந்தக் காலத்திலும் இருந்திருக்கிறார்கள்.

'வான் முகந்த நீர்மலைப் பொழியவும்
மலைப் பொழிந்த நீர்கடல் பரப்பவும்
மாரி பெய்யும் பருவம் போல
நீரினின்றும் நிலத்து ஏற்றவும்

நிலத்தினின்று நீர்ப்பரப்பவும்
அளந்து அறியாப் பல பண்டம்
வரம்பு அறியாமை வந்து ஈண்டி...'' (126-132)

மாரிக்காலத்து மழைமேகம் போல கடல் வழியே வேறு நாடுகளிலிருந்து மரக்கலங்களில் வந்த பொருட்களை இறக்குமதி செய்தும், நிலத்தி லிருந்து வேறு நாடுகளுக்கு ஏற்றுமதியாக அனுப்பியும் எனக் கணக்கிட இயலாத பொருட்கள் பண்டக சாலை முற்றத்தில் குவித்து வைக்கப்பட்டுள்ள மூட்டைகளின்மீது நாய்களும், செம்மறிகளும் துள்ளி விளையாடும் காட்சி சித்திரிக்கப்பட்டுள்ளது. இன்றைய நவீன மேலாண்மை, நேற்றைய நிர் வாகத்தின் நீட்சியாகவும், சில இடங்களில் காட்சி யாகவும், சில நேரங்களில் மாட்சியாகவும், பல இடங்களில் ஆட்சியாகவும், அவ்வப்போது வீழ்ச்சி யாகவும் இருக்கிறது என்பதே இலக்கியங்களில் இருந்து வெளிப்படும் உண்மை.

உயர் அதிகாரிகள் உலக சுகங்களில் அதிக நாட்டம் செலுத்த முடியாது. மடியின்மை என்பது பற்றி திருவள்ளுவர் ஓர் அதிகாரத்தையே அதிகாரி களுக்காக எழுதியிருக்கிறார். ஓர் அரசன் ஒரு நாளை எவ்வாறு ஒதுக்கிப் பணியாற்ற வேண்டும் என அட்டவணையையே அளிக்கிறது. புறநானூற்றின் இறுதிப் பாடலில் கோவூர்கிழார், சோழன் நலங் கிள்ளியைப் பற்றிப் பாடும்போது இரவின் கடையாமத்தில் உறங்காமல் விழித்திருந்த மன்னனைப் பற்றிப் பேசி வியக்கிறார்.

''பலர்துஞ்சவும் தான்துஞ்சான்
உலகுகாக்கும் உயர்கொள்கை
கேட்டோன், எந்தைஎன் தெண்கிணைக்
குரலே''

என்று அந்தப் பாடல் தொடர்கிறது.

ஒருவரை எக்கச்சக்கமாகப் புகழ்ந்தே காலி செய்துவிடும் வழக்கம் நம்மிடம் உண்டு.

ஒருவரை எக்கச்சக்கமாகப் புகழ்ந்தே காலி செய்துவிடும் வழக்கம் நம்மிடம் உண்டு. தொடக் கத்தில் அது 'புகழ்ச்சி' எனத் தெரிந்தவர்கள், நாளடையில் ' உண்மை' என எண்ணி, பிறகு அவ்வாறு புகழாதவர்கள் மீதெல்லாம் வெறுப்பை ஏற்படுத்திக் கொள்வார்கள். அவ்வாறு இருக்கக் கூடாது என்பதற்குத்தான் 'பெரியோரை வியத்தலும் இலமே, சிறியோரை இகழ்தல் அதனினும் இலமே' எனக் கணியன் பூங்குன்றனார் பாடினார்.

அடுத்தவர் நலனுக்காக வாழ்பவரே தலைமைப் பண்பு மிக்கவர். கடலுள் மாய்ந்த இளம்பெரு வழுதி இவ்வுலகம் அப்படிப்பட்டவர்களால் மட்டுமே இயங்கிவருகிறது எனத் தெளிவுபடுத்து கிறார்.

''உண்டால் அம்ம, இவ்வுலகம், இந்திரர்,
அமிழ்தம் இயைவ தாயினும், இனிதுஎனத்
தமியர் உண்டலும் இலரே'' (182)

இந்திரர்க்குரிய அமுதமே கிடைப்பதாயினும் அது தமக்கு இனியது எனக் கருதித் தாமே தனித்து உண்டலும் இல்லாதவர் அவர். அப்படித்தான் அதியன் அவ்வைக்கு நெல்லிக்கனியைத் தந்தான். தமிழால் பலர் பிழைக்கும்போது, தான் வாழ்வதைக் காட்டிலும், தமிழ் வாழ்வது முக்கியம் எனக் கருதியவன் அதியன்; அவன் நன் மதியன்.

இலக்கியத்தில் மேலாண்மை

சிறு உருவகக் கதை மூலமும் உயர்ந்த நிர்வாக நெறிகளை இலக்கியங்கள் பகர்ந்தன. சீனத்தில் புழங்கும் உருவகக் கதையொன்று.

சீனத்தில் யாங்செள என்கிற பகுதியில் பல இளைஞர்கள் நீச்சலில் தீரராக இருந்தனர். நீச்சல் தன்னம்பிக்கையைத் தருவதோடு, வாழ்வில் எதிர்நீச்சல் போடவும் கற்றுத்தருகிறது.

> எது எந்த நேரத்தில் முக்கியம் என்று சரியான முடிவெடுப்பதில் தான் வாழ்வின் வெற்றி அடங்கியிருக்கிறது

அங்கு ஆழமான நதியைச் சில இளைஞர்கள் கடக்கும்போது, மழை பிடிப்புப் பகுதியில் வெள்ளம் ஏற்பட படகு கவிழ்ந்தது. அனைவரும் நதியில் விழுந்து நீச்சலடிக்க ஆரம்பித்தனர். அவர்களில் மிகச்சிறந்த நீச்சல் வீரன் ஒருவனும் இருந்தான். ஆனால் அவன் அன்று சரியாக நீந்தாமல் தத்தளித்தான்.

"ஏன் இவ்வளவு பின்தங்குகிறாய்? நீ அதிசிறந்த வீரனாயிற்றே" என்று மற்றொருவர் வினவினார். தங்களைக் காட்டிலும் சிறந்த வீரன் தத்தளிப்பது அவருக்கு வியப்பாய் இருந்தது.

"நான் என்னுடைய கச்சையில் ஆயிரம் பொற்காசுகளைக் கட்டிக் கொண்டிருக்கிறேன். அதனால்தான் என்னால் வேகமாக நீந்தமுடிய வில்லை."

"அவற்றைத் தூக்கி எறிந்துவிட்டு, நீந்திக் கரைசேர்" என மற்றவர்கள் எவ்வளவோ வற்புறுத்தியும் அவற்றை விட மனமில்லாமல் அரிய உயிரை அவன் நீத்தான்.

எது எந்த நேரத்தில் முக்கியம் என்று சரியான முடிவெடுப்பதில் தான் வாழ்வின் வெற்றி அடங்கி

9

யிருக்கிறது. அதுவே சிறந்த மேலாண்மை என்பதைத் தான் தொன்மை மிகுந்த இந்தச் சீனச் சிறுகதை சொல்கிறது.

நிர்வாகம், மேலாண்மை அனைத்திலும் ஓங்கி நிற்பது அதிகாரப் பிரிவு (Separation of Powers) முடியாட்சியில் அதிகாரங்கள் மன்னனிடமே குவிந் திருந்தன. அவனே அதிகாரி, சட்டம் இயற்றுபவன், நீதிபதி.

சிறந்த குடிமக்களை உருவாக்குவதில் பலருக்கும் பங்குண்டு. புறநானூற்றில் பொன் முடியார் எழுதிய கவிதை, யார் யார் எந்த வகையில் பொறுப்பாளி என்பதைத் தெளிவாக்குகிறது. 'ஈன்று புறந்தருதல் என்றலைக் கடனே.. .. .. ..' எனும் அந்தப் பாடல், 'நன்னடை நல்கல் வேந்தர்க்குக் கடனே' என்பதை வரையறுக்கிறது. 'சான்றோ னாக்குவது தந்தையின் பொறுப்பு'. ஆனால் மக்கள் நெறிபிறழாமல் வாழ அரசே வழி வகுக்கவேண்டும். கையூட்டுப் பெறுபவர்களை, ஊழல் செய்பவர் களைக் கடுமையான தண்டனைக்கு உடனடியாக உட்படுத்தினால், நீட்டுகிற கைகளும், நீளுகிற கைகளும் மறைந்து கொள்ளும்.

தன்னுடைய 'சிங்கப்பூர் கதை' என்கிற நூலில் லீக்வான் யூ 'சட்டம் கடுமையாக இருக்கும் பட்சத்தில் குற்றங்கள் குறைகின்றன' என்பதை, ஜப்பான், மலேசியாவை ஆக்கிரமித்த போது அறிந்துகொண்டதாக அறிவிக்கிறார். அதையே அவர் சிங்கப்பூரில் அமுல்படுத்தினார். அங்குப் பல மருந்துக் கடைகளில் 'கையூட்டுப் பெறுவதற்கு முன் விஷம் வாங்கி வைத்துக்கொள்' என்ற வாசகத்தைக் காணலாம்.

சுஃபி இலக்கியத்தில் 17 ஒட்டகங்களை மூன்று மகன்களுக்குப் பிரித்துக் கொடுப்பது பற்றிய பிரச்சினையை ஒரு பெரியவர் எப்படித் தீர்த்து வைத்தார் என்கிற சம்பவம் உண்டு. இது எவ்வாறு ஆதாரங்களைப் பிரித்துத்தருவது என்பது பற்றிய மேலாண்மைப் புரிதலை ஏற்படுத்தும் உருவகச் சம்பவம்.

மகாபாரதம், நிர்வாகம் பற்றிய பல நுணுக்கங் களைக் குறிப்பிடும் நூல். திரௌபதி துகில் உரியப் படுவதற்கு முன் கேட்கும் கேள்விகள், வழக் கறிஞரின் சாதுரியத்துடன் சட்டச் சிக்கல்களை முன்வைப்பதாக இருக்கின்றன. 'தன்னை வைத்து இழந்தபின் என்னை வைத்து இழக்க உரிமை யில்லை' என்பது ஆழமான மேலாண் பார்வை.

'நாயகர் தாந்தம்மைத் தோற்றபின்-என்னை
நல்கும் உரிமை, அவர்க்கில்லை-புலைத்
தாயத்திலே விலைப் பட்டபின்-என்ன
சாத்திரத்தா லெனைத் தோற்றிட்டார்''

என்று பாஞ்சாலி கேட்பதாக பாரதி எழுதுகிறார்.

மேலதிகாரிகளின் கோபத்தை எப்படிச் சமாளிப்பது என்பது அனைவரும் நிர்வாகத்தில்

அவசியம் தெரிந்திருக்கவேண்டிய உத்தி. கௌர வர்கள் அனைவரையும் கொன்றவன் பீமன் என் பதால், அவன்மீது அளவற்ற கோபம் திருதராஷ் டிரனுக்கு இருப்பது உண்மை. சற்று உற்று ஆய்ந்தால் அவனுடைய அளவற்ற பிள்ளைப் பாசமே அவன் கண்களை மறைத்தது. போர் முடிந்ததும் பாண்டவர்கள் அனைவரும் திருதராஷ் டிரனைப் பார்க்கச் செல்கின்றனர். திருதராஷ்டிரன் பீமனைக் கட்டித் தழுவ விரும்புகிறான்.

கையூட்டுப் பெறுபவர்களை,
ஊழல் செய்பவர்களைக்
கடுமையான தண்டனைக்கு உடனடியாக
உட்படுத்தினால், நீட்டுகிற கைகளும்,
நீளுகிற கைகளும் மறைந்து கொள்ளும்

எவ்வளவு பெரிய பலசாலியும், மகனைப் பறிகொடுத்த தந்தையின் கோபத்தில் நொறுங்கிப் போவான் என்பதைக் கிருஷ்ணர் அறிந்திருந்தார். எனவே பீமனைப் போன்ற உருவத்தை அவர்முன் கிருஷ்ணர் நிறுத்த, திருதராஷ்டிரருடைய ஆலிங் கனத்தில் அது நொறுங்கிப்போகிறது. அதோடு அவருடைய கோபத்தின் உக்கிரமும் ஆவியாகி விடுகிறது. கோபம் ஒரு நொடி மட்டுமே முழு வீச்சில் இருப்பது. அந்த நொடியைக் கடந்து விட்டால் போதும் என்பதே 'கோப மேலாண்மை' பற்றிய மகாபாரதப் பாடம்.

உயர் பதவியில் இருப்பவர்கள் எல்லா வற்றிலும் நிபுணத்துவம் பெற்றவர்களாக இருப்பது சாத்தியமில்லை. ஆனால் யார் திறமைசாலிகள் என்று அறிந்து அவர்களை அருகில் வைத்துக் கொண்டால் போதும். தெரிந்திருப்பது ஒருவகை அறிவு என்றால், யாருக்குத் தெரியும் எனத் தெரிந் திருப்பது மற்றோர் அறிவு.

நாலடியார் அதையே பக்குவமாகச் சொல்கிறது.

> **''கல்லாரே யாயினும் கற்றாரைச் சேர்ந்தொழுகின்**
> **நல்லறிவு நாளுந் தலைப்படுவர்-தொல்சிறப்பின்**
> **ஒண்ணிறப் பாதிரிப்பூச் சேர்ந்தலாற் பத்தோடு**
> **தண்ணீர்க்குத் தான் பயந்தாங்கு''**

நிர்வாகத்தில் வரவே செலவைத் தீர்மானிக்க வேண்டும். நிறைய செலவு செய்பவன், அடுத்தவர் களிடம் கையேந்த வேண்டிய அவல நிலைக்குத் தள்ளப்படுவான்.

இருபது மாடு வைத்திருந்தவள், இரண்டு மாடு வைத்திருந்தவளிடம் கடன் வாங்க முடியும் என்பதை மிக நேர்த்தியாக மரியாதை ராமன் கதை மூலம் நமக்குச் சின்ன வயதிலேயே கோடிட்டுக் காட்டப்பட்டுள்ளது.

டைமன் என்பவன் ஏதென்ஸ் நகரில் இருந் தான். வருகிறவர்களுக்கெல்லாம் வரிசையாக விருந்து படைக்கிறான். வரவு குறைந்தாலும், செலவு நீடிக்கிறது. அவன் உதவியாளர் நிதி நிலைமையைப் பற்றிப் பேசவருகிற பொழுதெல்லாம் கேட்க மறுக் கிறான். ஒரு கட்டத்தில் கடன் கொடுத்தவர்கள் கழுத்தை நெரிக்கிறார்கள். ஆனால் அப்போதும் அவன் வருந்தவில்லை.

தான் விருந்து அளித்தவர்கள் உதவுவார்கள் என்று பொய்க்கணக்குப் போடுகிறான். அவனுடைய சேவகர்கள் நான்கு திசைகளுக்கும் சென்று வெறும் கையோடும், வெளிறிய முகத்தோடும் திரும்பு கிறார்கள். அவன் ஊருக்கு ஒதுக்குப்புறமாகச் செல் கிறான். மனித இனத்தையே வெறுக்கிறான். 'டைமன்' பற்றிய ஷேக்ஸ்பியரின் நாடகம் நிதி மேலாண்மை பற்றிய மிகச் சிறந்த வாழ்வியல் விளக்கம். மறுபடியும் தன் வீட்டிற்கு விருந்தினரை வரவழைத்து வெந்நீரை வீசியடிக்கும் அளவுக்கு அவன் வெறுப்பை, உள்ளம் முழுவதும் அப்பிக் கொள்கிறான்.

ஔவையார் நல்வழியில்

> **''ஆன முதலில் அதிகம் செலவானால்**
> **மானம் அழிந்து மதிகெட்டுப் - போனதிசை**

எல்லோர்க்கும் கள்ளனாய் ஏழ்பிறப்பும்
தீயனாய்
நல்லார்க்கும் பொல்லனாம் நாடு'' (25)

என்று நிதியைக் கண்டபடி கையாள்பவர்களுக்கு அறிவுறுத்துகிறார். டைமன் தன் நண்பர்கள் பற்றிய புரிதல் இல்லாதவன். அவர்கள்,

''அற்ற குளத்தில் அறுநீர்ப் பறவைபோல்
உற்றுழித் தீர்வார் உறவு அல்லர்..'' மூதுரை:17

என்பதை அவன் உணரவில்லை.

''இலக்கியம்'' என்பதை ஆன்மிக சூத்திரங் களையும் உள்ளடக்கியதாகவே பார்க்கிறேன். வைர சூத்திரம் என்பது மஹாயான புத்த மார்க் கத்தில் முக்கியமானது. அது கி.பி. 868 ஆம் ஆண்டு எழுதப்பட்டது.

புத்தர் தனது தினசரி நடை தியானத்தைத் தன்னுடைய சீடர்களுடன் முடித்து, உணவு உண்ட பிறகு, ஓய்வுக்காக அமர்ந்தார். அத் தருணத்தில் சுபூதி என்கிற சீடர் ஒரு கேள்வியைக் கேட்கிறார். அப்போது நிலையாமையைப் பற்றிய புத்தர் சொன்ன நான்கே நான்கு வரிகள்தான் வைர சூத்திரம்.

''நியதிக்குட்படுத்தப்பட்ட அனைத்துக் கூறுகளும்
கனவுகள், காட்சிப்பிழைகள், நீர்க் குமிழிகள்
அல்லது நிழல்கள் போன்றவை
அவை பனித்துளிகளைப் போலவே,
மின்னல் போலவே
என்பதையுணர்ந்து பார்வையைச்
செலுத்த வேண்டும்''

இந்த வைர சூத்திரத்தை வர்த்தகக் கோட் பாடாகக் கொண்டு 'வைரம் வெட்டுபவர்' என்கிற ஆங்கில நூலை இருவர் எழுதியுள்ளனர்.

> தெரிந்திருப்பது ஒருவகை அறிவு என்றால்,
> யாருக்குத் தெரியும் எனத் தெரிந்திருப்பது
> மற்றோர் அறிவு

வைரசூத்திரத்தைத் தன்னுடைய பணியில் பயன்படுத்தும்போது, உள்ளுக்குள் ஒரு புத்தத் துறவியாகவும், வெளியே ஓர் அமெரிக்க வியா பாரியாகவும் இருந்ததாக அவர்கள் குறிப்பிடு கிறார்கள்.

அந்தச் சூத்திரத்தில் மூன்று கோட்பாடுகளை வர்த்தகத்தின் முதுகெலும்பாக வரையறுக்கிறார்கள். முதலாவதாக, எந்த வர்த்தகம் செய்தாலும், அது வெற்றிகரமானதாக இருக்க வேண்டும். அதாவது இலாபம் கிடைக்க வேண்டும். ஏனென்றால் அதிக நிதிவசதி கொண்டவன், உலகிற்கு நிறைய நன்மை களைச் செய்யமுடியும்.

இரண்டாவதாக, நாம் ஈட்டும் பணத்தை நாம் மகிழ்ச்சியுடன் அனுபவிக்கவேண்டும். பணம் சம்பாதிக்கையில் உடலையும், மனத்தையும் நல்ல ஆரோக்கியத்தில் வைத்துக் கொள்ள வேண்டும். பணம் ஈட்டுவதற்காக உடலைக் கெடுத்துக் கொள் பவன், வர்த்தகத்தின் நோக்கத்தையே சிதைப்பவன்.

மூன்றாவது, நாம் ஓய்வுபெறும் போது திரும்பிப்பார்க்கையில், நம் உள்ளுணர்வின்படி நாம் செய்த வர்த்தகத்திற்கு மகத்துவம் இருந்தது என்கிற எண்ணம் ஏற்படவேண்டும். திருட்டுத் தனமாகவோ, தவறாகவோ சம்பாதிக்கவில்லை என்கிற திருப்தியும், சமூகத்திற்கு மிகப்பெரிய பங்களிப்பை ஆற்றியிருக்கிறோம் என்ற மன நிறைவும் ஏற்படவேண்டும்.

> இப்போதெல்லாம்
> பல நிறுவனங்களில்
> 'முன் அனுபவம்' என்பது
> எதிர்மறையாகிவிட்டது

வைர சூத்திரம் வழங்கும் இந்த மூன்று கோட்பாடுகளுமே இன்று பல நிறுவனங்களின் Vision மற்றும் Mission விதிகளை வகுக்க உதவுகிறது. அந்த நெறியில் பிறழாமல் வர்த்தகம் செய்பவர்களே சமூகத்திற்கான கடமைகளைச் செய்பவர்கள். நம் வீடு மாத்திரம் ஊதுபத்தியுடன் இருந்தால் போதாது. மொத்த நகரமே நாற்ற மெடுத்தால் அதில் நம் தாழ்வாரத்தில் தவழும் சாம்பிராணிப் புகை அமுங்கிவிடும்.

இலக்கியத்தில் மேலாண்மை

மேலாண்மை என்பது வெறும் புத்தக அறிவுடன் முடிந்துவிடுவதல்ல. நொடிக்கு நொடி சூழல்கள் மாறிக் கொண்டேயிருக்கின்றன. ஏற்கெனவே தயாரித்து வைத்த சரக்குகளைக் கொண்டு நாம் புதிய நெருக்கடியை நேர்கொள்ள முடியாது. அதனால்தான் இப்போதெல்லாம் பல நிறுவனங்களில் 'முன் அனுபவம்' என்பது எதிர்மறையாகிவிட்டது. அனுபவசாலிகள் செக்கு மாடாக இருப்பார்கள். ஆனால் நமக்குத் தேவை ஜல்லிக்கட்டுக் காளைகள்.

★

அத்தியாயம் 3
அதிகம் பறப்பதும் ஆபத்து!

எவ்வளவு எழுதுகிறோம் என்பது முக்கிய மல்ல-எவ்வளவு அடர்த்தியுடன் எழுதுகிறோம் என்பதே முக்கியம். 126 ஒற்றை வரிகளில் எழுதிய 'துளிகள்' (Fragments) மூலம் உலகப்புகழ் பெற்றவர் ஹிராக்ளிடஸ். அவர் கிரேக்க நாட்டவர். அவரை 'அழும் தத்துவஞானி' என்றே அழைப்பார்கள்.

'இரண்டுமுறை ஒருவன் ஒரே நதியில் இறங்க முடியாது' என்று அவர் சொன்ன கோட்பாடு வாழ்வுக்கும் பொருந்தும், வர்த்தகத்திற்கும் பொருந்தும். போன ஆண்டு சரக்குப் பற்றாக்குறை ஏற்பட்டபோது, சமாளித்த விதத்தையே இந்த முறை அனுசரிக்க முடியாது. ஏனென்றால் இப்போது ஓடும் நதியின் வெள்ளம் வேறு, நேற்று ஓடிய வெள்ளம் இந்நேரம் கடலில் கலந்திருக்கும்.

அவர் 'ஒவ்வொரு நாளும் சூரியன் புதிது' என்று குறிப்பிடுகிறார். ஒற்றை வாக்கியத்தில் ஓராயிரம் பொருள். நாம் விழிக்க மறந்தால், சூரியனைப் பார்க்கவே வாய்ப்பு இல்லை. ஒவ்வொரு நாளும் ஒரு புதுச் சூழல் சந்தையில் நிலவுகிறது. நேற்று நம் வாடிக்கையாளராக இருந்தவன், இன்று அவ்வாறு தொடர வாய்ப்புகள் குறைவு. தொழில்நுட்பம் நாளுக்கு நாள் விருத்தி யடைந்துகொண்டே செல்கிறது. புதிய சூரியன் என்பது நம்பிக்கையையும் குறிக்கும், நம்முன் உள்ள சவால்களையும் குறிக்கும்.

வர்த்தக நிர்வாகம் பற்றியும் மேலாண்மை குறித்தும் தமிழ் இலக்கியத்தில் பல கருத்துகள் புதைந்து கிடப்பதையும், போகிறபோக்கில் கூறப்

பட்டிருப்பதையும் நாம் பார்க்கிறோம். இரண்டாயிரம் ஆண்டுகளுக்கு முன்பே கடல் வாணிபம் பல நாடுகளுடன் செழித்து வளர்ந்திருந்ததே இதற்குக் காரணம். வெறுமையில் உயர்ந்த கருத்துகள் உதித்துவிட முடியாது.

ஹீப்ரு, அராபிக் போன்ற மொழிகள் பல தமிழ்ச் சொல்களைக் கடன் வாங்கிக் கொண்டதைக் காணமுடிகிறது. சொல்திறனை மாத்திரம் கடன் வாங்கினால் வட்டியுடன் திருப்பித்தர வேண்டிய அவசியமில்லை. 'பீடல்' என்பது 'வெற்றிலை' யிலிருந்தும், 'ஹெல்' என்பது 'ஏலம்' என்பதிலும் 'கெரி' என்பது 'கரியிலும்' 'ஒரேட்ஸ்' என்பது 'அரிசியிலும்' 'அஹல்' என்பது 'அஹில்' என்பதிலிருந்தும் 'பீப்பல்' என்பது 'திப்பிலியிலும்' 'துக்கி' என்பது 'தோகை'யிலிருந்தும் மருவின என்பது மறுக்கமுடியாத செய்தி. பைந்தமிழர் பாபிலோனியா, மெசபடோமியா, எகிப்து, கிரேக்க நாடுகளுடன் கடல்வழி வாணிபம் நடத்தி வந்தனர் என்பது குறித்து கே.கே. பிள்ளை என்பவர் ஆய்வு செய்து தெரிவித்துள்ளார்.

'துக்கி' என்பது 'தோகை' என்று மயிலைக் குறிக்கும் பழந்தமிழ்ச் சொல்லிலிருந்து பெறப்பட்டது. சங்க இலக்கியங்களிலும், இரட்டைக் காப்பியங்களிலும் முசிறி மிகப் பெரிய துறைமுகமாக யவனர்கள் வந்து செல்லும் கப்பல்கள் நிறுத்தி வைக்கப்படும் இடமாக இருந்ததைப் படிக்க நேர்கிறது. ஸ்ட்ரேபோ என்பவர் அகஸ்டஸ் சீசரைப் பாண்டிய நாட்டு தூதுக்குழு ஒன்று கி.மு. 20 ஆம் ஆண்டு சந்தித்ததைப் பற்றித் தெரிவிக்கிறார். தமிழர்களுக்கும் கிரேக்க உரோமானியர்களுக்குமிடையே இருந்த வணிக உறவும் இலக்கியம் மூலம் தெரிகிறது.

> **''யவனர் நன்கலம்தந்த தண்கமழ் தேறல்**
> **பொன்செய் புனைகலத்து ஏந்தி, நாளும்**
> **ஒண்தொடி மகளிர் மடுப்ப, மகிழ் சிறந்து.....''**

என்று புறநானூறு (56) பாடலில் யவனர் கப்பல்கள் பற்றிய குறிப்பு இடம் பெறுகிறது.

> **''கலம்தரு திருவின் புலம்பெயர் மாக்கள்**
> **கலந்துஇருந்து உறையும் இலங்குநீர்**
> **வரைப்பும்''** ***(இந்திர விழவூரெடுத்த காதை)***

எனச் சிலப்பதிகாரத்திலும்

பதிற்றுப்பத்தில் இரண்டாம் பத்தில் 'இமயவரம்பன் நெடுஞ்சேரலாதன்' இமயத்தில் வில் பொறித்தான், ஆரியரை வணங்கினான், யவனரை அரண்மனைத் தொழிலாளியாக்கிக் கட்டுப்படுத்தினான், பகைநாட்டுச் செல்வங்களைக் கொண்டு வந்து தன் நாட்டு மக்களுக்கு வழங்கினான் என்ற செய்தியும்,

> **''வலிபுணர் யாக்கை, வன்கண் யவனர்**
> **புலித்தொடர் விட்ட புனைமாண் நல்இல்''**

என்று முல்லைப்பாட்டிலும்

> **''யவனர் இயற்றிய வினைமாண் பாவை**
> **கையேந்து ஐயகல் நிறைய நெய் சொரிந்து**
> **பரூஉத்திரி கொளீஇய குரூஉத்தலை**
> **நிமிர்எரி''** ***(101-103)***

என நெடுநல்வாடையிலும் தமிழரின் பண்டைய வணிகப் பரிமாற்றங்கள் பதிவு செய்யப்பட்டிருக்கின்றன.

அந்நிய நாடுகளுடன் வணிகம் செய்யும் போது, நம்மிடம் பரிமாற ஏதுவான உயர்தர முடிவுப் பொருட்கள், அந்த நாடுகளின் பண்பாடு குறித்து ஆழ்ந்த அறிவு, அவர்கள் வருவதற்கேற்ற சிறந்த துறைமுகங்கள், தங்கி ஓய்வெடுக்க ஏற்ற கட்டமைப்பு வசதிகள், இரு மொழிகளையும் அறிந்த மொழிபெயர்ப்பாளர்கள் என, பல தயாரிப்புகள் இருந்திருந்தால்தான் அது சாத்தியமாக முடியும். வாணிபம் செய்ய வந்தவர்கள் இளைப்பாறவும், சுற்றிப்பார்க்கவும் இயற்கை எழில் சார்ந்த இடங்கள்

இருந்திருக்க வேண்டும். தமிழகத்தின் செல்வ வளம் மிகவும் மேம்பட்டதாக இருந்திருக்க வேண்டும். உரோமாபுரிச் சிப்பாய்கள் பாண்டியப் போர்ப்படையில் இடம் பெற்றிருந்தார்கள் என்ற குறிப்பு சிலப்பதிகாரத்தில் உள்ளது.

மஹாபாரதத்தில் 'சனப்பட்டும்' பரிசாக யுதிஷ்டிரனுக்கு வழங்கப்பட்டதாகச் சொல்லப் பட்டுள்ளது. பட்டுத் தொழிலைச் 'சீனம்' என்றும், சர்க்கரையைச் 'சீனி' என்றும் கூறியதற்கு அவை சீனத்திலிருந்து இறக்குமதி செய்யப்பட்டவை என்பதே காரணம். பட்டினப் பாலையில் குதிரைகள் இறக்குமதி செய்யப்பட்டது பற்றி ''நீரின் வந்த நிமிர்பரிப் புரவியும்'' என்று குறிப்பிடப்பட்டுள்ளது.

இலக்கியங்கள் பல காட்சிகளை நம் கண் முன் நிறுத்துகின்றன. நம்முடைய அனுபவத்திற் கேற்பவும், அறிவுக்கேற்பவும் நாம் அவற்றிலிருந்து பல உருவங்களை உருவாக்கிக் கொள்ள முடிகிறது. காதல் வேண்டும் என எண்ணுபவர்கள் அதையும், வீரம் வேண்டும் என்பவர்கள் அதையும், நீதி வேண்டும் என்பவர்கள் அதையும் உறிஞ்சிக் கொள்கிறார்கள். அவற்றை வர்த்தக வாழ்விற்குப் பொருத்தி நாம் படிப்பினையைப் பெற முடியும்.

கிரேக்கப் புனைவியலில் வருகிற 'இகாரஸ்' என்பவன் வாழ்வில் நடந்த சம்பவம் அளவற்ற அவா இருப்பவன் வணிகத்திலும், நிர்வாகத்திலும் எப்படி வீழ்ச்சியடைவான் என்பதைக் குறிப்பிடு கிறது. இகாரஸ் மார்லோ, ஷேக்ஸ்பியர், மில்டன், சாஸர் போன்ற பலராலும் கையாளப்பட்டிருக்கும் உருவகம்.

டேடலஸ் என்பவன் கைதேர்ந்த கிரேக்கக் கைவினைஞன். கிரேட் நாட்டில் அவனும், அவன் மகன் இகாரசும் சிறைவைக்கப்பட்டனர். அங்கிருந்து தப்பிக்கவேண்டும் என்பதற்காக டேடலஸ் மெழுகினால் இரண்டு ஜதை இறகுகளை மிகவும் நேர்த்தியாக வடிவமைக்கிறான். அவர்கள் இருவரும் அவற்றை அணிந்துகொண்டு அங்கிருந்து பறந்து தப்பிச் செல்கின்றனர். அப்போது டேடலஸ், அவன் மகனிடம் 'நீ மிகவும் உயரமாகச் சூரியனை நோக்கியோ, கடல் பக்கமாகவோ பறக்காதே' என எச்சரிக்கிறான். ஆனால் இகாரஸ் அதைச் சட்டை செய்யவில்லை. பறப்பது அவனுக்குப் பேரனு பவமாக இருக்கிறது. உயர உயரப் பறக்கிறான். சூரியனுக்கு வெகு அருகில் சென்று விடுகிறான். அவன் மெழுகு இறகுகள் உருகிவிடுகின்றன. வெறும் கைகளை அசைத்த அவன் கடலில் விழுந்து இறக்கிறான்.

பலர் வர்த்தகம் செய்யும்போது, 'இலாபம் கிடைக்கிறதே' என்கிற மிதப்பில் தன்னைப் பற்றிய உயர்ந்த பிம்பத்தை உருவாக்கிக்கொள்வார்கள். பிறகு 'நாம் தொட்டதெல்லாம் துலங்கும்' எனத் தெரியாத துறைகளில் இறங்குவார்கள். ஒரு வியா பாரம் திடப்படுவதற்கு முன்பே இன்னொன்றில் கால் வைப்பார்கள். திடீரெனப் படம் எடுப்பார்கள். ஆராயாமல் நிறைய சர்ச்சைக்குரிய நிலங்களை வாங்கிப்போடுவார்கள். ஒரு நாள் கன்னத்தில் கை வைத்துக் கலங்குவார்கள். வெற்றி வரத் தொடங்கும் போதுதான் மிகுந்த எச்சரிக்கையுடன் இருக்க வேண்டும்.

தம்முடைய வலிமையின் அளவு அறியாமல் மனவெழுச்சியினால் தூண்டப்பட்டுத் தொடங்கி இடையில் அதனை முடிக்க வகையில்லாமல் அழிந்தவர் பலர் என்று திருவள்ளுவர் இகாரஸ் போன்றவர்களை எச்சரிக்கிறார். தப்பிப்பதற்கு

போட்டியாளர்களே நமக்குள் உந்து சக்தியை உற்பத்தி செய்கிறார்கள் என்பது மேலாண்மை விதி.

மட்டுமே இறகுகள் எனத் தெரியாமல், தன்னை மெய்ப்பிப்பதற்கு முயன்றதால்தான் இகாரஸ் இறந்தான்.

> **''உடைத்தன் வலியறியார் ஊக்கத்தின் ஊக்கி**
> **இடைக்கண் முரிந்தார் பலர்'' (473)**

என்கிற வள்ளுவம் நாடுகளுக்கும் பொருந்தும், நிறுவனங்களுக்கும் பொருந்தும். வர்த்தகத்தை விரிவுபடுத்துவதுகூட தொடர்புடைய துறையில் செய்யும்போது பலன் அளிக்கும். செருப்புக் கடையில் கடவுள் சிலைகளையும் விற்க ஆரம் பித்தால் ஏற்கெனவே நன்றாகப் போய்க் கொண் டிருந்த செருப்பு விற்பனையும் சிறப்பை இழக்கும்.

'இகாரஸ் டேடலஸ்' போன்ற இணை இந்திய இதிகாசத்திலும் இடம் பெற்றிருக்கிறது. 'சடாயு - சம்பாதி' இருவரையும் அவர்களோடு ஒப்புமைப் படுத்தி வ.வே.சு. ஐயர் எழுதியிருக்கிறார். சூரியனைத் தொட முயன்ற சம்பாதியின் இறகுகள் கருகின, அதிக அவா இருக்கக்கூடாது என்பதற்கு அடையாளம். கைலாயத்தையே பெயர்த்தெடுக்க முயன்று கையாலாகாமல் போன இலங்கேஸ் வரனும் அதிக அவாவின் குறியீடு. நம்மிடமிருக்கும் திறமைகளைத் தவறான வழியில் பயன்படுத்தக் கூடாது. 'நம்முடன் வர்த்தகத்தில் எந்த நிறுவனமும் போட்டி போடக்கூடாது. அப்படிப் போட்டிக்கு வரும் அத்தனை நிறுவனங்களையும் அழித்து துவம்சம் செய்ய வேண்டும்' என எண்ணக் கூடாது. போட்டியாளர்களே நமக்குள் உந்து சக்தியை உற்பத்தி செய்கிறார்கள் என்பது மேலாண்மை விதி.

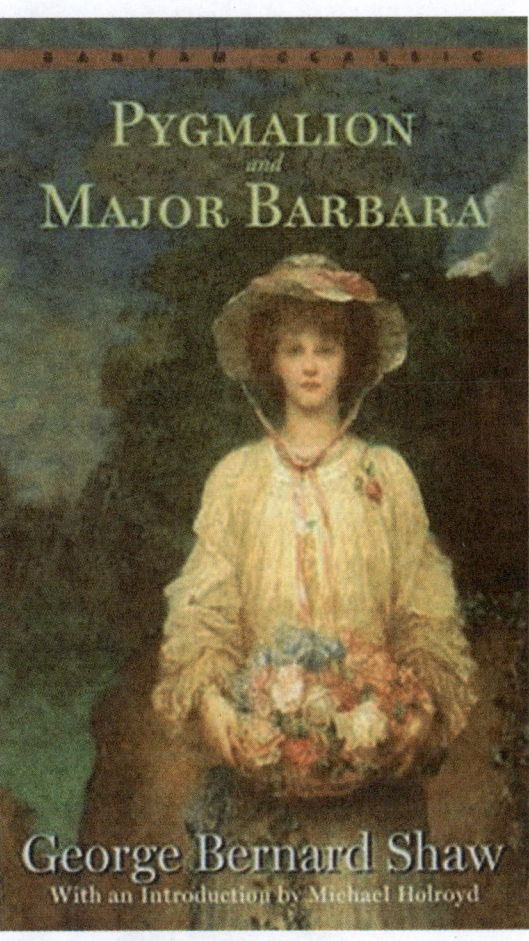

மேற்கத்திய மேலாண்மையில் இடம்பெற்றுள்ள இன்னொரு புனைவியல் வாசகம் 'பிக்மாலியன் விளைவு'. பிக்மாலியன் என்பவன் மிகச்சிறந்த சிற்பி. ஆனால் அவனுக்குப் பெண்கள் மீது சிறிதும் பிடிப்பு இருந்ததில்லை. அவன் யானைத் தந்தத்தில் ஓர் அழகிய பெண்சிலையை வடித்தான். வடித்தவனே மயங்குமளவு அழகு அந்தச் சிலைக்கு அமைந்தது. வீனஸ் தேவதைக்கான பண்டிகை நாளில் அவன் தான் செய்த சிலை உயிர் பெறவேண்டும் என மனமுருகி வேண்டினான். அவன் திரும்பி வந்து அந்தச் சிலையில் உதடுகளில் தன் உதடுகளை ஒற்றி

எடுத்தான். அச்சிலை கொஞ்சம் கொஞ்சமாக உயிர் பெறுவதை உணர்ந்தான். இருவரும் திருமணம் புரிந்தனர்.

இந்த உருவகக் கதை பல இலக்கியவாதிகளின் நெஞ்சத்தைத் தொட்டு அவர்கள் காவியங்களில் இடம்பெற்றிருக்கிறது. பெர்னாட் ஷா 'பிக்மாலியன்' என்கிற பெயரில் ஓர் அற்புதமான நாடகத்தை எழுதியிருப்பார். அதில் ஹிகின்ஸ் என்கிற மொழியியல் வல்லுநர், மலர்களை விற்கும் பெண்ணுக்கு ஆங்கிலம் பேசக்கற்றுத் தந்து அவளைச் சீமாட்டி என்று பலரை நம்பவைப்பான். ஆனால் அவன் மனத்தில் அவள் மலர் விற்பவளாகவே தெரிந்ததால் திருமணம் செய்ய மறுப்பான். அவன் மாத்திரம் அவளைப் பூக்காரியாகவே நடத்துவான்.

மேலாண்மையில் 'புலியைப் பூனையைப் போலத் தொடர்ந்து நடத்தினால் அது பூனையாகவே ஆகிவிடும்' என்கிற பொன்மொழி உண்டு.

இதை வைத்து 'பிக்மாலியன் விளைவு' என்ற கருத்தாக்கம் இன்றைய மேலாண்மையில் கையாளப்படுகிறது. சில மேலாளர்கள் தங்களிடம் பணிபுரிகிறவர்களை மட்டமாக நடத்தி அவர்களுடைய திறமை வெளி வராமலேயே செய்து விடுகிறார்கள். 'உன்னால் முடியாது' எனத் திரும்பத் திரும்பச் சொல்லும் போது, முயற்சி செய்யும் மனப்பான்மை முளையிலேயே முறிந்து போகின்றது. சில நேரங்களில் மேலாளர் எதிர்பார்ப்பதை மட்டும் செய்துவிட்டுப் போகலாம் என்கிற எண்ணம் ஏற்பட, தன்னை வளர்த்துக் கொள்ள முடியாமல், அந்த விருப்பம் ஏற்படாமல் பலர் ஓய்வுபெற்று விடுகிறார்கள்.

எனவேதான், மேலாண்மையில் 'புலியைப் பூனையைப் போலத் தொடர்ந்து நடத்தினால் அது பூனையாகவே ஆகிவிடும்' என்கிற பொன்மொழி உண்டு. புத்திசாலிகள் பூனைகளையும் புலியாக்குவார்கள்; அவசரக்காரர்கள் புலிகளையும் எலிகளாக்குவார்கள்.

★

அத்தியாயம் 4
கணினியால் மறந்த கழனி

"பிரபலமான பத்திரிகைக்கும் அதிகம் வாசிக்கப் படாத இதழுக்கும் என்ன வித்தியாசம்?" என்று நண்பர் ஒருவர் என்னைக் கேட்டார். அதற்கு நான், "இந்த இதழில் எழுதுகிறேன் என்று நாமே தொலைபேசியில் தொடர்புகொண்டு மற்றவர் களுக்குத் தெரிவித்தால் அது பரவாத பத்திரிகை. 'இந்த இதழில் எழுதுகிறீர்களே' என்று மற்றவர்கள் தொடர்பு கொண்டு நம்மை விசாரித்தால் அது பரவலான பத்திரிகை" என்றேன்.

'நாம் எழுதியவற்றை எல்லோரும் படிக்க வேண்டும், பாராட்ட வேண்டும்' என்கிற எண்ணம் ஏற்படும் வகையில் வசதிகளற்ற காலத்தில், பண்டைத் தமிழர் (பண்டை என்ற அடைமொழியே ஆடம்பரம்; அவரே தமிழர்) இலக்கியங்களைப் படைத்தனர் என்றால் அது பகிர்ந்துகொள்ள வேண்டும் என்கிற உந்துதலால்; புகழுக்காகவோ, பெயருக்காகவோ இல்லை. புதிய அனுபவம் ஏற்படும்போதெல்லாம், புதிய சோப்பைப் பார்த்ததும், குளிக்க ஆசைப்படும் குழந்தையைப் போல அவர்கள் மனம் துள்ளியது. அதுவே அவர்களை எழுதப் பணித்தது.

இலக்கியம் என்பது அதிகமாகப் புழக்கத்தில் இருக்கும் பழக்கத்தைச் சற்று கற்பனையோடு சேர்த்து எழுதும் முயற்சிதானே தவிர முற்றிலுமாக புனைவியலை அடிப்படையாகக் கொண்டு எழுதப் படும் பொய்யல்ல.

இயற்கையை அப்படியே வார்த்தைகளில் வண்ணம் தீட்டுபவராகக் கருதப்பட்டவர் வார்ட்ஸ்

19

இலக்கியத்தில் மேலாண்மை

வெர்த். ஒரு முறை சார்லஸ் லேம்ப் என்கிற புகழ் பெற்ற எழுத்தாளரிடம் அவர் சொன்னார். "எனக்கு மாத்திரம் ஷேக்ஸ்பியர் போன்றே மூளை இருந்தால் அவரைப் போலவே எழுதுவேன்" அதற்கு லேம்ப் உடனடியாகப் பதில் தந்தார். "மூளை தான் பற்றாக் குறை; என்ன செய்வது?".

இலக்கிய மனம்கூட வெற்றிடத்திலிருந்து எதையும் முழுமையாக ஏற்படுத்தமுடியாது. வெற்றிடத்திலிருந்து வெற்றிடமே வரும் (Nothing Comes from Nothing) என்கிற வாசகத்தை முதலில் பயன்படுத்தியவர் எபிக்யூரஸ். சரித்திர நூல்களை முதலில் எழுதிய ஹிரோடோட்டஸ் என்பவருக்கு அவர் எழுதிய கடிதத்தில் அவ்வாறு குறிப்பிட்டார். எனவே உலக இலக்கியங்களையும், தமிழ் இலக்கியங்களையும் பார்க்கும்போது ஒரு செறிந்த வாழ்க்கையைப் பழங்காலத்தில் மக்கள் நொடிக்கு நொடி வாழ்ந்திருக்கிறார்கள் என்பது தெரிகிறது. "சங்க இலக்கியங்கள் கற்பனையும் கனவும் பொய்யும் புனைவுமற்ற தமிழ்ச் சமுதாயத்தை உள்ளது உள்ள படியே காட்டும் படிமக்கலங்கள் - கண்ணாடிகள்" என்று தமிழறிஞர்களிடையே கருத்து நிலவுகிறது.

"சங்க இலக்கியங்கள் காட்டும் நாகரிகம் சமகாலத்தில் நிலவியிருந்த கிரேக்க, உரோம நாகரிகங்களுடன் ஒப்பிட்டுக் கருதத்தக்கது. எவ்வகையிலும் குறைந்ததன்று. அசோகன் பாறைக் கல்வெட்டு (கி.மு. 3ஆம் நூற்றாண்டு) சேர, சோழ, பாண்டியர் அரசுகளைக் குறிப்பிடுகிறது. கி.மு. 22இல் உரோம் அரசன் அகஸ்டஸ் அரசவைக்குப் பாண்டிய தூதன் வந்திருந்தது பற்றி ஸ்ட்ரேபோ என்பார் குறிப்பிடுகிறார். பிளினி (கி.பி.77) பெரி புளூஸ் (கி.பி.54) அலெக்ஸாண்டிரியா சார்ந்த புவிநூல் வல்லுநர் டாலமி (கி.பி.50) ஆகியோர் தமிழ்நாட்டுடன் துணி, முத்து, நறுமணப் பொருள்கள் வாணிபம் நடைபெற்றது பற்றிப் பேசுகின்றனர்.

கி.மு.1000ஆம் ஆண்டு ஆண்டதாகக் கருதப் பெறும் சாலமன் மன்னன், தமிழ்நாட்டிலிருந்து பொன்னும் வெள்ளியும் யானைத் தந்தமும் மனிதக் குரங்குகளும் (கபி-கவி: வளைதல்) மயில் தோகையும் (துகி) இறக்குமதி செய்ததாக, ஹீப்ரு மொழி பைபிள், சான்று தருவதாகக் கருதுகின்றனர். வில்போர்டு ஹார்வி ஸ்காப் (Wilford Harvey Schoff) என்னும் ஆய்வாளர் 1913 ஆம் ஆண்டு "அமெரிக்கக் கீழைநாட்டுச் சமுதாய ஆய்வு" இதழில் பண்டைத் தமிழர் வாணிபம் பற்றிக் "கிறித்துவ அக்கத்தின் முதல் நூற்றாண்டுகளில் தமிழ்நாட்டில் அரசியல் பிரிவுகள்" என்னும் தலைப்பில் ஒரு கட்டுரை வரைந்தார்.

கிரேக்கரும் உரோமானியரும் யவனர் எனச் சங்க இலக்கியங்களில் குறிப்பிடப்படுகின்றனர். அவர்களுடைய குடியிருப்புகள் கீழைக் கடற்கரை ஓரங்களில் அமைந்திருந்தன. யவன வீரர் பாண்டியர் அரண்மனைகளில் காவலாளிகளாக இருந்தனர்

எனவும் இலக்கியங்கள் சான்று தருகின்றன'' என்று நியூ செஞ்சுரி சங்க இலக்கியப் பதிப்பில் தொகுப் பாசிரியர் பார்த்தசாரதி குறிப்பிடுகின்றார்.

மேலாண்மை என்பது வர்த்தகத்தை மட்டும் அடிப்படையாகக் கொண்டது அல்ல. பண்ணைப் பராமரிப்பும் மேலாண்மைதான். நீர்நிலைகளைப் பராமரிப்பதும் மேலாண்மை தான். ஆடைகளை நெய்வதை வரையறுப்பதும் மேலாண்மைதான்.

பல்லடுக்குப் பயிர் பராமரிப்பு (Multi Storey Cropping) என்கிற உத்தியை அண்மைக் காலமாக தோட்டக்கலை பயிர்களில் பரிந்துரை செய் கிறார்கள். ''ஒரு நிலத்தை எவ்வாறு முழுமையாகப் பயன்படுத்த முடியும்'' என்பதற்கு இந்தப் பரா மரிப்பு முறை ஏற்றது. மரங்களின் வேர்கள் வெவ் வேறு நிலைகளில் பூமியை ஊடுருவி அதிலிருக்கும் ஊட்டச்சத்துகளை உறிஞ்சுகின்றன. சில பயிர்கள் நிழலை விரும்புகின்றன. எனவே பலவிதமான பயிர் வகைகளை ஒரே நிலத்தில் பயிரிட்டு அதிக வருமானத்தைப் பெற முடியும். அவற்றின் வேர்கள் பாயும் ஆழம் வேறுபடுவதால் அவற்றிற்குள் போட்டியும் இருக்காது என்பது நவீன வேளாண்மை. ஆனால் இந்தக் கருத்தைத் திருத்தக்கத் தேவர் சீவக சிந்தாமணியில் கூறியிருக்கிறார் என்பது அன்றே இருந்த பண்ணைப் பராமரிப்புக்குச்சான்று.

''காய்மாண்ட தெங்கின் பழம்வீழக்
கமுகின் நெற்றிப்
பூமாண்ட தீம்தேன் தொடைகீறி
வருக்கை போழ்ந்து
தேமாங் கனிசிதறி வாழைப் பழங்கள் சிந்தும்
ஏமாங்கதம் என்றிசையால் திசை போயது
உண்டே'' *(31)*

அன்று அடுக்கடுக்காய்ப் பயிர் வளர்த்தார்கள். இன்று அடுக்ககங்களில் அடுக்கடுக்காய்த் தொடர் பார்த்து அலுக்கும்படி வாழ்கிறார்கள்.

இன்று 'செம்மை நெல் சாகுபடி' என்றெல்லாம் உற்பத்தித்திறனை அதிகப்படுத்துவது பற்றிப் பேசுகிறோம். ஆனால் புறநானூற்றில் 'ஒரு பெண் யானை படுத்துறங்கும் இடத்தில் ஏழு ஆண் யானைகளுக்கான உணவு விளையும் வளநாட்டைக் கொண்டவனே!' என்ற பொருள் பொதிந்த பாடல் இடம்பெற்றுள்ளது.

ஒரு பிடி படியுஞ் சீறிடம்
எழுகளிறு புரக்கும் நாடுகிழ வோயே!

பொருநராற்றுப்படையில் கரிகால் வளவன் உற்பத்தித்திறன் கொண்ட நாட்டை ஆண்டான் என்பதை முடத்தாமக்கண்ணியார் புகழ்ந்து பாடு கிறார்.

சாலி நெல்லின், சிறைகொள் வேலி,
ஆயிரம் விளையுட்டு ஆக,
காவிரி புரக்கும் நாடுகிழ வோனே.

இன்று வேளாண்மையைப் பற்றிச் சிறிதும் தெரியாத இளம் பரம்பரையை நாம் உருவாக்கி வருகிறோம். அரிசியும், பருப்பும் கணினியில் உருவாகின்றன என்றும் மென்பொருள் எழுதிப் பழங்களை உருவாக்கலாம் என்றும் கணினி பற்றித் தெரிந்து, கழனி மறந்து வாழும் மாநகரச் சமுதாயம் நகர்மயமாதலின் நலிந்த கொடையாக இருக்கிறது.

இரஷ்ய இலக்கியத்தில் பூடகமான சிறு கதைகள் உண்டு. அவை வாழ்வு குறித்த விசா ரணையை முன்வைக்கின்றன.

மிக்கேல் ஸால்டிகோவ் எனும் எழுத்தாளர் 'எப்படி ஒரு ம்யூஜிக் இரு அதிகாரிகளுக்கு உணவு ஊட்டினான்' என்கிற ஆழமான இலக்கியத்தைப் படைத்திருக்கிறார். ம்யூஜிக் என்பது விவசாயத் தொழிலாளியைக் குறிக்கும் உருசியப் பதம்.

ஆவணக்காப்பகத்தில் பணிபுரியும் இரு அலுவலர்கள் ஓய்வு கொடுத்து அனுப்பப்படு கின்றனர். திடீரென இரவோடு இரவாக தூங்கிக்

கொண்டிருக்கும்போது மாயக் கம்பளத்தில் அவர்கள் ஆள் அரவமற்றத் தீவுக்கு இடம் பெயர் கிறார்கள். வாழ்நாள் முழுவதும் கோப்புகளுக்குத் தோப்புக் கரணம் போட்டு நீக்குப் போக்குடன் நடந்த அவர்களுக்கு ''மேன்மை தாங்கியவரே! நான் உங்கள் பணிவுமிக்க ஊழியன்'' என்கிற வாக்கியமே அதிக பரிச்சயம்.

விழித்துப் பார்த்த அவர்கள் திடீரெனத் தீவு ஒன்றில் இருப்பதை அறிகிறார்கள். அடைந்த விதம் பற்றி ஆயிரம் குழப்பம். ''இந்நேரம் நாம் தேநீர் அருந்தவேண்டும்'' என்கிறார் ஒருவர். ஆனால் இருக்கும் சூழல் புரிந்ததும் அடக்க முடியாத அழுகை. ஒருவர் சொல்கிறார் ''மேன் மையானவரே! நீங்கள் கிழக்குப்பக்கம் செல்லுங் கள், நான் மேற்குப் பக்கம் செல்கிறேன், சாப்பிட ஏதேனும் அகப்படுகிறதா என்று பார்ப்போம்''.

ஆனால் அவர்களுக்குக் கிழக்கு எது, மேற்கு எது என்று கூடக் கண்டுபிடிக்கமுடியவில்லை. வாழ்நாள் முழுவதும் ஆவணம் என்பதால், எதையும் அறியவேண்டியதில்லை என்கிற ஆணவம் அவர்களுக்கு. ஒருவர் வலதுபக்கமும், மற்றவர் இடது பக்கமும் செல்வது என்று முடிவாகிறது.

வலது பக்கம் சென்றவர், சிறிது தூரத்தில் மரம் முழுக்க ஆப்பிள் பழங்களைப் பார்க்கிறார். உயரத்தில் கனிந்திருக்கும் அவற்றை ஏறிப் பறிக்க முடியாமல், அவரது இரவு உடை கிழிகிறது. அருகிலிருக்கும் ஓடை முழுவதும் மீன்கள். நிறைய காடை, கௌதாரி, முயல் என்று பலவற்றைப் பார்த்துவிட்டு வெறும் கைகளோடு திரும்புகிறார்.

இடது பக்கம் சென்ற மேலதிகாரி ''எனக்குப் பழைய மாஸ்கோ அரசிதழ் மாத்திரமே கிடைத்தது'' என்கிறார். பசி அதிகரிக்கிறது, காலணிகளையும், கையுறைகளையும் கடித்துச் சாப்பிடலாமா என்கிற அளவு நிலைமை கடுமை. ''நான் இத்தனை நாட் களாக நாம் சாப்பிடும் உணவு, அப்படியே நம் மேசைக்கு வருவதாகவே நினைத்திருந்தேன். ஒரு கோழியைச் சாப்பிட வேண்டுமெனில் அதைப் பிடித்துக் கொன்று, இறகுகளை அகற்றி, வறுக்க வேண்டும் என்பது எனக்குத் தெரியாது. எப்படி அதைச் செய்வது?'' என்கிறார் ஒருவர். ''அதுதான் எனக்கும் புரியவில்லை'' என்கிறார் மற்றொருவர். அரசிதழைப் புரட்டினால், உணவு பற்றிய குறிப்பு களே கண்ணில்பட்டு அவர்கள் பசி அடர்த்தி யானது.

> இன்று வேளாண்மையைப் பற்றியே சிறிதும் தெரியாத இளம் பரம்பரையை நாம் உருவாக்கி வருகிறோம்.

ஒருவரை ஒருவர் கடித்துத் தின்றுப் பசி யாறலாம் என்ற மூலைக்குத் தள்ளப்படும் அளவு மூளை குழம்பிப் போகின்றனர். பிறகு சுதாரித்துக் கொண்டு, ''ஒரு ம்யூஜிக்கைத் தேடுவோம், அவன் அகப்பட்டால் நம் அத்தனைப் பிரச்சனையும் தீரும்'' என்று முடிவெடுக்கிறார்கள்.

அவர்களது அதிர்ஷ்டம். ஒரு மரத்தின் அடியில் ம்யூஜிக் ஒருவன் உறங்குவதைப் பார்த்தனர். அவன் அவர்களைப் பார்த்ததும், நழுவ முற்பட்டான். அதிகாரிகள் அவனைப் பிடித்துக்கொண்டனர். வேலைகளிலிருந்து தப்பித்து இளைப்பாற அவன் அந்தத் தீவுக்குத் தப்பி வந்தவன். அந்த ம்யூஜிக் பழங்களைப் பறித்துத் தருகிறான். நல்ல பழங்களை எடுத்துக் கொண்ட அவர்கள், மோசமானவற்றை அவனுக்குத் தருகின்றனர். தீமூட்டுகிறான், மீன் சுட்டுத்தருகிறான்.

''அதிகாரிகளாக இருப்பது எவ்வளவு சவுகரிய மாக இருக்கிறது! அதிகாரிகளுக்கு ஒரு போதும் கேடு விளையாது'' என்று மகிழ்கின்றனர். அவன் தப்பாமல் இருக்கத் தந்திரம் செய்கின்றனர். அவனைக் கயிறு செய்யப்பணித்து, அதை வைத்தே இரவில் அவனை மரத்தோடு கட்டுகின்றனர். அவன் சிரமப்பட்டு ஒரு கப்பல் செய்கிறான். அதில்

பயணம் செய்யும்போது, அலை ஒவ்வொரு முறை குலுக்கும் போதும், அவனை வசைபாடுகின்றனர். ஆயினும் அவன் பத்திரமாகக் கரை சேர்க்கிறான். பல மாதங்கள் செலவாகாமல் வங்கியில் சேமிக்கப் பட்ட ஓய்வூதியத் தொகை குறித்து மகிழ்கின்றனர். அவர்களுடைய சமையலர்கள் பூசினாற்போல் இருக்கும் அதிகாரிகளைப் பார்த்துப் பூரிக்கின்றனர். அவர்கள் கொடுத்த ஐந்து கோபக்குகளையும், ஒரு குப்பி மதுவையும் கண்டு ம்யூஜிக் மகிழ்கிறான்.

இன்று அதிகாரிகள் மட்டும் அல்ல; மாநகரத்தில் வசிக்கும் எவருமே இப்படியொரு தீவுக்குச் சென்றால் இதே நிலைமைதான் ஏற்படும் என்பதில் எந்த ஐயமுமில்லை.

★

இலக்கியத்தில் மேலாண்மை

அத்தியாயம்
5
நீரின்றி அமையாது உலகு

நீர் என்பது ஒரு முக்கியமான இடுபொருள் வாழ்க்கை ஆதாரங்களில் அதன் பங்கு இன்றியமையாதது. பல தொழிற்சாலைகளில் நீரின் உபயோகம் அவசியமாகிறது. எனவே இன்று வர்த்தக நிறுவனங்கள் நீரைப் பயன்படுத்துவது குறித்தும் உரிய மேலாண்மையைக் கையாளுவது அவசியம்.

ஒரு சொட்டு நீரை உற்பத்தி செய்வதுகூட சிரமம். இன்று கடல் நீரைக் குடிநீராக்கும் திட்டங்கள் செயல்படுத்தப்படுகின்றன. ஆனால் அவற்றிற்கு மிகப்பெரிய தொகை செலவிடப்படுகிறது. கடல் நீரிலிருந்து நீக்கிய உப்பை மறுபடியும் கடலில் விடுவது உயிரினங்களைப் பாதிக்கும் என்று மீனவப் பெருமக்களிடம் எதிர்ப்பும் ஏற்பட்டுள்ளது.

இனி வருங்காலங்களில் விடுதி மேலாண்மை, மருத்துவமனை மேலாண்மை, சுற்றுலா மேலாண்மை போன்ற படிப்புகளைப் போல நீரின் மேலாண்மையும் தனிப்பிரிவாகக் கற்றுத்தரப்படும் என்பது திண்ணம்.

இலாபத்தைப் பொருத்தவரை ஒன்று வருமானத்தை அதிகரிக்க வேண்டும், அல்லது

> வருங்காலங்களில் விடுதி மேலாண்மை, மருத்துவமனை மேலாண்மை, சுற்றுலா மேலாண்மை போன்ற படிப்புகளைப் போல நீரின் மேலாண்மையும் தனிப்பிரிவாகக் கற்றுத்தரப்படும் என்பது திண்ணம்.

செலவைக் குறைக்க வேண்டும். இந்த நெறிமுறை நீருக்கும் பொருந்தும்.

நீர் மேலாண்மை என்று சொல்லுகிறபோது நீர்நிலைகளை அமைத்தல், மழைநீரைச் சேகரித்தல், நிலத்தடி நீரை அதிகப்படுத்துதல், தடுப்பு அணைகள் அமைத்தல், ஒவ்வொரு சொட்டு நீரையும் முறையாகப் பயன்படுத்துதல், நீர்த்தேக்கங்களைச் சரியான அளவில் அமைத்தல், தண்ணீர் தேக்கத்தைக் குறைத்தல், வெள்ளச் சேதங்களை முறியடித்தல் போன்ற பல கூறுகள் உண்டு.

பொறியியலில் இளங்கலைப் பட்டம் படித்தவர்கள், நிறைகலையில் நீர் மேலாண்மை என்கிற மேலாண் படிப்பைப் படிக்கிற நிலைமை எதிர்காலத்தில் நிச்சயம் உருவாகும்.

'பயிர்களை நேசிக்கவும், இயற்கையை உணரவும் அடுத்த தலைமுறைக்குக் கற்றுத்தருவதும் படிப்பின் ஒரு பகுதியே' என நாம் உணர வேண்டும். மனித நாகரிகம் வேளாண்மையிலிருந்தே தொடங்கியது என்பதை நாம் ஒருபோதும் மறக்கக் கூடாது.

ஒரு நாட்டின் வளம் என்பது அதன் நீர் மேலாண்மையைப் பொருத்தே அமைகிறது. இதை உணர்த்தும் பொருட்டு குடபுலவியனார் என்கின்ற சங்ககாலப் புலவர் மன்னனுடைய கடமை, நீர் மேலாண்மையைப் பேணிக்காப்பது என்று புறநானூற்றுப் பாடல் ஒன்றில் புலப் படுத்துகிறார்.

'உணவெனப் படுவது நிலத்தொடு நீரே
நீரும் நிலனும் புணரியோர் ஈண்டு
உடம்பும் உயிரும் படைத்திசி னோரே;
வித்திவான் நோக்கும் புன்புலம் கண்ணகன்
வைப்பிற்று ஆயினும் நண்ணி ஆளும்' (18)

உணவு எனப்படுவது நிலத்தோடு சேர்ந்த நீரும் ஆகும். நீரும், நிலமும் திருத்தி விளைச்சலுக்கு உதவியவர்கள் உடலும் உயிரும் அளித்து காக்கிறவர்கள் ஆவர். அகண்ட நிலப்பரப்பில் விதையை விதைத்துவிட்டு வான் மழையை எதிர்நோக்கும் நிலத்தால் மன்னவனுக்குப் பயன் விளையாது என்பது இந்தப் பாடலின் கருத்து. இன்றும் தரிசு நிலங்கள் அதிகமாக இருக்கும் மாவட்டங்கள் பொருளாதாரத்தில் பின்தங்கி இருப்பதைப் பார்க்கிறோம்.

பழந்தமிழர்கள் நீரை மிகவும் நேர்த்தியாகப் பராமரித்தார்கள். நீர் நிலைகளுக்கு அவர்கள் அளித்த பெயர்களே அதற்குச் சான்றாக விளங்குகின்றன. அகழி, அருவி, ஆறு, ஏரி, கடல் போன்றவை நமக்குப் பழக்கமான பெயர்கள். கடலருகே தோண்டிக் கட்டிய கிணறுக்கு 'ஆழிக் கிணறு' என்று பெயர். பலவகையில் பயன்படும் நீர்த்தேக்கம் 'இலஞ்சி' (Multi Purpose Reservoir). மக்கள் பருகும் நீர் உள்ள நீர்நிலைக்கு 'ஊருணி' என்று பெயர். அடியிலிருந்து நீர் வருவது 'ஊற்று'. எப்போதும் பொசிந்து வாய்க்கால் வழி ஓடும் நீர்நிலை 'ஓடை'. சரளை நிலத்தில் அகச்சுவர் கட்டிய கிணறு 'கட்டுக்கிணறு'. பாண்டி மண்டலத்தில் ஏரிக்கு வழங்கும் பெயர் 'கம்வாய்'. இதுவே பின்னாளில் 'கண்மாய்' என்று திரிந்தது.

பாசன நீர்த்தேக்கம் உடைப்பெடுக்காமல் உறுதியாகக் கட்டப்படும் அமைப்பு 'கலிங்கு'. நீர் ஓடும் வழி 'கால்வாய்'. பெருங்குட்டைக்கு 'குட்டம்', சிறிய குட்டம் 'குட்டை', குளிக்கும் சிறிய நீர்நிலை 'குண்டம்', குளிப்பதற்கேற்ற சிறு குளம் 'குண்டு'. குடைக்கிணறுக்குப் பெயர் 'குமிழி'. ஆர்ட்டீசியன் கிணற்றுக்குப் பெயர் 'குமிழி ஊற்று'. ஓர் ஒழுங்கில் அமையாத கிணறு 'கூவம்'. ஆழமற்ற கிணறு 'கூவல்'. பெருங்கிணறு 'கேணி'. தேக்கப்பட்ட பெரிய நீர்நிலை 'சிறை'. மலையில் இயற்கையாய் அமைந்த நீர்நிலை 'சுனை'. 'பாசிக் கொடி' மண்டிய குளம் 'சேங்கை'. தொண்டை மண்டலத்தை ஒட்டிய பகுதியில் ஏரிக்குப் பெயர் 'தாங்கல்'. கோயில் அருகே உள்ள நீராடும் குளம்

'திருக்குளம்'. தெப்பம் சுற்றிவரும் குளம் 'தெப்பக் குளம்'. மையமண்டபத்துடன் கூடிய பெருங்குளம் 'நீராவி'. தாமரை முதலிய நீர்த்தாவரங்கள் மண்டிக் கிடக்கும் இயற்கை நீர்நிலை 'பொய்கை'. ஆற்றி டையே உள்ள அபாயமான பள்ளம் 'மடு'.

பழந்தமிழர்கள் நீரை மிகவும் நேர்த்தியாகப் பராமரித்தார்கள். நீர் நிலைகளுக்கு அவர்கள் அளித்த பெயர்களே அதற்குச் சான்றாக விளங்குகின்றன.

ஒரு கண்ணே உள்ள சிறு மதகு 'மடை'. ஆற்றுநீர் அல்லது ஊற்று நீர் நிரம்பி மிகைநீர் வெளிச்செல்லும் அமைப்பு 'வாவி'. இப்படி ஐம்பதுக்கும் மேற்பட்ட பெயர்களை நீர்நிலைக்குத் தமிழர்கள் சூட்டியிருந்தார்கள். இது அக்காலத்தில் மழை நீரை எவ்வளவு நுட்பமாகச் சேமித்து வறண்ட காலங்களுக்கும் பயன்படுத்தினார்கள் என்பதை நாம் உணர வழிவகுக்கிறது.

எந்த ஒரு திட்டத்தையும் முடிந்த அளவுக்குக் குறைவாகப் பராமரிக்கும்படி செம்மையாக அமைக்க வேண்டும். அதைப் 'பூஜ்ஜியப் பரா மரிப்பு' என்று இன்று பொருளாதாரம் பேசுகிறது. ஆண்டுதோறும் செலவு செய்கிற நிலைமையைத் திட்டங்கள் வைத்திருந்தால் அவற்றால் பலன் விளையாது. இந்த அடிப்படை உண்மையை அக் காலத்தில் நீர்நிலையை அமைக்கிற தமிழக மன்னர்கள் அறிந்திருந்தார்கள். சுயச்சார்புடன் அவற்றைப் பராமரிப்பதற்கு அவர்கள் வழி வகுத்தார்கள். இன்றும் நீர் மேலாண்மையில் இது கடைப்பிடிக்கப்படவேண்டிய முக்கிய நெறி யாகும்.

குடவாயில் பாலசுப்ரமணியன் என்கிற அறிஞர் பெரிய கோயிலைப் பற்றி எழுதிய 'இராஜ இராஜேஸ்வரம்' என்ற சிறப்பு வாய்ந்த நூலில் சோழர் காலத்தில் நீர்நிலைகளை எப்படி வடிவ மைத்தார்கள் என்று விளக்குகிறார். அவை ஆண்டு தோறும் தூர்வாருகிற அவசியமே இல்லாமல் வடிவமைக்கப் பட்ட விதத்தைப் பற்றி ஒருமுறை என்னிடம் கூறும்போது ''ஏரியின் முகத்துவாரத்தில் வைக்கப்பட்டிருக்கும் குமிழித்தும்பு எப்படி உதவியது?'' என்பதைப் பற்றிக் குறிப்பிட்டு ''அதனால் எவ்வாறு ஏரி தூர் மண்டாமல் பாதுகாக்கப்பட்டது'' என்பதை விளக்கினார். மழைக்காலங்களில் ஏரி நிரம்பும் போது நீந்துவதில் வல்லவரான ஒருவர் தண்ணீரில் பாய்ந்து முகத்துவாரத்தை அடைந்து குமிழித் தும்பை மேலே தூக்குவார். அடியில் இரண்டு துளைகள் காணப்படும். மேலே இருக்கும் துளை யில் நீர் வெளியேறும், அதற்கு ''நீரோடித் துளை'' என்று பெயர், கீழே உள்ள துளையில் நீர் சுழலும் போது சேற்றுப்பகுதி அதன் வழியே வெளியேறி விடும், அதற்கு ''சேரோடித் துளை'' என்று பெயர். அவ்வாறு வெள்ளத்தில் அடித்துக்கொண்டு வருகிற உபரி தூர் வெளியேறுவதால் ஏரிகளைத் தூர் அடைத்துக்கொண்டு ஆண்டுதோறும் ஒப்பந்தக் காரர்களுக்கு விட்டு 'பில்' போட வேண்டிய அவசியம் இல்லாமல் சோழர்கள் நீர் மேலாண் மையில் சிறந்து விளங்கினார்கள் என்று குறிப் பிடுவார்.

எந்த ஒரு திட்டத்தையும் தொடர்ந்து கண் காணிக்க வேண்டும். அப்போதுதான் அது பாழ்ப் படாமல் இருக்கும். திட்டத்தைச் செயல்படுத்தும் போதும் அடிக்கடி பார்வையிட்டு விரைவுபடுத்து வதும், செலவைக் குறைப்பதும் அவசியம். நிறைய நீர் நிலைகளை உருவாக்க விரும்புகிறவர்கள் மேலாண்மை கருத்துகளான 'பெர்ட்' வரைபடம் போன்றவற்றைப் பயன்படுத்தி மழைக்காலத்தில் முடிந்த அளவிற்கு நீரைச் சேமிக்க ஏற்பாடுகள் செய்ய வேண்டும். குறிப்பாக ஏரிகளிலும், குளங்களிலும் நீரைச் சேமிக்க எதிர்காலத்தில் பல நிறுவனங்கள்

ஈடுபடுத்தப்பட்டு அவற்றின் மூலம் கரைகள் உடையாமல் கண்காணிக்கப்படும் என்பது உறுதி.

அகநானூற்றில் பெரிய நீர்நிலைகளைக் காப்பதற்குக் காவற் பணியாளர்கள் இருந்தார்கள் என்கிற விவரமும், இவர்கள் மழைக்காலங்களில் இரவில் துயிலாமல் பணிபுரிந்தார்கள் என்பதும் குறிக்கப்பட்டுள்ளது.

'தொழில் மழை பொழிந்த பானாட் கங்குல்
எறிதிரைத் திவலை தூஉம் சிறு கோட்டுப்
பெருங்குளம் காவலன் போல
அருங்கடி அன்னையும் துயில் மறந்தனளோ?'

தமிழர்களின் நீர் மேலாண்மைக்கு கரிகாலன் கட்டிவைத்த கல்லணையே சான்று. ''இந்தியாவின் புகழ்மிக்க கங்கைக் கால்வாய் திட்டத்தை உருவாக்கிய 'பேயர்டு ஸ்மித்' என்னும் ஆங்கிலப் பொறியியலாளர், கல்லணையைப் பார்வையிட்ட அந்த நொடியிலேயே, 'மானுடத்தின் மிகப்பெரிய பொறியியல் சாதனை இது' என்று தன்னை மறந்து குறிப்பிட்டுள்ளார். இதன் பின்னர்தான் கல்லணைக்கும் பொறியியல் அறிஞர் ஆர்தர் காட்டனுக்குமான ஆய்வுலகத் தொடக்கம் ஏற்படுகிறது'' என்று தோழர் சி. மகேந்திரன் தன்னுடைய நூலில் குறிப்பிட்டுள்ளார்.

ஆடைகள் உணவுக்கடுத்த முக்கியப்பங்கை வகிக்கின்றன. உண்பது கூட வெளியில் தெரிவதில்லை, உடுத்துவது தெரிகிறது. ஆடை அலங்கார மேலாண்மை, நெசவு மேலாண்மை, ஜவுளி மேலாண்மை போன்றவை மூலாதாரங்களை நன்றாகப் பயன்படுத்தி உயர்ந்த தரத்தில் உடைகளை உற்பத்தி செய்வது குறித்து விரிவாகப் பேசுகின்றன.

இன்று ஜவுளியைப் பற்றித் தனி மேலாண்மை வகுப்புகள் நடக்கின்றன. தமிழகம் ஒரு காலத்தில் மிகச்சிறந்த ஆடைகளை நெய்கிற இடமாகவும் அவற்றை ஏற்றுமதி செய்கிற இடமாகவும் இருந்திருக்கிறது. ஆடைகளைச் செய்யும்போது தாங்களே இழையாகும் அர்ப்பணிப்புடனும், தங்கள் உடலே தறியாகும் ஈடுபாட்டுடனும் அவர்கள் இயங்கியதால் நெய்வது நேமமாக நேர்ந்தது. வண்ண அமைப்பில் நீடித்து நிற்கும் அளவு மிகச்சிறந்த நெசவு மேலாண்மையை அவர்கள் மேற்கொண்டிருந்தார்கள். தஞ்சாவூர் கோயிலில் ஆயிரம் ஆண்டுகளுக்கு முன் தீட்டப்பட்ட ஓவியங்கள் நிறம் மாறாமல் ஒளிவிடுவதே நல்ல எடுத்துக்காட்டாகும். நம் சங்க இலக்கியங்களில் ஆடைகளைப் பற்றிப் பல குறிப்புகள் உள்ளன.

1. துகில்சேர் மலர்போல் மணிநீர் நிறைந்தன்று - பரிபாடல்
2. மீப்பால் வெண்துகில் போர்க்குநர் பூப்பால் வெண்துகில் துழ்ப்பக குழல் - முறுக்குநர் - பரிபாடல்
3. புட்டகம் பொருந்துவ புனைகு வோதும் - பரிபாடல்
4. நீலக்கச்சைப் பூவாராடை - புறம்

5. பாம்பு பயந்தன்ன வடிவின் காம்பின் கழை படுசொலியின் இழைமணி வாரா ஒண்பூங் கலிங்கம் - புறம்
6. கோபத்தன்ன தோயாப் பூந்துகில் - பெரும் பாண் ஆற்றுப்படை
7. நோக்கு நுழை கல்லா நுண்மை யழக்கனிந்து அரவுரி யன்ன அறுவை-பெரும்பாண்ஆற்றுப் படை
8. ஆவியன்ன அவிநூற் கலிங்கம் - புறம்
9. புகைவிரித்தன்ன பொங்கு துகில் - புறம்
10. பாலாராவிப் பைந்துகிலேந்தி - சீவக சிந்தாமணி
11. பானீர் நெடுங்கடற் பனிநாளெழுந்த மேனீ ராவியின் மெல்லிதாகிய கழுமடிக் கலிங்கம் - பெருங்கதை

மெல்லிய ஆடைகளை அணிந்து பெண்கள் மெல்லினமாக இருந்திருக்கிறார்கள் என்பது தெரிகிறது.

பொருள்களை அதிகளவில் ஏற்றுமதி செய்கிற நாடுகளே அந்நியச் செலாவணியை ஈட்டி, செம் மையாக உலக அரங்குகளில் வலம் வருகின்றன. வெளிநாட்டிற்கு அனுப்பப்படும் துணிகள் உயர்ந்த தரத்தில் இருக்க வேண்டும் என்பது நியதி. அப் போது தான் அவர்கள் தொடர்ந்து வாங்குவார்கள். அதனால் ஏற்றுமதி தரம் என்பது இன்றும் அதிக விலை கொடுத்து வாங்கப்படுகிற துணியாக இருக் கிறது. இந்தப் பதம் பெரும்பாலும் துணிகளுக்குத் தான் பயன்படுத்தப்படுகின்றன. இது தமிழகத்தைப் பொருத்தவரை துணிகளிலிருந்துதான் வந்தது என்பது சுவாரசியமான தகவல்.

இந்த ஆடைகள் வெளிநாடுகளுக்கு ஏற்றுமதி செய்யப்பட்டன. காவிரிப்பூம்பட்டினம் இவ்வாறு தமிழகப் பொருட்களை ஏற்றுமதி செய்யும் பரபரப்பு நிறைந்த துறைமுகமாக விளங்கியது. அங்கு வர்த்தகம் சுறுசுறுப்பாக நடந்தது. அதைப் பற்றி பெரிபுளூஸ் (Periplus) குறிப்பிடப்பட்டிருக்கிறது. அதில் உறையூர் பற்றியும் காவிரிப்பூம்பட்டினம் பற்றியும் குறிப்பு இருக்கிறது. புத்த மதத்தைச் சார்ந்தவர்கள் பிராகிருத இலக்கியத்தில் அதைப் பற்றிக் குறிப்பிடுகிறார்கள்.

மணிமேகலையில் அது இளங்கிள்ளி என்கிற சோழன் காலத்தில் கடல்கொண்டதாகக் குறிப்பு

இடம் பெற்றுள்ளது. (அணிநகர் தன்னை அலை கடல் கொள்க) நம்மூரில் நெய்கிற ஆடைகளைப் பற்றி, கிடைக்கிற முத்துகளைப் பற்றி, கிரேக்கம், உரோமாபுரி போன்ற நாடுகளுக்குத் தகவல் எட்டி யிருக்கிறது என்றால் அதைத் தூதுவர்கள் மூலம் சிறப்பாக 'மார்க்கெட்டிங்' செய்திருக்கிறார்கள் என்பதுதானே பொருள். பூம்புகாரில் மேற்கொண்ட அகழ்வாராய்ச்சியில் இவற்றை மெய்ப்பிக்கின்ற பல தடயங்கள் கிடைத்திருக்கின்றன. 1962 ஆம் ஆண்டு இந்தியத் தொல்பொருள் துறை மேற்கொண்ட முதற் கட்ட அகழ்வாராய்ச்சியில் நம் இலக்கியங்கள் குறிப்பிடுகிற தகவல்கள் உண்மைதான் என்பது உறுதியாகியுள்ளது.

'பண்டைக் காலம் தொட்டே மேலை நாடு களுடன் தமிழ் மக்கள் மிகவும் விரிவான கடல் வணிகத்தில் ஈடுபட்டிருந்தனர். அயல்நாட்டு வணிகம் கி.மு. ஏழாம் நூற்றாண்டிலிருந்துதான் தொடர்ந்து நடைபெற்றுவந்தது. தமிழகத்து ஏற்றுமதிச் சரக்குகளை அராபியரும், பினீஷியரும், எகிப்தியரும் தத்தம் மரக்கலங்களில் ஏற்றிக் கொண்டு சென்றனர்' என்று பல்வேறு ஆதாரங் களுடன் டாக்டர் கே.கே.பிள்ளை 'தமிழக வரலாறு மக்களும் பண்பாடும்' என்ற நூலில் தெளிவு படுத்துகிறார். தமிழகத்தில் இருந்து ஐரோப்பிய நாடுகளுக்குப் பண்டங்கள் மட்டுமல்ல, புலி, சிறுத்தை, யானை, குரங்கு, மயில், கிளி, வேட்டை நாய்கள் போன்றவையும் ஏற்றுமதி செய்யப்பட்டன என்கிற புதிய தகவல்களைத் தெரிவிக்கிறார். பாண்டிய நாட்டு முத்துகளைப் பற்றி மெகஸ்தனிஸ் மிகவும் புகழ்ந்து பேசுகிறார். தென்னிந்தியாவிற்கும்

சுமேரியாவிற்கும் இடையே கி.மு. நாலாயிரம் ஆண்டுகளுக்கு முன்பே வணிகப் போக்குவரத்து இருந்ததாக 'சேஸ்' என்பவர் ஒரு சொற்பொழிவில் குறிப்பிட்டுள்ளார்.

'கடல்வழி வணிகம்' என்கிற நூலில் நரசைய்யா தமிழர்களுடைய வணிக வரலாற்றைப் பற்றி விரிவாகப் பேசுகிறார். அதில் பல நாட்டுக் கப்பல்களும் துறைமுகத்தில் நங்கூரம் பாய்ச்சி நின்ற காட்சியைப் பட்டினப்பாலை விளக்கு வதைப் பற்றிக் குறிப்பிட்டிருக்கிறார். பட்டினப் பாலையை இயற்றிய கடியலூர் உருத்திரங்கண்ண னார், தனது மற்றொரு சிறந்த படைப்பான பெரும் பாணாற்றுப்படையில் துறைமுகத்தில் பால்போன்ற வெள்ளை நிறக் குதிரைகள் வந்திறங்கியதைப் பற்றியும் அங்கிருந்த கலங்கரை விளக்கத்தைப் பற்றியும் தெரிவிக்கிறார்.

வால்உளைப் புரவியொடு வடவளம் தரூஉம்
நாவாய் சூழ்ந்த நளிநீர்ப் படப்பை

புகார்த் துறைமுகத்திற்கு அருகில், பூம்புகார் நகர் இதுதான் என்று உள்நாட்டு வெளிநாட்டுக் கப்பல்களை வரவேற்கும் முறையிலும், கப்பல்கள் வழி தவறாமல் இருக்கவும் கலங்கரை விளக்கு உயர்ந்து ஒளிவீசிக்கொண்டிருந்ததை, 'கங்குல் மாட்டிய கனை கதிர் ஒண் சுடர்' (நற்.219) என்பதில் காணமுடிகிறது. மேலும், சிலப்பதிகாரத்தில் வெளி நாட்டிலிருந்து வரும் கப்பல்களுக்கு வழிகாட்டும் பொருட்டு காவிரிப்பூம்பட்டினத்தில் பெரிய கலங் கரை விளக்குகள் பற்றி 'இலங்குநீர் வரைப்பிற் கலங்கரை விளக்கமும்' என்று காட்டுகிறார் இளங்கோ. விண்முட்ட உயர்ந்து ஒளிரும் விளக்குகள் இரவில் பெரிய ஒளி வீசிக் கடலில் செல்லும் கப்பல்களுக்கு வழிகாட்டி வந்தன. அவை ஏணியின் உதவியாலும் ஏறமுடியாதவாறு உயர்ந்துநின்றன. இதனைக் குறிக்கும் வகையில்,

'இரவின் மாட்டிய இலங்கு சுடர் ஞெகிழி
உரவு நீர்அழுவத்தோடு கலம் கரையும்'

என்ற வரிகள் பெரும்பாணாற்றுப் படையில் இடம் பெற்றிருக்கின்றன என்ற கருத்தைச் 'சங்க இலக்கி யத்தில் மேலாண்மை' என்ற நூலில் முனைவர் ஆ.மதியழகன் தெளிவுபடுத்தியுள்ளார்.

வர்த்தகம் செய்யவேண்டுமென்றால் பணப் புழக்கம் இருந்திருக்க வேண்டும். நீண்ட தூரம் பயணம் செய்து வருபவர்கள் எல்லா ஏற்றுமதி இறக்குமதியையும் பண்டமாற்று முறையில் செய்யமுடியாது. பணம் எளிதில் எடுத்துச்செல்லக் கூடியதாகவும், பாழ்ப்படாத இயல்பைக் கொண்ட தாகவும் இருக்கிற காரணத்தால் அதன் பயன்பாடு வர்த்தகத்தின் பரிமாணத்தை வெகுவாக மாற்றியது. ஒரு நாட்டின் ரூபாய் மதிப்பு அந்தத் தேசத்தின் பொருளாதாரத்தைப்பொருத்தே அமைந்திருக்கிறது. ரூபாயின் மதிப்பு வீழ்ச்சியடைகிறபோது ஏற்றுமதி விலை குறைந்து, முன்னேற்ற வாய்ப்பு ஏற்படுகிறது. இறக்குமதி செலவினம் அதிகரிக்கிறது. அதிக அளவில் ஏற்றுமதி செய்வது ஒட்டுமொத்த வர்த்தக மேலாண்மையின் தன்மையை உணர்த்துகிறது.

காவிரிப்பூம்பட்டினத்தில் உரோமானியக் காசு கிடைத்துள்ளது. தமிழகத்தில் கிடைத்துள்ள வெளி நாட்டு நாணயங்களில் இருந்து இந்த வர்த்தகம் உறுதிப்படுத்தப்படுகிறது. உரோமானியக் காசுகளின் முன்புறம் அக்காலத்திய உரோமானிய அரசனின்

இலக்கியத்தில் மேலாண்மை

தலை அச்சிடப்பட்டுள்ளது. தொல்லியல் நிபுணர் நாகசாமி "தமிழ்நாட்டுக் காசுகளில் அரசனின் தலை அச்சிடும் பழக்கம் கிடையாது என்றும் சங்க காலத்திலேயே உரோமானியக் காசுகள் தமிழகத்திற்கு வந்தபோதிலும் தமிழ் மன்னர்கள் அம்முறையைப் பின்பற்றவில்லை" என்றும் குறிப்பிடுகிறார்.

இதிலிருந்து 'தமிழர்களிடம் பழங்காலத்தில் நாயக வழிபாடு இருக்கவில்லை; படங்களுக்கும் அவர்கள் பாலாபிஷேகம் செய்யவில்லை' என்றும் 'அது இடையில் புகுந்த நடைமுறை' என்றும் தெரிகிறது. அதனால்தான் மிகவும் புகழ்பெற்ற மன்னனாக இருந்தாலும் கரிகால் வளவனை இடித் துரைக்கும் நிலையில் வெண்ணிக்குயத்தியார் என்கிற புலவர் புறநானூற்றில் பாடல் ஒன்றை எழுதியிருக்கிறார். அவர் எழுதி கிடைக்கிற ஒரே பாடல் அது தான்.

"நளியிரு முந்நீர் நாவாய் ஓட்டி,
வளிதொழில் ஆண்ட உரவோன் மருக!
களிஇயல் யானைக் கரிகால் வளவ!
சென்றமர்க் கடந்தநின் ஆற்றல் தோன்ற
வென்றோய், நின்னினும் நல்லன் அன்றே
கலிகொள் யாணர் வெண்ணிப் பறந்தலை,
மிகப்புகழ் உலகம் எய்திப்,
புறப்புண் நாணி, வடக்கிருந் தோனே!" (66)

வெற்றி மாத்திரம் முக்கியமல்ல, உயிரைப் பொருட்படுத்தாமல் தோல்வியில் கலங்காமல் வாழ்வைத் துறந்தவனே உண்மையான வெற்றியைப் பெற்றவன் என்று இடித்துச்சொல்லும் துணிச்சல் சங்ககாலப் புலவர்களுக்கு இருந்தது. அரசவைப் புலவராகும் ஆசை அவர்களுக்கு இருக்கவில்லை.

★

அத்தியாயம் 6
சக்கையிலும் சாரம் உண்டு!

இன்று வர்த்தக மேலாண்மை என்பது வெறும் பொருளை விற்பதும், வாங்குவதும் மட்டுமல்ல. அதை வாரச் சந்தையிலேயே நிகழ்த்திவிடலாம். வாரச்சந்தையாக இருந்த வர்த்தம் இன்று மேலாண்மையின் காரணமாக பங்குச் சந்தையாக உயர்ந்திருக்கிறது.

நாம் நமக்கு முடிந்த பொருளை உற்பத்தி செய்து அதை விற்பது என்கிற நிலையிலிருந்து யாருக்கு என்ன தேவை, அவற்றை எவ்வளவு விரைவில் குறைந்த விலையில் உற்பத்தி செய்து கொடுப்பது என்பதை இன்று கருத்தில் கொள்கிறோம். கிராக்கி எவ்வளவு இருக்கிறதோ அதைப் பொருத்து ஒரு காலத்தில் சந்தை அமைந்தது. இன்று விளம்பரங்களின் மூலமாக நாம் கிராக்கியை ஏற்படுத்துகிறோம்.

ஒவ்வொன்றில் ஒவ்வொன்றைச் சந்தைக் குட்படுத்துகிறோம். நிலத்தை விற்பது ரியல் எஸ்டேட். சொத்தை விற்பது பங்குச்சந்தை, பொருளை விற்பது பல்பொருள் அங்காடி, அனுமானத்தை விற்பது ஸ்பெகுலேஷன், நிச்சயமற்ற தன்மையை விற்பது ஆயுள் காப்பீடு, அனுபவத்தைச் சந்தைக்குட்படுத்துவது சுற்றுலா.

வர்த்தகம் என்பது விரிவுபட்ட விற்பனை. அதில் பல பரிமாணங்கள் இணைந்துகொள்கின்றன. வாடிக்கையாளருக்கு அங்கு கௌரவம் அளிக்கப்படுகிறது. விஞ்ஞானம் ஒரு பொருளைக் கண்டுபிடித்தால் அதை எவ்வளவு தூரம் மேன்மைப்படுத்த வேண்டும் என்பதை வர்த்தகம்

இலக்கியத்தில் மேலாண்மை

தீர்மானிக்கிறது. இன்றிருக்கும் பல பொருட்கள் வர்த்தகத்தின் மூலமாக எளிய பயன்பாட்டை அடைந்தது என்பது உண்மை.

கணினி என்பது அதைப் படிப்பாகப் படித்த வர்கள் மட்டுமே பயன்படுத்த முடியும் என்ற நிலை ஒருகாலத்தில் இருந்தது. ஆனால் அதைப் பில்கேட்ஸ், இலக்கியம் படித்தவர்களும் பயன்படுத்தலாம் என்கின்ற எளிய சூழலுக்குக் கொண்டுவந்தார். அவர் ஒரு கண்டுபிடிப்பாளராக மட்டும் இருந்திருந்தால் அது சாத்தியமாகி இருக்காது. அதைச் சந்தைக்குட் படுத்தும் திறனும் அவரிடம் இருந்தது. அதுவே அவருடைய முயற்சியை வெற்றிகரமானதாக மாற்றிக் காட்டியது.

சங்ககாலத் தமிழர்கள் வர்த்தகம் நடத்தும் போது இன்றிருக்கும் அலைபேசியோ கணினியோ மின்னஞ்சலோ இருக்கவில்லை. விமானங்கள் இல்லாத காலத்தில் காற்றின் கைகளைப் பிடித்துக் கொண்டு கடலில் பயணம் செய்வது அதிகமான நிச்சயமற்ற தன்மையை (Risk) உள்ளடக்கியதாக இருந்தது. அந்தச் சூழலில் அவர்கள் மிகவும்

> விஞ்ஞானம் ஒரு பொருளைக் கண்டுபிடித்தால் அதை எவ்வளவு தூரம் மேன்மைப்படுத்த வேண்டும் என்பதை வர்த்தகம் தீர்மானிக்கிறது.

பொறுமையாக அந்தப் பயணத்தை மேற்கொள்ள வேண்டும். பயணம் என்பது பணயம் வைத்து நிகழ்த்தப்படுவது. எப்போது வேண்டுமானாலும் சூறாவளியில் கலம் மாட்டிக்கொள்ளும் அபாயம் இருந்தது. ஆனால் அவர்கள் அலைகளின்மீது நிலை குலையாமல் பயணம் செய்தனர்.

கோபம் என்பது நிருவாகத்தில் தவிர்க்கப்பட வேண்டிய ஒன்று. சகிப்புத்தன்மையும், பொறு மையும், அடுத்தவர்களிடம் பழகும்போது நிதான மாக இருப்பதும் மேலாண்மையில் முக்கியம். கோபத்தில் எடுக்கிற முடிவுகள் அவசர முடிவுகளாக இருக்கின்றன. அது மட்டுமில்லாமல் அவை நிறுவனத்தின் ஒருங்கிணைந்த தன்மையைக் கெடுத்துவிடுகின்றன. கோபத்தில் எறிந்த வார்த் தைகள் பலருடைய மனங்களில் தூர்க்கமுடியாத பள்ளங்களை நிரந்தரமானதாக ஆக்கி விடுகின்றன. இன்று பல மேலாளர்கள் பணியின் அழுத்தம் காரணமாக பதற்றமடைந்துவிடுகிறார்கள். கோபப் பட வேண்டிய நேரங்களில் அமைதியை அடைகாத்து, சகப் பணியாளர்களிடமும் சார்நிலைப் பணியாளர் களிடமும் பொறுமையை இழந்துவிடுகிறார்கள். இப்படிப்பட்டவர்கள் ஓர் இக்கட்டு வருகிற நேரத்தில் பணியாளர்களுடைய ஒத்துழைப்பை இழந்துவிடுகிறார்கள்.

'பொறுமை எவ்வளவு முக்கியம்' என்பதை விளக்கும் சீனக்கதை ஒன்றுண்டு.

காங்செள என்கிற கைவினைக் கலைஞர் மரத்தில் ஒரு ஃபீனிக்ஸ் பறவையைச் செதுக்கிக் கொண்டிருந்தார். அவர் பறவையின் வெளிப்புறக் கோடுகளை மாத்திரம் முதலில் வரைந்தார். அதைப் பார்த்தவுடன் அங்கு நின்றுகொண்டிருந்த கற்றுக் குட்டி ஒருவர் 'இது ஆந்தையைப்போலத் தான் இருக்கிறது' என்று கேலிபேசினார். இன்னொருவர் 'இது கொக்கைப் போல இருக்கிறது' என்றார். அங்கிருந்த அனைவரும் அது அசிங்கமாக இருப் பதாகச் சொல்லி நகையாடினர். ஆனால் நேரம்

இலக்கியத்தில் மேலாண்மை

செல்லச் செல்ல நீலக்கல்லைப் போன்ற கொண்டை யுடனும், குங்குமப்பூவைப் போன்ற நகங்களுடனும் ஜோதி பரவும் இறகுகளுடனும் அந்த ஃபீனிக்ஸ் பறவை மரத்தில் சாத்தியமானது. திடீரென வீசிய தென்றலில் அந்தப் பறவை மரத்தை விட்டு விலகி உயரமாகப் பறந்து சென்று மேகங்களிடையே மறைந்து போனது.

உண்மையான திறமைசாலிகள் எப்போதுமே பொறுமை காப்பார்கள். அவ்வாறு காக்கும் பேராற்றல் இருந்ததால்தான் கடலில் வழியைக் கண்டுபிடித்து வெளிநாடுகளுக்குப் பண்டைத் தமிழர்கள் பயணப்பட்டார்கள். சோழர்கள் காலத்தில் கடற்படை மிகவும் பலம் வாய்ந்ததாக இருந்தது.

மிகப்பெரிய செயலைச் செய்கிற போது அதை நிறுவனப்படுத்துதல் அவசியம். ஒரு குளத்தை ஆழப்படுத்துவதற்கு நிறுவனம் தேவையில்லை. ஆனால், மாநிலத்தில் உள்ள அனைத்துக் குளங் களையும் ஆழப்படுத்துவது என்று முடிவெடுத்தால் அதற்கு ஒரு குழுமத்தை ஏற்படுத்திப் பல்வேறு நிலைகளில் அதிகாரிகளையும், அமைப்புகளையும் உண்டாக்க வேண்டும். அப்போதுதான் ஆணைகள் பிறப்பிப்பதில் ஓர் ஒழுங்கு இருக்கும். அவற்றைச் செயல்படுத்துவதிலும் சிக்கல் வராமல் இருக்கும்.

மனிதன் முதன்முதலில் நிறுவனப் படுத்தியது சேனைகளைத்தான். ஆணைகளுக்குச் சேனை களைப் போலக் கட்டுப்படுவது வேறெதுவும் இல்லை. போர்க்களத்தில் யார் கொடுக்கும் ஆணையை யார் கடைப்பிடிப்பது என்கிற குழப்பம்

ஏற்பட்டால் அது எவ்வளவு பெரிய படையையும் பலவீனப்படுத்திவிடும். இன்றும் முறையாக நிர்வகிக்கப்படுகின்ற வர்த்தக மையங்களும், அரசு அமைப்புகளுமே அவற்றின் நோக்கத்தைச் சரியாக அடைகின்றன.

சோழர்களுடைய கடற்படை திராவிடக் கட்டடக்கலை, திராவிடப் பண்பாடு, ஆன்மிக வழிபாடு போன்றவை இலங்கை, இந்தோனேசியா போன்ற நாடுகளுக்குப் பரவக் காரணமாக இருந்தது என்று 'கலைக் களஞ்சியம்' கொண்டாடுகிறது. கடல்கள் களைகட்ட, கப்பல் கட்டியவர்கள் சோழர்கள். சுமத்ராவில் உள்ள தமிழ்க் கல்வெட்டில் 'நானாதேச திசையாயிரத்து ஐந்நூற்றுவர்' என்று சோழநாட்டு வியாபாரிகளைப் பற்றிக் குறிப்பிடப் பட்டுள்ளது.

சீன 'சாங்' சாம்ராஜ்ய அறிக்கையில் சோழ நாட்டிலிருந்து தூதுக்குழு ஒன்று சீன அரண் மனைக்கு 1077 ஆம் ஆண்டு சென்றதாகக் குறிப்பிடு கிறது. அவர்கள் 81,800 சரச் செப்பு நாணயங்களை, வாசனைப் பொருட்கள், கண்ணாடி போன்றவற்றை விற்பனை செய்து பெற்று வந்ததாகக் குறிப்புகள் கூறுகின்றன.

சோழ நாவாய், அமைதிக்காலத்தில் ரோந்துப் பணி, வர்த்தகப் பாதுகாப்புப் பணி, கடற்சண்டை, எதிரிக்கலன்களை வீழ்த்துவது போன்ற பணிகளில் ஈடுபட்டது.

கப்பல் தலைமை மாலுமிக்குக் 'களபதி' என்று பெயர். ஐந்து கப்பல்கள் கொண்ட குழு 'கன்னி' என்று அழைக்கப்பட்டது. ஐந்து போர்க்கப்பல், மூன்று துணைக்கப்பல் இரண்டு அல்லது மூன்று தனியார்க் கப்பல் ஆகியவற்றைத் 'தளம்' என்றும்

அதை நிர்வகிப்பவர் 'ஜலதளாதிபதி' என்றும் அழைக்கப்பட்டார்.

நாற்பது முதல் ஐம்பது கப்பல்களுக்கு ஒரு 'மண்டலாதிபதி' தலைமை வகித்தார். நூறு முதல் 150 கப்பல்கள் கொண்ட படையைச் சோழர்கள் 'கணம்' என்றழைத்தனர். மூன்று கணங்கள் 'அணி'. இரண்டு முதல் நான்கு அணிகள் கொண்ட பிரிவை இள்வரசனோ, மன்னரோ வழி நடத்து வார்கள். கப்பலில் உள்ள ஆயுதங்களுக்குப் பொறுப்பானவர் 'காப்பு' என்றும் நங்கூரத்திற்குப் பொறுப்பானவர் 'சீவை' என்றும் அழைக்கப் பட்டனர்.

சோழர்களின் சுங்க இலாகா மிகவும் வலிமை யான அமைப்பைக் கொண்டது. சுங்க இலாகா இயக்குநர் 'தலை-தீர்வை' என அழைக்கப்பட்டார். நுண்ணறிவுப் பிரிவுக்கு 'ஒற்று' என்றும், தணிக்கைப் பிரிவுக்கு 'ஆய்வு' என்றும் கடற்கொள்ளையர் களைக் கட்டுப்படுத்தும் பிரிவுக்குக் 'கள்ளரணி' என்றும், கடற்கரை ரோந்துப்பிரிவுக்கு 'கரைப்பிரிவு' என்றும் பெயர்கள் சூட்டப்பட்டிருந்தன.

எதிரிகளை அழிக்கவல்ல கப்பல்கள் 'தரணி' என்றும், பாதுகாப்புக் கப்பல்கள் 'லூலா' என்றும், வேகமாக இயங்குபவை 'வஜ்ரா' என்றும், போர்ப் படைக் கப்பல்கள் 'திரிசடை' என்றும் அழைக்கப் பட்டன.

புகாருக்குப் பின் அரிக்கமேடு, காஞ்சிபுரம், நாகை, குளச்சல், கொற்கை, கடலூர், தூத்துக்குடி போன்ற இடங்களில் துறைமுகங்கள் அமைக்கப் பட்டன.

ஆயிரம் ஆண்டுகளுக்கு முன்பு கப்பற் படையையும், சுங்கப் பிரிவையும் இவ்வளவு திறம்பட அவர்கள் பராமரித்தார்கள், மேலாண்மை செய்தார்கள் என்பதை இலக்கியங்களிலும், கல் வெட்டுகளிலும் வாசிக்கும்போது நமக்கு மகிழ்ச்சி ஏற்படுகிறது. மங்கோலியர்களுக்குக் குதிரைகள் போல், உலகை வெல்ல சோழர்களுக்குத் திரை களைக் கடக்கும் கலன்கள். குதிக்கும் திரையே அவர்கள் குதிரை.

வர்த்தகம் நடக்கும் தெருக்கள் அழகாக இருந்ததைப் பற்றிச் சிலப்பதிகாரம் பேசுகிறது. அந்த அங்காடிகள் அரசரே காண விரும்பும் அளவு அழகாகவும் பல பொருட்கள் நிறைந்தனவாகவும் இருந்தன.

'வேதினத் துப்பவும் கோடுகடை தொழிலவும்
புகையவும் சாந்தவும் பூவில் புனைநவும்
வகைதெரி வறியா வளந்தலை மயங்கிய
அரசுவிழை திருவின் அங்காடி வீதியும்'

என்கிற பாடல் ஊர்காண் காதையில் இடம் பெற்றிருக்கிறது.

வாள் முதலிய கருவிகளும், தந்தத்தாலான கைவினைப் பொருள்களும், நறுமணப்பொருட் களும், மலர்களும் கலந்து கிடந்த கடைவீதி பற்றிய வர்ணனை அன்றைய வளத்தின் எடுத்துக்காட்டாகும்.

இன்று நாம் பொருள்களை வாங்க, தனித்தனிக் கடைகளுக்குச் செல்வதில்லை. ஒரு காலத்தில் அரிசி மண்டிக்குச் சென்று அரிசி வாங்கி வருவார்கள். பருப்பு மண்டிக்குச் சென்று பருப்பு வாங்கி வரு வார்கள். ஆனால், இன்றோ வீட்டு உபயோகத் திற்குப் பல்பொருள் அங்காடிக்குச் செல்கிறார்கள். அங்கே எல்லாப் பொருட்களும் இருக்கின்றன. விலை ஓரளவு அதிகமாக இருந்தாலும் அவற்றை ஒரேயிடத்தில் வாங்கி வருவதைத்தான் விரும்பு கிறார்கள். இன்றைய மனநிலை அன்றே தமிழ் இலக்கியத்தில் காட்சியாக்கப்பட்டிருக்கிறது.

தமிழகக் காசுகள் பிற நாடுகளில் செல்லு படியாகும்படி உருவங்கள் பொறிக்கப்பட்டு புழக்கத்திற்கு விடப்பட்டன. உத்தமசோழன் காலத்தில் நாகரி எழுத்துக்களையும் காசுகளில் காணமுடிகிறது. புலி, வில், மீன் போன்ற மூன்று சின்னங்களும் பொறிக்கப்பட்டால் அவை சேரர், சோழர், பாண்டியர் நாடுகளில் செல்லத் தக்கனவாக

இருந்தன என்பதை அறியப்படுத்துகிறது. குலோத்துங்கனுடைய காசுகளில் 'சுங்' என்கிற சொல் அவன் பெற்ற 'சுங்கம் தவிர்த்த சோழன்' என்கிற பட்டத்தைக் காட்டுகிறது. இப்படி யெல்லாம் காசுகளின் மூலம் வர்த்தகத்தை அவர்கள் பெருக்கினார்கள்.

நாடு என்று சொன்னால் அதில் பாதுகாப்பு மிகவும் அவசியம். அதனால்தான் திருவள்ளுவர் ''உறுபசியும் ஓவாப் பிணியும் செரு பகையும் சேரா தியல்வது நாடு'' என்று குறிப்பிட்டார். தமிழகத்தில் பகைநாட்டினர் தாக்காமல் இருக்கும்படி உறுதி யாகக் கோட்டைகள் கட்டப்பட்டன.

துரோகம் மூலம் வென்ற போர்கள் துணிச்சலின் மூலம் வென்ற போர்களை விட எண்ணிக்கையில் அதிகம்

தமிழ்நாட்டின் கோட்டைகளைப் பற்றிப் புதை பொருள் வல்லுநர் நாகசாமி விளக்கமாக எழுதியிருக்கிறார்.

குறுநில மன்னர்களும், பேரரசர்களும் மலை களின்மீது கோட்டைகளை அமைத்தார்கள். அங்கே மலையே மதிலாக அமைந்தது. மலையில்லாத இடத்தில் மதில் அரணாக அமைக்கப்பட்டது. இவற்றை 'இஞ்சி' என்றும் 'எயில்' என்றும் இலக்கியங்கள் அழைக்கின்றன. அரண்களைச் சுற்றி அகழிகள்; அவற்றில் பல முதலைகள். கோட்டை என்றால் முதலைகள் சுற்றி வரவேண்டும்; பண முதலைகள் அல்ல.

கோட்டை மதிற்சுவர்கள் பல பாகங்களைக் கொண்டதாக அமைக்கப்பட்டன. மதுரைக் கோட்டையில் காவற்காடு, அகழி, வளைந்து அம்பு எய்யும் எந்திரவில், சேர்ந்தாரைக் கடிக்கும் பொறி, கவண், உருகக்காய்ச்சிய எண்ணெய்யை எரிவதற்கு எண்ணெய் உலைகள், கழுக்கோல், அம்புக்கட்டு, ஏவறைகள், கணைய மரம், குருவித் தலைகள், ஈட்டி போன்ற பல பாதுகாப்புப் பொறிகள் இருந்த தாகச் சிலப்பதிகாரம் செப்புகின்றது. எத்தனை வலிமை வாய்ந்த கோட்டையிலிருந்தாலும், விசு வாசமான காவலர்கள் இல்லாவிட்டால், பாதுகாப்பு பறி போய் அரசனுக்கே காப்பு போய்ச் சேரும்.

நேர்மையானவராகவும், திறமையான நிர்வாகி யாகவும் கருதப்பட்ட ஷெர்ஷா கூட மார்வாரின் மீது படையெடுத்தபோது, அதன் அரசர் மால்தேவைத் தளபதிகள் தோற்கடிப்பது போன்ற போலிக் கடிதங் களைத் தயார் செய்து, மால்தேவ் கையில் அவை கிடைக்கும்படி செய்துதான் வெற்றி பெறமுடிந்தது. துரோகம் மூலம் வென்ற போர்கள் துணிச்சலின் மூலம் வென்ற போர்களை விட எண்ணிக்கையில் அதிகம். இந்த வெற்றிகள் சிபாரிசுகளின் மூலம் பெற்ற விருதுகளைப் போல அப்போது ஏளனம் செய்யப்பட்டாலும் பின்னால் வரலாற்றில் இடம் பெற்று விடுகின்றன.

சீவகசிந்தாமணியில் ஏமாங்கத நாடு பற்றித் திருத்தக்கத் தேவர் கூறும்போது

''கோள்சுறா இனத்தொடு முதலைக் குப்பைகள்
ஆள்பெறா திரிதர அஞ்சிப் பாய்வன

மோட்டுஇறா பனிக்கிடங்கு உழக்க
மொய்த்துஎழுந்து
ஈட்டறாப் புள் இனம் இரற்றும் என்பவே'' (95)

என்று அகழிகளைப் பற்றிக் குறிப்பிடுகிறார்.

கொல்லும் இயல்பையுடைய சுறா மீன் களுடன் முதலைக்கூட்டம் உணவு தேடி அகழியில் அலைந்து திரியும். அதைக் கண்ட இறால் மீன்கள் அங்கும் இங்கும் ஓடும். அதனால் சேர்ந்திருந்த அன்னப்பறவைகள் பிரிந்து பறந்து ஒலி எழுப்பும். இக் காட்சி அகழியின் இயல்பை விளக்குகிறது.

தமிழகத்தில் கோட்டைகளைத் 'துர்க்கம்' என்றும் அழைத்தனர். மலைக்கோட்டையைக் 'கிரிதுர்க்கம்' என்றும் காட்டைக் கோட்டையாக உடைய பாதுகாப்புப் பகுதியை 'வன துர்க்கம்' என்றும் நதியினால் சூழ்ந்த இடத்தை 'ஜல துர்க்கம்' என்றும் இயற்கையாக அமைந்த கோட்டையைத் 'தெய்வத் துர்க்கம்' என்றும் பொட்டலாக அமைந்த கோட்டையை 'ரின துர்க்கம்' என்றும் அழைத்தனர்.

'ஒரு வண்ணத்துப் பூச்சியின் மரண சாசனம்' என்கிற நூலில் ஊமைத் துரை வெள்ளையர்களிட மிருந்து தப்பித்து ஆறு நாட்களில் பிரமிக்கத்தக்க கோட்டையை மறுபடி எழுப்பியது பற்றி ஆசிரியர் குறிப்பிடுகிறார். அந்தக் கோட்டையை எவ்வளவு முயற்சி எடுத்துப் பார்த்தும் கம்பெனிப் படையால் தகர்க்க முடியவில்லை.

பீரங்கியால் தகர்க்கமுடியாத அந்தக் கோட்டை மண், பதநீர், கம்பச்சக்கை ஆகியவற்றைக் கொண்டு கட்டப்பட்டது. அதனால் கோட்டையின் ஒரு பக்கத்தில் எத்தகைய வேகத்துடன் குண்டுகள் பாய்ந்தாலும் அதன் வேகம் கம்பச்சக்கையால் தடுக்கப்பட்டது என்று குறிப்பிடப்பட்டுள்ளது. சக்கையிலும் சாரமிருக்கிறது என்பதை பரங்கியர் அன்று அறிந்தனர்.

மன்னர்களுடைய உண்மையான வாரிசுகளை வேறொருவர் வளர்ப்பதும், படையெடுப்பின்போது சுரங்கம் வழியாகத் தப்பித்துச் செல்வதும் தமிழ் நாட்டில் பரவலாகக் கையாளப்பட்ட வழிமுறைகள் ஆகும். தாய் தந்தையரை இழந்து தவிக்கும் வேளை யில் குந்தவையும் இராஜராஜனும் நாட்டின் பல பகுதிகளில் மறைந்து வாழ்ந்தபோது, சோழப் பேரரசின் பகுதியில் தங்கியிருந்து இஸ்லாமிய மார்க்கப் பிரச்சாரம் செய்துவந்த ஞானி தப்லே ஆலம் பாதுஷா என்கிற நத்தஹர் வலியார் காலத்தில், அவர்களால் அடைக்கலம் கொடுக்கப்பட்டு மந்தா கினி என்ற பெயரில் குந்தவை வாழ்ந்தார் என்று 'சோழச் சுடரொளி குந்தவை நாச்சியார்' என்ற ஆய்வு நூலில் ஏ.கே.ராஜன் குறிப்பிடுகிறார்.

★

அத்தியாயம்

7

உண்மை நம்பிக்கை பொய்ப்பதில்லை!

வர்த்தகத்திற்கும் மேலாண்மைக்கும் எண்கள் மிகவும் முக்கியம். எழுத்துகளைக் காட்டிலும் எண்கள் அதிக முக்கியத்துவம் பெற்றவை என்பதை உணர்த்தவே திருவள்ளுவர் 'எண்ணென்ப ஏனை எழுத்தென்ப' என்ற குறளில் எண்ணை, ஏன் எழுத்தின் முன்னால் வைத்தார் என்று 'வாழும் வள்ளுவம்' என்கிற நூலில் வா.செ.குழந்தைசாமி குறிப்பிடுகிறார்.

தமிழர்களிடம் பழங்காலத்தில் ஏழு வகையான அளவைகள் இருந்தன எண்ணல், நிறுத்தல், முகத்தல், பெய்தல், நீட்டல், தெறித்தல், சார்த்தல். பொருள்களை விற்கவும் வாங்கவும் அவற்றின் எடை அளவு போன்றவை முக்கியம். 'அற்புதம்' என்பதற்குப் பத்துக் கோடி என்று பொருள். ஒரு நிகழ்ச்சி அற்புதமாக இருக்கிறது என்றால் அது பத்துக் கோடி பெறும் என்று நாம் சொல்கிறோம் என்பது தான் பொருள். அதைப் போலவே ஆறு விதமான தராசுகள் பயன்பாட்டில் இருந்திருக்கின்றன.

இரத்தினம் போன்ற விலையுயர்ந்த பொருட்களை அளக்க 'மணித்தராசு', தங்கம் வெள்ளி போன்றவற்றை அளக்க 'பொன்தராசு', செம்பு, பித்தளை ஆகியவற்றை நிறுக்கும் பெருந்தராசு 'உலோகத்தராசு', சரக்குகளை நிறுக்கும் தராசு 'பண்டத்தராசு', விறகு மூட்டைகள் ஆகியவற்றை அளக்கும் தராசு 'கட்டைத்தராசு', காய்கறிகளை நிறுக்கும் தராசு 'தூக்கு' அதைப் போலவே திரவங்களை அளக்கவும் 'செவிடு', 'ஆழாக்கு', 'உழக்கு',

'உரி', 'படி', 'குருணி', 'பதக்கு' போன்றவை பயன்பட்டிருக்கின்றன.

நேரத்தை அளக்க 'கண்ணிமை', 'கைந்நொடி', 'மாத்திரை', 'நாழிகை' போன்ற பல அளவுகள் இருந்திருக்கின்றன. நீட்டல் அளவைக்கும் 'கோண்', 'அணு', 'துசும்பு', 'விரல்', 'சாண்', 'முழம்', 'பாகம்', 'காதம்' போன்ற அளவுகள் பயன்பட்டிருக்கின்றன. நாம் அன்றாடம் பேசுகிற போது அவன் 'இம்மி' கூடத் தரமாட்டான் என்று கஞ்சர்களைப் பற்றிக் குறிப்பிடுகிறோம். 'இம்மி' என்பது பத்து லட்சத்து எழுபத்தி ஐயாயிரத்து இருநூறில் ஒரு பங்கு என்று குறிப்பிடுகிறது.

இராஜராஜன் காலத்திலேயே நிலங்கள் அளக்கப்பட்டு எல்லைக் கற்கள் நட்டு வரையறுக்கப்பட்டன. அப்போது பயன்படுத்திய அளவுதான் வேலி, மா, காணி போன்றவை எல்லாம். சரித்திர வல்லுநர் ஆபிரகாம் எராலி அண்மையில் வெளிவந்த 'முதல் வசந்தம் - இந்தியாவின் பொற்காலம்' என்ற நூலில் தென்னிந்தியாவில் முதல் நில அளவை மேற்கொண்டவர் இராஜராஜன் தான் என்று குறிப்பிடுவதோடு பிற்காலச் சோழர்களின் காலம் பொற்காலம் என்று புகழ்கிறார். இவற்றை எல்லாம் பார்க்கும்போது மிக நுட்பமாகப் பொருளாதாரம் குறித்த பார்வையையும் வர்த்தகம் குறித்த பார்வையையும் நேர மேலாண்மையையும் அவர்கள் வைத்திருந்தார்கள் என்பது தெளிவாகிறது.

மரத்தின் ருசி பழத்தில் இருக்கிறது. செயலே மனிதனின் செம்மையைத் தீர்மானிக்கிறது. எவ்வளவு அறிவும், வாய்ப்பும் இருந்தாலும் அதைப் பயன்படுத்தாமலிருந்தால் என்ன ஆகும் என்பதற்கு மகாபாரதத்தில் பீஷ்மர் சொன்ன கதை சான்று.

ஒட்டகம் ஒன்று காட்டில் கடுமையாகத் தவம் செய்து தன்னுடைய கழுத்து நூறு யோசனை தூரத்திற்கு நீண்டதாக இருக்கவேண்டும் என்று வரம் பெற்றது. வரமும் கிடைத்தது. ஆனால் சோம்பல் மிகுந்த அது நீண்ட கழுத்தின் உதவியால் இருந்த இடத்தில் நின்றபடியே உணவு உண்டது. ஒரு சமயம் பெரும் காற்று அடித்தது. கழுத்து நனையக் கூடாது எனத் தன் தலையையும் கழுத்தையும்

குகையொன்றில் வைத்தபடி இருந்தது. உலகையே மூழ்கடிப்பது போன்று பெருமழை கொட்டியது.

அப்போது குளிரால் நடுங்கியபடி பசியினால் களைத்த நரியொன்று தன் மனைவியுடன் குகைக்குள் நுழைந்தது. பசியில் தவித்த அதன் கண்களில் ஒட்டகத்தின் கழுத்து தென்பட்டது. அவை இரண்டும் ஒட்டகத்தின் கழுத்தைக் கடித்துத் தின்ன ஆரம்பித்தன. ஒட்டகம் கழுத்தைச் சுருக்கமுடியாமல் போய் உயிரைப் பறிகொடுத்தது. தெய்வமே வரம் தந்தாலும் சோம்பேறியானவன் அதை நல்ல விதத்தில் பயன்படுத்தாமல் அழிந்துவிடுவான் என்பது பாண்டவர்களுக்கு அம்புப்படுக்கையில் பீஷ்மர் சொன்ன உபதேசம். செயல்படுத்தப்படாத அறிவும், பிறருக்காகப் பயன்படுத்தப்படாத செல்வமும், உபயோகிக்கப்படாத ஆற்றலும் உருப்படியற்றவை. தமிழர்கள் மிகச்சிறந்த நிர்வாகத் திறனுடன் இருந்தார்கள் என்பதைப் பல செயல்களின் மூலம் அறிகிறோம்.

"காஞ்சியைச் சேர்ந்த ஓர் உயர் அதிகாரியின் மகனாகப் பிறந்த 'தம்ம பாலர்' என்ற பெரியார் பௌத்த மதத்தில் சிறப்புற்ற நாளந்தா பல்கலைக் கழகத் தலைவராகப் பல ஆண்டுகள் பணிபுரிந்தார். கி.பி. 6 ஆம் நூற்றாண்டின் தொடக்கத்தில் காஞ்சியில் அரச குலத்தைச் சேர்ந்த போதிதம்மர் என்ற பெரியார் தியான மார்க்கம் என்ற பௌத்த வழியைத் தோற்றுவித்தார். அப்பெரியவரே சீன தேசத்திற்குச் சென்று இவ்வழியை அந்நாட்டில் நிலை நிறுத்தினார். அதையே 'சன்மதம்' என்று சீனர்கள் அழைத்தனர். சீனத்திலிருந்து இம்மதம்

இலக்கியத்தில் மேலாண்மை

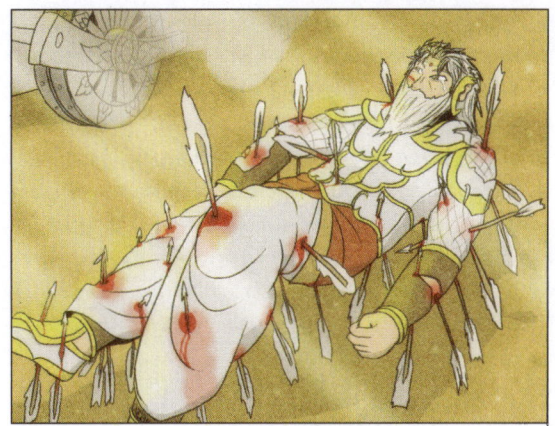

ஜப்பான் நாட்டிற்குப் பரவி அங்கு உலகம் புகழும் சென்மதம் திகழ்ந்தது'' என்று தன்னுடைய 'தமிழகமும் பௌத்தமும்' என்ற கட்டுரையில் திருநாகசாமி குறிப்பிட்டுள்ளார். இன்று 'ஜென்' மதங்களைத் தாண்டிய மார்க்கம். எந்த மதத்தைச் சார்ந்தவரும் ஜென்னில் வாழமுடியும். உள் நோக்கிப் பார்ப்பதும், விழிப்புணர்வுடன் இருப்பதுமே ஜென் உணர்த்தும் தத்துவங்கள்.

> தெய்வமே வரம் தந்தாலும் சோம்பேறியானவன் அதை நல்லவிதத்தில் பயன்டுத்தாமல் அழிந்துவிடுவான் என்பது பாண்டவர்களுக்கு அம்புப்படுக்கையில் பீஷ்மர் சொன்ன உபதேசம்

மூன்றடியில் உலகை அளக்கும் வாமனராக, அது மலர்வித்த கவிதை வடிவமே ஹைக்கூ. ஜென் கதைகள், வாசிக்கவும், யோசிக்கவும், நேசிக்கவும், பூசிக்கவும் வைப்பவை. அவை சின்னக் கதையில் உலகப் பேருண்மையை உணர்த்தமுடியும் என்பதற்கு அத்தாட்சி.

ஒரு ஜென் துறவி வைர சூத்திரத்தை வாசித்துக் கொண்டிருந்த போது அவருடைய அறையில் ஒரு திருடன் கத்தியுடன் வந்து கத்தினான்.

''பணம் அல்லது உன் உயிர்''

''என்னைத் தொந்தரவு செய்யாதே. அந்தப் பெட்டியில்தான் எல்லாப் பணமும் இருக்கிறது என்று சுட்டு விரலால் காட்டினார்.

அவன் அனைத்தையும் எடுக்கும் போது துறவி விரல்களைச் சொடுக்கினார்.

''எல்லாவற்றையும் எடுத்துக் கொண்டு போய்விடாதே! நாளை நான் வரிகட்ட வேண்டும்'' என்றார்.

அந்தத் திருடன் பத்தில் ஒரு பங்கை வைத்துவிட்டு நழுவினான்.

''பணத்தைப் பரிசாகக் கொடுத்ததற்கு ஒரு நன்றி சொல்லிவிட்டுப் போ'' என்றார் துறவி.

அண்மையில் ஆசிய கல்வி நிறுவனத்தின் ஆய்வு இதழில் போதிதர்மர் குறித்து ஜப்பானியர் ஒருவரால் எழுதப்பட்டுள்ளது. சுடோமு காம்பே (Tsutomu Kambe) என்கிற ஜப்பானியர் ஷாவோலின் கோயிலுக்கு ஆகஸ்ட் 2002-இல் சென்றபோது, அங்குப் போதிதர்மர் ஒன்பது ஆண்டுகள் தங்கி யிருந்தது குறித்துக் கேள்விப்பட்டதாகக் குறிப்பிடு கிறார்.

சீன ஆவணங்களில் அவர் தென்னிந்தியாவி லிருந்து வந்ததாகவும், அந்த இடம் காஞ்சிபுரம் எனக் கண்டறிந்தது 2007 ஆம் ஆண்டு என்றும் குறிப் பிடுகிறார். அவருடைய இயற்பெயர் போதிதாரா. குருபெயர் ப்ரஜ்னதாரா. காம்பே எழுதிய கட்டுரை ஆய்வும் செறிவும் நிறைந்தது. தர்ம பாலரும், போதிதர்மரும் அந்நிய மண்ணில் கண்ணியமான நிறுவனங்களை நிலை நாட்டினார்கள் என்றால், அதற்கு அடிப்படையான நிர்வாகத் திறனும், தலைமைப் பண்புமே காரணம். அது தனிப்பட்ட

திறன் மட்டுமல்ல, மண்ணின் மணத்தையும் உள்ளடக்கிய மரபுவழிச் சரட்டின் வெளிப்பாடு. இன்று மரபு வழிச்சரடு மறைந்து சரடு விடுவதை நாம் மரபாக்கிக் கொண்டு விட்டோம்.

கோயில் நிர்வாகம் என்பது சாதாரண செயலன்று. கட்டுமானம் பலவித கணித நுட்பங் களையும் மேலாண்மைத் தத்துவங்களையும் உள்ளடக்கியது. 'நெடுநல்வாடை'யில் சிற்பநூலை அறிந்த தச்சர்கள் நூல் பிடித்துப் பார்த்து, கட்டடங் களை நேர்த்தியாக அமைத்தார்கள் என்றும் அரண்மனையின் ஒவ்வொரு பகுதியும் அமைய வேண்டிய திசைகளைக் கருத்தில் கொண்டு, அத்திசைகளில் காவலாக நிற்கும் தெய்வங்களால் எக்குறையும் நேராவண்ணம் வழிபாடுகள் நடத்து வார்கள் என்றும் தெரிவிக்கப்பட்டிருக்கிறது.

'நூல்அறி புலவர் நுண்ணிதின் கயிறு இட்டு,
தேஎம் கொண்டு, தெய்வம் நோக்கி,
பெரும்பெயர் மன்னர்க்கு ஒப்ப மனைவகுத்து'

தமிழகத்தில் ஏராளமான கோயில்கள் ஆயிரம் ஆண்டுகளுக்கு முற்பட்டவையாக இருக்கின்றன. அவற்றை 'எப்படிக் கட்டினார்கள்?' என்பது வியப்புக்குறியாய் ஒருபக்கம் இருக்க, அவற்றை 'எப்படி நிர்வகித்தார்கள்?' என்பது இன்னொரு

இன்று மரபு வழிச்சரடு மறைந்து சரடு விடுவதை நாம் மரபாக்கிக் கொண்டுவிட்டோம்.

வினாக்குறியாக இருக்கிறது. இவற்றைப் பற்றி யெல்லாம் அக்கோயிலின் கல்வெட்டுகளில் இருந்து தெரிந்துகொள்ள முடிகிறது. கோயிலுக்கு வழங்கப்பட்ட பரிசுகள், அன்பளிப்புகள், வைப்பு நிதிகள் ஆகியவை பொறிக்கப்பட்டுள்ளன. அப் போது தான் பின்னால் வருபவர்களையும் வாடாமல் காப்பாற்ற முடியும். 'சிவன்' சொத்தை மட்டுமல்ல; 'எவன்' சொத்தையும் கையாடும் மனநிலையில் மனிதர்கள் இருப்பார்கள் என்பது அன்று தெரிந்தே இருந்தது. கோயில் கட்டிய விதம், வாயில்கள், மெய்க் கீர்த்திகள் கோயிலுக்குப் படைக்க வேண்டிய படையல் பொருட்கள், பாட வேண்டிய பாடல்கள் பற்றியும், நடனம், இசை ஆகியவை நிகழ்த்த உருவாக்கப்பட்ட நிதியம் பற்றியும், கல்வி நிறு வனங்கள் மருத்துவமனைகள் நிறுவுவது பற்றியும், கொடையாகக் கொடுக்கப்பட்ட விளக்குகள் பற்றியும், கோயிலுக்கான நிலங்கள், நீர்நிலைகள் பராமரிப்புப் பற்றியும், சொத்து-குற்றவியல் வழக்குகளில் வழங்கப்பட்ட தீர்ப்புகள் பற்றியும் கல்வெட்டுகளில் செய்திகளாகச் செதுக்கி அவற்றைக் கோயிலில் பதித்துள்ளார்கள். சீனம், சுமித்ரா, மலேசியா, பர்மா, ஈழம் போன்ற நாடுகளில் தமிழ்க் கல்வெட்டுகள் கிடைத்துள்ளன என்று அறிஞர்கள் குறிப்பிடுகிறார்கள்.

இவ்வாறு நிர்வாகத்தை ஆவணப்படுத்தும் வழக்கம் தமிழர்களிடம் இருந்ததனால்தான் அவர்கள் எல்லாத் துறைகளிலும் செம்மையாகச் சிறந்து விளங்கமுடிந்தது. அவற்றையெல்லாம் நினைந்து நினைந்து நாம் இன்புற முடிகிறது. அவற்றைப் பற்றிய குறிப்புகள் ஆங்காங்கே இலக்கியங்களில் காணப்படுகின்றன. கோயில் என்பது நீதிமன்றமாகவும், அரசவையாகவும், தானியக்கிடங்காகவும், இயற்கை இடர்ப்பாடு பாதுகாப்பு மையமாகவும் இருந்தது என்பதை அறிந்திட முடிகிறது. இவ்வாறு பல்வேறு வகை களில் கோயில்கள் அனைவருக்கும் அடைக்கலம் தருகிற இடமாக தமிழகத்தில் இருந்ததனால்தான் ஆட்சிகள் மாறியும், மாட்சிமை மாறாமல் காப்பாற்றப்பட்டன. கோயில் என்பது வெறுமனே கடவுளை நச்சரிக்கும் இடமாக இருக்கவில்லை. மஹாயான பௌத்தத்தில் வழங்கப்படும் கதை யொன்றுண்டு.

ஒரு பெண் எப்போதும் புத்தருடைய பெயரை ஜெபித்துக் கொண்டேயிருப்பாள். வாலாயமாக இயந்திரத் தனத்துடன் அவ்வாறு பொழுதுக்கும் செய்துகொண்டிருப்பது சரியான பக்தியல்ல என்று தனது மகன் எவ்வளவோ முறை எடுத்துச் சொல்லியும் அவள் கேட்கவில்லை.

ஒரு நாள் அவன் 'அம்மா' என்றழைத்தான்.

''ம்'' என்றாள் அவள்.

மறுபடியும் 'அம்மா' என்றான்.

அவள் ''ம்'' என்றாள். ஆனால் விடாமல் திரும்பத் திரும்ப 'அம்மா' 'அம்மா' என்று அவன்

அழைத்துக் கொண்டேயிருந்ததால் அந்தப் பெண் எரிச்சலடைந்தாள்.

''உனக்கு என்ன ஆயிற்று! பைத்தியம் போலத் திரும்பத் திரும்ப அழைத்துக் கொண்டேயிருக் கிறாய்'' .

''அம்மா! நான் உன்னைச் சிலமுறை அழைத்த தற்கே கோபப்படுகிறாயே! நீ புத்தரின் பெயரை ஒரு நாளைக்கு ஆயிரம் முறை அரற்றுகிறாயே! அவருக்கு எவ்வளவு எரிச்சல் வரும் என்று நினைத்துப் பார்'' என்றான்.

அன்றிலிருந்து அவள் புத்தரின் பெயரை முணுமுணுப்பதை நிறுத்திவிட்டு, தியானிக்கத் தொடங்கினாள். கோயில்கள் நம் தன்முனைப்பை உதறும் இடமாகப் பரிமளிக்க வேண்டுமே தவிர, சடங்குகளின் சாம்ராஜ்யங்களாக இருக்கக்கூடாது என்பதில் அன்றைய தமிழர்களின், தமிழிலக்கி யங்கள் தெளிவாக இருந்தன.

ஆழமான சரணாகதி எப்படி அரிய விளைவு களை ஏற்படுத்தும் என்பதற்கு இந்தியில் பக்தி இலக்கியமான எண்பது வரிகளில் கிடைக்கும் 'அனுமன் சாலிஸா' சான்று. துவாரகையில் நேரில் இராமரைத் தரிசித்த துளசிதாஸ் தில்லிக்கு வருகிறார். அக்பர் அப்போது பேரரசர். அவரிடம் தனக்கு நேர்ந்த அதிசய அனுபவம் பற்றிக் குறிப் பிடுகிறார். 'எனக்கும் இராமரைக் காட்டு' என்று அக்பர் ஆணையிடுகிறார். இயற்கையும், இறை மையும் ஆணைக்கல்ல, அன்புக்கே கட்டுப்படு கின்றன.

'உண்மையான ஈடுபாடு இருந்தால் தான் இறைமை இயலும்' என்கிறார் துளசிதாஸ். வெகுண்ட அக்பர் அவரைச் சிறையிலடைக்கிறார். அங்கு அனுமனைத் துதித்த அவர் அனுமன் சாலிஸா எழுதுகிறார். முடித்தவுடன் தில்லியில் குரங்குகள் தொல்லை. எத்தனை முயற்சி எடுத்தும் அவற்றைக் கட்டுப்படுத்த முடியவில்லை. அமைதியற்ற சூழல் தில்லியில் பரவியது. குரங்குகளால் சிரங்கு பிடித்த வனைப்போலச் சிரமப்பட்டார் அக்பர். அருகி லிருந்தவர்கள் துளசிதாஸை விடுவித்தால் தொல்லை நீங்கும், இல்லையென்றால் எல்லையைக் கடக்கும் என எச்சரிக்கிறார்கள். தாசரும் விடுதலையாகிறார். சிரமப் படும்போது 'அனுமன் சாலிஸா' படித்தால் கிரமப்படி எல்லாம் நடக்கும் என்பது மக்கள் நம்பிக்கை.

உண்மையான நம்பிக்கைகள் ஒருபோதும் பொய்ப்பதில்லை; அவையே உண்மையாகிவிடு கின்றன.

★

அத்தியாயம் 8

எல்லோருக்கும் நல்லவராக இருந்தால்

உண்மையான தலைமைப் பண்பு என்பது ஒரு செயலை எல்லோரும் அதிசயப்படும்படி அழகாகவும், நிறைவாகவும், விரைவாகவும் செய்து முடிப்பதில்தான் அடங்கியிருக்கிறது. அதிகத் தொழில்நுட்பம் இல்லாத, பெரிய இயந்திரம் இல்லாத அந்தக் காலத்தில் கட்டப்பட்ட பிரமாண்டமான கோயில்கள் நான்கு முக்கியமான அம்சங்களை உணர்த்துகின்றன. முறையான திட்டமிடுதல், சரியான நிர்வாகம், சீரிய தலைமை, செம்மையான கட்டுப்பாடு ஆகியவற்றின் மூலமே தஞ்சைப் பெரிய கோயில் போன்ற அதிசயங்கள் சாத்தியமாயின. இன்றைய மேலாண்மையிலும் அந்த நான்கு கட்டங்களே முக்கிய அம்சங்கள்.

ஒரு சின்ன விழாவைக்கூட சிறப்பாக நடத்த அழகாகத் திட்டமிடவேண்டியது அவசியம். பல திருமண வரவேற்புகளில் விருந்தினர்கள் வந்த ஒரு மணி நேரத்திற்குப் பிறகுதான் மணமக்கள் வருவார்கள். பெரிய நகரங்களில் எட்டு மணியளவில் திரும்ப முற்பட்டால்தான் வாகன நெரிசலில் சிக்கித் தடுமாறி, பத்து மணிக்கு வீடு போய்ச் சேர முடியும். முக்கிய நபர் வரும்போதுதான் புகைப் படக்கருவி வேலை செய்யாது. பொது நிகழ்ச்சிகளில் திடீரென மின்சாரம் போக, மாற்று ஏற்பாடு எதுவும் இருக்காது. 'தமிழ்த்தாய் வாழ்த்து' என்ற அறிவிப்பைத் தொடர்ந்து 'நாட்டுப்பண்' ஒலிக்க பிறகு கூட்டுப் பண்ணால் தமிழ்த்தாய் படாதபாடு பட நேரிடும். விழாத் தலைவர் பேச வரும்போது, ஒலி பெருக்கி ஊமையாகிவிடும். பல நாட்கள் திட்டமிட்டு, அவற்றையெல்லாம் பட்டியலிட்டு காலக்கிரமப்படி

இலக்கியத்தில் மேலாண்மை

செய்தால் மட்டுமே இரண்டு மணி நேரம் நடக்கின்ற விழா இருபது ஆண்டுகள் மக்கள் மனத்தில் நீங்காமல் நின்று நிலைத்து நிழலாடி நீடிக்கும்.

'டாவோ டீச்சிங்' என்பது தாவோ அறிஞர் லா-வோட்சு என்பவரால் எழுதப்பட்டு, அறிஞர் அண்ணாவால் அடிக்கடி மேற்கோள் காட்டப்பட்ட புகழ்பெற்ற வாசகம் உள்ள நூல்.

"மக்களிடம் செல்
அவர்களோடு வாழ்
அவர்களை நேசி
அவர்களிடமிருந்து கற்றுக்கொள்
அவர்களுக்குத் தெரிந்ததிலிருந்து
தொடங்கு
அவர்களிடமிருப்பதை வைத்து
கட்டுமானம் செய்
பணி முடியும்போது அவர்களாகவே
செய்து முடித்த உணர்வை
ஏற்படுத்து''

திட்டமிடுவதற்குக் கீழிருந்து தொடங்க வேண்டும் என்று இன்று சொல்வதை அன்றே லா-வோட்சு கூறிவிட்டார். இருப்பதை வைத்துக் கொண்டு அதிகப் பயன்பாட்டை அடைவதே நல்ல திட்டமிடுதலாகும்.

மக்களுக்கு என்ன தேவையோ அதை உற்பத்தி செய்யும்போதுதான் நாம் செய்யும் வர்த்தகம் வெற்றிபெற முடியும். 'நான் எனக்குத் தெரிந்ததைச் செய்வேன். ஆனால் அது கட்டாயம் வியாபாரமாக வேண்டும்' என எண்ணக்கூடாது.

ஒரு கட்டத்தில் பட்டுப்புடவைகள் வியாபாரம் மிக மோசமான பாதிப்பை அடைந்தது. புடவை கட்டுவது குறைய ஆரம்பித்ததும் ஒரு காரணம். 'புடவை' என்பதால் அது 'தலைப்புச்' செய்தியாக வெளிவந்தது. நவீன, வசதியான உடைகளை உடுப்பது, பெண்கள் பேருந்தில் பயணிக்க எளிதாக இருப்பதுதான் அதற்குக் காரணம். அப்போதும் புடவை நெய்பவர்கள் தங்கள் உற்பத்தி முறையைத் தேவைக்கு ஏற்ப மாற்றிக் கொள்ளத் தயங்கினர். அப்போது சந்தையில் தேக்கம் ஏற்பட்டது. சுற்றுலாப் பயணிகள் அதிகப் பணம் கொடுத்து இவற்றை வாங்க விரும்புவதில்லை.

சென்ற வாரம் கள்ளக்குறிச்சியில் மரச்சிற்பக் கூடம் ஒன்றிற்குச் சென்றிருந்தேன். 'தூங்குமூஞ்சி' மரத்தில் சிற்பங்கள் செய்யும் அக்கூடத்தில் எல்லோரும் 'விழிப்புணர்வு'டன் இருந்தார்கள். அவர்களிடம் "முக்கால் அடிக்கு ஆயிரம் ரூபாய் விலையில் புதிய புதிய மதச்சார்பற்ற சிற்பங்களைச் செய்யுங்கள், சுற்றுலாப்பயணிகள் எடுத்துச் செல்ல வசதியாக இருக்கும்'' என்று ஆலோசனை கூறினேன். நெடும்பயணம் செல்கிறவர்கள், சின்னச் சின்னக் கையடக்கப் பொருட்களையே ஞாபகார்த்தமாக வாங்கிச் செல்ல விரும்புகிறார்கள்.

திட்டமிடுவதற்குக் கீழிருந்து தொடங்கவேண்டும் என்று இன்று சொல்வதை அன்றே லா-வோட்சு கூறிவிட்டார்

43

நம்மிடம் உள்ளதை மக்கள் வாங்க வேண்டும் என்று நினைப்பது பற்றிய உருவகக்கதை கிரேக்கத்தில் உண்டு.

அதற்கு 'ப்ரோக்ரஸ்டியன் படுக்கை' என்று பெயர். ப்ரோக்ரஸ்டஸ் என்பவர் வழியில் போகிறவர்களை கடத்தித் தன் வீட்டிற்கு அழைத்துச் செல்வார். அதற்குப் பிறகு அவர் தான் வடிவமைத்த சிறப்புப் படுக்கையில் கட்டிப் போட்டுப் படுக்க வைப்பார்.

அந்தப் படுக்கையைவிட உயரமாக இருந்தால் நீளமாக இருக்கும் பகுதியை நீக்கிப் படுக்கைக்கு ஏற்ப, சரிசெய்வார். குள்ளமாக இருந்தால் கால்களைப் பிடித்து இழுத்துப் படுக்கைக்குப் பொருந்தும்படி நீட்டமாக்க முயற்சி செய்வார். மாட்டிக்கொள்கிற அப்பாவி விருந்தாளி இரவு முழுவதும் தூங்காமல் ரண வேதனை அனுபவிப்பார்.

இன்று பல வர்த்தக நிறுவனங்கள் தங்களிடமிருப்பதை மக்களிடம் திணிக்கப் ப்ரோக்ரஸ்டஸ் போல முயற்சி செய்வதற்கு, சரியான திட்டமிடாமையே காரணம்.

நாட்டை நிர்வாகம் செய்பவர்கள் 'எப்போது வேண்டுமானாலும் போர் வரலாம்' என்று விழிப்புணர்வுடன் இருக்கவேண்டும். அவர்கள் அமைதியான காலங்களிலும் போர் குறித்த பயிற்சிகளை மேற்கொள்ள வேண்டும். பரம்பரையாகச் செயல்படும் வழக்கம் இந்தியத் தொழில் மரபில் உண்டு. சகோதரர்களுக்குள் யார் அதிகம் சுருட்டுவது என்கிற போட்டியில் நிறுவனமே போண்டியாகிவிடுவது உண்டு. சோழ மன்னர்கள் இருவருக்குள் ஏற்பட்ட போர் அப்படி சோழ சாம்ராஜ்யத்தையே பலவீனமடையச் செய்வதாக இருந்ததைப் புறநானூற்றில் படிக்கிறோம்.

சோழன் நலங்கிள்ளியும், சோழன் நெடுங்கிள்ளியும் பகைமையுடன் மோதிக்கொண்டபோது

''ஒருவீர் தோற்பினும் தோற்பது நும் குடியே
இருவீர் வேறல் இயற்கையும் அன்றே'' (45)

என்று 'நின்னுடன் போரிடுவோன் கண்ணியும், ஆத்திப்பூவால் ஆயினவே! ஒருவர் தோற்றாலும் தோற்பது நும் சோழர்குடியே அல்லவோ' என்று கோவூர் கிழார் என்கிற புலவர், ஜால்ரா தட்டாமல் முரசடித்து முழங்குகிறார். இருவரையும் இடித்துரைக்கிறார். மன்னனே நீதி வழங்கும் காலத்தில் துணிச்சலுடன் அவர் இருவரையும் கடிந்துகொள்கிறார். திட்டமிடுதல் இன்றைய சூழ்நிலையில் உள்நாட்டுப் போட்டி நிறுவனங்களை வைத்து மேற்கொள்ளப்படுவதல்ல, அந்நிய நிறுவனங்கள் ஊடுருவாதவாறு, பரந்த கட்டமைப்பை உருவாக்க வேண்டும். எண்ணற்ற வட்டாரப் பொருட்கள் அழிந்துபோனதற்கு, இராட்சத கதியில் ஊடுருவி, பரந்த விளம்பரங்கள் மூலம் தங்களை நிலை நிறுத்திக்கொண்ட நிறுவனங்கள்தாம் காரணம்.

அவை அதிக முதலீடு, குறைந்த விலை எனத் தொடங்கி, உள்நாட்டுத் தொழிற்சாலைகளை அழித்த பிறகு விருப்பம்போல் விலையை அதிகரித்துக் கொண்டன. மக்களை ஒரு குறிப்பிட்ட சுவைக்குப் பழக்கி அடிமையாக்குவதே அவர்களுடைய இலக்கு. அதற்குப் பிறகு அவர்களது பொருள் சமூக அந்தஸ்தாகவும் கருதப்பட்டு மூளையை மழுங்கடித்து மூலை முடுக்குகளெல்லாம் ஊடுருவி விடுகின்றன.

எந்தத் திட்டமும் 'அனைவராலும் ஏற்றுக் கொள்ளப்பட வேண்டும்' என்று எதிர்பார்க்க முடியாது. அது சாத்தியமுமில்லை. எவ்வளவு சிறந்த திட்டத்தையும் குறை சொல்ல வேண்டுமென்று ஒரு கூட்டம் கட்டாயமிருக்கும். இன்று அரசு எந்தப் புதிய திட்டத்தைத் தொடங்கினாலும், அதற்கு எதிராகப் புரட்சி செய்பவர்களும், போராட்டம் செய்பவர்களும் உண்டு.

அதிக முதலீடு, குறைந்த விலை எனத் தொடங்கி, உள்நாட்டுத் தொழிற்சாலைகளை அழித்த பிறகு விருப்பம்போல் விலையை அதிகரித்துக்கொண்டன.

'கன்ஃபூசியஸ்' சீனச் சிந்தனையை வடிவமைத்ததில் பெரும் பங்கு வகித்தவர். அவர் கூறிய பல கருத்துக்கள் 'அனலெக்ட்ஸ்' என்ற தலைப்பில் தொகுக்கப்பட்டிருக்கின்றன. அவருடைய ஆளுமையை நிர்வாகம், மேலாண்மை போன்ற நடைமுறைக் கருத்தாக்கங்களில் நம்மால் உணர முடியும்.

அவரிடம் சீடன் ஒருவன் ''உங்கள் நகரத்தில் எல்லோரும் உங்களை வெறுத்தால் என்ன செய்வது'' என்றான். அவர் ''எல்லோரும் வெறுப்பது நல்லதற்கல்ல'' என்றார்.

''உங்களை எல்லோரும் விரும்பினால் என்ன செய்வது''?

''எல்லோரும் விரும்புவதும் நல்ல தல்ல''

''அப்படியென்றால்.. .. ..''

''நல்லவர்கள் நம்மை நேசிக்க வேண்டும், கெட்டவர்கள் வெறுக்க வேண்டும், அதுவே சரியான வாழ்க்கை முறை'' என்றார்.

நாம் தீட்டுகிற திட்டத்தை வல்லுநர்கள் எப்படிப் பார்க்கிறார்கள் என்பதையும், அதைச் சார்ந்த மக்களுக்கு, குறிப்பாக ஏழை எளிய மக்களுக்கு அது சாதகமானதா என்பதையும் சீர்தூக்கிப் பார்க்கவேண்டுமே தவிர எல்லோரையும் திருப்திப்படுத்த முடியாது. திரைப்படத்தில் அவ்வப்போது தித்திக்கும் வரிகள் தெறித்து விழுவதுண்டு. அப்படிச் செவியில் சேர்ந்து சிந்தையில் நிறைந்த ஒரு வரி ''எல்லோர்க்கும் நல்லவன் தன்னை இழப்பான்''.

ஒரு பொருளை அறிமுகப்படுத்தும் போது கூட சரியான திட்டமிடல் தேவைப்படுகிறது. நம்மிடம் இருக்கும் சரக்கு உயர்ந்ததாக இருந்தால், அதைச் சந்தைக்குட்படுத்த நாம் புதிய உத்திகளையும், வழிமுறைகளையும் கையாளவேண்டும். அதற்குச் சில தந்திரங்கள் தேவைப்படுகின்றன. இன்று ஆன்மிகத்தைக் கூட கார்ப்பரேட் நிறுவனங்கள் போல அணுகுவதைப் பார்க்கலாம். மக்களிடம் உள்ள குறைந்த மூலாதாரங்களில் யார் அதிகம் பங்கு போட்டுக்கொள்வது என்பதே சந்தைப்படுத்துதலாக இருக்கிறது. அந்த மூலாதாரத்தில் நேரமும் அடங்கும்.

இன்று நாம் 'முத்திரைத் தூதுவர்' (Brand Ambassador) எனப் பல பொருட்களுக்குப் புகழ் பெற்ற ஒருவரை நியமித்து அவரை விளம்பரங்களில் பயன்படுத்துவதைப் பார்க்கிறோம். பொருள் புகழடையாவிட்டாலும் விளம்பரங்களால் தூதுவர் புகழடைந்து விடுவதுண்டு. அந்தத் தூதுவர் மீதுள்ள அன்பு, அவர் சிபாரிசு செய்யும் பொருள்கள் மீதும் ஏற்பட்டு, ஈர்ப்பாக மாறி, பிறகு நம் ஆழ்மனத்தில் ஐக்கியமாகிவிடுகிறது. பிறகு நாம் எங்குச் சென்றாலும் அதே பொருள், அதே முத்திரை வேண்டுமென்று அடம் பிடிப்போம்.

உலக அளவில் போட்டி போடும் இரண்டு குளிர்பானங்கள் குறித்து ஒரு பரிசோதனை நடந்தது. குறிப்பிட்ட குளிர்பானமே வேண்டும் என்பதில் தெளிவாக இருந்த இருபது பேரின் விழிகளைக் கட்டி, குளிர்பானங்கள் கொடுக்கப்பட்டன. அவர்கள் தங்களுக்கு அளிக்கப்பட்ட குளிர்பானங்

இலக்கியத்தில் மேலாண்மை

கள் தங்களுடைய விருப்பமான குளிர் பானமா என்று கண்டுபிடிக்க முடியாமல் தடுமாறினார்கள்.

விழிகளை மூடி, மூக்கையும் அடைத்து, சாப்பிட ஆரம்பித்தால் நாம் இப்போது சாப்பிடு வதில் பாதியைத் தான் சாப்பிடுவோம். நிறமும், மணமும் தான் சாப்பிடும் ஆர்வத்தை அதிகரிக் கின்றன. உணவுப்பற்றாக்குறையையும், ஊளைச் சதையையும் அகற்ற இது சரியான வழி.

★

இலக்கியத்தில் மேலாண்மை

அத்தியாயம் 9
விருத்தியே திருப்தி

தென்கிழக்கு நாடுகளில் முத்திரைத் தூதுவர் (Brand Ambassador) போன்ற மனிதர்களின் கருத்தை மக்கள் எவ்வாறு மதித்தார்கள் என்பது பற்றிய உருவகக் கதை உண்டு. அங்கு மேலாண் வகுப்பு களிலும் அது சொல்லப்படுவதுண்டு.

ஒருவனிடம் மிகச்சிறந்த குதிரையொன்று இருந்தது. அவனுக்கு ஏற்பட்ட பண நெருக்கடியின் காரணமாக அவன் அதை விற்க விரும்பினான். அவன் அதை அவ்வூர் சந்தையில் கட்டி வைத்தான். மூன்று நாட்கள் அங்கிருந்தாலும், குதிரையை யாரும் பார்க்கக்கூடவில்லை. 'குதி'க்காமல் நின்று, நின்று 'குதி'ரைக்கு 'குதி'கால் வலித்ததே தவிர, யாரும் அதனை அணுகவில்லை.

அந்த ஊரில் குதிரைகளுக்குப் பயிற்சி தருவதில் புகழ்பெற்ற மனிதர் ஒருவர் இருந்தார். குதிரைகளுக்கு ஓடுவதற்கும், தாவுவதற்கும் பயிற்சி தருவது சாதாரண செயல் அல்ல. தைரியசாலி களுக்கே குதிரைகள் கட்டுப்படும், அவர்களையே சுமக்கவும் சம்மதிக்கும். போ லீ என்பது அவர் பெயர். போ லீ, போலியல்ல, உண்மையானவர் என அனைவருக்கும் தெரியும்.

போ லீயை அணுகி அந்தக் குதிரைக்காரன் "என்னிடம் மிகச் சிறந்த குதிரையொன்று இருக் கிறது. ஆனால் யாருமே அதை வாங்க ஆர்வம் காட்டாமல் இருக்கிறார்கள். நீங்கள் நாளை வந்து அதை ஒரு பார்வை பார்த்துவிட்டுச் செல்ல முடியுமா? நீங்கள் நாளை காலையில் சந்தையில் கூட்டம் இருக்கும்போது வரவேண்டும். குதிரையைச்

பெட்டிக்கடை வைக்கிற அளவு பணத்தை வைத்துக்கொண்டு, பன்னாட்டு நிறுவனம் தொடங்கும் கனவில் நாம் மூழ்கக்கூடாது.

சுற்றிப் பார்க்க வேண்டும். ஆனால் நீங்கள் போகும் போது, கட்டாயம் ஒரு முறை என் குதிரையைத் திரும்பிப் பார்க்க வேண்டும். நான் எனக்கு வருகிற இலாபத்தில் உங்களுக்குக் குறிப்பிட்ட விழுக்காடு தந்துவிடுகிறேன்'' என்று கெஞ்சினான்.

போ லீ மறுநாள் வந்தார். அவர் குதிரையைப் பார்த்துவிட்டு, திரும்பும் போது மறுபடியும் அதை நோக்கித் தன் பார்வையைத் திருப்பி, புருவங்களை உயர்த்தினார். அன்றே அக் குதிரை அதன் மதிப்பைப் போலப் பத்து மடங்கு விற்பனையானது. இக்கதையைத் தொகுத்துள்ள மைக்கேல் சி.டாங் என்ற சீனர் ''இரண்டாயிரம் ஆண்டுகளுக்கு முன்பே புகழ் பெற்ற நிபுணர் ஒரு பொருளைப் பரிந்துரை செய்யும் வழக்கம் சீனத்தில் இருந்தது'' எனக் கூறுகிறார்.

தமிழ்நாட்டில் இலக்கியத்தை அரங்கேற்றும் பழக்கம் அதனால்தான் ஏற்பட்டது. தகுதிவாய்ந்தவர்கள் அங்கீகரித்தால் மட்டுமே மற்றவர்கள் அவற்றை ஏற்றுக்கொள்வார்கள்.

திட்டமிடும்போது ஐந்து செய்திகளை நாம் கவனத்தில் கொள்ள வேண்டும்.

1. கைகளில் இருக்கும் மூலாதாரம்
2. நம்மிடமிருக்கும் கருவிகள்
3. செயலின் தன்மை
4. சரியான நேரம்
5. சரியான இடம்

பெட்டிக்கடை வைக்கிற அளவு பணத்தை வைத்துக்கொண்டு, பன்னாட்டு நிறுவனம் தொடங்கும் கனவில் நாம் மூழ்கக்கூடாது. எனவே மூலாதாரம் முக்கியம். நீர், காற்று, இடம், பணியாளர்கள் கிடைப்பது, பண வசதி, மூலப்பொருள் ஆகிய அனைத்துமே மூலாதாரங்களில் அடங்கும். 'நம்மிடமிருக்கும் கருவிகள் மூலம் நம் திட்டத்தை நிறைவேற்ற முடியுமா?' என்பதையும் ஆராய வேண்டும். களைக்கொட்டை எடுத்துக்கொண்டு மலைவெட்டக் கிளம்பக்கூடாது. நாம் செய்கிற செயல் எப்படிப்பட்ட தாக்கத்தை ஏற்படுத்தும் என்பதும் முக்கியம். சரியான நேரத்தில் அச்செயலைத் தொடங்க வேண்டும். அதைச் செயல்படுத்த சரியான இடத்தைத் தேர்ந்தெடுக்க வேண்டும். இத்தனை நுணுக்கங்களையும் திருக்குறள் தெரிவிக்கிறது.

''பொருள், கருவி, காலம், வினை இடனொடு ஐந்தும்
இருள்தீர எண்ணிச் செயல்'' (675)

என்கிற குறள் இன்று எல்லாத் திட்டமிடலுக்கும் பொருந்தும்.

திருவள்ளுவர், 'திட்டமிடாமல் செய்கிற முயற்சி எப்படி எட்டாக்கனியாகவே இருந்து விடும்' என்று எச்சரிக்கிறார். 'செய்வதற்குத்தக்க வழிகளிலே முறையாக செய்யப்படாத முயற்சி, பலர் துணையாக நின்று அதனை முடிக்குமாறு தூண்டிய போதிலும் குறைபட்டுப்போய்விடும்' என எச்சரிக்கிறார்.

''ஆற்றின் வருந்தா வருத்தம் பலர்நின்று
போற்றினும் பொத்துப் படும்'' (468)

பொருளை விற்க சரியான நேரத்தைத் திட்டமிடுதல் அவசியம். கோடையில்தான் மக்களுக்கு விடுமுறை. அப்போது பொருட்காட்சியைத் தீவுத்திடலில் நடத்தினால் குளிர்காலப் பொருட்காட்சியைவிட அதிகக் கூட்டம் வரும் என நினைத்தோம். ஆனால் வரவில்லை. ஏனென்றால் குளிர் காலத்தில் நடக்கும் பொருட்காட்சியே அவர்கள்

மனத்தில் ஆழமாகப் பதிந்திருக்கிறது. இரண்டாவது, கோடை விடுமுறையில் அவர்களில் பலர் குளிர்ப் பிரதேசங்களுக்குச் செல்லவே விரும்புகிறார்கள். நேரம் முக்கியம். எவ்வளவு கூவிக் கூவி விற்றாலும் மக்கள் பொங்கல் சமயத்தில் பட்டாசு வாங்கமாட்டார்கள். அப்போது கரும்பும், மஞ்சளுமே மக்கள் விரும்பும் பொருட்கள். தமிழ்நாட்டில் குளிர் என்பது கொஞ்சம் தலையை நீட்டிப் பார்ப்பது மார்கழி மாதத்தில் மட்டும் தான். வடக்கில் நான்கு டிகிரி ஆகும். குளிர் குறையும்போது, இங்கு இரவு நேரத்தில் இருபது டிகிரிவரை மட்டுமே வெப்பம் இறங்கும். ஆனாலும் மேடைகளில் ஏன் இத்தனை சால்வைகளை அணிவிக்கிறார்கள் என்று எனக்குப் பணிக்கு வந்த காலத்தில் புரியாமலிருந்தது. பிறகு தான் புரிந்தது, ‘மேடையில் ஒருவருக்கொருவர் ஐஸ் வைக்கும்போது குளிராமல் இருக்கவே சால்வை போர்த்தப்படுகிறது’ என்கிற மெய்மையியல் பார்வை. தமிழர்கள் எதையுமே சூசகமாகத்தான் செய்வார்கள்.

நாம் ‘எந்த இடத்தில் எந்தத் திட்டத்தைச் செயல்படுத்துகிறோம்’ என்பதும் மிகவும் முக்கியம். எங்களுக்கு மேலாண்மையில் மார்க்கெட்டிங் பற்றிய வகுப்பெடுத்த பேராசிரியர் நாகேசுவரராவ் ‘பரிசோதனைச் சந்தை’ பற்றிக் குறிப்பிடுவார். ஒரு பொருளை முழுமையாகச் சந்தைக்குட்படுத்துவதற்கு முன்பு மக்கள் அதை எவ்வாறு ஏற்றுக் கொள்கிறார்கள் எனத் தெரிந்துகொள்ள பரீட்சார்த்தமாகக் குறிப்பிட்ட ஓரிரு இடங்களில் மாத்திரம் அதைப் பரிசோதனை செய்ய வேண்டும். அவ்வாறு தேர்ந்தெடுக்கப்படும் இடங்கள் விபரீதமான இடங்களாக இருக்கக்கூடாது. புதிய வகை சீப்பைச் சோதித்துப் பார்க்கத் திருப்பதியையோ, புதுவகை சவரக்கத்தியை பரிசோதிக்கப் பஞ்சாபையோ தேர்ந்தெடுக்கக்கூடாது என்பார்.

செயலின் தன்மையும் முக்கியம். ஒரு கட்டத்தில் திரவ சோப்பைச் சந்தையில் பல நிறுவனங்கள் அறிமுகப்படுத்தின. உடல் முழுவதும் எளிதில் பூசிக் குளிப்பதை மக்கள் விரும்புவார்கள் என்று நிறுவனங்கள் நம்பின. ஆனால் திரவ சோப்பு படுதோல்வி அடைந்தது. காரணம் எளிது. திடமான ஒன்றைக் கையில் பிடித்து அழுத்தி அழுத்தித் தேய்த்தால்தான் குளித்த உணர்வும், திருப்தியும் மக்களுக்கு ஏற்படுகிறது. அவர்களுக்குத் திரவ சோப்பை உபயோகித்தால் குளித்தது போன்ற உணர்வோ, மனநிறைவோ வருவதேயில்லை.

ஒகேனக்கல் போன்ற அருவிகளில் சிலர் சோப்புப் போட்டு அழுத்தி அழுத்தித் தேய்ப்பதைப் பார்க்கும் போது, ‘இவர்கள் இதுவரை குளித்ததேயில்லையோ!’ என்ற எண்ணம் நமக்கு ஏற்படும். ‘அங்கு வாங்கிய சோப்பை அங்கேயே தீர்த்து விட்டுத்தான் வருவேன்’ என்று குல தெய்வத்திற்கு நேர்ந்துவிட்டுக் குளிக்க வருகிறார்களோ! என்கிற சந்தேகம் ஏற்படும். ‘தீர்த்து’விட்டு வருவதால்தான் அது ‘தீர்த்த’ யாத்திரையோ! குளிப்பதே தவறு என்ற தீர்மானத்தில் இருப்பவர்கள் திரவ சோப்பைப் பற்றியோ, திட சோப்பைப்பற்றியோ கவலைப் படுவதில்லை. அப்படியொருவர் எங்கள் விடுதியில் இருந்தார். சில விசேஷ நாட்களில் நாங்களெல்லாம் அவர் திமிரத்திமிரக் குளியலறைக்குள் தள்ளிக் கட்டாயப்படுத்துவோம்.

புதிய வகை சீப்பைச் சோதித்துப் பார்க்க திருப்பதியையோ, புதுவகை சவரக்கத்தியைப் பரிசோதிக்க பஞ்சாபையோ தேர்ந்தெடுக்கக்கூடாது

எது கருவி என்பது முத்திரையையும் குறிக்கும். ‘பன்றி மார்க் பழரசங்கள்’ என்று விற்பனை செய்தால் சில மார்க்கத்தினர் வாங்க மாட்டார்கள். நாங்கள் தீவுத்திடலில் உணவுத்திருவிழா நடத்தும்போது விந்தையான விஷயத்தைக் கவனித்தோம். திருவல்லிக்கேணி பார்த்தசாரதி

கோயில் சார்பாகக் கடைபோட்டு அதில் புளி யோதரை, சர்க்கரைப் பொங்கல் போன்ற, இணை வைக்காத பொருட்களைப் படையல் செய்யாமல் விற்பனை செய்ய ஏற்பாடு செய்தோம். அவை 'பிரசாதம்' அல்ல; 'பிற சாதம்' மட்டுமே. அவற்றை அதிகம் வாங்கிப் புசித்தவர்கள் மற்ற மதத்தினர் தாம்.

முத்திரை முக்கியம் என்பதற்கு ஓர் உதாரணத்தைப் பேராசிரியர் நாகேசுவரராவ் கூறுவார். ''கோபுரம் பீடிகள் என்று அறிமுகப்படுத்தினார்கள், மீனாட்சி யம்மன் கோபுரத்தை முகப்பில் போட்டு வியாபாரம் செய்த போது, ஒருவர் கூட வாங்கமுன்வரவில்லை. புனிதத்தன்மை கொண்ட கோபுரத்தைப் புகை யிலையோடு தொடர்புப்படுத்திய வர்த்தகம் புகைய ஆரம்பித்து பிரச்சினையாகிவிட்டது''. அவரிடம் சகமாணவர் ஒருவர் ''அப்புறம் எப்படி கணேஷ் பீடி மட்டும் இருக்கிறது?'' என்று கேட்டார். உடனே பேராசிரியர் சொன்னார். ''கணேஷ் என்பது பலருடைய பெயராகவும் ஆகிவிட்டது. மேலும் கணேஷ் பிரம்மச் சாரிக் கடவுள் எனவே பிரச்சினை எழவில்லை''.

''செய்தபிறகு உடைக்க அனுமதிக்கும் ஒரே கடவுள் நீ தான்'' என்கிற பொருளில் ஞானக்கூத்தன் எழுதிய கவிதை நினைவுக்கு வருகிறது. விநாயகரை மட்டும்தான் ஆடுவது போலவும், அமர்ந்திருப்பது போலவும், சாய்ந்திருப்பதுபோலவும் எந்த வடிவத் தில் வேண்டுமானாலும் வைத்துக் கொள்ளலாம். இலக்கணங்களைத் தாண்டிய புதுக்கவிதை அவர்.

திட்டமிடுவதற்கு யாரைப் பயன்படுத்துவது என்பதை மட்டும் கருவி என்கிற திருக்குறள் பதம் குறிப்பிடவில்லை. யாரை நோக்கி என்பதும் திட்ட மிடுதலில் இருக்கிறது. இன்று தொலைக்காட்சியில் எந்த விளம்பரத்தைப் பார்த்தாலும் அதில் ஓர் அழகிய பெண், குழந்தை, செல்லப்பிராணி ஆகியவை இடம்பெற்றிருக்கும். இளைஞர்கள் கவனத்தை ஈர்க்கும் பொருட்டு அழகிய பெண். குழந்தைகள் கவனத்தை ஈர்க்கச் செல்லப் பிராணி. இன்று என்ன பொருள் வாங்கவேண்டும் என்பதைப் பல வீடு களில் குழந்தைகள் தாம் தீர்மானிக்கிறார்கள். பெற்றோர்களை அழைத்துக்கொண்டு போய் தங்களுக்கு வேண்டியதை வாங்கிக் கொண்டு, அவர்களும் என்ன உடுத்த வேண்டும் என்பதை, முடிவு செய்து வாங்கித்தருகிற பிள்ளைகள் அதிக மாகிவிட்டதால் அவர்கள்தாம் விளம்பரங்களில் இலக்காக இருக்கிறார்கள்.

'பைபிள்' என்பதற்குப் புத்தகம் என்று பொருள். 'விவிலியம்' என்றால் தமிழில் புத்தகம் என்று பொருளல்ல. அது வேதப்புத்தகம் மட்டு மல்ல. இலக்கியமாகவும் 'கூட' விளங்குகிறது. ஆங்கிலமொழியில் அதிகப் பங்களிப்பு செய்த முதல் புத்தகம் 'பைபிள்' இரண்டாவது பங்களிப்பு நிகழ்த்திய மனிதர் ஷேக்ஸ்பியர். எனவே பைபிள் என்பது நம்பிக்கை அற்றவர்களும், மாற்று மதத் தினரும் 'கூட' படிக்க வேண்டிய பேரிலக்கியம். அதிலிருந்து பல பதங்கள் மற்ற மொழிகளில் 'கூட' ஊடுருவியிருக்கின்றன.

திட்டமிடுவது பற்றிப் பைபிளும் சொல்கிறது. எந்தத் திட்டத்தையும் வரையறுக்கும்போது, அதில் இருக்கும் பாதகங்கள் (Risk) பற்றியும் யோசிக்க வேண்டும். 'நாம் எதிர்பார்த்தபடி நடக்காமல்

போனால் என்ன செய்வது, இழப்பு ஏற்பட்டால் தாங்கமுடியுமா?' என்பதைப் பற்றியெல்லாம் தீர்க்கமாகச் சிந்தித்து செயலில் இறங்குவதுதான் முக்கியம்.

'ரிஸ்க்' பற்றி இயேசு பெருமான் ஓர் உருவகக் கதையைச் சொல்கிறார்.

ஒருவன் யாத்திரை செல்லும் போது, தன்னுடைய பணியாளர்களை அழைத்து, தன் சொத்தை அளிக்கிறான். முதல் பணியாளரிடம் ஐந்து தோலாவும், அடுத்தவரிடம் இரண்டும், மூன்றாமவரிடம் ஒன்றும் அவரவர் தகுதிக்கேற்பத் தரப்படுகின்றன. தாழ்கிற கைகளின் தரமே தருவதைத் தீர்மானிக்கிறது.

ஐந்து தோலாவைப் பெற்றவன், அதை வைத்து வியாபாரம் செய்து, இன்னும் ஐந்து தோலாவைச் சம்பாதித்தான். இரண்டைப் பெற்றவன் அதை வைத்து வியாபாரம் செய்து இன்னுமிரண்டு சம்பாதித்தான். ஒரு தோலாவைப் பெற்றவன், அந்தப் பொன்னைக் குழி தோண்டிப் புதைத்து, எஜமானரின் சொத்தை மறைத்துவைத்தான்.

வெகுநாட்களுக்குப் பிறகு திரும்பிய எஜமானர் அவர்களிடம் கணக்கு கேட்டார். ஐந்து தோலாவைப் பெற்றவன் பத்து தோலாப் பொன்னைத் திரும்ப ஒப்படைத்தான். இரண்டு தோலாவைப் பெற்றவன் நான்கு தோலாவை ஒப்படைத்தான். அவர்கள் இருவரிடமும் முதலாளி, 'நீங்கள் விசுவாசமான வேலையாட்கள்' என அகமகிழ்ந்தார்.

ஒரு தோலாவைப் பெற்றவன் 'நான் நீங்கள் கடுமையானவர் என்பதால், இதை இழந்துவிடக் கூடாது என மண்ணில் புதைத்து வைத்தேன்' என அதை அப்படியே ஒப்படைத்தான். கோபமடைந்த முதலாளி, அந்தத் தோலாவைப் பறித்துப் பத்து தோலாவைத் தந்தவனிடமே ஒப்படைத்தார். எதுவுமே செய்யாதவனை விரட்டியனுப்பினார்.

நம்மில் பலர் அந்த ஒரு தோலா பொன்னைப் பெற்றவனைப் போலத் தான், உடலையும், அறிவையும் பயன்படுத்தாமல் குழிதோண்டிப் புதைத்து வைத்திருக்கிறோம். 'பயன்படுத்தினால் பழுதாகுமோ' என்கிற பயமே காரணம். பதுக்குவது எதுவும் பத்திரமாக இருப்பதில்லை என்பதே உலக நியதி. விருத்தி செய்பவனே திருப்தியடைகிறான்; விருட்சமாகிறான். புதைத்து வைப்பவன் புதைந்து போகிறான்; புலராமல் சாகிறான்.

அத்தியாயம்

10

குறுக்குவழி வெற்றி(யாளர்)கள்

'ரிஸ்க்' எடுப்பது எப்படி வெற்றியைத் தந்திருக்கிறது என்பதற்குச் சரித்திரமே சான்று. போர் என்பது மிகப் பெரிய மேலாண்மையை உள்ளடக்கியது. உன்னிப்பாகத் திட்டமிடும் போது தான் போரில் வெற்றி பெறமுடியும்.

மூலாதாரங்கள், கருவி, செயலின் தன்மை, காலம், இடம் என்ற அனைத்துமே சரியாக அமைந்தால்தான் வெற்றி விளையும். தவறான பருவத்தில் படையெடுத்ததால்தான் இரஷ்யாவில் 'நெப்போலியன்' 'தப்போலியன்' ஆனார். ஹிட்லர் குளிர்காலத்தில் படையெடுத்து 'ஹிட்' ஆகாமல் போனார்.

அலெக்ஸாண்டர், போரஸ் மன்னனை எப்படி வென்றார் என்பது பற்றிய குறிப்பு அலைஸ் அல்பேனியா என்கிற பெண் எழுதிய 'சிந்துநதிக் கரை சாம்ராஜ்யங்கள்' என்கிற நூலில் காணக் கிடக்கிறது.

ஏர்ரியன் என்கிற சரித்திர ஆசிரியர் அலெக் ஸாண்டருடைய படையெடுப்பைப் பற்றி எழுது கிறார். அவர் பஞ்சாபை அடைந்தபோது எல்லா நதி களிலும் வெள்ளம் கரைபுரண்டு ஓடிக்கொண் டிருந்தது. எங்குச் சுழல் இருக்கிறது என அறிய முடியாத சூழல். ஜீலத்தின் மறுகரையில் பெரும் படையுடன் போரஸ் காத்துக் கொண்டிருக்கிறார். நதியைக் கடக்க முற்படுவது முட்டாள்தனம் என்பது இருவருக்கும் தெரியும். முன்னேறுவது போல் தினமும் இரவு வெற்று கோஷங்களை எழுப்பி அலெக்ஸாண்டருடைய படை ஆரவாரம்

செய்தது. போரஸ், தன் யானைகளுடன் கரைவரை வந்து, பிறகு அது பொய்க்கூச்சல் எனப் புரிந்து வாளாவிருப்பார். இது அவரை அயர்வடையச் செய்தது. ஒரு கட்டத்தில் சலிப்பும், அலுப்பும், அசைக்க முடியாத நம்பிக்கையும் அவருக்கு ஏற்பட்டது. போர் முனையில் எதிரியை ஒருபோதும் குறைவாக மதிப்பிடக் கூடாது. ஆனால் அந்தத் தவற்றை போரஸ் செய்தார்.

அதற்குள் நதி வளைந்து செல்லும் வேறொரு இடத்தில் தீவு ஒன்று இருப்பதை அலெக்ஸாண்டருடைய ஒற்றர்கள் கண்டுபிடித்துவிட்டார்கள். அவர்கள் நதியைக் கடப்பதைப் போரஸ் அறிவதற்கு முன்பு, அலெக்ஸாண்டருடைய ஆயத்தப் படை தீவு வழியாக நதியைக் கடந்து போரஸ் படை அறியாதவண்ணம் அவர்களைப் பின்பக்கமாகத் தாக்க முற்பட்டார்கள். 'அலேக்'காகத் தாக்கியதால்தான் அவர் அலெக்ஸாண்டர். அவர்களுடைய போர் வீரர்கள் மாவுத்தர்கள் மீது அம்பு செலுத்திக் கொன்றனர். யானைகள் தாறுமாறாக ஓடின. அவற்றிற்கு போரஸின் வீரர்கள் பலியானார்கள். ஆனால் பாரசீக மன்னன் மூன்றாம் 'டேரியஸ்' போலப் போர்க்களத்தை விட்டு உயிருக்குப் பயந்து ஓடாமல் இறுதிவரைப் போரிட்டவர் போரஸ் என்பதே அவருடைய பெருமையாக நீடிக்கிறது. தோற்றும் வென்றவர் போரஸ்.

போர் முனையில் எதிரியை ஒருபோதும் குறைவாக மதிப்பிடக் கூடாது.

வட இந்தியாவில் 'போரஸ் ஏன் தோற்றார்' என்பது பற்றிய கதையுண்டு. அலெக்ஸாண்டர் நிச்சயம் தோற்றுவிடுவார் என்று பயந்த அவருடைய மனைவி இரவில் யாருக்கும் தெரியாமல் போரஸிடம் சென்று 'என்னைத் தங்கையாக ஏற்றுக்கொள்' என்று ராக்கியை அவருடைய வலதுகையில் கட்டியதாகவும், அதனால்தான் அலெக்ஸாண்டரைக் கொல்ல வாய்ப்பு வந்தும் போரஸ் என்கிற புருஷோத்தமன் கொல்லவில்லை என்றும் அங்கு நாட்டுப்புறக் கர்ணவழிச் சித்திரிப்பு உண்டு. இந்தியர்கள் ராக்கியை எவ்வளவு புனித உறவாகக் கருதுகின்றனர் என்பது இதன் மூலம் உணரப்படுகிறது. 'புரு' என்றே வட இந்தியர்கள் போரஸைச் சொல்கின்றனர். 'புரு' என்பது யயாதியின் கடைசி மகனின் பெயரும்கூட.

மாக்கியவல்லியின் 'இளவரசன்' பற்றிய பல ஆங்கில இலக்கியப் படைப்புகளில் அது குயுக்தி நிறைந்தது என்றே சித்திரிக்கப்பட்டு இருந்தாலும், அது ஆழ்ந்த அனுபவப் பிழிவு என்பது தான் உண்மை. இன்று இந்தியாவில் இருக்கும் ஐ.ஏ.எஸ். அதிகாரி போல அவர் ஃப்ளோரெண்டைன் நாட்டிற்குப் பணிபுரிந்தவர். வெளிநாடுகளுக்கும் தூதராகப் பணியாற்றியவர். ஆனால் அவர் பணியாற்றிய அரசு வீழ்ந்தபோது, அவருடைய பணியும் பறிபோனது, திறமை திரஸ்கரிக்கப்பட்டது, நய வஞ்சகம் நமஸ்கரிக்கப்பட்டது. அவர் தன்னுடைய அனுபவங்களை எழுத நேர்ந்தது. அவர் சரித்திரத்திலிருந்தே தன்னுடைய நூல்களுக்கு மேற்கோள்களைத் தெரிவிக்க நேர்ந்தது.

அவர், ''ஓர் அரசர் தன்னைச் சுற்றி, நேர்மையும் துணிவும் கொண்டவர்களையே பணியமர்த்த வேண்டும்; ஆனால் அதேநேரத்தில் அவர்களுக்குத் தேவையானவற்றைத் தானே முன்னின்று, அவர்கள் 'துண்டுச் சீட்டு' கொடுக்காமலேயே செய்துமுடிக்க வேண்டும்'' என்றும் குறிப்பிடுகிறார். எவ்வளவு அனுபவப்பூர்வமான வரிகள். நேர்மையாளர்கள், அரசு நிர்வாகத்தில் முழுக் கவனமும் செலுத்தினால் போதும்; நாடு எங்கேயோ சென்றுவிடுமே.

அரசியல் கோளாறுகளையும், நிர்வாகக் குளறுபடிகளையும் முன்கூட்டிய உள்ளுணர்வின்படி அறியமுடிந்தால் அவற்றை விரைவில் தீர்க்க முடியும். இல்லாவிட்டால் அவை புரையோடிய புண்ணாகக் காலையே அகற்றும்படி செய்துவிடும் என்கிறார் மாக்கியவல்லி. 'திட்டமிடல்' என்பது ஆபத்துகளையும் எதிர்பார்த்து அவற்றைத் தவிர்ப்பதற்கான ஏற்பாடுகளையும் குறித்துக் கொள்வது. விழா நடத்தும்போதே 'முக்கியப் பிரமுகர் வராமல் போனால் யாரை அழைக்க வேண்டும்' என்று சிந்திக்கவேண்டும். 'மின்வெட்டு ஏற்பட்டால் என்ன செய்யவேண்டும்?' என யோசிக்கவேண்டும்.

நம்மிடம் சில 'நிலைய வித்வான் கள்' இருந்தால்தான் விழா எடுக்க முடியும். 'உப்புமா' விற்கு நிலைய வித்வான் என்ற பெயர் உண்டு. வேறு எந்தச் சிற்றுண்டியும் செய்ய முடியா விட்டால், உப்புமா செய்வது அந்தக் காலத்தில் வழக்கம். ஏனென்றால் அப்போது குளிர் சாதனப் பெட்டிகள் எல்லாம் கிடையாது. இப்போது விழுப்புரம் சந்திப்பில் விழித்திருந்து 'உப்புமா' சாப்பிடுபவர்கள் உண்டு; அங்கு 'உப்புமா' 'தேமா'வாம்.

திருவள்ளுவரும்

''வருமுன்னர்க் காவாதான் வாழ்க்கை
எரிமுன்னர்
வைத்தூறு போலக் கெடும்'' (435)

என்று அறிவுறுத்துவது திட்டமிடல் பற்றிய தெளிவான கருத்தையே வலியுறுத்தும்.

'வர்த்தகத்திலும், வாழ்க்கையிலும் ஜென்' என்று ஓர் ஆங்கில நூல் – டகேஷி இசுகா என்பவர் எழுதியிருக்கிறார். 'தம்மபதம்' முதல் வாசகத்திலேயே ''எல்லாக் குணநலன்களிலும், ஈடுபாட்டுகளிலிருந்து விடுபடுவதே சிறந்தது'' எனக் குறிப்பிடுவதைச் சுட்டிக்காட்டுகிறார். எதிலும் 'ஒட்டாத ஒட்டுதல்' (Detached attachment) தேவை. இல்லாவிட்டால் நாம் நேர்மையுடனும், மனஉறுதியுடனும் செயல்பட முடியாது. தன்னுடைய மகளுக்குத் தானே அறுவை சிகிச்சை செய்ய முடியாத மருத்துவர் போன்று ஆகிவிடும். திட்டமிடும்போது அந்த 'விடுபட்ட' மனநிலை அவசியம்.

பல்தசார் க்ரேஸியன் என்கிற கிறித்துவத் துறவி 'உலக ஞானக் கலை' (The Art of Worldly Wisdom) எனும் அற்புதமான நூலை எழுதியிருக்கிறார். திருக்குறளைப் போன்ற சிறந்த நூலாகத் திகழ்கிறது.

அதில் 300 சூத்திரங்கள் இடம்பெற்றுள்ளன. அவற்றில் ஒவ்வொன்றையும் பணியிலும், வாழ்விலும், குடும்பத்திலும் நாம் செயல்படுத்த வேண்டும். அப்போது நம் செயல்கள் மகிழ்ச்சி மகரந்தம் பூசிய நிகழ்வாக மாறிவிடும்.

'திட்டமிடும்போது திட்டத்தில் உள்ள அனைத்து சரத்துகளையும் எல்லோரிடமும் பகிர்ந்து கொள்ளக் கூடாது' என்று பல்தசார் அறிவுறுத்துகிறார். அதில் சற்று பூடகம் இருக்க வேண்டும் அப்போதுதான் அந்தத் திட்டத்தை முறியடிக்க முயல்பவர்கள் முடியாமல் தோற்பார்கள். சில ரகசிய முன்னேற்பாடுகள் நமக்கு மட்டுமே தெரிய வேண்டும். சில வர்த்தகக் குடும்பங்களில் குடும்பத் தலைவர் தான் பொருள்களை வாங்குவார். அவர் யாரிடம், எவ்வளவு தொகைக்கு வாங்குகிறார் என்பதை மாத்திரம் இரகசியமாகவே வைத்திருப்பார். மார்வாரி குடும்பங்களில் அந்தப் பழக்கம் உண்டு. பங்கு பிரிக்கும்போது, அந்தக் குறிப்பிட்ட தொழில் யாருக்குப் போய்ச் சேருகிறதோ, அவருக்குத் தான் அதைக் காயத்ரி மந்திரம் போல காதில் ஓதுவார். இல்லாவிட்டால் அவருக்கு மரியாதை இருக்காது.

மார்வாரிகளுக்குத் தெரிந்த நுட்பம், மன்னனுக்குத் தெரியாமல் போய்விட்டதால் ஏற்பட்ட துயரம்தான் 'கிங்லியர்' சோக காவியம். ஷேக்ஸ்பியர் அதை வேண்டுமென்றே துன்பவியலாக முடித்திருப்பார். தனக்கெனத் தன் இராஜ்யத்தில் ஒரு பங்கையோ, முக்கியப் பொறுப்பையோ வைத்துக்கொள்ளாமல் அனைத்தையும் அவசரப்பட்டு ரீகன், கொனேரில் என்ற இரண்டு மகள்களின் பசப்பு வார்த்தைகளில் மயங்கிப் பிரித்துக் கொடுத்ததால், லியர் பரதேசியாகித் தவிக்கிறார். தன் இளைய மகள் கார்டலியாவின் அன்பு உண்மையானது என்பதை உணரும் போது, அவர் அவளுக்கு அளிக்கக் கைகளில் எதுவுமின்றித் திகைக்கிறார்.

கிங் லியர் போல மகன்கள் மீதும், மகள்கள் மீதும் நம்பிக்கை வைத்து சொத்தைப் பிரித்துக் கொடுத்த பின், சொத்தையாகக் கருதப்படுகிற பலரை நாம் வாழ்வில் சந்திக்கிறோம். நம்பிக்கை என்பது வேறு; விசுவாசம் என்பது வேறு. கொஞ்சம் சந்தேகமும் கலந்திருப்பதே நம்பிக்கை. நம் நம்பிக்கையில் செய்கூலியும் உண்டு; சேதாரமும் உண்டு. இருக்கிற குறைபாட்டை ஒத்துக்கொள்வதுதான் திட்டமிடுவதன் முதல் கட்டமாகத் திகழும். மருத்துவப் பரிசோதனையே நிகழ்த்த அனுமதிக்காதவன் எப்படி நோயிலிருந்து விடுபடமுடியும்?

பழங்காலத்தில், ஒரு நாட்டு மன்னனை மரியாதை நிமித்தமாகப் பார்க்கச் சென்ற மருத்துவர் ஒருவர் இருந்தார். அவர் பார்த்த உடன் நோயைச் சொல்லும் ஞானம் பெற்றவர். அவர் மன்னனைச் சிறிதுநேரம் பார்த்தவுடன் 'உங்கள் தோலுக்கும், தசைக்கும் இடையில் கிருமிகள் இருக்கின்றன. இப்போதே அதை குணப்படுத்தாவிட்டால், அக்கிருமிகள் உறுப்புகளைப் பாதிக்க ஆரம்பித்து விடும்' என்றார்.

> நம்பிக்கை என்பது வேறு;
> விசுவாசம் என்பது வேறு.
> கொஞ்சம் சந்தேகமும்
> கலந்திருப்பதே நம்பிக்கை.
> நம் நம்பிக்கையில் செய்கூலியும் உண்டு;
> சேதாரமும் உண்டு.

ஆனால் மன்னனோ ''எனக்கு எந்த நோயும் இல்லை. நான் நன்றாகத் தான் இருக்கிறேன்'' என்று அப்பட்டமாக மறுத்ததோடு, அவர் போன பிறகு ''இந்த மருத்துவர்கள் நன்றாக இருப்பவனைக் 'குணப்படுத்துகிறேன் பேர் வழி' எனக் கிளம்பி தம்பட்டம் அடித்துக்கொள்வார்கள்'' என்றான்.

பத்து நாட்கள் கழித்து மறுபடியும் மன்னனைப் பார்த்த மருத்துவர் ''இப்போது உங்கள் கிருமி தசைக்குள் நுழைந்துவிட்டது.'' ''இப்போது புறக் கணித்தால் கடுமையான பாதிப்புகள் ஏற்படும்'' என ஆற்றாமையால் சொன்னார். தன் கண்முன்னேயே ஒருவர் அழிந்து போகும் போது, சான்றோர்கள் சற்று வருத்தப்படுவதுண்டு.

மறுபடியும் சில நாட்கள் கழித்துச் சென்ற மருத்துவர், ''இப்போது உங்கள் நோய் வயிறு, நெஞ்சு, குடல் ஆகிய பகுதிகளுக்குப் போய் விட்டது'' என்றார். அப்போதும் அரசன் அசைந்து கொடுக்கவில்லை. சில நாட்கள் கழித்து உடல் முழுவதும் வலியினால் துடித்த மன்னன் மருத்து வருக்கு ஆளனுப்பினான். அவரோ ''இப்போது எலும்பு மஞ்ஞையை நோய் தாக்கியிருக்க வேண்டும். இனி அவர் உடல் காலத்தின் கை களில்'' என்று உதட்டைப் பிதுக்கினார். மன்னர் உயிரிழக்க நேர்ந்தது.

உடலையும் திட்டமிட்டுப் பராமரிக்க வேண்டும். கடலையும் திட்டமிட்டுப் பராமரிக்க வேண்டும். அதற்குத்தான் கடற்கரை ஒழுங்கு முறை விதிகள்.

இந்தியச் சூழலில் ஐந்துவிதமான மேலாளர்கள் காணப்படுவதாக, ஷாரு ரங்னேகர் குறிப்பிடுகிறார். முதல் ரகம் வசீர்கள் – நிறுவனத்தின் முதலாளியின் கையாளாக இருப்பவர் முதல் வகை. அவர் மூலமே முதலாளியை அணுகமுடியும். அவர்கள் முதலாளி யின் வலதுகையாகவும், தேவைப்பட்டால் இடது கையாக இருந்து அசிங்கப்படவும் தயாராக இருப்பார்கள். இவர்கள் அமைப்பை முகலாய சாம்ராஜ்யம்போல் நடத்துவார்கள். சுல்தான்கள் சுகித்திருக்கும்வரை இவர்களை மற்றவர்கள் சகித்திருப்பார்கள்.

இரண்டாவது ரகம் ஜகதல பிரதாபன்கள் - இவர்கள் எல்லாவற்றிலும் முடிவெடுக்கும் மனிதர் களாகச் செயல்படுவார்கள். அங்கங்கே ஆள் பிடித்துக்கொண்டு, எல்லாச் சூழலிலும் குறுக்கு வழியில் கும்மியடித்து உச்சத்திற்குப் போய், கடைசியில் உண்மை தெரிந்து எச்சமாய் எறியப்படு வார்கள்.

மூன்றாவது ரகம் பாலாடை மேலாளர்கள் - அதிகம் பதவியுயர்வு பெற்ற தலைமை எழுத்தர். பதவி உயர்வு பெற்றும் பாலாடை மேலாளர்கள் குமாஸ்தா வேலையிலேயே தாம் இருப்பதாக எண்ணி அதிலேயே அதிகம் கவனம் செலுத்து பவர்கள்.

நான்காவது ரகம் காக்டெய்ல் மேலாளர்கள் – விருந்துகள், கேளிக்கைகள் போன்றவற்றில் அக்கறை செலுத்தி, கவனத்தை ஈர்த்து பணியுயர்வு பெறுவார்கள்.

ஐந்தாவது தொட்டில் குழந்தைகள் – இவர்கள் மேலாண் நிறுவனங்களிலிருந்து எவ்வித அனு பவமும் இல்லாமல் மேலாளர் பணிக்கு வந்து, படித்ததையெல்லாம் செயல்படுத்த முயன்று, குழப்பமும், விரக்தியும் அடைபவர்கள்.

மிகப்பெரிய நிறுவனங்களில் நிர்வாகிகளாக இருப்பவர்கள் சொந்த முயற்சியில் உயர்ந்ததைப் பார்க்கலாம். அவர்கள் திட்டமிட்டதும், மற்றவர்

களிடம் உற்று கவனித்துக் கற்றுக்கொண்டதுமே உண்மையான காரணங்கள். அப்படிப் பல உத்திகளை நாம் படிக்கும் இலக்கியங்கள் மூலமும், கேள்வி ஞானம் மூலமும் பெறலாம்.

ஷாரு ரங்னேகர் கூற மறந்த 'மாம்பழ மேலாளர்' கதையை நாம் திருவிளையாடலிலிருந்து

தெரிந்து கொள்ளலாம். சுவையுள்ள மாம்பழம் ஒன்றை நாரதர் சிவபார்வதியிடம் கொடுத்த கதை நுட்பமானது. இரண்டு குழந்தைகளுக்குப் போட்டி. ஏதேனும் ஓர் அடிப்படையில் அப்பழம் ஒருவருக்கு மாத்திரம் தரப்பட வேண்டும்.

உடனே சிவனும் பார்வதியும் ஒரு பணியைச் சிந்தித்து அதை முடிப்பவர்களுக்குப் பழத்தைத் தருவது என்று முடிவெடுக்கிறார்கள்.

'உலகத்தை முதலில் சுற்றி வருகிறவர் பழத்தைப் பெறுவார்' என்பதுதான் அவர்கள் வைத்த தேர்வாணைய வினா. 'பெற்றோர்தாம் உலகம்' எனத்தாமாகவே முடிவெடுத்து சுற்றிவந்து, சிவபார்வதியையும் ஒப்புக்கொள்ள வைத்துப் பழத்தைப் பெற்றுவிடுகிறார் கணபதி. உண்மையில் சிரமப்பட்டு உலகத்தையே சுற்றி வந்த முருகனுக்குப் 'பழம்' கொடுத்துவிடுகிறார்கள் பரமேஸ்வர பார்வதி.

இன்னும் பல நிறுவனங்களில் சிரமப்படுகிறவர்களுக்கு முக்கியப் பணியோ, முன்னுரிமையோ, பதவி உயர்வோ கிடைப்பதில்லை. மாறாக, யார் முதலாளிகளைச் சுற்றிவருகிறார்களோ, முதலாளி குடும்பம் தீபாவளிக்குப் புடவை எடுக்க ஒத்தாசை செய்கிறார்களோ, அவர்கள் வீட்டில் எடுபுடி வேலை செய்கிறார்களோ அவர்கள் தாம் நிறுவனத்தில் செழிப்பாக இருப்பார்கள். அவர்களுடைய பணிவு ஒரு விதமான காரியநோக்கு கொண்டது என்பது முதலாளியைத் தவிர மற்றவர் களுக்கெல்லாம் தெரியும். கணவனின் நடத்தைக் கோளாறு கடைசியாகத் தான் மனைவிக்குத் தெரிவதைப் போல, நிறுவனம் செழிக்கப் பாடுபடுபவர்களே 'உண்மையான விசுவாசிகள்' என்பதை அவர்கள் உழைப்பால் பயன்பெற்றவர்களும் மறந்துவிடுவார்கள்.

எனக்குத் தெரிந்த ஒருவர் ஒரு நிறுவனத்தில் எப்போதுமே முதலாளியின் கையாளாக இருப்பார். முதலாளிகள் மாறினாலும், அவர் மாறமாட்டார். அப்படியிருக்கும் ஒருவர் என்னிடம் தன் தொழில் இரகசியத்தைப் பகிர்ந்து கொண்டார். ''நான் பசு மாட்டிடம் பால்கறக்க, கன்றுக்குட்டிகளைக் காக்காய்ப் பிடிப்பேன்'' என்றார், முதலாளிகளின் மகன்களிடம் நெருங்கி நிறுவனத்தில் முதல் ஆளாக இருப்பார்.

உண்மையாக உழைத்தும் தோல்வியடைந்த முருகனையே நாம் 'தமிழ்க் கடவுளாக' பாவிப்பது குறியீட்டாலா, விபத்தாலா என்பது விசாரிக்கப்பட வேண்டிய விஷயம்.

★

அத்தியாயம்

11

சுமையினும் நினைவே சுகம்!

திட்டமிடுவதற்குப் பிறகு அதுபற்றிய ஏற்பாடுகளைச் செய்வது மிகவும் அவசியம். ஆங்கிலத்தில் அதற்கு 'ஆர்கனைசிங்' என்று பெயர். கோட்பாடு ஏற்பாடுடன் சேரும்போதே பணி புறப்பாடு ஆகும்.

'பலன் ஒரு நிமிடம், உழைப்பு பல மணி நேரம்' என்பதுதான் மேலாண்மையின் ஏற்பாடுகளைச் செய்பவர்கள் கவனிக்கவேண்டிய முக்கிய நெறி. அதன் அடிப்படையில்தான் எந்த ஒரு நிகழ்விற்கும் எவற்றைத் திட்டமிட்டோமோ அவற்றையெல்லாம் சரிவரச் செய்கிறோமா? என்று பார்க்க வேண்டும். திட்டமிடுவது எளிது. யார் வேண்டுமானாலும் மகத்தான கனவைக் கண்டுவிடமுடியும். எட்டாத கனிக்கு முட்டாள்கள் கொட்டாவி விடலாம். ஆனால் செயல்படுத்துவது சிரமம். அதற்குத் தளராத தன்னம்பிக்கையும், கடுமையான உழைப்பும் தேவைப்படுகின்றன. வருகிற இடையூறுகளைக் கண்டு மனம் நடுங்காமல் தொடர்ந்து பணியாற்ற வேண்டும். திட்டத்தைச் செம்மையாகச் செயல்படுத்த ஏற்பாடுகளை மேற்கொள்ளும் போது ஒருவன் எவ்வளவு வைராக்கியமாக இருக்க வேண்டும் என்பதை நீதிநெறி விளக்கம் என்கிற நூலில் குமர குருபரர் குறிப்பிடுகின்றார்.

'பலன் ஒரு நிமிடம், உழைப்பு பல மணி நேரம்' என்பதுதான் மேலாண்மையின் ஏற்பாடுகளைச் செய்பவர்கள் கவனிக்கவேண்டிய முக்கிய நெறி.

''மெய்வருத்தம் பாரார் பசிநோக்கார்
கண்டுஞ்சார்
எவ்வெவர் தீமையு மேற்கொள்ளார் - செவ்வி
அருமையும் பாரா ரவமதிப்புங் கொள்ளார்
கருமமே கண்ணாயி னார்''

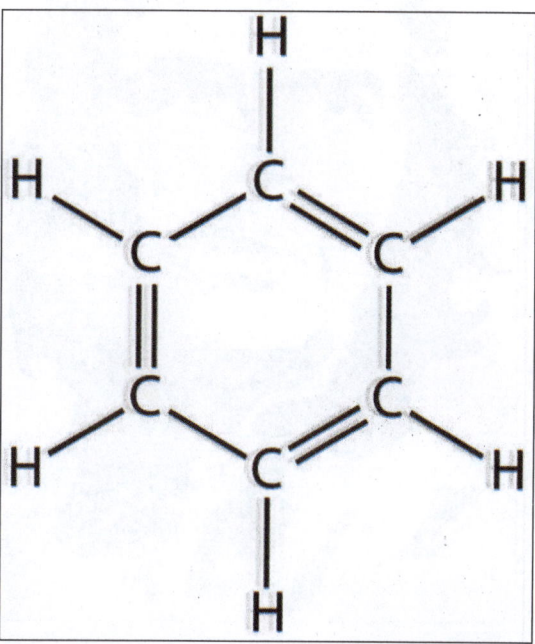

'கண்துஞ்சார்' என்றால் 'தூங்கவே மாட்டார்கள்' என்கிற பொருள் இல்லை. தூக்கத்தைத் குறைத்துக் கொள்வார்கள். தூக்கத்தில்கூட விழிப்புணர்வுடன் செயலைப்பற்றிய அரை நிலை சிந்தனையோடு இருப்பார்கள். சில சமயங்களில் அவர்கள் தேடும் வினாவிற்கான விடைகள் கனவு நிலையில் கிடைப் பதுண்டு.

பென்சீன் என்கிற வேதியல் பொருளுக்கு அறு கோண வடிவத்தில் அணுஅமைப்பு இருக்க வேண்டும் என்பதைத் தன்னுடைய கனவில் 'கேக்குலே' என்கிற விஞ்ஞானி கண்டுபிடித்ததாகச் சொல்கிறார்கள். அதற்கான வடிவத்தைப் பல நாள்கள் சிந்தித்துக்கொண்டிருந்த அவருக்கு ஒரு கனவு வந்தது. அக்கனவில் பாம்பு தன் வாலைக் கவ்விக் கொண்டிருக்கிற உருவம் தென்பட்டது. உடனே அவர் அந்த வேதியல் பொருளுக்கான

வடிவத்தை அதிலிருந்து சூசகமாக உணர்ந்து கொண்டு உருவாக்கினார் என்று சொல்வார்கள்.

உருவாகும் பொருட்களுக்கு, கருவாகும் கனவுகள் கண்துஞ்சாருக்கு ஏற்படுவதுண்டு. முப்பத்தேழு மகா காவியங்களை ஆங்கிலத்தில் படைத்து அம்மொழிக்கு வளமும், அந்நாட்டிற்குப் பலமும் சேர்த்தவர் ஷேக்ஸ்பியர். அவர் பன் படுத்திய பல வாசகங்கள் மற்ற மொழிகளிலும் உலவுகின்றன. 'மின்னுவதெல்லாம் பொன்னல்ல' என்பது வெனிஸ் நகரத்து வியாபாரியில் அவர் பயன் படுத்திய வாசகமே! அப்படிப்பட்ட ஷேக்ஸ்பியர் தினமும் மூன்று மணிநேரம்தான் தூங்குவாராம். கியூபா நாட்டு அரசியல் அமைப்புச் சட்டத்தை வடிவமைத்த சேகுவாரா மூன்று நாட்கள் ஒரே இடத்தில் அமர்ந்து தூங்காமல் உலக அரசியல் அமைப்புச் சட்டங்களையெல்லாம் வாசித்ததாகப் படித்திருக்கிறேன்.

பணியைச் செய்வதில் தங்களைக் கரைத்துக் கொள்பவர்களுக்கு வலி தெரிவதில்லை. அவர்களுக்குப் பணியை முடித்த பிறகுதான் சற்று வலி ஏற்படலாம். செய்கிற பணியை மகிழ்ச்சியும், இனிமையும் கலந்து செய்வதால் அவர்கள் அதைக் கல்லாகக் கருதாமல் கற்கண்டாகக் கருதிச் சுமப்பதால் வலி தெரிவதில்லை. ஒரே எடையுள்ள இரண்டு மூட்டைகளை இருவரிடம் கொடுத்து, ஒருவரிடம் கல் இருப்பதாகவும், மற்றவரிடம் கற்கண்டு இருப்பதாகவும் சொன்னால் கல் என்று நினைத்துச் சுமப்பவர் கஷ்டப்படுவார். கற்கண்டு என்று சுமப்பவரோ மகிழ்ச்சியடைவார். எவ்வளவு சுமக்கிறோம் என்பதைப் பொருத்ததல்ல, எதைச் சுமக்கிறோம் என்பதை நினைப்பதில்தான் மனத்தில் மகிழ்ச்சி உண்டாகிறது. சுமப்பது குழந்தை என்பதால் கர்ப்பிணிகள் அர்ப்பணிப்புடன் இருக்கிறார்கள்.

சங்ககாலத்திலேயே நிர்வாகத்தை நடத்துவதற்குத் தகுந்த பணியமைப்பு இருந்தது என்பதை இலக்கிய நூல்களில் இருந்து தெரிந்துகொள்ள முடிகிறது. சிலப்பதிகாரத்தைப் பார்க்கும் போது அரசாட்சியை மேற்கொண்ட அரசருக்கு அமைச்சன், புரோகிதன், படைத்தலைவன், தூதன், ஒற்றன் என்னும் ஐவரும் (ஐம்பெரும் குழு), (கருமகாரர், கரணத்தியல்வர், கனகர் சுற்றம், கடை காப்பாளர்,

> கல் என்று நினைத்துச்
> சுமப்பவர் கஷ்டப்படுவார்,
> கற்கண்டு என்று சுமப்பவரோ
> மகிழ்ச்சியடைவார்

நகரமாந்தர் நனி படைத் தலைவர், யானை வீரர், இவுளி மறவர், குதிரை வீரர்) என்னும் எண்மரும் (எண்பேராயம்) இன்றியமையாதவர். இவர் துணைகொண்டு அரசு இனிதியங்கும். செங்குட்டுவனின் குதிரைப் படைத்தலைவனாகிய வில்லவன் கோதையும், கணக்கதிகாரியான அழும்பில்வேளும் ஆட்சித் துணையாய் இருந்தனர். சஞ்சயனும், நளனும் தூதர் தலைவர். சஞ்சயன் கஞ்சுகமாக் கட்குத் தலைவனாயிருந்தான். அரசர் ஆணையால் ஒற்றர்கள் வேற்று நாட்டுக்கு உருமாறிச் சென்றனர். அதுபோல வேற்று அரசர்தம் ஒற்றரும் வஞ்சி வந்து மறைந்து உறைந்தனர். செயல் தொடங்கும் முன் அரசன் தன் அதிகாரிகளுடன் கலந்தாலோசித்தல் வழக்கம் என்கின்ற தகவல்கள் எல்லாம் நமக்குத் தெரிகின்றன.

ஒரு நாட்டைக் காப்பாற்ற ஏற்பாடு செய்யப்பட்ட அரண்தான் மதிற்சுவர், அகழி, கோட்டை போன்றவை. அரச செல்வம், படைகள், முக்கியமான மூலதனங்கள் போன்றவை நகருக்குள் வைக்கப்பட்டிருப்பதாலும் படைகள், குதிரைகள், யானைகள் அங்கே பாதுகாக்கப்படுவதாலும் அதைச் செம்மையாகப் பாதுகாப்பது அவசியம். அதனாலேயே அதை அரண் மிகுந்ததாக அமைத்தார்கள். அரண்மிகுந்த மனையே அரண்மனை என்று அழைக்கப்பட்டது. ‘சிலை எழுபது’ என்பது கம்பர் எழுதிய இன்னொரு நூல். அந்த நூலில் எவ்வளவு தக்க ஏற்பாடுகளுடன் அரண் அமைக்கப்படுகிறது என்று அவர் குறிப்பிடுகின்றார்.

''சரண்புகுந்தீ சனைச்சான்றோர் தம்முயிரைக்
காப்பரெனும்
வரம்புளதங் கதுவியப்பின் மருவியதோர்
வழக்கன்றால்
முரண்புகதோட் செருநர்வரின் மூதுலகோர்
வன்னியர்தம்
அரண்புகுந்து தம்முயிர்காத் தமர்ந்திருப்ப
ராதலினே''

ஏற்பாடுகளைச் செய்வதற்குத் திட்டமிட்ட வற்றைப் பற்றிய ஒரு சுருக்கக்குறிப்பு வைத்திருக்க வேண்டும். அதில் மேற்கொள்ளப்பட வேண்டிய பணிகளை வரிசைக் கிரமமாக எழுதி வைத்துக் கொள்ள வேண்டும். அவற்றில் ஒவ்வொன்றாக முடிப்பதற்கு எவ்வளவு நேரத்தை அதிகபட்சம் ஒதுக்கலாம் என்பதையும் அவற்றிற்கு எதிரே குறித்துக்கொள்ள வேண்டும். அப்போதுதான் அவற்றை ஒவ்வொன்றாகச் செய்யமுடியும். பட்டியலில் உள்ள பணிகள், குறித்த நேரத்திற்குள் முடியாமல்போகும் என்பது தெரிந்தால் அதிக மூலாதாரங்களையும், நிறைய பணியாளர்களையும் அங்கே தருவித்து அந்தப் பணியைக் காலக் கெடுவுக்குள் செய்துமுடிக்க வேண்டும். சுணக்கம் ஏற்படும் என்று தோன்றுகிற பணிகளை முன் கூட்டியே வரையறுத்து அவற்றில் தீவிர கவனம் செலுத்த வேண்டும். ஒவ்வொரு பணியாளருக்கும் பணியை முடிப்பதற்கு இலக்கை நிர்ணயிக்க வேண்டும். அவர்கள் தங்களுக்குள் ஓர் அட்ட வணையைத் தயாரித்து, குறிப்பிட்ட நாளுக்குள் அதைச் செய்துமுடிக்கிறார்களா என்பதைப் பரிசோதிக்க வேண்டும். நொண்டியடிக்கிற பணி யாளர்களைக் கண்டுபிடித்து அவர்களுக்கு ஊன்று கோலாய் உதவவேண்டும். மனச் சோர்வு அடை பவர்களுக்கு மருத்துவ வார்த்தைகள் பேசி அவர் களைச் சுறுசுறுப்புடன் இயங்கவைத்தால்தான் பணிகள் விறுவிறுப்புடன் நடக்க ஆரம்பிக்கும். அதோடு சரியான நபர்களிடம் முக்கியமான பணிகளை ஒப்படைக்கவேண்டும். இவற்றை எல்லாம் இலக்கியங்கள் பல்வேறு விதமான சம்பவங்களின் மூலம் வெளிப்படுத்துகின்றன.

எல்பர்ட்-ஹபர்ட் என்கிற அமெரிக்க எழுத் தாளர் பன்முக ஆற்றல் கொண்டவர். அவர் ஒரு பணியை எப்படிப்பட்டவரிடம் ஒப்படைக்க வேண்டும் என்பதைப் பற்றியும், ஒருவர் ஓர் அரிய பணியைத் தன்னிடம் ஒப்படைத்தால் எப்படி அதை நடத்திக் கொடுக்க வேண்டும் என்பது பற்றியும் மூன்றே பக்கங்கள் உள்ள ஒரு கட்டு ரையை எழுதியிருக்கிறார். அது ஒப்பற்ற இலக்கிய மாக விளங்குகிறது. *1899* ஆம் ஆண்டு எழுதப்பட்ட அந்த கட்டுரையின் பெயர் 'கார்ஸியாவிற்கு ஒரு தகவல்'.

அமெரிக்க ஐக்கிய நாடுகளுக்கும், ஸ்பெயின் நாட்டிற்கும் யுத்தம் ஏற்பட்டபோது போராளிகளின்

தலைவனுக்கு ஓர் அவசரத் தகவல் அனுப்ப வேண்டியதாக இருந்தது. கார்ஸியா என்கிற அவர், கியூபாவின் அடர்ந்த மலைகளில் எங்கேயோ முகாமிட்டிருப்பதாகத் தெரிந்தது. ஆனால் எங்கிருக் கிறார் என்று யாருக்கும் தெரியவில்லை. அந்தக் காலத்தில் இன்றிருக்கும் தொலைத்தொடர்புச் சாதனங்களோ செயற்கைக்கோள்களோ உபயோ கத்தில் இல்லை. தந்தியோ, தபாலோ அனுப்ப முகவரி இல்லை. போராளிகளின் தலைவனின் ஒத்தாசை அமெரிக்க ஜனாதிபதிக்கு அவசியம் தேவைப்பட்டது. யார் மூலம் அந்தத் தகவலை அனுப்புவது என்று குழப்பத்தின் அதிபதியாக ஜனாதிபதி இருந்தார். அப்போது ஒருவர், ''ரோவன் என்கிற நபர் ஒருவர் இருக்கிறார், அவர் கட்டாயம் கார்ஸியாவைக் கண்டுபிடித்துவிடுவார்'' என்று ஜனாதிபதியின் காதுகளில் கிசுகிசுத்தார். ரோவனை வரவழைத்து அவரிடம் அக்கடிதம் ஒப்படைக்கப் பட்டது. அவர் அதை முத்திரையிட்டு வழவழப் பான உறையில் போட்டு தன் நெஞ்சுப் பகுதியில் உடைக்குள் வைத்துக்கொண்டார். நான்கு நாட்கள் இரவு நேரத்தில் திறந்த படகில் பயணம் செய்து கியூபாவின் கடற்கரைப் பகுதியைத் தாண்டி அங்கிருந்த வனத்திற்குள் சென்றுவிட்டார். பிறகு மூன்று வாரங்கள் கழித்து அந்த எதிரி நாட்டைக் கடந்து எப்படியோ ஒருவழியாக கார்ஸியாவைக் கண்டுபிடித்து அந்தக் கடிதத்தைச் சேர்ப்பித்துவிட்டு வந்தார்.

இன்றைய சூழலில் அப்படியொரு கடிதத்தை கார்ஸியாவிற்குக் கொடுக்கும்படி எந்த அலுவலரிட மாவது நாம் கொடுத்தால் அவர் கேட்கும் முதல் கேள்வி 'அவர் எங்கேயிருக்கிறார்?' என்பதுதான். ஆனால் எந்தக் கேள்வியும் கேட்காமல் எல்லா வற்றையும் தானே தேடிக்கண்டுபிடித்து சொன்ன தைச் செய்துமுடித்த செயல் வீரராக ரோவன் திகழ்ந்தார்.

போராளிகளிடம் செய்தியைக் கொடுக்கிற பணி என்று இல்லை. ஒரு சாதாரணப் பணியைக் கூட செய்வதற்கு ஆயிரம் கேள்விகள் கேட்பவர் கள் உண்டு. 'இந்திய தேசியக்கொடி எப்படி உருவானது?' என்பதைப் பற்றி ஒரு சின்ன செய்தியைத் தயாரிக்க வேண்டுமென்று சொன்னால்

உடனே அவர்கள் 'அந்தத் தகவல்கள் எங்குக் கிடைக்கும்?' என்று நம்மிடம் கேட்பார்கள். 'கலைக்களஞ்சியத்தைப் பாருங்கள்' என்று சொன்னால் 'அது எங்குக் கிடைக்கும்?' என்று கேட்பார்கள். 'யாரைக் கேட்கவேண்டும்?' என்று வினவுவார்கள். அவர்களிடம் இவற்றையெல்லாம் விளக்குவதற்கு நாமே தேடிவிடலாம் என்று தோன்றிவிடும்.

இன்று ஹபர்ட் கூறுவதைப்போல பெரும் பான்மையான நிறுவனங்களில் பணியை ஒப் படைத்தால் கேள்விகளைக் கேட்கிறவர்கள் இருக் கிறார்களே தவிர, ரோவனைப்போல, பணியை ஒப்படைத்தால் செய்துமுடிக்கிறவர்கள் மிகவும் குறைவாகவே காணப்படுகிறார்கள். அப்படிப் பட்டவர்களிடம் முக்கியப் பணிகளுக்கான ஏற்பாடு களை ஒப்படைக்கும்போது ஒவ்வொரு கட்டத் திலும் மேற்பார்வை பார்க்க வேண்டிய நிலையில் நாம் இருக்கிறோம். 'இரவு விருந்து ஒன்றை ஏற்பாடு செய்யுங்கள்' என்று யாரிடமாவது சொன்னால்கூட 'எந்த இடம்', 'என்னென்ன உணவுகள்', என்று அவர்கள் தொடர்ந்து நம்மையே நச்சரித்தபடி இருப்பார்கள்.

எந்த முடிவையும் தாமாக எடுக்கத் தயாராக இல்லாத மனிதர்களின் கூட்டமாக அமைப்புகளும், நிறுவனங்களும், அரசுகளும் ஆகிவிட்டதால் தான் கோப்புகள் குட்டிக்கரணம் போட்டுக் கொண்டிருக் கின்றன. முடிவெடுக்கமுடியாத அளவிற்குச் சோம் பேறிகளாகவும், முடிவெடுத்து நமக்கு ஏதேனும் பிரச்சினை வந்துவிட்டால் என்ன செய்வது என்று

இலக்கியத்தில் மேலாண்மை

பயப்படுகிறவர்களாகவும் பெரும்பாலானவர்கள் இருப்பதால்தான் மேல் நோக்கிப் பணிகள் குவிந்து கொண்டிருக்கின்றன. நல்ல நோக்கத்துடன் முடி வெடுத்தவர்கள் மீது நடவடிக்கைகள் பாய்வதும் இதற்குக் காரணம்.

திருவள்ளுவர், செய்யும் வழிகளை அறிந்து இடையூறுகளைத் தாங்கிச் செய்துமுடிக்க வல்ல வனைத் தேர்ந்தெடுத்து அவனிடம்தான் ஒரு செயலை ஒப்படைக்கவேண்டும் என்று ரோவனைப் போன்று ஒருவரை மனத்தில் வைத்து எழுதி யிருக்கிறார்.

அறிந்தாற்றிச் செய்கிற்பாற்கு அல்லால்
வினைதான்
சிறந்தானென்று ஏவற்பாற் றன்று (515)

இடையூறுகள் இல்லாத பணி எதுவும் இருக்க முடியாது. அவற்றைக் கண்டு பின்வாங்காதவர்கள் தான் வினைத்திட்பம் கொண்டவர்களாகக் கருதப் படுவார்கள்.

ஊறொரால் உற்றபின் ஒல்காமை
இவ்விரண்டின்
ஆறென்பர் ஆய்ந்தவர் கோள். (662)

இலக்கியங்களைப் பார்க்கும் போது பழங் காலத்தில் எந்த அளவிற்கு ஒவ்வொரு செயலையும் திட்டமிடுவதோடு சரியாக அவற்றைச் செய்கிற வழி முறைகளை ஒவ்வொன்றாகக் கையாண்டார்கள் என்பதைப் புரிந்துகொள்ள முடிகிறது.

★

அத்தியாயம் 12
நல்லதுக்கு நடைமுறையை மீறலாம்!

பண்ணை மேலாண்மை என்பது வேளாண்மையின் ஒரு பகுதி. இது பொருளாதார ரீதியாகப் பயிர்களை இலாபகரமாகச் சாகுபடி செய்வது குறித்த படிப்பு. வேளாண்மைப் படிப்பின் ஒரு பகுதி. இனி வரும் காலங்களில் பண்ணை மேலாண்மை என்பது தனியியலாக வளர வாய்ப்பிருக்கிறது. இதற்குக் காரணம் சின்னப் பண்ணைகளைப் பராமரிக்கும்போது ஏற்படும் பிரச்சினைகளும், பெரிய அளவில் பண்ணைகளைப் பராமரிப்பதில் ஏற்படுகிற பிரச்சினைகளும் வெவ்வேறானவை.

இன்று வேளாண்பணிக்கு உடல் உழைப்பைத் தருபவர்கள் குறைந்து வருகிறார்கள். நாற்று நடுவதற்கும், அறுவடை செய்வதற்கும் ஆட்கள் கிடைக்காமல் பல இடங்களில் விவசாயிகள் தென்னை மரத்திற்குத் தாவினார்கள். இப்போது தேங்காய் பறிப்பதற்கும் ஆள் கிடைப்பதற்குத் தடுமாறுகிறார்கள்.

பண்ணை இயந்திரங்கள் பெருமளவு புழக்கத்திற்கு வந்துவிட்டன. வர்த்தகப் பண்ணைகளும், ஒப்பந்தப் பண்ணைகளும் பல நாடுகளில் ஏற்கெனவே அமைந்துவிட்டன. இரண்டாயிரம் ஏக்கர் நிலமுள்ள ஒரு பண்ணையைப் பராமரிக்கிறபோது அதை வெறும் வேளாண்மை அறிவுடன் நிருவகிக்க முடியாது. அதில் நிறைய மேலாண்மைக் கருத்துகளைச் சேர்க்க வேண்டும். ஒரே நேரத்தில் விதைப்பது, பூச்சிகளைக் கட்டுப்படுத்துவது, உரத்தைக் குறைவான விலையில் வாங்குவது, இடுபொருட்களைத் தரமாக வாங்கிவைப்பது, இயந்திரங்களைக்

காலக்கிரமமாகப் பயன்படுத்துவது, சந்தை நிலையை அறிந்து அதிக விலை கிடைக்கும்போது பொருட்களை விற்பது, பயிர்களைச் சுழற்சி செய்வது, ஒரு நிலத்தில் வெவ்வேறு விதமான பயிர்களை வெவ்வேறு பருவத்தில் பயிரிட்டு நிலத்தின் மகசூல் திறனைக் கூட்டுவது போன்றவை பண்ணை மேலாண்மையின் முக்கியப் பணிகளாக இருக்கும்.

கம்பர் எழுதிய 'இராமாயணம்' புகழ் பெற்ற அளவிற்கு மற்ற நூல்கள் பேசப்படுவதில்லை. 'ஏர்எழுபது' என்பது வேளாண்மையைக் குறித்த அவரது எழுபது பாடல்கள் நிறைந்த மிகச் சிறந்த நூல். அதில் திருக்குறளின் பல வரிகள் கையாளப் பட்டிருக்கின்றன. நெல் சாகுபடி பற்றி மிக நுட்பமாக, ஒவ்வொரு கட்டத்திலும் என்ன செய்வது என்பதை விளக்கி, அந்தப் பாடல்கள் புனையப்பட்டுள்ளன. அதில் உழவு செய்வதற்கு நாளைத் தேர்ந்தெடுப்பதிலிருந்து நுகத்தடி, நுகத் துளை, நுகத்தாணி, பூட்டுக் கயிறு, தொடை, கொழு, கொழு ஆணி, தாற்றுக்கோல், உழும் எருது, எருதின் கழுத்துக்கறை, எருது பூட்டுதல், ஏர் பூட்டல், ஏர் ஓட்டுதல், உழுவோன், உழவின் சிறப்பு, உழுத சாலின் சிறப்பு, மண்வெட்டியின் சிறப்பு, வரப்பின் சிறப்பு, எருவிடுதலின் சிறப்பு, சேறு செய்தல், பரம்படித்தல், வித்திடுதல், முளைத்திறன், நாற்றங்கால், நாற்று பறித்தல், நாற்று முடிச்சு செய்தல், சேறாக்கி எருவிடுதல், கதிர் முதிர்தல், போர் செய்தல், நெற்கோட்டை அமைத்தல் போன்ற நெல்சாகுபடியின் சகல நுட்பங்களையும் அவர் அலசியிருக்கிறார்.

வேளாண்மை படிக்கின்ற அத்தனை மாணவர் களும் அவசியம் படிக்கவேண்டிய இலக்கியம் இது. ஏர் எழுபது எழுதியதனால்தான் சிறு வயலைச் செம்மையாகக் கவனிக்கும் உழவனைப்போல தசரதன் நாட்டை நேர்த்தியாகக் கவனித்தான் என்று அவர் குறிப்பிடுகின்றார். வேளாண் பெருமக்களுடைய சிறப்பை அவர் 'திருக்கை வழக்கம்' என்கிற இன் னொரு நூலில் குறிப்பிடுகின்றார்.

ஏர்எழுபது நூலில் வேளாண்மை என்பது 'பிரைமரி செக்டார்' என்பதை விளக்கும் பாடலைக் கம்பர் தெளிவுபடுத்துகிறார்.

''அந்தணர்க்கு வேதமுதல் அரசருக்கு
வெற்றிமுதல்
முந்தியசீர் வணிகருக்கு முதலாய முதலுலகில்
வந்தவுயிர் தமக்கெல்லா மருந்தாக
வைத்தமுதல்
செந்தமிழ்க்கு முதலாய திருவாளர்
செய்முதலே''

'தன்னுடைய அறையையே அழகாக நிருவகிக்க ஏற்பாடு செய்யாதவர்கள் எப்படி நிறுவனத்தைச் செம்மையாக வைத்திருக்க முடியும்?' என்பது முக்கியமான கேள்வி.

வேளாண்மை என்பது இயற்கையுடன் விளை யாடும் சூதாட்டம் என்று சொல்லப்படுகிறது. அதை இழப்பின்றி நிறைவேற்றுவதற்கு மழை விவரங் களைச் சேர்த்துச் சரியான பருவத்தில் விதைப்பது, நீரை இருப்பு வைத்துக் கொள்வது, மண்ணின் தன்மைக்கேற்பப் பயிரிடுவது, கால்நடைகளை ஆதரவாக வைத்துக்கொள்வது, விதைகளை உரிய நேரத்தில் இருப்பு வைத்துக் கொள்வது, சாகு படிக்குத் தேவையான பணத்தைக் கையிருப்பில்

வைத்திருப்பது போன்ற பல நுணுக்கங்கள் அவசிய மாகும். இத்தகைய வேளாண்மை சூதாட்டத்தின் கைதியாக இல்லாமல் சுதந்திர மனிதனாக நடமாடச் செய்யும்.

முன்னெச்சரிக்கை மிகுந்தவர்கள் தான் எதிர் காலத்தின் நிச்சயமற்ற தன்மையையும் உணர்ந்து அவற்றிற்கான ஏற்பாடுகளைச் செய்யமுடியும். ஈசாப்புக் கதைகள் பார்ப்பதற்கு இரத்தினச் சுருக்க மாகவும், குழந்தைகளுக்காக எழுதப்பட்டவையாகத் தோன்றினாலும், அவற்றில் பல மேலாண்மைக் கருத்துகளைக் காணமுடியும். ஈசாப்பு இறந்த பிறகு அவருக்காக அந்தக் காலத்திலேயே ஒரு சிலை எழுப்பப்பட்டது. அடிமையாக இருந்து அறிவினால் குடிமையுரிமை பெற்றவர் அவர். அவர் முன்னெச் சரிக்கை குறித்து ஓர் உருவகக் கதையைக் கூறி யிருப்பார்.

இரண்டு தவளைகள் ஒரு குளத்தில் வசித்து வந்தன. கோடையில் குளங்கள் காய்ந்தன. எனவே அடைக்கலம் தேடி அவை புறப்பட்டன. அவை போகும் வழியில் ஆழமான கிணறு ஒன்றைப் பார்த்தன. உடனே ஒரு தவளை, இந்தக் கிணற்றில் குதித்து இதை நம் இருப்பிடமாக ஆக்கிக் கொள் வோம்' என்று சொன்னது. உடனே அந்த இன் னொரு தவளை மிகுந்த எச்சரிக்கையோடு பதில் சொன்னது 'ஒருவேளை இந்தத் தண்ணீரும் வறண்டுபோனால் இவ்வளவு ஆழத்தில் இருந்து நாம் எவ்வாறு மீளமுடியும். எனவே விளைவு களையும் எண்ணிப் பார்த்துத்தான் செயல்பட வேண்டும்' என்றது.

தவளைகள் சிந்திப்பதைப்போல சிந்திக் காதவர்கள் நேர்கோட்டுப்பாதையில் மட்டுமே பிரச்சினைகளை அலசி இடர்ப்பாடுகள் வரும்போது மண்டூகமாகி மாட்டிக்கொள்கிறார்கள். மண்டூ கங்களுக்குத் தண்டாமரை மணம் தெரிவதில்லை.

நெருக்கடிக் காலங்களில் நாம் எப்படி நிலை மையைச் சமாளிக்கிறோம் என்பது தான் மேலாண் மையின் சாரம். எல்லாம் நன்றாகப் போய் கொண்டிருக்கிறபோது மேலாண்மை அவ்வளவு அவசியமில்லை. தடங்கல்களும், எதிர்பாராத நிகழ்வுகளும் உண்டாகிறபோது அவற்றை நாம் எப்படிக் கையாளுகிறோம் என்பதுதான் நம்முடைய நிர்வாகத்திறனை வெளிப்படுத்துகிறது. பலவீன மானவர்களிடம் கறாராக நடந்து கொள்வதில் நேர்மை இல்லை. பலமானவர்களிடம் நடந்து கொள்ளும் போதுதான் அது முக்கியமாகிறது. எப் போது வேண்டுமானாலும் தடங்கல்கள் ஏற்படலாம் என்கிற எண்ணத்திலேயே நன்றாகச் சிந்தித்து எச்சரிக்கையுடன் நாம் நிறுவனத்தைக் கையாள வேண்டும். வெள்ள மேலாண்மை கூட்டம் நடக்கிற போது வெள்ளமே வராது என்கிற மிதப்பில் அதில் கலந்து கொள்ளக்கூடாது, அதை நடத்தவும் கூடாது.

பலவீனமானவர்களிடம் கறாராக நடந்து கொள்வதில் நேர்மை இல்லை. பலமானவர்களிடம் நடந்துகொள்ளும் போதுதான் அது முக்கியமாகிறது.

அர்த்தசாஸ்திரத்தில் முறையாக நிருவகிக்கப் படுகிற நாட்டைப் பற்றிய குறிப்புகள் விலாவாரியாக விவரிக்கப்பட்டிருக்கின்றன. அதில் கௌடில்யர் 'ஓர் அரசன் மற்றவர்களுடைய உதவியோடுதான் ஆட்சி செய்யமுடியும். ஒரு சக்கரத்தால் தேரைச் செலுத்த முடியாது. எனவே தகுதியான நபர்களைத் தன்னுடைய ஆலோசகர்களாக நியமிக்க வேண்டும். அவர்களுடைய யோசனைகளைக் கேட்க வேண்டு மென்று குறிப்பிடுகின்றார்'. தரிசாகக் கிடக்கும் நிலங்களையும் சரிசெய்து மக்கள் குடியிருப்பு களை ஏற்படுத்த வேண்டும். நாட்டின் எல்லைப் புறத்தில் வலிமையான கோட்டைகளை உருவாக்க வேண்டும். தலைநகரை முறையாக வடிவமைக்க வேண்டும், தன்னுடைய ஆலோசகர்களையும்,

இலக்கியத்தில் மேலாண்மை

அமைச்சர்களையும் தேர்ந்தெடுத்து நியமிக்க வேண்டும், முக்கியமான நிகழ்வுகளில் விவாதங்கள் நடத்தவேண்டும், அமைச்சர்களுடைய நேர்மையை அவ்வப்போது பரிசோதித்து திருப்தி அடைய வேண்டும். உயர் அலுவலர்களைக் கவனத்துடன் நியமிக்க வேண்டும்.

அர்த்தசாஸ்திரம் என்பது கௌடில்யர் சுயம்புவாக எழுதிய பொருளாதார நூல் அல்ல. 'அர்த்தம்' என்றால் சமஸ்கிருதத்தில் 'பொருள்' என்று பெயர். அவர் அதன் முகப்பிலேயே 'இது வரை உள்ள அர்த்தசாஸ்திரங்களுக்கு என் பணிவான நன்றிகள்' என்று நன்றி மூலம் வாக்குமூலம் வழங்கு கிறார். அதிலிருந்து அவருக்கு முன்னாலேயே இது போன்ற பொருளாதார நூல்கள் எழுதப்பட்டிருந்தன என்பது தெரிகிறது. ஓர் அரசால் பராமரிக்கப்பட வேண்டிய ஒன்பது வகையான ஆவணங்கள் பற்றி அவர் குறிப்பிடுகின்றார். அவை தகவல் ஆவணங ்

கள், ஆணைகள், மானிய ஆணைகள், விதி விலக்குகள், அதிகாரப் பகிர்வு, வழிகாட்டுதல், பதில் ஆவணங்கள், அறிவிப்புகள் ஆகியவை ஆகும். இவற்றைப் பார்க்கும்போது இரண்டாயிரம் ஆண்டுகளுக்கு முன்பே இந்திய மரபில் 'ஆவணப் படுத்துதல்' என்பது எவ்வளவு சிறப்பாகக் கடைப் பிடிக்கப்பட்டது என்பதை உணரலாம்.

அர்த்தசாஸ்திரத்தில் வர்த்தகத்தை நிர்வகிப்பது குறித்து மேற்கொள்ள வேண்டிய ஏற்பாடுகள் அலசப் பட்டிருக்கின்றன. சோழர் காலத்தில் வர்த்தகக் கப்பல்களுக்கு நாவாய்ப்பாதுகாப்பு அளித்ததைப் போல எல்லையைத் தாண்டிச் செல்லும் வணிகர் களுக்குத் தேவையான பாதுகாப்பை அரசு செய்து தரவேண்டும். எந்தப் பொருளில் எவ்வளவு விழுக் காடு இலாபம் வைத்து விற்கவேண்டும் என்பதும் அதில் குறிப்பிடப்பட்டுள்ளது. உள்நாட்டில் உற்பத்தி செய்யும் பொருட்களுக்கு ஐந்து விழுக்காடும், இறக்குமதி செய்யப்படும் பொருட்களுக்கு பத்து விழுக்காடும் இலாபம் நிர்ணயிக்கப்பட்டிருந்தது. இன்று அரசு நெல்லுக்குக் கொள்முதல் விலையை நிர்ணயிக்கிறது. அதிகம் உற்பத்தியானால், விவ சாயிகள் சிரமப்படக்கூடாது, விலை வீழ்ச்சி யடைந்துவிடக்கூடாது என்பதற்காக இந்த ஏற்பாடு. இதுகுறித்தும் அர்த்தசாஸ்திரம் பேசுகிறது. நுகர் வோருடைய பாதுகாப்பு குறித்தும், அதில் சொல்லப்பட்டிருக்கிறது. கருவூலம் குறித்த கருத்துக்களையும் அர்த்தசாஸ்திரம் குறிப்பிடுகிறது. இது வரிகளை எப்படி வசூலிக்க வேண்டும் என்பது குறித்து ஆழமான விளக்கங்களை அளிக்கிறது.

பல்லவர்கள் காலத்தில் விதிக்கப்பட்ட வரி வகைகளைப் பற்றிக் குறிப்புகள் இருக்கின்றன.

விசக் காணம், குசக் காணம், பட்டிகைக் காணம், கத்திக் காணம், தட்டக் காணம், செங்கொடிக் காணம், பிராமணராசாக்காணம், கல்லாணக் காணம், கன்னிட்டுக்காணம் என்றெல்லாம் அவை வகைப்படுத்தப்பட்டுள்ளன. கணக்கு, தணிக்கை போன்றவை பற்றியும் அர்த்தசாஸ்திரம் குறிப்பிட்டுள்ளது. அவற்றையெல்லாம் வாசிக்கும்போது இன்றிருக்கும் மேலாண்மையைக்கூட நாம் ஒழுங்குபடுத்த வேண்டியவர்களாக இருக்கிறோம். உதாரணமாக 'பிச்சைக்காரர்கள் மழைக் காலத்தில் எல்லை விட்டு எல்லை திரிந்துகொண்டிருக்கக் கூடாது, திரிந்தால் தண்டனை வழங்கப்படும்' என்று அர்த்த சாஸ்திரம் விவரிக்கிறது.

திருக்குறளில் ஏற்பாடுகள் செய்வதைக் குறித்து வள்ளுவர் நுட்பமான கருத்துகளைக் குறிப்பிட்டிருக்கிறார். அரசன் சிறந்த நிர்வாகத்தை நடத்த, பொருள் வரும் வழிகளை உண்டாக்க வேண்டும். அவ்வாறு ஈட்டுகிற செல்வத்தை முறையாகச் சேமிக்க வேண்டும், பின்பு அவற்றைத் தகுந்த வகையில் பாதுகாப்பு செய்யவேண்டும். நாட்டின் மேம்பாட்டிற்கு அதைத் தக்கபடி பார்த்துப்பார்த்து விரயமாக்காமல் கிரயமாகும்படி, செலவு செய்ய வேண்டும். அப்போதுதான் நிதி மேலாண்மை முறையாகப் பேணப்படும்.

இயற்றலும் ஈட்டலும் காத்தலும் காத்த
வகுத்தலும் வல்லது அரசு. (385)

'மனித வள மேம்பாடு' என்கிற நூலில் மேலாண் அறிஞர்கள் டேவிட் டீசன்சோ, ஸ்டீஃபன் ராபின்ஸ் என்ற இருவரும் நிறுவனத்தைப் பற்றிக் கூறும் போது அது நிறைய மூலாதாரங்களை உற்பத்தி செய்யவேண்டும், செலவு செய்கிற பணத்தைவிட அதிகமாக ஈட்டவேண்டும் என்று குறிப்பிடுகின்றனர். இதில் வள்ளுவர் தெளிவாக இருந்தார் என்பதை நாம் உணர முடிகிறது.

புகழ்பெற்ற திரைப்பட இயக்குநர் ஹிட்ச்காக் எப்போதுமே வெற்றி பெறுகிற தரமான படங்களை எடுத்தவர். வெற்றியையும், தரத்தையும் இணைப்பது என்பது மிகச் சிரமமான செயல். அதை அவர் செய்தார். ஒருபடத்தை இயக்கும் போது அதில் ஆர்வமே இல்லாதது போலத் தென்படுவார். எடுக்கிற காட்சிகளில் எந்தச் சம்பந்தமும் இல்லாதது போல அதில் நடிப்பவர்களே உணர்வார்கள். 'முடிவு எப்படி இருக்குமோ' 'காட்சிகள் ஒன்றுக்கொன்று தொடர்பு இல்லாமல் இருக்கின்றனவே' என்கிற குழப்பம் அந்த அரங்கத்தில் இருக்கிற அனைவருக்கும் ஏற்படும்.

படத்தைத் தயாரிப்பவர் காட்சியை மாற்றியமைக்கச் சொன்னால், புகைப்படக்கருவியில் படச்சுருளே இல்லாமல் எடுப்பதுபோல நடித்து அப்போதைக்கு அதைச் செயல்படுத்துவதுபோல ஹிட்ச்காக் நடிப்பார். ஆனால் அவர் அதை ஒரு தந்திரமாக மேற்கொண்டார். அவரைப் பொருத்தவரை எடுக்க வேண்டிய படத்தை ஏற்கெனவே மனத்தளவில் அவர் எடுத்துவிட்டார். எந்தக் காட்சிக்குப் பிறகு எந்தக் காட்சி வரும் என்கிற வீட்டுப்பாடத்தை அவர் செம்மையாகச் செய்துமுடித்துவிட்டார்.

அதற்குப் பிறகு படப்பிடிப்பு நடத்தும் போது அதைத் திரும்ப எடுக்கிற சலிப்பு உணர்வு அவருக்குத் தோன்றும். ஆனால் அத்தனையும் மனத்தயாரிப்பு செய்ததுபோலவே நடக்கும். ஆனால் படத்தை ஒருங்கிணைத்துப் பார்க்கிற போது அது

அற்புதமாக வெளிவந்திருக்கும். தயாரிப்பாளர் தான் சேர்க்கச் சொன்ன காட்சி எவ்வளவு அபத்தம் என்பதை உணர்ந்து கொள்வார். இப்படி மனத்தி லேயே அனைத்தையும் வடிவமைத்து செயல் படுத்துகிறவர்கள்தாம் கலைத்துறையில் கணக்கற்ற வெற்றிகளைக் கச்சிதமாகப் பெற்று, காலம் தாண்டியும் வரலாற்றில் வாழ்ந்து கொண்டிருக் கிறார்கள்.

ஒன்றை எவ்வாறு ஒருங்கிணைப்பது என் பதில் உள்ள நுணுக்கங்கள் பலருக்குத் தெரிவ தில்லை. அவர்கள் மிக சாவகாசமாக அவற்றை அணுகுகிறபோது தங்களையும் அறியாமல் தோற்றுப் போகிறார்கள். நவீன அரசியல் விஞ்ஞானத் தந்தை என அழைக்கப்படும் மாக்கியவல்லி, தன்னுடைய 'இளவரசன்' என்னும் நூலில் 'போரைப் பொறுத்த வரை எல்லாவிதமான திறன்களையும் அறிந்து வைத்திருக்கவேண்டும். அவற்றைச் சாதாரணக் குடிமகன்கள் தெரிந்துகொள்ளாதபடி காப்பாற்ற வேண்டும். கேளிக்கைகளில் ஈடுபட்டு இவற்றைக் கைவிடுபவர்கள் தம் நாட்டையே தவறவிட்டு விடுகிறார்கள்' என்று சுட்டிக்காட்டுகிறார்.

ஷேக்ஸ்பியர் தன்னுடைய நாடகங்களில் ஒருங்கிணைப்பது பற்றிய பல கருத்துகளைக் குறிப்பிடுகிறார். அதுவும் அவருடைய மன்னர் களைப் பற்றிய நாடகங்கள் இவற்றை நுணுக்கமாக விவரிக்கின்றன. இரண்டாம் ரிச்சர்ட் மன்னன், இந்தக் கலையில் மந்தமாக இருக்கும்போது அவனை எதிர்க்கிற போலிங்புரோக் குறைந்த சொற் களைப் பேசி மிகவும் திறமையாக எல்லாவற்றையும் ஒருங்கிணைக்கிறான். அவன் தனக்கிருக்கும் இலட்சியத்தைச் சரியாக நிர்ணயிப்பதோடு அதற்கான தெளிவான முடிவையும் வரையறுக் கிறான். துணிச்சலாகவும் தனக்குச் சாதகமில்லாத நேரங்களில் பொறுமையுடனும் அவன் நடந்து கொள்கிறான். அதனால் தான் அவ்வளவு பெரிய படையைத் திரட்டி அவனால் போராட முடிகிறது.

சிலப்பதிகாரத்தில், சேரன் செங்குட்டுவன் கனகவிசயர்மீது படையெடுப்பது என்று முடி வெடுத்தவுடன் கங்கைக் கரையைக் கடக்க ஓடங் களைத் தயாரான நிலையில் வைத்திருக்கும்படி நூற்றுவர் கன்னர் என்கிற நட்பு அரசருக்குச் செய்தியை அனுப்புகிறான். அவர்கள் கங்கைக் கரையைக் கடப்பதற்குத் தேவையான ஓடங்களைத் தயாராக வைத்திருக்கிறார்கள். படையெடுப்பது என்று முடிவெடுத்தவுடன் எவ்வாறு அதை வெற்றி கரமாக நடத்துவது என்கின்ற முன்னேற்பாடுகள் செங்குட்டுவனால் செய்யப்படுகின்றன.

> **''அருந்தமிழாற்றல் அறிந்தில ராங்கெனக்**
> **கூற்றம் கொண்டுஇச் சேனை செல்வது**
> **நூற்றுவர் கன்னர்க்குச் சாற்றி யாங்குக்**
> **கங்கைப் பேர்யாறு கடத்தற் காவன**
> **வங்கப் பெருநிரை செய்க''**
>
> ***(கால்கோட் காதை)***

ஒருங்கிணைப்பதும், ஒன்று சேர்ப்பதும் மிகவும் அவசியம். பல இடங்களில் நிறுவனங்கள் தனித்தனி குழுக்களாகச் செயல்படுகின்றன. விற்பனைப்பிரிவும், நிதிப்பிரிவும், மனித வளப் பிரிவும், விரிவாக்கப் பிரிவும், விளம்பரப் பிரிவும், ஆய்வுப் பிரிவும், உற்பத்திப் பிரிவும் கைகோத்துக் கொண்டு செயலாற்றுவதில்லை. அவர்கள் அடிக்கடிச் சந்தித்து தங்களுக்குள்ள பரஸ்பரமான பிரச் சினையைப் பற்றிப் பேசுவதும் இல்லை. எந்த நிறு

ஒருங்கிணைப்பும்,
ஒருமித்த செயல்பாடும்
இருக்கின்ற நிறுவனங்களே நெடுங்கால
நன்மையை அடைய முடியும்.

வனம் எல்லாப் பணியாளர்களும் சாப்பிடுவதற்கும், கலந்து பேசுவதற்கும் வாய்ப்புகளை உருவாக்கு கிறதோ அது ஒருங்கிணைப்பில் சிறந்து விளங்கு கிறது. எல்லாப் பிரிவுகளின் செயல்பாட்டையும் ஒரே புள்ளியில் இணைப்பது ஒருமித்த செயல்பாடு. ஒருங்கிணைப்பும், ஒருமித்த செயல்பாடும் இருக் கின்ற நிறுவனங்களே நெடுங்கால நன்மையை அடைய முடியும்.

ஷேக்ஸ்பியரின் ‘டிராய்லஸ் அன்ட் கிரஸிடா’ நாடகத்தில் நிர்வாக அடுக்குகள் செம்மையாகப் பேணப்பட வேண்டும் என்பது குறிப்பிடப்படு கிறது. அதிகார வரையறைகள் முறையாகப் பேணப் பட்டால்தான் பிறப்பிக்கப்படுகிற ஆணைகள் செம்மையாகக் கடைப்பிடிக்கப்படும் என்பது இன்றும் நாம் நடைமுறையில் காணுகின்ற ஒன்று. மாவோ, ‘அரசாணைகள் பீரங்கி முனையில்தான் பிறக்கின்றன’ என்று சொல்கிறார். யுலிசஸ் என்கிற பாத்திரம் மூலம் அந்த நாடகத்தில் ‘நிர்வாக அமைப்பு முறை ஆட்டம் கண்டால் அனைத்து வடிவமைப்புகளுக்கும் ஏணியாக விளங்குகிற அது சிதைய, நிறுவனம் நோய்வாய்ப்படும்’ என்று ஷேக்ஸ்பியர் குறிப்பிடுகிறார். ஒருங்கிணைக்கும் போது அதிகார அளவுகள் முறையாகக் காப்பாற்றப் படும்போது தான் அவை சரியான முறையில் நடந் தேறும். ஓர் அதிகாரி, தன் அடுத்த நிலையில் உள்ள அதிகாரியைக் கலந்து ஆலோசிக்காமல் ஆணை பிறப்பித்தால் அது நிச்சயம் நிறுவனத்தில் குழப்பத்தை ஏற்படுத்துவதோடு அத்து மீறல்களையும் உண் டாக்கி விடும்.

சில முடிவுகளை எடுக்கும்போது வழிமுறை களை மீறுவது தவிர்க்க முடியாததாக இருக்கிறது. சம்பிரதாயங்களைப் பார்த்துக்கொண்டு அவசரக் கோலத்தில் முடிவெடுத்தால் அது கால விரயத்தை ஏற்படுத்துவதோடு நோக்கத்தையே சிதைத்துவிடும்.

நிருவாகத்தில் சில நேரங்களில் பழக்கமான விதிமுறைகள் நம்முடைய நோக்கத்தைச் சிதறடிப் பதாக இருக்கும். ஆக்கிரமிப்புகளை அகற்றுவது என்பது அதில் ஒரு பகுதி. அப்பாவிகள் பாதிக்கப் படாமல் அதைச் செயல்படுத்த வேண்டும். அதே நேரத்தில் அக்கிரமக்காரர்களின் ஆக்கிரமிப்பை அகற்றுவதற்கு விதிமுறைகளைக் கடுமையாகப் பின்பற்றினால் ஒரு ஆக்கிரமிப்பைக்கூட அகற்ற முடியாது.

கீழை நாடுகளில் ஒரு கதை சொல்லப்படு வதுண்டு. ஒருவனுடைய வீட்டுக் கூரை தீப்பற்றி எரிய ஆரம்பித்தது. அவனிடம் ஏணி இல்லை. அவன் தன்னுடைய மகனைப் பக்கத்து வீட்டிற்குச் சென்று ஏணியை இரவல் வாங்கி வரச்சொல்லி அனுப்பினான்.

ஆனால் மகனோ வழிமுறைகளிலும், மரி யாதைகளிலும் நியதியைக் கடைப்பிடிப்பது அவசியம் என்று நினைப்பவன்.

எனவே அவன் நேர்த்தியாக உடை உடுத்தி நிதானமாகப் பக்கத்து வீட்டிற்குச் சென்றான். அந்த வீட்டுக்காரரைப் பார்த்து மூன்று முறை தலையைக் குனிந்து அவர்களின் பாரம்பரிய முறையில் மரியாதை செலுத்தினான். ‘அவன்

இலக்கியத்தில் மேலாண்மை

எதற்கு வருகிறான்' என்று தெரியாமல் அந்த வீட்டுக்காரர் அவனுக்குத் தேநீர் தயாரிக்கும்படி சொன்னார். அதை மறுத்தால் அநாகரிகம் என்று அதற்காகவும் காத்திருந்தான். பிறகு வீட்டுக்காரர், தேநீரைக் குடித்ததும் 'என்ன காரணத்துக்காக வந்திருக்கிறாய்?' என்று வினவியதும், வந்திருக்கும் காரணத்தைச் சொன்னான். அவரோ 'இந்த நேரத்திலா இத்தனை சம்பிரதாயங்களைக் கடை பிடிக்க வேண்டும்' என்று கடிந்துகொண்டு ஏணியை எடுத்துத் தந்தார். ஏணியோடு வருவதற்குள் வீடே எரிந்து முடிந்திருந்தது.

இயற்கைச் சீற்றங்கள் அரசு ஆணைக்குக் கட்டுப்படுவதில்லை. பெருந்தலைவர் காமராஜர் தமிழ் நாட்டின் முதலமைச்சராக இருந்த போது வெள்ளம் போன்ற எதிர்பாராத அழிவுகள் ஏற்படும் போது மேலதிகாரிகளின் ஆணை பெறாமல் அந்தந்த வட்டாட்சியர்களே நிவாரணம் வழங்க ஏதுவாக இதற்கான ஒரு நிதியத்தை ஏற்படுத்தி அதிகாரங்களையும் பரவலாக்கச் செய்தார் என்பது அவருடைய தீர்க்க தரிசனத்தைக் காட்டுகிறது. இன்று அவை பரிணாம வளர்ச்சி பெற்றிருக்கின்றன.

இயற்கைச் சீற்றங்கள் தாக்கும் போது நாம் வழக்கமான நெறிமுறைகளைக் கையாளமுடியாது. அதனால் தான் அதுமாதிரி காலங்களில் கடைப் பிடிக்கப்படவேண்டிய நடைமுறைகளை ஏற்கெனவே அரசு கையேடாகத் தொகுத்துக் கொடுத்திருக்கிறது. அவற்றை யாருடைய அனுமதியும் இல்லாமல் கடைப்பிடிக்கமுடியும்.

தீப்பிடிக்கும்போது வீடுகள் சேதமானால் அரசுக்கு முன்மொழிவு அனுப்பிக் காத்திருக்க வேண்டிய அவசியம் இல்லை. அந்த வட்டாட்சி யரே அதற்கான நிதியை வழங்கிவிட முடியும். இப்படிப் பழங்காலத்திலேயே கதைகள் 'எவ்வாறு சமயத்தில் தேவையற்ற சடங்குகளை மீறவேண்டும்' என்பது குறித்து சூசகமாகக் கூறியிருக்கின்றன. அவை தான் இன்று அரசு நடைமுறைகளாக மாறி யிருக்கின்றன.

'சீவகசிந்தாமணியில்' மன்னன் சச்சந்தன் தன்னுடைய நாட்டை அமைச்சர் கட்டியங் காரனிடம் ஒப்படைத்துவிட்டு மனைவி விசயை யுடன் இன்பச் சுற்றுலா செல்கிறான்.

அப்போது அவர்களுக்குச் சீவகன் என்கிற மகன் பிறக்கிறான். கட்டியங்காரனோ நாட்டையே அபகரிக்க நினைக்கிறான். அதை அறிந்த சச்சந்தன் பறக்கும் மயில்பொறி ஒன்றைச் செய்து அதன் விசையை அமுக்கி விசயையை அனுப்பிவைக் கிறான்.

பிறகு கட்டியங்காரனை எதிர் கொள்கிறான். அந்தப் போரில் சச்சந்தன் இறந்துபோகிறான். ஆனாலும் அவன் குலம் நீடிக்கிறது. சீவகன் இளைஞனானதும் கட்டியங்காரனை வீழ்த்தி வெற்றிபெறுகிறான். தன் உயிருக்கு ஆபத்து வரும்போது எவ்வாறு செயல்படவேண்டும் என்ப தைத் திருத்தக்கத் தேவர் சச்சந்தன் கதாபாத்திரம் மூலம் உணர்த்துகிறார். ★

அத்தியாயம்

13

கண்ணடிப்பில் காவியம்!

நான் நாகப்பட்டினத்தில் சார் ஆட்சியராக இருந்தபோது இலங்கையிலிருந்து அகதிகள் வந்தார்கள். ஒரே குடும்பத்தைச் சார்ந்த அவர்கள் ஒரே படகில் வரமாட்டார்கள். ஒவ்வொருவர் ஒவ் வொரு படகில் வந்தார்கள். 'ஒரு படகு மூழ்கி னாலும் இன்னொரு படகில் வருகிறவர்களால் வம்சம் காப்பாற்றப்படும்' என்பது அவர்களுடைய முடிவான நம்பிக்கை. ஆனால் நம்மூராக இருந்தால் குடும்பமே கட்டிப்பிடித்துக்கொண்டு ஒரேபடகில் மூழ்கும்.

இதுகுறித்து மனித இயல்புகளை நன்றாக ஆய்வுசெய்த டெஸ்மன்ட் மாரிஸ் 'ஹுமன் ஜு' என்ற நூலில், ஒருவன் தன்னுடைய குழந்தையை எரியும் வீட்டிலிருந்து காப்பாற்றுகிறான் என்று சொன்னால் அது உண்மையில் தியாகம் அல்ல. தன்னுடைய மரபணு தன் குழந்தையின் மூலம் காப்பாற்றப்படவேண்டும் என்பதே காரணம் என்று குறிப்பிடுகிறார். அதுதான் அந்த நேரத்தில் எடுக்கக் கூடிய சிறந்த நடவடிக்கையாக இருக்கும். இதைத் தான் சச்சந்தன் சீவகசிந்தாமணியில் செய்தான்.

பணிகளை ஒருங்கிணைப்பதற்குத் திட்ட மிடலே அடித்தளமாக இருக்கிறது. தெளிவான முடிவுகளை எடுப்பவர்கள் பணிகளைச் செய்யத் தொடங்கும்போது குழப்பம் அடைய வேண்டிய அவசியமில்லை. மேலாண்மையைப் பொறுத்த வரை எல்லாக் கட்டங்களிலும் தெளிவுதான் முக் கியம். அதனால் தான் 'சரியாகத் திட்டமிட்டாலே பாதிப்பணி முடிந்து விட்டது' என்று சொல்வார்கள். இது குறித்து சூஃபி கதை ஒன்று உண்டு.

ஒரு மன்னன் ஒருமுறை ஊர்வலம் வந்தபோது அலைந்துதிரியும் சூஃபி துறவி ஒருவர், 'யார் எனக்கு நூறு தினார் தருகிறாரோ அவர்களுக்கு அருமையான யோசனை சொல்வேன்' என்று அறைகூவிய வண்ணம் சென்று கொண்டிருந்தார். அரசன் அவரிடம் நூறு தினார்களைக் கொடுத்துவிட்டு 'எனக்கென்ன அறிவுரை?' என்று கேட்டார். அதற்கு அந்தத் துறவி அப்தால், 'உங்களுக்கு என்னுடைய அறிவுரை இதுதான்; எதைத் தொடங்கினாலும் அதன் முடிவு எப்படி இருக்கும் என்பதை அறியாமல் செய்யாதீர்கள்' என்றார். பணத்தை முன்பே அப்தால் பெற்றிருந்ததால் அவர்களால் ஒன்றும் செய்யமுடியவில்லை. இல்லாவிட்டால் பணத்தைக் கொடுத்திருக்க மாட்டார்கள். ஏமாற்றத்தை வெளியே காண்பிக்காத அந்த மன்னன் 'இது நம் எல்லோருக்கும் தெரிந்த உண்மை தான் என்றாலும் நாம் கடைப்பிடிப்பதில்லை, எனவே இனிமேல் தினமும் நினைவுபடுத்திக்கொள்ளவேண்டும்' என்று சொன்னார்.

சுல்தான் அதைத் தன்னுடைய சுவர்களில் பொன் எழுத்துக்களால் பொறித்தார். தான் உண்ணும் வெள்ளித் தட்டிலும் பொறித்தார். சில நாட்களுக்குப் பிறகு அவரை ஒருவன் கொல்ல நினைத்தான். அரச வைத்தியரிடம் அவருக்குப் பிரதமமந்திரி பதவி தருவதாக ஆசை காட்டி, அரசருடைய முழங்கையில் விஷமுள்ள ஊசியைச் சொருகும்படி சொன்னான். அரசனுடைய கைகளில் ஏற்பட்ட காயத்தைச் சரி செய்யச் சாதாரணக் கத்தியால் கீறிய போது அதிலிருந்து வழியும் இரத்தத்தைப் பிடிக்க ஒரு வெள்ளிப் பாத்திரம் கீழே வைக்கப்பட்டது. அதில் 'எதையும் அதன் முடிவை யோசிக்காமல் தொடங்காதே' என்கிற வாசகம் எழுதப்பட்டிருப் பதைப் பார்த்தார் அந்த வைத்தியர். அப்போது அவருக்குத் திடீரென்று ஒருவேளை, தான் அந்த சூழ்ச்சிக்காரர் சொன்னதைப்போலச் செய்தால் அவன் அரசனான பிறகு தன்னைக் கொன்று விட்டால் என்ன செய்வது என்கிற யோசனை ஏற்பட்டது. அவன் கைகள் நடுங்க ஆரம்பித்தது. அரசரிடம் நடந்ததைச் சொல்லி விட்டான். கொல்ல நினைத்தவன் கொல்லப்பட்டான்.

இந்தச் சம்பவம் 'எந்தவொரு செயலையும் முடிவைக் கருத்தில் கொண்டுதான் செய்யத் தொடங்க வேண்டும்' என்பதற்குச் சிறந்த உதார ணம். இதுபோல பல சூஃபி இலக்கியங்கள் வாழ்க் கையைக் குறித்து நாம் மேற்கொள்ள வேண்டிய மேலாண்மைப் பண்புகளை ஆழமாகக் கூறு கின்றன. அவற்றை நிறுவனத்தில் இருப்பவர்களும் கடைப்பிடிப்பதன் மூலம் எச்சரிக்கையுடன் வாழமுடியும்.

செயல்களை ஒருங்கிணைக்கும் போது அடுத்தவர்களிடம் எந்த இடத்தில் பலவீனம் இருக்கிறது என்பதை நாம் அறிந்துகொள்ள வேண்டும். கிரேக்க இலக்கியத்தில் எழுதப்பட்ட ஒடிசி, இலியட் ஆகியவை மகா இதிகாசங்களாகக் கருதப்படுகின்றன. அவற்றில் வருகின்ற புனைவுகள் தாம் ஐரோப்பிய இலக்கியத்திற்கு ஆதாரமாக விளங்குகின்றன.

'இலியட்' இதிகாசத்தில் கிரேக்க நாட்டைச் சார்ந்த அக்கிலஸ் என்பவன் ஒப்பற்ற வீரனாகச் சித்திரிக்கப்படுகிறான். தனி யொருவனாக பலரைத் தரைமட்டமாக்கும் வலிமை அவனுக்கு உண்டு. அம்புகள் துளைக்கமுடியாத அவனுடைய உடலில் ஒரே ஒரு பகுதிதான் பலவீனமானது. அக்கிலஸ் பிறந்த போது அவனுடைய தாய் ஸ்டிக்ஸ் என்கிற பாதாள நதியில் அவனுடைய உடலை முக்கி எடுக்கிறாள். நதியில் நனைந்த எந்த பாகமும் காயப் படுத்த முடியாத தன்மையைப் பெற்றுவிடும். அப்போது அவள் அவனது உடல் முழுவதையும் அவ்வாறு உண்டாக்கக் குதிகால்களைப் பிடித்துத் தண்ணீரில் முக்குகிறாள். அதனால் அவனுடைய குதி கால்கள் மட்டும் பலவீனமானவையாக ஆகி விடுகின்றன.

இந்த உண்மையை ட்ராய் இளவரசன் பாரிஸ் தெரிந்து கொண்டு அவன் குதிகால்களில் விஷ அம்பை எய்தி வீழ்த்திவிடுகிறான். 'அக்கிலஸ் ஹீல்ஸ்' என்கிற இந்தப் பதம் ஒருவருக்கு எது பலவீனமானது என்பதைக் குறிக்கும் விதத்தில் வரலாற்றில் இடம்பெற்றுவிட்டது.

பணிகளை ஒருங்கிணைக்கும் போது நமக்கு எது பலவீனமான பகுதி என்பதை உணர்ந்து அதைப் பாதுகாப்பானதாக ஆக்கிக் கொள்ள வேண்டும். தன்னுடைய போட்டியாளர்களின் பலவீனமான பகுதியை அறிந்து அதை உடைத்தெறிய வேண்டும். அக்பர் சித்தூரின் மீது படையெடுத்த போது கோட்டையைப் பிடிப்பதில் மிகவும் சிரமப் பட்டார். அந்தக் கோட்டைச் சுவர்கள் உறுதியாக அமைக்கப்பட்டிருந்தன.

அக்பர் எவ்வளவு போராடியும் இராஜபுத்திரர்களுடைய எதிர்ப்பை முறியடிக்க முடியவில்லை. உள்ளுக்குள் இருந்த இராஜபுத்திரர்கள் இராஜ நாகங்களைப்போலச் சீறிப் போராடினார்கள். தன்மானம் என்று வந்து விட்டால் உயிரைத் துச்சமாகவும், உடைமைகளைத் தூசியாகவும் கருதும் மனப்பான்மை இராஜபுத்திரர்களுக்கு உண்டு. எனவே, மிகப்பெரிய வீரனாக இருந்தாலும் அக்பருக்கு அயர்ச்சி ஏற்பட்டது. ஒருநாள் எதிரிகளைக் கையாள அமைக்கப்பட்ட மண்திட்டுகளின் மேல் இருந்து அக்பர் கோட்டையைப் பார்த்துக்கொண்டிருந்தபோது இரண்டு இராஜ புத்திரர்கள் நின்றுகொண்டு கோட்டையில் ஏற்பட்டிருந்த ஒரு பாதிப்பை அடைக்க உத்தரவை வழங்கிக் கொண்டிருந்தார்கள்.

அப்போது இரவு நேரம். அங்கு ஒரு தீப்பந்தம் எரிந்து கொண்டிருந்தது. அன்று 1568 ஆம் ஆண்டு பிப்ரவரி 23 ம் நாள்.

அக்பர் எவ்வளவு தொலைவில் இருப்பதையும் குறிபார்த்துச் சுடுவதில் வல்லவர். அவர் அந்தத் தீப்பந்த வெளிச்சத்தில் உத்தரவுகள் கொடுத்துக் கொண்டிருந்த 'ஜெய்மால்' என்கிற இராஜபுத்திர தளபதியை ஒரே குண்டில் சுட்டுத்தள்ளினார். அக்பருடைய துப்பாக்கியின் பெயர் சங்ரம். அந்தக் காலத்தில் மன்னர்களுடைய ஆயுதங்களுக்கும் பெயர் உண்டு. அர்ஜுனனுடைய வில் காண்டீபம் என்றழைக்கப்பட்டது. ஆர்தருடைய வாள் 'எக்ஸ் கேலிபர்'. அந்த வலிமை வாய்ந்த துப்பாக்கியின் குண்டு இராஜபுத்திரர்களை வீழ்த்தியது. அதற்குப் பிறகு இராஜபுத்திரர்கள் தோல்வியடைவதை ஏற்றுக்கொண்டு போராடத் தொடங்கினார்கள். சித்தூர் வீழ்ந்தது. ஒரே ஒரு நொடி அந்தக் கோட்டையின் வீழ்ச்சியை முடிவு செய்துவிட்டது.

பணிகளை
ஒருங்கிணைக்கும்போது
வர்த்தகமாக இருந்தாலும் சரி,
போராக இருந்தாலும் சரி
நமக்குச் சாதகமான
நொடிக்குக்
காத்திருக்கவேண்டும்

ஏற்பாடுகளைச் செய்வது என்பது நேரத்தைப் பொறுத்தது மட்டுமல்ல, பணிகளை ஒருங்கிணைக்கும்போது வர்த்தகமாக இருந்தாலும் சரி, போராக இருந்தாலும் சரி நமக்குச் சாதகமான நொடிக்குக் காத்திருக்கவேண்டும். அப்போது நம்முடைய முழு ஆற்றலையும் பயன்படுத்திப் போட்டியாளர்களைத் துவம்சம் செய்துவிட வேண்டும். இதில் பரிதாபப்படுவதற்கோ, பச்சாதாபம் கொள்வதற்கோ துளியும் இடமில்லை.

வட இந்தியாவில் இந்தி மொழியில் வழங்கப்பட்டு வரும் ஓர் உருவகக் கதை மிகவும் பிரசித்தம். அதற்குப் பெயர் 'ஐந்நூறு ரூபாய் யோசனை'. ஒருவர் ஐந்நூறு ரூபாயைக் கொடுத்தால் ஒரு யோசனையை சொல்வார். ஒரு வியாபாரி அந்தப் பெரியவரிடம் ஐந்நூறு ரூபாயைக் கொடுத்துவிட்டு அந்த யோசனையைக் கேட்கிறார்.

அவர் 'இன்றைக்குச் செய்கிற காரியத்தை இன்றே செய்துவிடு. தள்ளிப் போடாதே' என்று அறிவுறுத்துகிறார். ஐந்நூறு ரூபாயை வீணாக்கி விட்டோமே என்று வியாபாரிக்கு வருத்தம். இருந்தாலும் அன்று இரவு சோர்வாக இருந்தபோது அவர் பணியாளர்கள் 'வெளியே காய்கிற பஞ்சு மூட்டைகளை நாளை காலை உள்ளே எடுத்து வைக்கிறோம்' என்று அனுமதி கேட்டார்கள். அவருக்குத் தயக்கம் வந்தது. தான் கேட்ட ஆலோசனை நினைவுக்கு வந்ததும் 'அதை இன்றைக்குப் பயன்படுத்தித்தான் பார்ப்போமே' என்று தன் பணியாளர்களிடம் ''இன்றே உள்ளே எடுத்து வையுங்கள்!'' என்று கட்டளையிட்டார். அன்றிரவு திடீரென்று புயல் உருவாகி பலத்த மழை பெய்தது. அனைத்து வியாபாரிகளுடைய பஞ்சு மூட்டைகளும் பாதிக்கப்பட்டபோது அவருடைய பஞ்சு மூட்டைகள் மாத்திரம் காப்பாற்றப்பட்டன. எஞ்சியிருந்த அவற்றால் அவருக்குப் பல இலட்சம் லாபம் மிஞ்சியிருந்தது.

வெளியே தெரிகிற ஒருங்கிணைப்புத் திறன் ஒன்று உண்டு. அது ஒருவருடைய உண்மையான ஒருங்கிணைப்புத் திறனாக இருக்க வேண்டிய அவசியம் இல்லை. அப்படிப்பட்ட சில நிகழ்வுகள் தான் விழாக்கள், கொண்டாட்டங்கள், கலை நிகழ்ச்சிகள் போன்றவை. அவற்றில் பிசகு நடந்தால் நிச்சயம் ஒட்டுமொத்த திறமையே கேள்விக்குறியாக ஆக்கப்படும். எதையும் அதிகமாக வலியுறுத்தினால் அது மதிப்பை இழந்துவிடும். எவ்வளவு தூரம் ஒன்றைக் கவனிக்கவேண்டும், பின் தொடர வேண்டும் என்பவை எல்லாம் முக்கியமானவை.

'எதையும் அடிக்கடி கேட்கக் கூடாது. அதிகமான சொற்கள் பலனைத் திரியச் செய்துவிடும்' என்பதற்குப் பாஞ்சாலி வாழ்க்கையே சாட்சி. தீர்த்தக்கரையொன்றில் தபோதனர் ஒருவருக்குத் திருமகள் ஒருத்தி இருந்தாள். அவள் முன்காலத்தில் செய்த கர்மவினையால் கணவன் கிடைக்காமல் கஷ்டப்பட்டாள். ஈசனை வேண்டித் தவம் புரிந்தாள்.

பரமன் அவள் தவத்தைப் பார்த்து மனமிரங்கி தோன்றினான். அந்தப் பேதைப் பெண் 'எனக்குக் கணவன் வேண்டும்! எனக்குக் கணவன் வேண்டும்! எனக்குக் கணவன் வேண்டும்! எனக்குக் கணவன் வேண்டும்! எனக்குக் கணவன் வேண்டும்!' என்று ஐந்து முறை கேட்டாள். உடனே பரமன் ''வஞ்சியே உன் விருப்பம்போல் உனக்கு ஐவர் கணவராய் அமைவார்கள். அடுத்த பிறவியில் நீ அடைவாய் ஐவரை'' என்று வரமளித்துச் சென்றார்.

அதனால்தான் திரௌபதியாக அப்பெண் அடுத்த பிறவியில் பிறந்து ஐவரைக் கணவராகப் பெற்று வாழும் வாழ்க்கையைப் பெற்றாள் என்று மகாபாரதம் 'பலசொல்லக் காமுறுவாரைப்' பற்றி எச்சரிக்கிறது. ஒருங்கிணைப்பது என்பது எண்ணங்களையும், சொற்களையும் ஒரே புள்ளியில் இணைக்கிற பயிற்சி.

*இன்று பல இடங்களில்
சராசரியே போற்றப்படுகின்ற சூழலையும்
நாம் பார்க்கமுடிகிறது*

சில நேரங்களில் சாதாரணமான பழமொழியில் கூட மேலாண்மைத் தத்துவம் இருப்பதுண்டு. 'அளவுக்கு மிஞ்சினால் அமிர்தமும் நஞ்சு' என்பது அன்றாடம் நாம் கேட்கும் பொன்மொழி. பொன் மொழிகள் போற்றப்படும் அளவு காப்பாற்றப்படு வதில்லை. இதுகுறித்து வடகிழக்குப் பகுதியில் ஒரு கதை நிலவிவருகிறது. ஒருவன் கடுமையாக நோய்வாய்ப்பட்டான். உடலே எரிவது போன்ற உணர்வு தோன்றியது. அவன் ஒரு சிறந்த வைத்தி யரை அணுகினான். அந்த மருத்துவர் நாடித் துடிப்பையும், நாக்கின் நிறத்தையும் பார்த்துவிட்டு, 'உங்கள் நோய் உழைப்பும் ஓய்வும் சரியான விகிதத்தில் இல்லாததாலும் முறையாகச் சாப்பிடாத தாலும்' ஏற்பட்டிருக்கிறது. எனவே சாப்பிட்டதை செரிக்க முடியாமல் வயிறு, மேட்டில் ஏறும் மாட்டு வண்டிபோல சிரமப்படுகிறது. நான் உங்களுக்கு ஒரு மருந்தைத் தருகிறேன். ஆனால் உடல் எரிகிற உணர்வு போனவுடன் இதை நிறுத்திவிடவேண்டும். அதிக அளவில் உட்கொண்டால் உடல்ரீதியாகவும், மன ரீதியாகவும் பாதிப்பு ஏற்படும்'' என்றார்.

அந்த நோயாளி மருந்தைச் சாப்பிட ஆரம் பித்ததுமே உடலில் தெளிவு பிறக்க ஆரம்பித்தது. நான்கு நாட்களிலேயே உடல் எரிச்சல் முற்றிலுமாக நின்றுபோனது. ஆனால் அந்த நோயாளி ''இந்த மருத்துவர்கள் அடிக்கடி தங்களை வந்து பார்க்க வேண்டும் என்பதற்குத்தான் இவ்வாறு மருந்தை நிறுத்தச் சொல்கிறார்கள். ஆனால் தொடர்ந்து சாப்பிட்டால் எல்லாவகையிலும் நான் வலிமை யானவனாக ஆகிவிடுவேன்'' என்று அவன் குணமான பிறகும் அந்தக் கசாயத்தைக் குடிக்க ஆரம்பித்தான். அதன் விளைவாக அவனுக்குக் கடுமையான காய்ச்சல் ஏற்பட்டது. மறுபடியும் மருத்துவரை அணுகி மாற்று மருந்து பெற்று உடல் தேறினான்.

எவ்வளவுதான் ஒருங்கிணைப்புப் பணிகளைச் செய்தாலும் கடைசி நேரத்தில் சில குழப்பங்கள் ஏற்பட்டுத் தான் தீரும். அதற்கு முக்கியக் காரணம்

குழுவில் இருக்கின்ற அத்தனை பேருக்கும் சம அளவில் அர்ப்பணிப்பு இருப்பதில்லை. சிலர் சராசரி மனநிலையில் இருக்கிறார்கள். இன்று பல இடங்களில் சராசரியே போற்றப்படுகின்ற சூழலையும் நாம் பார்க்கமுடிகிறது. எந்த ஒரு நெருக்கடியிலும் மனம் தளராமல் தன்னுடைய ஒரே ஒரு வாய்ப்பைப் பயன்படுத்திக் கொண்டு இலக்கியம் படைத்தவர்கள் இருக்கிறார்கள். அவர்கள் இலக்கிய வாதிகள் மட்டுமல்ல; அவர்கள் வாழ்வே இலக்கியத்தைப் போன்ற உன்னதத்தை உடையது.

ஜீன் டொமினிக் பாபி என்கிறவர் 132 பக்கங் களே ஆன ஒரு சிறிய நூலை எழுதியிருக்கிறார். அதற்குப் பெயர் 'தாவும்மணியும், பட்டாம் பூச்சியும்'. நாற்பத்தி நான்கு வயதான போது பாரிஸ் நகரத்தில் புகழ்பெற்ற இதழின் தலைமையாசிரி யராக அவர் பொறுப்பேற்றார். அவருக்குத் திடீரென பக்கவாதம் ஏற்பட்டு இருபது நாள் நினைவற்ற நிலையில் இருந்தார். அவர் கண் விழித்திருந்த போது உடல் முழுவதும் பக்கவாதத்தால் பாதிக்கப் பட்டிருந்தார். அவருடைய இடது விழியைத் தவிர எதையும் அசைக்க முடியாத சூழ்நிலை.

அவர் தன்னுடைய நினைவுகளை எல்லாம் புத்தகமாக எழுத வேண்டுமென்று விரும்பினார். விரல்களையோ, நாக்கையோ பயன்படுத்தமுடியாத சூழல். அவர் ஒரு பதிப்பாளரை அழைத்தார். அவர் தன்னுடைய உதவியாளரை அங்கு அனுப்பினார். சுருக்கெழுத்தில் தேர்ந்த அந்த உதவியாளர் ஒத்துக்கொண்டார்.

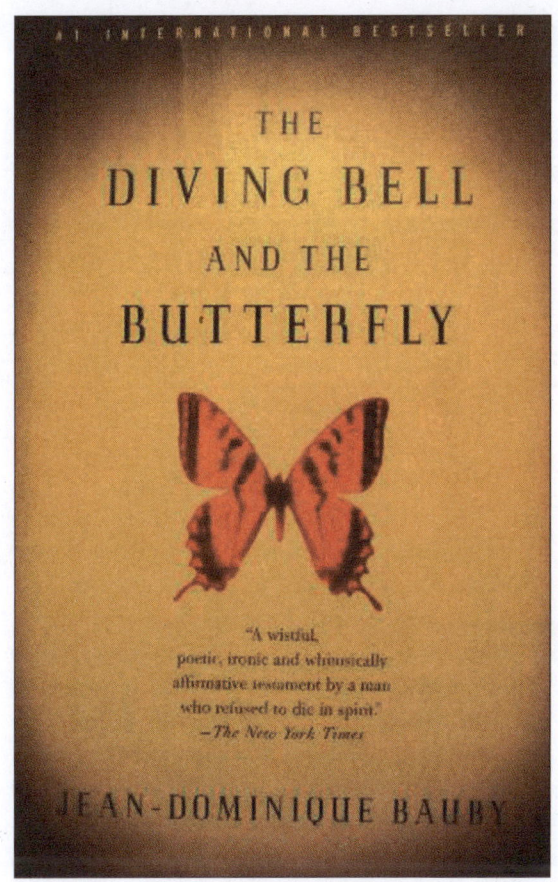

பாபி இடது இமையை ஒருமுறை அசைத்தால் அது 'அ', இரண்டு முறை அசைத்தால் அடுத்த எழுத்து. இப்படி ஓர் ஒப்பந்தம் செய்துகொள்ளப் பட்டது. ஒருமுறை கண்ணை மூடினால் அடுத்த வரிக்குச் செல்ல வேண்டும். இப்படி, காதல் என்ற ஒரு சொல்லை எழுத 56 முறை அவர் கண்ணிமைக்க வேண்டியதாக இருந்தது. இவ்வாறு எழுதப்படும் பொழுது ஏற்பட்ட மிகப் பெரிய பிரச்சினை ஒரு முறை எழுதியதைத் திருத்த முடியாது என்பதுதான். பாபி தான் எழுத வேண்டியதை முன்கூட்டியே மனத்தயாரிப்பு செய்து அதற்கேற்றவாறு தன் கண்ணிமையை அசைத்தார்.

'தாவும்மணி' என்பது அவருடைய பாதிக்கப் பட்ட உடல் நிலையையும், 'பட்டாம்பூச்சி' என்பது அவருடைய கற்பனையையும் குறிப்பதாக இருந்தது. பாபி ஒரு நாளைக்கு ஆறுமணி நேரம் இவ்வாறு கண் அசைத்தார். மூன்று ஆண்டுகள் தொடர்ந்து கண்ணிமைத்ததால் 29 அத்தியாயங்கள் கொண்ட அந்தப் புத்தகம் உருவானது. கண்ணடித்தால் காதல் மட்டுமே உருவாகும், ஆனால் காவியமும் உரு வாகும் என்பதற்குப் பாபியின் வாழ்க்கை ஒரு சாட்சி. காதலும் ஒரு 'கைபுனைந்து இயற்றாக் கவின் பெறுவனப்புக்' காவியம் தானே!.

இலக்கியத்திலிருந்து மாத்திரமல்ல, இலக்கிய வாதிகளின் வாழ்க்கையிலிருந்தும் ஒருங்கிணைப் பதைக் கற்றுக்கொள்ள முடியும்.

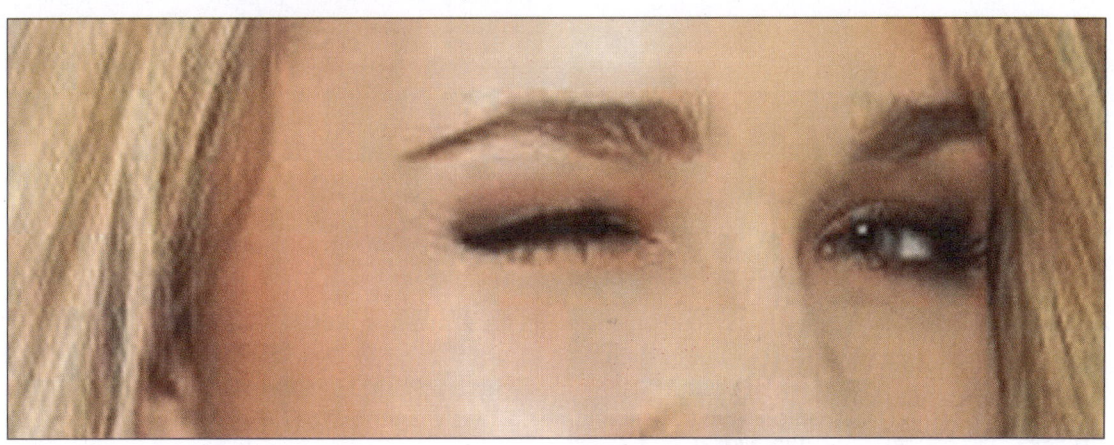

★

இலக்கியத்தில் மேலாண்மை

அத்தியாயம்
14

போருக்குச் சமமான போட்டி உலகம்!

மேலாண்மையில் திட்டமிடுதல், தகுந்த ஏற்பாடுகளைச் செய்தல் ஆகியவற்றை முடித்த பிறகு நிறுவனத்தை முறையாக வழிநடத்தும் பணி முக்கியமானதாக இருக்கிறது. உயர்ந்த நோக்கம் இருப்பவர்கள், எல்லோரையும் தங்களோடு அரவணைத்துச் செல்ல முடியும். எவ்வளவு தான் திறமையுள்ளவர்களாக இருந்தாலும், தவறான நோக்கம் இருக்குமானால் அவர்கள் தடுமாறவே செய்வார்கள். சமஸ்கிருதத்தில் ஒரு பாடல் உண்டு. "நல்ல நோக்கம் உடையவர்களாக இருந்தால் அவர்களுக்கு விலங்குகளும் துணைபுரியும். துர்மதி படைத்தவர்களாக இருந்தால் அவர்களுக்குச் சொந்த சகோதரர்கள்கூட உதவ மாட்டார்கள்" என்பதுதான் அந்த ஸ்லோகம். இராமாயணத்தை அடிப்படையாகக் கொண்டு எழுதப்பட்டது அது. உயர்ந்த நோக்கத் துடன் தலைமையேற்று வழிநடத்திச் செல்பவர் களுக்கு உலகமே ஒத்தாசை புரியும். அவர்கள் செல்கிற பாதைகளில் கள்ளிகள்கூட மல்லிகை யாகும். முட்கள்கூட முல்லையாகும்.

ஒவ்வொருவருக்கும் ஒவ்வொருவிதமான தலைமைப் பண்பு உள்ளது. நாம் மற்றவர்களை அப்படியே பின்பற்ற நினைத்தால் அது தோல்வியில் முடிந்துவிடும். நம்மிடமிருந்தே நாம் பலவற்றைக் கற்றுக்கொள்ள முடியும். என்னுடைய கையெழுத்து எதையாவது பார்த்து எழுதும்போது கிறுக்கலாக இருக்கும், நானாக எழுதும்போது சற்றுத் தெளிவாக இருக்கும். என் கையெழுத்தில் இருந்துதான் 'மற்றவர்களை நகலெடுப்பது கிறுக்குத்தனம்' என்று கற்றுக்கொண்டேன். எனவே ஒவ்வொருவரும்

இலக்கியத்தில் மேலாண்மை

தனக்கான தலைமைப் பண்பைத் தேடிக் கண்டு பிடிக்க வேண்டியவர்களாக இருக்கிறார்கள்.

ஏற்பாடுகளைச் செய்தால் மாத்திரம் போதாது. அணியை வழிநடத்துவதும் அவசியம். மற்றவர்களை ஆற்றுப்படுத்துவதை இலக்கியமாகவே வகைப்படுத்தியவர்கள் தமிழர்கள். ஒருவர் செல்ல வேண்டிய வழிமுறைகளைத் தெரிவித்து அவற்றைப் பின்பற்றிச் செல்லுமாறு செலுத்தும் இலக்கியத்தை 'ஆற்றுப்படை' என்று அழைத்தார்கள். அப்படி உருவான இலக்கியங்கள்தாம் திருமுருகாற்றுப்படை, பொருநராற்றுப் படை, சிறுபாணாற்றுப் படை, பெரும்பாணாற்றுப்படை போன்றவை. 'தொல்காப்பியம்' ஆற்றுப்படைக்கு இலக்கணத்தைச் சுட்டிக்காட்டுகிறது.

கூத்தரும் பாணரும் பொருநரும் விறலியும்
ஆற்றிடைக் காட்சி உறழத் தோன்றிப்
பெற்ற பெருவளம் பெறாஅர்க்கு அறிவுறீஇச்
சென்று பயனெதிரச் சொன்ன பக்கமும்

> என்னுடைய கையெழுத்து எதையாவது பார்த்து எழுதும்போது கிறுக்கலாக இருக்கும், நானாக எழுதும்போது சற்றுத் தெளிவாக இருக்கும்

அந்தக் காலப் போர்களுக்கும், இந்தக் காலப் போர்களுக்கும் நிறைய வித்தியாசங்கள் இருக்கின்றன. அப்போது ஒருவருக்கொருவர் எதிரே நின்று போரிடுவார்கள். சத்தானவர்களே சண்டை யிட்டார்கள். ஆனால் இன்று பொத்தான்கள் மூலம் போர்கள் நடக்கின்றன. வத்தல் தொத்தல்களும் வாய்தா வாங்கலாம். அன்று யானை, தேர், இவற்றை மையமாகக் கொண்டு போர்கள் நடை பெற்றன. மன்னர்களே போரில் ஈடுபடவேண்டும். அவர்கள் ஆணைகளைப் பிறப்பித்துவிட்டு யானைக்குப் பின்னே நின்றுவிடமுடியாது. முப்படைகளுக்கும் தளபதி என்கிற பொறுப்பில் இருப்பவர்கள், எப்படையையும் வழிநடத்தாமல் ஒப்படைக்கும் தளபதியாக ஒப்புக்கு இருக்க முடியாது. அதனால்தான் மன்னர்களும் எல்லாப் பயிற்சிகளையும் பெற வேண்டியதாக இருந்தது.

கம்ப இராமாயணத்தில், இராமன் தம்பி யருடன் பெற்ற படைப் பயிற்சியைப் பற்றி,

**யானையும் இரதமும் இவுளியும் முதலா
ஏனைய பிறவும்அவ் இயல்பினில் நடைகற்று
ஊன்உறு படைபல சிலையொடு பயிலா
வானவர் தனிமுதல் கிளையொடு வளர**

என்று விளக்கப்பட்டிருக்கிறது.

கம்பர் அகலிகையைப் பொருத்தவரை வால்மீகியிடமிருந்து மாறுபட்டு எவ்வளவு சிறப்பாக அவளைச் சித்திரிக்கிறார் என்று 'கணையாழி'யின் கடைசிப் பக்கத்தில் பேராசிரியர் இந்திரா பார்த்த சாரதி எழுதியுள்ளார்.

"கம்பனின் அகலிகை, மனப் போராட்டத் துக்கு உள்ளாகிற மானுடப் பெண். இந்திரன், கௌதமனாக வந்து அகலிகையுடன் உறவுகொள் வதைப் பின்புலக் காட்சிகளுடன் ஒரு நாடகச் சித்திரமாக்குகிறான் மகாகவி கம்பன். வால்மீகியின் அகலிகைக்கு அவன் கௌதமனில்லை, இந்திரன் தான் என்று உடலுறவு கொள்வதற்கு முன்பே தெரியும். கம்பனின் அகலிகைக்கு உடலுறவு கொள்ள ஆரம்பித்த பிறகுதான் தெரிகிறது. அவள் ஆழ்மனம் இந்திரனை நாடியிருக்க வேண்டுமென் பதை அவள் அப்பொழுதுதான் உணர்கிறாள். ஆழ்மன உணர்வுக்கு அவள் தடைபோட விரும்ப வில்லை. சிறுசிறு நிகழ்வுகளையும் அற்புதமான சொல்லோவியங்களாக, நாடகக் காட்சிகளாகக் காட்டுவதுதான் கம்பனின் கைவண்ணம்" என்பது அவருடைய கருத்து.

அன்று வழிநடத்துபவர்கள் உயிரைத் துச்ச மாகக் கொண்டு போராடிய சம்பவங்கள்தாம் வரலாறாக இருந்தன. இராஜேந்திரனுடைய மகன் முதலாம் இராஜாதிராஜன், தன் தம்பி இரண்டாம் இராஜேந்திரனுடன் சாளுக்கியர்களோடு கொப்பம் என்கிற இடத்தில் கொடிய போரை நடத்தினான். சாளுக்கிய மன்னன் சோமேஸ்வர ஆகவமல்லன் சோழர்களின் தாக்குதலுக்குச்சலித்து, தோற்றோடி விட்டான்.

ஆனால் இராஜாதிராஜன் போர்க் க்ளத்தில் புண்பட்டு வீரமரணம் அடைந்தான். அவன் தம்பி இராஜேந்திரன் அண்ணன் இறந்தவுடன், போர்க் களத்திலேயே இரண்டாம் இராஜேந்திரன் என்று முடிசூட்டிக்கொண்டு படையை முடுக்கிச் சென்று எஞ்சியிருந்த சாளுக்கியர்களையும் துவம்சம் செய்து வெற்றிக்கொடியை நாட்டினான். இதைப்பற்றிக் கலிங்கத்துப்பரணியில் ஒரு குறிப்பு வருகிறது.

'ஒருகளிற்றின் மேல்வரு களிற்றை ஒத்து
உலகு உயக்கொளப் பொருது கொப்பையில்
பொருகளத்திலே முடிகவித்தவன்'

மன்னர்களே போர்க்களத்தில் நின்று போரிட்டால் தான் அவர்கள் தலைமைப் பண்பு இருப்பவர் களாகக் கருதப்பட்டார்கள். வடக்குவரை சென்று வெற்றிக்கொடி நாட்டிய இமயவரம்பன் நெடுஞ் சேரலாதன், சோழ மன்னன் வேற்பஃறடக்கைப் பெரு விறற்கிள்ளியுடன் போரிட்டு இருவரும் களத்திலேயே மாண்டனர் என்கிற தகவல், இலக்கியங்களிலிருந்து தெரிய வருகிறது.

இராஜேந்திர சோழன் வெளிநாடுகளைக் கைப்பற்றிய முதல் இந்திய மன்னன் என்கிற பெருமையைப் பெற்றவர். அவர் போர்க்களத்தில் இருக்கும் போது வெகுண்டுவந்த மதயானை ஒன்றைத் தனியொரு மனிதனாக வீழ்த்தினார் என்பதை நேஷனல் புக் டிரஸ்ட் வெளியிட்ட நூல் தெரிவிக்கிறது.

அதைப்போலவே அக்பர் தனியொருவராகப் போர்க்களத்தில் மதம்கொண்ட யானையை வீழ்த்தினார் என ஆபிரகாம் எராலி தெரிவிக்கிறார். தடுக்கிவிழுகிற சோளக்காட்டுப் பொம்மைகளாக அக்காலத்தில் ஆட்சி நடத்துபவர்கள் இருக்க முடியாது. மற்றவர்களுக்குத் ''தண்ணி காட்டும்'' தலைவர்களாக இருக்கவேண்டும்.

ஆங்கிலத்தில் புகழ்பெற்ற சரித்திரக் கதை களை எழுதிய வால்டர் ஸ்காா்ட், 'ஐவான்ஹோ' என்கிற வரலாற்றுப் புதினத்தில் சிங்க இதயம் படைத்த ரிச்சர்ட் மன்னனைப் பற்றிக் குறிப்பிடு கிறார். அவர்தான் முதலாம் ரிச்சர்ட். அவர் ஒரு சிங்கத்தைத் தோற்கடித்து அதன் தோலையே ஆடையாக அணிந்துகொண்டவர் என்று சொல் வார்கள். குறிதவறாமல் அம்பு எய்துவதில் சிறந்த வீரராகத் திகழ்ந்த அவர் சிறந்த வில்லாளியாகத் திகழ்ந்த ராபின் ஹுட்டையும் தோற்கடித்தவர். அவனைத் திருந்தச்செய்து தன் படையில் இடம் பெறச் செய்தவர். அவர் ஒரு கோட்டையைக் கைப்

பற்றும் போது பாய்ந்த அம்பின் காயம் ஏற்படுத்திய கிருமிபரவுதல் மூலம்தான் இறந்து போனார்.

இலக்கியங்கள் இன்று நாம் நிறுவனத்தை எப்படி வழிநடத்த வேண்டுமென்பதைச் சூசகமாகக் கூறுகின்றன. எக்காரணம் கொண்டும் நம்முடைய முடிவுகளுக்குப் பொறுப்பெடுத்துக் கொள்ளாத நிலையை நாம் வைத்துக்கொள்ளக்கூடாது. ஒரு முடிவெடுத்துவிட்டால் அதில் என்ன பாதிப்பு வந்தாலும் அதை ஏற்றுக்கொள்கிற துணிச்சல் கட்டாயம் நமக்கு இருக்கவேண்டும். அப்போது தான் நாம் தலைமைப் பண்பு உள்ளவர்களாகக் கருதப்படுவோம் என்பதை இந்த இலக்கியங்கள் மூலமாக நாம் அறிந்துகொள்கிறோம்.

ஜுலியஸ் சீசர் ஃகாலிக் போரை நடத்திய போது ஜெர்மானிய அறியோ விஸ்டஸ் என்கிற தளபதியோடு போரிட நேர்ந்தது. ஜெர்மானியப் படையைப் பற்றியும், அதன் அளவைப் பற்றியும் அவர்களுடைய ஆக்ரோஷத்தைப் பற்றியும் வெளியான தகவல்களைக் கண்டு ரோமானியப் படைகள் நடுங்கின. சீசர் விரைவாகச் செயல்

வரலாறு, போரில் புறமுதுகு காட்டி
ஓடியவர்களைப் பாராட்டுவது இல்லை.
உயிரைத் துச்சமாக மதித்து வீரமரணம்
அடைந்தவர்களையே 'நடுகல்'
ஏற்படுத்திக் கௌரவப்படுத்தியது

பட்டார். முதலில் வதந்திகளின் குரல் வளையை நெரிக்க அவற்றைப் பரப்புகிறவர்களைக் கைது செய்தார். பிறகு தன் சிப்பாய்களிடம் தானே நேர் நின்று தன் துணிச்சல் வாய்ந்த முன்னோர்கள் பற்றியும், அவர்கள் ஜெர்மானியர்களைத் தோற் கடித்த சம்பவங்கள் பற்றியும் பேசினார். அதே நேரத்தில் 'பலவீனமான மனநிலை உள்ளவர் களைப் போருக்கு அழைத்துச் செல்லப் போவ தில்லை' என்று கூறினார்.

பத்தாவது படைப்பிரிவு மட்டுமே கலங்காமல் இருப்பதால் தைரியம் மிக்க அவர்களை மாத்திரம் போருக்கு அழைத்துச் செல்வதாக அவர்களோடு போர்முனைக்குக் கிளம்பினார். அதைக் கண்டு மற்ற சிப்பாய்கள் வெட்கித் தலைகுனிந்து, கெஞ்சி,

படையில் சேர்ந்து கொண்டனர். அவர்கள் தாங்கள் தைரியமானவர்கள் என்பதை நிரூபிப்பதற் காகவே வேகமாகப் போராடத் தொடங்கினார்கள். வெற்றி விளைந்தது. தலைமைப் பண்பு உள்ள வர்கள் எந்தவொரு கட்டத்திலும் தம் அணியைத் தம்மோடு உளப்பூர்வமாக உடன் அழைத்துச் செல்லத் தயங்க மாட்டார்கள். அவர்கள் சொற்களின் மூலம், மற்றவர்களின் சோர்வை அகற்றி அவர் களையும், மூல நதி, கிளை நதிகளை அரவணைப்பது போல அணைத்து ஜீவநதியாக மாறுவார்கள். அவர் களை யாராலும் வெல்லமுடியாது. திருவள்ளுவர் கூறும்

'சொலல்வல்லன் சோர்விலன் அஞ்சான்
அவனை
இகல்வெல்லல் யார்க்கும் அரிது.' (647)

என்பதற்கு இலக்கணமாக, சீசரைக் காணமுடிகிறது.

இன்றுகூட புதுமையான ஒரு முடிவை நாம் எடுக்கும்போது நம்மோடு நிறுவனத்தில் பணி யாற்றுகிறவர்கள் தயக்கம் காட்டுவார்கள். அப்போது 'யார், யார் என்னோடு வரத் தயாராக இருக் கிறீர்களோ, அவர்கள் எல்லாம் வாருங்கள்' என்றால் வரத் துணிந்து விடுவார்கள். எந்தவொரு புதிய யோச னையும் தொடக்கத்தில் எதிர்க்கப்படுவதுதான் இயல்பு என்பதை நாம் உணரவேண்டும். புதிய முயற்சி, புதிய வர்த்தகம், புதிய முடிவு, போன்ற அனைத்துமே இன்றிருக்கும் போட்டி உலகில்

போருக்குச் சமமானவை. எனவே இலக்கியத்தில் உள்ள போர்க் காட்சிகளில் பொதிந்திருக்கும் மேலாண்மைப் பண்புகளை நாம் உணர முடியும். அவற்றை அன்றாட வாழ்வில் பயன்படுத்தவும் முடியும்.

வரலாறு, போரில் புறமுதுகு காட்டி ஓடியவர் களைப் பாராட்டுவது இல்லை. உயிரைத் துச்சமாக மதித்து வீரமரணம் அடைந்தவர்களையே 'நடுகல்' ஏற்படுத்திக் கௌரவப்படுத்தியது. அது இன்று புதிய கண்டுபிடிப்புகளைத் தொடங்கித் தோற்றுப் போனவர்களுக்கு ஊக்கியாக இருக்கும் முன் மாதிரி ஆகும். வீரமரணம் எய்தியவரை நடுகல் நாட்டி வழிபட்ட விவரத்தை தமிழிலக்கியங்களில் காண முடிகிறது. தொல்காப்பியத்தில்

வாள் மலைந்து எழுந்தோனை மகிழ்ந்து பறைதூங்க
நாடவற்கு அருளிய பிள்ளையாட்டும்
காட்சி, கால்கோள், நீர்ப்படை, நடுகல்
சீர்த்தகு சிறப்பின் பெரும்படை வாழ்த்தல் என்று
இருமூன்று வகையிற் கல்லொடு புணரச்
சொல்லப்பட்ட எழுமூன்று துறைத்தே

என்று நடுகல் வழிபாடு சுட்டிக் காட்டப்பட்டுள்ளது.

நடுகல்லில் வீரர்களைப் பற்றிய தகவல் களையும் கல்வெட்டுகளாகப் பொறிக்கும் பழக்கத்தை,

விழுத்தொடை மறவர் வில்லிடத் தொலைந்தோர்
எழுத்துடை நடுகல் அன்ன

என்று 'ஐங்குறு நூறு' குறிப்பிடுகிறது.

பெயரும் பீடும் எழுதி அதர் தொறும்
பீலி சூட்டிய பிறங்கு நிலை நடுகல்

என்று (மயிற் பீலிகள் இந்த நடுகற்களை அலங் கரித்ததை) அகநானூறு தெரிவிக்கின்றது.

'சீவகசிந்தாமணியில்' சச்சந்தன் மனைவி யோடு மயிற் பொறியில் தப்பாமல் போர்க்களத்தில் கட்டியங்காரனோடு போரிட்டு வீர மரணம் அடைந் ததை வாசிக்கிறோம். அதைப் போலவே சேரன் செங்குட்டுவனும் கனகவிசயரை எதிர்கொண்ட போது தானே போர்க்களத்திற்குச் சென்றதையும் பாடி வீட்டில் தங்கிப் போர் முடித்ததையும் வரும் வழியில் வெட்ட வெளியில் இருந்த அப்பாசறையில் இளைப்பாறியதையும் சிலப்பதிகாரத்தில் வாசிக் கின்றோம்.

★

அத்தியாயம்

15

சிறந்த நிர்வாக இரகசியங்கள்!

வெற்றி பெற்றதைப் பற்றி அண்மைக் காலத்தில் அதிகம் அறியப்பட்ட 'ஸ்டீவ் ஜாப்ஸ்' தன் வாழ்க்கைக்கான தலைமைப் பண்புகளைப் பற்றிக் குறிப்பிடும் போது முதலாவது பலமாகத் தன்னுடைய தொலைநோக்குப் பார்வையைக் குறிப் பிடுகிறார். கணினி என்பது எல்லோருக்குமான இயந்திரமாக மாறவேண்டும் என்பதைத்தான் அவர் தன்னுடைய தாரகமந்திரமாக வைத்துக் கொண்டார். அதை நோக்கியே, தான் பயணப் பட்டதாகச் சொல் கிறார். இரண்டாவதாக, அருகதையற்றவர்களைச் சுட்டிக்காட்டுவதில் அவர் ஒருபோதும் சுணக்கம் காட்டவில்லை.

அதன் மூலம் தரமற்ற பணிகளைச் செய்ப வர்களை மாற்ற முடிந்தது என்றும் மூன்றாவதாக, ஓய்வு எடுப்பதை இறந்தபிறகு செய்வதற்காக ஒத்தி போட்டதாகவும் குறிப்பிடுகிறார். தன் பணியாளர் களைத் தன் மனத்தின் நீட்சியாக அவர் கருதினார். எனவே யார், யார் திறமையானவர்களோ அவர் களையெல்லாம் கண்டுபிடித்து அவர்களைத் தன்னுடைய பணிக்கு ஏதுவாகப் பயன்படுத்திக் கொண்டதாக அவர் கூறுகிறார். எந்தத் தோல்வி குறித்தும் பின்னோக்கிப் பார்க்காமல் தன் பயணத் தைத் தொடர்ந்ததாகவும் அதன் மூலமே வெற்றி பெற்ற இயந்திரத்தை உருவாக்க முடிந்தது என்றும் அவர் குறிப்பிடுகிறார்.

நம் இலக்கியங்களைப் படிக்கும் போது சாதனை புரிந்த சரித்திரத் தலைவர்கள் அனை வருமே இதைக் கடைப்பிடித்திருக்கிறார்கள்

என்பதை உணரமுடிகிறது. ஆட்சிபுரிந்த குறுகிய காலத்தில் அசோகர், இராஜராஜன் போன்றவர்கள் நிறைய செயல்களைச் செய்து முடித்ததற்கு ஸ்டீவ் ஜாப்ஸ் கூறுகிற அந்தத் தலைமைப் பண்புகள் அவர்களிடம் இருந்ததுதான் முக்கியமான காரணம். தற்காலிகமாக ஏற்பட்ட தோல்விகளை அவர்கள் பொருட்படுத்தாமல் தொடர்ந்து முன் செல்ல முயன்றார்கள்.

'பகவத் கீதையும் மேலாண்மையும்' என்கிற ஒரு கட்டுரையில் எம்.பி. பட்டாத்திரி என்பவர் தலைமைப் பண்பு மிக்கவராகக் கிருஷ்ணர் உற்சாகப்படுத்தும் சொற்களின் மூலம் தளர்ந்திருந்த அர்ஜுனனுடைய மனத்தை இறுக்கிக் கட்டினார். அதுவே அவனிடம் இருந்த உண்மையான ஆற்றலை வெளிக்கொண்டு வந்தது என்று சொல்கிறார். சின்னச் சின்ன தடங்கல்கள் மிகப் பெரிய வெற்றியை பாதித்துவிடக் கூடாது என்பதையுணர்த்த நற்செயல்களைச் செய்பவனுடைய வாழ்க்கை, துயரத்தில் முடிந்துவிடக்கூடாது என்று அவர் அறிவுறுத்துகிறார். கீதையில் உள்ள பல கருத்துகள் ஊக்கப்படுத்துவதற்கு உதவியாக இருக்கும் என்பது உண்மை.

தலைமைப் பண்பு உள்ளவர்கள் தன்முனைப்பு அற்றவர்களாக, காட்சிக்கு எளியவராக, யாரும் தங்கள் கருத்தை எளிதில் அவர்களிடம் பகிர்ந்து கொள்ளமுடியும் என்ற நம்பிக்கையை ஊட்டுபவர்களாக இருக்க வேண்டும். அணுகக்கூடியவர்களிடம் தாம் அணுவளவும் பயமில்லாமல் பணியாளர்கள் தங்கள் கருத்துகளைக் கூறுவார்கள். அது அவர்கள் மீதுள்ள அக்கறையையும் வெளிப்படுத்துவதாக இருக்கும். நிறுவனத்தின் மையக் கருத்தை நோக்கிப் பணியாளர்கள் அனைவரையும் ஒருங்கிணைக்கச் செய்கிறபோதுதான் நோக்கம் வெற்றி பெற முடியும். இராமர் மக்களைப் பார்த்து தானாகவே முன்சென்று அவர்கள் நலம் விசாரிக்கும் நல்ல நாயகனாக இருந்தார் என்பதைக் குறிப்பிடும் போது வால்மீகி அவரை 'பூர்வபாஷி' என்று விளிக்கிறார். கம்பரும், இராமருடைய இந்தப் பண்பை சிலாகித்துப் பேசுகிறார்.

அணுகக்கூடியவர்களிடம்
தாம் அணுவளவும் பயமில்லாமல்
பணியாளர்கள்தங்கள்
கருத்துகளைக் கூறுவார்கள்.

எதிர்வரும் அவர்களை எமையுடை இறைவன்
முதிர்தரு கருணையின் முகமலர் ஒளிரா
எதுவினை இடர்இலை இனிதும்நும் மனைவியும்
மதிதரு குமரரும் வலியர்கொல் எனவே

நிறுவனத்தை வழிநடத்துபவர்கள் தன் முனைப்பற்று இருக்கும்போது மிகப்பெரிய சாதனைகளை ஆற்ற முடியும். 'எறும்புகள் ஒன்று கூடும் போது அவற்றின் மூளைகள் ஒரே மூளையாக இணைந்துவிடுகின்றன' என்று குறிப்பிடுவார்கள், அதைப் போலவே ஒரே சிந்தனையுடன் நிறுவனத்தில் இருப்பவர்கள் பணியாற்றும்போது அவர்களின் பலம் தனிப்பட்ட பலத்தின் கூட்டல் தொகையை விட அதிகரிக்கிறது.

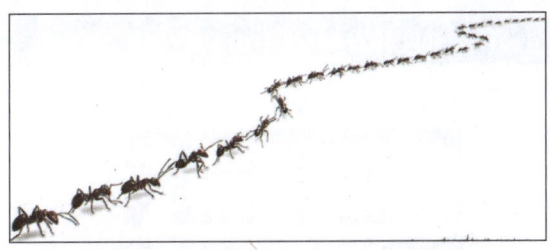

திருவள்ளுவர் துணிவு, ஈகை, அறிவுடைமை, ஊக்கம் ஆகிய பண்புகள் நிறைந்திருப்பவனே தலைமைப் பண்பு உடையவனாக இருக்கமுடியும் என்று குறிப்பிடுகின்றார்.

அஞ்சாமை ஈகை அறிவூக்கம் இந்நான்கும்
எஞ்சாமை வேந்தற்கு இயல்பு. (382)

அரிமகாதேவன் என்பவர் மேலாளர்களுக்கும், தலைவர்களுக்கும் இருக்கின்ற வேறுபாட்டைப் பற்றிக் குறிப்பிடும்போது 'மேலாளர் திட்டமிடு வதையும், நிதி ஒதுக்கீடு செய்வதை மட்டுமே நிகழ்த்தக்கூடியவர், ஆனால் தலைவர் என்பவர் எந்தத் திசையில் பயணிக்கவேண்டும் என்கிற பாதையை வகுப்பவர். மேலாளர் பொருட்களைப் பயன்படுத்துபவர், தலைவர் மனிதர்களைப் பயன்படுத்துபவர்' என்கிறார். தலைமைப் பண்பு உள்ளவர்கள் விழிப்புணர்விலும், புதியவற்றைக் கண்டுபிடிக்கும் தன்மையிலும் சிறந்து விளங்க வேண்டும். தொலைநோக்குப் பார்வையைப் பற்றிப் 'பீட்டர் ஷோல்ட்ஸ்' என்பவர் தன்னுடைய 'தலைமைக் கையேடு' என்கிற நூலில் தீர்க்க தரிசனம் வேறு, மாயத்தோற்றம் வேறு என்று குறிப்பிடுகின்றார். சிலர் நடக்க முடியாதவற்றைத் தொலைநோக்குப் பார்வையாகக் கருதித் தொலைந்து போவதைப் பார்க்கிறோம். தலைமைப் பண்பு உடையவர்கள் கற்றுக்கொள்ளவும், தொடர்ந்து பரிணாம வளர்ச்சி அடையவும் தயாராக இருப் பவர்கள். அவர்கள் விரைவான முடிவுகளை அய ராமல் எடுப்பவர்கள். அறிவில் சிறந்து விளங்கு பவர்கள். திருவள்ளுவர் இவற்றை முக்கியமான பண்புகள் என்று குறிப்பிடுகிறார்.

தூங்காமை கல்வி துணிவுடைமை இம்மூன்றும்
நீங்கா நிலனாள் பவர்க்கு (383)

வழிநடத்துவது என்பது ஒரு வாய்ப்பு. அது தனக்கு நிரந்தரமாக அளிக்கப்பட்ட பரிசு என்று கருதக் கூடாது. வரங்களைக்கூட மீறும்போது தண்டனைகள் தரப்படுகின்றன. சாபங்களுக்கும் விமோச்சனம் உண்டு. வரங்களுக்கும் வரை முறைகள் உண்டு. ஷேக்ஸ்பியர் படைத்துக் காட்டும் 'இரண்டாம் ரிச்சர்ட்' மன்னன் தன் அரசப் பதவியை இறைவன் தனக்கு வழங்கிய உரிமம் என்று கருது கிறான். பல இடங்களில் கடவுள் நியமித்த இறை வனை உலக மனிதர்கள் உதறித் தள்ள முடியாது, 'நான் கடவுளின் பிரதிநிதி' என்று கொக்கரிக்கிறான். அவனுடைய இந்தத் தவறே அவனுடைய முடிவை நிர்ணயிப்பதாக மாறி வருகிறது. ஆனால் திருவள்ளு வரோ முறைசெய்து காப்பாற்றுபவனே மக்களால் இறைவன் என்று கருதப்படுவான் என்கிற ஜன நாயகக் கருத்தை முன் வைக்கிறார்.

உலகத்தில் போர்க்கலையைப் பற்றிய மிகச் சிறந்த நூலாகக் கருதப்படுவது சன்-சூ எழுதிய 'போர்க்கலை' என்னும் சீன இலக்கியம். அதில் அவர் 'உன்னுடைய துருப்புகள் தங்கள் உயிர் அந்தப் போரில் வெற்றி பெறுவதில் தான் அடங்கியிருக் கிறது என்பதை உணர்ந்தால் கடுமையாகப் போராடு வார்கள். சாவைக்காட்டிலும் வெற்றி மேலானது என்கிற சூழலை உருவாக்குவதுதான் நீ கடைசியாகக் கையாளும் ஆயுதமாக இருக்க வேண்டும்' என்று உறுதிபடக் கூறுகிறார்.

நிறுவனங்களில் பணியாற்றுகிறவர்கள் அப்படிப் பட்ட ஒரு சூழலைத் தங்கள் பணியாளர்களிடம் உருவாக்க வேண்டும். முதலாவதாக அவர்கள் நாம் ஏன் ஒரு செயலைச் செய்கிறோம் என்பதைப்

புரிந்துகொள்ள வேண்டும். அடுத்ததாக அச் செயலில் அவர்களுக்கு என்ன ஆதாயம் என்பதை அறிந்துகொள்ள வேண்டும், மூன்றாவதாகத் தாங்கள் அதில் பாதிக்கப்பட்டால் என்னாகும் என்று யோசிக்க வேண்டும். பணியைச் செய்ய எவ்வளவு நாட்களானாலும் அதற்கு மனத் தயாரிப்பு செய்து கொள்ள வேண்டும், பணிமுடிந்த பிறகு தங்களுக்குக் கிடைக்கப்போகிற அங்கீகாரத்தையும், ஓய்வையும் நினைத்துப் பார்க்க வேண்டும்.

இன்றைய சூழலில் சன்-சூ கூறிய இந்தச் செயல் மிகவும் முக்கியமான ஒன்று. மாணவர்கள் தேர்வுக்குத் தயாரிக்கும்போது, இவற்றைச் சிந்தித் தால் துயரம் இல்லை.

மேலாண்மையில் 'பீட்டர் தத்துவம்' என்கிற ஒன்றுண்டு.

'ஓர் அடுக்கமைப்புச் சூழலில் ஒருவர் தன் தகுதிக்கு மீறிய பதவி உயர்வு நோக்கிப் பயணிக் கிறார்கள்' என்பதுதான் அதன் பொருள். அப்படி வரலாற்றில் தகுதியின்றி பெரிய பணியில் இருந்தவர் களைப் பற்றி இலக்கியங்கள் பேசுகின்றன. மிகச் சிறந்த வீரனுக்கு மகனாகப் பிறந்து இறுதிவரை ஒளிராமல் போனவர் ஹுமாயூன். பாலாடை புளிக்கும் வரை மேலே எழும்பி நிற்கும் என்கிற பீட்டர் தத்துவத்திற்கு அவர் ஓர் உதாரணம்.

இறுதியில் அவர் தடுமாறி விழுந்த போது மரணம் அடைந்தார். 'அவர் வாழ்க்கை நுழை வாயிலிலும், வாழ்க்கையை விடும்போதும் தடுமாறியே கடந்தவர்' என்று அழகான வரிகளில் வரலாற்று ஆசிரியர் லேன் பூல் அவர் வாழ்வைப் பற்றி ஏளனமாகச் சுட்டிக் காட்டுகின்றார்.

தலைமைப் பதவியை யார்மீதும் திணித்துவிட முடியாது. நூர்ஜஹான் தன்னுடைய முதல் கணவன் மூலம் பிறந்த லாட்லி என்கிற பெண்ணுக்கு எப்படி யாவது ஷாஜஹானைத் திருமணம் செய்துகொடுக்க வேண்டுமென்று முயற்சி செய்தாள். அது முடி யாமல் போக ஷெஹாரியர் என்கின்ற ஜஹாங்கீரின் இன்னொரு மகனுக்குத் திருமணம் செய்து கொடுக் கிறாள். அவனை மன்னனாக்க வேண்டுமென்று முயற்சி செய்கிறாள். ஆனால் அவனோ கோழை. எப்படியாவது அரசு அதிகாரத்தைத் தன் கையில்

வைத்துக்கொள்ள வேண்டுமென்று விரும்பிய நூர்ஜஹான் செய்த இன்னொரு தந்திரம் அது. லாகூரிலிருந்த லாட்லியின் கணவனுக்கு ஜஹாங்கீர் இறந்த செய்தி கிடைத்த பிறகு அவன் அரியணையைக் கைப்பற்ற முயற்சி செய்தான். ஆனால் அவனுடைய படை எளிதில் ஷாஜஹானுடைய தளபதி அசஃப் கானால் முறியடிக்கப்பட்டது. லாகூரை அவர்கள் முற்றுகையிட்ட போது ஷெஹாரியர் தன்னைக் காப்பாற்றிக்கொள்ள, அங்கிருந்த பெண் போல ஒப்பனை செய்துகொண்டு அவர்களோடு ஒருவராக மறைந்து கொண்டான். ஆனால் கண்டுபிடிக்கப் பட்டுக் கண்கள் குருடாக்கப்பட்டுச் சிறையில் அடைக்கப்பட்டான். அரசாங்கத்தில் கீழ்நிலை பதவியில் இருப்பவர் கள் தங்கள் தகுதிக்கு மீறிப் பதவி உயர்வு பெற்றால் அங்கேயே தங்கிவிடு கிறார்கள். ஆனால் உயர் மட்டங்களில் இது

இலக்கியத்தில் மேலாண்மை

வாய்க்கும்போது ஒரு நாடோ, மாநிலமோ திசை திரும்பிப் போய்விடுகிறது.

அரசுப் பதவி என்பது சுகங்களைத் துய்ப் பதற்கும், அதிகாரத்தை விருப்பம் போல் பயன் படுத்துவதற்கும் என்கிற உரோமாபுரி மன்னர்களின் வழியிலிருந்து முற்றிலும் மாறுபட்டு, அதை மக்களுடைய நலனுக்காகப் பயன்படுத்துவதைத் தான் தமிழ் இலக்கியங்கள் தவறாமல் உணர்த்தி வந்தன. அதைப் புறநானூற்றில் கிள்ளிவளவன் குறித்து வெள்ளைக்குடி நாகனார் கூறிய பாடலில் அறியலாம்.

மாரி பொய்ப்பினும் வாரி குன்றினும்
இயற்கை யல்லன செயற்கையில் தோன்றினும்
காவலர்ப் பழிக்கும் இக்கண்ணகன் ஞாலம் (35)

என்று புலவர் 'பருவ மழை தவறினாலும், நிலவளம் குன்றினாலும், இன்னும் இயல்பாக இல்லாமல், செயற்கை முறைகளால் ஏதேனும் தீமைகள் விளைந்தாலும், ஊராளும் அரசரையே இவ்வுலகம் பழிக்கும்' என மன்னனை வழிநடத்துகிறார். இது இன்றும் நிறுவனம் நடத்துபவர்களுக்குப் பொருந் தும். வணிக நிறுவனம் நடத்தினாலோ அதில் பணி புரியும் அத்தனை பேருடைய வயிறும் காயாமல் இருக்கும்படி திட்டங்களைத் தீட்டி அவற்றைச் சிறப்புடன் செயல்படுத்துவது அந்த நிறுவனத்தின் தலைமைப் பொறுப்பில் இருப்பவர்களுக்கு முக்கியக் கடமையாகும்.

அரசாங்கத்தில் கீழ்நிலை பதவியில் இருப்பவர்கள் தங்கள் தகுதிக்கு மீறிப் பதவி உயர்வு பெற்றால் அங்கேயே தங்கிவிடுகிறார்கள்.

சேரன் செங்குட்டுவன் சிலப்பதிகாரத்தில் காட்சிக் காதையில் கண்ணகி மதுரையை எரித்த சம்பவத்தைக் கேட்டு,

''மன்பதை காக்கும் நன்குடிப் பிறத்தல்
துன்ப மல்லது தொழுதக வில்''

என்று குறிப்பிட்டுத் தலைமைப் பண்பின் தகுதியை வரையறுக்கிறார்.

தாவோவின் சாரம் அடங்கிய டாவோடீச்சிங் நூலில் லா-வோட்சு நாட்டைச் சிறந்த முறையில் வழிநடத்துவது பற்றிக் குறிப்பிடும் போது 'பெரிய நாட்டை ஆளுவது சின்ன மீனைச் சமைப்பது போல' என்கிறார். அதிகம் கிளறினால் உறுப்புகள் தனித்தனியாக உதிர்ந்துவிடும்.

உயரம் செல்வதற்கான வழி வில்லின் நாணை இழுப்பதைப்போல. நாண் உயரமாக இருந்தால் கீழே அமுக்க வேண்டும். கீழே இருந்தால் உயரே தூக்கவேண்டும். மனிதன் தலை கீழான மனப் பான்மை கொண்டவனாக இருப்பதே நிருவாகத்தின் தலையாயப் பிரச்சினை. அவன் குறைவாக இருப்பவர்களிடம் எடுத்து அதிகம் இருப்பவர் களிடம் கொடுக்கிறான். சிறந்த நிர்வாகம் என்பது அரசு இருப்பதே மக்களுக்குத் தெரியாமல் இருப்பது தான். அதற்கடுத்து சிறந்தது, மக்களால் புகழப்படும் நிர்வாகம். மூன்றாவது மக்கள் பயப்படும் நிர்வாகம். நான்காவது, மக்கள் வெறுக்கும் நிர்வாகம்'.

லா-வோட்சுவின் கூற்று நிறுவனங்களுக்கும் பொருந்தும். நிறுவனத்தின் தலைமை அதிகாரி இருந்தாலும் இல்லாவிட்டாலும் பணியாளர்கள் தங்கள் கடமையை வழக்கம்போல் செய்வார்களே யானால், அது சிறந்த நிர்வாகமாகக் கருதப்படும். எந்த நிறுவனத்தில் பணிபுரிகிறவர்கள் அலுவலகத் திற்குச் செல்வதை மகிழ்ச்சியாகவும், அலுவலக நேரம் முடியும் போது வருத்தமாகவும் இருக்கிறார் களோ, அந்த அலுவலகமே சிறந்த அலுவலகமாகக் கருதப்படும்.

★

அத்தியாயம்

16

அதிகாரத்தை வெல்லும் அன்(ம்)பு

சில மாணவர்கள் ஒன்பதாம் வகுப்பு வரை ஊர் சுற்றுவார்கள். இவன் எதிர்காலம் என்னாகப் போகிறதோ என்று பெற்றோர்கள் பரிதவிப்பார்கள், மற்றோர் பரிகசிப்பார்கள். ஆனால் பத்தாம் வகுப்பு வந்தவுடன் வால் தனத்தையெல்லாம் சுருட்டி வைத்துக்கொண்டு முழு மூச்சுடன் படித்து முன்னுக்கு வருவார்கள். அப்படிப்பட்ட தன்மை கொண்ட ஒரு பாத்திரமாகத்தான் 'ஐந்தாம் ஹென்றி' மன்னன் ஷேக்ஸ்பியரால் படைக்கப்படுகிறான்.

'ஷேக்ஸ்பியர் எந்த நாயகனையும் படைக்க வில்லை' என்கிற குற்றச்சாட்டைப் பெர்னாட்ஷா முன்வைக்கிறார். அவருடைய சரித்திர நாடகங் களில் ஐந்தாம் ஹென்றி மன்னனை ஒரு நல்ல நாயகனாகக் குறிப்பிடலாம். அவனிடம் நிர்வாகத் திறனும் ஊக்கப்படுத்தும் தன்மையும், துணிச்சலும், வீரமும், துவளாத மனமும், தளராத முயற்சியும் இருந்தன. இளைஞனாக இருந்தவரை ஊர் சுற்று பவர்களோடு நட்பு வைத்துக்கொண்டு பொறுப் பில்லாமல் திரிந்தவன் அவன். ஆனால் அவனுக்கு அரசுப் பதவி கிடைத்ததும் தன்னோடு ஊர் சுற்றியவர்களை யெல்லாம் ஒதுக்கிவிட்டு ஓயாமல் பணியாற்றிக் குறைந்த வீரர்களுடன் பிரெஞ்சுப் படையை முறியடித்தவன் அவன். 'தலைமை நிர்வாகப் பொறுப்பிற்கு வந்த பிறகு தன்னோடு பழகியவர்களாக இருந்தாலும் அவர்கள் தவறு செய்தாலும் தயவு தாட்சண்யம் இல்லாமல் சுட்டிக் காட்டவும், தட்டிக்கேட்கவும் முடிந்தவர்களே சிறந்த நிர்வாகியாக இருக்க முடியும்' என்பதை ஷேக்ஸ்பியரின் நான்காம் ஹென்றி, ஐந்தாம் ஹென்றி நாடக இலக்கியங்கள் நவில்கின்றன

விலங்குகளில் தலைமைப் பதவியை அடைவதற்கு வழிமுறைகள் இருக்கின்றன. உயர்ந்த பொறுப்பில் இருக்கின்ற விலங்கு நலம் குன்றும் போது அதன் தலைமைப் பண்பு கேள்விக்குறியாக்கப்படுகிறது. அதற்குச் சவால்விட்டு மற்ற இளைய விலங்குகள் அவற்றைத் தூக்கி எறிகின்றன. அப்படி ஒதுக்கப்பட்டவை வேறு வழியில்லாமல் ஒதுங்கித் தனிமைச் சூழலில் வாழ்கின்றன.

தலைமை தாங்கி, பெண் சிங்கங்கள் வேட்டையாடிய இரையில் பெரும்பகுதியைத் தாமே உண்ட சில ஆண் சிங்கங்கள் இறுதிக்காலத்தில் எலியையும், சிலந்தியையும்கூட சாப்பிட்டு உயிரைத் தக்க வைத்துக் கொள்வதை நாம் பார்க்க முடியும். மனிதர்கள்கூட தாங்கள் தலைமைப் பொறுப்பில் இருப்பதைச் செயற்கையாக சில சின்னங்கள், உடைகளின் மூலம் வெளிப்படுத்துவதைப் பார்க்க முடியும். ஆனால் நிருவாகத்தைப் பொறுத்தவரை வழிநடத்துபவர்கள் எப்போது விலக்கிக்கொள்ள வேண்டும் என்கிற சூட்சுமத்தை நன்றாக உணர்ந்து கொள்ள வேண்டும். இல்லாவிட்டால் அது பயனுடையதாக இருக்காது.

‘தலைமை நிர்வாகப்
பொறுப்பிற்கு வந்த பிறகு
தன்னோடு பழகியவர்களாக இருந்தாலும்
அவர்கள் தவறு செய்தாலும் தயவுதாட்சண்யம்
இல்லாமல் சுட்டிக் காட்டவும், தட்டிக்கேட்கவும்
முடிந்தவர்களே சிறந்த
நிர்வாகியாக இருக்க முடியும்’

எப்போதும் நாமே ‘கோலோச்ச வேண்டும்’ என்று எண்ணுவது ஒருபோதும் மேலாண்மைக்கு உகந்தது அல்ல. அதனால்தான் இராமாயணத்தில் தசரதன் காதோரத்து நரையைப் பார்த்தவுடன் இராமனுக்குப் பட்டாபிஷேகம் நடத்த நினைத்ததாகப் படம் பிடித்துக் காட்டப்பட்டுள்ளது. இன்று பல நிறுவனங்களில் தலைமை நாற்காலியை விடாமல் கெட்டியாகப் பிடித்துக் கொண்டிருப்பவர்கள் பழைய சிந்தனைகளையே வலியுறுத்தி நிறுவனத்தை முடக்கி விடுகிறார்கள்.

‘ரால்ப் ஹாட்சன்’ என்கிற கவிஞர் ‘காளை’ என்றோர் அற்புதமான கவிதையை எழுதியிருக்கிறார். வயோதிகத்தில் தன் கடந்த கால வாழ்க்கையை எண்ணி வாடுகிற ஒரு கிழட்டுக் காளையைப் பற்றியது அது. அதைத் தொடங்கும்போது, ‘வயதான மகிழ்ச்சியற்ற காளை, மனத்திலும், உடலிலும் வியாதியோடு’ என்று குறிப்பிடுகிறார். வயதானதால் தலைமைதாங்கிய மந்தையில் இருந்து தூக்கியடிக்கப்படுகிறது. பல காளைகளுக்கும், பசுக்களுக்கும் தலைவனாக இருந்த அது தனிமையில் வாடுகிறது. முன்பு இருந்ததில் இப்போது பாதியே எஞ்சியிருக்கிறது. உடலும், பதனிடப்படாத தோலுமாய்க் காட்சியளிக்கிறது. கடந்த காலத்தை நினைத்துக் கண்ணீர் வடிக்கிறது. அந்தக் காளையைப் போலவே பலர் புறக்கணிப்பைத் தாங்க முடியாமல் புழுங்குவதைப் பார்க்கிறோம். காளை கவிதையை வாசிப்பவர்கள் எப்போது விலகவேண்டும் என்கிற மேலாண்மை நெறியையும் அடைவார்கள்.

‘ஷாரு ரங்னேக்கர்’ நச்சரிக்கும் மேலாண்மையைப் பற்றிக் குறிப்பிடுகிறார். மனைவிமார்கள் கணவனிடம் தொடர்ந்து நச்சரித்து ஒரு பொருளை வாங்கிவிடுகிறார்கள். முதல் நாள் ஒரு பொருள் வேண்டுமென்று கேட்பார்கள். கணவர் பல காரணங்களைச் சொல்லி அது வேண்டாமென்று நிலைநாட்டுவார். சரி என்று சொல்லிவிட்டுப் போய்விடுகிற மனைவி அடுத்த வாரம் அதற்கு இன்னொரு காரணத்தைச் சொல்லி, அந்தப் பொருளைக் கேட்பார். இப்படியே தொடர்ந்து வெவ்வேறு வடிவங்களில் அதே பொருளைப் பற்றிய நினைவூட்டுகள் வந்த வண்ணம் இருக்க கணவன் ஒத்துக்கொள்வான். இதற்குச் சிறந்த உதாரணம்தான் கைகேயி தசரதனிடம் பெற்றவரங்கள். அழுது புரண்டு, கூந்தலையெல்லாம் விரித்துக்கொண்டுதான் எப்போதோ கேட்டுப்பெற்ற இரண்டு வரங்களை அவள் தக்க தருணத்தில் பயன்படுத்துகிறாள். இன்றுகூட பல நிறுவனங்களில் முதலாளிக்கு

ஏதேனும் ஓர் உதவியை அவர் சிரமப்படும் நேரத்தில் செய்துவிட்டு பிறகு, தான் செய்த மிகப்பெரிய தவறை மறைக்க அவருடைய நெருக்கத்தைப் பயன்படுத்திக் கொள்கிற பலரைப் பார்க்கமுடியும்.

இன்று 'ஹார்வர்ட் பிசினஸ் ரிவியூ' என்ற சஞ்சிகைகளில் நச்சரிக்கும் மேலாண்மையைப் பற்றிக் கட்டுரைகள் வெளிவந்துள்ளன. முதலில் நாம் சொல்லுகிற புதிய கருத்தின்மீது நம்பிக்கையை ஏற்படுத்தவேண்டும். நாம் சொல்கிற கருத்து சிறந்ததாக இருந்தாலும் நாம் இருக்கும் பதவி மற்றவர்களை ஒத்துக்கொள்ள வைக்கின்ற அளவிற்கு உயர்ந்ததாக இருக்க வேண்டும். மூன்றாவதாக அதற்குப் போதிய உதாரணங்களைக் காட்ட

முதலாளிக்கு ஏதேனும் ஓர் உதவியை அவர் சிரமப்படும் நேரத்தில் செய்துவிட்டு பிறகு, தான் செய்த மிகப்பெரிய தவறை மறைக்க அவருடைய நெருக்கத்தைப் பயன்படுத்திக் கொள்கிற பலரைப் பார்க்கமுடியும்

வேண்டும். நான்காவதாக அவர்கள் உணர்ச்சியோடு அதைத் தொடர்புடையதாக ஆக்க வேண்டும். தசரதன் மிகவும் நொந்துபோயிருந்த நேரத்தில் அவனுக்குப் பெரிய உதவியைக் கைகேயி செய்தாள். அதனால் தான் இதயப் பூர்வமாக அவனை அவள் தொட முடிந்தது. கணவன் பலவீனமாக இருக்கின்ற தருணத்தில் இப்படிப்பட்ட ஓர் அஸ்திரத்தைப் பயன்படுத்தி அவனை வீழ்த்திவிடுகின்ற பல பெண்கள் இருக்கிறார்கள். எனவே 'நச்சரிக்கும் மேலாண்மை' என்பது இன்று 'ஹார்வர்ட்' பல்கலைக்கழகமே சொல்லித்தருகிற வழிமுறை.

ஒருகாலத்தில் கடிதம் எழுதினாலேயே கீழ் நிலை அலுவலகத்திலிருந்து பதில் வந்துவிடும். ஆனால் அதற்குப் பிறகு நேர்முகக்கடிதம் எழுத வேண்டிய நிலை. அதுவே பின்பு சிக்கனத் தந்தியாக மாறியது. அக்கணமும் பயனில்லாததால் தந்தி யானது. பிறகு நிகரியில் அனுப்பினால் தான் நிகழும் என்ற நிலைமை. அதுவும் கடந்து எல்லா அஸ்திரத்தையும் பயன்படுத்திய பிறகு தொலைபேசியில் தொடர்பு கொண்டு பேசினால் தான் உண்டு என்ற சூழல். இதையெல்லாம் கைகேயி போன்றவர்கள் அந்தக் காலத்திலேயே செய்து வெற்றி பெற்றிருக்கிறார்கள் என்பதற்கு இதிகாசங்கள் சாட்சி.

நாம் மற்றவர்களிடம் எவ்வாறு நம்பிக்கையூட்டும்படி நடந்துகொள்ள வேண்டுமென்பதற்குக் 'குலசிகானாத சுத்தாவில்' புத்தர் குறிப்பிட்ட செய்தி பதிவாகியிருக்கிறது. அவர், தன்னுடைய சீடர்களை நோக்கிக் கூறும்போது, 'நீங்கள் அடுத்த நம்பிக்கையைச் சார்ந்தவர்களிடம் பேசும்போது சிங்கத்தைப்போல முழங்கவேண்டும். அப்படிச் செய்வதால் உங்கள் குருவின்மீது நீங்கள் நம்பிக்கை வைத்திருக்கிறீர்கள் என்பது புரியும். இரண்டாவதாக

உங்கள் குருவின் போதனைகளில் நம்பிக்கை வைத்திருக்கிறீர்கள் என்பது புரியும். மூன்றாவதாக அவர் உங்களுக்குத் தேவையான அனைத்து ஒழுக்க நெறிகளையும் எல்லாச் சூழல்களுக்கும் ஏற்றவாறு கற்பித்திருக்கிறார் என்பது புரியும். நான்காவதாக, உங்கள் குரு துறவிகள், மனிதர்கள், பாமரர்கள் ஆகிய எல்லோரையும் கருணையோடு பார்ப்பவர் என்பது புரியும்' என்று குறிப்பிடுகிறார். வழி நடத்து பவர்களே நம்பிக்கையில்லாமல் இருந்தால் வாழ்க்கை பயனற்றதாகப் போய்விடும். அவர்கள் சொல்வதைக் கேட்க யாரும் தயாராக இருக்க மாட்டார்கள். அழுத்தமான நம்பிக்கையே ஆழமான செய்தியினை மனிதர்கள் மனத்தில் பதியவைப்பதாக இருக்கிறது.

வழிநடத்துகிறவர்கள் அனைவருடைய ஆலோசனையையும் தேவைப் படும்போது கேட்டுணர்ந்து நடப்பார்கள். அப்போதுதான் மற்றவர்களுக்கும் தாங்கள் அந்தப் பணியில் ஈடுபடுகின்ற திருப்தி ஏற்படும். சங்கத்தமிழர் காலத்திலேயே அமைச்சர்கள், ஐம்பெருங்குழு, அறங்கூறு அவையம், மெய்க்காப்பாளர், நாழிகைக் கணக்கர், நகரக்காவலர், கடைக்காப்பாளர், நீர் நிலைக்காப்பர், வாகனங்களை இயக்குவோர், வரி வாங்குவோர் போன்ற பல பணியாளர்களும், உமணரும் இருந்தார்கள் என்கிற தகவல் 'சங்கத் தமிழர் வாழ்வியல்' என்கிற, மு. சண்முகம் பிள்ளை எழுதிய நூலில் இருந்து தெரிகிறது.

அமைச்சர்கள் கூறுகின்ற சிறந்த அறிவுரை களை ஏற்றுக்கொண்டு வழிநடத்துவதுதான் ஆள் பவர்களுக்கு வலிமை என்பதைக் கம்பர் விவரிக் கிறார்.

''உமைக்கு நாதற்கும், ஓங்கு புள்ஊர்திக்கும்,
இமைப்பில் நாட்டம் ஓர் எட்டுடையானுக்கும்,
சமைத்தல் தோள்வலி தாங்கினர் ஆயினும்
அமைச்சர் சொல்வழி ஆற்றுதல் ஆற்றலே''

வழிநடத்தும்போது மிக நீண்ட யாத்திரையைப் போல நம் முயற்சி தடைபடும் தருணங்களில் மிகுந்த அன்பு செலுத்த வேண்டியவர்களாக இருக்கிறோம். 'செம்மறி மேய்ப்பவனின் பாடல்' என்கிற நேர்த்தியான பாடல் ஒன்றை 'வர்கில்' எழுதியிருப்பார். அதில் அவர் 'அன்பு எல்லா வற்றையும் வெல்லக்கூடியது' என்று குறிப்பிடு கிறார்.

நாமும் அன்பிற்கு நம்மை ஒப்படைத்து விடுவோம் என்பது அவர் கூறும் நுட்பமான செய்தி. அதிகாரத்தால் சாதிக்கமுடியாத பலவற்றை அன்பினால் சாதிக்கமுடியும்.

★

இலக்கியத்தில் மேலாண்மை

அத்தியாயம்
17
அரவணைத்தால் வெற்றிகள் அதிகம்

'மூத்த சகோதரன்' என்கிற கதையைப் பிரேம்சந்த் எழுதியிருப்பார். ஹிந்தி இலக்கியத்தின் நுட்பமான சிறுகதை அது. அண்ணன், தம்பி என்கிற இருவரே பாத்திரங்கள். அண்ணன் எப்போதும் படித்துக் கொண்டிருப்பவன், தம்பி விளையாட்டுப்பிள்ளை. அவன் பட்டங்கள் விடுவதில் மகிழ்ச்சி அடைபவன். தம்பி பட்டம் விடுவதைப் பார்த்து சட்டையைப் பிடித்து வீட்டிற்கு இழுத்துவந்து "நீ என்ன பைத்தியமா? தேர்வுகள் வருகின்றன, விளையாடிக் கொண்டிருக் கிறாய்! உட்கார்ந்து ஒழுங்காகப்படி'' என்று அண்ணன் மிரட்டுகிறான். தம்பியும் பட்டத்தைக் காற்றில் விட்டுவிட்டு பாடத்தில் மூழ்குகிறான். தேர்வு முடிவு வெளியாகும்போது அண்ணன் தேர்ச்சி பெறவில்லை, தம்பி தேர்ச்சிபெறுகிறான்.

மறுபடியும் தம்பி பட்டம் விடும்போது அவன் சட்டையைப் பிடித்து இழுக்கிறான். ''போனமுறை நீ தேர்ச்சிப் பெற்றாய் என்பதற்காகத் திருப்தியடைய முடியாது. சின்ன வகுப்பில் தேர்வு எளிதாக இருக்கும். மேலே செல்லச் செல்லக் கடினமாக இருக்கும்'' என்று கட்டாயப்படுத்துகிறான். அந்தத் தேர்விலும் தம்பி தேர்ச்சி பெற்றுவிடுகிறான். அண்ணன் தோற்றுவிடுகிறான்.

இருவரும் ஒரே வகுப்பில் படிக்க நேரிடுகிறது. இப்போதும் பட்டம் விடப்போன தம்பியைத் தடுத்துநிறுத்தி ''போன ஆண்டுவரை பாடம் எளிது. அதனால்தான் நானும் அந்த வகுப்பு வரை எளிதில் தேர்ச்சி பெற்று விட்டேன், ஆனால் இப்போது

உண்மையிலேயே கடினம். எனவே நீ பட்டம் விடுவதை நிறுத்து'' என்கிறான். தம்பியும் கேட்டுக்கொள்கிறான். இந்த முறையும் தேர்வில் அண்ணன் தோற்க தம்பி ஜெயிக்கிறான்.

இப்போது தம்பி ''நான் பட்டம் விடுவதை யார் தடுக்க முடியும்?'' என்று நினைக்கிறான். ஆனால் அவனை மைதானத்தில் மறுபடியும் சட்டையைப் பிடித்து அண்ணன் சொல்கிறான், ''நீ என்ன நினைக்கிறாய் என்று எனக்குத் தெரியும். நான் தோற்றுப்போனதால் உன்மீது அதிகாரம் செலுத்தமுடியாது என்று கருதுகிறாய். ஆனால் அது தவறு. எனக்கு உன்மீதுள்ள அதிகாரம் அன்புதான். நான் தோற்றாலும் பரவாயில்லை, நீ வாழ்க்கையில் வெற்றிபெற வேண்டும். நிறைய மதிப்பெண் பெற்று உயர்ந்த நிலையில் நீயாவது இருக்கவேண்டும் அதுதான் என்னுடைய ஆசை''. அண்ணன் இப்படிச் சொன்னதும் தம்பி பட்டத்தைப் போட்டுவிட்டு வீட்டைச் சுற்றியே வட்டமடிக்கிறான். தலைவன் அதைப்போல அனுசரணை என்கிற அதிகாரத்தைப் பயன்படுத்தினால்தான் தன்னைக்காட்டிலும் புத்திசாலியாக இருப்பவர்களைக் கூட தனக்குக்கீழ் கொண்டு வர முடியும்.

பத்துப்பாட்டில் உள்ள முல்லைப் பாட்டில் போர்ப் பாசறையில் மன்னன் இரவு நேரத்தில் தூக்கம் வராமல் தவிக்கிறான். தனக்கு வெற்றியைத் தேடித்தருவதற்காகச் செஞ்சோற்றுக் கடன் கழித்துப் போரில் வீழ்ந்துபட்ட வீரர்களை நினைக்கிறான். காவலாய்க் காதோரம் அணிவித்த தோற்பரிசை யினையும் அறுத்துக்கொண்டு பாய்ந்த கூர்மையான அம்பு நுனிகள் அழுந்துவதால், தம் செவியைச் சாய்த்துப் புல் உண்ண முடியாமல் வருந்தும் குதிரை களையும் நினைக்கிறான். இதனால் அவனால் தூங்க முடியவில்லை. இது தான் சங்க இலக்கியம் காட்டும் அனுசரணையினால் வரும் தலைமைப் பண்பு.

'உண்ணாது உயங்கும் மாசிந் தித்தும்;
ஒருகை பள்ளி ஒற்றி, ஒருகை
முடியொடு கடகம் சேர்த்தி, நெடிதுநினைந்து'

அலெக்ஸாண்டரின் வாழ்வில் நடந்த ஒரு நிகழ்ச்சி. ஒரு பாலைவனத்தைப் படையோடு கடக்க நேரிட்டது. அவருடைய படைவீரர்கள் அனைவரும் தாகத்தால் தவித்தார்கள். அலெக்ஸாண்டருக்கும் தாகம். ஒரு சிப்பாய் அவரிடம் வந்து மண்டியிட்டு ஒரு குவளைத் தண்ணீரைப் பருகக் கொடுத்தான். ''நம் படையில் இருக்கும் பத்தாயிரம் பேருக்கும் தேவையான தண்ணீர் இருக்கிறதா?'' என்று அலெக்ஸாண்டர் கேட்டார். இல்லையென்று பதில் வந்தது. உடனே அவர் அந்தக் குவளை நீரை கீழே கொட்டி விட்டு மற்றவர் களைப்போலத் தாகத்துடன் அமர்ந்தார்.

அது அந்தப் படையில் இருந்த அத்தனை பேருக்கும் தங்கள் தாகம் தணிந்ததைப் போன்ற உணர்வை ஏற்படுத்தியது. அதற்குப் பிறகு அவர்கள் மிகுந்த உற்சாகத்துடன் நடைபோட்டுப் பாலைவனச் சோலை இருக்கும் இடத்தை அடைந்தார்கள். தங்கள் தலைவன் தங்களுக்காக வாழ்கிறான் என்ற நினைவே புதிய உந்துதலை அவர்களுக்கு ஏற்படுத்தியது. அவர்கள் எளிதில் வெற்றி பெற்றார்கள்.

ஈடுபாட்டுடன் எல்லோரும் பணி செய்ய வேண்டும். அப்படிப்பட்ட ஒரு சூழலை உருவாக்குபவர்களே சிறந்த நிர்வாகத்தைத் தரமுடியும். 'சிற்றின் பத்தில்கூட ஈடுபாடு இல்லாவிட்டால் அது உரிய பலனைத் தராது' என்பதை மகாபாரதம் நமக்குக் கூறுகிறது. சத்தியவதி தன் சாம்ராஜ்யத்திற்கு ஒரு வாரிசு வேண்டுமென்று ஆசைப்பட்டு, தன் முதல் மகன் வியாசனை அழைத்து அம்பிகை,

ஈடுபாட்டுடன் எல்லோரும் பணி செய்யவேண்டும். அப்படிப்பட்ட ஒரு சூழலைஉருவாக்குகிறவர்களே சிறந்த நிர்வாகத்தைத் தரமுடியும்.

அம்பாலிகை ஆகியவருக்குக் குழந்தை பாக்கியம் தரும்படி வேண்டுகிறாள். வியாசனோ அழகன் அல்ல. அம்பிகை வியாசனின் அருவருப்பான ஆகிருதிக்கு அஞ்சி விழிகளைமூடி விருப்பமின்றி ஈடுபடுகிறாள். எனவே முதல் குழந்தை விழியற்றதாகப் பிறக்கிறது. அவனே திருதராஷ்டிரன். அம்பாலிகையோ வியாசனின் விகாரத் தோற்றத்தால் வாயடைத்துப் போய் வெடவெடுத்து வெளிறினாள். அவனே பாண்டு. எனவே பிறந்தவன் வெள்ளைத்தோல் கொண்டு வித்தியாசமாக விளங்கினான். சத்தியவதி மறுபடியும் வலியுறுத்தியதால் வியாசன் அம்பிகைக்கு இன்னொரு வாய்ப்புத் தந்தபோது அவள் தன் பணிப்பெண்ணை அலங்கரித்து அனுப்பினாள். அவளோ அனுபவத்தை இரசித்தாள். அதனால் அறிவிலும், உருவிலும் சிறந்த குழந்தை பிறந்தது. அவரே விதுரர்.

மாண்டவியர் என்கிற மகாமுனி தவறாகத் தண்டிக்கப்பட்டுவிட்டதால் தருமதேவதையிடம் முறையிடச் சென்றதாகவும், அதற்குத் தரும தேவதை அவர் சின்னவயதில் சில உயிரினங்களை இம்சித்ததால் இது நேர்ந்ததாகக் கூற வெகுண்ட மாண்டவியர் ''அறியாப் பருவத்தில் ஆற்றிய பிழைக்கு நீ அளித்த தண்டனை அதிகம். எனவே நீ பூவுலகில் பிறப்பாய்'' என்று சாபமிட்டதால் தருமதேவதையே விதுரனாக விளைந்ததாகப் 'பாண்டவர் பூமி' பகருகிறது. அப்படிப் பிறந்ததால் தான் விதுரர், திரௌபதி துகிலை உரிய எதிர்ப்பு தெரிவிக்கிறார். அங்கு எதிர்ப்புத் தெரிவித்தவர்கள் விதுரனும், விகர்ணனுமே. பாரதப்போரில் கலந்து கொள்ள அவர் மறுக்கிறார். விதுரர் திருதராஷ்டிரனுக்குச் சொன்ன தத்துவங்களே 'விதுர நீதி'யாகத் தொகுக்கப்பட்டிருக்கிறது.

விதுரர் 'ஆணவம் கொண்டவன் யாரையும் வழிநடத்த முடியாது' என்று திருதராஷ்டிரனுக்குச் சொல்கிறார். ஆணவம் மிக்கவன் பலரை அணைத்துச் செல்லமுடியாது. அவன் தனியாக நிற்கிற மரத்திற்கு ஒப்பாவான். ஒரு மரம் எவ்வளவு வலிமை வாய்ந்ததாக இருந்தாலும் தனித்து நிற்கும்போது காற்றில் சாய்ந்துவிழும். அதைப்போலத் தனித்து நிற்கும் மனிதன் எவ்வளவு வலிமையானவனாக இருந்தாலும் எதிரிகளால் தூக்கி எறியப்படுவான். வழிநடத்துபவர்கள் எல்லோரையும் அரவணைத்துச் செல்ல வேண்டிய பணியைச் செய்யவேண்டும். அப்போதுதான் அவர்கள் வெற்றியைப் பெற முடியும்.

வழிநடத்துவதைப் பற்றிச் சீன இலக்கியத்தில் உருவகக்கதை ஒன்று உண்டு. தன் முதுகில் ஒட்டகத்தைப்போல கூன் விழுந்த ஒருவன் 'ஒட்டக முதுகுக்காரன்' என்றே அழைக்கப்பட்டான். அவன் மரங்கள் நடுவதில் நிபுணன். அந்த ஊரில் தோட்டம் வைத்திருந்த அனைவருமே வீட்டில் மரம் நட அவனையே அழைப்பார்கள்.

மரத்தை நடும்போது சின்னக் குழந்தைக்குச் சோறூட்டுவதைப்போல மென்மையாக நட வேண்டும்

அவன் நடுகிற மரங்கள் விரைவாக வளர்வதோடு, பழங்களையும் அளிக்கவல்லவை. அவனைப் போலவே மரம் நட முயற்சி செய்து பலர் தோல்வியடைந்தார்கள்.

அவனிடம் 'எவ்வாறு இவ்வளவு சிறப்பாக உன்னால் மரம் நட முடிகிறது?' என்று ஒருவர் கேட்டார். அதற்கு அவன், 'நீங்கள் மரம் நடும்போது அதன் வேர்கள் சுதந்தரமாகப் பரவ வழி வகுக்க வேண்டும். பழையமண்ணையே அவற்றைச் சுற்றிப் போடவேண்டும். அதற்கு மேல் திடப்படுத்து வதற்காகப் புதிய மண்ணைப் போடவேண்டும். பிறகு அந்த மரத்தைத் தொந்தரவு செய்யக்கூடாது. மரத்தை நடும்போது சின்னக் குழந்தைக்குச் சோறூட்டுவதைப்போல மென்மையாக நட வேண்டும். நட்ட பிறகு அதைப்பற்றிக் கவலையே படக்கூடாது. மனத்தில் இருந்து அதைத் தூக்கி எறிய வேண்டும்.

அந்த மரம் தன் இயல்பான வாழ்க்கையை அனுபவிப்பதற்கான சூழலை உருவாக்கவேண்டும். பிறகு அது தானாக வளரும். மற்றவர்கள் தங்கள் மரங்களை அதிகம் நேசிக்கிறார்கள். அவற்றைப் பற்றி நிறைய கவலைப்படுகிறார்கள். காலையிலும், மாலையிலும் சென்று தாங்கள் நட்ட மரத்தைத் தொட்டுப்பார்க்கிறார்கள். அதற்கு உயிர் இருக்கிறதா என்று பட்டையைத் தேய்த்துப் பார்க்கிறார்கள். சில நேரங்களில் பிடித்து ஆட்டுகிறார்கள். அவர்கள் மரங்களை நேசிப்பதாக நினைத்துக்கொண்டு தீங்கு விளைவிக்கிறார்கள்'' என்று ஒரு நீண்ட விளக்கம் அளித்தான்.

அவனிடம் ஒருவர் கேட்டார், ''நீ மரம் நடும் முறையை அலுவலர்களை நிர்வகிப்பதற்கும் பயன்படுத்தலாமா?'' அதற்கு அவன் சொன்னான் ''எனக்கு மரங்களை நடத்தான் தெரியும். மக்களை நிர்வகிக்கத் தெரியாது.'' ஆனால் என்னுடைய ஊரில் அதிகாரிகள் அடிக்கடி கட்டளைகள் பிறப்பித்துக்கொண்டே இருக்கிறார்கள். அவர்கள் மக்களுக்கு நல்லது செய்வதாக நினைத்துக்கொண்டு தீமை செய்கிறார்கள். காலையிலோ, மாலையிலோ உரத்தக் குரலில் விதையை நடுங்கள், அறுவடை செய்யுங்கள், பட்டுப்புழு வளருங்கள், ஆடை நெய்யுங்கள், உங்கள் கோழிகளையும், பன்றி களையும் பார்த்துக் கொள்ளுங்கள் என்று உச்சக் குரலில் கத்துகிறார்கள். இதனால் நாங்கள் களைத்துப் போய்விடுகிறோம். அமைதியாகவும், இயல்பாகவும் வாழ முடியாமல் போய்விடுகிறது.

வழி நடத்துபவர்கள் மரம் நடுபவனுடைய வார்த்தைகளைக் கேட்டால் அவர்களும் சோலை வனத்தை உருவாக்கமுடியும். 'ஜென்' இலக்கியத் தில் கூறுவதைப்போல நிலவைக் காட்டும் விரலாக இருக்கவேண்டுமே தவிர, நாமே நிலவாகிவிட முயற்சி செய்யக்கூடாது. ★

அத்தியாயம்

18

திட்டமிடு! வெற்றியடை!

மேலாண்மையின் நான்காவது அங்கம் 'கட்டுப்படுத்துதல்'. திட்டமிட்டபடி எல்லாம் நடக்கிறதா என்று கணக்கெடுப்பதற்கும், எதிர் காலத்தைப் பற்றிக் கணிப்பதற்கும், தணிக்கை செய்வது அவசியம். பல நேரங்களில் நாம் எதிர் பார்த்தவை, எதிர்பார்த்த வேகத்தில் நடக்காமல் போய்விடும். அப்போது நம்மையும் அறியாமல் திட்டம் பின்தங்கிவிடும். எனவே அதை ஒவ்வொரு கட்டத்திலும் ஆராய்வது அவசியம். அதைப் போலவே ஒரு செயலைச் செயல்படுத்தும்போது ஏற்படுகிற தவறுகளை அவ்வப்போது திருத்தித் திட்டத்தைத் தொய்வு ஏற்படாமல் பார்த்துக் கொள்வதற்கும் கட்டுப்படுத்துவது அவசியமாக இருக்கிறது.

ஓர் உணவகம் நடத்துபவர், தன் நிறுவனத்தில் தயாரிக்கப்படும் உணவின் தரத்தைப் பற்றி அறிந்து கொள்வதற்கு ஒரு வழிமுறையைக் கையாளலாம். வாடிக்கையாளர்கள் கேட்டு வாங்கிச் சாப்பிடும் உணவில் எது சாப்பிடாமல் திரும்பவருகிறது என்பதைப் பார்த்தாலே, அது தரமாகத் தயாரிக்கப் படுகிறதா என்பதை அறிந்துகொள்ளமுடியும். அதைப் போலவே அவர்களே பரிமாறிக்கொள்ளும் உணவில் எது அதிகம் மீதம் இருக்கிறதோ அது ருசியாக இல்லை என்பது பொருள். இதை ஒரு காலகட்டத்திற்கு உற்று நோக்கினால் போதும், தரத்தைப் பற்றிய புரிதல் நமக்கு எளிதில் ஏற்படும்.

என்னுடைய சொந்த அனுபவத்தில் இதை நடைமுறைப்படுத்தியிருக்கிறேன். சென்னைத்

தீவுத்திடலில் அரசுப் பொருட்காட்சி நடக்கும் போது ஒவ்வொரு நாளும் இரவு 11 மணிக்கு எத்தனை பேர் வந்தார்கள் என்கிற தகவலைக் குறுஞ்செய்தி மூலம் நாங்கள் பெறுவோம்.

வருகிறவர்கள் எண்ணிக்கை குறைவதைக் கண்டால் பொருட்காட்சியில் ஏதேனும் புதிய அம்சத்தைப் புகுத்திப் பத்திரிகையில் அதை இடம் பெறச்செய்து மறுபடியும் வருகிற கூட்டத்தை அதிகப்படுத்துவோம். மாணவர்கள் வருகை அதிகமாக நிகழ சில பள்ளிகளை அணுகி அவர்களுக்கு நுழைவுச் சீட்டுகளை விற்பதோடு பல பள்ளிகளின் கலை நிகழ்ச்சிகளை மேடையில் நிகழ்த்த ஏற்பாடு செய்வோம். இப்படிக் கூட்டம் குறையும் போதெல்லாம் எடுத்த முயற்சியின் காரணமாகப் பொருட்காட்சிக்கு வருகை புரிந்தவர்களுடைய எண்ணிக்கை 2006ல் ஒன்பது இலட்சமாக இருந்ததை, 2010ல் 17 இலட்சமாக உயர்த்திக் காட்டினோம்.

அதுவரை அரசுக்குச் சுற்றுலா வளர்ச்சிக்கழகம் செலுத்தவேண்டிய பாக்கித் தொகை முழுவதையும் வந்த இலாபத்தில் ஒரே மூச்சில் செலுத்தி முடித்தோம். இது என்னுடைய தனிப்பட்ட வெற்றி யல்ல; கூட்டு முயற்சிக்குக் குவிந்த பலன். கூட்டு முயற்சியால் தான் பல கூட்டுப் புழுக்கள் பட்டாம் பூச்சியாக, சிரமமில்லாமல் சிறகடிக்க முடியும். இவ்வாறு தினசரி ஒன்றை ஆய்வு செய்வதன் மூலம் கட்டுப்படுத்தவும், திருத்தியமைக்கவும் வாய்ப்புகள் ஏற்படுகின்றன. அதனால்தான் மேலாண்மையில் கட்டுப்படுத்துவது முக்கியமான ஒரு பணியாக இருக்கிறது.

சீன இலக்கியமான 'டாவோ டீச் சிங்'கில் கட்டுப்படுத்துவதைப் பற்றி மிக நேர்த்தியாக விளக்கப்பட்டிருக்கிறது.

'சூழல் பாதுகாப்பாக இருக்கும்போது
பராமரிப்பது எளிது
அறிகுறிகள் தொடங்குவதற்கு முன்பே
நிலைமையைச் சமாளிப்பது எளிது
பொருள் காய்ந்திருக்கும்போது ஒடிப்பது எளிது
நுண்ணியதாக இருக்கும்போதே ஒரு
பொருளைக் கரைப்பது சுலபம்
ஒரு செயல் ஒன்றுமில்லாமல் இருக்கும்போதே
அதைக் கவனிக்கக் கற்றுக்கொள்
ஒழுங்கீனம் வருவதற்கு முன்பே சூழலைக்
கட்டுப்பாட்டில் வைத்திரு
மனிதனின் கைகளால் அளக்கமுடியாத மரம்
சின்னத் துளிராகவே உதயமாகிறது
ஆயிரம் மைல் கொண்ட பயணம்
ஓர் அடி முன்வைப்பதில் தொடங்குகிறது'

நிலைமையைப் பரிசோதிப்பதற்கு அறிவும் ஆற்றலும் தேவை. எல்லோராலும் செயல்பாடு களைத் தணிக்கை செய்யமுடியாது. ஜாதகக்கதை ஒன்று உண்டு. செடிகளுக்கு நீர் வார்க்கும் பொறுப்பை ஒருவன் குரங்குகளிடம் ஒப்படைத்தானாம். அவை நீர் ஊற்றிய பிறகு 'ஒவ்வொரு செடியின் வேரும் ஒழுங்காக நனைந்திருக்கிறதா?' என்று பிடுங்கிப் பிடுங்கிப் பார்த்தனவாம். அப்படிப்பட்டவர் களிடம் ஆய்வு செய்யும் பணியை ஒப்படைக்க முடியாது. வரப்போகும் பாதிப்புகளையும், நன்மை களையும் அறியக்கூடியவர்கள் எப்படிப்பட்டவர்கள் என்பதைச் சொல்லி, அவர்களையே இதுபோன்ற பணிகளுக்குப் பயன்படுத்த வேண்டுமென்று கம்பர் இராமாயணத்தில் குறிப்பிடுகிறார்.

உற்றது கொண்டு மேல்வந்து
உறுபொருள் உணரும் கோளார்.
மற்றது வினையின் வந்தது ஆயினும்
மாற்றல் ஆற்றும்
பெற்றியர்; பிறப்பின் மேன்மைப்
பெரியவர்; அரிய நூலும்
கற்றவர்; மானம் நோக்கின்
கவரிமா அனைய நீரார்

மற்றவர்களால் சாதிக்கமுடியாத பணியைச் செய்கிறவர்களை ஹெர்குலிய சாதனை செய்ததாக மற்ற மொழியிலும் குறிப்பிட்டுப் பாராட்டுவது வழக்கம்.

கட்டுப்படுத்துவது என்பது 'ஹெர் குலிய செயல்'. ஹெர்குலஸ் என்பவர் ஜூபிட்டர் தேவனின் மகன் என்று கிரேக்கப் புனைவியல் குறிப்பிடுகிறது. அவரிடம் பன்னிரண்டு கடுமை யான பணிகள் ஒப்படைக்கப்பட்டன.

முதலாவது அரும்பணி, நெமியன் சிங்கத்தைக் கொல்வது. ஹெர்குலிஸ் அந்த விலங்கின் கழுத்தை நெரித்துக் கொன்று தோலை உருவி ஆடையாக அணிந்துகொண்டார். அடுத்ததாகப் பல தலைகள் கொண்ட ஹைட்ரா என்கிற பாம்பைக்கொல்ல வேண்டும்.

ஒரு தலையை வெட்டினால் இரண்டு தலைகள் முளைக்கும் அதிசயப் பாம்பு அது. அதையும் அவர் சமாளித்தார். அடுத்ததாக எரிமேந்தஸ் என்கிற இடத்தில் உள்ள காட்டுப் பன்றியைக் கொல்லுதல். அது வலுவானதல்ல, ஆனால் விரைவானது. அதைத் துரத்திச் சென்று களைப்படைந்தார் ஹெர்குலஸ். ஆனால் இறுதியில் அதையும்

அழித்தார். இப்படி ஒவ்வொன்றாக அந்தக் கடுமை யான பணிகளை உயிரைப் பணயம்வைத்து அவர் செய்து முடித்தார் என்று கிரேக்கப் புனைவியல் கூறுகிறது. இன்றுகூட தீர்க்கமுடியாத பிரச் சினையை 'ஹைட்ரா' என்று குறிப்பிடுவதுண்டு. எனவேதான் மற்றவர்களால் சாதிக்கமுடியாத பணியைச் செய்கிறவர்களை ஹெர்குலிய சாதனை செய்ததாக மற்ற மொழியிலும் குறிப்பிட்டுப் பாராட்டுவது வழக்கம்.

திருக்குறளைப் பொறுத்தவரை கட்டுப்படுத்து வதை வள்ளுவர் எளிய உதாரணத்தோடு விளக்கு கிறார். பிரச்சினை துளிர்விடும்போதே அதைத் துணித்துக் கிள்ளி எறியவேண்டும். வளரவிட்டால் வெட்டுகிறவர்கள் கைகளுக்கே அது வேட்டுவைத்து விடும்.

'இளைதாக முள்மரம் கொல்க; களையுநர்
கைகொல்லும் காழ்த்த இடத்து.' (879)

இக்குறளுக்கு மிகவும் பொருத்தமான சம்பவம் ஒன்று சரித்திரத்தில் நடந்தேறியிருக்கிறது. இன்று நினைத்துப்பார்த்தாலும் சிலிர்க்கவைக்கிற சம்பவம் அது. உயர்ந்த நோக்கத்தை அடைய சில நேரங்களில் வகுக்கப்பட்ட நியதிகளையும் தளர்த்தலாம் என்பதற்கு இது ஓர் உதாரணம். முதலாம் உலகப்போர் நடந்துகொண்டிருந்த செப்டம்பர், 28, 1918. அப்போது ஹென்றி டான்டே என்கிற பிரிட்டிஷ் சிப்பாய் ஒருவன் மார்க்கோயிங் என்கிற பிரெஞ்சு நகரில் எதிரிகளின் பதுங்கு குழிகளில் தாக்குதலை நடத்திக்கொண்டிருந்தான். அப்போது ஒரு பதுங்குக் குழியில் இரத்தம் வழிய ஓர் எதிரி கார்ப்பரல் குற்றுயிருடன் கிடப்பதைப் பார்த்தான். நிறைய பேரை அன்று சுட்டுத்தள்ளிய டான்டேவிற்கு அந்தச் சிப்பாயையும் கொல்வது பெரிய விஷயமல்ல. அந்த யுத்தத்தில் மிகச் சிறப்பாகப் போரிட்டதற்காக விக்டோரியா சிலுவையும் டான்டேவிற்கு வழங்கப்பட்டது. ஆனால் அந்தக் கார்ப்பெரல் உயிரை அந்த நிலையில் மாய்ப்பது சரியல்ல என்று விட்டு விட்டார்.

1940ஆம் ஆண்டு டிரையம்ப் ஆட்டோ மொபைல் தொழிற்சாலையில் பாதுகாவலராகப் பணியாற்றியபோது நாசிப்படையினர் குண்டு களைப் போட்ட போது டான்டே பற்களைக் கடித்துக் கொண்டார். 'அந்தக் கார்ப்பரல் என்ன ஆகப்போகிறான் என்று தெரிந்திருந்தால் அன்றே அவனைக் கொன்றிருப்பேன். அவனை உயிரோடு விட்டதற்காக இப்போது எவ்வளவு வருத்தப்

படுகிறேன் என்று கடவுளுக்கு மட்டும் தான் தெரியும்' என்று கண்ணீர் சிந்தினான். டான்டேவி னுடைய மனிதாபிமான செயல், பல இலட்சம் மக்களுடைய உயிரைப் பலிகொண்டது. அன்று அவன் கொல்லாமல்விட்ட கார்ப்பரல் தான் இரண்டாம் உலகப் போருக்குக் காரணமான அடால்ஃப் ஹிட்லர்.

பிரச்சினை துளிர்விடும்போதே அதைத் துணித்துக் கிள்ளி எறியவேண்டும். வளரவிட்டால் வெட்டுகிறவர்கள் கைகளுக்கே அது வேட்டுவைத்து விடும்.

வழிநடத்தும்போது யாரேனும் பாதை தவறினால் அவர்களை மேலாளர் கண்டிக்க வேண்டும். தேவைப்பட்டால் தண்டிக்கவும் வேண்டும். அது அவர்களை வருத்துவதற்காக அல்ல. மற்றவர்களைத் திருத்துவதற்காக.

வினைத்திட்பம் என்பது ஒருவன் மனத்திட்பம் மற்றைய எல்லாம் பிற. *(661)*

தலைமையேற்று நடத்திச்செல்லும் போது எந்த இடத்திலும் நாம் மேற்கொள்ளும் பணியை விட்டுவிடலாம் என்று நினைக்கக்கூடாது. எவ்வளவு சோதனைகள் வந்தாலும் அவற்றைப் புறந்தள்ளி முன்னே செல்வதே உண்மையான தலைமைப் பண்பு உள்ளவர்களின் உயரிய பணி.

வினைக்கண் வினைகெடல் ஓம்பல் வினைக்குறை தீர்ந்தாரின் தீர்ந்தன்று உலகு. *(612)*

உலகப் புகழ்பெற்ற ஜப்பானிய திரைப்பட இயக்குநர் 'அகிரோ குரோசவா' இயக்கத்தில் உருவான 'ஏழு சாமுராய்கள்' என்கிற திரைப்படமே பல ஹாலிவுட் திரைப்படங்களுக்கும், ஷோலே போன்ற இந்திப் படங்களுக்கும் முன்மாதிரியாக இருந்தது. அதில் பதினாறாம் நூற்றாண்டில் கொள்ளையர்கள் கிராமங்களை எவ்வாறு சூறை யாடினார்கள் என்பது குறித்தும், அந்த நிலை மையைச் சமாளிக்கக் கிராம மக்கள் ஏழு சாமுராய் களைக் கொண்டுவந்து அவர்களை அடக்குவது குறித்தும் சிறப்பாகச் சித்திரிக்கப்பட்டிருக்கும். அந்தத் திரைப்படம் ஆய்வின் அடிப்படையில் உருவான காவியம்.

அதில் தலைமை சாமுராய், அந்தக் கிராமத் திற்கு வருகிற நான்கு வழிகளையும் கொள்ளை யர்கள் தாக்காத வண்ணம் வளப்படுத்துவதைத்தான் முதலில் செய்வார். அடுத்ததாக அவர்கள் வைத் திருக்கும் துப்பாக்கிகளைக் கைப்பற்ற முயற்சி மேற்கொள்வார். இப்படி ஒவ்வொரு கட்டத்திலும் அவர் நிலைமையைத் தன் கட்டுப்பாட்டிலேயே வைத்திருப்பார். அதன்மூலம் ஒட்டுமொத்த கொள்ளையர்களையும் சாமுராய்கள் அழிக்க முடிகிறது. திட்டமிடுதல், நிர்வகித்தல், வழி நடத்துதல், கட்டுப்படுத்துதல் ஆகிய நான்கு மேலாண்மைப் பண்புகளுக்கும் ஓர் உதாரணமாக இப்படம் விளங்குகிறது.

சீன மரபில் பல்வேறு செம்மொழி இலக்கி யங்கள் உண்டு. அவற்றிலிருந்து தொகுத்து மேலாண்மை பற்றிய உருவகக் கதைகள் புத்தகமாக வெளிவந்திருக்கின்றன. அதில் ஒன்று முன் கூட்டியே பிரச்சினைகளை எதிர்பார்த்து, அதற்குத் தகுந்த பரிகாரங்களைச் செய்வதைப் பற்றியது. ஒருவன் நண்பனுடைய வீட்டிற்குச் செல்கிறான். வீட்டின் சமையலறையில் புகைபோக்கி நேராகவும்,

அதற்குப் பக்கத்திலேயே நிறைய விறகுகள் அடுக்கி வைக்கப்பட்டிருப்பதையும் பார்க்கிறான். அவன் தன் நண்பனை, 'உன் வீட்டு அமைப்பில் தீ விபத்து ஏற்பட வாய்ப்பு இருக்கிறது' என்று எச்சரிக்கிறான். ஆனால் நண்பன் அதைக் கேட்கவில்லை.

சில நாட்களிலேயே தீ விபத்து ஏற்படுகிறது. அக்கம் பக்கம் இருப்பவர்கள் அரக்கப் பறக்க ஓடி வந்து தண்ணீரை ஊற்றித் தீயை அணைக்கிறார்கள். வீட்டின் உரிமையாளன் நெருப்பை அணைக்க உதவி யவர்களை எல்லாம் அழைத்து விருந்து கொடுக் கிறான். நெருப்பை அணைப்பதில் காயம்பட்டவர் களுக்கு உணவு மேசையில் முதலிடமும், மற்றவர் களுக்கு ஒதுக்குப்புறமும் அளிக்கப்படுகிறது. ஆனால் தீ விபத்தைப் பற்றி எச்சரித்த நண்பன் அந்த விருந்தில் இடம்பெறவில்லை. பல நேரங்களில் பிரச்சினைகளே வராமல் பார்த்துக் கொள்கிறவர் களை கௌரவிக்காமல், அது வந்த பிறகு அதைத் தீர்ப்பதைப் போல முஸ்தீபு காட்டுபவர்களுக்கே சமூகத்தில் முன்னுரிமை அளிக்கப்படுகிறது. அதனால்தான் சிலர் தாங்களாகவே பிரச்சினைகளை உருவாக்கி பிறகு, அவற்றைத் தீர்ப்பதைப்போல பாவலா காட்டுகிறார்கள்.

இன்று மேலாண்மையில் ஒரு செயலைச் செய்யும்போது ஒவ்வொரு செயலையும் முடிப் பதற்கு எவ்வளவு நேரம் எடுத்துக்கொள்ளலாம் என்று கால அட்டவணையைத் தயாரிக்கிறார்கள். அதற்கு 'பெர்ட்' அட்டவணை என்று பெயர்.

ஒரே நேரத்தில் தொடர்பில்லாத இரண்டு பணிகளைத் தொடங்க முடியும். சிலவற்றை ஒரு பணி முடிந்த பிறகுதான் தொடங்க முடியும். உதார ணமாகக் கதவு, ஜன்னல் செய்வதையும், அஸ்தி வாரம் தோண்டுவதையும் ஒரே நேரத்தில் தொடங் கலாம். ஆனால் அஸ்திவாரம் போட்ட பிறகுதான் கட்டுமானத்தைத் தொடங்க முடியும். முட்டு அடித்த பிறகுதான் கூரை போடமுடியும்.

இப்படிப் பணிகளை வரிசைப்படுத்திக் கொண்டு அவற்றிற்கு எவ்வளவு நேரம் ஆகும் என்பதை நியாயமான முறையில் வரையறை செய்துகொண்டு, அந்தக் குறிப்பிட்ட நேரத்தில் அது முடிகிறதா என்று பார்க்க வேண்டும். மற்ற பணிகளைப் பாதிக்கும் ஒரு பணி பின்தங்கினால் அதிகப் பணியாளர்களைக் கொண்டு அதை விரைவு படுத்த வேண்டும். எந்தத் திட்டமாக இருந்தாலும் அதன் முக்கியப் பணிகள் சில இருக்கும். அவற்றைக் கூர்ந்து நோக்கி அவற்றில் பின்னடைவு ஏற்படாமல் பாதுகாக்க வேண்டும். அப்போதுதான் ஒட்டு மொத்த செயலும் முடியும். இல்லா விட்டால் அது அங்கங்கே பாதிப் பாதியாக நிற்கும். அவ்வாறு இலக்கை நிர்ணயிக்கும்போது 'நம்மால் முடியாது' என்று நினைத்தால் காரணங்களைச் சொல்லிக் கொண்டிருப்போமே தவிர, காரியத்தைச் செய்து முடிக்கமாட்டோம் இதைத்தான் திருவள்ளுவர்

அருமை உடைத்தென்று அசாவாமை வேண்டும்
பெருமை முயற்சி தரும். (611)

என்று குறிப்பிடுகிறார். ★

இலக்கியத்தில் மேலாண்மை

அத்தியாயம் 19 — திட்டமிட்டால் திருப்பம் வரும்!

வித்தியாசமாகச் சிந்திப்பவர்களே சிக்கல்களுக்கு விடை கண்டு, அவற்றைத் தீர்த்து முடிக்க முடியும். இன்று 'பக்கவாட்டுச் சிந்தனை' என்று மேல்நாட்டு அறிஞர்கள் குறிப்பிடுவதை நம் நாட்டினர் நகைச்சுவையாகக் கையாண்டிருக்கிறார்கள். அதற்கு அக்பர் - பீர்பால் கதைகளே சாட்சி.

எப்போதுமே கொடுப்பவர்கள் கைகள் உயர்ந்தும், அதை ஏற்றுக்கொள்பவர்கள் கைகள் தாழ்ந்தும் இருப்பதுதான் இயல்பு. ஒரு முறை அக்பர், தன்னுடைய அரசவையில் இருப்பவர்களிடம் 'எப்போதுமே கொடுப்பவர்கள் கைகள்தான் உயரமாக இருக்கும், ஒரே ஒரு நேரத்தில்தான் எடுத்துக்கொள்பவரின் கை உயர்ந்திருக்கும். அது எப்போது? என்று கேட்டார்' அங்கிருந்த அனைவரும் அதற்குச் சாத்தியமே இல்லை என்று சத்தியம் செய்தனர். ஆனால், பீர்பால் மட்டும் 'மற்றவர்களுக்கு மூக்குப்பொடியைத் தரும்போது எடுத்துக் கொள்பவரின் கை உயர்ந்திருக்கும் 'என்று குறிப்பிட்டார்'. மூக்குப் பொடியை மாத்திரமா? நம் கைகளில் இருக்கும் விபூதியை மற்றவர்களுக்குத் தரும்போதுகூட தொட்டு இட்டுக் கொள்பவர்களின் கைகள் உயர்ந்தே இருக்கும். பக்கவாட்டுச் சிந்தனை இருந்தால் எந்தத் திசையிலிருந்து பிரச்சினை வந்தாலும் அதே வேகத்தில் அதை திருப்பி அடித்துவிடலாம்.

கட்டுப்படுத்தும் பண்பு உள்ளவர்கள் முதிர்ச்சி கொண்டவர்களாக இருக்கவேண்டும். ஒருமுறை

மகாத்மா காந்திக்கு அவரைத் திட்டிக் கடுமையான விமர்சனக் கடிதம் ஒன்று வந்தது. அதை முழுவது மாகப் படித்த காந்தி அதிலிருந்த குண்டூசியை மாத்திரம் தனியே எடுத்துக்கொண்டு, ‘இது ஒன்று தான் இந்தக் கடிதத்தில் உபயோகமானது’ என்று சிரித்துக் கொண்டே கூறி அதைக் கிழித்துப் போட்டு விட்டார்.

செலவுகளைக் குறைப்பது இன்னொரு முக்கிய மான செயல். இது குறித்து, கெம்பா மேலாண்முறை நான்குவிதமான வழிமுறைகளை வலியுறுத்துகிறது. தேவையற்ற கழிவுகளைக் குறைப்பது, மீண்டும் ஒரு பணியைச் செய்வதைக் குறைப்பது ஆகியவை அதில் முதல் நெறிமுறை. பலநேரங்களில் அலு வலகங்களில் தேவையே இல்லாத அறிக்கை களைப் பெற்று அலுவலர்கள் நேரத்தையும், காகிதத் தையும் வீணடிப்பார்கள். அந்த உபயோகமற்ற செயலைச் செய்வதற்குப் பதிலாக, வேறொரு செயலை அவர்கள் மேற்கொண்டிருந்தால், நிறு வனத்திற்கு நல்ல பயன் கிடைத்திருக்கும். தமிழில் ‘ஈனனுக்கு இரு வேலை’ என்கிற பழமொழி உண்டு. தப்பாகச் செய்துவிட்டு பிறகு அதைத் திரும்பச் செய்வது அயர்ச்சியையும், அலுப்பையும் ஏற்படுத்தும். செலவைக் குறைக்க இன்னொரு வழி முடிந்த அளவிற்குப் பொருட்களின் உபயோகத் தைச் சிக்கனப்படுத்துவது. மறுபடியும் பயன்படக் கூடிய பொருட்களைத் திரும்பப் பயன்படுத்துவது. மூன்றாவது வழிமுறை, முடிந்த அளவிற்குக் குறை வான பொருட்கள், நேரம், இடம், பணியாளர்கள் ஆகியவற்றைக் கொண்டு ஒரு பணியைச் செய்வது.

மேலாண்மையில் ‘பார்க்கின்ஸன் விதி’ என்கிற ஒன்று உண்டு.

இரண்டு மணி நேரத்தில் செய்ய வேண்டிய பணியை நாலு மணி நேரம் அவகாசம் உள்ள ஒருவரிடம் ஒப்படைத்தால், அவர்கள் அந்தப் பணியை நாலுமணி நேரத்திற்கு இழுத்துக் கொண் டிருப்பார்கள்.

அதிகமான பணியாளர்கள் பணியிடத்தில் இருக்கும்போது பேச்சும் அதிகமாகும், பிரச்சினையும் அதிகமாகும்.

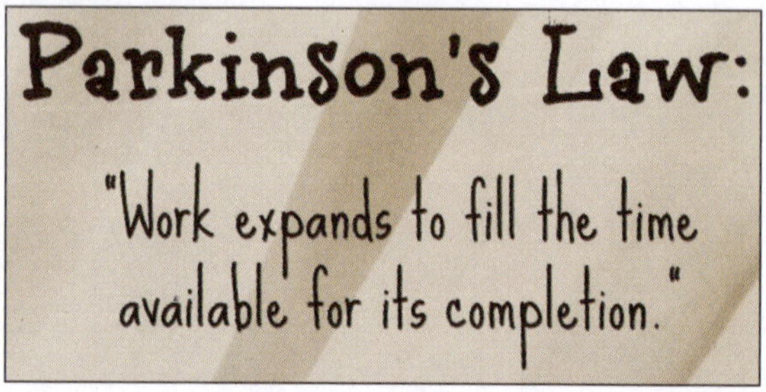

Parkinson's Law:
"Work expands to fill the time available for its completion."

அவர்கள் ஒருவருக்கொருவர் அரட்டை அடிக்காதவாறு அவர்களுக்குப் பணியைப் பிரித்து அளிப்பதும், கண்காணிப்பதும் அவசியம். கண் காணிப்பு இல்லாத பயிரும், ஆய்வு செய்யாத அலுவலகமும் தரிசாகப் போய் தரி கெடச் செய்யும். செலவைக் குறைக்க இன்னொரு முக்கியமான வழிமுறை நாம் மிச்சப்படுத்தும் பணத்தை வாடிக்கையாளர்கள் அனுபவிக்கும்படி செய்வது. கேளிக்கை வரியை நீக்கினால் திரைப்படக் கட்டணமும் கணிசமான அளவு குறைந்தால்தான் வாடிக்கையாளர்களுக்கு அது போய்ச் சேர்ந்ததாகப் பொருள். பொருளின் விலை குறையும் போது வாடிக்கையாளர்களுக்கு மகிழ்ச்சி ஏற்படும். அதே பொருளைத் தொடர்ந்து வாங்குவார்கள்.

இரண்டு மணி நேரத்தில் செய்ய வேண்டிய பணியை நாலு மணி நேரம் அவகாசம் உள்ள ஒருவரிடம் ஒப்படைத்தால், அவர்கள் அந்தப் பணியை நாலுமணி நேரத்திற்கு இழுத்துக் கொண்டிருப்பார்கள்

இலக்கியத்தில் மேலாண்மை

'பீட்டர் டிரக்கர்' என்கிற மேலாண்மை நிபுணர் 'ஒரு நிறுவனத்தின் முக்கிய பணி வாடிக்கையாளர்களைச் சம்பாதிப்பதோடு நின்றுவிடுவதில்லை. தொடர்ந்து அவர்களைத் தக்க வைத்துக் கொள்வதிலும் அடங்கியிருக்கிறது' என்று குறிப்பிடுகிறார்.

தேவைக்கதிகமாக உற்பத்தி செய்தல், மூலப் பொருட்களை அதிகமாக வாங்குதல், வெறுமனே பொருட்களை அடுக்கி வைத்தல், மனத்தைச் செலுத்தாமல் பணத்தை விரயமாக்குதல் ஆகியவை பொருளின் விலையை அதிகரிக்கச் செய்து விடுகிறது. இலாபத்தை அதிகரிக்க இரண்டு வழிகள் இருக்கின்றன. ஒன்று வருமானத்தைப் பெருக்கவேண்டும், மற்றொன்று செலவைக் குறைக்க வேண்டும். 'வருவாய் வருகிற வழி சிறியதாக இருந்தாலும், செலவைக் குறைத்தால் ஒருவன் கேடில்லாமல் இருக்கலாம்' என்று திருவள்ளுவர் எச்சரிக்கிறார். செலவைக் குறைத்தால் நம்முடைய பொருள் சந்தையில் மற்ற பொருள்களோடு வீரியமாகப் போரிடமுடியும்.

கட்டுப்படுத்துவது என்பது குழுவில் உள்ள அனைவரையும் அரவணைத்துச் செல்வதில் அடங்கியிருக்கிறது. இந்திய யூதக்கவிஞர் 'நிஸாம் எஸக்கில்' 'எண்டர்பிரைஸ்' என்ற ஆங்கிலக் கவிதையை எழுதினார். அது வழிநடத்தும்போது கட்டுப்படுத்துவதில் உள்ள சிரமங்களைப்பற்றிச் சூசகமாகப் பேசுகிற அழகிய கவிதை.

புனித யாத்திரைக்குச் சிலர் குழுவாகச் செல்வார்கள். ஆனால் சிறிது தூரம் சென்றதுமே அவர்களுக்குள் சிறு குழுக்கள் உருவாகிவிடும். அவர்களுடைய குறிக்கோள்களும் மாறிவிடும். முக்கிய நோக்கத்தை மறந்துவிட்டு சின்னச் சின்ன இச்சைகளைப் பூர்த்தி செய்வதற்காக அவர்கள் தனித் தனி அமைப்பாகச் செயல்படுவார்கள். புறப்படும் போது பூரிப்போடு சென்றவர்கள் திரும்பும்போது ஒருவழியாக வீடு வந்து சேர்ந்தோம் என்கிற அலுப் போடும், அரைகுறை மனத்தோடும், அடுத்தவர்கள் மீது கசப்போடும் வந்து சேர்வார்கள். இதை நாம் ஒரு குடும்பத்தினரே சுற்றுலா செல்லும்போது ஏற்படும் அனுபவத்தில் இருந்து தெரிந்து கொள்ளலாம். பெரிய நிறுவனத்தை நடத்துவது என்பது ஒவ்வொரு நொடியையும் எச்சரிக்கையுடன் அணுக வேண்டிய செயல்பாடு.

செலவைக்குறைப்பது என்பது சில நேரங்களில் கைமீறிப் போய்விடும். ஆனால், பல செலவுகளைத் தவிர்ப்பதற்கு வாய்ப்புகள் இருக்கின்றன. இங்கிலாந்தில் தொடர்வண்டி நிலையம் ஒன்றில் தனக்கு ஏற்பட்ட அனுபவத்தைப் பீட்டர் டிரக்கர் குறிப்பிடுகிறார். அப்போதெல்லாம் புகைவண்டி நிலையத்தில் உள்ள கழிப்பறை, கனவான்களுக்கு மட்டுமே திறந்துவிடப்படும். மற்றவர்கள் எவ்வளவு ஆத்திரம் வந்தாலும் அடக்கிக்கொள்ள வேண்டியதுதான். அந்த கழிப்பறையின் சாவி நிலைய அதிகாரியிடம்தான் இருக்கும். சிலநேரங்களில் முக்கியமானவர்கள் வருகிறபோது நிலைய அதிகாரி இல்லையென்றால் கழிவறைக்குச் செல்வது கடினமாகிவிடும். பூட்டை உடைக்கவேண்டிய சூழல் ஏற்படும். ஆனால் அதிகாரிகள் பூட்டை உடைக்காமல் கதவையே உடைப்பார்கள்.

ஏனென்றால் பூட்டு மூலதனச் செலவின் கீழ் வருகிறது. கதவு வருவாய் செலவின்கீழ் வருகிறது. எனவே, பூட்டை உடைத்தால் அதை வாங்கு வதற்குத் தலைமை அலுவலகத்திடம் அனுமதி வாங்கவேண்டும். கதவை உடைத்தால் இவர்களே புதுக் கதவு செய்துவிடலாம். இப்படி என்றோ யாரோ மூளையைப் பயன்படுத்தாமல் போட்ட விதிகளை முதுகில் தூக்கிக் கொண்டு அலைந்தால் நிச்சயம் செலவு குறையாது. மாறாக அது அதி கரித்துக்கொண்டுதான் இருக்கும்.

வரலாற்றில் கட்டுப்படுத்தத் தவறியதால் சக்கரவர்த்தியாக இருந்த போதே சரிவைச் சந்திக்கும் சூழலை அனுபவித்த பலர் உண்டு. ஜஹாங்கீருக்கு நூர்ஜஹான்மீது அப்படியொரு பிரியம். நூர்ஜஹான் சாமானியப்பெண் அல்ல. அவளிடம் புத்திக் கூர்மையும், அழகுணர்வும், அதிகமாக இருந்தது. ஒரு கட்டத்தில் ஆட்சிப் பொறுப்பையே நூர் ஜஹானிடம் ஒப்படைத்துவிட்டு,

வரலாற்றில் கட்டுப்படுத்தத் தவறியதால் சக்கரவர்த்தியாக இருக்கும் போதே சரிவைச் சந்திக்கும் சூழலை அனுபவித்த பலர் உண்டு

'எனக்கு ஒரு குவளை மதுவும், அரைக்கிலோ மாமிசமும் இருந்தால் போதுமென்று' ஜஹாங்கீர் களித்திருந்தார். அதைப் பற்றி வரலாற்று ஆசிரியர் 'பீட்டர் மண்டி' கூறுகிறபோது 'ஜஹாங்கீர் நூர்ஜஹானை மணந்து அவளுடைய கைதியாய் காலம் தள்ளினார்' என்கிறார். அதனால்தான் நூர்ஜஹானை மணந்த பதினோறாம் ஆண்டு ஷாஜஹான் கிளர்ச்சி செய்து கிட்டத்தட்ட ஜஹாங் கீரைச் சிறை வைக்கும் நிலைமை ஏற்பட்டது. நாட்டில் என்ன நடக்கிறது என்று தெரியாமல் இருந்த மன்னர்களைப்போல, நிறுவனத்தில் என்ன நடக்கிறது என்பதே தெரியாமல் இருக்கின்ற பல மேலாண்மை இயக்குநர்கள் திடீரென ஒருநாள் கம்பெனி திவாலாவதைச் சந்திக்க நேரிடுகிறது.

நிறைய பேர், எல்லாம் நன்றாகத் தான் போய்க்கொண்டிருக்கிறது என்கிற நினைப்பில் வாழ்பவர்கள். தனக்கு யாரும் போட்டியாளர்கள் வரமுடியாது என்று இறுமாந்திருந்தவர்கள், திடீரென வீழ்ச்சியைச் சந்திக்கிறார்கள். அப்படிப் பட்ட சோக இலக்கியத்தின் சொரூப மாகத் திகழ்ந்தவன்தான் மேக்பத். நிலைமை தன்னுடைய கட்டுப்பாட்டிலேயே இருக்கும் என்று அவன் நினைத்தான்.

தொடக்கத்தில் நல்ல படைவீரனாக இருந்து பிறகு அதிக அவா கொண்ட மனிதனாக மாறி இறுதியில் கொடூரமான அரசனாக, சிதைந்து போனவன் அவன். இறுதிக் கட்டத்தில் கூட தனக்கு எதுவும் நேர்ந்துவிடாது என்கிற எண்ணத்தை விடாப்பிடியாகப் பிடித்துக்கொண்டிருந்ததுதான் அவன் வீழ்ச்சிக்குக் காரணம். இரண்டாவது, பதவி கிடைத்தவுடனே அவனுடைய பேராசை பெரிய அளவில் இறகுகளை விரித்துப் பறக்க ஆரம்பித்து விடுகிறது. தன் வீட்டிற்கு விருந்தினராக வருகிற மன்னனையே கொலை செய்யத் துணிகிறான்.

முதலில் மன்னனைக் கொலை செய்வது தவறு; இரண்டாவது விருந்தாளியாக வருபவரைக் கொல்வது பாவம், மூன்றாவது தூங்கும்போது கொல்வது குற்றம். இந்த மூன்றையும் செய்தவன் மேக்பத். தன்னை எதிர்த்த அனைவரையுமே தீர்த்துக் கட்டுவதே மேக்பத்தின் திட்டம். மூன்று சூனியக் கிழவிகள் சொன்னவற்றையே அவன் முழுக்க நம்பினான். மனித வயிற்றில் பிறந்த யாரும் தன்னைக் கொல்ல முடியாது என்று சூனியக் கிழவிகள் சொன்னதை நம்பி, தன்னை யாரும் வீழ்த்தமுடியாது என்று எண்ணுகிறான். அவன் மேக்டஃப்புடன் சண்டையிடும் போது, நீ என்னைக் கொல்லமுடியாது என்று கூறும்போது மேக்டஃப் பதில் சொல்கிறான், நான் என் அம்மாவின் கரு வறையில் இருந்து இயற்கையாக வெளிவருவதற்கு

முன்பே செயற்கையாகப் பிரித்தெடுக்கப்பட்டவன் என்று சொல்லி, மேக்பத்தை நிலைகுலையச் செய்து அவனை வீழ்த்துகிறான்.

தன்னை நோக்கி ஒவ்வோர் ஆபத்தாக நெருங்கி வருகின்றபோதுகூட நிலைமை சீராக இருக்கிறது என்று எண்ணுகிற கட்டுப்பாடற்ற தன்மையே மேக்பத்தின் வீழ்ச்சிக்குக் காரணமாக இருக்கிறது. இப்படிப் பல நிறுவனங்களில் தொடர் நஷ்டங்கள் வந்தும் சமாளித்துவிடலாம் என்று கண்ணை மூடிக்கொண்டிருக்கின்ற நிர்வாகிகள், தங்களையும், நிர்வாகத்தையும் அதல பாதாளத்திற்கு அழைத்துச் செல்கிறார்கள்.

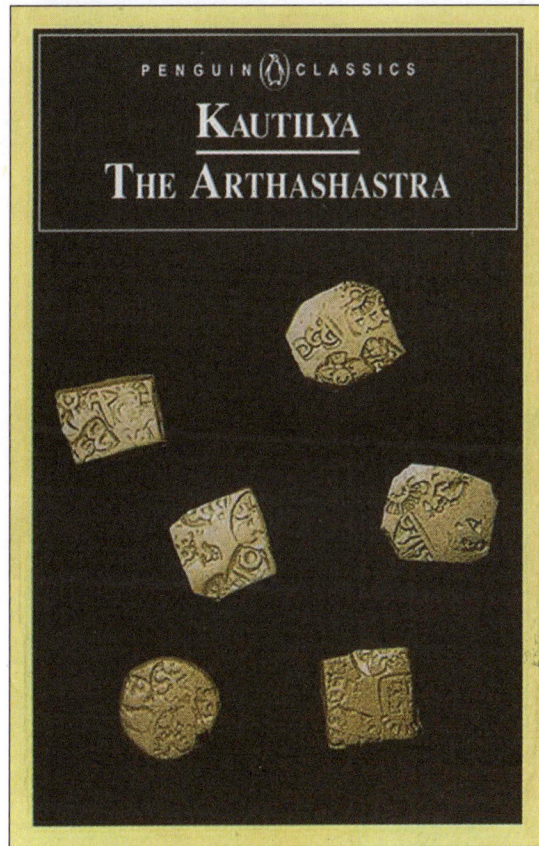

அர்த்தசாஸ்திரத்தில் ஓர் அரசன் எவ்வாறு தன் நேரத்தை ஒதுக்க வேண்டுமென்பது குறித்து விரிவாக எழுதப்பட்டுள்ளது. அதில் அவன் தனது மேலதிகாரி மூலமாக நாட்டில் என்ன நடக்கிறது என்பதைத் தீவிரமாகக் கண்காணித்து அறிக்கைகள் பெறவேண்டுமென்றும், சமூக விரோதிகளை ஒழிப்பதில் மிகுந்த அக்கறை செலுத்த வேண்டுமென்றும் குறிப்பிடுகிறார். அடுத்த நிலை அலுவலர்கள் துறைத் தலைவர்களையும், நீதி அலுவலர்களையும், கீழ் நிலை அலுவலர்களையும் ஆய்வு செய்யவேண்டுமென்று வலியுறுத்துகிறார். ஒவ்வொரு நகரத்திற்கும் ஓர் ஆளுநர் இருக்க வேண்டும். அவர் மக்களின் உடைமைக்குப் பொறுப்பாளராக இருக்க வேண்டும். தலைமைக் கணக்காயர் ஒருவர் நியமிக்கப்படவேண்டும். அவர் வரவுசெலவுக் கணக்குகளை ஆய்வு செய்யவேண்டும். தணிக்கை செய்யும் போது தென்படுகின்ற குறைபாடுகளுக்குக் கடுமையான தண்டனை கொடுக்கவேண்டும் என்று விரிவாக விளக்கியிருக்கிறார்.

மேலாண்மையில் நகைச்சுவையான கதை ஒன்று உண்டு. ஒரு பெரிய நிறுவனம், மனிதர்களைச் சாப்பிடக்கூடிய சில மனிதர்களை வேலைக்கு அமர்த்தியது. அவர்களிடம் மனிதவள மேலாளர், ‘நீங்கள் எல்லாச் சலுகைகளும் பெறத் தகுதி வாய்ந்தவர்கள், பசிக்கும்போது உணவகத்திற்குச் சென்று வேண்டியதைக் கேட்டு சாப்பிடுங்கள், மற்ற பணியாளர்களைச் சாப்பிட்டு விடாதீர்கள்’ என்று அறிவுறுத்தினார். அவர்களும் சம்மதித்தார்கள். ஒரு நாள் அந்த மேலாளர் அவர்களை அழைத்து ‘நீங்கள் எல்லோரும் கடுமையாக உழைக்கிறீர்கள், உங்கள் செயலில் எனக்கு முழுமையான திருப்தி இருக்கிறது. ஆனால் எங்கள் நிறுவனத்தின் இரவுக் காவலர் ஒருவரைக் காணவில்லை. என்னாயிற்று? என்று தெரியவில்லை. உங்களுக்குத் தெரியுமா?’ என்று கேட்டார். அந்த மனித உண்ணிகள் ‘தெரியாது’ என்றார்கள். மேலாளர் சென்றபிறகு மனித உண்ணிகளின் தலைவர் மற்றவர்களைப் பார்த்துக் கோபப்பட்டு ‘‘உங்களில் யார் அந்த இரவுக் காவலரைச் சாப்பிட்டது?’’ என்று கடுமையான தொனியில் கேட்டார். தயங்கியவாறு ஒரு கை உயர்ந்தது. உடனே அந்தத் தலைவன் ‘முட்டாள், நாம் பல வாரங்களாகப் பல்வேறு கிளைகளில் உள்ள மேலாளர்களைச் சாப்பிட்டுக் கொண்டிருக்கிறோம். ஆனால் யாரும் கண்டுபிடிக்கவில்லை. போயும் போயும் இரவுக் காவலரைச் சாப்பிட்டுவிட்டாயே! இப்போது நம் மீது சந்தேகம் வர ஆரம்பித்து

விட்டதே! என்று சொன்னார். பல நிறுவனங்களில் மேலாளர்களால் எந்தத் தாக்கமும் ஏற்படுவதில்லை என்பதை இந்த நகைச்சுவைத் துணுக்கு சுட்டுகிறது.

கட்டுப்படுத்துவதில் முக்கியமான ஒரு பணி வரிவசூல் செய்வது. இன்றுள்ள மிகப்பெரிய பிரச்சினையே முறையாக வரியை வசூலிப்பதுதான். நாட்டின் நலத்திட்டங்களுக்குத் தேவையான அனைத்து மூலாதாரங்களும் வரிவசூலின் முலமே கிடைக்கிறது. மேலை நாடுகளில் குறைவான விகிதத்தில் விதித்து அவற்றைக் கடுமையாக வசூலிக்கிறார்கள். நம் நாட்டிலோ நிறைய விகிதத்தில் விதித்து சரியாக வசூலிக்காமல் போய்விடுகிறார்கள். ஒவ்வொருமுறை வரியை உயர்த்தும் போதும் வசூலிக்கச் செல்பவர்கள் வளமாகிவிடுகிறார்கள். வரியோ அதே அளவிலேயே இருக்கிறது. வரியை வசூலிப்பவர்கள் எப்படி வசூலிக்க வேண்டும் என்பது குறித்துப் பட்டினப் பாலையில் ஒரு குறிப்பு இடம்பெற்றிருக்கிறது. வரி வசூலிப்பவர்கள் அரசனின் பொருள்களைப் பிறர் கவராமல் பாதுகாப்பார்கள். வெம்மையான கதிர் களைக்கொண்ட சூரியனின் தேரிலே பூட்டப்பட்ட குதிரைகளைப்போல நாள்தோறும் சோம்பல் இல்லாமல், குறைவின்றி சுங்கம் வாங்குவார்கள் என்று சொல்கிறது.

புறநானூற்றில் எப்படி ஒருவன் வரி வசூலிக்க வேண்டுமென்று பிசிராந்தையார் அறிவுறுத்துகிறார். யானையை வயலில் சுயமாக மேயவிட்டால் அதன் காலடிபட்டு அத்தனை நெல்லும் அழிந்துவிடும். ஆனால், அறுவடை செய்து அதற்கு ஊட்டினால் பல நாட்களுக்கு வரும். அதைப்போல குடிகளை வற்புறுத்தாமல் அறநெறியில் வரிவசூலித்தால் குடி களும் கொண்டாடுவார்கள். நாடும் நலம்பெறும் என்று குறிப்பிடுகின்றார்.

'அறிவுடை வேந்தன் நெறியறிந்து கொளினே
கோடி யாத்து, நாடுபெரிது நந்தும்'

'நடைமுறைகளை எளிமையாக்குகிறேன்' என்று சிலர் புறப்பட்டு, இருக்கிற நடைமுறை களையும் சிக்கலாக்கி விடுவார்கள். எந்த ஒரு நடைமுறையையும் மாற்றுவதற்கு முன் அதைத் தீவிரமாக ஆராய்ச்சி செய்து அதற்குப் பிறகுதான் மாற்றங்களைக் கொண்டு வர வேண்டும்.

★

அத்தியாயம்

20

வயிறு: அலட்சியம் அல்ல!

ஏற்கெனவே இருக்கிற நடைமுறைகள் பல ஆண்டுகளாகப் பலருடைய ஒருமித்த ஞானத்தால் உருவாக்கப்பட்டவை என்பதை நாம் ஒப்புக் கொள்ள வேண்டும். 'காகிதமே இல்லாத அலுவலகத்தை உருவாக்கப் போகிறேன்' என்று ஒரு மேலாளர் கிளம்பினார். அவர் அறிக்கை தயாரிப் பதற்கு மூன்று மாதங்கள் அவகாசம் கேட்டார். காலக்கெடு முடிந்ததும் பத்தாயிரம் பக்கத்திற்குப் பல தொகுதிகள் கொண்ட ஓர் அறிக்கையைத் தயார் செய்துகொண்டு வந்தார். 'காகிதம் இல்லாத அலுவலகத்தை உண்டாக்க இவ்வளவு பெரிய அறிக்கையைத் தயாரித்தால் அது எப்படிப் பயனுடன் இருக்கும்' என்று நாம் சிந்திக்கவேண்டும். அரசு அலுவலகங்களில் காகிதங்களை முற்றிலும் தவிர்ப்பது என்பது முடியாத காரியம் என்பதை உணரவேண்டும்.

கொள்கை அளவில் முடிவெடுத்தால் போதாது. நடைமுறைக்கும் அது ஒத்துவர வேண்டும். ஆந்தனி டி மேலோ என்கிற பாதிரியார் நகைச்சுவையாக ஒரு கதையைச் சொல்வார். ஒரு மரவட்டை ஆந்தை யிடம் ''எனக்கு இத்தனை கால்கள் இருப்பதால் எத்தனை பிரச்சினை'' என்று நொந்து கொண்டதாம். உடனே ஆந்தை ''நீ மாத்திரம் எலியாகிவிட்டால் நாலு கால்கள்தான் இருக்கும். அப்போது உன் வலி பலமடங்கு குறைந்துவிடும்'' என்றது. உடனே மரவட்டை கேட்டது ''நீ சொல்வது நல்ல யோசனையாக இருக்கிறது, அதற்கு நாம் எப்படி எலியாக முடியும்''? அதற்கு ஆந்தை சொன்னது ''எப்படி செயல்படுத்துவது என்பதை என்னிடம்

கேட்காதே, கொள்கை ரீதியான முடிவுகளை எடுப்பதுதான் என்னுடைய பணி''. பல நிறுவனங்களில் ஆந்தைகளாக இருப்பவர்கள் கொள்கையளவில் முடிவுகளை எடுப்பதால் பகல் நேரத்தில் பலரும் தூங்கிப்போகிறார்கள்.

பீட்டர் ஷோல்ட்ஸ் 'தலைவர்களின் கையேடு' புத்தகத்தில் கட்டமைக்கப்பட்ட நிறுவனம் என்பது மக்கள் எதையும் செய்யாமல் எப்போதும் பரபரப்பாக இயங்கவைக்கின்ற ஓர் அமைப்பு என்று அறிஞர் ஒருவர் குறிப்பிட்டதை மேற்கோள் காட்டுகிறார். அரசைக் குறை கூறுகின்றனர் பலர். அரசைக் காட்டிலும் அதிகமான சிவப்பு நாடா முறை தனியார் நிறுவனங்கள் சிலவற்றில் இருப்பதைப் பீட்டர் டிரக்கர் கோடிட்டுக்காட்டுகிறார். வழக்கமான நடைமுறைகளிலிருந்து ஒருவரை விடுவிக்கும்போதுதான் அவர்கள் படைப்பாக்கத் திறனுடன் புதிய யோசனைகளைக் கையாளுவார்கள். இல்லாவிட்டால் அவர்கள் வழக்கமான கோப்புகளிலேயே மூழ்கிப் போய்ப் புதிதான சிந்தனைகள் தோன்றாமல் முனை மழுங்கிவிடுவார்கள். யாருக்குச் சுதந்தரம் தரவேண்டுமென்பதை உணர்வதுதான் முழுமையான தலைமைப்பண்பாக இருக்க

அரசைக் காட்டிலும்
அதிகமான சிவப்பு நாடா
முறை தனியார் நிறுவனங்கள்
சிலவற்றில் இருப்பதை
பீட்டர் டிரக்கர் கோடிட்டுக்காட்டுகிறார்.

முடியும். அப்போது செயல்பாடுகள் எல்லாம் கட்டுப்பாட்டுக்குள் வந்துவிடும்.

கிழக்கைப் பொறுத்தவரை எதிர்ப்புகள் வரும் போது அவற்றைச் சந்திக்கும் முறைமை தற்காப்புக் கலைகளில் கற்பிக்கப்படுகின்றது. எதிரி நம்மை நோக்கிச் செலுத்துகிற சக்தியைத் தனக்கு எதிராகவே அவன் பயன்படுத்திக்கொள்ளும்படியாகச் சாதுர்யத்துடன் நடந்துகொள்வதுதான் கிழக்குத் தற்காப்புக் கலைகளின் மையக்கரு. 'போர்க்கலை' என்ற புத்தகத்தில் சன்சூ போரை நிர்வகிக்கும்போது அசம்பாவிதங்களுக்கும் சேர்த்து திட்டமிட வேண்டுமென்று குறிப்பிடுகிறார். எல்லாம் சீராக நடக்கும் என்று நினைக்காமல் இடர்ப்பாடுகளுக்கும் சேர்த்துத் திட்டமிடுபவர்கள் நிலைமையை எப்போதும் கட்டுக்கோப்புக்குள் வைத்திருப்பவர்கள்தான்.

உலகத்தைக் கி.பி. 2000 ஆம் ஆண்டுவரை பாதித்த நூறு பேரைப் பற்றித் தொகுத்து மைக்கேல் ஹார்ட் என்பவர் 'நூறு' என்கிற புத்தகத்தை எழுதியிருக்கிறார். அதில் இருபத்து ஏழாவது இடத்தை ஜார்ஜ் வாஷிங்டனுக்குத் தருகிறார். பெஞ்சமின் ஃப்ராங்ளின், ஜபர்சன், ஹாமில்டன் போன்ற பலவீரர்கள் இருந்தாலும் வாஷிங்டன் தலைமைப் பதவியை ஏற்றதற்கு முக்கியக் காரணம் ஒன்றைச் சொல்லியுள்ளார்.

எப்போது நிலைமை கட்டுக் கடங்காமல் போனாலும் அதைச் சமாளித்து, சகஜநிலைக்குக் கொண்டு வருகின்ற நிர்வாக ஆளுமை அவரிடம் இருந்தது என்கிறார். அமைதியாக இருக்கும்போது யார் வேண்டுமானால் வழிநடத்திச் செல்லலாம். போர்க் காலத்தில் யார் தலைமையேற்று நடத்துகிறார்களோ அவர்களே தலைமை தாங்குகிற திறமை உள்ளவர்கள் என்று ஆங்கிலத்தில் குறிப்பிடுவார்கள். அதைப்போல வெற்றி ஏற்படுகிறபோது நிறைய பேர் சொந்தம் கொண்டாடத் தயாராக இருப்பார்கள். தோல்வி எப்போதும் ஆதரவற்றவர்கள்

இல்லத்திலேயே அனுமதிக்கப்படுகிறது. எதிர் பாராத சூழலில் திறமையாகச் சமாளிப்பதுதான் மேலாண்மையின் முக்கியப் பங்கு.

உரோமாபுரியில் ஜுலியஸ் சீசர் ஒப்பற்ற வீரராக இருந்தாலும் அகஸ்டஸ் சீசர் ஏற்படுத்திய தாக்கம்தான் அதிகம். ஜுலியஸ் சீசர், போர்களை வெல்வதில் காட்டிய அக்கறையை உள்நாட்டில் எதிரிகளை அறிவதிலும், கட்டுப்படுத்துவதிலும் செலுத்தாமல் போனதால் அந்த உயரத்தை அடைய வில்லை. ஆனால் அகஸ்டஸ், ஜுலியஸினுடைய தவறுகளில் இருந்து பாடம் கற்றுக்கொண்டார். அவர் ஆண்டனி, லெபிடஸ் போன்ற கடுமையான போட்டிகளை எதிர்க்க வேண்டியிருந்தது. ஆனாலும் முன்னெச்சரிக்கையுடன் எதிர்கால இக்கட்டு களுக்கும் சேர்த்து அவர் சிந்தித்ததால், ஜுலியஸ் சீசர் காலத்தில் இருந்த உரோமப்பரப்பை விட அதிக மான நாடுகளைக் கைப்பற்ற முடிந்தது. அகஸ்டஸ் சீசரினுடைய சாதுர்யத்தைப் புளுட்டார்க் எழுதிய வரலாற்றிலும் அதை மையமாக வைத்து ஷேக்ஸ்பியர் எழுதிய ஆண்டனி கிளியோபட்ரா நாடகத்திலும் தெரிந்து கொள்ளலாம்.

லெபிடஸ் தனக்குத் தேவைப் படாதபோது அவரை அகஸ்டஸ் நிர்மூலமாக்கிய விதம் ஷேக்ஸ் பியரால் மிக அழகாகச் சித்திரிக்கப்பட்டிருக்கும். அதைப்போலவே கடலின் வழியாக படை யெடுப்பை நடத்திய விதமும் நேர்த்தியாக வரையறுக்கப்பட்டிருக்கும். அகஸ்டஸ் சீசர், ஜேனஸ்க்காக கட்டப்பட்ட கோயிலை மூடும்படி ஆணையிடுகிறார். அப்போது இருநூறு ஆண்டு களாக உரோமாபுரியில் இல்லாத அமைதி நிலவ ஆரம்பிக்கிறது. ‘இளம் வயதிலிருந்தே எவ்வாறு காயை நகர்த்துவது’ என்பதற்கு அகஸ்டஸ் சீசர் அழகான உதாரணம்.

திட்டங்களைச் செயல்படுத்தும் போது அவை பெருத்த வரவேற்பைப் பெறுவதைப்போலவும் மிகவும் சிறப்பாக நடப்பதைப் போலவும் மாயையை உருவாக்குவதிலும் அலுவலர்கள் மும் முரமாகச் செயல்படுவார்கள். என்ன நடக்கிறது என்பதைக் கண்காணிப்பு செய்யாதவர்கள் அவற்றை உண்மை என்று எண்ணிச் சிறப்பான நிர்வாகம் நடத்துவதாகச் சிரம் நிமிர்த்துவார்கள். ஆனால் நிதியாண்டு முடியும்போது நட்டக்கணக்கு விட்டம் வரை எழும்பி நிற்கும். குதிரைகளைச் செலுத்தும் போது அவ்வப்போது சவுக்குகளைப் பயன் படுத்தாவிட்டாலும் சொடக்குவது அவசியமாக இருக்கிறது என்பதை நல்ல நிர்வாகிகள் அறி வார்கள். களைகளின் விதைகள் பயிர்களின் விதை களைவிட வீரியம் அதிகம் கொண்டவை என்பதை மண் சார்ந்த வாழ்க்கை வாழ்ந்தவர்கள் நன்றாக அறிவார்கள்.

எனக்குத் தெரிந்த ஓர் அலுவலர், களத்தில் என்ன நடக்கிறது என்பதே தெரியாமல் கற்பனை சாம்ராஜ்யத்தில் கனவுகள் கண்டுகொண்டிருப்பவர்.

குதிரைகளைச் செலுத்தும் போது அவ்வப்போது சவுக்குகளைப் பயன்படுத்தாவிட்டாலும் சொடக்குவது அவசியமாக இருக்கிறது என்பதை நல்ல நிர்வாகிகள் அறிவார்கள்

அவர் பல திட்டங்களை முன்மொழிவார். ஆனால் அவற்றில் எதையும் சாத்தியப்படுத்துவது நடக்காத செயலாக இருக்கும். ஒரு இலட்சம் ரூபாய் பரிசு வழங்குவதற்கு ஓராயிரம் நிபந்தனைகள் போட்டு விதிமுறைகளைத் தயாரிப்பார். அதனால் கஜானா காக்கப்படும். யாருமே தேர்ச்சி பெறமுடியாத வினாத்தாளைத் தயாரிக்கின்ற உபாத்தியாயர்கள் இருந்தால் உதவாக்கரை மாணவர்களே உருவாக முடியும். அவ்வப்போது அந்தக் காலத்தில் மன்னர்கள் மாறுவேடத்தில் நாட்டின் நடப்பை அறிய நகர்வலம் வந்ததாகத் தமிழ் இலக்கியங் களில் படிக்கிறோம். 'பொற்கைப் பாண்டியன்' கதை அப்படிப்பட்டது தான். அக்பரும், பீர்பாலும்கூட அப்படிச் செய்ததாக நகைச்சுவை கதைகள் உண்டு. சிலவற்றை நாமே நேரடியாகப் பார்த்தால்தான் உண்மை நிலை புரியும்.

மாவட்ட ஆட்சியராகப் பணிபுரிந்த போது என்னை வெளிக்காட்டிக் கொள்ளாமல் பொது வாகனங்களிலும், முச்சந்திகளிலும் பயணம் செய்து மக்கள் மனத்தை அறிய நான் முயற்சிகள் மேற் கொண்டதுண்டு. அப்போது திரையரங்குகளில் அதிகக் கட்டணம் வசூலிப்பதைக் காஞ்சிபுரத்தில் முற்றிலுமாக நிறுத்தி, வசூலித்த பணத்தைத் திருப்பிப் பெறவும் ஏற்பாடுகள் செய்தோம். அப் போது பணிபுரிந்த வட்டாட்சியர்கள் சிப்பாய் களைப்போல சிலிர்த்து நின்றதை என்னால் உணர முடிந்தது. மாவட்ட நிர்வாகத்தின்மீது நம்பகத் தன்மை அதிகரிக்க இந்நிகழ்வுகள் பேருதவியாக இருந்தன. மணல் சரக்குந்துகள் கட்டாயம் தார்ப்பாய் போர்த்திச் செல்லும்படி ஆணையிட்டு அபராதம் வசூலித்து விபத்துகளைத் தவிர்த்தோம்.

சொந்த வாழ்க்கையிலேயே சில பணிகளை ஒழுங்காகச் செய்வதனால் தான் நிறுவனத்தை கட்டுப்பாட்டில் வைத்திருக்க முடியும். அவ்வப் போது வங்கிக் கணக்குப் புத்தகத்தைச் சரி செய்து வைத்தல், குழந்தைகளின் உயரத்தை ஒரு கால அளவில் அளவீடு செய்தல், அவ்வப்போது இரத்தப் பரிசோதனை செய்தல், மின்சார செலவைக் கட்டுப்பாட்டுடன் வைத்திருத்தல், நூலகத்தில் உள்ள புத்தகங்களைத் தூசி தட்டி அந்துருண்டை போட்டு பாதுகாத்தல் போன்றவற்றைச் சிலர் மட்டுமே செம்மையாகச் செய்கிறார்கள். அது என்ன நடக்கிறது என்பதைத் தெரிந்துகொள்ளவும், எதிர்காலத்தைப் பற்றித் துல்லியமாகக் கணிக்கவும் உதவியாக இருக்கும்.

தலைவன் மட்டும் ஒரு படையை வழிநடத்திச் செல்லமுடியாது. அதில் இருக்கிற ஒவ்வொருவரும் வெற்றி பெறும் உணர்வுடன் செயலாற்றினால் தான் அது நிகழும். பணியாளர்கள் முறையாகச் செயல் படும்போதுதான் தலைமை வலிமை அடைகிறது.

ஜெயகாந்தன் எழுதிய குருபீடம் என்கிற சிறுகதை மிகவும் நுட்பமானது. கடை வீதியில் கலைந்த தலையோடும், கசங்கிய தாடியுடனும் அலைந்து கொண்டிருக்கும் அற்பனிடம் இளைஞன் ஒருவன் வந்து சேருகிறான். அவனைக் 'குரு' என்று அழைக்கிறான். குடிக்கத் தேநீர் வாங்கித் தருகிறான். அவன் முன்பு மண்டியிட்டு மரியாதை செய்கிறான். அவன் உளறல்களையும், அலறல்களையும் அர்த்தப் படுத்தி உபன்யாசங்களாக மாற்றி உதிர்க்கிறான். உதாசீனப்படுத்திய ஊர் அவனைக் குருவென்று கொண்டாடுகிறது.

ஒருநாள் சீடன் மறைந்து போகிறான். அதற்குப் பிறகும் குருவிற்கு மரியாதை தொடர்கிறது. ஆனால் குருவோ மற்றவர்களிடம் ''நான் ஆசான் அல்ல. என்னிடம் சீடனாக இருந்தவனே நமக்கெல்லாம் ஆசிரியன்'' என்று அடிக்கடி அறிவிக்கிறார். நல்ல சீடர்கள் விளையும்போது சராசரிகளும் சரியான ஆசனம் அமையப் பெறுவார்கள். அறியாசனங்கள் தொண்டர்களாக அமைந்தால் அரியாசனங்களும் பறிபோகும் நிலையே உருவாகிப் பரிதாபமாகி விடும்.

இலக்கியத்தில் மேலாண்மை

நிறுவனத்தில் ஒவ்வொருவருக்கும் ஒவ்வொரு பணி இருக்கிறது. அவர்கள் மற்றவர்களோடு ஒப்பிடாமல் அதைச் செய்யவேண்டும் என்பதற்குக் கிரேக்கத்தில் அழகிய கதையொன்று உண்டு. அந்தக் கதை ஷேக்ஸ்பியரின் "கோரியலேனஸ்" நாடகத்திலும் இடம் பெற்றிருக்கிறது. உடலின் உறுப்புகள், வயிறு எந்தப் பணியும் செய்யாமல் உணவை உள்வாங்கிக் கொள்வதாகப் புகார்செய்து அதைக் கடிந்துகொண்டது. அதற்கு வயிறு, 'நான் உணவை ஜீரணம் செய்து உடலின் எல்லா உறுப்புகளுக்கும் அனுப்புகிற பொறுப்பைக் கவனித்து வருகிறேன்' என்று கூறியது. ஆனால் உறுப்புகள் ஒப்புக் கொள்ளவில்லை. கண் 'உணவைப் பார்க்கமாட்டேன்' என்றும், மூக்கு 'முகர மாட்டேன்' என்றும், கை 'எடுக்க மாட்டேன்' என்றும், பல் 'மெல்ல மாட்டேன்' என்றும், நாக்கு 'ருசிக்க மாட்டேன்' என்றும் கிளர்ச்சி செய்தன. உடல் பட்டினியிருந்ததால் உறுப்புகள் எல்லாம் தளர்ந்துபோயின. அப்போது தான் வயிற்றின் அருமை அவற்றிற்குத் தெரிந்தன. அதைப் போலவே கடுமையான முடிவுகளை எடுக்கிற பணி சிரமம் நிறைந்த பணி என்பதை நிறுவனத்தில் உள்ளவர்களுக்குப் புரிய வைப்பது அவசியமாக இருக்கிறது.

'கவிதை என்பது கட்டுக்கதை, கவிஞர்கள் எல்லாம் பொய்யர்கள்' என்று ஸ்டீபன் காஸன் என்பவர் ஒரு கட்டுரை எழுதியிருந்தார். அதற்கு கவிஞர் 'பிலிப் சிட்னி' மறுப்புரை எழுதியிருந்தார். அதில் "அலெக்ஸாண்டர் போர் முனைக்குச் செல்லும் போது உயிரோடு இருக்கிற தன் குரு அரிஸ்டாட்டிலை அழைத்துச்செல்லவில்லை. மாறாக ஹோமர் எழுதிய இலியட், ஒடிசி என்ற இரட்டைக் காப்பியங்களையே எடுத்துச் சென்றார்" என்று குறிப்பிட்டார்.

அந்தக் காப்பியங்களைப் படிக்கும் போதுதான் அலெக்ஸாண்டரின் வீர உணர்வு வீறு கொண்டு எழுந்தது. இலக்கியங்கள் நிர்வாக நுட்பங்களையும், முதிர்ச்சியையும், வீரத்தையும் ஊட்டுகின்ற பணியைச் செய்கின்றன. அவற்றை வாசிப்பவர்கள் பழைய பிரச்சினைகளுக்குப் புதிய தீர்வுகளைக் காணுகிறார்கள். பக்கவாட்டுச் சிந்தனைகளை எல்லா இடங்களிலும் கடைப்பிடிக்கிறார்கள். அதன்மூலம் கடினமான சூழல்களிலும் வெற்றி பெறுகிறார்கள். ★

அத்தியாயம் 21
நேரத்தின் அருமை!

மேலாண்மையைப் பொறுத்தவரை தற்போதுள்ள சூழலில் ஒரு நவீன மேலாளருக்கு ஆறு மேலாண்மைக் கருவிகள் தேவைப்படுகின்றன. நேர மேலாண்மை, பொறுப்பு ஒப்படைப்பு (பகிர்ந்தளித்தல்), தகவல் பரிமாற்றத்திறன், உறுதிப்பாடு, பதற்ற மேலாண்மை, சமரசத்திறன் ஆகியவையே அந்தக் கருவிகள்.

நேர மேலாண்மை இல்லாதவர்கள் எந்தப் பதவியிலும் சோபிக்கமுடியாது. பதவியினால் தலைமைப் பொறுப்பை அடைகிறவர்கள் நேரத்தைப் பேணாதபோது, மற்றவர்கள் அதைச் சகித்துக் கொள்ள வேண்டியதாக இருக்கிறது. 'கால எந்திரம்' என்கிற அறிவியல் புதினத்தை ஹெச்.ஜி. வெல்ஸ் எழுதினார். அதில் கால எந்திரத்தில் பின்னோக்கிப் பயணித்தால் எப்படியிருக்கும் என்றும், முன்னோக்கிப் பயணித்தால் எப்படி மாறும் என்றும் கற்பனை செய்து சுவாரசியமான கதையாக அதை உருவாக்கி யிருந்தார். 'நேரம் என்பது நான்காவது பரிணாமம்' என்கிறார். நீளம், அகலம், உயரம் என்ற மூன்று பரிமாணங்களும் நமக்குத் தெரிந்தவை. ஆனால் இவற்றை மாற்றியமைப்பதுகூட 'காலம்' என்கிற நான்காவது பரிணாமம் தான் என்பதை உற்றுப் பார்த்தால் புலப்படும்.

ஒரு செடி வளர்வது, உதிர்வது, சிதைவது என எல்லா நிகழ்வுகளையும் காலம் என்கிற நான்காவது பரிணாமத்தின் காரணமாகவே சந்திக்கின்றது. மனித முகம் அழகை இழப்பதும், பொலிவைத் தொலைப் பதும் காலத்தின் காரணமாகத்தான். வயதாக வய

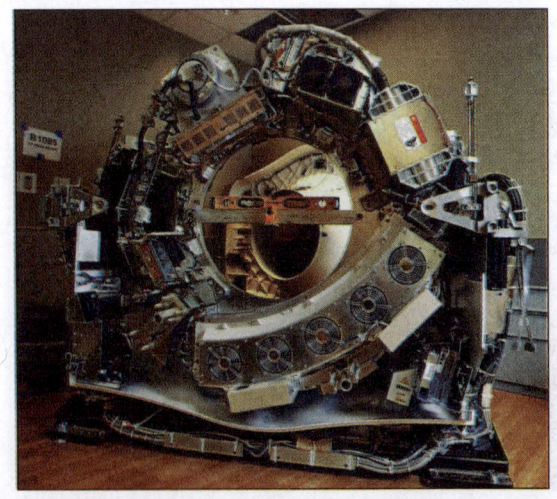

தாக அறிவு மழுங்குவதும், புலன்கள் மங்குவதும் அந்த நான்காம் பரிணாமத்தின் காரணமாகத்தான். கால எந்திரம் என்கிற அப்புதினம் மேலாண்மைப் பணியில் இருக்கிற அனைவரும் கட்டாயம் வாசிக்கவேண்டிய ஒரு புத்தகம். ஒரு நொடியைக் கூட வீணாக்கக் கூடாது என்பதை உணர்த்துகின்ற படைப்பு அது.

ஸ்டீபன் ஹாகின்ஸ் 'பேபி ஹோல்ஸ் அன்ட் பேபி யுனிவர்ஸஸ்' என்கிற நூலில் ஐன்ஸ்டீன் வெளி – நேரம் என்கிற நான்காவது பரிமாணத்தை முன்மொழிந்ததைப் பற்றிக் குறிப்பிடுகிறார்.

சங்க இலக்கியமான ஐங்குறு நூற்றில் தேர் வியங்கொண்ட பத்து என்கிற பகுதி ஐந்தாம் நூற்றில் இடம் பெற்றிருக்கிறது. வினையை முடித்த தலைமகன், வீட்டிற்குத் தேரை விரைவாகச் செலுத்தத் தேர்ப்பாகனை ஏவு தலைப் பொருளாகக் கொண்ட பத்து செய்யுட்களே இந்தப் பகுதி. அவன் குதிரையைத் தூண்டி தேரை விரைவாகச் செலுத்தும் படி பாகனைப் பணிக்கிறான்.

'சாய்இறைப் பணைத்தோள், அவ்வரி அல்குல்,
சேயிழை மாதரை உள்ளி, நோய்விட
முள்ளிட்டு ஊர்மதி வலவ ! நின்
புள்இயல் கலிமாப் பூண்ட தேரே'

நளவெண்பாவில் நளன் குதிரைகளை எவ்வளவு விரைவாகச் செலுத்தினான் என்று அழகாகச் சித்திரிக்கப்பட்டிருக்கிறது. அயோத்தி மன்னனின் சிந்தையைக் காட்டிலும் விரைவாக அந்தத் தேர் சென்றதாகவும், அவன் அந்த வேகத்தில் கீழே விழுந்த தன் மேலாடையை எடுத்துச் செல்வதற்குள் இருபத்திநான்கு காதம் தூரம் சென்றதாகவும் புகழேந்திப் புலவர் குறிப்பிடுகின்றார்.

'தார்குன்றா மெல்லோதி தன்செயலைத்
தன்மனத்தே
தேர்கின்றான் ஊர்கின்ற தேர்'
'மேலாடை வீழ்ந்த தெடுவென்றான்
அவ்வளவில்
நாலாறு காதம் நடந்ததே தோலாமை
மேல்கொண்டான் ஏறிவர வெம்மைக் கலிச்சூதில்
மால்கொண்டான் கோல்கொண்ட மா'.

சீனத்தில் பச்சைத் தேநீர், பாலில்லாத தேநீர் ஆகியவற்றையே பெரும்பாலானோர் குடிப்பதைப் பற்றி நாம் கேள்விப்பட்டிருக்கிறோம். பால் கலக்காத தேநீரைச் 'சீனத் தேநீர்' என்றே கிராமப்புறங்களில் அழைப்பார்கள். பல சீனர்கள் பாலில்லாத தேநீரைக் கொப்புளித்து பல் துலக்காமலேயே வாயைச் சுத்தப்படுத்திக்கொள்வார்கள் என்று நான் கேள்விப்பட்டிருக்கிறேன். சின்னக் குழந்தைகளுக்கு வயிற்றுப் போக்கு ஏற்பட்டால் 'லாக்டோஸ் சகிப்புத்தன்மை' போய்விடுவதாக மலப் பரிசோதனையில் கண்டுபிடித்து மருத்துவர்கள் கூறுவார்கள். எனவே மாட்டுப் பால் தொடர்பான உணவுப் பொருட்களைக் கொடுக்கக்கூடாது. அதற்குப் பதிலாகச் சோயாப்பாலைக் கொடுக்கலாம் என்று ஆலோசனை வழங்குவார்கள். சில நாட்கள் கழித்து மறுபடியும் பரிசோதனை செய்து அந்த அறிகுறி போனபிறகுதான் பால் அருந்தப் பாலகர்களுக்கு அனுமதி கிடைக்கும்.

பெரும்பாலான சீனர்கள் வாழ்நாள் முழுவதும் அவர்கள் மரபு வழிச்சரட்டின் காரணமாக இந்தக்

குறைபாட்டால் பாதிக்கப்பட்டதால்தான் பால் இல்லாமல் தேநீர் அருந்துகிற பழக்கம் அவர்களிடம் ஏற்பட்டது என்றும் அண்மையில்தான் பீஜிங்கில் ஒரு ஐஸ்கிரீம் கடை முதல் முறையாக ஆரம்பிக்கப் பட்டது என்றும் ஒரு புத்தகத்தில் நான் வாசிக்க நேர்ந்தது. காலப்போக்கில் இனக்கலப்பின் காரண மாக மரபுக் கூறுகள் மாற்றம் அடைவதுண்டு.

இன்று நாம் 'சஹாரா' என்று அழைக்கிற பாலைவனம் ஒரு காலத்தில் பசுமைநிறைந்த வளமான பகுதியாக இருந்துள்ளது.

காலமே பூகோள வரையறைகளை நிர்ணயிப் பதாக இருக்கிறது. வரலாற்று ஆசிரியர் ஒருவர் 'ஒரு நாட்டின் பூகோளமே அதன் சரித்திரத்தைத் தீர் மானிக்கிறது' என்று குறிப்பிடுகிறார். அது உண் மையும்கூட. 1962 ஆம் ஆண்டு நடந்த இந்திய-சீனப் போரில் குளிர் அவர்களுக்குச் சாதகமாகவும், நமக்குப் பாதகமாகவும் இருந்தது என்பதுதான் சரித்திரம் தருகிற படிப்பினை ஆகும். இன்று நாம் 'சஹாரா' என்று அழைக்கிற பாலைவனம் ஒரு காலத்தில் பசுமைநிறைந்த வளமான பகுதியாக இருந்துள்ளது. இமயமலை முன்பு கடற்கரைப் பகுதியாக இருந்ததற்கான தொல்லியல் தடயங்கள் இருக்கின்றன. காலம் என்பது நிலையற்றது. இந்த நொடி என்று சொல்லி முடிப்பதற்குள் அடுத்த நொடி வந்துவிடுகிறது. இதை உணர்ந்தால் நாம் நேரத்தை முறையாகப் பயன்படுத்த முடியும்.

நேரத்திற்குத் தகுந்தவாறு நடந்துகொள்கிற மனிதர்கள் இருக்கிறார்கள். அவர்களிடம் எச்சரிக் கையாக இருந்தால்தான் நாம் சரியான நேர மேலாண்மை செய்தவர்களாகக் கருதப்படும். இரஷ்ய இலக்கியத்தில் சிறப்பான சிறுகதைகளைச் செதுக்கியவர் 'செகாவ்'. அவர் எழுதிய 'பச்சோந்தி' என்கிற கதை இன்றும் வீதி நாடகமாக நடிக்கப்பட்டு வருகிறது. மேலிடம் என்றதும் பல்லைக் காட்டும் மனோபாவத்தை நயம்பட எடுத்துரைத்து நகைக் கிறது இக்கதை. சந்தை வழியே செல்லும் இரசிய அதிகாரி, அங்கு ஓர் ஆளை நாய் கடித்துவிட்டதாய்க் கேட்டதும் நாயின் உடைமையாளனைச் சும்மா விடக்கூடாதென்று கத்துகிறார். அது ஜெனரலின் நாயாக இருக்கலாம் என்று யாரோ ஒருவர் கூறியதும் இரசிய அதிகாரி பச்சோந்தியைப் போல் உடனே நிறம் மாறி, நாயால் கடிபட்ட ஆளைத் திட்ட முற்படுகிறார். அந்த ஆள்தான் நாயிடம் குறும்பு செய்திருப்பான் என்று அவனைக் கண்டிக்கிறார்.

இம்மாதிரியான நாயின் உடைமையாளனைத் தண்டிக்காமல் விடக் கூடாது என்று கூச்சலிடுகிறார். இறுதியில் அந்த நாய் ஜெனரலின் சகோதர ருக்குச் சொந்தமானது என்பது தெரிந்ததும் அச்சுமேலைவ் என்ற அந்த அதிகாரி முகம் பூரித்து 'இது அற்புதமான நாய்க்குட்டி. அந்த ஆளின் விரலைக் கடித்தாயா நீ? ஹ-ஹ- பரவாயில்லை, நீ நடுங்காதே உர்-உர்-ர்... பொல்லாதகுட்டி, கோபம் பொத்துக்கொண்டு வருகிறது.... அருமையான நாய்க்குட்டி'.

புரோஹர் என்கிற அந்தச் சேவகர் அந்த நாயை அழைத்துக்கொண்டு மரவாடியிலிருந்து போய்ச் சேர்ந்தார்... கூட்டத்தினர் கடிபட்ட ஹுரியூக் கினைப் பார்த்துச் சிரித்தனர்.

''இரு செம்மையாய்த் தருகிறேன் உனக்கு'' என்று அச்சுமேலவ் அவனை மிரட்டினார். பிறகு மேல் கோட்டை நன்றாய் இழுத்துவிட்டுக்கொண்டு சந்தையின் குறுக்கே நடந்தார். தனக்குக் கூழைக்கும் பிடு போடுகிறவர்களை ஒருபோதும் நம்பக்கூடாது என்பதைத்தான் இந்தக் கதை மேலாளர்களுக்குத் தெளிவுபடுத்துகிறது.

ஆங்கிலக் கவிஞர் 'தாமஸ் கிரே' குறைவாக எழுதியிருந்தாலும் செவ்வியல் இலக்கியத்தை உருவாக்கியவர் என்று மேத்யூ அர்னால்டு பாடியுள்ளார். அவர் எழுதிய 'கல்லறைப் பாடல்' ஒன்று கவனிக்கத்தக்கது. அதில் ''அதிகாரம், ஆதிக்கம், அழகு போன்ற பணத்தால் விளைந்த அனைத்தும் அந்தத் தவிர்க்கமுடியாத தருணத்திற்காகக் காத்திருக்கின்றன. புகழ் நிறைந்த அத்தனை வழிகளும் கல்லறைக்கே அழைத்துச் செல்கின்றன'' என்று எழுதியிருப்பார். மறையக் கூடியது என்று நினைத்தால் நம்மிடம் இருக்கும் அதிகாரத்தை எப்படிப் பயன்படுத்தலாம் என்று ஆக்கப்பூர்வமான வழிகளைச் சிந்திக்க முடியும். நாம் நமக்குக் கிடைத்திருக்கும் நேரம் விலை மதிப்பற்றது என்பதை உணர்ந்தால் அற்பப் பொருள்களுக்கு ஆசைப்படமாட்டோம்.

**நம் மக்களும் அரசு என்றால்
தினமும் ஏதாவது பரபரப்பாக
நடந்து கொண்டே இருக்கவேண்டுமென்று
எதிர்பார்க்கிறவர்கள்தான்.**

புகழ்மிக்க அமெரிக்க எழுத்தாளர் மார்க் ட்வெய்ன் சிந்திக்கச் செய்யும் சிதறல்களுக்குச் சொந்தக்காரர். 'ஒரு நல்ல அரசில் பொழுதுபோக்கு அம்சங்கள் இருக்காது' என்று சுவைபடக் கூறியவர். நம் மக்களும் அரசு என்றால் தினமும் ஏதாவது பரபரப்பாக நடந்துகொண்டே இருக்கவேண்டுமென்று எதிர்பார்க்கிறவர்கள்தான். ஓர் இளம் எழுத்தாளர் தன் எழுத்தாற்றலின் மீது திடீரென நம்பிக்கையை இழந்துவிட்டார்.

ஒருமுறை மார்க்ட்வெய்ன்னைச் சந்தித்த அந்த எழுத்தாளர், ''நீங்கள் என்னைப்போல உணர்ந்திருக்கிறீர்களா?'' என்று கேட்டார். அதற்கு ட்வெய்ன் ''பதினைந்து ஆண்டுகள் பல்வேறு புத்தகங்களை எழுதிய பிறகு திடீரென ஒருநாள் எனக்கு எழுத்தாற்றல் சிறிதுகூட இல்லை என்கின்ற தெளிவு ஏற்பட்டது'' என்றார். அந்த இளம் எழுத்தாளர் ''நீங்கள் என்ன செய்தீர்கள்? அதற்குப் பிறகு எழுதுவதை விட்டுவிட்டீர்களா?'' என்று கேட்டார். ட்வெய்ன் சிரித்துக் கொண்டே ''எப்படி எழுதுவதை விட முடியும்? அதற்குள் நான் எழுத்தாளராகப் புகழ்பெற்று விட்டேனே'' என்று பதில் அளித்தார். சிலநேரங்களில் நாம் என்ன செய்கிறோம் என்பதே தெரியாமல் ஒரு செயலைச் செய்ய ஆரம்பித்து நம்மீது முத்திரையும் குத்தப்பட்டுவிடும். அதற்குப் பிறகு நாமே நினைத்தாலும் முடியாத அளவிற்கு அதில் சிக்கிக்கொண்டு விடுவோம்.

கைகளில் இருந்த பையில் இருப்பது வைரங்கள் என்று தெரியாமல் கூழாங்கல் என நினைத்து, இரவு நேரத்தில் ஆற்றில் எறிந்து விளையாடிய சிறுவனின் கதை ஒன்றுண்டு. அதை நேரத்திற்கு ஒப்பிட்டு உருவகப்படுத்திச் சொல்வதை நாம் கேள்விப்பட்டிருக்கின்றோம். இருந்தாலும் அவற்றை நாம் முழுமையான விகிதத்தில் புரிந்துகொள்வதில்லை.

இரவு நேரத்தில் ஒரு வீடு தீப்பிடித்துக் கொண்டது. அதற்குள்ளே ஒருவன் உறங்கிக்கொண்டிருப்பதைப் பக்கத்தில் இருந்தவர்கள் பார்த்தார்

கள். படுத்திருந்தவனைக் கதவு வழியாக வெளியே தூக்கிக்கொண்டுவர முயற்சி செய்தார்கள். ஆனால் கதவு போதவில்லை. சாய்த்தும், திருப்பியும் அவர்கள் அவனை தூங்கிக்கொண்டிருந்த நிலையில் வெளியே எடுத்துவர முயற்சி செய்தபோது அங்கு நின்றிருந்த ஒருத்தர் கோபமாகக் கத்தினார். அவனை எழுப்பி விடுங்கள். அவனாகத் தப்பித்துக்கொள்வான் என்றார். அவனை எழுப்பியது தான் தாமதம், அவன் காப்பாற்ற வந்தவர்களைத் தள்ளிவிட்டு வெளியே ஓடினான். தூங்குகிற பலரை எழுப்புவதற்கு நேரத்தின் முக்கியத்துவத்தை உணர்த்த வேண்டிய அவசியம் இருக்கிறது.

வர்த்தகத்தைப் பொருத்தவரை நேரம் என்பது மிகவும் முக்கியமானது. புதிதாக ஒரு முயற்சியை மேற்கொள்ளும்போது யார் முந்திக்கொள்கிறார்கள் என்பதுதான் முக்கியம். அவ்வாறு முதலில் தங்கள் பொருளை அறிமுகப்படுத்துபவர்கள் சந்தையில் முதன்மை பெற்றுவிடுகிறார்கள். அதற்குப் பிறகு எத்தனை பேர் வந்தாலும் அவர்களைப் போட்டியில் வெல்லமுடியாமல் போய்விடுகின்றது. சில செயற்கைக்கோள் தொலைக்காட்சி வரிசைகள்கூட தொடர்ந்து முதலிடத்தைப் பெறுவது அதனால் தான். 'முதல் அபிப்பிராயம் சிறந்த அபிப்பிராயம்' என்கிற சொலவடை உருவானது அதை வைத்துத் தான்.

அடைக்கப்பட்ட தண்ணீர் குப்பிகள் அனைத் தையும் எந்த வகையைச் சார்ந்ததாக இருந்தாலும், பிஸ்லரி என்றே பலர் அழைப்பதைப் பார்க்கலாம். முதலில் சந்தைக்கு அறிமுகப்படுத்தப்பட்ட சுத்தி கரிக்கப்பட்ட குடிநீர் குப்பி அதுதான் என்பதால் அதைப் பொதுப்பெயராக அழைக்கும் பழக்கம் அழியாத மச்சமாய் ஏற்பட்டுவிட்டது.

தமிழில் 'எண்ணெய்' என்பது எள்ளின் நெய்யையே முதலில் குறித்தது. பிறகு மற்ற வித்துக்களில் இருந்து எடுக்கப்படுவதற்கும் பொதுப் பெயரானதால் எண்ணெய் நல்லெண் ணெய்யானது. இப்பொழுது வர்த்தக முத்திரைகளே அதிகப் புழக்கத்தில் எண்ணெய்யைச் சுட்டு கின்றன. அதைப்போலவே பெட்டிகள் செய்ய பயன்படுத்திய மரத்திற்குப் பெயர் 'பாக்ஸ்'. நாளடைவில் அது பெட்டிகளுக்கே பெயராகிப் போனது.

★

இலக்கியத்தில் மேலாண்மை

அத்தியாயம் 22

காத்திருப்பது இனிப்பல்ல... கசப்பு!

காத்திருத்தல் என்பது மேலாண்மையில் கண்டிக்கப்படுகிற தன்மை. காத்திருக்கும் ஒவ்வொரு நேரமும் விரயம் ஏற்படுகிறது என்பதே உண்மை. அதிக உற்பத்தி, நிறைய மூலப்பொருட்கள், போக்கு வரத்து, காத்திருத்தல், தேவையற்ற இடப்பெயர்வு, அதிகம் பதப்படுத்துதல், திருத்துதல், குழப்பமான நடைமுறைகள், தேவையற்ற சிவப்பு நாடா போன்றவை விரயத்தை ஏற்படுத்துகின்றன. காத்திருக்கும்போது மக்களின் நேரம், உருவாக் கப்பட்ட கட்டமைப்பு வசதிகள், எந்திரங்கள், மூலாதாரங்கள் போன்ற அனைத்தும் வீணா கின்றன.

போட்டிபோடும் நிறுவனங்களில் எது விரை வாகப் பொருள்களைப் பட்டுவாடா செய்கிறதோ அதுவே முதலிடத்தைப் பெறுகிறது. பத்தில் இருந்து பதினைந்து விழுக்காடு கூடுதல் உற்பத்தித்திறன் இருந்தால்தான் மக்கள் கேட்டவை உடனுக்குடன் கிடைப்பதற்கு வாய்ப்புண்டு.

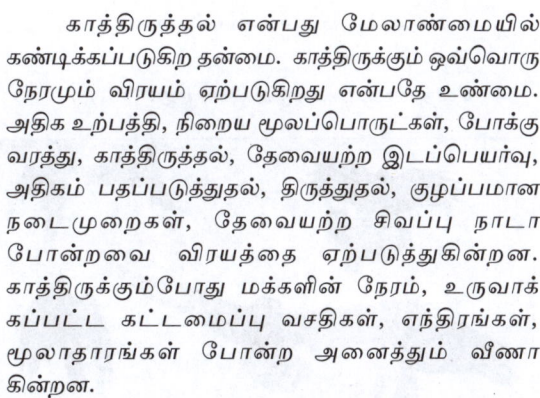

நேர மேலாண்மையை நம் இந்திய மரபுக் கதைகளான 'பஞ்சதந்திரம்', 'ஹிதோபதேசம்' போன்றவை உணர்த்துகின்றன. மரத்தில் கூடு கட்டியிருந்த காகம் ஒன்று அதன் முட்டைகளைப் பகல் நேரத்தில் சாப்பிடும் நாகத்தை அழிக்க, இராணி குளித்துக் கொண்டிருந்தபோது அவள் நகையைத் தூக்கிக்கொண்டு வந்து பாம்பு குடி யிருக்கும் பொந்தில் போட்டது. சரியான தருணத்தில் செயலைச் செய்தால் எதிரிகளைப் பலமான ஆதிக்க சக்திகளின்மூலம் வீழ்த்தி விடலாம் என் பதற்கு உதாரணம்.

நேர மேலாண்மையில் காகம் இயல்பாகவே கெட்டி என்பதால்தான் பஞ்சதந்திரத்தில் மட்டு மல்ல திருக்குறளிலும் உவமையாகக் கையாளப் பட்டிருக்கிறது. தன்னைவிட வலிமையுள்ள கோட்டானை அது பகல் நேரத்தில் வென்று விடுகிறது. கூகைக்குப் பகலில் விழிகளின் வெளிச்சம் போதாது. காகங்கள் கும்பலாக ஆந்தையைத் துரத்திவருவதை அவ்வப் போது பார்க்கலாம். பகலாக இருப்பதால் ஒன்றுதிரண்டு அதை எதிர்க்கும் வல்லமை காகத்திற்கு ஏற்பட்டு விடுகிறது. அதைப்போலவே ஒரு நிறுவனத்தின் தலைவரும் போட்டியாளரை வீழ்த்த, சரியான காலத்தைத் தேர்ந்தெடுக்க வேண்டும்.

பகல்வெல்லும் கூகையைக் காக்கை
இகல்வெல்லும்
வேந்தர்க்கு வேண்டும் பொழுது. *(481)*

இதே கருத்தைக் 'ககர' வர்க் கத்தில் செய்யுள் செய்து காளமேகப் புலவர் வார்த்தை விளை யாட்டுக் காட்டுகிறார்,

'காக்கைக்கா காகூகை கூகைக்கா
காகாக்கை
கோக்குக்கூக் காக்கைக்குக் கொக்கொக்க
-கைக்கைக்குக்
காக்கைக்குக் கைக்கைக்கா கா.'

இதைப்போலவே தகர வர்க்கத்திலும் வல்லினத்திலும், மெல்லினத்திலும், இடை யினத்திலும் பாடல்களை எழுதிக் காளமேகப் புலவர் அசத்துகிறார். தமிழைத்தவிர வேறு மொழி ஏதேனும் இப்படிச் சொற்சிலம்பத்திற்கு வழி

பெரியவை சிறியவற்றைச் சாப்பிடுவதில்லை வேகமானவையே நிதானமானவற்றை வீழ்த்துகின்றன'

வகுக்குமா என்பதை வல்லுநர்கள் தாம் வரையறுக்க வேண்டும்.

'பெரியவை சிறியவற்றைச் சாப்பிடுவதில்லை வேகமானவையே நிதானமானவற்றை வீழ்த்து கின்றன' என்று ஓர் ஆங்கிலப் புத்தகம் கூறுகிறது. அளவைப் பார்த்தால் காட்டெருமை புலியைவிட, பெரியது, மிளா சிறுத்தையைவிட, பெரியது, வரிக்கு திரை சிங்கத்தைவிட, எடை அதிகம். ஆனால் வேகமே அவற்றின் வெற்றியைத் தீர்மானிக்கின்றன.

வேகம் வேறு, அவசரம் வேறு. உடலும், மனமும் ஒரே கதியில் இயங்கினால் அதுவேகம். மனம் பின் தங்கினால் அது அவசரம். விஞ்ஞானமே வேகப்படுத்துவதைத் தான் அடிப்படையாகக் கொண்டு இயங்கிக் கொண்டிருக்கிறது. உரலில் மாவாட்டுவதைவிட கிரைண்டரில் ஆட்டினால் விரைவில் ஆகும் என்பதும் ஒரு காரணம்.

சிறுத்தை விலங்குகளிலேயே விரைவாக ஓடக் கூடிய வல்லமை படைத்தது. அதன் வேகம் ஒரு மணிக்கு *112* முதல் *120* கிலோ மீட்டர். ஆனால் சில விநாடிகளுக்குத்தான் அந்த வேகத்தில் அது விரையும். பிறகு மூச்சு வாங்கி வேகம் குறைய ஆரம்பித்து விடும். அது ஒரு மானைத் துரத்தினால் அந்த விநாடி களுக்குள் அதன் இரை சிக்கினால்தான் உண்டு. அந்தச் சில விநாடிகளில் சிவிங்கியிடமிருந்து தப்பிவிட்டால் மானின் உயிருக்கு உத்தரவாதம் கிடைத்துவிடும். இயற்கையே நேரகதியில் இயங்கு கிறது என்பதைப் பார்க்கலாம். குதிரைப் பந்தயம் நடக்கும்போது ஒரே நேரத்தில் இரண்டு குதிரைகள் எல்லைக்கோட்டை அடைந்தாலும் புத்திசாலிக் குதிரைகள் மூக்கை நீட்டி முன்னுக்கு வந்துவிடும். போட்டித் தேர்வுகளில் ஒரே மதிப்பெண்ணில் விரும்பிய பதவியைத் தவறவிட்டவர்கள் உண்டு.

சரியான நேரத்திற்காகக் காத்திருப்பது முதிர்ச்சியின் அடையாளம். ஓடும் மீன் ஓட உறுமீன் வரும்வரை காத்திருக்கின்ற கொக்குபோல அமைதி காத்து சரியான நேரத்தில் முழுமையான

வீச்சைச் செலுத்தவேண்டும். சின்னச் சின்ன செயல்களில் ஆற்றலைச் சிதறடிக்காமல் பெரிய சாதனைக்காக அதைத்தேக்கி வைப்பதுஅவசியம்.

கொக்கொக்க கூம்பும் பருவத்து மற்றதன்
குத்தொக்க சீர்த்த இடத்து. (490)

திருவள்ளுவர் மட்டுமல்ல; ஷேக்ஸ்பியர்கூட நேரத்தின் அருமையை உணர்த்தப் பறவைகளை உவமையாகப் பயன்படுத்துகிறார். 'மேக்பத்' சோக காவியத்தில் கழுகு ஒன்று மேல்வானத் தில் உயரப் பறக்கும்போது ஒரு பலம் வாய்ந்த ஆந்தையால் தாக்கப்பட்டு கொல்லப்பட்டது என்று இயற்கைக்கு முரணான சம்பவம் குறிப்பிடப்படுகிறது. எலிகளை மாத்திரமே உணவாக உட்கொள்கிற அற்பப் பறவை யான ஆந்தை கழுகைத் தாக்குவது விந்தையான செயல். அபூர்வமான இந்த நிகழ்வு, நேரத்தின் காரணமாக ஏற்படுவதுண்டு. சில நேரங்களில் யானைகூட சேற்றில் மாட்டிக்கொண்டால் நரி களுக்குப் பலியாகிவிடும் அபாயத்தைத் திருவள்ளுவர் ஓரிடத்தில் தெளிவுபடுத்துகிறார்.

மேலாண்மையைப் பொருத்தவரை நேரம் எவ்வளவு முக்கியம் என்பதை 'ஹார்வர்ட் மேலாண் பல்கலைக்கழகத்தில் என்ன சொல்லித்தருவ தில்லை' என்கிற புத்தகத்தில் மெக்கார்மார்க் கோடிட்டுக்காட்டுகிறார். அதில் அவர் பல கருத்துக்கள் சரக்குள்ளவையாக இருந்தாலும், சரியான நேரத்தில் செயல்படுத்தாமல் போனதால் தான் தோற்றுப் போகின்றன என்கிறார். சிறந்த நிர்வாகிகள் கூட உரிய நேரத்தைத் தேர்ந்தெடுக் காமல் தோல்வியடைந்து விடுகிறார்கள். ஹிட்லர் எப்போதும் பிரம்ம முகூர்த்தத்தில் எழுவதையே தன் வழக்கமாக வைத்திருந்தார். அது ஆழ்ந்த தனிமையில் நிறைய சிந்திக்கவும் திட்டமிடவும் அவருக்கு உதவியாக இருந்தது.

பலநேரங்களில் போர்களில் முந்தியவர்கள் குறைவான படைவீரர்களுடன் வெற்றி பெற்றிருக் கிறார்கள். இந்தச் சரித்திரச் சம்பவங்களைத் திருவள்ளுவர் அழகாக தெளிவுபடுத்துகிறார். ஏற்ற காலத்தை ஆராய்ந்து அறிந்து ஏற்ற இடத்தையும் தெரிந்து ஒரு செயலை மேற்கொண்டால் உலகத் தையே அடைய நினைத்தாலும் அதுவும் கைகூடும்

ஞாலம் கருதினும் கைகூடும் காலம்
கருதி இடத்தால் செயின். (484)

ஷேக்ஸ்பியரின் 'ஒதல்லோ' நாடகத்தில் சரியான நேரத்திற்காகக் காத்திருப்பதைப் பற்றிப் பொறாமையே வடிவமாய் அமைந்த இயாகோ பிரசங்கம் செய்கிறான். ''பொறுமையில்லாதவர்கள் வறியவர்கள். எந்தக் காயமும் சிறிது சிறிதாகத்தான் ஆறும். புத்தியினால் வெல்ல வேண்டுமே தவிர சூனியம் வைத்தல்ல'' என்கிறான்.

அறிவு என்பது காலத்தைப் பொறுத்து அமைந் திருக்கிறது. பல இடங்களில் ஷேக்ஸ்பியர் நேரத்தின் அருமை குறித்து அறிவுறுத்திய வண்ணம் இருக்கிறார். 'நான்காம் ஹென்றி' நாடகத்தில் 'நாம் எல்லோரும் காலத்தின் கைப்பிள்ளைகள்' என்று ஹேஸ்டிங்ஸ் கூறுவான். 'நடுக் கோடை இரவு கனவில்' 'பருவகாலம் வரும்வரை பொருள்கள் கனிந்துவிடுவதில்லை' என்கிற அற்புதமான

பலநேரங்களில் போர்களில் முந்தியவர்கள் குறைவான படைவீரர்களுடன் வெற்றி பெற்றிருக்கிறார்கள்.

தத்துவம் இடம் பெற்றிருக்கிறது. காலம் கடந்து தன் தவறை உணர்ந்த 'இரண்டாம் ரிச்சர்ட்' மன்னன் ''நான் முன்பு காலத்தை வீணடித்தேன். இப்போது காலம் என்னை வீணடிக்கிறது'' என்று வருத்தப் படுகிறான்.

'டேமிங் ஆஃப் த ஷ்ரூ' என்ற நகைச்சுவை நாடகத்தில் காலத்திற்குத் தகுந்தவாறு ஒருவன் வாழ வேண்டும் என்பதைக் குறிப்பிடும் வகையில் ''உன் நடவடிக்கைகளைக் காலத்தை அனுசரித்து வடிவமைத்துக் கொள்'' என்கிற எதார்த்தமான வரி களைப் பயன்படுத்துகிறார். அதையே திருவள்ளுவர் ''பருவத்தோடு ஒட்ட ஒழுகல் ஒருவனது செல் வத்தை நிலைநிறுத்தும் அழகிய பிணைப்பு'' என்று குறிப்பிடுகிறார்.

ஷேக்ஸ்பியர் பதினான்கு வரிகள் கொண்ட சானட் கவிதைகளையும் எழுதியிருக்கிறார். ''அலைகள் கரைகளை நோக்கி விரைவதுபோல நாமும் அந்திமத்தை நோக்கி விரைகிறோம் என் பதை உணர வேண்டும்'' என வாழ்வை உருவகப் படுத்துகிறார்.

இரண்டு மேதைகள் ஒரே திசையை நோக்கிச் சிந்தனையைச் செலுத்துவார்கள் என்பதற்கு இவர்கள் எடுத்துக்காட்டாய் இருக்கிறார்கள். கண்டங்கள் தாண்டி, காலங்கள் தாண்டி மகத்தான மனிதர்கள் ஒரே சிந்தனையுடன் திகழ்வதற்குத் திருவள்ளுவரும், ஷேக்ஸ்பியரும் உதாரணம்.

ஆல்பர்ட் ஐன்ஸ்டீன், தன்னுடைய சார்பியல் தத்துவத்தைப் பற்றி விளக்குகிறபோது நேரத்தைச் சுட்டுகையில், காதலிக்காக ஒருவன் காத்திருக்கும் போது ஒரு நொடிகூட ஒரு மணியைப் போல நீளமாகத் தோன்றும் என்று குறிப்பிட்டார்.

திருவள்ளுவர் இதே கருத்தைக் காமத்துப் பாலில் தெரிவித்திருக்கிறார்,

'ஒருநாள் எழுநாள்போல்
செல்லும்சேட் சென்றார்
வருநாள் வைத்துஏங்கு பவர்க்கு.' *(1269)*

இதே கருத்தை ஷேக்ஸ்பியர் 'ஆஸ் யூ லைக் இட்' நகைச்சுவை நாடகத்தில், ''நேரம் வெவ்வேறு மனிதர்களுக்கு வெவ்வேறு வேகத்தில் பயணம் செய்கிறது'' என்று தெரிவிக்கின்றார்.

பத்துப்பாட்டு நூல்களில் ஒன்று 'நெடுநல் வாடை'. அதில் தலைவனைப் பிரிந்து வருந்தும் தலைவிக்கு ஒரு பொழுது ஓர் ஊழிக்காலம்போல நீண்டு தோன்றுவதால், வாடை தலைவியைப் பொருத்தவரை நெடிய வாடையைப் போல இருப்பதாகவும், இன்பத்தில் ஈடுபாடு கொள்ளாமல் வேறு நாட்டிற்குச் சென்று பாசறையில் தங்கிப் படை நடத்தும் தலைவனுக்கு அவ்வாடை நல்ல வாடையாய் இருப்பதாகவும் மதுரை கணக் காயனார் மகனார் நக்கீரன் தெரிவிக்கிறார். நெடுநல் வாடை என்பதே ஒரு முரண்தொடை, ஆங்கிலத்தில் 'ஆக்ஸிமொரான்' என்பார்கள். எப்போதுமே காத்திருப்பவர்களுக்கு நேரம் பூத்திருப்பதில்லை. அது முள்ளாகவே குத்துகிறது. குணப்படுத்திக் கொள்வதும், இரணப்படுத்திக் கொள்வதும் அவரவர் கைகளில்.

ஜென் இலக்கியத்தில் ஓர் அழகிய உருவகக் கதை உண்டு. குரு ஒருவர் மிக நேர்த்தியாக வடி வமைக்கப்பட்ட அழகான ஜாடி ஒன்றைத் தன் சீடனிடம் கொடுத்து எடுத்துச்செல்லுமாறு பணிக்

கிறார். ஜாடியை ஒப்படைத்ததுமே ''அதை உடைக்கக்கூடாது'' என்று அவன் தலையில் ஓங்கி ஒரு குட்டு வைக்கிறார். உடனே சீடன், ''நான் உடைக்கவே இல்லையே, அதற்குள் ஏன் குட்டு வைக்கிறீர்கள்?'' என்று முகம் திரிகிறான். அதற்கு அந்தக் குரு ''நீ உடைத்த பிறகு குட்டுவைத்து என்ன பிரயோஜனம், ஜாடி திரும்பியா வரப்போகிறது? எனவே இந்தக் குட்டின் வலியை நினைத்துக் கொண்டால் நிச்சயம் உடைக்காமல் இருப்பாய்'' என்று அறிவுறுத்துகிறார். கண் கெட்ட பிறகு சூரிய நமஸ்காரம் செய்து பலனில்லை என்பதைப் பழமொழியே சொல்கிறது.

மகாபாரதத்தில் நேரத்தின் அருமை குறித்து கர்ணனின் மூலம் உயர்ந்த கருத்து வெளிப்படுகிறது. கர்ணன் ஒப்பற்ற வீரன். குருக்ஷேத்திர யுத்தத்தில் பதினாறாம் நாளன்று அவன், பீமன், தருமர், நகுலன், சகாதேவன் ஆகிய அனைவரையும் தோல்வியடையச் செய்துவிடுகிறான். ஆனால் குந்திக்குக் கொடுத்த வரத்தின் காரணமாக அவர்களைக் கொல்லாமல் விடுகிறான். அவன் குறியெல்லாம் விஜயனை விஜயம் செய்வது மீதுதான். குந்தி தேவி கர்ணனிடம் வரம் கேட்கும்போது ''அர்ஜுனனை மட்டும் நான் எதிரியாகவே கருதுவேன்'' என்று தெரிவிக்கிறான். அவனிடம் ''நாகாஸ்திரத்தை ஒருமுறை மாத்திரமே உபயோகிக்க வேண்டும்'' என்று சபதம் வாங்கிக் கொண்டு குந்திதேவி விடைபெறுகிறாள்.

முந்தி செய்த தவறோடு பிந்தியும் கர்ணனுக்குத் தவறு செய்தவளாகிவிடுகிறாள் குந்தி. கர்ணன் விஜயனின் தலையை நோக்கி நாகாஸ்திரத்தைக் குறிபார்க்கும்போது அவனுடைய தேரோட்டி சல்லியன் ''கர்ணா! நீ விஜயனின் நெஞ்சுக்குக் குறிவை'' என்று வற்புறுத்துகிறான். ஆனால் கர்ணனோ அதைக் கேட்காமல் கழுத்துக்கு குறிவைக்கிறான். நாகாஸ்திரத்திலிருந்து தப்பிப்பது சிரமம் என்பதை அறிந்த கிருஷ்ணன் கர்ணன் நாகாஸ்திரத்தைச் செலுத்தியதும் அர்ஜுனனுடைய தேரைத் தன் காலால் அமுக்குகிறார். தேர் பூமியில் இறங்கியதால் அஸ்திரம் அர்ஜுனனின் தலையணியோடு போய்விடுகிறது.

மறுபடியும் அதைச் செலுத்த சல்லியன் வற்புறுத்துகிறான். கர்ணன் மறுத்ததால் சல்லியன் தேரோட்டிப் பணியிலிருந்து விலகுகிறான். தன்னிடம் இருந்த அற்புதமான ஆயுதத்தைச் சரியான நேரத்தில் சரியான விதத்தில் பயன்படுத்தாததால், கர்ணன் வீழ நேரிடுகிறது. இது அனைத்து ஆற்றலையும் குறிப்பிட்ட நேரத்தில் திரட்டவேண்டும் என்பதற்கு உதாரணம். அனைத்து ஆயுதங்களை யும் விஜயன் இழந்தபோது நாகாஸ்திரத்தை விவேகமாகப் பயன்படுத்தியிருந்தால் கர்ணனுக்கு வெற்றி விளைந்திருக்கும். அதுமட்டுமல்ல; பதினேழாம் நாள் போரில் பரசுராமனுடைய சாபத்தால் முக்கியமான நேரத்தில் தான் பெற்ற சக்திவாய்ந்த ஆயுதங்களைப் பிரயோகிக்கும் மந்திரங்களைக் கர்ணன் மறக்க நேரிடுகிறது. மறக்க நேரிட்டதால், அவன் இறக்க நேரிடுகிறது.

கர்ணன் இறக்கும்போது அவனை மடியில் கிடத்தி குந்தி அழுத போதுதான் தர்மனுக்கு அவன் தன் அண்ணன் என்றே தெரியும். அப்போதுதான் தருமன், தன் தாய் முக்கியமான இரகசியத்தை மறைத்ததால் ஏற்பட்ட கோபத்தில் 'இனி பெண்களால் இரகசியத்தைக் காப்பாற்றவே முடியாது' என்று சபித்ததாகக் கூறப்படுவதுண்டு. இது ஓர் உபரித் தகவல். ★

அத்தியாயம்

23

விவேகமே பலம்!

தன்னுடைய 'இளவரசன்' நூலில் மாக்கிய வல்லி, அமைதியிருக்கும்போது ஒருவர் நிகழ்வு களைச் சாதாரணமாக எடுத்துக் கொள்ளக்கூடாது. துயரங்கள் நேர்ந்தால் விதிமுறைகளைப் பின் பற்றுவது பயனுடையதாக இருக்கும் என்று எச்சரிக்கை விடுகிறார். ஏக்கியன்ஸ் குழுவினுடைய தலைவர் ஃபிலோ போமென் என்பவர் அமைதிக் காலங்களிலும் போர்த்தந்திரங்களைப் பற்றியே யோசித்ததால் வரலாற்று ஆசிரியர்களால் புகழப் படுகிறார். அவர்தன் நண்பர்களிடம் அடிக்கடி போரைப் பற்றிக் கலந்தாலோசிப்பார். ஒரு மலையைச் சுற்றிக்காட்டி நம் எதிரி அந்த மலைமீது இருந்தால் நாம் இந்தப் பள்ளத்தாக்கில் இருந்து எப்படி அவனைச் சமாளிக்கமுடியும், யாருக்கு வெற்றி கிடைக்க வாய்ப்பிருக்கிறது என்றெல்லாம் யோசனை செய்வார் என்று தன் கருத்துக்கு ஓர் உதாரணத்தையும் மாக்கியவல்லி எடுத்துக்காட்டு கிறார்.

'சீன ஞானம்' என்கிற ஒரு புத்தகம் நான்கு தொகுதிகளாக வெளிவந்திருக்கிறது. அது பல சீன இலக்கிய நூல்களையும், வரலாற்று ஆவணங் களையும், வாய்மொழிக் கதைகளையும் கொண்டு தொகுக்கப்பட்டிருக்கிற நூல். அந்த நூலில் ஓர் அழகிய கதை உண்டு. ஜாங்லியான் என்கிற இளைஞன் பணக்காரக் குடும்பத்தில் வந்தவன். அவன் தனக்குத் துரோகம் இழைத்த ஒருவனைக் கொல்லப் பெரிய இரும்புச் சுத்தியை அவன் மீது

எறிகிறான். குறி தவறுகிறது; அதற்குப் பிறகு தலைமறைவாகிறான்.

ஒருநாள் வயதான ஒரு மனிதரை அறிவுரை வேண்டிச் சந்திக்கிறான். அப்போது அந்த முதியவர் வேண்டு மென்றே அவர்கள் நின்றிருந்த பாலத்திற்கு அடியில் தன்னுடைய காலணியைப் போட்டுவிட்டு அதை எடுத்துத்தருமாறு பணிக்கிறார். கோபத்தைக் கட்டுப்படுத்திக்கொண்டு லியான் அதை எடுத்து வருகிறான். ''எனக்கு அணிவி'' என்று அந்த முதியவர் கட்டளையிடுகிறார். அவனோ பல்லைக் கடித்துக் கொண்டு அணிவிக்கிறான்.

அந்தப் பெரியவர் ''நீ ஐந்துநாள் கழித்து விடியற் காலையில் இங்கே என்னைச் சந்தி'', என்று சொல்லி விட்டுப்போகிறார். ஆனால் அவன் செல் வதற்கு முன்பே அவர் அங்கே இருக்கிறார். ''நீ தாமத மாக வந்துவிட்டாய். எனவே ஐந்து நாள் கழித்து வா'' என்று கட்டளையிடுகிறார்.

அடுத்தமுறை முதல் நாள் நள்ளிரவே சென்று அவன் காத்திருக்கிறான். அவர் மகிழ்ந்து அவனுக்கு போரைப் பற்றிய புத்தகத்தைத் தருகிறார். ''இதை நீ ஆழமாகப் படி. நீ மிகப்பெரிய தலைவனாக வருவாய்!'' என்று கூறுகிறார். அவனும் அவ்வாறு செய்தான். பத்தாண்டுகளில் தன் தந்தையைக் கொன்ற அந்நாட்டு மன்னனை எதிர்த்து அணி திரட்டி வெற்றிபெறுகிறான். அவனைச் சீன சரித்திரம் போர்க்கலையில் மிகச்சிறந்த வல்லுநர் என்று போற்றுகிறது.

சிலநேரங்களில் யார் முந்துகிறார்கள் என்பது தான் வெற்றியைத் தீர்மானிக்கிறது. பரிணாம வளர்ச்சித் தத்துவத்தைப் பற்றி 1842 ஆம் ஆண்டே டார்வின் ஒரு முழுப் புத்தகத்தை எழுதிவிட்டார். ஆனால் அதை வெளியிடுவதற்கு இணக்கமான சூழல் ஏற்படவில்லை.

*1858*ஆம் ஆண்டு ஆல் ஃபிரட் ரசல் வேலஸ் என்பவர், அதே பொருண்மை குறித்து ஒரு கட்டு ரையை எழுதி டார்வினினுடைய கருத்தைப் பெற அனுப்பிவைத்தார். பிறகு இருவரும் சேர்ந்து அதை ஒரே ஆய்வுக் கட்டுரையாகத் தக்க திருத்தங்கள்

செய்து மறு மாதம் வெளியிட்டார்கள். ஆனாலும் அந்தக் கட்டுரை பெரிய கவனத்தைப் பெறவில்லை.

டார்வின் அடுத்த ஆண்டே தன்னுடைய உயிர்களின் தோற்றம் என்கிற புத்தகத்தை வெளி யிட்டார். அது பரவலான கவனத்தைப் பெற்றது. அதன் காரணமாகவே, 'பரிணாம வளர்ச்சி' என்றால் நாம் டார்வினை அடையாளப்படுத்துகிறோமே தவிர, ரசல் வேலஸ்ஸை அல்ல.

Alexander Graham Bell Antonio Meucci

தொலைபேசியிலும் அப்படி முந்துகிற நிகழ்வு நடந்திருக்கிறது. அலெக்ஸாண்டர் கிரஹாம்பெல் தொலை பேசியைப் பற்றிக் கண்டுபிடிப்பதற்கு முன்பே ஆன்டினியா மியூக்ஸி என்கிற இத்தாலியர் அதுகுறித்த ஆய்வில் ஈடுபட்டார்.

இலக்கியத்தில் மேலாண்மை

தொலைபேசிகளைப் பற்றிக் குறிப்புகளைத் தயார் செய்து தொலை பேசிகளை வடிவமைத்து பெல் கண்டுபிடிப்பதற்கு ஐந்து ஆண்டுகளுக்கு முன்பே பரிசோதனை வடிவத்தை உருவாக்கினார். ஆனால் வறுமையின் காரணமாகத் தன்னுடைய ஆரம்பக் கட்ட தொலைபேசி வடிவமைப்புகளை வெறும் ஆறு டாலருக்கு பசியின் காரணமாக விற்க நேரிட்டது.

> சில நேரங்களில் பொறுமை தேவை. சில நேரங்களில் வைராக்கியம் தேவை. எந்த நேரத்தில் முந்த வேண்டும், எந்த நேரத்தில் பிந்த வேண்டும் என்பது தெரிந்தால்தான் அது சாத்தியமாக இருக்கும்.

1871ஆம் ஆண்டு அவர் தன்னுடைய கருவி குறித்துச் செயல் விளக்கம் தருவதற்காக அமெரிக்க இராணுவத்தை அணுகினார். ஆனால் இராணுவ அதிகாரிகள் அவருடைய கருவி 'செப்படிவித்தை' என்று செப்பிவிட்டார்கள். தன் காப்புரிமையைக் கூட பதிப்பிக்க முடியாமல் போய்விட்டது. அதனால் அவர் கண்டுபிடிப்புக்கான உரிமை கொண்டாடும் தனது முதன்மையைப் பறிகொடுத்தார். 1874ஆம் ஆண்டு அவர் கண்டறிந்த மியூக்ஸி மாதிரி தொலை பேசியை மேற்கு ஒன்றியத்திற்கு அனுப்பி வைத்திருந்தார். தன்னுடைய ஒரு பரிசோதனைக் கூடத்தை 28 வயது நிரம்பிய ஒரு நபருடன் பகிர்ந்துகொண்டார். அந்த நபர்தான் அலெக்ஸாண்டர் கிரஹாம்பெல். மேற்கு ஒன்றியமோ பெல்லோடு ஒப்பந்தம் செய்து கொண்டார்கள். அதுகுறித்து எவ்வளவோ போராடியும் மியூக்ஸி தோற்றுப் போனார்.

2002ஆம் ஆண்டுதான் அமெரிக்க ஐக்கிய நாடுகள் மியூக்ஸியின் பங்களிப்பைக் கௌரவித்து ஒரு தீர்மானத்தைத் தங்கள் மக்களவையில் நிறை வேற்றியது. அந்த ஒப்பந்தத்தின்படி அறிவியல் ரீதியாக தொலைபேசியைக் கண்டுபிடித்ததற்காக உண்மையில் கௌரவம் பெல்லுக்குச் சேரவேண்டிய தில்லை; மியூக்ஸிக்குச் சேரவேண்டியதுதான் என்கின்ற அந்த தீர்மானம் முக்கியத்துவம் வாய்ந்த தாகக் கருதப்படுகிறது. எனவே வர்த்தகத்தில் மட்டுமல்ல; விஞ்ஞானத்திலும் யார் முதலில் செயல்படுத்துகிறார்கள் என்பது முக்கியமாக இருக்கிறது.

இதைச் சரியாகப் புரிந்துகொள்கிறவர்கள்தான் வெற்றிபெற முடிகிறது. சில நேரங்களில் பொறுமை தேவை. சில நேரங்களில் வைராக்கியம் தேவை. எந்த நேரத்தில் முந்த வேண்டும், எந்த நேரத்தில் பிந்த வேண்டும் என்பது தெரிந்தால்தான் அது சாத்தியமாக இருக்கும். 'மைக்கேல் ஒய்ட்' எழுதிய 'போரின் பலன்கள்' என்ற நூல் இந்த விவரத்தைத் தாங்கி நிற்கிறது.

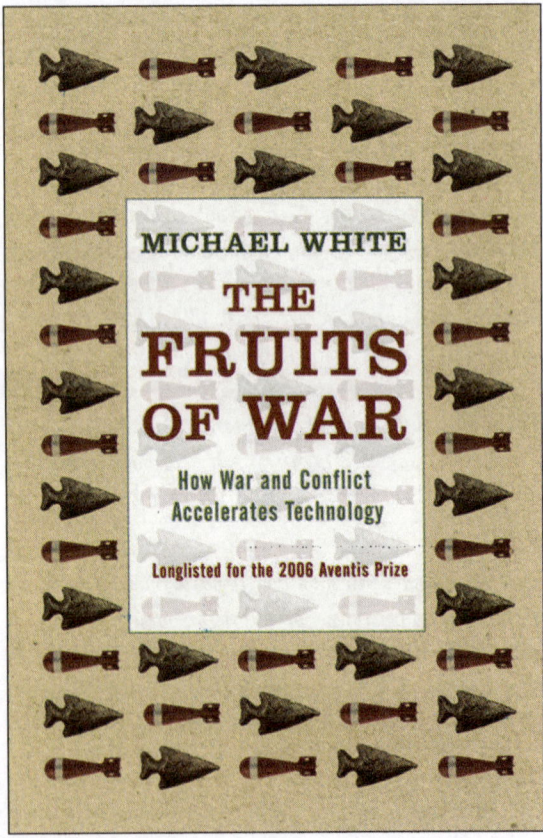

கன்ஃபூஸியஸ் எழுதிய 'அன லெக்ட்ஸ்' என்ற நூலில் அவர் நான்கு தீமைகளைப் பட்டியலிடு கிறார். 'கண்டிக்காமல் தண்டிப்பது கொடூரம், அறிவுறுத்தாமல் பணிகளைக் கண்காணிப்பது

மிருகத்தனம், உத்தரவுகள் கொடுப்பதில் மெத்தனமாய் இருந்து காலக்கெடுவை நிர்ணயிப்பது களவாணித் தனம், அடுத்தவர்களுக்குத் தரவேண்டியதைத் தராமல் இருப்பது சிவப்பு நாடாத்தனம்' அவர் கூறிய இன்னொரு முக்கியமான அறிவுரை ''நல்ல மனிதர்கள் நிதானமாகப் பேசி விரைவாகப் பணியாற்றுவார்கள்.'' அந்த வகையில் இலக்கியங்கள் நம்மைத் தொடர்ந்து நீதிநெறிகள் மூலமாகவும், கதைகள் கவிதைகள் மூலமாகவும் எச்சரித்துக்கொண்டே இருக்கின்றன.

எதைச் சாதிக்கிறோம் என்பது தான் சில நேரங்களில் முக்கியம். விரைவாகச் சாதிப்பதை மட்டுமே சாதனையாக எடுத்துக் கொள்ளக்கூடாது. கடினமான பணிகளைச் சாதிப்பதற்குப் பொறுமை தேவைப்படுகிறது. உருவகக் கதைகள் இலக்கியத்தின் முக்கியமான ஊடுருவல்கள். அவை விலை குறைவான மெழுகுவத்தியைக் கொண்டு, காணாமல் போன தங்கக் காசை இருளில் கண்டுபிடிப்பதைப் போல நமக்குப் பல அரிய உண்மைகளைத் தருகின்றன. அப்படியொரு கதை, இது.

மரபுவாழ் மக்கள் இருக்கின்ற பகுதிக்கு நவீன நாகரிக பெண்மணி ஒருத்தி சுற்றுலாவிற்குச் சென்றார். அங்கே அந்தப் பகுதியைச் சார்ந்த பெண்மணி வித்தியாசமான கழுத்தாபரணத்தை அணிந்திருந்தார். அதைப் பார்த்ததும் அந்தச் சுற்றுலாப் பெண் ''இது எதனால் செய்யப்பட்டது?'' என்று வினவினார். அந்த உள்ளூர் பெண்மணி ''இது முதலையின் பற்களால் செய்யப்பட்ட ஆபரணம்'' என்றார். உடனே மேற்கத்திய பெண்மணி ''எங்கள் ஊரில் முத்துக்களுக்கு இருக்கும் அதே மதிப்பு உங்கள் ஊரில் இதற்கு இருக்கிறதா?'' என்று கேட்டார்.

உள்ளூர்ப் பெண்மணி சிரித்துக் கொண்டே சொன்னார். ''இல்லை சீமாட்டியே. முத்துச் சிப்பியை யார் வேண்டுமானாலும் திறக்கமுடியும்'' என்றார். பலநேரங்களில் நாம் எவற்றை மதிப்பானவை என்று நினைத்துக் கொண்டிருக்கிறோமோ, அவை மற்றவர்களுக்குச் சாதாரணமானவை என்பதைக் காலம் நமக்கு உணர்த்துகின்றது. சிலவற்றை அடைவதற்காக நம் மகிழ்ச்சியையும், சுகங்களையும் தியாகம் செய்துவிட்டு, பின்னர் நாம் அடைந்தவை அற்பமானவை என்பதை உணர நேரிடுவதுண்டு. பசியின் அடர்த்தியே ருசியின் அளவைத் தீர்மானிக்கிறது. அருவியில் குளித்துவிட்டு வருகிறபோது எடுக்கிற பசியில் எல்லா உணவும் ருசிக்கவே செய்யும்.

ஜப்பானியக் கவிதையை எப்படி எழுதுவது என்று ஜப்பானைச் சேர்ந்த ஒரு கவிஞர் கேட்டார். அதற்குத் துறவி 'சீனக் கவிதை நான்கு வரிகளைக் கொண்டது. முதல் வரி தொடக்கத்தைக் குறிக்கும், இரண்டாவது வரி தொடர்ச்சியைக் குறிக்கும், மூன்றாவது வரி பொருண்மையில் இருந்து விலகிப் புதிதாய் முளைக்கும், நான்காவது அனைத்தையும் இணைக்கும்' என்று பதிலளித்தார். ஒரு கவிதையையும் மேற்கோள் காட்டினார்.

'க்யோடோவின் பட்டு வியாபாரிக்கு
இரட்டைப் பெண்கள்
பெரியவள் இருபது; சிறியவள் பதினெட்டு
சிப்பாய் தன் வாளால் வதைப்பான்
அப்பெண்ககளின் வாள்கள் அவர்கள் கண்கள்'

சிலவற்றை அடைவதற்காக நம் மகிழ்ச்சியையும், சுகங்களையும் தியாகம் செய்துவிட்டு, பின்னர் நாம் அடைந்தவை அற்பமானவை என்பதை உணர நேரிடுவதுண்டு.

சுருக்கமாகச் சொல்லவேண்டிய செய்தியைச் சொல்லவேண்டுமென்பது தான் ஜப்பானிய இலக்கியத்தின் தத்துவமாக இருக்கிறது. திரும்பச் சொன்னால் நேரம் விரயம்; செய்தி நீர்த்துப் போகும்.

'முப்பத்து மூன்று போர்க்கலை முறைகள்' என்கிற நூலில் 'எனிமி' என்கிற ஆங்கிலச் சொல்லுக்கு இலத்தீன் மொழியின் மூலச்சொல் ஆதாரம். அதற்கு உண்மையான பொருள் நண்பன் இல்லாதவர் என்று குறிப்பிடுகிறது. பலநேரங்களில்

எதிரிகள் நமக்குப் பயனுள்ளவர்களாக இருப்பார்கள். நம் வேகத்தை அவர்களே தீர்மானிக்கிறார்கள். உலகியல்ரீதியான பல வெற்றிகள் மற்றவர்களோடு ஓடிய போது நாம் ஜெயித்துப் பெற்றவை. அவர்கள் நம்மை ஊக்குவிக்கிறார்கள். அடுத்ததாக நம்மை எப்போதும் விழிப்புணர்வுடன் வைத்திருக்கிறார்கள். சிலநேரங்களில் நமக்குள் மறைந்திருக்கும் ஆற்றலை அவர்கள்தான் வெளிப்படுத்துகிறார்கள். எதிரிகளை வைத்துத்தான் நாம் போர்த் தந்திரங்களை வரையறுக்க வேண்டியதாக இருக்கிறது.

★

அத்தியாயம்
24
உன்னதமான நேரம் எது?

கிரேக்க இலக்கியத்தில் 'ஆக்டியான்' என்கிற பாத்திரம் ஒன்று உண்டு. அவன் ஒரு வேட்டைக் காரன். ஒருநாள் தன் வேட்டை நாய்களுடன் காட்டுக்குச் செல்லும்போது காதல் தேவதை 'டயானா' குளிப்பதைப் பார்த்துவிடுகிறான். அந்த அழகில் மெய்மறந்து விழிகளை வேறுபக்கம் அவனால் திருப்பமுடியவில்லை. எனவே தொடர்ந்து அவன் பார்ப்பதை டயானாவின் பணியாளர்கள் பார்த்துவிடுகிறார்கள். அது தேவதைக்குத் தெரிந்ததும் அவனை மானாக மாற்றிவிடுகிறாள்.

அவனுடைய சொந்த வேட்டை நாய்களே தங்கள் எஜமான் என்று தெரியாமல் அவனைத் துரத்தித் தங்கள் பற்களால் கடித்துக் கொன்று விடுகின்றன. நிறைய ஆங்கில இலக்கியங்களில் தன் முறையற்ற ஆசைக்குத் தானே பலியாவதை ஆக்டியான் பாத்திரம்மூலம் இலக்கியக்கர்த்தாக்கள் வெளிப்படுத்துவதுண்டு.

கிறிஸ்டோபர் மார்லோ தன்னுடைய நாடகங் களில் அந்தப் பாத்திரத்தை உருவகப்படுத்தியிருப் பார். ஷேக்ஸ்பியர் டைட்டஸ் ஆன்ட்ரோனிகஸ், பன்னிரண்டாம் இரவு, வின்சரின் மகிழ்ச்சி மனைவிகள் என்கிற மூன்று நாடகங்களில் உவமையாகப் பயன்படுத்தியிருப்பார். ஆக்டியான் மானாக மருவியதால் விசுவாசமில்லாத மனைவியைப் பெற்ற கணவன் கொம்புகளைக் கொண்டதாகக் கற்பனை செய்து, அதற்கு அந்தப் பாத்திரத்தை உவமையாகப் பயன்படுத்துவதுண்டு. நேர நிர்வாகத்தில் இது முக்கியமான ஓர் உவமை.

நிறைய பேர் நேரத்தின் அருமை தெரியாமல் தீய பழக்கங்களில் மூழ்கி அதற்குப் பலியாகிவிடு வதைப் பார்க்க முடியும். மேலாண்மையில் ஒழுக்கக் கட்டுப்பாடும், உயர்ந்த நெறிகளோடு வாழ்தலும் முக்கியமான அம்சங்கள். அவற்றைத் தாண்டிச் செயல்களைச் செய்யும்போது ஆக்டியானைப் போல அழிவைச் சந்திக்க நேரிடுகிறது.

எதற்கும் நேரம், காலம் வேண்டுமென்று நினைப்பது ஒவ்வொரு நாட்டிலும் ஒரு மரபு. போலந்து நாட்டில் தும்மினால் 'மாமியார் மரு மகளைத் திட்டுகிறாள்' என்று நினைப்பதுண்டாம். வேறு சில நாடுகளிலோ அடுக்குத் தும்மல் நல்ல சகுனமாகவும் ஒற்றைத் தும்மல் அடுக்காத சகுன மாகவும் கருதப்படுகிறது. நம் இலக்கியங்களில் நிமித்தங்கள் பற்றிக் குறிப்பிடப்பட்டிருக்கின்றன. உள்ளுணர்வை வெளிப்படுத்தும் உடலியல் கூறாகவே நிமித்தம் சங்க இலக்கியங்களில் நினைத்துப் பார்க்கப்பட்டிருக்கிறது. பெண்களுக்கு இடக்கண் துடித்தால், உடல் பூரித்து முன்கை வளையல் இறுகினால் நல்லது நடக்கப்போகிறது என்று பொருளாம்.

மனைவயிற் பல்லியும் பாங்கொத்து இசைத்தன
நல்லெழில் உண்கணும் ஆடுமால் இடனே
எனவரும் கலித்தொகை வரிகளும்

நுண்ஏர் புருவத்த கண்ணும் ஆடும்
மயிர்வார் முன்கை வளையும் செறுஉம்.......
பெருங்கல் நாடன்வரும் கொல் அன்னாய்

ஐங்: 218

என்ற ஐங்குறுநூற்று அடிகளும் நிமித்தம் தெரிவிக் கின்றன.

வணிகத்திற்காகப் புறப்படுகின்ற உமணர்கள் புள் நிமித்தம் பார்ப்பதாக அகநானூறு குறிப் பிடுகிறது.

அணக்குடை முந்நீர்ப் பரந்த செறுவின்
உணங்குதிறம் பெயர்ந்த வெண்கல் அமிழ்தம்
குடபுல மருங்கின் உய்ம்மார் புள்ஓர்த்துப்
படை அமைத்து எழுந்த பெருஞ்செய் ஆடவர்

(அகம்: 207)

உப்பு என்பது கரைகிற பொருள். மழையடித் தால் மொத்த வர்த்தகமும் பாழடைந்துவிடும். எனவே பறவைகள் பறக்கும் விதத்தைக் குறித்து, தட்பவெப்ப நிலையை அறிந்துகொண்டு அதற் கேற்றவாறு வணிக நடவடிக்கையை உமணர்கள் மேற்கொண்டார்கள் என்பதை நாம் அறிய முடிகிறது.

இன்றுகூட தட்பவெப்பமே பல பொருட் களின் உற்பத்தியைப் பாதிக்கின்றது. கோடைக் காலத்தில் குளிர் சாதனங்கள் கிராக்கியாகவும், குளிர் காலத்தில் மின் விசிறிகள் சலுகை விலையிலும் அளிக்கப்படுவது அதனால்தான். பெரிய வர்த்தக நிறுவனத்தைச் சார்ந்தவர்கள் கூட புதிதாகத் தொழில் தொடங்கும் போது நிமித்தங்களைப் பார்ப்பதுண்டு.

> போலந்து நாட்டில் தும்மினால் 'மாமியார் மருமகளைத் திட்டுகிறாள்' என்று நினைப்பதுண்டாம்.

என் நண்பர் ஒருவர் இந்தியாவிற்கு இராசி பலன் பார்க்க ஜோதிடர் ஒருவரை அணுகியிருக்கிறார். ஆருடம் பார்ப்பவர் பிறந்த தேதியைக் கேட்கும் போது சுதந்திர நாளைக் குறிப்பிட்டிருக்கிறார். நாமெல்லோரும் நன்றாகச் சாதனை செய்தால் நாட்டின் ஜாதகமும் நன்றாகவே இருக்கும்.

விதுர நீதியில் "பயனில்லாத செயல்களைத் தொடங்காதே; பலன் இல்லாத மரங்களை நடாதே" என்ற அறிவுரையை விதுரர் வழங்குகிறார். அனாவசியமான செயல்களில் அதிக நேரத்தைச் செலவிடுகிறவர்கள் வாழ்வைத் தொலைத்து விடுகிறார்கள்.

சில செயல்களைச் செய்கிறபோது எந்திரங்கள் மூலமாகச் செய்வதைவிட உடலைக்கொண்டு செய்வது உயர்ந்தது. நாமே செடிக்கு நீர் ஊற்றுகிற போது, நாமே நம் துணிகளைத் துவைக்கும் போது ஏற்படுகின்ற மகிழ்ச்சி அலாதியானது.

அந்த நேரத்தில் ஜென்தத்துவத்தில் இருப்பதைப்போல அந்த நொடியில் நாம் முழுமையாக வாழமுடிகிறது. இது நமக்கு அளிக்கும் திருப்தி, எந்திரம் செய்யும்போது கிடைப்பதில்லை. அதனால் தான் இலக்கியங்கள் உழைப்பைப் புகழ்ந்தன. வினையே ஆடவர் செயல் என்று அவை ஆண்களுக்கு இலக்கணம் வகுத்தன.

'சங் சூ' அழகான கதை ஒன்றை இது குறித்துக் குறிப்பிடுகிறார். தோட்டக்காரர் ஒருவர் செடிகளுக்கு நீர் வார்க்கும்போது அவ்வழியாக வந்த ஒருவன் "இதற்கு எந்திரம் ஒன்று இருக்கிறது. ஒரே நாளில் நூறு ஏக்கர் நிலத்தை நீர் பாய்ச்சிவிட முடியும்" என்று குறிப்பிடுகிறான். அந்தத் தோட்டக்காரர் "அது எப்படிப் பணியாற்றும்?" என்று கேட்கிறார். அவன் அந்த எந்திரத்தின் தன்மைகளை விவரிக்கிறான்.

உடனே தோட்டக்காரர் சிரித்துக் கொண்டே "எந்திரங்கள் இருந்தால் கோளாறுகள் ஏற்படும்.

பிறகு மெக்கானிக் தேவைப்படுவார், எங்கள் மனமே எந்திரமயமாகிவிடும். நாங்கள் எல்லாவற்றிற்கும் கணக்குப் பார்க்க ஆரம்பித்துவிடுவோம். பிறகு நிம்மதி இருக்காது" என்று எந்திரத்தை மறுத்தார்.

இன்று நாம் எல்லாவற்றிற்கும் எந்திரங்களை வைத்திருப்பதால்தான் உலக வெப்பமயமாதலும், இயற்கைச் சீற்றம் ஏற்படுவதும் சகஜமாக இருக்கிறது. அண்மையில் கடலூரில் வீசிய "தானே" புயல் ஏற்படுத்திய பாதிப்பின் காரணமாகப் பல ஸ்விப்ட் பறவைகள் இடம் பெயர்ந்து திக்குத் தெரியாமல் தொடர்ந்து பறந்து ஆற்றல் இழந்து அங்கங்கே விழுந்துவிட நேரிட்டது என்று படிக்க நேர்ந்தது. இயற்கை பிறழும் அளவு மனிதனின் செயல்பாடுகள் இருந்தால் மனித இனமே அழிந்து விடும். பிறகு நாம் மேலாண்மை செய்வதற்கு எதுவும் எஞ்சியிருக்காது.

நேரம் குறித்த டால்ஸ்டாயின் மூன்று கேள்விகள் என்கிற கதையில் ஓர் அரசனுக்குச் சந்தேகம் வருகிறது. ஒன்றைத் தொடங்குவதற்கு எது சரியான நேரம்? கவனிப்பதற்குத் தகுந்த மனிதர்கள் யார்? யாரைப் புறக்கணிக்கவேண்டும்? எது முக்கியமான பணி? இதைப் பலரிடமும் கேட்டுத் திருப்தியான பதில் அவருக்கு வரவில்லை. ஒருநாள் ஒரு முனிவரைச் சந்திக்கக் காட்டுக்குச் சென்றார். சாதாரண உடையணிந்து சென்ற அவர் குதிரையைத் தூரமாக நிறுத்திவிட்டு மெய்க்காப்பாளர் இல்லாமல் தனியாகச் சென்று அந்தக் கேள்வியைக் கேட்டார். ஆனால் கீழே மண்வெட்டியால் தன் குடிசைக்கு முன்னால் பாத்தி அமைப்பதற்காக நிலத்தை வெட்டிக்கொண்டிருந்த

இயற்கை பிறழும் அளவு
மனிதனின் செயல்பாடுகள் இருந்தால்
மனித இனமே அழிந்து விடும்.
பிறகு நாம் மேலாண்மை செய்வதற்கு
எதுவும் எஞ்சியிருக்காது.

அந்தத் துறவி பதில் பேசாமல் பணியைத் தொடர்ந்தார். மறுபடியும் அரசர் அந்தக் கேள்வியைக் கேட்டார். துறவியோ பணியைத் தொடர்ந்தார். வியர்த்து வழியும் துறவியைப் பார்த்ததும் அவரிடமிருந்து மண்வெட்டியை வாங்கிக்கொண்டு மன்னர் வெட்ட ஆரம்பித்தார். இரண்டு பாத்தி அமைத்ததும் அவரிடமிருந்து மண்வெட்டியை வாங்கி, அந்தச் சாது பணியைத் தொடர்ந்தார். அரசர் பொறுமையை இழந்து, 'நான் ஞானியிடம் பதில் பெற வந்தேன். உங்களால் பதில் தர முடியா விட்டால் நான் திரும்பிச் செல்கிறேன்' என்றார். அப்போது துறவி, 'யாரோ ஓடி வருகிறார்கள் யார் எனப் பார்ப்போம்' என்றார். வயிற்றை அழுத்திய வாறு இரத்தம் வடியும் ஒரு மனிதன் வந்தான். மயக்கமடைந்து விழுந்தான். மன்னர் அவன் இரத்தத்தையெல்லாம் துடைத்து எடுத்துக் குடிசைக் குள் கொண்டுபோய்ப் படுக்கவைத்தார். அவரும் களைப்பில் தூங்கிவிட்டார்.

விடிந்தபோது அந்தத் தாடிக்காரர் அரசரிடம் 'என்னை மன்னித்து விடுங்கள்' என்றான். அரசர் 'நீ யாரென்றே தெரியவில்லை. உன்னை மன்னிப்ப தற்கு எனக்குக் காரணமும் இல்லை' என்றார்.

அதற்கு அவன் 'உங்களை எனக்குத்தெரியும். என் சகோதரருக்கு மரண தண்டனை விதித்து அவர் சொத்தை எடுத்துக்கொள்ள நீங்கள் ஆணை யிட்டீர்கள். அதற்குப் பழிவாங்கக் காத்திருந்தேன். நீங்கள் தனியாகத் துறவியைச் சந்திக்க வந்திருப்பது தெரிந்து, நீங்கள் திரும்பி வரும்போது உங்களைக் கொல்லலாம் என்று காத்திருந்தேன். ஆனால் மாலை ஆகிவிட்டது. ஆனால் நீங்கள் திரும்ப வில்லை. எனவே மறைவிடத்திருந்து நான் வெளி வந்தபோது உங்கள் மெய்க்காப்பாளர் என்னை அடையாளம் கண்டு தாக்கியதில் காயம் ஏற்பட்டது. அவர்களிடமிருந்து நான் தப்பித்தாலும் இரத்தம் வெளியேறி இறந்திருப்பேன். நீங்கள் நல்ல நேரத்தில் கட்டுகட்டிக் காப்பாற்றினீர்கள். இனி மேல் உங்கள் விசுவாசமான அடிமையாகப் பணி யாற்றுவேன்' என்றான்.

மன்னருக்கு அவனோடு இணக்கம் ஏற்பட்டதில் மகிழ்ச்சி. தன்னுடைய மருத்துவரை அனுப்பி முழுமையாகக் குணப்படுத்துவதாகச் சொன்னதோடு இழந்த சொத்தையும் திருப்பித் தருவதாகக் கூறினார். வெளியே இருந்த துறவி பாத்திகளில் விதையூன்றிக் கொண்டிருந்தார். அவரிடம் மன்னர் மறுபடியும் தன் கேள்விகளைக் கேட்டார். அதற்குத் துறவி கேள்விகள் ஏற்கெனவே விடையளிக்கப்பட்டதாகக் கூறினார். பிறகு விளக்கினார்.

'நீ என்னுடைய பலவீனத்தைப் பார்த்து நேற்று பரிதாபப்பட்டாய். அதனால்தான் என்னோடு பாத்தியமைக்க உதவினாய். அவ்வாறு செய்யாமல் திரும்பிப்போயிருந்தால் வழியில் இந்த மனிதன் உன்னைத் தாக்கியிருப்பான். என்னோடு தங்காமல் போனதற்காக நீ வருந்தியிருப்பாய்.

இலக்கியத்தில் மேலாண்மை

எனவே, நீ இந்தப் பாத்திகளை அமைத்த நேரமே மிக முக்கியமான நேரம். அப்போது நானே முக்கியமான மனிதன். எனக்கு நல்லது செய்வதே உன் முக்கியமான பணி. அதற்குப் பிறகு இம் மனிதன் இங்கு வந்தான். அப்போது அவனே முக்கியமான மனிதனாக இருந்தான். அவனுக்குக் கட்டுப் போடுவதே உன் முக்கியமான பணியாக இருந்தது.

எனவே, நினைவில் வைத்துக் கொள்வாய், முக்கியமான நேரம் என்பது இந்த நொடிதான்.

இந்த நொடிதான் நமக்கு ஆற்றல் உள்ள நேரம். அப்போது யாருடன் இருக்கிறோமோ அவர்களே முக்கியமானவர்கள். ஏனென்றால் அதற்குப் பிறகு அவர்களைச் சந்திப்போமா என்பது தெரியாது. எனவே அவர்களுக்கு நல்லது செய்வதுதான் முக்கியமான பணியாக இருக்கும். இதன் காரணமாகவே மனிதன் இவ்வுலகத்திற்கு வாழ அனுப்பப்பட்டான்' ஒவ்வொரு நொடியையும் அப்படிக் கழிப்பவர்கள் உன்னதமானவர்களாக உருமாறுகிறார்கள்.

★

இலக்கியத்தில் மேலாண்மை

அத்தியாயம் 25
அதிகாரப் பகிர்விலும் அவசியம் பக்குவம்!

மேலாண்மையில் நேர நிர்வாகத்திற்குப் பிறகு இரண்டாவது முக்கியத் திறன் அதிகாரப் பகிர்வு. தலைமைப் பொறுப்பில் இருப்பவர்களே அனைத்துப் பொறுப்புகளையும் முந்தானையில் முடிந்துவைத் திருந்தால் நிர்வாகச் செயல்பாடு நின்று நின்று செல்லும் பழுதான வண்டியாய், பரிதாபத்திற் குள்ளாகும். பொறுப்புகளையும், அதிகாரத்தையும் தகுந்த விதத்தில் உரிய நிலைகளில் பிரித்தளித்தால் தான் அதிவிரைவுத் தொடர்வண்டியைப்போல வேகமும், செயல்பாடும் ஒரே புள்ளியில் இணையும்.

எல்லோராலும் எல்லாம் செய்யமுடியாது. ஒவ்வொரு பணியாளரிடமும் ஒரு திறமை இருக்கும். அதைக் கண்டுபிடித்துப் பயன்படுத்து வதே நிர்வாகியின் கடமை.

'வான்குருவி யின்கூடு வல்லரக்குத்
தொல்கறையான்
தேன்சிலம்பி யாவர்க்குஞ் செய்யரிதல் -
யாம் பெரிதும்
வல்லோமே என்று வலிமைசொல்
வேண்டாம் காண்!
எல்லோர்க்கும் ஒவ்வொன் றெளிது'

என்கிற தனிப்பாடலில் ஔவையார், எவ்வளவு முயன்றாலும் மனிதனால் தூக்கணாங்குருவிக் கூட்டைச் செய்யமுடியாது என்பதையும், சிலருக்குச் சில செயல்கள் எளிதாகக் கைகூடுபவை என்றும் சொல்கிறார். இப்பாடலின் மையக்கருத்தே பகிர்ந் தளிப்பதற்கான ஆதாரம் ஆகும்.

அதிரடித் தாக்குதல்
நடத்தி ரத்தத்தால்
ரங்கோலி போட்டவர்கள்
மங்கோலியர்கள்

அதிகாரம் பறிக்கப்பட்டால் ஒருவர் எப்படிச் செயல்படமுடியாமல் போகிறது என்பதற்கு எடுத்துக்காட்டாக அர்மேனியக் கதை ஒன்று உண்டு. ஆண் சிங்கம் ஒன்று அழகி ஒருத்தியின்மீது ஆசைப்பட்டு அவள் அப்பாவிடம் திருமணம் செய்துதருமாறு கேட்டது. அதைக் கேட்டு அதிர்ந்து போன அப் பெண்ணின் தந்தை, 'உனக்குத் திருமணம் செய்துகொடுக்க எனக்கும் ஆசைதான், ஆனால் நீ என் மகளை கட்டியணைக்கும்போது உன் நகமும், பற்களும் அவளைக் காயப்படுத்தி விடுமே!' என்று கண்ணீர் வடித்தார். அந்தச் சிங்கம் பாறைகளில் மோதி பற்களை இழந்தும், மரங்களில் உராய்ந்து நகங்களை இழந்தும் மறுபடி அந்த அழகி வீட்டிற்குச் சென்றது. பல்லையும், நகத்தையும் இழந்த அந்த பலவீனச் சிங்கத்திற்குப் பயப்படாமல் எல்லோரும் கல்லெறிந்து அதைக் கொன்றுவிட்டனர். பொறுப்பு மட்டுமிருந்து அதிகாரம் இல்லாதவர்கள் பல் பிடுங்கப் பட்ட சிங்கங்கள்தாம். அவர்களின் முழக்கம் காற்றின் காதுகளைக் கௌரவப்படுத்துவதில்லை.

அவ்வாறு அதிகாரப் பகிர்வை அளிக்கும்போது 'யாருக்கு அளிப்பது?' என்பதில்தான் மேலாண் மையின் சூட்சுமம் அடங்கியிருக்கிறது. 'முட்டை யிடும் வேலைக்குச் சேவலை முன்னமர்த்திக் கூவுகிற பெருவேலை பெட்டைக்குத் தரலாமா?' என்கிற அப்துல் ரஹ்மானின் நேயர் விருப்பம் கவிதையைப் போலத் தகுதியே பதவியை நிர்ண யிக்க வேண்டும். விருப்பைக் கொண்டு பொறுப்பை நிர்ணயித்தால் வெறுப்பைச் சந்திக்கவே நேரிடும்.

மங்கோலியர்கள் ஒரு காலத்தில் பூமியெங்கும் தங்கள் குதிரைக்குளம்புகளால் அதிர்வுகளை ஏற்படுத்தியவர்கள். அதிரடித் தாக்குதல் நடத்தி இரத்தத்தால் 'ரங்கோலி' போட்டவர்கள் மங்கோலி யர்கள். 'எந்த நேரத்தில் அவர்கள் படை வந்து விடுமோ!' என்று உலகத்தின் பலபகுதியிலிருந்த மக்கள் நடுநடுங்கி வாழ்ந்தனர். ஒரே நாளில் 160 கிலோ மீட்டர் தூரத்தை அவர்கள் குதிரையின்

மூலம் கடந்தார்கள். அது உலகச் சாதனையாக ஒப்புக்கொள்ளப்பட்டது.

ஹங்கேரியை 1241ஆம்ஆண்டு முற்றுகையிட்ட போது அவ்வாறு நடந்தது. அதற்குக் காரணம் ஒரு மங்கோலிய சிப்பாய் மூன்றிலிருந்து நான்கு குதிரை களைத் தன்னிடம் பராமரித்து வந்ததுதான். ஒரு குதிரை கனைக்கும்போது மறுகுதிரை கனைக்க அதன்மீது அவன் தாவி ஏறித் தொடர்ந்து பயணம் செய்வான். உணவு கிடைக்காத பாலை நிலத்திலும் பெண் குதிரைகளின் பாலைப் பருகிப் பசியைப் போக்குவான். விலங்குகளில் கூட பொறுப்பு களைப் பகிர்ந்தளிக்கும் போது அசாத்திய தூரத்தைக் கடந்து செல்லமுடியும் என்பதற்கு மங்கோலியர் கள் சான்று.

நம் உடலில் கூட பொறுப்புகளை பகிர்ந் தளித்துத்தான் நாம் பராமரிக்கிறோம். ஒரே ஒருநாள் காலால் செய்யும் வேலையை கையால் செய்து பார்த்தால் எவ்வளவு சிரமம் என்பது புரியும். 'ஆரோக்கியத்தின் மீது கவனமாக இருப்பவர்கள், நாக்கின் மீது கவனமாக இருப்பதில்லை' என்கிற வாசகத்தை 'அஞ்சலில் சேர்க்காத கடிதம்' என்ற புத்தகத்தில் வாசிக்க நேர்ந்தது. எது முக்கியம் என்பதைத் தீர்மானிப்பதில் உடல்நலத்தின் உத்தர வாதம் உள்ளடங்கியிருக்கிறது.

தமிழ் இலக்கியங்களில் அதிகாரத்தைப் பகிர்ந் தளிப்பது குறித்துப் பல கருத்துக்கள் பதிவு செய்யப் பட்டுள்ளன. எதையுமே பகிர்ந்து கொள்வது தமிழர் பண்பாடாக இருந்தது. உப்பைக்கூட உணவில் சேர்க்கமுடியாத வறுமையிலும் கீரையை அட்டிலில் பக்குவம் செய்து புறங்கூறுவோர் காணுவதைத்

‘முதிர்ச்சி அடைவது வேறு,
கிழடு தட்டிப்போவது வேறு’
என்பதைப் பலர் உணர்வதில்லை.

தவிர்க்கக் கீரையைச் சுற்றத்தோடு பகிர்ந்துண்டதைப் பற்றிச் சிறுபாணாற்றுப் படை பேசுகிறது.

‘குப்பை வேளை உப்புஇலி வெந்ததை,
மடவோர் காட்சி நாணிக் கடைஅடைத்து,
இரும்பேர் ஒக்கலொடு ஒருங்குஉடன் மிசையும்
அழிபசி வருத்தம் வீட’ *(137-140)*

மன்னன் உள்ளத்தில் அன்பும், அருளும் இல்லாதவர்களோடு சேராமல் தாய் தன் குழந்தையைப் பாதுகாப்பது போல நாட்டைப் பாதுகாக்க வேண்டும் என்கிற பாடல் புறநானூற்றில் நரி வெரூஉத் தலையாரால் பாடப்பட்டது. பெயர் ஒரு மாதிரியாக இருந்தாலும், புலவர் நல்ல பாடலையே நவின்றிருக்கிறார்.

‘அருளும் அன்பும் நீக்கி நீங்கா
நிரயங் கொள்பவரோடு - ஒன்றாது, காவல்
குழவி கொள்பவரின், ஓம்புமதி
அளிதோ தானேயது பெறலருங் குரைத்தே!’ (5)

பகிர்ந்தளித்தல் பலவிதமான நன்மைகளை நிறுவனத்திற்குத் தருகிறது. முதலில் அது பணியாளர்களின் உந்து சக்தியை உயர்த்துகிறது. ஊழியர்கள் புதிய உத்திகளைப் புகுத்த வழிவகுக்கிறது. பணியாளர்களின் படைப்பாக்கத் திறனையும், முடிவெடுக்கும் திறனையும் வளர்க்க உதவுகிறது. நான்காவதாக, எடுக்கும் முடிவின் தரத்தை உயர்த்துகிறது. நேரத்தை மிச்சப்படுத்த உதவுகிறது. ஒருசிலர் எல்லாவற்றையும் தாங்களே இழுத்துப் போட்டுக் கொண்டு செய்வதாகப் பெருமை பேசிக்கொள்வார்கள். அப்படிப்பட்டவர்கள் பகிர்ந்தளிக்கத் தெரியாதவர்கள் மட்டுமல்ல, தலைமைப் பொறுப்புக்குத் தகுதியானவர்களல்ல என்பதையும் தெரிந்து கொள்ளலாம். இதுபோன்றவர்கள் இரண்டாம் அடுக்குத் தலைவர்களையும் உருவாக்கத் தவறிய குற்றத்தையும் செய்கிறார்கள். சிலரோ எல்லா நேரமும் கோப்புகளைப் பார்த்துக்கொண்டிருந்தால் தான் பணி செய்ததைப் போன்ற திருப்தியை அடைகிறார்கள்.

உயர் பதவி வகிக்கிறவர்கள் எல்லா நேரத்தையும் வாலாயமான பணிகளுக்குச் செலவழிக்கக் கூடாது என்பதையும் சிந்திப்பதற்கு நேரம் ஒதுக்க வேண்டுமென்பதையும் மறந்து போய் விரைவில் களைத்துப்போய் விடுகிறார்கள். ‘முதிர்ச்சி அடைவது வேறு, கிழடு தட்டிப்போவது வேறு’ என்பதைப் பலர் உணர்வதில்லை. ‘சுருக்குக் கையொப்பம்’ போடுவதில் அதிக நேரம் செலவழிப்பவர்கள், சிந்தனையால் ‘நெற்றிச் சுருக்கம்’ ஏற்படாமல் மறைந்துவிடுகிறார்கள் என்பது எதார்த்தமான உண்மை.

சிலரோ எப்போதும் பரபரப்பாக இருப்பதாகத் தங்களைக் காட்டிக் கொள்வதில் மகிழ்ச்சியடைபவர்கள். அவர்களது அறையில் நுழைந்தாலும் மூக்குக்கண்ணாடியைக் கீழே இறக்கிவிட்டு முக்கியமான பணியில் இருப்பதைப்போல அவர்களை ஊடுருவிப் பார்ப்பார்கள். சிலரோ தேவையே இல்லாமல் மேசை முழுவதும் கோப்புகளை நிரப்பி வைத்திருப்பார்கள். இன்னும் சிலரோ யார் வந்தாலும் கணினித் திரையைப் பார்த்துக் கொண்டே பேசி ‘சீக்கிரம் அறையை காலி செய்’ என்பதைப் போல நடந்துகொள்வார்கள். சிலரோ நின்றுகொண்டே நம்மிடம் பேசி ‘எனக்கு உட்காரக்கூட நேரமில்லை’ என்பதை மறைமுகமாக உணர்த்துவார்கள். சிலர் சாதாரணமாகத் தாழ்வாரத்தில் நடந்தால்கூட கையில் இரண்டு கோப்புகளை வைத்துக்கொண்டு ஏதோ முக்கியப் பணியில் மும்முரமாக ஈடுபட்டிருப்பதைப்போன்ற மாயத் தோற்றத்தை ஏற்படுத்துவார்கள். இவையெல்லாம் வேலையே இல்லாமல் தங்களைப் பரபரப்பாகக் காட்டிக் கொள்ளச் சிலர் எடுக்கிற தீவிரமான முயற்சி.

இலக்கியத்தில் மேலாண்மை

சமஸ்கிருதத்தில் 'அகங்காரம்', 'மமகாரம்' என்கிற இரண்டு பதங்கள் உண்டு. 'நான்' என்று நினைப்பது அகங்காரம், 'என்னுடையது' என்று நினைப்பது மமகாரம். சிலர் தலை பெருத்து வீங்கிய தன்முனைப்போடு திரிந்துகொண்டிருப்பவர்கள் பொறுப்பையும், அதிகாரத்தையும் அடுத்தவர்களுக்குப் பகிர்ந்துதர விரும்புவதில்லை. 'ஒரு வேளை, அந்தப் பணியை அவர்கள் செய்யும்போது அவர்களுக்குப் புகழ் வந்துவிடுமோ!' என்கிற பதற்றம்தான் காரணம். தனக்கு அடுத்த நிலையிலும் புகழும் திறமையும் வாய்ந்தவர்கள் இருந்தால்தான் ஓய்வு பெறும்போது அவர்களிடம் தலைமைப் பொறுப்பை ஒப்படைக்க முடியும் என்கிற நுட்பத்தை அவர்கள் மறந்து விடுகிறார்கள். நிறுவனத்திற்கு நெருக்கடி வரும்போது யாரிடம் கலந்தாலோசிக்க வேண்டும் என்பது தெரியாமல் திருகு கழன்று திருதிருவென்று விழிக்கிறார்கள்.

உலகத்தில் யாரும் நிலையாக இருந்ததில்லை என்பதைச் ஷெல்லி எழுதிய ஓசிமேண்டியஸ் என்ற கவிதை புலப்படுத்துகிறது. மேற்கு பைசாண்டியன் நகரத்தில் ஒரு கல்வெட்டு, அதில்

'என் பெயர் ஓசிமேண்டியஸ்,
மன்னாதிமன்னன்
என் பிரம்மாண்டமான படைப்புகளைப்

பாருங்கள், பரிதாபத்திற்குரியவர்களே'
என்கிற அந்த வரிகளைத்தவிர வேறொன்றும்
இல்லாத கல்வெட்டு
சிதைபாடுகளுக்கு இடையே எல்லையற்ற
பெருவெளியில்,
வியாபித்துப் பரவியிருக்கும் வெறும் மணல்.'

எல்லாப் பெருமைகளும் சிதைந்து போகக் கூடியவை. நினைவுச் சின்னங்கள் அனைத்துமே தரைமட்டமாகக் கூடியவை. மக்களின் மனமே

நிரந்தரமானவை. எனவே புகழை அப்பிக் கொள்ளும் ஆசையில், பகிர்ந்தளிக்காமல் வாழ்வது வீழ்ச்சியை ஏற்படுத்தும். விரிவாக்கத்தில் ஒரு செய்முறையை பொதுமக்களிடம் செய்து காண்பிக்கும்போது, 'நாம்'

என்கிற பதத்தைத்தான் பயன்படுத்த வேண்டுமே தவிர 'நான்' என்பதை ஒருபோதும் பயன்படுத்தக் கூடாது என்று தெளிவாக்கப்பட்டுள்ளது.

'எதைப் பகிர்ந்தளிக்க வேண்டும்' என்பதற்கு ஒரு சீன சரித்திரக்கதை எடுத்துக்காட்டு. ஒரு சீன அரசர் தானே பரிசுகளையும், தண்டனைகளையும் வழங்குகிற பொறுப்பை மேற்கொண்டிருப்பதால் அயற்சி அடைந்தார். தண்டனை வழங்குவது என்பது தளர்ச்சியைத் தருகிற முயற்சி. பெறுகிறவர் மனமும் கசங்கும், தருகிறவர் மனமும் தயங்கும். எனவே பரிசு வழங்கும் அதிகாரத்தைத் தன் கையில் வைத்துக்கொண்டு, தண்டனை வழங்கும் அதிகாரத்தைத் தன்னுடைய பிரதம மந்திரிக்குத் தந்தார். ஆறு மாத காலத்தில் தன் கீழ் பணிபுரிந்த அதிகாரிகள் தன்னைக்காட்டிலும் அதிக மதிப்பைத் தன்னுடைய பிரதம மந்திரிக்குத் தருவதைப் பார்த்து வருத்தப் பட்டார்.

எனவே தண்டனை வழங்கும் அதிகாரத்தைத் தான் வைத்துக் கொண்டு, பரிசு வழங்கும் அதிகாரத்தைப் பிரதம மந்திரிக்குப் பிரித்தளித்தார். ஆறாவது மாதத்தில் பிரதம மந்திரி அதிகாரிகளால் அரசராக்கப் பட்டார். முதலில் கடுமையாக இருந்து பின்பு கனிவாக இருந்தால் மக்கள் மரியாதை செலுத்து கிறார்கள். சில பொறுப்புகளை ஒருபோதும் பகிர்ந் தளிக்கக்கூடாது. முக்கிய விருந்தினர்களை வரவேற்றல், தேசியக் கொடியை ஏற்றுதல், அணி வகுப்பு மரியாதையை ஏற்றுக்கொள்ளுதல், மேல் மட்ட விருந்துகளில் கலந்து கொள்ளுதல், சில விழாக்களில் கலந்துகொள்ளுதல் போன்றவற்றை அடுத்தவர்களுக்கு அளித்துவிட்டால் தலைமைப் பொறுப்பில் இருப்பவர்களுடைய தரம் நீர்த்துப் போய்விடும். சமயத்தில் 'யார் நிர்வாகி?' என்பதே தெரியாத நிலையும் ஏற்படும். பரிசு வழங்குவது என்பது ஆள்பவர்களுடைய வரம்பிற்கு உட்பட்ட தாகவே எப்போதும் இருந்து வந்திருக்கிறது. அது ஒருவகையான ஆயுதமாகவும், தூண்டிலாகவும், பொறியாகவும் தேவைக்கேற்பக் கையாளப் பட்டுவரும் சாதனம்.

அதிகாரங்களைப் பகிர்ந்தளிக்கும் போது யாரிடம் பகிர்ந்தளிக்க வேண்டும் என்பதிலும் எதைப் பகிர்ந்தளிக்க வேண்டும் என்பதிலும் கவன மாக இருக்கவேண்டும். தவறாகப் பகிர்ந்தளித்து தன்னுடைய உயிரையே பறிகொடுத்த மன்னனைப் பற்றிச் சீவகசிந்தாமணி குறிப்பிடுகிறது.

கட்டியங்காரன் என்கிற அமைச்சன் அரண் மனையையே படைகளால் முற்றுகையிடும் போதுதான் தான் செய்த செயல் முற்றிலும் தவறு என்பதும், நிலைமை முற்றிவிட்டது என்பதும் மன்னன் சச்சந்தனுக்குத் தெரிகிறது.

அதைப்போலவே மனோன்மணீயம் நாடகத்தில், சீவகன் அமைச்சன் குடிலனை அளவுக்கதிகமாக நம்பி அவனிடம் எல்லாப் பொறுப்புகளையும் ஒப்படைக்கிறான். அவனோ தன் மகனை இளவரசனாக்க, சதித்திட்டம் போடு கிறான். குடிலனின் இதயத்தில் குடிகொண்டிருந்த நஞ்சை சீவகன் அறியவில்லை.

ஷேக்ஸ்பியரின் டெம்பஸ்ட் நாடகத்தில், மிலன் நாட்டு மன்னன் பிராஸ்பிரோ படிப்பதில் அதிக ஆர்வம் செலுத்தித் தன் நூலகத்தையே உலகமாக்கிக் கொண்டு நாட்டை நிர்வகிக்கும் பொறுப்பைத் தன் சகோதரன் ஆன்டனியாவிடம் ஒப்படைக்கிறான். அவனோ மன்னனையே காலி செய்துவிட்டு நாட்டைக் கைப்பற்ற முடிவு செய்கிறான். இப்படி இலக்கியங்கள் யாரிடம் எந்தப் பொறுப்பை ஒப்படைக்க வேண்டும் என்பதைப் பல கட்டங்களில் தெளிவாக்குகின்றன.

★

இலக்கியத்தில் மேலாண்மை

அத்தியாயம் 26
கற்பு காத்த கிரேக்கக் கண்ணகி

நல்ல மனிதர்களை அடையாளம் காண்பது நிர்வாகத்தில் முக்கியமான பணி. பலநேரங்களில் பித்தளைகளே பித்தலாட்டம் புரிந்து பொன்னை விட அதிகமாக மின்னுகின்றன. தவறான நபரிடம் நம்பிக்கை கொள்ளும் போது அவர்கள் அதையே மூலதனமாக்கித் தங்கள் வாழ்க்கையை வளமாக்கிக் கொள்கிறார்கள். சில நிர்வாகிகளைச் சுற்றியிருப்பவர்கள் அவர்களைவிட அதிக அதிகாரத்துடன் இருப்பதைப் பார்க்கமுடியும். நிர்வாகிகள் மாறுகிறார்கள். உதவியாளர்களோ தொடர்கிறார்கள். எனவே அவர்களைப் பகைத்துக்கொண்டு எதுவும் செய்ய முடியாது என்கிற அச்சத்தில், மேலாளருக்கு மனம் சரியில்லாத நேரத்தில் எதையாவது போட்டுக் கொடுத்து விடுவார்கள் என்கிற பயத்தில் மற்ற அலுவலர்கள் உதவியாளர்களுக்கு அதிக மரியாதை அளிப்பதைப் பார்க்கலாம்.

ஷேக்ஸ்பியருடைய ஒதல்லோ நாடகம், காரணமே இல்லாமல் பொறாமை கொள்ளும் இயாகோ என்பவனை நம்பி, நாயகன் மோசம் போகிற கதை. களங்கமில்லாத பளிங்கு போன்ற தன் மனைவியை அவன் சந்தேகப் படுமளவிற்குச் சாதகமான சூழலை இயாகோ ஏற்படுத்துகிறான். ஒதல்லோ தன் மனைவி டெஸ்டிமோனாவைச் சந்தேகத்தின் பேரில் கொன்றுவிடுகிறான்.

கோல்ரிஜ் இயாகோவை 'காரணமே இல்லாமல் காரணத்தைத் தேடும் வில்லன்' (Motiveless motive hunting villain) என்று குறிப்பிடுகிறார். நிறுவனத்தை யல்ல, தன் வாழ்க்கையையே அவன் நிர்ணயிக்கும் அளவுக்கு ஒதல்லோ அவனை நம்பியதுதான் இதற்குக் காரணம். இலக்கியங்கள் 'எந்தக்

காரணத்தைக் கொண்டும் அளவுக்கு அதிகமாக ஒருவரை நம்பக் கூடாது' என்பதை நமக்கு வலியுறுத்தியபடி இருக்கின்றன. நாம்தான் பல நேரங்களில் நம்மை அறிவுறுத்தும் கசப்பு வார்த்தைகளை உதாசீனம் செய்துவிட்டு, ஏமாற்றும் பசப்பு வார்த்தைகளை நம்பி மோசம் போகிறோம்.

'விசுவாசத்துடன் பணியாற்றுபவர்களே உண்மையானவர்கள்' என்பதை உணர்த்தும் 'சேவகன்' என்கிற மாக்ஸிம் கார்க்கியின் ரஷ்யக் கதை நுட்பமானது.

மாஸ்கோவில் கடுமையான வேலையில்லாத் திண்டாட்டம் நிலவிய நேரம். கெரஸிம் என்பவன் இம்மாநகரத்திலேயே பிறந்து, வளர்ந்து ஆளானவன். அவனுக்குப் பணியற்று இருப்பது பாரமாக இருந்தது. ஷராவ் என்கிற வியாபாரியிடம் 'கோச்' வண்டி ஓட்டும் பணியிலிருந்த நண்பனைச் சென்று சந்திக்கிறான்.

''எனக்குப் பல நாட்களாகப் பணியில்லை'' என்று புலம்புகிறான்.

''இளைய தலைமுறையினரிடம் அர்ப்பணிப்பு இல்லை. நீங்கள் ஏனோ தானோவென்று பணியாற்றி, ஏற்கெனவே வேலை பார்த்த இடத்தில் மறுபடியும் பணி கேட்கமுடியாத நிலையை அடைந்து விடுகிறீர்கள்' என யெகர் என்ற அந்த நண்பன் குறைபட்டுக் கொள்கிறான். இருந்தாலும் தக்க சமயம் பார்த்து முதலாளியிடம் கெரஸிம் பற்றிச் சொல்கிறான். 'எனக்கு அவன் பணி தேவைப்படவில்லையே' என்பது வியாபாரியின் பதில்.

நம்மை அறிவுறுத்தும்
கசப்பு வார்த்தைகளை உதாசீனம்
செய்துவிட்டு, ஏமாற்றும் பசப்பு
வார்த்தைகளை நம்பி மோசம் போகிறோம்

ஆனாலும் யெகர் விடவில்லை. ''நம்மிடம் இருக்கும் பொலிகர்பி சரியாகப் பணியாற்றுவதில்லை. அவனுக்கு வயதாகிவிட்டது. அவனை மூட்டைகட்டிவிடலாம்'' என யெகர் ஆலோசனை சொல்கிறான்.

''பதினைந்து ஆண்டுகளாக அவன் என்னிடம் விசுவாசமாக இருக்கிறான். அவனை எப்படி திடுதிப்பென்று அனுப்பமுடியும்?'' என ஷராவ் மறுக்கிறார். காரோட்டிகளும், தேரோட்டிகளும் விடாமல் நச்சரித்து வேண்டுகோளை நிறைவேற்றிக் கொள்வார்கள். வணிகரும் அசைந்து கொடுக்க நேரிடுகிறது.

பணியில் சேர கெரஸிடம் வணிகரின் மாளிகைக்கு வருகிறான். பணி கிடைத்த மகிழ்ச்சியில் கால்கள் பூமியில் பட மறுக்குமளவு பூரிப்பு. அப்போது மாளிகைக்கு வெளியே ஒதுக்குப்புறமாக வெளி வாயிலை ஒட்டி அமைந்த குடிசையில் இருவர் பேசிக்கொள்வது அவன் செவியில் விழுகிறது.

ஒரு பெண் குரல் தீனமாகக் கேட்கிறது. ''இனி நாம் என்ன செய்வது''

''பணியை விட்டு அனுப்புகிறார் முதலாளி. பிச்சைதான் எடுக்க வேண்டும்''.

''நாம் வேறென்ன செய்ய முடியும். விடியற்காலையிலிருந்து இரவு வரை முதலாளிகளின் சேவையில் ஈடுபடும் ஏழைகளாகிய நம்மை அவர்கள் திடீரென 'வேலையை விட்டுச் செல்' என்று சொன்னால் நாம் என்ன செய்யமுடியும்?''.

''இது யெகர் வேலை. நம் முதலாளி நல்லவர்''.

''அவன் மோசமானவன். முதலாளிக்குத் தெரியாமல் குதிரைகள் தீவனத்தைக் களவாடு பவன். அவனைப் பற்றி நான் முதலாளிக்குக் கடிதம் எழுதப்போகிறேன்''.

''அந்தப் பாவத்தைச் செய்யாதே''

அதற்குப் பிறகு ஒரு வயதான பெண்ணின் அழுகை ஓலம்.. .. ..

கெரஸிம் யெகரிடம் சென்று ''எனக்குப் பணி வேண்டாம்'' என்று கூறுகிறான். யெகர் அவனை வசை பாடுகிறான். ஆனாலும் வயோதிக தம்பதி யருக்கு தான் இழைக்க இருந்த துரோகம் தவிர்க்கப் பட்டதை எண்ணித் திரும்பும்போது திருப்தியுடன் சென்றான்.

அதிகாரத்தைப் பகிர்ந்தளிப்பதற்கு முன்பு ஒருவருடைய நம்பகத் தன்மையை ஆழ்ந்து ஆராய வேண்டும். அலுவலர்களை நான்கு விதமாகப் பிரிக்கலாம்.

நேர்மையான கெட்டிக்கார அதிகாரிகள் முதல் வகை. இவர்கள் எந்தச் செயலையும் திறமையோடு புறங்கையைக்கூட நக்க விரும்பாமல் பொருத்த மாகச் செய்து முடிப்பார்கள். நேர்மையற்ற கெட்டிக் கார அதிகாரிகள் இரண்டாம் வகையைச் சார்ந்த வர்கள். இவர்கள் செயலில் துரிதம் இருக்கும் என்றாலும், மனத்தில் கணிதம் இருக்கும். நேர்மை யோடு திறமையில்லாத அதிகாரிகள் மூன்றாம் வகை. இவர்கள் அதீத நேர்மையுடன் பணியாற்ற நினைப்பார்கள். ஆனால் விதிப் புத்தகத்தைத் தாண்டி வீதியில் நடப்பதைப் பற்றித் தெரிந்து கொள்ளாமல் திட்டங்களைச் செயல்படுத்த நினைத்து எல்லாவற்றையும் தொடங்கக்கூட முடியாமல் தொய்வுறச் செய்வார்கள்.

நேர்மையுமற்று, திறமையுமற்று தேங்குகிற வர்கள் நான்காவது வகை. இவர்கள் எந்தப் பணியைக் கொடுத்தாலும் அதில் என்ன பணம் அடிக்கலாம் என்பதிலேயே கவனம் செலுத்தி அதைத் தம்முடைய ஆதாயத்திற்காகப் பயன்படுத்தி நிர்வாகத்திற்குக் கெட்ட பெயரை ஏற்படுத்து வார்கள். இவர்களால்தான் மோசமான சாலைகள், இடிந்துவிழும் பாலங்கள் எனத் தரமற்ற கட்டமைப்பு வசதிகள் உருவாகின்றன. இவர்கள் தொங்கும் கட்டடங்களையே உருவாக்க முடிந்த நவீன நெபுக்கட் நெசார்கள். இந்த நான்காம் வகை அலுவலர்களை விரைவில் வீட்டிற்கு அனுப்புவது மட்டுமே சிறந்த அதிகாரப்பகிர்வாக இருக்க முடியும்.

எப்போதும் விதிமுறைகளைப் பார்த்துக் கொண்டிருந்தால் இதுவரை எதிர்பார்க்காத ஒரு பிரச்சினை நம்முன் தோன்றும்போது அதற்குத் தீர்வுகாண முடியாது. 'எந்தக் குற்றத்தைக் கண்டு பிடிக்கலாம்' என்பதிலேயே முழு நேரத்தைச் செல வழிப்பவர்கள் புதிய திட்டங்களை வகுக்கவோ, செயல்படுத்தவோ முடியாமல் போய்விடுவார்கள். 'எல்லாப் பொருள்களையும் கரைக்கிற அமிலத்தைக் கண்டுபிடித்தால் அதை எந்தப் பாத்திரத்தில் வைப்பது?' என்கிற பிரச்சினை எழுவதைப் போலவே இப்படிப்பட்டவர்களையும் பயன் படுத்திக்கொள்வது சிரமமாக இருந்துவிடும்.

சமயத்தில் சற்று நேர்மை குறைந்தவர்களாக இருந்தாலும், அவர்களை முறையான கண்காணிப்பின் மூலம் நெறிப்படுத்திச் சில பணிகளில் பயன்படுத்திக்கொள்ளலாம் என்பதை விளக்கும் சீன ஞானக்கதை ஒன்றுண்டு. கீ என்கிற நாட்டில் ஃபான் லீ என்கிற பணக்காரர் ஒருவர் இருந்தார். அவருக்கு மூன்று மகன்கள். அவருடைய இரண்டாவது மகனைப் பக்கத்து நாட்டு அரசன் கொலைக் குற்றத்திற்காகக் கைது செய்தான். அவனை விடுவித்து வருவதற்காக ஃபான் லீ, தன் மூன்றாம் மகனை அனுப்ப முடிவுசெய்தான்.

அப்போது மூத்த மகன் தன்னை அனுப்புமாறு மன்றாடினான். ஃபான் லீ தயங்கினான். அவன் மனைவியும் வற்புறுத்தவே வேறு வழியில்லாமல் முதல் மகனை அனுப்பினான். அவனிடம் இருபதாயிரம் தங்கக்காசுகளையும் அந்த நாட்டில் இருக்கிற தன்னுடைய நண்பர் சுவாங் என்பவருக்கு ஒரு கடிதத்தையும் கொடுத்தனுப்பினான். சுவாங் சுமாரான வீட்டிலிருந்தார். ஆனால் அவரைப் பற்றி எல்லோரும் உயர்ந்த எண்ணத்தை வைத்திருந்தார்கள். அந்நாட்டு மன்னனும் அதீத மரியாதை கொண்டிருந்தான். அந்தக் கடிதத்தைப் படித்தவுடன் சுவாங் 'அரசன் மன்னிப்புத் தந்தால் ஆபத்திலிருந்து விடுபடலாம்' என்று ஆறுதல் சொன்னார். ஆனால் அதற்குள் அவருக்குத் தெரியாமல் ஃபான் லீயின் மூத்த மகன் அங்கிருந்த ஒரு மூத்த அதிகாரியை நட்புகொண்டார். அந்த அதிகாரி அரசர் தன்னுடைய கஜானாவை, சீல் வைக்கச் சொல்கிறார் என்கிற செய்தியை அறிந்ததும் ஃபான் லீயின் மகனிடம் 'பொதுமன்னிப்பு வழங்கப்படவிருக்கிறது' என்று குறிப்பிட்டார். 'உங்களுக்கு எப்படித் தெரியும்?' என்று அவன் கேட்டான். அதற்கு அந்த அதிகாரி 'அரசன் பொதுமன்னிப்பு வழங்கும்போது கஜானாவை விடுதலை பெறுகிற யாரும் திருடாமலிருக்க சீல்வைப்பது வழக்கம்' என்று பதில் சொன்னார்.

ஃபான் லீயின் மகன் சுவாங்கிடம் சென்று 'பொதுமன்னிப்பு வழங்கப்படுவதாக அறிந்தேன் உங்களிடமிருந்து விடைபெற வந்தேன்' என்று சொன்னான்.

> சமயத்தில் சற்று நேர்மை குறைந்தவர்களாக இருந்தாலும், அவர்களை முறையான கண்காணிப்பின் மூலம் நெறிப்படுத்திச் சில பணிகளில் பயன்படுத்திக்கொள்ளலாம்

தன்னிடம் கொடுத்த பொற்காசுகளைக் கேட்கத்தான் அவன் வந்திருக்கிறான் என்பதைப் புரிந்துகொண்டு அவற்றை அவனிடம் கொடுத்துவிட்டார்.

அவரே காசுகளைத் தருவதாகத் தான் இருந்தார், ஆனால் உண்மையான விடுதலை வரும்வரை காத்திருந்தார். அவர்தான் அரசரிடம் பொது மன்னிப்பு வழங்குகிற யோசனையை முன்வைத்தவர்.

இப்போது ஃபான் லீயின் மூத்த மகனின் செயலால் மிகவும் வருத்தமடைந்த அவர், மன்னனிடம் சென்று, 'நீங்கள் ஃபான் லீ மகனுக்கும் பொது மன்னிப்பு வழங்குவது குறித்து நாட்டு மக்கள் விரக்தியாகப் பேசிக்கொள்கிறார்கள். அவன் குடும்பம் உங்கள் அமைச்சர் ஒருவருக்குக் கையூட்டுக் கொடுத்ததாக வதந்தி' என்றார்.

அரசர் கோபம் கொண்டு 'ஃபான் லீ மகனுக்கு மாத்திரம் மன்னிப்பு இல்லை' என்று சொல்லிவிட்டார். மூத்த மகன் தம்பியின் பிரேதத்தோடு வீட்டுக்குத் திரும்பினான்.

அப்போது ஃபான் லீ, தன் மனைவியிடம் சொன்னார், 'எனக்கு இப்படியாகுமென்று தெரியும், மூத்த மகன் தன் சகோதரனை நேசிக்கவில்லை என்று நான் நினைக்கவில்லை. ஆனால் அவன் கஞ்சன், அவன் வளரும்போது நம் குடும்பம் வறுமையில் இருந்தது, எனவே பணமே அவனுக்குப் பெரிது என்ற சூழலில் அவன் பெரியவனானான். ஆனால் இளைய மகன் பிறந்தபோது நாம் செல்வச்செழிப்பில் இருந்தோம். அறுசுவை உணவு, பட்டாடை, சாதிக் குதிரைகள் என்று ஆடம்பர வாழ்க்கையை அபகரித்துக் கொண்டவன். சுகங்களைச் சுவீகரித்தவன் அவன். பணத்தைச் சம்பாதிப்பது குறித்த கஷ்டம் அவனுக்குத் தெரியாது. பண விஷயத்தில் தாராளமாக இருப்பான். அதனால்தான் அவனை அனுப்பி வைக்க நினைத்தேன்.

'உன் மூத்த மகன் தங்கத்தைச் சேமித்து உயிரைச் செலவழித்து விட்டான்' என்று சொன்னான்.

சில நேரங்களில் சற்று நேர்மை குறைந்தவர்களையும் நம்மால் உபயோகமாகப் பயன்படுத்திக் கொள்ள முடியும்.

நம்பகத்தன்மை உறுதியான பிறகு ஒருவருடைய தகுதியைப் பார்க்க வேண்டும். சில பணிகளுக்கு நல்ல உடல்வாகு முக்கியம். சில பணிகளுக்கு குறிப்பிட்ட திறன்கள் முக்கியம். மனிதவள மேம்பாட்டுப் பணியை மேற்கொள்கிற அதிகாரிகள் தகவல் பரிமாற்றத்தில் தலைசிறந்தவர்களாக இருக்கவேண்டும். அப்போதுதான் அவர்களால் பணியாளர்களைச் சரிவர வழிநடத்த முடியும். மேய்ப்பவர்கள் திறமைசாலிகளாக இருந்தால் ஏய்ப்பவர்கள் வேலை எடுபடாது. செயலைச் செயல்படுத்துகிறவர்கள் தக்க கருவிகளைப் பயன்படுத்துவார்களா என்பதும் முக்கியம். ஓட்டைக் கப்பலில் நாட்டைச் சுற்றிவர ஒருபோதும் முடியாது.

நம்பகத்தன்மைக்கு அரிய உதாரணத்தை ஹோமரின் 'ஒடிசி' இதிகாசத்திலிருந்து தெரிந்து கொள்ளலாம். யுலிஸஸ் கிரேக்க நாட்டிற்காக டிராய் மீது படையெடுக்க ஒரு தளபதியாகச் சென்று விடுகிறான். அவனுடைய மனைவியின் பெயர் பெனிலோப். விசுவாசத்தின் உருவகப்பெயராக மாறுமளவு உண்மையாக இருந்தவள். சொந்தத் தீவான இத்தாகாவில் யுலிஸஸைப் பிரிந்த இருபது ஆண்டுகளாகக் கற்பு நெறியோடு வாழ்ந்தவள்.

யுலிஸஸ் திரும்பாததைக் குறித்து அவன் இறந்துவிட்டதாக வதந்தியைப் பரப்பி அவள் கரங்களைப் பிடிக்கப் பலர் முன்வந்தனர். அவளோ அனைவரையும் மறுதலித்து வந்தாள். தன் வயதான மாமனார் லேர்ட்டஸ்க்காக ஒரு சவத்துணியை நெய்வதாகவும் அது முடிந்ததும் திருமணம் செய்வதாகவும் சமாதானம் சொல்வாள். பகல் நேரத்தில் அதை நெய்வாள். இரவு நேரத்தில் அந்த நூல்களையெல்லாம் பிரித்துவிடுவாள். இப்படி அவர்களிடமிருந்து தன்னை அவள் தற்காத்துக் கொண்டாள். அதன் காரணமாக மனைவியின் விசுவாசம் என்பதற்குத் தமிழில் கண்ணகி உருவகமாகி இருப்பதைப்போல கிரேக்கத்தில் பெனிலோப் ஆனாள். அப்படிப்பட்ட உயர்ந்த மனைவியைப் பெற்றதனால் தான் அவ்வளவு ஆண்டுகள் பிரிந்திருந்து கிரேக்கத்திற்காக அவன் போராட முடிந்தது. பெனிலோப் வேறு யாருமல்ல, அழகின் உருவகமாகக் கருதப்பட்ட ஹெலனின் சித்தப்பா மகள்.

★

அத்தியாயம்

27

முன்னெச்சரிக்கையே உன்னத எச்சரிக்கை!

பகிர்ந்தளிப்புக்குத் திருக்குறள் மிகச் சிறந்த இலக்கணம் ஒன்றை வகுத்திருக்கிறது. இதைக் காட்டிலும் சிறப்பாக அதிகாரப்பகிர்வை வேறு யாரும் விளக்கமுடியுமா என்பது சிந்திக்கத்தக்கதே.

'இதனை இதனால் இவன்முடிக்கும் என்றாய்ந்து
அதனை அவன்கண் விடல்' (517)

ஒருவனை நன்றாக ஆராய்ந்த பிறகுதான் அந்தப் பொறுப்பை அவனிடம் ஒப்படைக்க வேண்டும். அதற்குப் பிறகு அடிக்கடி அவனைத் தொந்தரவு செய்து அவன் கவனத்தைச் சிதறடிக்கக் கூடாது. ஊடாக புகுந்து யோசனை சொல்லிக் காரியத்தைக்கெடுக்கக்கூடாது. அச்செயலை அவன் முடிக்கும்வரை பொறுமை காக்க வேண்டும். இந்த அனைத்து நுட்பங்களும் இக்குறளில் கூறப்பட்டு ள்ளன. சில இடங்களில் அலுவலர்கள், அதிகாரிகள் என்னும் ''ஆண் மாமியார்களிடம்'' மாட்டிக் கொண்டு அவஸ்தைப்படுவதை நான் பார்த் திருக்கிறேன். கவிஞர். மேத்தா, தன் 'ஊர்வலம்' கவிதைத் தொகுப்பில் இந்த அற்புதப் பதத்தைப் பயன்படுத்தியிருப்பார்.

மாமன்னன் இராஜராஜன் தான் மன்னனாக இருக்கும்போதே இராஜேந்திரனுக்கு இளவரசுப் பட்டம் கட்டி மகிழ்ந்தவன். வெளிநாடுகளுக்குப் படையனுப்பும்போது அவனிடம் தலைமை யேற்கும் பொறுப்பை பலமுறை ஒப்படைத்து மகிழ்ந்தவன். அதன்மூலம் பல நுட்பங்களை இராஜேந்திரன் கற்றதால்தான், கடல் கடந்து படைநடத்தி வெற்றிகளைக் குவிக்க முடிந்தது. தான் ஆரோக்கியமாக இருக்கும்போதே அடுத்த நிலை

தலைமையை உருவாக்க இராஜராஜன் முயன்றதால் பிற்காலச் சோழர்கள் பெரும் பரப்பை ஆளும் பெருமை பெற்றிருந்தார்கள்.

கௌடில்யரோ அர்த்தசாஸ்திரத் தில் 'யாரையும் நம்பக்கூடாது' என்று அறிவுறுத்துகிறார். 'ஓர் அரசன் தன் மனைவியையும், குழந்தைகளையும் கூட நம்பக்கூடாது' என்கிறார். 'மன்னன் தன் படையைப் பார்வை யிடும்போது குதிரை மீதோ, யானை மீதோ, தேரிலோ சவாரி செய்தவாறு தான் பார்வையிட வேண்டும். அப்போது கவசம் அணிந்திருக்க வேண்டும். எந்தத் தாக்குதலையும் சமாளிக்கும் முன்னெச்சரிக்கையுடன் இருக்க வேண்டும்' என்றெல்லாம் அவர் எச்சரிக்கை விடுக்கிறார். பிருகத்ரதா என்கிற மன்னனை அவனுடைய பேராசைக்காரத் தளபதி புஷ்யமித்ரன் படை அணிவகுப்பைப் பார்வையிட அழைக்கிறான். ஆனால் பிருகத்ரதா கௌடில்யருடைய எச்சரிக் கையை உதாசீனம் செய்துவிட்டு படையைப் பார்வையிடச் செல்கிறான். அந்த இடத்திலேயே அவனைப் போட்டுத் தள்ளி, புஷ்யமித்ரன் மன்னனாகி விடுகிறான் என்று பாணபட்டர் குறிப் பிடுகிறார். அசோகருக்குப் பிறகு மௌரிய சாம் ராஜ்யம் வீழ்ச்சியடைந்ததற்கு இந்த அதீத நம்பிக் கையும் ஒரு காரணம். எனவே சரித்திரங்கள் இலக் கியங்களின் வரையறையை மீறுகிற போதெல்லாம் புதிய அத்தியாயங்களைப் படைத்துக்கொண்டிருக் கின்றன என்பதை உணரவேண்டும்.

முல்லைப்பாட்டில் பாசறையில் இருக்கிற மன்னன் எப்படிப் பாதுகாப்பாக இருந்தான் என்பது விளக்கப்படுகிறது. பிருகத்ரதா செய்ய மறந்ததை இதில் வருகிற மன்னன் செய்ததாக நப்பூதனார் குறிப்பிடுகிறார். மன்னனுக்கு மெய்க்காப்பாளராக இருப்பவர்கள், அவனது நம்பிக்கைக்கு உரியவராய், நல்லொழுக்கம் உடையவராய் விளங்கவேண்டும்; எனவே, நீண்டநாள் தம்மிடம் பணியாற்றிய வரையே மெய்க்காப்பாளராக நியமிப்பது அரசர்தம் வழக்கம். அதனால்தான் அவர்கள் பெருமூதாளராய் - முதிர்ந்த வயதினராய் - விளங்கினர். அவர்கள் தம் தலையைத் துகிலால் மயிர்க்கட்டுக் கட்டி மெய்ப்பை எனப்படும் சட்டை அணிந்தவராய் விளங்கினர். ஆனால் அடுத்த அடுக்கில் வலிமையான யவனர்கள், வாய்பேச முடியாத ஊமை வெளிநாட்டவர்கள் பாதுகாவலுக்காக நின்றார்கள். நம்பிக்கைக் குகந்தவர்களே எப்போதும் நம் பக்கத்தில் இருக்க வேண்டும்.

'ஓர் அரசன் தன் மனைவியையும், குழந்தைகளையும் கூட நம்பக்கூடாது'

இந்திராகாந்தியம்மையார் தன் மெய்க் காப்பாளர்களாலேயே சுடப்பட்டதற்குக் காரணம், இன்றுள்ள அலுவலக நடைமுறையும்கூட. யாரோ ஒருவர் வாலாயமாக மெய்க்காப்பாளர்களை நியமிக்கும்போது இதுபோன்ற சதித் திட்டம் படைத்தவர்கள் உள்ளே புகுந்து விட வாய்ப்புண்டு. வேலியே பயிரை மேய்ந்து காலிசெய்துவிடுகிற அவலம் ஒரு நாட்டையே பக்கவாதத்திற்குத் தள்ளி விடுவதுண்டு. அதனால்தான் திருவள்ளுவர் ஒருவனை ஆராயாமல் தெளிவடைவதும்,

ஆராய்ந்து தெளிந்த ஒருவனிடம் ஐயப்படுவதும் நீங்காத துன்பத்தைக் கொடுக்கும் என்று சுட்டிக் காட்டுகிறார்.

'தேரான் தெளிவும் தெளிந்தான்கண் ஐயுறவும்
தீரா இடும்பை தரும்.' (510)

மேலாண்மை வல்லுநர் ரொட்ரிக் கிராமர் இதுபற்றிக் குறிப்பிடும்போது பத்துக்கு எட்டு நிருவாகிகள் தங்கள் அலுவலகப் பணியில் ஒருநேரமேனும் தவறான நபரை நம்பிவிட்டதாக ஒப்புதல் வாக்குமூலம் அளித்திருக்கிறார்கள். இதற்குக் காரணம் நாம் ஒருவரைச் சந்தித்த சில நொடிகளிலேயே அவரைப் பற்றித் தீர்ப்புக் கூற முற்படுவதுதான். ஒருவரை முழுமையாக அறிந்து கொள்ளக் கால அவகாசம் தேவைப்படுகிறது. அவர்களுடைய பல்வேறு நடவடிக்கைகளை அமைதியாகக் கூர்ந்துபார்த்தால்தான் தெளிவான முடிவுக்கு நம்மால் வர முடியும். ஆனால் அதைவிடுத்து அவசர அவசரமாக நாம் ஒருவரைப் பற்றி முடிவுகட்டும்போது அவர்கள் எதிர்பார்ப்புக்கு முற்றிலும் மாறானவர்களாக இருப்பார்கள்.

ஓய்வுபெற்ற ஐ.ஏ.எஸ் அதிகாரி கோபால் காந்தி 'தாராஷிகோ' என்கிற நாடகம் ஒன்றை எழுதியிருக்கிறார். ஷாஜஹானுக்கு நான்கு புதல்வர்கள். மூத்தவன் தாரா, அடுத்தது ஷுஜா, அடுத்தவன் ஔரங்கசீப், நான்காமவன் மூரத் பக்ஷ். தாரா மதச்சார்ப்பற்ற மனப்பான்மை கொண்டவன். அவனைப் பொறுத்தவரை இந்தியா உலக நம்பிக்கைகளுக்குச் சரணாலயம், அது வன்முறைக் கூடாரமல்ல. தாரா இந்திய ஆன்மிக மரபை நேசித்தவன். உபநிடதங்களை ஆழமாகப் படித்தவன். அவற்றில் சிலவற்றைப் பாரசீக மொழியில் மொழிபெயர்த்தவன். தன் நல்லெண்ணத்தின் காரணமாக ஆப்கான் தலைவன் மாலிக்ஜீவன் என்பவனை மரணதண்டனையிலிருந்து விடுவிக்கிறான். ஆனால் ஔரங்கசீப்பிடமிருந்து தப்பிக்க மாலிக் ஜுவனிடம் அடைக்கலம் கேட்கும் போது அவன் தாராவைக் காட்டிக் கொடுத்துவிடுகிறான். அப்போது தான் நம்பி ஏமாந்ததை எண்ணித் தாரா புலம்புகிறான். அவன் பதவியை மட்டுமல்ல உயிரையும் இழக்க நேரிடுகிறது.

மிகவும் நல்லவர்கள் எல்லோரையும் நம்பிவிடத் தயாராகவே இருப்பார்கள். அதனால்தான் கொஞ்சம் தந்திரமும் கலந்திருக்கவேண்டிய அவசியம் நிர்வாகத்தில் இருப்பவர்களுக்குத் தேவைப்படுகிறது. மிகப்பெரிய அறிவாளியான தாரா உயிர்வாழ்ந்திருந்தால் முகலாய சரித்திரம் மாறிப்போயிருக்கும். வரிசையாகப் பலர் துரோகி

களாக மாறுவதைக் கண்ட தாராவின் உச்சபட்ச ஏமாற்றம் மாலிக் ஜீவன் மூலம் நடந்தேறுவதுதான் பரிதாபமான நிகழ்வு. இந்திரா பார்த்தசாரதியும் 'ஔரங்கசீப்' நாடகத்தில் இதை அலசியிருப்பார்.

தகுதியில்லாதவர்களிடம் பொறுப்பை ஒப்படைத்தால் அவர்கள் இன்னொருமுறை அந்தப் பணியைச் செய்யுமாறு நம் நேரத்தைக் களவாடிவிடுவார்கள். ஷேக்ஸ்பியர் 'ரோமியோ ஜுலியட்' நாடகத்தில் படிக்கத் தெரியாத ஒருவனிடம் முகவரிகளைத் தேடிக்கண்டுபிடிக்கும் பணியை ஒப்படைப்பது பற்றி நகைச்சுவையோடு விவரிப்பார். அவன் வெவ்வேறு பணி செய்பவரின் பணியின் தன்மையையே மாற்றிச் சொல்லித் தான் அந்தப் பணிக்குச் சிறிதும் பொருத்தமில்லை என்பதை வலியுறுத்துவான்.

நிறைய மேலாளர்கள் அரைமனத்தோடு பகிர்ந்தளிப்பார்கள். பொறுப்புக்களை மாத்திரம் ஒப்படைத்துவிட்டு 'அதிகாரம்' என்கிற சாவிக் கொத்தை தங்களிடமே வைத்துக்கொள்வார்கள். இதுபோன்ற சூழலில் பணியாளர்கள் என்ன முடிவெடுப்பது என்பது தெரியாமல் குழப்பிக்கொள்வார்கள். அவர்களாகப் பணத்தைச் செலவழிக்கும் அதிகாரமோ, புதிதாக ஒரு கருவியை வாங்கும் சுதந்திரமோ இல்லாமல், பொறுப்பை நிறைவேற்ற முடியாமல் போகிறது. ஒவ்வொரு முறையும் மேலதிகாரியைத் தொடர்பு கொள்வதற்கு எத்தனிக்கும்

மிகவும் நல்லவர்கள் எல்லோரையும் நம்பிவிடத் தயாராகவே இருப்பார்கள். அதனால்தான் கொஞ்சம்தந்திரமும் கலந்திருக்கவேண்டிய அவசியம் நிர்வாகத்தில் இருப்பவர்களுக்குத் தேவைப்படுகிறது.

போது எரிச்சலும், நேர விரயமும் ஏற்படுகின்றன. எனவே அதிகாரத்தையும் பொறுப்போடு ஒப்படைக்க வேண்டும் என்ற கருத்தை திருவள்ளுவர் தெளி வாக்குகிறார்.

'வினைக்குரிமை நாடிய பின்றை அவனை
அதற்குரிய னாகச் செயல்' (518)

சில மாவட்டங்களுக்கு ஐ.ஏ.எஸ் மாவட்ட பயிற்சி பெறுவதற்காக இளம் அதிகாரிகள் அனுப்பி வைக்கப்படுவார்கள். எந்த அதிகாரமும் இல்லாத தால் அவர்கள் என்ன செய்வது என்பது தெரியாமல் குழம்பிப்போய் கிடப்பார்கள். அதிகாரமில்லாத அலுவலர்களை, அவர்கள் தனித்தன்மைக்காகவே சமூகம் மதிக்கச் சம்மதிக்கிறது. ஒரு வாரம் மாவட்ட ஆட்சியாளர்கள் எங்குச் சென்றாலும் அவர்களை உடனழைத்துச் செல்வார்கள். எல்லா இடங் களுக்கும் மாவட்ட ஆட்சியருடன் சென்றுவருகிற காரணத்தினாலேயே ஒருவிதமான அதிகாரம் அவர்களுக்கு அகப்பட்டுவிடும். அதற்குப் பிறகு சார்நிலை அலுவலர்கள் அவர்களை மரியாதை யோடு நடத்த ஆரம்பிப்பார்கள். இது ஒருவிதமான அதிகாரப் பகிர்வு.

ஷேக்ஸ்பியர் டிராய்லஸ் அன்ட்கிரசிடா என்கிற நாடகத்தில் அதிகாரம் பல அடுக்குகளில் உரிய பகிர்வோடு செயல்படுவதை விளக்கத் தேனீக் களின் சமுதாய வாழ்க்கையை யுலிசஸ் குறிப் பிடுவதைப்போல சித்திரித்திருப்பார். தேனீக் களைப் பொறுத்தவரை இராணித்தேனீ, ஆண்தேனீ, உழைப்பாளித் தேனீ, சாரணர்தேனீ, சிப்பாய்த் தேனீ என்று அவை பல்வேறு விதமான பணிகளைச் செய்ய எல்லைகளை வகுத்துக்கொண்டு செயல்படுகின்றன.

அவற்றைப்போல அலுவலகத்திலும் அவரவர் தன்னுடைய பணியை உரிய வழிமுறையின்படி செய்யவேண்டும் என்று யுலிஸஸ் குறிப்பிடுகிறார். அதைப்போலவே ஐந்தாம் ஹென்றி நாடகத்திலும் தேனீக்கள் உதாரணமாகக் கையாளப்பட்டுள்ளன. அரசு நிர்வாகிகளும் அவரவர்களுக்கு ஒதுக்கப் பட்ட பணியை முழுமையாகக் கடைப்பிடித்தால் பிரச்சினையிருக்காது என்பது அந்நாடகத்தின் மூலம் வெளிப்படும் பகிர்ந்தளிப்புப் பரிமாணம். தேனீக்கள் அறுகோணத்தில் தங்கள் கூட்டை அமைத்துக்கொள்வதற்குக் காரணம் கணிதப் பூர்வமாகக் கண்டுபிடிக்கப்பட்டிருக்கிறது. அறு கோண அமைப்பில் அதிகத் தேனைச் சேமித்து வைக்கமுடியும் என்பதுதான் அது. பல கோணத்தில் சிந்தித்தே அவை அறு கோணத்தைத் தேர்ந்தெடுத் திருக்கின்றன.

பல நிறுவனங்களில் முன்பு உதவி மேலாளர் பார்த்த வேலையை மேலாளர்கள் தற்போது செய்துவருகிற நிலைமையைப் பார்க்கலாம். பகிர்ந்தளிப்பது மேல்நோக்கிப் பாய்கிற இந்த வினோதம் இந்தியாவில் அதிகம். அதற்கு முக்கியக் காரணம் பணியாளர்கள் செய்யும் ஒருசில தவறு களைப் பொறுத்துக்கொள்ள முடியாத மனப் பான்மையும், அவர்களுக்கு முறையான பயிற்சி அளிக்காமல் இருப்பதும்தான். இவ்வாறு மேலே இருப்பவர்களே குமாஸ்தா பணியை விரும்பிச் செய்ய ஆரம்பித்தால், கீழேயிருப்பவர்கள் தப்புந்த வறுமாக வரைவுகளை எழுதி அனுப்புவார்கள். இவர்களும் தங்கள் மொழி வல்லமையைக் காட்டிக் கொள்ள முனைந்து ஒட்டகங்கள் வெளியே போவது தெரியாமல் ஊசிகள் களவாடப்படுவதைத் தடுப்பதில் மகிழ்ச்சியடைந்துவிடுவார்கள். ★

அத்தியாயம்
28

மனபலமே மகத்தான பலம்!

நேர்மையாகவும், தூய்மையாகவும் நெறி பிறழாமல் நடக்கிற அதிகாரிகளை நண்பர்களைப் போல நடத்துவதும், அவர்கள் எடுத்துக் கொள்ளும் சுதந்தரத்தை அனுமதிப்பதும், மேன்மையான தலைவர்களின் மென்மையான அணுகுமுறை. அப்படிப்பட்டவர்கள் சமயத்தில் நகைச்சுவையாக அந்த அதிகாரிகள் பதில் சொன்னால் கோபப்பட்டுக் கொந்தளிக்க மாட்டார்கள். இதையும் திருவள்ளுவர் தெளிவுபடுத்துகிறார்.

'வினைக்கண் வினையுடையான் கேண்மைவே றாக
நினைப்பானை நீங்கும் திரு.' (519)

முழுமையாக ஒப்படைக்கப்படாத பொறுப்பு நைந்த துணியாகப் பழுதாகுமே தவிர நெய்த ஆடையாக சிறக்காது. ஆண்டனி கிளியோபட்ரா நாடகத்தில் இனோபார்பஸ் என்கிற தளபதியிடம் பொறுப்புகள் மாத்திரம் ஒப்படைக்கப்படுகின்றன. அகஸ்டஸ் சீசரைக் கடலில் எதிர்கொள்ளும் அளவிற்கு ஆண்டனியிடம் கப்பல்கள் இல்லை. ஆனால் கிளியோபட்ரா தன்னுடைய கப்பல்களைத் தந்து உதவுவதாகப் பொய் வாக்குறுதி தருகிறாள். அவள் அழகில் மயங்கி அதை அப்படியே ஏற்றுக் கொண்டு சவாலைச் சந்திக்க ஆண்டனி முனை கிறான். இனோபார்பஸ் ஆண்டனியை எச்சரிக் கிறான். 'உன்னுடைய கப்பல்கள் சரியான வீரர் களுடன் இல்லை, உன்னுடைய கப்பல்கள் எடை அதிகமாகவும், கடலில் விரைந்து செல்லும்

தன்மையற்றதாகவும் விளங்குகின்றன. எனவே எதிரிப் படையைத் தரையில் சந்திப்பதே சாலச் சிறந்தது' என்ற அவன் அறிவுரையை மீறிச் செயல் பட்டதால் படுமோசமான தோல்வியையும், அவமானத்தையும் ஆண்டனி சந்திக்கிறான்.

தகுதிபடைத்தவர்களிடம் தலைமைப் பொறுப்பு ஒப்படைக்கப்படவேண்டுமென்பது தான் எல்லோருடைய எதிர்பார்ப்பு. செயற்கையாக சிலரைத் தலைவர்களாகச் சித்திரிக்கும்போது அவர்கள் தங்களை ஆதரிப்பவர்கள் இருக்கும்வரை செல்வாக்குடனும், சொல்வாக்குடனும் விளங்கு வார்கள். அதற்குப் பிறகு காற்றுப்போன பந்தாக ஆகிவிடுவார்கள்.

அலெக்ஸாண்டர் மரணமடைகிற தறுவாயில் 'நாட்டை யார் வழிநடத்திச் செல்வது?' என்று மற்ற வர்கள் கேட்டதற்கு 'இருப்பவர்களிலேயே வலிமை வாய்ந்தவன்' என்று பதிலளித்ததாகக் கூறப்படுவதுண்டு. அதற்கு முக்கியக் காரணம் அவன் மரணமடைகிறபோது அவருடைய ஆணவம் பிடித்த தாய், வெளிநாட்டு மனைவி, மனநலம் குன்றிய வேறொரு தாய்க்குப் பிறந்த சகோதரன், மாற்றாந்தாய்க்குப் பிறந்த இன்னொரு சகோதரி, குழந்தை ஆகியோரே அவன் குடும்பத்தில் எஞ்சி யிருந்தார்கள். எனவே அந்தச் சூழலில் பரந்துபட்ட அவன் சாம்ராஜ்யத்தை அவனுக்கு அடுத்து, அவனைப் போல வலிமைவாய்ந்தவனால்தான் ஆள முடியும் என்று கருதியதாகக் கூறுவார்கள். இதை ஷேக்ஸ் பியரும் தன்னுடைய 'குளிர்காலக்கதை' என்கிற நாடகத்தில் ஐந்தாம் அங்கத்தில் குறிப்பிட்டிருப்பார். நிறுவனத்தைக் கட்டிக்காப்பது அதை நிறுவுவதை விட சிரமமான செயல். தகுதிவாய்ந்தவர்களால் தான் அது முடியும்.

அதிகாரத்தைப் பகிர்ந்தளிக்கும் போது சில முக்கியமான கூறுகளைக் கவனிக்கவேண்டும். முதலில் எந்தச் சூழலில் நாம் அதிகாரத்தைப் பகிர்ந் தளிக்கிறோம் என்பதைப் பணியாளருக்கு விளக்க வேண்டும். தன்னிடம் ஒப்படைக்கப்படுகிற பணி முக்கியத்துவம் வாய்ந்தது என்பதை உணர்ந்தால் தான் பொறுப்புடன் செயல்படுவார்கள். புறநானூற்றில் ஒருவன் பந்திக்கும் முந்தவேண்டும், படைக்கும் முந்த வேண்டும் என்று ஒரு பாடல் குறிப்பிடுகிறது. இதை எழுதியவர் சான்றோர் ஆவியார்.

எமக்கே கலங்கல் தருமே தானே
தேறல் உண்ணும் மன்னே நன்றும்
இன்னான் மன்ற வேந்தே இனியே
நேரார் ஆர்எயில் முற்றி
வாய்மடித்து உரறிநீ முந்து என்னானே (298)

இப்பாடல் பகிர்ந்தளித்துவிட்டு தலைவன் பொறுப்பைத் தட்டிக்கழித்து விட முடியாது என்கிற பகிர்ந்தளிப்பின் இன்னோர் அம்சத்தை தெளிவு படுத்துகிறது. சிலர் பகிர்ந்தளித்துவிட்டு தனக்குச் சம்பந்தம் இல்லாததுபோல் நடந்துகொள்வார்கள். ஒரு பொறுப்பை நிர்வகிக்கும்போது எனக்கு அப்படி ஒரு சம்பவம் நிகழ்ந்தது. என் மேலதிகாரி ஒருவர் எல்லாப் பொறுப்பையும் என் தலையில் சுமத்திவிட்டு அவருக்கும் துறைக்கும் எந்தச் சம்பந்தமும் இல்லாததுபோல நடந்துகொண்டார். ஒரு கட்டத்தில் அவருடைய இயற்கை அழைப்பு களைக்கூட நான் கவனிக்க வேண்டுமோ என்கிற அளவு அவருடைய மனப்பான்மை. அவருக்குப் பதிலாக என்னைக் குளிக்கச் சொன்னால் என்ன செய்வது என்ற பயம் வேறு. அந்த மகத்தான விழா நடந்து முடிந்த பிறகு எனக்கு மாற்றல் வந்தது. அவருக்குப் பாராட்டுப் பத்திரம் அளிக்கப்பட்டது.

கீரியும், பாம்புமாக இருக்கிற இருவரிடம் பொறுப்புகளைப் பிரித்தளித்தால் நாம் பாம்பாட்டியாகவேண்டிய நிலைமை உருவாகிவிடும்

இதைப்போன்ற விபத்துகள் கண்ணெதிரிலே நடப்பதைப் பல நேரங்களில் நாம் பார்க்க முடியும்.

எல்லாவற்றையும் பகிர்ந்தளிக்க முடியாது. சில முக்கியமான இரகசியங்களைத் தலைமைப் பொறுப்பில் இருப்பவர்கள்தாம் கவனித்து வர வேண்டும். ஒருவகையில் அந்தப் பொறுப்புகளே அவர்களுக்குத் தலைமைப் பதவியைத் தருகிறது என்பதை அவர்கள் ஒருபோதும் மறக்கக்கூடாது. பொறுப்புகளைப் பகிர்ந்தளிக்கும்போது கீழ் நிலை அலுவலர்களிடம் இணக்கமான சூழல் இருப்பதை உறுதிசெய்ய வேண்டும். கீரியும், பாம்புமாக இருக்கிற இருவரிடம் பொறுப்புகளைப் பிரித்தளித்தால் நாம் பாம்பாட்டியாக வேண்டிய நிலைமை உருவாகிவிடும்.

கரிகால்வளவன் எவ்வாறு பொறுப்புகளை விரும்பி ஏற்றுக்கொண்டான் என்பதை மணிமேகலை ஒரு பாடலின் மூலம் விளக்குகிறது. சிக்கலான வழக்கை இளைஞனாக இருக்கும் கரிகாலன் தீர்த்து வைப்பானோ என்கிற ஐயம் வழக்கைக் கொண்டு வந்த முதியவர்களுக்கு ஏற்பட்டது. அவர்கள் முகக்குறிப்பைப் பார்த்தே எண்ணத்தை அறிந்து கொண்ட கரிகாலன் அவர்களை மறுநாள் வரும்படி பணித்தான். அடுத்த நாள் வயதான ஒருவர் வந்து, அவர்கள் ஏற்றுக்கொள்ளுமாறு நீதி வழங்கினார். அவர்கள் திருப்தி அடைந்ததும் அந்த முதியவர் தன் நரைத்த தலைமுடியை விலக்க, அவ்வாறு வேடம் புரிந்திருந்த கரிகாலனைக் கண்டார்கள்.

'இளமை நாணி முதுமை எய்தி
உரைமுடிவு காட்டிய உரவோன் மருக'

என்கிறது மணிமேகலை. இந்தக் கருத்து பழமொழிப் பாடல் ஒன்றிலும் பிரதிபலிப்பதையும் காணலாம்.

'உரைமுடிவு காணான் இளமையோன் என்ற
நரைமுது மக்கள் உவப்ப-நரைமுடித்துச்
சொல்லான் முறைசெய்தான் சோழன்
குலவிச்சை
கல்லாமற் பாகம் படும்'

அமெரிக்கத் தத்துவவாதி எமர்சன் ஓர் உருவகக்கதையை வடித்திருப்பார்.

மலைக்கும் அணிலுக்கும் இடையே வாக்கு வாதம் நிகழ்ந்தது. மலை அணிலைப் பார்த்து 'சின்னப் பயலே' என்று அழைத்தது.

அதற்கு அணில், 'சந்தேகமின்றி நீ பெரியவன், ஆனால் உன்னை உருவாக்கப் பல ஆண்டுகள்

இலக்கியத்தில் மேலாண்மை

பிடித்தன, நான் உன்னளவிற்குப் பெரியவன் இல்லை. என்னால் உன்னைப்போல் காடுகளை முதுகில் சுமக்க முடியாது. உன்னால் என்னைப் போல் ஒரு கொட்டையை உடைக்க முடியாது. திறமைகள் வேறுபடுகின்றன'. பலதரப்பட்ட திறமைகள் இணையும்போதுதான் அமைப்பு அழகாகச் செயல்பட முடியும்.

'பெரட்டோ விதி' என்கிற ஒன்று உண்டு. அதை 80 : 20 விதி என்றும் குறிப்பிடுவார்கள். எந்த நிறுவனத்திலும் 80 விழுக்காடு இலாபம் 20 விழுக்காடு வாடிக்கையாளர்களிடமிருந்து வரு வதைப் பார்க்கலாம். அதைப் போலவே 80 விழுக் காடு உழைப்பு, 20 விழுக்காடு பணியாளர்களிட மிருந்தே வருவதைப் பார்க்கலாம். அதைப் போலவே 80 விழுக்காடு முதலீடு, 20 விழுக்காடு பொருள்களிலேயே செய்யப்பட்டிருப்பதைக் காணலாம். இவ்வாறு இவ்விதியை எப்படி வேண்டுமானாலும், எதற்கு வேண்டுமானாலும் நீட்டித்துப் பார்க்க முடியும். ஒரு நல்ல மேலாளர் அந்த 20 விழுக்காடு பேரை மட்டும் வேலை வாங்காமல் மற்ற 80 விழுக்காட்டையும்கூட முழுமையாகப் பணியில் ஈடுபடுத்த முயற்சிப்பார். அதுதான் அவருடைய அமைப்பின் இலாபத்தை அதிகரிக்க உதவும்.

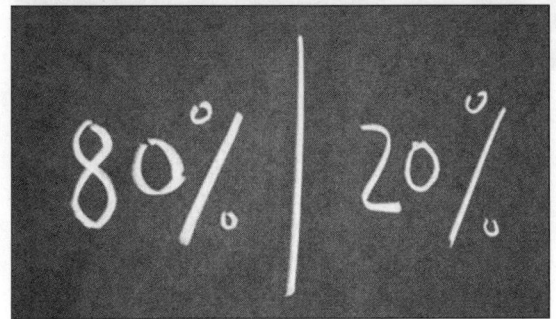

வழிவழியாக வருகிற கதைகளில் கூட ஒருவரை எப்படிப் பயன்படுத்த வேண்டும் என்கிற தத்துவங்கள் விளக்கப்பட்டிருக்கின்றன. அப்படி நமக்கு நிர்வாகத்தைக் கற்றுத்தருகிற கதைகள் அப்பாஜி கதைகள். கிருஷ்ணதேவராயரும், அப்பாஜியும் மாறுவேடம் தரித்து நகர்வலம் சென்ற

போது தெருவழியாக கோயில் யானை ஒன்று வந்து கொண்டிருந்தது. அங்கே விளையாடிய சிறுவர் களில் ஒரு முரட்டுச் சிறுவன் யானையின் முன்னால் துணிச்சலாகச் சென்று அதன் தந்தங்களைப் பிடித்துப் பின்னுக்குத் தள்ளிவிட்டான். யானை பின் வாங்கியது. தேவராயர் வியப்படைந்தார். அப்பாஜியிடம் காரணம் கேட்டார். அவரோ மன்னரை அனுப்பிவிட்டு அவனைப் பற்றிய விவரங் களையெல்லாம் திரட்டினார். ஒருமாதம் கழித்து அந்த வழியே வந்தபோது கோயில் யானையை அதே சிறுவன் முன்போல நெட்டித்தள்ள முற் பட்டான். ஆனால் யானை அவனைத் துதிக்கையால் அப்புறப்படுத்திவிட்டு முன்னேறியது. இந்த மாற்றம் குறித்து தேவராயர் அப்பாஜியிடம் விசாரித்தார்.

> 80 விழுக்காடு உழைப்பு, 20 விழுக்காடு பணியாளர்களிடமிருந்தே வருவதைப் பார்க்கலாம்

அதற்கு அப்பாஜி 'மன்னர் அவர்களே, இந்தச் சிறுவன் ஏழை. விதவைக்கிழவியின் மகன். ஒரே மகன் என்பதால் வறுமை தெரியாமல் தாய் வளர்த்தாள். கவலையற்றதால் உடல் வளமும், மனபலமும் சேர்ந்து கொண்டன. நான் அந்தக் கிழவியைச் சந்தித்து அவனுக்குக் கொஞ்சம் கொஞ்சமாகக் குடும்ப நிலவரத்தை விளக்கிச் சொல்லிக் கவலையை உருவாக்கச் சொன்னேன். அவளும் அவன் இரவு சாப்பிடும்போது 'அரிசி இல்லை', 'பருப்பு இல்லை' என்றெல்லாம் சொல்லி அவனிடம் கவலையை ஏற்படுத்தினாள். எனவே, அவன் மனபலம் கரைந்து போனது, உடல்பலமும் காணாமல் போனது' என்று விளக்கம் தந்தார்.

எவ்வளவு பலசாலியாக இருந்தாலும் அவர்கள் திறமைகளை அங்கீகரித்து அவ்வப்போது பாராட்டி னால் தான் மனோபலம் அதிகரித்து அவர்கள் வெற்றி பெற முடியும். அவர்கள் செய்கிற செயலைப் புகழ்வது அவர்களிடம் இருக்கும் வீரத்தை அதிகரிக்கும்.

அதனால்தான் புறநானூற்றுப் பாடலில் மன்னனைப் பார்த்து 'வீரனைப் போற்று வேந்தே'

இலக்கியத்தில் மேலாண்மை

என்று ஔவையார் பாடுகிறார். 'முதலில் உன் வீரனுக்கு உணவைக் கொடு' என்று அறிவுறுத்துகிறார். நாம் பணியைப் பகிர்ந்தளிக்கும்போது அதை யார் செவ்வனே முடிக்கிறார்களோ அவர்களை மனம் திறந்து பாராட்டுவது மிகவும் அவசியம். அப்போதுதான் அடுத்த பொறுப்பை ஒப்படைக்கும் போது அதைக் கரும சிரத்தையோடு பணியாளர்கள் செய்து முடிப்பார்கள்.

★

இலக்கியத்தில் மேலாண்மை

அத்தியாயம்
29
பேசும் கலை வளர்ப்போம்!

நேர மேலாண்மை, அதிகாரப் பகிர்வு ஆகிய வற்றிற்கு அடுத்ததாக மேலாண் திறன் தகவல் பரிமாற்றம். மூன்றாவதாகக் குறிப்பிடப்படுவதனா லேயே நாலாந்தரத் திறனாகிவிடாது. இயற்கையில் உள்ள அனைத்துமே தகவல் பரிமாற்றம் செய்து கொண்டுதான் இருக்கின்றன. நதியும், மலரும், மரங்களும், காற்றும், மண்ணும் ஏதேனும் ஒரு செய்தியை நம் காதுகளில் கிசுகிசுத்த வண்ணம் இருக்கின்றன. அவற்றின் மொழிகளை அறிந்த வர்கள் புன்னகை பூக்கிறார்கள். கவிதைகள் எழுது கிறார்கள். இயற்கையின் அழகை எண்ணி எண்ணி வியந்து கரைந்து போகிறார்கள். தெரியாதவர்களோ அறைக்குள்ளேயே அலங்காரம் கலையாமல் அமர்ந்திருப்பதைச் சுகம் என்று கருதுகிறார்கள்.

இளம்வயதிலேயே இனிய கவிதைகளை எழுதி மாய்ந்துபோன பட்டியலில் வருகின்ற ஆங்கிலக் கவிஞன் ஜான் கீட்ஸ். அவன் எழுதிய 'அழகான பொருள் எப்போதும் நினைந்து இன்புறத் தக்கது. அதன் பொலிவு அதிகரிக்கிறது. அது ஒரு போதும் இன்மையை நோக்கிச் செல்வதில்லை' என்கிற அழகான கவிதை கவனிக்கத்தக்கது. அழகும் ஒருவித தகவல்தான். அது இதயத்தை விட்டு நீங்காமல் எப்போதும் நிலைத்திருக்கின்ற நினைவைத் தன் கால்சுவடாக விட்டுச் செல்கிறது. கால்சுவடே கல்வெட்டாவது அழகால் மட்டுமே.

அண்மையில் வார இதழ் ஒன்றில் கவிதை ஒன்றைப் படிக்க நேர்ந்தது. ஒரு நாய் தன்னுடைய மகிழ்ச்சியை, கோபத்தை, பசியை, நேசத்தை

151

உணர்த்த எப்படி விதவிதமாகக் குரைக்கிறது என்பதை வளர்ப்பவர்களே அறிவார்கள் என்கிற அதன் மையக் கருத்து மையல் கொள்ளச் செய்கிறது.

நாய் வளர்த்துப் பார்த்தவர்களுக்குத்தான் அது புரியும். எங்கள் வீட்டில் ஒரு நாய் வளர்த்து வந்தோம், சேர்வராயன் மலையிலிருந்து கொண்டு வந்தது என்பதால் தீபாவளி அதற்குத் தலைவலி. எங்களுக்கோ திருகுவலி. பட்டாசைப் பார்த்தால் பயந்து ஒருவிதமாகக் குரைக்கும். நாட்டு நாய்கள் பட்டாசைப் பார்த்துப் பயப்படுவதில்லை. விட்டால் அவையே கொள்ளுப்பட்டாசை வெடிக்கின்ற அளவிற்குத் தைரியத்தை வளர்த்துக் கொள்கின்றன. ஆனால் நாங்கள் மலையிலிருந்து பிடித்து வந்தது என்பதால் இந்த நாய் ஊசிப் பட்டாசுக்கே ஊரே கேட்குமளவு ஊளையிடும்.

பாலூட்டிகள் மட்டுமல்ல, பூச்சிகள் கூட, தகவல்பரிமாற்றம் புரிந்துகொள்கின்றன. ஃப்ரிஷ் என்கிற விஞ்ஞானி தேனீக்களை உற்றுக் கவனித்து அவற்றின் மொழியை ஆய்வு செய்தார். அப்போது அவை நடனத்தின் மூலமாக சில தகவல்களைப் பரிமாறிக் கொள்வதைக் கண்டுபிடித்தார். சாரணத் தேனீக்கள் பூக்கள் எங்கு இருக்கின்றன என்று ஒற்று

சாரணத்தேனீக்கள் பூக்கள் எங்கு இருக்கின்றன என்று ஒற்றுவேலையைச் செய்துவந்து தேன் சேகரிக்கும் பிரிவிடம் அந்தத் தகவலை ஒருவிதமான நடனத்தின் மூலமாக வெளிப்படுத்துகின்றன

வேலையைச் செய்துவந்து தேன் சேகரிக்கும் பிரிவிடம் அந்தத் தகவலை ஒருவிதமான நடனத்தின் மூலமாக வெளிப்படுத்துகின்றன. தொலைவில் இருந்தால் மெதுவாக உடலை ஆட்டியும், அருகிலிருந்தால் விரைவாக ஆட்டியும் பூக்கள் இருக்கும் திசையைக் காட்டுகின்றன.

எட்டாம் எண் வடிவத்தில் நடனமிட்டால், ''பூக்கள் இருக்கும் தூரம் 1.5 கிலோ மீட்டர்; அவை சூரியனிருக்கும் நிலையில் முப்பது டிகிரி கோணத்தில் இருக்கின்றன'' என்று பொருள். இவ்வாறு எல்லாத் தேனீக்களும் பூவைத் தேடிப் புறப்பட்டு ஆற்றலை விரயம் செய்யாமலிருக்க அவற்றிற்குள் தகவல் பரிமாற்றம் நடக்கிறது.

விலங்குகளிலேயே மிகவும் உன்னதமான தகவல் பரிமாற்றம், பூனையளவேயான வெர்வெட் குரங்குகளிடம் காணப்படுகிறது. அவை ஆப்பிரிக்காவில் இருக்கின்றன.

மார்ஷியல் கழுகு என்பது விண்ணில் பறக்கின்ற மிகப்பெரிய கழுகு வகையைச் சார்ந்தது. குட்டி மான்களைக் கூட கூரிய நகங்களால் குத்தித் தூக்கிச் செல்கிற வல்லமை அதற்குண்டு. வெர்வெட் குரங்குகள் சிறிதாக இருப்பதனாலேயே கழுகுகள், சிறுத்தைகள், பாம்புகள் போன்ற பலவற்றின் உணவாகின்ற சூழலுக்கு உள்ளாகின்றன. இவற்றில் ஒவ்வொன்றிலிருந்தும் தங்களைப் பாதுகாத்துக் கொள்ள ஒவ்வொருவிதமான ஒலியை அவை எழுப்புகின்றன. சிறுத்தையைப் பார்த்தால் தொடர்ந்து கத்தி, மற்ற குரங்குகள் மர உச்சிக்குச் செல்ல உஷார் படுத்துகின்றன. கழுகுகளைப் பார்த்தால் சின்னச் சின்ன இருமல்கள் மூலம் ஒலியெழுப்புகின்றன. உடனே குரங்குகள் அருகில் இருக்கும் புதரில் புகுந்து கொள்கின்றன. மலைப் பாம்பைப் பார்த்தால் வேறுவிதமான ஒலியை

எழுப்பி, பின்னங்கால்களால் நின்று பாம்பு எங்கு இருக்கிறது என்று கண்காணித்து உஷார் படுத்து கின்றன. இதுபோல பல விலங்குகள் தங்களைப் பாதுகாத்துக்கொள்ள தங்களுக்குள் ஒரு மொழியைத் தாங்களே உண்டாக்கி வைத்திருக்கின்றன.

மனிதன் இடத்திற்கு இடம் மாறுபடுகின்ற மொழியாலும் அதைத் தொடர்ந்து கூர்மைப் படுத்துகிற தன்மையினாலும் மற்ற உயிரினங்களி லிருந்து வேறுபடுகிறான். சாதாரண வாழ்க்கையை நடத்தத் தேவையான மொழியை எல்லோரும் கை யாண்டாலும், தேர்ந்தெடுக்கப்பட்ட இடங்களில் சாதுர்யமாக அதைக் கையாளுவதற்கு ஒரு சிலராலேயே முடிகிறது.

ஹிட்லர் தன்னுடைய 'எனது போராட்டம்' நூலில், 'சிலர் பேசுவது படித்தவர்களுக்கு மட்டுமே ஏற்புடையதாக இருக்கிறது: சிலர் பேசுவதோ பாமரர்களுக்கே பிடித்திருக்கிறது. எல்லோருக்கும் பிடித்தமான உரையைப் பேசக்கூடியவர்கள் ஒருசிலரே' என்று குறிப்பிடுகிறார். அப்படிப்பட்ட ஒரு பேச்சாளனாகத் தன்னை உருவாக்கிக் கொள்ளவே அவர் விரும்பினார். அந்த உணர்ச்சியைத் தூண்டுகிற பேச்சுதான் அவர் சார்ந்த உழைப்பாளர் கட்சியை உயரத்திற்குக் கொண்டுபோனது. கொதிக்கிற நீராவி யின்மீது வைக்கப்பட்ட தட்டுபோல கொந்தளிக் கின்ற அவருடைய பேச்சு தளர்ந்திருந்த ஜெர் மானியர்களின் இதய நரம்புகளை இழுத்துக் கட்ட ஏதுவாக இருந்தது. ஆனால் அவர் பெற்ற வெற்றியைத் தக்கவைத்துக் கொள்ளும் செயல் திட்டங்களை அவர் தீட்டவில்லை.

ஹிட்லர் கூறுவதைப்போல ஒரு பரந்த சபையில் பலரையும் கட்டிப் போடுகிற ஒரு சொற்பொழிவை எல்லோராலும் ஆற்றிவிட முடியாது. அதனால்தான் ஔவையார் தனிப் பாடல் ஒன்றில் 'பத்தாயிரத்திற்கு ஒருவர்தான் சொல்ல வேண்டியதைச் சொல்லும் ஆற்றலுடையவர்' என்று சொல்கிறார்.

'ஆர்த்தசபை நூற்றொருவர்; ஆயிரத்துஒன்
றாம்புலவர்;
வார்த்தை பதினா யிரத்தொருவர்;'

அதே ஔவையார்தான் இன்னொரு பாடலில் 'சித்திரமும் கைப் பழக்கம், செந்தமிழும் நாப் பழக்கம்' என்கிறார். எனவே பேச்சைக் கைக் கொள்ள பயிற்சி மிகவும் அவசியம். எந்தக் கட்டத் திலும் அதைக் கைவிடாமல் பாதுகாக்க ஒருசிலரால் தான் முடிகிறது. ஜலாலுதீன் ரூமி, 'மண் ரோஜாத் தோட்டம் ஆகவேண்டுமென்றால் மேனி முழுவதும் காயப்பட்டால்தான் சாத்தியம்' என்று ஒரு கவிதையில் குறிப்பிடுகிறார். அதைப் போலத் தன் உடல்நலத்தைப் பொருட்படுத்தாமல் தீவிரப் பயிற்சி செய்கிற போதுதான் சிறந்த பேச்சாளராக உருவாகமுடியும்.

சர்ச்சில் எவ்வளவு பெரிய பேச்சாளர்! அவர் ஒருமுறை குளியல் தொட்டியில் இருந்தபோது ஏதோ பேசிக்கொண்டிருப்பதைக் கேட்டு அவருடைய பணியாள் ஓடிப் போய் ''ஐயா கூப்பிட்டீர்களா?'' என்று கேட்டான். அதற்கு அவர் ''நான் உன்னிடம் பேசவில்லை, மக்களவையில் பேசுகிறேன்'' என்று

பதில் சொன்னார். அவ்வளவு அனுபவத்திற்குப் பிறகும் பேச்சை அவர் ஒத்திகை பார்த்தார். பயிற்சியே நம் புகழைத் தக்கவைத்துக் கொள்ளுகிற நிகழ்வு என்பதை உணரமுடியும்.

மேலாளராக இருப்பவர்கள் தலைமைப் பண்போடு திகழ வேண்டும். நிறுவனத்தில் இருக்கிறவர்களுக்குத் தொடர்ந்து பல அறிவுரைகளையும், வழிமுறைகளையும் வழங்கிய வண்ணம் இருக்க வேண்டும். கூறப்படுகிற செய்திகள் நாம் நினைத்தவாறு பணியாளர்களைச் சென்று சேரவேண்டும். அவர்கள் அதன்படி செயல்பட்டு நிறுவனத்தின் இலக்கை அடைய வேண்டும். இவற்றிற்கெல்லாம் தகவல் பரிமாற்றத்திறன் மிகவும் அவசியம். ஒரு மேலாளர் பல்வேறு விதமான சூழல்களில் உரையாட நேர்கிறது. மேலதிகாரிகளிடம் அவர் கடைப்பிடிக்கும் அணுகுமுறையைச் சார்நிலை அலுவலர்களிடம் பயன்படுத்தமுடியாது.

தொழிற்சங்கவாதிகளிடம் பேசும் போது முற்றிலும் மாறுபட்ட உத்தியைக் கையாள வேண்டும். வாடிக்கையாளர்களிடம் பேசும்போது பொறுமையும், இனிமையும் இருக்கவேண்டும். பொது மக்களிடம் உரையாடும்போது பொறுப்புணர்வு காட்டவேண்டும். அரசு அதிகாரிகளிடம்

பொங்குகிற பாலை அமிழச்செய்கிற தண்ணீராக அவர்கள் அணுகுமுறை இருக்கவேண்டுமே தவிர, கொதிக்கிற எண்ணெயில் தெளிக்கிற வெந்நீராய் இருந்துவிடக்கூடாது

பழகும்போது பணிவையும், அடக்கத்தையும் வெளிப் படுத்தவேண்டும். அப்படிப் பல்வேறு சூழல்களில் விதவிதமான வேடங்களைத் தரித்து அலுவலக மேடையை அவர் அழகுபடுத்த வேண்டியதாக இருக்கிறது.

ஒரு மேலாளரின் கடிய ஒரு சொல்லே தொழிற்சாலையில் போராட்டத்தை ஏற்படுத்திவிடுவதற்கான சாத்தியக்கூறுகள் இருக்கின்றன. பொங்குகிற பாலை அமிழச்செய்கிற தண்ணீராக அவர்கள் அணுகுமுறை இருக்கவேண்டுமே தவிர, கொதிக்கிற எண்ணெயில் தெளிக்கிற வெந்நீராய் இருந்துவிடக்கூடாது. ஆங்கிலத்தில் 'தெளிந்த நீரோடை போன்ற தகவல் பரிமாற்றம்' என்கிற நூலில் ஒரு முக்கியமான செய்தி சொல்லப்பட்டிருக்கிறது. தகவல் பரிமாற்றம் நமக்குள்ளே தொடங்குகிறது என்பதுதான், அது. மனத்திற்குள் ஓர் ஒத்திகை பார்த்த பின்பே நாம் சொற்களை உதிர்க்கிறோம். எனவே அந்த வகையில் நாம் அவற்றைத் தணிக்கை செய்து வெளியே அனுப்ப, சிறிது நேரம் எடுத்துக் கொண்டால் சிறப்பாக இருக்கும்.

ஃப்ராங்க் அவுட்லா என்பவர் அழகான சூத்திரம் ஒன்றை அளித்திருக்கிறார்.

'எண்ணங்களைக் கவனி; அவை சொற்களாகின்றன,
சொற்களைக் கவனி; அவை செயல்களாகின்றன
செயல்களைக் கவனி; அவை பழக்கங்களாகின்றன
பழக்கங்களைக் கவனி; அவை குணாதசியமாகின்றன
குணாதசியத்தைக் கவனி; அது உன் விதியாகிறது'

இந்தக் கருத்தைப் 'பிருகத்ரன் யகா' உப நிடதமும் வலியுறுத்துகிறது.

இன்றிருக்கும் சூழலில் தகவல் என்பது அதிகாரமாகவும், சக்தியாகவும் கருதப்படுகிறது. யாருக்கு விரைவாகத் தகவல் கிடைக்கிறதோ அவர்கள் வெற்றிபெற்றவர்களாகிறார்கள். போட்டி யாளர்களை எளிதில் அவர்கள் விஞ்சிவிட முடி கிறது. கிடைக்கும் நேரம் குறைவாகிக் கொண்டே போவதால் சுருக்கமாகவும், தெளிவாகவும் தகவல் களை அனுப்ப வேண்டியிருக்கிறது.

ஓர் இலக்கண நூலை உருவாக்குவதில் தவிர்க்கப்படவேண்டிய பத்துக் குற்றங்கள் பவணந்தி முனிவரின் நன்னூலில் பட்டியலிடப் பட்டிருக்கின்றன.

குன்றக் கூறல் மிகைபடக் கூறல்
கூறியது கூறல் மாறுகொளக் கூறல்
வழூஉச்சொற் புணர்த்தல் மயங்க வைத்தல்
வெற்றெனத் தொடுத்தல் மற்றொன்று
விரித்தல்
சென்றுதேய்ந் திறுதல் நின்றுபய னின்மை
என்றிவை யீரைங் குற்ற நூற்கே. (12)

இலக்கண நூலுக்குச் சொன்ன இலக்கணம் தகவல் பரிமாற்றம் முழுமைக்கும் பொருந்துவதாக இருக்கிறது. குறைவாகச் சொல்வதும், மிகையாகக் கூறுவதும், ஒரே செய்தியை திரும்பத்திரும்பக் கூறுவதும் ஏற்கெனவே சொன்னதிலிருந்து முரண் பாடான ஒன்றைப் பின்னால் கூறுவதும் வழுவான சொற்களைப் பயன்படுத்துவதும், குழப்புவதும், தக்கை வார்த்தைகளைப் பயன்படுத்துவதும், சொல்ல வந்ததிலிருந்து விலகி வேறொரு பக்கம் தாவுவதும், சுவாரசியமில்லாமல் பேசுவதும், பயனில்லாத அலங்காரங்களை உபயோகிப்பதும் குற்றம் என்று பவணந்தி கூறுகிறார். துறவிகள் பொது வாகவே குறைவாகப் பேசுபவர்கள் என்பதால், அவர்கள் கொடுக்கிற குறிப்புகள் இரத்தினச் சுருக்கமாகவே இருக்கும் என்பதற்கு இதுசான்று.

குற்றங்களை மட்டும் அவர் பட்டியலிட வில்லை. அழகுகளையும் அணிவகுக்கச் செய் கிறார்.

சுருங்கச் சொல்லல் விளங்க வைத்தல்
நவின்றோர்க் கினிமை நன்மொழி புணர்த்தல்
ஓசை யுடைமை யாழமுடைத் தாதல்
முறையின் வைப்பே யுலகமலை யாமை
விழுமியது பயத்தல் விளங்குதா ரணத்த
தாகுத னூலிற் கழகெனும் பத்தே (13)

சுருக்கமாகக்கூறுதல், தெளிவாகக்கூறுதல், இனிமையான சொற்களைப் பயன்படுத்துதல், மனத்தில் பதியும் ஓசையுடன் வாக்கியங்களை அமைத்தல், ஆழமாகப் பேசுதல், கருத்துகளை ஒன்றின்பின் ஒன்றாக அடுக்கி அழகுபடுத்துதல், உயர்ந்த பொருட்களைக் குழப்பாமல் கூறுதல், விழுமியங்களைச் சேர்த்தல், எடுத்துக் காட்டு களோடு விளக்குதல் ஆகியவை தகவலைத் தலை சிறந்ததாக மாற்றுகின்றன.

'கலீல் கிப்ரான்' தன்னுடைய 'தீர்க்கதரிசி' என்ற நூலில் பேசுவதைப் பற்றிக் குறிப்பிடும்போது நாம் மனத்துடன் சமாதானமாக இல்லாதபோதுதான் பேசத்தொடங்குகிறோம் என்று குறிப்பிடுகிறார். இன்னொரு நூலில் ''நான் பேசுவதில் பாதி பொருளற்றவை; ஆனால் அவற்றைப் பயன்படுத்தி னால்தான் மீதிப்பாதியை நீங்கள் புரிந்துகொள்ள முடியும்'' என்றும், தகவல் பரிமாற்றம் நமக்குள் தொடங்கி விடுகிறது என்பதை அவர் மிக நேர்த் தியாக வெளிப்படுத்தி விடுகிறார்.

இலக்கியத்தில் மேலாண்மை

மனிதனின் பேசும் ஆற்றல் பெரும் அதிசயம். நாம் அதிசயங்களை வெளியே தேடிக்கொண்டிருக்க வேண்டிய அவசியமில்லாத அளவிற்கு உள்ளே இருக்கும் அதிசய ஆற்றல் அது. த டெல் - டேல் ப்ரைன் என்ற நூலில் "மூளை அறிவியலின் மார்க்கோ போலோ" என்று ரிச்சர்ட் டாக்கின்ஸ் கூறியதைப் பாராட்டிய வி.எஸ். ராமச்சந்திரன், ஒரு சுவாரசியமான தகவலைச் சொல்கிறார். பேசமுடியாத நிலையில் மூளை பாதிக்கப்பட்டு படுத்திருந்த ஒரு நோயாளி, சிறிதும் சிரமப்படாமல் பிறந்தநாள் பாடல் பாடியதை அவர் சுட்டிக் காட்டு கிறார். மொழியின் செயல்பாட்டை மூளையின் இடது துருவம் கட்டுப்படுத்துகிறது. பாடுகிற செயல்பாட்டையோ வலதுபக்கம் இயக்குகிறது. அதனால்தான் இடது பக்கம் பாதிக்கப்பட்டவரால் எளிதாகப் பாடமுடிந்தது என்று அவர் தெளிவு படுத்துகிறார்.

'மனிதனும் வயல் வெளிகளில் உழைக்கும் போது வலி தெரியாமலிருக்கவே பாட ஆரம்பித் தான். அதுவே பேச்சாக மாறியது' என்று விளக்கு பவர்களும் இருக்கிறார்கள். அதனால் தான் குழந் தையின் ஒருமித்த உணர்வில் இசை நிரம்பி யிருப்பதாகவும் அது தாலாட்டுப் பாடினால் அழுகையை அடக்கிவிடுகிறது என்றும் கூறு கிறார்கள். மனிதன் வலி ஏற்படும் போதெல்லாம் பாடுகிறான். அவன் பாடும்போது கண் முன்னா லேயே வேதனை காற்றில் கரைந்துபோவதைக் காண்கிறான்.

ஒருசிலரோ இப்படிப் பாடித் தங்கள் வேதனையை அடுத்தவர்கள் காதுகளில் ஏற்றிய வண்ணம் இருக்கிறார்கள்.

★

அத்தியாயம்

30

சொல் எனும் அம்பு

ஐந்து விதங்களில் மனிதன் எல்லா உயிரினங்களைக் காட்டிலும் திறமையாகத் தகவல்களைப் பரிமாறிக்கொள்கிறான். அவனுடைய சொல்திறன் அதிகம். எட்டுவயதான குழந்தைக்கு அறுநூறு சொற்கள் அத்துபடி. இரண்டாவதாக ஒரு குறிப்பிட்ட சூழலுக்குத் தகுந்த சொற்களை நாம் மட்டுமே பயன்படுத்த முடியும். மூன்றாவதாக இறந்தகாலம், எதிர்காலம் குறித்த சொற்களையும் நம்மால் பயன்படுத்த முடியும். நான்காவதாக நம்மால் உருவகங்கள், உவமை போன்றவற்றைப் பயன்படுத்த முடியும். வாக்கிய உபயோகத்தை விருப்பம் போல் வளைக்கும் திறன் நமக்கே உண்டு.

''எப்படி மொழி உருவானது?'' என்று பலவித முன்மொழிவுகள் இருக்கின்றன. டார்வின் கூட, கடவுள் மனித மூளையில் மொழியைப் புகுத்தினார் என்கிறார். சாம்ஸ்கி பரிணாம வளர்ச்சியில் திடீரென ஏற்பட்ட கலவையின் பங்களிப்பே என்றும் ஸ்டீபன் ஜே கௌல்ட் என்பவர் சிந்தனையால் மொழி ஏற்பட்டது என்றும் குறிப்பிடுகிறார்கள். ஸ்டீபன் பிக்கர் என்பவர் மொழி இருமுவுதைப்போல, தும்முவதைப்போல, கொட்டாவி விடுவதைப் போல இயல்பாக ஏற்பட்டது என்று குறிப்பிடுகின்றார்.

இதுகுறித்து கணக்கற்ற ஆய்வுகள் வந்து கொண்டுதான் இருக்குமென்பதில் ஐயமில்லை. ஆனால் ஆங்கிலத்தில் 'Go' என்றாலோ தமிழில் 'போ' என்றாலோ உதடுகள் வெளிப் பக்கமாகக்

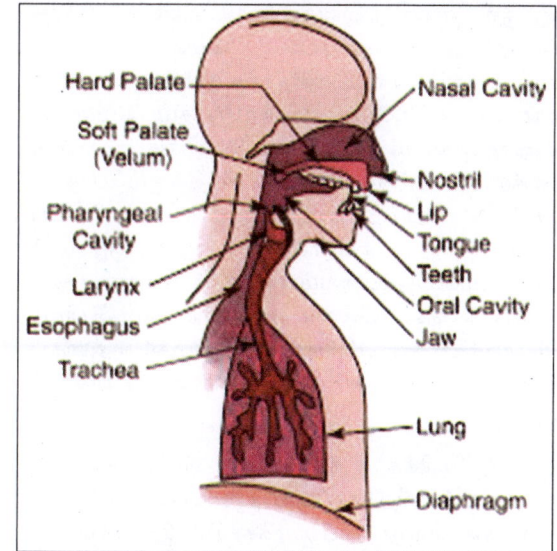

எப்போது பார்த்தாலும்
குறுஞ்செய்திகள் அனுப்பியும்,
குறும்புச் செய்திகள் அனுப்பியும்,
அருஞ்செய்திகளை தவற
விடுபவனாக இருக்கிறான்.

குவிவதையும் 'வா' என்றோ, 'Come' என்றோ சொன்னால் உட்பக்கமாகக் குவிவதையோ நம்மால் காண முடிகிறது. எனவே மொழி என்பது முற்றிலுமாக அர்த்தமில்லாத சொற்களை வசதிக்கேற்பப் பயன்படுத்தும் வெளிப்பாடு என்ற முடிவுக்கு வர முடியாது.

இவ்வளவு சாமர்த்தியசாலியாக மனிதன் உருவாகியிருந்தாலும் இன்று தேவையில்லாமல் பேசிக்கொண்டிருப்பதில் ஜீவராசிகளில் முதலிடத்தைப் பெறுபவனாக மனிதன் இருக்கிறான். எப்போது பார்த்தாலும் குறுஞ்செய்திகள் அனுப்பியும், குறும்புச் செய்திகள் அனுப்பியும், அருஞ்செய்திகளைத் தவற விடுபவனாக இருக்கிறான். 'பேசிக்கிட்டே இருங்க' என்கிற விளம்பரங்களை நாம் கேட்டுக்கொண்டே இருக்கிறோம். பேசிக்கிட்டே இருந்தால் எப்போது கற்றுக்கொள்வது, கவனிப்பது என்று யாரும் கவலைப்படுவதில்லை.

விலங்குகள் தேவையில்லாமல் கத்துவதோ, கூவுவதோ இல்லை. 'உயிரியல் மனவியலில்' ஒரு பறவை ஏன் பாடுகிறது என்பதற்கான விளக்கம் அளிக்கப்பட்டிருக்கிறது. பறவை பாடுவதற்கு நான்கு காரணங்கள். ஆண் பறவைகள் மட்டுமே பாட வல்லவை. எனவே பறவைகளுக்குள் 'டூயட்' நிகழ வாய்ப்பே இல்லை.

முதலாவது காரணம் 'டெஸ்டோ ஸ்டீரான்' என்கிற ஆண் ஹார்மோன் ஒரு வயது வரும்வரை சுரப்பதில்லை. எனவே சுரக்கும்வரை ஆண் பறவைகள் பாடாது. டெஸ்டோஸ்டீ ரானைப் பெண் பறவைகளுக்கும் செலுத்தினால், அவை பாடும்.

இரண்டாவது கற்றுக்கொள்ளுதல். சின்ன வயதிலேயே, மூத்த ஆண் பறவைகள் பாடுவதைக் கேட்டுக் கேட்டு ஆழ்மனத்தில் பதிந்துவிடுகிறது. ஒரு பறவையின் செவித் திறனைச் சின்ன வயதிலேயே சேதப்படுத்தினால், அது பாடாது.

மூன்றாவது மரபியல் காரணம். ஒரே குடும்பத்தைச் சார்ந்த பறவைகளின் பாடலில் ஒரு பொதுத்தன்மையைப் பார்க்கலாம். கிளிக் குடும்பத்தைச் சார்ந்த அனைத்தும் ஒரே வகையாக ஒலி எழுப்புவது, பரிணாம வளர்ச்சியின் காரணமாக.

நான்காவது ஆண் பறவைகள், பெண் பறவைகளை அழைக்கக்கூடும் பருவத்தில் மட்டுமே பாடும். 'நான் இங்கு இருக்கிறேன்' என்று பெண் பறவைகளை அழைக்கவும், மற்ற ஆண் பறவைகளை எச்சரிக்கவும் அவை பாடுகின்றன. எனவே பறவைகள் தங்கள் பொழுதுபோக்குக்காகப் பாடுகின்றனவே தவிர, நம் பொழுதுபோக்கிற்காகப் பாடவில்லை என்பதை அறியமுடிகிறது.

பொதுவாக நாம் 'மௌனம் சம்மதத்திற்கு அறிகுறி' என்று நினைக்கிறோம். எல்லா நேரங்களிலும் அது உண்மையல்ல. மௌனம் என்பது பல பொருட்களை உணர்த்தக்கூடும். நான் சாதகமாக யோசிக்கிறேன் என்கிறபோதும் மௌனம் அனுஷ்டிக்கலாம், பாதகமாக யோசிக்கும்போதும், தனக்கான தேர்வைப் பற்றிச் சிந்திக்கும்போதும், பதில் சொல்வதற்குக் காத்திருக்கும்போதும், கோபப்படும் போதும், கவனிக்காதபோதும், குழப்பம் அடையும்போதும், அவமானப்படும் போதும், பதில் சொல்லத் தேவையில்லை என்று எண்ணும்போதும் மௌனமே கடைப்பிடிக்கப்படுகிறது. அதைப் போய் நாம் சம்மதம் என்று எண்ணிக்கொள்ளக் கூடாது.

அமெரிக்க நாட்டில் ஸ்பிரிச்சுவல்ஸ் என்றழைக்கின்ற நாட்டுப் புறப்பாடல்கள் ஒரு காலத்தில் வெகுவாகப் புழக்கத்தில் இருந்தன.

அவை அடிமைப்படுத்தப்பட்ட ஆப்பிரிக்க மக்களிடமிருந்து வலியுடனும், வேதனையுடனும் வெளிப்பட்டன. தங்கள் சுதந்திர வேட்கையை வெளிப்படுத்திய அவை பண்ணைகளில் வேலை செய்பவர்களால் பாடப்பட்டன. அது அவர்கள் அடிமைத்தனத்திற்கு வடிகாலாய் இருக்குமென் பதால் அனுமதிக்கப்பட்டவையாக இருக்கின்றன. பைபிளில் உள்ள சில உருவகங்களையும், சம்பவங் களையும் சங்கேத மொழியாக, தங்கள் அனுபவங் களை உணர்த்தும்விதமாக அவர்கள் மையப் படுத்திப்பாடுவார்கள். எகிப்தியர்களுடைய அடக்கு முறையிலிருந்து யூதர்கள் சுதந்திரம்பெற குரல் கொடுத்ததைப் போலத் தங்கள் நிலைமையும் இருப் பதை அவர்கள் உணர்த்துவார்கள். அப்படி ஒரு வலியை உணர்த்தும் பாடலைப் பார்க்க நேர்ந்தது.

'மென்மையாகப் போ இனிய தேரே!
என்னை இல்லம் அழைத்துச்செல்ல
வந்திருக்கும் நீயே!
நான் ஜோடானைப் பார்க்கிறேன்;
என் பின்னால் தேவதைகள் கூட்டம் வருவது
தெரிகிறது;
நீ எனக்கு முன்னால் அங்குச் சென்றால்
என் நண்பர்களிடம் நான் வருவதைத் தெரிவி!
மென்மையாகப் போ இனிய தேரே!
என்னை இல்லம் அழைத்துச்செல்ல
வந்திருக்கும் நீயே'

இன்று பல நிறுவனங்களில் பணியாளர்கள் குறைகேட்கும் கூட்டம் அவ்வப்போது முறையாக நடத்தப்படுவதுண்டு. குறைகள் களையப்படா விட்டாலும் தங்கள் குறைகளைச் சொன்ன திருப்தி ஊழியர்களுக்கு ஏற்படுவதுண்டு. வெளிப்படுத்தும் போதே பாதி வேதனை வெளியாகி விடுகிறது என்பது மனோதத்துவப் பார்வை. அதைத்தான் ஸ்பிரிச்சுவல்ஸ் என்கிற நாட்டுப்புற இலக்கியம் நமக்கு உணர்த்துகிறது.

தகவல் பரிமாற்றத்தைப் பொருத்தவரை ஏழு முக்கிய அங்கங்கள் இருக்கின்றன. அவை பேசு பவர், உணர்த்தும் திறன், தகவல், ஊடகம், உள் வாங்கும் திறன், கேட்பவர், எதிர்வினை ஆகியவை.

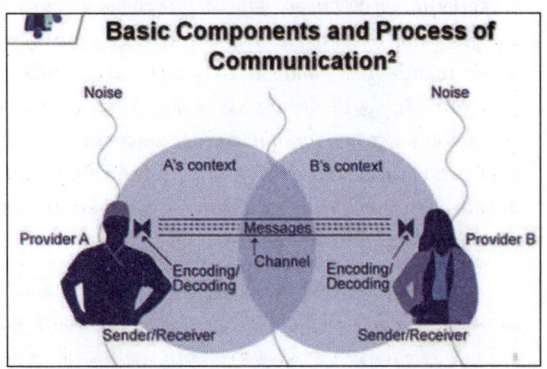

இதில் முக்கிய அங்கம் வகிப்பவர்கள் இருவர். ஒருவர் பேசுபவர், அடுத்தவர் கேட்பவர். இடையி லிருப்பவையே மற்றவை. நாம் ஒருவரிடம் ஒரு குவளை தண்ணீர் கொண்டு வரச்சொல்லித் தகவல் அளித்து அவர் கொண்டுவந்து விட்டால் தகவல் பரிமாற்றம் நடந்து விட்டதாகப் பொருள். ஆனால் அதே நேரத்தில் அது குடிக்கவா, முகம் கழுவவா போன்ற பல தெளிவான செய்திகளையும் உள்ளடக்கியதாக இருக்க வேண்டும். 'தண்ணீர் கொண்டு வா' என்பதை எவ்வளவு எதுகை மோனை யுடன் சொன்னாலும் கேட்டவர் தண்ணீருக்குப் பதில் தேநீர் கொண்டு வந்தால் தகவல் பரிமாற்றம் தோல்வியடைந்ததாகவே தொக்கி நிற்கும். எனவே தகவல் பரிமாற்றத்தின் பெரும் பொறுப்பு பேசுபவர் வசமே இருக்கிறது.

பேசுபவர் எவ்வாறு பேச வேண்டும் என்பது குறித்து இலக்கியங்கள் எப்படி அணுகுகின்றன என்பதைப் பார்க்கும் போது இரு செய்திகளை உணர முடிகிறது. ஒன்று சொல்கிற செய்தியை அந்த இலக்கியங்களே சுவைபடச் சொல்வது, அடுத்தது அதில் வருகிற பாத்திரங்கள் மூலம் சொல்வது. இவ்விரு விதங்களில் இலக்கியங்கள் பேசுபவர் குறித்த நம்முடைய பார்வையைத் தெளிவாக்கு

இலக்கியங்களைத் தொடர்ந்து வாசித்தால், நம்மையும் அறியாமல் நம் ஆழ்மனத்தில் அருஞ்சொற்களும், மொழிப்பிரவாகமும் பதிந்துவிடும்.

கின்றன. இலக்கியங்களைத் தொடர்ந்து வாசித்தால், நம்மையும் அறியாமல் நம் ஆழ்மனத்தில் அருஞ் சொற்களும், மொழிப்பிரவாகமும் பதிந்துவிடும். மேல் மனம் முயற்சியால் வருவது. ஆழ்மனமோ தூங்கும் போதும் அவதானித்திருப்பது. நல்ல இலக்கியங்களை வாசிப்பவர்கள் சுவையாகவும், சுருக்கமாகவும், தெளிவாகவும், தேர்ச்சியுடனும் பேசும் கலையையும், எழுதும் கலையையும் தங் களையும் அறியாமல் கையகப்படுத்துகிறார்கள்.

ஒரு கூட்டத்தில் அந்த நிறுவனத்தின் அதிகாரி தலைமையேற்றிருந்தார். நான் அவரை விளிக்கும் போது 'நிறுவனத்தின் தலைமை அதிகாரி திரு. கணேசன் அவர்களே!' என்று சொல்லிவிட்டு அருகிலிருந்த அவர் மனைவியைச் சுட்டி 'அவருக்கு உயர் அதிகாரியாக இருக்கும் அவருடைய துணைவி யார் அவர்களே' என்று கூறினேன். கூட்டம் சிரித்தது. ஆனால் இதை நானூறு ஆண்டுகளுக்கு முன்பே ஷேக்ஸ்பியர் கூறிவிட்டார் என்பதைப் பின்னால் நான் 'ஒதல்லோ' நாடகத்தைப் பார்க்கும் போதுதான் உணர்ந்தேன். அதில் டெஸ்டி மோனாவை இயகோ 'நம் கேப்டனின் கேப்டன்' என்று அழைப்பார்.

அதைப் போலவே இராமர் வில்லை எடுத்ததுமே, அது உடைந்தது என்பதைக் குறிப் பிடும் வகையில் கம்பர் 'எடுத்தது கண்டனர்; இற்றது கேட்டனர்' என்று சுவைபடக் கூறுகிறார். இது போன்ற எண்ணற்ற இனிய பிரயோகங்களைச் சிறந்த இலக்கியங்கள் கற்றுத்தருகின்றன.

மனத்தில் பதிவதைப்போல வாக்கியத்தை அமைத்தால் எந்தக் காலத்திற்கும் அது மறக்காது என்பதைக் கருத்தில் வைத்தே பழங்காலத்தில் பாடல் வடிவத்தைத் தேர்ந்தெடுத்தார்கள். மனனம் செய்யும்போது சற்றுக் கடினமாக இருந்தாலும் அதைத் தக்கவைத்துக்கொள்வது எளிது என்பதுதான் அந்த வடிவத்தின் முக்கியக் காரணம்.

கண்ணதாசனைப் பற்றிக் குறிப்பிடும்போது வாலி, 'காட்டுக்குள் தேனீக்கள் கூட்டுக்குள் வைத்ததைப் பாட்டுக்குள் வைத்தவன் நீ' என்று தன் 'பொய்க்கால் குதிரை' தொகுப்பில் பாராட்டி யிருப்பார். இந்த வரி அவர் 'தேன்', 'தேன்' என்று விகுதிகளைக்கொண்ட திரைப்படப்பாடல்களை எழுதியதை நயம்படக் குறிப்பதால் நம் மனத்தில் நிற்கிறது.

ஒருமுறை எழுத்தாளர் ஜெயகாந்தனிடம் 'திரைப்படத்திற்கு வசனம் எழுத விருப்பமா?' என்று அறிய ஒருவர் நீண்ட கடிதம் ஒன்றை அனுப் பினாராம். ஜெயகாந்தனிடமிருந்து மறுநாள் ஓர் அஞ்சல் அட்டை வந்ததாம். அதில் 'ஓ கே' என்று எழுதப்பட்டு கீழே 'ஜே கே' என்று கையொப்ப மிடப்பட்டிருந்ததாம். இவையெல்லாம் தகவல் பரிமாற்றத்திற்கான சமகால உதாரணங்கள்.

மகாபாரதத்தில் விதுரநீதியில் பேச்சுத் திறமையைப் பற்றி ஒரு கருத்து குறிப்பிடப் பட்டிருக்கிறது. 'வில்லாளி ஒருவனின் அம்பு தனி யொருவனையே அழிக்கும்; ஆனால் மதிநுட்பம்

உள்ளவனின் தீய செயலோ சமூகத்தையே அழித்து விடும். எனவே அறிவுரீதியான ஆக்ரோஷம் உடல் ரீதியான ஆக்ரோஷத்தைக் காட்டிலும் ஆபத்தானது' என்று கூறப்பட்டுள்ளது. அதே கருத்தைத் திருவள்ளுவர் 'பகைத் திறம் தெரிதல்' என்கிற அதிகாரத்தில் வவரிக்கிறார்.

'வில்லே ருழவர் பகைகொளினுங் கொள்ளற்க
சொல்லே ருழவர் பகை' (872)

கம்பருடைய தனிப்பாடல்களிலும் இக்கருத்து வெளிப்படுகிறது'.

கம்பர், தம் மகனைச் சோழன் கொன்றான் என்று வருத்தத்துடன் இருந்தார். அப்போது ஒரு நாள் சோழனின் மகனை யானை துரத்த, அவன் அஞ்சிக் கம்பரது வீட்டுக்குள் புகுந்தான். கம்பர் அவனை எழுத்தாணியால் குத்திக்கொன்றார். இதனை அறிந்த சோழன் கம்பர்மீது அம்பெய்தான். அப்போது கம்பர் இதனைப் பாடினார் என்ற கர்ணவழிக்கதை நிலவுகிறது.

'வில்லம்பு சொல்லம்பு மேதினியில்
இரண்டுண்டு;
வில்அம்பில் சொல்லம்பே மேல் அதிகம்;
- வில் அம்பு
பட்டதடா என்மார்பில் !பார்வேந்தா,
நின்குலத்தைச்
சுட்டதடா என்வாயில் சொல்.'

'மன்னனே! இவ்வுலகத்தில் வில்லினின்று விடும் அம்பு, சொல்லாகிய அம்பு என இரண்டு அம்புகள் உண்டு; வில்லம்பைவிடச் சொல்லம்பே கொடியதாகும்; நின் வில்லினின்று விட்ட அம்பு என் மார்பில் பாய்ந்தது; ஆனால் என் வாயினின்று வெளிப்படும் சொல்லம்பு நின் குலத்தை அழித்தது' என்று கூறுகிறார்.

இவற்றால் ஆழமான கருத்துக்களைச் சொல்பவர்கள் வலிமை வாய்ந்தவர்கள். அவர்கள் ஏற்படுத்தும் தாக்கம் துப்பாக்கியின் தாக்கத்தை விட வலிமையானது என்பது தெரிகிறது.

காளமேகப் புலவர் துப்பாக்கியையும், ஓலைச்சுருளையும் ஒப்பிட்டு சிலேடையாகப் பாடல் ஒன்றைப் பாடியிருப்பார்,

'ஆணி வரையுறலால், ஆனகுறிப் பேதரலால்,
தோணக் கருமருந்தைத் தோய்ந்திடலால்
-நீணிலத்தில்
செப்பார்க்கு உதவாத் திருமலைரா
யன்வரையில்
துப்பாக்கி ஓலைச் சுருள்'

ஒரு கருத்தைத் திறம்படக் கூறுபவர்கள் மக்களிடையே செல்வாக்கைப் பெற்றுவிடு கிறார்கள். அப்படிப்பட்டவர்கள் மறைகிறபோது மலர்கள்கூட கொய்யப்படுவதில்லை.

ஏனென்றால் அவற்றைச் சூட்ட யாருமே விரும்புவதில்லை என்கிற கருத்து, கவர்ச்சிகரமான தலைவனைப் பற்றிய பாடலாகப் புறநானூற்றில் இடம் பெறுகிறது,

வல்வேற் சாத்தன் மாய்ந்த பின்றை
முல்லையும் பூத்தியோ, ஒல்லையூர் நாட்டே?

★

அத்தியாயம்

31

வார்த்தை லாகவம்; வாழ்க்கையில் வரம்!

'அதிகாரத்திற்கான 4; விதிகள்' என்கிற நூலில் தேவையில்லாமல் பேசக்கூடாது, முடிந்த அளவிற்குக் குறைவாகப் பேச வேண்டும் என்கிற கருத்து வலியுறுத்தப்படுகிறது. 'முழுநிலவில் முத்துச்சிப்பிகள் பூரிப்படைந்து தங்கள் வாயைப் பூரணமாகத் திறக்கின்றன. அதைப் பார்த்த நண்டுகள் சின்னக் கல்லை எறிந்து அவை மறுபடியும் சிப்பியை மூடிக் கொள்ளாதவாறு செய்து அவற்றை உணவாக்கிக் கொள்கின்றன. அதிகமாக வாயைத் திறக்கிறவர்கள் இந்த நிலையைத் தான் அடைகிறார்கள்' என்று டாவின்சி எழுதியிருக்கிறார். அதிகமாகப் பேசுவதற்குப் பிரயத்தனம் எதுவும் தேவையில்லை. ஆனால் குறைவாகப் பேசுவதற்கு அதிக நேரம் தேவை. நிறைய மனத்தயாரிப்பு செய்கிறவர்கள் தாம் அவ்வாறு சுருக்கமாகவும், தெளிவாகவும் பேச முடியும்.

மனுநீதிச் சோழன் கதையைச் சேக்கிழார் கூறுகையில் அதில் சோழனின் மகன் தேரை ஓட்டிச் சென்றபோது கன்றின் மேல் ஏற்றிய செய்தியை எவ்வளவு நாசுக்காகக் குறிப்பிடுகிறான் என்பதை ஒருமுறை சேக்கிழார் விழாவில் பேராசிரியர் அ.ச.ஞா. குறிப்பிட நான் கேட்டிருக்கிறேன். அமைச்சன் உரைக்கின்றான்.

வளவநின் புதல்வன் ஆங்கோர் மணிநெடுந்
தேர்மேல் ஏறி
அளவில்தேர்த் தானை சூழ
அரசுலாந்தெருவில் போங்கால்

இளையஆன் கன்று தேர்க்கால் இடைப்புகுந்
திறந்ததாகத்
தளர்வுறும் இத்தாய் வந்து விளைத்ததித்
தன்மை என்றான்

முதலில் அமைச்சர் அரசனை 'வளவ' என்றழைக்கிறார். 'நீ வளமையே காணும் அரசன், உன் ஆட்சியில் தவறு நடக்குமா?' என்பது சூசகமாகச் சுட்டப்படுகிறது. அடுத்ததாக 'நின் புதல்வன்' என்று சொல்லும்போது 'உன் மகன் தவறு செய்வானா?' என்பது குறிக்கப்படுகிறது. 'மணி நெடுந்தேர்' என்று சொல்கிறபோது 'உயரமான தேர் எனவே வழியில் கன்று வந்தால் தெரியாது' என்பதும் 'மணிகளோடு சென்ற தேர். எனவே ஓசைகள் எழுப்பிக்கொண்டே சென்றது, கன்று விலகாவிட்டால் அது கன்றின் தவறே தவிர ஓட்டிய இளவரசனின் தவறல்ல' என்பதும் உணர்த்தப்படுகின்றன.

'அளவில்லாத தானை சூழ' என்று சொல்லும் போது 'போர்வீரர்கள் தான் கன்றின்மீது கவனம் வைத்திருக்கவேண்டுமே தவிர இளவரசனின் மீது எந்தக் குற்றமும் இல்லை' என்பது உணர்த்தப்படுகிறது. 'அரசுலாந்தெருவில்' என்பது அரசர்கள் மட்டுமே போகக்கூடிய பிரத்யேகமான' பாதை என்பதைத் தெளிவுபடுத்துகிறது. 'எனவே அந்தப் பாதையில் கன்று வந்தது அதனுடைய தவறே தவிர மற்றவர்களுடைய குற்றமல்ல'.

அடுத்ததாக 'இளைய ஆன் கன்று' என்று சொல்லும்போது 'அது மிகவும் சிறிய கன்றுக்குட்டி, எனவே உயர்ந்த தேரில் இருந்து பார்க்கும் போது பார்வைக்குத் தென்படவில்லை' என்றும் குறிப்பிடுகிறார். அந்தக் கன்று 'தேர்க்கால்இடை புகுந்திருந்ததாக' என்று சொல்லும்போது 'அதுவே தானாகப் புகுந்ததே தவிர தேர் அதன்மீது ஏறவில்லை', 'இறந்ததாக' என்று சொல்கிறபோது 'செய்தி உறுதி செய்யப்படவில்லை' என்பது பொருள்.

எந்த மன்னனும் இப்படி ஓர் அமைச்சர் சொன்னால் இளவரசன் மீது தவறில்லை என்றே முடிவு செய்வார்.

'விளைத்ததித் தன்மை' என்று சொல்லும் போது 'அந்தப் பசு மனச் சோர்வினால் மணி யடித்ததால் ஏற்பட்ட நிகழ்வு' என்பது பொருள்.

இவ்வாறு பல வகைகளில் 'இளவரசன்மீது எந்தக் குற்றமும் இல்லை' என்பதை நிரூபிக்க வார்த்தைகளைத் தேர்ந்தெடுத்து அமைச்சர் பயன்படுத்துகிறார் என்பது புலனாகிறது. எந்த மன்னனும் இப்படி ஓர் அமைச்சர் சொன்னால் இளவரசன் மீது தவறில்லை என்றே முடிவு செய்வார்.

மனுநீதிச்சோழனைப்போலவே மேற்கிலும் ஒரு சம்பவம் உண்டு. கெஸ்டா ரோமானோரம் என்பது இலத்தீன் மொழியில் புழக்கத்திலிருந்த கதைகளையும், சம்பவங்களையும் 13ஆம் நூற்றாண்டில் தொகுக்கப்பட்ட போது அளிக்கப்பட்ட பெயர்.

அந்தக் கதைகளைச் சாசர், கோவர், ஷேக்ஸ்பியர் போன்ற பலர் தங்கள் படைப்புகளில் பயன் படுத்தியிருக்கிறார்கள்.

தியோடோஷியஸ் என்கிற மன்னன் பார்வையை இழந்துவிடுகிறான். எனவே தன் அரண்மனையில் ஒரு மணியைக் கட்டிவைக்கிறான். யாருக்கு எந்த வழக்கு இருந்தாலும் அவர்கள் அம்மணியை அடித்துத் தங்கள் குறையைச் சொல்லலாம். அதற்காக நியமிக்கப்பட்ட நீதிபதி நியாயம் வழங்குவார்.

எதேச்சையாக ஒரு நாகம் அந்த மணியின் கயிற்றுக்கடியில் தன் இருப்பிடத்தை அமைத்துக் கொண்டது. தன் குழந்தைகள் பெரிதானதும் நகரைச் சுற்றிக் காண்பிக்க அழைத்துச் சென்றது. திரும்பி வந்தபோது மிகப் பெரிய தேரை அதன் கூட்டில் இருந்தது. அதுமட்டும் இல்லாமல் எவ்வளவு

தாக்கினாலும் அதை ஒன்றும் செய்ய முடிய வில்லை. அந்த நாகம் மணியின் கயிற்றைத் தன் வாலால் சுற்றி இழுத்தது.

வெகு நாட்களாக ஒலிக்கப்படாமல் இருந்த அந்த மணி ஒலித்ததும் அதற்காக நியமிக்கப்பட நீதிபதி வந்து பார்த்தார். நடந்ததை மன்னனுக்குச் சொன்னார். அந்தத் தேரையைத் துரத்துவதோடு கொன்றுவிடு, பாம்புக்குத்தான் அது உரிமையான இடம் என்று அறிவுரை வழங்க மன்னர் மறுநாள் மன்னன் படுத்திருக்கும்போது அந்த நாகம் வந்து ஒரு இரத்தினக் கல்லை மன்னனின் விழிகளின் மேல் போட்டு விட்டுச் சென்றது.

அந்தக் கல் பட்டதும் மன்னனுக்குப் பார்வை திரும்பியது. அவன் அந்த நாகத்தைப் பற்றி விசாரித்தான். ஆனால் அதற்குப் பிறகு அதைப்பற்றி அவன் கேள்விப்படவேயில்லை. அந்தக் கல்லை விலைமதிப்பில்லாப் பொக்கிசமாகப் பாதுகாத்து வாழ்நாளைக் கழித்தான்.

நாகம் பற்றிய சம்பவம் புனைந்ததாகக் கூட இருக்கலாம். ஆனால் மனுநீதிச் சோழனின் வாழ்வில் நடந்த ஒரு சம்பவம் ஷெர்ஷாவின் வாழ்க்கையில் நடந்தது.

ஷாவின் மகன் அடில்கான் யானையின்மீது ஆக்ராவைச் சுற்றி வந்தபோது இடிபாடுகளுள்ள சுவர்களுக்குப் பின்னால், ஒரு கடைக்காரனின் மனைவி ஆடைகளைக் களைந்து குளிக்கையில் பார்க்க நேர்ந்தது. அவள் அழகில் மயங்கி வைத்த கண் வாங்காமல் அவளையே பார்த்தோடு அவள் மீது பீடாவை எறிந்தான். அவள் களங்கம் ஏற்பட்ட தாக நினைத்து, தற்கொலைக்கு முயற்சி செய்தாள். அவள் கணவன் ஷெர்ஷாவிடம் முறையிட்டான். ஷா கடைக்காரன் மனைவிக்கு நேர்ந்த அவமானத்தை அடில்கானுடைய மனைவி அனுபவிக்க வேண்டு மென்று கட்டளையிட்டான். நடுநடுங்கிப்போன கடைக்காரன் புகாரை வாபஸ் பெற, தண்டனையை நிறைவேற்ற வேண்டிய அவசியமில்லாமல் போனது.

கம்பராமாயணத்தில் அசோகவனத்தில் சீதையைக் கண்ட செய்தியை அனுமன் இராமனிடம் சொல்கிறபோது தகவல் பரிமாற்றத்தின் அத்தனை

நுட்பங்களும் அமையுமாறு பாடல் வடிவமைக்கப் பட்டிருக்கிறது.

> **''கண்டனென்; கற்பினுக் கணியைக் கண்களால்,**
> **தெண்திரை அலைகடல் இலங்கைத் தென்நகர்;**
> **அண்டர் நாயக! இனி, துறத்தி, ஐயமும்**
> **பண்டுள துயரும் என்று, அநுமன் பன்னுவான்''**

இதற்கான விளக்கத்தைக் கூறும்போது திருமுருக கிருபாணந்த வாரியார் 'அனுமனை ஏன் 'சொல்லின் செல்வர்' என்று விளக்கிக் கூறுகிறோம்?' என்று தெளிவுபடுத்துவ துண்டு. இராமரோ அனுமன் என்ன செய்தியைக் கொண்டு வந்திருப்பார் என்று காத்திருக்கிறார். எனவே 'சீதை' என்று தொடங்கினால் 'அடுத்த சொல் என்ன வருமோ' என்று இராமர் திகைப்பார். எனவே எடுத்த எடுப்பிலேயே 'கண்டனன்' என்றார். 'கண்ட னன் சீதையை என்று சொன்னால்' 'சீதை எந்த நிலையில் இருக்கின்றாளோ' என்ற ஐயப்பாடு தோன்றும். 'நமது மகனை மருத்துவமனையில் பார்த்தீரா?' என்று ஒருவர் கேட்டார். 'பார்த்தேன்' என்று சொல்லாமல் 'தம்பி உலாவிக் கொண்டிருக்கப் பார்த்தேன்' என்று பதில் கூறினால், 'நோயின்றி உலாவிக்கொண்டிருக்கிறான்' என்று தெளிவாகும். மகனைச் சுற்றி எட்டு மருத்துவர்கள் நின்று கொண்டிருக்கிறார்கள் என்று சொன்னால் அது எத்தனை வேதனை தரும்!

ஆதலால், பிராட்டியின் பெருமையை விளக்கும் பொருட்டு 'கற்பினுக்கு அணியை' என்றார். சீதை, கற்புக்கரசியாகவே திகழ்கிறாள் என்பதற்கு விடைகூறுவதற்காகவே 'கண்களால்' என்று அனுமன் சுட்டுகிறார். 'சீதையின் கண்களில் இருந்து அவளது கற்பு இன்னும் நெருப்பாய் எரிந்துகொண்டிருக்கிறது' என்பதை அனுமன் உணர்த்துகிறார் அதையே இராமனுக்குத் தெரிவிக்கின்றார். அடுத்ததாக 'எங்குச் சீதையைக் கண்டேன்' என்று உரைக்கிறார். 'இலங்கைத் தென்நகரில்' கண்டதாகக் குறிப்பிடுகிறார். அந்தக் காலத்திலும் தென்னிலங்கையில் இரக்கமற்ற அரக்கர்கள் இருந்தார்கள் என்பது தெரிகிறது. 'சந்தேகத்தையும், துயரத்தையும் விலக்குக' என்று பாடலை முடித்து இராமரின் நெஞ்சில் பால் வார்க்கிறார் அனுமன். இது ஒரு செய்தியை எப்படிச் சொல்ல வேண்டும் என்பதற்கான எடுத்துக்காட்டாகத் திகழ்கிறது.

'எப்படி மேடையில் பேசுவது?' என்பதற்கு எத்தனையோ நூல்கள் வந்துவிட்டன. ஆனால் சிறந்த பேச்சு எந்த இலக்கணத்திற்கும் கட்டுப்படுவதில்லை. எல்லா தங்க விதிகளையும் தாண்டிச் சுவாரசியமாகவும், புதுமையானதாகவும் இருக்கிறபோது மக்களை எளிதில் ஈர்த்துவிடுகிறது. அப்படி இலக்கணங்களுக்குக் கட்டுப்படாத உடலசைவு மொழிகளை உபயோகித்து, சிறந்த சொற்பொழிவுகளைத் தன்னுடைய கம்பீரமான குரலில் ஆற்றி மகிழ்ந்தவர்தான் தோழர் ஜீவா. அவருடைய மறைவைப் பற்றி எழுதும்போது சுந்தர ராமசாமி காற்றில் கலந்த பேரோசை என்றே குறிப்பிடுகிறார்.

''பேச்சுக்கலை, அவர் பெற்ற வரம் என்றுதான் சொல்ல வேண்டும். அதோடு அவர் பேசுகையில் வெளிப்படும் உத்திகளும், பேச்சை அமைக்கும் அழகும் வெகு நூதனமாகவும், நளினமாகவும் இருக்கும். பேச்சுக்கலையை விளக்கும் பாடப்

சிறந்த பேச்சு எந்த இலக்கணத்திற்கும் கட்டுப்படுவதில்லை. எல்லா தங்க விதிகளையும் தாண்டி சுவாரசியமாகவும், புதுமையானதாகவும் இருக்கிறபோது மக்களை எளிதில் ஈர்த்துவிடுகிறது.

புத்தகங்கள் எத்தனையோ விதிகள் கூறும். ஜீவா அவற்றைக் காலடியில் போட்டு மிதித்தவர். அவருடைய பாணி இரவல் பாணி அல்ல; கற்று அறிந்ததும் அல்ல.

நம் நாட்டு மக்களின் தரத்தையும், அனுபவ அறிவையும், பழக்கவழக்கங்களையும், நம்பிக்கை களையும் நன் றாகத் தெரிந்துகொண்ட ஒரு மனிதன், விஷயத்தைக் கலைநோக்கோடு அணுகி, கற்பனையும் கலந்து நாளடைவில் வெற்றிகரமாக அமைத்துக் கொண்ட பேச்சுப் பாணி அது''.

தமிழகத்தின் தலைசிறந்த பேச்சாளராகக் கருதப்படுகின்ற ஓர் அறிஞர்கூட ''ஜீவா பேசுவதற்கு முன்பு நான் பேசிவிடுகிறேன். ஏனென்றால் அவர் பேசிய பிறகு என் பேச்சு எடுபடாது'' என்று ஒரு கூட்டத்தில் குறிப்பிட்டதாக நான் படித்திருக் கிறேன். அந்த அளவிற்கு ஆளுமை கொண்டவராக அவர் விளங்கினார். தகவல் பரிமாற்றம் என்பது எப்போதும் சுவையானதாக இருக்கவேண்டும். அதுவே அதற்கான விதி.

இப்போதெல்லாம் பயிலரங்குகளில் கேள்வி பதில் நிகழ்ச்சியும் அமையும். 'கேள்வி கேட்கிறேன்' என்று பேச்சாளருக்கே தெரியாத ஒரு செய்தியைச் சொல்லச் சொல்லிக் கேட்பார்கள். இதுமாதிரியான நேரங்களில் சாமர்த்தியமான பேச்சாளர்கள் சுதாரித் துக்கொண்டு ''இது நல்ல கேள்வி! இதற்கான விடையை நீங்களே தேடிக் கண்டுபிடியுங்கள்'' என்று சமாளிப்பார்கள். சிலரோ 'கேள்வி கேட் கிறேன்' என்று ஆரம்பித்து அது கேள்வியா, பதிலா, அறிக்கையா என்று தெரியாத அளவிற்கு நீளமான பந்தைப் போட்டு குட்டையைக் குழப்புவார்கள்.

இன்னும் சிலரோ பேச்சாளரைக் காட்டிலும் நீளமான சொற்பொழிவை ஆற்றிவிட்டு அமரு வார்கள். உண்மையிலேயே வலிமையான கேள்வியைப் பார்வையாளர் கேட்கும்போது பேச்சாளர்கள் தடுமாறிப்போய் ''உங்கள் கேள்வி தான் என்னுடைய கேள்வியும்'' என்று பேசி இடத்தைவிட்டுத் தப்பிப்பார்கள். கடைசியில் எதற்காக இந்தக் கேள்வி-பதில் என்பதை அமைப் பாளர்களிடம் கேட்டுக் கோபம் கொள்வார்கள்.

அன்பைத் தெரிவிப்பதற்குச் சொற்களே தேவை யில்லை என்கின்ற சூழல்களும் அமைவதுண்டு. அண்மையில் மொழியே உபயோகிக்கப்படாத 'சாப்பாடு ரெடி' என்கிற குறும்படத்தைப் பார்க்க நேர்ந்தது. வயோதிகர் ஒருவர் சாலையோர உணவகத்திற்குக் காலை 11 மணிக்குக் கசங்கிய, அழுக்கான உடைகளுடன் வருகிறார். கால்களில் அணியச் செருப்புக்கூட இல்லை. அந்தச் சின்ன உணவகத்தில் சமைப்பவர், பரிமாறுபவர் எல்லாம் ஒரே ஒரு நபர்தான்.

அவர் அந்த வயோதிகரை அலட்சியமாகப் பார்க்கிறார். உள்ளே சென்ற வயோதிகர் சிவப்பு வண்ண உடையுடன் கையில் 'சாப்பாடு ரெடி' என்கிற பலகையுடன் வெளியே வருகிறார். நெடுஞ் சாலையில் நின்று போகிற வாகனங்களை ஓட்டு பவர்கள் கண்களில் எல்லாம் தெரியும்படி சாப்பாடு ரெடி என்கிற அந்தப் பலகையைத் தூக்கிப்பிடித்துக் காட்டுகிறார். தார்சாலையில் வெயிலில் நிற்கக் கூட முடியவில்லை. ஓரிரு வாகனங்கள் அந்தப்

பலகையைப் பார்த்துவிட்டு அந்தச் சிற்றுண்டிச் சாலைக்குச் சாப்பிட வருகிறார்கள். தாகம் எடுக்கும் போது அங்கே சாப்பிட்ட இளைஞர்கள் வீசி யெறிந்த திறந்த நீருள்ள குப்பி அவர் காலடியில் உருண்டோடுகிறது. அதில் மிஞ்சிய இரண்டு மூன்று சொட்டுகளை மட்டும் வாயில் பருகித் தாகம் தணிக்கிறார்.

அவர் பலகையைப் பார்த்துவிட்டு குடும்பம் ஒன்று அங்குச் சாப்பிட வருகிறது. அந்தக் குழந்தை அவரைப் பார்த்துக் கையசைத்துவிட்டு கையில் ஒரு சாக்லெட்டைத் தருகிறது. சூரியன் அஸ்தமித்ததும் உணவகத்திற்குள் சென்று உடைமாற்றுகிறார். திரும்பிவரும்போது அந்தக் கடைக்காரர் அவர் கையில் ஒரு பொட்டலத்தைக் கொடுக்கிறார்.

வீட்டிற்கு வந்து மனைவியோடு அமர்ந்து அந்தப் பொட்டலத்தைப் பிரித்து அதிலிருக்கும் உணவை இருவருமாக உண்ணுகிறார்கள். 'மியாவ்' என்று கத்திக் கொண்டே ஓடிவரும் பூனைக்கும் கொஞ்சம் எடுத்துவைக்கிறார். அதுவும் அருகிலேயே உண்ணுகிறது.

சாப்பிட்டு முடித்ததும் வயதான மனைவிக்கு வாஞ்சையாக அந்தக் குழந்தை கொடுத்த சாக்லெட்டை எடுத்துத் தருகிறார். அந்தப் பெண் அதைக் காக்காய்க் கடிகடித்து, கணவனுக்குப் பாதி தருகிறார். இருவரும் நேசமாக ஒருவரையொருவர் பார்த்துக்கொள்கிறார்கள். எந்த வசனமும் இல்லாத அந்தக் குறும்படம் எவ்வளவு அன்பை உணர்த்தி விடுகிறது.

★

அத்தியாயம்

32

கடுகு சிறுத்தாலும் காரம் முக்கியம்!

ஆப்ரகாம் லிங்கன் ஆற்றிய 'கெட்டீஸ்பர்க்' பேச்சு உலகப் புகழ்பெற்றது. ஏன் அடிமை முறையை ஒழிக்கவேண்டும் என்பது குறித்து அவர் ஆற்றிய அந்த உரையில் இருந்த சொற்கள் மிகவும் குறைவு. அப்போது பேச்சைக் கடுமையாக விமர்சித் தவர்கள் உண்டு. எளிய குடும்பத்திலிருந்து ஏற்றம் பெறுபவர்களுக்கு எப்போதுமே எதிர்ப்புகள் அதிகம். 'இவ்வளவு மோசமான உரையை எந்த அமெரிக்க ஜனாதிபதியும் ஆற்றியதில்லை' என்று சிலர் அவர் காதுபடவே கடிந்து கொண்டார்கள்.

ஆனால் அந்தச் சுருக்கமான பொருள் பொதிந்த உரை, காலம் தாண்டி வாழும் சிறப்பு மிக்கதாக, எல்லாச் சொற்பொழிவு தொடர்பான நூல்களிலும் இடம்பெற்றிருக்கிறது. எளிமையான சொற்கள், சின்னச் சின்ன வாக்கியங்கள், அலங் காரம் இல்லாத நடை ஆனால் இதயத்திலிருந்து வெளிவந்தவை. அதிலிருந்த ஒவ்வொரு சொல்லின் படியும் வாழ்ந்துகொண்டிருந்த நாயகனின் உருக்க மான வேண்டுகோள்கள் அவை.

அதற்காகத் தன் உயிரையும் அர்ப்பணித்த செம்மலின் உரை. அதனால்தான் அது 'சாகாவரம்' பெற்ற சரித்திரப்புகழ் வாய்ந்ததாகக் காலத்தால் கருதப்படுகிறது.

சுருக்கத்தின் பெருக்கத்தைச் சுட்ட அமெரிக்க நேஷனல் ரிவ்யூ ஓர் உதாரணத்தைக் காட்டுகிறது.

முதல் அரசியலமைப்புச் சட்டத் திருத்தம் 45 சொற்கள் கொண்டது

தேவனின் பிரார்த்தனை 46 சொற்கள் கொண்டது

கெட்டீஸ்பர்க் உரை 286 சொற்கள் கொண்டது

விடுதலையறிக்கை 1322 சொற்கள் கொண்டது

முட்டைக்கோஸை விற்பது குறித்த அரசு விதிமுறைகள் 26911 சொற்கள் கொண்டது

அடிக்கடி பயன்படுத்தப்படுபவை குறைவான சொற்களையே கொண்டிருக்கின்றன.

உண்மையைப் பேசுகிறபோது அலங்காரங்கள் தேவையில்லை என்பதற்குப் புத்தரின் வாழ்வில் நடந்த சம்பவம் ஒன்றே சாட்சி.

புத்தரின் அத்தை மகள் யசோதரா. தண்டபாணி என்கிற அரசரைச் சுத்தோனனின் தந்தை பமிதா மணந்துகொள்ள அவர்களுக்குப் பிறந்த பெண்தான் யசோதரா. ஒருமுறை அரச விருந்துக்கு ஏற்பாடு செய்யப்பட்டது. அங்குச் சித்தார்த்தர் எல்லோருக்கும் பரிசுகள் வழங்குவதாக ஏற்பாடாகியிருந்தது. முதலில் அதற்கு அவர் மறுப்பு தெரிவித்தார். ஆனால் அவர் சிற்றன்னை கௌதமியும், அத்தை பமிதாவும் வற்புறுத்தியதால் ஒப்புக்கொண்டார். வரிசையாக அவர் நகைகளை வழங்கிக்கொண்டே வந்தபோது இறுதியாக யசோதரையின் வாய்ப்பு வந்தது. அப்போது சித்தார்த்தரின் முன்பு மிகச் சாதாரணமான ஆபரணங்களே இருந்தன.

அவற்றை யசோதரைக்குக் கொடுக்க அவர் விரும்பவில்லை. தன் கழுத்தில் இருந்த அழகான ஆரத்தை எடுத்து அவர் யசோதரைக்கு அளித்தார். ''உங்களுடைய ஆபரணத்தை நான் எப்படி பெறுவது?'' என்று யசோதரை சொன்னபோது ''நான் ஆபரணங்கள் இல்லாதபோது இன்னும் நன்றாகக் காட்சியளிப்பேன்'' என்று அந்தப் பரிசை அளித்தார்.

புத்தர் ஆபரணமற்ற அழகு பற்றிக் குறிப் பிடுவதுபோலவே ஓவிட் 'காத லுக்கு மருத்துவம்' என்ற கட்டுரையில், 'நாம் பெண்களின் ஆபரணங் களைப் பார்க்கும்போது மேலோட்டமாகக் கவரப் படுகிறோம். ஆனால் அவளது உண்மையான அழகால் மட்டுமே உள்மையத்தில் ஈர்க்கப்படு கிறோம்.' என்கிறார். உண்மையும், உண்மையை

உணர்ந்தவர்களும் அலங்காரம் இல்லாமலேயே அழகாக இருக்கிறார்கள் என்பதற்குச் சித்தார்த்தரும் சாட்சி, லிங்கனும் காட்சி.

பேசுவதில் மாத்திரமல்ல; எழுதும் போதும் தேவையில்லாத ஒரு சொல் கூட துருத்திக்கொண்டு இருக்காமல் பார்த்துக்கொள்வது நலம். டி.எஸ். எலியட் எழுதிய 'தரிசுநிலம்' என்ற கவிதையைத் தயவுதாட்சண்யம் பார்க்காமல் நான்கில் ஒரு பங்காக எழுத்தாளர் எஸ்ராபவுண்ட் சுருக்கினார். அது அவ்வளவு செறிவாக இருந்ததால் தான் நோபல் பரிசு பெற்றது. அதற்காகக் கடைசிவரை டி.எஸ். எலியட் பௌண்டிடம் நன்றியுணர்வோடு நடந்து கொண்டார்.

மேலாண்மையைப் பொறுத்தவரை குறைந்த சொற்களை உபயோகித்து நிறைய பொருளைத் தருவதுதான் சிறந்த தகவல் பரிமாற்றம். அதைச் செய்கிறவர்களே மிகச்சிறந்த பேச்சாளர்களாகக் கருதப்படுவார்கள். தகவல் பரிமாற்றம் எந்தப் பணியைச் செய்ய வேண்டுமென்பதைப் பொருத்தே பேசும் முறையை நாம் வகுத்துக் கொள்ளவேண்டும்.

இலக்கியத்தில் மேலாண்மை

சில நேரங்களில் வெறும் தகவல் தரும் பணி நோக்கமாக இருக்கும். சில நேரத்தில் ஆணையும், உத்தரவும் நோக்கமாக இருக்கும், சில நேரங்களில் அடுத்தவர்களை ஊக்கப்படுத்துவதே நோக்கமாக இருக்கும். எனவே நோக்கமே வழிமுறையைத் தீர்மானிக்கிறது.

பேசுபவர்களில் பலவிதமானவர்கள் உண்டு. உணர்ச்சியைத் தூண்டுகிற மாதிரி குதித்துக் குதித்துப் பேசுபவர்கள் ஒரு ரகம். கிளர்ச்சியாளர்களெல்லாம் அப்படிப்பட்ட சொற்பொழிவையே ஆற்றியிருக்கிறார்கள். ஹிட்லர், மார்ட்டின் லூதர்கிங் (ஜூனியர்), இலெனின், மண்டேலா போன்றவர்கள் உரைகள் அந்த வகையைச் சார்ந்தவை. மகாத்மா காந்தி, ஜவஹர்லால் நேரு, சர்ச்சில், ரூஸ்வெல்ட் போன்றவர்கள் அமைதியான நதியைப் போல அழுத்தமான சொற்களைப் பயன்படுத்தி மக்களைக் கவரும் வண்ணம் பேசுபவர்கள். நோக்கத் தைப் பொருத்தே பேச்சின் வகை அமைகிறது. நான் ஜே.கிருஷ்ணமூர்த்தி பேச்சை நேரில் கேட்டிருக்கிறேன். சலனமில்லாத ஓடையைப் போல அது அமைந்திருக்கும். நிறைய நகைச்சுவையோடும் சம்பவங்களோடும் சிறிது குதர்க்கம் கலந்து சிரிப்பலைகளின் மத்தியில் நிகழும் பேச்சாக ஓஷோவினுடைய சொற்பொழிவு இருக்கும்.

> மேலாண்மையைப் பொறுத்தவரை குறைந்த சொற்களை உபயோகித்து நிறைய பொருளைத் தருவதுதான் சிறந்த தகவல் பரிமாற்றம்

விவேகானந்தருடைய சொற்பொழிவு வீரமும், சாந்தமும், கருணையும் சமவிகிதத்தில் கலந்த பிழிவாக இருக்குமென்று கேள்விப்பட்டிருக்கிறேன்.

வர்த்தகத்தில் எந்தச் செய்தியைக் கூறும் போதும் மென்மையாக வாழைப்பழத்தில் ஊசி யேற்றுவதைப்போல சொல்வது அவசியமாக இருக்கிறது. ஒரு பொருளை வாங்கும்போது குறைந்த விலையைச் சொல்வார்கள். பிறகு வேறு சில உதிரிப்பாகங்களுக்கு என்று சொல்லி ஒட்டு மொத்தமாகப் பெரிய தொகையை வசூலித்துவிடு வார்கள். சில புனிதத் தலங்களில் தேங்காய் ஒரு ரூபாய் என்று கூவிக் கூவி விற்பார்கள். தேங்காய் ஒரு ரூபாய்தான் இருக்கும். ஆனால் தேங்காயை விற்கமாட்டார்கள். ஆனால் அர்ச்சனை தட்டு அதிகமான விலைக்கு விற்கப்படும். இவை யெல்லாம் நுணுக்கமான வர்த்தக நெறிகள். நாம் எத்தனை பேரிடம் இவ்வாறு ஏமாந்துபோயிருப் போம் என்பதை அமைதியாக அமர்ந்து பட்டியலிட்டால் நமக்கே வெட்கமாக இருக்கும். எழுதப் படிக்கத் தெரியாத எத்தனையோ பேர் எளிதில் நம்மை ஏமாற்றிவிடுவார்கள்.

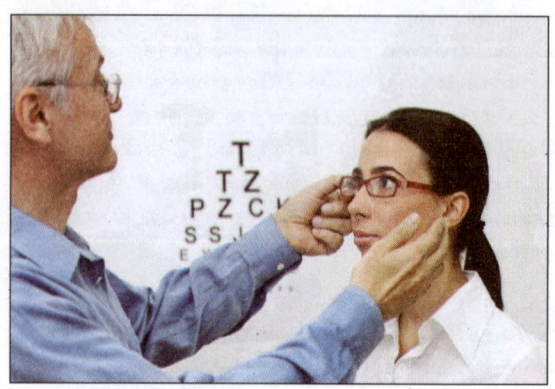

ஒரு மூக்குக் கண்ணாடி விற்பவர் எப்படித் தன் வியாபாரத்தை அபிவிருத்தி செய்வது என மகனுக்குச் சொல்லிக் கொடுத்தார்.

''மகனே கண்ணாடியை நீ முகத்தில் பொருத்தியதும் வாடிக்கையாளர் எவ்வளவு விலை என்று கேட்டதும் நீ 400 ரூபாய் என்று சொல்ல வேண்டும். பிறகு அவர் முகபாவனையை உற்றுப் பார்க்க வேண்டும். அவர் முகத்தில் எந்தச் சுணக்கமும் இல்லாவிட்டால் அது ஃபிரேமுக்கு மட்டும். லென்ஸுக்கு 400 ரூபாய் எனச் சொல்லவேண்டும். பிறகு இடைவெளி விட்டு அப்புறம் அவருடைய ரியாக்‌ஷனைப் பார்த்து விட்டு அவர் எந்த வருத்தமும் காட்டா விட்டால் ஒவ்வொரு லென்ஸுக்கும் எனச் சொல்ல வேண்டும்.''

நாம் ஏன் ஏமாந்துபோனாம் என்பதைப் பரிசீலித்தால் மிக இனிமையாக நம்மை வசீகரிக்கு மாறு பேசிய சொற்கள்தான் அதற்குக் காரணம் என் பதைப் புரிந்துகொள்ளலாம். இனிமையான சொற் களின் இன்றியமையாமையை திருக்குறள் தெளி வாக்குகிறது,

'இன்சொலால் ஈரம் அளைஇப் படிறுஇலவாஞ்
செம்பொருள் கண்டார்வாய்ச் சொல்' (91)

'ஆன்டனி அண்ட் கிளியோபட்ரா' நாடகத்தில் ஆன்டனி தன்னுடைய பேசும் திறனில் எவ்வளவு மாறுபட்டுப் போகிறான் என்பது ஷேக்ஸ்பியரால் படம்பிடித்துக் காட்டப்படுகிறது. அவனை மென் மையாகப் பேசும்படி லெபிடஸ் அறிவுறுத்தும் அளவு அவன் சொற்களில் கடுமை வெளிப் படுகிறது. இதே ஆன்டனிதான் ஒரு காலத்தில் கேஸியஸ், புரூட்டஸ் ஆகியோருக்கு எதிராக ரோமாபுரி மக்களைக் கிளர்ந்தெழச் செய்தவன். வள்ளுவரோ 'இனிய சொற்கள் இருக்கும்போது எதற்காகக் கடுமையான சொற்களைப் பயன்படுத்த வேண்டும்?' என்று நம்முன் ஆழமான கேள்வியை வைக்கிறார்

'இனிய யுளவாக இன்னாத கூறல்
கனியிருப்பக் காய்கவர்ந் தற்று' (100)

இதே கருத்தைத்தான் ஆன்டனியைப் பார்த்து ஆக்டோவியஸ் கூறுகிறான். 'நான் அவன் பேச்சின் உள்ளடக்கத்தைப் பொருட்படுத்தவில்லை. அவன் பேசும் முறையையே வெறுக்கிறேன்' என்று குறிப் பிடுகிறான். 'ஜூலியஸ் சீசர்' நாடகத்தில் புரூட்டஸ் 'இனிய சொற்கள் மோசமான அடிகளைவிட உயர்ந்தவை' என்பான். தன்னைச் சந்தேகப்படும் கணவனிடம் டெஸ்டிமோனா ''நான் உன் சொற் களில் இருக்கும் கோபத்தைப் புரிந்துகொள்கிறேன், ஆனால் உன் சொற்களை என்னால் புரிந்துகொள்ள முடியவில்லை'' என்பாள். திருவள்ளுவர் 'இனிய சொற்களும் ஈகையுள்ள கரங்களும் வாய்க்கப் பெற்றவன் உலகமே தன் ஆணைக்குக் கட்டுப் படுவதைக் காண்பான்' என்று சொல்கிறார்.

பயனில்லாத சொற்கள் தகவல் பரிமாற்றத்தை நீர்த்துப்போகச்செய்யும். பயனுள்ள சொற்களும் அதனால் எடுபடாமல் போய்விடும்

பயனில்லாத சொற்கள் தகவல் பரிமாற்றத்தை நீர்த்துப்போகச்செய்யும். பயனுள்ள சொற்களும் அதனால் எடுபடாமல் போய்விடும்

'பயனில்சொற் பாராட்டு வானை மகனெனல்
மக்கட் பதடி யெனல்' (196)

பயனில்லாத சொற்களை உமிக்கு இணையாக ஷேக்ஸ்பியரும் உருவகப்படுத்துகிறார். 'வெனிஸ் நகரத்து வியாபாரி' என்கிற நாடகத்தில் பெசானியோ 'கிராஷியானோ என்பவனைப் பார்த்து' அவன் இரு சாக்குகள் கொள்ளும் அளவு பேசுகிற உமிப் பேச்சில் இரண்டொரு கோதுமை மணிகளையே காண முடியும்' என்று குறிப்பிடுகின்றான். 'ரோமியோ ஜூலியட்' நாடகத்தில் ஜூலியட் தன்னுடைய தாதியைத் தூதராகஅனுப்பி வைத்து ரோமியோவிட மிருந்து என்ன தகவல் வருகிறது என்று ஆர்வமாகக் காத்திருக்கிறாள். ஆனால் அவளோ வார்த்தை வயிற்றுப் போக்கால் ஜூலியட்டைத் தடுமாற வைக்கிறாள். அப்போது ஜூலியட் 'ஒரு மூட்டை உமியில் இரண்டே இரண்டு மணிகள்' என்று அவள் பேச்சை நையாண்டி செய்கிறாள்.

குறைவாகப் பேசுகிறவர்கள் எல்லா இடங் களிலும் கவனிக்கப்படுகிறார்கள். அவர்கள் 'ஏதேனும் பேச மாட்டார்களா!' என்று எல்லோரும் தவமிருக்கிறார்கள்.

தகவல் பரிமாற்றத்தில் பேச்சாளருக்கு அடுத்த முக்கியத்துவம் வாய்ந்தது உணர்த்தும் திறன். பேசுவதை மனத்தில் ஒத்திகை செய்து பேசும்

போதுதான் இது சாத்தியமாக முடியும். நாம் பேசுகிற பொருண்மையும் எதிராளிக்கு முக்கிய மானதாக இருக்க வேண்டும். அமெரிக்க இலக்கிய உலகில் முக்கியத்துவம் வாய்ந்த கவிஞர் எமிலி டிக்கின்சன் ஒரு பெண்.

அவர் வாழ்ந்தபோது அவருடைய ஏழு கவிதைகளே பிரசுரமாகி இருந்தன. தனிமை விரும்பியான அவர் இறந்த பிறகு அவருடைய மேசையில் இருந்த கவிதைகளையெல்லாம் திரட்டி அவருடைய சகோதரி லவினியா புத்தகங்களாக வெளியிட்டார். அவரின் ஒரு கவிதை, சூழலைப் பொருத்தே தகவல் முக்கியத்துவம் பெறுகிறது என்பதைப் பூடகமாகக் கூறும் விதத்தில் அமைந் திருக்கிறது.

'தாகத்தால் தண்ணீர் கற்பிக்கப்படுகிறது
கடந்த கடல்களால் நிலம்,
இனிமை வலிகளால்
அமைதி, போர்க்களங்களால்
அன்பு, கல்லறைகளால்
பறவைகள் பனியால்'

காத்திருப்பவர்களுக்கு உணர்த்தும் திறன் இல்லாதவர்கள் பேசினால் கூட அந்தச் செய்தி இனிப்பானதாக ஆகிவிடும். மட்டமான தாளில் நம் கவிதை முதல்முறையாக அச்சடிக்கப்பட்டிருந் தாலும் அது நமக்கு மகிழ்ச்சியையே அளிக்கிறது. ஆனால் வர்த்தகத்தைப் பொருத்தவரை தவிப்பவர் களுக்கு மட்டுமல்ல; நம்மை தவிர்ப்பவர்களுக்கும் தகவல்களைத் தர வேண்டியவர்களாக இருக்கி றோம். நிர்வாகத்தில் வேண்டாதவர்களுக்கும் நாம் செய்தியைச் சேர்க்கவேண்டியவர்களாக இருக்கி றோம். அந்தச் சூழலில் 'உணர்த்தும் திறன்' என்பது முக்கியமானதாக இருக்கிறது.

சிசரோ ரோமாபுரியின் தலைசிறந்த முதல் பேச்சாளராகக் கருதப்பட்டான். அவன் வீரனல்ல. கத்திப் பேசத்தெரிந்த அளவிற்குக் கத்தி வீசத் தெரியாது; வாய்வீச்சுத் தெரியுமே தவிர வாள்வீச்சுத் தெரியாது. தன்னுடைய வாதத்திறமையால் பல முறை நாட்டுக்கு நிகழவிருந்த ஆபத்துகளைத் தகர்த்தவன். பேச்சுக்கலையைப் பற்றி அந்தக் காலத்திலேயே புத்தகம் எழுதியவன். ஆன்டனிக்குத் தன்னைவிட பேச்சாற்றல் மிகுந்த ஒருவன் இருப் பது பிடிக்காததால் ஜூலியஸ் சீசர் வீழ்ந்த பிறகு வேட்டையாடுபவர்கள் பட்டியலில் சிசரோவைச் சேர்த்து வேட்டையாடச் செய்கிறான். ஆனாலும் இன்றுவரை சிசரோவை உலகம் ஒப்பற்ற பேச்சாளனாகக் கொண்டாடுவது அவனுடைய உணர்த்தும் திறனால்தான்.

மகாபாரதத்தில் யுதிஷ்டிரன் மற்ற சகோதரர் களைக் காட்டிலும் மேம்பட்டவன் என்பதை உணர்த்தும் ஒரு படலம் அவன் பொய்கையின் கேள்விகளுக்குப் பதில் சொல்கிற இடம். 'யுதிஷ்டிரன்' என்றால் 'யுத்தத்தில் ஸ்திரமானவன்' என்று பொருள். மாய மானைத் துரத்திவந்து பஞ்ச பாண்டவர்களும் அயற்சி அடைந்து விடுகிறார்கள். தண்ணீர் கொண்டுவருவதற்கு முதலில் சகாதேவன் அனுப்பப்படுகிறான். பொய்கையைக் காக்கும் யக்ஷனின் கேள்விகளுக்குப் பதில் கூறும் பொறுமை யில்லாததால் சகாதேவன் நீரைக் குடிக்கும் அவாவில் உயிரை இழக்கிறான். அடுத்தடுத்து மற்றவர்கள் இறக்கிறார்கள், தர்மர் மட்டுமே எஞ்சியிருக்கும் போது அவர் பொய்கைக்குச் செல் கிறார். அசரீரியரின் கேள்விகளுக்கு ஒவ்வொன் றாய்ப் பதில் சொல்கிறார். அதில் அவரது உணர்த்தும் திறன் வெளிப்படுகிறது.

இலக்கியத்தில் மேலாண்மை

'வெல்லமுடியாத எதிரி யார்?' என்பதற்குக் 'கோபம்' என்கிறான். இறுதியான கேள்விகள் 'யார் உண்மையில் மகிழ்ச்சியானவர்கள், எது மிகப் பெரிய அதிசயம்? எது பாதை? எது செய்தி?' அதற்கு யுதிஷ்டிரன் சொல்லும் பதில், உபநிடதங்களைப் போல செறிவு கொண்டது. 'கடனில்லாதவனே கவலையில்லாதவன், தினமும் எண்ணற்றோர் இறந்தாலும் நிரந்தரமாக வாழப்போவதாக ஒவ்வொரு மனிதனும் நினைக்கிறானே அதுதான் அதிசயம், தனிமையே பாதை, காலம் என்கிற சமையல்காரன் அறியாமை என்கிற வாணலியில் சமைப்பதுதான் செய்தி' என்று அவர் பதிலளிக் கிறார்.

'ஒரு தம்பி மட்டும் பிழைக்கலாம் என்று யக்ஷன் சொன்னதும் அவன் சகாதேவனையே முதலில் பிழைக்கச் செய்கிறார். மாற்றாந்தாய் மகன் மரித் தால் மரிக்கட்டும் என்று அவர் நினைத்தார் என்கிற பழிகூட வரக்கூடாது என்பதில் தருமர் கருமமாக இருந்தார். பொய்கைப் படலத்தில் கேட்கப்படும் கேள்விகளை உள்வாங்கிக்கொண்டு தருமர் உரைக்கும் ஒவ்வொரு பதிலும் உணர்த்தும் திறனை வெளிப்படுத்தும் உன்னத விடைகளாக இருக்கின்றன. அதனாலேயே அப்பகுதி தருமரை தம்பியரைக் காட்டிலும் மிக உயர்வாகக் காட்டும் பகுதியாக விஞ்சியிருக்கிறது. உடல் பலத்தாலும், அம்பு செலுத்தும் திறனாலும் புகழ்பெற்ற பீமன், அர்ஜுனன் ஆகிய இருவரைவிட தருமர் மேன்மை யானவர் என்பதற்கு இந்த உணர்த்தும் திறனே காரணம்.

'எது பூமியைக் காட்டிலும் பாரமானது, மலைகளைக் காட்டிலும் உயரமானது, காற்றைக் காட்டிலும் வேகமானது, புல்லைக் காட்டிலும் அதிகமானது?' என்கிற கேள்விகளுக்கு, 'ஒருவன் தாய் பூமியைக் காட்டிலும் பாரமானவள், தந்தை மலையைக் காட்டிலும் உயரமானவர், மனம் காற்றைக்காட்டிலும் வேகமானது, கவலைகள் புல்லைக்காட்டிலும் அதிகமானது' என்று பதிலளிக் கிறார்.

'பயணம் செய்பவனுக்கு யார் தோழன்?' 'நோயாளிக்கு யார் தோழன்?' 'இறப்பவனுக்கு யார் தோழன்?' என்ற கேள்விகளுக்குப் 'பயணிக்கு நண்பனும், நோயாளிக்கு மருத்துவனும், இறப் பவனுக்கு ஈகையும் துணை' என்று சொல்கிறான்.

★

173

இலக்கியத்தில் மேலாண்மை

அத்தியாயம்
33

வார்த்தை லாகவம்; வாழ்க்கைக்கு இலாபம்!

திருவள்ளுவர் ஒருவருடைய உணர்த்தும் திறன் அந்தப் பேச்சைக் கேட்க விரும்பாதவர்களையும் கேட்கத் தூண்டும்படி இனிமையானதாக இருக்கவேண்டும். கேட்க விரும்புபவர்கள் இடத்தை விட்டு அகலாதவாறு பிணைக்கவேண்டும். அவ்வாறு உணர்த்துவதற்கு ஒவ்வொரு சொல்லின் திறனையும் முற்றிலும் அறிந்து சொல்ல வேண்டும். அப்படிப் பட்ட உணர்த்தும் திறன் அறங்களையும் பொருளையும்விட மேலானது என்று குறிப்பிடுகிறார்

'கேட்டார்ப் பிணிக்கும் தகையவாய்க் கேளாரும்
வேட்ப மொழிவதாம் சொல்' (643)
'திறனறிந்து சொல்லுக சொல்லை அறனும்
பொருளும் அதனினூஉங்கு இல்' (644)

நாம் உணர்த்த விரும்புவற்றை எதிரே இருப்பவர்கள் எடைபோட்டுக் கொண்டிருக்கிறார்கள் என்பதையும் நாம் வலுக்கட்டாயமாக மறைக்க விரும்பியவற்றையும் அவர்களால் உணர்ந்து கொள்ள முடியும் என்பதையும் எண்ணிப் பார்க்கமுடியும். மேலாளர்கள் தம்மை யாரும் வெல்ல முடியாது என்று நினைத்துக் கொண்டு பேச முற்படுவார்களே யானால் விரைவில் ஏமாற்றத்திற்குள்ளாவார்கள்.

ஈசாப்புக் கதையொன்று உண்டு.

ஓர் அறிஞர் மலைச்சாரலில் இருந்த தன் வீட்டின் தாழ்வாரத்தில் அமர்ந்து கீழே தெரியும் ஏதென்ஸ் நகரைப் பார்த்துக்கொண்டிருந்தார். அப்போது அந்த வழியாக வந்த ஒரு வழிப்போக்கர் அவரிடம் 'நான் ஏதென்ஸ் நகருக்குக் குடிபெயர

விரும்புகிறேன், அங்கிருக்கும் மக்கள் எப்படிப் பட்டவர்கள்?' என்றார்.

அதற்கு அந்த முதியவர் 'நீங்கள் எங்கிருந்து வருகிறீர்கள்?' என்று கேட்டார். 'நான் சார்திஸ் என்ற இடத்திலிருந்து வருகிறேன். அங்கிருந்து வருவதைப் பற்றிக் கொஞ்சம்கூட எனக்கு வருத்தம் இல்லை, அங்கிருக்கும் மக்கள் நம்பிக்கையானவர்களல்ல, எந்த உதவியும் செய்யாதவர்கள் இங்கு நல்லவர் களைச் சந்திக்கலாம் என்கிற அவாவில் வந்திருக் கிறேன்' என்று சொன்னார்.

உடனே அந்த ஞானி 'நல்லது நண்பரே, நான் சொல்வது உங்களுக்கு வருத்தமாக இருக்கும். ஏதென்ஸ் நகர மக்களும் அப்படிப்பட்டவர்கள் தான்' என்றார். வழிப்போக்கர் வருத்தத்துடன் சென்றார்.

அதே நாள் இன்னொரு வழிப்போக்கர் அந்த வழியாக வந்தார். அவர் ஞானியிடம் ஏதென்ஸ் நகர மக்களைப் பற்றிக் கேட்டார்.

உடனே ஞானி காலையில் சந்தித்த பயணி யிடம் கேட்ட கேள்விகளையே கேட்டார். அதற்கு அவர் 'நான் சார்திஸ்ஸிலிருந்து வருகிறேன். ஏதென்ஸ் நகர மக்கள் சார்திஸ் மக்களில் ஐம்பது விழுக்காடு நல்லவர்களாக இருந்தால்கூட நான் மகிழ்ச்சி அடைவேன். ஏனென்றால் சார்திஸ் நகர மக்கள் அவ்வளவு நல்லவர்கள்' என்றார்.

அதற்கு அந்த முதியவர் 'நீங்கள் ஏதென்ஸ் நகரிலும் அதேபோன்ற சிறந்தவர்களைக் காணு வீர்கள்' என்று சொன்னார்.

உணர்த்தும் திறன் நம் அடிப்படையான பண்பு களை மையமாகக் கொண்டது. மகாபாரதத்தில் தருமருக்கு எல்லோரும் நல்லவர்களாகத் தெரிந்ததும் துரியோதரனுக்கு எல்லோரும் கெட்டவர்களாகத் தெரிந்ததும் அவரவர்களுடைய உணர்த்தும் திறன் காரணமாகத்தான்.

'காவியங்களில் நாடகம் ரம்யம்
அதிலும் ரம்யம் சாகுந்தலம்
அதிலும் ரம்யம் நான்காம் அங்கம்
அதிலும் ரம்யம் நான்காம் செய்யுள்'

என்கிற சமஸ்கிருத ஸ்லோகம் உண்டு. வாசகர்கள் அதில் அப்படி என்ன இருக்கிறது என்று தேடிப் பிடித்துத் தெரிந்துகொள்வார்களாக.

செய்யப்போகிற ஒரு மோசமான செயலை மற்றவர்களுக்கு மேன்மையானதாக எப்படி உணர்த்துவது என்பதற்கு உதாரணமாக, புரூட்டஸை 'ஜுலியஸ் சீசர்' நாடகத்தில் ஷேக்ஸ்பியர் உருவாக்கிக் காட்டுகிறார். சீசரைக் கொல்வது என்று சதித்திட்டம் தீட்டுபவர்கள் முடிவெடுக்கும்போது

இலக்கியத்தில் மேலாண்மை

அந்தச் செயலை அழகான சொற் போர்வைகளால் அலங்கரிக்கிறான் புரூட்டஸ்.

'நாம் கசாப்புக்கடைக்காரர்களாக இல்லாமல் நேர்த்திக்கடன் முடிப்பவர்கள்போல செயல்பட வேண்டும். சீசரை வேட்டை நாய்களுக்கான பிணமாகச் செதுக்காமல் கடவுள்களுக்கு அர்ப்பணிக்கும் உணவாகச் செதுக்குவோம்'. கொலையை இவ்வளவு அலங்காரமாக நியாயப்படுத்த முடியாது.

திருவள்ளுவர் 'படித்தவர்களுக்கு எல்லா ஊரும் சொந்தம்' என்றும். 'அவன் தன் அறிவால் அந்நிய தேசத்திலும் கண்ணியம் பெறுவான்' என்றும் குறிப்பிடுகிறார்.

'யாதானும் நாடாமால் ஊராமால்
என்னொருவன்
சாந்துணையுங் கல்லாத வாறு' (397)

ஷேக்ஸ்பியரின் இரண்டாம் ரிச்சர்ட் நாடகத்தில் மன்னன் தாமஸ் மௌப்ரேயை நாடுகடத்துமாறு ஆணை பிறப்பித்ததும் அவன் தண்டனையை மறுபரிசீலனை செய்யுமாறு மன்றாடுகிறான். 'நாற்பது ஆண்டுகளாக நான் கற்ற என் தாய்மொழி ஆங்கிலம் எனக்குப் பயன்படாமல் போய்விடுமே' என்று வருந்துகிறான். ஏனென்றால் கருத்தில் கொண்ட பொருளை உணர்த்தமுடியாமல் போவது மிகப் பெரிய தண்டனையாகும். அதனால் தான் மௌனவிரதம் இருப்பது உண்ணாவிரதம் இருப்பதைவிட சிரமமாக இருக்கிறது.

உண்ணாவிரதப் பந்தலிலும் வரிசையாக ஒலிவாங்கியில் பேசிக் கொண்டே இருக்கிறார்கள். உண்ணும் போது சோற்றில் காட்டும் வன்முறையைப் பேசும்போது மற்றவர்கள் காதுகளில் காட்டு கிறார்கள்.

> சீசரை வேட்டை நாய்களுக்கான
> பிணமாகச் செதுக்காமல் கடவுள்களுக்கு
> அர்ப்பணிக்கும் உணவாக செதுக்குவோம்

'சாமர்த்தியசாலிகளிடமும் எப்படி வெற்றி கரமாக ஒரு செய்தியை உணர்த்துவது' என்பதைக் கற்றுத் தரும் அர்மேனியக் கதை ஒன்று உண்டு. ஒரு முறை அர்மேனிய அரசர் பொழுதுபோக வேண்டு மென்பதற்காக மக்களிடம் ஓர் அறிவிப்பைச் செய்யச் சொன்னார். மிகவும் மோசமான பொய்யைச் சொல்கிறவன் அரசரிடமிருந்து தங்க ஆப்பிளைப் பெறுவான் என்பது தான் அந்த அறிவிப்பு. வரிசை யாகப் பொய்களை எடுத்துக்கொண்டு மக்கள் அரசரிடம் சொன்னார்கள். விதவிதமான பொய்கள், பல வண்ணங்களில், பல வடிவங்களில்.

அரசர் அவற்றைக் கேட்டதும் 'இது ஒன்றும் பொய்யல்ல; இதைக் காட்டிலும் மோசமான பொய்யை நான் ஏற்கெனவே கேள்விப்பட்டிருக் கிறேன்' என்று பரிசைத் தர மறுத்துவிடுவார்.

அப்போது கிழிந்த ஆடைகளோடு கப்பரை ஏந்தி ஒரு வறியவன் அரசரிடம் வந்தான். அரசன் அவனிடம் 'என்ன வேண்டும்? என்று கேட்டார்'. 'நீங்கள் எனக்கு ஒரு பானைத் தங்கத்தைத் தர வேண்டும், அதை வசூலித்துக் கொண்டு போகலாம்' என்று வந்தேன் என அவர் பதில் சொன்னான். அதற்கு அரசர் ''நீ சுத்தப் பொய்யன். உனக்கு நான் எந்தப் பணமும் தரவேண்டியதில்லை'' என்று கோபப் பட்டார். உடனே அந்த வறியவன் 'நான் சுத்தமான பொய்யன் என்று ஒத்துக்கொண்டீர்களல்லவா' எனவே 'தங்க ஆப்பிளைத் தாருங்கள்' என்றான். தன் தவறை உணர்ந்த மன்னன் 'நீ ஒன்றும் பொய்யன் இல்லை' என்றார். வறியவன் 'அப்படி யென்றால் பானை முழுவதும் தங்கத்தைத் தாருங்கள்' என்றான். 'தங்கப் பானைக்குத் தங்க ஆப்பிள்' பரவா யில்லை என்று மன்னன் அவனுக்கு ஆப்பிளைக் கொடுத்து விடுபட்டான்.

இன்று திரைப்படங்களில் கள்ளக் கடத்தல் செய்பவர்கள் சங்கேத மொழிகளைப் பரிமாறிக்

கொள்வதைப் பார்க்கலாம். ஒருவர் தங்கத்தைக் கொடுக்கும்பொழுது 'ரோஜாப்பூ' என்பார். பணப் பெட்டியைக் கொடுப்பவர் 'மல்லிகைப்பூ' என்பார். ஒருவர் 'அரிக்குது' என்பார்; இன்னொருவர் 'சொறிஞ்சிக்கோ' என்பார். அப்போது அவர்கள் சரியான சங்கேத வார்த்தையைப் பயன்படுத்து வதாக உறுதிசெய்து கொண்டு தங்கமும், பெட்டியும் கைமாறும்.

ஹிரோஷிமாவில் வீசப்பட்ட அணுகுண்டு களுக்குக்கூட சங்கேத மொழியைப் பயன்படுத்தி யதாகப் படிக்கிறோம்.

சங்கேத மொழி என்பது ஒரு குழுவிற்கு மட்டுமே புரிகின்ற மர்மச் சொல். இது கம்ப ராமாயணத்திலேயே பயன்படுத்தப்பட்டிருக்கும் உணர்த்துத் திறன் உத்தி.

இரண்டு வகையில் சங்கேத வார்த்தைகளைப் பயன்படுத்தியிருக்கிறார்கள். ஒன்று ஸ்டெகனோ கிராஃபி. ஹிஸ்டியஸ் என்கிற பாரசீக நாட்டைச் சார்ந்தவன் அரிஸ்டோ கோரஸ் என்கிற மன்னனுக்குத் தலையை மொட்டையடித்து, தகவலைப் பச்சைக் குத்தி, முடி வளரும்வரைக் காத்திருந்து பிறகு தூதனாக அனுப்புகிறான். அரிஸ்டோகோரஸ் அவன் தலையை மொட்டையடித்து என்ன எழுதப் பட்டிருக்கிறது என்பதைப் பார்க்கிறான். இரண் டாவது முறை ஹிரிப்டோகிராஃபி. எழுத்துக்களைத் தங்களுக்கே உரிய சங்கேத முறையில் மாற்றி யமைப்பதுதான் அது. உதாரணமாக 'அ'- வை 'இ' என்று வாசிக்கவேண்டும். 'ஆ'-வை 'ஈ' என்று வாசிக்கவேண்டும். இந்த முறையை ஜூலியஸ் சீசர் தகவலை அனுப்பப் பயன்படுத்தினார்.

அனுமன் சீதையைப் பார்த்ததும் தன்னை 'அண்டர் நாயகன் அருள் தூதன்' என்று அறிமுகப் படுத்திக் கொள்கிறார். பிறகு இராமனுக்கும் சீதைக்கும் மட்டுமே தெரிந்த சில சம்பவங்களை இராமர் கூறச் சொன்னதாகச் சொல்லி, தான் உண்மையிலேயே இராமதூதன்தான் என்பதை

வலியுறுத்துகிறார். 'தாயே! கடுமையான காடு! அரக்கைக் காய்ச்சி ஊற்றியது மாதிரி நள்ளிரவிலும் கொதிக்கிற பாறைகளில் நடந்து வந்திருக்கிறீர்கள்.

ஊழிக்காலத்தில் சுடுகிற சூரியனின் வெப்பத்தை விட எம்பிரான் இராமனை பிரிந்திருப்பதுதான் கொடுமையானது, என்று கூறி இருக்கிறீர்கள். தண்டகாரண்யம் புறப்பட மரவுரி தரித்துவிட்டீர்கள். கோட்டை வாசலைத் தாண்டியதுமே தண்ட காரண்யம் வந்துவிட்டதா என்று அப்பாவியாய் ஒரு கேள்வி கேட்டீர்களாமே, அதையும் அய்யா சொல்லச் சொன்னார். ஊரைவிட்டுப் புறப்படும் போது சுமந்திரனிடம் நாகணவாய் பறவையையும், கிளியையும் தங்கைகள் பத்திரமாகப் பார்த்துக் கொள்ளச் சொன்னீர்களாமே! இதையெல்லாம் நம்பவில்லை என்றால் இந்தாருங்கள் கணையாழி!' என்று சொல்லி மோதிரத்தையும் கொடுக்கிறார்.

அனுமனிடம் சீதையும் இராமர் கொடுத்த உறுதியை ஞாபகப் படுத்துகிறாள்.

'வந்து எனைக் கரம் பற்றிய வைகல்வாய்
இந்த இப்பிறவிக்கு, இரு மாதரைச்
சிந்தையாலும் தொடேன் என்ற, செவ்வரம்
தந்த வார்த்தை திருச்செவி சாற்றுவாய்'

'இந்த இப்பிறவி' என்று குறிப்பாக இராமர் சொன்னதற்குக் காரணம் என்ன என்பதை உணர்த்த வாரியார் பல விளக்கங்களை வாரி வழங்குகிறார். 'இந்தப் பிறவி' என்பது இராம அவதாரத்தை மட்டுமே குறிக்கும். ஏனென்றால் அடுத்த அவதார மான கிருஷ்ணாவதாரத்தில் ஒன்றுக்கு மேற்பட்ட பெண்களை மணக்க நேரிடும் என்பது சூசகமாக உணர்த்தப்படுகிறது என்றும் நாராயணனுக்கே நிலமகள், திருமகள் என்ற இரு மனைவியர் உண்டு. எனவே குறிப்பாக இராமாவதாரத்தில் சீதை மாத்திரமே மனைவி என்று சுட்டுவதாகவும் குறிப் பிடுவார். கணையாழிக்குப் பதிலாகச் சீதையும் சூளாமணியைத் தந்து அனுப்புகிறாள்.

'உணர்த்தும் திறன் இல்லாததால் ஒரு வீரன் எப்படி உதாசீனப்படுகிறான்' என்பதை விளக்கும் நாடகம்தான் கோரியலெனஸ். அவன் ஒப்பற்ற வீரன். தன் வாள் வன்மையின் செல்வாக்கைப் பயன் படுத்தி அரசியலுக்குள் நுழைந்து உயர்ந்த பதவிபெற நினைக்கிறான்.

மக்களுக்கு முன்னால் சொற் பொழிவாற்று கின்ற தருணம் வருகிறது. தான் 17 ஆண்டுகளாகப் போர்களில் பெற்ற தழும்புகளையெல்லாம் அவர் களுக்குக் காட்டுகிறான். நாட்டுப் பற்றுள்ள மக்கள் நயந்து கண்ணீர் வடிக்கிறார்கள். இரண்டாவது கட்ட சந்திப்பு நிகழ்கிறது. சாமானியர்கள் முன்பு அதீத நம்பிக்கையுடன் நடந்து வருகிறான். அதுவே அசூயையாக இருக்கிறது. அவன் ஆணவத்தோடு பேச ஆரம்பிக்கிறான். அவன்மீது மக்களுக்குத் 'தற்பெருமைக்காரன்' என்ற எண்ணமே ஏற்படு கிறது.

பணக்காரர்கள் சார்பாக நடவடிக்கைகள் எடுப்பான் என்கிற எண்ணம் மக்களுக்கு ஏற்படு கிறது. அவனது இரண்டாம் சொற்பொழிவு குறித்த எதிர்மறை எண்ணம் விரைவில் பரவி மக்கள் பெரு மளவில் பங்குகொண்டு அவனைத் தோற்கடிக் கிறார்கள். 'பெருமளவில் வாக்களிப்பது எப்

'பெருமளவில் வாக்களிப்பது எப்போதும் குறிப்பிட்டவரை வெற்றிபெறச் செய்வதற்கல்ல, பிடிக்காதவர்களை தோல்வியுறச் செய்வதற்குத்தான்'

போதும் குறிப்பிட்டவரை வெற்றிபெறச் செய்வதற்கல்ல, பிடிக்காதவர்களைத் தோல்வியுறச் செய்வதற்குத்தான்' என்பதை வரலாற்றிலிருந்து வாசிக்க முடிகிறது.

அதற்குப் பிறகும் அவன் சாமானியர்களைத் தாழ்வாகப் பேசுகிறான். ஜனநாயகத்தையே கண்டிக்கின்றான். அதனால் நாடுகடத்தப்படுகிறான். அவன் தலைமறைவாவதை மக்கள் கொண்டாடுகிறார்கள். இதுதான் உணர்த்தும் திறன் சரியாக இல்லாத போது ஏற்படுகிற விபத்து.

திருவள்ளுவர் 'சொல்வன்மை பெற்றவன் சோர்வடைவதில்லை, அவனை வெல்வது சிரமம்' என்று குறிப்பிடுகிறார்.

எதையுமே சரியான நேரத்தில் தான் உணர்த்த வேண்டுமென்பதை ஷேக்ஸ்பியர் தன்னுடைய 'டெம்பஸ்ட்' நாடகத்தில் வெளிப்படுத்துகிறார். பிராஸ்பிரோவின் மகள் மிராண்டா தந்தையிடம் 'நீங்கள் பலமுறை என்னைப் பற்றிச் சொல்ல ஆரம்பித்து உடனே நிறுத்தி இன்னும் நேரம் வரவில்லை என்று சொல்வீர்கள்' என்கிறாள் அதற்கு பிராஸ்பிரோ ''அதனைச் சொல்லும் நேரம்வந்துவிட்டது. காதுகளைத் திறந்துவைத்துக் கவனிக்கத் தொடங்கு'' என்கிறார்.

வள்ளுவர் சொல்வன்மையைப் பற்றிக் கூறுவதை ஷேக்ஸ்பியர் நாடகங்களில் காணலாம்.

புரூட்டஸ், ஆன்டனி இருவருமே ரோமாபுரி மக்கள்முன் சீசரின் வதை குறித்துப் பேசுகிறார்கள். ஆனால் புரூட்டஸ் பேச்சு தர்க்கரீதியானதாகவும், பூடகமான வார்த்தைப் பிரயோகத்துடனும் இருக்கிறது. அவன் சதித் திட்டம் தீட்டியவர்களைக் குறைகூறக் கூடாது என்பதை மையமாக வைத்தே தன் உரையை நிகழ்த்துகிறான்.

புரூட்டஸ் செய்த முதல் தவறு அவன் கூட்டத்தின் முன்பு முதலில் பேசியதுதான். தன்

பேச்சு வன்மையின் மீது அவனுக்கு அதிக நம்பிக்கை. எனவே அவன் பேசிவிட்டு ஆன்டனி பேசுவதற்குப் பதில்கூட சொல்லக் காத்திருக்காமல் சென்றுவிடுகிறான்.

அவன் மக்களை அழைக்கும் விதமே மிக மரியாதையற்றதாக இருக்கிறது. 'ரோமாபுரிக்காரர்களே, மக்களே, நேசர்களே என் நோக்கத்தைக் கேளுங்கள், மௌனமாக இருங்கள். அப்போதுதான் தெளிவாகக் கேட்கமுடியும்' என்று அவன் அச்சுறுத்தியவாறு பேச்சைத் தொடங்குகிறான்.

ஆனால் ஆன்டனியோ, 'நண்பர்களே, ரோமாபுரி மக்களே, தேசத்தைச் சார்ந்தவர்களே உங்கள் காதுகளை இரவல் தாருங்கள். நான் சீசரைப் புதைக்க வந்திருக்கிறேன், புகழ அல்ல' என்கிறான். வார்த்தைக்கு வார்த்தை 'புரூட்டஸ் மாண்புமிகு மனிதன்' என்றே குறிப்பிடுகிறான். மக்களின் பச்சாதாபத்தைத் தன் பக்கம் இழுக்கிறான்.

'சீசர் புரூட்டஸ்ஸை எவ்வளவு நேசித்தான். ஆனால் அவனது கத்தி பட்ட இடமே அதிக ஆழமானதாக இருக்கிறது' என்று காயத்தைக் காட்டுகிறான். மக்களின் இதயத்தை ஈர்க்கிறான். புருட்டஸ் தன்னைவிட உயர்ந்தவன் என்று சொல்லிச் சொல்லிப் பார்வையாளர்கள் மத்தியில் விஸ்வரூபம் எடுக்கிறான்.

மக்கள் சதித்திட்டம் தீட்டியவர்கள் கெட்டவர்கள் என்கிற எண்ணத்தைத் தரித்துக்கொள்ள அவன் உரையே காரணம்.

இலக்கியத்தில் மேலாண்மை

சீசரின் உயிலைப் பாதிமட்டும் படித்து மீதியை மறைக்கிறான். 'இங்கே சீசரின் உடல் கிடக்கிறது, அவரைப்போல் இன்னொருவர் ஏது?' என்று அவன் கூறும்போது கூட்டம் முழுமையுமே கொந்தளிக்கிறது. மொழி வல்லுநர்கள் ஆன்டனியின் பேச்சை 'இரண்டாம் கிளைமாக்ஸ்' என்று புகழ்கிறார்கள். மக்களுக்கு இருக்கும் வெறுப்புணர்வையும் மீறி சுமூகமான சூழலை உணர்த்தும் வகையில் அவன் பேச்சை வடிவமைத்துக்கொள்கிறான். அந்த இடத்தில் சொற்களைக்காட்டிலும் மக்கள் இதயத்தை ஈர்ப்பது அவசியம் என்பது அவனுக்குப் புரிகிறது. அந்தச் சூழலுக்கு ஏற்ப அவனுடைய உணர்த்தும் திறனும் இருக்கிறது.

★

இலக்கியத்தில் மேலாண்மை

அத்தியாயம்
34
வாய் ஜாலம்!

தகவல் தொடர்பு இன்று முக்கியமான மேலாண்மைத் திறன் என்பது நமக்குத் தெரிந்தாலும் பல நேரங்களில் சமயோசிதமாக நடந்து கொள்வது அவசியம். வழக்கமாக ஒரு பிரச்சினையை அணுகாமல் வேறு திசையில் அதை அணுகுவது அவசியம். அந்த உத்தியை நாம் கடைப்பிடித்துக் கொண்டால் பெட்டிக்கு வெளியே சிந்திக்க முடியும், கட்டத்துக்கு வெளியே விடைகளைத் தேட முடியும். எந்த ஒரு கடினப் பிரச்சினைக்கும் சரியான தகவல் தொடர்பு மூலம் தீர்வை அடைய முடியும். உயிர் போகும் நேரத்திலும் சரியான தகவல் தொடர்பு மூலம் தலையைக் காப்பாற்றிக் கொள்ள முடியும்.

'வெனிஸ் நகர வியாபாரி' என்கிற நாடகத்தில் ஷைலாக் என்கிற யூதன் தந்திரக்காரனாகச் சித்திரிக்க படுகிறான். கிறிஸ்டோஃபர் மார்லோவின் 'மால்டோவின் யூதன்' நாடகமே அதன் முன்மாதிரி.

ஷைலாக் கொடுத்த பணத்தை உரிய நாளில் தராவிட்டால் ஆன்டனியாவின் உடலில் இருந்து ஒரு பவுண்ட் சதையை வெட்டிக் கொள்வதாக ஒப்பந்தம் போடுகிறான். வழக்கு அரசவைக்கு வருகிறது. அங்கே போர்ஷியா என்கிற பெண் மிகவும் நேர்த்தியாக ஷைலாக்கிற்கு எதிராக வாதாடு கிறாள். 'ஷைலாக் ஒரு பவுண்ட் தசையை எடுத்துக் கொள்ளலாம், ஆனால் ஒப்பந்தத்தில் தசையைப் பற்றிக் குறிப்பிடப்பட்டிருக்கிறதே தவிர இரத்தத்தைப் பற்றிக் குறிப்பிடப்படவில்லை. எனவே ஒருசொட்டு இரத்தம் கூட சிந்தாமல் எடுத்துக் கொள்ளலாம்' என்று திறமையாக வாதிடுகிறாள்.

'எடுக்கும் தசை சரியாக ஒரு பவுண்டுதான் இருக்கவேண்டும். ஒரு இம்மியளவு கூடவோ, குறையவோ இருக்கக்கூடாது' என்று அடுத்த அஸ்திரத்தைப் பிரயோகிக்கிறாள். ஒரு கட்டத்தில் சோர்ந்துபோன ஷைலாக் 'அசலை மட்டும் கொடுத்தால்போதும்' என்கிறான். ஆனால் அவன் வெளிநாட்டிலிருந்து வந்து அந்நாட்டு பிரஜையின் உயிரைக் கொல்ல முயற்சி செய்ததாகக் குற்றச் சாட்டைச் சுமத்திக் கடனில் இருந்தும் விடுவித்து அவன் சொத்தில் பாதியை ஆன்டனியாவிற்கும், மீதியை நாட்டிற்கும் பறிமுதல் செய்யும்படி செய்கிறாள்.

எந்தவொரு செய்தியையும் தனக்குச் சார்பாக எப்படி உணர்த்தமுடியும் என்பதற்குப் போர்ஷியா என்கிற அந்தப் பெண்மணி மிகச்சிறந்த சான்றாகத் திகழ்கிறார். அந்த வலிமையான வாதம், உணர்த்தும் திறனுக்கு ஓர் எடுத்துக்காட்டு.

தகவல் பரிமாற்றத்தில் மூன்றாவது முக்கியக் கூறு தகவல். தகவலுக்கு உண்மையே வலிமை சேர்க்கிறது.

பேகன் தன்னுடைய 'கட்டுரைகள்' நூலில் உண்மையைப் பற்றி எழுதும்போது பொய்யைச் சொல்கிறவன், கடவுளிடம் தைரியமாகவும்,

மேலாளர் பூடகமாகவும், புரியாதவாறும் தகவலை அனுப்பினால் பணியாளர்கள் குறிசொல்பவர்களைத்தான் தேடிச் செல்வார்கள். குறிக்கோளை நோக்கிச் செல்ல மாட்டார்கள்

மனிதனிடம் கோழையாகவும் இருக்கிறான் என்கிறார். அது எவ்வளவு உண்மை!

நாம் எந்தத் தகவலைச் சேர்க்க விரும்புகிறோம் என்பது முக்கியம். அந்தத் தகவலை எப்படிச் சொல்ல வேண்டும், எவ்வாறு உணர்த்த வேண்டும், எந்த ஊடகத்தைத் தேர்ந்தெடுக்க வேண்டும் என்பது மிகவும் முக்கியம். இன்று நேரம் அரிதாகி விட்ட வாழ்க்கைச் சூழல். எனவே தகவல் சிறிய தாகவும், கூர்மையாகவும், தெளிவாகவும் இருக்க வேண்டும். படிக்கிறவர்களுக்குக் குழப்பம் வரக் கூடாது. கிரேக்கப் புராணங்களில் டெல்ஃபி என்ற இடத்தில் உள்ள தேவதையிடம் குறிகேட்கச் செல்வார்கள். அந்தத் தேவதை சொல்கிற குறி விடுகதையைப்போல விளங்காததாக இருக்கும். ஒரு மன்னர் 'பகைநாட்டின்மீது படையெடுக்கலாமா?' என்று குறி கேட்டால் 'படை தோற்றுப் போகும்' என்று விடை பலிதமாகும். எந்தப் படை என்பது போர்முடியும்போதுதான் தெரியவரும். அதைப்போல ஒரு மேலாளர் பூடகமாகவும், புரியாதவாறும் தகவலை அனுப்பினால் பணியாளர்கள் குறிசொல்பவர்களைத்தான் தேடிச் செல்வார்கள். குறிக்கோளை நோக்கிச் செல்ல மாட்டார்கள்.

'சீன ஞானம்' என்ற நூலில் ஒரு சம்பவம் குறிப்பிடப்படுகிறது. ஒரு தந்தைக்குக் கீழ்ப்படியாத மகன். அவர் எதைச் சொன்னாலும் அதற்கு நேர் மாறாகச் செய்வான். மரணப் படுக்கையில் இருந்த போது அவர் மகனைப் பார்த்து 'மகனே என்னை நதியில் புதைத்துவிடு' என்று கூறினார். தன் மகன் நிச்சயம் தன் வார்த்தைக்குக் கட்டுப்படாமல் நிலத்தில் புதைப்பான் என்று நினைத்தார், அவரும் அதற்கே ஆசைப்பட்டார். ஆனால் அவரது மகனோ மரணத்திற்குப் பிறகு சிந்தித்தான். 'என் தந்தையின் வாழ்நாள் முழுவதும் அவருடைய சொற்களுக்குக் கட்டுப்படாமல் இருந்துவிட்டேன் அவருடைய கடைசி ஆசையையாவது நிறைவேற்றுவேன்' என்று அவன் அவரை ஆற்றுப் படுகையில் புதைத்தான். இப்படித் தகவல்களைத் தவறாகக் கணக்கிட்டு விடுவதுண்டு.

ஜூலியஸ் சீசர் தன்னை நேர்மையானவராகக் காட்டவேண்டுமென்பதில் மிகவும் அக்கறையோடு இருந்தார். வாய்ப்புக் கிடைக்கும்போதெல்லாம் ஏதேனும் ஒரு கேளிக்கைச் சம்பவத்தைச் செய்து மக்கள் மனத்தில் இடம்பிடிக்கவேண்டுமென்று ஆசைப்பட்டவர். அவர் ஒருமுறை 'சீசரின் மனைவி சந்தேகத்திற்கு அப்பாற்பட்டவளாக இருக்க வேண்டும்' என்று குறிப்பிட்டதாக நாம் கேள்விப் படுகிறோம். ஆள்பவர்கள்மீது ஏதாவது குற்றச்சாட்டு எழுந்தால் இந்தப் பதத்தை எதிர்க் கட்சிகள் பயன் படுத்துவதுண்டு. இதை ஒரு தகவலாகத் தான் சீசர் பயன்படுத்தினார். சீசருக்கு மூன்று மனைவிகள் இருந்தார்கள். அறிஞர் அண்ணா தன்னுடைய 'உரோமாபுரி ராணி'களில் சீசருக்கு நான்கு மனைவிகள் என்பார். 'கஸ்டியா', 'கர்னீலியா', 'பாம்பேயா', 'கல்ஃபூர்னியா' என்று அவர்கள் பெயரையும் குறிப்பிடுகிறார்.

முதல் மனைவி 'கஸ்டியாவை'க் கட்டாயத்தின் பேரில் மணக்க நேரிட் டது. இரண்டாவது மனைவி 'கர்னீலியா' இறந்தபோது சீசர் கலங்கினான். காரணம் அவள், அவனது காதல் மனைவி. மூன்றாவது மனைவி 'பாம்பேயா' அரசியல் காரணங்களுக்காக அமைந்த சம்பந்தம். அவளை அவன் திணிக்கப்பட்டவளாகவே கருதினான். உரோமாபுரியில் திருவிழாக்காலம் ஒன்று உண்டு. அந்தத் திருவிழாவில் அந்தப்புரத்தில் பெண்கள் மட்டுமே அனுமதிக்கப்படுவார்கள்.

கிளாடியஸ் என்கிற இளைஞன் பெண் வேட மிட்டுக்கொண்டு அந்தப் புரத்தில் நுழைந்து விடுகிறான். ஒரு நகைச்சுவை நிகழ்ச்சியை நடத்த எண்ணியே அவன் அங்கு நுழைகிறான், ஒரு கண்ணாமூச்சி போல. ஆனால் அவன் பிடிபட்டு விடுகிறான். உடனே மக்கள் மத்தியில் பாம்பேயா வினுடைய ஏற்பாட்டின்படியே அவன் அங்குச் சென்றதாகச் செய்தி பரவுகிறது. ஆனால் உண்மையில் அவளுக்கு அது தெரியாது.

இருந்தாலும் கிடைத்த வாய்ப்பைப் பயன் படுத்திக்கொண்டு அவளைக் கைகழுவ சீசர் நினைத் தான் எனவே 'சீசரின் மனைவி சந்தேகத்திற்கு அப் பாற்பட்டவளாக இருக்கவேண்டும்' என்கிற அரசியல் தகவலை உதிர்த்துவிட்டு அவளை மண விலக்கு செய்தான். அதற்குப் பிறகுதான் தனக்கு விருப்பமான 'கல்ஃபூர்னியா'வை மணந்துகொண் டான். சில நேரங்களில் நமக்கு வசதியானவை வரலாற்றுத் தகவல்களாக ஆகிவிடுவதுண்டு. அப்படி அமைந்ததுதான் அந்த வாசகம்.

'டாவோடீச்சிங்'கில் தகவலைப் பற்றிக் குறிப்பிடும்போது அடிக்கடி தரப்படும் தகவல்களை விட எப்போதாவது தரப்படுகிற தகவல் இயற் கையாக இருக்கும் என்று குறிப்பிடப்பட்டுள்ளது. சில அதிகாரிகள் ஒரு நாளைக்கு பத்து சுற்றறிக் கைகளை அனுப்பிக் கொண்டிருப்பார்கள். ஒவ்வொரு சுற்றறிக்கையும் பத்துப் பக்கம் இருக்கும். அவற்றை வாசித்து முடிப்பதற்குள் மதியம் வந்துவிடும். நாளடைவில் சுற்றறிக்கைகளை வாசிப்பதற்கே நிர் வாகத்தில் சுணக்கம் ஏற்பட்டுவிடும். பதினைந்து நிமிடம் தொலைபேசியில் பல செய்திகளைப் பேசிவிட்டு தகவலைத் தரும்போது அந்தத் தகவல் தவறிவிடக்கூடிய வாய்ப்புகள் உண்டு. ஆனால் ஒரே நிமிடத்தில் தகவலை மாத்திரம் தந்தால் மறு முனையில் இருப்பவர்கள் அதைப் பதிவு செய்து கொண்டு நடைமுறையிலும் பயன் படுத்துவார்கள்.

ஏதேனும் ஒருநாள் ஒரு தகவல் தரப்படுகிற போது முக்கியமான தகவல் என்று எண்ணுகிற மனப்பான்மையும் மக்களிடம் ஏற்படும். அந்த வகையில் மிகவும் முக்கியம் வாய்ந்தது தகவல். நாம் யாருக்கு அந்தத் தகவலைத் தருகிறோமோ அவர்களுக்கு அது எந்த வகையில் முக்கியம் என்பது தான் அவர்களைக் கூர்ந்துநோக்கச் செய்கிறது.

வேகமாகத் தகவல் அனுப்ப வேண்டும் என்று நினைத்துச் சில நேரங்களில் மிகப்பெரிய பிழையை இழைத்துவிடுகிறவர்கள் உண்டு. ஒரேயொரு

இலக்கியத்தில் மேலாண்மை

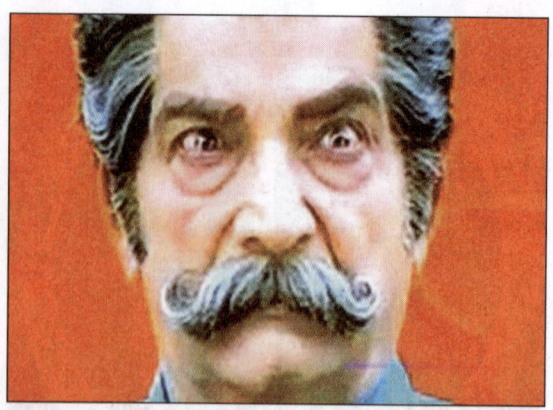

ஜெஃபன் இல்லாத காரணத்தால் பலநூறு கோடி ரூபாய் வீணானதை வரலாறு நமக்குக் குறிப்பிடு கிறது. மெரைனர் என்கிற விண்கலத்தை நாசா 1962ஆம் ஆண்டு ஜூன் 22ஆம் தேதியன்று விண் வெளிக்குச் செலுத்தியது. அதற்கான கணினி வாய்ப்பாடு அவசரத்தில் எழுதப்பட்டது. அதில் ஒரேயொரு கோடு (Hyphen) இல்லாத காரணத்தால் எண்பது மில்லியன் டாலர் பணம் வீணானது.

கோபமும், அவசரமும் உடன் பிறப்புகள். கோபம் வருகிறபோதெல்லாம் நாம் யோசிக்காமல் முடிவெடுத்து விடுகிறோம். இன்று மேலாண் மையில் கோபத்தைக் குறைப்பதைக்குறித்தே சில புத்தகங்கள் வந்துவிட்டன. உயர்ந்த பதவியில் இருப்பவர்கள் கோபம் அடைவது அழகாக இருக்க முடியாது. மகத்தான மனிதர்களின் இலக்கணம் அமைதி காப்பதும், சஞ்சலப்படாமல் நடந்து கொள்வதும் தான். கோபப்பட்டால் பல பேச்சு வார்த்தைகள் சுமூகமாக முடியாமல் இன்னும் அதிகம் சிக்கலை ஏற்படுத்திவிடும். அதனால் முடிந்த அளவிற்குக் கோபம் வராமல் பார்த்துக் கொள்வதும், கோபத்தைக் கட்டுப்படுத்திக்கொள் வதும் அவசியம். கோபமாக இருக்கிறபோது எந்த முடிவையும் எடுக்கக்கூடாது. கோபத்தை ஒத்திப் போட்டால் நாம் எதற்காகக் கோபப்படுகிறோமோ அது தேவையில்லாத நிகழ்வு என்பதை அறிந்து கொள்ள முடியும்.

கோபமும், அவசரமும் உன்னதமான தகவல் களையும் தவறாகப் புரிந்துகொள்ளச் செய்யும் என்பதற்கு டால்ஸ்டய் கூறிய உருவகக் கதை ஒன்று சாட்சி.

ஜார் மன்னன் வேட்டைக்குப் போனபோது, அவனுடைய வளர்ப்பு இராஜாளிக் கழுகுடன் சென்றான். அவனுக்குப் பிரியமான அந்த இராஜா ளியை விடுவித்ததும், அது ஒரு முயலைத் தூக்கிக் கொண்டு வந்தது.

ஜாருக்குத் தாகம் எடுத்தது. அப்போது மலையருகே ஓடிக்கொண்டிருந்த ஓடையில் தன் குவளையை நிரப்பி, குடிப்பதற்கு வாயருகே கொண்டு சென்றான். அந்த இராஜாளி சிறகுகளை அடித்து அந்தக் குவளையைத் தட்டிவிட்டது. இது மூன்று நான்குமுறை நடக்க தாகத்தவிப்பில் ஏற்பட்ட குரோதத்தில் மன்னன் அதைப் பிடித்துப் பாறையில் அடித்துக் கொன்றுவிட்டான்.

இன்னும் அதிகமாகத் தண்ணீரைத் தேடி அதன் மூலத்திற்கே சென்ற ஜாருடைய சிப்பாய் களில் ஒருவன் ஓடிவந்தான். ''இத்தண்ணீர் அருந்த ஏற்றதல்ல, ஊற்றில் ஒரு பாம்பு விஷத்தை உமிழ்ந்து, நீரை விஷமாக்கி விட்டது. இராஜாளி உங்களைக் குடிக்கவிடாமல் தடுத்தது நல்லதாய்ப் போயிற்று'' என்றான். மன்னன் ''அது என் உயிரைக் காப்பாற்றியது; நானோ அதன் உயிரைப் பறித்து விட்டேன்'' என்று வருந்தினான்.

ஒரு தகவல் சரியான கோணத்தில் சொல்லப் படாவிட்டால் ஈருடல் ஓருயிராய் வாழ்ந்தவர் களிடம் எப்படி நிரந்தரப் பிரிவினையை ஏற்படுத்தி விடும் என்பதற்குச் சிலப்பதிகாரத்தின் கானல் வரிகளே சான்று. காவிரியை நோக்கிக் கோவலன் யாழிசையுடன் பாடுகிறான்.

'திங்கள் மாலை வெண்குடையான்,
சென்னி செங்கோல்-அது ஓச்சிக்

ஒரேயொரு ஐஃபன் இல்லாத காரணத்தால்
பலநூறு கோடி ரூபாய் வீணானதை
வரலாறு நமக்குக் குறிப்பிடுகிறது

கங்கை-தன்னைப் புணர்ந்தாலும்,
புலவாய்; வாழி, காவேரி!
புலவா தொழிதல், கயற்கண்ணாய்!
மங்கை மாதர் பெருங்கற்பு என்று
அறிந்தேன்; வாழி காவேரி!'

'புகழ்மாலை சூடிய திங்களைப் போன்று, புகழ் பெற்ற வெண்கொற்றக் குடையினை உடையவன் சோழன். அவன், தன் செங்கோலினைச் செலுத்திக் கங்கை நதியையும் சென்று கூடினான். ஆனாலும், நீ அவனை வெறுக்கமாட்டாய். காவேரி! கயற் கண்ணாய்! கங்கையை அப்படி அவன் சேர்ந்தாலும் நீ அவனை வெறுக்கா திருப்பது எதனால் தெரியுமா? காதலுடைய மாதரின் பெருமைமிக்க கற்புநெறியின் தன்மையே அதுவென நானும் அறிந்துகொண்டேன் காவேரியே நீ வாழ்வாயாக!' என்பது தான் அவன் பாடிய பாடலின் பொருள்.

அவனுக்குப் பதில் கூறும் விதமாக மாதவி பாடுகிறாள்

'அன்னம் துணையோடு ஆடக் கண்டு,
நென்னல் நோக்கி நின்றார் ஒருவர்,

நென்னல் நோக்கி நின்றார், அவர்நம்
பொன்நேர் சுணங்கின் போவார் அல்லர்.'

'அன்னம் தன் துணையோடு இன்புற்று ஆடக்கண்டு, நேற்று அதனையும் என்னையும் நோக்கிக் காதற்குறிப்புத் தோன்ற நின்றார் ஒருவர்! அங்ஙனம் நின்ற அவர், நம் பொன்னொத்த சுணங்கினைப்போல, நம்மைக் கைவிட்டுப் பிரிந்து போவாரல்லர் அன்றோ!' அவள் பாடல் கோவலனுக்கு வேறொரு பொருளைத் தந்தது. அவள் வேறு யாரையோ நேசிக்கிறாளோ என ஐயம் ஏற்பட்டது.

'கானல்வரி யான்பாடத் தான் ஒன்றின்மேல்
மனம் வைத்து,
மாயப்பொய் பலகூட்டும் மாயத்தாள்
பாடினாள் என
யாழ்-இசைமேல் வைத்துத் தன் ஊழ்வினை
வந்து உருத்தது ஆகலின்,
உவவுஉற்ற திங்கள் முகத்தாளைக்
கவவுக்கை ஞெகிழ்ந்தன னாய்ப்
பொழுது ஈங்குக் கழிந்தது ஆகலின், எழுதும்
என்று உடன் எழாது,
ஏவலாளர் உடன் சூழ்தரக், கோவலன்-தான்
போன பின்னர்'

இவ்வாறு 'மாதவி பாடக் கோவலனும் கேட்டான். யான் கானல்வரி பாடினேன்; வஞ்சனை யுடன் கூடிய பொய்ம்மைகள் பலவற்றையும் கூட்டும் மாயத்திலே வல்லவளாகிய இவளோ, தான் வேறொன்றின்மேல் மனம் வைத்துப் பாடினாள்' என்று எண்ணினான். அவன் அவளை விட்டுப் பிரிந்து, தான் தனியாகவே சென்று விட்டான்.

தகவலை முறையாக அனுப்புவதற்கு அதைத் தடம்புரளாமல் பார்த்துக் கொள்வது அவசியம். சில நேரங்களில் தகவல் முன்கூட்டியே தெரிந்துவிடும். ஆனால் அதை சேர்க்க முடியாமல் போய்விடும். இந்தியர்கள் அனைவருமே துயரத்தில் மூழ்கிய சம்பவம் 2004 ஆம் ஆண்டு டிசம்பர் 24 ஆம் தேதி ஏற்பட்ட ஆழிப்பேரலை. அதில் இரண்டு லட்சத்து முப்பதாயிரம் பேர் இறந்து போனார்கள். ஆழ்கடல் நுண் கருவிகள் அவசியம் என்பதைப் பல நாடுகள் உணராததுதான் இதற்குக் காரணம். அணு ஆயுதத்தில் அக்கறை காட்டிய அவர்கள் இதில் காட்ட வில்லை.

வியன்னாவில் இருந்த சில கருவிகள் ஆழிப் பேரலையை முன் கூட்டியே பதிவு செய்தாலும் கிறிஸ்துமஸ் விடுமுறை என்பதால் அங்கு அவற்றை அறிந்து சொல்வதற்கு ஆட்கள் இல்லை. டையஜோ கார்சியாவில் இருக்கும் அமெரிக்க ஐக்கிய நாடுகள் மையத்திற்கு அத்தகவல்கள் பறந்தன. ஆனால் அவர்கள் அந்தத் தகவல்களை வைத்துக் கொண்டு என்ன செய்வது என்று தெரியாமல் தவித்தனர். ஆஸ்திரேலிய தூதரகங்களுக்கு அவை அனுப்பப்

பட்டன. ஆனால் அவை யாருக்கும் அந்தத் தகவலை அனுப்பவில்லை. இதனால் மிகப்பெரிய சேதம் அடைந்தது.

டில்லிஸ்மித் என்கிற பெண் பத்து வயதே நிரம்பியவள். இலண்டனைச் சார்ந்தவள். தாய் லாந்திற்கு விடுமுறைக்கு வந்திருந்தாள். அவள் கடற்கரையில் இருந்தபோது அலைகளின் வீச்சில் ஒரு வித்தியாசத்தைக் கண்டாள். அவள் பூகோளப் பிரிவு ஆசிரியை, அவளுக்கு வகுப்பில் 1980களில் நடந்த ஆழிப்பேரலை குறித்து, காணொலி காட்சி களின் மூலம் பாடம் நடத்தினாள். அதைப் பார்த்த அந்தப் பெண் மறுபடியும் ஆழிப்பேரலை வரப் போகிறது என்பதை அறிந்து அங்கிருந்த பலரை உஷார் படுத்தினாள். அதனால் நூற்றுக்கணக் கானோர் உயிர் பிழைத்தனர்.

தகவலை ஒரு நிறுவனத்தில் எந்தப் பிசகும் இல்லாமல் அனுப்புவது அவசியம். செயலை ஆரம்பிப் பதற்கு மட்டுமல்ல, நிறுத்துவதற்கும் எது சரியான நேரம் என்பது அந்தத் தகவல் பரிமாற்றத்தில் உணர்த்தப்பட வேண்டும்.

தகவல் எவ்வாறு தடம்புரள்வதற்கு வாய்ப்பு இருக்கிறது என்பதற்குக் கானல் வரிகள் சாட்சி. ஷேக்ஸ்பியர் 'வெனிஸ்நாட்டு வியாபாரி' என்ற நாடகத்தில் போர்ஷியா என்கிற பாத்திரத்தின் மூலம்

உணர்த்துத் திறனின் வெளிப்பாட்டால் வெற்றி பெறுவதைக் காட்டுகிறார்.

சிலப்பதிகாரத்தில் இளங்கோவடிகள் தகவல் மூலம் எப்படிச் சிறப்பாக தன்பக்க நியாயத்தை எடுத்துரைக்க முடியும் என்பதை வழக்குரைக் காதையில் வெளிப்படுத்துகிறார். கோவலனை இழந்ததும் கண்ணகி அரண்மனைக்கு விரைகிறாள். காத்திருக்கும்வரை தென்றலாக இருந்த அவள், புரவலனை நோக்கிப் புறப்பட்டதும் புயலாகப் போகிறாள். வழி மறித்த வாயில் காப்பாளனைத் தன் மனஉறுதியால் தன்னைப் பற்றிய தகவலைச் சொல்லப் பணிக்கிறாள். அவள் ஒவ்வொரு வரியும் அரண் மனையின்மீது இடியாய் இறங்கியது.

வாயிலோயே! வாயிலோயே!
அறிவுஅறை போகிய பொறியறு நெஞ்சத்து,
இறைமுறை பிழைத்தோன் வாயிலோயே
இணை அரிச் சிலம்பொன்று ஏந்திய கையள்,
கணவனை இழந்தாள், கடையகத் தாள்என்று
அறிவிப்பாயே! அறிவிப்பாயே!

'வாயிற் காவலனே! வாயிற் காவலனே! அறிவு முற்றுமே அற்றுப் போய் நல்லறமற்ற நெஞ்சத்துடன் தன் இறைமுறையினின்றும் பிழைத்தவனின் வாயிற் காவலனே! இணையற்ற அரிகளுடைய சிலம்பு ஒன்றைக் கையிலே ஏந்தியவள், தன் கணவனை இழந்தவள், நம் கடைவாயிலின்கண் உள்ளாள் என்று நின் மன்னனிடம் சென்று அறிவிப்பாய்!' என்றனள் கண்ணகி.

வாயிற்காவலனும் அரசன் முன் வந்தான். கண்ணகி தகவலோடு நிற்கவில்லை. தன் கால் சிலம்பை உடைத்து அது முத்துப்பரல்களால் ஆனதல்ல மாணிக்கப்பரல்களால் ஆனது என்பதை நிரூபிக்கிறாள். அந்தப் பரலும் அரசனின் வாயருகே சென்று தெறித்து தரையில் விழுந்தது. அம்மாணிக்கப் பரலே மன்னனின் வாய்க்கரிசியாய் இருந்தது. கண்ணகி 'தேரா மன்னா செப்புவதுடையேன்' என்று தன்னைப் பற்றி அழுத்தமான தகவலைத் தருகிறபோதே மன்னனின் அரியணை ஆட்டம் கண்டுவிடுகிறது. 'உண்மையை அறியாத மன்னனே' என்று மன உறுதியோடு அவள் அழைக்கிறாள்.

அரசன், 'யானோ அரசன், யானே கள்வன், கெடுக என் ஆயுள்' என உயிரை விடுமளவிற்குச் சக்தி வாய்ந்ததாகக் கண்ணகியின் தகவல் இருந்தது. தன்னிடம் இருந்த தகவலின் அடர்த்தியால் அவள் அரசனை அடிபணியச் செய்ய முடிந்தது.

ஒரு தகவல் எப்படித் தவறாகப் புரிந்து கொள்ளப்படும் என்பதற்கு சீன அறிஞர் 'லீட்சு' கூறிய உருவகக் கதையே சான்று. 'க்வோ' என்கிற மனிதன் செல்வந்தனாக இருந்தான். அவனைப் பற்றிக் கேள்விப் பட்டுவிட்டு 'சியாங்' என்பவன் அவனைப் பார்க்க

Statue of Kannagi, Chennai

வந்தான். 'க்வோவிடம்' 'நீங்கள் எப்படிப் பணக் காரரானீர்கள்?' என்று கேட்டான். அதற்கு 'க்வோ' 'நான் திருடுவதில் கெட்டிக்காரன் அதனால் செல்வந்தனானேன்' என்றான்.

'சியாங்' அதைக் கேள்விப்பட்டு திருட முடிவு செய்தான். பல வீடுகளில் புகுந்து திருடினான், மாட்டிக் கொண்டான். தன்னை 'க்வோ' ஏமாற்றி யதாக உணர்ந்து அவனிடம் சென்று கோபமாகக் கத்தினான். அதற்கு 'க்வோ' நிதானமாகப் பதில் சொன்னான். 'நீ என்னைத் தவறாகப் புரிந்து கொண் டாய்' 'நான் வானத்திடமிருந்தும் பூமியிடமிருந்தும் திருடினேன்'.

மழைக் காலத்தில் மழையைத் திருடினேன், மரங்களிலிருந்து பறவைகளைத் திருடினேன், ஏரிகளிலிருந்து மீன்களைத் திருடினேன், பட்டுப்புழு விடமிருந்து நூலைத் திருடினேன், அதனால்தான் பணக்காரனானேன். விழித்திருக்கும் நேரமெல்லாம் இப்படித் திருடிக் கொண்டேயிருந்தேன். என்னை வானமும் பூமியும் தண்டிக்கப் போவதில்லை' என்றான். சரியான முறையில் புரிந்துகொள்ளப் படாத தகவல்கள் மற்றவர்களைச் சங்கடத்தில்தான் ஆழ்த்தும். ★

இலக்கியத்தில் மேலாண்மை

அத்தியாயம்
35

அன்பு எனும் சக்தியும்...
ஆபத்தான சுவர் வேலியும்

தகவல்கள் எவ்வளவு வலிமையானவையாக இருந்தாலும் அவற்றை எந்த ஊடகங்களில் நாம் பயன்படுத்துகிறோம் என்பது முக்கியம். தொலை தூரத்தில் தகவலைப் பரிமாறுவது என்பது தொடக்க காலங்களில் சிரமமாகத்தான் இருந்தது.

சீனர்களிடம் குதிரை வீரர்கள் மூலமே தகவல் களைக் கொடுத்தனுப்பும் வழக்கம் இருந்தது. ஹெரோடட்டஸ் தன்னுடைய சரித்திரம் பற்றிய தொகுப்பில் கி.மு. 490 ஆம் ஆண்டு, பிடிப்பிடஸ் என்கிற ஏதென்ஸ் நகரத்தவன் ஒரே இரவில் 240 கிலோ மீட்டர் தொலைவு சென்று பாரசீக நாட்டோடு நடக்கும் மாராத்தான் யுத்தத்தில் ஸ்பார்ட்டன்கள் உதவியைக் கோரியதாக எழுதியிருக்கிறார். இது உண்மையா இல்லையா என்பது தெரியவில்லை.

அதற்குப் பிறகு ஒளியையும் ஒலியையும் கொண்டு தகவல்களைப் பரப்பினார்கள். மத்தளங் களை அடித்தும், கொம்புகளை ஊதியும் தகவல் களைப் பரப்பினார்கள். கிரேக்க நாட்டினர் சூரிய வெளிச்சத்தைக் கண்ணாடியின் மூலம் பிரதி பலித்து, தகவல்களை ஒலிபரப்பினார்கள். பிறகு தந்தி, தொலைபேசி போன்ற பல ஊடகங்கள் தகவல்களைப் பரிமாறப் பயன்பட்டன. வானொலி மூலமாகத் தகவல்கள் பரிமாற்றம் நடந்தது. பிறகு தொலைக்காட்சி கண்டுபிடிக்கப்பட்டது. தகவலைத் தெரிவிக்க மிகச் சிறந்த பேச்சாளர்கள்கூட சரியான ஊடகங்களைத் தேர்ந்தெடுக்க வேண்டியதாக இருக்கிறது.

கிரீடம், கவசம் போன்றவற்றை மன்னர்கள் அக்காலத்தில் அணிவது மக்களைக் காட்டிலும் உயரமாகவும், எடுப்பாகவும் காட்டிக்கொள்வதற்குத் தான். ஹிட்லர் தான் அமர்ந்திருக்கும் மேடையில் தன்னை மட்டுமே வெளிப்படுத்துமாறு ஒளி யமைப்பைச் செய்ததாகப் படித்திருக்கிறேன். எனவே பொதுமக்கள் பார்வையிடும்போது ஹிட்லர் மட்டுமே கம்பீரமாகத் தெரிவார். வழிநெடுக இன்று பல சுவரொட்டிகளை வைத்து வாழ்வினும் பெரிதாகத் தங்களைக் காட்டிக்கொள்வது அதன் அடிப்படையில்தான்.

மக்கள் மனநிலையை வைத்துத் தான் சரியான ஊடகத்தைத் தேர்ந்தெடுக்க வேண்டும். உண்மை யையே பேசுபவர்கள் சிறந்த ஊடகமாகத் திகழ் கிறார்கள். அவர்கள் ஒருபோதும் வார்த்தை தவற மாட்டார்கள் என்று அவர்களைத் தெரிந்தவர்கள் நம்புகிறார்கள். அவர்களது நல்லெண்ணம் அவர்கள் பேச்சை, சக்தி வாய்ந்ததாக ஆக்குகிறது. நற்றிணையில் ஒரு பாடல். மருங்கூர்ப் பட்டினத்துச் சேந்தன் குமரனார் பாடியது.

'அம்ம வாழி தோழி காதலர்
நிலம்புடை பெயர்வது ஆயினும் கூறிய
சொல்புடை பெயர்தலோ இலரே' *(289)*

'தோழி! வாழ்க! யான் கூறுவதைக் கேட் பாயாக! இந்நிலம் தன் நிலையிலிருந்து பெயர் வதாயினும், நம் காதலர் தாம் கூறிய சொல்லை மாற்றிக் கூறமாட்டார்' என்று தலைவி பாடுகிறாள்.

மக்கள் மனநிலையை வைத்துத் தான் சரியான ஊடகத்தைத் தேர்ந்தெடுக்க வேண்டும்

சொல்கிறவர்கள் பொய்யான தகவலைக்கூட உண்மையாக்கிவிடுவார்கள். அந்த வகையில்தான் துரோணரின் மனத்தைச் சோர்வடையச் செய்ய 'இறந்தது அஸ்வத்தாமன்; அஸ்வத்தாமன் என்கிற யானை' என்பதைச் சொல்லும்படி கிருஷ்ணர் நிர்ப்பந்திக்கிறார். அவரை வில்லால் வீழ்த்த வழியின்றி 'வெண்பொய்'ச் சொல்லால் வீழ்த்தக் கிருஷ்ணர் நினைக்கிறார்.

அஸ்வத்தாமன் என்கிற ஆண் யானையைக் கண்ணிமைக்கும் கணத்தில் தன் கதையால் பீமன் அடித்துக் கொன்றுவிட்டு 'அஸ்வத்தாமனைக் கொன்றேன்' என ஆச்சாரியர் காதுகளில் விழுமாறு கூறினார். துரோணருக்கு அதிர்ச்சி. 'பொய்யா யிருக்குமோ' என்று துரோணர் தருமரைப் பார்க்க அவரும் 'அஸ்வத்தாமன் இறந்தான்' என்று அலறினார் பெரிதாய். அதே நேரத்தில் 'அஸ்வத்தாமன் என்ற யானை' என்று அடிமனத்துள் மெலிதாய்ச் சொன்னார். அதைக் கேட்டதும் துரோணர் துக்கித்து விக்கித்து அமர்ந்தார். அந்த நேரத்தில் திட்டதுய்மன் அவர் தலையை வாளால் வீழ்த்தினான். தருமர் என்கிற ஊடகம் தவறு செய்யாது என்கிற நம்பிக் கையில்தான் துரோணர் வீழ்ந்தார்.

''இயற்கை மெழுகு கடினமான உடையும் பொருள். ஆனால் அதில் கொஞ்சம் வெப்பத்தைச் சேர்த்தால், நாம் விரும்பும் வடிவத்தை அதில் ஏற்படுத்தமுடியும். அதைப்போலவே பணிவையும், இனிமையையும் சேர்த்தால் யாரையும் நம் பக்கம் ஈர்க்கமுடியும். வஞ்சகர்களையும் வழிக்குக் கொண்டு வரலாம்'' என்று ஆர்தர் ஷோபன் ஹோவர் சொல்கிறார்.

பொய்சாட்சி கூறுதல் தவறு என்பது குறுந் தொகையில் உணர்த்தப் பட்டுள்ளது.

'அறிகரி பொய்த்தல் ஆன்றோர்க்கு இல்லை,
குறுகல் ஓம்புமின் சிறுகுடிச் செலவே' *(184)*

என்று ஆரிய அரசன் யாழ்ப் பிரமதத்தன் குறிப் பிடுகிறான்.

இலக்கியத்தில் மேலாண்மை

ஜூலியஸ் சீசர் நாடகத்தில் சீசர் கொல்லப்பட்டது குறித்து ஊரே திரண்டு எழுகிறது. சதிகாரர்களில் 'சின்னா' என்கிற ஒருவனும் இடம் பெற்றிருந்தான். மக்கள் வழியில் எதிர்ப்பட்ட அனைவரையும் தாக்குகிறார்கள். அங்கே அவர்கள் கவிஞர் 'சின்னா'வையும் காணுகிறார்கள். அவனைச் சதிகாரன் என்று எண்ணித் தாக்கப்போகிறார்கள். அவனோ 'நான் சதிகாரன் சின்னா இல்லை. கவிஞர் சின்னா' என்கிறான். அப்போது கும்பலில் ஒருவன் 'அவனுடைய மோசமான கவிதைகளுக்காகக் கிழித்தெறியுங்கள்' என்று கூச்சல் போடுகிறான். மக்கள் மனநிலையே வெறுப்பாக இருக்கும்போது எந்தத் தகவலும் எடுபடுவதில்லை. சில நேரங்களில் சூழலே ஊடகமாக இருக்கிறது என்பதற்கு இந்தச் சம்பவமே சாட்சி.

அமெரிக்கக் கவிஞர் 'பால்-லாரன்ஸ் டன்பர்' நாம் முகமூடி அணிந்திருக்கிறோம் என்கிற அழகிய கவிதையை எழுதியிருக்கிறார். அதில் 'நாம் பொய் பேசும் முகமூடியை அணிந்திருக்கிறோம். அது நம் கன்னங்களையும், கண்ணின் அடிப்பாகத்தையும் மறைக்கிறது. மனித சாமர்த்தியத்தால் இரத்தம் வழிகிற இதயத்தோடு நாம் சிரிக்கிறோம். கணக்கற்ற

நுட்பமான செய்திகளைக் கூறுகிறோம்' என்று எழுதியிருப்பார். இன்று பல நேரங்களில் யார் உண்மையைச் சொல்கிறார்கள் என்பதை உணர முடியாத அளவிற்கு இறுக்கமான சூழல் எங்கேயும் நிலவி வருகிறது. ஏமாற்றுபவர்களே அதிக நம்பகத் தன்மை உள்ளவர்களாக நடந்து கொள்கிறார்கள்.

சூழலைப் பற்றி ஓர் உருவகக் கதை உண்டு. ஒருவன் தன்னுடைய கழிவறைக்குப் பக்கத்தில் சில எலிகள் அழுக்குகளைத் தின்றுகொண்டிருப்பதைப் பார்த்தான். மனிதனோ, நாயோ வருகிற சத்தம் கேட்டால் அவை உடனே ஓடி ஒளிந்துவிடுகின்றன. தன்னுடைய தானியக்கிடங்கில் இருக்கிற எலிகள் யார் வந்தாலும் கவலைப்படாமல் தொடர்ந்து தானியங்களைத் தின்றுகொண்டிருப்பதைப் பார்த்தான். மனிதனுக்கும் எலிகளுக்கும் வித்தியாசம் இல்லை. அவனது உயரத்தைச் சூழலே தீர்மானிக்கிறது என்று முடிவு செய்தான். தனக்கும் தன் படிப்புக்கும் ஏற்ற பதவியைத் தரவல்ல நகரத்திற்குச் சென்று பணியாற்றத் தொடங்கினான். பல மடங்கு உயர்ந்தான்.

நாம் யார் மூலமாக ஒரு தகவலைச் சொல்ல வேண்டும் என்பதற்கு வள்ளுவர் மூன்று அடிப்படைக் குணங்களைச் சுட்டிக்காட்டுகிறார். அன்பு, அறிவு, ஆராய்ந்து சொல்கிற சொல்வன்மை ஆகியவை தூதுசெல்வதற்கு முக்கிய மூன்று பண்புகள்

'அன்பறிவு ஆராய்ந்த சொல்வன்மை
தூதுரைப்பார்க்கு
இன்றி யமையாத மூன்று' (682)

ஷேக்ஸ்பியருடைய 'நடுக்கோடை இரவுக் கனவு' என்கிற இன்பவியல் நாடகம். அதில் ஒரு

செயலைச் செய்யத் தவறான நபரைத் தேர்ந் தெடுத்தால் அவர்கள் அந்தத் தகவலைப் புரிந்து கொள்ளாமல் எப்படிச் செயல்படுவார்கள் என்பதற்குத் தேவர்களின் இராஜ்யம் எடுத்துக் காட்டாகக் கையாளப்பட்டிருக்கிறது. ஓபரான் என்கிற ஆவிகளின் தலைவன் ராபின் என்பவனைத் தேர்ந்தெடுத்து ஒரு தகவலைச் சொல்கிறான்.

'இந்த வனத்திற்கு வந்துள்ள ஒரு பெண் தான் விரும்பியவன் நேசிக் காததால் மனமுடைந்து போயிருக்கிறாள். எனவே இந்த மலரை எடுத்துக் கொண்டு போய் அவன் தூங்கும் போது கண்களின் மீது பிழிந்துவிடு, அவன் முதலில் பார்க்கிற பெண் மீது காதல் ஏற்படும்' என்று கொடுத்து அனுப்பு கிறான். 'இதுமாதிரி ஒரு மலர் எங்குக் கிடைக்கிறது' என்று இன்றைய இளைஞர்கள் தீப்பிடிக்கக்கூடும். ஆனால் ராபின் தவறாகப் புரிந்துகொண்டு ஏற்கெனவே காதல் கொண்டிருக்கிற இருவரில் ஒருவரான ஆணின் கண்மீது பிழிய, அவன் இன்னொரு பெண்ணை எதிர்கொள்ள குழப்பம் உச்சத்தை அடைகிறது. கண்ணில் மண்தூவிக் காதலை உண்டாக்குவதைப் பார்த்திருக்கிறோம். பூவைப் பிழிந்து உண்டாக்குவது இந்த நாடகத்தில் தான் வருகிறது.

புறநானூற்றில் ஒரு தூதன் எப்படிச் செயல்பட வேண்டும் என்பதற்குப் போரை நிறுத்திய ஓர் அறிவாளியைப் பற்றி வருகிறது. இரு வேந்தர் களிடையே மூள இருந்த போரை நல்லுரை கூறி ஓர் இளைஞன் தடுத்து நிறுத்தினான் என்று தெரிவித்து அதனால் தயார்நிலையில் இருந்த யானைப்படை விலக்கிக்கொள்ளப்பட்டது என்று மதுரை வேளாசான் என்கிற புலவர் குறிப்பிடுகிறார்.

வயலைக் கொடியின் வாடிய மருங்குல்
உயவல் ஊர்திப் பயலைப் பார்ப்பான்
எல்லி வந்து நில்லாது புக்குச்
சொல்லிய சொல்லோ சிலவே அதற்கே
ஏணியும் சீப்பும் மாற்றி
மாண்வினை யானையும் மணி
களைந்தனவே (305)

'மேக்பத்'தில் நாயகனுடைய வீழ்ச்சிக்கு முக்கியக் காரணமே மூன்று சூனியக்கிழவிகள் கூறுவது உண்மையென்று அவன் நினைப்பது தான். மற்ற எல்லா வாய்க்கால்களையும் அடைத்துவிட்டு அவர்கள் சொல்வதே நடக்கும் என்று நினைக் கிறான். நண்பன் 'பேங்கோ', 'இந்த இருண்மையின் கருவிகள் சில உண்மைகளைக் கூறிவிட்டுப் பெரிய ஆபத்தை ஏற்படுத்திவிடும்' என்று எச்சரிக்கிறான். ஆனால் அவனால் இயலவில்லை.

அவர்களுடைய ஓர் ஆரூடம் பலித்ததால், அவர்கள் சொற்களையே வேதவாக்காக எண்ணி மோசம் போகிறான். அதைப்போலவே 'ஐந்தாம் ஹென்றி' நாடகத்தில் பிரெஞ்சு நாட்டு அரசன் ஹென்றிக்குத் தூதுவரை அனுப்பும்போது இங்கிலாந்து மன்னனைத் தாழ்த்த வேண்டுமென்பதற்காக டென்னிஸ் பந்துகளைக் கொடுத்தனுப்புகிறான். 'நீ சண்டையிட சரியான நபர் இல்லை, டென்னிஸ் விளையாடவே லாயக்கு' என்று அவன் உணர்த்து கிறான். அந்த நிகழ்வே ஐந்தாம் ஹென்றி பிரெஞ்சு நாட்டின் மீது போர்தொடுக்கவும், அந்நாட்டைத் தோற்கடிக்கவும் காரணமாக அமைந்து விடுகிறது.

ஆங்கில இலக்கியத்தில் 'ஆஸ்கர் வைல்டு' மிகப்பெரிய பங்களிப்பைச் செய்தவர். அவர் எழுதிய 'சுயநல அரக்கன்' கதை, சொல்கிற தொனி

எவ்வளவு முக்கியம் என்பதை உணர்த்துகிறது. அரக்கனைப்போன்ற ஆகிருதி கொண்டவன் ஒருவன் பள்ளியொன்றின் அருகில் அழகான பழத்தோட்டத்தை வைத்திருக்கிறான். பள்ளியில் படிக்கிற மாணவர்கள் மதிய இடைவெளியில் அங்கு வந்து காய்களையும், கனிகளையும் பறித்துத் தின்பார்கள்.

தன் தோட்டத்துப் பலன் பறி போவதை அறிந்த அவன் குழந்தைகளையெல்லாம் துரத்தி விட்டு வேலியிட்டுக் கதவைப் பூட்டிவிடுகிறான். ஆனால் அடுத்த பருவம் வருகிறபோது அந்தத் தோட்டம் பூக்கவோ, காய்க்கவோ இல்லை. அவன் தன் தவறை உணர்கிறான். மறுபடியும் குழந்தை களுக்காகக் கதவு திறந்து விடப்படுகிறது. மகிழ்ச்சி யோடு அவை மரத்தில் ஏறுவதையும், கனிகளைப் பறிப்பதையும் அனுமதிக்கிறான்.

'என்னிடம் பல அழகிய மலர்கள் இருக் கின்றன; ஆனால் குழந்தைகள் தாம் எல்லா மலர்களைக் காட்டிலும் அழகான மலர்கள்' என்று பூரிக்கிறான். ஒருநாள் அந்தத் தோட்டத்திலேயே அவன் மரணம் அடைகிறான். அவன் உடலை மரத்திலிருந்து விழும் பூக்கள் மலர்ப்போர்வையால் மூடுகின்றன. அன்பு என்கிற ஊடகம் சக்தி வாய்ந்தது. அதன் மூலமே அடுத்தவர்களை எளிதில் கவரமுடியும். சொல்லுகிற சொற்களும் அப்போது தான் சுவாரசியமானவையாக மற்றவர்களுக்குத் தெரிய ஆரம்பிக்கும்.

'டிப்பிங் பாய்ன்ட்' என்கிற நூலில் உள்ள வியக்கத்தக்க செய்தி.

1775 ஆம் ஆண்டு ஏப்ரல் மாதம், 18 ஆம் நாள்.

பாஸ்டனில் குதிரை லாயத்தில் இராணுவ அதிகாரி தன் சகாவிடம் 'இவர்கள் நாளை நரகத்தைச் சந்திக்கப் போகிறார்கள்' என்று கிசுகிசுப் பதை இலாயத்திலிருந்த சிறுவன் ஒருவன் கேட்க நேர்கிறது. உடனே அவன் பால் ரெவரி என்கிற வெள்ளி நகைகள் செய்பவரிடம் சென்று விவரத்தைச் சொல்கிறான். அப்படியொரு செய்தி ரெவரிக்கும் காற்றுவாக்கில் காதில்பட்டது. அது இப்போது உறுதியானது. அவர் தன்னுடைய நண்பர் வாரனைச் சந்தித்தார்.

இருவரும் பாஸ்டனைச் சுற்றியுள்ள பகுதி களை இது குறித்துத் தயாராக இருக்கச் செய்ய வேண்டுமென நினைத்தனர். தன் குதிரைகளில் இரவு சவாரி செய்து லெக்ஸிங்டன் அடைந்தார். இரண்டு மணி நேரத்தில் 13 மைல்களைக் கடந்தார். வழியிலிருந்த ஊர்களில் உள்ள குடியிருப்புத் தலைவர்களையெல்லாம் அவர் உஷார் படுத்தினார். தேவாலய மணிகள் ஒலித்தன. முரசுகள் முழங்கின. ரெவரி எல்லாப் பக்கங்களுக்கும் தகவலைப் பரப்பக் குதிரை வீரர்களை அனுப்பினார்.

செய்தி தீயானது. மறுநாள் பிரிட்டிஷ் இராணுவம் எதிர்பாராத எதிர்ப்பைக் காலனி வீரர்களிடம் சந்தித்ததோடு அவர்கள் முயற்சி முறியடிக்கவும்பட்டது. அதற்கு முக்கிய காரணமே பால் ரெவரி பரபரப்பானவர். பலருக்கு நெருக்க மானவர். எல்லா இடங்களிலும் அவருக்குப் பழக்கம் உண்டு. அவர்கள் தொடர்பை அவர் புதுப்பித்துக் கொள்பவர். பார்த்தவுடன் பற்றிக் கொள்ளும் உற்சாகம் அவருக்கு இருந்தது. எனவே ஓரிரவில் ஒரு பகுதியை உஷார்படுத்தித் தயார் நிலையில் இருக்கச் செய்ய முடிந்தது. செய்தி யாரால் பரவுகிறது என்பது முக்கியம் என்பதற்குப் பால் ரெவரி ஒரு சரித்திரச் சங்கதி.

அடுத்தது உள்வாங்கும் திறன். கேட்கிறவர் எவ்வாறு ஒரு தகவலை உள்வாங்குகிறார் என்பதும்,

அன்பு என்கிற ஊடகம் சக்தி வாய்ந்தது, அதன் மூலமே அடுத்தவர்களை எளிதில் கவர முடியும்.

பிறகு அவர் என்ன செய்கிறார் என்பதுமே தகவல் பரிமாற்ற வட்டத்தை நிறைவு செய்யும் பகுதிகள்.

சில நேரங்களில் நாம் எவ்வளவு சொன்னாலும், எதிரே இருப்பவர் கேட்கத் தயாராக இல்லை யென்றால் ஊடகமோ, தகவலோ பயன்படாமல் பழுதடைந்துவிடும். 'சுவரை நிர்மாணிப்பது' என்கிற 'ராபட் ஃப்ராஸ்ட்' எழுதிய ஆங்கிலக் கவிதை இதைத் தெரிவிக்கிறது. ஒரு விவசாயி பக்கத்துப் பண்ணை விவசாயிடம் கூறுவதாக அந்தப் பாடல் அமைந்திருக்கிறது. 'எனக்குச் சுவர்கள் பிடிப்பதில்லை, வேட்டையாடுபவர்கள் முயல்களைத் தேடும்போது அவற்றின் இடைவெளி களில் கற்களை நகர்த்திக் காயம் செய்வார்கள். எனது தோட்டத்திற்கும், உனது தோட்டத்திற்கும் எந்தப் பிரச்சினையுமே இல்லையே, பிறகு ஏன் நம் தோட்டங்களுக்கு இடையே சுவரமைக்கவேண்டும்' என்பதில் உறுதியாக இருக்கிறார். 'நல்ல வேலிகள் நல்ல அண்டை வீட்டுக்காரர்களைப் பெற்றுத் தரும்' என்று பக்கத்துப் பண்ணையார் பிடிவாதம் பிடிக் கிறார். 'என்னுடைய ஆப்பிள் மரங்கள் உன்னுடைய பைன் மரத்துக் கோன்களை ஒருபோதும் உணவாக்கிக் கொள்ளப்போவதில்லை. ஆனாலும் நீயோ திரும்பத் திரும்ப நமக்குள் சுவரிருக்க வேண்டுமென்று வலி யுறுத்துகிறாய்'. இருவருக்குள் உள்வாங்கும் திறன் வேறுபடுகிறபோது அவர்களுக்கிடையே சீனப் பெருஞ் சுவரே எழுப்பப்பட்டுவிடுகிறது என்பது தான் உண்மை.

★

இலக்கியத்தில் மேலாண்மை

அத்தியாயம் 36
சாதகமான பதில், எதிரியும் சரண்!

தகவலை உள்வாங்குபவர் இல்லாமல் தகவல் தொடர்பு பயனற்றது. யாருமே கேட்காத போது பேசித்தான் பயன் என்ன? நாம் ஒரு கட்டளையை இடுகிறோம் என்றால் அதைச் செயல்படுத்துகிறவர் புரிந்து கொண்டிருக்கிறாரா என்பது முக்கியம். அவருக்குப் போய்ச் சேராவிட்டால் செயல் நிறை வேறாது. தவறாகப் போய்சேர்ந்தால் இன்னும் ஆபத்து. எனவே எல்லாத் தகவல் தொடர்புகளும் யாருக்குப் போய்ச்சேரவேண்டும் என்பதை மைய மாக வைத்தே அனுப்பப்படவேண்டும்.

வானொலியைத் தொடக்க காலத்தில் விவசாயி களுக்காகப் பயன்படுத்தினார்கள். அப்போது இரவு 7.30 மணிக்கு விவசாய நிகழ்ச்சிகள் ஒளிபரப்பப் படும். வயல் வேலைகளை முடித்துக்கொண்டு வந்து ஓய்வாக விவசாயிகள் இருக்கும்போது அவர்களால் விரும்பிக்கேட்கப்படும் என்பதனால் அந்நேரம் தேர்வு செய்யப்பட்டது. அது நல்ல பலனையும் அளித்தது.

உள்வாங்குபவர்கள் ஏற்கெனவே தயாரிக் கப்பட்ட மனநிலையோடு இருக்கக்கூடாது. விருப்பு வெறுப்பு இல்லாமல் செய்தியை வாங்க வேண்டும். உற்று கவனிக்க வேண்டும். இன்று பலவிதமான திசைதிருப்பும் செயல்பாடுகள் நிலவி வருவதால் அவற்றைத் தாண்டி உள்வாங்குபவர் கூர்மையாகக் கவனிக்க ஏற்றவாறு நாம் நம்முடைய தகவல் தொடர்பை வடிவமைக்க வேண்டும்.

மேலாண்மை நிறுவனங்கள் பல இலட்சம் ரூபாய்களை விளம்பரங்களில் செலவு செய்கின்றன. குறிப்பிட்ட மக்களை (Targetted people) அடைவதற்கு அவற்றை எப்படிச் செம்மையாக வடிவமைக்கலாம், வாடிக்கையாளர்களைக் கவரலாம், அவர்களிடமிருக்கும் குறைந்த அளவுப் பணத்தில் நமக்கான விகிதத்தைப் பெறலாம் என்பதைப் போட்டிபோட்டுக்கொண்டு வர்த்தக நிறுவனங்கள் செய்கின்றன. நிறைய பொருட்கள் விற்றாலும் நிறுவனங்கள் விளம்பரத்தை நிறுத்துவதில்லை. அவர்கள் சந்தையில் தங்களைத் தக்க வைத்துக் கொள்வதற்கு ஏற்றவாறு தொடர்ந்து தங்கள் பொருட்களை மக்கள் மனத்தில் நிலை நிறுத்த முயற்சி செய்கின்றனர். இன்று கவனிக்க வைப்பது சிரமம். ஒரு காலத்தில் அதிக ஊடகங்கள் இல்லை. இன்றோ அலைபேசி, மின்னஞ்சல் போன்ற எல்லாவற்றிலும் விளம்பரங்கள் புகுந்து விளையாடுகின்றன. பொதுமக்களும் விளம்பரங்களை ஒதுக்கித் தள்ளிவிட்டு, பொழுதுபோக்குகளை நுகர முயற்சி செய்கிறார்கள். இந்தச் சூழலில் இது மிகப்பெரிய சவாலாக இருக்கிறது.

சமஸ்கிருதத்தில் 'கதா சரித சாஹரம்' என்கிற கதைத்தொகுப்பு உண்டு. அதில் இடம்பெற்றுள்ள ஒரு விக்ரமாதித்தன் கதை சுவையானது. துர்காபுரி என்கிற நாடு, அங்கு ஒரு துர்க்கையம்மன் ஆலயம். ஆலயத்தில் திருவிழா. தீர்த்தத்தில் நீராடி அம்மனை வழிபட்டால் விருப்பம் நிறைவேறும் என்கிற ஆழ்ந்த நம்பிக்கை. திரு விழாவுக்கு வந்த சுந்தர தேவன் என்கிற இளைஞன் அம்மனைத் தரிசிக்கச் செல்லும்போது ஓர் அழகான இளம் பெண்ணைப் பார்க்கிறான். பார்த்த மாத்திரத்தில் ஈர்த்துவிடுகிறாள் அவள். 'அவளைத் திருமணம் செய்துகொள்ள வேண்டும். இல்லாவிட்டால் வாழ்வதில் பொருள் இல்லை' என்று முடிவு செய்கிறான். விசாரித்ததில் அவள் அருகிலிருக்கும் நகரத்தைச் சார்ந்த வியாபாரியின் மகள் என்றும் அவள் பெயர் மதன சுந்தரி என்றும் தெரிகிறது. அவன் அம்மனை வழிபடுகிறான். 'மதன சுந்தரியைத் திருமணம் செய்து கொள்ள எனக்கு அருள் செய்தால் திருமணமான சில காலத்தில் என் தலையையே வெட்டி உனக்குக் காணிக்கையாக்குகிறேன்' என்கிறான்.

திருமணம் நிகழ்கிறது. சுந்தர தேவன் மனைவியோடு மாமனார் இல்லத்திலேயே மாதங்கள் சிலவற்றை மகிழ்ச்சியுடன் கழிக்கிறான். பிறகு மதன சுந்தரியை அழைத்துக்கொண்டு சொந்த ஊருக்குச் செல்ல முடிவு செய்கிறான். அவர்களுக்குத் துணையாக மதனசுந்தரியின் மூத்த சகோதரன் தாருகன் செல்கிறான். அவர்கள் துர்காபுரிக்கு வந்தவுடன் சுந்தரதேவனுக்கு முன்பு தான் செய்த பிரார்த்தனை நினைவுக்கு வருகிறது. இருவரையும் இருக்கச் சொல்லிவிட்டு கோயிலுக்குச் சென்று கழுத்தை அறுத்துக்கொண்டு உயிர்விடுகிறான். அவனைத் தேடிப் புறப்பட்ட தாருகன் நடந்ததைப் பார்த்து அவனும் தன் வாளை எடுத்து கழுத்தை வெட்டிக் கொண்டு இறக்கிறான். இருவரும் வராதது கண்டு அவர்களைத் தேடிச் சென்ற மதனசுந்தரி அம்மனின் முன்பு கண்ணீர் மல்கி கழுத்தை அறுக்க வாளை எடுக்கிறாள்.

அம்மன் பிரசன்னமாகி 'குழந்தையே! அவசரப் படாதே! இந்தக் கும்பத்தீர்த்தத்தைப் பெற்றுக் கொள். இறந்துகிடக்கும் உன்னுடைய கணவன் சகோதரன் ஆகியோர் தலைகளை உடலோடு பொருத்திக் கும்பதீர்த்தத்தைத் தெளி. உயிர்பெற்று

அதிக மகிழ்ச்சியோ, அதிக வருத்தமோ ஏற்படும்போது செய்திகளைச் சரியாக உள்வாங்கிக்கொள்ள நாம் தவறி விடுகிறோம்

விடுவார்கள் என்று அருள் புரிகிறார். மதன சுந்தரி மகிழ்ச்சியில் கண்மண் தெரியாமல், கணவனுடைய தலையைச் சகோதரனின் உடலிலும், சகோதரனின் தலையைக் கணவனின் உடலிலும் பொருத்தி இணைக்க அவர்கள் உயிர் பெற்று விடுகிறார்கள். தாருகன் உடலில் இப்போது சுந்தர தேவனின் தலை. இந்த இருவரில் யாரைக் கணவனாக ஏற்பது என்று அவளுக்குக் குழப்பம்.

இந்தக் கதையை வேதாளம் விக்கிரமாதித்தனிடம் சொல்லி விடை கேட்கிறது. அதற்கு விக்கிரமாதித்தன் ‘எண்சாண் உடம்புக்குத் தலையே பிரதானம். எனவே சுந்தரதேவனின் சிரசுள்ள உடலே மதனசுந்தரியின் கணவனாக இருக்க முடியும்’ என்று பதில் அளிக்கிறான். வேதாளம் விடையை ஏற்றுக்கொள்கிறது.

இரண்டு தகவல்கள் இந்தக் கதையின் மூலமாகத் தெரிகிறது. ஒன்று அதிக மகிழ்ச்சியோ, அதிக வருத்தமோ ஏற்படும்போது செய்திகளைச் சரியாக உள்வாங்கிக்கொள்ள நாம் தவறி விடுகிறோம். அடுத்ததாக ஒரு மனிதனுடைய தலையே உடலின் செயல்பாட்டைத் தீர்மானிக்கிறது. மனம் உடலை இயக்குகிறது.

எந்த ஒரு தகவலையும் முழுமையாக உள்வாங்கிக்கொள்வது கேட்பவருடைய பங்களிப்பிலும் இருக்கிறது. மேம்போக்காக ஒரு தகவலைக் கேட்டவுடன் அதை ஒருமுறை அலசிப் பார்க்காமல் நாம் உள்வாங்கியதே சரி என்று நினைத்துக் கொண்டு செயல்படுவது தவறு. ஒருமுறை நாம் விளங்கிக் கொண்டது சரியா என்பதைத் தகவல் அளித்தவரிடம் சொல்லித் தெளிவு பெற்றுக் கொள்வது நல்லது. சில விடுதிகளில் உணவுப் பொருட்களை ஆணை செய்துவிட்டு, பரிமாறுபவரிடம் என்னென்ன பொருட்கள் என்று விளக்கம் பெறுவது நல்லது. இது உணவுக்கு மட்டுமல்ல, நாம் பணியாற்றுகின்ற நிறுவனத்திற்கும் பொருந்தும்.

சொல்லுவதைத் தெளிவாகச் சொல்லுவது, முக்கியமான தகவல்களை இரண்டாவது முறை சொல்வது, அதிமுக்கியமானவற்றைத் திரும்பச் சொல்வது, நிறைய தகவல்கள் சொல்லும்போது எழுத்து மூலமாகச் சொல்வது, பிறகு தொலைபேசியில்

நினைவுபடுத்துவது போன்றவற்றைக் கடைப் பிடிப்பதன் மூலம் தகவல் பிசகாமல் பார்த்துக் கொள்ளலாம்.

இந்தக் கதையினால் கவரப்பட்ட தாமஸ் மன் என்கிற நோபல் பரிசுபெற்ற ஜெர்மானிய இலக்கிய வாதி 'மாற்றிப் பொருத்திய தலைகள்' என்கிற படைப்பைத் தந்துள்ளார். அதில் அவர் உடலையும் மனத்தையும் வித்தியாசப்படுத்திப் பார்க்கும் கருத்தாக்கத்திற்கு எதிர்ப்புத் தெரிவிப்பதோடு தலையை உடலைவிட மேன்மையானது என்று கருதுகிற தத்துவத்தைக் கேலிக்குள்ளாக்குகிறார். தலையை மாற்றியமைத்தாலும் மனரீதியான சிக்கல்களிலிருந்து விடுபடமுடியாது என்று அவர் வாதிடுகிறார்.

ஞானபீடப் பரிசு பெற்ற நாடகாசிரியர் கிரீஷ் கர்னாட் 'ஹயவதனா' என்கிற நாடகத்தை இதே வடிவாக்கத்தில் அமைத்திருந்தார். தேவதத்தா என்கிற அறிவாளி, கபிலன் என்கிற பலசாலி, இருவரும் நண்பர்கள். தேவதத்தன் பத்மினி என்ற அழகான பெண்ணைத் திருமணம் செய்துகொள் கிறான். நேர்த்தியான உடல்கட்டுடன் இருக்கின்ற கபிலனுக்கு பத்மினிமீது மோகம். பத்மினிக்கும் அவன்மீது ஈர்ப்பு. விக்கிரமாதித்தன் கதையைப் போலவே அவர்களும் தங்கள் தலைகளை வெட்டிக் கொள்ள, பத்மினி வரம்பெற்று தலையையும், உடலையும் இணைக்கும்போது தேவதத்தனின் தலையைக் கபிலனின் உடலுக்கும், கபிலனின் தலையைத் தேவதத்தனின் உடலுக்கும் பொருத்தி விடுகிறாள். இது தற்செயலாக நடந்ததல்ல. உண்மையிலேயே பத்மினி தேவதத்தனை அவன் அறிவுக்காகவும், கபிலனை அவன் உடலுக்காகவும் நேசிக்கிறாள். இந்த இரண்டும் ஒருவருக்கு அமைந்தால் எப்படி இருக்கும் என்கிற அவளுடைய ஆழ்மன விசாரமே இப்படியொரு நிகழ்வு ஏற்பட வழிவகுக்கிறது. ஆனால் நாளடைவில் தேவதத்தன் தன் சிந்தனையின் காரணமாக உடற்கட்டை இழக்கிறான். கபிலனோ மறுபடியும் தன் உடலைப் பெறுகிறான். மூன்று பேர் வாழ்க்கையிலும் குழப்பம் ஏற்படுகிறது.

கர்னாட் எழுதிய நாடகம் நுட்பமானது. சிலர் வார்த்தைத் தவறி விட்டது என்பார்கள். வார்த்தை வழுக்கல் என்பது ஆழ்மனத்திலிருந்துதான் வருகிறது என்று மனவியல் அறிஞர் சிக்மன்ட் பிராய்டு சொல்கிறார்.

சிலர் புண்படுத்தும்படி பேசிவிட்டு 'விளை யாட்டுக்காகச் சொன்னேன்' என்பார்கள். ஆனால் அது அப்படி மேலோட்டமாக சொல்லப்பட்டவை யல்ல என்பது தான் பிராய்டினுடைய வாதம். அதைப் போலவே பத்மினி தவறாக விஷயத்தை உள்வாங்காமல், விருப்பம்போல் உள்வாங்குவதற்கு உதாரணமாகத் திகழ்கிறாள். எந்தவொரு செய்தியை நாம் சொன்னாலும் அவரவர்களுடைய மன நிலைக்கு ஏற்பவே உள்வாங்கிக் கொள்வார்கள் என்பதுதான் தகவல் பரிமாற்றத்தில் கவனிக்கப்பட வேண்டிய கருத்து.

ஒரு தகவல் கேட்கப்படும்போது அதில் இரண்டு பொருட்கள் இருக்கின்றன என்பதை உணரவேண்டும். மேம்போக்கான ஒரு பொருள், ஆழமான ஒரு பொருள். மேம்போக்கான பொருள், ஆழமான பொருளுக்கு மாறுபட்டதாக மட்டு மில்லாமல் எதிரானதாக இருக்கலாம். எனவே வரிகளுக்கு இடையில் வாசிப்பது அவசியம். குரலின் ஏற்ற இறக்கம், முக பாவனை, உடல் மொழி, உச்சரிப்பில் உள்ள இடைவெளி போன்ற அனைத்தையும் ஒருங்கே நோக்கிவிட்டு நாம் தகவலைப் புரிந்துகொள்ள வேண்டும். அப்போது தான் செய்தியை அனுப்பியவர் சொல்லுவதும், நாம் புரிந்துகொள்வதும் வெவ்வேறாக இல்லாமல் தகவல் முற்றுப்பெறும்.

புறநானூற்றில் வஞ்சப்புகழ்ச்சி இடம்பெற்ற பாடல் ஒன்றுஉண்டு. தொண்டைமான், அதியமான் என்கிற இருவரிடையே போர் மூளவிருக்கிறது. அதைத் தடுக்கத் தூதுவந்த ஔவை தொண்டை மானின் படைக்கருவிகளைப் பார்த்து 'இவை புத்தம் புதிதாக இருக்கின்றன. ஆனால் அதியனின் கருவிகளோ ஓயாமல் போரில் ஈடுபட்டு நுனி மழுங்கி கூர்முரிந்து கிடக்கின்றன' என்று சொல்லி, அதியன் வீரன் என்பதை உணர்த்திப் போரை நிறுத்தியதாக அந்தப் பாடல் மூலம் தெரிகிறது. புகழ்வதைப் போல இகழ்ந்தாலும், அதிலிருக்கும் சூட்சுமத்தை எல்லோராலும் உள்வாங்கிக்கொள்ள முடிவதில்லை. சிலர் அதையே புகழ்ச்சி என்று எண்ணி ஏமாறுவதும் உண்டு.

தன்முனைப்பு அதிகம் இருப்பவர்கள் கோமாளியாக இருப்பதையே பெருமையாகக் கருதிக்கொள்வார்கள். அப்படிப்பட்டவர்கள் எந்தக் கட்டத்திலும் தங்களை மாற்றிக்கொள்ள முடியாது.

நாம் எதைக்கேட்க விரும்புகிறோமோ அதையே கேட்கிறோம். ஒருவர் ஒரு தகவலைத் தருகிறபோது அதில் சாதகமானவற்றை எடுத்துக் கொண்டு, பாதகமானவற்றை விட்டு விடுகிறோம். கேட்கிறவர் மனநிலையே தகவலைத் தீர்மானிக் கிறது. நாம் ஏற்கெனவே முடிவுசெய்துகொண்டு ஒரு தகவலைக் கேட்க விரும்பினால் நாம் நினைப்பது போலவே அதை அர்த்தப்படுத்திக்கொள்கிறோம். நம்முடைய எண்ணங்களையே பல நேரங்களில் அதில் ஏற்றிவிடுகிறோம். இவையெல்லாம் மிகப் பெரிய குளறுபடியில் கொண்டுபோய்விட்டு விடுகின்றன. நம் வேட்கைக்கு ஏற்பவும், ஆர்வத் திற்கு ஏற்பவும் தகவல்களைக் கேட்கிறபோது மிகப்பெரிய சிக்கலில் நாம் மாட்டிக்கொள்கிறோம்.

சிலர் கூறுகிற தகவல்கள் சொற்பமாக இருக்கும். ஆனால் அவர்களின் உடல்மொழி அவர்கள் சொல்லாத பல தகவல்களை வெளிப் படுத்தும். அவர்கள் சொல்வதும் உடல்மொழியும் எதிர்ப்பதங்களாக இருக்கும். இப்படிப்பட்ட நெருக்கடிகள் நேர்கிறபோது நாம் வாய்மொழியைக் காட்டிலும் உடல் மொழிக்குத்தான் முக்கியத்துவம் தர வேண்டும். வார்த்தை பொய் சொல்லலாம், ஆனால் உடல் பொய் சொல்லாது. இது மேலாண்மை யியலில் இருக்கிறவர்களுக்கு அத்தியாவசியமான ஒரு பயிற்சி.

திருவள்ளுவர் உடல் மொழிகளைப் பற்றி ஆழ்ந்த புரிதல் தலைமைப் பதவியில் இருப்பவர் களுக்கும் அவர்களைச் சுற்றியிருப்பவர்களுக்கும் அவசியம் என்று குறிப்பிடுகின்றார். ஒருவனின் முக

**சிலர் கூறுகிற தகவல்கள்
சொற்பமாக இருக்கும். ஆனால் அவர்கள்
உடல்மொழி அவர்கள் சொல்லாத
பல தகவல்களை வெளிப்படுத்தும்**

உணர்ச்சிகளையும், கண் அசைவுகளையும் அறிந்து கொள்ளும் ஆற்றல் யாருக்கு இருக்கிறதோ அவனை அதிகத் தொகை கொடுத்துக்கூட பணியில் வைத்துக் கொள்ளலாம். அருகிலேயே இடம் பெறச் செய்யலாம் என்பது அவரது கருத்து

**குறிப்பிற் குறிப்புணர் வாரை உறுப்பினுள்
யாது கொடுத்தும் கொளல் (703)**

மூன்றாம் ரிச்சர்ட் நாடகத்தில் ஷேக்ஸ்பியர், 'நீங்கள் அவன் சொற்களை மாத்திரம் கவனித்தீர்கள், இதயத்தின் நஞ்சைக் கவனிக்க மறந்துவிட்டீர்கள்' என்ற வசனத்தை இடம்பெறச் செய்கிறார்.

குரங்குப் பயிற்சியாளர் பற்றிய குறுங்கதை ஒன்று உண்டு. குரங்குகளை மிகவும் நேசித்த குரங்குப் பயிற்சியாளன் ஒருவன் இருந்தான். அவற்றை அவன் நன்றாகப் புரிந்து கொண்டிருந்தான். மரங் களில் திரியும் அவற்றிற்குத் தன் வீட்டு உணவைக் கொஞ்சம் சேமித்துவந்து தினமும் வழங்குவது அவன் வழக்கம். ஆனால் ஒரு கட்டத்தில் பஞ்சம் ஏற்பட்டு உணவு மீதாமல் போனது. அவன் குரங்கு களுக்குக் கொடுக்கும் உணவைக் குறைக்க நினைத் தான். அவை சம்மதிக்காது என்பது அவனுக்குத் தெரிந்தது. எனவே அவற்றை ஏமாற்ற எண்ணினான்.

அவற்றிடம், 'உங்களுக்குக் காலையில் மூன்று செஸ்நட்டுகளும், மதியம் நான்கு செஸ்நட்டு களும் தர இருக்கிறேன். அவை போதுமா?' என்று கேட்டான். அவையோ கோபத்தில் கூக்குரலிட்டன.

'சரி. உங்களுக்குக் காலையில் நான்கு செஸ் நட்டுகளும், மதியம் மூன்றும் தருகிறேனே!' என்றான். அவை மகிழ்ச்சியுடன் ஒப்புக்கொண்டன. ஒரே செய்தியைச் சாதகமானது போல் சொன்னால் எதிராளியைச் சம்மதிக்கச் செய்ய முடியும் என் பதற்கு இது சான்று.

அழிவும் வன்முறையும் எதிர்மறை உள்வாங் கலையே ஏற்படுத்தும். 'தங்களைப் பிடிக்கத்தான் வருகிறார்களோ' என்று எண்ணிக் காகங்கள் எப்போதும் பறக்கின்றன. பிடித்துக் கறி சமைப் பவர்கள் கால்களைச் சுற்றியே கோழிகள் வலம் வருகின்றன. நம்பிக் கெடுவதும், நம்பிக்கை யின்மையால் வாழ்வதும் எப்போதும் தொடர் கின்றன.

வன்முறைச் சூழலில் மாயத் தோற்றங்கள் ஏற்பட்டு இல்லாதவற்றைக் கற்பனை செய்கின்ற மன நிலை ஏற்படும் என்பதற்கு அகிரோ குரோசவா இயக்கிய 'கனவுகள்' எனும் திரைப்படமே சான்று.

எட்டுச் சம்பவங்கள் மணிகளாகக் கோக்கப் பட்டு ஆழமாக அமைந்தது அந்தத் திரைப்படம். மீமெய்மையியல் (சர்ரியலிஸம்) கருத்துக்களும் தெறிக்கும் வகையில் அமைக்கப்பட்டது அது. அதில் 'டனல்' என்று ஒரு கதை. போர் முடிந்து வீடு திரும்புகிற ஒரு இராணுவக் கேப்டன் ஒரு டனல் வழியாகச் செல்லும்போது அவனைப் பார்த்து ஒரு நாய் குரைக்கிறது. அவனைக் கடிக்க ஓடி வருகிறது. உடலெல்லாம் வெடிமருந்துகளால் பிணைக்கப்பட்ட அந்த நாயை அவனால் ஒன்றும் செய்யமுடியவில்லை. சிறிது தூரம் சென்றதும் அவனை நோக்கி அணிவகுத்து ஒரு பெரிய பட்டாளம் வருகிறது. அதிலிருப்பவர்கள் எல்லாம் அவனோடு போரிட்டு மரணமடைந்தவர்கள். அவர்களைத் திரும்பிப் போகுமாறு அவன் மன்றாடுகிறான்.

'நான் உங்களை ஏவிப் போரில் மரணமடை வதற்குக் காரணமாக இருந்துவிட்டேன், மன்னித்து விடுங்கள்' என்று அழுகிறான். ஆனாலும் அவர்கள் போக மறுக்கிறார்கள். பிறகு இராணுவக் கட்டளையின் மூலமாகத் திருப்பி அனுப்புகிறான். நிம்மதி பெரு

மூச்சுவிட்ட அவன் முன்பு வெடி மருந்துகளோடு நின்று நாய் அவனை நோக்கிக் குரைக்கிறது.

தவறான செயல்கள் கெட்ட கனவுகளாக நம்மைத் துரத்தி நம் பின்னால் வந்துகொண்டே யிருக்கின்றன. அவற்றிலிருந்து விடுபடுவது மிகவும் சிரமம். அவர் இயக்கிய 'ரோஷமான்' ஒரே காட்சியை ஒவ்வொருவர் எப்படி உள்வாங்குகிறார்கள் என் பதையும், தங்கள் கருத்தை ஏற்றிக் காட்சியை விளக்குகிறார்கள் என்பதையும் தெளிவுபடுத்துகிறது.

உணர்ச்சிவசப்பட்ட சூழலில் ஒரு தீக்குச்சியே எரிமலையாக வெடிக்கும் என்பதற்கு அமெரிக்க விடுதலைப் போர் ஒரு சான்று.

தாமஸ் பெய்ன் என்கிற ஆங்கி லேயர் பெஞ்சமின் ஃப்ராங்கிளினைச் சந்திக்க நேரிடுகிறது. தன்னுடைய நாடே வேறொரு நாட்டை அடிமைப் படுத்தினாலும் அதற்கு எதிராகக் கொந்தளிக்கின்ற மனப்பான்மை சிலருக்கே ஏற்படும். அப்படிப்பட்ட விடுதலை வேட்கை நிறைந்தவர் பெய்ன்.

அவர் இங்கிலாந்து, அமெரிக்காவை அடிமைப் படுத்துவதை வெறுத்தவர். எனவே 1774 ஆம் ஆண்டு தாய்நாட்டிலிருந்து அமெரிக்காவிற்கு இடம் பெயர்ந்தார். அங்கு 1776, ஜனவரி மாதம் 'காமன் சென்ஸ்' என்கிற கையேட்டை வெளியிட்டார். அதில் அமெரிக்கர்கள் தங்கள் விடுதலைக்காகப் போராட வேண்டும் என்று குரல் கொடுத்தார். அது ஒரு மாபெரும் புரட்சிக்கு வழிவகுத்தது. அப்போது அதற்கான சூழல் கனிந்திருந்ததும் ஒரு காரணம். அவர் பிரெஞ்சுப் புரட்சிக்கும் சார்பாகக் குரல் கொடுத்தவர். அதே நேரத்தில் பிரெஞ்சு ஆட்சி யாளர்களைக் கில்லெட்டின் இயந்திரம் மூலம் கொல்வதையும் எதிர்த்தவர்.

சங் சூ என்கிற தாவோ ஞானி ஊடகங்களைப் பற்றியும், உள்வாங்குவதைப் பற்றியும் குறிப்பிடு கிறார். 'இரண்டு மனிதர்கள் அருகருகே இருந்தால் சொந்தத் தொடர்புமூலம் பிணைப்பு ஏற்படுத்திக் கொள்ளலாம். ஆனால் தொலைவில் இருப்பவர்கள் மற்றவர்கள் மூலம் தகவல் அளித்துத் தான் கருத்தைப் பரிமாறிக்கொள்ள முடியும். உணர்ச்சி களையும், உணர்வுகளையும் தகவல்கள் மூலம் தெரிவிப்பதுதான் உலகத்திலேயே சிரமமானது. சில நேரங்களில் அவை மனிதர்களின் உணர்ச்சிகளை மிகைப்படுத்தக்கூடும். மகிழ்ச்சியாக இருக்கும் போது துதி பாடலாகவும், எரிச்சலுடன் இருக்கும் போது கோபமாகவும் உருமாறிவிடும். எனவே மற்றவர்கள் சரியாக உள்வாங்கிக்கொள்ள உணர்ச்சி களை மிதமாக வெளிப்படுத்துவதுதான் நல்லது' என்கிற அவருடைய கோட்பாடு மிகவும் பொருத்தம்.

சிலவற்றை வெளிப்படுத்துவதும், உள்வாங்கு வதும் சிரமமானவை. அதனால்தான் மெய்ஞ்ஞானம் பெற்ற பலர் எந்த நூலையும் எழுதாமல் போனார்கள். அவர்களுக்குத் தெரியும் தாங்கள் ஏதாவது நூல் ஒன்றை எழுதினால் மக்கள் அவற்றையே புனித மானதாகக் கொண்டாடிவிடுவார்கள். மாறுபடுகிற காலச்சூழலில் எதையும் கண்மூடித்தனமாகப் பின்பற்றுவது உண்மையான அறிவுக்கு இடம் கொடுக்காது. எனவே அவர்கள் எதையும் எழுது வதற்குத் தயங்கினார்கள். அவர்களின் சீடர்களும், அவர்களைப் பின்பற்றியவர்களும்தாம் அவர்கள்

இலக்கியத்தில் மேலாண்மை

சொன்னவை என்று பலவற்றைத் தொகுத்தளித்தார்கள். நாமும் அவற்றை அட்சரம் பிறழாமல் கொண்டாடிக்கொண்டிருக்கின்றோம்.

மனநிலை எப்படி உள்வாங்கச் செய்கிறது என்பதற்குப் 'பில்பாய்' கதையொன்று சான்று. மிகவும் பணக்கார வியாபாரி ஒருவன் பார்க்க அசிங்கமாக இருந்தான்.

அவன் அழகான குணவதியான பெண்ணொருத்தியைத் திருமணம் செய்துகொண்டான். ஆனால் அவளுக்கோ அவன்மீது வெறுப்பு. அவள் வேறொரு படுக்கையில் அதே அறையில் படுத்துக் கொண்டாள். ஒருநாள் திருடன் ஒருவன் கதவை உடைத்து உள்ளே வந்தான். கணவனுக்கோ உறக்கம், விழித்த மனைவி திருடன் என்று தெரிந்ததும் கணவனிடம் சென்று பயத்தில் அணைத்துக்கொண்டாள். இதைச் சற்றும் எதிர்பார்க்காத அந்தக் குரூபி மகிழ்ச்சியடைந்தான். அவன் கண்ணில் திருடன் தட்டுப்பட்டதும், 'உனக்கு என்ன வேண்டுமானாலும் இந்த வீட்டிலிருந்து எடுத்துக்கொள். நீ எனக்குச் செய்திருக்கும் சேவைக்கு நான் எதைச் செய்தாலும் தகும்' என்றான்.

★

இலக்கியத்தில் மேலாண்மை

அத்தியாயம் 37
காது கொடுங்கள்; கனவு மெய்ப்படும்!

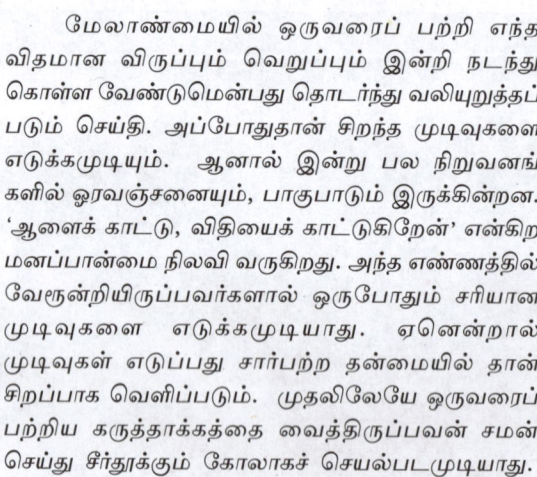

மேலாண்மையில் ஒருவரைப் பற்றி எந்த விதமான விருப்பும் வெறுப்பும் இன்றி நடந்து கொள்ள வேண்டுமென்பது தொடர்ந்து வலியுறுத்தப் படும் செய்தி. அப்போதுதான் சிறந்த முடிவுகளை எடுக்கமுடியும். ஆனால் இன்று பல நிறுவனங் களில் ஓரவஞ்சனையும், பாகுபாடும் இருக்கின்றன. 'ஆளைக் காட்டு, விதியைக் காட்டுகிறேன்' என்கிற மனப்பான்மை நிலவி வருகிறது. அந்த எண்ணத்தில் வேரூன்றியிருப்பவர்களால் ஒருபோதும் சரியான முடிவுகளை எடுக்கமுடியாது. ஏனென்றால் முடிவுகள் எடுப்பது சார்பற்ற தன்மையில் தான் சிறப்பாக வெளிப்படும். முதலிலேயே ஒருவரைப் பற்றிய கருத்தாக்கத்தை வைத்திருப்பவன் சமன் செய்து சீர்தூக்கும் கோலாகச் செயல்படமுடியாது.

தகவல் பரிமாற்றத்தின் ஆறாவது அங்கம் 'கேட்பவர்'. அவரே உள்வாங்குதலை முறையாகச் செய்யவேண்டியவர். கேட்பவர் இல்லாவிட்டால் தகவல் பரிமாற்றம் நிகழும் அவசியமே ஏற்படு வதில்லை. யாரிடம் பேசுகிறோம் என்பதைப் பொறுத்தே பேச்சு அமைய வேண்டும். கேட்பவர் களின் எண்ணிக்கை, எதிர்பார்ப்பு, நோக்கம், கல்வியறிவு, குணநலன்கள், உணர்ச்சித்திறன் போன்றவற்றைக் கொண்டே ஆற்றவேண்டிய உரையை முடிவுசெய்யவேண்டும். அவர்களின் தன்மைக்கேற்ப மேற்கோள்கள், சம்பவங்கள், எடுத்துக்காட்டுகள், உவமைகள், உருவகங்கள், கதைகள், சரித்திரச் சான்றுகள், இலக்கியக் காட்சிகள் போன்றவற்றை மேற்கோள் காட்டினால் அது அவர் களுக்குச் சுவாரசியமாக இருக்கும்.

இலக்கியத்தில் மேலாண்மை

> 'நான் ஒருமுறை பேசும்போது
> நான்கு பேச்சுகளைப் பேசுகிறேன்'

கடினமான செய்தியைக்கூட சொல்கிற விதத்தில் சுவைபடச் சொன்னால் கேட்பவர்கள் சாமானியர்களாக இருந்தாலும் புரிந்துகொள்வார்கள். புரியாத மாதிரி சொல்வதில் எந்தப் பெருமையும் இல்லை. பல்கலைக்கழகத்தில் படித்த பலர் ஷேக்ஸ்பியரின் சமகாலத்தில் வாழ்ந்து, ஆங்கில இலக்கியத்தில் நாடகங்களை எழுதினார்கள். ஆனால் அவர்கள் பலரை இன்று நாம் வாசிப்பதில்லை. ஆனால் பல்கலைக்கழகங்களில் படிக்காமல் உள்ளொளியை வைத்து நாடகங்கள் எழுதியவர் ஷேக்ஸ்பியர். வள்ளுவருக்குப்பிறகு அதிகமான மேற்கோள் காட்டப்படும் வரிகளை எழுதியவர் அவர்தான் என்று திடமாகச் சொல்லலாம். ஒரு மொழியின் சிந்தனை மரபையே உருவாக்கித் தந்தவர்கள் என்கிற பெருமை திருவள்ளுவருக்கும் ஷேக்ஸ்பியருக்கும் உண்டு. இவர்கள் இருவருமே மொழியை எளிமையாக்கி, கருத்தை வலுவானதாக

ஆக்கினார்கள். ஷேக்ஸ்பியரை விரும்பாத டால்ஸ்டாய்கூட வள்ளுவரை விரும்பினார். ஷேக்ஸ்பியரை வெறுத்த பெர்னாட்ஷாகூட 'கொல்லான், புலால் உண்ணானை எல்லா உயிரும் கைகூப்பித் தொழும்' என்கின்ற குறளைப் போற்றிப் புகழ்ந்தார். எளிமையாகச் சொல்வது தான் சிரமமான செயலும் கூட. 'சிந்திக்காமல் பேசுவது, குறியில்லாமல் அம்பு எய்வதைப்போல வியர்த்தமானது' என்கிற பழமொழி ஒன்று உண்டு.

ஒரு பிரபல பேச்சாளர் குறிப்பிட்டார், 'நான் ஒருமுறை பேசும்போது நான்கு பேச்சுகளைப் பேசுகிறேன் நான் தயாரித்த உரை. நான் உண்மையில் ஆற்றிய சொற்பொழிவு, பேசிவிட்டுத் திரும்பும் போது சொல்லத் தவறியவற்றை நினைவுகூர்ந்து இப்படிப் பேசியிருக்கலாமே என எண்ணுகிற பேச்சு, பத்திரிகைகளில் நான் பேசியதாகப் பிரசுரம் ஆகும் செய்தி.' நாம் என்ன பேசினாலும் கேட்பவர் தன்னுடைய மனநிலைக்கு ஏற்றவாறே புரிந்து கொள்கிறார்கள்.

வள்ளுவர், கேட்பவர்கள் குறித்து அவை யறிதல் என்று ஓர் அதிகாரத்தையே எழுதியிருக்கிறார். அவையின் தன்மைக்கேற்பவே சொற்களை அமைத்துக்கொள்ள வேண்டும். கற்றறிந்தார் முன்பு பேசுகிற தொனியில், சாதாரண மக்களிடம் பேசக் கூடாது. சிலவற்றைத் தங்கள் பணியில், குழுவில், பதவியில் இருப்பவர்கள் முன்பே பேசவேண்டும் என்றெல்லாம் அவர் தெளிவுபடுத்துகிறார்

'அவையறிந்து ஆராய்ந்து சொல்லுக சொல்லின்
தொகையறிந்த தூய்மை யவர்.' (711)

'புல்லவையுள் பொச்சாந்தும்
         சொல்லற்க நல்லவையுள்
நன்கு செலச்சொல்லு வார்.' (719)

'அங்கணத்துள் உக்க அமிழ்தற்றால் தங்கணத்தார்
அல்லார்முன் கோட்டி கொளல்.' (720)

ஷேக்ஸ்பியர் நாடகங்களிலேயே அதிக அவலச்சுவை கொண்டது அவருடைய 'கிங்லியர்' நாடகம்தான். ஒரு மனிதன் சந்திக்கக்கூடிய மிகப் பெரிய சோகம் அவன் பெற்ற பிள்ளைகளின் வஞ்சக மாகத்தான் இருக்க முடியும். அவ்வாறு தன் இரண்டு பெண்களை நம்பி ஏமாந்துபோனவர் கிங் லியர். அவர் ஏமாற்றமடைந்தபோது அவருடன் ஒரு 'ஃபூல்' உரையாடுவான். ஷேக்ஸ்பியர் காலத்தில் ஃபூல் என்றால் அறிவாளி என்று பொருள்.

கேட்பது வேறு, கவனிப்பது வேறு.
கேட்கும்போது காதுகள்
மட்டுமே செயல்படுகின்றன.
கவனிக்கும்போது மனமும்
ஒத்தாசை புரிகிறது

பின்னால் அது மருவி முட்டாள் என்பதைக் குறிக்கப் பயன்படுத்தப்பட்டது. ஒருவகையில் பார்த்தால் அந்த ஃபூல் கிங்லியரின் மனச்சாட்சி என்றே தோன்றுகிறது. அவன் கூறும் அறிவுரைகள் எல்லோருக்குமே பொருந்துவதாகத்தான் இருக்கிறது. ஒருமுறை கிங்லியரிடம் கூறுகிறான் 'நீ வெளிக்காட்டுவதைவிட அதிகமாய் வைத்துக் கொள், தெரிந்தததைக் காட்டிலும் குறைவாகப் பேசு'. அவன் கூறுகிற அறிவுரை எல்லோருக்கும் பொருந்தும்.

சிறந்த கேட்பவராக இருப்பதற்குக் கவனித்தல் மிகவும் முக்கியம். கேட்பது வேறு, கவனிப்பது வேறு. கேட்கும்போது காதுகள் மட்டுமே செயல் படுகின்றன. கவனிக்கும்போது மனமும் ஒத்தாசை புரிகிறது. பேசுபவர்கள், பார்வையாளர்கள் கவனத்துடன் இருக்கிறார்களா என்பதைச் சரிபார்க்க வேண்டும். கவனிப்பதை ஒருவர் கற்றுக்கொள்ள முடியும். கெட்டன் என்கிற ஜென் துறவி, 'உனக்குப் பேசுகிறவாய் இருந்தால் கேட்கிற காதுகள் இருக்காது' என்று அறிவுறுத்துகிறார். தொடர்ந்து படித்தால் கண்கள் களைப்படையும், ஆனால் காதுகள் ஒருபோதும் அயர்ச்சி அடைவதில்லை. ஸ்காட்பெக் என்கிற மன இயல் அறிஞர், 'ஒருவரைக் கவனிக்கும்போது, வேறெதுவும் செய்ய முடியாது' என்கிறார்.

சீன எழுத்துக்கள் சித்திர எழுத்துகள். 'கேட்பது' பற்றிய சித்திர எழுத்து நான்கு சித்திரங்களின் தொகுப்பு. இதயம், மனம், கண்கள், காது ஆகியவற்றின் ஓவியங்கள் கொண்டதே கவனிப்பதற்கான குறியீடு. மனம் நோக்கவேண்டும், இதயம் இளக வேண்டும், காதுகள் கூர்மையாகக் கேட்க வேண்டும், கண்கள் உன்னிப்பாகப் பார்க்கவேண்டும் அப்போது தாம் கவனிப்பது முழுமைபெறும். 'Listen', 'Silent' என்கிற சொற்கள் ஒரே எழுத்துகளால் ஆனவை.

விதுர நீதியில் அற்புதமான வாசகம் ஒன்று வருகிறது. 'மௌனம் பேச்சைக் காட்டிலும் சிறந்தது, உண்மை மௌனத்தைக் காட்டிலும் சிறந்தது'. நாம் இரண்டு மடங்கு கேட்கவேண்டும்; ஒரு மடங்கு பேச வேண்டும் என்பதற்காக இரண்டு காதுகள்; ஒரு வாய் என்று ஒரு புத்தகத்தில் படித்தேன். நான்கு மடங்கு கேட்கவேண்டும். ஏனென்றால் வாய்க்குப் பேசுவது, சாப்பிடுவது போன்றவற்றோடு குழந்தைக்கு முத்தமளிப்பது, கொட்டாவி விடுவது போன்ற உபரி வேலைகளும் உண்டு.

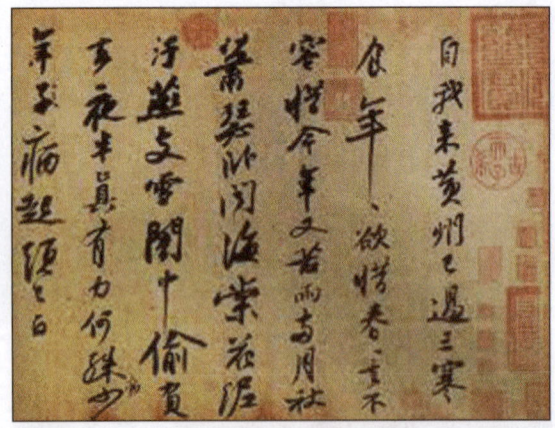

தமிழ், இலக்கியங்களில் கண்ணைச் 'சென்று பற்றும் பொறி' என்றும், செவியை 'நின்று பற்றும் பொறி' என்றும் குறிப்பிடுகிறார்கள். எதுவுமே செய்யாமல் சுற்றி நிகழ்கிற ஓசைகள் எல்லாம் நம் காதில் வந்து விழுகின்றன. ஆனால் கண்களோ குறிப்பிட்ட திசையில் பார்த்தால்தான் காட்சிகளை அறியமுடியும்.

சுஃபி கதையொன்று உண்டு. ஒரு சீடன் வாரச்சந்தையில் தன் குருவிடம் கேட்டான். 'இங்கு நிறைய பேர் தங்கள் பொருள்களை கூவிக் கூவி

விற்கிறார்களே! வாங்குகிறவர்களுக்குக் குழப்பம் ஏற்படாதா?'

குரு, 'எல்லா ஓசைகளும் இங்கு ஒலித்தாலும் யாருக்கு எந்தப் பொருள் வேண்டுமோ அதைக் கூவி விற்கிற ஓசை மட்டும்தான் அவர்கள் காதில் விழும். கோழி வாங்க வந்திருப்பவனின் காதுகள் கோழி விற்பவன் கூவி விற்பதையே கேட்கும். குதிரையைத் தேடுபவன் செவிகளில் குதிரை வியாபாரியின் ஏலமே விழும்' என்று விளக்கம் அளித்தார்.

சீடன் அதை நம்பவில்லை. உடனே 'இங்கே பார்' என்று சொல்லி தன்னிடமிருந்த நாணயத்தைக் கீழே போட்டார். அந்த நாணயம் கீழே விழுந்ததும் எழுந்த சத்தத்தில் இருவர் மாத்திரம் அவர்கள் பக்கம் திரும்பிப் பார்த்தார்கள். குரு, 'பார்த்தாயா! இந்த சந்தடியிலும் காசின் மீது மட்டுமே பிடிப்பு இருப்பவர்கள் இந்த ஒலியைக் கவனித்துவிட்டார்கள்' என்று சீடனுக்குப் புரிய வைத்தார். நம்மைச் சுற்றிப் பலவித ஒலிகள் விரவியிருக்கின்றன. பறவைகளை விரும்புகிறவர்கள் செவிகளில் அவற்றின் இசையே விழுகிறது. ஒற்றுக்கேட்க விரும்புகிறவர்கள் காதில் பக்கத்து வீட்டுச் சண்டையே விழுகிறது.

நாம் சரியாகக் கவனிக்காமல் இருப்பதற்குப் பல காரணங்கள் இருக்கின்றன. நாம் கேட்பதை விட, சொல்வதற்குச் சிறந்த செய்தி இருப்பதாக நினைப்பது. கவனிக்கவேண்டிய காரணமில்லை என்று நினைப்பது. அவர்கள் சொல்வது ஏற்கெனவே நமக்குத் தெரியும் என்று நினைப்பது. இவை கவனத்தைத் தடுக்கும் குறுக்கீடுகள். சொல்பவரை நமக்குப் பிடிக்காததால் நம் மனம் மூடியிருப்பதால். பேசுபவரின் தகவலை வடிகட்டிக் கேட்க வேண்டியதை மட்டுமே நாம் கேட்பதால், முடிவுகளுக்குத் தாவுவதால், நம் உரை வரும்போது என்ன பேசுவது என்று யோசிப்பதால், பேசுபவரை நம் மனத்திற்குள்ளேயே விமர்சிப்பதால்.

நமது மற்றப் பொறிகளுக்கு எல்லைகள் உண்டு. கண்களை மூட இமைகளும், வாயை மூட இதழ்களும் உண்டு. ஆனால் காதை மூட மூடி எதுவும் இல்லை. உற்றுக் கேட்பவர்களே உலக சாதனையாகப் போற்றப்படும் புதிய கண்டு பிடிப்புகளை அளித்திருக்கிறார்கள் என்பதை வரலாற்றை வாசித்தால் தெரிந்துகொள்ள முடிகிறது. நாம் படிப்பவற்றில் பத்து விழுக் காட்டையும், கேட்பவற்றில் இருபது விழுக்காட்டையும் கண்ணெதிரே பார்க்கும்போது முப்பது விழுக்காட்டையும் நினைவில் வைத்துக்கொள்கிறோம் என்று ஆய்வுகள் சொல்கின்றன.

பார்த்தும், கேட்டும் பயிற்சி செய்யும்போது ஐம்பது விழுக்காடு நினைவில் நிற்கிறது. முழுமையாகக் கேட்பதற்குத் திறந்த மனம் தேவை. கவனிக்கும்போது நம் செயல்திறனும் கூடுகிறது. கேட்கும் போதுதான் தகவல் பரிமாற்றம் முழுமை பெறுகிறது. ஆனால் பெரும்பான்மையான மனிதர்கள் தங்கள் குரலையே அதிகம் நேசிப்பதுதான் மிகப்

பெரிய பிரச்சினையாக இருக்கிறது. கேட்பது சிறந்த கற்றுக்கொள்ளலாக இருக்கிறது. அதனால்தான் திருக்குறளில் கேள்வி என்பது கல்விக்கு அடுத்த

இலக்கியத்தில் மேலாண்மை

அதிகாரமாக அணிவகுத்து நிற்கிறது. கவனிப்பது ஏழு நிலைகளில் நடக்கிறது. முதல்படி கேட்டல், அடுத்தவை தேர்ந்தெடுத்தல், நோக்குதல், புரிதல், மதிப்பீடு, ஞாபகப்படுத்துதல். இறுதியாக அதற்குப் பதிலளித்தல்.

எட்வர்ட் டி பானோ என்பவர் 'ஒரு தகவலை முழுமையாகக் கவனிப்பதற்குப் பேசுபவரை மதிக்கவேண்டும். அந்தத் தகவலில் ஆர்வம் இருக்க வேண்டும். அந்தத் தகவல் அவருக்குப் பயனுள்ள தாக இருக்கவேண்டும்' என்று குறிப்பிடுகிறார். உதாரணமாக, புகைபிடிக்காத ஒருவரிடம் எந்தப் புகைச்சுருட்டு எவ்வளவு விலை என்கிற தகவலைத் தந்தால் அவர் அதைச் சிறிதும் பொருட்படுத்த மாட்டார். ஆர்வம் தேவையைப் பொறுத்தே அமைகிறது.

கலீல் கிப்ரான், 'ஒரு மனிதனின் நிஜத்தன்மை அவன் எதை வெளிப்படுத்துகிறான் என்பதில் அமைவதில்லை. மாறாக உங்களிடம் அவன் எதை வெளிப்படுத்துகிறான் என்பதில் தான் இருக்கிறது. எனவே அவனை அறிந்துகொள்ள அவன் பேசு வதைக் கவனிக்காதீர்கள்; அவன் பேசாததைக் கவனியுங்கள்' என்று குறிப்பிடுகிறார்.

நாம் நமது உலகத்திலேயே வாழ்வதை மகிழ்ச்சியாக எண்ணிக் களிக்கிறோம். அதை எல்லோரும் பகிர்ந்துகொள்ள வேண்டுமென்று விரும்புகிறோம். அடுத்தவர்கள் உலகத்தை ஒரு போதும் சட்டை செய்வதில்லை. புதுமைப்பித்தன் 'இரண்டு உலகங்கள்' என்கிற சிறுகதையை எழுதி யிருக்கிறார்.

இராமசாமிப் பிள்ளை வெறும் அறிவியல்வாதி. 'உலகம் தர்க்கத்தின் கட்டுக்கோப்பிற்கு ஒத்தபடி தான் வளர்கிறது' என்று திடமாக நம்புபவர். அவரது மனைவியோ உலகத்தில் இருக்கும் சின்னச் சின்ன மகிழ்ச்சிகளில் தன்னைக் கரைத்துக்கொள்பவள். எங்குச் சென்றாலும் தன் உலகத்தைத் தூக்கிக் கொண்டே செல்பவர் இராமசாமி. இருவரும் ஒருநாள் கடற்கரைக்குச் செல்கிறார்கள். அங்கே கணவன் ஆசையாய்ப் பேசுவான் என்று அவள் எதிர்பார்க்கிறாள். அவரோ அங்கும் தர்க்கம் செய்து விட்டுப் புறப்படுகிறார். அவர் மனைவி இராஜத்தின் மனத்தில் ஒரு ஏமாற்றம் இருக்கிறது. இப்படிப் பல

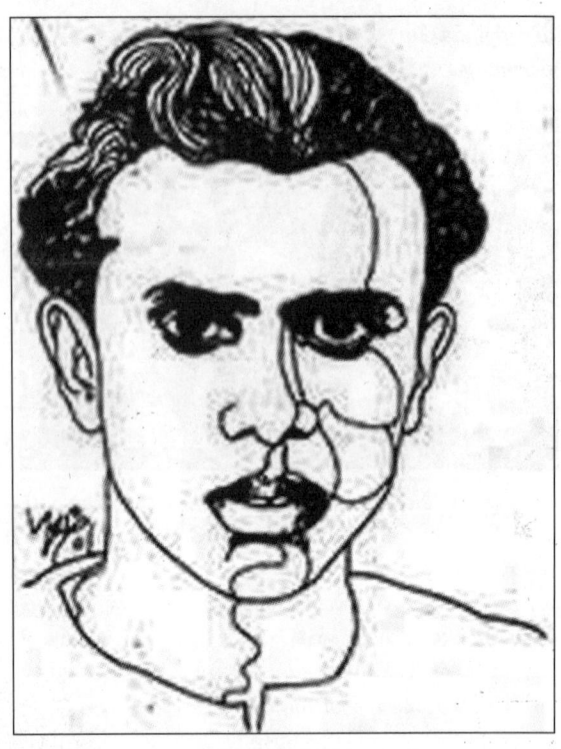

குடும்பங்களில் பகிர்ந்து கொள்ளப்படாத உலகங்கள் இருக்கின்றன. ரொட்டியை ஈட்டுபவர்கள் தங்கள் உலகத்தை அடுத்தவர்கள்மீது திணிக்கிறார்கள்.

திருவள்ளுவர் செவிகளைச் 'சிறந்த செல்வம்' என்று சொல்கிறார். எல்லாச் செல்வங்களைக் காட்டிலும் சிறந்தது கேள்வி, அடுத்தவர்கள் பல ஆண்டுகள் சிரமப்பட்டு சேகரித்ததைச் சிலமணி நேரத்தில் அவர்களைக் கவனிப்பதன்மூலம் நாம் பெற்றுவிடுகிறோம்.

செல்வத்துள் செல்வம் செவிச்செல்வம்
  அச்செல்வம்
செல்வத்துள் எல்லாம் தலை (411)

படிக்காதவன்கூட உற்றுக் கவனிப்பதன் மூலம் உலக ஞானத்தைப் பெற்றுக்கொள்ள முடியும். குறைவாகப் படித்தவனோ ஐயங்களைத் தீர்த்துக் கொள்ள முடியும். தெரிந்ததிலிருந்து தெரியாததை நோக்கிச் செல்வதற்கு ஆழ்ந்த அறிவு பெற்றவர் களைக் கூர்ந்து கவனிப்பது அவசியம்.

கற்றிலன் ஆயினும் கேட்க அஃதொருவற்கு
ஒற்கத்தின் ஊற்றாம் துணை (414)

வள்ளுவரைப் பொறுத்தவரை கேட்காத செவிகள் பயனற்றவை. அவை அழகுக்காக இருக்கின்றனவே தவிர பயனுக்காக அல்ல. கவனிப்பதன் மூலம்தான் ஒருவன் தெய்வீக நிலையை அடைய முடியும்.

ஷேக்ஸ்பியர் 'காதல் உழைப்பு வியர்த்தமானது' என்ற நாடகத்தில், 'எனக்குக் கேட்கும் திறனை வரமளிப்பாய்' என்ற வரிகளை அர்மேடோ என்கிற பாத்திரம் பயன்படுத்துவதைப் போல வடிவமைத்திருக்கிறார். 'ஹேம்லட்' என்ற நாடகத்தில் பொலோனியஸ் 'எல்லோருக்கும் காதுகளைக் கொடு, சிலருக்கு மட்டுமே குரலைக் கொடு' என்று கூறுவான். அவருடைய 'நான்காம் ஹென்றி' நாடகத்தின் இரண்டாம் பகுதியில் ஃபால்ஸ்டாஃப் கவனிக்காத நோயினால் பீடிக்கப்படுகிறான். அதை அவனே ஒப்புக்கொள்ளவும் செய்கிறான்.

'ஆன்டனியைப் பேசவைக்க வேண்டாம்' என்று கஸியஸ் கூறும் போது புருட்டஸ் அவன் கூறும் காரணங்களைச் சரியாகக் கவனிக்காமல் மறுத்துவிடுகிறான். ஆன்டனி பேசியதால் மட்டுமே உரோமாபுரியில் சீசர் மறைவால் மலர்ச்சியடைந்தவர்களும் கிளர்ச்சி செய்ய நேர்ந்தது.

★

அத்தியாயம்

38

ஆசை எனும் ஆழி!

'கிங் லியர்' நாடகத்தில் தன் மகள்கள் எவ்வளவு தூரம் தன்னை நேசிக்கிறார்கள் என்று அறியலியர் விரும்புகிறார். முதல் இரண்டு மகள் களும் முகஸ்துதி செய்து தந்தையை, உயிரைக் காட்டிலும் அதிகமாகப் பிடிக்கும் என்று சத்தியம் செய்கிறார்கள். மூன்றாம் மகள் கார்டெலியாவோ, 'ஒரு மகளுக்கு எவ்வளவு தூரம் தந்தையைப் பிடிக்க வேண்டுமோ அவ்வளவு நேசம் எனக்கு இருக் கிறது' என்று உள்ளதை உள்ளபடி உரைக்கிறாள். ஆனால் அந்த உண்மை லியருக்குக் கசப்பாக இருக்கிறது. அவளுக்கு எந்தச் சொத்தையும் தரக் கூடாது என்று அவர் முடிவெடுக்கிறார். அப்போது கென்ட் என்பவர் அதைச் சரியான கோணத்தில் புரியவைக்க முயற்சி செய்கிறார். ஆனால் லியர் அவருடைய சொற்களைக் கேட்கவே தயாராக இல்லை. அதை மாத்திரம் கேட்டிருந்தால் அவ்வளவு கொடூரமான சாவையும், அவமானத்தையும் அவர் சந்திக்க வேண்டிய அவசியம் ஏற்பட்டிருக்காது.

'நான்காம் ஹென்றி' நாடகத்தில் தனக்குத் தரப்பட்ட கடிதத்தைப் பெர்ஸி படிக்காமல் தூக்கி எறிகிறான். அதுவே அவனுக்கு வினையாக முடிகிறது. 'கிங் ஜான்' நாடகத்தில் ஹ்யூபர்ட் கவனிப்பதில் சிறிதும் விருப்பமில்லாதவனாக இருக்கிறான். கிளியோபட்ரா கவனிப்பதில் சிறிதும் நாட்டமில்லாதவள்.

'டைமன்' கவனிக்காததாலேயே கடனாளியா கிறான். அவனுடைய ஸ்டீவர்ட் பிளாவியஸ் காலியான கஜானாவைப் பற்றிச் சொல்ல வரும்

போது அவன் 'அப்புறம் கேட்கிறேன்' என்று தள்ளிப்போடுகிறான். ஜூலியஸ் சீசர் மற்றவர்கள் சொல்வதைச் சிறிதும் காதில் போட்டுக்கொள்ளத் தயாராக இல்லை. அவன் மனைவியோ முதல்நாள் கண்ட கெட்ட கனவைச் சொல்லி அவன் சபைக்குச் செல்வதைத் தடுக்கப்பார்க்கிறாள். அவன் அதீத நம்பிக்கை அறிவைத் தின்றுவிட்டதால் அவற்றை யெல்லாம் மீறுகிறான். குறி சொல்பவர் கூறு வதையும் உதாசீனப் படுத்துகிறான். எச்சரித்து அனுப்பப்பட்ட குறிப்பையும் வாசிக்காமல் செல் கிறான். அதனால் உடல் முழுவதும் குத்துப்பட்டு இறக்கிறான்.

வள்ளுவரைப் பொருத்தவரை செவிக்கு உணவில்லாதபோதுடன் சாப்பிடவேண்டும். இந்தக் குறள் அடிக்கடி கருத்தரங்குகளிலும், பட்டறைகளிலும் மேற்கோள்காட்டப்படுவது. 'ஆத்திசூடியில்' ஔவையார் 'கேள்வி முயல்' என்று கேட்பதற்குக் கூட முயற்சி செய்தால்தான் முடியும் என்பதை வலியுறுத்துகிறார். அவரே மூதுரையில்

'நல்லாரைக் காண்பதுவும் நன்றே; நலம்மிக்க நல்லார் சொல் கேட்பதுவும் நன்றே - நல்லார் குணங்கள் உரைப்பதுவும் நன்றே; அவரோடு இணங்கி இருப்பதுவும் நன்று' - 8

என நல்லவரைக் காண்பதும், நல்லோரின் சொல் கேட்பதும் அவருடன் சேர்ந்து இருப்பதும் நன்று எனக் குறிப்பிட்டுள்ளார். மிகவும் நேர்மறையாகச் சக மனிதர்களுடன் பழகுதலைப் பற்றிய ஔவை யாரின் கருத்து காலத்தை வெல்லும் தன்மையுடை யது.

'டாக்டர் ஃபாஸ்டஸ்' என்பது கிறிஸ்டோபர் மார்லோ எழுதிய அமர காவியம். ஷேக்ஸ்பியர் மீதே தாக்கத்தை ஏற்படுத்தியவர் மார்லோ. சாவடியில் ஏற்பட்ட அடிதடியில் கொல்லப் பட்டவர் அவர். அப்போது அவருக்கு வயது வெறும் 29. மார்லோ ஷேக்ஸ்பியரைப் போல 52 ஆண்டு வாழ்ந்திருந்தாலோ அல்லது ஷேக்ஸ்பியர் 29 வயதாகிறபோது இறந்திருந்தாலோ இங்கிலாந்து இலக்கியம் புதிய வரலாற்றைச் சந்தித்திருக்கும் என்று மொழி வல்லுநர்கள் குறிப்பிடுவார்கள். அத்தகைய ஆளுமை அவருக்குண்டு. அவருடைய ஃபாஸ்டஸ் அறிவிலும் அவா ஆபத்து என அறிவிக்கிறது.

சரியாகக் கவனிக்காததால் வீழ்ச்சியடைந்தவர் ஃபாஸ்டஸ்.

மிகப்பெரிய அறிவாளி. படிக்க வேண்டும் என்கிற தாகம். எதைப் படிப்பது என்று சிந்திக்கிறார். மருத்துவம் படிக்கலாமா, சட்டம் படிக்கலாமா என்றெல்லாம் பரிசீலனை செய்கிறார். அவை யெல்லாம் ஒரு குறுகிய வட்டத்திற்குள் மாத்திரமே பயணம் செய்யப் பயன்படும் என்பதால் மாந்திரீ கத்தைப் படிப்பது என்று முடிவு செய்கிறார். அதிலும் நிபுணத்துவம் பெறுகிறார். சாத்தானின் கையாள் மெஃபிஸ்டோ ஃபிலிஸ் பிரசன்னமாகிறான்.

அவன் அவரிடம், 'நீங்கள் வேண்டிய மாய ஜாலங்களை எல்லாம் நிகழ்த்தலாம். ஆனால் இருபத்து நான்கு ஆண்டுகள் கழித்து உங்கள் ஆத்மா வைச் சாத்தானுக்குப் பாத்தியதை ஆக்கவேண்டும்' என்று நிபந்தனை விதிக்கிறான். அதற்கு ஒப்புக் கொண்டு ஃபாஸ்டஸ் தன்னுடைய இரத்தத்தால் சாசனம் எழுதச் சம்மதிக்கிறார். அப்போது நல்ல தேவதைகள் வந்து அவருடைய காதில், 'இந்த முயற்சியைக் கைவிடு' என்று வலியுறுத்துகின்றன. அப்போது அவருக்குக் குழப்பம் ஏற்படுகிறது. அந்நேரத்தில் கெட்ட தேவதைகள், 'உனக்குக் கிடைக்கப்போகும் மரியாதையையும், செல்வத் தையும் மனத்தில் வை' என்று சொல்லி அவரை மூளைச்சலவை செய்கின்றன. இயற்கை அவர்

இரத்தத்தை உறைய வைத்து சாசனம் எழுத முடியாமல்கூட தடுத்துப்பார்க்கிறது. ஆனால் ஆசை எல்லாவற்றையும்விட வலிமையான தாக இருக்கிறது. இருபத்திநான்கு ஆண்டுகள் முடியும் போது எவ்வளவு மன்றாடியும் அந்தச் சபிக்கப்பட்ட நொடியிலிருந்து ஃபாஸ்டஸ் தப்பிக்க முடிய வில்லை. நாம் பலவித யோசனைகள் வந்தாலும் நல்லவற்றைக் கவனிக்கவேண்டும், அல்லவற்றைப் புறக்கணிக்க வேண்டும் என்பதற்கு டாக்டர் ஃபாஸ்டஸ் அத்தாட்சியாகத் திகழ்கிறார்.

கம்பராமாயணத்தில் கும்பகர்ணன் இராவண னிடம் தன்னுடைய எதிர்ப்பை எடுத்துரைக்கிறான். அடுத்தவர் மனைவியைத் தொட நினைப்பவன் அழிந்துவிடுவான் என்று அறிவுரை கூறுகிறான் சீதையைக் கொண்டு போய், விடுமாறு வேண்டு கிறான்.

'ஆசில் பரதாரம் அவை அம்சிறை
அடைப்போம்
மாசில் புகழ் காதலுறுவேம், வளமை கூரப்
பேசுவது மானம், இடை பேணுவது காமம்
கூசுவது மானுடரை நன்றுநம் கொற்றம்'

கும்பகர்ணன் சொன்ன அறிவுரையைச் செவி மடுத்திருந்தால், பல நற்குணங்கள் நிரம்பிய இராவணன் வணங்கப்படும் அளவிற்கு வாழ்த்துப் பெற்றிருப்பான். ஆனால் அவனைக் காமம் பீடித் திருந்ததால் யார் சொல்வதும் அவனது காதுகளில் விழவில்லை. அவனைப் பொருத்தவரை காதுகளே மூடிய கதவுகளாய் இருந்தன; திறந்த சன்னல்களாக இருக்கவில்லை.

நம்பிக்கை என்பது இஸ்லாமியத் தத்துவத்தில் அடுத்தவர்கள் அறிவுரையைப் பெற முக்கியமான தாகக் கருதப்படுகிறது. நிஜாம் அல் - தீன் என்பவர் மூன்றுவிதமான நம்பிக்கைகளை வெளிப்படுத்து கிறார். முதல் கட்டத்தில் வக்கீலிடம் வாடிக்கை யாளருக்கு இருக்கும் நம்பிக்கை. அறிவின் காரண மாக ஏற்படும் நம்பிக்கை அது. இரண்டாவது கட்டம் குழந்தைக்குத் தாய்மீது ஏற்படும் நம்பிக் கையைப் போன்றது. குழந்தை கேட்காதபோதும் அது அழுதால் பாலைத் தருகிற பண்பு தாய்க்கு உண்டு. குழந்தைக்குப் பூரணமான விசுவாசமும், தாய்க்குக் கருணையும் அந்த உறவில் அமைந் திருக்கிறது. மூன்றாவது கட்டத்தில் துணி துவைப் பவர்கள்வசம் இருக்கும் பிரேதத்தைப் போன்ற நம்பிக்கை மேம்படுகிறது. பிரேதம் எந்தக் கேள்வியும் கேட்காமல் தூய்மைப்படுத்துபவர்களின் கைகளில் அவர்கள் அசைவுகளுக்கு ஏற்ப ஒத்தாசை செய்கிறது. பூரணமாக நம்பிக்கை பொலிவு பெறும்போது எந்தக் குறுக்குக் கேள்விகளும் எழுவதில்லை.

'உலக ஞானக்கலை' நூலில் ஓர் அரிய செய்தியை அளிக்கிறார் பல்தசார். 'சிலரோடு சிந்திப்பாய், பலரோடு பேசுவாய்' என்பதுதான் அது. பலரைக் கவனித்து அவர்கள் தகவல்களை எல்லாம் உள்வாங்கிக்கொள்ள வேண்டும். ஆனால் முடிவு களை எடுக்கும் போது முக்கியமானவர்களை மாத்திரம் அருகில் வைத்துக்கொண்டு முடிவெடுக்க வேண்டும். உண்மை சிலருக்கு மட்டுமே பிடி படுவதாக இருக்கிறது. சில கருத்துக்கள் நறுக்குத் தெறித்தாற்போல சாமானியர்களிடமிருந்து வெளிப்

படும். ஆனால் அவற்றை வலுப்படுத்துவதற்கு ஒரு சிலரே தேவைப்படுவார்கள்.

கவனிப்பதற்கு, இந்திய இதிகாசத்தில் கஸன் என்பவன் உதாரணமாகத் திகழ்கிறான். அவன் பிரகஸ்பதியின் மகன். வியாழன் தேவர்களின் குரு. தேவர்களுக்கும் அரக்கர்களுக்கும் எப்போதும் யுத்தம். இறக்கிற அரக்கர்கள் பிறக்கிற மர்மம் அவர்களது குரு சுக்கிராச்சாரியரால் நிகழ்கிறது. உயிர்ப்பிக்கும் மந்திரம் அவருக்கு அத்துபடி என்பதே அதற்கு அடிப்படை. அவரிடம் அந்த மந்திரத்தைக் கற்றுவர தேவர்கள் கஸனை அனுப்பு கிறார்கள். கஸன் கசடறக் கற்பவன். நல்ல சீடனாய் இருக்கிறான். மாற்று முகாமிலிருந்து மாணவ வடிவில் வந்த அவனை அவர்கள் பல வகைகளில் தீர்த்துக்கட்ட முயற்சி செய்கிறார்கள். ஒவ்வொரு முறையும் மந்திரத்தின் காரணமாக அவன் பிழைத்துக் கொள்கிறான். இறுதி முடிவுகட்ட கஸனைக் கொன்று கறியாக்கிப் பிறகு சுட்டுக் கரியாக்கிக் கள்ளில் கலந்து குருவுக்கே குடிக்கக் கொடுக்கிறார் கள். இப்போது சீடன் குருவின் குடலுக்குள். சுக்கிரர் மந்திரத்தை ஜெபிக்க அவர் குடலுக்குள் சீடன் இருப்பது தெரிகிறது. அவன் வயிற்றைக் கிழித்து வெளி வந்தால் சுக்கிரர் காலி. எனவே அவனுக்குச் செத்தாரை உயிர்ப்பிக்கும் வித்தையைக் கற்றுத் தருகிறார். அந்த சஞ்சீவினி மந்திரத்தைக் குடலுக்குள் இருந்தே அவன் கிரகித்துக் கொள்கிறான். வயிற்றைக் கிழித்து வெளியே வந்ததும் கஸன் அந்த மந்திரத்தைச் சொல்லி அவரை உயிர்ப்பிக்கின்றான். இது எப்படி கவனிக்கவேண்டும் என்பதற்கு ஓர் எடுத்துக்காட்டு.

பாதி மட்டும் கவனித்தால் படு ஆபத்து என்பது அபிமன்யூ மூலம் மகாபாரதம் உணர்த்தும் உண்மை. அபிமன்யூ சுபத்ராவின் வயிற்றில் கர்ப்பமாக இருக்கும்போது விஜயன் மனைவியிடம் பல்வேறு வியூகங்களைப் பற்றிக் குறிப்பிடுகிறான். மகர வியூகம், கூர்ம வியூகம், சர்ப்ப வியூகம் போன்ற பல வியூகங்களை அமைப்பது குறித்தும் அவற்றிலிருந்து தப்பிப்பது குறித்தும் விளக்குகிறான். அவன் சக்ர

> பாதி மட்டும் கவனித்தால் படு ஆபத்து என்பது அபிமன்யூ மூலம் மகாபாரதம் உணர்த்தும் உண்மை

வியூகத்தைப் பற்றிக் கூறும்போது சுபத்ரா அசதியால் தூங்கிவிடுகிறாள். அதிலிருந்து அவள் எப்படி வெளியே வருவது என்று விஜயன் கூறும்போது ஆழ்ந்த தூக்கத்திற்குள் சென்றுவிடுகிறாள்.

எனவே அதை விஜயன் முடிக்கவில்லை. கருவிலிருக்கும்போதே சக்ர வியூகத்திற்குள் நுழையக் கற்றவன் அபிமன்யூ. ஆனால் வெளிவரும் மார்க்கத்தை அவன் அறியவில்லை. எனவே போரில் சக்ர வியூகம் அமைத்து, கௌரவர்கள் தாக்கும்போது உள்ளே நுழைந்த அவன் வெளியே வரமுடியாமல் பலரால் சூழப்பட்டு அசாத்திய தைரியத்தால் அகால மரணமடைந்தான்.

கருவிலிருந்து கேட்பது குறித்து இன்னொரு புராணக்கதையும் உண்டு. உத்தலகர் என்பவர் மாபெரும் துறவி. அவரிடம் கஹோலா என்கிற சீடன் இருந்தான். அவனுடைய அறிவை மெச்சி, தன்னுடைய மகள் சுஜாதாவை திருமணம் செய்து வைக்கிறான் குரு. கர்ப்பம் தரிக்கிறாள் சுஜாதா. கருவிலிருக்கும் குழந்தை கற்றுத் தேற வேண்டு மென்று விரும்புகிறான். குரு, கஹோலருக்கு மந்திரம் சொல்லித்தரும்போது அவளும் அருகிலேயே அமர்கிறாள்.

ஒருநாள் கஹோலர் தப்பாக மந்திரத்தைச் சொல்லும்போது கருவறையில் இருக்கும் குழந்தை நெளிந்தது. எட்டுமுறை அவன் தவறாக உச்சரிக்கும் போது 'அது தவறு' 'தவறு' என்று நெளிந்ததைப் பார்த்துக் கோபப்பட்ட அவன், அந்தக் கருவை சபித்தான். 'நீ எட்டுக் கோணல்களுடன் பிறப்பாய்' என்று அந்தக் கருவைச் சபித்ததனால் அது பிறக்கும்

போது இரண்டு பாதங்கள், இரண்டு கால் முட்டிகள், இரண்டு கைகள், நெஞ்சு, தலை என எட்டுப் பாகங்களில் கோணல்களோடு பிறந்தது. அது 'அஷ்டவக்கிரன்' என்றே அழைக்கப்பட்டது.

ஆனால் தன் தந்தை தோல்வியடைந்த பண்டின் என்கிற பண்டிதனை, வாதத்தால் வென்று தந்தையின் அவமானத்தைக் கந்தையாக்குகிறது. இந்த இதிகாசக் கதைகள் எல்லாம் 'நாம் கருவி லிருக்கும்போதே கவனிக்கத் தொடங்கவேண்டும்' என்கின்ற கருத்தைத்தான் நமக்குச் சொல்கின்றன.

சீனத்தில் இருபெரும் ஆன்மிக வழிகளைத் தந்தவர்கள் லாவோட் சூ, கன்ஃபூஸியஸ் என்ற ஞானிகள். லாவோட் சூ, கன்ஃபூஸியஸைவிட இருபது ஆண்டுகள் மூத்தவர். ஒருமுறை அவர் கன்ஃபூஸியஸிடம் 'உன் ஆணவத்தையும், அவா வையும் உதறித் தள்ளு. அடுத்தவர்களை விமர்சனம் செய்கிறவன் தீமையைச் சந்திப்பான். அடுத்தவர் களின் குறைகளை வெளிப்படுத்தும் படித்தவன் ஆபத்தில் முடிவான்' என்று அறிவுறுத்தினார். கன்ஃபூஸியஸ் பதில் சொல்ல முடியாமல் விக்கித்து நின்றார். பிறகு அவருடைய சீடர்களிடம், 'எனக்குப் பறவையைத் தெரியும், பறவையால் பறக்க முடியும், மீனைத் தெரியும், மீனால் நீந்த முடியும், விலங்கைத் தெரியும் அது ஓடும், ஆனால் டிரா கனைப் பற்றித் தெரியாது. லாவோட் சூ காற்றின் மீதும், மேகங்கள் மீதும் சவாரி செய்யும் டிராகனைப் போன்றவர்' என்று வியந்து வியந்து பேசினார். இறுதிவரை அவரால் லாவோட் சூ சொல்ல முடிந்ததைக் கேட்க முடிந்ததே தவிர கவனிக்க முடியவில்லை. பலமுறை லாவோட் சூ வின் சீடர் களுடைய கேள்விகளுக்குப் பதில்கூற முடியாமல் திக்கித் திணறிப் போனார்.

பாஞ்சாலி சபதத்தில் சூதாட்டம் வேண்டா மென்று துரியோதனனிடம் திருதராஷ்டிரன் அறிவுரை கூறுகிறான்.

'தம்மொரு கருமத்திலே -நித்தந்
தளர்வறு முயற்சி, மற் றோர்பொருளை
இம்மியும் கருதாமை -சார்ந்
திருப்பவர் தமைநன்கு காத்திடுதல்
இம்மையி லிவற்றினை யே- செல்வத்
திலக்கண மென்றனர் மூதறிஞர்
அம்ம, இங் கிதனையெலாம்- நீ
அறிந்திலை யோ? பிழை யாற்றல்நன் றோ?'

ஆனால் அதைக் காதில் வாங்கிக் கொள்ளவே துரியன் விரும்பவில்லை. தந்தையின் சொல்லைக் கவனித்திருந்தால், குருக்ஷேத்திரம் நிகழ்ந்திருக்காது.

குருக்ஷேத்திரம் பாரதப் போர் நடக்க எப்படித் தேர்வுசெய்யப்பட்டது என்பது பற்றிய கர்ண வழிக்கதை உண்டு. கிருஷ்ணரும், அர்ஜுனரும் இந்தச் சகோதர யுத்தத்தை எங்கு நடத்தலாம் என மைதானத்தைத் தேர்வு செய்யப் பயணம் செய்தார்கள். இன்று அரசியல் மாநாடுகளை நடத்த இடம் தேடுவதில்லையா, அதைப் போலத்தான்.

பல இடங்களில் தேடியும் கிடைக்கவில்லை. அப்போது ஒரு வயலருகே மரத்தடியில் ஒதுங்கி னார்கள். ஏர் உழவன் வயலில் நீர் பாய்ச்சுவதற்காக மடையை அடைத்த வண்ணமிருந்தான். எவ்வளவு

முயன்றும் மடை உடைப்பு எடுத்தது. அங்கு அமர்ந் திருந்த தன் சிறு குழந்தையை வெட்டி மடைக்குள் சொருகினான். மடை அடைபட்டது. மதியம் அவன் மனைவி அவனுக்காகச் சாப்பாடு கொண்டு வந்தாள். அப்போது அவள் 'மகன் எங்கே?' என்று கேட்டாள். அவன் நடந்ததைச் சொன்னான். அவள் 'பரவா யில்லை' என்று எந்தச் சலனமும் இல்லாமல் உணவைக் கணவனோடு உண்டாள். உடனே 'எந்தப் பாசமும் வெளிப்படாத இந்த மண்ணே சகோதரர் களுக்குள் சண்டை நடக்க சரியான இடம்' என்று கிருஷ்ணர் முடிவு செய்தாராம். சகோதரர்கள் சண்டை போடும் எல்லா இடங்களும் குருக்ஷேத் திரங்கள்தானே!

கவனிப்பதைப் பற்றிக் குழந்தைகள் புரிந்து கொள்வதற்காக அப்பாஜி கதை ஒன்றுண்டு.

டில்லி பாதுஷா மூன்று மனித உருவச் சிலை களை அச்சு அசலாக அனுப்பிவைக்கிறார். அவற்றில் எது உத்தமன், மத்திமன், அதமன் என்று அறிய வேண்டும் என்கிற பதிலையும் கேட்கிறார். கிருஷ்ண தேவராயருக்குப் புதிர் புலப்படவில்லை. அப்போது தப்பாமல் வந்தார் அப்பாஜி. கடிதத்தைப் படித்தார். சிலைகளைக் கண்டார். அந்தச் சிலைகளின் காதுகள், வாய் ஆகிய உறுப்புகளில் மெல்லிய துவாரம் இருப்பதைப் பார்த்தார். ஒரு மெல்லிய குச்சியை எடுத்து முதல் சிலையின் காதில் நுழைத்தார். அது அந்தச் சிலையின் வாய் வழியாக வெளிப்பட்டது. உடனே 'மன்னர் அவர்களே! இவன் காதில் நுழையும் விஷயங்களைக் கண்டவர்களிடம் சொல்லுபவன், இவனே அதமன்' என்றார்.

அடுத்த சிலையில் குச்சியை காது வழியாக நுழைக்கும்போது மற்றொரு காது வழியாக வந்தது. அப்பாஜி மன்னனிடம், 'இவன் உயர்ந்த கருத்துக் களைக்கூட கவனித்து உள்வாங்கிச் சிந்தித்துச் செயல்பட மாட்டான், இந்தக் காதில் வாங்கி அந்தக் காதில் விட்டுவிடுவான். எனவே இவன் மத்திமன்' என்றார். மூன்றாவது சிலையின் காதில் குச்சியை நுழைத்துப் பார்த்த போது அது உள்ளுக்குள்ளேயே நின்றுவிட்டது. அப்பாஜி 'இவன் தான் கேட்ட செய்திகளை மனத்திலேயே வைத்திருப்பான்; நல்லவற்றை வாழ்வில் முன்னேறப் பயன்படுத்து வான், கெட்டவற்றை மனத்திலேயே புதைத்துவிடு வான், இரகசியம் காப்பான். எனவே இவனே உத்தமன்' என்றார். கவனிக்கத் தெரிந்த அனை வருமே உத்தமர்களாக உருமாறுகிறார்கள்.

கவனிப்பவர்கள் நாம் எதிர்பார்த்ததைச் செய்து முடிக்கும்போதுதான் தகவல் பரிமாற்றம் முற்றுப் பெறுகிறது. நாம் சொன்னதைச் சொன்னவாறு அவர்கள் புரிந்துகொண்டிருக்கிறார்களா என்பதைத் தெரிந்துகொள்ள கருத்தறிவது அவசியம். கேள்விகள் மூலமும் அவர்களிடமிருந்து கற்றுக் கொள்பவை இருந்தால் அவற்றைக் கற்று உணரவேண்டும். 'நான் சொன்னவை எல்லோருக்கும் புரிந்திருக்கும்' என்று மிதப்பாக எண்ணக்கூடாது. நமக்குத் தெரியாதவை

கவனிப்பவர்கள் நாம் எதிர்பார்த்ததைச் செய்துமுடிக்கும்போதுதான் தகவல் பரிமாற்றம் முற்றுப்பெறுகிறது

அடுத்தவர்கள் மூலம் தெரியலாம். அதற்கான வாய்ப்புகளும் தகவல் பரிமாற்றத்தில் இருக்கின்றன. அதைத்தான் திருவள்ளுவர் குறிப்பிடுகிறார்,

கற்றார்முன் கற்ற செலச்சொல்லித் தாம்கற்ற
மிக்காருள் மிக்க கொளல் *(724)*

இலக்கியங்கள் குறிப்பிடும் இந்த நுட்பங்கள் சாதனங்கள் மாறியிருந்தாலும் இன்றைய நவீன மேலாண்மைக்கு அவசியமானவை. நம்மிடம் பணிபுரிகின்ற அனைவருமே உத்தமர்களாக இருப்பதில்லை. மத்திமனாக இருப்பவர்களைச் சற்றுத் தொலைவில் வைப்பதும், அதமனாக இருப்பவர்களை விலக்கிவைப்பதும் அவசியம். 'அடுத்தவர்களை நாம் கவனிக்கப் பழகினால் நம்மை மற்றவர்கள் கவனிக்கத் தொடங்குவார்கள்' என்பதை உணர்ந்தால், எளிதில் நம்மால் கடினமான செய்திகளையும் பல கல் தொலைவிற்கு அனுப்பிவிட முடியும்.

★

இலக்கியத்தில் மேலாண்மை

அத்தியாயம்
39
முத்தம் யுத்தம் அல்ல!

தகவல் பரிமாற்றத்தில் முக்கியமான பங்கை வகிப்பது சொற்களற்ற மொழி (Non-Verbal Communication). மொழி என்றால் பேசுவதும், எழுதுவதும் மாத்திரமே என்று நாம் நினைத்துக்கொண்டிருக்கிறோம். நாம் பேசும் போது ஏழு விழுக்காடு பொருள் மட்டுமே சொற்களால் வெளிப்படுகிறது. முப்பத்தெட்டு விழுக்காடு குரல், தொனி, வேகம், நேரம், ஆகியவற்றைப் பொருத்தும், ஐம்பத்தைந்து விழுக்காடு உடலசைவின் மூலமும் வெளிப்படுகிறது என்று மொழி வல்லுநர்கள் குறிப்பிடுகிறார்கள். ஒரே வாக்கியம் உச்சரிக்கும் விதத்தால் வெவ்வேறு பொருள்களை விநியோகிக்கிறது.

மொழியால் மாத்திரமே மக்கள் இணக்கமாக இருந்துவிடமுடியாது. ஒரே மொழியைப் பேசுகிறவர்கள்கூட அவர்கள் வார்த்தைத் திறனால் மாறுபடுவதற்கு வாய்ப்புண்டு. பெர்னாட்ஷா 'இங்கிலாந்தும் அமெரிக்காவும் ஒரே மொழியால் பிரிந்திருக்கும் நாடுகள்' என்று குறிப்பிடுவார். அமெரிக்காவில் 'இரண்டாம் மாடி' என்பதை இங்கிலாந்தில் 'முதல் மாடி' என்றழைப்பார்கள். இங்கிலாந்தினர் 'அமெரிக்கப் பிரயோகம் ஏணி வைத்தாலும் எங்களை எட்ட முடியாது' என்பார்கள்.

இன்னும் சில ஆண்டுகளில் முக அசைவுகளை வைத்து மூளை அசைவுகளைப் பதிவு செய்வதைப்போல எண்ணத்தைப் பதிவு செய்துவிடலாம்

'இங்கிலாந்தும் அமெரிக்காவும் ஒரே மொழியால் பிரிந்திருக்கும் நாடுகள்'

215

என்று அறிஞர்கள் அறுதியிடுகிறார்கள். ரே பேர்ட் விசல் என்பவர் மனித முகம் 2,50,000 முக பாவங் களை வெளிப்படுத்தும் ஆற்றல் உள்ளது என்று அறிந்தார்.

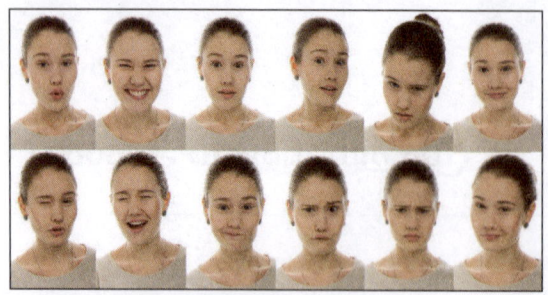

பேசுவதை நிறுத்தி விடலாம்; ஆனால் உடலசைவு மொழி மூலம் தொடர்ந்து நாம் உணர்வு களை வெளிப்படுத்திக்கொண்டு இருக்கிறோம். ஒரே மாநிலத்தில் சொற்களின் பிரயோகம் வேறு படுகிறது. அங்கங்கே தட்டாரமிடும் அதை 'வட்டார வழக்கு' என்று அழைக்கிறோம். ஆனால் உலகம் முழுவதும் பெரும்பான்மையான உணர்ச்சி வெளிப் பாடு ஒத்துப் போகிறது. உலகெங்கிலும் உள்ள ஆண்கள் சட்டை அணியும்போது வலது கை பாகத்தைத்தான் முதலில் நுழைக்கிறார்கள். பெண்களோ இடது கை பாகத்தில்தான் நுழைக் கிறார்கள். தவறு செய்தால் தலையில் தட்டிக் கொள்வது எல்லாக் கண்டங்களிலும் உண்டு.

சொற்களற்ற மொழியில் தொடுதல், எல்லை நிர்ணயம், திக்கும், நோக்கும், கையசைவு, தலை யசைவு, தோரணை, முகவெளிப்பாடு, கண் ஜாடை ஆகிய கூறுகள் இருப்பதைப் பார்க்கலாம். பால் எல்க்மேன், நியூகினியில் கற்கால மனிதர்களைப் போல வாழ்கிற ஆதிவாசிகளின் வாழ்க்கையை ஆய்வு செய்தார். அவர்கள் உணர்ச்சிகளை வெளிப்படுத்தும் விதம் நம்மைப்போலவே இருப்பதைக் கண்டு பிடித்தார். இன்று நுனி நாக்கில் ஆங்கிலம் பேசு பவர்களுடைய உடலசைவு மொழியும், ஆதிவாசி களுடைய முக உணர்ச்சிகளும் ஒரே மாதிரியாக இருப்பது நமக்கு வியப்பைத் தரும். பேச்சு பின்னால் வந்தது. அதற்கு முன்பே உணர்ச்சிகளை வெளிப்படுத்தும் விதம், பரிணாம வளர்ச்சியின் ஓர் அங்கமாகப் பெறப்பட்டது. அதனால்தான் பேச்சு ஆடையாக இருக்க, உடலசைவு மொழி தோலாக நம் இயல்போடு ஒன்றியிருக்கிறது.

உடலின் தோற்றமே ஒருவருடைய ஆளுமையை உணர்த்திவிடுகிறது. அவர் கம்பீரமானவரா அல்லது சோப்ளாங்கியா என்பதைப் பார்த்ததும் அவருக்கு மரியாதை கொடுப்பதா வேண்டாமா என்று மக்கள் முடிவு செய்துகொள்கிறார்கள்.

நான் படித்திருக்கிறேன்.. ..

அலெக்ஸாண்டர் அவ்வளவு உயரமானவர் அல்லர். அவர் ஒருமுறை தன்னுடைய அறையில் அடிக்கப்பட்டட ஆணியில் அழகிய சித்திரம் ஒன்றைத் தொங்கவிட நினைத்தார். ஆனால் அது உயரமான இடத்திலிருந்ததால், அவருக்கு எட்ட வில்லை. எம்பி எம்பிக் குதித்தார். அப்போதும் முடியவில்லை. அப்போது வாசலில் நின்றிருந்த அவருடைய மெய்க்காப்பாளன் ஓடிவந்து அவரிட மிருந்து அதை வாங்கி சுவரில் மாட்டினான்.

''என்னிடம் சொல்லியிருக்கலாமே! நான் உங்களைவிட பெரியவன். எளிதில் முன்பே மாட்டி யிருப்பேனே!''

அலெக்ஸாண்டர் கோபத்துடன் சொன்னார் ''நீ என்னைவிடப் பெரியவனில்லை; உயரமானவன் மட்டுமே'' என்று.

தன்முனைப்பு எல்லா நொடிகளிலும் விழிப் புணர்வுடன்தான் இருக்கிறது. பெருந்தன்மைதான் அவ்வப் போது பேந்த பேந்த விழிக்கிறது.

புறநானூற்றில் ஒரு பாடல். ஒரு மாவீரன் பற்றியது. 'நாளொன்று எட்டு தேர் செய்யும் திறமை யுடைய தச்சன் ஒரு மாதம் முழுவதும் முயன்று பாடுபட்டுச் செய்த ஒரு தேர்க்காலைப் போல வலிவும், அழகும் உடையவன். எனவே எதிரிகளே ஓடிவிடுங்கள்!' என்று எச்சரிக்கை செய்கிறது. அதிய மானைப் புகழ்ந்து ஔவையார் பாடிய இப்பாடல் படித்த மாத்திரத்தில் அவன் உடலசைவை உணர்த்தி விடுகிறது

'களம்புகல் ஓம்புமின் தெவ்வீர் போர்எதிர்ந்து
எம்முளும் உளன்ஒரு பொருநன் வைகல்
எண்தேர் செய்யும் தச்சன்
திங்கள் வலித்த கால்அன் னோனே' (87)

''நடனத்தையும், நடனமாடுபவரையும் பிரிக்கமுடியாது.'' சிலர் நடனமாடுவதைப் பார்த்தால் பிரித்தெடுக்க முடிந்தால் நல்லது என்றே தோன்றுகிறது.

புலி உறுமினால் புல்லரிக்கும், எலி செருமினால் யாராவது பயப்படுவார்களா?

வீரம் மட்டுமல்ல, அழகும் ஒரு வகைத் தாக்கத்தை ஏற்படுத்துகிறது. அழகாக இருப்பவர்கள் எதைச் செய்தாலும், அந்த அசைவு அழகாக இருக்கிறது. அவர்கள் மிகப்பெரிய தாக்கத்தை அடுத்தவர்கள்மீது ஏற்படுத்திவிடுவார்கள். கலைகளில்கூட நடனம் போன்ற நுண்ணிய கலைகளில் அழகுக்கு முக்கியத்துவம் இருக்கிறது. டபிள்யூ.பி.ஏட்ஸ் கூறுவதைப்போல ''நடனத்தையும், நடனமாடுபவரையும் பிரிக்கமுடியாது''. சிலர் நடனமாடுவதைப் பார்த்தால் பிரித்தெடுக்க முடிந்தால் நல்லது என்றே தோன்றுகிறது.

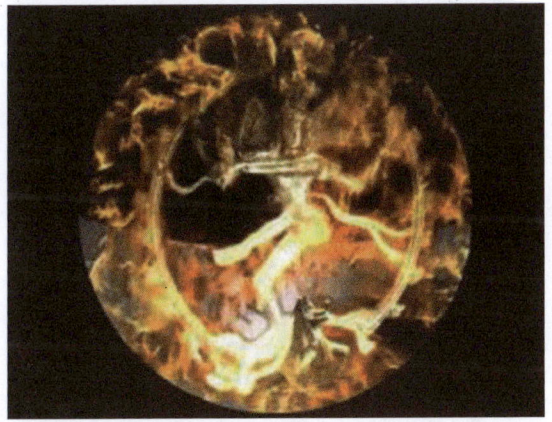

'நளவெண்பா'வில் பூங்காவில் ஒரு பெண் பூப்பறிக்கின்ற காட்சி சித்திரிக்கப்பட்டுள்ளது.

அவளோ மொட்டுகளும் பூக்களாகப் பூப்பெய்தும் அழகு. அவள் மலரைப் பறிக்கின்றபோது அந்த மலரில் ஏற்கெனவே இருக்கின்ற வண்டு அதனால் பாதிக்கப்பட்டுப் பறக்கிறது. அவளுடைய முகத்தைப் பார்த்ததும் 'தாமரை' என்று எண்ணி அதன்மீது அமர முயற்சி செய்தது. தன் கைகளால் அவள் அதைத் தடுத்து நிறுத்தினாள். அவளது கையை 'காந்தள்' மலர் என நினைத்து அதை வட்டமடித்தது. அதனால் அவள் பயத்தில் வேர்த்தாள் என்கிற காட்சி இடம் பெறுகிறது. மிக நேர்த்தியாக எழுதப்பட்ட வெண்பா.

''மங்கை யொருத்தி மலர்கொய்வாள்
வாண்முகத்தைப்
பங்கயமென் றெண்ணிப்
படிவண்டைச்-செங்கையால்
காத்தாளக் கைம்மலரைக் காந்தளெனப்
பாய்தலுமே
வேர்த்தாளைக் காணென்றான் வேந்து'' (184)

ஜெயகாந்தன் ஒரு சிறுகதை எழுதியிருப்பார். ஒப்பிடுவது எவ்வளவு ஆபத்து என்பதை உணர்த்தும் வகையில் அது வடிவமைக்கப்பட்டிருக்கும். ஒரு வீட்டில் இரண்டு பெண்கள். பெரிய பெண் பேரழகி. இரண்டாம் பெண்ணோ சராசரி. பெரியவளை நிறைய பேர் பெண் கேட்டு வந்த வண்ணம் இருப்பார்கள். அவளோ பிடிக்கவில்லை என்று நிராகரிப்பாள். யார் கணவனாக வருவது என்று அவள்தான் தீர்மானிப்பாள். அவள் திருமணமாகிப்போனதும் இரண்டாம் பெண்ணுக்குத் திருமணம் செய்ய வேண்டும். ஆனால் ஒருவர்கூட பெண் கேட்டு வரவில்லை. அந்தச் சூழலில் அடிக்கடி பெற்றோர்கள் தங்கள் மூத்த பெண்ணுக்கு நிறைய வரன்கள் வந்தது பற்றிப் பேசிக்கொண்டேயிருப்பார்கள். இளைய மகளின் மனம்படுகிற பாட்டைப் பற்றி அவர்கள் கவலைப்படவில்லை. அவர்கள் வீட்டருகே உள்ள அலுவலகத்திற்கு ஒரு வாலிபன் பணிநிமித்தம் வருவான்.

மிகச் சிரமப்பட்டு அவனுக்கு விருந்தோம்பல் எல்லாம் செய்து அவனது நன்மதிப்பைப் பெற்று

ஒருநாள் குடும்பத்துடன் அவன் பெண் கேட்டு வருமாறு செய்வார்கள். பெண்பார்க்கும் படலம் முடிந்தவுடன், இளைய மகள் எல்லோர் முன்பும் எழுந்து ''எனக்கு இந்த மாப்பிள்ளை பிடிக்க வில்லை'' என்று சொல்லிவிட்டு விறுவிறுவென மாடிப் படி ஏறுவாள். அவளுக்குத் தானும் ஒரு வரனை நிராகரித்த திருப்தி. அழகு என்பது உருவத்தைத் தாண்டிய வினைப்பாடு என்பது பலருக்குத் தெரிவதில்லை. ஒப்பிட்டு ஒப்பிட்டுப் பலருடைய மனத்தை அவர்கள் ஒடுக்கல் விழச் செய்துவிடுகிறார்கள். அழகைத் தாண்டிய உடலசைவு மொழியால் அடுத்தவர் இதயம் கவர்பவர்களும் உண்டு. அழகு உடலில் இல்லை; காண்பவர் விழிகளிலேயே இருக்கிறது.

'புறநானூற்றில், 'மன்னன் ஒருவன் தேவையில்லாமல் செய்யும் முகஸ்துதிகளை நம்பிவிடக் கூடாது. அவர்கள் சொல்வதை வைத்து எல்லாம் நன்றாகப் போய்க்கொண்டிருக்கிறது என்று எண்ணித் திருப்தியடைய முடியாது' என்று கூறப்பட்டுள்ளது எனவே காரியம் ஆவதற்காகக் கூழைக் கும்பிடு போடுகிறவர்களிடம் எச்சரிக்கையாக இருக்க வேண்டும். அவர்கள் உடலசைவு மொழிகளை உன்னிப்பாகக் கவனிக்கவேண்டுமென்று குறிப் பிடப்பட்டிருக்கிறது. இப்பாடலை எழுதிய வெள்ளைக்குடிநாகனார் இன்று மேல்மட்டத்தில் இருப்பவர்களுக்கும் பொருத்தமான கருத்தைக் குறிப்பிட்டிருக்கிறார்.

'நொதும லாளர் பொதுமொழி கொள்ளாது
பகடுபுறந் தருநர் பாரம் ஓம்பிக்
குடிபுறந் தருகுவை யாயின்நின்
அடிபுறந் தருகுவர் அடங்கா தோரே!' (35)

பொய்யுரைகளைக் கேட்டுக் கேட்டுப் பழக்க மானவர்கள் அதை மெய்யுரை என எண்ணி மேனி சிலிர்க்க ஆரம்பித்து விடுகிறார்கள்.

தொடுதல் என்பது பலவித சொற்களை ஒரே வெளிப்பாட்டில் உணர்த்துகிறது. கவலையோடு அமர்ந்திருப்பவரின் தோள்களில் கைகளை வைத் தால் அது ஆறுதலையும், வெற்றி பெற்றவனின் தோளைத் தட்டிக் கொடுத்தால் அது பாராட்டையும் குறிப்பிடுகிறது. ஒருவர் தவறு செய்தவுடன் தலையைத் தட்டினால் கண்டனத்தைச் சுட்டுகிறது.

மருத்துவமனையில் இருப்பவன் உள்ளங்கையை அழுத்தினால், நம்பிக்கையுடன் இரு என உணர்த்து கிறது. இப்படிப் பலவகைகளில் தொடுவதன் அடர்த்தியைப் பொருத்தும், தொடுகிற இடத்தைப் பொருத்தும் புதிய புதிய மொழிகள் புலப்படு கின்றன.

இன்று கைகுலுக்குவது என்பது வாழ்த்து தெரிவிக்கின்ற வழக்கமாக நம்மால் கையாளப் படுகிறது. ஒருவர் கைகுலுக்கும் விதத்தை வைத்தே அவர்கள் எப்படிப்பட்ட குணாதிசயம் படைத்த வர்கள் என்பதைத் தெரிந்துகொள்ளலாம். கைகளை அழுத்தமாகக் குலுக்குபவர்கள் உறுதியான உள்ளம் படைத்தவர்கள். வழுக்குவதுபோல கையைக் குலுக்குபவர்கள் நழுவும் பேர்வழிகள். நம் கைமீது தம் கையை வைத்துக் குலுக்க நினைப்பவர்கள் தம் கை மேலோங்கி நிற்க வேண்டுமென்று நினைப் பவர்கள். இப்படிக் கைலுக்குவதில் இருந்தே எதிரே வர்த்தகம் பேச வந்திருப்பவர் எப்படிப் பட்டவர் என்பதை நாம் தெரிந்துகொள்ளமுடியும்.

கைகுலுக்கும் பண்பு என்பது 'என் கையில் ஆயுதம் எதுவும் கொண்டுவரவில்லை' என்பதை உணர்த்தவே முதலில் ஆரம்பமானது. தமிழ் நாட்டைப் பொருத்தவரை 'வணக்கம்' வைப்பது வரவேற்பதற்கும், முகமன் கூறுவதற்கும், மதிப்பை உணர்த்துவதற்கும் பயன்படுத்தப்படும் உடல் மொழி. ஒவ்வொருவராக எல்லோரிடமும் கை குலுக்க முடியாது. ஆனால் நூறு பேரைப் பார்த்துக் கூட கும்பிடமுடியும். வணங்குபவன் கையிலும் வன்முறைக்கான ஆயுதம் ஒளிந்திருக்கலாம் என்று திருக்குறள் நம்மை எச்சரிக்கிறது.

'தொழுதகை உள்ளும் படைஒடுங்கும் ஒன்னார் அழுதகண் ணீரும் அனைத்து' (828)

அப்படித் தொழுத கைக்குள் ஆயுதம் வைத்திருந்து சுட்டவனே கோட்ஸே. காந்தியின் தொழுகைக்குப் பின்வந்த அத்தொழுகையால் நாடே மூழ்கியது. சிலருக்கு அவர்களைத் தொடுவது அத்துமீறலாகத் தெரியலாம். தோளில் யார் கைபோடுவதையும் அவர்கள் அனுமதிப்பதில்லை. ஒவ்வொருவருக்கும் உடலின் ஒவ்வொரு பகுதி அந்தரங்கப் பகுதியாக இருக்கிறது. நாய்கூட தன்னை வளர்ப்பவர் வாலைத் தொட்டால் வாளாவிருப்பதில்லை. பல நேரங்களில் சிகைத்திருத்தங்களில் எண்ணெயைத் தலையில் அப்பி மசாஜ் செய்கிறபோது 'நெகா' இல்லாமல் கிறங்கிக் கிடக்கிற பலரைப் பார்க்க முடிகிறது. பலருக்கும் முதுகு சொறிகிறவர்களைப் பிடிக்கவே செய்கிறது. உன் முதுகை நான் சொறிய, என் முதுகை நீ சொறி எனச் செறிவான கூட்டணி வைப்பவர்கள் உண்டு.

அன்பை வெளிப்படுத்த கையாளப்படுகின்ற இன்னொரு உடல்மொழி முத்தம். அது எப்படி உதயமானது என்பது சுவாரசியமான செய்தி. ஆதி கால மனிதன் வேட்டையாடி வாழ்ந்தவன். நெருப்பு வருவதற்கு முன்பு பச்சை மாமிசத்தையே சாப்பிட்டவன். வளர்க்கிற குழந்தைகளுக்கும் அதுவே உணவு. அந்தக் குழந்தைகள் எளிதில் ஜீரணம் செய்ய, தாய்தன் பற்களால் மென்று குழந்தைக்கு ஊட்டும் பழக்கம் புழக்கத்தில் இருந்தது. அதுவே முத்தமாக மருவியது. பிறகு அன்பைக் காட்ட அடையாளமானது.

திருவள்ளுவர்கூட குழந்தைகளைப் பற்றிக் குறிப்பிடும்போது 'ஒருவர் பெற்ற குழந்தைகளின் மழலைச்சொல் குழலையும், யாழையும் விட இனிமையானது' என்று கூறுகிறார். அதற்கு சைதன்யபதி என்கிற ஞானி, 'குழல் என்பது உதடுகளால் ஸ்பரிசித்து இசையெழுப்பக்கூடியது. யாழ் என்பது கைகளால் மீட்டி இசை இன்பத்தை வரவழைக்கக்கூடியது. எனவே முத்தமிட்டும், கைகளால் ஸ்பரிசித்தும் இனிமை தரக்கூடியவை குழந்தைகள் என்பதை இந்தக் குறள் சுட்டுகிறது' என்கிறார். முத்தமளிப்பதைப் பொருத்தவரை பரிணாம வளர்ச்சியால் வருவது மட்டுமல்ல; ஒவ்வொருவருடைய வாழ்விலும் அவர்கள் தருகிற முத்தம்கூட பரிணாம வளர்ச்சியை அடைவதுண்டு.

புதுமைப்பித்தன் எழுதிய 'உணர்ச்சியின் அடிமைகள்' என்கிற சிறுகதையில் திருமணமான புதிதில் கணவன் மனைவி இருவருக்குள் பரிமாறப்படும் முத்தம் ஆவேசமானதாகவும், கவலைகளை மறக்கடிக்கக்கூடிய உணர்ச்சிகளை வழங்கக்கூடியதாகவும் இருக்கிறது. கமலா, சுந்தரம் என்கிற அந்தத் தம்பதியருக்குக் குழந்தை பிறக்கிறது. ஒன்றரை ஆண்டுகள் ஆன பிறகு கணவனை அணைத்து மகிழ்ச்சி அளிக்கிற முத்தத்தில் அற்புத ஒளி கமலாவின் கண்களில் தெரிகிறது. காலம் நகர்கிறது. பேரக்குழந்தை பிறந்துவிடுகிறது. குழந்தையிடம் முத்தத்திற்காகத் தாத்தா கெஞ்சுகிறார். 'கண்ணா ஒரு முத்தம்' என்று யாசிக்கிறார். 'மாத்தேன் போ' என்று குழந்தை மறுக்கிறது. குழந்தை திருப்பிக்கொண்ட கழுத்தில் முத்தமிடுகிறார் தாத்தா. இருவர் கண்களிலும் அதே ஒளி ஏற்படுகிறது. உணர்ச்சி, மகிழ்ச்சி, நெகிழ்ச்சி என்று முத்தத்தின் பயணம் பரிணாம வளர்ச்சி அடைவதே கதையின் சாரம். நெற்றியில் இடுகிற முத்தம் ஆசியையும், கன்னத்தில் இடுகிற முத்தம் அன்பையும், கைகளில் இடுகிற முத்தம் பாராட்டையும், தலையில் இடுகிற முத்தம் பரமானந்தத்தையும் குறிப்பதாக இருக்கிறது.

டாக்டர் ஃபாஸ்டஸ் மாந்திரீகத்தைக் கற்றதும் ஹெலனைச் சந்திக்க விரும்புகிறார். அவருக்கு மெமிஸ்டோபிலிஸ் ஹெலனைக் காண்பிக்கின்

இலக்கியத்தில் மேலாண்மை

றான். அப்போது அவன் ஹெலனிடம் 'இனிய ஹெலனே! என்னை உன் முத்தத்தால் சாகாவரம் பெற்றவனாக ஆக்கு' என்று மன்றாடுகிறார். இப்படி இலக்கியங்களில் ஸ்பரிசத்தின் மூலம் பல நூறு சொற்களை உள்ளடக்கிய மொழி பரிமாறப்படுவது உணர்த்தப்படுகிறது. ஒரு நீண்ட பாராட்டுக் கடிதத்தைக் கொடுப்பதைவிட மிகச்சிறப்பாகப் பணிபுரிந்த அலுவலருடைய முதுகில் தட்டிக்கொடுப்பது அவர் இதயத்தில் நீங்காத பெருமையை ஏற்படுத்தும்.

இலக்கியத்தில் மேலாண்மை

அத்தியாயம்
40 சிரிப்பு இரகசியங்கள்

ஒருவரின் 'அருகிலிருக்கும் தன்மை' பல தகவல்களைப் பரிமாற ஏதுவாக இருக்கிறது. யாரிடம் எவ்வளவு தூரம் நெருங்கலாம் என்பதற்கு அறிவியல் அடிப்படையில் கணக்கு இருப்பதாக 'ஹால்' என்பவர் கண்டுபிடித்தார். ஒருவரைச் சுற்றி ஒன்றரையடி தூரம்வரை அவருடைய சொந்த மண்டலம் இருக்கிறது. அதற்குள் யார் சென்றாலும் அவர்களுக்கு அசௌகரியம் ஏற்படுகிறது. அந்த மண்டலத்தில் நுழைந்தால் சிலரால் இயல்பாக பேசக்கூட முடியாது. அடுத்ததாக, ஒன்றரை அடியிலிருந்து நான்கு அடிவரை உள்ள மண்டலம் நெருக்கமான பகுதி. அதில் கணவன், மனைவி, குழந்தைகள் போன்றவர்களே நுழைய அனுமதி உண்டு. அந்நியர்கள் நுழைந்தால் அவதியாகி விடும். அதற்குப் பிறகு இருப்பது சமூக மண்டலம். அதையும் தாண்டிப் பொது மண்டலம். விலங்கு களின் சொந்த மண்டலத்திற்குள் நுழைந்தால்கூட அவை எரிச்சலடைந்து தாக்க ஆரம்பித்துவிடு கின்றன.

கொம்புளதற்கைந்து குதிரைக்குப் பத்து முழம்
வெம்புகரிக் காயிரந்தான் வேண்டுமே -
வம்புசேர்
தீங்கினர்தம் கண்ணில் தெரியாத தூரத்து
நீங்குவதே நல்ல நெறி

என்கிற பழந்தமிழ் பாடல் தூர மேலாண்மையைப் பற்றிக் குறிப்பிடுகிறது.

இந்தியாவில் ஒரு பகுதியைச் சார்ந்தவர் களிடையே பகலில் பெண்கள் முக்காடிட்டே

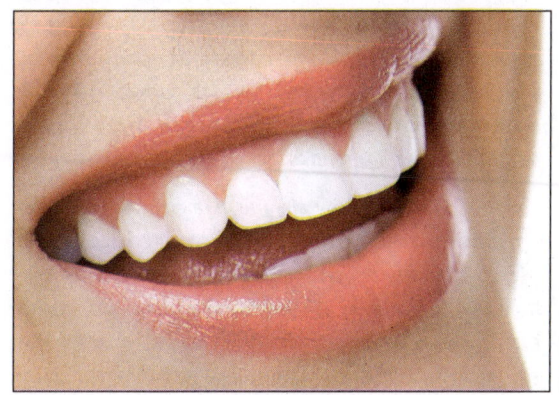

இருக்க வேண்டும். ஒருவர் அழகே இல்லாத பெண்ணைத் திருமணம் செய்து கொண்டார். காரணம், எந்த விதத்திலும் சந்தேகமே ஏற்படாத வாழ்வை வாழவேண்டும் என்பதுதான். அவர்கள் வழக்கப்படி கணவன் கூறுகிறவர்கள் மட்டுமே முக்காடில்லாமல் தோன்றலாம்.

முதலிரவில் அவள் கேட்டாள் ''நான் யார் யார் முன்பு முக்காடில்லாமல் தோன்றலாம்''

'என்னைத் தவிர எல்லோர் முன்பும் முக்காடில்லாமல் தோன்றலாம்' என்று அவர் பதிலளித்தார்.

சர்க்கஸில் ரிங் மாஸ்டர் விலங்குகளின் சொந்த மண்டலத்தைக் கையாண்டே அவற்றைப் பல வித்தைகள் செய்யும்படி வைக்கிறார். சிங்கத்தின் சொந்த மண்டலத்திற்குள் நுழைந்ததும் அது ஆவேசமாக எரிச்சலடைந்து அவரை நோக்கி ஓடிவருகிறது. அவரோ அதன் சொந்த மண்டலத்தில் இருந்து தள்ளிநின்று ஓர் இருக்கையை அதன் பக்கம் நகர்த்துகிறார். அது அந்த இருக்கையின்மீது அமர்ந்து தன்னுடைய அதிகாரத்தை நிலைநாட்டுகிறது. இவ்வாறு பல விலங்குகளில் சொந்த மண்டலத்தை ஆபத்தின்றிக் கையாளுவது தான் அவருடைய பணியாக இருக்கிறது.

தங்கள் வீட்டில் அனைவருமே வசதியாக இருக்கமுடியும். எவ்வளவு நெருங்கியவராக இருந்தாலும், அடுத்தவர் வீட்டில் சற்று படபடப்பு ஏற்படும்

மதியவேளையில் மலை உச்சிக்குச் சென்ற ஓநாய் ஒன்று தன் நிழலைப் பார்த்து, 'மிகப் பிரம்மாண்டமான உருவத்தைப் பெற்றிருக்கும் நாம் ஏன் இனி புலி, சிங்கத்திற்கெல்லாம் பயப்பட வேண்டும்' என்று எண்ணியது. அப்போது அந்த வழியாக வந்த சிங்கம் இறுமாந்திருந்த அதன் மேல் பாய, ஓநாய் உயிரை இழந்தது. போலிச் சொற்களால் மிகவும் உயர்வாகக் கருதுபவர்களின் முடிவை, இந்த ஈசாப்புக் கதை விளக்குகிறது.

எல்லை என்பது விலங்குகளுக்கு மட்டுமல்ல, மனிதர்களுக்கும் உண்டு. தங்கள் வீட்டில் அனைவருமே வசதியாக இருக்கமுடியும். எவ்வளவு நெருங்கியவராக இருந்தாலும், அடுத்தவர் வீட்டில் சற்று படபடப்பு ஏற்படும். ஒரு நிறுவனத்தில், பதவி உயர உயர அலுவலர்களின் மேசையின் அகலம் அதிகரிப்பதைப் பார்க்கலாம். தன் முன்னே அமர்பவர்களை ஒரு தூரத்தில் வைப்பதற்கு, அவர்களையும் அறியாமல் அவர்கள் கையாளும் உத்தி அது. இரண்டடுக்கு வீடுகளில் படுக்கையறை மேல்மாடியில் இருப்பதைப் பார்க்கலாம். அது கூட்டில் இருக்கின்ற பாதுகாப்பு உணர்வை மனிதர்களுக்கு ஏற்படுத்துகிறது. பெரும்பாலும் அடுக்ககங்களில் இருக்கும் அலுவலகங்களில், உச்ச அதிகாரி மேல்மாடியில் பணியாற்றுவதைப் பார்க்கலாம். அலுவலகத்தைப் பொருத்தவரை 'மேல்மாடி காலி'யாக இருந்தால் மற்றவர்களுக்கு மகிழ்ச்சி. அவர் உயரத்தில் இருக்கிறார் என்பதை மறைமுகமாக உணர்த்தும் பாங்கு அது. இவையெல்லாம் தன்முனைப்பின் வெளிப்பாடுகள். ஒருவரை அவருடைய இடத்திற்குச் சென்று பார்க்கும்போது தன்முனைப்பு தானாகக் குறைந்துவிடுகிறது. ரோமாபாதனைக் கண்ட தசரதன், தேரிலிருந்து இறங்கிய போதே ரோமாபாதனின் தன்முனைப்பு நீர்த்துவிட்டது. தசரதனை அவன் வணங்குகிறான். அவனைத் தழுவி ''நாம் இருவரும் சமம்'' எனத் தசரதன் உணர்த்துகிறான்.

''வாகனத்தின் எந்தப் பக்கம் யார் அமர்கிறார்கள்'' என்பது அரசு நடைமுறையில் முக்கியம். ''இடது பக்கம் அமருபவர்களே உயரதிகாரி'' என்பது அலுவலக அதிகார வரைமுறையில் உள்ள நடைமுறை. தசரதன் எதிரே வந்த ஜனகனைத் தன்னுடைய தேரில் ஏறுமாறு உணர்த்தி, அமர

இலக்கியத்தில் மேலாண்மை

வைத்துக் கொள்கிறான். "யார் யாருடைய தேரில் ஏறுவது" என்பது ஒருவகையில் அதிகாரத்தை வெளிப்படுத்தும் செய்கை.

"எய்த அத்திரு நெடுந் தேர் இழிந்து இனியதன்
மொய் கொள் திண் சேனை நிற்க முன்சேறலும்
கையின் வந்து ஏறு எனக் கடிதின் வந்துஏறினான்,
ஐயனும் முகம் மலர்ந்து அகம் உறத்தழுவினான்"

யார் யார் எங்கெங்கு அமர வேண்டும் என்பதை எல்லாக் காலங்களிலும் அனுசரித்து வந்திருக்கின்றனர். சிலப்பதிகாரத்தில் மாதவியின் நடனத்தைக் காண அவையில் எல்லோரும் அமர்ந்திருக்கிறார்கள். அப்போது இளங்கோவடிகள் 'மன்னன் முதலானோர் தம் தகுதிக்குக் குறைவு படாமல் இருக்கையில் முறையே அமர்ந்தனர். இடக்கை குயிலுவக் கருவியாளர் தாம் நிற்க வேண்டிய முறைப்படி நின்றனர்' என்று விவரிக்கிறார்.

அரைசொடு பட்ட ஐம்பெருங் குழுவும்
தேர்வலஞ் செய்து கவிகைக் கொடுப்ப
ஊர்வலஞ் செய்து புகுந்துமுன் வைத்தாங்கு
இயல்பினின் வழாஅ இருக்கை முறைமையின்
குயிலுவ மாக்கள் நெறிப்பட நிற்ப

- அரங்கேற்று காதை

ஓர் அரங்கத்தில் எந்த நிகழ்ச்சி நடந்தாலும் முக்கியமான பதவியிலிருப்பவர்கள் பாதுகாப்பான இடத்திலிருந்து பார்வையிடுவார்கள். சீனத்தில் 'இரண்டு புலிகள் சண்டையிடுவதைக் குன்றின் மேலமர்ந்து பார்ப்பதைப் போல' என்கின்ற பழ மொழி உண்டு. அந்தச் சொற்றொடர் 'போர் நாடு

களின் ஆவணங்கள்' என்ற நூலில் இருந்து எடுக்கப் பட்டது. சீனத்தில் இரண்டு நாடுகளுக்குள் யுத்தம் ஏற்பட்டது. அருகிலிருந்த நாட்டு மன்னன் 'அதில் தான் கலந்துகொள்ளலாமா? வேண்டாமா?' என்று சிந்தித்திருக்கும் போது அவனுடைய ஆலோசகர் ஒருவன் எப்படிப் புலிகளைக் கொன்றான் என்கிற சம்பவத்தை அவனுக்கு விளக்கினார்.

'ஒருவன், இரண்டு புலிகள் ஒரு மாட்டின்மீது தாக்குதல் நடத்துவதைப் பார்த்தான். அவன், அவை இரண்டையும் அவன் கொல்லப் புறப்படும்போது அவனது நண்பன் தடுத்து நிறுத்தினான். அவன் சொன்னான் 'இந்த இரண்டு புலிகளும் அந்த மாட்டிற்காகச் சண்டையிடும்' அப்போது இரண்டில் பலவீனமான புலி மற்றொன்றால் கொல்லப்படும். சக்திவாய்ந்த புலியும் கடுமையாகக் காயம் அடையும், அதுவரை காத்திருந்தால் இரண்டு புலிகளையும் எளிதில் நாம் கைப்பற்ற முடியும். அவற்றின் தோலையும் பயன்படுத்த முடியும்' என்று அறிவுரை வழங்கினான். அவன் சொன்னது போலவே நிகழ்ந்தது.

சீன ஆவணத்தில் உள்ள இந்த உவமையை அதற்கு முன்பே திருவள்ளுவர் பொருட்பாலில் பயன்படுத்துகிறார். கையில் உபரியான பொருளை வைத்துக்கொண்டு செயலைச் செய்வது ஒருவன் மலைமீது அமர்ந்து இரண்டு யானைகள் சண்டை யிடுவதைப் பார்ப்பதைப்போல, பாதுகாப்பானது என்கிறார்.

குன்றின்மேல் ஏறி நின்றால், அந்த யானைகள் நம்மைத் தாக்குவதற்கு வாய்ப்பும் இல்லை, அதே நேரத்தில் அவற்றின் சண்டையைச் சமதரையில் நின்றிருப்பவனைவிட தெளிவாகப் பார்க்கவும் முடியும். சில நேரங்களில் நமக்கு ஆகாதவர்கள் இருவர் சண்டையிட்டால் அதைத் தொலைவில் இருந்து பார்ப்பதுதான் நல்லது. அவர்களில் ஒருவரை நாம் ஆதரித்தால் அவர்கள் நமக்கு நிரந்தர நட்பாகிவிடுவார்கள் என்று நினைப்பது இராஜ தந்திரமல்ல. ஒருவரைத் தொடர்ந்து சார்ந்திருந்தால்

> சில நேரங்களில் நமக்கு ஆகாதவர்கள் இருவர் சண்டையிட்டால் அதைத் தொலைவில் இருந்து பார்ப்பதுதான் நல்லது

தான் நம்மிடம் விசுவாசமாக இருப்பார்கள். வள்ளுவர் கூறும் குறளில் இத்தனைப் பொருளும் இருக்கிறது.

'குன்றேறி யானைப்போர் கண்டற்றால்
தன்கைத்தொன்று
உண்டாகச் செய்வான் வினை' (758)

ஏது தலைமைப் பதவியை ஏற்பது என்று ஆண் யானைகளுக்குள் சண்டை ஏற்படுவது இயற்கை. 'அப்போது அவற்றிற்கு இடையில் ஒரு குழந்தையை வைத்தால் அந்தக் குழந்தையைப் பாதுகாப்பாக எடுத்து வேறோரிடம் வைத்துவிட்டு அவை சண்டையைத் தொடரும்' என 'மாண்புமிகு யானைகள்' எனும் நூலில் குறிப்பிடப்பட்டுள்ளது.

'அதிகாரத்திற்கான 48 விதிகள்' என்கிற நூலில் கொடுக்கப்பட்டிருக்கும் முதல் விதியே 'எக்காரணத்தைக் கொண்டும் உன்னுடைய மேலதிகாரியைக் காட்டிலும் ஒளிர நினைக்காதே!' என்பது தான். ஒருவருடைய அதிகாரத்தைக் குறைப்பது போல் நம் நடவடிக்கை இருந்தால் அவர்கள் அதை விரும்புவதில்லை.

மிகப்பெரிய வானியல் நிபுணராகக் கருதப்பட்ட கலிலியோ தன்னுடைய அறிவியல் ஆய்வுக்கு அன்றிருந்த ஆட்சியாளர்களையே நம்பியிருந்தார். தான் கண்டுபிடித்த இராணுவக் காம்பஸை கொன்சாஹரு நாட்டு அதிபருக்குப் பரிசளித்தார். பிறகு அதை எப்படிப் பயன்படுத்தவேண்டும் என்கிற புத்தகத்தை மெடிஸிஸ் அதிபதிக்குப் பரிசளித்தார். அவர்கள் இருவருமே கலிலியோவுக்கு நன்றியுடையவர்களாக இருந்து நிறைய மாணவர்களை அனுப்பிவைத்தார்கள். ஆனால் அவர்கள் அவருக்குப் பரிசுகளைத் தந்தார்களே தவிர பணத்தைத் தர

வில்லை. எனவே தொடர்ந்து ஆய்வு செய்வது சிக்கலாக இருந்தது. கலிலியோ 1610 ஆம் ஆண்டு வியாழனின் துணைக்கோள்களைக் கண்டுபிடித்தார்.

அப்போது அவர் இரு அதிபர்களையும் திருப்திப் படுத்துவதற்குப் பதிலாக மெடிஸிஸ் அதிபரைத் திருப்திப்படுத்த நினைத்தார். அதற்குக் காரணம் மெடிஸி வம்சாவழியைத் தொடங்கிவைத்த முதலாம் காசிமோ வியாழனைத்தான் தங்கள் குறியீடாகப் பயன்படுத்தினார். அவர் கண்டுபிடித்த துணைக்கோள்களை மெடிஸிஸ் அதிபதிக்கு அர்ப்பணிப்பதாகச் சொன்னதோடு 'அவை இரண்டாம் காசிமோவினுடைய பட்டாபிஷேகத்திற்காகப் பிரபஞ்சம் உருவாக்கியவை' என்று குறிப்பிட்டார். உடனே இரண்டாம் காசிமோ அவரைத் தன்னுடைய நீதிமன்றத்தில் அரசவைத் தத்துவ ஞானியாகவும் கணித வல்லுநராகவும் பெரிய ஊதியத்துடன் நியமித்தார். கலிலியோவிற்குக் கிரகங்கள் சரியாக இருந்ததால் இந்த அதிர்ஷ்டம் பின்பு அதே

இலக்கியத்தில் மேலாண்மை

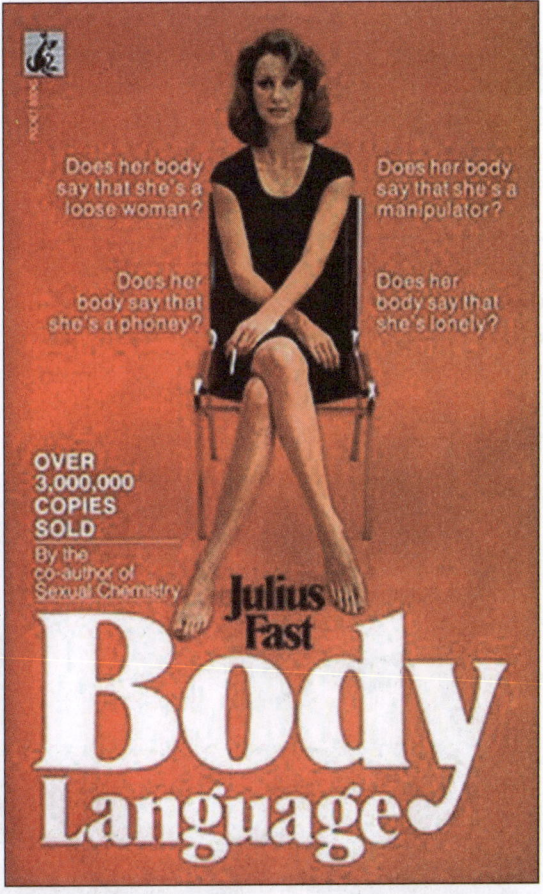

கிரகங்கள் பற்றிச் சொல்லி, கிரகம் சரியில்லாமல் போனதும் ஒரு சரித்திரச் சம்பவம்.

'ஆண்டனி அன்ட் கிளியோபட்ரா' நாடகத்தில் ஆண்டனி ஆக்டேவியஸைவிட அதிகமாகப் பிரகாசிக்க நினைத்ததுதான் அவன் உயிருக்கு ஆபத்தாக முடிகிறது. தலைமை நிர்வாகியிடம் மிகவும் நெருங்கவும் கூடாது, விலகவும் கூடாது. குளிர் காலத்தில் நெருப்புக் காய்வதைப்போல சரியான எல்லையை நிர்ணயித்து ஒழுகுதல் வேண்டும். ஒழுகாதவர்கள் ஒழுகிவிடுவார்கள்.

'அகலாது அணுகாது தீக்காய்வார் போல்க
இகல்வேந்தர்ச் சேர்ந்தொழுகு வார்' (691)

'சார்நிலைப் பணியாளர்கள் அறையில் எந்த நேரமும் நுழையும் அதிகாரம் உள்ளவர்களே மேலாளர்கள்' என்று இதைத் தெளிவுபடுத்துகிறார். 'உடல்மொழி' என்ற நூலை எழுதிய ஜூலியஸ் ஃபாஸ்ட்.

ஷேக்ஸ்பியர் உருவாக்கிய பாத்திரங்களிலேயே நாயகத்தன்மை அதிகம் கொண்ட பாத்திரம் 'ஐந்தாம் ஹென்றி'. விடலைப்பருவம் வரை விளையாட்டாக இருந்துவிட்டு பிறகு வீரத்தையும், விவேகத்தையும், அரசப் பதவியில் காட்டியவர் அவர். ஊர் சுற்றித் திரிந்தபோது அவரோடு நெருக்கமாயிருந் தவன் ஃபால்ஸ்டாஃப். மன்னனான உடனேயே அசட்டுத்தனங்களை ஹென்றி மூட்டை கட்டி வைத்துவிடுகிறான். அதற்குப் பிறகு பழைய சினேகிதத்துடன் அவரை உரிமை கொண்டாட ஃபால்ஸ்டாஃப் அரண்மனைக்குச் செல்கிறான். பழைய பழக்கத்தில் மன்னனை விளிக்கும்போது ஹென்றி அவனைப் பார்த்து 'நீ யார் என்று எனக்குத் தெரியாது வயோதிகரே! உன்னோடு பழகியதைக் கெட்ட கனவாக நான் நினைக்கிறேன்' என்று அவனை முழுவதுமாக மறுதலித்துவிடுகிறார். இதை ஒரு குறட்பாவில் வள்ளுவர் அப்படியே படம்பிடித்துக் காட்டுகிறார்.

'பழையம் எனக்கருதிப் பண்பல்ல செய்யும்
கெழுதகைமை கேடு தரும்' (700)

இலக்கியத்தில் மேலாண்மை

மனித உடலசைவுகள் மொழியற்ற தகவல் பரிமாற்றத்தில் முக்கியப் பங்கு வகிக்கின்றன. ஒவ்வொரு மனிதனுக்கும் சில குறிப்பிட்ட உடலசைவு மொழிகள் இருக்கின்றன. ஒவ்வொருவர் நடையும் ஒவ்வொரு மாதிரி இருக்கிறது.

அறிவியல்படி ஆராய்ந்தால் நடை என்பது வரிசையாக முன்னால் விழுகிற பயிற்சிதான்; விழாமல் விழுவதே நடை. பேசும் விதம், கை யசைக்கும் விதம் ஆகியவற்றில் தனித்தன்மை உண்டு. மகிழ்ச்சியில் சிரிப்பது பொதுவான உடலசைவு. ஆனால் சிரிக்கிற போது சிலருக்கு வெடிச்சிரிப்பாக அது வெளிப்படும். சிலருக்குக் குப்பியைத் திறப்பது போல ஓசையெழும்.

புன்னகையில் கூடப் போலிப் புன்னகைகள் உண்டு. உதடுகள் மட்டுமே பிரிந்தால் அது போலிப் புன்னகை. பொய்யாகச் சிரிக்கிறபோது இடதுபக்க உதடுகள் அதிகமாகப் பிரிகின்றன. உதடுகளின் இருபக்கமும் சமநிலையில் விரிய, கண்களின் இரு பக்கங்களிலும் சுருக்கங்கள் விழச் சிரிக்கும்போது தான் அது உள்ளத்திலிருந்து வருகிற உள்ளார்ந்த புன்னகையாக இருக்கமுடியும்.

உதட்டை இறுக்கிச் சிரிப்பது, சுழித்துச் சிரிப்பது, தாடையைக் கீழே இறக்கிச் சிரிப்பது, பக்க வாட்டில் பார்த்துச் சிரிப்பது, எப்போது பார்த்தாலும் சிரிப்பது என்று ஐந்து புன்னகைகள் அடையாளம் காட்டப்பட்டுள்ளன. எப்போதும் சிரித்தால் அது 'சிரித்த முகம்' அல்ல; இளித்தவாய்.

★

அத்தியாயம்

41

அகம் சொல்லும் முகம்!

ஓர் ஆணும், ஒரு பெண்ணும் ஒருவரையொருவர் கடந்துபோகிறபோது, அவர்களை அறியாமலேயே வயிற்றை உள்ளே இழுப்பதும், மார்பை முன்னே கொண்டு வருவதும் உலகம் முழுவதும் அனிச்சையாக நடக்கின்ற உடலசைவு மொழி. தன்னை, இன்னும் இளமையாக, திடகாத்திரமாக, வனப்பு மிக்கவராகக் காண்பிக்க மனித இனம் எல்லாக் காலங்களிலும் யோசித்திருக்கிறது. கம்பர், ஆற்றுப்படலத்தில் ''ஆசலம்புரி ஐம்பொறி வாளியும், காசலம்பு முலையவர் கண்'' என்று குறிப்பிடுகிறார்.

இராமச்சந்திர கவிராயர் வறுமையின் காரணமாக மனிதன் பலரிடம் பல்லை இளித்து வாழ வேண்டிய நெருக்கடி ஏற்படுவதை மனம் வருந்திப் பாடியிருப்பார். ஒரு மனிதனின் உடலசைவை அவனுடைய பொருளாதாரம் நிர்ணயிப்பது உண்டு. பணமிருப்பவன் பூஞ்சையாக இருந்தாலும் அவனிடம் ஒரு கம்பீரம் வந்துவிடுகிறது.

'கல்லைத்தான் மண்ணைத்தான் காய்ச்சித்தான்
குடிக்கத்தான் கற்பித்தானா
இல்லைத்தான் பொன்னைத்தா னெனக்குத்தான்
கொடுத்துத்தா னிரட்சித் தானா
அல்லைத்தான் சொல்லித்தா னாரைத்தா
ணனுவத்தா னையோவெங்கும்
பல்லைத்தான் திறக்கத்தான் பதுமத்தான்
புவியிற்றான் பண்ணினானே'

பல்லைக் காட்டுவது பற்றிய இராமச்சந்திர கவிராயர் கவலைப்படும் போது மூளை நிபுணர்

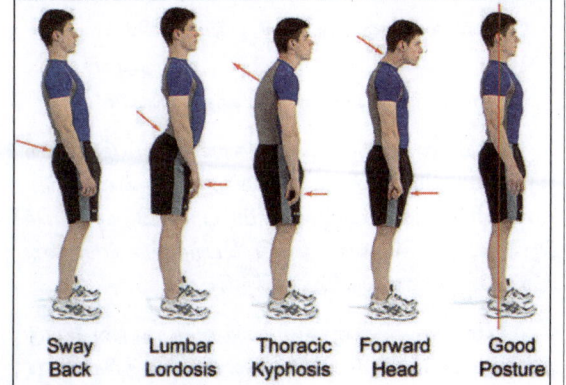

Sway Back
Lumbar Lordosis
Thoracic Kyphosis
Forward Head
Good Posture

அறிஞர் இராமச்சந்திரன் பல்லைக் காட்டுவது புன்னகையாக எப்படிப் பரிணாம வளர்ச்சி பெற்றது என்று சான்றுகளோடு விளக்குகிறார். குரங்கினங்கள் தங்கள் எல்லையில் வேறொரு எல்லைக்குட்பட்ட விலங்கைக் கண்டால் தங்கள் வன்மத்தை உணர்த்த, பற்களைக் காட்டிப் பயமுறுத்துவது உண்டு.

உடனே அந்தக் குரங்குகளும் தற்காப்பாகத் தங்கள் பற்களைக் காட்டி எல்லை மீறும் செயலை நியாயப்படுத்துவது ஏற்பட்டது. அதுவே பரிணாம வளர்ச்சியில் புன்னகையாக வளர்ச்சி பெற்றது என்று அவர் கூறுகிறார். இன்று மேலதிகாரிகளைப் பார்த்ததும் சிரித்துவைப்பது ஒரு பாதுகாப்பு கருதி தான். எனவே பல்லைக் காட்டுவது பலவகைப் படும்.

புன்னகையைப் பற்றிப் பல இடங்களில் கம்பர் குறிப்பிட்டுள்ளார். அவை இன்று மேலை நாட்டு அறிவியல் கூறுகிற உடலசைவு மொழிகளை உள்ளடக்கியவையாக இருக்கின்றன. கம்பர் ''முளைப்பன முறுவல் அம்முறுவல் வெந்துயர் விளைப்பன'' என்று நாடக மகளிரின் புன் முறுவலைக் குறிப்பிடுகிறார். அந்த முறுவல், அரும்புகிற முறுவல் அல்ல, முளைக்கிற முறுவல். ஆழத்தில் வேரூன்றுவதுதான் வெளியே முளைக்க முடியும். தென்றலில் திளைக்கமுடியும். கம்பர் காட்டுகிற நாடக மகளிருடையது உண்மையான முறுவல். அதனால்தான், அதைக் காண்பவர்களின் இதயத்தை அவை தீப்பிடிக்கச் செய்கின்றன.

ஒருவர் நிற்பதைப் பார்த்தே அவர் மேலதிகாரியா இல்லையா என்பதைச் சொல்லிவிடலாம். ஒருவர் தொலைபேசியில் பேசுகிற தோரணையை வைத்தே அவர் யாரிடம் பேசுகிறார் என்பதை அறியமுடியும்

மகிழ்ச்சி வருகிறபோது, தன்னை மறந்து குதிக்கிற பழக்கம் எல்லோருக்கும் உண்டு. எல்லா நாகரிகங்களிலும், மகிழ்ச்சியுறுகிறபோது மகிழ்ந்து ஆடுவது வழக்கம். திருமாலின் திருவடிகளை வணங்குகிறவர்கள் மகிழ்ச்சி மிகுதியால் ''ஆடினர் பாடினர் அங்கு மிங்குமாய் ஓடினர்'' என்ற கம்பரின் வரிகள் அதை உணர்த்துகின்றன.

தோரணை என்பது சொற்களற்ற மொழியில் முக்கிய அங்கம் வகிக்கிறது. ஒருவர் நிற்பதைப் பார்த்தே அவர் மேலதிகாரியா இல்லையா என்பதைச் சொல்லிவிடலாம். ஒருவர் தொலைபேசியில் பேசுகிற தோரணையை வைத்தே அவர் யாரிடம் பேசுகிறார் என்பதை அறியமுடியும். தலையை நேராக வைத்துப் பேசினால் பணியாளரிடம் பேசுகிறார் என்று பொருள், குனிந்து பேசினால் அதிகாரியிடம் பேசுகிறார் என்று பொருள், உடலைத் திருப்பிப் பேசுகிறார் என்றால் மனைவியிடம் பேசுகிறார் என்று பொருள், அடிக்கடி சிரித்துக்கொண்டே பேசினால் பிரிய மானவர்களிடம் பேசுகிறார் என்று பொருள்.

ஔவையார் மனிதனின் இயல்பு மாறுவதைப் பற்றிப் பாடல் ஒன்றை எழுதியிருப்பார்.

'காலையில் ஒன்றுஆவர், கடும்பகலில்
ஒன்றுஆவர்;
மாலையில் ஒன்றுஆவர் மனிதரெல்லாம்'

இயல்பைப் போலவே தோரணையும் இருக்கிற சூழலைப் பொருத்து அமைகிறது. தன்னைவிட சாமானியர்களிடம் இருக்கும்போது நெஞ்சுநிமிர்கிறவன், தன்னைவிட வசதி பெற்றவர்கள் முன்பு வரும்போது தலைதாழ்ந்து நிற்கிறான்.

கம்பீரமும், துணிவும் கலந்த தோரணையோடு நிற்கிறவர்கள் விடுகிற எச்சரிக்கையில் எதிரிகள் ஓடி

இலக்கியத்தில் மேலாண்மை

ஒளிந்துகொள்கிறார்கள். ஜென் இலக்கியத்தில் சண்டைச் சேவலைப் பற்றி ஒரு கதை உண்டு. மன்னன் ஒருவன் சந்தையிலிருந்து முரட்டுச் சேவல் ஒன்றை வாங்கிவந்து சேவல் சண்டைப் பயிற்சி யாளரை அழைத்து அவரிடம் கொடுத்து சண்டைக்குப் பழக்குமாறு கோருகிறான். மூன்று மாதமாகியும் எந்தத் தகவலும் இல்லை. அவன் பயிற்சியாளரை அழைத்து கேட்கும்போது அவன், 'இன்னும் சேவல் சண்டைக்குத் தயாராக வில்லை; வேறு எந்தச் சேவல் கூவுவதைப் பார்த்தாலும் அதன் உடல் சிலிர்த்துவிடுகிறது. எனவே இப்போது அனுப்பக் கூடாது' என்கிறான். மன்னனோ 'அப்படிக் கோபம் வந்தால் தானே வெல்லமுடியும்' என்று நினைக் கிறான். ஆனாலும் அமைதி காக்கிறான். மாதங்கள் இரண்டு சென்றுவிடுகின்றன. மறுபடியும் பயிற்சி யாளரை வினவுகிறான். அப்போது பயிற்சியாளர் 'இப்போது கொஞ்சம் பரவாயில்லை, ஆனாலும் மற்ற சேவல்களைப் பார்த்தால் கோபப்பட்டுக் குதிக்கிறது. இப்போது சண்டைக்கு அனுப்பினால் தோற்றுவிடும்' என்கிறான்.

சிலநாட்கள் கழித்து அவனே மன்னனிடம் வந்து 'மன்னரே! இப்போது நம் சேவல் எந்தச் சேவலைப் பார்த்தும் கொக்கரிப்பதும் இல்லை, சிலிர்ப்பதும் இல்லை, சண்டைக்கு அனுப்பலாம்' என்கிறான். சேவல் சண்டையில் மன்னர் சேவலும் கலந்து கொள்கிறது. அதன் தோரணையைப் பார்த்தே மற்ற சேவல்கள் அலறி ஓடுகின்றன. அதோடு சண்டை போடவே எந்தச் சேவலும் தயாராக இல்லை. இரத்தம் சிந்தாமலேயே வெற்றிபெற்றது அந்தச் சேவல். கம்பீரமும், உண்மையான துணிச்சலும் உள்ளவர்கள் தங்கள் தோரணையின் மூலமே

> பல மாவட்டங்களில் டவாலியைப் பார்த்து தான் ஆட்சியர்கள் வருகிறார்கள் என்று மக்கள் அடையாளம் கண்டு கொள்வார்கள்

மற்றவர்கள் முன்பு விஸ்வரூபம் எடுத்து நிற்க முடியும். அவர்கள் சேவலாயிருப்பார்கள்; மற்ற வர்கள் சேவகராய் இருப்பார்கள்.

திருட்டுத்தனம் செய்கிறவர்கள் தங்களையும் அறியாமல் பதுங்கிச் செல்ல வேண்டிய கட்டாயம் ஏற்படுகிறது. கோண்மா நெடுங்கோட்டனார் நற்றிணையில் பாடல் ஒன்றை வடித்திருக்கிறார். மற்ற பெண்களோடு ஊர் சுற்றுகிற தலைவன் தனக்கு மகன் பிறந்த செய்தியைக் கேள்விப்படு கிறான். அவன் கள்வனைப் போல மெல்லப் பதுங்கி யாருக்கும் தெரியாமல் தன் இல்லத்திற்கு வருகிறான்.

'பசு நெய் கூர்ந்த மென்மை யாக்கைச்
சீர்கெழு மடந்தை ஈர்இமை பொருந்த,
நள்ளென் கங்குல் கள்வன் போல
அகன்துறை ஊரனும் வந்தனன்
சிறந்தோன் பெயரன் பிறந்தமாறே' (40)

கள்ளத்தனம் செய்பவர்கள் தங்கள் வீட்டிற்கே பதுங்கித்தான் செல்கிறார்கள். கம்பீரம் உள்ளவர்கள் மற்றவர்கள் இல்லங்களுக்கும் மாண்புடன் செல் கிறார்கள். நிறுவனத்தில் தவறு செய்பவன் பம்மு வதைப் பார்த்தும், பதில் சொல்லும்போது அவன் நா குழறுவதைப் பார்த்தும் கண்டுகொள்ளலாம். உண்மையுள்ளவன் வாக்கில் ஒளியுண்டு.

நிறுவனங்கள் தலைமைப்பொறுப்பில் இருப் பவர்களை மற்றவர்களிடமிருந்து வேறுபடுத்திக் காட்டுகிறது. எந்த அமைப்பிலும் பதவி அதிகரிக்க அதிகரிக்க அவர்கள் அறையின் அலங்காரங்கள் அதிகரிக்கின்றன. அவர்கள் வாகனத்தின் விலையும் அதிகரிக்கிறது. அவர்களுக்கு அளிக்கப்படும் வசதிகளும் அதிகரிக்கின்றன. அந்தக் காலத்திலேயே மன்னன் என்றால் அவனுக்குத் தலையில் கிரீடம், நெஞ்சில் கவசம், உயர்ந்த அணிகலன்கள் இவை யெல்லாம் அவனை வித்தியாசப்படுத்தவும், அடை யாளப்படுத்தவும் பயன்பட்டன. பல மாவட்டங் களில் டவாலியைப் பார்த்து தான் ஆட்சியர்கள்

வருகிறார்கள் என்று மக்கள் அடையாளம் கண்டு கொள்வார்கள். இந்த அதிகார அடையாளங்கள் ஒருவகையான தோரணையை ஏற்படுத்துகின்றன.

சிலப்பதிகாரத்தில் சேரன் செங்குட்டுவன் மலைவளம் காண யானை மீது சென்ற காட்சி விவரிக்கப்பட்டிருக்கிறது. யானையே ஒரு கம்பீர மான மிருகம், அதன்மீது ஆண்மையும், அழகும் நிறைய பெற்ற வெற்றிவீரன் அமர்ந்து செல்கிற போது இன்னும் கம்பீரம் அதிகரிக்கிறது. மற்ற குறுநில மன்னர்கள் மத்தியில் அவர்கள் மதிப்பு உயர்கிறது. மரியாதை கொடுக்க வேண்டாம் என்று நினைப்பவர்கள்கூட எழுந்து நின்று மரியாதை தர ஆரம்பித்துவிடுவார்கள்.

'விளையாட்டு விரும்பிய விறல்வேல் வானவன்
பொலம்பூங் காவும் புனல்யாற்றுப் பரப்பும்,
இலங்குநீர்த் துருத்தியும் இளமரக் காவும்
அரங்கும் பள்ளியும் ஒருங்குடன் பரப்பி
ஒருநூற்று நாற்பது யோசனை விரிந்த
பெருமால் களிற்றுப் பெயர்வோன் போன்று

- காட்சிக் காதை

'வளமுள்ள மலர்களைக் கொண்ட பொழிலின் கண் தேவ மகளிருடன் விளையாடுதலை விரும்பிய ஆற்றல் மிகுந்த வேலினையுடைய இந்திரன், அழகான பூங்காவினையும், நீர் மிகுந்த ஆற்றுப் பரப்பினையும், இளமரச் சோலையினையும், அரங்குகளையும், மண்டபங்களையும், ஒரு நூற்று நாற்பது யோசனை அளவாக விரிந்து விளங்குமாறு ஒருசேரப் பரவ வைத்துத் தன் பெருமதங் கொண்ட களிற்றின் மேலேறிச் செல்வதுபோலச் செங்குட்டு வன் மலைவளம் காணச் சென்றான்' என்று அவன் உலாவை இளங்கோவடிகள் பாடுகிறார்.

கம்பீரம் இல்லாதவர்களை யானை ஒரு போதும் அனுமதிக்காது. யானை என்று இல்லை, கழுதைகூட பயந்தாங் கொள்ளிகளைச் சுமக்க விரும்புவதில்லை. முல்லா நசிருதீன் நகைச் சுவையாகச் சூஃபி இலக்கியத்தின் கூறுகளை விளக்கும் குறியீடு. ஒருமுறை அவர் புதிதாக வாங்கிய குதிரையின்மீது சவாரி செய்யக் கிளம் பினார். அந்தக் குதிரையோ முரட்டுக் குதிரை. முல்லாவிற்குக் கட்டுப்பட வில்லை. தாறுமாறாக ஓடியது.

முல்லாவிற்கு நடுக்கம். எங்கே தூக்கி எறியப் போகிறதோ என்ற பயம். அப்போது எதிரில் வந்த ஒருவர் ஏதோ பிசகு நடந்துவிட்டது என்று புரிந்து கொண்டு முல்லாவைப் பார்த்து, 'எங்கே செல் கிறீர்கள் முல்லா?' என்று கேட்டார். அதற்கு முல்லா 'எனக்கென்ன தெரியும். நீங்கள் குதிரையைத்தான் கேட்கவேண்டும்' என்று பதில்சொன்னார்.

சிலர் தலைமைப் பொறுப்பில் இருந்து கொண்டு, அவர்களாக எந்த முடிவும் எடுக்காமல், அவர்களை இயக்குபவர்களின் கைப்பாவையாக இருப்பது உண்டு. முல்லா அவர்களையே சுட்டிக் காட்டுகிறார்.

பல நட்சத்திர விடுதிகளில் ஆறரையடி உயரம் உள்ள சீருடையணிந்த ஆஜானுபாகுவான காவலர் கள் காரின் கதவுகளைத் திறந்து விடுவதைப் பார்க்கலாம். அவ்வளவு உயரத்தில் இருப்பவர் களைத் தேர்ந்தெடுப்பதற்குக் காரணம் உண்டு. அப்போதுதான் வாடிக்கையாளர்களுக்கு இவ்வளவு பெரிய நபர் நம் காரின் கதவைத் திறந்து நம்மைக்

இலக்கியத்தில் மேலாண்மை

குனிந்து வரவேற்கிறாரே என்கிற திருப்தியில் தன் முனைப்பு தெளிவு பெறும் என்பதுதான் காரணம்.

மனத்தால் உயர்ந்தவர்களை உடலால் உயர்ந்த வர்கள் ஒருபோதும் திருப்தி செய்யமுடியாது. அது நடவடிக்கைகளின் மூலமே முடியும்.

'டாவோ டீச்சிங்'கில் ஓர் அழகான குறிப்பு இடம்பெற்றிருக்கிறது. 'வாழும் போது ஒரு மனிதன் மென்மையாக இருக்கிறான். இறந்த பிறகு இறுகிப் போகிறான். செடிகளும், மரங்களும் மென்மை யாகவும், வளையக்கூடியதாகவும் வாழும்போது இருக்கின்றன. வெட்டப்பட்ட பிறகு கெட்டியாகி விடுகின்றன'. இது தோரணைக்குப் பொருந்தும் குறிப்பு.

எவ்வளவு பெரிய வீரனும் எல்லா நேரங் களிலும் நெஞ்சை நிமிர்த்திக் கொண்டிருக்க வேண்டிய அவசியமில்லை. நம் தமிழ்த் திரைப் படங்களில் வீரநாயகர்கள் மனைவியிடம்கூட நெஞ்சை நிமிர்த்தித் தான் நெடுவசனம் பேசுவார்கள். பிறகு உருவிய கத்தியை உறையிலேயே போடு வார்கள். கத்தி இவர்களுக்குக் கைத்தடி. சிறந்த தோரணை என்பது குழந்தைகளோடு விளையாடும் போது குதிரையாவதும் தான். எப்போதும் இறுகி இருப்பவர்கள் உடைந்துபோய் விடுவார்கள். தேவைப்படும்போது நிமிரவேண்டும். அப்போது தான் உடலும் சரியான விசையில் இயங்கும்; உணர்வும் சரியான திசையில் திகழும்.

தோரணை குறித்த ஆசனம் பற்றிய வெளிப் பாடுதான் இராமாயணத்தில் அனுமன் இராவணனைச் சந்திக்கும் படலம். தூதனாக வந்த தனக்கு இராவணன் ஆசனம் தரவில்லை என்பதை அறிந்து கோபப் பட்ட அனுமன் அவனுக்குப் பாடம் கற்பிக்க விரும்பு கிறான். எனவே அவனைக் காட்டிலும் உயர்ந்த ஆசனத்தில் தன் வாலைக்கொண்டு அமைத்து அதன்மீது கம்பீரமாக அமர்கிறான், என்று நாட்டுப் புறத்தில் குறிப்பிடப்படுவது உண்டு.

முகவெளிப்பாடு சொற்களற்ற மொழியின் முக்கியக் கூறு. கோபம் என்பது கசப்பை உணர்த்தும் உடலசைவு மொழி. கண் சிவப்பதும், முகம் கடுப்பதும், தசைகள் இறுகுவதும், புருவம் அசைவதும் கோபத்தின் வெளிப்பாடு. கோபத்தை வெளிப்படுத்துகிற போதெல்லாம் அதுவரை செய்த தவம் விரயமாகிவிடுகிறது. முனிவர்களின் தவம் சிதைவது, அழகிய பெண்கள்மீது ஏற்படும் மயக் கத்தால் அல்ல; நம் கவனத்தைத் திருப்பிவிட்டார் களே என்கிற கோபம் சாபமாக ஆகும்போது, அவர்கள் செய்த தவம் விழலுக்கு இறைத்த நீராகி விடுகிறது. ஒருவருக்கு நல்லது செய்கிற நாம், அவர்கள்மீது கோபப்படுகிறபோதே அந்த நன்மை நீர்த்துப் போய்விடுகிறது.

கம்பராமாயணத்தில் இராமரைப் பார்த்த மாத்திரத்தில் அவர்மீது அன்பு செலுத்த ஆரம்பித்து விடுகிறான் குகன். 'பரதன் அண்ணனிடம் அரசாட் சியை ஒப்படைக்க வந்திருக்கிறான்' என்கிற விவரத்தை அறியாமல் கானகத்திலும் தொல்லை தரவே வந்திருப்பதாக நினைத்து அவன் முகத்தில் கோபம் வெளிப்படுகிறது. அவருடைய முக வெளிப்பாட்டை மிக நேர்த்தியாக கம்பர் சித்திரித்

திருப்பார். உண்மையான அன்பு கொண்டவர்கள் மட்டுமே இப்படி முகமே எரிமலையாக ஆகும்படி கோபம்கொள்ள முடியும்.

'கட்டிய சுரிகையன் கடித்த வாயினன்
வெட்டிய மொழியினன் விழிக்கட் தீயினன்
கொட்டிய துடியினன் குறிக்கும் கொம்பினன்
கிட்டியது அமர் எனக் கிளரும் தோளினன்'

தசரதன், இராமனை விசுவாமித்திரருடன் அனுப்பத் தயங்குகிறபோதே, விசுவாமித்திரருடைய கோபம் அதிகரித்துவிடுகிறது. ஆனால், அதை சொற்களால் வெளிப்படுத்தும் முன்பு, முகபாவங்கள் காட்டிக்கொடுத்துவிடுகின்றன. விசுவாமித்திரருக்குச் சினத்தினால் சிரிப்பும் உண்டாகிறது. சிலருக்குச் சினம் வந்தால் சிரிப்பு வரும். எங்களுக்கு ஒரு அதிகாரி இருந்தார். அவர் யாரைப் பார்த்துச் சிரித்தாலும் அவர்கள் காலி. மித்திரரின் சினத்தை வசிஷ்டர் குறிப்பால் உணர்த்துகிறார். ''கொழுங் கடைப் புருவம் நெற்றி முற்றச் சென்றன. வந்தது நகையும், சிவந்தன கண், இருண்டன போய்த் திசைகள் எல்லாம்'' என்பவை அந்தப் பொருள் பொதிந்த வரிகள்.

முகம் ஒருவர் நெஞ்சிலிருக்கும் கருத்தை அப்படியே பிரதிபலிக்கக் கூடியது. அது தன்னை அடுத்த பொருளை அப்படியே காட்டும் பளிங்கு போல் உணர்வுகளைக் காட்டும் தன்மை பெற்றது என திருவள்ளுவர் உருவகப்படுத்துகிறார்.

'அடுத்தது காட்டும் பளிங்குபோல் நெஞ்சம்
கடுத்தது காட்டும் முகம்' (706)

சொற்களின் மூலம் ஒருவரை ஏமாற்ற முடியும். ஆனால் முகத்தில் அவர்களது உண்மையான உணர்வு களை மறைக்க முடியாது. இதை மிக நுட்பமாக வள்ளுவர் குறிப்பிடுகிறார். அவர் அந்த முகத்தை விட அறிவுமிக்கது இல்லை என்கிறார். அதைப் போலவே உள்ளக் குறிப்பை நோக்கி உற்றதை உணர வல்லவரைப் பெற்றால் அவருடைய முகத்தை நோக்கி நின்றால்போதும் என்று தெரிவிக்கிறார்.

★

அத்தியாயம்

42

ஜன்னல் கண்களின் ஜாலங்கள்!

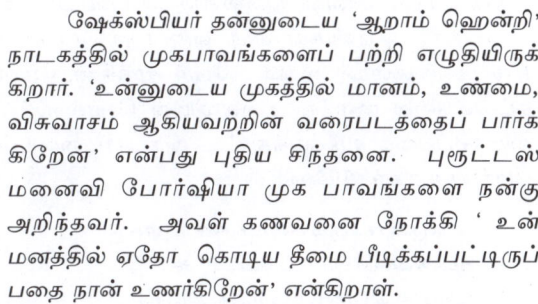

ஷேக்ஸ்பியர் தன்னுடைய 'ஆறாம் ஹென்றி' நாடகத்தில் முகபாவங்களைப் பற்றி எழுதியிருக்கிறார். 'உன்னுடைய முகத்தில் மானம், உண்மை, விசுவாசம் ஆகியவற்றின் வரைபடத்தைப் பார்க்கிறேன்' என்பது புதிய சிந்தனை. புரூட்டஸ் மனைவி போர்ஷியா முக பாவங்களை நன்கு அறிந்தவர். அவள் கணவனை நோக்கி ' உன் மனத்தில் ஏதோ கொடிய தீமை பீடிக்கப்பட்டிருப்பதை நான் உணர்கிறேன்' என்கிறாள்.

இல்லற வாழ்விலும் அலுவல் வாழ்விலும் வருகிறவர்களை அன்புடன் வரவேற்க வேண்டும். திருவள்ளுவர் விருந்தினர்களுடைய மனம் அனிச்சத்தைப்போல மென்மையானது. அது முகர்ந்தால் மட்டுமே வாடும், ஆனால் விருந்தினர்களுடைய முகமோ சற்று வித்தியாசமாகப் பார்த்தாலே வாடிவிடும் என்று தெரிவிக்கிறார். மேக்பத் நாடகத்தில் தன் கோட்டைக்கு வந்த மன்னனைக் கொல்லுமாறு மேக்பத்தின் மனைவி வற்புறுத்துகிறாள். ஆனால் மேக்பத்தோ விருந்தாளியைக் கொல்வதா என்று தயங்குகிறான். அப்போது அவன்மீது அதிகாரம் செலுத்தும் அவன் மனைவி, 'உன் முகம் எல்லா இரகசியங்களையும் வெளிப்படுத்திவிடுகிற முகம், நீ களங்கமற்ற மலரைப் போல, காட்சியளிக்க வேண்டும், ஆனால் அதற்குள் இருக்கும் கடுமையான சர்ப்பத்தைப்போல நடந்து கொள்ள வேண்டும்' என்று வலியுறுத்துகிறாள்.

மனிதர்கள் தங்கள் முகபாவனையைக்கூட தந்திரமாக மாற்றிக்கொள்ள முடியும். அந்தக்

கடினமான பயிற்சியையும் செய்து மற்றவர்களை ஏமாற்றுபவர்கள் இருக்கிறார்கள். அப்படிப்பட்டவர்களைப் பற்றி டங்கன் என்கிற மன்னன், ‘முகத்தை வைத்து எதுவும் முடிவுசெய்ய முடியவில்லை’ என்கிறான். அந்த நேரம் தான் மேக்பத் உள்ளே நுழைவதைப்போல ஷேக்ஸ்பியர் காட்சியை அமைத்திருப்பார்.

நற்றிணையில் புரளி பேசுவது பற்றிய ஒரு குறிப்பு இடம்பெற்றிருக்கிறது. வெளிப்படையாக தூற்றிப் பேசுவதை அலர் என்றும், மறைவாகத் தங்களுக்குள் குறிப்பால் பேசிக்கொள்வதை அம்பல் என்றும் சங்க இலக்கியங்கள் குறிப்பிடுவதாகச், ‘சங்கச் செவ்வி’ நூலில் சுந்தரஆவுடையப்பன் கூறுகிறார். பெண்கள் கூடி ஒருவருக்கொருவர் கடைக்கண்களால் ஜாடை பேசி மூக்கின் மேல் சுட்டுவிரலை வைத்து, தலைவியின் செயல் பற்றி விமர்சிப்பதை எடுத்துக்காட்ட ஒரு பாடலையும் மேற்கோள் காட்டுகிறார்.

‘சிலரும் பலரும் கடைக்கண் நோக்கி
மூக்கின் உச்சிச் சுட்டுவிரல் சேர்த்தி
மறுகில் பெண்டிர் அம்பல் தூற்றச்
சிறுகோல் வலந்தனள் அன்னை அலைப்ப.....
....
செலவயர்ந்தி சினால் யானே!
அலர்சுமந்து ஒழிகஇவ் அழுங்கல் ஊரே!’ (149)

காதல் பரிமாற்றத்தில் கண்களுக்குப் பெரும் பங்கு இருக்கிறது. ‘‘கண் களவுகொள்ளும் சிறு நோக்கம், காமத்தில் செம்பாகம் அன்று பெரிது’’ என்று திருக்குறளும், ‘‘காசில் காமம் செப்பிக் கண்ணினால் இரப்பர்’’ என்று சீவக சிந்தாமணியும் கண்களின் மகத்துவத்தை எடுத்தியம்புகின்றன. காமத்துப் பாலில் கண்களைப் பற்றி வள்ளுவர் வகுப்பே நடத்துகிறார். மைதீட்டிய கண்களில் தலைவனுக்கு ஏற்படுத்தும் நோயும் இருக்கிறது, அந்த நோய்க்கு மருந்தும் இருக்கிறது என்கிறார். கண்கள் ஆன்மாவின் ஜன்னல்கள், எளிதில் ஒருவரைச் சிறைப்படுத்திவிடும்.

கவிஞர் மீரா கனவுகள் + கற்பனைகள் = காகிதங்கள் என்ற கவிதை நூலில்,

‘கண்ணே!
உன்னை முதல்முறை பார்த்தபோது
என் இதயத்தில் ஒருமுள் குத்தியது
முள்ளை முள்ளால்தானே எடுக்கவேண்டும்
எங்கே இன்னொருமுறை பார்!’

என்கிற வரிகள் இடம்பெற்றிருக்கின்றன. காதலைப் பற்றிக் கவிஞர் ஒருவர் குறிப்பிடும்போது ‘அது வித்தியாசமான உணர்வு. அங்குக் கண்கள் பேசுகின்றன, உதடுகள் சந்திக்கின்றன’ என்று எழுதியிருப்பார்.

அடுத்தவர் பார்வையை ஐந்து நொடிகளுக்கு மேல் தக்கவைத்துக் கொண்டால், அது விருப்பத்தை வெளிப்படுத்தும் வழி.

ஆர்வமுள்ள ஒருவரைப் பார்க்கிற போது கண்களில் உள்ள பாப்பா விரிவடைகிறது. அதனால் தான், அதிகமாக விற்கின்ற குழந்தை பொம்மைகளுக்குப் பெரிய பாப்பா இருக்கும் கண்கள் செய்யப்படுகின்றன. பல நூற்றாண்டுகளுக்கு முன்பு விலை மகளிர் பாப்பாவை விரிவடையச் செய்யும்

அடுத்தவர் பார்வையை
ஐந்து நொடிகளுக்குமேல்
தக்கவைத்துக்கொண்டால்,
அது விருப்பத்தை வெளிப்படுத்தும் வழி

மருந்துகளை விழிகளில் பயன்படுத்தி வந்தனர். பெண்களின் கண்களில், ஆண்களைக் காட்டிலும் வெள்ளைப் பகுதி அதிகமாக இருக்கிறது. உயிரினங்களிலேயே வெண்மைப் பகுதி அதிக மாக இருப்பது மனித விழிகளில்தான். நம் மீது ஒருவருக்கு ஈர்ப்பு இருக்கிறதா என்பதை அவர்கள் பாப்பா விரிவடைவதை வைத்து அறிந்து கொள்ளலாம்.

இன்று வர்த்தக விளம்பரங்களில் பெண் களுக்குப் பாப்பா விரியும் மருந்துகளைப் பயன் படுத்திப் படம் எடுக்கிறார்கள். அதைப் பார்க்கும் ஆண்களின் ஆழ்மனத்தில் அந்தப் பொருளை வாங்கவேண்டும் என்கிற எண்ணம் ஏற்படுகிறது. கடைக்குச் சென்றால், அந்தப் பொருளையே தேர்ந் தெடுக்கிறார்கள். கண்கள் காதலுக்கு மட்டுமல்ல; கஜானாவிற்கும் தான்.

அகநானூற்றில் ஒரு பாடல். எழுதிய புலவர் தங்கால் முடக்கொற்றனார். தலைவன் தலைவியின் அழகான கண்களைப் பார்த்ததும் குதிரைகளை வேகமாகச் செலுத்தியவன் அவற்றைக் கட்டுப் படுத்தித் தேரை மெதுவாகச் செலுத்துகிறான். அந்த இடத்தைக் கடந்த பின்பும் அவளது மையுண்ட கண்களையே பலமுறை நோக்கி நோக்கிச் செல்கிறான்.

'நின்மகள் உண்கண் பன் மாண் நோக்கிச்
சென்றோன் மன்ற, அக்குன்று கிழவோனே' (48)

கம்பனில் இராமனும் சீதையும் திருமணத் திற்கு முன்பே விழிகளால் சந்தித்துக் கொள் கிறார்கள். அவர்கள் விழிகள் ஒன்றையொன்று கவ்விக் கொள்கின்றன. இது வால்மீகியில் இல்லை. ஈர்ப்பு இல்லாமல் வில்லை முறித்து மாத்திரம் மணம் செய்வதைக் கம்பன் ஒப்பவில்லை.

''எண்ணரு நலத்தினாள் இனையள் நின்றுழி
கண்ணொடு கண்இணை கவ்வி ஒன்றை ஒன்று
உண்ணவும் நிலைபெறாது உணர்வும் ஒன்றிட
அண்ணலும் நோக்கினான் அவளும்
நோக்கினாள்.''

கம்பர் பார்வையைக் குறித்து எழுதியுள்ள ஒவ்வொரு குறிப்பும் உடலசைவு மொழியின் உன்னத வெளிப்பாடு. ''இருவரும் மாறிப்புக்கு இதயம் எய்தினார்'' என்று அன்று அவர் எழுதிய வரிகள் இன்று பல திரைப்பாடல்களில் பல்லவி களாகப் பரிமளிக்கின்றன. ''பிரிந்தவர் கூடினால் பேசவும் வேண்டுமோ'' என்பது கண்கள் உணர்த்தும் மொழியைக் குறிக்கின்றன. பார்வைகளில் பொது நோக்கு, நெருக்க நோக்கு, ஓர நோக்கு, அதிகார நோக்கு என்று பலவிதம் உண்டு. கண்களுக்கும், நெற்றிக்கும் இடையே இருக்கிற பகுதியைப் பார்ப்பது அதிகார நோக்கு. தன் கீழே பணி செய்பவர்களை அவ்வாறு பார்க்கிறபோது, அவர்கள் பணிந்து நம் கட்டளைகளுக்குக் கட்டுப்படுவார்கள். அதிகார நோக்கில் பார்க்காமல் நெருக்க நோக்கில் பார்த்தால் காரியம் வீண்.

சீதை பற்றிப் பேசுகிறபோது, இராமன் உலகில் உள்ள அத்தனை பெண்களும் அவளையே பிரதி பலித்ததாகப் பேசுகிறார். ''வாழ்பொருள் எலாம் அவள் பொன்உரு ஆயவே'' எவ்வளவு செறிவான கருத்து. சொற்களுக்கிடையே பொருள்களைப் புதைத்துவைக்கும் கலை.

கம்பர் கண்களால் அதிகம் பாதிக்கப்பட்டவர் போல. அதனால் தனிப் பாடலிலும் பார்வை கொளுத்திப்போடும் விதத்தை நெஞ்சிலே இட்ட நெருப்பு என்று நெக்குருகப் பாடியிருப்பார்.

'உருகி உடல்கருகி உள்ளீரல் பற்றி
எரிவது அவியாது என்செய்கேன்?- வரியரவ
நஞ்சிலே தோய்ந்த நளினவிழிப்
பெண்பெருமாள்
நெஞ்சிலே இட்ட நெருப்பு'

'கணவனுக்குக் கண்ணில்லை' என்பதற்காக, 'கடவுளுக்குக் கண்ணில்லை' எனச் சொல்லித் தன் விழிகளைக் கருப்புத்துணியால் இறுகக் கட்டிக் கொண்டு கடைசிவரை வாழ்ந்தவள் காந்தாரி. தன் அழகிய கண்களைக் கணவன் பார்க்காவிட்டால் வேறு யாரும் பார்க்கவேண்டிய அவசியமில்லை என்பது அவள் முடிவு. அதைக் கவிஞர் வாலி,

'கண்ணிலை கணவனுக்கு!
பின் எனக்கெதற்கு விழி விளக்கு - எனக்
கண்களைத் துணியினால்
கட்டினாள் துணிவினால்
காந்தாரி - கால்முளைத்த கற்புநெறி'

என்று எதுகை மோனையோடு சிலாகித்திருப்பார்.

பெண்களைப் பற்றிக் கூறும் போதெல்லாம் அவர்கள் கண்களைப் பற்றி இலக்கியங்கள் கூறத் தவறுவதில்லை. நளவெண்பாவில் தமயந்தியின் அழகை வர்ணிக்கும்போது, புகழேந்திப் புலவர் அவற்றைப் போர்க் கருவிகளோடு ஒப்பிடுகிறார். தாக்கத்தின் மூலம் தாக்குவதால் அவை வேற் படையாக விளங்குகின்றன.

'நாற்குணமும் நாற்படையா ஐம்புலனும்
நல்லமைச்சா
ஆர்க்கும் சிலம்பே அணிமுரசா-வேற்படையும்
வாளுமே கண்ணா வதன மதிக்குடைக்கீழ்
ஆளுமே பெண்மை அரசு' (39)

ஷேக்ஸ்பியர் தன்னுடைய 'ட்ராய்லஸ் கிரஸிடா' என்கிற நாடகத்தில் பெண்களின் கண் களைப் பற்றிக் குறிப்பிடும்போது, 'அவள் விழியில் ஒரு மொழி இருக்கிறது, அவள் அதரங்களிலும், உதடுகளிலும் ஏன் காலில்கூட ஒரு பரிபாஷை இருக்கிறது' என்கிறார்.

டெஸ்மான்ட் மோரிஸ் என்பவர் உடலசைவு மொழிகளில் நிபுணர். அவர், 'இளம் காதலர்கள் கவர்ச்சியினால் அதீதமான உணர்ச்சிகளை அடையும் போது சிறிது நேரம் பார்த்துவிட்டு, பக்கவாட்டில் பார்வையைத் திருப்பிப் பார்க்காததுபோல் நடப் பார்கள். பிறகு பூமியைப் பார்ப்பதுபோல பாவனை செய்வார்கள்' என்று சொல்கிறார். இவற்றை யெல்லாம் வள்ளுவர் அப்போதே தம் குறளில் குறிப்பிட்டிருக்கிறார்.

யான்நோக்கும் காலை நிலன்நோக்கும்
நோக்காக்கால்
தான்நோக்கி மெல்ல நகும்' (1094)

ஷேக்ஸ்பியர் ஒதல்லோ நாடகத்தில் 'அழைக்கும் விழிகள்' என்று உருவகப்படுத்துகிறார். 'காதலின் உழைப்பு வியர்த்தமானது' என்ற நாடகத்தில் பெண்களின் விழிகளில் ஆதி நெருப்பு இருக்கிறது. அந்த விழிகளே புத்தகங்கள், கலைகள், பல்கலைக் கழகங்கள் ஆகிய அனைத்தையும் உள்ளடக்கி செழித்து வளரச்செய்கின்றன என்கிறார். 'ரோமியோ ஜுலியட்' நாடகத்தில் விழிமொழிகளைப்பற்றிக் கூறும் போது ஜுலியட் விழிகள் பிரசங்கமே நடத்துகின்றன என்று கூறுகிறார்.

மேலாண்மைக்கும் இந்த இலக்கிய எடுத்துக் காட்டுகளுக்கும் என்ன தொடர்பு என்பதை யோசிக் கலாம். கண்கள் கோபத்தையும், அன்பையும், கருணையையும் வெளிப்படுத்துகிற சாதனங்கள். ஒருவர் விழிகளை உற்றுப்பார்த்தால் அவர் களுடைய இயல்பைப் புரிந்துகொள்ளலாம்.

நம்மிடம் வர்த்தகம் பேச வந்திருக்கிறவர்கள் உண்மையானவர்களா இல்லையா என்பதைக்கூட உணர முடியும். அதற்கு அவர்கள் கண்களைப் பார்க்கும்போது மற்ற புலன்களையெல்லாம் புறக்கணித்துவிட்டு அவற்றின்மீதே முழுக்கவனத் தையும் வைக்கவேண்டும். அப்போதுதான் அது சாத்தியம். பெரிய புராணத்தில் 'ஐந்து பேரறிவும் கண்களே கொள்ள' என்கிற வரி இடம்பெற்று உள்ளது. தடுத் தாட்கொள்ள வந்த ஈசனைப் பார்த்த தும் அனைத்துப் புலன்களும் விழிகளாகவே மாறின என்கிறார் சேக்கிழார். நல்ல இசையைக் கேட்க வேண்டுமென்றால் விழிகளை மூட வேண்டும். அப்போதுதான் காட்சிகள் நம் கவனத்தைச் சிதறடிக்காமல் இசையின்மீது மனம் குவியும். அதைப் போலவே நமது கண்களைத் தீட்சண்யப் படுத்திப் பார்த்தால் நிறுவனத்தில் இருளில் கிடக் கின்ற சில தகவல்களும் நமக்குத் தெரிய ஆரம் பிக்கும்.

பெண்களின் விழிகளில் ஆதி நெருப்பு இருக்கிறது. அந்த விழிகளே புத்தகங்கள், கலைகள், பல்கலைக்கழகங்கள் ஆகிய அனைத்தையும் உள்ளடக்கி செழித்து வளரச்செய்கின்றன

தலையசைவு உடல்மொழியின் இன்னொரு கூறு. தலையசைவின் மூலமே சம்மதத்தையும், புறக் கணிப்பையும், நிராகரிப்பையும் வெளிப்படுத்தி விட முடியும். வேண்டுமென்பதற்கும் தலையசைக் கலாம், வேண்டாம் என்பதற்கும் தலையசைக் கலாம். அசைக்கிற விதத்தைப் பொருத்தே இசைவா என்பதைத் தெரிந்து கொள்ளலாம்.

பண்பாடு, சில உடலசைவு மொழிகளைத் தீர்மானிக்கிறது. வட இந்தியர்களுக்கும், தென் இந்தியர்களுக்கும் தலையசைப்பதில் வேறுபாடு இருக்கிறது. வடக்கில் 'வேண்டாம்' என்று அசைப்பது, தெற்கில் 'வேண்டும்' என்று அசைப் பதைப் போல அமைந்திருக்கிறது. தலையசைப்பை அழகாகத் தமிழ்ப் படம் ஒன்றில் குறியீடாகப் பயன் படுத்திச் சுவாரசியத்தை ஏற்படுத்தியிருப்பார்கள். ஜெர்மானியர்கள் கால் மேல் கால் போடும் விதமும், அமெரிக்கர்கள் போடும் விதமும் மாறுபட்டிருந்த தால், ஜெர்மனிக்கு இரண்டாம் உலக யுத்தத்தின் போது, வேவு பார்க்கச் சென்ற அமெரிக்கர்கள் மாட்டிக்கொண்டதாக ஒரு தகவல் உண்டு. தமிழ் மொழியில்தான் 'கால்' என்ற சொல்லிற்கும் கால் இருக்கிறது. கல் இடித்தால் கால் உடையும்.

சிலப்பதிகாரத்தில் கண்ணகியின் கதையைக் குறவர்கள் வந்து மன்னனுக்குத் தெரிவிக்கிறார்கள். அப்போது 'கோப்பெருந்தேவி, கண்ணகி ஆகிய இருவரில் யார் வியக்கத்தக்க சிறப்புடையவர்கள்?' என்று செங்குட்டுவன் தன் மனைவி மாபெருந் தேவியை வினவுகிறான். அவள் பத்தினிக் கடவுளாகிய கண்ணகியைப் போற்றித் துதிக்க வேண்டுமென்று தலையசைக்கிறாள். அதையே தன் முடிவாகச் செங்குட்டுவனும் ஏற்றுக்கொள்கிறான். செங்குட்டுவனுக்கு அதிகாரியாக மாபெருந் தேவியே திகழ்கிறாள். அவளே 'கேப்டனின் கேப்டன்'

★

இலக்கியத்தில் மேலாண்மை

அத்தியாயம்
43

அழியாத அரக்கனை அழித்த கோரைப்புல் தந்திரம்!

கையசைவு மூலமும் பேசாமல் கருத்துக்களைத் தெரிவிக்கமுடியும். போக்குவரத்துக் காவலர் வாகனப் போக்குவரத்தைப் பல நேரங்களில் கையசைவு மூலம் கட்டுப்படுத்துவதைப் பார்க்கிறோம். கைகளைச் சொடக்கி ஒருவரைக் கூப்பிட முடியும்.

விரல்களைக் கொண்டு தண்ணீர் குடிப்பதை உணர்த்த முடியும். 'குடும்ப விளக்கு' நூலில் நகை முத்து கர்ப்பம் தரித்திருப்பதை அறிந்துவந்த பொன்னி கையசைவால் உணர்த்தியதைப் பாரதிதாசன் நயம்பட உரைக்கிறார்

'முத்துப்பல் காட்டிப் பொன்னி
மூவிரல் காட்டி விட்டுப்
புத்தெழில் நகைமுத் தின்பால்
போய்விட்டாள்; இதனை எண்ணிப்
பொத்தென மகிழ்ச்சி என்னும்
பொய்கையில் வீழ்ந்தாள் அன்னை;
அத்தூய செய்தி கேட்ட
தங்கமும் அகம்பூ ரித்தாள்'

உரோமாபுரியில் கலோசியம் என்கிற அரங்கத்திற்குள் ஆயிரக்கணக்கான மக்கள் குழுமிக் குரூரமாக மகிழும் கேளிக்கை நிகழ்ச்சி ஒன்று இருந்தது. அடிமைகளாகப் பிடிக்கப்பட்டவர்கள் அரங்கத்திற்குள் விடப்பட்டுக் கொடிய மிருகங்களோடும், ஆயுதம் தாங்கிய வீரர்களோடும் சண்டைபோட வேண்டும். அப்போது அவர்களை மகிழ்விக்கின்ற அந்த அடிமைகள் பெயர் கிளாடியேட்டர்.

அந்தக் கிளாடியேட்டர்கள் அடிபட்டுக் காயப் படும்போது பார்வையாளர்களில் பெரும்பாலான வர்கள் கட்டை விரலை உயர்த்திக் (தம்ஸ்அப்) காட்டினால் அவர்களைக் கொன்றுவிடலாம் என்று பொருள். கட்டைவிரலை (தம்ஸ் டவுன்) பூமியை நோக்கிக் காட்டினால் தோற்றவர் உயிரோடு வாழலாம் என்று பொருள். இதைப் பற்றி 'மூன்றாவது அங்கதம்' என்ற நூலில் உரோமானியக் கவிஞர் ஜுவனல் குறிப்பிட்டிருக்கிறார். இதுவே இன்று வெற்றித் தோல்வியைக் குறிக்கும் அடை யாளங்களாக மருவியிருக்கின்றன.

மகாபாரதத்தில் கிருஷ்ணர் ஜரா சந்தனை வதை செய்யும்போது காட்டும் கையசைவு முக்கியமானது. ஜரா சந்தன் மகான் கொடுத்த மாம்பழத்தில் இருந்து பிறந்தவன். மன்னன் தன் இரு தாரங்களுக்கும் அதை அறுத்துத் தருகிறான். எனவே இருவரும் ஆளுக்கொரு பிண்டமாய் அரைகுறை உடலை ஈன்றெடுக்கிறார்கள். இரண் டையும் இணைத்து ஓர் அரக்கன் ஒன்றாக்கி உயிர் கொடுத்தான். அவனோ பொல்லாதவனாக இருந் தான். அவனுக்கும் பீமனுக்கும் மற்போர் நடக் கிறது. பீமன் அவனை விரல்நுனியில் விஷ்ணுச் சக்கரம்போலச் சுழற்றினான். பிறகு அவனை இரு பாதியாக கிழித்துப் போடுகிறான். ஆனால் இரண்டு பகுதிகளும் பிறப்பின் காரணமாக இணைந்து ஒன்றாய்க் கூடி அவனுக்கு உயிர்வருகிறது. அப் போது கிருஷ்ணர் ஒரு கோரைப்புல்லை எடுத்து இருகூறாகக் கிழித்துக் கிழித்தவற்றை கீழ்மேல் மாற்றிக் கீழே போட்டார். பொருள் விளங்கிய பீமன், கோரைப்புல்லைப் போல் அவனைக் கிழித்துத் தலைகால் மாற்றி தரைமேல் போட்டான். அதனால் அவன் உயிரைப் போக்கினான்.

> அடுத்தவர்கள் கண்ணசைவையும், கையசைவையும் கவனித்து அவர்கள் உள்ளக் கிடக்கையை வெளிப்படுத்துபவர்கள் எவ்வளவு ஊதியம் கேட்டாலும் கொடுக்கத் தகுந்தவர்களே

உடல் மொழிகளையும், சொற்களற்ற மொழி யையும் உணர்வதற்கு ஆழ்ந்த பயிற்சியும் உற்று நோக்கலும் அவசியம். அந்தக் கலை அனைவருக்கும் வருவதில்லை. சிலரே பார்த்தவுடன் தராதரத்தை அறிந்துகொள்ளும் வல்லமை பெற்றவர்களாக இருக்கிறார்கள். அப்படிப்பட்டவர்களை அருகில் வைத்துக்கொள்ள வேண்டும். அடுத்தவர்கள் கண்ணசைவையும், கையசைவையும் கவனித்து அவர்கள் உள்ளக் கிடக்கையை வெளிப்படுத்து பவர்கள் எவ்வளவு ஊதியம் கேட்டாலும் கொடுக்கத் தகுந்தவர்களே என்கிறார் வள்ளுவர்.

> எல்லா நாடுகளுக்கும் பொதுவான மேலாண்மையை வகுத்துத்தர முடியாது

'குறிப்பிற் குறிப்புணர் வாரை உறுப்பினுள்
யாது கொடுத்தும் கொளல்' (703)

குறிப்பறியாதவர்களைப் பணியாளர்களாக நியமித்தால் என்னாகும் என டால்ஸ்டாய் கதை ஒன்றுண்டு. ஒருவர் தன்னுடைய பணியாளனை நல்ல பேரிக்காயாக வாங்கிவருமாறு அனுப்பினான். அவன் எல்லாப் பழங்களையும் கொஞ்சம் கொஞ்சம் கடித்துப் பார்த்து, சுவையானவற்றை மாத்திரம் வாங்கிவந்தான். இப்படிக் குறிப்புமின்றி, குறிக் கோளும் இன்றி இருப்பவர்களை வைத்தால் என்ன பணி நிகழும்?.

இலக்கிய அறிவு என்பது மேலாண்மையைச் சிறப்பாக நடத்துவதற்கு மட்டுமல்ல. இந்நூலின் நோக்கம் மேலாண்மையில் கடைப்பிடிக்கப்படும் கருத்துகள் இலக்கியத்தில் ஏற்கெனவே இடம் பெற்றிருக்கின்றன என்று கூறுவது மாத்திரமல்ல. மேலும் இலக்கியத்தில் இடம்பெற்று இன்னும்

நடைமுறைப்படுத்தப்படாத சில கூறுகளையும் குறிப்பிட்டு, நவீன மேலாண்மைக்கு அதைப் பற்றிய சில நுணுக்கங்களைத் தருவதுதான். எல்லா நாடுகளுக்கும் பொதுவான மேலாண்மையை வகுத்துத்தர முடியாது. ஒரு நாட்டின் பண்பாடு, வாழ்க்கைமுறை, நம்பிக்கை, தொன்மை போன்றவையே அதன் நிர்வாகத்தையும், மேலாண் முறைகளையும் தீர்மானிக்கிறது. அந்த நுட்பங்களை இலக்கியத்தின் மூலமாக அறிந்துகொள்ள முடியும்.

எந்தப் பணியைச் செய்வதாக இருந்தாலும் அதில் இலக்கிய அறிவு உதவிகரமாக இருக்கும். மேற்கத்திய அறிவியல் நூல்களில்கூட இலக்கிய மேற்கோள்கள் ஒவ்வொரு அத்தியாயத்தின் நெற்றியிலும் சூட்டப்பட்டிருப்பதைப் பார்க்கலாம். வாழ்க்கையை அறிவியல், இலக்கியம் என்றெல்லாம் தனித்தனியாகப் பிரித்துப் பார்க்க முடியாது. இவையெல்லாம் சேருகிற போதுதான் அது முழுமையானதாக இருக்கும்.

இலக்கியம் தெரியாத ஒருவர் இலக்கியம் தெரியாததால் பட்ட சிரமத்தைத் 'திருக்குறள் செய்த திருக் கூத்து' என்ற சிறுகதையில் கருவாக்கியிருப்பார் புதுமைப்பித்தன். அது சூரியன் அஸ்தமிக்காத பிரிட்டிஷ் சாம்ராஜ்யத்தின் நெருக்கடியான காலம். வித்தல்ராவ் என்கிற இரகசிய போலீஸ் வீரர் மாறுவேடத்தில் அபார நம்பிக்கை உள்ளவர். ஒருமுறை அவர் வேவு பார்க்கும்போது அவருடைய தீட்சண்யமான பார்வை ஒரு சிறு துண்டுக் காகிதத்தின் மீது சென்றது. அதைப் படிக்கிறார். அதில் 'துப்பார்க்குத் துப்பாய துப்பாக்கி துப்பார்க்கு துப்பாய தூஉம் மழை' என்று எழுதப்பட்டிருக்கிறது. சிவப்பு மையால் எழுதப்பட்டிருந்த அந்தக் கடிதத்தைப் பார்த்ததும் அவர் புருவங்களை உயர்த்துகிறார். அது திருக்குறள் என்று அவருக்குத் தெரியவில்லை. எவனோ மந்திரத்தை உச்சாடனம் செய்வதுபோல, துப்பாக்கி என்ற வார்த்தையை எழுதியிருப்பானோ என்று யோசிக்கிறார். பாளையங்கோட்டை கலாசாலையில் அவருடைய வேவு தொடர்கிறது. மாணவர்களிடையே நடக்கிற கல்லூரிக்கு எதிரான கூட்டத்தைத் தீவிரவாதிகள் கூட்டம் என்று முடிவு செய்கிறார்.

கல்லூரி முதல்வருக்கு எதிராகக் கூட்டம் கூட்டுகிற மாணவன் பேசிக்கொண்டே தன் கால் சட்டை சேப்பிலிருந்து எதையோ எடுக்கப்போனபோது வித்தல்ராவ் பாய்ந்து நடேசன் என்கிற அந்த மாணவனைத் திமிர விடாமல் கட்டிப்பிடித்துக் கொள்கிறார். ஏதோ வெடிகுண்டு என்று நினைத்து அவன் சட்டைப்பையிலிருந்த பயங்கரமான வஸ்துவை எடுத்தால் அது அவன் கொண்டுவந்த சோற்றுப் பொட்டலமாக இருந்தது. வித்தல்ராவ்

இலக்கியத்தில் மேலாண்மை

விடவில்லை. 'என் கையில் ரிக்கார்டு இருக்கிறது' என்று துண்டுக் கடிதத்தைக் காட்டுகிறார்' முதல்வர் அதை வாங்கிக் கவனித்துவிட்டு 'நடேசனுக்குத் தமிழே போய்விடும் போலிருக்கிறதே, எத்தனை தப்பு' என்று கோபப் படுகிறார். 'இப்படி எழுதி யதற்காக ஏன் கைது செய்யக்கூடாது?' என்று கர்ஜித்தார் வித்தல்ராவ். பண்டிதரோ சாதாரணமாக இது திருக்குறள் என்று அதன் பொருளைப் பற்றிப் பிரசங்கம் நடத்துகிறார். மழைவளம் பற்றிய திருக் குறள் என்று ராவிற்குத் தெரிந்திருந்தால் இந்தச் சந்தேகம் வந்திருக்காது. ராவோடு ராவாக அவர் வேவு பார்க்கும் வேலையைச் செய்திருக்கமாட்டார்.

மேலாண்மையில் முக்கியமான திறன் தன்னை நிலைநாட்டுதல். மிடுக்கோடு நடந்துகொள்ளுதல். வைராக்கியத்தோடு செயல்படுதல், உறுதிப் பாட்டுடன் இருத்தல், அதை ஆங்கிலத்தில் அசர்டிவ்நெஸ் என்பார்கள்.

புறநானூற்றில் முரஞ்சியூர் முடி நாகனார் சேரமன்னனின் மிடுக்கான நடவடிக்கையைப் பற்றி எழுதியிருப் பார்.

'ஐம்பெரும் பூதத்தியற்கை போலப்
போற்றார்ப் பொறுத்தலும், சூழ்ச்சியதுஅகலமும்
வலியும் தெறலும் அளியும் உடையோய்!' (2)

சேரன் ஐம்பூதங்களைப் போல பகைவர் செய்த பிழையைப் பொறுப்பதோடு அப்பகையை வெல்லும் வழியைப் பார்க்கும் குணங்களுடன் அவரை அழிக்கும் மனவலியும், படை வலியும் கொண்டிருக்கிறான். பணிவோருக்கு அவன் அருள் சுரக்கும் மனவளத்தையும் உடையவன் என்கிறார்.

பதவியினால் மட்டும் மிடுக்கு வந்துவிடுவ தில்லை. பீஷ்மர் இது குறித்து மகாபாரதத்தில் ஓர் உருவகக் கதையைக் குறிப்பிடுகிறார். காட்டில் ஒரு முனிவர் கடுந்தவம் செய்துகொண்டிருந்தார். அவர் அருகிலேயே ஒரு நாய் விலகாமல் இருந்துவந்தது. அந்த நாயைத் தாக்க, அவ்வழியாகச் சிறுத்தைப் புலி முயல, நாய் அவரிடம் அடைக்கலம் கேட்டுத் தன்னைச் சிறுத்தையாக மாற்றும்படி வேண்டு கிறது. அவரும் அதை சிறுத்தைப் புலியாக மாற்று கிறார். அடுத்த முறை அதைப் புலி துரத்த மறு படியும் மன்றாடி, புலியாக மாறுகிறது. ஒருநாள்

தந்தங்கள் கொண்ட யானை அதைக் குத்திக் கொல்ல வரும்போது யானையாக மாற்றும்படி வேண்டுகிறது. பிறகோ சிங்கம் துரத்த முனிவரின் அருளால் சிங்கமாக மாறுகிறது. அதற்குப் பிறகும் சரபம் என்கிற கொடிய மிருகம் துரத்த சரபமாக மாற்றுகிறார். ஆனால் அதுவோ முனிவரையே கொல்ல நினைத்தது. அந்த முனிவர் அதை மறுபடியும் நாயாக மாற்றினார்.

இதேபோன்ற இன்னொரு கதை ஹிந்தியில் உண்டு. அதற்கு 'எலியின் திருமணம்' என்று பெயர். அடிபட்ட எலி ஒன்று முனிவரின் வரத்தால் பெண்ணாக உருமாறுகிறது. அப் பெண்ணிற்கு, முனிவர் திருமணம் செய்ய ஆசைப்படுகிறார்.

சூரியனைத் திருமணம் செய்து கொள்கிறாயா என்று கேட்கிறார். அதற்கு அப்பெண் சூரியனைக் காட்டிலும் வலிமையானவன் யார் என்று கேட் கிறாள். சூரியன், 'என்னையே மறைப்பது மேகம் தான், எனவே மேகம் என்னைவிட பலசாலி' என்கிறது. முனிவர் மேகத்தை வரவழைக்கிறார், மேகத்தைவிட பலசாலி யார் என்று அப்பெண் கேட்கிறாள். மேகம் தன்னை அலைக்கழிப்பதால் என்னைவிட பலசாலி காற்றுதான் என்று பதில் சொல்கிறது.

முனிவர் காற்றை வரவழைக்கிறார், அவள் காற்றிடமும் உன்னைவிட பலசாலி யார் என்கிறாள். காற்று, 'மலைதான். நான் எவ்வளவு வீசினாலும் அது அசைந்து கொடுக்காமல் இருக்கிறது' என்கிறது. அவர் மலையரசனை வரவழைக்கிறார். அதே கேள்வியை அவள் திரும்பக் கேட்கிறாள். மலை, 'என்னைவிட எலிதான் பலசாலி. என்னையே

குடைகிறது எலி' என்கிறான். அவர் ஓர் ஆண் எலியை வரவழைக்கிறார். அதைப் பார்த்ததும் அந்தப் பெண் வெட்கத்தால் முகம் சிவக்கிறாள். முனிவர் மறுபடியும் அப்பெண்ணை எலியாக மாற்றினார். எளிதில் ஒருவரின் இயல்பு மாறுவதில்லை. அவர்களே பிரயத்தனம் செய்தால்தான் அது சாத்தியம். இயல்பான பேராசையும், கோழைத்தனமும் பதவிகளைத் தாண்டி மிடுக்கில்லாமல் செய்துவிடுகின்றன என்பதற்கு இந்தக் கதைகள் சான்று.

இந்திய சரித்திரத்தில் ''கிரேட்'' என்று அழைக்கப்படுபவர்கள் இருவர் தான். ஒருவர் அசோகர், மற்றொருவர் அக்பர். அக்பரை ஆரம்ப காலங்களில் வழிநடத்தியவர் பைராம்கான். ஒரு கட்டத்தில் தன்னைத் தொடர்ந்து குழந்தையாக நடத்திவந்த பைராம் கானின் போக்கு அக்பருக்குப் பிடிக்கவில்லை. கான் அவருடைய வீட்டுச் செலவைக்கூட கட்டுப்படுத்த நினைத்தான். ஆனால் அவனோ ஆடம்பரமாக வாழ்வான். அக்பர் இரண்டாம் திருமணம் செய்துகொண்டபோது கான் கடுமையாக எதிர்ப்பு தெரிவித்தான். மனமொத்தவர்களும் மணம் ஒத்துப் போகாததால் ஒற்றுமைக் குலைவது இயல்பு. பஞ்சாபில் யானைச் சண்டையின்போது அக்பரின் இரண்டு யானைகள் பைராம் கானின் கூடாரத்திற்கு அருகில் வந்து தொந்தரவு செய்தன. அது எதிர்பார்க்காத விபத்து. ஆனால் அது வேண்டுமென்றே நடத்தப்பட்டது என்று பைராம் கான் நினைத்தார். இப்படி அவர்களுக்குள் விரிசல் விழ ஆரம்பித்தது.

அக்பருக்குப் பதினெட்டு வயதான போது சொந்தக்காலில் நிற்கவேண்டுமென்று நினைத்தார். இருந்தாலும் கான்பாபா என்று அன்போடு தந்தை ஸ்தானத்தில் வைத்து அழைக்கிற ஒரு மனிதனின் உறவை முறிப்பது சிரமமாக இருந்தது. இருந்தாலும் அரசாட்சியை அக்பர் எடுத்துக்கொள்ள வேண்டிய கட்டாயத்தில் இருந்தார். எனவே அவர் 1560 ஆம் ஆண்டு மார்ச் 28ஆம் தேதி வேட்டையாடுவதற்காகச் சின்னப் படையுடன் ஆக்ராவிற்கு வருவதுபோல் அரண்மனையை விட்டுக் கிளம்பினார். பிறகு, டெல்லியில் தனக்குச் சார்பாக படைகளைத் தயார்நிலையில் வைத்திருக்க ஏற்பாடு செய்தார். பிறகு பைராம்கானோடு தனக்கு இருந்த உறவு முறிந்துவிட்டது என்று முக்கியப் பொறுப்பில் இருந்தவர்களுக்குக் கடிதம் எழுதினார். அக்பர் போக்கு பற்றி அரசல்புரசலாகக் கேள்விப்பட்ட பைராம்கான் அவரை நம்பவில்லை. பைராம்கானை ஆக்ராவிற்கு வரச் சொல்லி அக்பர் ஆணையிட்டார். கான் வரவில்லை. அக்பர் கட்டுப்பாட்டை முழுவதும் தன் கையில் கொண்டுவந்தார். பைராம்கானை மெக்காவிற்குச் செல்லுமாறு அறிவுறுத்தினார். இப்படித் துரிதமாக அவர் எடுத்த முடிவின் காரணமாகத் தலைமை அடிமையாக இருந்த நிலையிலிருந்து விடுதலை பெற்றார். அதற்குப் பிறகு மனிதாபிமானத்துடனும், அனுசரணையுடனும் தன்னுடைய விருப்பத்திற்கொப்ப ஆட்சிபுரியத் தொடங்கினார். அது அவருக்கு வெற்றி மேல் வெற்றியைப் பெற்றுத் தந்தது.

மிடுக்காக இருப்பது வேறு, திமிராக இருப்பது வேறு. மிடுக்கு சரியான காரணங்களுக்காக அஞ்சாமல் இருப்பது. திமிர் என்பது தவறு என்பது தெரிந்த பிறகும் பிடிவாதமாக இருப்பது. வைராக்கியம் என்பது உயர்ந்த காரணங்களுக்காக. திமிர் என்பது மோசமான நோக்கங்களுக்காக. இரண்டையும் திருக்குறள் தெளிவுபடுத்துகிறது

அஞ்சுவது அஞ்சாமை பேதைமை அஞ்சுவது
அஞ்சல் அறிவார் தொழில் *(428)*

ஷேக்ஸ்பியரின் ஜூலியஸ் சீசர், 'கோழை தன் மரணத்திற்கு முன்பு பலமுறை மரிக்கிறான். வீரனோ ஒரே ஒருமுறை மட்டுமே சாவைச் சந்திக்கிறான்' என்று பேசுகிற வசனம் புகழ்பெற்றது. பல

கட்டங்களில் சீசருடைய மிடுக்கே அவருக்கு வெற்றி பெற்றுத் தருகிறது. நான்காம் ஹென்றி நாடகத்தில் 'மனிதன் ஒரு முறையே சாகிறான்' என்கிற வசனம் இடம் பெற்றிருக்கிறது.

'உருகும் எண்ணங்கள்' என்கிற அற்புதமான ஆங்கில ஆன்மிக மாத இதழில் ஒரு கருத்தைப் படிக்க நேர்ந்தது 'எல்லாவற்றிற்கும் ஏதேனும் கெட்ட பெயர்வருமா!' என்று சிந்தித்துக்கொண் டிருந்தால் எதையும் செயல்படுத்த முடியாது.

நல்ல வாழ்க்கையை வாழ்ந்து கொண்டு கெட்டபெயருடன் இருப்பது கெட்ட வாழ்க்கையை வாழ்ந்து கொண்டு நல்ல பெயருடன் இருப்பதைக் காட்டிலும் சிறந்தது.

எல்லோரையும் திருப்திப்படுத்த நினைக்கும் நோய் நம்மையே தின்றுவிடும். மிடுக்கு நல்ல பண்பு மட்டுமல்ல, அதுவே அடிப்படை மனித உரிமை. இல்லை என்பது கெட்ட வார்த்தை இல்லை. தேவையற்ற நேரங்களில் முடியாது என்று சொல்வதுதான் நாம் சொல்கிற ஆமாம் என்கிற சொல்லின் மகத்துவத்தை அதிகரிக்கிறது'. இது ஓர் உயர்ந்த சிந்தனை.

★

இலக்கியத்தில் மேலாண்மை

அத்தியாயம்
44

துணிச்சலே வெற்றியின் தோரணம்!

மேலாண்மையில் முக்கியமான ஒன்று. எந்தச் செயலைச் செய்தாலும் துணிச்சலுடன் மேற் கொள்ள வேண்டும். இல்லாவிட்டால் அதைத் தொடங்காமலிருப்பதே நல்லது. அதனால்தான் திருவள்ளுவர் 'எண்ணித் துணிக கருமம்' என்றார். தொடங்கிய பிறகு தொடைநடுங்கியாக இருப்பது ஆபத்தானது. சிங்கங்கள் எப்போதும் தயங்குகிற இரையையே தாக்குகின்றன. சிலரே தைரியசாலி யாகப் பிறக்கிறார்கள். பயிற்சியின் மூலம் மிடுக் கானவர்களாக மாறமுடியும். அப்படித் தன்னைத் துணிவுக்கு தயார்படுத்திக் கொண்டவர்தான் நெப்போலியன். அவர் வாழ்ந்த சமூகச் சூழலில் அவர் பயந்தாங்கொள்ளியாகத்தான் இருந்தார். ஆனால் அதை உதற வேண்டுமென்று முடிவு செய்தபோது வாழ்வின் ஒவ்வொரு கட்டத்திலும் துணிச்சலை வளர்த்துக்கொண்டார். ஆகிருதியில் குள்ளமாக இருந்தாலும் அவருடைய இந்த முயற்சியால் துணிச்சல்காரராக மாறினார்.

இதைப்போலவே இரஷ்யாவைச் சார்ந்த நான்காம் யுவான் தொடக்கத்தில் கைவிடப்பட்டு அரண்மனையில் கசங்கிய உடைகளோடும், காயசண்டிகைப் பசியோடும் சுற்றி வந்தவர். அவருக்கு வாழ்வின் நுட்பங்களை ஓரன்ட்சோ என்பவர் கற்றுத்தருகிறார். ஐந்தாண்டுகள் கழித்துப் பதின்மூன்றாம் வயதில் உண்மையான வாரிசான தன்னை விட்டுவிட்டு, பதவியிலிருந்த நபரைத் தன் அறைக்கு வரச் சொல்கிறார். அவரைக் கைது செய்து அரண்மனை வேட்டைநாய்கள் விடுதிக்கு இரையாக்குகிறார். அவருடைய நெருக்கமானவர் களைக் கைதுசெய்து நாடு கடத்துகிறார். அவற்றின்

245

மூலம் தன்னுடைய துணிச்சலை ஸ்தாபித்து அதிரடி நடவடிக்கைகள் மூலம் கலக்குபவர் என்கிற பெயரை எடுக்கிறார். இது சரித்திரம் உணர்த்தும் உண்மை.

கொரிய நாட்டில் 'அரண்மனைக் காட்சிகளுக்குப் பின்னால்' என்கிற ஒரு புத்தகம். அதில் ஒரு சம்பவம் குறிப்பிடப்பட்டிருக்கிறது. ஹூ சாங் என்கிற நபர் தன் மனைவியோடு ஒரு குடிசை வீட்டில் வசிக்கிறார். ஏழு ஆண்டுகள் தன் அறையில் புத்தகத்தை வாசிப்பதைத் தவிர வேறு எதையும் செய்யவில்லை. ஒருநாள் அவன் மனைவி கண்ணீருடன் ''எவ்வளவு நாட்கள் இப்படிப் படிப்பாய், இனிமேலும் நான் மட்டுமே உழைத்துக் குடும்பத்தைக் காப்பாற்ற முடியாது'' என்று முறையிடுகிறாள். உடனே சாங் எதுவும் பேசாமல் தன் புத்தகத்தை மூடிவிட்டு அந்த ஊரில் யார் மிகப் பெரிய பணக்காரன் என்று தேடி அவனை நோக்கிப் போகிறார்.

நிமிர்ந்த நெஞ்சுடன் அவன் கதவுகளைத் திறந்து கொண்டு உள்ளே சென்று, 'நான் ஒரு வியாபாரம் செய்ய பத்தாயிரம் யாங் வேண்டும்' என்று கேட்கிறார். அந்தப் பணக்காரர் ''எங்கு நான் பணத்தை அனுப்பவேண்டு''மென்று கேட்டு அவருக்கு விடை கொடுக்கிறார்.

சில நேரங்களில் நமக்கான தொகையை நாம்தான் நிர்ணயிக்க வேண்டும்

சுற்றியிருந்தவர்கள் அவரிடம், 'இந்த மனிதனை நம்பி அவ்வளவு தொகையை எப்படிக் கொடுக்கிறீர்கள்?' என்று கேட்கின்றனர். அதற்கு அந்தப் பணக்காரர், 'அவன் கசங்கிய ஆடைகளுடன் இருந்தாலும் தாழ்வு மனப்பான்மை இல்லாமல் நேரடியாக விழிகளைப் பார்த்துப் பேசுகிறான். அவன் கண்களைப் பார்த்தால் அசாத்திய அறிவு பெற்றவன் என்பது தெரிகிறது. எனக்குப் பணத்தைப் பற்றியும், மனிதர்களைப் பற்றியும் தெரியும். பணம் பலரைச் சிறிய மனிதர்களாக்குகிறது. ஆனால் அவனைப் போன்ற மனிதன் பெரும் பணத்தைப் பண்ண முடியும்' என்று பதிலளித்தார். மிடுக்கோடு வர்த்தகப் பேரங்களில் இறங்குபவர்கள் கேட்கிற தொகையைப் பெற்று விடுகிறார்கள். சில நேரங்களில் நமக்கான தொகையை நாம்தான் நிர்ணயிக்க வேண்டும்.

ஈசாப்புக் கதையும் உறுதிப்பாட்டைப் பற்றி உணர்த்துகிறது. ஒரு சிறுவன் வயலில் விளையாடிக் கொண்டிருக்கும்போது ஒருவித முள் செடியால் தீண்டப்படுகிறான். வலியால் துடித்த அவன் வீட்டிற்கு ஓடிச் சென்று அம்மாவிடம் நடந்ததைக் கூறும்போது, அவன் தாய் 'நீ அதைச் சரியாகப் பிடிக்காததால்தான் உன்னைக் கொட்டிவிட்டது. அடுத்த முறை அதை இறுக்கிப் பிடி. உன்னைக் காயப்படுத்தாது' என்று அறிவுறுத்துகிறாள். சில நேரங்களில் பிடி இறுகினால்தான் வலி ஏற்படாமல் இருக்கும்.

ஆடைகள், கச்சிதமான தலைமுடி, தீட்சண்யமான பார்வை, நேர்கொண்ட நடை ஆகியவை ஒருவனுடைய வைராக்கியத்தையும், மிடுக்கையும் அதிகரித்துக் காண்பிக்கும். சங்க காலத்தில் மன்னர்கள் புலவர்கள் தங்களை நாடி வருகிற போதெல்லாம் அவர்களது வறிய நிலையைப் போக்கக் கொடையளிப்பார்கள். அப்போது அவர்கள் முதலில் செய்கிற காரியமே அவர்களுக்குச் சிறந்த ஆடைகளைக் கொடுத்து அணியச் செய்வது தான். இரவலனின் வறுமை நிலையைப் பிறர் அறியக் காரணமாக இருப்பது அவர் கந்தலாடை என்பதால் அவர்களைப் புத்தாடைகள் உடுக்கச் செய்து தன் உறவினர்களோடு நாணமின்றிப் பழக வழிசெய்வார்கள். இதை பொருநராற்றுப்படை குறிப்பிடுகிறது. கரிகால் வளவன் பொருநருக்கு

ஆடைகள், கச்சிதமான தலைமுடி, தீட்சண்யமான பார்வை, நேர்கொண்ட நடை ஆகியவை ஒருவனுடைய வைராக்கியத்தையும், மிடுக்கையும் அதிகரித்துக் காண்பிக்கும்

அவ்வாறு ஆடைவழங்கியதை 'அரவுஉரி அன்ன, அறுவை நல்கி' என்ற வரி சொல்கிறது. பெரும் பாணாற்றுப்படையும், மலைபடு கடாமும் இச்செயலை விளக்குகின்றன

ஆவியன்ன அவிர்நூற் கலிங்கம்
இரும்பேர் ஒக்கலொடு ஒருங்குடன் உடீஇ
(பெரும்பாணாற்றுப்படை)
உவந்த உள்ளமொடு அமர்ந்தினிது நோக்கி
இழைமருங் கறியா நுழைநூற் கலிங்கம்
எள்ளறு சிறப்பின் வெள்ளரைக் கொளீஇ
(மலைபடுகடாம்)

தூய்மையான நேர்த்தியான உடை ஒருவனுக்கு நிச்சயம் தன்னம்பிக்கையை வரவழைக்கும். ஆனால் அதுவே அறிவிலிகளை துணிச்சல்காரர் களாக மாற்றிவிடமுடியாது. ஏற்கெனவே சிறந்த தன்னம்பிக்கை உடையவர்கள் உடைகளால் மெரு கேற்றிக்கொள்ள வேண்டிய அவசியமில்லை. வட்டமேசை மாநாட்டிற்குச் சென்ற மகாத்மா காந்தியிடம் ''இவ்வளவு குறைந்த ஆடையுடன் மாநாட்டில் கலந்துகொள்கிறீர்களே'' என்று இங்கிலாந்து பத்திரிகையாளர் கேட்டபோது அதற்கு அவர் 'எனக்கும் சேர்த்துத்தான் உங்கள் மன்னர் உடையணிந்து இருப்பாரே' என்று சிரித்துக் கொண்டே பேசினார். ஈராடையிலும் கம்பீரம் தவற விடாத கண்ணியம் காந்தியடிகளுக்கு இருந்தது. அதனாலேயே அவர் மகாத்மா.

டயோஜனஸ் என்பவர், கிரேக்கத்தில் முற்றிலும் துறந்த ஞானியாகத் திரிந்தவர். அடிமை களைப் பிடித்து விற்பவர்கள் அவரைப் பிடித்து விற்பதற் காகச் சந்தைக்கு எடுத்துச்செல்கிறார்கள். அங்கே ஏலமேடையில் கம்பீரமாக நின்ற டயோஜனஸ், 'ஓர் எஜமானன் விற்கப்படுகிறான். துணிச்சல் உள்ள எந்த அடிமையும் வாங்கிக்கொள்ளலாம்' என்று சத்தமாக முழங்குகிறார். அவரைப் பிடித்து வந்தவர் களுக்குச் சுதந்திரமாக விடுவதைத்தவிர வேறு வழியில்லை. நினைப்பே அடிமையா? இல்லையா என்பதைத் தீர்மானிக்கிறது.

'மதுரை சொக்கநாதர் பாடல்கள்' என்று தொகுக்கப்பட்டுள்ள பாடல்களில் தன் பக்கம் நியாயம் இருந்ததால் நக்கீரன் சிவபெருமானைப் பார்த்தே பயப்படாமல் பதில் சொன்னதாகப் பதிவு செய்யப்பட்டிருக்கிறது.

'சங்கறுப்பது எங்கள்குலம், சங்கரர்க்கு ஏதுகுலம்
பங்கமுறச் சொன்னால் பழுதாமோ; சங்கை
அரிந்துண்டு வாழ்வோம்; அரனாரைப் போல
இரந்துண்டு வாழோம் இனி'.

சின்ன வயதிலிருந்தே குழந்தைகளை எப்படி வளர்க்கிறோம் என்பது அவர்களது துணிச்சலைத் தீர்மானிப்பதாக இருக்கிறது. ஒரு ஊரே எழுச்சியும், துணிச்சலும் பெற்றிருப்பதைப் பார்க்கலாம். மதுரைக்கு அருகே டி.கல்லுப்பட்டி என்கிற கிராமத்தில் அதிக விழுக்காட்டில் இளைஞர்கள் இந்திய இராணுவத்தில் பணிபுரிகிறார்கள். அந்தச் சூழலும் இராணுவத்தில் பணியாற்றுவது பெருமை

என்கிற எண்ணம் பல குடும்பங்களில் நிலவுவதும்தான் காரணம்.

மதுரையைத் தூங்கா நகரம் என்றழைக்கிறார்கள். இது ஏதோ இன்று நேற்று வந்த பழக்கமில்லை. சங்க காலத்திலிருந்தே நீடித்துவருகின்ற பழக்கம். பரிபாடலில் மதுரையைப் பற்றிக் குறிப்பிடும்போது 'சேரன் தலைநகரான வஞ்சியிலும், சோழன் தலைநகரான உறையூரிலும் வாழ்வாரைப்போலக் கோழி கூவி எழுவார் மதுரையில் யாருமில்லை' என்று பாடப் பட்டுள்ளது. அவர்கள் வைகறைப் பொழுதிலே நான்மறை ஓதப்படும் நேரத்திலேயே உறக்கத்திலிருந்து எழுந்துவிடுவார்கள் என்று குறிப்பிடப் பட்டுள்ளது. பத்துப் பாட்டிலும் மதுரைக் காஞ்சியில் 'ஓவுக் கண்டன்ன இருபெரு நியமத்து' என்று மதுரை தூங்கா நகரமாக இருந்தது தெரிய வருகிறது. அதுதான் இன்றும் தொடர்கிறது.

பதிற்றுப்பத்தில் எட்டாம் பத்தில் அரிசில் கிழார் ஒரு மன்னன் மிடுக்குடன் இருக்க வேண்டுமென்றால் என்னென்ன குணங்கள் இருக்க வேண்டுமென்று குறிப்பிடுகிறார். பொய்கூறாத நாக்கு, பகைவரை அழித்த ஆண்மை ஆகியவை ஒருவனைக் கம்பீரமாகக் காட்டுகின்றன. போரில் உயிரைப் பொருட்டாக எண்ணாமல், பரிசிலர்களுக்குக் கொடை வழங்கும்போது பொருட்களைப் பெரிதாக எண்ணாமல், பெரியோர்களைப் பாதுகாத்து, சிறியோர்களுக்கு அருள் செய்பவனே மேன்மையானவன் என்பது அவர் கருத்து. அவையே இன்று நாட்டை நிர்வகிப்பவர்களும், பொது வாழ்க்கையில் இருப்பவர்களும், இடர்ப்பாடுகளில் பணியாற்றுபவர்களும் செய்ய வேண்டியவர்களாக இருக்கிறார்கள்.

உயிர் போற்றலையே, செருவத்தானே;
கொடைபோற் றலையே, இரவலர் நடுவண்;
பெரியோர்ப் பேணி, சிறியோரை அளித்தி;
நின்வயிற் பிரிந்த நல்லிசை கனவினும்
பிறர்நசை அறியா வயங்குசெந் நாவின்,
படியோர்த் தேய்த்த ஆண்மை

ஒருவனுடைய வினைத்திட்பம் என்பது மனத்திட்பத்தைப் பொறுத்தே அமைகிறது என்கிறார் வள்ளுவர். இது மனிதர்களிடம் மட்டுமல்ல வன விலங்குகளிலும் காணப்படுகின்ற பண்பு. ஒரு மானிடம் பறவை ஒன்று கேட்டது. 'நீ ஓநாயைவிட உயரமாகவும், நல்ல உடற்கட்டுடனும் இருக்கிறாய். நீளமான கொம்புகளும் இருக்கின்றன. அப்படி இருந்தும் அதைப் பார்த்ததும் ஏன் ஓடுகிறாய்' என்றது. அதற்கு மான், 'நீ சொல்வதை எல்லாம் நானும் உணர்கிறேன். ஆனால் என்னவோ தெரியவில்லை, ஓநாயைப் பார்த்தவுடன் நடுக்கம் வந்துவிடுகிறது' என்றது. நேஷனல் ஜியோகிராபி சானலில் ஒருமுறை பார்க்க நேர்ந்தது. சிங்கம் சாப்பிட்டு மீதியிருந்த மான் உடலைச் சாப்பிட, ஒற்றை நரி வந்தது. அப்போது ஒரு பெரிய ஆப்பிரிக்க கழுகும் வந்தது. நரி கழுகின்மீது பாயப்போனது. கழுகு பின்வாங்கியது. நரி அதைச் சாப்பிடத் தொடங்கியது. கழுகு அதன் இரண்டு இறக்கைகளையும் விரித்து ஆக்ரோஷமாக நரியை நோக்கி வந்தது. நரி விட்டது ஓட்டம். யார் முதலில் தாக்குகிறார்கள் என்பதில்தான் வெற்றி பல நேரங்களில் நிர்ணயிக்கப்படுகிறது.

கிருஸ்டோபர் மார்லோ எழுதிய 'டேம்பர்லேன் த கிரேட்' என்கிற தைமூர் பற்றிய நாடகத்தில் அவனுடைய உறுதிப்பாடு பல இடங்களில் விளக்கப்படுகிறது. துணிச்சலை மட்டும் கைக்கொண்டு வெறுங்கையால் முழம்போட்டு வெற்றிபெற்றவன் அவன். அவன் உலகம் முழுவதும் அதிர்வலைகளை அனுப்ப ஆசைப் பட்டவன். பாரசீக நாட்டு மன்னனைச் சார்ந்திருந்தவர்களிடம் துணிச்சலுடன் 'உங்கள் அரசனைக் கைகழுவுங்கள், என்னோடு சேருங்கள், நாம் உலகையே வெற்றிகொள்ளலாம்! என் கைகளால் அதிர்ஷ்டத்தின் சக்கரத்தைத் திருப்பி

இலக்கியத்தில் மேலாண்மை

வைக்கப்போகிறேன்' என்று கொக்கரித்தவன். நடத்தியும் காட்டியவன். அதைப்போலவே சரித்திரத்தில் எண்ணற்றோர் வைராக்கியத்தால் நாடுகளை வழிநடத்தியிருக்கிறார்கள். தென்னாப்பிரிக்காவின் நிறவெறி தூக்கியெறியப்பட்டதற்கு நெல்சன் மண்டேலாவின் துணிச்சலே காரணம்.

சிங்கப்பூரின் சீரிய முன்னேற்றத்திற்கு லீ க்வான் யூவே காரணம். ஸ்பெயின் நாட்டு அரசர் கார்லோஸ் தன் அதிகாரத்தையும், தைரியத்தையும் பயன்படுத்தி அதைச் சிறந்த ஜனநாயகமாக உருவாக்கினார். அது ஒரு மாதிரி அரசாகப் பலருக்கு அமைந்தது.

★

அத்தியாயம்
45

துணிச்சல் மட்டுமல்ல... பதற்றமும் அவசியம்!

அடிக்கடி சுயமனோவசியம் செய்து கொள்ளும் போது மிடுக்கும், வைராக்கியமும் கைகூடுகிறது. ஜென் இலக்கியத்தில் இது குறித்து ஓர் உருவகக் கதை உண்டு. மெய்ஜி காலகட்டத்தில் ஓ-நாமி என்கிற பிரபலமான குத்துச்சண்டை வீரர் இருந்தார். அப்பெயருக்குப் 'பேரலை' என்று பொருள். அவர் பலசாலியாகவும், மற்போரின் அத்தனை நுணுக்கங்களையும் அறியப் பெற்றவராகவும் இருந்தார். தனியாக நடக்கும் பயிற்சியில் அவருடைய குருவையே தோற்கடிக்கும் வல்லமை அவருக்கு இருந்தது. ஆனால் பொதுமக்கள் முன்பு நடந்த சண்டையில் அவருடைய சீடர்களே அவரைத் தூக்கி எறிந்தார்கள். அவர் ஜென் மாஸ்டர் ஒருவரை உதவிக்காக நாட நினைத்தார். சுற்றித் திரியும் ஜென் துறவி ஒருவர் அருகிலிருந்த சிறு கோயிலில் தங்கி யிருப்பதை அறிந்து அவரிடம் சென்று தன் பிரச்சினையைச் சொன்னார்.

அத்துறவி சிறிது நேரம் கண்களை மூடித் தியானித்த பிறகு, 'உன் பெயரின் பொருள் பேரலை. இன்று இரவு இந்தக் கோயிலில் நீ தங்கு. உன்னைப் புயலின்போது கடலில் எழும் பேரலையாக எண்ணிக்கொள். இனி மேலும் பயந்துகொண் டிருக்கும் குத்துச்சண்டை வீரனல்ல. நீ உண்மை யிலேயே அந்தப் பேரலைதான். வழியில் தட்டுப் படும் அனைத்தையும் விழுங்கும் ஆற்றல் பெற்றவன். இது குறித்து இன்று இரவு முழுவதும் தியானித்திரு. உன்னை யாராலும் வெல்ல முடியாது' என்று சொன்னார்.

250

இரண்டு காரணங்களால் பதற்றம் ஏற்படுகிறது. நாம் எதிர்பார்த்தது நடக்காத போதும், எதிர்பாராதது நிகழ்கிற போதும் நம்முடைய இதயம் வேகமாக அடித்துக்கொள்கிறது

அவரும் அவ்வாறு இரவு முழுவதும் தன்னைப் பேரலையாக நினைத்துக் காட்சிப் படுத்தினார். கொஞ்சம் கொஞ்சமாக அவர் அலை யாகத் தன்னை உணர ஆரம்பித்தார். இரவு செல்லச் செல்ல அலைகள் பெரிதாகிக் கொண்டே சென்றன. அந்தக் கோயிலே அலையில் மூழ்குவதைப் போலத் தோன்றியது. அவருடைய தியானம் விடிந்த பின்பும் தொடர்ந்தது.

மறுநாள் காலை அவரைப் பார்த்த துறவியின் முகத்தில் புன்னகை தவழ்ந்தது. அவர் அந்த வீரரின் தோள்களைத் தொட்டு, இனி 'உன்னை யாரும் தொந்தரவு செய்ய முடியாது. நீ அந்தப் பேரலை யாகவே மாறிவிட்டாய், எல்லாவற்றையும் அடித்துச் செல்வாய்' என்றார்.

அன்றே ஓ-நாமி மற்போர்ப் போட்டியில் குதித்தார். எல்லோரையும் வெற்றி கொண்டார். அதற்குப் பிறகு அவர் வாழும்வரை ஒருவராலும் அவரை வெல்ல முடியவில்லை. கைகளின் வலிமை உடலில் மட்டும் இல்லை, மனத்தில் இருக்கிறது என்பதற்கு இந்த ஜென் கதையே சான்று. இன்றும் நெருக்கடியான நேரங்களில் நம் மன உணர்வு சவால்களைச் சமாளிக்கவும், சமர் புரியவும் உதவியாக இருக்கிறது.

துணிச்சலாக இருப்பது என்பது அன்பு, அச்சம் ஆகிய இரண்டையும் ஒருசேரத் தன் தொண்டர் களிடம் வைத்திருப்பவர்களிடம் கோலோச்சுகிறது. நிறுவனத்தின் தலைமைப் பொறுப்பில் இருப் பவர்கள் இவற்றையெல்லாம் தங்கள் நடவடிக் கைகளில் கைக்கொண்டால்தான் நிறுவனத்தைக் கட்டுக்கோப்புடன் வைத்திருக்க முடியும். அவர்கள் இல்லாதபோதும் நிறுவனம் சிறப்பாக நடைபெறும்.

மேலாண்மையில் முக்கியமான ஒரு திறன் பதற்ற மேலாண்மை. இரண்டு காரணங்களால் பதற்றம் ஏற்படுகிறது. நாம் எதிர்பார்த்தது நடக்காத போதும், எதிர்பாராதது நிகழ்கிற போதும் நம் முடைய இதயம் வேகமாக அடித்துக்கொள்கிறது. அட்ரினலீன் அதிகமாகச் சுரக்கிறது. பற்கள் தந்தி யடிக்கின்றன. நாக்கு குழறுகிறது. நம்மையும் அறியாமல் மேனி வேர்க்கிறது. கால்களுக்கடியில் பூமி நழுவுவதைப்போன்ற உணர்வு தோன்றுகிறது.

நிறைய முடிவுகளை எடுக்க வேண்டியவர்கள் மன இறுக்கம் தரக்கூடிய பல செயல்களைச் செய்ய வேண்டியவர்களாக இருக்கிறார்கள். நிறைய பணிகள் ஒரே நேரத்தில் குவிந்துவிடுவதுண்டு. நிறுவனத்தின் கௌரவத்தை நிர்ணயிக்கிற நிகழ்வு களில் முடிவெடுக்கவேண்டிய கட்டாயம் நிகழ் வதுண்டு. இதுமாதிரி நேரங்களில் பதற்றம் தோன்றத் தான் செய்யும். ஆனால் அதைக் கட்டுப்பாட்டில் வைத்திருக்க வேண்டும். பதற்றம் என்கிற குதிரை நம்மையே உருட்டிவிடாமல், அதன்மீது சவாரி செய்வது தான் திறமையான நிர்வாகியின் இலட்சணம்.

'நாரத ஸ்மிருதி'யில் ஓர் அழகான வாசகம் இடம்பெற்றிருக்கிறது. 'ஒருவன் தொல்லையில் இருக்கும் போது அவனுக்கு யாரும் உதவி செய்யமுடியாது. தேள் கொட்டியவன் படும் வேதனையைப் போன்றது அது'. வலியை யாரும் உடல்ரீதியாகப் பெற்றுக்கொள்ள முடியாது.

ஆனால் மனரீதியாக ஏற்படும் அசாத்திய அச்சத்தைப் போக்க முடியும். 'தேள்கடி உயிருக்கு ஆபத்து இல்லை'. 'ஒரே நாளில் வலி குறையும்' என்பன போன்ற ஆறுதல் வார்த்தைகள் ஒருவனை ஊக்கப்படுத்தமுடியும். இப்படித் தளர்த்திக்கொள் வதற்கு வழிகளை உணர்வதன்மூலம் பணிகளைப்

பதற்றமின்றி செய்து குறித்த காலத்தில் முடிக்க முடியும். முழுமையாகப் பதற்றமில்லாமல் இருக்க முடியாது. சிறிது பதற்றம் இருப்பதுதான் நல்லது. அப் போதுதான் கவனமும் ஏற்படும்.

பெஞ்சமின் ஃப்ராங்க்ளின் 'பசியே உணவுக்கு ஊறுகாய்' என்கிறார். அலட்சியம் இல்லாமல் இருப்பதற்கும் தீவிரமாக இயங்குவதற்கும் சின்னப் பதற்றம் தேவைப்படுகிறது.

இலக்கியம் முதலில் தன் பங்களிப்பால் மன அழுத்தத்தைக் குறைக்கிறது. நமக்குப் பிடித்த நூலை வாசிக்கும் போது புதிய உலகத்திற்குப் பயணம் செய்கிறோம். அது சில நேரங்களில் புத்துணர்ச்சியையும், தன்னம்பிக்கையையும், மன உறுதியையும் அளிக்கிறது. அந்தவகையில் இலக் கியமே பதற்றமுள்ள மனிதனைப் பண்படுத்த முனைகிறது.

இலக்கியத்தில் பல காட்சிகளில், பதற்றத்தை எப்படி அன்று தலைமைப் பொறுப்பில் இருந்த வர்கள் கையாண்டார்கள் என்பதையும் காண முடிகிறது. திருக்குறள் இலக்கியம் என்ற தகுதியைப் பெறுவதற்கு காமத்துப்பால் ஒரு முக்கியக் காரணம்.

> பதற்றம் என்கிற குதிரை
> நம்மையே உருட்டி விடாமல்,
> அதன்மீது சவாரி செய்வதுதான்
> திறமையான நிர்வாகியின் லட்சணம்

'கடைப்பால் என்றாலே கலப்புப்பால்தானே' என்று கவிஞர்அப்துல் ரகுமான் 'நேயர் விருப்பத்தில்' திருக்குறளைப் பற்றிச் சிலேடையாக சிலாகித் திருப்பார். வாழ்க்கையில் ஓய்வும், மகிழ்ச்சியும் அவசியம் என்பதை வள்ளுவரும் வலியுறுத்துகிறார்.

'சுக்ர நீதியில்' அரசர் பலரோடு கலந்தா லோசிப்பது அவசியம் என்று கூறப்பட்டுள்ளது. அப்போதுதான் எந்த விதமான குழப்பமின்றி முடிவெடுக்க முடியும். ஆலோசிக்கும்போதே பதற்றமும் தணியும்.

போரில் இரவு நேரங்களில் பாசறைகளில் தங்கும்போது இசை நிகழ்ச்சிகள் நடத்தி மங்கோலி யர்கள் தங்களை இளைப்பாற்றிக்கொள்வதுண்டு. மார்க்கோபோலோ தன் பயணக்குறிப்புகளில், 'போருக்கான அணிவகுப்புகளை ஒழுங்குபடுத்திய வுடன் தார்த்தாரிய மரபுப்படி, போரில் ஈடுபடு வதற்கு முன்னர், முரசுகளையும் பறைகளையும் அறைந்து சைகை ஒலி எழுப்பியவுடன் எண்ணிறந்த சங்க நாதங்கள் பல்வேறுவிதமான ஒலிகளில் முழங்குகின்றன; அவற்றைத் தொடர்ந்து போர்க் கீதங்கள் இசைக்கப் படுகின்றன. பறைகளையும் முரசுகளை யும் அறைந்து எழுப்பப்படுகிற ஒலியும், பாடல்களின் ஓசையும் கேட்பதற்கு அற்புதமாக இருக்கும்' என்று கூறியுள்ளார்.

ஏற்கெனவே குறிப்பிட்டதைப் போல 'கிரேட்' என்று அழைக்கப்பட்ட மாமன்னர் அக்பர். ஆப்ரகாம் எராலி 'ராஜ்யங்கள் சுருங்கச் சுருங்க இந்திய மன்னர்கள் அதிக அடைமொழிகளைக் கொடுத்துக்கொண்டார்கள்' என்று எழுதியிருக் கிறார். தன்னைத் 'திரிபுவன சக்கரவர்த்தி' என்றெல்லாம் பட்டப்பெயர் கொடுத்துக்கொண்ட மன்னர்கள் இருந்தார்கள். ஆனால் அக்பர் மற்றவர் களால் அவ்வாறு அழைக்கப்பட்டவர். அதற்கு முக்கியக் காரணம் தளர்ந்த மனநிலையில் இனிமை யாக இருக்கப் பழகிக் கொண்டவர் அவர். விலங்கு களையும் பறவைகளையும்கூட நேசிக்க நேரம் ஒதுக்கியவர். அவற்றைக் கவர்ந்திழுக்கத் தனக்கு அதிசயச் சக்தி இருப்பதாகப் பெருமைப்பட்டவர்.

காட்டு மான்கள் அவர் கைகளில் இருக்கும் உணவைச் சாப்பிடும் அளவு கருணையுடன் காணப் பட்டவர். புறாக்களைச் சின்ன வயதிலிருந்தே போட்டிக்காகப் பறக்கவிட்டவர். அவரிடம் இரு பதாயிரம் விதவிதமான இனவிருத்தி செய்யப்பட்ட புறாக்கள் இருந்தன. பன்னிரண்டாயிரம் மான்கள் இருந்தன. மற்ற மொகலாயர்களைப்போல இல்லாமல் நாய்களை வளர்த்தவர். அவற்றிற்குப் பத்து நற்குணங்கள் இருப்பதாகக் கூறிவந்தவர். அவருடைய பிரியமான நாய்க்கு 'மகுவாய்' என்று பெயர். மகுவாய் என்றால் மயக்குபவர் என்று பொருள். இவ்வாறு அவர் மனத்தின் இறுக்கத்தைப் போக்கியதால்தான் மாபெரும் சாம்ராஜ்யத்தைப் படிப்பறிவின்றிப் பராமரிக்க முடிந்தது.

இவையெல்லாம் சாத்தியமானதற்கு அவருடன் எப்போதும் இருந்த பீர்பாலும் ஒரு காரணம். ஒரு மனிதனிடமாவது மன்னர் என்ற ஹோதா இல்லாமல் இயல்பாகப் பழக வேண்டும். பீர்பாலிடம் அது சாத்தியமானது. அதீத சுதந்திரத்தை அவர் பீர்பாலுக்குக் கொடுத்திருந்தார்.

ஒருமுறை இருவரும் நடைப்பயிற்சிக்குச் சென்றபோது அவர் பீர்பாலைப் பார்த்து, 'நம் நாட்டில் நிறைய முட்டாள்கள் இருக்கிறார்கள் என்று கேள்விப் பட்டேன். ஆனால் நான் இன்னும் ஒருவரைக்கூட பார்க்கவில்லை. இன்று நாம் நான்கு முட்டாள்களைத் தேடிக் கண்டுபிடிப்போம்' என்றார்.

அப்போது அந்த வழியாக ஒரு மனிதன் குதிரையின் மீது சவாரி செய்துவந்தான். அவன் தலையிலோ ஒருகட்டு விறகு இருந்தது. பீர்பால் அவனைப் பார்த்துக் கேட்டார், 'எதற்காக உன் தலையில் விறகுக் கட்டை வைத்திருக்கிறாய்?' அதற்கு அவன், 'இந்தக் குதிரை விலையுயர்ந்தது. ஏற்கெனவே என்னைச் சுமக்கிறது. இதையும் அது சுமக்கும்படி செய்தால் அதிக சுமையாகிவிடும்' என்றான். பீர்பால் அக்பரைப் பார்த்து 'அரசரே! நாம் இப்போது ஒரு முட்டாளைப் பார்த்துவிட்டோம்' என்றார். அடுத்து, சாலையின் ஓரத்தில் ஒருவன் நாணயத்தைத் தேடிக் கொண்டிருப்பதைப் பார்த் தார்கள்.

பீர்பால் அவனிடம் 'நீ எங்கு நாணயத்தைத் தொலைத்தாய்?' என்று கேட்டதற்கு அவன் சாலையின் வேறொரு பக்கத்தில் தொலைத்ததாகக் கூறினான். பிறகு 'ஏன் இங்கே தேடுகிறாய்?' என்று பீர்பால் கேட்டதற்கு 'இங்குத்தான் வெளிச்சம் இருக்கிறது. அதனால்தான் இங்குத் தேடுகிறேன்' என்றான் அவன். உடனே பீர்பால் 'இவன்தான் இரண்டாவது முட்டாள்' என்றார்.

அவர்கள் அரண்மனைக்குத் திரும்பினார்கள். அக்பர் 'நாம் இன்னும் இரண்டு முட்டாள்களைக் கண்டுபிடிக்க வேண்டியிருக்கிறதே! அதை நாளைக்குச் செய்யலாமா?' என்று கேட்டார். 'நம் பணி முடிந்து விட்டது' என்றார் பீர்பால். 'எப்படி' என்றார் அரசர். 'இரண்டு முட்டாள்கள் இங்கேயே இருக்கிறார்கள். காரணமே இல்லாமல் என் அருமையான நேரத்தை முட்டாள்களைத் தேடி வீணாக்கினேனே! நான் மூன்றாவது முட்டாள்' என்றார். உடனே அக்பர் 'அப்போது யார் நான்காவது முட்டாள் என்றார். பீர்பால் சொன்னார் 'என்னோடு தேடிய நீங்கள்தான் அந்த நான்காவது முட்டாள்' என்றார். அக்பர் வயிறு குலுங்கச் சிரித்தார்.

முட்டாள்களைத் தேடுவதா நிர்வாகம்? புத்திசாலிகளைப் பொறுக்கி எடுப்பதுதான் பொறுப்பின் இலக்கணம். எல்லா நேரங்களிலும் இராஜதோறத்துடன் அமர்ந்திருந்தால் அக்பர் இவ்வளவு பேசப்பட்டிருக்க மாட்டார்.

தெனாலியும் நகைச்சுவைக்கு எடுத்துக் காட்டாகப் பேசப்படுகிறார். எனக்கு அதில் உடன்

பாடு இல்லை. அவருடைய நகைச்சுவையில் குரூரமும் விலங்குகளைக் கொடுமைப்படுத்தும் வக்கிரமும் இருக்கிறது. இன்னும் இந்தச் சங்கதி விலங்கு நேசர்கள் விழிகளில் எப்படி விழாமல் இருக்கிறது என்று ஆச்சரியமாக இருக்கிறது. நகைச் சுவை என்பது திருத்துவதற்காகத்தானே தவிர வருந்துவதற்காக அல்ல.

இன்று அலுவலகப் பணியையும், வீட்டுக் கடமைகளையும் எப்படிச் சமமாகச் சமாளிப்பது என்கிற கேள்வி பலருக்கு இருக்கிறது. சிலரோ பணி களால் வீட்டை விடுதியாக்குகிறார்கள். சிலரோ சம்பளத்தையே ஓய்வூதியமாக அனுபவித்து வருகிறார்கள்.

பால் கோஹிலோ எழுதிய நாவல் 'ரசவாதி'. அதில் நம்மூர் 'நாரதர்' கதை போன்ற உருவகக் கதை யொன்று உண்டு.

ஒரு மடாலயத்தில் இருக்கும் கலைவடிவங் களைக் கண்டுகளிக்க ஓர் இளைஞன் செல்கிறான். அதன் தலைமைப் பொறுப்பிலிருப்பவர் அவன் கையில் எண்ணெய் நிறைந்த கிண்ணம் ஒன்றைக் கொடுத்து 'இதில் ஒரு துளிகூட சிந்தாமல் எல்லா வற்றையும் பார்த்துவிட்டு வா' எனப் பணிக்கிறார்.

அவன் கிண்ணத்துடன் திரும்பி வருகிறான். ஒருதுளி கூட சிந்தாமல்.

'எப்படி இருந்தன கலைப்படைப்புகள்?'

''என் கவனம் எல்லாம் கிண்ணம் மீதே. எனவே கலைப் படைப்புகளைப் பார்க்க இயல வில்லை''

''சரி! இப்போது கிண்ணம் பற்றிக் கவலைப் படாமல் பார்த்து வா''

அவன் திரும்பி வந்தபோது கிண்ணம் காலியாக இருந்தது.

அவர் சொன்னார் 'வாழ்க்கை என்பது கிண்ணத்திலிருக்கும் எண்ணெயும் சிதறாமல், கலையையும் இரசிப்பதைப் போன்றது. பொறுப்பு களையும் தவறவிடாமல் மகிழ்ச்சியுடன் இருக்கும்' விழிப்புணர்வே வாழ்வின் சாராம்சம்'.

உடல் நலத்தையும், நிறுவன நலத்தையும் ஒருசேர ஒழுங்காகப் பார்ப்பதே உத்தியோக இலட்சணம்.

★

அத்தியாயம்

46

அமைதியாய் ஆளுக!

'உடோபியா' என்பது தாமஸ் மூர் எழுதிய நூல். அதில் உள்ள மாதிரியான வாழ்வு உலகில் எங்கும் நடக்க வாய்ப்பு இல்லை என்பதைக் குறிக்கவே அந்தப் பதம் தலைப்பாக இடம் பெற்றது. அதற்குப் பொருள் 'வேறோர் இடம்'. அந்த நூலில் ஒரு பகுதியைச் சார்ந்த மக்கள் ஏழு மணி நேரப் பணி மட்டுமே செய்வர். மற்ற நேரம் ஓய்வு, கேளிக்கை, படிப்பு, மகிழ்ச்சி எனக் காலந் தள்ளுவர். அவர்கள் மற்ற நாட்டோடு போரிடவோ, வெற்றி கொள்ளவோ நினைப்பதில்லை.

நாம் இன்று பார்க்கலாம் 'அந்தப் பதவி வேண்டும்' 'இந்தப் பதவி வேண்டும்' என ஆசைப் படுகிறவர்கள், எப்போதும் பதற்றத்துடனேயே பவனிவருவார்கள். அவர்கள் எதிர்பார்த்த பணி வந்தாலும், அவர்களுக்குத் திருப்தி கிடைக்காது. ஒப்பிட்டும், முன்னேறத் துடித்தும் நிகழ்காலத்தில் அவர்கள் நிராசையுடன் இருப்பார்கள். தலை வழுக்கையானதும் கிடைக்கும் தங்கச் சீப்பாய் அவர்களுக்குப் பதவி இருக்கும்.

இன்று டிங்க் (Dink) என்கிற சுருக்கமான பதம் இளைய தலைமுறையிடம் நிலவி வருகிறது. அதற்குப் பொருள் 'டபுள் இன்கம் நோ கிட்ஸ்'. 'இரண்டு வருமானம்; இல்லை குழந்தைகள்'. ஆண் பெண் இருவரும் வேலைக்குச் செல்கிறார்கள். அதனால் மழலைச் செல்வம் மடியில் தவழ முடிய வில்லை. பணமும், அவாவும் முக்கியம் என்று வாழ்கிற இவர்கள் நாற்பது வயதைக் கடக்கும்போது வெறுமையால் சூழப்பட்டு, பொறுமையை

இழக்கிறார்கள். இளமையிலேயே இயலாமை இவர்கள் கைத்தடியாக இருக்கிறது. அவர்கள் சேர்த்த பணம் வங்கிக்கணக்கில் மட்டுமே பதிவாகப் பார்க்கப்படும் எண்களின் கூட்டணி என்பது அப்போதுதான் புரிகிறது. குழந்தைகள் ஒருவரின் இறுக்கத்தை இறக்கி வைக்கும் இனிய கவிதைகள். இயல்பாக அமையாவிட்டால் மருந்து வேண்டியதில்லை. வேண்டாமென வேண்டுமென்றே தவிர்த்தவர்கள் பின்னர் உருவாக வாய்ப்பே இல்லாததால் உருகுவது உண்டு. தவிப்பவர்கள் தவிப்பு வியர்த்தம்.

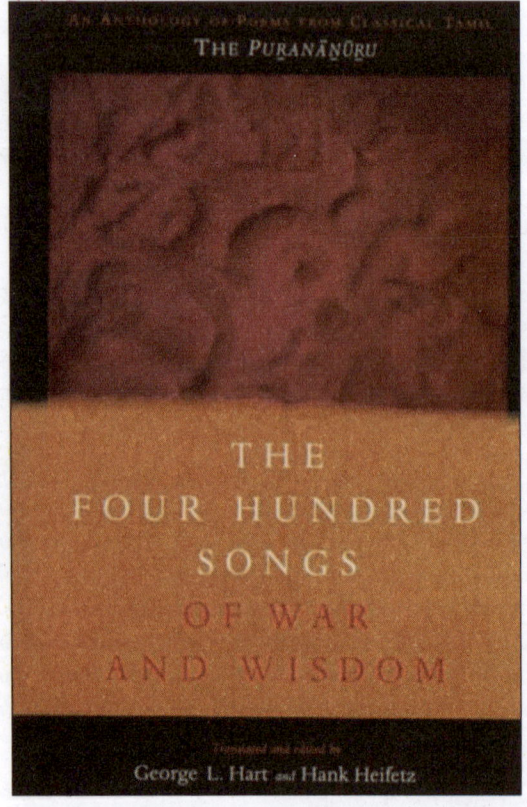

'புறநானூற்றில்' போரைப் பற்றி, வீரத்தைப் பற்றிப் பல பாடல்கள் இருந்தாலும் பாண்டியன் அறிவுடை நம்பி, 'எவ்வளவு பெருஞ்செல்வம் பெற்றவராக இருந்தாலும் குழந்தையில்லாதவர்கள் வாழ்நாளை வீணடித்தவர்கள்' என்று குறிப்பிடுகிறார். மன்னனாக இருந்தாலும் பிள்ளைப் பேறு முக்கியம் என்று கருதியவன். மக்கட் செல்வமே மக்காத செல்வம்.

குழந்தைகள் ஒருவரின் இறுக்கத்தை இறக்கி வைக்கும் இனிய கவிதைகள்

படைப்புப்பல படைத்துப் பலரோடு உண்ணும்
உடைப்பெருஞ் செல்வர் ஆயினும் இடைப்படக்
குறுகுறு நடந்து, சிறுகை நீட்டி
இட்டும் தொட்டும், கவ்வியும், துழந்தும்
நெய்யுடை அடிசில் மெய்பட விதிர்த்தும்,
மயக்குறு மக்களை இல்லோர்க்குப்
பயக்குறை இல்லைத் தாம்வாழு நாளே

மன்னர்கள் கடுமையான போர்களில் நேரடியாக ஈடுபடுபவர்களாக இருந்தாலும் கல்வி, கலை, போன்றவற்றில் ஆர்வம் செலுத்துபவர்களாக இருந்தார்கள். இலக்கிய மனம் கொண்டவர்களாக இருந்தார்கள். புலவர்கள் முரசுக் கட்டிலில் தூங்கினாலும் அரசன் கவரி வீசும் அளவு அவர்கள் படைப்பாற்றலை மதித்தார்கள். அதனால் 'அரசுக் கட்டடத்தில் முதல் தூக்கம் போட்டவராக' மோசிகீரனார் அறியப்படுகிறார்.

எந்தப் பணியைச் செய்தாலும் அதை இசையோடும், பாடலோடும் செய்கிற பழக்கம் கீழை நாடுகளிலும் இருந்தது. ஜப்பானிய ஹைக்கூ ஒன்று, நாற்று நடும் பெண்கள் பாடிக் கொண்டே இருந்ததைப் படம்பிடித்துக் காட்டுகிறது. இசை, சேற்றையும் சந்தனமாக்கும். வசையோ சவ்வாதையும் சகதியாக்கும்.

'நாற்று நடும் பெண்கள்
எல்லாமே சேறு
அவர்கள் பாடலைத் தவிர'

நம் ஊரிலும் நாற்றுப்பாட்டும், ஏற்றப்பாட்டும் உண்டு. மாலையில் நடைபயின்ற கம்பரின் காதுகளில் ஏற்றம் இறைப்பவன் பாடிய, 'மூங்கில் இலைமேலே தூங்கும் பனிநீரே!' என்கிற வரிகள் விழுந்தன. அதை அவன் எப்படி முடிப்பான் என்று யோசித்து இரவு முழுவதும் கம்பர் விழித்திருந்தாராம். மறுநாள் முடிக்கும் விதத்தைத் தெரிந்து கொள்ள அதே இடத்திற்குச் சென்றபோது 'தூங்கும் பனிநீரை வாங்கும் கதிரோனே' என்று அவன் முடித்ததாகப் படித்திருக்கிறேன். நம் நாட்டுப்புறப்

பாடல்களிலும் இலக்கியம் இருந்தது. ஒரு காலத்தில் தமிழகக் காற்றே இசைமயமாகவும், கலைமயமாகவும் இருந்தது என்பது தெரிகிறது.

'பயணம்' மேற்கொள்வதும், சுற்றுலா செல்வதும் மன அழுத்தத்தை மாற்றும் மாயஜாலங்கள் என்று இன்று ஆய்வுகள் தெரிவிக்கின்றன. சுற்றுலா சென்றால் இரத்த அழுத்தம் வருவதில்லை; இதயத்தின் இயக்கம் செம்மைப்படுகிறது.

இந்த நுட்பம் அன்றே தெரிந்திருந்ததால்தான், நம் இதிகாசங்கள், காப்பியங்கள் போன்றவை பயணத்தை அடிப்படையாகக் கொண்டு கதையைப் பின்னின. ஒடிசி, இலியட், இராமாயணம், மகா பாரதம் அனைத்துமே பல இடங்களைக் கதைக் களன்களில் கொண்டுள்ளன. ஒரே இடத்தில் நடப்பது சம்பவம், பல இடங்களில் நடப்பதே காவியம். நம் வாழ்வும் சம்பவமாக இல்லாமல், காவியமாக மாறவேண்டுமென்றால் பல இடங் களுக்குப் பயணம் செய்யவேண்டும். சிலப்பதி காரம், சீவகசிந்தாமணி அனைத்துமே பயணங் களைக் கொண்டவை. இவை நாம் பல இடங் களுக்குச் சென்று பெறுகிற அனுபவம் செறிவை யும், களிப்பையும் தந்து நம் செயல்திறனைச் செழிக்கச் செய்யும் என அறிவுறுத்துகின்றன.

இலக்கியம் மட்டுமல்ல; இலக்கியவாதிகளின் வாழ்க்கையும் நமக்கு, பதற்றமின்றி வாழவும், ஒவ்வொரு நொடியையும் உருப்படியாய் வாழவும் கற்றுத்தருகிறது. உச்சபட்ச பதற்றம், அதிலிருந்து நாம் மீளும்போது, நமக்கு வாழ்வின் பிரமாண்டத் தையும், உயிரின் மகத்துவத்தையும் உணர்த்து கின்றது.

தாஸ்தாவஸ்கி எழுதத் தொடங்கியிருந்த நேரம். அப்போது முற்போக்குச் சிந்தனை கொண்ட மிகேல் பெட்ராஷெவஸ்கி என்பவரின் குழுவில் சேர்ந்தார். புரட்சி ஐரோப்பாவில் இழையோடிய போது பெட்ராஷெவஸ்கியும் அது குறித்து சகாக் களுடன் பேச ஆரம்பித்தார். அதனால் தாஸ்தா வஸ்கியும், இன்னும் 23 பேரும் சிறையில் அடைக் கப்பட்டனர். எட்டு மாதங்கள் சிறையில் வாடிய அவர்கள் ஒரு குளிர்கால விடியலில் எழுப்பப்பட்டு அழைத்துச் செல்லப்பட்டனர். அவர்கள் மரண மேடைக்கு அழைத்துச் செல்லப்பட்டனர். இரண்டு வரிசைகளில் நிற்க வைக்கப்பட்டனர். அவர்கள் அனைவருமே துப்பாக்கியால் சுடப்படப் போவ தாகத் தண்டனை வாசிக்கப்பட்டது.

நான் மட்டும் இப்போது சாகாமலிருந்தால் என் வாழ்வு திடீரென முடிவுற்றதாக இருக்கும். ஒவ்வொரு நொடியுமே ஒரு யுகமாக நீளும். நான் ஒரு நொடியைக்கூட வீணாக்க மாட்டேன்.

முகம் மூடப்பட்டு கைதிகளெல்லாம் கம்பத்தில் கட்டிவைக்கப்பட்டனர். முதல் மூவர் சுடப்பட்டனர். அடுத்ததாகச் சுடப்படும் வரிசையில்

இலக்கியத்தில் மேலாண்மை

தாஸ்தாவெஸ்கி நின்றிருந்தார். சிப்பாய்கள் துப்பாக்கியைத் தூக்கிக் குறிபார்க்கும் நேரம். அப்போது குதிரை வீரன் ஒருவன் வந்து அவர்கள் மரண தண்டனையைக் குறைத்ததாக அறிவித்தான்.

> இன்று நாம் கடுமையான பணியைச் செய்துமுடிக்கிறபோது இளைப்பாற கற்றுக்கொள்ளவேண்டும். இல்லாவிட்டால் மன இறுக்கம் நம்மை சிதைவுக்குக் கொண்டுபோய் விட்டு விடும்.

அவர்கள் சைபீரியாவில் நான்கு ஆண்டுகளும், இராணுவப் பயிற்சியில் நான்கு ஆண்டுகளும் கழிக்கவேண்டுமெனத் தீர்ப்பு திருத்தியமைக்கப் பட்டது. கடுமையான சிறைத் தண்டனைக்கு நடுவில் தன் எதிர்கால நாவல்களையெல்லாம் மூளையிலேயே எழுதி, திருத்தி, கச்சிதப்படுத் தினார். எழுத அனுமதிக்கப்படாததால், மனமே காகித மாக விரிந்தது. அவர் அனைத்துத் தண்டனையும் முடிந்த பின்பு பக்கம் பக்கமாக எழுதித் தள்ளினார். அவருடைய மகத்தான நாவல்கள் அதன் பின்தான் வெளியாயின. மிகுந்த மனஅழுத்தம் தருகிற சூழலைப் பாய்மரக் கப்பலாகத் தன் பயணத்திற்குப் பயன்படுத்திக்கொண்டவர் அவர். அவரைப் போன்ற மாமனிதர்களைப் பற்றிப் படிக்கும் போது நம் சோதனைகள் ஒன்றுமேயில்லை என்பதைப் புரிந்துகொள்ளமுடியும். அதுவே நம் சிக்கல்களைச் சமாளிக்கும் திராணியைத் தந்துவிடும்.

இன்று நாம் கடுமையான பணியைச் செய்து முடிக்கிறபோது இளைப்பாறக் கற்றுக்கொள்ள வேண்டும். இல்லாவிட்டால் மன இறுக்கம் நம்மை சிதைவுக்குக் கொண்டுபோய் விட்டு விடும். தொடர்ந்து பணியாற்றிக் கொண்டே இருப்பவர்கள் Burn Out என்கிற அபாயக் கட்டத்தை அடைகிறார்கள். அதற்குப் பிறகு அவர்களுக்குப் பணிக்குப் போகவே பிடிப்பதில்லை. எல்லோர் மீதும் எரிந்துவிழத் தொடங்குகிறார்கள். சில நேரங் களில் தற்கொலைகூட ஆயுதமாகிவிடுகிறது. சின்னச் சின்ன நிகழ்வுகளைக்கூட கொண்டாட முடிந்தவர்களுக்கு நிறைய வாய்ப்புகள் கொண்டாடக் கிடைக்கின்றன.

இலக்கியங்களைப் படிக்கிறபோது ஆட்சி புரிந்தவர்கள் கலை நிகழ்ச்சிகள் மூலமாகவும், நடன நிகழ்ச்சிகள் மூலமாகவும் கொடிய போருக்குப் பிறகு இளைப்பாறிக்கொண்டார்கள் என்பது தெரி கிறது. சிலப்பதிகாரத்தில் கனகவிசயரை வெற்றி பெற்ற செங்குட்டுவன் அரசியோடு அமர்ந்திருக் கையில் அவனை மகிழ்விக்கக் கூத்தச்சாக்கையன் என்கிற கலைஞன் சிவபார்வதி வேடமிட்டு நடன மாடி அவனை மகிழ்விக்கிறான். சோழ, பாண்டி யர்கள் செங்குட்டுவனை இழிவாகப் பேசிய செய்தியைக் கேட்டு அவன் முகம் சிவக்கிறபோது மாடலன் எழுந்து அவனுடைய பெருமைகளை யெல்லாம் கூறி அவன் கோபத்தைத் தணிக் கின்றான். அவனைச் சமாதானப் படுத்துகிறான். இன்று பொறுப்பில் இருப்பவர்களை மேடையில் பலர் எக்கச்சக்கமாகப் புகழ்வதற்குக் காரணம் 'எதிர்முகாமில் கண்டபடி வைவதைச் சமப்படுத்தத் தான்' என்கிற நுட்பம் சிலப்பதிகாரம் மூலம் தெரிகிறது. செங்குட்டுவன் கோபப்பட்டு படை யெடுத்திருந்தால் சிலப்பதிகாரம், சிவப்பதிகாரம் ஆகியிருக்கும்.

மணிமேகலையில் மன்னன் மதத் திரு விழாவில் தெருவெங்கும் கரும்பையும் குலை தள்ளிய வாழையையும் நடச்சொன்னதாகவும், தூண்களை முத்து, மாலை ஆகியவற்றால் அலங் கரிக்கச் சொன்னதாகவும் எந்தத் தகராறும் இல்லாமல் அந்தத் திருவிழாவைக் கொண்டாட வேண்டுமென்று சொன்னதாகவும் குறிப்பு இருக்கிறது.

இது தமிழகத்தில் மாத்திரம் நடந்த விஷயம் அல்ல. ஜாதகக் கதைகளிலும் இதுபோன்ற செய்திகள் இடம்பெற்றிருக்கின்றன. பலவித உணவுப்பண்டங்களோடும், விளையாட்டுகளோடும், இசையோடும், நடனத்தோடும் மந்தமான மன நிலையை மாற்றி மகிழ்ச்சியாக இருக்கும்படி ஓர் அரசன் குறிப்பிட்டதாகத் தகவல் இடம்பெற்றிருக் கிறது. இந்தியா முழுவதுமே இதுபோன்ற நிகழ்வுகள் நடந்திருக்கின்றன.

அர்த்தசாஸ்திரத்தில் பொழுது போக்குப் பணிகளை நிர்வகிப்பதற்காக அலுவலர்கள் இருந்தது தெரிய வருகிறது. அவர்களுடைய பணி களெல்லாம் எப்படி இருக்கவேண்டுமென்ற

குறிப்பும் இடம்பெற்றிருக்கிறது. மதுபானங்களை நிர்வகிப்பவர், கேளிக்கைகள், நடனம், பொது மகளிர் ஆகியோருடைய பணிகளை நிர்வகிப்பவர், சூதாட்டம் போன்றவற்றை நிர்வகிப்பவர் என்று இவற்றிற்கான பிரத்தியேகமான அதிகாரிகள் இருந்தார்கள்.

பொது மகளிரை நிர்வகிப்பவர் என்ன செய்ய வேண்டும் என்பதோடு அவர்களுக்கு எவ்வளவு சம்பளம் என்பதுகூட அர்த்தசாஸ்திரத்தில் குறிப் பிடப்பட்டிருக்கிறது. யாரையும் திணித்துத் தொழிலில் ஈடுபடுத்தக்கூடாது என்று அவர்கள் பாதுகாப்புப் பற்றியும் குறிப்பிடப்பட்டுள்ளது. திருவள்ளுவரோ வரைவின் மகளிரோடு தொடர்பு வைப்பதையும், மது, சூது ஆகியவற்றையும் வன்மையாகக் கண்டிக்கிறார். அவர் ஆக்கப்பூர்வ மான பொழுதுபோக்குகளையே ஆதரிப்பவர். தகாத உறவை ஒருபோதும் அங்கீகரிப்பவர் அல்லர்.

டால்ஸ்டாய் சிறுகதை ஒன்றில் மதுவின் பாதிப்பு மனிதனை எப்படி மாற்றுகிறது என்று எழுதியிருப்பார். அந்தக் கதையின் பெயரே 'மது செய்யும் மாயம்' என்பதுதான்.

பசியுடன் பெரும் போராட்டம் நடத்தும் ஏழை விவசாயி ஒருவன். ஒரே ஒரு ரொட்டித் துண்டோடு வயலுக்குச் செல்கிறான். மரத்தடியில் அதை வைத்துவிட்டு ஏர் உழுகிறான். குட்டிச் சாத்தான் ஒன்று அவனுடைய ரொட்டியை எடுத்துக் கொண்டது. அதைப் பறிகொடுத்த விவசாயி அவன் சபிப்பதைக் கேட்பதற்காகப் புதரில் மறைந் திருந்தது.

ஆனால், அவன் மதியம் ரொட்டியைத் தேடி வந்தபோது அது காணவில்லை என்பதற்காக வருந்தவும் இல்லை, சபிக்கவும் இல்லை. கோபம் கொள்ளுகிற பாவச் செயலை அவன் செய்யாதது பற்றி வருந்திய குட்டிச்சாத்தான் பெரிய பிசாசிடம் விவரத்தைக் கூறியது. அந்தப் பெரிய பிசாசு மூன்று ஆண்டுகள் கெடு கொடுத்து அதற்குள் அவனை வசப்படுத்த வேண்டுமென்று எச்சரித்து அனுப்பியது.

குட்டிச்சாத்தான் வேலை கேட்டுச் செல் பவனைப்போல உருவம் எடுத்து விவசாயிடம் சென்று அவனை வேண்டுமென்றே சதுப்பு நிலத்தில் விதை விதைக்கத் தூண்டுகிறது. அவனும் நம்பி விதைக்கிறான். அந்த ஆண்டு மழை பொய்க்க, மற்றவர்கள் பயிர் கருக, சதுப்பு நிலம் என்பதால் அவனுக்கு நல்ல மகசூல். குட்டிச் சாத்தானுக்கு ஏமாற்றம்.

அடுத்த ஆண்டு மேட்டுப்பகுதியில் விதைக்கத் தூண்டுகிறது. அந்த ஆண்டோ நல்ல மழை பெய்து அமோக விளைச்சல். உழவன் கிடங்கில் நிறைய தானியம். வேலைக்காரன் உருவத்தில் இருந்த குட்டிச்சாத்தான் உபரி தானியத்தை வைத்து உயர்ந்த வகை மது தயாரிக்கலாம் என்று யோசனை கூறியது.

அதன் இரண்டு தவறான யோசனைகளாலும் பயனடைந்த விவசாயி மதுத் தயாரிப்பு யோசனை யையும் ஏற்றுக்கொண்டு அதில் இறங்கினான். முதலில் தானே தினமும் குடித்தான், பிறகு நண்பர் களுக்கும் கொடுத்தான். வேடிக்கையைப் பார்க்கக்

இலக்கியத்தில் மேலாண்மை

குட்டிச்சாத்தான் பெரிய பிசாசுவையும் அழைத்து வந்தது.

மது குடித்த அந்த நண்பர்கள் முதல் சுற்றில் ஒருவரையொருவர் தேவையில்லாமல் புகழ்ந்து கொண்டார்கள். மதுபோதை முதல் சுற்றில் தருவது புகழ் போதையைத்தான். பெரிய பிசாசு 'இவர்களுக்கு நரிக்குணம் வந்து விட்டது' என்று மகிழ்ந்தது. இரண்டாவது சுற்றில் மோசமாகத் திட்டிக் கொண்டார்கள். இப்போது இவர்களுக்கு 'ஓநாய்க் குணம்' வந்துவிட்டது என்றது. மூன்றாவது சுற்றில் பன்றியைப்போல உருமினார்கள். அவர்களை வழியனுப்ப வந்த விவசாயி தள்ளாடிச் சாக்கடையில் விழுந்தான். அங்கே பன்றியைப் போல உருமிக்கொண்டே கிடந்தான். மதுவைக் குடித்தவன் எப்போதும் மிருகமாகவே இருப்பான் என்று குட்டிச்சாத்தான் விளக்கம் சொன்னது. தவறான பொழுதுபோக்குகளால் தற்காலிக மகிழ்ச்சி ஏற்படுமே தவிர நிரந்தர நிம்மதி நீடிப்பதில்லை.

★

260

அத்தியாயம் 47

சதுரங்க சூட்சமமும்... சிரிப்பு மந்திரமும்

டெமிங் என்கிற மேலாண்மை நிபுணர் பணியாற்றும் இடம் மகிழ்ச்சிக்குரியதாக இருக்க வேண்டும், பணி என்பது இரசித்துச் செய்யக்கூடியதாக இருக்க வேண்டுமென்று குறிப்பிடுகிறார்.

எந்த நிறுவனம் பணியாளர்கள் பணிக்கு வருவதைப் பாரமாகக் கருதாமல் வரமாகக் கருதும்படி வாய்ப்பை ஏற்படுத்திக்கொடுக்கிறதோ அது எல்லாக் குறியீடுகளையும் எளிதில் தாண்டி விடும். பணியிடத்தின் சூழல் உடல்ரீதியாகவும், மனரீதியாகவும் சிறந்ததாக இருக்க வேண்டும்.

மன அழுத்தம் அதிகமாகிறபோது பணியில் தவறுகள் ஏற்படுகின்றன. ஒரு சின்னப் பதற்றம் தேவைதான். ஆனால் அது நெறிப்படுத்துவதற்காக இருக்க வேண்டுமே தவிர குடைசாய்ப்பதற்கு வழிவகுக்கக்கூடாது. நம் மனம் ஓரளவிற்கு நெருக்கடிகள் ஏற்படுகிற போது சிறப்பாகப் பணியாற்றுகிறது. தேர்வறையில் ஒருவர் காட்டுகிற தீவிரம் படிக்கும்போது தென்படவில்லை. சின்ன மன அழுத்தமும் அதற்குக் காரணம். அந்த உச்சபட்ச விழிப்புணர்வைப் படிக்கும்போது காட்டினால் ஒவ்வொரு மாணவனும் அசாத்திய சாதனைகளைப் புரியமுடியும்.

ஒரு நாளைக்கு எட்டு மணிநேரம் பணி என்றால் அதில் குறைந்தது ஏழு மணி நேரத்தை யாவது உச்சபட்ச விழிப்புணர்வுடன் ஒருவர் கழித்தால் அவர் அத்தனை நிலுவைப் பணிகளையும் எளிதில் செய்துவிட முடியும். இதற்கு வாகான சூழல் வேண்டும். அது ஒருபோதும் அளவு கடந்த

261

இன்று பல நிறுவனங்கள்
பொழுது போக்கை வாழ்வின்
ஒரு பகுதியாகப் போதிக்கின்றன

மன அழுத்தத்தால் சாத்தியமில்லை என்பதை இன்றைய மேலாண்மை குறிப்பிடுகிறது.

நம் நாட்டில் கண்டுபிடிக்கப்பட்டது தான் சதுரங்கம். இந்திய இராணுவத்தின் பகுதிகளான யானைகள், குதிரைகள், தேர், காலாட்படை ஆகிய நான்கு அங்கங்களைக் குறிப்பதுதான் சதுரங்கம். விளையாடும் பலகைக்குப் போர்த்தலம் என்று பெயர். சிஸ்ஸா என்பவர் தான் இதைக் கண்டு பிடித்தார்; ஓர் அரசன் சாதுரியமாக ஆள்வதற்கு இந்த விளையாட்டின் மூலம் கற்பித்தார். 'எந்தக் காயும் மற்ற காய்களின் உதவியோடுதான் தற்காத்துக் கொள்ள முடியும்' என்ற நுட்பத்தை விளை யாட்டின் மூலம் அரசனுக்குப் புரிய வைத்தார். ஆறாம் நூற்றாண்டில் இது இந்தியாவிலிருந்து பாரசீகத்திற்குச் சென்றது. பிறகு அங்கிருந்து மத்திய கிழக்குப் பகுதிக்குச் சென்றது. பதிமூன்றாம் நூற்றாண்டில் ஐரோப்பாவை அடைந்தது. நூலாசிரியர் அப்பேடுபோயிஸ் 'இந்துப் பழக்கங்களும் வழக்கங் களும் பண்டிகைகளும்' என்கிற நூலில் ஐரோப்பி யர்கள் அதைக் கெடுத்த விதத்தைப் பற்றி ஏளனம் செய்திருப்பார். இந்தியத் தளபதியை அரசியாக மாற்றினார்கள். தேர்களைப் பிஷப்பாக்கினார்கள். யானைகளைக் கோட்டையாக்கினார்கள். 'எந்தப் போர்க்களத்திலாவது இராணி வாள் வீசுவதுண்டா, கோட்டைகள் நகர்வதுண்டா' என்று நையாண்டி செய்திருப்பார்.

சதுரங்கம் என்பது மன்னர்கள் இறுக்கத்தைத் தளர்த்திக்கொள்ளும் படலம். முகமது பின் துக்ளக் போருக்குப் போவதற்கு முன் தீவிரமாகச் சதுரங்கம் ஆடுவதுண்டு என்று கிரீஷ் கர்னாட் 'துக்ளக்' நாடகத்தில் தெரிவிக்கின்றார்.

இன்று பல நிறுவனங்கள் பொழுது போக்கை, வாழ்வின் ஒரு பகுதியாகப் போதிக்கின்றன. அவை இளைப்பாறும் மையங்களை வளாகத்திலேயே ஏற் படுத்துகின்றன. விடுமுறை பயணச் சலுகை களையும் அளிக்கின்றன. பணியாளர்களுடைய குடும்பங்களும் சேர்ந்து பங்குபெறும் கொண் டாட்டங்களை நடத்துகின்றன. இதுபோன்ற

செயல்பாடுகள் நிறுவனத்தோடு உள்ளார்ந்த ஈடுபாட்டைக் கனிய வைப்பதோடு பணியின் திறனையும் அதிகப்படுத்தும் என்கிற சூட்சமத்தை அவை உணர ஆரம்பித்துவிட்டன. பணியாளர்கள் நிறுவனத்தின் சொத்துகள் என்பதை அவை அறிய ஆரம்பித்துவிட்டன.

இந்தியாவில் மட்டுமல்லாமல் உலகம் முழுவதும் ஆட்சிப்பொறுப்பில் இருந்தவர்கள் அவ்வப்போது மனஇறுக்கத்தை நீக்கப் பொழுது போக்குகளில் ஈடுபட்டார்கள். சில நேரங்களில் அவை குரூரமாகக்கூட இருந்தன. நாடகங்களும், நாடாளுபவர்கள் விருப்பத்திற்கு ஏற்பவே படைக்கப் பட்டன. 'மேக்பத்' நாடகம் நிகழ்த்தப்பட்டபோது இங்கிலாந்தை ஆட்சிசெய்தவன் ஜேம்ஸ். அவனுடைய மூதாதையர்கள் ஸ்காட்லாந்தைச் சார்ந்தவர்கள். அவனுக்குச் சூனியக் கிழவிகள் மீது நிறைய வெறுப்பு. அவன் காலத்தில் தோற்றம் விகாரமான கிழவிகள் பகிரங்கமாக வேட்டையாடப்பட்டார்கள். எனவே அவனுடைய சிந்தாந்தத்திற்கு ஒத்துப் போகும் வகையில் எழுதப்பட்டதுதான் அந்த நாடகம்.

இலக்கியத்தில் மேலாண்மை

இராணி எலிசபெத் 'நான்காம் ஹென்றி'யில் வருகிற ஃபால்ஸ்டாஃப் என்கிற பாத்திரத்தை நேசித்து, முழுக்க முழுக்க அந்தப் பாத்திரத்தை மையமிட்டு ஒரு நாடகம் எழுதித் தரும்படி ஷேக்ஸ்பியரைக் கேட்க அப்படி உருவானதுதான் 'மெர்ரி வைஃப்ஸ் ஆஃப் வின்ஸர்' என்ற நகைச் சுவை நாடகம்.

நகைச்சுவையும், மகிழ்ச்சியான பரிமாறுதல்களும் எந்த ஒரு சூழலையும் இறுக்கமில்லாமல் செய்துவிடும். கடினமான பணியைச் செய்கிற போதுகூட ஓய்வு நேரத்தை உவப்பானதாக மாற்றிக் கொள்ள முயற்சி செய்யவேண்டும். நீண்டநேரம் நடக்கிற கூட்டத்தில் தலைமை நிர்வாகி ஒரு சில நகைச்சுவை பரிமாற்றங்களை முன் வைத்தால் அதில் கலந்து கொள்ளுகிறவர்களுக்கு அலுப்பு ஏற்படாமல் இருக்கும்.

இந்திய அரசர்கள் தங்கள் அருகில் எப்போதும் நையாண்டி செய்பவர்களையும், விகடகவிகளையும் வைத்திருந்தார்கள். மற்றவர்களைக் கிண்டல் செய்கிற அரசர்கள் இப்படிப்பட்டவர்களை வைத்திருந்தது பற்றி எழுதியிருக்கிறார் பாணபட்டர். தமிழ் இலக்கியத்திலும் இதைப்போன்ற சிலர் இருந்தமை குறிப்பிடப்படுகிறது.

நாடகத்திற்கான விதிகள் கிரேக்கத்தில் மிகவும் கடினமாக வரையறுக்கப்பட்டிருந்தன. ஒரு நாடகம் ஒரே இடத்தில்தான் தொடங்கி முடிக்கப்பட வேண்டும். அது ஒரு நாள் நடக்கப்படும் நிகழ்வு களை மட்டுமே கூற வேண்டும். அது துன்ப இயலாகவோ, இன்ப இயலாகவோதான் இருக்க வேண்டும். இந்த நியதிகளைப் பின்பற்றாவிட்டால், அதை நாடகமாக அங்கீகரிக்கமாட்டார்கள். நேரம், இடம் ஆகிய நியதிகளைப் பொட்டென்று போட்டு, தைரியமாக உடைத்தவர் மார்லோ. ஆனால் துன்ப இயலிலும் நகைச்சுவையைச் சேர்த்து மூன்றாவது நியதியையும் மீறியவர் ஷேக்ஸ்பியர்.

ஷேக்ஸ்பியருடைய சோக காவியங்களிலும் நகைச்சுவை இழையோடும், அது பார்ப்பவர் களுக்குச் சற்று வேறுபட்ட மனநிலையைத் தோற்று விக்கும். 'கிங் லியரி'ல்கூட நகைச்சுவை வசனங்கள் உண்டு. 'பெயரில்' என்ன இருக்கிறது? ரோஜாவை வேறு பெயரில் அழைத்தாலும் அது மணத்துடன் தான் திகழும் என்று அவரது நாடகம் வசனம் பேசினாலும், பெயர்களிலேயே நகைச்சுவையைப் புகுத்தியவர் ஷேக்ஸ்பியர். அவர் சூட்டிய பெயர்கள் துணைக் கோள்களின் பெயர்களாகவும் நாமகரணம் சூட்டப்பட்டிருக்கின்றன.

மேக்பத், அடியாட்களை வைத்து பேங் கோவைக் கொல்லச் செய்கிறான். அவர்களில் ஒருவன் 'நான் கழுத்தை அறுத்தேன்' எனக் கூறும்போது 'நீயே சிறந்த கழுத்தறுப்பவன்' என மேக்பத் பாராட்டுவான். ஷேக்ஸ்பியருடைய 'ஹேம்லட்' நாடகத்தில் பொலோனியஸ் 'குறைவான பேச்சே அறிவின் ஆன்மா' எனக் கூறுவான். ஆனால் அவனே வழவழா கொழகொழா! அதிகம் சாப்பிடு கிறவர்களும், அதிகம் பேசுகிறவர்களும் தாங்கள்

இலக்கியத்தில் மேலாண்மை

நிறைய சாப்பிடுவதையோ, பேசுவதையோ ஒரு போதும் ஒப்புக்கொள்ள மாட்டார்கள்.

பதற்றம் உடலில் பல மாற்றங்களை ஏற்படுத்து கிறது. இரத்த அழுத்தம், இதயத்துடிப்பு போன்ற வற்றை மட்டும் அதிகப்படுத்தாமல் சில சுரப்பி களின் உற்பத்தியையும் ஏற்படுத்துகிறது. உணவு பதற்றத்தோடு தொடர்புடையது. பதற்ற மன நிலையில் சாப்பிடுகிறவர்கள் அஜீரணத்தால் பாதிக்கப்படுகிறார்கள். அது அவர்கள் உடலில் ஒவ்வாமையை எற்படுத்தி விடுகிறது.

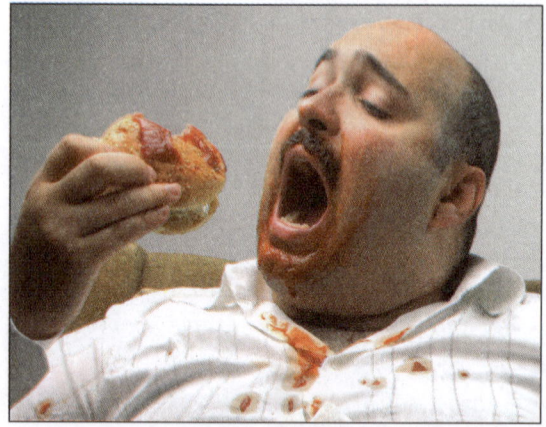

பதற்றம் ஏற்படுகிறபோது சரியாகவே சாப்பிடாமல் இருக்கிற சிலரையும் நெருக்கடி வந்தால் கைக்குக் கிடைத்ததைக் கண்டபடி கொரிக்கிற சிலரையும் நான் பார்த்திருக்கிறேன். பசியால் இறப்பவர்களைவிட அதிகம் புசிப்பதால் இறப்பவர்கள் எண்ணிக்கையே அதிகம். உணவைச் சரியான விகிதத்தில் அளவோடு உண்பவர்கள் மருந்து எதையும் உட்கொள்ளவேண்டிய அவசி யமே இல்லை என்று திருவள்ளுவர் குறிப்பிடுகிறார். முன் உண்ட உணவு செறித்த தன்மையை ஆராய்ந்து தக்க அளவு உண்டால் உடம்பிற்கு மருந்து தேவை யில்லை என்பது அவரது கருத்து

'மருந்தென வேண்டாவாம் யாக்கைக்கு அருந்தியது
அற்றது போற்றி உணின்' (942)

இன்று பலர் கலோரி கணக்குப் பார்த்து எண்ணி எண்ணி அளந்து அளந்து சாப்பிட்டு ருசியையும் வாழ்க்கையையும் தவற விட்டுவிடு கிறார்கள். இந்தக் கணக்குப் பார்க்கும் பதற்றத்தி லேயே எல்லாக் கோளாறுகளும் அவர்களுக்கு வந்துவிடுகிறது.

நல்ல உணவு, நம் பதற்றத்தைத் தணிக்கிறது. தமிழில் உண்பதற்குப் பல சொற்கள் இலக்கியத்தில் காணப்படுகின்றன. அருந்தல், உண்ணல், உறிஞ்சல், குடித்தல், தின்றல், துய்த்தல், நக்கல், பருகல், நுங்கல், மாந்தல், மெல்லல், விழுங்கல் என்று உண்ணும் முறைகள் பன்னிரண்டு வகையாக வகுக்கப்பட்டிருக்கின்றன. செறிவாக உண்பது, அதற்குப் பிறகு அதைச் செரிக்க உழைப்பது ஆகிய இரண்டும் நலவாழ்விற்கான நற்சாவிகளாக இலக்கியத்தில் கையாளப்படுகின்றன.

'ஒரு குடும்பம்' என்ற சிறு கதையை மாப்பசான் எழுதியிருக்கிறார். பதினைந்து ஆண்டுகள் பிரிந்த நண்பனைத் தேடி ஒருவன், அவன் இருக்கும் ஊருக்குச் செல்கிறான்.

ஆத்மார்த்தமான நண்பன். ஒரேமாதிரியான இரசனை, விருப்பம், எண்ணம் எல்லாம் ஒத்துப் போகிற மாதிரியான நட்பு. பாலில் அளாவிய நீரும், பாலின் நிறம் கொடுக்கும் என்கிற குமரகுருபரரின் பாடலுக்கேற்ற நட்பு. நண்பனோ பதினைந்து ஆண்டுகளில் உருண்டு இருக்கிறான். ஐந்து குழந்தைகள் இறங்கு வரிசையில் நின்று அவனை வரவேற்கின்றனர். வரவேற்பறையில் சாய்வு நாற்காலியில் நடுங்கியவாறு பக்கவாதத்தால் ஒரு

கிழவன். நண்பனின் மனைவி, இவர் என் தாத்தா. எண்பத்தேழு வயது என்று அறிமுகப்படுத்தி வைக்கிறார். நண்பன் சைமன், 'இந்த வயோதிகர் என் குழந்தைகளுக்கு நல்ல பொழுது போக்கு. சாப்பிடுவதில் அவ்வளவு பேராசை. அவரை அனுமதித்து விட்டால் எல்லாவற்றையும் விழுங்கி விடுவார். நீ பார்க்கப்போகிறாய். இனிப்பை இளம் பெண்களைப் பார்ப்பதைப்போலப் பார்ப்பார்' என்று சொல்லிச் சத்தமாகச் சிரித்தான்.

இரவு உணவு நேரம் மணியடித்தது. எல்லாரும் சாப்பிட அமர்ந்தார்கள். சைமன் தன் நண்பனிடம் நீ வேடிக்கை பார்க்கப்போகிறாய் என்று கிசுகிசுத் தான். தாத்தாவைப் பார்த்துக் குழந்தைகள் எல்லாம் சிரித்தார்கள். முதலில் சூப்பு பரிமாறப்பட்டது. தாத்தாவிற்கு அது பிடிக்கவில்லை. உடலுக்கு நல்லது என்று வற்புறுத்தினார்கள். அவர் குடித்த போது புரையேறி மேசை முழுவதும் தெளித்தது. உணவுகளை மிகவும் ஆசையுடன் எடுத்து அவர் சாப்பிட்டார். ஒவ்வோர் உணவையும் சாப்பிட்ட போது அவர் கண்களில் ஏக்கம் தெரிந்தது. ஆனால் அவர்கள் கொஞ்சம் கொஞ்சம்தான் பரிமாறினார்கள்.

கைக்குக் கிடைத்தது வாய்க்கு எட்டாததுபோல அவர் தவித்தார். அவருக்கு இன்னும் கொஞ்சம் சாதம் கொடுக்கும்படி நண்பன் வற்புறுத்திய போது சைமன் இந்த வயதில் அவருக்கு ஆகாது என்று தடுத்து விட்டான். வயோதிகருக்கு ஏமாற்றம். அன்று இரவு நண்பன் யோசித்தான். இந்த வயதில் அவருடைய ஒரே சுகமான உணவை உடல் நலத்தைக் காரணம் காட்டி இவர்கள் மறுக்கிறார் களே, இது எந்த விதத்தில் நியாயம். எத்தனை நாட்கள் அவர் வாழ்ந்துவிடப் போகிறார். இந்த உணவைத் தவிர வேறு எந்தவகையில் அவருக் கான கடமைகள் காத்துக்கொண்டிருக்கின்றன. நண்பனால் அன்று இரவு தூங்க முடியவில்லை. மாப்பசானின் கதை பொருள் பொதிந்தது. நொறுங்கத் தின்று கபடற்று உழைத்தவர்கள் காலத்தை வெல் கிறார்கள். அவர்கள் எதற்கும் பதற்றப்படுவதில்லை.

திருவள்ளுவர் பதற்றத்தைப் பற்றி ஓர் அதிகாரமே எழுதியிருக்கிறார். அதிகாரம்தான் பதற்றத்திற்குக் காரணமாகவும் இருக்கிறது. மிகத் திறமையாகப் பணியாற்றுகிறவர்கள் உணர்ச்சி களைக் கட்டுப்படுத்தும் திறனில் கெட்டிக்காரர் களாக இருக்க வேண்டும். வெற்றிபெற்ற மனிதர்கள் 80 விழுக்காடு உணர்ச்சித் திறன் உள்ளவர்களாகவும், 20 விழுக்காடு அறிவுத்திறன் உள்ளவர்களாகவும் இருக்கிறார்கள். இந்தக் கலவையே அவர்களுக்கு வெற்றியைத் தருகிறது என்று டேனியல் கோல் மேன் குறிப்பிடுகிறார்.

சிரிப்பு என்பது மிகவும் முக்கியமான வெளிப் பாடு. மிகப்பெரிய பதற்றமான சூழ்நிலையைத் தணிப்பதற்குச் சிரிப்பு உதவுகிறது. மனிதனும் சிம்பன்சிகளுமே சிரிக்கும் வரம் பெற்றவை.

முட்டாள்தனமான சூழல்களில்கூட சிந்தப்படுகிற சிரிப்பு அந்தச் சூழலின் இறுக்கத்தைத் தளர்த்தி விடுகிறது.

இலக்கியத்தில் மேலாண்மை

> மனிதனும் சிம்பன்சிகளுமே சிரிக்கும் வரம் பெற்றவை. முட்டாள்தனமான சூழல்களில்கூட சிந்தப்படுகிற சிரிப்பு அந்தச் சூழலின் இறுக்கத்தைத் தளர்த்திவிடுகிறது

'ஹார்வர்ட் மேலாண்மைப் பள்ளியில் என்ன கற்றுத்தருவதில்லை' என்று ஒரு புத்தகம். அதில் சிரிப்பின் மூலம் நெருக்கடியான பொருளாதார நிலைமையை ஃபோர்டு நிறுவனத்தினர் சமாளித்த விதம் குறித்து எழுதியிருப்பார். திருவள்ளுவர் துன்பம் வரும்போது சிரிக்கவேண்டும் என்று அறிவுறுத்துகிறார். அப்போதுதான் அடுத்து வருகிற நிகழ்வு துன்பமாக இருக்காது என்றும் குறிப்பிடுகிறார்.

உண்மையான உணர்ச்சித்திறன் என்பது துன்பம் வருகிறபோது அதற்காக வருந்திக் கலங்காமல் இருப்பது. மகிழ்ச்சி ஏற்படுகிறபோது எம்பிக் குதிக்கவேண்டிய அவசியமும் இல்லை, துன்பம் வரும்போது பம்மிப் பதுங்க வேண்டிய தேவையும் இல்லை. மகிழ்ச்சி வரும்போது அதிகம் அலட்டிக் கொள்ளாதவன் எவ்வளவு துன்பம் வந்தாலும் நொறுங்கிப் போவதுமில்லை. திருவள்ளுவர் அந்த அதிகாரத்தில் உணர்ச்சித் திறன் பற்றியே பேசுகிறார். அமெரிக்கா, இங்கிலாந்து போன்ற நாடுகளில் சிரிப்புச் சிகிச்சை முகாம்கள் மன அழுத்தத்திலிருந்து விடுவிப்பதற்காக நடத்தப்படுகின்றன. சிரிப்பும் பற்றிக் கொள்ளக்கூடிய தொற்றுநோய்தான்.

ஷேக்ஸ்பியர் தனது நாடகங்களில் சிரிப்புப் பாத்திரங்கள் மூலம் வாழ்வின் அரிய தகவல்களை யெல்லாம் வழங்குகிறார். 'பன்னிரண்டாம் இரவு' நாடகத்தில் பதற்ற மேலாண்மை பற்றி ஒரு வரி வருகிறது. 'அவள் புராதனச் சின்னத்தில் பொறுமை யுடன் அமர்ந்திருப்பதைப்போல உட்கார்ந்து தன் வருத்தத்தைப் பார்த்து புன்னகை பூத்தாள்' என்பது தான் அது.

திருவள்ளுவர் கூறுவதைப் போலவே 'இரண்டாம் ரிச்சர்ட் மன்னன்' நாடகத்தில் முதல் அங்கத்தில் ஒரு வரி வருகிறது. துக்கத்தைப் பார்த்து, கேலியாகச் சிரிப்பவனை அது ஒன்றும் செய்து விடமுடியாது என்பது தான். துக்கமோ தொடர்ந்து வருகிறது. ஆனால் அப்படி அடுத்தடுத்து வந்தாலும் கலங்காதவனைப் பார்த்து அத்துன்பமே துன்பப் பட்டுப் போகும் என்று வள்ளுவர் குறிப்பிடுகிறார். ஷேக்ஸ்பியரும் துன்பங்கள் தனியாக வருவதில்லை அவை படையாக வருகின்றன என்கிறார்.

உலகத்தின் மிகச்சிறந்த தலைவர்களாகக் கருதப்படுபவர்கள்கூட பதற்றத்தில் முடிவெடுக்கிற போது இமாலயத் தவறைச் செய்துவிடுகிறார்கள். அவர்களுடைய அந்த முடிவு அவர்களுக்கு மிகப் பெரிய அழிவை ஏற்படுத்திவிடுகிறது.

ஜெரால்டு ரட்னர் என்கிற ஒரு வியாபாரி. அவர் நகை வியாபாரத்தில் கொடிகட்டிப் பறந்தார். அவருடைய நிறுவனம் மிக உயர்ந்த நிலையை எய்தியது. இங்கிலாந்தில் அவருடைய நிறுவனங்கள் இருந்தன. அந்த நிறுவனம் 70 சதவிகிதம் வரை தள்ளுபடி கொடுத்தும் இலாபகரமாக இயங்கி வந்தது. அவர் ஒருமுறை இங்கிலாந்தில் 1991 ஆம் ஆண்டு நடந்த வர்த்தகக் கூட்டத்தில் பேசியபோது

இலக்கியத்தில் மேலாண்மை

ஒரு கேள்விக்கு ''நான் மட்டமான பொருளை விற்கிறேன்'' என்று வாய்த்தவறிச் சொன்னது அவருடைய நிறுவனத்திற்கே உலை வைத்து விட்டது. எனவே ஒவ்வொரு சொல்லையும் எச்சரிக்கையாகக் கையாள வேண்டும், இல்லாவிட்டால் அது ஒட்டுமொத்த நிறுவனத்தையும் சவக்குழியில் தள்ளிவிடும்.

இராமாயணத்தில் கோபப்படுகிற பாத்திரமாகச் சித்திரிக்கப்பட்டிருக்கும் இலக்குவன் ஒரே ஒரு கட்டத்தில் சிறிதும் பதற்றப்படாமல் தன்னுடைய அத்தனை உணர்ச்சிகளையும் கட்டுப்படுத்திக் கொண்டு அந்நியன் சொல்லுக்கு அடிபணிகிறான். மாயமான் 'லக்ஷ்மணா!' என்று இராமனின் குரலில் கத்தியபோது கணவனுக்கு ஆபத்து என்று நினைத்த சீதை பல்வேறு பழிச்சொற்களால் அவனைச் சிறுமைப்படுத்துவாள்.

தோருதத் 'லக்ஷ்மண்' என்கிற ஆங்கிலக் கவிதையை எழுதியிருக்கிறார். அதில் சீதை இலக்குவனை நாக்கினால் சுட்டதைப் பற்றி விரிவான சித்திரிப்புகள் இடம் பெற்றிருக்கின்றன. ஒருவர் ஆத்திரத்தில் சொல்வதுதான் அவர்கள் உண்மையான கருத்து என்று எடுத்துக் கொண்டால் சீதை சொன்ன சொற்கள் அவளுடைய மதிப்பையே குறைத்துவிடக்கூடியவை. ஆனால், இலக்குவன் சிறிதும் பதற்றப்படாமல் ''துயரமும், பயமும் உங்களிடம் கோபத்தை வரவழைத்து விட்டன'' என்று சொல்லி அந்த ஆணைக்குக் கட்டுப்படுவதோடு இறுதிவரை அதைப்பற்றி இராமனிடம் மூச்சுவிடாமல் இருக்கிறான். அதுதான் அவனுடைய உணர்ச்சித்திறனுக்கு உயரிய சிகரமாக இருக்கிறது.

★

அத்தியாயம்

48

மன அழுத்தம்: இளமையைப் பாதிக்கும்

உணர்ச்சித் திறனில் மேலோங்கி இருக்கின்ற பண்பாளனாக யுதிஷ்டிரர் திகழ்கிறார். பாண்டவர்கள் இமயத்திற்குப் புனித யாத்திரை செல்கிறார்கள். திரௌபதியும் மற்ற பாண்டவர்களும் ஒவ்வொருவராகத் தங்கள் பாவங்களின் எடைக்கு ஏற்ப மரணத்தில் வீழ்கிறார்கள். தர்மர் மாத்திரம் சிகரத்தை அடைகிறார். அங்கு இந்திரர் அவரைச் சொர்க்கத்திற்கு அழைத்துச் செல்லத் தங்க ரதத்தில் வருகிறார். அதில் அவர் ஏறச் செல்கையில் அவருடன் அதுகாறும் வந்த நாயைவிட்டுவிட்டு வரும்படி இந்திரர் சொல்கிறார். தர்மர் ‘என்னை நம்பி வந்த இந்தப் பிராணியை விட்டுவிட்டு வரமாட்டேன்’ என்று திடசித்தத்துடன் கூறுகிறார். அதற்கு இந்திரர் ‘உன் சகோதரர்களை எல்லாம் விட்டுவிட்டு இத்தெருநாயை விடமாட்டேன் என்கிறாயே’ என்று குறிப்பிடுகிறார். யுதிஷ்டிரருக்கு அது நாயல்ல. தான் சேகரித்த தர்மம்.

அதுவன்றி சொர்க்கத்தில் நுழையமுடியாது என்று தெரிகிறது. அதற்குத் தர்மர் ‘திரௌபதியும் என் சகோதரர்களும் என்னை விட்டு விட்டார்கள், நான் அவர்களைக் கைவிடவில்லை’ என்று குறிப்பிடுகிறார். உடனே அந்த நாய் தர்ம தேவதையாக மாறுகிறது. இந்திரனின் இரதத்தில் அவர் பயணிக்கிறார். அங்கே அவருடைய சகோதரர்களோ, திரௌபதியோ இல்லை. மாறாக துரியோதனாதியர்கள் அங்கு இருக்கிறார்கள். மற்ற பாண்டவர்கள் தாங்கள் செய்த சின்ன பாவங்களுக்காக நரகத்தில் இருப்பதாகவும், குருக்ஷேத்திரத்தில் இறந்ததால் துரியோதனன் சொர்க்கத்தில் இருப்பதாகவும் தர்மருக்குச் சொல்லப்படுகிறது.

தர்மர் தம்பிகளை விட மனமில்லாமல் நரகத்திற்குச் செல்ல முடிவு செய்கிறார். அங்கு இருந்த இரத்தக் களரியும் ஓலக்குரல்களும் பயத்தை ஏற்படுத்தின. அதனால் உணர்ச்சிகளைக் கட்டுப் படுத்திக்கொண்டு தன்னை அழைக்கிற சகோதரர் களை நோக்கிச் சென்று அங்கேயே இருக்க முடி வெடுக்கிறார்.

நரகத்தில் இருக்கும் நல்லவர்களோடு வாழ் வதையே தான் விரும்புவதாக இந்திரரிடம் குறிப் பிடுகிறார். அப்போதுதான் அதுவும் ஒரு பரி சோதனை என்று தெரிகிறது. அந்தச் சின்ன தடங்கல் துரோணர் மகன் இறந்ததாக அவரை நம்ப வைத்ததற் காக ஏற்பட்ட பிராயச்சித்தம் என்று சொல்லப் படுகிறது. தர்மரும், சகோதரர்களும் உண்மையான சொர்க்கத்திற்கு அழைத்துச் செல்லப்படுகிறார்கள். இதிகாசங்களும் வரலாறுகளும் உணர்ச்சிவசப்படு பவர்களை உதாசீனப்படுத்தவே செய்கின்றன.

பழைய ஏற்பாட்டில் யோபு பற்றிய கதை. இதயத்தைக் கவரும் இலக்கியம். யோபு நீதிமான். நெறிதவறாத வாழ்க்கை வாழ்பவன். கடவுள் அவனைப் புகழும்போது சாத்தான், 'யோபு உங்கள் பாதுகாப்பினால் பண்புள்ளவனாக இருக்கிறான். நீங்கள் அவன் செல்வம், குழந்தைகள், உடல் நலம் ஆகியவற்றை உருவிவிட்டால் உங்களைச் சபிக்கத் தொடங்குவான்' என்று தூண்டுகிறான். அப்போதும் யோபு கடவுளை நொந்துகொள்ளாமல் தான் பிறந்த நாளையே கடிந்துகொள்கிறான். அவனுடைய மூன்று நண்பர்கள் எவ்வளவு வற்புறுத்தியும் அவன் இறைமையைச் சபிக்கவில்லை. அவனுக்குக் கோபம் தோன்றவேயில்லை. சாத்தானின் முயற்சி தோல்வியடைகிறது. கொடுத்தவனே எடுத்துக் கொண்டான் என்கிற சமாதானம் மட்டுமே யோபு விடமிருந்து வருகிறது. கடவுள் அவன் விசுவாசத்தை உணர்ந்து முன்பைக்காட்டிலும் அதிக செல்வத் தையும், வளங்களையும் வழங்குகிறார். அவன் நான்கு தலைமுறைகளைத் தாண்டி 140 ஆண்டுகள் வாழ்கிறான்.

யோபுவின் கதையும் அரிச்சந்திரனின் கதையும் ஒரே மாதிரியானவை. இரண்டுமே மனத்திடத்தைப் பரிசோதிக்கின்ற சோதனைகளை அடிப்படையாகக் கொண்டவை. துயரம் வரும் போது அதைத் தாங்கிக்

கொள்வதற்கான மிகச்சிறந்த எடுத்துக்காட்டாக, புதிய ஏற்பாட்டில் யோபு மேற்கோள் காட்டப் படுகிறான். திருக்குரானிலும் ஓர் இறைத் தூதராக சித்திரிக்கப்படுகிறார். ஆனால் அதில் நண்பர் களோடு உரையாடுவதுபோல சொல்லப்படுவ தில்லை. நம்பிக்கையுடன் வாழ்வை எதிர்கொள் பவர்களுக்குப் பதற்றம் ஏற்படுத்தும் நிகழ்வுகள் கூட கலங்கரை விளக்கங்களாகக் கைதூக்கி விடுகின்றன.

ஆங்கில நாடகங்களில் புகழ் பெற்றது ஜான் வெப்ஸ்டர் எழுதிய 'டச்சஸ் ஆஃப் மால்ஃபி'. அதில் வருகிற டச்சஸ் தன் தகுதிக்குக் குறைவான ஒருவரைத் திருமணம் செய்வதால் பல துயரங் களைச் சந்திக்கின்றாள். ஆனால் அவை அனைத் தையும் அசாத்திய துணிச்சலுடன் எதிர்கொள்கிறாள். எந்தவொரு கட்டத்திலும் அவள் கலங்குவதில்லை. அவளை ஒருமுறைகூட, பணிய வைக்க முடியாமல் அவள் எதிரிகள் தோற்றுப்போய் விடுகிறார்கள். துயரம் வருகிற போதெல்லாம் அந்த நாடகத்தை ஒரு முறை வாசித்துப் பார்த்தால் நம் துயரம் ஒன்று மில்லை என்பதை அறிந்து கொள்ளலாம்.

நம்பிக்கையுடன் வாழ்வை எதிர்கொள்பவர்களுக்கு பதற்றம் ஏற்படுத்தும் நிகழ்வுகள்கூட கலங்கரை விளக்கங்களாக கைதூக்கி விடுகின்றன

ஜென் இலக்கியத்தில் உள்ள ஒரு கதை. ஹகியூன் என்கிற ஜென் துறவி. புனித வாழ்விற்காகப் போற்றப்பட்ட அவர் இல்லத்தின் அருகே அழகான ஜப்பானிய பெண் ஒருத்தி இருந்தாள். திடீரென அவள் கருவுற்று இருப்பதைப் பெற்றோர்கள் அறிய நேர்ந்தது. அவர்களுக்கு ஆத்திரம். யார் காரணம் என்று இடைவிடாமல் அவளைத் துன்புறுத்தி னார்கள். அவள் பக்கத்து வீட்டுத் துறவியே காரணம் என்று சொல்கிறாள்.

குழந்தை பிறந்ததும் அதை ஹகியூன் வசம் ஒப்படைக்கிறார்கள். அவர் 'அப்படியா?' என்று மட்டும் கூறி அந்தக் குழந்தையை வளர்க்க ஆரம் பிக்கிறார். அவருடைய கௌரவம் எல்லாம் காணாமல்போனது. குழந்தை மீது அதீத அன்பு செலுத்தினார். அவர் குழந்தையை அன்புடன் பராமரிக்கும் விதத்தைப் பார்த்து அந்தப் பெண் சகிக்கமுடியாமல் உண்மையைச் சொல்லிவிடு கிறாள். மீன் சந்தையில் பணிபுரியும் இளைஞன் ஒருவனே காரணம் என்று சொன்னதும் அப் பெண்ணின் பெற்றோர்கள் துறவியிடம் சென்று வெகுநேரம் மன்னிப்பு கேட்டுவிட்டு குழந்தையைப் பெற்று வருகிறார்கள். அந்த நேரத்திலும் ஹகியூன் 'அப்படியா!' என்று மட்டும் ஒற்றைச் சொல்லை உதிர்க்கிறார். பற்றற்றவர்கள் பதற்றப்படுவதில்லை.

பற்றற்று இருப்பது வேறு, நெஞ்சழுத்தத்துடன் இருப்பது வேறு. ஷேக்ஸ்பியர் உருவாக்கிய வில்லன் களிலேயே கொடூரமானவன் ஒதல்லோவில் வரும் இயாகோ. அவன் காரணமே இல்லாமல் வஞ்சம் தீர்க்கிறான். கடைசிக் கட்டத்தில்கூட தான் செய்த தவறுக்காக அவன் வருந்தாதவன். என்னை என்ன செய்தாலும் என்னிடம் இருந்து ஒரு சொல் கூட உதிராது என்று உறுதியாக இருந்தான். தவறுக்குத் திருந்தாதவனே தலைசிறந்த வில்லன்.

பெரிய பதவிகளில் இருப்பவர்கள் நகைச் சுவை அம்சங்கள் நிறைந்த இலக்கியங்களை அவ்வப்போது படிக்க வேண்டும். சிலவற்றைத் திரும்பத் திரும்ப வாசிப்பதுகூட நல்லதுதான். அப்படிப்பட்ட ஒரு நாடகம் ஆலிவர் கோல்டு ஸ்மித் எழுதிய 'ஷீ ஸ்டூப்ஸ் டு காங்கர்' என்பது.

பணக்கார வர்க்க பெண்களைப் பார்த்து அசூயை கொள்கிற நாயகன். அவன் சந்திக்கிற பெண் அவனுடைய பிரச்சினையைப் புரிந்து கொண்டு சாதாரணப் பணிப் பெண்ணைப்போல நடந்து மார்லோ என்கிற அந்த பணக்கார இளைஞனை வீழ்த்துகிறாள். இதுதான் கதை. ஆனால் ஒவ்வொரு வரியிலும் சிரிப்பால் உடம்பு குலுங்கும்.

'அன்னை வயல்' என்ற இரஷ்ய நாவல். அது பாசிஸ்ட் ஆக்கிரமிப்பாளர்களை எதிர்த்துச் சோவியத் மக்கள் நடத்திய தேச பக்த போரைப் பற்றிய கதை. சிங்கிஸ் ஐத்மாத்தவ் எழுதியது. ஏழைத் தாய் ஒருத்தி, பெயர் தல்கோனை. அவள் தன் கணவனையும், மூன்று மகன்களையும் அப்போரில் இழந்துவிடுகிறாள். ஆனாலும் வாழ்க்கையின்மீது இருந்த நம்பிக்கையை அவள் இழக்கவில்லை.

பாத்திரத்தில் இருக்கும் தண்ணீர் பளபளக்கிறது. கடலில் இருக்கும் நீரோ கறுத்தேயிருக்கிறது

அவள் மருமகள் மீது மிகவும் அன்பு செலுத்து கிறாள். அலிமான் என்கிற அந்தப் பெண் விதவையா கிறாள். ஆனால் அவளின் ஆசைகள் வெள்ளை யுடை உடுத்தவில்லை.

அவை வண்ணக் கனவுகளால் அலங்கரிக்கப் பட்டு வேறொருவனிடம் தன்னை இழக்கச் செய் கின்றன. அப்போதும் தல்கோனை மருமகளைப் பற்றி வருத்தப்படவில்லை. திருமணமான சில நாட் களிலேயே கணவனைப் போருக்கு அனுப்பிவைத்த தன் மருமகளின் பக்கம் நியாயம் இருப்பதாகவே அவளுக்குத் தோன்றுகிறது. பிரசவத்தில் அவள் மருமகள் இறந்து விடுகிறாள். அந்தக் குழந்தையைத் தல்கோனை அன்போடு வளர்க்கிறாள். அவள் நிலமகளைப் பார்த்து அன்னை வயலே என்று தலைவணங்குகிறாள். ஆனால் அந்த அருமை நிலமோ அவளைப் பார்த்து ''இல்லை தல்கோனை, நீயே மொழிந்திடுவாயாக. நீ மானிடப் பெண். நீ எல்லோரிலும் உயர்ந்தவள், எல்லோரிலும் அறிவு மிக்கவள், நீ மனித குலத்தினள்! நீயே புகன்றிடு வாயாக!'' என்று கூறுவதாக நாவல் முடிகிறது. எழுச்சியும், வைராக்கியமும் நிறைந்த ஒரு பெண் நம்முன் படைத்துக் காட்டப்படுகிறாள். அப்படிப் பட்ட பெண்ணாக இம்மண்ணில் வாழ்கிறவர்கள் இருக்கிறார்கள் என்கிற நினைப்பே நம் பதற்றத்தைத் தணித்துவிடும் தன்மை கொண்டது.

இரவீந்திரநாத் தாகூர் 'ஸ்ட்ரே பேர்ட்ஸ்' என்ற நூலில் எழுதியிருப்பார். பாத்திரத்தில் இருக்கும் தண்ணீர் பளபளக்கிறது. கடலில் இருக்கும் நீரோ கருத்தேயிருக்கிறது. சின்ன உண்மைகள் தெளிவான சொற்களைக் கொண்டவை. பேருண்மையோ மௌனத்தைக் கருக்கொண்டது என்று குறிப்பிடு கிறார். ஆழமான இடத்தில் நதி அமைதியாக ஓடுகிறது. இதுவே இலக்கியம் தேவையில்லாமல் பரபரப்புக் காட்டுபவர்களைப் பற்றி நமக்கு அறிவுறுத்தும் உண்மை.

என்றும் இளைமையாய் இருப்பது எப்படி என்ற புறநானூற்றுப் பாடல் ஒன்றுண்டு பிசிராந்தை

யார் பெருமையுடைய மனையாள், அறிவு நிரம்பப் பெற்ற பிள்ளைகள், குறிப்பறிந்த பணியாளர்கள், கருணைமயமான ஆட்சியர், அறிஞர் பெருமக்கள் வாழும் ஊர் ஆகியவை அமைந்ததால் அவர் நரை விழாமல் நெடுநாள்கள் வாழ்வதாய்க் கூறுகிறார். மனஅழுத்தம் வராத சூழல் இளமையைப் பாது காக்கும் என்பதே அதன் பொருள்.

> **'யாண்டுபல வாக நரையில ஆகுதல்**
> **யாங்காகி யர்என வினவுதிர் ஆயின்**
> **மாண்டஎன் மனைவியொடு மக்களும் நிரம்பினர்**
> **யான்கண் டனையர்என் இளையரும் வேந்தனும்**
> **அல்லவை செய்யான் காக்கும் அதன்தலை**
> **ஆன்றவிந்து அடங்கிய கொள்கைச்**
> **சான்றோர் பலர்யான் வாழும் ஊரே!'**

(புறம் 191)

இன்று அப்படிச் சூழல் அமைந்து நரைவிழாத ஒருவர் இருக்கலாம். ஆனால் அவரைச் சுற்றியிருப் பவர்கள் நரைவிழாமல் இருக்கிறார்களா என்பது தான் கேள்வி. அடுத்தவர்கள் மட்டுமல்ல, நாமும் மன அழுத்தம் ஏற்படுத்தாத மனிதராய் இருக்க வேண்டும்.

இலக்கியத்தில் மேலாண்மை

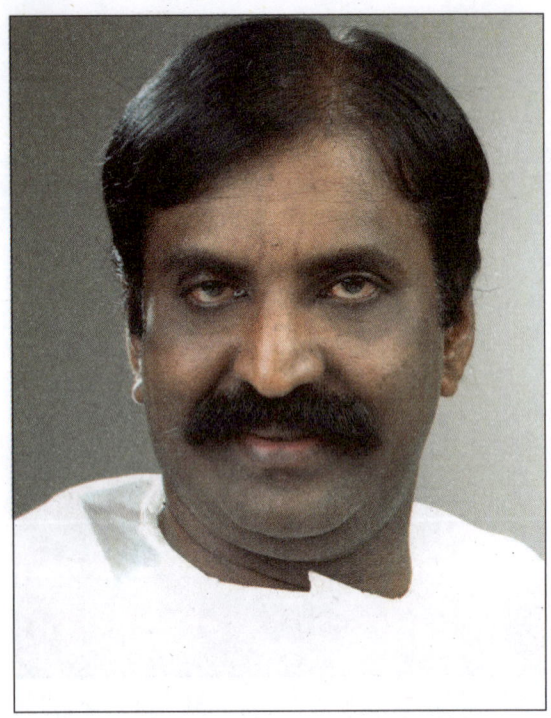

கவிஞர் வைரமுத்து பணியையும், குடும்பத்தையும் சமமாகப் பதற்றமின்றி நடத்துவது பற்றி ஒரு கவிதையில் குறிப்பிட்டிருக்கிறார்.

'படுக்கையறையில்....
எழுதுகோல்
தொலைபேசி
எதுவும் வைக்காதே
உன் சுத்தமான சுதந்திரம்
அந்தச்
சுவர்களுக்குள்ளேதான்
...சாப்பாடு மேஜையும் கட்டிலும்
தொடமுடியாத தூரத்தில் இருக்கட்டும்
அந்தத் தூரம் உன் ஆயுளின் நீளம்'

நம்முடைய பதற்றத்தைப் பற்றியே இன்றைய மேலாண்மை பேசுகிறது. ஆனால் இலக்கியமோ வாயற்ற ஊமைகளாக, மிகவும் அசுத்தமான, ஆபத்தான பணிகளையும் செய்கிற மனிதர்களைப் பற்றியெல்லாம் பேசி, 'நாம் செய்கிற பணி ஒன்று மேயில்லை' என்கிற உணர்வை ஏற்படுத்துகிறது.

வெளியுலகத்திற்கே தெரியாத ஓர் இருண்ட வாழ்க்கையை வாழும் அப்பாவி மனிதர்கள் பற்றிய படப்பிடிப்பே 'தோட்டியின் மகன்' என்னும் தகழி சிவசங்கரன் பிள்ளையின் நாவல்.

மலம் அள்ளும் தோட்டிகளின் துயரமான வாழ்வு. இசக்கிமுத்து என்கிற வயோதிகத் தோட்டி காய்ச்சலில் பணிக்குப் போக முடியாமல், தன் மகன் சுடலைமுத்துவைப் பணிக்கு அனுப்புகிறான். சுடலைக்கோ அப்பணியில் அருவருப்பு. மகன் குடிப்பதற்குக் கஞ்சி வாங்கிவருவான் எனப் பசியோடு காத்திருக்கும் இசக்கி, பரிதவிக்கிறான். சுடலையின் தன்மானம் இடம் கொடுக்காததால், கஞ்சி வாங்கவோ, கெஞ்சி கேட்கவோ மனம் வரவில்லை. பசியால் இசக்கி செத்துப்போகிறான். ஈமச் சடங்குக்குக்கூட முடியாமல் புதைக்கிறார்கள். ஆழமற்ற புதைகுழியில் பிணத்தை நாய்கள் வெளியே இழுக்கின்றன.

சுடலைக்குப் பணி பிடிக்காமல் போனாலும், பழகிக்கொள்கிறான். மற்றவர்கள் போலின்றி குடியில் இறங்காமல் பணத்தைச் சேமித்து, சக தோட்டிகளிடம் வட்டிக்கு விட்டான். சுத்தமாக இருக்கும் அவனைப் பார்த்து மற்றவர்கள் 'தோட்டிக்கு ஏன் இவ்வளவு தூய்மை' என்று

விமர்சனம் செய்கிறார்கள். அவன் தன் மகனாவது தோட்டியாகக்கூடாது, நிறைய படிக்க வேண்டும் என நினைக்கிறான். சேர்த்து வைத்த பணத்தை நகராட்சித் தலைவரிடம் கொடுத்து வைக்கிறான். தோட்டிகளின் சங்கம் உருவாக முளைவிடும் முயற்சிகளையெல்லாம் ஈவு இரக்கமின்றி முறியடிக்கிறான். சக தோட்டியை, தனக்குப் பரிவுடன் இருந்த நண்பனையே திருட்டுப்பட்டம் கட்டித் துரத்துகிறான். அவன் குடும்பமே வெளியேறுகிறது.

அவனுக்குப் பணமும், முன்னேற்றமுமே முக்கியம். வைசூரி, காலரா எது பரவினாலும் அதற்கு முதலில் பலியாவது தோட்டிகள்தாம். சுகாதாரமற்ற பணியில் இருக்கும் அவர்களின் உடல்களே அவற்றிற்கு நாற்றங்கால்கள். அவன் வள்ளி என்ற பெண்ணைத் திருமணம் செய்கிறான். பணத்தை நேசிக்கும் அவளை அவனால் நேசிக்க முடியவில்லை. அவர்களுக்கு ஒரு மகன் பிறக்கிறான். 'தோட்டியின் மகன் தோட்டியாகக் கூடாது' என்பதில் பிடிவாதமாக இருக்கும் சுடலை, தோட்டிகள் குடியிருப்பிலிருந்து வேறோர் இடத்திற்குக் குடி பெயர்கிறான். மகனுக்கு 'மோகன்' எனப் பெயர் சூட்டுகிறான். 'தோட்டி மகனுக்கு மோகன் என்ற பெயரா' என மற்றவர்கள் கேலி செய்கிறார்கள். அவமானத்தால் குறுகுகிறான். மல நாற்றமடிக்கும் தன் உடல் குழந்தையின்மீது பட்டு விடக்கூடாது என முத்தமிடவும் மறுதலிக்கிறான். நகராட்சித் தலைவர் அவன் சேமித்த பணத்தைத் தராமல் ஏமாற்றிவிடுகிறார்.

திடீரென ஊரில் பரவிய காலரா சுடலையையும், அவன் மனைவி வள்ளியையும் எடுத்துக்கொள்கிறது. மோகனும் தோட்டியாகிப் போராட்டத்தில் குதிக்கிறான். தன் தந்தையை ஏமாற்றிய நகராட்சித் தலைவரின் வீட்டைக் கொளுத்தத் தீவைக்கிறான். போராட்ட ஊர்வலத்தில் குண்டடிபட்டு மோகன் இறக்கிறான்.

இந்த நாவலைப் படிக்கிற யாருமே துப்புரவுத் தொழிலாளர்களைக் கண்ணியமாக நடத்துவார்கள். மேலாண்மை விட்ட இடத்திலிருந்து, இலக்கியம் மேலே நம்மை அழைத்துச் செல்வது இப்படித்தான்.

இலக்கியப் படைப்புகள் பல பாத்திரங்களை நமக்குப் படைத்துக் காட்டுகின்றன. இறுக்கமாக இருக்கின்ற சூழலில் அவை இன்னும் செறிவாக நாம் வாழ்க்கையை முன்னகர்த்த கற்றுத் தருகின்றன. இன்னொரு பக்கம் நாம் இன்னும் துணிச்சலுடன் நம் வாழ்க்கையை அணுகவேண்டும் என்று கற்றுத் தருகின்றன. இது மேலாண்மையைத் தாண்டிய அணுகுமுறை. ★

இலக்கியத்தில் மேலாண்மை

அத்தியாயம் 49
சமரசமே சவுபாக்கியம்

மேலாண்மையில் இன்றியமையாத ஆறாவது திறன் சமரசத்திறன். வேறுபட்ட இலக்குகளைக் கொண்ட இருவர் ஒன்றுகூடிப் பேசித் தங்களுக்குள் இருக்கும் வேற்றுமைகளைக் களைந்து ஒரே புள்ளியில் தங்கள் செயல்பாட்டை இணைப்பது தான் பேச்சு வார்த்தையின் நோக்கம். மேடையில் பேசுபவர்கள் எல்லாம் சமரசத்திறனில் சிறப்பாகச் செயல்படுவார்கள் என்று எதிர்பார்க்கமுடியாது.

அடுத்தவர்களோடு பேச்சுவார்த்தை நடத்த அசாத்தியப் பொறுமையும், துணிவும், கவனிக்கும் ஆற்றலும், விட்டுக்கொடுக்கும் மனப்பான்மையும், சமயோசித அறிவும் அவசியம். அலங்காரமாகப் பேசுகிற அனைவருமே பேச்சு வார்த்தையில் ஜொலிப்பார்கள் என்று எதிர்பார்க்கமுடியாது. கோபப்படுபவர்கள் சமரசக் கூட்டங்களில் எடு படாமல் போய்விடுவார்கள். நம் உணர்ச்சியைத் தூண்டக்கூடியவாறு எதிர் தரப்பில் இருப்பவர்கள் துடுக்காகப் பேசினாலும் பொறுமை காக்க வேண்டியது அவசியம். முதிர்ச்சியே பேச்சு வார்த்தைக்கு முத்திரை. ஹென்றி கிசிங்கர் அதற்கு உதாரணம்.

நல்ல சமரசம் என்பது இருதரப்பினரும் வெற்றிபெறுகிற நிகழ்வு. கூட்டம் முடிந்ததும்

> நல்ல சமரசம் என்பது இருதரப்பினரும் வெற்றிபெறுகிற நிகழ்வு. கூட்டம் முடிந்ததும் இருதரப்பைச் சார்ந்தவர்களும் மகிழ்ச்சியோடு அறையைவிட்டு வெளியே வரவேண்டும்

இருதரப்பைச் சார்ந்தவர்களும் மகிழ்ச்சியோடு அறையைவிட்டு வெளியே வர வேண்டும். அதை ஆங்கிலத்தில் வின்- வின் சூழல் என்று அழைப் பார்கள்.

சுந்தர ராமசாமி எழுதிய ஒரு புளியமரத்தின் கதை புதினத்தில் ஒரு கிளையை இழந்த மரம், தன்னைக் காப்பாற்றிக்கொள்கிறது.

அதைப் பற்றிக் குறிப்பிடும்போது 'எதை யேனும் ஒன்றை இழந்து தன்னைக் காப்பாற்றிக் கொண்டு விடுவது என்பது எப்போதுமே புத்தி சாலித்தனமான காரியம்தானே? பைத்தியம் என்பதும் ஒருவன் தன் அறிவை இழந்து தன்னைக் காப்பாற்றிக்கொண்டதன் விளைவுதானே? இழப் பதற்குப் பல்லிக்கு வாலும், பெண்ணுக்குக் கற்பும், மனிதனுக்குக் கொள்கையும், கடவுளுக்கு முக மூடியும் உண்டு. இழந்தும் பெற்றும்தான் வாழ முடியும் போலிருக்கிறது' என்கிறார்.

இன்றைய இளைய தலைமுறை எதையும் இழக்காமல் விரும்பிய அனைத்தையும் பெற்றுவிட வேண்டும் என்பதில் தீர்மானமாக இருக்கிறது. இது அவர்கள் அலுவலக வாழ்க்கையையும் சொந்த வாழ்க்கையையும் வெகுவாகப் பாதித்துவிடுகிறது. சமரசம் என்பது அடிப்படைப் பண்பைப் பாதிக் காமலும், ஏற்கெனவே கொண்டிருந்த எண்ணம் தவறு என்பதை உணர்ந்தபோதும் ஏற்பட்டால் அது வளர்ச்சியாகவே கருதப்படும். வாழ்வு தொடர்ந்த சமரசங்களின் தொகுப்பு.

நாம் பேச்சுவார்த்தை நடத்துபவர்களை எப்படி மரியாதையோடு நடத்துகிறோம் என்பதுதான் முக்கியம். படிக்காத இராமகிருஷ்ண பரமஹம் சருக்கு ஊருக்குள் இருக்கும் மதிப்பும், செல் வாக்கையும் கண்டு படித்த மேதையான கேசப் சந்திரசேனுக்குச் சற்றுப் பொறாமை. என்னைவிட அறிவாளியா? என்ற எண்ணம்.

பேகன், கட்டுரைகள் என்ற நூலில் தகுதியற்ற வர்கள் மிகப்பெரிய அங்கீகாரம் பெறும்போது, பொறாமை ஏற்படுவதுண்டு எனக் குறிப்பிடுகிறார். அப்படிப் பொறாமை துளிர்விட, கேசப் இராம கிருஷ்ணருடன் தருக்கம் செய்வது என்று முடி வெடுக்கிறார். அவர் அறிவிப்பை மிகுந்த மகிழ்ச்சி யுடன் இராமகிருஷ்ணரும் ஏற்றுக் கொண்டார்.

சீடர்களுக்கோ அச்சம். கேசப் மெத்தப் படித்தவர். அவர் சாதுரியமாகப் பேசக்கூடியவர். அவர் முன்பு படிக்காத பரமஹம்சர் வாதம் எடு படாது. ஏனென்றால் சொற்களின் மூலம் அல்ல; உணர்வுகளின் மூலம் இயங்குபவர் அவர். அது மட்டுமல்ல, இதயம் மூலம் இரசவாதம் செய்பவர் களுக்கும் மூளை மூலம் முலாம் பூசுபவர்களுக்கும் நிறைய வேறுபாடு உண்டு.

இராமகிருஷ்ணரோ கேசப்பை வரவேற்க வாயிலிலேயே காத்திருந்தார். தருக்கம் செய்யும் தன்முனைப்போடு வருகிற ஒருவரை யாரும் முறுக்கிக்கொண்டுதான் எதிர்கொள்வார்கள். வாசலிலேயே விருந்தாளியை வரவேற்பதுபோல வரவேற்கக் காத்திருந்தவரைக் கண்டதுமே, கேசப்

சற்று ஏமாற்றமடைந்தார். உள்ளே சென்றதும் ஆரம்பிக்கலாமா? என்று ஆசுவாசப்பட்டார் கேசப்.

அதற்குள் என்ன அவசரம்? முதலில் சாப்பிடுவோம் என்று அவருக்கு லட்டுகளை கொடுத்துப் போதும் போதும் என்று சொல்லும் வரை ஊட்டி விட்டார்.

இப்போதாவது ஆரம்பிக்கலாமா? பதற்றம் தெறிக்க கேசப் கேட்டார்.

"பொறுங்கள் பொறுங்கள். முதலில் நடன மாடுவோம்..." என்று, பாட்டுப் பாடி நடனமாடி அவரையும் கைப்பிடித்து நடனமாடச் செய்தார் பரமஹம்சர். கேசப் புரிந்துகொண்டார். இவர் அறிவினால் இயங்குபவரல்ல. இந்தக் காந்த வட்டத்தில் நம் தருக்கம் எடுபடாது. இதற்கு மேலும் அங்கு இருந்தால் அவருடைய சீடராகத் தானும் ஆகிவிடுவோமோ என்கிற அச்சம். எனவே பரமஹம்சரிடம் "நான் விடைபெறுகிறேன்" என்றார்.

பரமஹம்சர் போகலாம். "ஒரே ஒரு நிபந்தனை. இப்படி வாதம் செய்ய அடிக்கடி இங்கு வரவேண்டும்" என்றார்.

என் நண்பர் தென்கச்சி சுவாமி நாதனின் மனநிலையைப்பற்றி மன இயல் மாணவர்கள் ஆய்வு செய்து அவரைப் பற்றிய முடிவுக்கு வந்தார்கள். 'அவரைத் தோற்கடிக்கவே முடியாது; ஏனென்றால், அவர் வெற்றிபெறவே விரும்பாதவர்'. சரி. 'நானே தோற்றவன்' என்று, சண்டை ஆரம்பிப் பதற்கு முன்பே சொல்கிறவர்களை எப்படி வெல்ல முடியும். அந்த மோன நிலையிலும், ஞான கதி யிலும் இருந்தவர் அவர். யாராவது நம்மை அடிக்க வந்தால் சரி அடித்துக்கொள் என்ற வரியைச் சொன்னால், அடிக்கிற கைகள் தாழும்.

சமரசம் என்பது தன்முனைப்பற்ற இரு வருக்குள் மட்டுமே நிகழக்கூடிய உடன்பாடு. இருவருமே பரஸ்பரம் விட்டுக்கொடுப்பதன் மூலம் அது நிகழும்.

பிடிவாதமானவர்கள் சமரச மேசையில் மின்னுவதில்லை. அவர்கள் முடிச்சை அவிழ்க்க உதவாமல், இன்னும் சிக்கலாக்கிவிடுவார்கள்.

அறிவையும், உணர்வையும் சம விகிதத்தில் கலப்பது சாமான்யமான செயல் அல்ல

முல்லா நசிருதீனிடம் நியாயம் கேட்க இருவர் வந்தார்கள். ஒருவர் தன் பக்கத்து வாதங்களை யெல்லாம் எடுத்துச் சொன்னார். முல்லா 'நீ சொல்வதும் சரி' என்றார். எதிர்தரப்பைச் சார்ந்தவர் அவருடைய கருத்துக்களையெல்லாம் முன் வைத் தார். முல்லா 'நீ சொல்வதும் சரி' என்றார். இதைப் பார்த்துக்கொண்டிருந்த மூன்றாமவர் பொறுக்க மாட்டாமல் 'இரண்டு பேர் சொல்வதும் எப்படிச் சரியாக இருக்கமுடியும்?' என்று கோபமாகக் கேட்டார். முல்லா 'நீ சொல்வதும் சரிதான்' என்றார். எல்லோரும் குழப்பமடைந்தார்கள்.

மாறுபட்ட எண்ணம் உள்ளவர்களையும் ஈர்க்கும் வண்ணம் பேசி அவர்களைத் தன் வயப் படுத்திய முதல் மனிதர் புத்தர். அவருடைய பிரசங்கம் அவ்வளவு மென்மையானதாகவும், அறிவுப்பூர்வமானதாகவும் இருக்கும். அறிவையும், உணர்வையும் சம விகிதத்தில் கலப்பது சாமான்ய மான செயல் அல்ல. பல உணர்ச்சி வசப்படுகிற உரைகளில் அறிவைத் தேடினாலும் கிடைக்காமல் ஏமாந்துபோகிறோம்.

அவருடைய நெருப்பு உபன்யாசம் முக்கிய மானது. பௌத்த இலக்கியம் 'மஹாவகா'வில் அது பற்றிய தகவல் இடம்பெற்றிருக்கிறது. புத்தர் கயா விற்கு அருகிலிருந்த மலைக்குச் சென்றார். நூறு இளைஞர்கள் அவரைத் தொடர்ந்தனர். அங்குச் சென்றதும் தன் பிரசங்கத்தைத் தொடங்கினார்.

எல்லாம் எரிகிறது, கண் எரிகிறது, காது எரிகிறது, மூக்கு எரிகிறது, நாக்கு எரிகிறது, உடல் எரிகிறது, உள்ளம் எரிகிறது. பொறிகளால் உண்டான மனப் பதிவுகள் எரிகின்றன. அவற்றால் ஏற்படும் உணர்வுகள் மகிழ்ச்சியை ஏற்படுத்தினாலும், அயற்சியை ஏற்படுத்தினாலும் எரிகின்றன.

அவை எந்த நெருப்பால் எரிகின்றன? அவை ஆசையெனும் தீயால், கோபம் எனும் தீயால், அறி யாமை எனும் தீயால் எரிகின்றன. பிறப்பு குறித்த பதற்றத்தாலும், சிதைவு குறித்த கவலையினாலும், மரணம் குறித்த பயத்தினாலும் எரிகின்றன. அவை

இலக்கியத்தில் மேலாண்மை

துயரம், ஏமாற்றம் என்ற தீயின் நாவுகளால் எரிகின்றன.

வழியைப் பின்பற்றுகிறவர்கள், பொறிகள் பற்றிப் புரிந்துகொள்கின்றனர்; புலன்கள் அவர்களுக்குப் புலனாகின்றன. அவர்கள் வலியிலிருந்தும், இன்பத்திலிருந்தும் விடுபடுகிறார்கள். அவர்களது பிடிப்புகளிலிருந்து விடுதலையடைகிறார்கள். அவர்கள் புனிதம் முழுமையடைகிறது.

புத்தரின் பிரசங்கத்தைக் கேட்ட அத்தனை இளைஞர்களும் துறவியானார்கள். நெருப்புப் பிரசங்கம், அவர்கள் நெஞ்சத்தில் கனலை மூட்டியது. உண்மை, சொற்களுக்கு மகரந்தம் பூசுகிறது; நேர்மை, அவற்றை இதயத்தில் நங்கூரமிடச் செய்கின்றது.

சமரசம் என்பது அறத்தின்பால் நிகழ வேண்டும் என்பதே நம் இலக்கியங்களின் நியதி. சுக்ரநீதியில் அறிவுடையான், உலகியலாலும், நூலுணர்ச்சியாலும் மெய்ம்மை, பொய்ம்மைகளையறிந்து விலக்கற்பாலனவற்றை விலக்கல் வேண்டும். நீதியல்லாத ஒன்றை நீதியையொப்ப நெஞ்சத்தாலும் எண்ணலாகாது என்கிற கருத்து வலியுறுத்தப்படுகிறது. பிறருக்கு எளிமை, நாணம் அருவருப்பு முதலியவற்றை உண்டாக்கும் சொற்களையும், பொருளில்லாத மொழிகளையும் ஒரு சிறிதும் கூறலாகாது என்று குறிப்பிடுகிறது. பேச்சு வார்த்தையின்போது தகுதி, பதவி, செல்வம் ஆகியவை முற்றிலுமாக மறைந்துவருகின்றன. அப்போது சுக்ர நீதியில் சொல்லப்பட்டுள்ள அறிவுரைகளைப் பின்பற்றுவது அவசியம்.

என்னுடைய மக்களைச் செல்ல விடு என்பது பைபிள் 'பழைய ஏற்பாட்டில்' உள்ள புகழ்பெற்ற

வாசகம். ஃபேரோவிடம் யூதர்களை எகிப்திலிருந்து செல்ல அனுமதிக்க வேண்டும் என்கிற முறையீட்டின்போது சொன்ன சொற்கள் இவை. ஆனால் இந்த வரியை உதிர்த்தது மோஸஸ் அல்ல. ஆரான் பத்துக் கட்டளைகள் ஆங்கிலத் திரைப் படத்தில் வருவதுபோல மோஸஸ் வெள்ளி நாக்கு விளங்கிய வரல்லர். அவருடைய மூத்த சகோதரர் ஆரான்தான் இதைச் சொன்னவர்.

மோஸஸ் சுயமாகவே ஒத்துக்கொள்கிறார். நான் பேசுவதில் வல்லவனல்லன். பேசுவதில் மெதுவாக இருப்பவன். என் நாக்கும் மெல்லவே இயங்கக்கூடியது. எனவே ஆரான் மூலமே அந்த மகத்தான மந்திரச் சொற்கள் வெளிவருகின்றன. கவர்ச்சி மிகுந்த மோஸஸ், வாக்கு வன்மை மிகுந்த ஆரானை அருகில் வைத்துக் கொண்டே சமரசம் பேசச் செல்கிறார். சமரசம் என்பது ஓர் உன்னத உத்தி. அனைவருடைய கைகளிலும் அது அகப்படுவதில்லை.

போராட்டங்களுக்குக் காரணம் சமரசப் பேச்சுவார்த்தை தோல்வியடைவதுதான். நான் கொஞ்சம்கூட விட்டுக் கொடுக்கமாட்டேன் என்று நினைப்பவர்கள் முட்டுக்கட்டையாகவே இருப்பார்கள்; உறவுப் பாலத்திற்கு முட்டுக் கொடுக்க மாட்டார்கள்.

மேற்கில் நிலவும் ஓர் உருவகக் கதை......

அவலட்சணமான பெண்ணொருத்தி அழகான முகமூடிகள் செய்யும் கலைஞன் ஒருவனிடம் சென்றாள். என்னுடைய அவலட்சணத்தை மறைக் கும்படியான ஒரு முகமூடி செய்து தாருங்கள் எனக் கேட்டாள். அவள் முகம் போலவே தோன்றும் மிக நேர்த்தியான முகமூடியைச் செய்து தந்தான். அவன் அதை அணிந்த போது, அது அவளுடைய நிஜ முகம் போல இயல்பாகப் பொருந்தியது. பேரழகியாகத் தெரிந்தாள்.

அவளை மிக அழகான ஒருவன் நேசிக்கத் தொடங்கினான். அவளுக்குக் குற்ற உணர்வு ஏற்பட்டது. நாளாக நாளாகப் பதற்றம். உண்மை யான முகத்தைக் காண்பித்துவிட வேண்டும் என எண்ணி அவனைத் தனியாக அழைத்து முகமூடியை விலக்கித் தன் உண்மையான முகத்தைக் காண பித்தாள். சிறிதும் அதிர்ச்சியடையாத அவன் 'இன்னமும் உன்னை நான் நேசிக்கிறேன்' என்றான். அவள் அளவற்ற மகிழ்ச்சியடைந்தாள். உடனே அவன் தன் முகமூடியை நீக்கினான். அவனுடைய முகமும் குரூரம்.

'நான் அழகில்லை என அறிந்த பிறகும் என்னை நேசிக்கிறாயா?' என்று அவன் அவளைக் கேட்டான். அவள் 'நீ எவ்வளவு குரூபி! நான் உன்னை நேசிக்கமுடியாது' என்று உதறிக்கொண்டு ஓடினாள்.

பல சமரசப் பேச்சுவார்த்தைகளில் இந்த நிலையே உருவாகிறது. புறநானூற்றில் ஔவையார் அதியனுக்காகத் தொண்டைமானிடம் தூது சென்றதைப் பற்றி நாம் வாசிக்கின்றோம். எவ்வளவு திறமையாக அவர் வாதங்களை முன்வைக்கிறார் என்பதை அறிகிறோம்.

அர்த்தசாஸ்திரத்தில் வெளிநாட்டு உறவு பற்றித் தனி அத்தியாயத்தைக் கௌடில்யர் ஒதுக்கியிருக் கிறார். வெளியுறவுக் கொள்கையின் அடிப்படை அம்சங்களைப் பற்றிக் குறிப்பிடும் போது, அரசன் படையெடுக்கும் ஆற்றல் பெற்றவனாகவும், எதிரிகளைத் துவம்சம் செய்யக்கூடியவனாகவும், நண்பர்களுக்கு உதவுபவனாகவும், புத்திசாலித் தனமாக வழிகளைச் சிந்திக்கக்கூடியவனாகவும், போருக்குப் பதில் சமாதானத்தை விரும்புகிற வனாகவும், வெற்றியிலும் தோல்வியிலும் நியாய வானாக நடந்துகொள்கிறவனாக இருக்க வேண்டும் என்றும் குறிப்பிடுகிறார்.

சமாதான உடன்படிக்கையை எப்படி அமைக்க வேண்டும் என்பதையும் அவர் தெளிவுபடுத்துகிறார். வெற்றி பெற்ற பிறகு தான் ஜெயித்த பகுதிகளின் பலனை அனுபவிக்கும்படி அது அமைய வேண்டும் என்கிறார். தனக்குச் சரிவு ஏற்படும்போதே அரசன் சமாதானத்துக்கு விழையவேண்டும். படை, பலமாக இருந்தால் போரிட வேண்டும். தெளிவில்லாத போது அமைதிகாக்க வேண்டும். போரில்லாத காலங்களில் படையைப் பெருக்க வேண்டும். பலமான எதிரி படையெடுக்கும்போது நேச நாடு களின் ஆதரவைப் பெற வேண்டும். ஒருவரோடு சமாதானம் செய்துகொண்டு இன்னொருவரிடம் போர் புரிய நேரிட்டால் அதை எதிர்கொள்ள வேண்டும்.

★

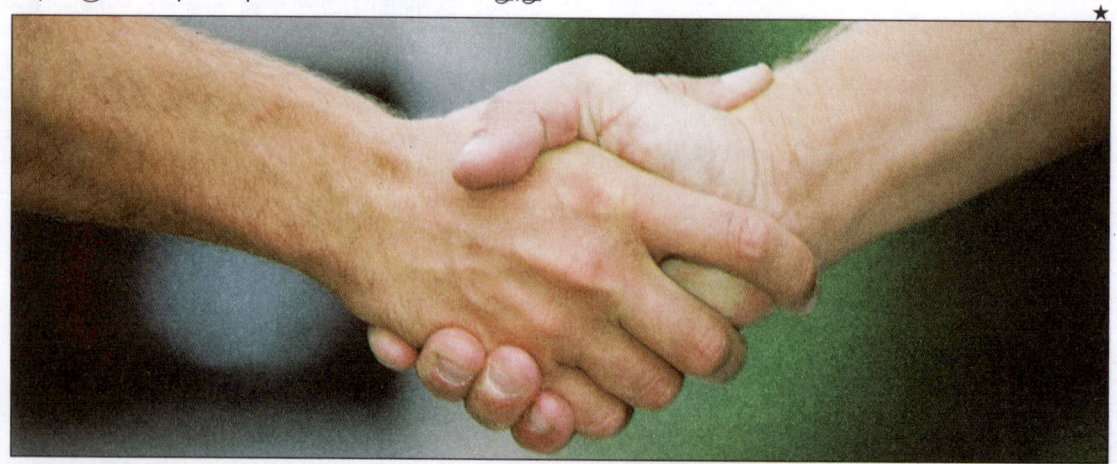

இலக்கியத்தில் மேலாண்மை

அத்தியாயம் 50 — முடிவில் வேண்டும் முனைப்பு

கம்பராமாயணத்திலும், மகாபாரதத்திலும் இரண்டு முக்கியமான தூது செல்லும் காட்சிகள் படைக்கப்பட்டிருக்கின்றன. அனுமன் இராவணனிடம் பேசும்போது அவன் சுக்ரீவனுடைய செயலை இகழ்ந்து பேசுவதைக் கேட்டு அதற்கு விடை கூறுவது சமரசப் பேச்சுவார்த்தைக்கு எடுத்துக் காட்டாகத் திகழ்கிறது. இராவணன், 'எங்கள் ஊருக்குத் தூதனாக வந்து நீ போரிட்ட காரணம் என்ன?' என்று வினவுகிறான். அப்போது உலகத் திற்குப் பொதுவான நீதியை இவனுக்கு உணர்த் தினால் அது தகுந்த செயலாகும் என்று கருதி அவனுக்கு அறிவுரை கூறுகிறார்

*'துணர்த்த தாரவன் சொல்லிய சொற்களைப்
புணர்த்து நோக்கி பொது நின்ற நீதியை
உணர்த்தினால் அதுஉறும் எனஉன்ன அருங்
குணத்தினானும் இனையன கூறினான்'*

அனுமன் இராவணனிடம் அவன் உயிரை நீண்டகாலம் காத்துக்கொள்வதற்கான உபாயத்தைக் கூறுவதாகத் தொடங்கி அவன் தவத்தின் பயனை இழப்பதாகவும் அவன் தேவர்களை வென்று சேர்த்த பெருமை சிதைந்ததாகவும், தூய்மை நிலையை இழப்பதாகவும் அறத்துக்கு மாறாக நடப்பதால் அழிந்துவிடப் போவதாகவும், நயமாகவும், நேர்த்தி யாகவும் அவனை உயர்த்தி அவன் மனம் ஏற்றுக் கொள்ளுமாறு வாழைப்பழத்தில் ஊசியை ஏற்று வதைப் போல, பக்குவமாகக் குறிப்பிடுகிறார் 'தெளிந்த ஞானிகளும் விரும்பும், சிறப்புகளைப் பெற்றவனே! அழியாத நின் வாழ்நாள் சிதைந்து

279

அழிந்து போகக் குறைவுபடாத எல்லாச் செல்வங் களையும் அழித்துக்கொண்டு, எளியவனாக மாறி, இப்போதுள்ள அரச வாழ்வினும் வேறான – மேலும் எள்ளி நகைப்பதற்கு இடம்தரும் இழி தொழிலைச் செய்வதில் ஈடுபடுவாயோ?' என்று அவர் இராவண னையும் ஒப்புக்கொள்ளுமளவுக்கு நயமாகப் பேசு கிறார். அவர் அரக்கர்களைக் கொன்றதற்குக்கூட சமயோசிதப் புத்தியின் காரணங்களைக் குறிப்பிடு கிறார். அவர் முதலில் இராவணனுடைய தன் முனைப்பை முற்றிலுமாகத் திருப்திப்படுத்தும் வகையில் ஆரம்பித்து அவனுடைய தவறுகளைச் சுட்டிக்காட்டுகிறார். சமரசப் பேச்சுவார்த்தை எப்படி அமைய வேண்டும் என்பதற்குச் சுந்தர காண்டத்தில் அந்தப் பகுதி ஓர் எடுத்துக்காட்டு. அடுத்தவர் இருப் பிடத்தில் எவ்வளவு துணிச்சலாகவும், அதே சமயம் நயமாகவும் பேச வேண்டும் என்பது அனுமனிட மிருந்து கற்றுக்கொள்ள வேண்டிய பண்பு.

மகாபாரதத்தில் கிருஷ்ணர் தூது செல்கிறார். அவரை வரவேற்பதற்குத் துரியோதனன் செல்லாமல் விடுகிறான். திருதராஷ்டிரனோ அவரைத் தன் அரண்மனையில் தங்குமாறு வேண்டுகிறான். ஆனால் கிருஷ்ணர் கௌரவர் அரண்மனையிலோ, பாண்டவர் வீட்டிலோ தங்கினால் தூது செல்பவர் களின் நடுநிலைமை கேள்விக் குறியாகும் என் பதால் விதுரனின் வீட்டில் தங்குகிறார். இன்று ஆர்பிட்ரேட்டர் என நியமிக்கப்படுகிறவர்கள் எக்காரணத்தைக் கொண்டும் நிறுவனத்தின் ஓய்வு விடுதிகளில் தங்கக் கூடாது என்பதற்கு இது ஓர் எடுத்துக்காட்டு.

இன்று ஆர்பிட்ரேட்டர்
என நியமிக்கப்படுகிறவர்கள்
எக்காரணத்தைக் கொண்டும்
நிறுவனத்தின் ஓய்வுவிடுதிகளில்
தங்கக் கூடாது என்பதற்கு
இது ஓர் எடுத்துக்காட்டு

துரியோதனன் தூது சென்ற கண்ணனைச் சிறைப்பிடிக்க, தக்கையாய் ஆசனத்தைத் தயாரித்து நிலவறையில் விழும்படி ஏற்பாடு செய்கிறான். கிருஷ்ணர் எந்தப் பக்கமும் சார்பாகப் பேசாமல் பாண்டவர்களுக்கு நாட்டைக் கொடுக்காவிட்டாலும் ஐந்து ஊர்களைக் கொடு; இல்லாவிட்டால் ஐந்து வீடுகளையாவது கொடு என்று சமரசத்தின் உச்சிக்குச் செல்கிறார். ஆனால் அதைக்கூட ஏற்றுக்கொள்ள துரியோதனன் மறுத்து 'பங்காளிகளான பாண்டவர் களுக்கு ஊசி முனை நிலம்கூட உதவமாட்டேன்' என்று எந்தவிதமான சமரசத்திற்கும் ஆட்படுத்திக் கொள்ள மறுக்கிறான். ஆசனத்தில் அமர்ந்த கிருஷ்ணரோ சரிந்து விழாமல் நிமிர்ந்து நின்று விஸ்வரூபம் எடுக்கிறார். அனைத்தும் இயன்ற கடவுளே தூது வந்தாலும் பொறுமை காக்கவேண்டும். அவமானப் படுத்துபவர்களை எரிக்கும் ஆற்றல் இருந்தாலும் அந்த நிமிடத்தில் அந்த அவமானங்களையெல்லாம் விழுங்கிக் கொண்டு அமைதி காக்க வேண்டும் என்கிற கருத்து மகாபாரதத்தின் மூலம் வெளிப் படுகிறது. வேறு வகையில் சமாதானம் ஆகிறவர் களையும் தன்னுடைய செயலால் கெடுத்து விடக் கூடாது என்பது கிருஷ்ணரின் திருவுள்ளம்.

திருக்குறளில் சமரசப் பேச்சு வார்த்தை பற்றி ஓர் அதிகாரமே வகுக்கப்பட்டிருக்கிறது. சமரசப் பேச்சு வார்த்தைக்கு எல்லோரும் தகுதியுடையவர்

களாக ஆகிவிடமுடியாது. அதற்கு அனுமனைப் போலவும், கிருஷ்ணரைப்போலவும் தகுதியான பின்னணி அன்பு, பண்பு, ஆகியவை அவசியம் என்று திருவள்ளுவர் தெரிவிக்கிறார்.

அன்புடைமை ஆன்ற குடிப்பிறத்தல் வேந்தவாம்
பண்புடைமை தூதுரைப்பான் பண்பு. (கு. 681)

சமரசத் திறனுக்கு ஆராய்கின்ற திறமை கனிவு, திட்டமிடுதல், பழகும் திறமை, தகவல் பரிமாற்றத் திறன் ஆகியவை அவசியம் என்று மேலாண்மை கூறுவதைத் திருவள்ளுவர் அப்போதே தெளிவு படுத்தியிருக்கிறார்.

அன்பறிவு ஆராய்ந்த சொல்வன்மை
தூதுரைப்பார்க்கு
இன்றி யமையாத மூன்று (கு. 682)

தன்னுடைய கடமை நேரத்தின் அருமை, தூது செல்கிற இடம் ஆகியவையும் கவனிக்கப்பட வேண்டிய செய்திகள். தன்னுடைய கருத்துக்களை ஆழமாக எடுத்துரைக்கும் வன்மையும் இருக்க வேண்டும் என்பதைத் திருக்குறள் விளக்குகிறது.

ஷேக்ஸ்பியர் 'டிராய்லஸ் அண்ட் கிரஸிடா' என்ற நாடகத்தில் பொருளைப் பேரம்பேசும்போது கடைப்பிடிக்கவேண்டிய வியாபார உத்தியைப் பற்றிப் பாரிஸ் குறிப்பிடுவதாகச் சொல்கிறார். அவன் விருப்பப்படும் பொருளை வியாபாரிகள் குறைத்துப் பேசுவதைப்போல முதலில் பேச்சை ஆரம்பிக்கவேண்டும் என்று அறிவுறுத்துகிறான். நாம் பார்க்கலாம். வியாபாரிகள் அவர்கள் கடையிலிருக்கும் எலுமிச்சம்பழத்தை ஆகாயத்தில் காய்த்ததைப்போல உயர்த்திப் பேசுவார்கள். ஆனால் நாம் நம் தோட்டத்துப் பழத்தை விற்கச் சென்றால், 'இதையெல்லாம் யார் வாங்குவார்கள், மிகவும் சிறியதாக இருக்கிறது' என்று முதலிலேயே நம் நம்பிக்கையைச் சிதறடிப்பார்கள்.

அதைப்போலவே யுலிஸஸ் எப்படி ஒரு பொருளை விற்கவேண்டும் என்பதற்காக உபாயங் களைக் கூறுகிறார். வியாபாரிகள் முதலில் மோச மான சரக்கைக் காட்டுவார்கள். அதையே வாடிக் கையாளர் வாங்கி விட்டால் அவர்களுக்கு இலாபம். அவற்றின் தரத்தில் அவர்கள் திருப்தியடையா விட்டால் படிப்படியாக நல்லவற்றைக் காட்டு வார்கள். இதுதான் இன்றும் சந்தையில் நடக்கும் சமாச்சாரம், சமரசம். எல்லாச் சந்தைகளிலும் பொருள்களை விற்கமுடியாது என்பதை 'ஆஸ் யூ லைக் இட்' என்ற நாடகத்தில் ஷேக்ஸ்பியர் வலியுறுத்துகிறார்.

காதலும் ஒருவிதமான கண்களின் தூதே. 'மச் அடோ எபௌட் நத்திங்' நாடகத்தில் காதலைப் பொறுத்தவரை கண்களே ஒப்பந்தப் பேச்சு வார்த் தையை நிகழ்த்த வேண்டும். அடுத்தவர்களை நம்பக்கூடாது என்று கிளாடியோ குறிப்பிடுகிறான்.

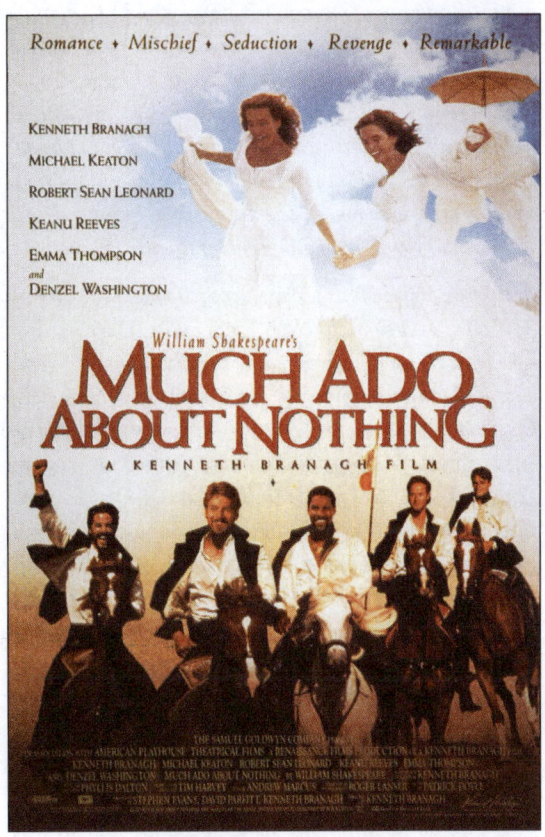

'நான்காம் ஹென்றி' நாடகத்தில் இளவரசன் ஜான், கிளர்ச்சியாளர்களை அடக்க வருகிறான். அவன் கிளர்ச்சிக்குக் காரணமாக ஹேஸ்டிங்ஸை சாதுர்யமாகப் பேசித் தன்னுடைய கிளர்ச்சியைக் கைவிடும்படி செய்கிறான். அவனுடைய தளுக்குப் பேச்சை நம்பி ஹேஸ்டிங்ஸ் புரட்சிப் படையை அனுப்பிவிடுகிறான். நிராதரவாய் நிற்கிற அவனைப்

புரிந்துகொண்ட ஜான் அவனை இராஜ துரோகத்திற்காக ஆர்ச் பிஷப்புடன் கைது செய்கிறான். சாம, தான, பேத, தண்டத்தில் இதுவும் ஒரு பகுதி.

சீன இலக்கியத்தில், சரித்திரச் சம்பவம் ஒன்று மேற்கோள் காட்டப்படுகிறது. சாங் சாம்ராஜ்யத்தின் சக்கரவர்த்தி வீ நாட்டின் மீது படையெடுக்க விரும்பினார். அப்போது சாங் தளபதி தங்கள் படை, எதிரி நாட்டுப்படையை விட பலவீனமாக இருப்பதாகக் கூறிப் படையெடுப்பைத் தவிர்க்கும்படி மன்னரிடம் அறிவுறுத்தினார். அதற்கு அரசர் இரண்டு அரசவை உறுப்பினர்களை அனுப்பி இதுகுறித்து தளபதியிடம் விவாதிக்கும்படி சொன்னார். தளபதிக்கு ஆத்திரம். அவர் 'நாட்டை ஆள்வது வீட்டைப் பராமரிப்பதைப் போல. தெரியாத நபர்களிடம் நெசவைப் பற்றிக் கேட்கக்கூடாது. இந்தப் புத்தகப் புழுக்களிடம் போரைப் பற்றி விவாதிப்பது வியர்த்தம்' என்றார். தொடர்பில்லாதவர்களிடம் பேச்சுவார்த்தை நடத்திப் பிரயோஜனம் இல்லை.

சீன இலக்கியத்தில் 'ஆள்வதற்கான பொது ஆய்வு' என்கிற நூலில் குறிப்பிடப்பட்டுள்ள சம்பவம். ஒரு மன்னருக்கு, கடுமையான சித்திர வதை செய்யும் இரண்டு அதிகாரிகளைப் பற்றித் தெரியவந்தது. அரசர் ஓர் அதிகாரியை இன்னொரு அதிகாரியைக் கைதுசெய்யுமாறு இரகசிய ஆணை பிறப்பித்தார். கைது செய்யப்பட்ட அதிகாரி ஜாவ் ஜிங். கைது செய்தவர் லெய் ஜஞ்சன். மன்னர் லெய் ஜஞ்சனை விருந்துக்கு அழைத்தார். அவனிடம், 'கைதியைக் குற்றத்தை ஒப்புக்கொள்ள எந்த வழிமுறையைப் பிரயோகப்படுத்த வேண்டும்' என்று கேட்டார். அதற்கு லெய் ஜஞ்சன் இரும்புக் குதிர் ஒன்றைச் செய்து அதைச் சூடாக்கி அதற்குள் கைதியைப் போடவேண்டும் என்று சொன்னார். இதைக் கேட்டவுடன் அவர் ஜாவ் ஜிங்கிடம், 'நீ ஒரு கிளர்ச்சிக்குத் திட்டமிட்டாய் - எனவே இந்த குதிருக்குள் நுழை' என்று கூறினார். ஜாவ் ஜிங் உடனே குற்றத்தை ஒப்புக்கொண்டான். எல்லா நேரங்களிலும் அன்பை உபயோகிக்க முடியாது என்பதற்கு இந்தச் சம்பவம் ஓர் உதாரணம்.

முடிவெடுப்பது மேலாண்மையில் முக்கியப் பணி. குறிப்பெடுப்பது குமாஸ்தாக்களுக்கும் முடிவெடுப்பது உயர் பதவியில் இருப்பவர்களுக்கும் உரித்தான பணிகள் என ஒதுக்கப்பட்டிருக்கின்றன

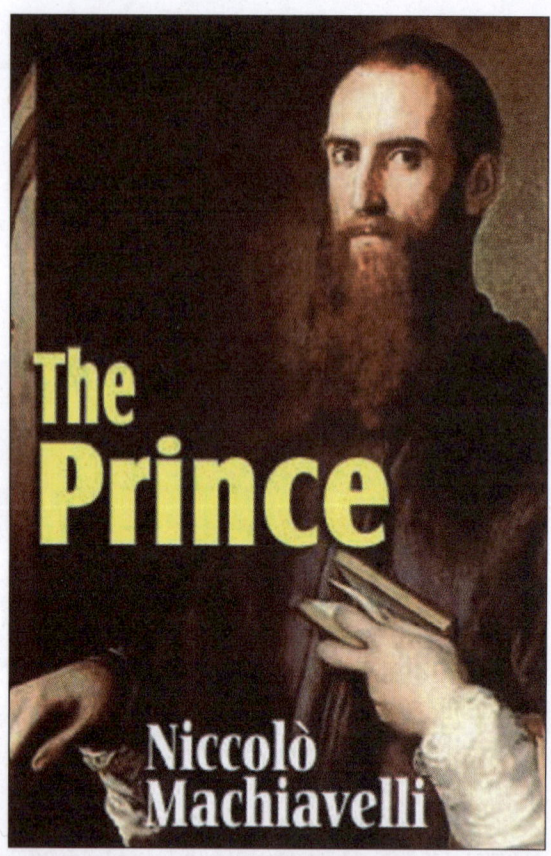

வர்த்தகத்திலோ, போரிலோ முன்னேறிக் கொண்டே சமரசப் பேச்சு வார்த்தையை நடத்த வேண்டும். அப்போதுதான் எதிரி படியாவிட்டால் சண்டைபோட, சரியாக இருக்கும். நாம் மாற்று வழிகளில் முன்னேறினால் தான் எதிரியும் குறைந்த நிபந்தனைகளுடன் ஒப்புக்கொள்வான். மாக்கியவல்லி, புத்திசாலியான ஆட்சியாளர் நம்பிக்கையை மாத்திரம் வைத்துக் கொண்டு செயல்படக்கூடாது. பல நேரங்களில் நமக்கு எதிராகப் பலர் பணியாற்றுவார்கள் என்பதை உணர வேண்டும் என்கிறார். இங்கிலாந்து நாட்டின் டிப்ளமேட் ஹரால்ட் நிக்கல்சன் இரண்டுவிதமான சமரசப் பேச்சாளர்கள் இருப்பதாகக் குறிப்பிடுகிறார். போர் வீரர்களைப் போல, சமரசம் பேசுபவர்கள் சாதகமான நேரத்தை அடையும் பொருட்டு, காலம் தாழ்த்துவதற்காகப்

பேச்சுவார்த்தை நடத்துவார்கள். கடை நடத்துபவர்களைப்போல, பேச்சுவார்த்தை நடத்துபவர்கள் முதலில் விசுவாசத்தை ஏற்படுத்தி அதற்குப் பிறகு இரு பக்கமும் சாதகமான முடிவுக்கு வருவார்கள். கடைக்காரர்கள் போர் வீரர்களிடம் கடைக்காரர்களைப்போல, பேச்சு வார்த்தை நடத்தும்போது தோற்றுப் போவார்கள் என்று குறிப்பிடுகிறார்.

இலக்கியம், சம்பவங்கள் மூலமாக சமரசத்தின் சாதுர்யத்தைக் கற்றுத் தருகிறது.

முடிவெடுப்பது மேலாண்மையில் முக்கியப் பணி. குறிப்பெடுப்பது குமாஸ்தாக்களுக்கும் முடிவெடுப்பது உயர் பதவியில் இருப்பவர்களுக்கும் உரித்தான பணிகள் என ஒதுக்கப்பட்டிருக்கின்றன. ஆனால் சிலர் குறிப்பெடுப்பதையே முக்கியம் என்று கருதி முடிவெடுப்பதைத் தவறவிட்டு விடுகிறார்கள்.

நாம் ஒவ்வொரு நாளுமே ஏதேனும் முடிவுகளை எடுத்துக் கொண்டிருக்கிறோம். சிற்றுண்டிச் சாலைக்குச் செல்கிறபோதுகூட என்ன இருக்கிறது என்று அங்கே இருப்பவர்கள் கூறினால் அவற்றில் எதைச் சாப்பிடுவது என்று நாம் முடிவெடுக்கிறோம். நாம் விரும்பியது கிடைக்காவிட்டால் இருப்பவற்றில் விருப்பமானதை எடுத்துக்கொள்கிறோம். இப்படி வாழ்வின் ஒவ்வொரு கட்டத்திலும் முடிவெடுத்துக்கொண்டே இருக்கிறோம். சின்னச் சின்ன சமாச்சாரங்களுக்கு நூறு முறை யோசித்து முடிவெடுக்கிறவர்கள் பெரிய விஷயத்தில் கோட்டை விட்டுவிடுகிறார்கள்.

எனவே முடிவெடுக்கும்போது எதற்கு எவ்வளவு முக்கியத்துவம் தரவேண்டும் என்பதில் கவனமாக இருப்பது அவசியம். இல்லாவிட்டால் தக்கையான விஷயங்களுக்கு அதிக நேரத்தைச் செலவழித்து முக்கியமானவற்றை அவசர கதியில் தீர்மானிக்க நேரிடுகிறது. சிலர் மதியம் சமைக்க வேண்டிய பதார்த்தங்களைப் பற்றிச் சிந்திக்க ஒதுக்குகிற நேரத்தைக்கூட மகன் என்ன மேற்படிப்பு படிக்க வேண்டும் என்பதை முடிவுசெய்ய ஒதுக்குவதில்லை. அதனால் அவர்கள் வாழ்க்கை அஸ்தமனமாகிவிடுகிறது.

பல நிறுவனங்களில் விழாக்கள் விளம்பரங்கள் போன்ற கருத்துருவாக்கும் நிகழ்வுகளில் கவனம்

செலுத்தி, தரக்கட்டுப்பாடு, சந்தைப்படுத்துதல், பணியாளர் நிர்வாகம், மனிதவள மேம்பாடு ஆகியவற்றைப் புறக்கணித்து விடுகிறார்கள். இது இதயம் சரியாக இயங்காமல் தலைக்குக் கருப்பு மை அடிப்பதைப்போலத் தொடக்கத்தில் பெரிய அந்தஸ்தை ஏற்படுத்தினாலும் நாளடைவில் நலிந்துபோய் விடுகிறது.

முடிவெடுப்பதற்கு ஆராய்ந்து பார்க்கின்ற மனம் வேண்டும். அது சிலருக்கு மட்டுமே சாத்தியமாகிறது. முதலில் பாகங்களுக்கும், முழுமைக்குமான தொடர்பை நாம் தெரிந்துகொள்ள வேண்டும். பிறகு அந்தப் பிரச்சினைக்கான மூலகாரணத்தை அறிய வேண்டும். அடுத்ததாக முடிவு எந்தக் கூறுகளைச் சார்ந்திருக்கின்றது என்பதை அடையாளம் காண வேண்டும். அப்போதுதான் நாம் எடுக்கும் முடிவு நல்ல முடிவாகப் பரிமளிக்கும்.

முதலில் எல்லாத் தகவல்களையும் விரல் நுனியில் வைத்துக்கொண்டு முடிவெடுக்க வேண்டும் என்பதே பீட்டர் டிரக்கர் அளிக்கின்ற முதல் கட்டளை. இதை இரண்டு வகைகளில் திருவள்ளுவர் தெளிவுபடுத்தியிருக்கிறார். ஒரு பொருளின் உண்மையான இயல்பைப் பாரபட்சமின்றி அறிவது மட்டுமே மெய்யுணர்வு என்கிறார். அடுத்ததாக யார் சொன்னாலும் அது உண்மையா என்று ஆராய்ந்து பார்க்கவேண்டும் என்றும் சொல்கிறார். இவை இரண்டும் அறிவியல் சார்ந்த கண்ணோட்டத்தை முடிவெடுப்பதில் அளிக்கின்றன என்று வா.செ. குழந்தைசாமி குறிப்பிடுகிறார்.

'எப்பொருள் எத்தன்மைத் தாயினும் அப்பொருள்
மெய்ப்பொருள் காண்பது அறிவு' (355)

'எப்பொருள் யார்யார்வாய்க் கேட்பினும் அப்பொருள்
மெய்ப்பொருள் காண்ப(து) அறிவு' (423)

முடிவெடுப்பது மேலோட்டமாகப் பார்த்தால் எளிதாகத் தோன்றும். ஆனால் ஒரே ஒரு முடிவு ஏற்படுத்தும் விளைவுகளைப் பார்த்தால் அவை எவ்வளவு முக்கியமானவை என்பது புரியும். முடிவெடுப்பதற்கு நிறைய சிந்திக்க வேண்டும். மெனக்கெட வேண்டும். மனத்தில் அது பெரிய போராட்டமாக உருவெடுக்கக்கூடியது. சில நேரங்களில் தேவையற்ற தசையை அறுத்தெறிவதைப்போல வலியும், வேதனையும் கொடுக்கக்கூடிய முடிவுகளும் உண்டு. நெடுநாட்கள் நம்மிடம் பணிபுரிந்த ஒருவன் ஊழல் புரிந்திருக்கிறான் என்று சொன்னால் தயவு தாட்சண்யம் இல்லாமல் வெளியே அனுப்புவதற்கு அசாத்தியத் துணிச்சல் வேண்டும். ஆனால் அத்தகைய பேராண்மை ஒருசிலருக்கே ஏற்படுவதுண்டு. உயிரையும் பணயம் வைக்கும் முடிவுகளும் உண்டு.

அப்படிப்பட்ட ஒரு தருணத்தில் அசாத்தியமான துணிச்சலுடன் முடிவெடுத்தவர் நெப்போலியன். அவர் எதிரிகளிடமிருந்து தப்பித் தனக்குப் பிரியமான குதிரையில் பயணம் செய்கிறார். கெட்டிக்கார குதிரை, உயிரைக் கையில் பிடித்துக்கொண்டு ஓடுகிறது. எதிரிகளோ எண்ணிக்கையில் ஏராளம். பிடிபட்டால் மரணம். தப்பித்தால் சுதந்தரம். எதிரே ஒரு பெரிய பள்ளத்தாக்கு. அதைத் தாண்டி விட்டால் விடுதலை விளைந்துவிடும். அவர் குதிரை பாதி மாத்திரமே தாண்டும் வல்லமை பெற்றது. நெப்போலியன் குதிரையைத் தட்டி விடுகிறார். அது பாதி தாண்டும்போது அதிலிருந்து தாவிக்குதித்து மீதிப் பாதியை அவர் தாண்டித் தப்பித்துச் செல்கிறார். உயிரைக்காட்டிலும் மகத்தானதல்லவா சுதந்தரம்.

★

அத்தியாயம்

51

முயற்சி செய்; முடிச்சு அவிழும்

அவசரப்பட்டு முடிவெடுத்ததால் அவதிப் பட்டவர்கள் இலக்கியத்தால் சுட்டிக் காட்டப்படு கிறார்கள். சிலப்பதிகாரத்தில் கொலைக்களக் காதையில் சரியாக ஆராயாமல் பாண்டிய மன்னன் கோவலனைக் கொல்ல ஆணை பிறப்பிக்கிறான். 'என் விருப்பிற்குரிய பூங்கோதை உடையாளின் காற் சிலம்பு, அப்படிப்பட்ட கள்வனின் கையகத்தே இருந்தது என்றால் அவனைக் கொன்றுவிட்டு அச்சிலம்பினையும் கொண்டு இங்கே வருக' என்று ஆணையிடுகிறான். ஆனால் காவலரோ கோவலன் நன்மகனுக்கான இலக்கணங்களோடு இருப்பதை எண்ணி அவன் கள்வன் அல்ல என்று கருது கிறார்கள்

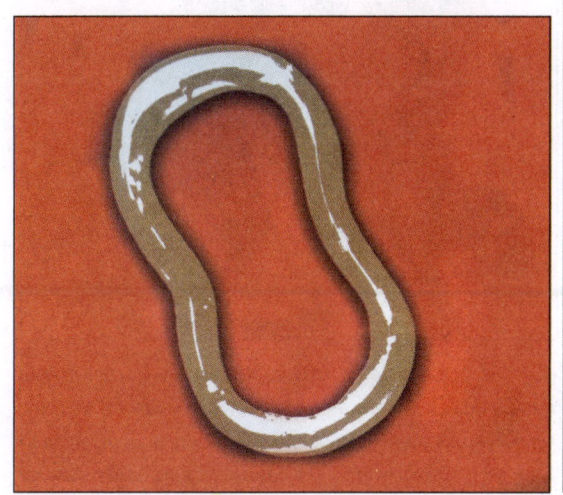

'இலக்கண முறைமையின் இருந்தோன்,
ஈங்கு, இவன்
கொலைப்படு மகனலன் என்று கூறும்
அருந்திறல் மாக்களை, அகநகைத்து உரைத்துக்,
கருந்தொழிற் கொல்லன்
காட்டினன் உரைப்போன்'

சூர்ப்பனகையின் சொற்களை உண்மை என்று நம்பி, சீதையைக் கடத்திவந்த தவறான முடிவால் கலைகளில் வல்லவனாகவும், ஆன்மீகத்தில் தலை சிறந்தவனாகவும் இருந்த இராவணன் வீழ்ந்தான்.

எவ்வளவு சாமி கும்பிட்டாலும் தெரிந்தே செய்கிற தப்பிலிருந்து மீளமுடியாது என்பது இராவணன் மூலம் தெரிகிறது. அவன் இரண்ய கசிபு போல அகங்காரம் பிடித்தவன் அல்லன். தவறான முடிவால் தண்டனை பெற்றவன்.

கிருஷ்ணர் தூது சென்றபோது 'ஐந்து ஊர்களை யாவது கொடு; ஐந்து வீடுகளையாவது கொடு' என்று இறங்கிவந்தும் ஒப்புக்கொள்ளாத துரி யோதனன் இராஜ்ஜியத்தை மட்டுமல்ல உயிரையும் இழந்துவிடுகிறான். அவன்பக்கம் பீஷ்மர், துரோணர், கர்ணன் போன்ற கணக்கற்ற வீரர்கள் இருப்பதால் பாண்டவர்களை எளிதில் தோற்கடித்துவிட முடியும் என்று போரிட அவன் முடிவெடுத்ததே காரணம். இவ்வாறு இலக்கியங்களும், இதிகாசங்களும் தொடர்ந்து தவறான முடிவெடுப்பவர்களைப் பற்றி அறிவுறுத்தி நம்மை எச்சரிக்கின்றன.

அழகியாக இருந்தாள் என்பதால் அடுத்தவன் மனைவியாக இருந்தாலும் அவளைக் கடத்தி வந்தான் பாரிஸ். உலகத்தில் அழகான பெண் உனக்குக் கிடைப்பாள் என்று சொன்ன தேவதைக்குச் சார்பாக அழகிப்போட்டி முடிவை அறிவித்துவிட்டு ஹெலன் மற்றவனுடைய மனைவியாக இருந்தாலும் அவளை ஈர்த்துக் கடத்திவந்து விடுகிறான். பாரிஸ் கருவாக இருக்கும் போதே அவன் தாய் ஹெக்குபா ஒரு கனவு கண்டாள். அந்தக் குழந்தை டிராய் நாட்டையே தீக்குள்ளாக்கப் போவதாய் அந்தக் கனவு அவளைப் பயமுறுத்தியது. அரசன் பிரியம் இதைக் கேட்டு அதிர்ந்து குழந்தை பிறந்தவுடனே கொல்ல உத்தர விடுகிறான். ஆனால் அது தப்பி, செம்மறி மேய்ப் பவர்களால் காப்பாற்றப்படுகிறது.

ஒவ்வொரு தேவதையும் தன்னைத் தேர்ந்தெடுக்கும்படியும் அப்படிச் செய்தால் கைம்மாறாக அவனுக்கு ஒன்றைச் செய்து தருவதாகவும் வாக்களிக்கின்றனர்

தேவதைகளுக்குள் நடக்கும் விருந்தில் அழைக்கப்படாத ஒரு தேவதை, அழகானவள் சொத்து என்று எழுதி ஒரு தங்க ஆப்பிளை எறி கிறாள். ஹீரா என்கிற தேவர்களின் இராணிக்கும் அஃப்ரோடைட் என்ற காதல் தேவதைக்கும், அதீனா என்கிற அறிவுத் தேவதைக்கும் தீவிரப் போட்டி. தேவர்களின் கடவுள் வழக்கை பாரிஸிடம் எடுத்துச் செல்லும்படி அறிவுறுத்துகிறான். ஒவ்வொரு தேவதையும் தன்னைத் தேர்ந்தெடுக்கும்படியும் அப்படிச் செய்தால் கைம்மாறாக அவனுக்கு ஒன்றைச் செய்து தருவதாகவும் வாக்களிக்கின்றனர். தேவதைகளே இலஞ்சம் தரத் தயாராக இருந்தனர். அழகான பெண்ணை அடையாளம் காட்டுவதாகச் சொன்ன அப்ரோ டைட்டை அவன் தேர்ந்தெடுத் தான், அவனுக்கு ஆப்பிளும், அவளுக்கு ஹெலனும் கிடைத்தார்கள். ஏற்கெனவே மெனலஸ் என்கிற ஸ்பார்ட்டா நாட்டு மன்னனை மணந்த ஹெலனை வசீகரித்து ஊருக்கு அழைத்துச் செல்கிறான் பாரிஸ். அதனால் கிரேக்கத்திற்கும், டிராய்க்கும் இடை விடாத போர் பல்லாண்டுகள் நடக்கின்றன. பல உயிர்ச் சேதங்கள். டிராய் நகரமே தீக்கிரையாகிறது. ஒருவனின் தவறான முடிவு ஒரு நாட்டையே உலுக்கும் என்பதற்கு இதுவே சான்று.

வழக்கமான முடிவுகளை எடுப்பதற்குப் பழக்கப்பட்ட நாம் சற்று ஆபத்தான, பலன் எப்படி இருக்கும் என்று தெரியாத முடிவை எடுப்பதற்குப் பெரும்பாலும் தயங்குகிறோம். நாம் பல வலை

களில் சிக்கிக்கொள்வதால் இவ்வாறு மாட்டிக் கொள்கிறோம்.

முதலாவது, எந்தத் தகவல் நம்மை முதலில் அடைகிறதோ அதற்கு அதிகமான நம்பகத்தன்மை சேர்ந்து விடுகிறது. அதனால்தான் அடித்தவர்களே காவல்நிலையத்திற்குச் சென்று அடிபட்டதாகப் பொய்ப் புகார் கொடுக்கும் நிலைமை இன்றிருக்கிறது. அடிபட்டவன் மருத்துவமனைக்குச் செல்வதற்குள் இவன் காவல் நிலையத்திற்குச் சென்று விடுகிறான்.

முதலில் சொல்பவர்கள் வாக்கே அம்பலம் ஏறும் என்பதற்கு இது அடையாளம். இரண்டாவதாக, எந்த மாற்றத்தையும் நாம் விரும்புவதில்லை. ஏற்கெனவே இருப்பவற்றையே போதுமென்று பேசாமல் இருந்துவிடுகிறோம். மூன்றாவதாக, நாம் முன்பு எடுத்த முடிவுகளையே நியாயம் என்று சாதிக்கின்ற வலையில் விழுந்துவிடுகிறோம். நான்காவதாக, நமக்குப் பிடித்தமான முடிவின் சார்பான தகவல்களை மாத்திரமே நாம் தேர்ந்தெடுக்கிறோம்.

எனக்குத் தெரிந்த ஒருவர் காலையில் ஒரு முடிவெடுத்தால் அதற்குச் சார்பான அத்தனை செய்திகளையும் சொல்லி அதை நியாயப்படுத்துவார். அவரே மாலையில் காலையில் எடுத்த முடிவில் மறுதலித்துவிட்டு அதை ஏன் செய்யக் கூடாது என்பதற்கான காரணங்களைப் பட்டியலிடுவார். எதிராளியின் தலை வழுக்கையாகும் அளவு அவருடைய சமாதானம் இருக்கும்.

ஐந்தாவதாக, நாம் நமக்கு விடையளிக்கும் வகையில் ஒரு தீர்மானத்தைப் பற்றிய கேள்விகளைத் தொகுத்துக்கொள்கிறோம்.

ஆறாவதாக, அதிகப்படியான நம்பிக்கை, அளவுக்கு மீறிய மதிப்பீடு போன்றவை நம்மை முடிவெடுக்க முடியாமல் செய்கின்றன.

நோபல் பரிசு பெற்ற ஹெர்பர்ட் சைமன் என்பவர் முடிவெடுப்பதில் மூன்று கட்டங்கள் இருப்பதாகக் குறிப்பிட்டார்.

முதலாவது, நுண்ணறிவுச் செயல், முடிவு எடுக்கவேண்டிய காரணங்களைத் தெளிவாகத் தெரிந்து கொள்ளுதல். இரண்டாவது, வடிவமைக்கும் செயல், பிரச்சினையைத் தீர்க்க உள்ள வழிமுறைகள். மூன்றாவது, தேர்ந்தெடுக்கும் செயல், அவற்றில் ஏற்ற சிறந்த நடைமுறையைத் தேர்ந்தெடுத்து அமல்படுத்துதல். திருவள்ளுவர் இந்தக் கருத்தைச் சுருக்கி ஒரு குறட்பாவில் வெளிப்படுத்துகிறார்.

வகையறச் சூழா தெழுதல் பகைவரைப் பாத்திப் படுப்பதோர் ஆறு (465)

முடிவெடுப்பதற்கு முன்பு நிறைய யோசிக்க வேண்டும். ஆனால் ஒருமுறை முடிவெடுத்து விட்டால் பின்வாங்கவே கூடாது. அதனால்தான் திருவள்ளுவர் நன்றாக எண்ணிய பிறகே ஒரு செயலைத் துணிந்து தொடங்கவேண்டும். துணிந்த பிறகு எண்ணுவோம் என்று கருதக்கூடாது என அறிவுறுத்துகிறார்.

எண்ணாமல் துணிந்து இறுதிக் காலத்தில் இம்சைப்பட்டவர்தான் டாக்டர் ஃபாஸ்டஸ். இருபத்திநான்கு ஆண்டுகள் கிடைக்கக்கூடிய இன்பங்களை எண்ணி அவர் துணிச்சலாகத் தன்னுடைய ஆன்மாவையும், உடலையும் சாத்தானுக்குச் சாசனம் எழுதித் தருகிறார். ஆனால் இருபத்திநான்கு ஆண்டுகள் ஒரு நொடியைப்போல முடிந்து விடுகிறது. வாழ்வின் இறுதிக் கட்டத்தில் அவர்

தடுமாறுகிறார். வருத்தப்படுகிறார். ஒரு இலட்சம் ஆண்டுகள் நரகத்தில் இருந்தாலும் பரவாயில்லை. அதற்குப் பிறகாவது விடிவுவேண்டாமா என்று தவியாய்த் தவிக்கிறார். நல்ல தேவதைகள் அவர் இரத்தத்தைச் சாசனம் எழுதும்போது உறைய வைக்கின்றன. ஆனால் அதையெல்லாம் அவர் பொருட்படுத்தவில்லை. இன்று கிடைக்கும் களாக் காயே நாளை கிடைக்கும் பலாக்காயைக் காட்டிலும் மேன்மையானது என்று எண்ணித் தவறான முடி வெடுத்து தண்டனைக்கு உட்பட்டவர் ஃபாஸ்டஸ். எண்ணித் துணியாததால், எண்ணி எண்ணி வருந்தியவர் அவர்.

அலெக்ஸாண்டரைப் பற்றிக் கதை ஒன்றுண்டு. கிரேக்கத்தில் ஒரு புனைவு உண்டு. கி.மு. ஒன் பதாம் நூற்றாண்டில் ஆசியா மைனரிலுள்ள ஃபைரிஜியன் நாட்டில் அமைதியற்ற சூழல் நிலவியது. அப்போது ஓர் அசரீரி கேட்டது. அரசப் பதவிக்குத் தகுதியானவன் ஒரு வண்டியில் விரைவில் வருவான் என்பதே அதன் அறிவிப்பு. கார்டியன் என்கிற விவசாயி அவ்வாறு வண்டியில் வர அவனை மன்னனாக அறிவித்தார்கள். அவன் தன் வண்டியை ஜூபிட்டர் கடவுளுக்குக் காணிக் கையாகச் செலுத்தி ஒரு கம்பத்தில் அதை அவிழ்க்க முடியாத முடிச்சுகள் போட்டு அவற்றின் உட்பக்கம் விடுவிப்பதற்கான நுனி இருக்கும்படி அமைத்தார். அந்த முடிச்சை யார் அவிழ்க்கிறார்களோ அவர்தான் கிழக்குப் பகுதி முழுவதும் வெற்றிகொள்ளமுடியும் என்கிற வலுவான நம்பிக்கை ஏற்பட்டது. அந்தக் கார்டியன் முடிச்சியை அவிழ்க்க முயன்று பலரும் தோற்றுப் போனார்கள். இறுதியாகக் கி.மு.333 ஆம் ஆண்டு அலெக்ஸாண்டர் அந்த வழியாக வந்த போது அந்த முடிச்சியைத் தன் கத்தியால் ஒரே வெட்டாக வெட்டி அறுத்த பிறகு கிழக்கை நோக்கிப் பயணம் செய்து அதை முழுவதுமாக வென்றார்.

துணிச்சல் உள்ளவர்கள் முடிவெடுத்து விட்டால், புதிய வழிகளைக் கண்டுபிடிக்கிறார்கள் என்பதற்கு இது சான்று. ஆராய்ந்து பார்க்காமல் துணியக்கூடாது என்பதற்கு அவரது வாழ்விலேயே இன்னொரு சம்பவம் உண்டு.

கி.மு.326 ஆம் ஆண்டு அலெக்ஸாண்டர் தன் கடைசிப் படையெடுப்பை இந்தியாவில் நிகழ்த்திய நேரம். அவர்கள் முல்டான் என்கிற நகரத்தை முற்று கையிட்டார்கள். ஆர்வம் உந்தியதன் காரணமாக, முந்திச் சென்ற அலெக்ஸாண்டர் நகரின் கோட்டைச் சுவர்களில் ஏறி நகரத்திற்குள் நுழைந்துவிட்டார். அப்போது தன்னுடைய படை பின் தொடர்கிறதா இல்லையா என்பதைக் கவனிக்கவில்லை. தனியாக எதிரிகளிடம் மாட்டிக்கொண்ட அவர் கடுமையாகத் தாக்கப்பட்டார். அதற்குள் படை வந்ததால் மரணத்தி லிருந்து அவர் காப்பாற்றப்பட்டார். எண்ணித் துணியாததால் ஏற்படுகிற பிரச்சினை இது.

நியாயத்தின் பக்கம் சேர வேண்டும், அதுதான் நல்லது என்று எண்ணியவன் விபீடணன். அதனால் தான் அவன் தவறிழைத்த அண்ணனை அலட்சியப் படுத்திவிட்டு இராமனிடம் சேர்ந்தான். அதனால் இராமனின் இன்னொரு சகோதரனாய் ஆலிங்கனம் செய்யப்பட்டான். சிலர் முக்கியமான நேரத்தில் மோசமான முடிவெடுத்து அதுநாள்வரை பெற்ற நன்மதிப்பையும் தொலைத்துவிடுவார்கள். சிலரோ எந்த முடிவெடுத்தாலும் அது தவறாகவே இருக்கும். காரணம் அவர்கள் இந்த வலைகளில் மாட்டிக் கொண்டு தடுமாறுபவர்கள்.

எந்த முடிவையும் எடுக்க முடியாமல் தத்தளிப் பவர்கள் கைகளில் சில சமயம் நிர்வாகம் சிக்கிக் கொள்வது உண்டு. அதைப்போன்ற விபத்து வேறெதுவும் இருக்கமுடியாது. ஷேக்ஸ்பியருடைய ஹேம்லட் பல இடங்களில் முடிவெடுக்கமுடி யாமல் மூச்சுத்திணறுகிறான். 'இருப்பதா! இருக்க வேண்டாமா! என்பதுதான் கேள்வி' என்று நீள

இலக்கியத்தில் மேலாண்மை

> புதிய முடிவு எடுத்து மாட்டிக்கொள்வதைவிட பழையவற்றை எடுத்து பதுங்கி வாழ்வது நல்லது என்று அலுவலகத்தையே பதுங்குக் குழிகளாக்குகிற பலரை நாம் பார்க்கலாம்

வசனம் பேசி நிம்மதி அடைகிறான். முடிவெடுப்பதை முடிந்தவரை தள்ளிப்போடுகிறான். தந்தையைச் சித்தப்பாவே கொன்றது அவனுக்குத் தந்த மனச் சிக்கல் என்பதும் ஒரு காரணம்.

'மெஷர் ஃபார் மெஷர்' என்கிற நாடகத்தில் லூசியோ என்பவன் முடிவெடுக்காத தன்மையைப் பற்றி அழகாகக் குறிப்பிடுவான். 'நம் சந்தேகங்கள் துரோகிகள். அவை ஈடுபடுவதற்கு அச்சத்தைத் தந்து, வெல்லக்கூடிய நல்லவற்றையும் இழப்பதற்குக் காரணமாகிவிடுகின்றன'. புதிய பொருளை அறிமுகப்படுத்துவது, நிறுவனத்திற்கு மலிவாகக் கிடைக்கிற சொத்துக்களை வாங்கிப்போடுவது போன்றவற்றில் மெத்தனம் காட்டி, பிறகு விட்டுவிட்டோமே என்று நாக்கைச் சப்புக்கொட்டுபவர்கள் அதிகம்.

'ஜூலியஸ் சீசர்' நாடகத்தில் சீசர், கசியஸ், புரூட்டஸ் ஆகிய மூவருமே ஹெர்பர்ட் சைமன் கூறிய மூன்று கட்டங்களிலுமே தோற்றுப் போகிறார்கள். அவர்கள் பிரச்சினையை அலசவும் இல்லை, மாற்றுவழியில் சிந்திக்கவும் இல்லை, தவறான வழிகளையே தேர்ந்தெடுத்தார்கள். புரூட்டஸ் போர் நிகழ்த்தத் தேர்ந்தெடுத்த பகுதியும் வாகான நிலப்பகுதி அல்ல. ஷேக்ஸ்பியருடைய பல நாடகங்களில் அதீத நம்பிக்கையாலும், அதிகப் பிரசங்கத்தனத்தாலும், அவசரத்தாலும் முடிவெடுப்பவர்கள் முறிந்துபோவதுதான் விளக்கப்பட்டிருக்கிறது. கிங் லியர், டைமன், ஆன்டனி, ஒதல்லோ, இரண்டாம் ரிச்சர்ட் என்று அனைவருமே முடிவெடுக்க முடியாமல் இடறிவிழுந்தவர்கள்தாம்.

ஏற்கெனவே எடுக்கப்பட்ட முடிவுகள் பாதுகாப்பானவை என்கிற எண்ணம் பலருக்கு இருப்பதைப் பார்க்கலாம். அதிலும் குறிப்பாக கட்டமைக்கப்பட்ட நிறுவனங்களில் அது அதிகம். புதிய முடிவு எடுத்து மாட்டிக்கொள்வதைவிட பழையவற்றை எடுத்து பதுங்கி வாழ்வது நல்லது என்று அலுவலகத்தையே பதுங்குக் குழிகளாக்குகிற பலரை நாம் பார்க்கலாம். வித்தியாசமாக ஏதேனும் செய்ய வேண்டும் என்று எண்ணுபவர்கள் விசாரணைகளைச் சந்திப்பதும் உண்டு. அறிவியலிலும், இலக்கியத்திலும் துணிந்து வித்தியாசமான முயற்சிகளை எடுத்தவர்களே பல சாதனங்களை உலகிற்குத் தந்தார்கள். அவர்களால்தான் இன்று நாம் சௌகரியமாக வாழ்கிறோம்.

அமெரிக்க ஆங்கிலக் கவிஞர் ராபர்ட் ஃப்ராஸ்ட் 'பயணப்படாத பாதை' என்கிற கவிதையை எழுதியிருக்கிறார். இது வாழ்க்கைக்கான பிரமாணப் பத்திரம். ஒரு காட்டில் இரண்டு பாதைகள் பிரிகின்றன. இரண்டிலும் பயணம் செய்யமுடியாத நிலை. மற்றவர்கள் எல்லோரும் மக்கள் பயணப்பட்ட பாதையையே தேர்ந்தெடுத்தார்கள். வரப்பைப் போல் காட்சியளிக்கும் முட்கள் தேய்ந்து, பாதங்கள் படிந்த பாதை அனைவரும் உபயோகிக்கிற பாதை என்பதால் பாதுகாப்பான இடத்திற்கு அழைத்துச் செல்லும் என்பது எல்லோருடைய ஊகம். ஆனால் கவிஞரோ அந்த இரண்டு பாதைகளில் புல்லும் புதரும் மண்டிக் கிடக்கிற, குறைவாக மக்கள் பயணித்திருக்கக்கூடிய பாதையைத் தேர்ந்தெடுத்தார். ஆனால் அதுவே அவரைத் தனித்துவம் பெற்ற மனிதராக மாற்றிக் காட்டியது. நாமும் பார்க்கலாம், வழக்கமான சிந்தனைகளில் இருந்து மாறுபட்டு புதியவற்றைத் தேர்ந்தெடுப்பவர்களையே உலகம் கொண்டாடுகிறது.

ஒரு காலத்தில் மக்கள் எப்போதாவது உணவு விடுதிகளில் சாப்பிடச் செல்வார்கள். ஆனால், இப்போது அடிக்கடி உணவு விடுதிகளில் சாப்பிடுகிற நிலை. வீட்டில் எப்போதாவது சாப்பிடுகிற சூழல். என் நண்பர் ஒருவர் வீட்டுச்சாப்பாடு போல உணவு கிடைக்கும் விடுதி ஒன்றை அமைத்தார். உட்கார இடம் கிடைப்பது அரிது என்கின்ற அளவு அதற்குக் கூட்டம். மாற்றிச் சிந்திப்பவர்களே மகத்தான

இலக்கியத்தில் மேலாண்மை

வெற்றியைப் பெறுகிறார்கள். புதிய முடிவுகளை எடுப்பவர்கள் வரலாற்றில் இடம் பெறுகிறார்கள்.

நான் வாசித்திருக்கிறேன். மனிதக் கொல்லிப் புலி ஒன்றை வேட்டையாட ஒருவர் அனுப்பப் படுகிறார். அவர் அந்தப் புலியை அடையாளம் கண்டு துப்பாக்கியால் சுடுகிறார். ஒரு குண்டு பட்டதும் அடிபட்ட அது வலியோடு அருகிலிருக்கிற புதரில் சென்று ஒளிந்துகொள்கிறது. அடிபட்ட புலிக்கு ஆக்ரோஷம் அதிகம். சுட்டவனை ஒரு கை பார்க்காமல் சும்மாயிருக்காது. வழியில் பதுங்கியிருந்த அந்தப் புலியைச் சுட அருகில் வந்ததும் அந்த வேட்டைக்காரர் துப்பாக்கியை எடுத்துக் குறிபார்க்கிறார்.

அப்போது திடீரென ஒரு நாகப் பாம்பு அருகிலிருந்த மரத்திலிருந்து தலையை நீட்டுகிறது. பாம்பைச் சுட்டால் புலி தப்பிவிடும். புலியைச் சுட்டால் பாம்பு கொத்திவிடும். அவர் யோசித்தார் பாம்பு படமெடுக்கும்போது அதன் தலையில் இருக்கும் நரம்புகள் எல்லாம் உச்சபட்ச அழுத்தத்தில் இருக்கும். எனவே ஒரு சின்னக் கல்லை எடுத்துக் குறிபார்த்து அதன் படத்தை நோக்கி வீசினார். பாம்பு சுருண்டு விழுந்தது. முன்னே சென்று புலியைக் கழுத்தில் சுட்டு வீழ்த்தினார்.

களத்தில் இதைப்போன்ற சாமர்த்தியமான முடிவுகளை எடுத்துத்தான் தீர வேண்டும்.

★

290

இலக்கியத்தில் மேலாண்மை

அத்தியாயம்
52
நினைத்ததை முடிக்கும் நிலாக்கள்

நான் காஞ்சிபுரத்தில் பணிபுரிந்த போது நெடுஞ்சாலையின் நடுவில் குடிசை போட்டு ஆக்கிரமிப்பு செய்திருந்த ஒரு வீட்டை இடிக்க வேண்டியிருந்தது. அந்தப் பெண் மணியோ அடாவழிப் பேர்வழி. உஷாரான ஒரு தாசில்தாரை இந்தப் பணிக்கு ஆயத்தப்படுத்தினேன். அவருக்குச் சில அறிவுரைகளையும் சொன்னேன். வீட்டை இடிக்க எந்திரம் சென்ற போது அவள் வெளியே வந்து தீக்குளிக்கப் போகிறேன் என்று உடம்பு முழுவதும் மண்ணெண்ணெயை ஊற்றிக்கொண்டாள். அவள் பக்கத்திலேயே இருந்த தாசில்தார் அவள் தீக்குச்சியைப் பற்றவைக்கும்போது குப்பென்று ஊதி அணைத்துவிட்டு, இரு பெண் பணியாளர்கள் மூலம் குண்டுக்கட்டாகத் தூக்கி அருகில் கொண்டு சென்றார். அந்தப் பெண்ணின் சேலை காய்வதற்குள் வீடு இடிக்கப்பட்டது. மாற்று இடம் தருவதற்கும் பட்டா வழங்கப்பட்டது. தற்கொலை மிரட்டல் என்பது ஒரு நிமிட பயமுறுத்தல். அதைச் சரியாகச் சமாளித்ததால் நீதிமன்றத் தீர்ப்பு உயிர்ச் சேதமின்றி நிறைவேற்றப்பட்டது.

சின்னப் பிரச்சினையைத் தீர்க்கப் பெரிய உபாயங்களைக் கையாண்டு சக்தியை விரய மடிப்பவர்கள் இருக்கிறார்கள். 'கோழியைக் கொல்லக் கோடரி எதற்கு?' என்கிற பழமொழி சீனத்தில் உண்டு. தன்னுடைய சீடன் கவர்னராக இருந்த மண்டலத்திற்குச் சென்றார் கன்ஃபூஷியஸ். அங்குத் தேவையில்லாமல் ஆடம்பரமான விழாக்கள் நடத்துவதைப் பார்த்துக் குத்தலான புன்னகையுடன் 'கோழியைக் கொல்ல கோடரி எதற்கு' என்று

291

சொன்னார். அதற்கு அந்தச் சீடன் தன்னுடைய குருவை மகிழ்ச்சிப்படுத்தினால் அவர் உற்சாகமான வரிகளைக் கூறுவார். அதனால் இன்னும் திறம்பட நிர்வகிக்க முடியும் என்று சமாதானம் சொன்னார். கன்ஃபூஷியஸ் சொன்ன இந்த வாசகம் சீனத்தில் பழமொழியாகவே நிலை பெற்றுவிட்டது.

மார்க்கோபோலோவின் பயணக் குறிப்புகளில் மங்கோலியர்களுடைய போர்த்தந்திரங்களைப் பற்றி விரிவாகக் குறிப்பிடப்பட்டிருக்கிறது. அவர்கள் போரைச் சரியாகத் திட்டமிட்டதும் தேவைக்கேற்ப முடிவெடுத்ததும்தான் இதற்குக் காரணம். தார்த்தாரியர்கள் போரில் ஈடுபடும்போது எதிரிகளுடன் கலந்து போர் புரிவதில்லை. அவர்களைச் சூழ்ந்து கொள்வார்கள். முதலில் ஒருபுறமிருந்து அம்புகளை எய்வர். பின்னர் மறுபுறமிருந்து அம்புகளை எய்வர். சில சமயங்களில் பயந்து ஓடுபவர்களைப்போல பாசாங்கு செய்வர். அவ்வாறு ஓடும்பொழுதே நேருக்கு நேர் நின்று போரிடுபவர்களைப்போல, பின்னோக்கி அம்புகளை எய்து எதிரி வீரர்களையும் குதிரைகளையும் கொன்றுவிடுவர். இதுபோன்ற

கோழியைக் கொல்ல கோடரி எதற்கு என்கிற பழமொழி சீனத்தில் உண்டு

போர்முறைகளில் எதிராளிகளுக்கு வெற்றிபெறுவது போல் தோற்றமளிக்கும். உண்மையில் தோற்றுப் போவார்கள். தமது தந்திரச் செயலின் விளை வினைக் கணித்துக்கொண்ட தார்த்தாரியர்கள் உடனே எதிர்திசையில் திரும்பி மீண்டும் போரிட்டு எஞ்சிய வீரர்களையும் வென்றுவிடுவர். எதிரிகள் உயிரைக் கொடுத்துப் போராடிய போதிலும் சிறைப்பட்டு விடுவர்.

குறுகிய நேரத்தில் மிகச்சிறப்பாக முடிவெடுப் பதைப் பற்றி ஒரு குறும்படத்தைப் பார்க்க நேர்ந்தது. ஜெர்மனியில் பேருந்துப் பயணம். கட்டுப்பெட்டி யான ஐரோப்பியப் பெண் அருகில் ஓர் இருக்கை காலி. அங்கு ஓர் ஆப்பிரிக்க இளைஞன் அமர் கிறான். உடனே அவன்மீது தன் உடல் படாமல் கவனமாகக் கால்களைக் குறுக்கிக்கொண்டு அவள் அமர்கிறாள். மறைமுகமாக அவனையும் அவன் இனத்தையும் வசைபாடுகிறாள். 'நம் நாட்டில் இவர் கள் வந்து ஆக்கிரமித்துக் கொண்டு நம் சுதந்திரத் தையே பறித்து விட்டார்கள்' என்று சுடு சொற்களால் தாளிக்கிறாள். சுற்றியிருக்கிற ஐரோப்பியர்களுக்குக் கூட அது அநாகரிகமாகப்படுகிறது. அவனோ சின்னப் புன்னகையுடன் அனைத்தையும் தாங்கிக் கொள்கிறான். சிறிதுகூட சிணுங்கவில்லை. பயணச் சீட்டுப் பரிசோதகர் வருகிறார். அவள் காண்பிப் பதற்காகத் தன் பயணச்சீட்டை பையிலிருந்து எடுத்துக் கையில் தயாராக வைத்திருக்கிறாள். பரிசோதகர் அவர்கள் இருக்கைக்கு வரும்போது சட்டென அவளின் பயணச்சீட்டைப் பறித்து வாயில்போட்டு மென்று விழுங்கிவிடுகிறான்.

பார்த்தவர்கள் யாரும் அவளுக்குச் சார்பாகச் சாட்சி சொல்லத் தயாராக இல்லை. அவன் கால் சட்டையில் இருந்த தன்னுடைய பயணச்சீட்டை பத்திரமாக எடுத்துத் தந்து தன்னை ஸ்தாபித்து விடு கிறான். அவளைக் காவலர்கள் வாகனத்திலிருந்து இறக்கி, வழக்குப் போட இழுத்துச்செல்கிறார்கள்.

படம் முடிகிறது. திருப்பிச் சண்டை போட்டிருந் தால் நிலைமை அசிங்கமாகி இருக்கும். பலர்

இலக்கியத்தில் மேலாண்மை

அவளுக்குச் சார்பாகப் பேசினாலும் பேசியிருப் பார்கள். அவள் வயது அப்படி. ஆனால் அமைதி யாக இருந்து தக்க சமயத்தில் முடிவெடுத்து அவள் வாழ்நாள் எல்லாம் அதுபோன்ற செயலைச் செய்யாத அளவிற்குத் தண்டனையை அந்த இளைஞன் வழங்கிவிட்டான்.

அதிகமான நடைமுறைகள், சிவப்பு நாடாவை ஏற்படுத்துவதோடு முடிவெடுப்பதைத் தாமதப் படுத்துவதுமுண்டு.

சுக்ரநீதியில், குஜராத் போன்ற இடங்களில் ஐம்பத்திநான்கு விதமான படிவங்கள் உபயோகப் படுத்தப்பட்டதாகத் தகவல் இருக்கிறது. இரண்டாம் பராந்தகச்சோழன் காலத்தில் ஒரு நிலமானியத்தை வழங்குவது நீண்ட நடைமுறையைக் கொண்டதாக இருந்திருக்கிறது. இராஜராஜ சோழன் காலத்திலோ எளிமையாக இருந்திருக்கிறது. ஆனால் இரண்டாம் பராந்தகன் காலத்தில் அரசனின் வாய்மொழி ஆணையைச் சுவடி எடுப்பவர்கள் கையால் எழுத வேண்டும். பிறகு அரசனின் நான்கு செயலாளர்கள் அதற்கு அத்தாட்சி கையெழுத்துப் போட வேண்டும். பிறகு, அவற்றைப் பல பதிவேடுகளுக்கு மாற்ற வேண்டும். ஏழு வரிவசூல் துறையைச் சார்ந்த பதிவேடுகளில் பதிவு செய்யவேண்டும். பிறகு, ஒரு கண்காணிப்பாளரின் மேற்பார்வையில் ஐந்து அலுவலர்கள் அந்தக் கிராமத்திற்குச் சென்று மானியத்தைத் தரவேண்டும். இதன் காரணமாகச் சில நிகழ்வுகளில் மூன்று ஆண்டுகள் 103 நாட்கள் இடைவெளி ஏற்பட்டதாகக் கல்வெட்டுகள் தெரிவிக்கின்றன. எனவே, ஆட்சி புரிகிறவரின் செயல்பாட்டிற்கு ஏற்ப அரசின் செயல்பாடும் தாமதப்படுவதுண்டு என்பது தெரிகிறது.

பெண்கள் எடுத்த முடிவை அழுத்தமாகச் செயல்படுத்துவதில் எப்போதும் திடமாக இருப் பவர்கள். அதனால் எந்தப் பாதிப்பு வந்தாலும் பொருட்படுத்தமாட்டார்கள். முதலிலேயே அந்தப் பாதிப்புகளுக்கும் சேர்த்து மனத்தயாரிப்பு செய்து விடுகிறவர்கள் அவர்கள். இதை வெளிப்படுத்தும் சீன திரைக்காவியம் 'தி ரோடு ஹோம்'. சீனாவில் மலைகள் அடர்ந்த கிராமம். தந்தையின் மரணச் செய்தி கேட்டு ஓர் இளைஞன் கிராமத்திற்கு வருகிறான். அவன் தந்தை தொடக்கப் பள்ளியில் ஆசிரியராக இருந்தவர். வயதான அம்மா மகனைக் கட்டிக் கொண்டு அழுகிறாள். தந்தையின் உடல் நாற்பது கிலோ மீட்டர் தொலைவில் உள்ள மருத்துவமனையில் இருக்கிறது. கணவனின் உடலை வாகனத்தில் கொண்டுவரக் கூடாது; மனிதர்கள் தூக்கிவர வேண்டும் என்று அவள் பிடிவாதம் பிடிக்கிறாள். நடந்தே தூக்கி வந்தால் தான் நம் வீட்டிற்கு வரும் பாதை கடைசிவரை அவருக்கு மறக்காமல் இருக்கும் என்று சொல் கிறாள். பாடம் நடத்த வந்த இளம் வயது பள்ளி ஆசிரியராக இருந்த அவரை, மிகவும் நேசித்து மணந்துகொண்டவள் அந்தத் தாய். அவன் குரல் அவ்வளவு பிடிக்கும். அவர்கள் இருவரின் காதல், கவிதையைப் போன்றது. தந்தையின் உடலை எடுத்து வருவதற்காக மகன் செல்கிறான். இறுதி ஊர் வலத்தில் எதிர்பார்த்ததற்கு மேலாக நிறைய பேர் கலந்துகொண்டு மாற்றி மாற்றிப் பெய்யும் பனியில் உடலைத் தூக்கிக் கொண்டு வருகிறார்கள். அவர்கள் அந்த ஆசிரியரின் பழைய மாணவர்கள். பள்ளிக்கு எதிரிலேயே உடல் அடக்கம் செய்யப்படுகிறது. மகன் அம்மாவின் விருப்பப்படி அப்பாவின் பாடப்

புத்தகத்தை எடுத்துக்கொண்டு அவர் நின்ற அதே இடத்தில் பாடம் நடத்துகிறான். அந்தக் குரல் தாய்க்குக் கணவனை நினைவுபடுத்துகிறது. ஆண்களைவிட பெண்கள் வைராக்கியமாக முடிவெடுப்பார்கள் என்பதற்கு இது சான்று.

அர்த்தசாஸ்திரத்தில் அரசனின் பணிகள் வரையறுக்கப்பட்டிருக்கின்றன. சூரிய உதயத்திற்குப் பிறகு முதல் ஒன்றரை மணி நேரம் பாதுகாப்பு, வருவாய், செலவு ஆகியவற்றைக் கணக்குப் பார்க்க வேண்டும். அடுத்த ஒன்றரை மணிநேரம் மக்கள் குறை கேட்கவேண்டும். மூன்றாவது ஒன்றரை மணிநேரம் குளிப்பது, உண்பது, படிப்பது போன்றவை. அடுத்த ஒன்றரை மணி நேரம் அரசுப் பணிகளைக் கவனிப்பது, ஆய்வுகள் நடத்துவது. அடுத்த ஒன்றரை மணி நேரம் கடிதங்கள் அனுப்புவது, ஒற்றர்களிடம் தகவல்கள் பெறுவது. அடுத்த ஒன்றரை மணிநேரம் ஓய்வு, இரவோ சூரிய அஸ்தமனத்திற்குப் பிறகு ஒன்றரை மணிநேரம் இரகசியப் பணியாளர்களோடு நேர்காணல். அடுத்த ஒன்றரை மணிநேரம் குளித்தல், உணவு, படிப்பு. மூன்று மணிநேரம் இசை, தூக்கம். பிறகு தியானம், திட்டமிடுதல். உதயத்திற்கு ஒன்றரை மணிநேரம் முன்பாக வீட்டுப்பணிகள், குருவோடு கலத்தல், பூஜை செய்தல், மருத்துவரைச் சந்தித்தல் போன்றவை. இதை ஆராயும்போது அரசன் அன்றாடம் முடிவெடுக்கும் பணிகளைச் செய்துகொண்டே இருந்தான் என்பது தெரிகிறது.

தான் எடுத்த முடிவாலேயே சிரமத்திற்குள்ளானவர்களை நம் இதிகாசங்கள் சுட்டிக்காட்டியிருக்கின்றன. இயற்கையை மீற முயற்சி செய்கிறவர்கள் இப்படித்தான் சிக்கலில் விழுந்து விக்கலில் தவிப்பார்கள்.

யயாதி அப்படி ஓர் அரசன். சுக்ராச்சாரியரின் மகள் தேவயானி, தன்னுடைய தோழி சர்மிஷ்டை இருவரும் குளித்த பிறகு தன் ஆடைகளை மாற்றி உடுத்திக் கொண்டதால் கோபப்படுகிறாள். சர்மிஷ்டை அசுர குலம் என்பதால் அவமானப் படுத்துகிறாள். அவள் தந்தை அசுரன் என்றாலும் அரசன், விருஷப்பருவன். மன்னனின் மகளை மானம் கெடும்படி பேசியதால் தேவயானியைக் கிணற்றில் தள்ளிவிடுகிறாள் சர்மிஷ்டை. அவ்வழி வந்த யயாதி அம்புலி குலத்து அரசன். அவன் அவளைக் கைப்பிடித்து மீட்கிறான். பின் கைவிடாமல் வாழ்வதாகச் சொல்லிக் கைப்பற்றி மணக்கிறான். கோபத்தால் குரு சர்மிஷ்டைக்குத் தேவயானியின் தாதிப்பணியைத் தந்து உடன் அனுப்புகிறான். அங்கு யயாதி சர்மிஷ்டைமீது சபலம் கொள்கிறான். இருவருக்கும் மூன்று குமாரர்கள் பிறக்கிறார்கள். தேவயானிக்குத் தெரிகிறது தாதியின் சேதி. கேள்விப்பட்ட தேவயானியின் தந்தை சுக்கிரர் யயாதியை மூப்பில் விழச் சபிக்கிறார். அடுத்த நொடியே யயாதி தொண்டு கிழமானான். சபித்தவர் சாபத்தைச் சற்று திருத்தினார். அவன் முதுமையை வாங்கிக்கொண்டு இளமையை அளிக்க யாராவது முன்வந்தால் நரை திரை விலகும் என்று ஆறுதல் அளித்தார். பிள்ளைகள் ஐவரையும் தனித்தனியே அழைத்து, தன் முதுமையை ஏற்றுக்கொள்ள, இளமையை இரவல் கேட்டான். சர்மிஷ்டை பெற்றெடுத்த புரு என்கிற கடைசி மகன் உடனே ஒப்புக்கொண்டான். அவனுடைய வாதம், இத்தனை நாள் இளமையாக இருந்ததும் ஏக்கம் இருந்ததால் அந்த இளமை எப்போது வந்தால் என்ன என்பதுதான். இறுதியில் யயாதி, ஆசை என்பது ஆறாத வியாதி, தீராத மோகம், வற்றாத ஊற்று எனக்கண்டு கொண்டு புருவிடம் இளமையைத் திரும்பத் தந்தான்.

மாதவன் என்கிற கேரளாவைச் சார்ந்த ஐ.ஏ.எஸ். அதிகாரி. இலக்கியத்திற்குச் சாகித்ய அகாதெமி பரிசு பெற்றவர். அவர் 'சர்மிஷ்டை' என்கிற சிறுகதையை எழுதியிருக்கிறார். அதில் சர்மிஷ்டையை அனுபவிக்கவே யயாதி இளமையைப் பெற்றதாகவும், தன் மகனின் இளமையை யயாதி பெற்றதால் அவனோடு உறவுகொள்ள சர்மிஷ்டை மறுத்ததாகவும் ''உன்னோடு கூடினால் என் மகனோடு கூடுவதைப் போல'' என்று மறுதலித்த தாகவும் அதனால் யயாதி இளமையைத் திரும்பத் தந்ததாகவும் எழுதியிருப்பார். புனைவின் நீட்சி அழகாக இருக்கிறது. மொத்தத்தில் யயாதி வாழ்வில் பலர் எடுத்த தவறான முடிவுகள் அவனை மோகத்தில் விழவைத்தது. இன்றும் இளமையாய் இருக்க நினைக்கும் முதுமையின் பேராசைக்கு யயாதி குறியீடாக ஆகிப்போனான்.

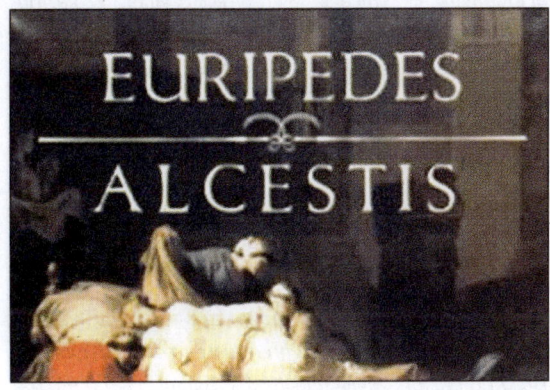

கிரேக்கத்தில் 'அல்செஸ்டிஸ்' என்கிற நாடகம். யயாதியின் கதையே அதன் கரு. நாடகாசிரியர் யூரிப்பிடஸ் எழுதியது. அல்செஸ்டிஸ் என்பவள் ஓர் இளவரசி. அவள் தந்தை அவளை மணக்க ஒரு போட்டி வைக்கிறான். ஒரு சிங்கத்தையும், காட்டுப் பன்றியையும் தேரில் கட்டுபவனுக்கே அவள் மனைவியாவாள் என்பதே போட்டி. அட்மீடஸ் என்கிற மன்னன் விருந்தோம்பலுக்குப் பெயர் போனவன். நீதிமான். அப்பலோ என்கிற தேவன் தண்டனை பெற்றபோது அவனுக்குச் சகல உதவி களையும் செய்தான். எனவே, அப்பலோ தன் தெய்வீக சக்தியைப் பயன்படுத்தி அந்த மந்தையில் இருந்த அத்தனை பசுக்களும் ரெட்டைக் கன்றுகள் போட உதவி புரிந்தான். அவன் அல்செஸ்டிஸ் இள வரசியை மணக்கவும் உதவினான்.

ஆனால் அட்மீடஸ் ஒரு தெய்வத்திற்குச் செய்யவேண்டிய பலி பூஜையை மறந்து விடு கிறான். எனவே அந்தத் தேவன் அவன் படுக்கை முழுவதும் பாம்புகளை நிறையவிடுகிறான். மறுபடியும் அப்பலோ உதவுகிறான். அது மாத்திர மில்லாமல் விதியைக் கவனிக்கும் தேவதைகளைக் குடிக்க வைத்து அட்மீடஸுக்குப் பதிலாக வேறு யாராவது சாகத் துணிந்தால் ஒப்புக்கொள்வதாகச் சத்தியப் பிரமாணம் வாங்குகிறான். ஆனால் அட்மீடஸின் வயதான பெற்றோர்கள்கூட இறக்கத் தயாராக இல்லை. அப்போது அல்செஸ்டிஸ் முன்வருகிறாள். இறந்த அவளுடைய உடலை ஹெர்குலஸ் மீட்டுவருகிறான். கிட்டத்தட்ட இது யயாதியின் கதை போன்றது. மனப்பூர்வமாக விருந் தோம்புகிறவர்கள் மரணத்திலிருந்தும் தப்பிக்க முடியும்.

இந்தக் கிரேக்க நாடகத்தை அடிப்படையாகக் கொண்டு டி.எஸ். எலியட் 'காக்டைல் பார்ட்டி' என்ற நாடகத்தை எழுதியிருக்கிறார். எட்வர்ட், லவீனியா என்கிற தம்பதியினர் கருத்துவேறுபாட் டின் காரணமாக மனஸ்தாபத்துடன் வாழ்கிறார்கள். எட்வர்ட் இரவு விருந்து ஏற்பாடு செய்யும்போது அவளைக் காணவில்லை. அப்போது ரெட்லி என்கிற மனஇயல் வல்லுநர் அங்குத் தோன்றுகிறார். அவரை எட்வர்டுக்குத் தெரியாது. அவர் அவர் களுடைய துரோக அந்தரங்கத்தை வெளிப்படுத்து வதோடு லவீனியாவைத் திரும்ப எட்வர்டிடம் ஒப்படைப்பதாகச் சொல்கிறாள். ஆனால் எக் காரணத்தைக் கொண்டும் அவளுடைய பழைய வாழ்க்கையைப் பற்றி எதுவும் கேட்கக் கூடாது என்று நிபந்தனை விதிக்கிறார்.

எட்வர்ட்டுடன் கள்ளத்தொடர்பு கொண்ட பெண் மானுட சேவைக்காகத் துறவியாகி விடு கிறாள். பிரிந்திருந்தவர்கள் உண்மையான புரித லோடு இணைகிறார்கள். சொந்த வாழ்க்கையிலும் உன்னிப்பாக முடிவெடுப்பது அவசியமாக இருக் கிறது. உணர்ச்சி வசப்பட்டு முடிவெடுத்தால் அது பல நேரங்களில் அவசரமான முடிவாக இருந்து தொல்லைப்படுத்துவதுண்டு.

உணர்ச்சிவசப்பட்டு முடிவெடுத்தால் அது பல நேரங்களில் அவசரமான முடிவாக இருந்து தொல்லைப்படுத்துவதுண்டு

கோபமாக இருக்கும்போது எந்த முடிவெடுத்தாலும் அது நமக்கே எதிராக முடிந்துவிடும் என்பதை உணர்த்தும் இரஷ்யக் கதை ஒன்றுண்டு. 'சமிக்ஞை' என்கிற அந்தக் கதையை கார்ஷின் என்பவர் எழுதியிருக்கிறார். இராணுவத்தில் அலுவலருடைய சிப்பந்தியாகச் சைமன் இவனாவ் என்பவர் ஒன்பது ஆண்டுகள் பணிபுரிகிறார். உயிரைக் கையில் பிடித்துக்கொண்டு பணியாற்றுகிறார். பாய்ந்துவரும் குண்டுகள் அவரைப் பயப்படுத்துகின்றன. முகாம் முடிந்த பிறகு கால்கள் உடையாவிட்டாலும் மூட்டு வலியோடு அவர் இல்லத்திற்குத் திரும்புகிறார். அப்போது வயதான தன் தந்தை, நான்கு வயது மகன் ஆகியோர் இறந்த தகவல் கிடைக்கிறது. அவரும், அவர் மனைவி மாத்திரமே. ஒரு நாள் அவர் இரயில் நிலையத்திற்குச் சென்றபோது அங்கிருந்த நிலைய அதிகாரி அவரை அடையாளம் கண்டுபிடித்து, அவரின் பரிதாப நிலையைப் பார்த்துத் தண்டவாளக் கவனிப்பாளராக அவருக்கு ஒரு வேலையைக் கொடுத்தார்.

கோடைக் காலங்களில் அதிக வேலை இருக்காது. ஆனால் பனிக் காலத்தில் தண்டவாளத்தின் மேல் இருக்கும் உறைபனியை அகற்ற வேண்டும். ஆணிகள் ஏதாவது கழன்றிருந்தால் அதைச் சரியாகப் பொருத்த வேண்டும். அவருடைய ஆய்வாளர் கண்டிப்பானவர். எதைச் செய்வதற்கும் அவரின் அனுமதி தேவைப்பட்டது. அவருடைய பக்கத்து வீட்டிலிருந்த ஸ்டெபனீச் என்பவர் அதிகம் பேசமாட்டார். வாழ்க்கை பற்றிய எதிர்மறை விமர்சனங்கள் அவருக்கு உண்டு. அவரும் தண்டவாளத்தைக் கவனிப்பவர்தான். ஆனால் அந்தப் பணி அவருக்குப் பிடிக்கவில்லை. தருகிற சம்பளம் பற்றியும் அவருக்குச் சில கருத்து வேறுபாடுகள் இருந்தன. தன் வீட்டிற்குப் பின்னால் இருந்த இரயில்வேக்குச் சொந்தமான இடத்தில் அவர் முட்டைக் கோஸ் பயிரிட்டதை அந்த ஆய்வாளர் கண்டித்ததோடு அபராதமும் விதித்தார். ஸ்டெபனீச் ஆய்வாளரை அடிக்க வேண்டுமென்று ஆத்திரப்பட்டார். இதுகுறித்து மேலே புகார் எழுதினார். ஆனால் இதைக் கேட்ட சைமன் புகார் எல்லாம் கொடுக்க வேண்டாமென்று அறிவுறுத்தினார். அது, அவர் காதில் விழவில்லை. சைமனோ அங்கு விளைந்த ஒரு மூங்கிலைக்கொண்டு புல்லாங்குழல் செய்யக் கற்றுக்கொண்டார். அவர் மனைவி அதைச் சந்தையில் விற்றுச் சொற்ப பணம் கொண்டு வந்தாள்.

ஸ்டெபனீச் கொடுத்த புகார் அவருக்கே எதிராகப் போனது. மறுபடியும் தலைமையிடத்துக்குப் புகார் அளிப்பதற்காக அவர் புறப்பட்டுச் சென்றார். சிலகாலம் அவரைக் காணவில்லை. ஒருநாள் சைமன் இருப்புப்பாதையைப் பார்வையிடும் போது ஸ்டெபனீச் தண்டவாளத்தைக் கடப்பாறைகொண்டு பெயர்ப்பதைப் பார்த்தார். புகைவண்டி வந்தால் விபத்து நிச்சயம். சைமன் ஸ்டெபனீச்சிடம் மன்றாடினார். கடப்பாறையைக் கொடுங்கள், தண்டவாளத்தை மறுபடி சீரமைப்போம் என்று கெஞ்சினார். ஆனால் ஸ்டெபனீச் அருகிலிருந்த காட்டிற்குள் மறைந்துபோனார். சைமன் சுதாரிப்பதற்குள் தூரத்தில் புகைவண்டி வருவதைப் பார்த்தார். தன்னுடைய இடது தோள் பட்டையைக் கத்தியால் கீறிக் கைக்குட்டையில் இரத்தம் படியுமாறு செய்தார். பிறகு அதை ஒரு குச்சியில் கட்டிச் சிவப்புக் கொடியாக மாற்றி ரயில்

இலக்கியத்தில் மேலாண்மை

வரும் திசையில் அசைத்தார். அவர் கைகளில் தொடர்ந்து இரத்தம் ஒழுகிக்கொண்டே இருந்தது. அவருக்கு இரத்தப் போக்கால் தலைசுற்ற, கண்கள் இருள ஆரம்பித்தன. அருகில் வந்த புகைவண்டி ஆபத்து என்பதை உணர்ந்து நிறுத்தப்பட்டது. மக்கள் பெட்டிகளிலிருந்து குதித்தார்கள். அப்போது சைமன் மயங்கித் தண்டவாளத்தின் மேல் கிடப்பதைப் பார்த்தார்கள். பக்கத்தில் நின்றிருந்த ஸ்டெபனீச் அவர்களிடம், 'என்னைக் கைது செய்யுங்கள். நான்தான் தண்டவாளத்தைத் தகர்த்தேன்' என்றார்.

இலக்கியங்கள் பல சம்பவங்களையும் கதைகளையும் சுட்டிக்காட்டி முடிவெடுப்பதைப் பற்றி நமக்கு அறிவுறுத்துகின்றன. அவசர முடிவு, ஆத்திர முடிவு, அகங்கார முடிவு, ஆலோசிக்காத முடிவு போன்ற பலவற்றைப் பற்றிய பாதிப்புகளை அவை சொல்லித் தருகின்றன. அவற்றை மேலாண்மை தொகுத்துத் தருகிறதே தவிர, விரித்துக்கூறுவதில்லை. இலக்கியம் காட்டும் காட்சிகள் வாழ்விலும், நிர்வாகத்திலும் நமக்குப் படிப்பினையாக இருக்கின்றன.

★

அத்தியாயம்

53

ஊக்கமே உணவு

மனித வளத்தை மேம்படுத்த ஊக்கம் அவசியம். உற்சாகமே ஊக்கத்திற்கு உரம். உழைப்பை வரமென்று கருதுபவர்கள் உற்சாகமாக இருக்கிறார்கள். அவர்கள் செய்கிற வேலையிலேயே விருது கிடைப்பதாய் நினைத்துக்கொள்கிறார்கள். ஊக்கம் குறித்து மேற்கில் எண்ணற்ற கருத்தாக்கங்கள் உண்டு. மனிதன் முதலில் தன் அடிப்படைத் தேவைகளையே நிறைவேற்ற ஆசை கொள்கிறான். உணவு, உடை, உறையுள் போன்றவற்றைப் பூர்த்தி செய்த பிறகுதான் லோகாயுத விஷயங்களில் இருந்து விடுபட்டு ஆன்மீக விஷயங்களில் அவன் அக்கறை செலுத்துகிறான். தன்னை உணர்வது அவன் உச்சபட்ச இலட்சியமாக இருக்கிறது என்று குறிப்பிட்டார் மாஸ்லோ.

சிலரோ மனிதனுக்குக் கொடுக்கும் சலுகைகளும், ஊக்கத் தொகைகளுமே அவன் உயர்வைத் தீர்மானிக்கின்றன என்று உரக்கச் சொன்னார்கள். அடைர் என்பவர் ஐம்பது விழுக்காடு ஊக்கம் உள்ளுக்குள் உற்பத்தியாகிறது, மீதி ஐம்பதோ சூழலால் ஏற்படுகிறது என்றார். சிலர் செய்கிற உழைப்பே ஊக்கத்தை வழங்குவதாக இருக்க வேண்டும். சில பணிகளில் ஊக்கத்துடன் செயல்படுவது சிரமமான காரியமாக இருக்கும். மலரைக் கிள்ளுவதையும், மலத்தைச் சுமப்பதையும் ஒரே மாதிரியான ஊக்கத்துடன் செய்யமுடியாது என்று சொன்னார்கள். இன்று எந்திரங்கள் பெருகியதால் அருவருக்கத்தக்க பணிகளை ஆற்றுவதற்கு மனித ஆற்றல் தேவைப்படவில்லை என்கிற முன்னேற்றமான முகவுரை உழைப்புக்கு எழுதப்பட்டுவிட்டது.

ஜென் கதை ஒன்றுண்டு.

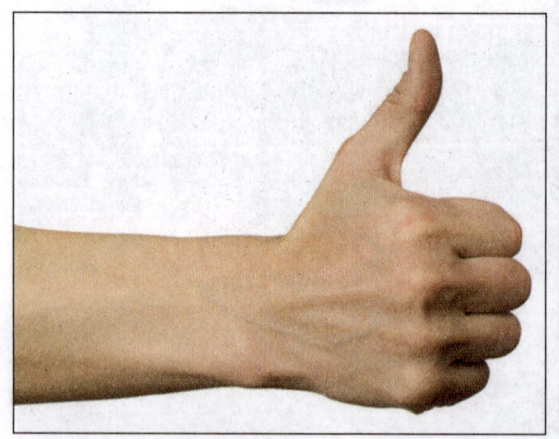

வெங்காயத்தைக்
கடித்துக்கொண்டு
இன்னும் இரண்டு மடங்கு
கூழைக் குடிப்பதுபோல,
இப்படிப்பட்ட உற்சாகம்
இமயத்தை ஏற அல்ல;
சமவெளியில் வாழவே
தேவைப்படுகிறது

ஒரு துறவியைப் பார்த்து நீங்கள் சோர் வடைந்தால் என்ன செய்வீர்கள் என்று கேட்டார்கள். அதற்கு அவர் அடுத்தவர்களை உற்சாகப்படுத்து வேன் என்று உரைத்தார். உற்சாகமும் ஒருவகையில் ஒருவரிடமிருந்து மற்றவருக்குப் பரவுகிற மனநிலை தான். சிலரைப் பார்த்தாலே நமக்குத் தூக்கம் வந்து விடும். கொட்டாவி விடுபவர்களைக் கண்டால் நமக்கும் அது வந்து விடுவதைப்போல, தூக்கமும் பீடிக்கின்ற பழக்கம்தான். சிலரை மருந்துக் கடையில் அமரவைத்தால் தூக்க மாத்திரைக்கே தேவையிருக்காது.

மனஅயர்ச்சியும், உளச்சோர்வும் உடையவர் களும், தங்களைத் தாங்களே உற்சாகப்படுத்திக் கொண்டு வாழ்வை நம்பிக்கையுடன் எதிர்கொள்ள ஆசைப்படுகிறார்கள் என்பதே உண்மை. இந்த உற்சாகம், பாலைவனப் பயணத்தின்போது தென்படும் சோலையைப் போல அவர்களுக்குச் சுகத்தை அளிப்பதாக இருக்கிறது. அந்தத் தெம்பி லேயே இன்னும் கொஞ்சம் தூரம் அவர்கள் போய் விடமுடியும். வெங்காயத்தைக் கடித்துக்கொண்டு இன்னும் இரண்டு மடங்கு கூழைக் குடிப்பது போல, இப்படிப்பட்ட உற்சாகம் இமயத்தை ஏற அல்ல; சமவெளியில் வாழவே தேவைப்படுகிறது.

அப்படிப்பட்ட ஓர் அபலைப் பெண்ணைப் பற்றி இரஷியக் கதைதான் மாக்சிம்கார்க்கியின் 'அவளுடைய காதலன்'.

கல்லூரி மாணவன் ஒருவன் தங்க நேர்ந்த விடுதியில், நடத்தை சரியில்லாத சில பெண்களும் இருந்தனர். அவர்களில் தெரஸா என்கிற போலந்துப் பெண்மணியும் இருந்தாள். அந்த மாணவன் எதேச்சையாக அவளை மாடிப்படிகளில் கண்ணுறுவது உண்டு. அப்படியோர் இடத்தில் இருக்க நேர்ந்தது பற்றி அவன் அடிக்கடி வருத்தப்படுவது உண்டு. ஆனால் அவன் அறையின் வசீகரமான அமைப்பு ஜாகையை மாற்ற மனம் தரவில்லை

ஒருநாள் திடீரென அவன் அறைக்குள் அவள் வந்தாள்

''எனக்கு ஓர் உதவி வேண்டும், செய்வீர் களா?'' என்றாள்.

அவனுக்குச் சற்று அச்சம். ''என்ன?'' என்றான் தயங்கியவாறே

''நான் என் வீட்டிற்குக் கடிதம் எழுத வேண்டும், செய்வீர்களா?''

அந்தக் காலத்தில் எழுதப் படிக்கத் தெரிந்த வர்கள் குறைவு.

''யாருக்கு எழுத வேண்டும்?''

''போல்ஸலாவ் காஷ்வுட்'' எனப் பெயரைக் குறிப்பிட்டு முகவரியைச் சொன்னாள்

''என் அன்புள்ள போலஸ், என் கண்ணாளனே! என் விசுவாசக் காதலனே....'' என அவள் அன்பைக் குழையும் வாசகங்களை அடுக்கிக் கொண்டே போனாள்.

''யார் அந்த போலஸ்?''

''எனக்கான இளைஞன் அதுவும் சாத்தியம்.''
''எத்தனை ஆண்டுகள் பழக்கம்?''

இலக்கியத்தில் மேலாண்மை

"ஆறு ஆண்டுகள்."

கடிதம் முடிந்தது. அவள் சென்றாள்.

ஓரிரண்டு வாரங்களுக்குப் பிறகு மறுபடியும் அவள் வந்தாள்.

"எனக்கு ஒரு கடிதம் எழுத வேண்டும்" என்றாள்.

"யாருக்கு, போலஸ்க்கா?"

"இல்லை. இம்முறை எனக்குத் தெரிந்த ஓர் இளைஞனுக்காக. அவனுக்கு என்னைப்போலவே தெரஸா என்ற பிரியமானவள் உண்டு. அவன் சார்பாக அவளுக்கு எழுத வேண்டும்."

"இங்கே பார் பெண்ணே! எனக்குத் தெரியும். போலஸ், தெரஸா என்று யாருமே கிடையாது. இவை எல்லாம் பொய்கள். என்னை மறுபடியும் தொல்லைப்படுத்தாதே. உன்னுடன் எந்தச் சகவாசமும் எனக்குத் தேவையில்லை."

அவள் சட்டென்று அறையை விட்டு அகன்றாள்.

அவனுக்குக் குற்ற உணர்வு. அவளது அறைக்குச் சென்றான். அவளோ மூலையில் தலையைத் தாங்கியபடி அமர்ந்திருந்தாள்.

அவள், அவனிடம் "இங்கே பார் போலஸ், தெரஸா என யாரும் கிடையாது. அதனால் உனக்கென்ன? காகிதத்தில் பேனாவை ஓட விட உனக்குச் சிரமமா? எனக்கு என்னைத் தவிர யாருமே இல்லை. போதுமா?"

விடுதி மாணவன் சொன்னான். "ஆனால், அப்படி ஒருவன் இருக்க வேண்டும் என எண்ணக் கூடாதா? நான் மனிதப் பிறவிதானே! அவர் களுக்கு எழுதுவதால் என்ன தீங்கு?"

"யாருக்கு?"

"போலஸ்க்கு"

"அப்படி யாரும் இல்லையே."

"அதனால் என்ன! அவனுக்கு நான் எழுது கிறேன். அவன் இருப்பதுபோல கருதிக்கொண்டு. அவன் இருந்தால் எனக்கு எழுதுவதுபோல, எனக்கு ஒரு கடிதம் வரட்டுமே...!" அந்த மாணவன் மனம் சுருங்கியது.

"நீ போலஸ்க்கு எழுதிய கடிதத்தை வேறொரு வரிடம் கொடுத்துப் படிக்கச் சொன்னேன். எனக்குப் போலஸ் எழுதியதாக ஒரு கடிதத்தை வேறொரு வரிடம் கொடுத்துப் படித்து மகிழ்வேன். இதனால் என் வாழ்வு எளிதாகும்."

கசப்பை அதிகமாக அனுபவிப்பவர்கள், இனிப்புக்காக அதிகம் ஏங்குகிறார்கள்.

★

அத்தியாயம்

54

உள்ளுவதெல்லாம் உயர்வுள்ளல்

வாழ்க்கையை எப்போதும் ஆக்கப்பூர்வமான எண்ணத்துடன் அணுகவேண்டும். இவ்வுலகம் துயரம் நிறைந்ததுதான். வாழ்க்கை என்பதே பல கசப்பான நிகழ்வுகளின் தொகுப்பாக இருப்பதுதான். அவ்வப்போது இன்பம் மின்னலைப்போலத் தோன்றுகிறது. இருளே வியாபித்து நிற்கிறது. ஒரு வீட்டில் கெட்டிமேளம், அடுத்த வீட்டிலோ அழுகை ஓலம். ஒருபுறம் இன்பம், மறுபுறம் துன்பம். படைத்தவனின் கருணையைக் கேள்விக் குறியாக்கும் நிகழ்வுகள். இருந்தாலும் இந்தத் துயரங்களுக்கு நடுவே இன்பத்தைக் காண மனித மனம் முயற்சி செய்யவேண்டும் என்பதை அந்தக் காலத்திலேயே புறநானூற்றுப் பாடல் வழியாகப் பக்குடுக்கை நன்கணியார் என்கிற புலவர் பாடி யிருக்கிறார்.

இன்னாது அம்மஇவ் உலகம்
இனிய காண்கஇதன் இயல்புணர்ந் தோரே

சூத்திரம் ஒன்றைப் புத்தர் சொல்லியிருக் கிறார். ஒரு மனிதன் பயணப்படும்போது வயலில் ஒரு புலியைப் பார்த்தான். பயந்து ஓடும் அவனைப் புலி துரத்தியது. மலைமுகட்டுக்கு வந்த அவன் காட்டுக்கொடியின் வேரைப்பிடித்துத் தொங்கினான். மேலேயிருந்த புலியோ உருமிக்கொண்டிருந்தது. கீழே குதிக்கலாம் என்று பார்த்தால் அங்கு இன்னொரு புலி அவனை உண்ணக் காத்திருந்தது. அவன் பிடித்திருந்த கொடியை இரண்டு எலிகள் கொரிக்க ஆரம்பித்தன. அப்போது அந்த முகட்டில் வளர்ந் திருந்த செடியில் ஒரு பழுத்த கோவைப்பழத்தைப்

பார்த்தான். ஒரு கையால் கொடியைப் பிடித்து, மற்றொரு கையால் அந்தக் கனியைப் பறித்து வாயில் போட்டு மென்றான். அது அந்த நேரத்திலும் தித்திப்பாக இருந்தது. ஒருவகையில் நம் அத்தனை இன்பங்களும் அப்படிப்பட்டவைதான்.

ஏசு பெருமான் ‘ஆண்டவனின் அரசாங்கம் கடுகு விதையைப்போல நுண்ணியது. அதை ஒருவன் எடுத்து தன் வயலில் விதைத்தான். அது வளர்கிறபோது மற்ற செடிகளைவிட உயரமாக வளர்ந்து பல பறவைகள் வந்து தங்கிக் கூவும் அளவு விரிந்தது’ என்று குறிப்பிடுகிறார்.

தொடக்கத்தில் பெருமுயற்சி தேவைப்படுவது போல, சின்ன மூலாதாரம் இருந்தாலும் அது உழைப்பாலும், நம்பிக்கையாலும், உறுதியாலும், ஊக்கத்தாலும் பெரிய பலன்களை அளிக்கும் என்பது ஏசுவின் கூற்று. வாழ்வின் எந்தக் கட்டத்திலும் நம்பிக்கையை மாத்திரம் இழந்துவிடக் கூடாது. ஏனென்றால் அதை இழந்தவன் எவ்வளவு செல்வம் இருந்தாலும் பயனில்லாத வாழ்க்கையை வாழ ஆரம்பித்துவிடுவான். ஊக்கம் எப்போதும் ஊன்றுகோலாக இருக்கும். அது சோர்வடையும் போதும் நமக்குச் சுறுசுறுப்பை அளித்து மேன்மைப் படுத்தி விடும்.

பணியிடத்தில்தான் என்று இல்லை. வீதியில் செல்லும்போதுகூட நமக்கு ஊக்கம் தேவைப் படுகிறது. அடுத்தவர்களைச் சோர்வடையச் செய்வது ஊரகப்பகுதியில் வாழ்பவர்கள் பண்பாடு அல்ல. அவர்கள் எப்போதும் உற்சாகப்படுத்துவார்கள். எவ்வளவு தூரம் என்று கேட்டால் அடைய வேண்டிய இடம் அருகில்தான் இருக்கிறது என்று நமக்கு ஆறுதலான சொற்களைச் சொல்லி ஊக்க மூட்டுவார்கள். தூரம் அதிகம் என்று உண்மையைச்

**ஊக்கம் எப்போதும்
ஊன்றுகோலாக இருக்கும்.
அது சோர்வடையும்போதும்
நமக்குச் சுறுசுறுப்பை அளித்து
மேன்மைப்படுத்தி விடும்**

சொன்னால் நம்மையும் அறியாமல் சோர் வடைந்துவிடுவோம் என்பதால் அவர்கள் அப்படி வாய்மையை வழிமொழிவார்கள். உடல் நல மற்றவர்களைச் சரியாகிவிடும் என்று சொன்னாலே வாழ்கிற காலம் அவர்களுக்கு உறுத்தலாக இல்லாமல் இருக்கும். தலைவனின் பிரிவைக் கண்டு வருந்திய தலைவியிடம் அவளைச் சமாதானப்படுத்த அவள் தோழி, ‘கார்காலம் வந்துவிட்டது தலைவர் இனி வந்து உன்னை மணம்புரிவார். வருந்தாதே!’ என்று கூறுகிற பாடல் நற்றிணையில் இடம் பெற்றிருக் கிறது.

‘தோழி! வெண்ணெல் அருந்திய வரி நுதல் யானை,
தண்நறுஞ் சிலம்பில் துஞ்சும்
சிறியிலைச் சந்தின வாடுபெருங் காட்டே.’

போர்புரிவது என்பது உயிரைப் பணயம் வைக்கும் செயல். மரணம் என்றால் அனை வருக்கும் இதயம் நடுங்கும். எனவே இன்றுகூட இராணுவத்தில் சிப்பாய்களுக்கு அவர்கள் செய்வதே உன்னதப் பணி என்பதை அடிக்கடி சொல்லிக் கொண்டேயிருப்பார்கள். அது தற்பெருமையல்ல. தளர்ந்திருக்கும் உள்ளத்தை நிமிர்த்துகிற உத்தி. இதை அன்றே புலவர்கள் பாடல்கள் மூலம் செய் திருக்கிறார்கள். போரில் சாவதே புகழ் மரணம் என்று அடிக்கடி பாடிப் படைதிரட்ட உதவியி ருக்கிறார்கள். ஔவையார் அதியமானைப் பற்றிப் பாடும்போது போரில் ஈடுபட்டு வீர மரணம் அடை பவர்கள் புகழ் உலகம் எய்துவார்கள். அவ்வாறு போராடாமல் இறப்பவர்களை வாளால் வெட்டிப் பின் அடக்கம் செய்கிற இழிநிலை இருந்தது என்று தெரிவிக்கிறார். பொதுவான மனநிலை போரில் இறப்பது, புகழுடைத்து என்று மேவினால் இளை ஞர்கள் அஞ்சாமல் போரிடுவார்கள்.

ஜென் இலக்கியத்தில் ஊக்கத்தைப் பற்றி ஒரு சம்பவம் குறிப்பிடப்படுவதுண்டு. நொபுனாகா என்கிற ஜப்பானிய வீரர், தன் எதிரியை வீழ்த்துவது

என்று முடிவெடுத்துவிட்டார். ஆனால் எதிரணியில் பத்து மடங்கு இருந்தனர். இருந்தாலும் தன்னால் வெற்றிபெறமுடியும் என்பது அவருக்குத் தெரியும். அவருடைய சிப்பாய்களோ பயந்து நடுங்கினர். அவர் படையெடுத்துச் செல்லும்போது தேவாலயத் திற்கு முன்பு தன் படையை நிறுத்தினார்.

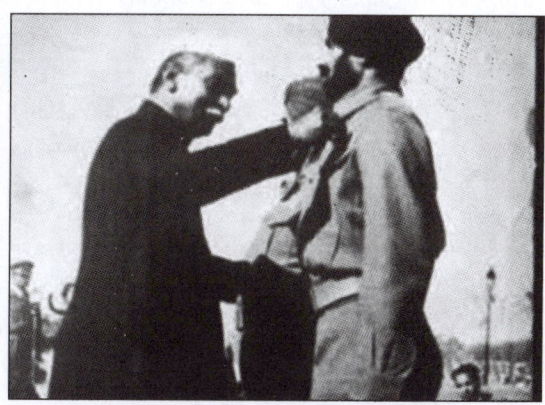

பிறகு, தன் வீரர்களிடம் 'நான் கோயிலில் வழிபட்டு வந்தவுடன் ஒரு காசைச் சுண்டுவேன், தலை விழுந்தால் நாம் ஜெயிப்போம், விதியின் கையில் வெற்றி இருக்கிறது' என்று சொல்லிவிட்டு உள்ளே சென்றார். மௌனமாக வழிபாடு முடித்த பிறகு வெளியே வந்து காசைச் சுண்டினார். தலை விழுந்தது. சிப்பாய்களுக்கு உற்சாகம் பற்றிக் கொண்டது. வெற்றியே விளைந்தது. விதியின் கைகளை மாற்றி எதுவும் எழுத முடியாது என்பது நொபுனாகாவின் உதவியாளர் அவரிடம் சொன்னார். அப்போது நொபுனாகா உண்மை அதுவல்ல என்று தான் சுண்டிய நாணயத்தைக் காட்டினார். இரண்டு பக்கமும் தலைகள் இருந்தன. இதைத்தான் ஷோலே திரைப்படத்தில் சத்தமில்லாமல் உருவினார்கள்.

'சிலப்பதிகாரத்'தில் கனகவிசயரோடு போர் புரிந்த பிறகு சேரன் செங்குட்டுவன் போரில் உயிரைப் பொருட்படுத்தாமல் போராடிய அவர்கள் அனைவரையும் வரவேற்றுப் பாராட்டிப் பேசி அவர்களுக்கு வரிசையாகப் பொருட்களைக் கொடுத்துப் பாராட்டினான். இறந்தவர்களுக்கும், வாழ்ந்தவர்களுக்கும் வாகைப் பொற்பூ அளித்தான். அது அவர்களுக்கு மிகப்பெரிய கௌரவமாக இருந்தது.

இன்றுள்ள பரம்வீர் சக்ரா, வீர் சக்ரா போன்ற வற்றிற்கு இணையாக அன்றே வீரர்களுக்குச்

செங்குட்டுவன் மரியாதை செய்திருக்கிறான் என்பதி லிருந்து ஊக்கப்படுத்துதல் தமிழ் மண்ணில் இரண் டாயிரம் ஆண்டுகளாக இருந்தது என்பது தெரிகிறது

'புறம்பெற வந்த போர்வாள் மறவர்
வருக தாம்என வாகைப் பொலந்தோடு
பெருநா ளமயம் பிறக்கிடக் கொடுத்துத்
தோடார் போந்தை தும்பையொடு முடித்துப்
பாடுதுறை முற்றிய கொற்ற வேந்தன்
ஆடுகொள் மார்போடு, அரசு விளங்கு
இருக்கையின்' நீர்ப்படைக் காதை

நம்பிக்கையும், உற்சாகமும் எப்படி அடுத்தவர் களை மகிழ்ச்சியடையச் செய்கிறதோ அதைப்போல அவ நம்பிக்கையும் அடுத்தவர்களை வீழ்ச்சியுறச் செய்துவிடும். திடகாத்திரமான மனிதனும் திசை மாறிப்போவதற்கு மற்றவர்கள் அவனைப் பார்த்துக் கூறுகிற சொற்களும் ஒரு காரணம்.

எதிர்மறையான எண்ணங்களையும், இருண்மையையும் அளிக்கவல்ல இலக்கியங்களும் இருக்கவே செய்கின்றன. ஆலிவர் கோல்டுமிஸ்த் 'ஓர் அழகிய பெண் தாழும்போது' என்கிற கவிதையை எழுதியுள்ளார். அதில் ஓர் அழகிய பெண் வஞ்சிக்கப்படும்போது, எந்த ஈர்ப்பு அவள் சோகத்தைத் தணிக்கும்? எந்தக் கலை அவள் பிறழ்வைக் கழுவும்? தன் தவற்றை மற்றவர்களின் விழிகளிலிருந்து மறைக்கவும், தன் பிரியமானவனுக்குக் குற்றவுணர்வுகளைத் தோற்றுவிக்கவும் இறப்பதே வழி என்று எழுதப்பட்டுள்ளது. இது போன்ற கவிதைகள், மனம் உடைந்தவர்களைத் தற்கொலைக்குத் தூண்டிவிடுபவை. இவற்றை அழகுக்காக வாசித்து, சாட்சியாகப் பார்க்க வேண்டுமே தவிர, வக்கீலாக வாதிட எடுத்துக் கொள்ளக் கூடாது.

அவநம்பிக்கை எப்படி அடுத்தவர்களைப் பாதிக்கும் என்பது பற்றி ஜெயகாந்தன் சிறுகதை ஒன்றை எழுதியிருக்கிறார். 'அம்மா நானிருக்கிறேன்' என்று நினைவு. படித்துப் பட்டம் பெற்ற பணி கிடைக்காத ஓர் இளைஞன் தற்கொலை செய்துகொள்வதற்காகத் தொடர்வண்டி நிலையம் செல்கிறான். இரயிலில் தன்னைச்சாகக் கொடுக்கத் தீர்மானிக்கிறான். அப்போது தண்டவாளத்தில் ஓர் உருவம் தென்படுவதைத் தூரத்திலிருக்கும் தொழுநோயாளி ஒருவன் பார்த்துவிடுகிறான். ஓடிவந்து அவனைப் பிடித்து இழுத்து ஓடும் இரயிலிலிருந்து காப்பாற்றுகிறான்.

''ஏன் இப்படித் தற்கொலை செய்ய முடிவெடுத்தாய்? என்று அந்த இளைஞனிடம் அந்தப் பிச்சைக்காரன் கேட்கிறான். ''படித்துப் பணி கிடைக்காததால் நான் இந்த முடிவெடுத்து விட்டேன் என்று அந்த இளைஞன் பதில் சொல்கிறான். உடனே அந்த நோயாளி ''என்னைப் பார் என் உடல் முழுவதும் தொழுநோய். இருந்தாலும் பிச்சை எடுத்து இந்த வாழ்வைத் தொடர்ந்து கொண்டிருக்கிறேன். நீ நன்றாக இருக்கிறாய், உனக்கு வாட்ட சாட்டமான உடல், படிப்பு இருக்கிறது, கொஞ்சம் முயன்றால் வேலை கிடைத்துவிடும், இதற்காகவா உன் உயிரை மாய்த்துக்கொள்வது'' என்று அறிவுரை சொல்கிறான். அவனைக் காப்பாற்றிய தொழுநோயாளியின் மனத்தில் இவ்வளவு அருவருப்பான நாம் தானே உண்மையில் சாக வேண்டும் என்கிற எண்ணம் ஏற்பட்டுவிடுகிறது.

திடகாத்திரமான மனிதனும் திசைமாறிப் போவதற்கு மற்றவர்கள் அவனைப் பார்த்து கூறுகிற சொற்களும் ஒரு காரணம்

அடுத்த நாள் இரவு முழுவதும் மகனைக் காணாத தாய், தண்டவாளத்தில் ஓர் உடல் கிடப்பதாகச் செய்தியை அறிந்து ஓடிவருகிறாள். அடிபட்ட உடலைப் பார்த்து ''மகனே'' என்று கதறுகிறாள். அப்போது ''அம்மா நான் இங்கிருக்கிறேன்'' என்று அவன் குரல் கொடுக்கிறான். அவன் தாயிடம் ''அவனும் இறந்திருக்கக் கூடாது'' என்று சொல்லக் கதை முடிகிறது. பள்ளி நாட்களில் படித்த கதை. தொழுநோயைவிட அதிகம் தொற்றிக் கொள்ளக்கூடியது அவநம்பிக்கைதான் என்று ஜெயகாந்தன் தெளிவுபடுத்தியிருக்கிறார். ★

அத்தியாயம்

55

ஊக்கச் சூழல்

ஊக்கச் சூழல்கள் இருந்ததனால் தான் போர் என்று தெரிந்ததும் ஆர்வத்துடன் பகைவர் மேல் பாய்வதற்கு விருப்பம் உள்ளவர்களாக விளைந்தனர் இளைஞர்கள் என்பதைச் சங்கப்பாடல்களில் அறியலாம்.

செருவேட்டுச் சிலைக்கும் செங்கண் ஆடவர்

(அகம். 157.4)

போரெனிற் புகலும் புனைகழன் மறவர்

(புறம் 31.9)

பெருநல் யானை போர்க்களத்து ஒழிய
விழுமிய வீழ்ந்த குரிசிலர்

(மதுரைக் காஞ்சி 735.6)

'மதுரைக்காஞ்சி'யில் எருதுகள் சேற்றில் செல்ல, சிரமப்படும்போது உழவர்கள் ஆரவாரம் செய்து அவற்றை முன்நகர்த்தினர் என்று குறிப் பிடப்பட்டுள்ளது.

அள்ளல் தங்கிய பகடுஉறு விழுமம்
கள்ஆர் களமர் பெயர்க்கும் ஆர்ப்பே

ஊக்கம் என்பது தனிப்பட்ட ஆர்வத்தை அடிப்படையாகக் கொண்டது என்பதை விளக்க பைபிளில் ஓர் உருவகக்கதை உண்டு. ஒரு திராட்சைத் தோட்டக்காரர் பழங்கள் எல்லாம் பழுத்ததால் யார் தன் தோட்டத்தில் அந்தி சாயும்வரை பணியாற்றுகிறார்களோ அவர்களுக்கு ஒரு பொற்காசு அளிக்கப்படும் என்று அறிவிக்கிறார். சிலர் காலையில் வருகிறார்கள், சிலர் மதியம்

வருகிறார்கள், சிலர் கடைசி நேரத்தில் வருகிறார்கள். கடைசியாக வந்தவர்கள் தங்களை யாரும் பணிக்கு அமர்த்தாததைச் சொல்கிறார்கள். அவர்களுக்கும் பணி தரப்படுகிறது. பழங்களைப் பறித்துக் கூடையில் நிரப்புகிறார்கள். தோட்டக்காரர் எல்லோருக்கும் அவர் வாக்களித்தபடி ஒரு நாணயத்தைத் தருகிறார்.

அவர்களில் ஒருவன் ''நான் காலையிலிருந்து பணிபுரிகிறேன், எனக்கும் ஒரு நாணயம். அந்தி சாய்வதற்குச் சற்று முன்னர் வந்த மற்றவர்களுக்கும் ஒரு நாணயம். இது எந்த வகையில் நியாயம்?'' என்று கேட்கிறான். அதற்கு அந்தத் தோட்டக்காரர் ''நான் உனக்கு எந்தக் கெடுதலும் செய்யவில்லை. உனக்கு ஏதாவது கொடுத்த வாக்கை மீறினேனா, அடுத்தவர்களைப் பற்றி ஏன் கவலைப்படுகிறாய்'' என்றார். நாம் ஒருபோதும் அடுத்தவர்களோடு ஒப்பிடக்கூடாது. அது ஊக்கத்தைக் குறைக்கும் ஆயுதம் என்று அந்த உருவகக்கதை நம்மை தெளிவு படுத்துகிறது.

ஊக்கத்திற்கு எடுத்துக்காட்டாக இருக்கிற ஓர் நாவல் 'மோபிடிக்'. அந்த நாவலில் ஆரம்பமே அசத்தல். 'என்னை இஸ்மாயில் என்று கூப்பிடு' என்று தொடங்கும் அது பயணத்தைப் பற்றியது. திமிங்கல வேட்டைக்கான பயணம் அது.

கப்பலின் கேப்டன் அஹப் திமிங்கல வேட்டையில் தன் காலை இழந்தவன். முழங்காலுக்குக் கீழ் ஒரு திமிங்கலம் அவன் காலைக் கவ்வியதால் ஏற்பட்ட வெறியே அதை வேட்டையாடித் தீர்வது என்கிற அவனது ஊக்கத்திற்குக் காரணம். அந்த அபாயகரமான வேட்டைக்கு மாலுமிகளைத் திரட்டுகிறான். உற்சாகப்படுத்தி உசுப்பும் பேச்சால் பலரைத் திரட்டுகிறான்.

நாம் ஒருபோதும் அடுத்தவர்களோடு ஒப்பிடக்கூடாது. அது ஊக்கத்தைக் குறைக்கும் ஆயுதம்

மோபிடிக் என்கிற அந்தக் கிழட்டுத் திமிங்கலம் பனிபோன்ற திமிலோடும், திமிரோடும் இருக்கிற ஜீவன். அதுதான் அவன் காலைச் சென்ற முறை கடித்துத் துண்டாக்கியது. கிளம்பும் குழுவில் கருத்து வேறுபாடுகள். ஒருவன் திமிங்கல வேட்டையின் நோக்கமே அதன் எண்ணெய்யை எடுத்து வருவதற்காகத் தான், பழிவாங்குவதற்காக அல்ல என்கிறான். எனினும், பயணம் தொடர்கிறது.

அஹப் ஒரே குறிக்கோளுடன் உயிரையும் பொருட்படுத்தாமல் பயணம் செய்கிறான். கப்பல் மோபிடிக் கால் சேதமடைகிறது. அஹப் அந்தத் திமிங்கலத்தைக் குத்திக் கிழிக்கும் போது அவன் முயற்சி தோல்வியடைய அந்தப் படகையே அது சிதைக்கிறது. கயிற்றில் சிக்கித் திமிங்கலத்தால் இழுக்கப்பட்டு கடலில் மூழ்கிப்போகிறான். இஸ்மாயிலைத் தவிர அனைவரும் இறந்து போகிறார்கள். இந்த நாவல் பல குறியீடுகளைக் கொண்டிருந்தாலும் மரணத்தைத் தாண்டி ஒருவன் வீரத்தோடும், ஊக்கத்தோடும் போராட வேண்டும் என்று குறிப்பிடுகிறது. இதை வாசிக்கும்போதே நாமும் திமிங்கல வேட்டைக்குச் செல்லலாம் என்கிற உணர்வு ஏற்பட்டுவிடுகிறது.

'கிழவனும் கடலும்' என்பது எர்னஸ்ட் ஹெமிங்வே எழுதிய நோபல் பரிசுபெற்ற நாவல். ஒருவன் முயற்சியை ஒருபோதும் கைவிடக் கூடாது, நம்பிக்கையை இழந்தவன் மரணமடைந்ததற்குச் சமமாவான் என்ற உற்சாக வரிகளை ஊட்டுகிற நாவல்.

சாண்டியாகோ என்கிற வயோதிக மீனவர் 84 நாட்கள் மீன் ஏதும் கிடைக்காமல் கரைக்குத் திரும்புகிறார். அவருக்கு உதவியாகச் சென்ற சிறுவனும் அதிர்ஷ்டம் இல்லாத கட்டையுடன் மீன்பிடிக்கச் செல்லவேண்டாமென்று தடுத்து நிறுத்தப்படுகிறான். சாண்டியாகோ உற்சாகத்தை இழக்கவில்லை. ஒரு மனிதன் செத்துப் போவான், ஆனால் தோல்வியுற மாட்டான் என்கிற அழுத்தமான நம்பிக்கை அவருக்கு. 85வது நாள் ஆழ் கடலுக்குச் செல்கிறார்.

இலக்கியத்தில் மேலாண்மை

> எந்தத் தோல்வியிலும்,
> எத்தனைப் பின்னடைவுகளிலும்
> மனிதன் நம்பிக்கையை இழந்துவிடக்கூடாது

வாழ்வில் எண்ணற்ற விபத்துக்களைச் சந்தித்தவர் ஹெமிங்வே. 207 விபத்துகள். நூறு பக்கங்களுக்கும் குறைவான இந்த நாவலை நூற்றுக்கும் மேற்பட்ட முறை திருத்திச் செம்மைப்படுத்தினார். எந்தத் தோல்வியிலும், எத்தனைப் பின்னடைவுகளிலும் மனிதன் நம்பிக்கையை இழந்துவிடக்கூடாது என்பது இந்த இலக்கியத்தின் மையக்கருத்து.

தகழி சிவசங்கரன் பிள்ளை எழுதிய 'செம்மீன்' நாவலிலும் கருத்தம்மாவின் கணவன் ஆழ்கடலுக்குள் விடாமல் தீவிரமாகப் போராடி மீன்பிடிக்கும் காட்சி சித்திரிக்கப்படுகிறது. ஆனால் அது சாதனை புரிய அல்ல. விரக்தியாலும், கோபத்தாலும் அவன் செய்த முயற்சி. வாழ்க்கையைக் கடலிடமே ஒப்படைத்து விடும் வெறுப்பும் அவனிடம் அடங்கியிருந்தது.

ரிச்சர்ட் பாக் எழுதிய 'ஜோனதன் லிவிங்ஸ்டன் ஸீகல்' இன்னோர் உற்சாகக் கையேடு. ஜோனதன் மற்ற கடற்காகங்களைப் போன்ற சராசரிப் பறவை அல்ல. கடற்கரையிலேயே இறைந்துகிடக்கும் கருவாடுகளையும், மீன்களையும் தின்று மகிழும் சாமானிய வாழ்க்கையை வாழ அதற்கு விருப்ப மில்லை. கழுகுகளையும், கொக்குகளையும் பார்த்து உயரமாய் பறக்க வேண்டும் என்று அதற்கு ஆசை. அப்படி ஏன் பறக்கக்கூடாது என அது வினவியபோது அது தேவையில்லை என்றும், சாத்தியமில்லை என்றும் விடைகள் தரப்படு

மதிய வேளையில் மர்லின் என்கிற மிகப் பெரிய மீன் தூண்டிலில் மாட்டுகிறது. ஆனால் அது அவரையும் சேர்த்து இழுக்கிறது. சாண்டியாகோ இரவு பகலாக அதோடு போராடுகிறார். மூன்றாவது நாள் களைப்படைந்து போகிறார். கயிற்றை இழுத்துப்பிடித்து கைகளில் இரத்தம். அதைக் குத்தியதால் ஏற்பட்ட இரத்தத்தின் காரணமாகச் சுறா மீன்கள் அதை வேட்டையாடக் கூட்டம் கூட்டமாக வருகின்றன. தன் ஈட்டியைப் பயன்படுத்தி ஐந்து சுறாக்களைக் கொன்றதோடு பலவற்றைத் துரத்து கிறான்.

கடைசியில் மர்லின் மீனுடைய எலும்புக் கூடும், தலையும், வாலும் மிஞ்ச கரைக்கு வந்து சேருகிறான். படுக்கையில் படுத்துத் தூங்கி விடு கிறான். அதுவரை அவரைக் கேலி பேசிய மற்ற மீனவர்கள் அந்தப் பெரிய மீனைப் பார்த்து அதிசயிக் கிறார்கள். அந்தக் கிழவர் தன் இளமைக் காலத்தைச் சிங்க உருவில் கனவாகக் காணுகிறார். இரண்டே பேர் கொண்ட மிகச்சிறிய நாவல் அது. சொந்த

கின்றன. அவை, பறக்க நினைக்கும் ஜோனதனைச் சாதிப்பிரஷ்டம் செய்கின்றன. பசியையும், உறக்கத்தையும் பொருட்படுத்தாமல் உயரப்பறக்க நினைக்கிறது அது. ஆனால் முடியவில்லை. ஒளிரும் இரண்டு பறவைகள் அதற்குப் பறக்கும் கலையைக் கற்றுத் தருகின்றன. தொடர்ந்த முயற்சியின் காரணமாகப் பறப்பதைத் தெய்வீகப் பயிற்சியாக நினைத்து அதை அடைகிறது. உண்மையாக இருக்கும் பட்சத்தில் தான் அது இயலும் என்பது தெரிகிறது.

ஜோனதன் பறவையின் குரு அதனிடம் "அன்பின் மூலம் தொடர்ந்து பணி புரி" என்று அறிவுரை கூறுகிறார். மன்னிப்பதன் மூலமே முன்னேற்றம் அடையமுடியும் என்பதை உணர்ந்த அந்தப் பறவை தன் குழுவிற்கு வந்து பறக்க விருப்பமிருக்கும் பறவைக்குக் கற்றுத்தருவதாகச் சொல்கிறது. தன்னுடைய முதல் சீடனுக்குப் பறப்பதற்கு முன்பு மன்னிப்பதற்கு மனத்தைப் பிரித்து வைத்திருக்குமாறு கூறி அதை ஆகாயத்தின் அகன்ற வெளிக்கு அழைத்துச் செல்கிறது. திடமான மனம் இருந்தால் ஆகாயத்தைச் சிறகுகள் மூலம் வசப்படுத்தலாம் என்பது ஜோனதன் லிவிங்ஸ்டன் ஸீகல் மூலம் வெளிப்படுகிறது. நம் எல்லோரிடமும் ஒரு ஜோனதன் இருப்பதை உணர்ந்தால் எந்தக் காற்றையும் நம் கால்களால் கிழித்து முன்னேற முடியும்.

திருவள்ளுவர் ஊக்கத்திற்காக ஓர் அதிகாரத்தையே ஒதுக்கியிருக்கிறார். அவரைப் பொருத்தவரை எத்தனைச் செல்வம் இருந்தாலும் ஊக்கமில்லாவிட்டால் பயனில்லை. சுவீகரித்த சொத்தை மற்றவர்கள் அபகரிக்காமல் இருக்க ஊக்கமே அவசியம்.

'உடையர் எனப்படுவது ஊக்கம் அஃதில்லார்
உடையது உடையரோ மற்று' (591)

ஆறுதல் என்பது வெறும் சடங்கு அல்ல. அது நைந்த உள்ளங்களைச் சரிசெய்யும் அருமருந்து அதனால் தான் ஷெல்லி, திருமண வீட்டிற்குச் செல்லாவிட்டாலும் துக்க வீட்டிற்குக் கட்டாயம் செல்லவேண்டுமென்று 'கவிதைக்குச் சார்பாக' என்கிற தன் கட்டுரையில் தெரிவித்திருப்பார். காயம் பட்டவர்களை விசாரிப்பதே அவர்கள் புண்ணுக்குக் களிம்பு தடவியதைப் போன்ற சுகத்தைத் தரும்.

'நெடுநல்வாடை'யிலும் அரசன் புண்பட்ட வீரர்களின் உள்ளத்தில் மகிழ்ச்சி தோன்றுமாறு முகமலர்ந்து அவர்கள் வருத்தத்தைப் போக்குவதற்காக அவர்களோடு இருந்தான் என்று குறிப்பிடப்பட்டிருக்கிறது.

'நள்ளென் யாமத்தும் பள்ளி கொள்ளான்
சிலரொடு திரிதரும் வேந்தன்
பலரொடு முரணிய பாசறைத் தொழிலே'

இலக்கியத்தில் மேலாண்மை

அத்தியாயம் 56
சக்திகளைத் திரட்டிச் சதிகளை விரட்டு

போர்க்களத்தில் வீரர்களைப் பார்த்து உற்சாக உரையாற்றுவது அவர்களிடமிருக்கும் ஆற்றலைப் பல மடங்கு அதிகப்படுத்தும். துவண்டுகிடக்கிற மனத்தையும் உற்சாகத்தின் மூலம் சரிசெய்ய முடியும். ஷேக்ஸ்பியர் படைத்த ஒரே ஒரு கதாநாயகன் என்று ஐந்தாம் ஹென்றியைக் குறிப்பிடலாம்.

அதில் அவர் குறைந்த படைபலத்தை வைத்துக் கொண்டு பிரெஞ்சு நாட்டைத் தோற்கடிப்பார். அவர் உற்சாகப்படுத்துவதில் அளப்பரிய ஆற்றல் கொண்டவர். தன்னுடைய படைவீரர்களைப் பார்த்து அவர் ஆற்றும் உரை சிறந்த ஊக்க உரையாகக் கருதப்படுகிறது.

'என் இனிய நண்பர்களே இன்னொரு முறை
புலியைப்போல் செயலாற்றுங்கள்
உங்கள் உடலில் புனித ஆங்கில
இரத்தம் பாய்கிறது
அலெக்ஸாண்டர்களைப் போன்ற
அப்பன்களுக்குப் பிறந்தவர்கள் நீங்கள்
உங்கள் கை கால்கள் இங்கிலாந்தில்
உரமூட்டப்பட்டவை என்பதை
இங்கே நிரூபியுங்கள்'

இந்த எழுச்சியூட்டும் வரிகள் ஏற்படுத்திய உற்சாகம் இங்கிலாந்து வீரர்களைக் கிளர்ந்தெழச் செய்கிறது. பிரெஞ்சுப்படை மண்ணைக் கவ்வியது. அவர்கள் தாய் மண்ணை முத்தமிட்டதாகக் கருதிக் கொண்டனர்.

309

தமிழ்மொழியில் நாடக வளத்தை மேம்படுத்த வேண்டும் என்கிற உத்வேகத்துடன் தமிழ்த்தாய் வாழ்த்து இடம்பெற்றிருக்கும் 'மனோன்மணீய'த்தை எழுதியவர் சுந்தரம் பிள்ளை.

அவரை மனோன்மணீயம் சுந்தரம் பிள்ளை என்றே அழைப்பது வழக்கம். அதில் சேரமன்னன் சீவகன் எடுப்பார் கைப்பிள்ளையாக இருந்தாலும் எதிரிகள் படையெடுத்து வரும்போது தன் படை வீரர்களை நோக்கி எழுச்சி உரை ஒன்றை ஆற்று கிறார். அது ஐந்தாம் ஹென்றியின் உரைக்குச் சிறிதும் குறைவானதல்ல.

ஜீவ: **கண்டோம் கண்டோம்,**
களித்தோம் மிகவும்!
உண்டோ இவர்க்கு எதிர்?
உனக்கு எதிர்? ஓ, ஓர்
வேல்கடைத் தலைவரே!
நால்படை யாளரே!
கேட்பீர் ஒருசொல்! கிளர்போர்க் கோலம்

படை: **தாமிர பரணிக்கு ஜே ஜே!**

ஜீவ: **ஒருதுளி யேனும் நீர் உண்டுளீர் ஆயின்**
கருதுவீர் தாமிர பரணியின் கட்டுரை
மக்காள்! அருந்தி வளர்மின்! நுமக்கு
மிக்கோர் இல்லா வீரமாய்ப் பரந்து
முதுசுதந் தரத்தின் முத்திரை ஆகி,
இதுபரி ணமித்துஉம் இதயத்து உறைக!

எத்தனைப்பேர் நம்மை பலவீனப்படுத்த நினைத்தாலும் உண்மையான ஓர் இதயம் நம் முயற்சியைப் பாராட்டினால் நாம் தொடர்ந்துசெய்வோம்

எத்தனைப்பேர் நம்மை பலவீனப்படுத்த நினைத்தாலும் உண்மையான ஓர் இதயம் நம் முயற்சியைப் பாராட்டினால் நாம் தொடர்ந்து செய்வோம் என்பது புதுமைப்பித்தன் கதையொன் றில் வெளிப்படுகிறது. 'கடிதம்' என்கிற அந்தக் கதை சிங்காரவேலு என்கிற எழுத்தாளரைப் பற்றியது. அவருடைய கதைகள் அவரை வறுமையில் தள்ளி யது. மிகச் சிறந்த கதைகளை எழுதினாலும் அங்கீகாரம் கிடைக்கவில்லை. ஒரு கட்டத்தில் மிகவும் தளர்ந்து விடுகிறார்.

தன்னுடைய நண்பர் சுந்தரத்திடம் 'எனக்கு நான் எழுதுவதைச் சரி நன்றாயிருக்கிறது என்று சொல்ல நான்கு பேர்கள் வேண்டும். சுற்றி ஒன்றுக்கு மற்ற கழுதைகளை வைத்துக்கொண்டு என்ன செய்கிறது' என்றார் சிங்காரம். அவருடைய நண்பர் சுந்தரம் சிலாகித்ததை அவர், நண்பர் என்ற காரணத்தால் ஏற்றுக்கொள்ள வில்லை. ஐந்தாறு நாட்கள் கழித்து ஒரு கடிதம் வந்தது. பிரித்து வாசித்தார்.

விசாகப்பட்டி
10.09.1933.

இலக்கிய கர்த்தரான திரு. சிங்காரவேலு அவர்கள் திவ்விய சமூகத்திற்கு,

நான் பெரிய படிப்பாளி ஒன்றுமில்லை; ஆனால் கலையில் எனக்கு ஆர்வம் மிகுதியும் உண்டு.

தங்கள் சிறுகதைகளுக்கு நிகராகத் தமிழ் இலக்கியத்தில், ஏன், உலக இலக்கியத்திலேயே- எனக்கு ஆங்கிலத்திலும் சிறிது பயிற்சியுண்டு- பெரும்பான்மையாகக் கிடையாது என்றே சொல் வேன். தங்கள் 'சாலாவின் சங்கடங்கள்' என்ற சிறுகதை வாழ்க்கையின் உயிர்மெய் ஓவியமாக இருக்கிறது. அது ஒரு புதிய மானிட உலகத்தையே

திறந்து காண்பிக்கிறது. அதைப் பற்றிப் புகழ்வதற்கு, நானும் ஓரளவு எழுதும் பயிற்சி பெற்றவனாக இருந் தால் எனது உள்ளத்தில் தோன்றியதை அப்படியே எடுத்துரைப்பேன். ஆனால் அந்தோ, அவ்வளவும் மூங்கையன் கண்ட கனவாகவே இருக்கின்றன. இன்னும் தங்களின் எண்ணிறந்த கதைகளை விடாது படித்துவந்தவர்களில் நானும் ஒருவன். இன்னும் புதிய கற்பனைகளை, கனவுலோகங் களைச் சிருஷ்டிக்க இறைவன் தங்களுக்குப் போதிய சக்தி அருளுவானாக.

இப்படிக்கு,
தங்கள் விதேயன்,
நாகப்பன்.

அந்தக் கடிதத்தைப் படித்ததும் அவருக்கு இருந்த தாகம் தீர்ந்தது. ஆனால் கடிதத்தைப் படிக்கப் படிக்க அது தனக்கு அறிமுகமான கையெழுத்து மாதிரி தெரிந்தது. உடனே அவர் யாரோ நமக்குத் தெரிந்த பயலுடைய வேலைதான் என்று கோபப் படுகிறார். அந்தக் கடிதத்தை எரித்துவிடுகிறார். அதற்குப் பிறகு வெகு நேரம் தூங்கவில்லை. ஆனாலும் ஒளி வராமல் போய்விடுமா என்ற நம்பிக்கையோடு காத்திருக்கிறார். 'ஒளி வரும் பொழுது நாம் இருக்க வேண்டும் என்ற அவசிய முண்டா? எனது சிருஷ்டிகள் இருந்தால் போதும்!' என்கிற சிந்தனையோடு கதை முடிகிறது.

திருக்குறளில் இரண்டு குறட்பாக்கள் விலங்கு களைக் குறியீடாகக் கொண்டு ஊக்கத்தைப் பற்றி உரைக்கின்றன.

***'சிதைவிடத்து ஒல்கார் உரவோர் புதையம்பிற்
பட்டுப்பா டூன்றும் களிறு' (597)***

***'பரியது கூர்ங்கோட்டது ஆயினும் யானை
வெரூஉம் புலிதாக் குறின்' (599)***

இந்த இரண்டு குறட்பாக்களிலும் இடம் பெற்றிருக்கும் விலங்கு யானை. ஒன்றில் ஊக்கத் திற்கு உதாரணமாகவும், மற்றொன்றில் ஊக்க மின்மைக்கு எடுத்துக்காட்டாகவும் உவமையாக்கப் பட்டிருக்கிறது. இந்தக் குறட்பாக்கள் மாறி இடம்

பெற்றிருந்தால் நன்றாக இருக்கும் என்றுகூட தோன்றுகிறது.

597 வது குறளின் பொருள்: உடம்பை மறைக்கு மளவு அம்புகளால் புண்பட்டும், யானை தன் பெருமையை நிலைநிறுத்தும், அதுபோல், ஊக்கம் உடையவர் அழிவு வந்தவிடத்திலும் தளரமாட்டார்.

599 வது குறளின் பொருள்: யானை பருத்த உடம்பை உடையது, கூர்மையான கொம்புகளை உடையது, ஆயினும் ஊக்கமுள்ளதாகிய புலி தாக்கினால் அதற்கு அஞ்சும்.

இந்த இரண்டு குறட்பாக்களுக்கும் இடையே உள்ள தொடர்பை ஓர் இரவு முழுவதும் சிந்தித்துத் தெளிவு பெற்றேன்.

காட்டில் இருக்கிற யானை புலியைப் பார்த்துப் பயப்படுகிறது. உருவத்தில் பெரிதாக இருந்தாலும் மரபுவழி வந்த பயம் அதற்குள் அப்படியே இருக்கிறது. ஆனால் போருக்காகப் பயிற்றுவிக்கப்படுகிற யானை சூழல் மாறிய காரணத்தால் அதற்குள் இருக்கும் ஆற்றலை அறிந்து கொள்கிறது. தன்னைக் கண்டு அஞ்சி ஓடுகிற வீரர்களைப் பார்த்து ஊக்கம் கொள்கிறது. பயிற்சியால் அது துணிவுமிக்க விலங்காக மாறுகிறது. எத்தனை அம்புகள் வந்தாலும் சோர்ந்து விடாமல் போர்க்களத்தில் முன்னேறிச் செல்கிறது. எனவே அதை யாராலும் வெல்ல முடியாத அளவு ஆற்றல் பெற்றுவிடுகிறது. மேலாண்மை நிபுணர் அடைர் சொன்னதைப்போல ஒருவனின்

ஆற்றலைச் சுற்றுச் சூழல் ஐம்பது விழுக்காடு தீர்மானிக்கிறது என்பதற்கு இந்தக்குறட்பாக்கள் உதாரணம். அவற்றை ஒருங்கிணைத்துப் படிக்கும் போது இன்னும் அதிகமாகத் தெளிவு பெற முடிகிறது.

தைமூரைப் பற்றி ஓர் நாடகத்தைக் கிறிஸ் டோபர் மார்லோ எழுதியிருப்பார்.

அதில் தைமூர் தன் படைவீரர்களிடம் 'துணிவோடு போரிடுங்கள்! அவர்களது மகுடங்கள் உங்களுக்குச் சொந்தமாகும். என்னை ஆசியாவின் சக்கரவர்த்தியாக்கப்போகிற உங்கள் தலைகளின் மேல் அந்த மகுடங்களை இந்தக் கைகள் அணி விக்கும்' என்று தொடங்கி வீரம் செறிந்த உரையை நிகழ்த்துவான். அது அவர்களை உற்சாகப்படுத்தும். போரில் கடுமையாக ஈடுபட்டு வெற்றிபெற வைக்கும்.

ஷேக்ஸ்பியர், போர் என்பது ஒருவகையில் மக்களை உற்சாகப்படுத்துகிற சாதனம் என்பதை அறிந்து வைத்திருந்தார். அவருடைய 'நான்காம் ஹென்றி' நாடகத்தில் மரணப் படுக்கையில் இருக்கும் மன்னன் இளவரசனிடம் சொல்வான்: 'உள்நாட்டுக் கலவரங்கள் ஏற்படும் போதெல்லாம் வெளிநாட்டுப்போரை மேற்கொள்வாய். மக்கள் சிலநாட்களில் தங்கள் பிரச்சினைகளை மறந்து விடுவார்கள்' என்று அறிவுறுத்துகிறார். இன்றுகூட இதைத்தான் பல நாடுகள் பின்பற்றுகின்றன.

> ஒரு நாட்டினர் புதிய கண்டுபிடிப்புகளைச் செய்யவும் உற்சாகத்தை வளர்த்துக்கொள்ளவும் போர் ஒரு மூலக்கருவியாக இருக்கிறது

போரினால் பல அழிவுகள் ஏற்பட்டாலும் அது உந்துசக்தியாக இருக்கிறது என்பது உண்மை. 'போரின் பலன்கள்' என்கிற நூலில் போரால் இவ்வாறு உலோக இயல், தகவல் தொடர்பு, வாகன விருத்தி, மருத்துவம் போன்றவை முன்னேறின என்பது பற்றி வெகுவாக விளக்கப்பட்டிருக்கிறது. ஒரு நாட்டினர் புதிய கண்டுபிடிப்புகளைச் செய்யவும் உற்சாகத்தை வளர்த்துக்கொள்ளவும் போர் ஒரு மூலக் கருவியாக இருக்கிறது. பொருளாதார வளர்ச்சியில் போருக்கான பங்கை யாரும் மறுதளித்துவிட முடியாது.

'சீன ஞானம்' என்கிற நூலில் இடம்பெற்றி ருக்கும் ஒரு சரித்திரச் சம்பவம். வாங்டான் என்பவர் இராணுவத்தில் உயர்ந்த பதவியை வகித்தவர். அப்போது ஜெங்சாங் என்பவர் சாங் ராம்ராஜ்யத்தின் மன்னராக இருந்தார். ஒருநாள் அவருடைய சக ஊழியர் கௌ சுன் என்பவர் அவரை அணுகி ''எனக்கு உயர்ந்த பதவி வாங்கித்தா'' என்று கேட் கிறார். அதற்கு வாங்டான் 'மண்டலத் தலைமை அதிகாரி பதவி முக்கியமானது, நான் மன்னனிடம் தனிப்பட்ட பரிந்துரைக்காகச் செல்வதில்லை' என்றார். கௌ சுன் வருத்தமடைந்தார். சில நாட்களில் அவர் மண்டலத் தலைமை அதிகாரியாக நியமிக்கப்பட்டார். மன்னனைப் பார்த்து நன்றி சொன்னபோது அவர் வாங்டான் தான் பரிந் துரைத்தார் என்று பதிலளித்தார். கௌ சுனுக்கு அவமானமாகிப் போய்விட்டது. ஆனாலும் அவர் எப்போதும் வாங்டானைக் குறைகூறிய வண்ணம் இருப்பார். ஆனால் அவரோ மன்னரிடம் கௌ சுன் பற்றி உயர்வாகவே கூறுவார். ஒருநாள் மன்னர், 'நீங்கள் எப்போதும் கௌ சுனைப் பற்றி உயர் வாகவே பேசுகிறீர்கள், ஆனால் அவரோ உங்கள்

குறைகளையே பேசுகிறார்' என்று குறிப்பிட்டார். அதற்கு வாங்டான் 'அது இயற்கை. நான் வெகு காலம் பணியிலிருப்பதால் தவறு செய்திருக்கக் கூடும், அவர் உங்கள் மேல் உள்ள விசுவாசத்தால் அவற்றைப் பற்றி உங்களிடம் சொல்லக்கூடும்' என்றார். உயர்ந்த பதவியில் இருந்தாலும் கௌசுன் எப்போதும் வாங்டனைவிட, தன்னைத் தாழ் வாகவே எண்ணிக்கொண்டார்.

நாம் எவ்வாறு நம்மை நினைத்துக் கொள் கிறோம் என்பதில்தான் ஊக்கமும், உயர்வும் அடங்கியிருக்கின்றன. அதனால்தான் சிலர் உயர்ந்த பதவியில் இருந்தாலும் அற்பப் புத்தியுடன் நடந்து கொள்கிறார்கள். கடைசி வரை அவர்களால் மாறவே முடியாமல் போய்விடுகிறது.

★

அத்தியாயம்

57

உள்ளம் திடமானால் உயர்வு நிஜமாகும்

'பாஞ்சாலி சபத'த்தில் துகிலுரிவது நிகழ்கிற போது அர்ஜுனன் கூறும் சூளுரை, பாண்டவர்கள் அனைவரையும் உற்சாகமூட்டுவதாக இருக்கிறது. தகுந்த காலம் வரும்வரை காத்திருப்போம் என்று அவன் அனைவருக்கும் நம்பிக்கையூட்டுகிறான். இருள் நீடித்து நிற்கும் என நினைக்க வேண்டிய தில்லை.

'தருமத்தின் வாழ்வதனைச் சூது கவ்வும்
தருமமறு படிவெல்லும் எனுமி யற்கை
மருமத்தை நம்மாலே உலகங் கற்கும்
வழிதேடி விதியிந்தச் செய்கைசெய்தான்
கருமத்தை மேன்மேலும் காண்போம், இன்று
கட்டுண்டோம், பொறுத்திருப்போம்,
காலம் மாறும்.
தருமத்தை யப்போது வெல்லக் காண்போம்
தனுவுண்டு காண்டீவ மதன்பேர் என்றான்'

புரட்சிக்கவிஞர் பாரதிதாசன் தொடர்ந்து தமிழர்களைத் தட்டி எழுப்பும் கவிதைகளை எழுதியவர். தன்மான உணர்வையும், சுயமரியா தையையும் ஊட்டுகின்ற சொற்கள் அவருடைய கவிதைகளில் இடம்பெற்றன. படிக்கிறவன் இதயம் தீப்பிடிக்கும் அளவு அவற்றில் வேகமும், கனலும் இருக்கும்.

'சிறுத்தையே வெளியில் வா' என்கிற கவிதையில்

'பூட்டிய இரும்புக் கூட்டின் கதவு
திறக்கப்பட்டது! சிறுத்தையே வெளியில் வா!
எலி என உன்னை இகழ்ந்தவர் நடுங்கப்
புலி எனச் செயல் செய்யப் புறப்படு வெளியில்!'

என்று அவர் முழங்குகிறார்.

எத்தனை பேர் பழித்தாலும் கொள்கையில் ஊக்கம் தளரக்கூடாது என்கிற கவிஞர் கண்ண தாசனின் வரிகள் இன்றும் அதிகம் மேற்கோள் காட்டப்படுபவை.

'போற்றுவார் போற்றட்டும் புழுதி வாரித்
தூற்றுவோர் தூற்றட்டும் தொடர்ந்து சொல்வேன்
ஏற்றதொரு கருத்தை எனதுள்ளம் என்றால்
எடுத்துரைப்பேன் எவர் வரினும் நில்லேன்
அஞ்சேன்'

தனது பாடல்களில் கம்பர், தாக்கத்தை ஏற்படுத்தியதாகக் கண்ணதாசன் குறிப்பிடுவதுண்டு. அது இந்தப் பாடலில் தெளிவாகத் தெரிகிறது. புலவர்களின் இயல்பைப் பற்றிக் கடுமையாகத் தாக்கிக் கம்பர் பாடிய பாடல் இது.

'போற்றினும் போற்றுவர்;
பொருள்கொ டாவிடில்
தூற்றினும் தூற்றுவர்; சொன்ன சொற்களை
மாற்றினும் மாற்றுவர்; வன்க ணாளர்கள்
கூற்றினும் பாவலர் கொடியர் ஆவரே'

கவிஞர் தாரா பாரதியின், 'விரல்கள் பத்தும் மூலதனம் வெறுங்கை என்பது மூடத்தனம்' என்கிற வரிகள் ஊக்கமருந்தாய் இருக்கின்றன.

கவிஞர் மு. மேத்தா

'நம்பிக்கை நார் மட்டும்
நம் கைகளில் இருந்தால்போதும்
உதிர்ந்த பூக்கள் எல்லாம்
ஒவ்வொன்றாய் வந்து ஒட்டிக்கொள்ளும்
கழுத்து மாலையாகவும்
தன்னைத்தானே கட்டிக்கொள்ளும்'

என்று நம்பிக்கை வரிகளை நங்கூரமாய் நம் இதயத்தில் பாய்ச்சுகிறார்.

சாதனை ஊக்கம் என்பது மிகவும் முக்கியமான மனநிலை. நாம் எதை இலக்காக வைக்கிறோம் என்பதே நம் ஊக்கத்தைத் தீர்மானிக்கிறது. நம் சாதனையும் தீர்மானிக்கிறது. இமயத்தை எல்லை யாக நிர்ணயிக்கிறவன் அதை வெல்கிறான். பக்கத்து ஊரில் இருக்கும் குன்றையே தன் இலக்காக நிர்ணயிப்பவன் அதைத் தான் அடைகிறான். அமெரிக்காவின் பத்து சிறந்த நிறுவனங்களை ஆய்வு செய்யப்பட்டபோது அதில் நான்கு தலைமை நெறிகள் கண்டுபிடிக்கப்பட்டன. அவை கடின மான இலக்குகளை நிர்ணயிக்கின்றன.

ஆற்றலை ஒருமுகப்படுத்தி அந்த இலக்கு களை நோக்கிப் பயணிக்கின்றன. தொடர்ந்து அவற்றைக் கண்காணிக்கின்றன. தங்கள் சாதனையில் தனித்தன்மையின் முத்திரை விழ வேண்டும் என்பதில் எச்சரிக்கையாக இருக்கின்றன. கோகோ கோலா 'தண்ணீரோடுதான் எங்கள் போட்டி' என்பதை இலக்காக நிர்ணயித்தது தான் அதன் வெற்றிக்கு ஒரு காரணம்.

உயர்ந்த இலக்குகள் நமக்குள் ஆற்றலை உற்பத்தி செய்கின்றன. எப்போதும் உயர்வான வற்றையே எண்ணவேண்டும். அப்போது எண்ணி

இமயத்தை எல்லையாக
நிர்ணயிக்கிறவன் அதை வெல்கிறான்.
பக்கத்து ஊரில் இருக்கும் குன்றையே
தன்இலக்காக நிர்ணயிப்பவன்
அதைத்தான் அடைகிறான்

யதை அடையாவிட்டாலும் உயரமான ஒன்றை அடைய முடியும். வானத்தை இலக்காகக் கொண் டால் மரத்தின் மீதாவது இளைப்பாற முடியும். என்னிடம் குடிமைத் தேர்வுகள் எழுதுவது குறித்து ஆலோசனை பெற, பல மாணவர்கள் வருவார்கள். அவர்களில் சிலர் அதை அடையும் பக்குவம் பெற்ற வர்கள் இல்லையென்றாலும் அவர்களை நான் உற்சாகப்படுத்துவேன். அவர்கள் ஐ.ஏ.எஸ் அதிகாரியாகாவிட்டாலும் வேறொரு தேர்வில் வெற்றிபெற்று உயர்ந்த அரசுப் பதவியை அடைந்து விடுவார்கள்.

திருவள்ளுவர் உயர்வாக எண்ணுவதைப் பற்றி நமக்கு அறிவுறுத்துகிறார்.

உள்ளுவ(து) எல்லாம் உயர்வுள்ளல் மற்றது
தள்ளினும் தள்ளாமை நீர்த்து (கு. 596)

தண்ணீரில் இருக்கும் தாவரங்கள் வெள்ளத் திற்கு ஏற்பத் தங்களை உயர்த்திக்கொண்டே செல்வதைப் போல ஒருவன் தனக்கிருக்கும் ஊக்கத்திற்கொப்ப உயர்வை அடைகிறான் என்று திருவள்ளுவர் தெளிவுபடுத்துகிறார்.

வெள்ளைத் (து) அனைய மலர்நீட்டம் மாந்தர்தம்
உள்ளத் தனையது உயர்வு (கு. 595)

எளிதான முயலை வீழ்த்துவதை விட, கடினமான யானையைக் கொல்ல முயற்சி செய்து தோற்றுப்போய் வேலோடு திரும்பி வருவது சிறந்தது என்பது வள்ளுவர் கூற்று. 'நான்காம் ஹென்றி' நாடகத்தில் ஹோட்ஸ் புர் 'ஒரு முயலை எழுப்புவதைவிட சிங்கத்தை உசுப்புவது இரத்தத்தைக் கிளறுகிறது' என்று கூறுவான்.

நாம் சாதாரண இலக்குகளை நிர்ணயித்து திருப்திப்படக்கூடாது. சற்று கடினமானவற்றை இலக்காகத் தீர்மானிக்கவேண்டும். கலீல் கிப்ரான் 'மணலும் நுரையும்' என்ற நூலில் ஏழுமுறை தன் ஆன்மாவை வெறுத்ததாகக் குறிப்பிடுகிறார். அதில் ஒன்றாக அவர் தன் மனம் எளிமையானதைத் தேர்ந் தெடுத்து சாதித்துத் திருப்திப்பட்டுக்கொண்டு கடின மானதைப் புறக்கணித்தபோது ஏற்பட்ட மகிழ்ச்சி யையும் அந்தப் பட்டியலில் சேர்க்கிறார்.

எளிமையானவற்றை எப்போதும் அடைந்து விடமுடியும். ஆனால் அதில் மகிழ்ச்சி ஏற்படாது. வெறும் நம்பிக்கை போதாது, முயற்சியும் தேவை. அதனால்தான் ஆங்கிலத்தில், 'நம்பிக்கை நல்ல காலைச் சிற்றுண்டி, ஆனால் மிக மோசமான இரவு உணவு' என்றார்கள்.

காட்சிப்படுத்துதல் ஊக்கத்தின் ஒரு பகுதி. விதுர நீதியில், 'நாம் எதைத் தீவிரமாக எண்ணு கிறோமோ, எதைத் தவம்போல் நினைத்து முயற்சி செய்கிறோமோ அதை அடைகிறோம்' என்று குறிப்பிடப்பட்டுள்ளது.

ஜேம்ஸ் ஆலன் 'ஆஸ் எ மேன் திங்கத்' என்கிற ஆங்கில நூலை எழுதினார். அது மகாத்மா காந்திக்கு மகத்தான வழிகாட்டியாக இருந்தது. நாம் எதைத் தொடர்ந்து மனத்தில் காட்சிப்படுத்தி வாழ்கி றோமோ அதை நோக்கி நம் ஆழ் மனம் தேவை யான உந்துசக்தியை உற்பத்தி செய்கிறது. நம் செயல்கள் நம்மையும் அறியாமல் ஒழுங்கு படுத்தப்படுகின்றன. நம் மனத்தில் இருக்கும் தடைகள் விலகுகின்றன. அது நம் செயலில் ஒருங் கிணைப்பை ஏற்படுத்துகிறது. நாளடைவில் நம் எண்ணம், செயல் எல்லாம் தீவிரமடைகின்றன. அப்போது நாம் நினைப்பதை அடைந்துவிடு கிறோம். இந்தக் கருத்தை அந்த நூல் குறிப்பிடு கிறது.

நாம் எதைத் தொடர்ந்து மனத்தில் காட்சிப்படுத்தி வாழ்கிறோமோ அதை நோக்கி நம் ஆழ் மனம் தேவையான உந்துசக்தியை உற்பத்தி செய்கிறது

காட்சிப்படுத்துதலைப் பொறுத்த வரை நான்கு வழிகள் இருக்கின்றன. இலக்கை நிர்ணயிப்பது, அதைக் குறித்த தெளிவான சித்திரத்தை உருவாக்குவது, அடிக்கடி அதைப் பற்றிச் சிந்திப்பது, ஆக்கப்பூர்வமான ஆற்றலை அதற்கு வழங்குவது. இந்த நான்கு கட்டங்களையும் திருவள்ளுவர் குறிப்பிடுகிறார்.

உள்ளியது எய்தல் எளிதுமன் மற்றுந்தான்
உள்ளியது உள்ளப் பெறின் (540)

திருக்குறளைப் பொருத்தவரை காட்சிப் படுத்துபவன் நிச்சயம் அதை அடைந்து விடுவான். ஆனால் செயலில் உறுதியும் அவசியம். வெறும் எண்ணம் மாத்திரம் இருந்தால் அது பகல் கனவாகவே இருக்கும்

எண்ணிய எண்ணியாங்கு எய்துப எண்ணியார்
திண்ணிய ராகப் பெறின் (666)

தன்னுடைய நாடகங்களில் ஷேக்ஸ்பியர் உயர்ந்த இலக்கையே வலியுறுத்துகிறார். 'டெம் பஸ்ட்' நாடகத்தில் பிராஸ்பரோ சின்னத் தீவில் மாட்டிக்கொள்கிறான். ஆனாலும் இழந்த தன் நாட்டை மறுபடி கைப்பற்ற முடியும் என்பதில் ஆழ்ந்த நம்பிக்கையோடு இருக்கிறான். அதைத் தொடர்ந்து மனச்சித்திரமாக்குகிறான். எனவே அதை இறுதியில் சாதித்தும் காட்டுகிறான். பெரிக்கல்ஸ் நிறைய சோதனைகளைச் சந்திக்கிறான். இருந் தாலும் இறுதியில் நினைத்ததை அடைகிறான். 'ஆஸ் யூ லைக் இட்' நாடகத்தில் ஆர்லாண்டோ அரசவை மற்போர் வீரனைத் தோற்கடிக்க முடியும் என்று திடமாக எண்ணுகிறான். அதை அவன் எளிதில் சாதிக்கவும் முடிகிறது.

இலக்கியங்கள் கதாபாத்திரங்கள் மூல மாகவும், நேரடியாகவும் நமக்கு ஊக்கத்தையும், நம்பிக்கையையும் வழங்கிக்கொண்டே இருக் கின்றன. உழைப்பே விருது என்று வர்கில் குறிப் பிடுகிறார். செய்கிற பணியில் அன்பையும், அக் கறையையும் செலுத்தினால் நாம் சோர்வடைய வேண்டிய அவசியமே ஏற்படாது. நம் மனம் நிறைவது முக்கியமே தவிர அடுத்தவர்களின் பாராட்டுகள் அல்ல.

கலீல் கிப்ரான் 'தீர்க்கதரிசி' என்கிற நூலில் உழைப்பைப் பற்றிக் கூறும் வரிகளைத் தியானித் தால் அவை, நம்மை எப்போதும் ஊக்கப்படுத்தும்.

நீங்கள் பூமியின் விசையுடன் இயைவதற்காகப் பணியாற்றுபவர்கள், சோம்பலாக இருப்பவன் பருவங்களிடம் அந்நியனாகிறான். உழைக்கும் போது நீ புல்லாங்குழலாகி, கிசுகிசுக்கும் காற்றை இனிய இசையாக்குகிறாய். உழைப்பு உனக்குச் சாபமாகவே சொல்லப்பட்டிருக்கிறது. உழைக்கும் போது வாழ்வு நேசிப்பாகிறது.

உழைப்பு கண்ணுக்குத் தெரியும் கனிவு. நீ ஆடை நெய்யும்போது, உன் காதலி உடுத்துவதாக எண்ணி இதயத்திலிருந்து இழையெடுத்து நெசவு செய்.

உன் பிரியமானவள் வசிப்பதாக எண்ணியே கட்டடம் கட்டு, உன் நேசத்திற்குரியவளுக்காக

அறுவடை செய்யப்போவதாகக் கருதி, மணிகளை மண்ணில் விதை. எல்லாப் பணிகளுமே மணி மணியானவை. காற்று மகத்தான உயரம் கொண்ட மரங்களோடும், மண்ணை முத்தமிடும் புல்லின் இதழ்களோடும் ஒரே மொழியில்தான் உதடசைக்கிறது.

அன்போடு உழைக்க முடியாதவன், ஆலயத்தில் யாசிப்பதே நல்லது. ஏனெனில், பிரியமன்றி ரொட்டி தயாரித்தால், அது கசப்பாகிய பசியைத் தணிக்காமல் இருக்கும். திராட்சையை நசுக்கினால், அதன் நஞ்சு சாறாய் இறங்கும்.

இவற்றை வாசித்தால் சுருங்கிய மனமும் பாரசூட்டாய் விரியும். வானவீதி பால்வீதியாகிப் பரவசமூட்டும்.

★

அத்தியாயம் 58
இலக்கியத்தில் ஸ்வாட்

மேலாண்மையில் ஸ்வாட் (SWOT-Strength, Weakness, Opportunity, Threat Analysis) மிகவும் முக்கியம். ஒரு நிறுவனம் புதிதாக ஒரு தொழிற் சாலையைத் தொடங்குவதற்கு முன்பு அதன் பலம், பலவீனம், வாய்ப்பு, ஆபத்துப் பட்டியலைத் தயாரிக்க வேண்டும். இதுவரை தங்கள் நிறுவனம் போட்டி நிறுவனங்களைவிட எந்தவகையில் பலம் வாய்ந்தது என்பதை உணரவேண்டும்.

அதைப்போலவே அந்நிறுவனம் தன்னுடைய பலவீனங்களையும், புதிய தொழில் தொடங்குவதற் கான பிரகாசமான வாய்ப்புகளையும் அவ்வாறு தொடங்குவதால் ஏற்படக்கூடிய நெருக்கடிகளையும் தீவிரமாக ஆலோசனை செய்யவேண்டும். பலம் அதிகமாகவும், பலவீனம் குறைவாகவும் இருந்தால் தான் புதிய தொழிலைப் பற்றிச் சிந்திக்க வேண்டும். ஆபத்துக்களையும், வாய்ப்புகளையும் எடைபோட வேண்டும். நெருக்கடிகளைச் சமாளிக்கும் விதங் களைப் பற்றி உத்திகளை வகுத்துக்கொள்ள வேண்டும். நிச்சயமாக வெற்றி என்கிற சூழலில் தான் புதிய முயற்சியை மேற்கொள்ள வேண்டும்.

வெற்றிக்கும் தோல்விக்கும் சமபங்கு இருக் கிறது என்றால் தோல்விகளைத் தவிர்க்க வியூகம் வகுக்க வேண்டும். தோல்வியே ஏற்பட வாய்ப்புகள் அதிகம் என்றால் சாதகமான சூழல் வரும்வரை திட்டத்தைத் தள்ளிப்போட வேண்டும். தமிழில் ஆழந்தெரியாமல் காலை விடுவது குறித்த பழ மொழி ஒன்று இருக்கிறது. அப்படிப் பலர் சாதகமாக உள்ள செய்திகளை மாத்திரம் கணக்கில் எடுத்துக் கொண்டு திடீரெனத் தொழிலில் இறங்குவார்கள்.

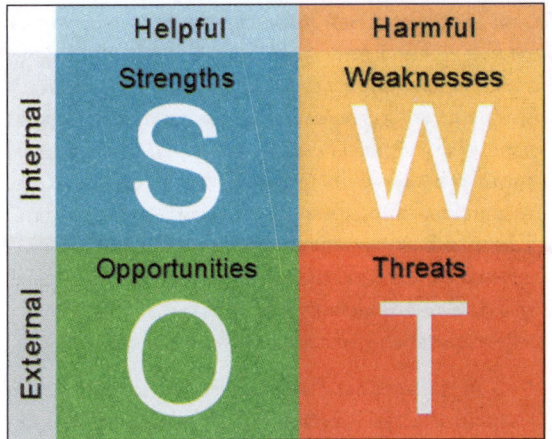

உபரியாக இருக்கிற பணத்தை அப்படி உபயோகித்தால் பணம் போனாலும் பரவாயில்லை, வந்தால் இலாபம், வராவிட்டால் முதலுக்கு மோசமில்லை என்று துணிச்சலாக இருந்துவிடலாம்.

ஆனால் அவர்களோ அடிப்படையான முதலீடுகளை எல்லாம் அடகு வைத்துவிட்டு, புதிய தொழிலில் இறங்குவார்கள். அவர்கள் எதிர்பார்க்காத பலவீனங்கள், இறங்கிய பிறகு தான் தெரிய ஆரம்பிக்கும். அப்போது அவற்றைச் சமாளிக்க எந்தவித மனத் தயாரிப்பும் அவர்களிடம் இருக்காது. மூலப்பொருட்களின் விலை ஏற்றத்தையோ, புதிய தொழில்நுட்பம் நுழையக்கூடிய வாய்ப்பையோ அவர்கள் எதிர்பார்த்து அதற்கேற்றவாறு வருமானத்தைப் பத்தாண்டுகளுக்குக் கணக்கிட்டு, தொழில் செய்வது இல்லை. இவையெல்லாம் போகப் போகப் பூதாகரமாகக் கிளம்ப ஏற்கெனவே சம்பாதித்தவற்றையும் இழந்துவிட்டு நிற்பார்கள்.

எனவே, வர்த்தக நிறுவனங்கள் தங்கள் செயல்பாட்டை விரிவாக்குவதற்கு முன்போ, புதிய தொழிலைத் தொடங்குவதற்கு முன்போ, புதிய நிறுவனத்தைக் கையகப்படுத்துவதற்கு முன்போ, புதிய பணியை மேற்கொள்வதற்கு முன்போ ஸ்வாட் பரிசீலனை செய்வது கட்டாயமான ஒன்று.

இன்று வர்த்தகம், அன்று போர்.

எதிரிநாட்டு மீது படையெடுப்பதற்கு முன்பு இவற்றையெல்லாம் உன்னிப்பாக ஆராய்ந்து அதற்குப் பிறகுதான் படை நடத்தவேண்டும். தனிப்பட்ட கோபத்தைப் படையெடுப்பாக மாற்றினால் வெற்றிபெற முடியாது. சுக்ரநீதி என்பது அர்த்த சாஸ்திரத்திற்கு முந்தைய ஆட்சி ஆவணம். அதைத் தன்னுடைய நூலின் முகவுரையிலேயே கௌடில்யர் நன்றியுடன் நினைவு கூறுகிறார். அந்த நூலில் ஸ்வாட் பரிசீலனை பற்றித் தெளிவாகக் குறிப்பிடப்பட்டிருக்கிறது. 'அரசன் உரிய காலத்தையும், உரிய இடத்தையும், பகைவலிமையையும், தன் வலிமையையும் ஆராய்ந்து, அதன்பின் சாம பேத முதலிய உபாயங்களையும், சந்தி விக்கிரக முதலிய அறு வகைக் குணங்களையும், சூழ்ச்சியையும் அறிந்து போரில் விருப்பமுடையவனாதல் வேண்டும்' என்று அந்த நூல் இயம்புகிறது. மேலும் 'அரசன் தனக்கு மிக்க அண்மையிலுள்ள நாட்டினைப் பகைவன் கொள்ளும் வண்ணம் ஒருபொழுதும் விடலாகாது' என்றும் அது அறிவுறுத்துகிறது.

'போர்க்கலை' நூலில் சன்-சு போருக்காகத் திட்டமிடும்போதே ஏழு கோணங்களை ஆராய வேண்டும் என்கிறார். எந்த ஆட்சியாளர் திறமையானவர், எந்தத் தளபதி கெட்டிக்காரர், எந்தப் படைக்கு இயற்கை நிலப்பகுதி ஆகியவை சாதகமாக இருக்கின்றன, எந்தப் படையில் வழிமுறைகளும் உத்தரவுகளும் முறையாகப் பேணப்படுகின்றன, எந்தப் படை வலிமையானது, எந்தப் படையில் நன்றாகப் பயிற்றுவிக்கப்பட்ட அலுவலர்களும் ஜவான்களும் இருக்கிறார்கள், எந்தப் படை முறையாக விருதுகளையும் தண்டனைகளையும் நிர்வகிக்கின்றன என்பவற்றைத் தீவிரமாகப் பரிசீலனை செய்தபிறகே படையெடுப்பதைப் பற்றி முடிவு செய்யவேண்டும். இந்தப் பட்டியல் ஸ்வாட் பரிசீலனையை எளிமைப்படுத்தும் விளக்கம்.

திருவள்ளுவர் செயலின் வலிமையையும், தன் வலிமையையும், பகைவனின் வலிமையையும்,

‘கடல்நீர் தூய்மையாகவும்,
தீமையாகவும் இருக்கின்றது.
அது மீன்களுக்கு ஆரோக்கியமானதாகவும்,
மனிதனுக்கு நஞ்சாகவும் இருக்கிறது’

துணை செய்வாரின் வலிமையையும் ஆராய்ந்து ஒரு செயலில் இறங்க வேண்டுமென்று சொல்கிறார்.

‘வினைவலியும் தன்வலியும் மாற்றான் வலியும்
துணைவலியும் தூக்கிச் செயல்’ (471)

ஹிராக்ளிட்டஸ், ‘கடல்நீர் தூய்மையாகவும், தீமையாகவும் இருக்கின்றது. அது மீன்களுக்கு ஆரோக்கியமானதாகவும், மனிதனுக்கு நஞ்சாகவும் இருக்கிறது’ என்று குறிப்பிடுகிறார். ஒருவருக்குச் சாதகமாக இருப்பது இன்னொருவருக்குச் சாதக மில்லாமல் போய்விடலாம். எனவே நாம் மற்றவர் களைப் பார்த்து அவர்கள் செய்வதையெல்லாம் செய்ய வேண்டும் என்று எண்ணக்கூடாது. பலமும், பலவீனமும் மனிதருக்கு மனிதர் மாறுபடக் கூடியவை.

ஹார்வர்ட் பல்கலைக்கழகத்தில் பணி புரிகின்ற மைக்கேல் போர்டர் என்பவர் ஒரு நிறுவனத்தின் போட்டி போடும் தன்மையை ஐந்து செய்திகள் நிர்ணயிப்பதாகக் குறிப்பிடுகிறார்.

அவை: நிறுவனத்தின் தற்போதைய போட்டி யாளர்கள், நிறுவனத்திற்கு மூலப்பொருட்களை வழங்குபவர்கள், நிறுவனத்தின் வாடிக்கை யாளர்கள், நிறுவனத்தோடு எதிர்காலத்தில் போட்டி போடக்கூடியவர்கள், நிறுவனம் தயாரிக்கும் பொருளை வேறொரு பொருள் மாற்றுவதற்கான சாத்தியங்கள், மைக்கேல் போர்டர் குறிப்பிடுகின்ற அனைத்தையும் பரிசீலனை செய்த பிறகுதான் தனிப் பட்ட நபராக இருந்தாலும் சரி, நிறுவனமாக இருந் தாலும் சரி, நாடாக இருந்தாலும் சரி ஒரு முயற்சியில் நுழையவேண்டும். இல்லாவிட்டால் மூக்குடைப்பு ஏற்படும்.

நாம் எப்போதுமே தவறான கணிப்புகளில் நம்மைப் பற்றி உயர்வாக எண்ணிக்கொள்ளும் பழக்கத்திற்கு அடிமையானவர்கள். இம்மன நிலைக்கு நார்ஸிஸிஸம் என்று பெயர். இப்பெயர் ஏற்பட கிரேக்க இலக்கியங்களே காரணம். ஜுபிட்டர் என்கிற தேவர்களின் தலைவன், நம் ஊர் இந்திரனுக்குச் சமமானவன். கொஞ்சம் ஜொள்ளுப் பேர்வழி. அவன் மனைவிக்குத் தெரியாமல் மற்ற பெண்களோடு மகிழ்ச்சியாக இருக்க, எகோ என்கிற தேவதையைத் தன் மனைவியோடு பேசி சகல நேரமும் அவளைப் பிசியாக வைத்திருக்கும்படி கட்டளையிட்டான். அவன் மனைவி ஜுனோவும் அரட்டையடித்து ஆனந்தமாய் இருந்தாள்.

நாளடைவில் உண்மை தெரிந்து போய் ஜுனோ எகோமீது கோபப்பட்டாள். அவளால் சுயமாக எதையும் பேசமுடியாது. அடுத்தவர்கள் பேசுவதில் கடைசிச் சொற்கள் மாத்திரமே திரும்பச் சொல்லமுடியும் என்று தண்டித்தாள். அதனால்தான் எதிரொலிக்கு ஆங்கிலத்தில் எகோ என்று பெயர். நொந்துபோன எகோ சோகத்தின் பிடியிலிருக்கும் போது அழகான உருவாய் ஒரு வாலிபனைச் சந்தித் தாள். அவன் பெயர் நார்ஸிஸஸ். பார்த்தவுடன் எகோ காதல்வயப்பட்டாள். அவனை வசீகரிக்க முயற்சி செய்தாள். ஆனால் தன் உள்ளக்கிடக் கையை உணர்த்தக்கூட முடியவில்லை. அவன் எதைக் கேட்டாலும் அந்தக் கேள்வியின் கடைசிச் சொற்கள் மாத்திரமே உச்சரித்து அவனுக்குச் சலிப்பை ஏற்படுத்தினாள். அவன் வெறுப்படைந்து அவளை விட்டு ஓடினான்.

ஒருநாள் தன் முகத்தைத் தெளிந்த குளத்தில் பார்த்தான். தன் அழகைப் பார்த்து தானே

> **கழிவறைக்குச் சென்று வந்ததையே கலைமாமணி பட்டம் பெற்றதைப்போல சாதனையாக சொல்லுகிற பல சராசரிகளைக் காணலாம்**

மயங்கினான். தன் உருவத்தின் மீது தானே காதல் கொண்டான்.

அதை முத்தமிடச் சென்று நீரில் மூழ்கி இறந்துபோனான். அவனால் தன்னைத்தானே அதிகமாக நேசிக்கிறவர்களுக்கு ஒரு பெயரைச் சூட்ட அடையாளம் கிடைத்தது.

நார்ஸிஸிஸம் என்பது தன்னை அதிகமாக மதிப்பீடு செய்வது மாத்திரமல்ல, அடுத்தவர்களைக் குறைவாக எடை போடுவதும்தான்.

மாபெரும் மனிதர்கள் எப்போதும் எளிமையாகவும், பணிவாகவும் இருக்கிறார்கள். காலிக் குடங்களோ கதகளி ஆடுகின்றன. கழிவறைக்குச் சென்று வந்ததையே கலைமாமணி பட்டம் பெற்றதைப்போல, சாதனையாகச் சொல்லுகிற பல சராசரிகளைக் காணலாம். திருவள்ளுவர் சாமானியர்கள் தங்களைத் தாங்களே வியந்து கொள்வார்கள், மகத்தானவர்கள் எப்போதும் பணிவோடு இருப்பார்கள் என்று குறிப்பிடுகிறார். தன்னை அதிகமாக மதிப்பீடு செய்கிறவர்கள் எதேச்சையாகக் கிடைக்கிற வெற்றிகளைத் தன் ஆற்றல் என்று எண்ணிக் கொள்வார்கள். பிறகு மிகப்பெரிய ஆபத்தில் இறங்கி அழிந்துவிடுவார்கள். அதனால்தான் நம் பலங்களை மாத்திரம் ஆராயக்கூடாது. பலவீனங்களையும் பட்டியலிடவேண்டும். இலக்கியத்தின் உருவகமானாலும், வர்த்தக உலகத்திலும் பல நாடுகளை நடத்துபவர்களிடமும் நார்ஸிஸஸ்களைக் காணமுடிகிறது.

எகோவைப்பற்றித் தாமஸ் மூர் ஆங்கிலத்தில் அழகிய கவிதையை எழுதியிருக்கிறார்.

இரவின் இசைக்கு
எவ்வளவு இனிமையாக எகோ குரல் கொடுக்கிறாள்!
குரலோ கொம்போ உசுப்பும்போது அவள் விழிக்கிறாள்
தொலைவில் புல்வெளிகள் மீதும், ஏரிகள் மீதும்
வெளிச்சத்திற்குப் பதிலளித்தவாறு
செல்கிறாள்

என்கிற அந்தக் கவிதை மேலாண்மையோடு தொடர்புடையதாக இருந்தாலும் இனிமையாக இருக்கிறது. ★

அத்தியாயம்

59

சாபத்தையே வரமாக்கலாம்

பலத்தைச் சரியாக ஆய்வதற்கும் பக்குவம் தேவைப்படுகிறது. எப்போதுமே நாம் சற்று தூக்கலாக எண்ணிக்கொள்கிற மனப்பான்மை உள்ளவர்கள். எனவே தனியாக மாத்திரம் ஆராய்வது சிரமமாகக்கூடப் போய்விடுவதுண்டு. 'விதுர நீதி'யில் தற்புகழ்ச்சி என்பது முட்டாள்தனத்தினால் ஏற்படுவது என்று தெளிவாக்கப்பட்டிருக்கிறது. விதுரர் தற்புகழ்ச்சி, சோம்பல், சிந்திக்காத செயல் ஆகியவை அறியாமையின் குழந்தைகள் என்று தெளிவுபடுத்துகிறார். பல்தசார் தன்னைப் பற்றியே எப்போதும் பேசிக்கொண்டிருப்பவர்களை எச்சரிக் கிறார். தன்னையே புகழ்பவன் நேரத்தை வீணடிக் கிறான். தேவையற்ற அரட்டையைத் தவிர்ப்பவன் அலுவலகப் பணிகளில் முதிர்ச்சியோடு செயல் படுகிறான் என்று அவர் அறிவுறுத்துகிறார்.

வீழ்ச்சிக்கு முன்பு ஆணவம் வருகிறது என்பது பைபிளில் உள்ள பழமொழி. அழிவுக்கு முன்பு அகங்காரம் என்பதைச் சமஸ்கிருதத்தில் 'விநாஸ காலம், விபரீத புத்தி' என்று கூறுவார்கள். தமிழில் 'துள்ளுகிற மாடு பொதி சுமக்காது.' இவை அனைத்துமே தன்னைக் குறித்துத் தகுதிக்கு மீறிய நினைவுகளால் ஏற்படும் மாயத் தோற்றத்தின் மண்ணைக் கவ்வும் விளைவு.

நமக்குப் போட்டியே இல்லை என்று எண்ணு வதும், நிரந்தர வெற்றியை விளைவிக்க முடியாது. நாம் எதிர்பார்க்காத திசைகளில் இருந்து போட்டி வரக்கூடும். ஒரு துறையில் ஒருவர் மட்டுமே ஆதிக்கம் செய்தால் அவர்கள் தங்களுக்குப் போட்டி

யில்லை என்று எண்ணுகிற மனப்பான்மையை, 'போட்டி கிட்டப் பார்வை' என்று வர்த்தகத்தில் அழைப்பார்கள். தொடர் வண்டிக்கான முழு உரிமை அரசைச் சார்ந்தது. எனவே பயணச்சீட்டின் கட்டணத்தை உயர்த்தினால் போட்டி போட யாரும் இருக்கமாட்டார்கள் என்று நினைக்க முடியாது. மக்கள் பேருந்தில் செல்லலாம், தங்க நாற்கரச் சாலை அமைந்த பிறகு சாலைவழிப் பயணம் விரைவாகிவிட்டது. எனவே மாற்று வழியைத் தேர்ந்தெடுக்கும் வாய்ப்புகள் இருக்கவே செய்கின்றன.

காப்பி நிறுவனங்கள் தங்களுக்குப் போட்டி காப்பித்தூளைத் தயாரிக்கும் மற்ற நிறுவனங்கள்தாம் என்று நினைக்கக்கூடாது. மக்கள் தேநீரைத் தேர்ந் தெடுக்கலாம். குளிர்பானங்களைப் பருக ஆரம் பிக்கலாம். பதனீரும், இளநீரும் உடலுக்கு நல்லது என்று அவற்றைக் குடிக்க நேரிடலாம். எனவே பல வகைகளில் போட்டி உருவாவதற்கு வாய்ப்புகள் இருக்கின்றன. சிங்கப்பூரில் ஓர் உணவு விடுதியை உலகின் உயரமான உணவு விடுதி என்று விளம்பரப் படுத்தினார்கள். நூறாவது மாடியில் அந்த உணவகம். ஆனால் ஈ, காக்காயைக் காணவில்லை. மக்கள் உணவுக்காகச் செல்கிறார்களே தவிர உயரத்திற்காகச் செல்வதில்லை. மிக நன்றாக வியா பாரம் நடக்கும் கடைகள்கூட திடீரென மேம்பாலம் வருகிறபோது பாதிக்கப்படும். எனவே வர்த்தகம் பலத்தில் இருந்து பலவீனத்திற்குப் பயணிப்பதற்கு அதிக அவகாசம் தேவைப்படுவதில்லை.

டாவோ டீச்சிங்கில் ஸ்வாட்டைப் பற்றிச் சூசகமான குறிப்பு இடம் பெற்றிருக்கிறது. உண்மை யான பலம் எது என்பதை உணர்த்துவதாக அந்தச் சூத்திரம் அமைந்திருக்கிறது.

நமக்குப் போட்டியே இல்லை என்று எண்ணுவதும், நிரந்தர வெற்றியை விளைவிக்க முடியாது. நாம் எதிர்பார்க்காத திசைகளில் இருந்து போட்டி வரக்கூடும்

பயணிப்பதில் பரிமளிப்பவன் சென்றால்
சக்கரத் தடயங்கள் தென்படுவதில்லை
பேச்சில் பரிமளிப்பவன் நாக்குழறுவதில்லை
கணிதத்தில் வல்லவன் விரல்களால்
எண்ணுவதில்லை
முடிச்சு போடுவதில் வல்லவன் போட்ட
முடிச்சை
அவிழ்க்க யாராலும் முடியவில்லை

பலத்தை அறிவது மிகவும் அவசியம். அது அறிவியல் பூர்வமான ஆராய்ச்சியாக இருக்க வேண்டும். பல்தசார் அறிவுப்பூர்வமான ஆய்வை வலியுறுத்துகிறார். முயல்கள்கூட இறந்த சிங்கத்தின் சதையை இழுக்க முடியும். துணிச்சல் என்பது கேலிக்குரியதல்ல. இயற்கை, தேனீக்களில் தேனின் இனிமையையும், அதன் கொடுக்கின் கடுமை யையும் கலந்து வடிவமைத்திருக்கிறது. நம் தனித் தன்மையில் நாம் பரிமளிக்க வேண்டும்., அதைக் கூர்மைப்படுத்த வேண்டும். எல்லா மகத்தான மனிதர்களும் ஏதோ ஒன்றில் சிறந்தவர்களாக இருக் கிறார்கள். தெரியாதவாறு தவறு செய்கிறவன் மக்கள் மதிப்பில் விழுந்து விடாமல் இருக்கின்றான். ஒருவன் தன்னை முழுமையாக அறிந்து வைத் திருக்க வேண்டும். அப்போதுதான் தன்னைக் கடந்து செல்லமுடியும். தன் எல்லா ஆற்றலையும் காண்பித்து விடக்கூடாது. சிலவற்றைத் தக்க தருணத்திற்காகப் பத்திரப்படுத்தி வைத்திருக்க வேண்டும். இவரிடம் என்ன ஆற்றல் இருக்கிறதோ என்கிற எதிர்பார்ப்போடு மற்றவர்கள் நம்மை வியந்து பார்க்கும் வகையில் நடந்துகொள்ள வேண்டுமென்று பல்தசார் குறிப்பிடும் எச்சரிக் கைகள் நிர்வாகத்திற்கும் மேலாண்மைக்கும் அவசியமாக இருக்கின்றன.

தமிழ் இலக்கியவாதிகள் வரமே சாபமான தையும், சாபமே வரமானதையும் புராணங்களைத் தொட்டுக்காட்டி சொற்பொழிவாற்றுவது உண்டு.

கவிஞர் அப்துல் ரகுமான், ‘வரங்களே சாபங்களானால் இங்கே தவங்கள் எதற்காக’ என்று குறிப்பிடுவார். வரமே சாபமானது பஸ்மாசுரன் வாழ்வில் நடந்தது. அவன் பரமேஸ்வரனை வேண்டித் தவம் புரிந்தான். பணி கிடைக்கும் வரையிலும் வரம் கிடைக்கும் வரையிலும் கால் கடுக்க நிற்பது இன்றும், அன்றும் எதார்த்தமான நிகழ்வு. அவன் தவத்தின் அடர்த்தியைப் பார்த்துப் பரமேஸ்வரன் பணிந்தார். அவன் கேட்டவரமோ விசித்திரமானது. அவன் யார் தலையைத் தொட்டாலும் அவன் சாம்பலாக வேண்டும் என்பதுதான். வரம் கிடைத்ததும் அதைப் பரிசோதித்துப் பார்க்கப் பரமேஸ்வரனையே துரத்தினான். அழகிய பெண்ணின் வடிவில் திருமால் வந்து அவனை அருகில் இருக்கும் பொய்கையில் குளித்து வரச்சொல்ல, ஸ்நானம் செய்தவன் தலையைத் துவட்டும்போது பஸ்பமாகிப்போனான். இங்கு வரம் சாபமானது.

சாபமே வரமான சம்பவம் இராமாயணத்தில் உண்டு. தசரதன் கௌசல்யா மூலம் சாந்தா என்கிற பெண்ணை மாத்திரம் பெற்றிருந்தான். இராவணன் தனக்கு மரியாதை செலுத்துமாறு பயமுறுத்தத் தூதர்களை அனுப்பினான். தசரதனோ ஒப்பற்ற வீரன். கோபம் கொந்தளித்தது. தூதர்களைத் துரத்தியதோடு மறுபடியும் வந்தால் இலங்கைக்குள் நுழைய முடியாதபடி அம்பு அரணை அமைத்து விடுவதாகப் பயமுறுத்தினான். அவமானப்பட்ட இராவணன் பிரம்மாவிடம் தசரதனுக்கு ஆண் வாரிசுகள் பிறக்கக் கூடாது என்று தவமிருந்து வரம்பெற்றான். தசரதனோ கண்ணை மூடிக்கொண்டு அம்பு எய்வதில் கில்லாடி. சத்தம் வரும் திசையில் கண்ணை மூடிக் கொண்டு அவன் அம்பு எய்தால் குறி தப்பாது.

காட்டில் ஒருநாள் வேட்டையாடும் போது சரயு நதியில் சத்தம் வர, யானை தண்ணீர் குடிக்கிறது என நினைத்து யாரெனப் பார்க்காமலேயே அம்பு எய்தான். மனித அலறல் கேட்டது. அருகில் சென்றால் ஸ்ரவணக்குமார் என்கிற இளைஞன். விழிதெரியாத தாய் தந்தையருக்காகக் குடிநீர் எடுத்துச்செல்ல வந்தவன். அவனைச் சந்தித்ததும் தசரதன் குற்ற உணர்வினால் குறுகினான். ‘‘விழியிழந்த என் பெற்றோருக்கு இந்தத் தண்ணீரைக் கொடுங்கள்’’ என்று சொல்லி அவன் மடிந்தான். வயதான பெற்றோரைக் கூடைகளில் வைத்து தோளில் சுமக்கும் கரும சிரத்தையுள்ள கனிவான மகன் அவன்.

தசரதன் அந்தப் பெற்றோர்களுக்குத் தண்ணீரைக் கொடுத்தான். அவர்கள் குடித்த பிறகு கேட்ட கேள்விகளுக்குப் பதில் சொல்லாமல் நின்றிருந்தான். பிறகு துணிச்சலை வரவழைத்துக் கொண்டு விடை கூறியபோது வெளிச்சமற்ற விழிகளும் கண்ணீரைச் சிந்தின. ‘‘என் மகனைக் கொன்ற நீ கொடுத்த நீரைக் குடித்து உயிரோடு இருக்கவே நாங்கள் விரும்பவில்லை. ஆனால் நீயும் புத்திர சோகத்தில் இறப்பாய்’’ என்று சபித்து விட்டு இன்னுயிர் நீத்தனர். அதனால் சாபம் மெய்யாக நான்கு புத்திரர்கள் தசரதனுக்குப் பிறந்தார்கள். இங்கு ஒருவகையில் சாபமே மகப்பேறுக்கு வரமானது.

பலவீனம் பலமாவதும் உண்டு. ஒரு கையை மட்டுமே கொண்ட இளைஞன் ஒருவன் தற்காப்புக் கலையைக் கற்க மாஸ்டரிடம் வந்தான். அவனுக்கு ஒரே ஓர் உத்தியை மட்டும் அவர் கற்பித்தார். தற்காப்புக் கலையில் கெட்டிக்காரனாக இருந்த வேறோர் இளைஞன் சண்டைக்கு அழைத்தான். வீரர்கள் சண்டைக்கு அழைக்கப்பட்டால் சவாலை

ஏற்றுக் கலந்து கொள்வதுதான் முறை. ஒற்றைக் கையில் அவனை எப்படிச் சமாளிப்பது என்கிற அச்சத்தோடு அந்த இளைஞன் சண்டையிட்டான். ஆனாலும் எதிராளியை வீழ்த்தினான்.

அவன் குருவிடம் சென்று தான் வெற்றி பெற்ற அதிசயத்தைப் பற்றிக் குறிப்பிடும்போது அவர் நிதானமாக பதில் சொன்னார். 'நீ வெற்றிபெறுவாய் என்பது எனக்குத் தெரியும். நான் உனக்குச் சொல்லிக் கொடுத்த உத்தி ஒரு கை உள்ளவர்கள் மட்டுமே பயன்படுத்தும் உத்தி. எனவே இரண்டு கைகள் இருந்த அவனால் எதிர்கொள்ள முடியவில்லை' என்று குறிப்பிட்டார்.

இங்குப் பலவீனமே பலமானது.

அதைப்போலவே பலமே பலவீனமான சம்பவங்களும் உண்டு. கிரேக்கத்தில் இயோஸ் என்கிற தேவதையைப் பற்றிப் புனைவியல் உண்டு. அவளைப் பற்றி அண்ணாமலைப் பல்கலைக் கழகத்தில் நடந்த பட்டமளிப்புப் பேருரையில் அறிஞர் அண்ணா குறிப்பிட்டிருக்கிறார். அளவற்ற காமம் கொண்டவள் அவள். டிராய் அரண்மனையி

சில நேரங்களில்
மற்றவர்களுடைய பலவீனம்
நமக்குப் பலமாவதுண்டு

லிருந்து கேனிமேட், டைத்தோனஸ் என்கிற இரண்டு இளைஞர்களை அவள் தன் காதலர்களாக்கிக் கடத்திக் கொண்டு போனாள்.

மரிக்கும் மனிதர்கள் தேவதையாக ஆக முடியாது என்பதால் அவள் ஜுபிட்டரிடம் வேண்டி டைத்தோனஸுக்கு சாகாவரம் பெற்றுத் தந்தாள். ஆனால் அவன் எப்போதும் இளமையாய் இருக்க வேண்டும் என்று கேட்க மறந்து போனாள். எனவே மூப்படைந்த டைத்தோனஸ் சாகாமல் இருக்கும் நிலையைக் கண்டு வருந்தித் தனக்கு மரணம் வராதா என்று ஏங்கினாள்.

தொங்கு தசையோடும், தள்ளாடும் உடலோடும், தடுமாறும் மூப்பில் விடுபட மரணமே மருதாணிப் பூச வல்லது. இறுதியில் அவன் ஒரு பூச்சாக மாற்றப்பட்டான் என்பது புனைவு. இதைப்பற்றி டென்னிஸன் 'டைத்தோனஸ்' என்கிற கவிதையை எழுதியிருக்கிறார். அதில்,

என்னைவிடுவித்து பூமிக்குத் திருப்பி அனுப்பு
அனைத்தையும் பார்க்கும் நீ என்
கல்லறையையும் பார்ப்பாய்
நீ உன் அழகை ஒவ்வொரு
காலையிலும் புதுப்பிப்பாய்
நான் பூமியில் என் வெற்று
நினைவுகளை மறப்பேன்
நீ உன் வெள்ளிச் சக்கரங்களில் திரும்பி வருவாய்

என்று டைத்தோனஸ் இயோஸிடம் மன்றாடுவதைப்போல எழுதப்பட்டிருக்கும்.

சில நேரங்களில் மற்றவர்களுடைய பலவீனம் நமக்குப் பலமாவதுண்டு. நாங்கள் ஹாங்சௌ என்கிற சீன நகருக்குச் சென்றிருந்தபோது மொழிச் சிக்கலால் தடுமாறினோம்.

அங்குச் சீனமே பலருக்குத் தெரியும். எங்களுக்கோ ஆங்கிலமே தொடர்பு மொழி. அப்போது ஓர் இளைஞனைத் தற்செயலாகச் சந்தித்தோம். அவனுக்கு ஆங்கிலம் அத்துபடி. தன்னைச்

இலக்கியத்தில் மேலாண்மை

சுற்றுலாத் தூதர் என்று கூறிக்கொண்டு மீதமிருந்த நாட்கள் எல்லாம் எங்களுக்கு வாகனம் ஓட்டினான்.

அவனுக்கு ஏகப்பட்ட கிராக்கி. ஆனாலும் பணி நேரத்தை கறாராகக் கடைபிடித்தான். பணி முடிந்த பிறகு எவ்வளவு தந்தாலும் வரமாட்டான். மற்றவர்களின் பலவீனம் அவன் பலத்தை அதிகப் படுத்திக் காட்டியது.

பலத்தை அதிகமாகக் கருதி அதனால் தன் நடவடிக்கைகளில் தோற்றுப் போகிறவர்களைப் பார்க்கிறோம். அதைப்போலவே எவ்வளவு தூரம் செல்ல வேண்டும் என்பது தெரியாமல் இன்னும் இன்னும் என்று பேராசைப்பட்டு முன்னேறத் துடிப் பவர்களும் முடிந்துபோவதைப் பார்க்கிறோம். திருவள்ளுவர் மரத்தின் நுனிக்கொம்பில் ஏறியவர் அதையும் கடந்து மேலும் ஏற முனைந்தால் அவருடைய உயிருக்கே உலை வைத்துவிடுவார்

'நுனிக்கொம்பர் ஏறினார் அஃதிறந்து ஊக்கின்
உயிர்க்கிறுதி ஆகி விடும்' (476) ★

இலக்கியத்தில் மேலாண்மை

அத்தியாயம்
60

எங்கெங்கு நோக்கினும் பலவீனமடா

எல்லோருமே ஏதேனும் ஒரு பலவீனத் துடன்தான் இருப்பார்கள். எனக்கு எந்தப் பலவீனமும் இல்லை என்று யாராவது சொன்னால் அவர்கள் தங்களையே ஏமாற்றிக் கொள்கிறார்கள் என்று பொருள். நம் பலவீனம் அடுத்தவர்களுக்குத் தெரியாமல் இருக்கும்படி பார்த்துக்கொண்டால் அது பலமாகி விடுகிறது. எதிரியின் பலவீனத்தைத் தெரிந்து நம் மொத்த ஆற்றலையும் அதைக் குறி வைத்துச் செலுத்தினால் நாம் வெற்றி பெறுகிறோம். இதைத்தான் இலக்கியங்கள், இதிகாசங்கள் தொடர்ந்து வலியுறுத்துகின்றன. அஃகிலஸ் புகழ் பெற்ற வீரன். அவனை வெல்ல டிராய் நகரில் இணையான வீரன் இல்லாமல் அந்த நாடு தடுமாறியது. அவன் பிறந்தபோது அவன் தாய் தெட்டீஸ் என்கிற கடற்தேவதை தன் மகனைப் பலசாலியாக்க, பாதாள நதியான ஸ்டிக்சில் நனைத்ததைப் பற்றி ஏற்கெனவே இந்தத் தொடரில் தெரிவித்திருந்தேன். நனைக்கப்படாத குதிகாலை நோக்கியே அம்பு எய்தியதால் அவன் மரணத்தை அடைந்தான்.

மகாபாரத துரியோதனனுக்கும் அஃகில சிற்கும் நிறைய ஒற்றுமைகள் உண்டு. அஃகிலஸ் போலவே துரியோதனனுக்கும் ஒரு வாய்ப்பு வந்தது. காந்தாரி கணவனுக்காக, கண்களைக் கட்டி ஆயுள் முழுவதும் பார்வையற்று வாழ்ந்த பத்தினி. எதைப் போற்றி வைக்கிறோமோ அதற்கு அபார ஆற்றல் வந்துவிடுகிறது. காந்தாரி யாரை ஒருமுறை பார்த்தாலும் வைரம் போல் அந்த உடல் பலம் வாய்ந்ததாகவும், அடித்து வீழ்த்த முடியாததாகவும்

328

சின்ன வயதில் செல்லம் கொடுத்தால்
வளர்ந்த பிறகு வளைப்பது சிரமம்

ஆகிவிடும். எனவே ஒரே ஒருமுறை கண்ணைச் சுற்றியிருந்த துணியை விலக்கி அவள் விருப்பமான மகனைப் பார்க்கலாம். துரியோதனன் பீமனிடம் தோற்றுப்போகாமல் இருக்க அவனையே துணி யின்றிப் பார்க்க விரும்பினாள். ஆனால் அந்த நேரத்தில் கிருஷ்ணர் வந்ததால் துரியோதனன் துணியின்றிச் செல்லாமல் கௌபீனத்துடன் சென்றான். காந்தாரி கண்கட்டை அகற்றினாள். அவள் கண்ணில் பட்ட உறுப்புகள் எல்லாம் கடின மாயின. தொடைப்பகுதி மாத்திரம் பலவீனமாக இருந்தது. குருஷேத்திரம் முடிந்த கடைசி நாள். பீமன் துரியோதனனைச் சண்டைக்கு அழைக் கிறான். எவ்வளவு முயன்றும் முடியவில்லை. துரியோதனன் வச்ரம் போல் எந்த அடிக்கும் தாக்குப்பிடிக்கிறான். பீமனோ களைத்துப் போகிறான். அப்போது கிருஷ்ணர் தன்னுடைய தொடையைத் தட்டி உற்சாகப்படுத்துவதுபோல தோற்றமளித்து பீமனுக்கு ஜாடை செய்கிறார். பீமன் துரியோதனனைத் தொடையில் அடித்துச் சாகடிக்கிறான்.

மரணம் அடையும்போது இடுப்புக்குக்கீழ் அடிக்கக்கூடாது என்கிற விதியை மீறியதாகக் குற்றம் சாட்டுகிறான். ஆனால் கிருஷ்ணரோ கௌர வர்கள் போரில் பல விதிமுறைகளை மீறி அபிமன்யூ போன்றவர்களைக் கொன்றதைச் சுட்டிக்காட்டி அதில் தவறில்லை என்று சாதிக்கிறார். துரியோதனனும் அஃகிலஸைப்போல பலவீனமான பகுதியால் வீழ்ந்தவன் தான்.

உடல்ரீதியான பலவீனம் துரியோதனனுக்கு. ஆனால் திருதராஷ்டிரனுக்குத் துரியோதனன்பால் மனரீதியான பலவீனம். அதுவே அவன் வம்சம் அழியக் காரணமானது. சின்ன வயதில் செல்லம் கொடுத்தால் வளர்ந்த பிறகு வளைப்பது சிரமம்.

அபரிமிதமான சகிப்புத்தன்மையும் பலவீன மாகி விடுவதுண்டு. பரசுராமரிடம் அந்தணர் என்று சொல்லி போர்க்கலையைக் கற்க, கர்ணன் போகிறான். பரசுராமர் ஒருநாள் களைப்பில் கர்ணன் மடியில் தலைவைத்துத் தூங்குகிறார். விஜயனின் தந்தை இந்திரனுக்கோ கர்ணனின் கல்வியைத் தடைசெய்ய ஆர்வம். எனவே வண்டு ரூபத்தில் வந்து கர்ணனின் தொடையைக் குடை கிறார். தொடையை அசைத்தால் குருவின் தூக்கம் குலையுமே என்று கர்ணன் சகித்திருந்தான். இருப்பினும் வடிந்த இரத்தத்தால் எழுந்துகொள் கிறார் பரசுராமர். இவ்வளவு வலியைப் பொறுத்துக் கொண்டு நம் தூக்கத்தை அடைகாத்தானே என்று சிலாகிக்காமல் குலத்தைத் தவறாகச் சொன்னான் என்று கோபம் கொண்டு இக்கட்டான நேரத்தில் என்னிடம் கற்றவை எல்லாம் மறந்து போகும் என்று சபித்தார். அதைப் போலவே பதினேழாம் நாள் கர்ணன் கற்றவை மறக்க, களத்தில் விழுந்தான். ஏகலைவனும் சராசரி மாணவனாக இருந்திருந்தால் துரோணரின் விழிகளில் விழுந்திருக்க மாட்டான். அபரிமிதமான ஆற்றல் இருந்ததால் அர்ஜுனன் பொறாமைக்கு ஆளாகி கட்டைவிரலை இழந்து மொட்டையாய் நின்றான்.

இயற்கையில்கூட சுவைக்கிற கனிகளே பறிக்கப்படுகின்றன. அழகான பூக்களே கொய்யப் படுகின்றன. இனிப்பான பழங்களின் மீதே கல்லடிகள் விழுகின்றன. பறவைகளில் சில வற்றிற்கு ஆண் இனத்தில் அழகிய தோகையும் உண்டு. அது இறகுகளை விரித்துப் பெண்களைக் கவர. பறந்து விரிந்த தோகையை உடைய ஆண் களுக்குப் பெண் பறவைகள் இனவிருத்திக்கு ஒத்துழைக்கின்றன. எந்தத் தோகை அவற்றிற்கு பலமாக இருக்கிறதோ அதுவே நரி, செந்நாய்

போன்ற மிருகங்கள் வேட்டையாடவும், வாகாக இருக்கின்றன. நீளமான தோகையைக் கவ்வி அவை எளிதில் அந்தப் பறவைகளை வேட்டையாடி விடுகின்றன. அழகு ஆபத்து என்பது பறவைகளுக்கு மிகவும் பொருந்தும்.

புத்திசாலித்தனமானவர்கள் எப்போதும் பலம் குறைந்ததுபோல நடந்துகொள்ள வேண்டும், எப் போது பலசாலியாக வேண்டும் என்பதை அறிந்து வைத்திருப்பவர்கள். அப்படிப்பட்டவர்தான் அனுமன். கடல்தாவும் போது சுரஸை என்கிற அரக்கியை அவர் சமாளித்த விதமே சான்று. தேவர்கள் அனுமன் தகுதியான நபர்தானா என்று பரிசோதிப்பதற்காகச் சுரஸை என்கின்ற தூய சிந்தையாளை வேண்டினார்கள். அவள் அரக்கி உருகொண்டு அனுமன் எதிரே தோன்றினாள். தன் வாய்வழியாகத் தான் அவன் புகுந்துசெல்ல வேண்டும் என்று கட்டாயப்படுத்தினாள். அனு மனோ இராமன் ஏவிய செயல் முடித்த பிறகு உடம்பைத் தர உடன்பாடு என்று கூறினார். ஆனால் அவள் ஒப்புக் கொள்ளவில்லை. அனுமன் நின்கோரமான பெரிய வாயின் வழி புகுந்து போகிறேன் உனக்கு வல்லமை இருந்தால் என்னைக் கொல்லலாம் என்றார்.

அப்போது சுரஸை அண்டங்கள் பல புகுந் தாலும் நிரம்பப் பெறாத அளவிற்கு வாயை அகலத் திறக்கிறாள். அனுமன் அவள் வாய் சிறிதாகுமாறு

இயற்கையில்கூட சுவைக்கிற கனிகளே பறிக்கப்படுகின்றன. அழகான பூக்களே கொய்யப்படுகின்றன. இனிப்பான பழங்களின் மீதே கல்லடிகள் விழுகின்றன.

வானளாவ நீண்டு வளர்ந்தார். பின்பு தன் உடலை மிகவும் சிறியதாகுமாறு சுருக்கி அவள் வாயினுள் புகுந்து ஒருமுறை அவள் சுவாசிக்கும் முன்னர் வெளி வந்து விட்டார். இப்படி அனுமன் பலத்தையும், பலவீனத்தையும் மாறி மாறிப் பயன்படுத்தி வெற்றிபெற்றார்.

'நீண்டான் உடனே சுருங்கா நிமிர்வாள் எயிற்றின்
ஊண்தான்என உற்று ஓர்உயிர்ப்பு உயிராத முன்னா
மீண்டான் அதுகண்டனர் விண்உறைவோர்கள் எம்மை
ஆண்டான்வலன் என்று அலர் தூஉய்நெடிது'

டாவோ, 'வளைவது உடைவதில்லை, காலி யானதே பயன்படுகிறது' என்று கூறுவதற்கு எடுத்துக்காட்டு அனுமன். தேவையானபோது வளையவும், அத்தியாவசியம் ஏற்படும்போது நிமிரவும் தெரிந்தவர்களே உயர்ந்து நிற்கமுடியும்.

எடுப்பாக இல்லாத உடலைக்கூட ஏற்றதாக மாற்றிக்கொள்ள முடியும் என்பதற்கு எடுத்துக் காட்டாய் இருந்தவர் சார்லி சாப்லின். வறுமையில் உழன்றவர், பத்தொன்பதாம் வயதில் இங்கிலாந்தி லிருந்து அமெரிக்காவிற்கு அதிக அவாவோடு பயணித்தவர். உருவமோ கவர்ச்சிகரமானது இல்லை, எனவே பெரிய கால்சட்டைகளை அணிந்துகொண்டு பொருந்தாத காலணிகளுடன் தவறான கால்களில் அவற்றைப் பொருத்தி வினோத மான தோற்றத்தை உருவாக்கினார். அது எடுபட்டது. நாளடைவில் அந்தத் தோற்றம் திரையில் சிரிப்பை வரவழைக்க ஆரம்பித்தது. எதை அவர் செய்தாலும் மக்கள் இரசிக்க ஆரம்பித்தார்கள். தொலைந்து போன ஒரு நாயை அவர் தேடினாலும் மக்கள் வயிறு வலிக்கச் சிரித்தார்கள். அவர் 1921 ஆம் ஆண்டு லண்டனுக்குத் திரும்பி வந்தபோது அவரை வரவேற்க பெரும் திரளாக மக்கள் கூடினார்கள். ராபர்ட் கிரீன் 'மயக்கும் கலை' என்கிற நூலில்

குறிப்பிட்டிருப்பதைப்போல தன் பலவீனத்தைப் பற்றி சங்கோஜப்படாமல் அதை மூலதனமாக்கியவர் சாப்லின்.

'இரும்புப் புல்லாங்குழல்' என்கிற ஜென் புத்தகம். அதில் ஒரு சாமுராய் வசம் சின்னக் கத்தி சண்டையிடக் கொடுக்கப்படுகிறது. அப்போதும் அவன் மனம் தளராமல் சின்னக் கத்தி இருந்தால் எதிரியை கிட்ட நெருங்கி சண்டைபோட வாய்ப் பிருக்கிறது என்று சாமர்த்தியமாகச் சமர்புரிகிறான்.

★

அத்தியாயம் 61

மனத்தில் உள்ளது கைகளின் திறன்

பலம் என்று எண்ணுகிற நேர்வுகளிலும் எச்சரிக்கையோடு இருக்கவேண்டும் என்பதை இலக்கியங்கள் உணர்த்துகின்றன. தன்னை யாரும் வெல்லமுடியாது என்று நினைத்த வாலி மறைந்திருந்து வெல்ல வாய்ப்பிருக்கிறது என்று எண்ணவில்லை. அதுவே அவன் உயிருக்கு உலைவைத்தது.

மரம் ஏறுவதற்குப் பயிற்சி கொடுத்துக் கொண்டிருந்தான் ஒருவன். கற்க வந்த ஒருவன் பயிற்சியை முடித்து மரம் ஏறிக்காட்டினான். அவன் கடினமான பகுதிகளில் ஏறும்போது அமைதியாக இருந்த அந்தப் பயிற்சி கொடுப்பவர் எளிமையான இடத்திற்கு வரும்பொழுது 'ஜாக்கிரதை' 'ஜாக்கிரதை' என்று குரல் கொடுத்தார். அந்த இடத்தில் நிதானத்தைக் கடைப்பிடித்து கீழே இறங்கி வந்த அந்த இளைஞன் ஆசிரியரைப் பார்த்துக் கேட்டான். "நான் கடினமான பகுதிகளுக்குச் செல்லும் போது அமைதியாக இருந்துவிட்டு எளிய பகுதிக்கு வரும்போது என்னை உஷார் படுத்தினீர்களே! என்ன காரணம்?" என்று கேட்டான்.

அதற்கு அந்த பயிற்சியளிப்பவர், கடினமான இடம் வரும்போது நீயே கவனமாக இருப்பாய், எளிமையான இடம் வருகிறபோது தான் நாம் அதீத நம்பிக்கையால் தவறிழைப்போம் என்று அறிவுறுத்தினார்.

இது ஜப்பான் நாட்டில் கென்கோ என்பவர் எழுதிய 'சோம்பல் குறித்த கட்டுரைகள்' என்கிற நூலில் இடம் பெற்றிருக்கிறது.

நாமும் அப்படிச் செய்பவர்கள்தாம். தேர்வில் எளிய வினாக்களுக்குத்தான் தவறான விடையளித்து விடுகிறோம்.

பலவீனம் உன்னிப்பாகப் பாதுகாக்கப்பட வேண்டிய மறைபொருள். அவமானப்பட்ட தையோ, அசிங்கப்பட்டதையோ வெளியில் காட்டிக்கொள்ளாமல் இருப்பது ஒரு சாமர்த்தியம். நான் பார்த்திருக்கிறேன், சில அலுவலர்கள் மேலதி காரியின் அறைக்குள் செல்வார்கள். உள்ளே அவர் களுக்கு விழும் டோஸ் கட்டடம் முழுவதும் எதிரொலிக்கும் அளவுக்குப் பலமாக இருக்கும். பத்து பதினைந்து நிமிடங்கள் எல்லாவற்றையும் வாங்கிக்கொண்டு கதவைத் திறந்து வெளியே வருகையில் உள்ளே தனக்குப் பாராட்டுப் பத்திரம் வாசிக்கப்பட்டதைப்போல சிரித்த முகத்துடன் அவர்கள் செல்வதைப் பார்க்கும்போது ஆச்சரியமாக இருக்கும். ஒருவகையில் அது முதிர்ச்சியான மன நிலைதான். 'உன் காயப்பட்ட விரல்களை யாருக்கும் காண்பிக்காதே' என்று குறிப்பிடுகிறார் பல்தசார். அது விரக்தியை அதிகரித்துவிடும். விதி மென்மை யான இடங்களிலேயே நம்மைக் காயப்படுத்தி அதைக் கடினமான பகுதியாக மாற்றுகிறது. எனவே அந்த வலியைப் பிறருக்குத் தெரியாமல் காப்பாற்று வதும் அவசியம். திருவள்ளுவரும் பலவீனம்

பலவீனம் உன்னிப்பாக
பாதுகாக்கப்படவேண்டிய மறைபொருள்.
அவமானப்பட்டதையோ,
அசிங்கப்பட்டதையோ வெளியில்
காட்டிக்கொள்ளாமல் இருப்பது
ஒரு சாமர்த்தியம்

பக்கத்தில் இருப்பவர்களுக்குக்கூட, தெரியாமல் இருக்க வேண்டுமென்று சொல்கிறார்.

பலவீனம் எல்லோருக்கும் தெரிந்ததால் அழிந்துபோனவன் கோரியலேனஸ். அவன் ஒப்பற்ற வீரன். ஆனால் அவன் தாயின் கைகளில் மாத்திரம் கைப்பிள்ளையாக இருக்கச் சம்மதித்தவன். அவள் சொற்களுக்கு அப்படியே கட்டுப்படுபவன். தன்னை அவமதித்த தாய்நாட்டிற்கு எதிராக எதிரணியில் சேர்ந்துகொண்டு சொந்த மண்ணின் மீது படை யெடுத்துவருகிறான். அவன் வீரத்தை அந்த நாட்டு வீரர்கள் தாக்குப்பிடிக்க முடியாமல் தள்ளாடு கிறார்கள். அப்போது அவன் தாயிடம், எல்லோரும் மண்டியிட்டுக் காப்பாற்றும்படி வேண்டுகிறார்கள். அவள் பெயர் பலுமினயா. அவனிடம் அவள் சொல்லுகிறாள். நம் தலைநகரம் எரியும்போது சாகும் தாயின் சாபம் உன்னைத் தாக்கும் என்கிறாள். உடனே உடைந்துபோன கோரியலேனஸ் பின் வாங்குகிறான். அவனை வீழ்த்த வேண்டும் என்று எப்போதும் நினைக்கிற எதிரி ஔஃபிடியஸ். அவன் கோரியலேனஸைப் பார்த்து,

''நீ ஆண் அல்ல. கண்ணீர் சிந்தும் சிறுவன்'' என்று நையாண்டி செய்கிறான். கோரியலேனஸ் கோபப்படுகிறான். வார்த்தைகளைக் கொட்டு கிறான். அவன் எந்த நாட்டிற்காகப் படையெடுத் தானோ அந்த நாட்டையே இழிவாகப் பேசப் பல வாள்கள் அவன் உடலில் நுழைய மரணம் எய்து கிறான். வீரம் அவனது பலம், ஆனால் குழந்தைத் தனம் அவனுடைய பலவீனம் என்பதால் அவன் வீழ்ச்சியடைந்தான் என்று ஷேக்ஸ்பியர் தெளிவு படுத்தியிருப்பார்.

நெருக்கடிகளே வாய்ப்புகளை உருவாக்கித் தருகின்றன. அதற்கு ஓர் உதாரணம்தான் உடனடி

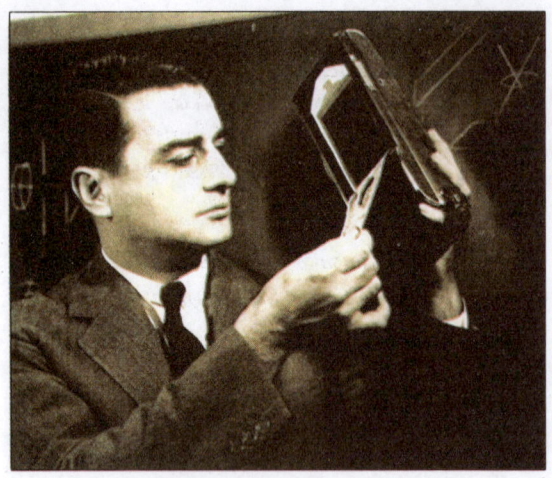

புகைப்படக் கருவி. ஜெனிஃபர் லேண்ட் என்கிற பெண், தன் தந்தை எட்வின் லேண்ட் புகைப்படம் எடுக்கும்போது 'நான் இப்போதே என் புகைப் படங்களைப் பார்க்க முடியாதா' என்று கேட்கிறாள். அதுவே அவர் அதை உருவாக்கத் தூண்டுகோலாக இருந்தது.

இன்று அவை பல கேளிக்கைப் பூங்காக் களிலும் உபயோகப்படுத்தப் படுகின்றன. நெருக்கடி களை வர்த்தகத்தில் வாய்ப்பாகக் கருதவேண்டும். வழியில் போகும்போது பேச முடியாதா என்கிற ஏக்கமே கைபேசிக்கு வழி வகுத்தது. எனவே நெருக் கடிகள் வாய்ப்புகள் தானே தவிர அவை பலவீனங்கள் அல்ல என்பதை இலக்கியமும், சரித்திரமும் நமக்குச் சொல்கின்றன.

வாய்ப்பு என்பதே மற்றவர்கள் பலவீனத்தைப் பலமாக மாற்றுகிற உத்தி. அமெரிக்க ஐக்கிய நாடு களைச் சேர்ந்த பெர்னாட் என்பவர் திராவிட இயக்கத்தின் பேச்சுக்கலையைப் பற்றி ஆய்வு செய்து முனைவர் பட்டம் பெற்றவர். அதில் முக்கிய பகுதிகளை நான் வாசிக்க நேர்ந்தது. அதில் அவர் தங்களைப் படித்தவர்கள் என்றும் மேற்கத்திய இலக்கியங்கள், சரித்திரங்கள் ஆகியவற்றை நன் கறிந்தவர்கள் என்றும், இளைஞர்கள், முற்போக்குச் சிந்தனையாளர்கள் என்றும் மாற்றங்களை விரும்பு கிறவர்கள் என்றும் காட்டிக்கொள்ள விரும்பி னார்கள். எனவே தூய தமிழைத் தேர்ந்தெடுத் தார்கள். அடுக்கு மொழிகளைப் பயன்படுத்தி வித்தியாசப்படுத்திக் காட்டினார்கள். அவர்கள் நடையும், உத்தியும் படித்தவர்கள் என்பதை வெளிக்காட்டும் விதமாக இருந்தது. எனவே அது வேறுபட்ட பாணியை மேடைப் பேச்சில் தோற்று வித்தது. இது மற்றவர்களிடம் இருந்து நம்மை வேறுபடுத்திக் காட்டி வெற்றி பெறுகிற ஓர் உத்தி.

நான் ஏற்கெனவே குறிப்பிட்டவாறு இலக்கிய வாதிகள் எழுதியவற்றில் மட்டுமல்ல; அவர்கள் வாழ்க்கையில் இருந்தும் கற்றுக்கொள்ள வேண்டிய செய்திகள் இருக்கின்றன. வாய்ப்புகளுக்காகக் காத்திருக்காமல், அவற்றை உருவாக்கவேண்டும். எதிர்காலத்தைக் கணிக்க முயற்சி செய்யாமல் அதை உருவாக்க வேண்டும். அப்படி வாய்ப்புகளை உருவாக்கியவர் வெற்றிகரமான நாவல்களை எழுதிய வால்டர் ஸ்காட். அவர் பள்ளி மாணவனாக இருக்கும் போது எல்லாப் பேச்சுப் போட்டிகளிலும் இரண்டாம் இடத்தையே பெறுவார். அவரைக் காட்டிலும் சரளமாகவும், நகைச்சுவையாகவும் இருந்த மாணவனை அவரால் வெற்றிகொள்ளவே முடியவில்லை. ஒருநாள் அவர் வகுப்பில் பேசும் போது தன்னுடைய சட்டையில் ஒரு குறிப்பிட்ட பொத்தானைச் சுழற்றிக்கொண்டே பேசுவதைப் பார்த் தார். அடுத்த முறை போட்டி நடக்கும் போது அந்தப் பொத்தானைக் கத்தரிக் கோலால் கத்தரித்து விட்டார்.

அந்தப் பையனின் பெயர் அழைக்கப்பட்ட போது அவன் வந்து நின்றான். பேச ஆரம்பித்தான். அந்தப் பட்டனின் மீது கையை வைத்தான். ஆனால் பொத்தானைக் காணவில்லை. தடுமாறினான், பேச்சு குழறியது. அவன் பேச நினைத்தது மறந்துபோயின. அடுத்து வந்த வால்டர் ஸ்காட் அந்த வாய்ப்பைப்

நெருக்கடிகள் வாய்ப்புகள்தானே
தவிர அவை பலவீனங்கள்
அல்ல என்பதை இலக்கியமும்,
சரித்திரமும் நமக்குச்
சொல்கின்றன

இலக்கியத்தில் மேலாண்மை

பயன்படுத்திக்கொண்டு மிகப் பிரமாதமாகப் பேசினார். அன்று முதல் எல்லாப் போட்டிகளிலும் அவரை யாரும் அசைக்கமுடியாதபடி முதல் இடத்தைப் பெற்றார்.

கிடைத்த வாய்ப்பைத் தவறவிடுபவர்கள் பற்றியும் இலக்கியம் நம்மை எச்சரிக்கிறது. அதற்கு ஓர் உதாரணம் தான் புனைவியலில் வரும் அரசன் மைதாஸ். பேராசை பிடித்த அவன் கடவுளிடம் தொடுவதெல்லாம் தங்கமாக வேண்டுமென்று விரும்பினான். தொடக்கத்தில் தொட்டதெல்லாம் பொன்னாகும்போது மகிழ்ச்சியில் துள்ளிக் குதித்தான். பசியெடுக்க ஆரம்பித்தபோது அவன் தொட்ட உணவும், அவன்மீது பட்ட உணவும் தங்கமானது. அப்போது எந்த வரம் வந்ததற்காக மகிழ்ந்தானோ அதை திரும்பப் பெற்றுக்கொள்ளுமாறு கண்ணீர் மல்கினான். இப்படி வருகிற வாய்ப்பைத் தவறவிடுபவர்கள் எதற்கோ ஆசைப்பட்டு எங்கோ முடிந்து விடுகிறார்கள்.

வாய்ப்பைப் பயன்படுத்துவது மட்டுமல்ல, உருவாக்குவதும் அவசியம். சீனத்தில் வாய்ப்பை எப்படிப் பயன்படுத்திக்கொள்வது என்பது குறித்து ஒரு சம்பவம் குறிப்பிடப்படுகிறது. மெங் என்கிற கீ நாட்டின் பிரதம மந்திரியிடம் எடுபிடியாக ஃபெங் சுவான் என்பவர் பணிபுரிந்தார். ஒருநாள் மெங், ஜீ என்ற பிரதேசத்தில் மக்கள் அரசுக்குச் செலுத்த வேண்டிய கடன்களை வசூலிக்கும்படி அனுப்பினார். அப்போது ஃபெங் சுவான் அவரிடம் திரும்பி வரும்போது என்ன வாங்கி வரவேண்டுமென்று கேட்டார். அதற்கு மந்திரி அந்த வீட்டில் இல்லாததை வாங்கிவருமாறு சொன்னார். அந்தப் பிரதேசத்திற்குச் சென்ற மெங் கடன்களையெல்லாம் தள்ளுபடி செய்துவிட்டு பத்திரங்களை எரித்து விட்டுத் திரும்பி வந்தார்.

அவர் மெங்கிடம், 'இந்த வீட்டில் இல்லாத வாய்மையை வாங்கி வந்தேன்' என்று குறிப்பிட்டார். மெங் விரக்தியடைந்தார். அடுத்தாண்டு கீ நாட்டு மன்னர் மெங்கைப் பதவி நீக்கம் செய்தார். அவர் ஜீக்குச் செல்ல வேண்டிய சூழல் ஏற்பட்டது. அங்கே மக்கள் திரள் திரளாக வந்து அவரை வரவேற்றார்கள். மெங் ஃபெங் சுவானிடம் 'நீ கொண்டு வந்த வாய்மையின் பலனை இப்போது உணர்கிறேன்' என்று சொன்னார். அதற்கு ஃபெங் சுவான், 'சாமர்த்தியமான முயல் மூன்று பொந்துகளில் மறைந்து கொள்ளும். இப்போது உங்களுக்கு ஒன்றே ஒன்று தான் இருக்கிறது. எனவே நீங்கள் பாதுகாப்பாக இல்லை. மற்ற இரண்டையும் நான் தயார் செய்துவிட்டு வருகிறேன்' என்று கூறிவிட்டு கிளம்பினார்.

வீ நாட்டு மன்னனிடம் சென்று அவர் மெங்கைப் பற்றிப் புகழ்ந்து கூறினார். அவரும் நிறைய தங்கத்தையும் குதிரைகளையும் கொடுத்து மெங்கைத்தன் நாட்டிற்குப் பிரதம மந்திரியாகப் பதவியேற்கும்படி கேட்டார். மூன்றுமுறை தூதர் வந்தும் அவர் முகத்தில் அடித்து திருப்பியனுப்பப் பட்டார். இதைக் கேள்விப்பட்ட கீ நாட்டு மன்னர் இன்னொரு முறை அதைக்காட்டிலும் அதிகமான பணம், தேர் போன்றவற்றைக் கொடுத்துப் பதவி யேற்க அழைத்தார். அப்போது ஃபெங் சுவான், 'நீங்கள் இந்தப் பகுதிக்கு இராஜ கோயிலையும், புனிதப் பாத்திரங்களையும் நிறுவும்படி மன்னனிடம்

கேளுங்கள்' என்று சொன்னார். அவை நடந்த பிறகு மெங் பதவியேற்றார். அவரிடம் ஃபெங் சுவான் 'இப்போது உங்களுக்குப் பதுங்குவதற்கு மூன்று குழிகள் இருக்கின்றன. எனவே நீங்கள் பாதுகாப் பாகவும், நிம்மதியாகவும் தூங்கலாம்' என்றார். வாய்ப்பை முறையாகப் பயன்படுத்திக்கொள்ள எல்லோராலும் முடிவதில்லை.

★

அத்தியாயம்
62 வர்த்தகமும் போரே

சீனத்தின் போர் இலக்கியமாகக் கருதப்படுகிற 'போர்க்கலை' சில நுட்பங்களைக் குறிப்பிடுகிறது. அவை வர்த்தகத்திற்கும் பொருந்தும். போர் நடக்கும் இடத்தை யார் முதலில் அடைகிறார்களோ, எதிரிக் காகக் காத்திருக்கிறார்களோ அவர்களுக்கு வெற்றிக் கான வாய்ப்பு அதிகம். இன்றும் முதன்முதலாக ஒரு பொருளை அறிமுகப்படுத்துகிறவர்களின் கை, வர்த்தகத்தில் ஓங்கியிருப்பதைப் பார்க்கலாம். சன் சு ஒன்பது விதமான போர் நிலப்பகுதி களைச் சுட்டிக்காட்டுகிறார். முக்கிய மைதானத்தை ஆக்கிர மிக்கும் எதிரியைத் தாக்க முயற்சி செய்ய வேண்டாம் என்று அவர் குறிப்பிடுகிறார்.

குவிகிற நிலப்பகுதியில் அண்டை நாடு களோடு இணக்கமாகப் போகுமாறு அறிவுறுத் துகிறார். நான்கு புறமும் சூழப்பட்டபோது தந்திரங் களைக் கையாளவும் வேறு வழியில்லாத நிலப் பகுதியில் துணிச்சலாகப் போரிடவும் அறிவுறுத்து கிறார். திருவள்ளுவரும் இடனறிதல் என்று ஓர் அதிகாரத்தை ஒதுக்கியிருக்கிறார். நீரில் முதலை மற்ற உயிர்களை எளிதாக வெல்லும். அதற்குப் பலமாக இருப்பது நீர்தான் என்று வாய்ப்பைப் பற்றி அறிவுறுத்துகிறார். அஞ்சாத யானையும் சேற்றில் விழுந்தால் நரிகளால் கொல்லப்பட்டுவிடும் என்று அவர் எச்சரிக்கிறார். எனவே எந்தச் சூழலில் வாய்ப்பு வருகிறது என்பது முக்கியமானதாகக் கருதப் படுகிறது. வாய்ப்புகளை உருவாக்கவும், தேவைப் பட்டால் நமக்குச் சார்பாகத் திருப்பவும் தெரிந்தால் தான் வர்த்தகம் சிறப்பாக நடக்கும்.

வர்த்தகத்திலும், போரிலும், வாழ்க்கையிலும் ஆபத்துகள் உண்டு. அவற்றை எப்படிச் சமாளிப்பது, தவிர்ப்பது, முறியடிப்பது என்பதில்தான் வெற்றி

அடங்கியிருக்கிறது. மேற்கத்திய இலக்கியத்தில் சில்லா - கேப்ரிடிஸ் என்கிற பதம் அடிக்கடி உபயோகப்படுத்தப்படுகிறது.

இது ஹோமரால் 'ஒடிசி'யில் பயன்படுத்தப் பட்ட ஒரு பதம். யுலிஸஸ் திரும்பி வருகிறபோது மெசினா ஜலசந்தியைக் கடக்க நேரிடுகிறது. அங்கே இரண்டு ஆபத்துகள் காத்திருக்கின்றன. அந்த ஜலசந்தியோ குறுகலானது. சில்லா என்கிற அரக் கிக்கோ ஆறு தலை, பன்னிரண்டு கால்கள். அவள் காயசண்டிகைப் பசியோடு காத்திருப்பவள். எந்தக் கப்பல் அப்பக்கம் வந்தாலும் குகையிலிருந்து தலையை நீட்டி மனிதர்களைக் கொத்தாக எடுத்துச் சத்தான உணவாக ஆக்கிக்கொள்வாள். அவளுக்கு மூன்று வரிசைப் பற்கள். ஒவ்வொரு தலையும், ஒவ்வொரு மாலுமியை எடுத்து மென்று தின்று விடும். கேப்ரிடிஸ் என்பது ஒருவிதமான சுழலும் நீர்ப்பகுதி. ஒரு நாளுக்கு மூன்றுமுறை நீரை உள்ளே இழுத்து வெளியே விடும் இயல்புகொண்டது. எந்தக் கப்பல் போனாலும் இவை இரண்டிற்குள் ஏதேனும் ஒன்றை எதிர்கொள்ள வேண்டும். யுலிஸஸ் தன் முழுக் கப்பலோடு சில்லாவை நோக்கிச் சென்றான். ஆறு மாலுமிகளை இழந்தான்.

அடுத்ததாகத் தான் மட்டும் ஒரு சின்னப் படகில் கேப்ரிடிஸ்ஸை நோக்கிச் சென்றான். மேலே தொங்குகிற கிளையில் அவன் தாவிப் பிடிக்க, படகு மாத்திரம் சுழலுக்குள் சென்றது. அதற்குள் அவன் கப்பல் பாதுகாப்பாகக் கடந்தது. இவ்வாறு குறைந்த இழப்புகளோடு இரண்டு ஆபத்துகளையும் அவன் சந்தித்தான். எந்த ஆபத்தும் இல்லாத பாதுகாப்புத் தளமாக வாழ்க்கை இருப்பதில்லை.

வாய்ப்புகளை உருவாக்கவும், தேவைப்பட்டால் நமக்குச் சார்பாகத் திருப்பவும் தெரிந்தால்தான் வர்த்தகம் சிறப்பாக நடக்கும்

கிடைக்கிற வாய்ப்பை ஆபத்துகளை எதிர் கொள்ள எப்படிப் பயன்படுத்துவது என்பதற்குக் கிரேக்கப் புனைவியலில் வரும் அட்லஸ் ஓர் உதாரணம். அட்லஸ் புரோமெத்யசுடைய சகோ தரன். பெர்ஸியஸ் என்கிற வீரன் மெதுஸா என்கிற தீய சக்தியை ஒண்டிக்கு ஒண்டி மோதிக் கொன்று விடுகிறான். அந்தத் தலையை யார் பார்க்கிறார் களோ அவர்கள் உடனடியாகக் கல்லாகிவிடு வார்கள். பெர்ஸியஸ் அந்தத் தலையைக் காட்ட அட்லஸ் வானத்தைத் தாங்கும் மலையாக உயர்ந்த தாக ஒரு கதை உண்டு. அட்லஸ் அவ்வழியாக ஹெர்குலஸைத் தாங்கிப் பிடிக்கச் சொன்னதாகவும், சிறிது நேரம் தாங்கிய ஹெர்குலஸ் இன்னும் கொஞ்ச நேரம் கழித்து வாங்கிக் கொள்வதாகச் சொல்லி நிரந்தரமாக வானத்தை அட்லஸ் தலையில் கட்டியதாகவும் நாம் படிக்கின்றோம்.

எப்படிப் பார்த்தாலும் ஆபத்தையும் சரியாகச் சமாளிப்பது அவசியமாக இருக்கிறது. அப்போது தான் அதிலிருந்து மீளமுடியும்.

பல்தசார் செழிப்பாக இருக்கும் போதே மோசமான நிலைக்கு தன்னைத் தயார்படுத்திக்

கொள்ளுமாறு தன்னை அறிவுறுத்துகிறார். ஓடிக் கொண்டேயிருக்கும் நதி வற்றாமல் ஓடும் என்று நினைக்காமல் அதை மழைக்காலங்களில் குள மாகவும், ஏரியாகவும் சேமிப்பது அவசியம். அதைப் போலவே வர்த்தகம் உச்சத்திலிருக்கும்போதே அது திசை திரும்பினால் என்ன செய்வது என்பதையும் யோசித்து அவற்றைச் சமாளிக்கத் திட்டமிட வேண்டும்.

சில நேரங்களில் நாம் நஷ்டப்பட்டதைக்கூட வெளியில் காட்டிக் கொள்ளக்கூடாது. ஜெயிக்கிற குதிரையின்மீதுதான் பணம் கட்ட எல்லோரும் வருவார்கள். தோல்வியுறுகிறோம் எனத் தெரிந்தால் நமக்குக் கடன் கொடுத்தவர்கள்கூட திருப்பிக் கேட்க ஆரம்பித்துவிடுவார்கள். சந்தையிலும் நம் பொருள்களை யாரும் வாங்க முன்வரமாட்டார்கள். இதை சூஃபி இலக்கியத்தில் ஓர் உதாரணத்தோடு குறிப்பிடுகிறார்கள்.

ஒரு வியாபாரி ஆயிரம் வெள்ளிக் காசுகளை வியாபாரத்தில் இழந்து விட்டான். தன் மகனைப் பார்த்து அவன், ''நீ யாரிடமும் நாம் தொலைத் ததைக் குறிப்பிடாதே'' என்று கூறு கிறான். அதனால் என்ன பயன் என்று மகன் கேட்கிறான். அதற்குத் தந்தை அது இரண்டுவிதமான பாதிப்புகளை ஏற்படுத்தும். ஏற்கெனவே நாம் பணத்தைத் தொலைத்தது ஒரு துரதிர்ஷ்டம், அது மற்றவர் களுக்குப் பரவினால் நம் பக்கத்து வீட்டுக்காரர் களுக்கு மிகுந்த சந்தோசம், அது அடுத்த துரதிர்ஷ்ட மாக மாறிவிடும் என்று குறிப்பிடுகிறார். எனவே நாம் பண நெருக்கடியில் மீளும்வரை அமைதி காப்பதே நல்லது.

ஓடிக்கொண்டேயிருக்கும் நதி வற்றாமல் ஓடும் என்று நினைக்காமல் அதை மழைக்காலங்களில் குளமாகவும், ஏரியாகவும் சேமிப்பது அவசியம்

நம் பலவீனம் மற்றவர்களுக்குத் தெரிந்தால் அவர்கள் நம்மை எளிதில் வீழ்த்திவிடுவார்கள் என்பதற்கு ஓர் உருவகக்கதை கீழை நாடுகளில் வழங்கப்படுகிறது. ஒரு தலைசிறந்த வில்லாளி மாடியில் ஓர் அரசரோடு பேசிக்கொண்டிருந்தார். மேலே நிறைய பறவைகள் பறந்துகொண்டிருந்தன. அந்தப் பறவைகளைக் காட்டிய அந்த வில்லாளி 'நான் அம்பு எய்யாமலே ஒரு பறவையை வீழ்த்திக் காட்டட்டுமா? நாணை இழுத்தால் போதும்' என்றார். அரசரும் சந்தேகத்தோடு சரி என்றார்.

அப்போது ஒரு தனி கொக்கு மேலே பறந்து கொண்டிருந்தது. வில்லாளி தன் வில்லை எடுத்து நாணை இழுத்தார். அந்தப் பறவை அந்தச் சத்தத்தைக் கேட்டுத் தரையில் விழுந்தது. மன்னருக்கு ஆச்சரியம். அந்த வில்லாளி விளக்கினார். 'இந்தக் கொக்கு ஏற்கெனவே ஓர் அம்பால் காயப்பட்டிருப்பது எனக்குத் தெரியும், அதனால் தளர்ந்துபோய் சோகமாகப் பறந்தது. அதன் பழைய காயம் இன்னும் அதை உறுத்திக் கொண்டிருந்தது. தனி யாகவும் பறந்தது. பயத்தோடு பறந்தது. நான் நாணை இழுத்ததும் அந்த வலியே அதை வீழ்த்து வதற்குப் போதுமாக இருந்தது'. பலவீனமான வர்கள் என்று தெரிந்தால் அடுத்தவர்கள் எளிதில் வீழ்த்திவிடுவார்கள்.

★

அத்தியாயம்
63

பணப்பசுவும் தெருநாய்களும்

மேலாண்மையில் சந்தை வளர்ச்சியையும், ஒரு பொருள் சந்தைக்குப் பங்களிக்கும் விகிதத்தையும் கணக்கிட்டு நான்கு விதமான வர்த்தகப் பொருட்களாகப் பிரித்துள்ளார்கள்.

நட்சத்திரம் என்பது சந்தையில் அதிகப் பங்களிக்கும், அதிக வளர்ச்சி விகிதத்தைக் கொண்டது. அதில் நிறைய முதலீடு செய்தால் நிறைய இலாபத்தைப் பார்க்கலாம். அதுமட்டுமல்லாமல் மார்க்கட் லீடராகவும் வருவதற்கு வாய்ப்பு உண்டு.

பணப் பசு என்பது குறைந்த வளர்ச்சி உள்ள சந்தையில் அதிக விகிதம் விற்பனையாகும் பொருளைக் குறித்தது. இவை முதலீட்டைக் காட்டிலும் அதிகமான இலாபத்தை அளிக்கக் கூடியது.

குறைந்த சந்தை வளர்ச்சியில் குறைந்த விற்பனையாகும் பொருளை நாய்கள் என்று குறிப்பிடுவார்கள். இப்படிப்பட்ட தொழிற்சாலைகளையும், பொருள்களையும் கைகழுவி விடுவதே நல்லது.

நான்காவது வகை கேள்விக்குறிகள். இவை அதிக வளர்ச்சியுள்ள சந்தையில் குறைந்த விற்பனை விகிதத்தைக் கொண்டவை. எனவே நிறைய முதலீடு தேவைப்படும். அதிக முதலீடு செய்தால் நட்சத்திரங்களாக உருவாவதற்கு வாய்ப்பு உள்ளது. எனவே இவற்றைத் தீவிரமாக ஆய்வு செய்து இவற்றின் எதிர்காலத்தைப் பற்றிச் சிந்திக்க

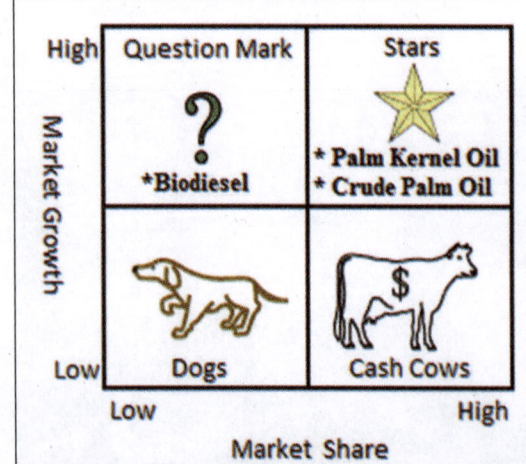

நாம் நம்முடைய பலம், பலவீனம், வாய்ப்பு, நெருக்கடி ஆகியவற்றை நன்றாகப் பட்டியலிட்ட பிறகு அவற்றை ஒருங்கிணைப்பதன் மூலமே வர்த்தமாக இருந்தாலும் சரி, வாழ்வாக இருந்தாலும் சரி வெற்றிபெற முடியும்

வேண்டும். ஒரு வர்த்தகத்தில் எது பணப் பசு? எது நாய்? என்று கண்டுபிடிப்பதுதான் பல, பலவீன ஆய்வாக இருக்கமுடியும்.

'சீன ஞான'த்தில் உள்ள ஒரு சம்பவம். எதை எதுவரைத் தொடர வேண்டும் என்பதற்கு ஒரு சம்பவத்தைக் குறிப்பிடுகிறார்கள். சாங் சாம்ராஜ்யத்தைச் சேர்ந்த டீக்கிங் என்கிற தளபதி எதிரிப்படைகளை வென்ற பிறகு விரட்டிச் சென்றார். மலை அடிவாரம் வரை துரத்திச்சென்ற அவர் திடீரென எதிரிகள் தப்பி ஓடுவதை நிறுத்தி யதும் யோசித்தார். அவர் படைவீர்கள் முன்னேறிச் செல்ல விரும்பினார்கள். ஆனால் அவரோ வேண்டாம் என்று அவர்களைத் தடுத்துவிட்டார். ஒருவழியாக எதிரிகள் அங்கிருந்து தப்பித்துச் சென்றனர். அவருடைய படை வீரர்கள் அவர் களைத் துரத்திச் செல்லாமல் விட்டதற்காக வருத்தப் பட்டார்கள். அப்போது டீக்கிங் அவர்களிடம் 'தப்பி ஓடும் எதிரி திடீரென நிறுத்தி நம்மை எதிர் கொள்ளத் தயாரானால் அதில் ஏதோ தந்திரம் இருக்கிறது என்று பொருள். நாம் ஏற்கெனவே வெற்றிபெற்று விட்டோம். மீதியிருக்கும் எதிரி களையும் கொல்ல நினைத்தால் அவர்கள் விரித்த வலையில் விழுந்துவிடுவோம். அவர்களைத் துரத்திச் செல்லாததற்காக வருத்தப்படுவது துரத்திச் சென்று வருத்தப்படுவதைக் காட்டிலும் மேலானது' என்று குறிப்பிட்டார். எதை எப்போது நிறுத்த வேண்டும் என்பது போரிலும் தெரியவேண்டும், வர்த்தகத்திலும் தெரியவேண்டும்.

நாம் நம்முடைய பலம், பலவீனம், வாய்ப்பு, நெருக்கடி ஆகியவற்றை நன்றாகப் பட்டியலிட்ட பிறகு அவற்றை ஒருங்கிணைப்பதன் மூலமே வர்த்த மாக இருந்தாலும் சரி, வாழ்வாக இருந்தாலும் சரி வெற்றிபெற முடியும். இதற்குத் தாவோ அறிஞர் சங்-சு ஓர் அழகான கதையைக் குறிப்பிடுகிறார்.

ஒரு ஞானி தன் சீடர்களுடன் அடர்ந்த கான கத்தின் வழியே சென்றுகொண்டிருந்தார். அங்கே ஒரு மரத்தைத் தவிர மற்ற மரத்தை எல்லாம் வெட்டிக் கொண்டிருந்தார்கள். அதைப் பார்த்த அந்த ஞானி அந்த மரம் வெட்டுபவனிடம் ''ஏன் இந்த மரத்தை மாத்திரம் வெட்டாமல் விட்டுவிட்டாய்?'' என்று கேட்டார். அதற்கு அவன் ''இந்த மரம் முடிச்சு களோடு இருக்கிறது, இதை வெட்டினால் எந்தப் பயனும் இல்லை, இந்த மரம் விறகாகக்கூடப் பயன்படாது, இதன் புகை கண்களைக் குருடாக்கி விடும்'' என்றான். அவர்கள் மாலை வேளையில் ஒரு பண்ணையாரின் வீட்டிற்குச் சென்றார்கள். அந்தப் பண்ணையார் சமையல்காரனிடம் ''இவர் களுக்கு வாத்தை அறுத்து உணவைத் தயார் செய்'' என்று கட்டளை பிறப்பித்தார். அவன், ''நம்மிடம் இரண்டு வாத்துகள் இருக்கின்றன. புதியவர்கள் வந்தால் சத்தம் செய்கிற வாத்து, யார் வந்தாலும் அமைதியாக இருக்கிற வாத்து, இவற்றில் எதைச் சமைப்பது?'' என்று கேட்டார். ''யார் வந்தாலும் சத்தம் செய்யாத வாத்தைச் சமை'' என்றார்.

மறுநாள் திரும்பிவரும்போது அந்த சீடர்கள் ஞானியிடம், ''நேற்று நாம் இரண்டு சம்பவங் களைப் பார்த்தோம், ஒன்றில் பயனில்லாத மரம் பிழைத்துக்கொண்டது, மற்றொன்றில் பயனுள்ள வாத்து பிழைத்துக் கொண்டது. இதிலிருந்து நாம் என்ன கற்றுக்கொள்வது? பயனுள்ளபடி வாழ வேண்டுமா, பயனில்லாதபடி வாழவேண்டுமா? என்று கேட்டார்கள். அதற்கு அந்த ஞானி எப்போது பயனுள்ளவாறு இருக்கவேண்டும், ''எப்போது

இலக்கியத்தில் மேலாண்மை

பயனில்லாதவாறு இருக்க வேண்டும் என்பது தெரிந்தால்தான் உலகத்தில் பிழைக்கமுடியும்'' என்று குறிப்பிட்டார். சில நேரங்களில் பலத்தைக் காட்டவேண்டும், சில நேரங்களில் பலவீனத்தை மறைக்க வேண்டும். சரியான வாய்ப்புக்குக் காத்திருக்கவேண்டும். ஆபத்துகளை எதிர்நோக்க வேண்டும். இவையெல்லாம் இசைந்தால்தான், வர்த்தகமானாலும், வாழ்வானாலும் வெற்றியை நாட்ட முடியும் என்பதே இந்தக் கதை நமக்கு விளக்குகிறது. இது மேலாண்மை குறிப்பிடாத உத்தி.

இலக்கியம் நேரடியாக அறிவுறுத்துவதில்லை. அது பல்வேறு வகைகளில் சம்பவங்களின் மூலமாகவும், நாயகர்களின் வாழ்க்கை மூலமாகவும் நமக்குப் புரியாத நுட்பங்களையும் புரிய வைக்கின்றன. அவற்றைச் சுவாரசியத்திற்கு மட்டும் படிக்காமல் வாழ்வில் நடைமுறைப்படுத்துவதற்கும் வாசித்தால் வாழ்க்கை பயனுள்ளதாக இருக்கும்.

★

அத்தியாயம்

64

ஒரே மூட்டையில் முட்டைகளா?

பல்வகை முதலீடு (Diversification) என்பது மிகவும் முக்கியமான வர்த்தக நுட்பம். எல்லாப் பணத்தையும் ஒரே தொழிலில் முதலீடு செய்வதும், முடக்குவதும் ஒரே மாதிரிதான். அந்தத் தொழில் எதிர்பாராத திருப்பத்தைச் சந்தித்தால் ஏமாற்றமும், நஷ்டமும் ஏற்பட்டு நொடிந்துபோக நேரிடும். பேருந்தில் பயணம் செய்கிறபோதுகூட எல்லாப் பணத்தையும் ஒரே சட்டைப் பையில் வைக்காமல் நான்கு சட்டைப்பைகளில் வைப்பது நல்லது. அப்போது தான் ஒரு பையில் இருப்பதை யாராவது களவாடினாலும் நாம் கையேந்தாமல் காப்பாற்றப் படுவோம்.

ஒரு நிறுவனம் நல்ல வளர்ச்சியை அடைகிற போது அதன் வர்த்தகத்தை விரிவு படுத்துவது அவசியம். அப்போதுதான் மொத்தப் பணப்புழக்கம் அதிகரிக்கும். உற்பத்தியை அதிகரிப்பது ஒரு வகையான விரிவாக்கம். வெவ்வேறு பொருட்களை உற்பத்தி செய்வது என்பது இன்னொரு வகை யான விரிவாக்கம். மொத்த உற்பத்தித் திறனை அதிகரிப்பது நல்ல சந்தை விகிதம் உள்ள பொருள் களுக்குப் பொருந்தும். ஆனாலும் பாதுகாப்பாக உள் முதலீட்டோடு நிறுத்திக்கொள்ளாமல் வெளி முதலீட்டையும் செய்வது நிச்சயமற்ற சூழலில் நமக்கு இழப்பு ஏற்படாமல் காப்பாற்றும்.

விவசாயத்தில்கூட பயிர்களை வளர்ப்பதோடு நிறுத்தாமல் கால்நடைகளையும் பராமரிப்பது ஒரு வகையான ஆயுள் காப்பீடுதான். வானம் பொய்த் தாலும் கால்நடைகள் மூலம் பலன் கிடைக்கும்.

Markets	Products: Present	Products: New
Present	Market penetration	Product development
New	Market development	**Diversification**

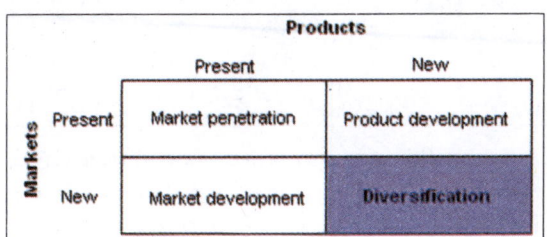

திடீரென பண நெருக்கடி ஏற்பட்டால் ஓர் ஆட்டையோ, மாட்டையோ விற்றுக் குடும்பத்தைச் சமாளிக்கமுடியும். விவசாயம், ஆடு வளர்ப்பு, கோழி வளர்ப்பு, மீன் வளர்ப்பு, பசுக்கள் வளர்ப்பு போன்றவற்றையெல்லாம் ஒருங்கிணைத்துச் செய்வது தான் கலப்புப் பண்ணை. அதைப் போலவே இருக்கிற நிலங்களில் எல்லாம் ஒரே பயிரை வளர்க்காமல், பலவிதப் பயிர்களை வளர்த்தால் ஒரு பயிர் பொய்த்தாலும் மற்ற பயிர்கள் மூலம் உயிரை வளர்க்கமுடியும். இயற்கையோடு நடத்துகிற சூதாட்டம் என்பதால் இப்படிப் பன்முகப் படுத்துதல் அவசியமாக இருக்கிறது.

'விதுர நீதி'யில் செல்வம் என்பது கால்நடையோடு தொடர்புடையது என்ற கருத்து குறிப்பிடப் படுகிறது. 'மாடு' என்றால் செல்வம் என்று பொருள். ஆங்கிலத்தில் 'கேட்டில்' என்றாலும் செல்வம் என்றே பொருள். அதனால்தான் திருப்பாவையில் ஆண்டாள் 'வள்ளல் பெரும் பசுக்கள்' என்று பாடுகிறார்.

வர்த்தகத்தில் மட்டுமல்ல, நாட்டின் பாது காப்பிலும் இது அவசியம். ஒரு நாட்டின் மீது படையெடுக்க எல்லாப் படைவீரர்களையும் அந்த நாட்டை நோக்கி அனுப்பினால் தலைநகரம் பலவீனமாகப் போய்விடும். மற்ற எதிரி நாடுகள் சமயம் பார்த்து தலைநகரைத் தாக்க ஆரம்பித்துவிடும். எனவே எல்லா முட்டைகளையும் ஒரே கூடையில் போடுவது சரியாக இருக்காது.

வர்த்தக விரிவாக்கம் என்பது இரண்டு வகைப் படும். காலணிகள் செய்பவர்கள், சாக்ஸ், பூச்சு,

திடீரென பண நெருக்கடி ஏற்பட்டால்
ஓர் ஆட்டையோ, மாட்டையோ
விற்று குடும்பத்தைச் சமாளிக்கமுடியும்

காலணிக் கயிறு, பூட்ஸ் போன்றவற்றையும் தயாரிப்பது ஒருவகை. தொடர்புடைய பொருள்களில் முதலீடு செய்வது. நம்மிடம் ஒரு பொருளை வாங்குகிறவர்கள் அதன் தொடர்பான மற்ற பொருள்களையும் நம்மிடமே வாங்கும் வசதியை உருவாக்குவது ஒரு வகை. தொடர்பில்லாத பல்வேறு பொருட்களை உற்பத்தி செய்யும்படி பல தொழிற்சாலைகளில், பலவிதமான வர்த்தகங்களில், பலவிதமான நாடுகளில் முதலீடு செய்வது இன்னொரு வகை. இரண்டாவது வகையில் முதலீடு செய்ய அதிகப் பணமும், நிபுணத்துவமும், தகுந்த ஆலோசகர்களும் அவசியம்.

எவ்வாறு ஒருவர் தன் தொழிலைக் கொஞ்சம் கொஞ்சமாக விரிவுபடுத்த வேண்டும் என்பதற்குத் திருவள்ளுவர் ஓர் அழகான உதாரணத்தைக் குறிப்பிடுகிறார். பழகிய ஒரு யானையைக் கொண்டு மற்ற யானைகளைப் பிடிப்பதைப்போல ஒரு செயலில் நன்கு காலூன்றிய பிறகு அதைக்கொண்டே மற்ற செயல்களையும் முடித்துக் கொள்ள வேண்டும் என்பது அவருடைய வாதம்.

முதலில் ஒரு யானையை மிகச் சிரமப்பட்டுப் பிடித்துப் பழக்கிவிட்டால் அந்த யானையைக் கொண்டே பல யானைகளைப் பிடித்துவிடலாம்.

ஒரு யானையை மிகச் சிரமப்பட்டுப் பிடித்துப் பழக்கிவிட்டால் அந்த யானையைக்கொண்டே பல யானைகளைப் பிடித்துவிடலாம்

அதைப்போல முதலில் எந்தத் தொழிலைத் தொடங்குகிறோமோ அதை நன்றாகச் செய்து அதில் ஆழத்தைப் பெற வேண்டும். அப்போது தான் அதிகப் பணத்தை நாம் பெறமுடியும். பிறகு அதைக் கொண்டு மற்றவற்றை நாம் கையகப்படுத்த முடியும். முதல் தொழிலே நொண்டும் போது வேறு தொழில்களில் முதலீடு செய்வது முறையாக இருக்காது.

வினையால் வினையாக்கிக் கோடல் நனைகவுள்
யானையால் யானையாத் தற்று (678)

பல்தசார் 'உலக ஞானக்கலை' என்ற நூலில் ஒருவன் தன்னுடைய பலம் வாய்ந்த தன்மையை உணர வேண்டும் என்று குறிப்பிடுகிறார். ஒவ்வொரு நிறுவனமும் அதன் வர்த்தகத்தை விரிவாக்கும்போது எந்த வர்த்தகத்தால் அதற்கு அதிகப்பணம் கிடைக்கிறது, அதிக இலாபம் கிடைக்கிறது, நற்பெயர் கிடைத்திருக்கிறது என்பனவற்றையெல்லாம் பரிசீலனை செய்யவேண்டும். அந்தப் பலம் வாய்ந்த பொருளை எக்காரணத்தைக் கொண்டும் விட்டுவிடக்கூடாது. ஆதாரமான வர்த்தகம் எந்தக் காலகட்டத்திலும் தொடர்ந்து நடைபெற வேண்டும். அதற்கான முதலீடு ஒருபோதும் குறையக்கூடாது. அதைப் பாதிக்காத வகையில்தான் மற்றவற்றை அவன் தொடரவேண்டும்.

வெற்றி பெறுகிறவர்களுக்குத் தாங்கள் எதை ஆரம்பித்தாலும் வெற்றி பெற்றுவிடுவோம் என்கிற எண்ணம் தோன்ற ஆரம்பித்துவிடும். அவர்களைச் சுற்றியிருப்பவர்கள் அப்படி ஒரு மாயையை ஏற்படுத்துவார்கள். அவர்களும் மயங்கிப்போய் நாம் எதை வேண்டுமானாலும் ஆரம்பிக்கலாம் என்று நினைத்துப் புதிய தொழிலை அனுபவமில்லாமல் தொடங்குவார்கள். பிறகு அது அதிக முதலீட்டை உறிஞ்சும். மூல வர்த்தகத்தை அவர்கள் விட்டுவிட்டு அதில் செலவு செய்யத் தொடங்குவார்கள். பிறகு இரண்டையும் இழந்து தவிக்கின்ற நிலை உருவாகும். எனவே எக்காரணத்தைக்கொண்டும் மூலத் தொழிலை விட்டுவிடக்கூடாது.

சிலர் மற்றவர்களைப் பார்த்து, தாங்களும் காப்பியடிக்கத் தொடங்குவார்கள். அவர்கள் வெற்றி பெற என்னென்ன சிரமங்கள் ஏற்பட்டன என்பன அவர்களுக்குத் தெரியாது. தாமும் வெற்றிபெற்று விடலாம் என்பது ஒருவித மூடநம்பிக்கை. இதை விளக்கப் பார்க்கும் 'சீனக் கண்ணாடி' என்கிற நூலில் ஓர் உருவகக்கதை குறிப்பிடப்பட்டிருக்கிறது. ஷீ என்பவருக்கு இரண்டு மகன்கள். ஒருவன் படிப்பை நேசித்தான், மற்றொருவன் போரை நேசித்தான். அவர்கள் இருவரையும் ஷீ ஒரு நாட்டின் அரசவைக்கு அனுப்பி வைத்தார்.

அந்த நாட்டு அரசர் படித்தவனைத் தன் ஆலோசகராக ஆக்கிக்கொண்டு போரைப் பற்றித் தெரிந்தவனைத் தன் தளபதியாக்கிக்கொண்டார். அதைப் பார்த்த அவர் பக்கத்து வீட்டுக்காரர் மெங் தன் மகன்களையும் அவ்வாறு உருவாக்கி ஒருவனைப் பக்கத்து நாட்டிற்கும் இரண்டாம் மகனை இன்னொரு நாட்டிற்கும் அனுப்பி வைத்தார். முதல் மகன் தன் படிப்பை நிரூபிக்க நீதி நூல்களில் இருப்பதை எல்லாம் எடுத்துச் சொன்னான். அந்நாட்டு அரசர், 'இப்போது எல்லா நாடுகளிலும் போர் மேகம் சூழ்ந்து கொண்டிருக்கிறது, எல்லோரும் படை

திரட்டுவதில் ஆர்வம் காட்டுகிறார்கள், இந்த இளைஞனின் நீதி போதனையைக் கேட்டால் நான் அழிந்து போய்விடுவேன்' என்று எண்ணி அவனைக் காயடித்துவிட்டார்.

இரண்டாவது மகன் தன் போர் ஞானத்தை விளக்கும் வகையில் அந்த நாட்டில் பிரசங்கம் செய்தான். அந்த நாடோ பலவீனமான நாடு. அந்த மன்னர் 'என் நாடு அண்டை நாடுகளைச் சார்ந் திருக்கும் நாடு, நான் நல்லிணக்கத்தை வைத்துதான் ராஜ நீதியை நடத்த வேண்டும், படைகளைத் திரட்டினால் எல்லா நாடுகளும் உதவி செய்வதை நிறுத்திவிடும். இவனை வேறு நாட்டிற்கு போக விட்டால் அவர்கள் இவனைப் பயன்படுத்திக் கொண்டு நம்மை வீழ்த்திவிடுவார்கள்' என்று நினைத்து அவன் கால்களை வெட்டிவிட்டார். எனவே அடுத்தவர்கள் செய்யும் முதலீடு நமக்கும் வெற்றியைத் தரும் என்று நினைக்கக் கூடாது.

'வெனிஸ் நகர வியாபாரி' நாடகத்தில், தன்னுடைய எல்லா முதலீட்டையும் ஆண்டனியோ கடல் வழி வாணிகத்தில் போடுகிறான். அவனுடைய நண்பன் பசானியோ போர்ஸியாவைத் திருமணம் செய்யப் பயணப்பட பணம் கேட்கும்போது அவனிடம் பணம் இல்லை. எனவே அவன் தந்திரமும் குயுக்தியும் நிறைந்த ஷைலாக்கிடம் கடன் வாங்க நினைக்கிறான். ஷைலாக்கும் வட்டி யில்லாமல் கடன்தருகிறேன். ஆனால் ஓர் ஒப்பந்தத்தில் கையொப்பமிடவேண்டும் என்று நிர்ப்பந்திக்கிறான். அதிகமாக வட்டிவாங்கும் ஷைலாக்கைக் கடுமையாக விமர்சனம் செய்யும் ஆண்டனியோவை ஏதேனும் ஒரு நேர்வில் பழி வாங்கவேண்டும் என்று கருதிக் கொண்டிருப்பவன் ஷைலாக். எனவே அந்தச் சந்தர்ப்பத்தைப் பயன் படுத்திக் கடனை உரிய நேரத்தில் திருப்பித் தரா விட்டால் ஒரு பவுண்டு சதையை எடுத்துக் கொள்ளலாம் என்று பத்திரத்தில் கையொப்பம் வாங்குகிறார். ஆண்டனியோ ஒரே கூடையில் எல்லா முட்டைகளையும் போட்டதை ஷேக்ஸ் பியர் நான்கே வரிகளில் விவரிக்கிறார்.

அவனே சொல்கிறான். 'என்னுடைய எல்லாச் சொத்தையும் ஒன்றிலேயே நான் முதலீடு செய் திருக்கிறேன். அதன் பாதுகாப்பே என் அதிர்ஷ்டத் தையும், எதிர் காலத்தையும் நிர்ணயிக்கக்கூடியது'

எல்லாக் கப்பல்களும் கரைசேர்ந்திருந் தால் ஆண்டனியோ தப்பியிருப்பான். ஆனால் அவன் கப்பல்கள் மூழ்கி விடுகின்றன. அதனால் அவன் வழக்கைச் சந்திக்கவேண்டியதாக இருக்கிறது. ஒருவேளை வெவ்வேறு தொழில்களில் அவன் முதலீடு செய்திருந்தால் இப்படிப்பட்ட அவலம் ஏற்பட்டிருக்காது.

பத்துப்பாட்டில் 'பட்டினப்பாலை' யில் காவிரிப்பூம்பட்டினத்தில் பன்முகப்பட்ட வணிகம் நிகழ்ந்தது சித்திரிக்கப் பட்டிருக்கிறது. ஏற்றுமதியும், இறக்குமதியும் நிகழ்கிற தடமாக இருந்ததோடு அது ஒரு சூப்பர் மார்க்கெட்டைப்போல பல பொருட்கள் கிடைக்கிற இடமாக இருந்தது என்பது அங்கிருந்த பன்முகப்பட்ட வர்த்தகத்தை வெளிப்படுத்துகிறது.

'மரக்கலங்களில் ஏற்றப்பட்டு கடல் வழியாகக் காற்றின் துணையினால், நிமிர்ந்து செல்லும் கதியை யுடைய குதிரைகள் கொண்டு வரப்பட்டன. கரிய மிளகுப் பொதிகளும், வடமலையாகிய மேரு மலையில் தோன்றிய மாணிக்க மணிகளும், சாம்பூ நதம் என்னும் பொன்னும், பொதியமலையில் தோன்றிய சந்தனமும், அகில் கட்டைகளும், கீழ்த்திசைக் கடலில் விளையும் பவளங்களும், கங்கையாற்றைச் சார்ந்த பகுதிகளில் உற்பத்தியாகும்

பொருள்களும், காவிரிக் கரைப்பகுதியில் விளையும் பொருள்களும், ஈழ நாட்டின் உணவுப் பொருள் களும், கடார நாட்டில் உண்டாகும் நுகர் பொருள் களும், சீனம் முதலிய பிற நாடுகளிலிருந்து கொண்டு வரப்பட்ட கர்ப்பூரம், பன்னீர், குங்குமம் போன்ற பொருள்களும், இவை தவிர பெரிய பல பொருள் களும், நிலத்தின் முதுகு நெளியும்படி, நீர் வழி யாகவும், நிலத்தின் வழியாகவும், புகார் நகரத்தில் விற்பனை செய்வதற்காகக் கொண்டுவரப்பட்டன'

வர்த்தகத்தைப் பல இடங்களில் நடத்த அந்தந்த இடத்தின் மொழி அறிவும் அவசியம். முல்லைப்பாட்டில் யானைகளை வடமொழியில் பேசிப் பயிற்றுவித்ததை நப்பூதனார் பாடுகிறார். இவர் பொன்வணிகம் செய்த பரம்பரையில் வந்தவர்.

கவைமுட் கருவியின், வடமொழி பயிற்றிக்
கல்லா இளைஞர், கவளம் கைப்ப

யானையைப் பயிற்றுவிக்க வட மொழிச் சொற்கள் பயன்படுத்தியதைச் 'சீவகசிந்தாமணி'யும் தெரிவிக்கிறது. அப்புது, ஆது, ஐ போன்ற சொற்கள் உபயோகப்படுத்தப்பட்டன. 'மலைபடுகடாம்' 'பெருவெளில் பிணிமார் விரவுமொழி பயிற்றும் பாகர்' என்று குறிப்பிடுகிறது.

காவிரிப்பூம்பட்டினம் பல பொருட்கள் மட்டு மல்ல, பல்வேறு நாடுகளிலிருந்து வணிகர்கள் வந்து வியாபாரம் செய்யும் இடமாக இருந்தது. எனவே பல மொழிகள் பேசும் மக்கள் உறையும் பட்டினமாக இருந்தது.

பல் ஆயமொடு பதி பழகி
வேறு வேறு உயர்ந்த முதுவாய் ஒக்கல்
சாறு அயர் மூதூர் சென்று தொக்காங்கு
மொழிபல பெருகிய பழிதீர் தேஎத்துப்
புலம் பெயர் மாக்கள் கலந்து இனிது உறையும்
முட்டாச் சிறப்பின் பட்டினம்...

'போர்க்கலை' நூலில் முற்றுகையிடுவது குறித்து சன்-சு குறிப்பிட்ட வழிமுறைகள் பன்முக வர்த்தகத்திற்கும் பொருந்தும். 'பயனிருக்கும் என்பது தெரியும் என்று தெரியும்வரை நகரக்கூடாது, இலாபம் வரும் என்று தெரியும்வரை படைவீரர் களைப் பயன்படுத்தக்கூடாது. நெருக்கடியான நிலை வரும்வரை சண்டையிடக் கூடாது. தன் ஆத்திரத்தைத் தீர்த்துக் கொள்ளப் படையெடுக்கக் கூடாது. கண நேரக் கோபத்திற்காகச் சண்டையிடக் கூடாது' சன்-சு குறிப்பிடுவது போல, எதிரியிட மிருந்து கைப்பற்றிய ஒரு யானை நம்மிடமிருக்கும் பத்து யானைகளுக்குச் சமம். நீளமான போர் எப்படி நஷ்டத்தை ஏற்படுத்துகிறதோ அப்படியே அதிக முதலீடும், அதிக நேரத்தையும் உறிஞ்சுகிற வர்த்தகமும் நம்மை களைப்படையச் செய்யும். இலக்கியங்கள் கூறுவதைப்போல அறிவும், ஆற்றலும், உத்திகளும் சரியாக அமைந்தால் ஒரு வர்த்தகம் சிதைந்தாலும் இன்னொன்று கை கொடுக்கும். ★

அத்தியாயம் 65

தலையே அடையாளம்

தலைமைப் பண்புகள் நிர்வாகத்திலும், மேலாண்மையிலும் மிகப் பெரிய பங்கை வகிக்கின்றன. நிறுவனத்தை நடத்திச் செல்ல உயரிய தலைமைப்பண்புகள் உடையவர்கள் வாய்க்கப் பெற்றால் அந்நிறுவனம் இலாபத்திலும், நற் பெயரிலும் கொடிகட்டிப் பறக்கும். தலைமை என்பது ஒருமித்த வழிகாட்டுதலையும், நோக்கத்தையும் உருவாக்கும் பணி. மேலாண்மை என்பது அந்த நோக்கத்தைத் திறமையாகவும், படைப்புத் திறனோடும் அடைகிற நடைமுறை.

ஒரு நல்ல தலைமை அந்தக் குழுவில் எல்லா உறுப்பினர்களையும் ஒரே திசையை நோக்கிப் பார்க்க வைக்கும் ஆற்றல் உள்ளது. ஆண்டனியோ டி எக்ஸிப்பரே என்பவர் காதலைப் பற்றிக் கூறும்போது "அது இருவர் ஒருவரையொருவர் பார்த்துக்கொள்வதல்ல. ஒரே திசையில் பார்ப்பது" என்று குறிப்பிடுவார். அதைப்போல குழுவில் இருப்பவர்களை ஒரே நோக்கத்தை எண்ணிச் செயல்பட வைப்பது தலைமைப்பண்பின் குறிக்கோள். நெருக்கடிகள் வரும்போதுதான் எது சிறந்த தலைமை என்பதை உணரமுடியும். சமயோசித புத்தி, சாதுர்யம், துணிவு, தன்னம்பிக்கை ஆகியவை இருக்கிறபோதுதான் அந்தச் சூழலை அவர்கள் அடையமுடியும்.

சமயோசித புத்திக்கு சரித்திரத்திலிருந்து ஒரு சம்பவத்தை மேற்கோள் காட்டலாம். சர்ச்சில்

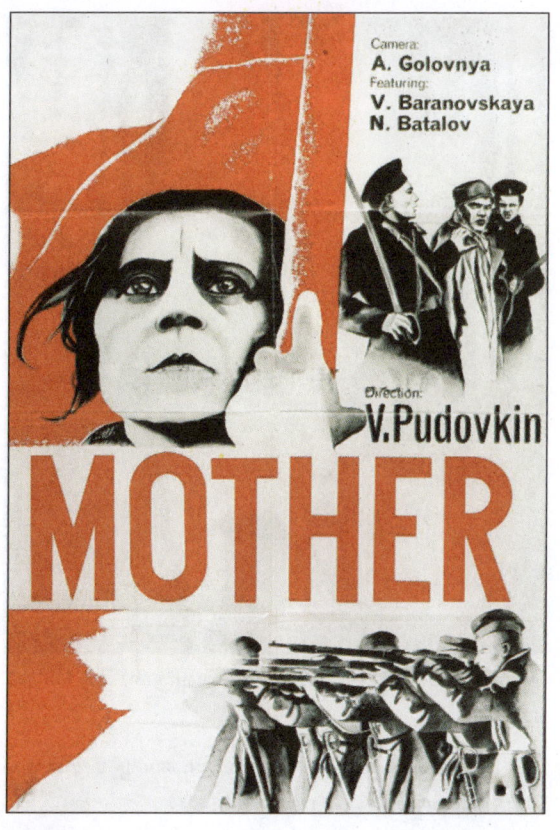

ஒருநாள் களைத்துப்போய் வீட்டிற்கு வந்தார். அவர் கடைசியாகக் கொடுத்திருந்த சந்திப்பை நிறைவேற்ற முடியாத நிலைமை. அப்போது தன் பணியாளை அழைத்து 'நீ வருகிறவரிடம் நான் இல்லை என்று குறிப்பிடு. அவரை நம்பவைப் பதற்காக அவர் அழைப்பு மணியை அழுத்தும்போது என்னுடைய சுருட்டை வாயில் வைத்துக் கொண்டு கதவைத் திற' என்றார்.

மைக்கேல் ஆம்ஸ்ட்ராங் தலைவர்களுக்கு இரண்டு பணிகள் இருக்கின்றன என்று குறிப்பிடு கிறார். முதலாவது அவர்கள் எடுத்துக் கொண்ட பணியைச் செவ்வனே முடிக்க வேண்டும். அடுத்த தாகக் குழுவில் இருப்பவர்களோடு இணக்கமான சூழலை உருவாக்க வேண்டும்.

ஆம்ஸ்ட்ராங் கூறும் குணங்களுக்கு எடுத்துக்காட்டாக விளங்குபவள் மாக்ஸிம் கார்க்கி படைத்த தாய். இரஷ்யாவில் புரட்சிகரமான கால கட்டத்தில் வரலாற்றுத் திருப்புமுனையாகக் கருதப் பட்ட அந்த நாவலை இலெனின் வெகுவாகச் சிலாகித்திருக்கிறார். பேவல் என்கிற பதின்ம வயதுப் பையன் தன் தந்தையின் மரணத்திற்குப் பிறகு தொழிற்சாலை ஒன்றில் பணியில் சேருகிறான். அவன் தாய் நிலோனா, மனைவியைக் கொடுமைப் படுத்தும் கணவனோடு இருபது ஆண்டுகள் பரிதாப மாக வாழ்ந்தவள்.

பேவல் அங்கிருக்கும் உழைக்கும் வர்க்கத்தின் அவல நிலையைப் பார்த்து மனம் மாறுகிறான். அவர்கள் வாசிப்பு வட்டத்தில் பங்கேற்கிறான். சிறிது சிறிதாக அவர்கள் சித்தாந்தத்தில் ஈர்க்கப்படுகிறான், சோஸலிசத்தைத் தழுவுகிறான். தடைசெய்யப்பட்ட புத்தகத்தை வீட்டிற்குக் கொண்டு வருகிறான். தொடக்கத்தில் அவனையும், அவன் நண்பர் களையும் பார்த்துப் பயந்த நிலோனா நாளடைவில் தானும் அந்த வட்டத்தில் இருப்பதாக எண்ணு கிறாள். துணிவுபெற்ற வேறு சில பெண்களும் அந்தக் கிளர்ச்சியில் பங்கெடுத்துக்கொள்ள விரும்பு கிறார்கள். நடாஷா என்கிற பணக்காரப் பெண் தந்தையை விட்டுவிட்டு ஆசிரியைப் பணிக்கு வந்து சோஸலிசப் போராட்டங்களில் பங்கெடுத்துக்கொள் கிறாள்.

நிலோனா எல்லாத் தோழர்களையும் தன் பிள்ளைகளாகப் பார்க்கிறாள். முதல்முறையாகப் பேவல் ஒரு தொழிலாளர் கிளர்ச்சியைத் தலைமை யேற்று நடத்துகிறான். அதற்குப் பிறகு அந்தத் தாயின் இன்னொரு வாழ்க்கை ஆரம்பமாகிறது. புரட்சி பற்றிய மடிப்பேடுகளைத் தொழிற் சாலைக்குள் விநியோகிக்கிறாள். அவளது வீடு கிளர்ச்சி நடவடிக்கைகளுக்கான தலைமைக் கூடமாக மாறுகிறது.

மற்றவர்களின்மீது தாக்கத்தை ஏற்படுத்தி அவர்கள் மனப்பூர்வமாகத் தங்களைப் பின்பற்றுமாறு செய்கிறவர்கள் தலைவர்களாக ஒளிர்கிறார்கள்

மே தினப் போராட்டத்தின்போது பேவல் பதாகையை உயர்த்திப்பிடித்து எடுத்துச்செல்ல முயற்சி செய்கிறான். அப்போது நிலோனா தன் மகனின் பாதுகாப்பைக் குறித்துக் கவலைப்படு கிறாள். அவன் காதலி ஷாஷா வேறு யாராவது போகட்டுமே என்று குறிப்பால் உணர்த்துகிறாள். ஆனால் பேவல் துணிச்சலாகச் சென்று கைது செய்யப்படுகிறான். வழக்குக்காகச் சிறையில் காத்திருக்கிறான். நீதிமன்றத்தில் அவன் உணர்ச்சி கரமான உரையை உதிர்க்கிறான். நீதிமன்றம் அவனை சைபீரியாவிற்கு அனுப்புகிறது.

ஆனால், நீதிமன்றத்தின் வழியே அந்தத் தாயை ஊழியர்கள் சேர்ந்து கொண்டு அவளது மகனின் வீர உரைக்காகப் பாராட்டுகிறார்கள். சிறிதும் தளராத அந்தத் தாய், வீர உரையை அச்சடித்து விநியோகிக்க முற்படுகிறாள். அப்போது பிடிபட்ட அவளை அடித்துத் துன்புறுத்தும்போது துணிச்சலுடன் கடல்போன்ற இரத்தமும் உண்மையை மூழ்கடிக்கமுடியாது என்று குறிப்பிடுகிறாள். தலைமைப் பண்பு எவ்வாறு இருக்கவேண்டும் என்பதற்கு இலக்கியம் கூறும் உதாரணம் நிலோனா.

டியூபிக் ராபர்ட் என்பவர் மற்றவர்களை ஆர்வத்தோடு பங்கேற்கச் செய்வதுதான் நல்ல தலைமை என்கிறார். மற்றவர்களின்மீது தாக்கத்தை ஏற்படுத்தி அவர்கள், மனப்பூர்வமாகத் தங்களைப் பின்பற்றுமாறு செய்கிறவர்கள் தலைவர்களாக ஒளிர் கிறார்கள். பலாத்காரப்படுத்தியோ, பயமுறுத்தியோ அடிபணியவைப்பது நல்ல தலைமைக்கு இலக்கண மாகாது. தங்கள் நடத்தையாலும், குணத்தாலும், செயல்பாட்டாலும் மழை மண்ணில் விழுவது போல மௌனமாக மன மாற்றம் கொள்ளச் செய்து அவர்களை வழிநடத்த வேண்டும்.

ஜான் அடைர் என்பவர் ஏழு முக்கியப் பண்புகள் தலைவருக்கு இருக்க வேண்டும் என்கிறார். ஊக்கம், நேர்மை, உறுதி, நியாயம், கனிவு, பணிவு, தன்னம்பிக்கை. மூன்று முக்கியப் பண்புகள் தலைவருக்கு இருக்கவேண்டும் என வள்ளுவர் வலியுறுத்துகிறார். தூங்காமை, கல்வி, துணிச்சல் ஆகியவை கட்டாயம் ஒரு தலைவருக்கு

இருக்க வேண்டும் என்பது அவருடைய கோட் பாடு.

'தூங்காமை கல்வி துணிவுடைமை இம்மூன்றும்
நீங்கா நிலனாள் பவர்க்கு' (383)

துணிவும், வைராக்கியமும் இருந்தால் ஆளில்லாத தீவிலும் ஜீவித்திருக்க முடியும் என்பதற்கு டேனியல் டிஃபோ எழுதிய 'ராபின்சன் குருஸோ' நாவல் ஓர் உதாரணம். ராபின்சன் குருஸோ பதினெட்டு வயது இளைஞர். சாகசம் புரிய ஆசை. இரண்டு அண்ணன்களும் அதில் இறந்து போனவர்கள் என்றாலும் அவன் தந்தையோ ''நடுத்தரக் குடும்பத்து வாழ்க்கையே பாது காப்பானது'' என்கிறார்.

குருஸோ கென்யாவிற்கு வியாபாரியாகும் ஆசையில் பயணிக்கிறான். வழியில் துருக்கிய கடற்கொள்ளைக்காரர்கள் அந்தக் கப்பலைத் தாக்க அவன் அடிமையாக்கப்படுகிறான். இரண்டு ஆண்டுகளில் அங்கிருந்து தப்பிப்போகிறான். தூரத்தில் ஒரு போர்ச்சுகீசிய கப்பலைப் பார்க்கிறான். அதன் கேப்டன் அவனை அன்போடு அழைத்துச் சென்று பிரேசிலில் இறக்கி விடுகிறார். அவன்

இலக்கியத்தில் மேலாண்மை

பணப்பயிர்கள் உள்ள தோட்டத்தை வாங்கிப் பயிரிட ஆரம்பிக்கிறான். அடிமை வியாபாரி யாகவும் ஆகிறான். ஒருமுறை அவன் கப்பலில் பயணம் செய்யும்போது கப்பல் தரைதட்டி விடுகிறது. அவன் ஒருவன் தான் எஞ்சினான். அருகில் இருக்கும் தீவிற்குப் பயணிக்கிறான். அங்கு இருபத்தேழு ஆண்டுகள் தனியாக இருக்கிறான். பெரும் முயற்சியால் இங்கிலாந்து வாழ்க்கையைப்

புனர் நிர்மாணம் செய்கிறான். தனிமையைத் தாண்டுகிறான். பதினைந்து ஆண்டுகள் அவன் எந்த மனிதனையும் பார்க்கவில்லை. பிறகு ஃப்ரைடே என்கிற இளைஞனைச் சந்திக்கிறான். பிறகு அந்தத் தீவிலிருந்து தப்பித் தன்னுடைய தோட்டத்திற்கு வருகிறான். மகிழ்ச்சியாக வாழ்க்கையைத் தொடங்கு கிறான். இப்படி ஒரு சாகசத்தைப் புரிய எவ்வளவு தலைமைப் பண்பு அவசியம் என்பதை நாம் புரிந்துகொள்ள முடியும்.

'சுக்ர நீதி'யில் அரசனுடைய எண்வகைத் தொழில்கள் குறிப்பிடப்பட்டுள்ளன. 'தீயோரை ஒறுத்தலும், ஈதலும், குடிகளைக் காத்தலும், இராசசூய முதலிய வேள்விகளை வேட்டலும், அறநெறி பிறழாது பொருளீட்டலும், பிற அரசர் களைத் திறைதரச் செய்தலும், பகைவரைத் தொலைத்தலும், மேன்மேலும் நிலப் பகுதி கோடலுமாகிய இவ்வெட்டும் அரசர்க்குரிய தொழில்களாம்'. அதில் அரசனுடைய வகைகளும் குறிப்பிடப்பட்டிருக்கின்றன. சாமந்தன், நிருபன், மாண்டலிகன் என்றெல்லாம் வருவாயை வைத்து அவர்களை வகைப்படுத்தியிருக்கிறது.

'குடிகளைத் துன்புறுத்தாமல் ஒவ்வோர் ஆண்டிலும் ஓர் இலக்கம் கருடம் என்னும் அளவுள்ள வெண் பொற்காசுகளை உறுதியான வருவாயாகவுடைய அரசன் சாமந்தன் என்று சொல்லப்படுவான். அக்காசு ஓர் இலக்கத்திற்கு மேல் மூன்றிலக்கம் அளவு ஆண்டுதோறும் வருவாயாகவுடையவன் நிருபன் என்று கூறப் படுவான். அதற்குமேல் அக்காசு பத்திலக்கம் வரை யாண்டுதோறும் வருவாயாகவுடையவன் மாண்டலிகன் என்று கூறப்படுவான். பத்தின்மேல் இருபது இலக்கம்வரை அக்காசு யாண்டுதோறும் வருவாயாகவுடைய வன் அரசன் எனப்படுவான். இருபதின்மேல் ஐம்பது இலக்கம்வரை யாண்டு தோறும் வருவாயாகவுள்ளவன் பேரரசன் என்று கூறப்படுவான்.

ஐம்பது இலக்கம் முதல் ஒரு கோடிவரை வருவாயாகவுடையவன் சுராட்டு எனப்படுவான், ஒரு கோடி முதல் பத்து கோடிவரை வருவாயாக வுடையவன் சம்மிராட்டு என்று சொல்லப்படுவான். பத்து கோடி முதல் ஐம்பது கோடிவரை வருவாயாக வுள்ளவன் விராட்டு எனப்படுவான். அதற்கு மேல் ஏழு தீவங்களையுமுடைய நிலமுழுதையும் தன் வயப்படுத்தாள்பவன் சார்வபௌமன் என்னும் சக்கரவர்த்தியாவன்'

'விதுர நீதி'யில் ஒரு தலைமை நிர்வாகி அறிவாளிகளிடம் நட்புடனும், முகஸ்துதியாளர் களிடம் விழிப்புணர்வுடனும், அதிகம் சிந்திப்

இலக்கியத்தில் மேலாண்மை

பவர்களிடம் தொலைவிலும், முட்டாள்களைப் புறக்கணித்தும் இருக்கவேண்டுமென்று குறிப்பிடப்பட்டிருக்கிறது.

ரிச்சர்ட் ஹாட்கெட்ஸ் என்பவர் பத்து அடிப்படைக் குணங்கள் தலைவர்களுக்கு இருக்க வேண்டும் என்கிறார். அசாத்திய ஈடுபாடு, நுண்ணறிவு, தெளிவான சிந்தனை, அற்புதமான தகவல்தொடர்புத் திறன், உயர்ந்த ஆற்றல், தன்முனைப்பின்மை, உள்ளமைதி, அனுபவம், ஆக்கப்பூர்வமான மனநிலை, நல்ல செயல்களைச் சரியாகச் செய்கிற கவனம் ஆகியவை அவசியம் என்கிறார்.

★

அத்தியாயம்

66

பெருந்தன்மையே முதல் பண்பு

பெருந்தன்மை, தலைமைப்பண்புக்கு அவசியம் என்பதை அர்மேனிய உருவகக்கதை ஒன்று உணர்த்து கிறது.

யார் அரசனாவது என்று மரங்களுக்குள் தர்க்கம். சில மரங்கள் உயரமாக இருப்பதால் பனை மரமே ஏற்றது, அது இனிப்பான பழங்களையும் தன் தலையில் தாங்குவதால் தகுதியானது என்றனர். ஆனால் திராட்சைக் கொடியோ தானே மக்களை மதுவின் மூலம் மகிழ்விப்பதால் அதற்கு ஒப்புக் கொள்ள மறுத்தது. அத்திமரம் ''என் கனியே சுவையானது, எனவே நானே அரசன்'' என்றது. கருவை மரம் என்னைத் தொடுபவர்களுக்குக் கடுமையான தண்டனை தருவதால் என்னைத்தான் அரசனாக்க வேண்டும் என்றது. ''எனக்கு அந்தத் தகுதி இல்லையா?'' பனைமரம் கேட்டது.

மற்ற மூன்று மரங்களும், ''நீ உயரமாக இருக் கிறாய், சுவையான கனிகளையும் தருகிறாய், ஆனால் பழம் தர மனிதர்களின் வாழ்நாளையே எடுத்துக்கொள்கிறாய். பயிரிட ஏற்றதும் அல்ல, உயரமாய் இருப்பதால் மனிதர்களின் கைகளுக்கு எட்டுவதும் இல்லை'' என்றன. உடனே பனை ''இவற்றைச் சரிசெய்ய நான் மன்னனாக இருந்து கொண்டு உங்கள் மூவரையும் இளவரசனாக்கு கிறேன்'' என்றது. திராட்சைக் கொடியை அரச சமையல்காரனாக்கியது. அத்தியைப் பிரதம மந்திரியாக்கியது. முள் செடியைத் தண்டனை

அதிகாரியாக்கியது. மற்ற மரங்களையும் அவரவர் உபயோகத்திற்கு ஏற்பப் பணி ஒதுக்கித் தந்தது. மற்றவர்களும் அதிகாரத்தில் பங்கு பெற்றால்தான் உயரமுடியும் என்பதற்கு இந்தக் கதை ஒரு சான்று.

சீன நாட்டில் குவான் என்கிற அரசன் தன் பிரதமமந்திரிக்கு ஒரு பட்டத்தை அளிக்க விரும்பினான். அப்போது அவர், ''யார் என் முடிவுக்கு எதிர்ப்பு தெரிவிக்கிறீர்களோ அவர்கள் வலது பக்கம் நில்லுங்கள், ஆதரவாளர்கள் இடது பக்கம் நில்லுங்கள்'' என்றார். அப்போது ஒருவர் மாத்திரம் நடுவில் நின்றார். அவரைப் பார்த்து மன்னர் ''நீ என்ன சொல்கிறாய்'' என்றார். அந்த நபர் மன்னனிடம் ''நீங்கள் பிரதம மந்திரி நாட்டை நடத்துபவர் என்று நினைக்கீறீர்களா, ஒரு பெரும் திட்டத்தை அவர் செயல்படுத்த வல்லவர் என்று நினைக்கிறீர்களா, தன் திறமையையும், வானளாவிய அதிகாரத்தையும் அவர் ஒருங்கே பெற்றால் நீங்கள் பாதுகாப்பாக இருப்பீர்களா'' என்று கேட்டார். உடனே மன்னர் புரிந்துகொண்டு தன் அடுத்த நிலையில் இருக்கும் யாருக்கும் அளவற்ற அதிகாரம் தரக்கூடாது என்று தன் அமைச்சர்களிடம் பிரித்தளித்தார்.

தலைவர்களை, மறுமலர்ச்சி உண்டாக்கும் தலைவர்கள், கவர்ச்சி மிகுந்த தலைவர்கள், நீதிமான்கள் என்று மூன்று வகையாகப் பிரிக்கலாம். மறுமலர்ச்சியை ஏற்படுத்தும் தலைவர்கள் இலட்சியத் தாக்கம் மிகுந்த ஊக்கமூட்டும் தன்மை, அறிவார்ந்த தூண்டுதல், தனிப்பட்ட கனிவு ஆகியவற்றைக் கொண்டவர். ஒருவர் எப்படி மறுமலர்ச்சி மிக்க தலைவராக மாறமுடியும் என்பதைத் திருக்குறள் குறிப்பிடுகிறது.

இனிமையான சொற்களும், தக்கவர்களுக்குப் பொருளை உதவி காக்கவல்ல தன்மையும் உள்ள

தலைவர்களை மறுமலர்ச்சி உண்டாக்கும் தலைவர்கள், கவர்ச்சி மிகுந்த தலைவர்கள், நீதிமான்கள் என்று மூன்று வகையாகப் பிரிக்கலாம்

தலைவர்களும், எப்போதும் நீதி தவறாமல் செயல்படுபவர்களும், அறநெறியிலிருந்து வழுவாமல் இருப்பவர்களும் அப்படிப்பட்ட தலைமையை வகிப்பவர்கள் என்று வள்ளுவர் சுட்டிக்காட்டுகிறார்

'இன்சொலால் ஈத்தளிக்க வல்லாற்குத்
தன்சொலால்
தான்கண் டனைத்திவ் வுலகு' *(387)*

'முறைசெய்து காப்பாற்றும் மன்னவன் மக்கட்கு
இறையென்று வைக்கப் படும்' *(388)*

'அறனிழுக்கா தல்லவை நீக்கி மறனிழுக்கா
மானம் உடைய தரசு' *(384)*

மறுமலர்ச்சி தலைமையைப் பற்றி ஷேக்ஸ்பியரும் 'நான்காம் ஹென்றி' நாடகத்தில் குறிப்பிட்டுள்ளார். மன்னர் ஹென்றி, தன் எதிர்கால மனைவி கேத்தலினை இருவர் மனமும் ஒத்துப் போய்த் தம்பதிகளாக இருப்பதைக் குறித்து முத்தப் பரிமாற்றம் செய்ய அழைக்கிறார். அவளோ அது பிரான்சு நாட்டில் வழக்கத்தில் இல்லை என்று

மறுக்கிறாள். அதற்கு ஹென்றி ''நாம் எந்த விஷயத்திலும் ஏற்கெனவே இருப்பவற்றை மட்டுமே பின்பற்றக்கூடாது, புதிய பழக்கங்களை உருவாக்கவேண்டும். ஆட்சியிலும் சரி, வாழ்க் கையிலும் சரி'' என்று தன்னைப் பிரகடனப்படுத்து கிறார். அப்படியே அவர் வாழவும் செய்கிறார்.

'விதுர நீதி'யிலும் பயமின்மை, பொறாமை யின்மை, பொறுமை, நேர்மை, ஈகை ஆகியவை சிறந்த தலைமைக்கு அவசியம் என்பது தெளிவு படுத்தப்பட்டிருக்கிறது. அப்பழுக்கற்ற தூய்மை நிர்வாகிக்கு இருக்கவேண்டும் என்று ஷேக்ஸ்பியர் 'இரண்டாம் ரிச்சர்ட்' நாடகத்தில் தாமஸ் மௌபிரே மூலம் தெளிவுபடுத்துகிறார். உண்மையான சொத்து அப்பழுக்கற்ற நற்பெயரே. ஒரு மனிதன் அப்படிப் பட்ட நற்பெயர் இல்லாவிட்டால் வண்ணம் பூசப்பட்ட களிமண்ணாகவே கருதப்படுவான் என்பது அவருடைய வாதம்.

ஆனால், சிவப்பிரகாச சுவாமிகள் 'நன்னெறி'யில் எல்லோர் சொல்வதற்கும் நாம் கவலைப்பட்டுக் கொண்டிருக்க முடியாது. ஒரு கட்டத்தில் நம் நற் பெயர் விமர்சனம் செய்பவர்களையும் மீறியது. சிறிய குளத்திற்குத்தான் கரை காப்பாக இருக்கிறது. கடலுக்குக் காப்பு ஏது, அதைப்போல இழிந்தவர் களுக்கே மற்றவர்கள் இகழாமல் காத்துக்கொள்வது அவசியம். அறிவுடையார்களுக்கு அல்ல என்கிறார்.

'எள்ளாது இருப்ப இழிஞர் போற்றற்குரியர்
விள்ளா அறிஞர் அது வேண்டாரே-தள்ளாக்
கரை காப்பு உளது நீர் கட்டு குளம் அன்றிக்
கரை காப்புளதோ கடல்'.

தீபம் நா. பார்த்தசாரதி எழுதிய 'குறிஞ்சி மலர்' நீண்டகாலம் பேசப்பட்ட நாவல்.

குணநலன்கள் ஒருங்கே அமையப்பட்ட நாயகனாக அரவிந்தன் என்பவனை அவர் படைத்துக் காட்டுகிறார். கதையின் நாயகி பூரணியும் சீலத்தின் இருப்பிடமாகத் திகழ்பவர். ஒழுக்கம், தூய்மை, நேர்மை, கொள்கை ஆகியவற்றை அவர்கள் அடிப் படையாகக் கொண்டு வாழ்பவர்கள். எந்தப் பெண்ணும் தன் நாயகன் அரவிந்தனைப்போல

இருக்க வேண்டும் என்றும், எந்த ஆணும் தன் நாயகி பூரணியைப்போல இருக்கவேண்டும் என்றும் எதிர்பார்க்கும் காலம் ஒன்று இருந்தது. ஆனால் இன்று அரவிந்தன் போல ஒருவன் இருந்தால் அவன் கட்டைப்பிரம்மச்சாரியாக இருக்க வேண்டியதுதான். வாசகர்கள் மனத்தில் உயர்ந்த எண்ணங்களை ஏற்படுத்த வேண்டும் என்ற ஒரு காலகட்டத்தில் மகத்தான மனிதர்களை இலக்கிய வாதிகள் படைத்தார்கள்.

முற்றிலும் தூய்மையான நிர்வாகம் என்பது எந்த அளவிற்குச் சாத்தியப்படும் என்பதைச் சீன சரித்திரம் விவாதிக்கிறது. ஒரு நாட்டில் அரசுக் கப்பல் முகமை கள்ளக்கடத்தலில் ஈடுபடுகிற தகவல் அரசருக்கு ஒற்றர்கள் மூலம் தெரிகிறது. மன்னன் தன் அமைச்சரிடம் 'இதுபோன்ற சம்பவங்கள் இருக்கத் தான் செய்யும். எலிகள் இருக்கும் எல்லா ஓட்டை களையும் அடைக்கமுடியாது. நான் இந்த முறை கேடு குறித்து விசாரிக்கப் போவதில்லை. சரக்குகள் குறித்த இலக்கிற்கு முழுமையான நிலையில்

இலக்கியத்தில் மேலாண்மை

போய்ச்சேரும்வரை எனக்கு அதைப் பற்றியே கவலை இல்லை. அதில் ஏதாவது பாதிப்பு வந்தால் தான் அவர்களைத் தண்டிப்பேன். கடுமையான குற்றம் புரிகிறவர்கள்தான் தண்டிக்கப்படவேண்டியவர்கள் என நான் நினைக்கிறேன், நீங்கள் என்ன நினைக்கிறீர்கள்?' என்று கேட்டார். அதற்கு அந்த அமைச்சர் 'ஓடை மிகவும் தூய்மையாக இருந்தால் அதில் மீன்கள் ஓடாது. அரசன் மிகவும் கூர்மையாக இருந்தால் அவனிடம் பணிபுரிய யாரும் விரும்ப மாட்டார்கள். சிலரைக் கொஞ்சம் நீக்குப்போக்குடன் தான் நடத்தவேண்டும். எல்லாவற்றையும் சரி செய்ய நினைத்தால் மொத்தமும் பாழாகும். நிர்வாகமும் குளறுபடியாகும்' என்றார்.

★

அத்தியாயம்

67

அனைவரின் மகிழ்ச்சியே நம் மகிழ்ச்சி

'அர்த்தசாஸ்திரம்' மக்களின் மகிழ்ச்சியில்தான் மன்னனின் மகிழ்ச்சி அடங்கியிருக்கிறது என்கிறது. 'மார்க்கண்டேய புராணம்' அரசனை உலகத்தின் குயுக்தியான வழிமுறைகளைத் தெரிந்துகொள்ளவும், விலங்குகள், பூச்சிகள் ஆகியவற்றின் பழக்கங் களைத் தெரிந்துகொள்ளவும் அறிவுறுத்துகிறது.

ஹர்ஷவர்த்தனர் எழுதிய 'ரத்னாவளி'யில் நல்லவர்களை உபச்சாரம் செய்வது அரசனின் கடமை என்று வலியுறுத்தப்பட்டுள்ளது. சமஸ்கிருத பண்டிதர் சோமதேவர் தன் புலன்களை மன்னன் அடக்கி ஆளவேண்டும், அப்போதுதான் மக்களை வழிநடத்தமுடியும் என்று குறிப்பிடுகிறார். 'நீதி வாக்கியமார்த்த' என்கிற அந்த நூலில் அவர் மன்னன் ஏமாற்றினால் மக்களும் ஏமாற்றுவார்கள். மன்னன் நீதி வழுவினால் மக்களும் நீதி வழுவுவார்கள் என்று குறிப்பிடுகிறார்.

தமிழ்நாட்டில் மன்னர்கள் சிம்மாசனத்தில் அமர்பவர்களாக இருக்கவில்லை. அவர்கள் சின்னப் பலகை போன்ற இருக்கையில்தான் அமர்ந்தார்கள். பல்லவ மன்னன் இரண்டாம் நந்திவர்மன் சாதாரண மான மகுடத்தையே அணிந்திருந்தான். ஆடம் பரமான வாழ்க்கையைத் தென்னக மக்கள் அந் நாளில் வாழவில்லை. பெரிய கவசங்களையோ, உயர்ந்த ஆடைகளையோ அவர்கள் அணிய வில்லை. வடஇந்திய மன்னர்கள் விலையுயர்ந்த கற்களால் அலங்கரிக்கப்பட்ட சிம்மாசனத்தில் அமர்ந்த போது தென்னிந்திய மன்னர்கள் தரையில் பாய்மீதோ, கம்பளத்தின் மீதோ அமர்ந்திருந்தார்கள்.

மார்க்கோ போலோ தன் பயணக்குறிப்பில் இதை எழுதியிருக்கிறார்.

சங்கப் புலவர்கள் மன்னன் நிறைய நகைகள் அணிந்ததாகக் குறிப்பிடுகிறார்கள். அநேகமாக அவை கற்பனையாகத்தான் இருந்திருக்க வேண்டும். அதையும் அடுத்தவர்களுக்கு அளிப்பதற்காகத் தான் அணிந்திருப்பார்கள் என்று தோன்றுகிறது. தென்னிந்திய மன்னர்கள் நிறைய சாப்பிடாமல் இருப்பதற்காக உணவைக் கட்டுப்படுத்துகிற அதிகாரிகள் இருந்ததாகச் சீன யாத்திரிகர் செள சூ குவா பயணக் குறிப்பில் எழுதுகிறார்.

மன்னர்கள் ஆடம்பரமான வாழ்க்கையை வாழக்கூடாது. தங்களுக்கான உயர்ந்த அரண் மனையை ஏற்படுத்திக் கொள்ளக்கூடாது என்று தமிழ்நாட்டில் வழக்கம் இருந்தது. இதுபோன்ற பண்பாடு சீனத்திலும் இருந்திருக்கிறது. ஜின் நாட்டு மன்னர் ஒன்பது கோபுர கட்டடத்தைக் கேளிக்கை விடுதிக்காகக் கட்டச் சொன்னார். மூன்று ஆண்டுகள் முடிந்தன. பணி நிறைவேறவில்லை. பணமோ

மன்னர்கள் ஆடம்பரமான
வாழ்க்கையை வாழக்கூடாது.
தங்களுக்கான உயர்ந்த
அரண்மனையை ஏற்படுத்திக்
கொள்ளக்கூடாது என்று
தமிழ்நாட்டில்வழக்கம் இருந்தது

விரயமாகிக்கொண்டிருந்தது. மக்கள் போராடி னார்கள். யார் போராட்டம் நடத்தினாலும் மரண தண்டனை என்று அறிவித்தார்.

அப்போது அரசவை உறுப்பினர் ஒருவர் மன்னரைத் தனியாகச் சந்திக்க நேரம் கேட்டார். அரசரும் கோபத்துடன் ஒதுக்கித்தந்தார். அவர் அரசரிடம் 'நான் பன்னிரண்டு சதுரங்க காய்களை ஒன்றின்மீது ஒன்றை வைத்து அதன்மீது ஒன்பது முட்டைகளை ஒன்றின்மீது ஒன்றை வைப்பேன்' என்றார். அரசன் ஆர்வமாகச் செய்து காட்டுங்கள் என்றார். உறுப்பினர் முதலில் சதுரங்கக் காய்களை ஒன்றின் மீது ஒன்றை வைத்தார். பிறகு முட்டை களை ஒன்றின்மீது ஒன்றாக அடுக்கும்போது எல்லாம் என்னாகுமோ என்று நினைத்த அரசர் இது மிகவும் ஆபத்தானது என்றார். அப்போது அந்த அரசவை உறுப்பினர் ''இதைக்காட்டிலும் ஆபத் தானது நீங்கள் கட்டுகிற ஒன்பது மாடிக்கட்டடம். மக்கள் விவசாயத்தை நிறுத்திவிட்டார்கள். பெண்கள் நெசவை விட்டுவிட்டார்கள். மனித வளமும், நிதி ஆதாரமும் காலியாகி விட்டது. எதிரிநாடுகள் நம்மீது படையெடுக்கச் சித்தமாகிவிட்டார்கள்'' என்றார். அரசன் புரிந்துகொண்டான். கட்டுமானப் பணி நிறுத்தப் பட்டது. ஆடம்பரமான செலவுகள் மேற்கொள்ளப் படக் கூடாது என்பதை மிக நேர்த்தியாக இந்தச் சம்பவம் உணர்த்துகிறது.

இந்திரா பார்த்தசாரதி 'ஔரங்கசீப்' நாடகத்தில் ஷாஜஹான் எக்கச்சக்க செலவுசெய்து கட்டிய தாஜ் மகாலே இருவருக்கும் வேறுபாடு ஏற்பட்டதற்குக் காரணம் என்று தெரிவிக்கிறார். மும்தாஜுக்காக வெள்ளை தாஜ்மகாலைக் கட்டியதைப்போல தனக்காகக் கருப்புத் தாஜ்மகால் ஒன்றை அவர் கட்ட கனவு கண்டதாகவும், அதற்கு தாரா ஆதரவு தெரிவித்ததாகவும் அதை ஔரங்கசீப் கடுமையாக எதிர்த்ததாகவும் நாடகம் குறிப்பிடுகிறது.

'இரண்டாம் ரிச்சர்ட்டு' நாடகத்தில் மன்னன் மிகுந்த செலவாளியாக இருந்ததே மக்கள் அதிருப்திக்குக் காரணமாக இருந்தது என்கிறார் ஷேக்ஸ்பியர். எளிமையே எப்போதும் மக்களால் நேசிக்கப்படுகிற பண்பு. அது சூரிய ஒளிபோல நிலைத்து நிற்பது. ஆடம்பரம் மின்னி மறையும் கணநேர காட்சி மட்டுமே.

'புறநானூறு' சங்ககாலத்தில் இருந்த மன்னர்களின் இயல்புகள் பற்றி வார்த்தைச் சித்திரம் வரைகிறது. ஊன்பொதி பசுங்குடையார் என்பவர் இளஞ்சேட் சென்னியைப் பற்றிக் குறிப்பிடும்போது 'செய்துவிட்டு பின் வருந்தாமல் எதையும் முதலிலேயே சீர்தூக்கிப் பார்த்துச் செய்யும் இயல்பும், பரந்து விரிந்த சிறந்த புகழும் உடையவன்' எனக் குறிப்பிடுகிறார்.

'செய்து இரங்காவினைச் சேண்விளங் கும்புகழ்
நெய்தலங் கானல் நெடியோய்!' *10*

மன்னன் தன்னை உதாரணமாகக் கொள்ள வேண்டும். அதைப்போலவே எல்லா உபதேசங்களையும்விட தலைமைப் பொறுப்பில் இருப்பவர்கள் எவ்வாறு நடந்துகொள்கிறார்கள் என்பதுதான் மற்றவர்களுக்கு மிகச் சிறந்த உதாரணமாக இருக்க வேண்டும். கீழை நாட்டில் ஒரு தளபதி இருந்தார். ஒரு கோதுமை வயல் வழியாக அவர் படை சென்றபோது பயிரை யார் மிதித்தாலும் அவர்களைத் தண்டிப்பதாகச் சொன்னார். குதிரை வீரர்கள் குதிரையிலிருந்து கீழே இறங்கி நடந்தார்கள். ஆனால் தளபதியின் குதிரை வயலில் சென்று சேதம் ஏற்படுத்தியது. அவர் தன் சட்ட அதிகாரியை அழைத்துத் தண்டிக்குமாறு கூறினார். தளபதி இல்லாமல் படை இருக்கமுடியாது என்பதால் சட்ட அலுவலர் தயங்கினார். அந்தத் தளபதி தன்னுடைய முடியைச் சிதைத்துக் கொண்டு சிப்பாய்களுக்குத் தானே கட்டுப்படுவதில் குறியீடாகத் திகழ்ந்தார்.

தலைமைப்பொறுப்பில் இருப்பவர்கள் எவ்வாறு நடந்துகொள்கிறார்கள் என்பதுதான் மற்றவர்களுக்கு மிகச்சிறந்த உதாரணமாக இருக்கவேண்டும்

மன்னன் மற்றவர்களுக்கு உதவி புரிவதைப் பெரும் விருப்பமாகக் கொள்ளவேண்டும் என்கிற அடிப்படைக் குணத்தை வள்ளுவர் குறிப்பிடுவதைப்போல 'புறநானூறு'ம் சொல்கிறது. மாங்குடி கிழார், மிக வளம் குன்றிய ஒரு நாட்டின் மன்னனாக இருந்தாலும் அவன் அனைவருக்கும் உதவுவதையே பெரும் விருப்பமாகக் கொண்டவன் என்கிறார்.

'அத்தம் நண்ணிய நாடுகெழு பெருவிறல்
கைப்பொருள் யாதொன்றும் இலனே நச்சிக்
காணிய சென்ற இரவல் மாக்கள்
களிற்றொடு நெடுந்தேர் வேண்டினும் கடவன்
உப்பொய் சாகாட்டு உமணர் காட்ட
கழிமுரி குன்றத்து அற்றே
எள்அமைவு இன்றுஅவன் உள்ளிய
பொருளே!' *313*

வலிமை மிக்கவன் என்றாலும் கை நிறைய பொருட்கள் அவனிடம் இல்லையென்றாலும் அவனைப் பார்க்க விரும்பிச் செல்கிறவர்களுக்கு விரும்பிய பரிசைத் தருவான் என இனக்குழுத் தலைவனின் ஈகைச் சிறப்பு விவரிக்கப்பட்டுள்ளது.

இன்றும் பல நிறுவனங்களில் தலைமைப் பொறுப்பில் இருப்பவர்கள் வாடிக்கையாளர்களோடும், நேச நிறுவனங்களோடும், வர்த்தகத் தொடர்புடைய நிறுவனங்களோடும் சிறந்த விருந்தோம்பலை மேற்கொள்ள வேண்டும். அவர்களுக்கு விஸ்தாரமான இரவு உணவு கொடுத்து அவர்களைக் கவனிப்பது அவசியம். அப்போதுதான் சுமூகமான உணர்வு ஏற்படும். இவ்வாறு விருந்தோம்புவதற்கே நிறைய பணம் கொடுக்கப்படுவதுண்டு.

பைந்தமிழ் மரபில் 'காலின் ஏழடி சென்று' என்றது, உயர்குடிப் பிறந்தோர், நண்பர், பெரியோர் முதலியோரை வரவேற்கும்போதும், வழியனுப்பும் போதும் நிரலே ஏழடி எதிர் சென்று வரவேற்றலும், ஏழடி பின் சென்று வழி விடுதலும் ஆகிய மரபினைக் குறித்து நின்றது. எனவே கரிகால் வளவன், முடியர சனாக இருந்தும் கலைவாணரைத் தம்மோடு ஒத்தவராக மதித்துப் போற்றும் பெருந்தன்மை யுடையவன்' என்பதைப் பொருநராற்றுப்படை' இயம்புகிறது.

'ஐங்குறுநூற்றில்' 442வது பாடலில் வேந்தனுக்குப் போர்த்துணையாகச் சென்ற தலைவன் போர் முடிந்ததும் வீடு சென்றால் தன் தலைவி விருந்தினரை வரவேற்றுப் பேணும் பெரிய இன்பத்தைப் பெறுவாள் என்று குறிப்பிடுகிறார். சிற்றின்பத்தைப் பற்றி எண்ணாமல் மற்றவர் களை உபசரிக்கும் பேரின்பமே பெரிது என்று அவன் பாசறை பத்து என்கிற பாடலில் முல்லைப் பேயனார் தெளிவுபடுத்துகிறார்.

'பெருஞ்சின வேந்தன் அருந்தொழில் தணியின்,
விருந்து நனி பெறுதலும் உரியள் மாதோ'

'புறநானூற்றில்' வல்வில் ஓரி எவ்வளவு பெரிய வீரனாக இருந்தான் என்பது தெளிவு படுத்தப்பட்டிருக்கிறது. அவன் விட்ட ஒரு கணை யானையை ஊடுருவிச் சென்று அதன் மீது பாயப் பதுங்கியிருந்த புலியைக் கொன்று, அப்பால் நின்ற மானை மாய்த்து பிறகு, அதைத் தாண்டி நின்ற காட்டுப்பன்றியை வீழ்த்தி இறுதியில் புற்றில் கிடந்த ஓர் உடும்பைப் புரட்டியது என்று வன்பரணர் என்கிற புலவர் பாடுகிறார்.

வீரம் அரசனுக்கு முக்கியம் என்பதால்தான் 'மதுரைக்காஞ்சி'யில், 'அடுதிறல் உயர்புகழ்வேந்தே' என்று வீரமே மன்னனுக்கு அடைமொழியாக்கப் பட்டிருக்கிறது. அரசன் பகைநாட்டு வெற்றியை மனத்தால் குறித்தல், பெற்ற செல்வத்தை மற்றவர் களுக்கு அளித்தல், வேறு சில நாடுகளையும் கைப் பற்றத் தொடர்ந்து படைதிரட்டுதல், வென்ற நாடு களிலும் வளத்தை மேம்படுத்துதல் ஆகியவற்றைச் செய்தான் என்று அவன் குணங்களை 'மதுரைக் காஞ்சி' வகைப்படுத்துகிறது. வென்ற நாடுகளில் இருக்கிற செல்வத்தையெல்லாம் கொள்ளை யடிக்கிற மரபு தமிழ் மன்னர்களுக்கு இல்லை. அந்த நாட்டையும் வளப்படுத்துவதே அவர்கள் நோக்க மாக இருந்தது. இது இன்றைய சூழலில் சீக்காளி யான இன்னொரு நிறுவனத்தை வாங்கிச் சீர்படுத்து வதற்கு ஒப்பானது.

'சிறுபாணாற்றுப்படை'யில் ஒரு மன்னனின் பண்புகளாக எவை இருக்கவேண்டும் என்பது மிக நேர்த்தியாகப் பட்டியலிடப்பட்டிருக்கிறது.

'செய்ந்நன்றி அறிதலும், சிற்றினம் இன்மையும்,
இன்முகம் உடைமையும், இனியன் ஆதலும்,
செறிந்துவிளங்கு சிறப்பின் அறிந்தோர் ஏத்த;
அஞ்சினர்க்கு அளித்தலும், வெஞ்சினம் இன்மையும்,
ஆண்அணி புகுதலும், அழிபடை தாங்கலும்,
வாள்மீக் கூற்றத்து வயவர் ஏத்த;
கருதியது முடித்தலும், காமுறப் படுதலும்,
ஒருவழிப் படாமையும், ஓடியது உணர்தலும்,
அரிஏர் உண்கண் அரிவையர் ஏத்த;
அறிவுமடம் படுதலும், அறிவுநன்கு உடைமையும்,
வரிசை அறிதலும், வரையாது கொடுத்தலும்,
பரிசில் வாழ்க்கைப் பரிசிலர் ஏத்த;
பல்மீன் நடுவண் பால்மதி போல,
இன்நகை ஆயமொடு இருந்தோற் குறுகி'

செய்ந்நன்றி அறிதலும், ஒழுக்கமற்றவரிடம் சேராதிருத்தலும், இனிய மொழி பேசும் பண்பும், அவனுடைய வலிமை கண்டு பயந்தவர்களுக்கு அருள் செய்து காத்தலும், பிறர் மீது கோபம் கொள்ளாமையும் மன்னனின் இயல்புகளாகக் கூறப்பட்டுள்ளன. அதே வேளையில் பகைவனின் படைக்குள் நுழைந்து நிலைகுலையச் செய்வதிலும், தன்னுடைய படைநிலை குலைந்த போதே துணையாய் நின்று தாங்குவதிலும் மன்னன் சிறந்து விளங்க வேண்டும். தான் மனத்தில் நினைத்த பணியை முடித்தலும், பிறரது கருத்துகளை மதித்து நடத்தலும் மன்னனின் சிறப்பான பண்புகளாகக் கருதப்பட்டன.

'மணிமேகலை'யில் மன்னன் அறம் தவறாமல் ஆட்சிபுரிய வேண்டும், அப்போதுதான் மழை ஒழுங்காகப் பெய்யும், எல்லா உயிர்களையும் தன்னுயிராகக் கருதி அவன் ஆட்சிபுரிய வேண்டும் என்று வலியுறுத்தப்பட்டுள்ளது.

'மன்னுயிர் எல்லாம் மண்ணாள் வேந்தன்
தன்னுயிர் என்னுந் தகுதியின் றாகும்'

மன்னன் வீரம் சிறந்தவனாக இருக்கவேண்டும். எந்தச் சூழலிலும் அச்சமில்லாதவனாக அவன் இருக்க வேண்டுமென்பது வலியுறுத்தப்பட்டிருக்கிறது. எதிரிகள் படைக்கருவிகளை எறிந்தால் அவற்றைத் தாங்கும் வல்லமை பெற்றவனாக அரசன் இருக்கவேண்டும் என்பது 'பத்துப் பாட்டில்' தெளிவுபடுத்தப்பட்டிருக்கிறது.

'பதிற்றுப்பத்தில்' மன்னன் தன் படைவீரர்கள் போர்க்களத்தில் புகுந்து போர்செய்யும்போது அவர்களைப் பாதுகாப்பதற்காக வலிமையோடு முன் நின்று அந்த வீரர்களின் மார்புக் கவசமாக விளங்குவான் என்று குமட்டூர்க் கண்ணனார் குறிப்பிடுகிறார்.

'எழுமுடி கெழீஇய திருஞெமர் அகலத்து
நோன்புரித் தடக்கைச் சான்றோர் மெய்ம்மறை!'

இன்றும் ஒரு நிறுவனத்தின் தலைமைப் பண்பில் இருப்பவர்கள் தன் பணியாளர்களை எவ்வளவு வேண்டுமானாலும் கசக்கிப் பிழிந்து வேலைவாங்கலாம். ஆனால் மற்றவர்கள் அவர்கள் மீது குற்றச்சாட்டைக் கொடுக்கும்போது ''இந்த முடிவை நான்தான் எடுத்தேன்'' என்று துணிச்சலாகச் சொல்லி அவர்களைக் கேடயமாகக் காப்பாற்ற வேண்டும் என்பது இந்தப் பாடலால் தெரிய வருகிறது.

மன்னன் எப்போதும் நம்பகத் தன்மை உள்ளவனாக இருக்க வேண்டும் என்பதை 'மாரி பொய்க்குவது ஆயினும் சேரலாதன் பொய்யலன் நசையே' என்று குமட்டூர்க் கண்ணனார் குறிப்பிடுகிறார். ★

அத்தியாயம்

68

நோக்கமே கட்டளைக்கல்

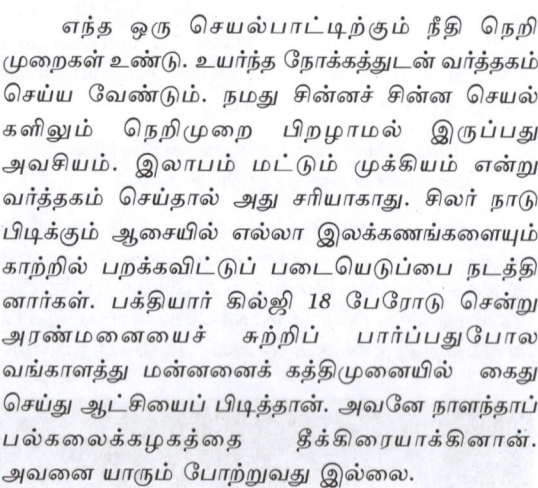

எந்த ஒரு செயல்பாட்டிற்கும் நீதி நெறி முறைகள் உண்டு. உயர்ந்த நோக்கத்துடன் வர்த்தகம் செய்ய வேண்டும். நமது சின்னச் சின்ன செயல்களிலும் நெறிமுறை பிறழாமல் இருப்பது அவசியம். இலாபம் மட்டும் முக்கியம் என்று வர்த்தகம் செய்தால் அது சரியாகாது. சிலர் நாடு பிடிக்கும் ஆசையில் எல்லா இலக்கணங்களையும் காற்றில் பறக்கவிட்டுப் படையெடுப்பை நடத்தினார்கள். பக்தியார் கில்ஜி 18 பேரோடு சென்று அரண்மனையைச் சுற்றிப் பார்ப்பதுபோல வங்காளத்து மன்னனைக் கத்திமுனையில் கைது செய்து ஆட்சியைப் பிடித்தான். அவனே நாளந்தாப் பல்கலைக்கழகத்தை தீக்கிரையாக்கினான். அவனை யாரும் போற்றுவது இல்லை.

ஒவ்வொரு நிறுவனமும் முதலில் ஒரு நோக்கத்தை வடிவமைத்துக்கொள்ள வேண்டும். அதைத் தொலைநோக்குப் பார்வை என்று குறிப்பிடுகிறார்கள். பிறகு அதை அடைவதற்கான நியாயமான மார்க்கங்களையும் வரையறுக்க வேண்டும். அவர்கள் அந்தப் பெரிய ஆடுகளத்தை மனத்தில் வைத்து ஒவ்வொரு அடியையும் எடுத்து வைக்க வேண்டும். ஓர் ஓவியன் ஒட்டுமொத்த ஓவியத்தைக் கணக்கில் கொண்டு ஒவ்வொரு தூரிகை வீச்சையும் செலுத்துவதைப் போல அவர்களுடைய செயல்பாடுகள் தொலைநோக்குப் பார்வையை மையமாகக் கொண்டு செயல்பட வேண்டும். நோக்கமே இல்லாமல் எந்த நிறுவனம் செயல்பட்டாலும் அது குறுகிய காலத்தில்

ஓர் ஓவியன் ஒட்டுமொத்த ஓவியத்தைக் கணக்கில் கொண்டு ஒவ்வொரு தூரிகை வீச்சையும் செலுத்துவதைப்போல அவர்களுடைய செயல்பாடுகள் தொலைநோக்குப் பார்வையை மையமாகக் கொண்டு செயல்பட வேண்டும்

இலாபத்தை அடையலாம், ஆனால் நாளடைவில் நலிவடைந்து விடும்.

நோக்கத்தின் காரணமாக மக்களின் பேரா தரவைப் பெற்றவர் லிங்கன். அவருடைய எளிமையும் அதற்குக் காரணம். அவர் வக்கீலாகப் பணியாற்றிய போது பணத்திற்குச் சிறிதும் ஆசைப்படவில்லை. ஒருவன் அவரிடம் வாதாடச் சொல்லி வந்தார். இரண்டரை டாலர் ஒருவனுக்குக் கடன் கொடுத் திருந்தார். வறிய நிலையை அடைந்த அந்தக் கடனாளி திருப்பிக் கொடுக்க முடியவில்லை. தன்னிடம் வழக்காட வந்தவரை இவ்வளவு சொற்பத் தொகைக்கு வழக்கு எதற்கு என்று லிங்கன் எவ்வளவோ தடுத்துப் பார்க்க நினைத்தார். ஆனால் அந்த நபர் ஒப்புக்கொள்ளவில்லை. லிங்கன் அவரிடம் பத்து டாலர் தன் கட்டணமாக வாங்கி அதில் ஐந்து டாலரை யாருக்கும் தெரியாமல் அந்தக் கடனாளிக்குக் கொடுத்து நீதிமன்றத்தில் ஒப்புக் கொண்டு கடனைத் திருப்பிச் செலுத்தும்படி செய்தார். இத்தகைய மனித உணர்வே லிங்கனை அமெரிக்காவின் தலைசிறந்த ஜனாதிபதியாக இன்னும் மக்களைக் கொண்டாட வைக்கிறது.

தமிழ் இலக்கியங்கள் நிர்வாகத்தில் நீதியை வலியுறுத்தின. அற நிலையைத் தவறவிடக்கூடாது என்று 'மதுரைக்காஞ்சி' கூறுகிறது

'அரசியல் பிழையாது அறநெறி காட்டி,

பெரியோர் சென்ற அடிவழிப் பிழையாது'

பண்டங்கள் விற்கும் வணிகர்களும் 'அற நிலைப்பிழையாது ஆற்றின் ஒழுகி' வர்த்தகம் செய்ததாக 'மதுரைக்காஞ்சி' விவரிக்கிறது.

புதுமைப்பித்தன் ஒருவரிடமிருந்தே குற்றத்தை ஒப்புக்கொள்ள வைப்பது எப்படி என்பது பற்றி 'நானே கொன்றேன்' என்ற ஒரு கதை எழுதியிருக் கிறார். இலஷ்மிகாந்தன் நூதனமான மனிதர். அவர் மனத்தை வாசிப்பது சிரமம். அவருக்குத் தம்பி மகர பூஷணம். அவர் ஒரு மலையாளப் பெண் சுலோச் சனாவை மணந்துகொள்கிறார். அண்ணனுக்குப் பிடிக்கவில்லை. உதகமண்டலத்திற்குக் கணவனும் மனைவியும் சென்றபோது செங்குத்தான வீழ்ச்சியில் மகரம் சறுக்கி விழுந்து உயிரிழந்தார்.

இலஷ்மிகாந்தன் புதிதாக வாங்கிய வீட்டிற்குச் சுலோச்சனாவையும் விருந்திற்கு அழைத்தார். சாப்பிடும் போது 'உங்களில் யாருக்காவது பேயில் நம்பிக்கையிருக்கிறதா' என்று அவர் கேட்டார். பேயைப் பற்றி எல்லோரும் பல்வேறுவிதமாகப் பேசினார்கள். பேய் இருப்பதுபோல இலஷ்மி காந்தன் வாதிட்டார். அப்போது இன்னொருவர் 'இருபது ஆண்டுகளுக்கு முன்பு அங்கு ஒரு பெண் தன் கணவனை அந்த வீட்டு ஜன்னல் வழியாக பிடித்துத் தள்ளியதாகவும் அது ஆண்டுக்கு ஒரு முறை வந்து தொந்தரவு செய்வதாகவும்' கூறினார். அப்போது திடீரென இல்லம் இருண்டது.

இருட்டில் யாரோ அசைந்தார்கள். தரையில் காலடிச்சத்தம். அப்போது ஜன்னல் கதவு தானே திறந் திருந்தது. எங்கோ தடாலென்ற சத்தம். விருந்தினர்கள்

பயத்தில் அலறியடித்துக்கொண்டு எழுந்தார்கள். மகரம் எழுதிய சுலோச்சனாவின் படம் கீழே சுக்கல் சுக்கலாக நொறுங்கிக் கிடந்தது. ''இதைச் சாப்பிடுங்கள் பயம் தெளியும்'' என்று அவளிடம் குடிக்கக் கொடுத்தான். அப்போது வேலைக்காரன் உள்ளே ஓடிவந்து 'பங்களா காம்பவுண்டில் யாரோ இறந்து கிடக்கிறான்' என்றான், அவனை இங்கே இழுத்துக் கொண்டு வாருங்கள் என்றார் இலஷ்மி காந்தன். வேலைக்காரர்கள் பிணத்தை இழுத்துக் கொண்டு வந்தார்கள். அந்தப் பிணம் உண்மை யிலேயே சாக்கால் செய்த பொம்மை. அருகில் சென்ற பலரும் விழுந்து விழுந்து சிரித்தனர்.

உடனே இலஷ்மிகாந்தன் 'இப்போது பிணத்தைப் பார்த்தாகிவிட்டது கொன்றவர்களைக் கண்டுபிடிப்பவர்களுக்கு நூறு சிகரெட்' என்றார். 'இந்த முட்டாள்தனமான விளையாட்டு எனக்குப் பிடிக்கவில்லை' என்றாள் சுலோச்சனா. அந்தத் துணி பதுமை அணிந்திருந்த சட்டையில் என்ன இருக்கிறது என்று சுமதி என்ற பெண் கைவிட்டு தடவியபோது அந்தச் சட்டையில் ஒரு கைக்குட்டை இருந்தது. அதன் மூலையில் 'விருந்துக்குப் பிறகு என்னைச் சந்தி. சனா' என்ற எழுத்து பின்னப் பட்டிருந்தது. உடனே சுமதி, 'சு.. சுலோச்சனா. சுலோச்சனாதான் கொலை செய்தவள்' என்று சொன்னார். சுலோச்சனாவின் முகம் வெளிறியது. உடனே அவள், 'அவர் மயங்கித்தான் விழுந்து உயிர் துறந்தார்' என்றார். உடனே இலஷ்மிகாந்தன் 'நிஜமாகவா? அவனை உன் முன்பு கொண்டுவந்து நிறுத்தினால் அப்படிச் சத்தியம் செய்வாயா?' என்று கேட்டார். அதற்கு அவள் 'உங்களால் கொண்டு வர முடியாது' என்றாள். இலஷ்மிகாந்தன் 'மகரம்! மகரம்! இங்கே வா' என்று உரத்த குரலில் கூப் பிட்டார். வெளியே டக் டக் என்ற செருப்பு சத்தம். உடனே சுலோச்சனா 'அவரை உள்ளே கூப்பிட வேண்டாம், நான்தான் கொன்றேன்' என்று சொல்லி மயங்கி விழுந்தாள். தந்திரமாக மற்றவர்களிட மிருந்து விஷயங்களைக் கறப்பது ஒருவிதத் தலைமைப் பண்பு. இது அனைவருக்கும் ஏற்படு வதில்லை.

தலைமை என்பது பரிணாம வளர்ச்சியோடு தொடர்புடையது. எல்லாப் பாலூட்டிகளிலும் ஒன்று மற்றவற்றைக் கட்டுப்படுத்துவதைப் பார்க்கலாம். சிங்கக் கூட்டத்தில் ஓர் ஆண் சிங்கமும், குரங்கு களில் ஒரு பலசாலிக் குரங்கும், யானைகளில் ஒரு மூத்த பெண் யானையும், செந்நாய்களில் ஒரு பெண் நாயும் குழுவை வழிநடத்தும். அதன் குரலுக்குக் கட்டுப்பட்டே மற்றவை நடக்கும். ஆபத்து வருகிறபோது அந்தத் தலைமை விலங்கு கொடுக்கிற உத்தரவிற்காகக் காத்திருக்கும்.

வயதாகும்போது வலுவிழந்த அதை ஒதுக்கித் தள்ளிவிட்டு இளமையான ஒன்று அந்த இடத்திற்கு வரும். தலைமைப் பதவியிலிருப்பவை எப்போது வேண்டுமானாலும் தன் அதிகாரத்திற்கு சவால் வரலாம் என்று எதிர்பார்த்திருக்கும். அதனால் அதன் அதிகாரத்தை யாரும் அபகரித்துக் கொள்ளாதபடி உன்னிப்பாக இருக்கும்.

குரங்குகளை உற்றுக் கவனித்தால்
மனிதர்களைப்போலவே
அவற்றிற்கும் சிம்மாசனத்திற்கான
இரகசியங்கள் பொதுவாக
இருப்பதைப் பார்க்கலாம்

குரங்குகளை உற்றுக் கவனித்தால் மனிதர் களைப்போலவே அவற்றிற்கும் சிம்மாசனத்திற்கான இரகசியங்கள் பொதுவாக இருப்பதைப் பார்க்கலாம்.

முதலாவது இரகசியம் எப்போதும் ஆதிக்கத்தை உணர்த்தும் வண்ணம் தோற்றமளித்தல். பாபூன் குரங்குகளைப் பார்த்தால் அவற்றில் அழகும் கம்பீரமும் இருப்பதே தலைமை வகிப்பதைப் பார்க்கலாம். அதன் உடல் மினுமினுக்கும், அதன் நடை அலட்டிக்கொள்ளாமல் இருக்கும், அது நடப்பதிலும், நிமிர்வதிலும் ஓர் ஒய்யாரத் தன்மை தெரியும். பதற்றமடையாமல் இருப்பதைப் பார்க்கலாம். மனிதர்களில் பளபளப்பு என்பது சில இனங்களில் காணப்பட்டாலும் அது இல்லாத வர்களிடமும் அந்தச் சிறப்பு வேறுசில பொருள் களால் ஈடுகட்டப்படுவதைப் பார்க்கலாம். மன்னர்கள் காலத்தில் கிரீடம், பிரத்தியோகமான உடை போன்றவற்றின் மூலம் அடுத்தவர்களைக் காட்டிலும் உயரமாக இருப்பதை உறுதிசெய்து கொள்ள முடிந்தது. அவர்கள் உட்காரும் ஆசனம் அழகாகவும், உயரமாகவும் இருக்கும்.

மக்களாட்சியில் இது சாத்தியமில்லை என்பதால் அதை வேறுவகைகளில் ஈடுகட்டு கிறோம். வரிசையான ஊர்திகள் அணிவகுப்பு, பாதுகாப்புப் படை, துப்பாக்கி தாங்கிய காவலர்கள், முன்னே செல்லும் சைரன் ஒலி பொருத்தப்பட்ட வாகனங்கள், பெரிய அறைகள், மாடியில் அலுவலகம் போன்றவற்றால் தலைமைப் பணியிலிருப்பவர் களுக்கு நிறுவனங்களில் முக்கியத்துவம் அளிக்கப் படுகிறது.

பல நிறுவனங்களில் பதவி அதிகரிக்க அதிகரிக்க அவர்கள் மேசையின் அகலமும் அதி கரிப்பதைப் பார்க்கலாம். தன்னுடைய அந்தஸ்தைத் தலைமைப் பணியிலிருப்பவர்கள் ஏதேனும் ஒரு வகையில் வெளிப்படுத்திக்கொண்டே இருக் கிறார்கள். அடுத்தவர்களைத் தூரத்தில் வைப்பது அதில் ஒரு பகுதி.

மேலாண்மை நிறுவனங்கள் உடையுடுத்துவது, தோற்றப்பொலிவுடன் இருப்பது போன்றவற்றைத் தலைமையின் ஒரு பகுதியாக வலியுறுத்துகின்றன.

மன்னர்கள் கவர்ச்சி பொருந்தியவர்களாக இருந்தார்கள். அவர்கள் உருவம் நேர்த்தியாக இருந்தது. அதனால் அவர்கள் சொற்களுக்குக் கட்டுப்படுபவர்களாக மற்றவர்கள் இருந்தார்கள் என்பதைத் தமிழ் இலக்கியங்கள் விளக்குகின்றன. 'மதுரைக் காஞ்சி'யில் மன்னன் அவ்வாறு கவர்ச்சி கரமாக இருந்தான் என்று விவரிக்கப்பட்டுள்ளது. மன்னன், ஓவியம் தீட்டவல்ல ஒருவன் ஒப்பனையு டன் எழுதியதைப்போன்ற தெய்வத் தன்மையுடன் திகழ்ந்த வடிவையும், பொலிவையும் பெற்றிருந் தான். அவன் உடையும், அணிகலன்களும் சந்தனம் பூசிய மார்பும், வைரம் பாய்ந்த உடலும், வீர வாளும், அவனைப் பார்த்த மாத்திரத்தில் அவன் சொற்களுக்குக் கட்டுப்படும் அளவிற்கு அழகாக இருந்தது என்கிறது 'மதுரைக் காஞ்சி'.

'வல்லோன் தைஇய வரிப்புனை பாவை
முருகு இயன்றன்ன உருவினை ஆகி'

கவர்ச்சி என்பது பெருவாரியான மக்களைத் தன் பக்கம் ஈர்க்கும் சக்தி. சிலருக்கு மட்டுமே அது வாய்க்கிறது. அதை முறையாகப் பயன்படுத்திக் கொள்பவர்கள் அதிலும் ஒருசிலரே. நோக்கத்தின் காரணமாகக் கவர்ச்சி ஏற்படுவதுண்டு.

அப்படி, ரூஸ்வெல்ட் அமெரிக்காவின் பொருளாதார நிலையைச் செம்மைப்படுத்துவார் என்கிற நோக்கத்தில் தேர்ந்தெடுக்கப்பட்டவர். அவரும் அவர்கள் எதிர்பார்ப்பைப் பொய்யாக்காமல் நடந்துகொண்டார். எனவே மக்கள் அவரைத் தங்கள் மேய்ப்பராகக் கருதினர். கொஞ்சம் புதிர்த் தன்மையும் கவர்ச்சிக்குக் காரணம். மாசேதுங் அப்படிப்பட்டவர். புனிதத் தன்மை உள்ளவர் களும் கவர்ச்சிகரமாக இருக்கிறார்கள்.

ஜார்ஜ் வாஷிங்டன், லெனின், காந்தி போன்ற வர்கள் எளிமையான வாழ்க்கையால் கவர்ச்சி கரமாக இருந்தவர்கள். சிறந்த பேச்சாளர்கள் அவ்வாறு கவர்ச்சியாக இருக்கிறார்கள். அடிக்கடி மக்களுக்கு விருப்பமான சில ஸ்டண்டுகளை அடிப் பவர்களும் எளிதில் மக்களைக் கவர்ந்து கொள் கிறார்கள். வெளிப்படையாக இருப்பவர்களும்

கவர்ச்சியோடு திகழ்கிறார்கள். சாகசக்காரர்கள் மக்களை வயப்படுத்திவிடுகிறார்கள். ஃபிடல் காஸ்ட்ரோ போன்ற காந்த சக்தி உள்ளவர்கள் எளிதில் தலைமைப் பண்புகளைத் தரித்துக்கொள் கிறார்கள்.

'பதிற்றுப்பத்தில்' ஓர் அரசனுக்கு மிகுந்த கோபம், காமம், கருணையற்ற தன்மை, அச்சம், பொய்கூறல், பொருள்களிடையே பற்று, அதிக தண்டனை அளித்தல் ஆகியவை இருக்கக்கூடாது என்று குமட்டூர்க் கண்ணனார் பாடிய இரண்டாம் பத்தில் தெளிவுபடுத்தப் பட்டிருக்கிறது.

'சினனே, காமம், கழி கண்ணோட்டம்,
அச்சம், பொய்ச்சொல், அன்புமிக உடைமை,
தெறல் கடுமையொடு பிறவும்,இன் உலகத்து
அறம்தெரி திகிரிக்கு வழியடை ஆகும்'

'மகாவாக்யா'வில் புத்தரைப் பற்றிய ஒரு சம்பவம். நிறைய இளைஞர்கள் புத்தரின் பாதையில் இணைந்துகொண்டார்கள். இது மற்றவர்களுக்குக் கோபத்தைக் கிளப்பியது. ஆண்களை அப்பாக்களாக விடாமல் தடுக்கிறார் கௌதமர் என்ற குற்றச்சாட்டு எழும்பியது. புத்தர் சொன்னார் ''இந்தக்கோபம் வெகு நாட்கள் இருக்காது, ஏழு நாட்களில் மறைந்து விடும். யாராவது உங்களைக் கடிந்து கொண்டால் உண்மையான போதனையைப் பின்பற்றுபவர்களே உண்மையான நாயகர்கள் என்று சொல்லுங்கள். நான் மக்களை உண்மையைக் கொண்டே வழி நடத்துகிறேன்'' என்றார். மக்கள் அவற்றை உணர்ந்து ஏழு நாட்களில் தங்கள் கருத்தை மாற்றிக் கொண்டார்கள்.

அரசன் கண்ணாடியாக விளங்குபவன். மக்களைப் பிரதிபலிப்பது அவனுடைய இயல்பு. நல்ல மக்களுக்கு நல்ல அரசன் கிடைக்கிறான். கண்ணாடியையும், அரசனையும் ஒப்பிட்டுக் காளமேகப் புலவர் ஒரு கவிதையை இயற்றியிருக் கிறார். முகம் பார்ப்பவர்களுக்குக் கண்ணாடியும், அரசனும் மகிழ்ச்சி உண்டாக்குகிறார்கள். கண்ணாடி தன்னிடம் எதிர்ப்பட்டவரைத் தனக்குள் அடக்கிக் காட்டுவதைப்போல மன்னனும் பகைவர்களைக் கீழ்ப்படியுமாறு செய்கிறான். கண்ணாடியின் பின் பக்கம் பாதரசம் இருக்கிறது. மன்னனும் நவரசப் பொருள்களை அனுபவிக்கிறான். எனவே, கண்ணாடி மன்னனுக்கு ஒப்பாகும் என்று அவர் குறிப்பிடு கிறார். மக்களுக்கேற்றவாறே மன்னனும்,

அவர்களின் தகுதிக்கேற்றவாறே ஆட்சியும் அமைகிறது என்றே ஜனநாயகத்தில் கூறப்படும் வாசகம்.

'யாவருக்கும் ரஞ்சனை செய்து யாவருக்கும்
அவ்வவராய்ப்
பாவனையாய்த் தீதகலப் பார்த்தலால் - மேவும்
எதிரியைத்தன் னுள்ளாக்கி ஏற்ற ரசத்தால்
சதிர் உறலால் ஆடிஅர சாம்'

'ஏன் நாடுகள் தோற்றுப் போகின்றன' என்ற ஓர் ஆங்கிலப் புத்தகம். நொகேல்ஸ் என்கிற நகரத்தின் ஒரு பகுதி மெக்சிகோவிலும், மற்றொரு பகுதி அமெரிக்க ஐக்கிய நாடுகளிலும் இருக்கிறது. இந்த இரட்டை நகரங்களை ஒரு வேலியே பிணைக்கிறது. இந்த இரு நகரங்களுக்கும் மலையளவு வேறுபாடு. அதற்கு முக்கியக் காரணம் அந்தக் குடிமக்கள் எப்படிப்பட்ட நிருவாகத்தைப் பெற்றார்கள் என்பது தான். அனைத்தையும் உள்ளடக்கிய பொருளாதாரம் இருந்தால் அந்த நாடுகள் நல்ல சாலைகள், சுவையான குடிநீர், இடைவிடாத மின்சாரம், அருமையான போக்குவரத்து, அமைதியான சட்டம் ஒழுங்கு ஆகியவற்றையும் பெற முடிகிறது. மக்கள் தேர்ந்தெடுக்கின்ற நிருவாகமும் அதில் ஒரு பங்கை வகிக்கிறது என்பது முக்கியம்.

மக்களே மன்னனின் மாண்பைத் தீர்மானிக்கிறார்கள் என்பது குறித்து 'சுற்றித்திரிபவர்' என்ற நூலில் கலீல் கிப்ரான் ஓர் உருவகக்கதையைச் சொல்லியுள்ளார். ஒரு நாட்டு மக்கள் மன்னனுக்கு எதிராகக் கிளர்ச்சி செய்தார்கள். அரண்மனையிலிருந்து மகுடத்தோடும், செங்கோலோடும் அவன் இறங்கி வந்தான். 'எனக்கு இந்த மகுடமும், செங்கோலும் தேவையில்லை, உங்களோடு சேர்ந்து நானும் உழைக்கிறேன்' என்று சொல்லிவிட்டு வயல் வெளிக்குச் சென்று அவனும் உழைக்க ஆரம்பித்தான். மக்கள் ஆச்சரியமடைந்தார்கள். எல்லோரும் அவரவர் வழியில் சென்றார்கள்.

சில நாட்களில் மன்னன் இல்லாமல் மக்கள் அதிருப்தி அடைந்தார்கள். மக்கள் கூடும் இடங்களிலெல்லாம் எங்களுக்கு மன்னர் வேண்டும் என்று கூக்குரல் எழுந்தது. மறுபடியும் மண்ணில் உழுது கொண்டிருந்த தங்கள் மன்னனைக் கண்டுபிடித்து அவனை அரியணையில் அமரவைத்து மகுடத்தையும், செங்கோலையும் தந்தார்கள். 'இனி எங்களை ஆளுமையோடும், நீதியுடனும் ஆளுவாயாக' என்று சொன்னார்கள். அதற்குப் பிறகு மக்கள் கொடூரமாக நடந்துகொள்ளும் ஒரு பிரபுவை அவனிடம் பணிபுரிபவர்கள் கொண்டு வந்தார்கள். அரசன் அவனிடம் 'எல்லா மனித வாழ்வும் சமமானது. அதை உணராத உன்னை இந்த நாட்டிலிருந்து வெளியேற்றுகிறேன்' என்று ஆணை பிறப்பித்தான். அடுத்த நாள் வேறொரு பெண்மணி குரூரமாகப் பணியாளர்களை நடத்துவதாக வழக்கு வந்தது. அவளையும் நாடுகடத்தினான். பூசாரி ஒருவர் மக்களைக் கடுமையாக வேலை வாங்கிச் சரியாகச் சம்பளம் கொடுக்காத நேர்வை வழக்காகக் கொண்டுவந்தார்கள். அரசர் அவருக்கும் தண்டனை கொடுத்தான்

சிறிது சிறிதாக நாடு அமைதிக்கும், இனிமைக்கும் இருப்பிடமாக மாறியது. மக்கள் ஆனந்தமடைந் தார்கள். எல்லோரும் அரண்மனையைச் சுற்றிக் கூடி அவனைக் கீழே வருமாறு கோஷங்கள் எழுப்பி னார்கள். அவன் மகுடத்தோடும், செங்கோ லோடும் கீழே இறங்கினான். அவன் அவர்களிடம் அவற்றை ஒப்படைக்க முன் வந்தான். அப்போது மக்கள் 'வேண்டாம் வேண்டாம் நீங்களே எங்கள் அரசர், தீய சக்திகளையெல்லாம் வெளியேற்றியவர், இந்த மகுடம் உங்கள் கம்பீரத்தையும், செங்கோல் உங்கள் புகழையும் நிலைநாட்டுவது' என்று அழுதார்கள். அப்போது அரசர் 'நான் உங்கள் அரசன் அல்ல. நீங்களே உங்கள் அரசர்கள். நான் மோசமான ஆட்சி நடத்துவதாகச் சொன்னபோது நீங்களே பலவீனமானவர்களாகவும், மோசமானவர் களாகவும் இருந்தீர்கள். இன்று நாடு செழிப்பதற்கும் நீங்களே காரணம். ஆளுபவர் என்று யாரும் இல்லை. ஆளப்படுபவர்களே தங்களைத் தாங்களே ஆண்டு கொள்கிறார்கள்' என்றான். மக்கள் ஒவ்வொரு வருமே தங்கள் தலையில் மகுடமும், கையில் செங்கோலும் இருப்பதாகப் பாவித்துக் கொண்டு அங்கிருந்து சென்றார்கள்.

இலக்கியம் கூறும் தலைமைப் பண்புகள் மனித நேயமும், சாமர்த்தியமும், பணிவும், மேம்பட்ட குணங்களும் ஒருங்கே அமையப்பெற்றவை. சூழலுக்கு ஏற்ப, சாதுர்யமாக நிர்வகிக்கும் கலையை அவை நமக்குச் சொல்லித்தருகின்றன. மேலாண்மை நம்மைக் கடிவாளம் போட்ட குதிரையாக்க முயற்சி செய்கிறது. இலக்கியமோ நமக்குப் பருந்துப் பார்வையைத் தருகிறது.

★

இலக்கியத்தில் மேலாண்மை

அத்தியாயம் 69

புலியைப் பூனையாக்காதே

அச்சமுறுத்தும் மேலாண்மை அதிகப் பயன் விளைவிக்கும் என்கிற நம்பிக்கை சிலருக்கு இருக்கிறது. கறாராக இருப்பது வேறு, கடுமையாக நடந்துகொள்வது வேறு. குற்றங்களைத் தண்டிப்பது வேறு, சர்வாதிகாரியாக நடப்பது வேறு. பணி யாளர்கள் எப்போதும் அச்சத்தின் பிடியில் இருந் தால் ஒருவிதப் பதற்றத்திற்கு உள்ளாவார்கள். அப்போது அவர்களையும் மீறி, தவறுகள் செய்ய ஆரம்பித்துவிடுவார்கள். அவர்கள் அடிமனத்தில் வெறுப்பும், கோபமும் படிந்திருக்கும். ஒரு நிர்வாகி தன் பணியாளர்களையோ, ஆட்சியாளர்கள் மக்களையோ ஒடுக்கி வேலை வாங்கக்கூடாது. அது தற்காலிகமாக மிகச் சிறந்த பலன்களைத் தரும். ஆனால் நாளடைவில் ஏற்கெனவே இருந்ததைவிட மோசமான நிலைமைக்கு நிறுவனம் தள்ளப்படும்.

அரசர்களுக்குத் திருவள்ளுவர் கூறியது நிர்வாகிகளுக்கும் பொருந்தும். அவர் குடிகளை வருத்தும் தொழில்களை மேற்கொண்டு முறை யில்லாத செயல்களைச் செய்து நடக்கும் அரசர் கொலைத்தொழிலைக் கொண்டவனைவிட கொடியவன் என்று குறிப்பிடுகிறார்

**வேலொடு நின்றான் இடுஎன் றதுபோலும்
கோலொடு நின்றான் இரவு (552)**

நிர்வாகம் திருத்துவதற்காக நடத்தப்பெற வேண்டுமே தவிர வருத்துவதற்காக நடைபெறக் கூடாது.

ஷாங் சாம்ராஜ்யத்தில் ஜௌ என்கிற கொடுங் கோலன் மக்களிடம் ஈவு இரக்கமின்றி நடந்து கொண்டான். நாடு ஒரே களேபரமாக இருந்தது.

நிர்வாகம் திருத்துவதற்காக
நடத்தப்பெற வேண்டுமே
தவிர வருத்துவதற்காக
நடைபெறக்கூடாது

ஆனால் அவனோ மதுவருந்தி, மாமிசம் உண்டு, கேளிக்கைகளைக் கண்டு களித்து, மயக்கத்தில் ஆடம்பரமாக இருந்தான். அவன் தன் அந்தஸ்தைக் குறிக்கும் வகையில் தந்தத்தால் உணவுக் குச்சி களைத் தயாரித்தான்.

அவனது மாமா ஜு லீ அவனிடம் 'மேன்மை யானவரே! நீங்கள் தந்த சாப்ஸ்டிக்குகளை உப யோகித்தால், நீங்கள் கோப்பை, தட்டு போன்ற வற்றைக் காண்டாமிருகக் கொம்பாலும், யாக்கின் மாமிசத்தை உணவாகவும் உண்பீர்கள். பிறகு நீங்கள் பட்டுத் துணிகளையே அணிவீர்கள். பிறகு ஆடம் பரங்களை நோக்கி அல்லாடுவீர்கள். வாழ்வு சிரமமாக இருக்கும்'

ஜௌ அதைக் காதுகொடுத்தும் கேட்க வில்லை. ஆனால் ஜு லீ சொன்னது போலவே நடந்தது. அவன் ஆடம்பரத்தில் மூழ்கியபோது, அருகிலிருப்பவர்களே சதி செய்ய அவன் இராஜ்ஜியத் தையே இழக்க நேர்ந்தது. கொடுங்கோலர்கள் பெறும் வெற்றிகள் தற்காலிகமானவையே.

தமிழ் இலக்கிய மரபில் சரமாரியாக வெற்றி பெற்றவர்களைக் காட்டிலும் செங்கோலை ஏந்திய வனே உயர்ந்தவனாகக் கருதப்படுகிறான். அதனால் தான் பாரிக்கே பல பாடல்கள் இருக்கின்றன. 'பொருநராற்றுப் படை'யில் ஒரு நிலத்தில் வாழும் உயிர்க்கு மற்றொரு நிலத்தில் வாழும் உயிர்கள் உதவியாக இருந்தன என்கிற கருத்து தெரிவிக்கப் பட்டுள்ளது. கரிகால்வளவன் நடுநிலைமையோடு மிகச்சிறப்பாக ஆட்சி புரிந்தான் என்கிற செய்தி பதிவுசெய்யப்பட்டிருக்கிறது.

'அறனொடு புணர்ந்த திறன்அறி செங்கோல்,
அன்னோன் வாழி, வென்வேற் குருசில்'!

மேற்கு எப்போதுமே அலெக்ஸாண்டரை 'மாவீரன்' என்று பாராட்டும். ஆனால் செங்கிஸ் கானைக் கொடுங்கோலனாகச் சித்திரிக்கும். கிழக்கி லிருந்து உலகம் முழுமையையும் கைப்பற்றும் ஆவலில் அதிர்வலைகளை எழுப்பி ஆர்ப்பரித்த மங்கோலியனை மாவீரனாக அவர்களால் ஒப்புக் கொள்ளமுடியாது. படையெடுத்த நாடுகளில்

கடுமையான நடவடிக்கைகள் மூலமாக அச்சத் தையும், பீதியையும் ஏற்படுத்தியவன் அவன் என்பதில் எந்தச் சந்தேகமும் இல்லை. ஆனால் இதைக்காட்டிலும் கொடுமைகளைச் செய்த ஐரோப்பிய நாடுகளையும், அமெரிக்கப் பூர்வக் குடிமக்களான செவ்விந்தியர்களை அடிமைப் படுத்தியவர்கள் பற்றியும், ஆப்பிரிக்க-அமெரிக்க மக்களைப் படுமோசமாக நடத்திய வெள்ளை யர்கள் பற்றியும் யாரும் மூச்சுவிடக்கூடத் தயாராக இல்லை. காரணம் ஊடகம் அவர்கள் பக்கம்.

தன் நாட்டிலிருந்த இன வேற்றுமையைக் களைந்தவன் செங்கிஸ்கான். தகுதிக்கு முன்னுரிமை கொடுத்தவன். அஞ்சல் முறையை அறிமுகப்படுத்தி யவன். மருத்துவர் போன்ற பணிகளைப் பார்ப்பவர் களுக்கு வரிவசூலிப்பதில் விலக்கு அளித்தவன். எனவே அவனுடைய நாட்டில் மக்கள் அவனை மதித்தார்கள், போற்றினார்கள். இதை வரலாறு வேண்டுமென்றே மறைத்தது.

'கண்ணீரின் கால்தடங்கள்' என்பது செவ் விந்திய மக்களை வலுக் கட்டாயமாக இடம்பெயரச் செய்த நிகழ்வுக்குப் பெயர். பல மாகாணங்களி லிருந்து மக்கள் இப்போதுள்ள 'ஓக்லாஹோமா' என்கிற பகுதியின் கிழக்குப் புறத்திற்குக் குடி பெயரும்படி *1831* ஆம் ஆண்டு கட்டாயப்படுத்தப்

மண்ணின் மைந்தர்கள் பரிதாபமாக
இறந்த கண்ணீர்க்கதையை உலகம் மறந்தது.
ஆனால் விடுதலைக்காக ஏங்கும்
எந்த இதயமும் இதை மறக்கமுடியாது

பட்டனர். அப்போது அவர்கள் வியாதி, பட்டினி ஆகியவற்றால் வழிநெடுகப் பாதிக்கப்பட்ட காரணத்தால் பல்லாயிரக்கணக்கான மக்கள் இறந்து போனார்கள். மண்ணின் மைந்தர்கள் பரிதாபமாக இறந்த கண்ணீர்க் கதையை உலகம் மறந்தது. ஆனால் விடுதலைக்காக ஏங்கும் எந்த இதயமும் இதை மறக்கமுடியாது.

அடிமைப்படுத்துவது எவ்வளவு பெரிய துயரம் என்பதை மேற்கத்திய உலகத்திற்கு வெளிச்சம் போட்டுக் காட்டிய சில இலக்கிய வடிவங்கள் உண்டு. அவற்றை 'அடிமை இலக் கியங்கள்' என்றே அழைக்கலாம். அப்படி ஹேரியட் பீச்சர் ஸ்டவ் என்பவரால் 1852 ஆம் ஆண்டு எழுதப்பட்ட புதினம்தான் 'அங்கிள் டாம்ஸ் கேபின்'.

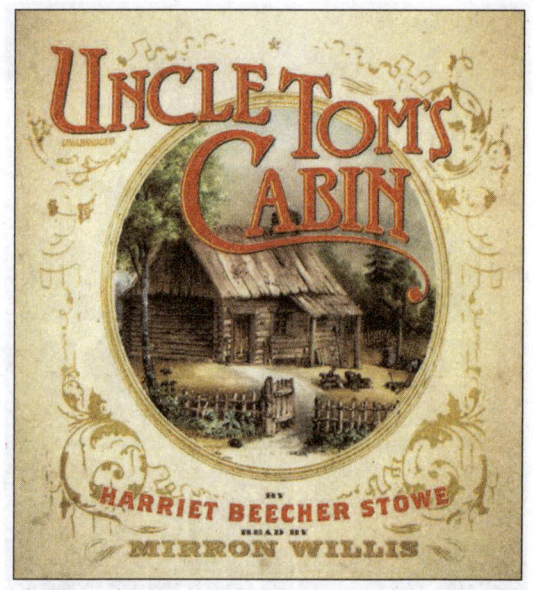

தன்னிடம் பிரியமாயிருந்த எஜமானர்களை விட்டு 'டாம்' என்கிற அடிமை பிரிய நேர்கிறது. அவர் விற்கப்படுகிறார். படகில் மிசிசிபி நதி வழியாகப் பயணம் செய்கிறபோது 'ஈவா' என்கிற இளம் வெள்ளைக்கார பெண்மணியைச் சந்திக் கிறான். அவள் தந்தை டாமை அடிமை வியாபாரி யிடமிருந்து விலைக்கு வாங்கி நியூ ஓர்லியான்ஸ் என்கிற இடத்திற்கு அழைத்துச் செல்கிறான். டாமும், ஈவாவும் இயேசுவின் மீதுள்ள விசு வாசத்தால் அன்புடன் பழகுகிறார்கள். இரண் டாண்டுகளில் ஈவா மரணமடைந்துவிடுகிறாள். டாமை விடுவிப்பதாக வாக்களித்த முதலாளி, அதற்குள் கொல்லப்படுகிறார். கணவனின் வாக்குறுதியைப் பற்றிக் கவலைப்படாத அவனுடைய மனைவி தோட்ட விவசாயி லெக்ரி என்பவனுக்கு விற்கிறாள்.

லெக்ரியோ டாமை மிகவும் மோசமாக நடத்துகிறான். மற்ற அடிமைகளைச் சவுக்கால் அடிக்க லெக்ரி வற்புறுத்தும்போது டாம் மறுத்து விடுகிறான். அதனால் டாமுக்குப் பயங்கரமான சவுக்கடி விழுகிறது. எவ்வளவு கொடுமைப்படுத்தி னாலும் பைபிளை வாசிப்பதை டாம் நிறுத்த வில்லை. கேஸி என்கிற இன்னொரு அடிமையை

டாம் விடுவிக்கிறார். கேஸி சென்ற இடத்தைப் பற்றியும் குறிப்பிட மறுத்துவிடுகிறார். எனவே லெக்ரி, டாமைக் கொல்ல ஏற்பாடு செய்கிறான்.

தன்னைக் கொல்லும்போதுகூட கொலையாளி களை மன்னிக்கும்படி டாம் பிரார்த்தனை செய் கிறார். அதைப் பார்த்து மனம் திருந்திய அந்தக் கொலையாளிகள் இறைவனின் பாதையைத் தேர்ந்தெடுக்கிறார்கள். டாம் இறப்பதற்குச் சில நொடிகள் முன்பு அவருடைய முதல் முதலாளி விடுதலை வாங்கித்தருவதற்காக அங்கு வருகிறார். ஆனால் அதற்குள் டாமின் வாழ்க்கை முடிந்து போய்விடுகிறது. அடிமைகளை நண்பர்களைப் போல நடத்தும் மனிதர்களும் இருக்கிறார்கள். சேவகர்களை அடிமைகளைப்போல நடத்தும் மனிதர்களும் இருக்கிறார்கள் என்பதற்கு இந்த நாவல் எடுத்துக்காட்டு.

இதைப்போலவே 'வேர்கள்' என்கிற புலிட்சர் விருதுபெற்ற அலெக்ஸ் ஹேலியின் புத்தகமும் அடிமை வாழ்க்கையின் கொடுமையைச் சித்திரித்தது.

அடிமைகள் எப்படிக் கப்பலில் சங்கிலியால் பிணைக்கப்பட்டு பயணம் செய்தார்கள். அவர்கள் பற்கள் உடல் போன்றவையெல்லாம் மாடுகளைப் போல எப்படி பரிசீலனை செய்யப்பட்டு அவர்கள் விற்கப்பட்டார்கள் என்பனவற்றையெல்லாம் இந்த நாவல் விரிவாக விளக்குகிறது.

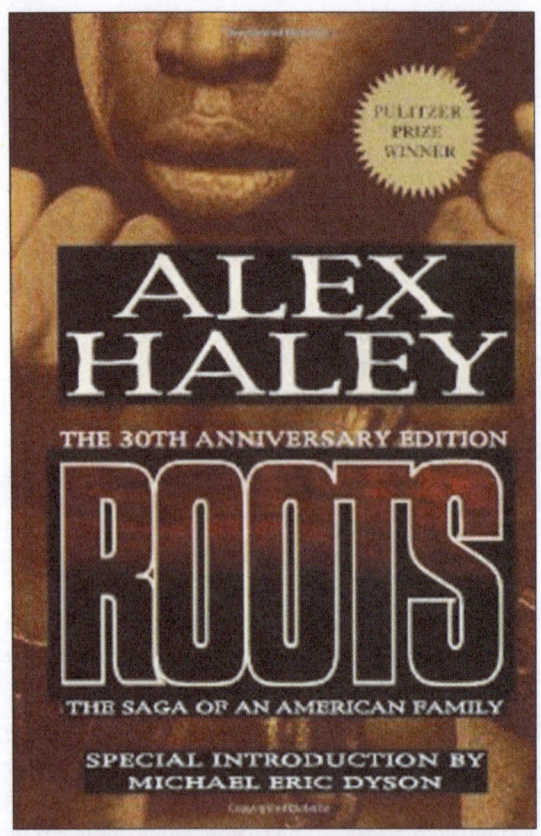

அறிஞர் அண்ணா 'வெள்ளை மாளிகையில்' என்கிற நூலை எழுதியிருக்கிறார். அதில் இர்விங் வேலஸ் எழுதிய 'த மேன்' என்கிற நாவலைப் பற்றி விரிவாக விவாதித்திருப்பார். இனவெறி மிகுந்த அமெரிக்காவில் திடீரென அமெரிக்க ஜனாதிபதி இறந்துவிடுகிறார். சபாநாயகருக்கு சின்ன விபத்து. அவரும் அறுவைச் சிகிச்சையில் இறந்துவிடுகிறார். துணை ஜனாதிபதி பதவி காலியாக இருக்கிறது.

எனவே செனட்டின் தலைவரான டோக்லஸ் டில்மேன் என்கிற ஆப்பிரிக்க அமெரிக்கன் ஜனாதிபதியாகிறார். அவர் சந்திக்கின்ற சவால்களே அந்த நாவல். 1964இல் அந்த நாவல் எழுதப்பட்டபோது அப்படிப்பட்ட சூழலே அமெரிக்க ஐக்கிய நாடுகளில் நிலவியது. ஆனால் இப்போது ஆப்பிரிக்க-அமெரிக்கர் ஒருவர் அந்த நாட்டின் அதிபராகியிருப்பது ஜனநாயகத்திற்குக் கிடைத்த வெற்றியாகக் கருதப்படவேண்டும்.

இவ்வாறு இலக்கியங்கள் மனித இனம் கொடுமைக்காரர்களால் துன்புறுத்தப்படும் போதெல்லாம் வெளிச்சப் பொறிகளை வெளியிட்டுக்கொண்டே இருக்கின்றன. அவ்வாறு செய்வதன் மூலம் அது நம்மிடையே விழிப்புணர்வை ஏற்படுத்தி நமக்குள் விடுதலை வேட்கையையும், மனிதாபிமான தாக்கத்தையும் ஏற்படுத்துகின்றன.

★

அத்தியாயம்

70

நல்லவன் ஆள்வான்

மேலாண்மையைப் பொருத்தவரை தலைமைப் பண்பு மிகவும் முக்கியம். ஒரு தலைவனுக்கு ஆர்வம், பசி, கட்டுப்பாடு ஆகிய அனைத்தும் அவசியம். அவன் தடைகளைக் குறித்துக் கவனத்தைச் செலுத் தாமல் வாய்ப்புகளைக் குறித்துச் சிந்திக்க வேண்டும். சில நாடுகளில் தவறான தலைமை ஏற்படுகிறபோது அவர்கள் குறுகிய காலத்தில் வெற்றியை அடைய முடியும். ஆனால், நாளடைவில் அந்த நாடு வளம் குன்றிப் போய்விடும். வளர்ச்சி என்பது மெதுவாகப் படிப்படியாக, ஆனால் அழுத்தமாகக் கீழே ஒரு போதும் இறங்காதவாறு நடைபெற வேண்டும். அருகருகே இருக்கும் இரண்டு மாநிலங்களில் கூட வளர்ச்சியின் விகிதம் வேறுபடுவதற்குக் காரணம் அங்கேயிருக்கும் மக்களை வழிநடத்துபவர்களே.

ஏழை நாடுகள் அவர்களை ஏழையாக வைத் திருக்கும்படியான முடிவுகளை எடுப்பவர்களின் கைகளில் இருப்பதுதான் அப்படி இருக்கக் காரணம். நல்ல தலைமையே புதிய கண்டுபிடிப்புகள் உருவா வதற்கும், காப்புரிமை பெறுவதற்கும் காரணமாக இருக்கின்றன. அமெரிக்க ஐக்கிய நாடுகள் நிறைய கண்டுபிடிப்புகளைக் கொண்டுவருவதற்கு அங்கிருக்கும் தலைமையும் சூழலும் காரணம். கண்டுபிடிப்பதற்கு ஊக்கமும், உற்சாகத் தொகையும் வழங்கப்படுகின்றன. காங்கோ போன்ற நாடுகளில் பெரும்பான்மையான மக்கள் பள்ளிக்குச் செல வதில்லை. அப்படியே சென்றாலும் ஆசிரியர்கள் சரியில்லை. பலர் பள்ளிக்கே வருவதில்லை, புத்தகங்கள் கிடைப்பதில்லை. இதை நிருவாகம் கண்டுகொள்வதில்லை. இதனால்தான் இன்னும்

அந்த நாடுகள் வறுமைக்கோட்டிற்குக் கீழே இருக்கின்றன.

வர்த்தக நிறுவனங்களிலும் சரியான தலைமை வாய்க்கிறபோது திடீரென நிருவாகம் பாய்ச்சலில் பாய்வதைப் பார்க்கலாம். சரியான முடிவுகள், அயராத உழைப்பு, தகுதியானவர்களைத் தகுந்த இடத்திற்கு நியமித்தல் போன்ற மனிதவள முயற்சிகள் எடுக்கப்படுகிறபோது நிருவாகம் நிமிர்ந்து கொள்கிறது.

'விதுர நீதி'யில் ஒரு நல்ல ஆட்சியாளன் எப்படி இருக்கவேண்டும் என்று எடுத்துரைக்கப் பட்டிருக்கிறது. அளவற்ற ஆசையையும், கட்டுப் படுத்த முடியாத கோபத்தையும் எவன் விலக்கு கிறானோ அவனே நிகழ்வுகளை வேறுபடுத்திக் காட்டும் ஆற்றல் பெற்றவன். அப்படி நுண்ணறிவோடு தன் சொத்தை ஆக்கப்பூர்வமான பணிகளுக்கு முதலீடு செய்து நீதி நூல்களை முறையாக அறிந்து செயல்களில் துரிதமாக இருப்பவனே நல்ல ஆட்சியாளன் என்று விதுரர் குறிப்பிடுகிறார். ஆனால் அப்படிப்பட்டவர்கள் தம்முடைய நற்பண்புகளை எப்போது பார்த்தாலும் மற்றவரிடம் சொல்லி அதைச் சந்தைக்குட்படுத்த நினைக்க மாட்டார்கள். மௌனமாக அவர்கள் தங்கள் பணியைச் செய்துகொண்டிருப்பார்கள்.

மன்னன் சிறப்பாக ஆட்சி புரிந்தால்தான் மழை முறையாகப் பெய்யும், பயிர்கள் செழிக்கும், வறுமை அகலும் என்பதையெல்லாம் இலக்கியங்கள் தெரிவித்தன. தவறிக்கூட அகந்தையும், ஆத்திரமும் கொண்டு அரசன் ஆட்சிபுரியக்கூடாது என்பதை அறிவுரையாக எல்லாக் காலத்திற்கும் பொருந்துமாறு அவர்கள் கூறினார்கள். அது 'மணிமேகலை'யிலும் இடம்பெறுகிறது.

'கோள்நிலை திரிந்து நாழி குறைபடி
பகல்கள் மிஞ்சி
நீள்நில மாரியின்றி, விளைவு அஃகிப்
பசியும் நீடிப்

வர்த்தக நிறுவனங்களிலும் சரியான தலைமை வாய்க்கிறபோது திடீரென நிருவாகம் பாய்ச்சலில் பாய்வதைப் பார்க்கலாம்

பூண்முலை மகளிர் பொற்பிற் கற்பழிந்து,
அறங்கள் மாறி,
காண இவ்வுலகு கேடாம், அரசு கோல்
கோடின் என்றான்'

சொந்த நாட்டிலேயே கொடூரமாக நடந்து கொண்ட மன்னர்களும் இந்திய வரலாற்றில் இருந்திருக்கிறார்கள். பதினொன்றாம் நூற்றாண்டில் காஷ்மீரத்தை ஆண்ட ஹர்ஷன் என்கிற மன்னன் அப்படிப்பட்டவன். கோயில்களை வேண்டுமென்றே சிதைத்து அவற்றின் சொத்துக்களைக் கைப் பற்றியதோடு தங்கத்திற்காகவும், வெள்ளிக்காகவும் விக்கிரகங்களை உருக்கியவன் அவன். தன்னுடைய போர்களுக்கு ஆதாரம் திரட்டுவதற்காக அப்படிச் செய்தான். ஆனால் மக்களுக்குப் பாலம் கட்டுவதாக நியாயப்படுத்தினான். எல்லோர் முன்பும் விக்கிரகங்களை உடைத்ததோடு, அவற்றின்மீது மனிதக் கழிவுகளையும் ஊற்றியவன்.

துயரங்களை மட்டுமல்ல;
இலாபங்களையும் பகிரிந்துகொடுக்கிற
நிறுவனம் தொழிலாளர்களையும்
பங்குதாரர்களாக ஆக்கிக்கொள்கிறது.
அப்போது யாரும் கண்காணிக்காமலேயே
பணிகள் நடக்க வாய்ப்பிருக்கிறது

இவ்வாறு செய்வதற்காகக் கடவுளை அகற்றும் அமைச்சரையே அவன் நியமித்தான். அவனுக்குத் தேவோத் பதானா நாயக் என்று பெயர். புத்த மடாலயங்களையும் விட்டுவைக்கவில்லை. தன்னுடைய இஸ்லாமிய மெய்க்காப்பாளர்களை எரிச்சலடையச் செய்ய அவர்கள் முன்பே பன்றி மாமிசத்தைச் சாப்பிட்டான். மக்கள் மீது கடுமையான வரிவிதிப்பை நிகழ்த்தினான். ஒழுக்கம் கெட்டவனாக வாழ்ந்தான்.

இது தனிப்பட்ட ஒரு நிகழ்வு. இந்தியா மதங்களைத் தாண்டிய மனித நேயத்தைப் போற்றி வந்திருக்கிறது என்பதும் சரித்திரத்திலிருந்து தெரிகிறது. பல அராபியர்கள் இந்திய நாடுகளில் உயர்ந்த பதவிகளில் இருந்திருக்கிறார்கள். முகமது என்கிற அராபியர் ராஷ்டிரகூட மன்னர்களிடம் மாகாண ஆளுநராகப் பணியாற்றினார். அப்துல் ரகுமான் என்கிற அராபியர் பாண்டிய மன்னர்களிடம் சுங்க அமைச்சராகப் பணியாற்றினார். அதற்குப் பிறகு அவருடைய மகனும் பேரனும் அந்தப் பணியைச் செய்தார்கள். இந்தியாவிற்கு அராபியர்கள் கி.பி. 637 ஆம் ஆண்டு நாவாய் ரோந்து வந்தது. நாடு பிடிப்பதற்காக அல்ல, கடற் கொள்ளையர்களைக் கட்டுப்படுத்துவதற்காகத் தான்.

முறையான தலைமை நிறுவனத்திலிருக்கிற அனைவருக்கும் மகிழ்ச்சியை விநியோகம் செய்கிறது. துயரங்களை மட்டுமல்ல; இலாபங்களையும் பகிர்ந்துகொடுக்கிற நிறுவனம் தொழிலாளர்களையும் பங்குதாரர்களாக ஆக்கிக்கொள்கிறது. அப்போது யாரும் கண்காணிக்காமலேயே பணிகள் நடக்க வாய்ப்பிருக்கிறது. சில நிறுவனங்கள் சம்பளக் குறைப்பைக்கூட செயல்படுத்துகின்றன. ஆனால் அப்படிச் செய்யும்போது அதற்கான சூழலை விளக்கி எல்லோரையும் மனமார ஏற்றுக்

கொள்ளும்படி செய்து அவர்களை வருத்தப்படாமல் பார்த்துக் கொள்கின்றன. நிறுவனம் இலாபம் சம்பாதிக்கிறபோது பணியாளர்கள் எதை இழந்தார்களோ அதையும் ஈடுகட்டுகின்றன.

சிலப்பதிகாரத்தில் வரி செலுத்தாத மக்களோடு பகைவர்கள் கைகோத்துக்கொண்டு எதிர்பாராத நேரத்தில் படையெடுக்க வாய்ப்பிருக்கிறது என்பதை இளங்கோவடிகள் 'அந்திமாலை சிறப்புச் செய்' காதையில் வெளிப்படுத்துகிறார்.

'கறைகெழு குடிகள் கைதலை வைப்ப,
அறைபோகும் குடிகளொடு ஒருதிறம் பற்றி
வலம்படு தானை மன்னர் இல்வழிப்
புலம்பட இறுத்த விருந்தின் மன்னரின்
தாழ்துணை துறந்தோர் தனித்துயர் எய்த'

'அரசிறை செலுத்துவதற்கு மனமுள்ளவரான குடிகள் தம் கைகளைத் தலைமேலிட்டவராகத் துயரமுற்றனர். நம் மன்னனுக்கு உட்பகையாக விளங்கிய குடிகளோடு புதிய பகை மன்னர் ஒருதலையாகத் தொடர்பு கொண்டனர். வெற்றி பொருந்திய சேனைகளையுடையவரான அந்த நாடாளும் மன்னர், அந்நாட்டிலே இல்லாத வேளையாகப் பார்த்து, பகைமன்னர் தம் படையுடன் வந்தனர். அந்நாட்டின் நிலவளம் எல்லாம் கெடும்படியாகத் தாம் வலிதில் அந்நாட்டைக் கைக்கொண்டு, அங்கேயே தங்கினர். அரச பக்தியுடையோர் இந்நிலையிலே அடைந்த துயரங்களோ சொல்லும் தரமன்று. இதுபோலத் தம்பால் தங்கித் துணையாக விளங்கிய கணவரைப் பிரிந்த மகளிர், மாலையின் ஆட்சி வந்துற்றபோது, இணையற்ற துயரத்தைத் தாமும்அடைந்தனர்' என்று மாலைப் பொழுதைச் சித்திரித்தார்கள்.

நீதி நிர்வாகத்தில்கூட கடுமையான தண்டனைகள் விதிக்கக்கூடாது என்பதைத் தமிழ் இலக்கியங்கள் வலியுறுத்தின. சோழன் குளமுற்றத்துத் துஞ்சிய கிள்ளிவளவன் தன் பகைவன் மலையமான் மக்களை யானைக் காலின் கீழ்க் கிடத்திக் கொல்ல முயன்ற கொடுமையைத் தவிர்த்து, அக்குழந்தை களை விடுவிக்கவேண்டி கோவூர்க் கிழார் பாடிய பாடல் ஒன்று புறநானூற்றில் இடம்பெற்றிருக்கிறது. மக்களை வாட்டி வதைக்காமல் வரி வசூலிக்க வேண்டும் என்பது பிசிராந்தையாரால் தெளிவு படுத்தப்பட்டிருக்கிறது. மக்கள் அழுது துன்பப் பட்டு வரி செலுத்தினால் அந்தக் கண்ணீரே அரசனின் வலிமையை அடித்துச் சென்றுவிடும் என்பது திருவள்ளுவர் கூற்று. *(555)*

'அராபிய ஞானம்' என்கிற பதின்மூன்றாம் நூற்றாண்டைச் சார்ந்த ஒரு நூலில் ஒரு சம்பவம் குறிப்பிடப்பட்டிருக்கிறது. ஒரு சுல்தானிடம் வசீர் ஒருவர் முப்பது ஆண்டுகள் முனைப்புடனும், நேர்மையுடனும் பணியாற்றி வந்தார். அவர் சுல்தானின் நம்பிக்கைக்குப் பாத்திரமாய் இருப் பதை மற்றவர்கள் விரும்பவில்லை. எனவே சமயம் பார்த்து வத்திவைத்தார்கள். சுல்தான் அவர்களை நம்பி வசீருக்கு மரண தண்டனை விதித்துவிட்டார். அல்லும் பகலுமாகப் பாடுபட்ட அவருக்கு அதிர்ச்சியாக இருந்தது. அந்த நாட்டில் மரண தண்டனை என்பது குற்றவாளியைக் கயிறுகளால் கட்டி மன்னர் பார்வையிடும் மைதானத்தில் உருட்டிவிட்டு, சுல்தானின் வேட்டை நாய்களை ஏவுவதுதான். அந்தப் பயங்கரமான நாய்கள் குற்றவாளியின் உடலைக் குதறிவிடும்.

வசீர், மன்னனிடம் சென்று தனக்குப் பத்து நாட்கள் அவகாசம் வேண்டுமென்று கேட்டார். 'நான் சிலருக்குக் கடனைத் திருப்பித் தரவேண்டும், சிலரிடம் கடன் கொடுத்திருக்கிறேன் அதை வசூலிக்க வேண்டும். என் பொருட்களை பிரித்துக் கொடுத்து என் குழந்தைகளுக்குப் பாதுகாவலர்

ஒருவரை நியமிக்கவேண்டும்' என்று மன்றாடினார். மன்னன் அவர் தப்பித்துச் செல்லக்கூடாது என்கிற உறுதி மொழியைத் திருக்குரானின் மீது சத்தியம்வாங்கி அவரை அனுப்பினார்.

வசீர் வீட்டிற்குச் சென்று தன்னிடமிருந்த நூறு பொற்காசுகளை எடுத்துக்கொண்டு சுல்தானின் வேட்டை நாய்களை வைத்திருக்கும் இடத்திற்கு விரைந்தார். அவற்றைப் பார்த்துக் கொள்ளும் வேட்டைக்காரர்களிடம் தொண்ணூறு பொற்காசுகளைக் கொடுத்தார். 'நான் இவற்றைப் பத்து நாள்கள் பார்த்துக்கொள்கிறேன்' என்று கூறி அவர்களை விடுப்பில் அனுப்பினார்.

நல்ல மாமிசமாக வாங்கி அவற்றிற்குப் போட்டார். அன்புடன் கவனித்துக் கொண்டார். குளிப்பாட்டிவிட்டார். நல்ல உணவைத் தருகிற மனிதரை அவை நேசிக்க ஆரம்பித்தன. அவர் கைகளிலிருந்தே சாப்பிடும் அளவிற்குப் பழகிவிட்டன.

பதினொன்றாம் நாள் வசீர் சுல்தானைச் சந்திக்கச் சென்றார். தண்டனையை நிறைவேற்றத் தன்னை ஒப்புக்கொடுத்தார். அவருடைய கால், கைகளைக் கட்டி மைதானத்தில் உருட்டிவிட்டார்கள். நாய்கள் திறந்து விடப்பட்டன. வேகமாக ஓடிவந்த அவை கடித்துக் குதறுவதற்குப் பதிலாக வாலாட்டிக்கொண்டு நின்றன. சுல்தானும், பார்வையாளர்களும் அதிசயம் அடைந்தார்கள். அவர் வசீரிடம் இதுபற்றிக் கேட்டார். அதற்கு வசீர் நடந்ததைச் சொன்னார். பிறகு 'நான் பத்து நாட்கள் தான் இந்த நாய்களைப் பார்த்துக்கொண்டேன், அவை என் உயிரைக் காப்பாற்றின. ஆனால் உங்களுக்காக முப்பது ஆண்டுகள் உழைத்தேன், நீங்களோ உயிரைப்போக்கும் ஆணையைப் பிறப்பித்தீர்கள்' என்று பணிவாகச் சொன்னான். சுல்தான் மன்னித்ததோடு அவரைப் பற்றிக் குறைசொன்னவர்களையும் வசீரிடம் ஒப்படைத்தான். ஆனால் அவர்களை வசீர் மன்னித்தார்.

'நற்றிணை'யில் ஓர் அழகிய உவமை கையாளப்பட்டிருக்கிறது. மருந்து தருகிற மரம் சிதைகிற மாதிரி அதைப் பயன்படுத்தக்கூடாது. அதைப் போல, மன்னன் குடிமக்களின் செல்வமெல்லாம் கெடுமாறு அவர்களிட ிருந்து வரியைப் பெறக்கூ ாது.

மரம்சா மருந்தும் கொள்ளார்; மாந்தர்
உரம்சாச் செய்யார் உயர்ந்தவர்; வளம்கெடப்
பொன்னும் கொள்ளார் மன்னர்

★

அத்தியாயம் 71

வாத்தையே கொல்லாதே

சொற்கள் வலிமை வாய்ந்தவை. அவற்றை எச்சரிக்கையோடு கையாள வேண்டும். பயன் படுத்திய பிறகு அவற்றைத் திரும்பப்பெறமுடியாது என்பது மட்டுமல்ல அவற்றால் ஏற்படும் பாதிப் பையும் நம்மால் திரும்பப்பெறமுடியாது. சிலர் 'நான் வெட்டு ஒன்று துண்டு இரண்டு என்று பேசு பவன்' என்று தங்களைப் பற்றிப் பெருமையாகக் கூறிக்கொள்வார்கள். அது முழுக்க அபத்தம். மற்றவர்களும் அவ்வாறு பேசினால் அவர்களால் அதைத் தாங்க முடியாது.

சொற்கள் மட்டுமல்ல, மக்களும் மென்மை யானவர்கள். பணியாளர்களும் அணுசக்தி போன்ற வர்கள். அவர்களை அதிகமாக வருத்தினால் அவர்களுடைய செயல்பாடுகள் முழுவதுமாகப் பாதிக்கப்படும். எனவே பணியாளர்களை மனத்தில் கொண்டே முடிவுகள் எடுக்க வேண்டும். இன்று மேலாண்மை வல்லுநர்கள் அடிக்கடி நிருவாகிகள் பணியாளர்களை அழைத்து அவர்களோடு கருத்து பரிமாற வேண்டும். நிறுவனத்தில் என்ன நடக்கிறது என்பது கடை நிலை ஊழியர் வரை தெரிந்திருக்க வேண்டும். அவர்களும் அந்த நிறுவனத்தில் முக்கிய பங்காற்றுகிறார்கள் என்பதை உணர்த்த வேண்டும் என்று குறிப்பிடுகிறார்கள்.

> நிதி நிருவாகத்தில் தலைமைப் பொறுப்பிலிருக்கிறவர்கள் கசக்கிப் பிழிந்து வரி வாங்கக்கூடாது

நிதி நிருவாகத்தில் தலைமைப் பொறுப்பிலிருக்கிறவர்கள் கசக்கிப் பிழிந்து வரி வாங்கக் கூடாது. அவர்கள் நம்பிக்கைகளின் மீது வரியைத் திணிக்கக்கூடாது. அத்தியாவசியப் பொருட்களின் மீது வரி குறைவாகவே இருக்க வேண்டும். இவற்றையெல்லாம் மேலாண்மை மட்டுமல்ல, இலக்கியங்களும் நமக்குத் தெரிவிக்கின்றன.

மூலாதாரம் பாதிக்காதவாறு அவற்றின் மகசூலை மட்டும் அனுபவிப்பது தான் சிறந்த மேலாண்மை. அளவுக்கதிகமாகச் சுரண்டும்போது முழுவதுமாக வளம் பாதிக்கப்படுகிறது. வரலாற்றில் அதற்கான எடுத்துக்காட்டுகள் தான் நவ்ரூ என்கிற தீவு.

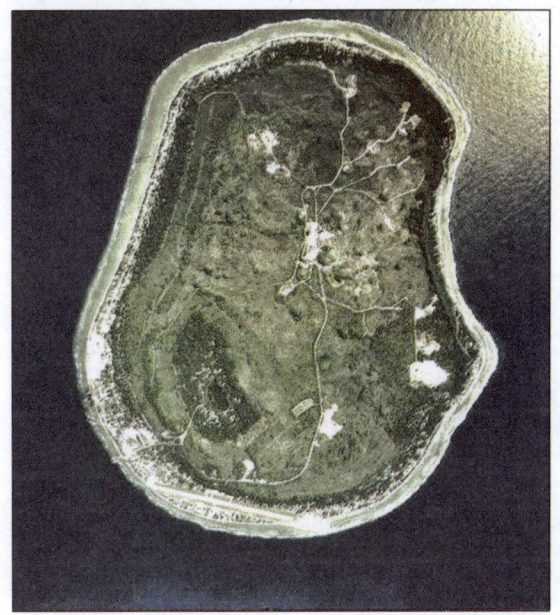

5000 ஏக்கர்கள் மட்டுமே கொண்ட அந்தக் குடியரசு நியூசிலாந்திற்கும், ஹவாய்க்கும் இடையே உள்ளது. அந்தத் தீவு ஒரே ஒரு சாதகமான அம்சத்தைக் கொண்டிருந்தது. அங்கே கடற்பறவைகளின் எச்சத்தினால் இயற்கையான உர வளம் அதிகமாக இருந்தது. அது அதிகமாக சுரண்டப்பட்ட காரணத்தால் முழுவதுமாக அழிந்துபோய் அந்த நாட்டின் பொருளாதாரத்தையே முழுவதுமாகச் சீரழித்து விட்டது. உலகத்தின் ஐம்பது மோசமான முடிவுகளில் அந்தத் தீவு தன் வளத்தை இழந்ததையும் ஒரு காரணமாகக் காட்டுகிறார்கள்.

ஈசாப்பு குறிப்பிட்ட பொன் முட்டையிடும் வாத்தைப் பேராசைப்பட்டுக் கொன்றதைப்போல இரத்தம் வரும்வரை பால்மாட்டைக் கறக்க நினைக்கக் கூடாது. அது முதலுக்கே மோசமாய் முடிந்துவிடும்.

'வரிவசூலிப்பவர்கள்மீது மக்களுக்கு அதிருப்தி இருந்தது' என்பதை இலக்கியங்கள் சுட்டிக்காட்டுகின்றன. இயேசு கிருஸ்துவை ஆபத்தில் சிக்கவைத்து விடவேண்டுமென்று ஒரு கும்பல் கங்கணம் கட்டிக் கொண்டு முயன்றது. அவர்கள் கேட்ட கேள்விகளுக்கெல்லாம் இயேசு பெருமான் பதில் சொன்னார்.

அவரிடம் 'யூதர்கள் உரோமாபுரிக்கு வரி கட்ட வேண்டுமா, இல்லையா?' என்று கேட்டார்கள். அவர் பதிலைக் கண்காணிக்க ஒற்றர்களும் அங்கே இருந்தார்கள். இயேசுபெருமான் அவர்களிடம் ரோம நாணயத்தைக் காட்டும்படி பணித்தார். அவர்கள் காட்டினார்கள். அவர்களிடம் 'யாருடைய பெயர் அதில் இருக்கிறது?' என்று கேட்டார். அவர்கள் 'சீசரின் பெயர் இருக்கிறது' என்று சொன்னார்கள். உடனே அவர் 'சீசருக்குச் சேர வேண்டியதைச் சீசருக்குத் தாருங்கள், கடவுளுக்குச் சேரவேண்டியதை கடவுளுக்குத் தாருங்கள்' என்று குறிப்பிட்டார். கலகக்காரர்கள் வாயடைத்துப் போனார்கள்.

ஆள்பவர்கள் சரியாக இருந்தால் நாடும் நலம் அடையும் என்பது அன்றைய புலவர்களின் நம்பிக்கை. புறநானூற்றில் தொண்டைமான் இளந்

திரையன் என்கிற காஞ்சி மன்னனே இதைப்பற்றி பாட்டு ஒன்றை எழுதியிருக்கிறார். உருளையையும், அச்சையும் சேர்த்து, உலகத்தில் செலுத்துகிற நல்ல சகடம், அதை ஓட்டுகிறவன் செம்மையாக இருந்தால், அது ஓடுவது ஒழுங்காக இருக்கும். தடங்கல் இல்லாமல் சீராகப் பயணமும் தொடரும். அப்படி இல்லாமல், அதைச் செலுத்துபவன் சரி இல்லாதவனாக, அதை முறையாகச் செலுத்தும் வகை தெரியாதவனாக இருந்தால், அந்த வண்டி அன்றாடம் பகைச் சேற்றிலே அழுந்தும். மிகப்பல தீமைகள் மேலும் மேலும் வந்து சேரும்.

'கால்பார் கோத்து ஞாலத்து இயக்கும்
காவற் சாகாடு உகைப்போன் மாணின்
ஊறுஇன்று ஆகி ஆறுஇனிது படுமே
உய்த்தல் தேற்றான் ஆயின் வைகலும்
பகைக்கூழ் அள்ளற் பட்டு'
மிகப்பல் தீநோய் தலைத்தலைத் தருமே (185)

'விஷ்ணு புராண'த்தில் வேனா என்கிற மன்னன் தன்னையே கடவுள் என்று சொல்லித் தனக்கே எல்லா விலங்குகளையும் பலியிட வேண்டும் என்று ஆணை பிறப்பித்ததாகவும், அதனால் கோபமடைந்த முனிவர்களின் கைகளிலிருந்த தர்பைப்புல் ஈட்டியாக மாற அவர்கள் அவனைக் குத்திக் கொன்றதாகவும் ஒரு கதை உண்டு. சோழ மன்னன் ஆதி இராஜேந்திரன், மக்கள் புரட்சி செய்ய அவர்களால் கொல்லப்பட்டான்.

பாரதியாரின் 'பாஞ்சாலிசபத'த் தில் 'பேயரசு செய்தால் பிணந்தின்னும் சாத்திரங்கள்' என்று முறையற்ற ஆட்சியைப் பற்றிப் பாஞ்சாலி சபையில் வாதிடுவாள். சாத்திரத்தைச் சாத்தான் மேற்கோள் காட்டுவது குறித்து மேத்யூ வின் புதிய ஏற்பாட்டில் குறிப்பிடப்பட்டிருக்கிறது. ஷேக்ஸ்பியரின் 'வெனிஸ் நகர வியாபாரி'யில் 'சாத்தான் தன் நோக்கத்திற்காகச் சாத்திரத்தை மேற்கோள் காட்டலாம். மோசமான ஆன்மா புனித சாட்சியை ஆஜர்படுத்துவது தீயவன் சிரிக்கும் இதழ்களோடு இருப்பதைப்போன்றது' என்று சித்திரிக்கப்பட்டுள்ளது. இந்த வாசகம் எண்ணற்ற ஆங்கில இலக்கியப் படைப்புகளில் பயன்படுத்தப்பட்டிருக்கிறது. நீதி நேர்மை தவறியவர்கள் ஆட்சிசெய்தால் அதில் புனிதத்தன்மை இருக்காது என்பதே பொதுவான நம்பிக்கை.

தன்னுயிரைப் பாதுகாப்பது போல, உலக உயிர்களை எல்லாம் பாதுகாத்து வருபவன் அரசன்.

'தன்னுயிர் போலத் தழீஇய உலகத்து
மன்னுயிர் காக்கும் இம்மன்னனும் என்கொலோ?'

எனக் 'கலித்தொகை'யில் நல்லந்துவனார் குறிப்பிடுகிறார்.

அறிஞர் அண்ணாவின் வாழ்க்கையில் நடந்த ஒரு சம்பவம். திடீரென ஒருநாள் கோட்டையில் அவரது அலுவலகத்துக்குத் தன் கட்சிப் பிரமுகரை வரச்சொன்னார். அவரது அறையில் இருந்து பார்த்தால் கடல் நன்றாகத் தெரியும். கடலை உற்று நோக்கியபடி அமர்ந்திருந்தார். அவரது எதிரே போய் அந்தப் பிரமுகரும் அமர்ந்தார். அவரைப் பார்க்காமல் கடலையே பார்த்துக்கொண்டு தீவிர சிந்தனையில் இருந்தார் அண்ணா.

நீண்ட நேரத்துக்குப் பிறகு பேச ஆரம்பித்தார். ''நாம் மக்களுக்கு நிறைய வாக்குறுதிகளைக் கொடுத்திருக்கிறோம். ஆனால் அவற்றை நிறைவேற்ற முடியவில்லை. எனவே, ஜனநாயகரீதியில் ஆட்சியதிகாரத்தை விட்டு விலக வாய்ப்பு இருக்கிறதா என்று யோசித்துச் சொல்'' என்றார். அந்த நபருக்கோ தூக்கிவாரிப் போட்டது. அவர் பதில் எதுவும் பேசவில்லை. கிடைத்த பதவியை எப்படியாவது தக்கவைக்க வேண்டும் என்று நினைக்கும் இந்தக் காலத்தில், கிடைத்த பதவியை எப்படித் துறப்பது என்று யோசித்தவர் அண்ணா. இது அவரது ஜனநாயக மரபுக்கு உதாரணம். கருணையில் ஆள்பவர் ஈரம் உடைய நீரைப்போல இருக்க வேண்டும். வீர இதயத்தைவிட ஈர மனம் முக்கியம்.

ஈரம் உடைமையின் நீரோடு அனையை
அளப்பரு மையின் இருவிசும்பு அனையை
கொளக்குறை படாமையின் முந்நீர் அனையை

என்று 'பதிற்றுப்பத்'தில் பெருங் குன்றூர் கிழார் பாடுகிறார்.

மக்களின் உயிரைக் காக்க நினைப்பவன் ஒருபோதும் மக்களைப் பயமுறுத்த நினைக்க

மாட்டான். கலீல் கிப்ரான் 'சோளக்காட்டுப் பொம்மை' என்கிற கவிதையை எழுதியிருக்கிறார்.

அதில் உயிரற்று இருக்கின்ற 'சோளக்காட்டுப் பொம்மை' எப்படி மக்களைப் பயமுறுத்துகிறது என்பதைக் குறிப்பிட்டுத் தக்கையாக இருப்பவர்களே மற்றவர்களைப் பயமுறுத்துவதில் சுகம் காண்பார்கள் என்று குறிப்பிடுகிறார்.

ஷேக்ஸ்பியரின் 'நான்காம் ஹென்றி' நாடகத்தில் 'அரச மகுடத்தைத் தாங்கும் தலை, மகிழ்ச்சி கொள்வதில்லை' என்பார். ஹென்றி மன்னன் பலவகைகளில் களைப்படைந்திருப்பான். நோய், குற்ற உணர்வு, கிளர்ச்சியால் ஏற்பட்ட சோர்வு ஆகியவை அவன் தலையில் பாரத்தை ஏற்றியிருந்தன. மகுடம் சுமக்க முடியாததாக இருந்தது. மனத்தில் 'இரண்டாம் ரிச்சர்ட்டு மன்னனிடமிருந்து நாட்டைக் கைப்பற்றியதுகூட தேவையில்லையோ' என்கிற எண்ணம் அவனுக்கு ஏற்படுகிறது. நாட்டை நடத்துவது எளிதான காரியமல்ல. அதனால்தான் முறை செய்து நாட்டை ஆள்பவர்களே மக்களால் இறை என்று கருதப் படுவார் என்று திருவள்ளுவர் தெரிவித்தார்.

என்நிழல் வாழ்நர், செந்நிழல் காணாது
கொடியன் எம்இறை எனக் கண்ணீர், பரப்பிக்
குடிபழி தூற்றும் கோலேன் ஆகுக

எனப் 'புறநானூற்'றில் தலையாலங்கானத்துச் செருவென்ற நெடுஞ்செழியன் 'என் குடை நீழலிடத்து வாழ்பவர், தாம் சென்று தங்க நிழல் காணாமல் கொடியன் என் வேந்தன் என்று கருதிக் கண்ணீரைப் பரப்பிக் குடிமக்கள் பழிதூற்றும் கொடுங்கோலை உடையானாகுக' என்று வஞ்சினம் கூறுவது செங்கோலாட்சியின் செம்மையைக் காட்டும்.

மனித மனம் கொஞ்சம் அதிகாரம் கிடைத்தாலும் முடிந்த அளவு துஷ்பிரயோகம் செய்யக் கூடியது. அதிகாரம் என்கிற போதை அடுத்தவர்களையும் தள்ளாட வைக்கும் குணம் படைத்தது. இதை, ஷேக்ஸ்பியர் 'சரிக்குச் சரி' என்கிற நாடகத்தில் தெளிவுபடுத்துகிறார். ஆஞ்சலோ என்கிற இளைஞன் தற்காலிகமாக வியன்னாவில் தலைமை நிர்வாகியாகப் பதவி உயர்வு பெறுகிறான்.

அவன் சட்டத்தை இரக்கமின்றி செயல்படுத்த நினைக்கிறான். அவ்வாறு செயல்படுத்தப்படும் சட்டங்களில் ஒன்று மணமாகாமல் கொள்கிற

உடலுறவுக்கு மரண தண்டனை வழங்குவது. அதில் முதல் குற்றவாளியாக இசபெல்லா என்கிற பெண்ணின் சகோதரன் அகப்பட்டுக்கொள்கிறான். அவனிடம் தண்டனையைக் குறைக்கும்படி கேட்க இசபெல்லா வருகிறாள். ஆனால் ஆஞ்சலோ ஒப்புக் கொள்ள மறுக்கிறான். ஆனால் இறுதியில் அவனே இசபெல்லாவிடம் தவறான நோக்கத்தோடு நடந்து மாட்டிக் கொள்கிறான்.

அவனைப் பற்றி இசபெல்லா குறிப்பிடுகிற போது 'குறைந்த அதிகாரத்தைப் பெருமையாக உடுத்திக் கொண்டவன்' என்பாள். இதுபோல கிடைத்திருக்கும் சிறிய துண்டு அதிகாரத்தைப் பலவகைகளில் அடுத்தவர்கள்மீது திணிக்க முயற்சி செய்கிறவர்கள் நிறைய பேர் இருக்கிறார்கள்.

அப்படிப்பட்டவர்கள் தாங்களும் ஒருநாள் தவறு செய்யக்கூடும் என்பதை மறந்துவிட்டு மாட்டிக் கொள்கிறார்கள். தங்கள் கைகளில் ஒப்பளிக்கப்பட்டிருக்கும் அதிகாரம் எப்போதும் நிலைத்து நிற்கும் என்று நினைக்கக் கூடாது.

அதிகாரம் என்கிற போதை
அடுத்தவர்களையும் தள்ளாட வைக்கும்
குணம் படைத்தது.

அறன்நிழல் எனக்கொண்டாய்; ஆய்குடை, அக்குடைப்
புறநிழற்கீழ்ப் பட்டாளோ இவள்? இவண் காண்டிகா
பிறைநுதல் பசப்பு ஊரப் பெருவிதுப்பு உற்றாளை

என மருதனிளநாகனார் வெண் கொற்றக்குடை பற்றிக் 'கலித்தொகை'யில் *(99)* பாடுகிறார்.

அரசன் மக்களுக்குக் கண்களைப் போல் இருக்கவேண்டும். கண்கள் தம்மைத்தாமே பார்த்துக் கொள்ள முடியாவிட்டாலும் மற்ற உறுப்புக்களை யெல்லாம் பார்த்துக்கொள்ளும் ஆற்றல் பெற்றது. கைக்குக் காயம் பட்டால் கை மட்டுமே கவலைப் படும். மூக்கிற்கு அடிபட்டால் அதைப் பற்றிக் காது வருத்தப்படாது. ஆனால் எந்த உறுப்புக்கு எது நேர்ந்தாலும் வருந்தி அழுவது கண்களே. எனவே பெரியவர்கள், உயர்ந்த குணத்தோர், அடுத்தவர் களுடைய வலிக்கும் வருந்தும் கண்களைப் போன்ற வர்கள் என்று நன்னெறி நவில்கிறது.

'பெரியவர்தம் நோய்போல் பிறர்நோய் கண்டுஉள்ளம்
எரியின் இழுதுஆவர் என்க-தெரிஇழாய்
மண்டு பிணியால் வருந்தும் பிற உறுப்பைக்
கண்டு கலுழுமே கண்'. *(20)*

உழைப்பவர்களின் வேதனையை அதிகாரிகள் தெரிந்துவைத்திருக்க வேண்டும். ஊழியர்கள் எவ்வாறு நடந்துகொள்ளவேண்டும் என்கிற நடத்தை விதி இருக்கிறது. ஆனால் அதிகாரிகள் எவ்வாறு பணியாளர்களிடம் நடந்துகொள்ள வேண்டும் என்கிற விதி எந்த நிறுவனத்திலும் இல்லை என்று அண்மையில் அதிகாரியாக இருந்த எழுத்தாளர் ஒருவர் வேதனைப்பட்டிருந்தார். மன்னனிலிருந்து கடைநிலை அதிகாரி வரை எப்படிப் பணியாற்றவேண்டும் என்பதையும், எப்படி மற்றவர்களை நடத்த வேண்டும் என் பதையும் எடுத்துச் சொல்கிறது இலக்கியம்.

அடுத்தவர்களை எவ்வாறு நடத்த வேண்டும் என்பதை உணர்த்த உழைப்பாளர்கள் படுகிற துயரத்தையும், அவர்கள் உருவாக்கிய மேன்மை யான படைப்புகளைக் காட்டியும் பாரதிதாசன் 'சித்திரச்சோலைகளே' என்கிற நேர்த்தியான கவிதையை எழுதியிருக்கிறார். நாம் பார்க்கிற அனைத்துமே அப்படி உருவானவைதான் என்பதை ஒரு நிமிடம் நினைத்தால் வேர்வைத் துளிகளைக் கௌரவப்படுத்துவோம்.

மேலாளர்கள் இரண்டு வகைப் படுவார்கள். மக்களை மையமாகக் கொண்டவர்கள், செயலை மையமாகக் கொண்டவர்கள். செயல் மட்டுமே முக்கியம் என்று நினைத்தால் பணியாளர்கள் பலவீனமடைந்து விடுவார்கள். பணியாளர்களின் நலனே மகத்தானது என்று நினைத்தால் நிறுவனம் பலவீனமாகிவிடும். எனவே இரண்டையும் சரிசமமாகக்கருதி நிருவாகத்தை நடத்த வேண்டும்.

இன்று மேலாண்மை வகுப்புகளில் சிறந்த மேலாளர் என்பவர் இந்த இரண்டையும் உரிய அளவில் வைத்துப் பாதுகாப்பவர்களே என்று குறிப்பிடப் படுகிறது. அது முற்றிலும் உண்மை.

பாரதிதாசன் 'நீங்களே சொல்லுங்கள்' என்கிற கவிதையில் உழைக்கும் மக்கள் எவ்வாறு நடத்தப் படவேண்டும் என்பதைத் தெளிவுபடுத்துகிறார்.

'தாமரை பூத்த தடாகங்களே, உமைத்
தந்த அக் காலத்திலே - எங்கள்
தூய்மைச் சகோதரர் தூர்ந்து மறைந்ததைச்
சொல்லவோ ஞாலத்திலே'
'தாரணியே ! தொழிலாளர் உழைப்புக்குச்
சாட்சியும் நீயன்றே-பசி
தீரும் என்றால் உயிர் போகும் எனச்
சொல்லும்
செல்வர்கள் நீதி நன்றோ!'

நாம் எல்லாருமே நம் மேலதிகாரிகள் எப்படி நடந்துகொள்ளவேண்டும் என எதிர்பார்க்கிறோமோ, அப்படி நம் கீழ்நிலை அதிகாரிகளிடம் நடந்து கொள் வதில்லை. 'முதலாளியிடம் அடிமையாக, கடை நிலை ஊழியனாக இருப்பவனும் அடிமைப்படுத்த ஒரு ஜீவன் இருக்கிறது, அது அவன் மனைவி' என்று எங்கல்ஸ் குறிப்பிடுகிறார்.

ஆர்.கே. நாராயண் 'குருட்டு நாய்' என்ற சிறு கதையை எழுதியிருக்கிறார். ஒரு விழியற்ற பிச்சைக் காரனுக்குப் பெண்ணொருத்தி ஒத்தாசை புரிகிறாள். அவள் போனபிறகு ஒரு நாய் அவனிடம் பாசமாக நடந்து கொள்கிறது. அதைச் சங்கிலியில் பிணைத்துத் தன்னை வழிநடத்த அழைத்துச் செல்கிறான். அதனால் அவன் எளிதில் இயங்கமுடிகிறது. ஆனால் அந்த நாயை அவன் மிகவும் மோசமாக நடத்துகிறான். அடித்தும், உதைத்தும் கடுமையாக நடத்துகிறான். அவனிடம், படாத சித்ரவதையை அது படுகிறது.

ஒருநாள் அவனிடமிருந்து தப்பித்துச் செல் கிறது நாய். நமக்கு அந்த இடத்தைக் கதையில் படிக்கும்போது, நாமே சிறையிலிருந்து தப்பித்தது போன்ற திருப்தி ஏற்படுகிறது. சில நாட்கள் நாயில்லாமல் மிகவும் சிரமப் படுகிறான். ஆனால் எதேச்சையாக அவனைச் சந்திக்கிற நாய், அத்தனைச் சித்ரவதைகளையும் மறந்துவிட்டு அவனிடம்

மறுபடி வாலாட்டிக் கொண்டு வந்து சேர்கிறது. கொடுமைப்படுத்தும் பிச்சைக்காரன் 'குருட்டு நாயா' அல்லது 'அன்பினால் குருடான அந்த நாயைக் குறிக்கிறதா' என்பதுதான் அந்தத் தலைப்பின் சிறப்பு.

தாஸ்தாவஸ்கியின் 'குற்றமும் தண்டனையும்' புதினம் உலகளாவிய கவனத்தை ஈர்த்தது.

''கடினமான தண்டனை குற்றவாளிகளைத் திருத்தாது. அவர்களை, மேலும் குற்றம் செய்யாமலும் தடுக்காது. அதன் காரணமாக, குற்றங்கள் குறையாததோடு, அதிகரிக்கவும் செய்யும்! கடைசியில் அந்தச் சூழலுக்கு இணங்கிப்போகவும் வேண்டிவரும். அதுபோன்ற தண்டனைகளால் சமுதாயம் காப்பாற்றப்படாது. எவர் கண்களிலும் படாமல் அவர்களை அடைத்து வைத்துவிடுவதால் ஒன்றும் ஆகிவிடாது. அவர்கள் இடத்தில் வேறு ஆட்கள் முளைத்துவிடுவார்கள். சில சமயம் ஒன்றுக்கு இரண்டாகவும்கூட! நமது காலத்தில் சமுதாயத்தைக் காப்பாற்றவும், குற்றவாளிகளைத் திருத்திப் புதுமனிதன் ஆக்கவும் செய்வது கிறிஸ்துவின் விதிமுறைகளால் மட்டுமே முடியும். அது மட்டுமே மனசாட்சியைப் பக்குவப்படுத்தும்...'' என்று அவர் கடுமையான தண்டனைகளைப் பற்றிக் கடிந்து கொள்கிறார்.

'அதிகாரம் எப்போதும் குற்ற உணர்வை துஷ்பிரயோகத்திலிருந்து விலக்கி வைத்துவிடுகிறது' என்று புருட்டஸ் 'ஜூலியஸ் சீசரி'ல் குறிப்பிடுவான். 'மேக்பத்'தில் ஒரு நல்ல படைத்தலைவனாக இருந்த அவன் கொலையாளியாக மாறிக் கொடுங்கோலனாக ஆகித் தன்னை எதிர்ப்பவர்களை எல்லாம் தீர்த்துக்கட்ட வேண்டும் என்கிற அவா மிகுந்தவனாக இருக்கிறான். அதுவே மிகுந்த வெறுப்பை மக்கள் உள்ளமெங்கும் ஏற்படுத்துகிறது.

மார்லோ எழுதிய 'தாம்பர் லேன் த கிரேட்' நாடகத்தில் அதிகாரம் வரவரத் தைமூர் எப்படி மற்றவர்களை மிகவும் மோசமாக நடத்துகிறான் என்பது தெளிவாக்கப்பட்டிருக்கிறது. அவனுடைய ஆணவம் அவனிடம் தோற்ற மன்னர்களின் முதுகை

அரியணைமீது ஏறி உட்காரப் பயன்படுத்தும் ஆசனமாக்குகிறது. முதுகை முக்காலியாக்கி அவர்களை அசிங்கப்படுத்துகிறான். இந்திய மரபில் தோற்ற மன்னர்களையும் கௌரவமாக நடத்த வேண்டும் என்பது விதி. பஜாசத் என்கிற துருக்கிய மன்னனும் அவன் மனைவி சபினாவும் கூண்டில் அடைக்கப்பட்டு அவமானப்படுத்தப்படுகிறார்கள். அவர்கள் இருவரும் தலையை கூண்டில் இடித்துக் கொண்டு மூளை பிதுங்கிச் சாபம் கொடுத்துக் கொண்டே சாகிறார்கள். அதிகாரத்தைத் தக்க வைத்துக்கொள்வதும், அடுத்தவர்களுக்கு அதை நல்ல முறையில் பயன்படுத்துவதும் நிர்வாகிகளுக்கும், ஆட்சியாளர்களுக்கும் அவசியம்.

ருத்ரதாமன் என்கிற மன்னன் குஜராத்தை ஆண்டு வந்தான். அவனைப் பற்றிய கல்வெட்டு

இலக்கியத்தில் மேலாண்மை

அவன் பெருமையைக் குறிக்கிறது. அறிவும், கலைகளில் தேர்ச்சியும், அறிவியலில் ஞானமும் அவனுக்கு இருந்தது. மிகச்சிறந்த போர்வீரனாகவும் இருந்தான். அவன் மிகுந்த அன்பும் தாராள மனப் பான்மையும் உள்ளவனாக இருந்தான். மக்களுக்கு வாரி வழங்குபவனாக இருந்தான். அவன் கஜானா நவமணிகளால் நிரம்பிவழிந்தது. அவ்வாறு சிறப்புப் பெற்றிருந்ததால் போற்றிப் புகழப்பட்டான். சிறப்பாக நிர்வாகத்தை நடத்தியவர்கள் எப்போதும் மற்றவர்களால் பாராட்டப் படுபவர்களாகவே இருந்திருக்கிறார்கள் என்பதைச் சரித்திரமும் நமக்குத் தெரிவிக்கின்றது.

இலக்கியத்தை வாசிப்பவர்கள் கனிவோடும், துணிவோடும், கடமையுணர்வோடும் யாரையும் அச்சுறுத்தாமல் நிர்வாகம் நடத்தவேண்டும் என்பதைக் கற்றுக்கொள்வார்கள். அது மேலாண்மை பாடத்திட்டத்தில் வாசிக்கக் கிடைக்காது.

அத்தியாயம் 72

அன்பால் ஆட்கொள்

அச்சுறுத்தி நடத்தும் மேலாண்மையை விட அன்புடன் நடத்தும் மேலாண்மையையே இலக்கியங்கள் ஆதரிக்கின்றன. தடாலடியாக எடுக்கும் முடிவுகளும் அடிமையைப்போல் நடத்தி வாங்கும் வேலையும் அதிகம் நீடிப்பதில்லை என்பதையே வரலாறும் இன்றைய வெற்றிபெற்ற நிறுவனங்களும் நிரூபிக்கின்றன. கருணையோடு கையாண்டால் கல்லும் பஞ்சாய் கனியும். கருணை என்பதற்கு ஈகை, மன்னித்தல், அனுதாபம், சகோதரத்துவம், இதயப்பூர்வம், மனிதத்தன்மை, அன்பு, இரக்கம், பரிதாபம், மென்மை, வருத்தம் போன்ற பல நற்குணங்கள் பொருளாகின்றன.

அரசன் குடிகளை மகிழ்ச்சியாக வைத்துக் கொள்ள வேண்டும் என்பது 'சுக்ர நீதி'யில் குறிப்பிடப்பட்டிருக்கிறது. அந்த அறிவுரை இன்றும் தலைமை நிர்வாகிகளுக்குப் பொருந்துவதாக இருக்கிறது. குடிகளை இன்புறுத்தும் அரசனுக்குரிய ஏழு வகைக் குணங்களை 'சுக்ர நீதி' தெளிவு படுத்துகிறது. தந்தை, தாய், ஆசிரியன், உடன் பிறந்தான், சுற்றம், குபேரன், எமன் ஆகிய எழுவரின் குணங்களை என்றும் உடையவனே அரசன். தந்தையைப்போல நற்குணங்களைப் பயிற்றுவிக்க வேண்டும். அதைத்தான் பொன்முடியார் 'நன்னடை நல்கல் வேந்தர்க்குக் கடனே' என்றார். தாயைப் போலக் குடிமக்களை வளர்த்து அவர்கள் புரியும் குற்றங்களைப் பொறுத்துக்கொள்ள வேண்டும். ஆசிரியரைப்போல நன்னெறியைப் போதிக்க வேண்டும். உடன் பிறந்தவனைப்போல மற்ற சகோதரர்களுக்கு வழிகாட்டியாக இருக்க வேண்டும். நண்பனைப்போல் தன்னையும், பெண்களையும், பொருள்களையும் பாதுகாத்துச் சுற்றமாக

வேண்டும். பொருள்களைப் கொடுப்பதில் குபேர னாகவும், முறைப்படி தண்டஞ் செய்வதில் எமனாகவும் இருக்கவேண்டும்.

அரசன் பிறர் கூறும் பழிப்புரையைப் பொறுத்துக்கொண்டு தன்பால் உள்ள தீய குணங் களை ஒழித்து எப்போதும் கொடையாலும், பெருமைப் படுத்தலாலும் கடவுட் கூறாய் விளங்க வேண்டுமென்று 'சுக்ர நீதி' அறிவுறுத்துகிறது. திருக்குறள் 'குற்றங்களைச் சுட்டிக்காட்டும் மனிதர்கள் அருகில் இல்லாத மன்னன் விரைவில் அழிவைத் தேடுவான்' என்கிறது. பகைவரே அப்படிப்பட்ட மன்னனுக்குத் தேவையில்லை.

இடிப்பாரை இல்லாத ஏமரா மன்னன்
கெடுப்பார் இலானும் கெடும்

(குறள் - 448)

மன்னன் தன் கீழ் வாழும் குடிகளை மகிழ் வித்து, பெரியோரைப் பின்பற்றி நடுநிலைமை யோடு ஆட்சி செய்தால் அவனைக் கடவுளின் அவ தாரமாகவே மக்கள் கருதுவார்கள் என்று 'சுக்ர

தமிழ் இலக்கியங்கள் காட்டும் அரசர்கள் கருணை மிகுந்தவர்களாகவே காட்சி அளிக் கிறார்கள். அடுத்தவர்களுக்கு உதவி செய்வதைக் கூட சொல்லாமல் செய்வது தான் பெரியாருடைய பண்பு. பூக்காமலேயே பழுக்கும் பலா மரத்தைப் போன்றவர்கள் பெரியவர்கள். பூத்த பின்னர் கனியைத் தரும் மாமரத்தைப் போன்றவர்கள் இடைப்பட்டவர்கள், பூத்தும் கனியைத் தராத பாதிரி மரத்தைப் போன்ற, சொல்லியும் செய்யாதவர்கள் கடைநிலை மனிதர்கள் என்று ஔவையார் தன் தனிப்பாடலின் மூலம் வகைப்படுத்துகிறார்.

'சொல்லாம லேபெரியர் சொல்லிச்
சிறியர் செய்வர்
சொல்லியும் செய்யார் கயவரே நல்ல
குலாமாலை வேல்கண்ணாய் கூறுஉவமை நாடின்
பலாமாவைப் பாதிரியைப் பார்' *(31)*

லாவோட்-சு மென்மையாக நிர்வாகம் நடத்து வதைப் பற்றிக் குறிப்பிடும்போது 'நீரைப்போல நிர்வாகி இருக்க வேண்டும்' என்கிறார். நீர் மென்மையாக இருந்தே கடினப் பாறைகளையும் சொரசொரப்பான கற்களையும் வழவழப்பாகவும் மாற்றிவிடுகிறது. அதைப்போலவே மேன்மையான மனிதர்கள் மென்மையான மனிதர்கள் எல்லோரையும் வசப்படுத்திவிடுவார்கள். அவர்கள் எப்போதும் புன்னகையுடன் மனமாற்றத்தை ஏற்படுத்திப் பணியாளர்களிடம் ஆகவேண்டிய செயல்களை வாங்கிவிடுவார்கள் என்று தெரிவிக்கின்றார். அவர்களிடம் வேலை பார்ப்பவர்களுக்குப் பணி மூங்கிலைக் கடிப்பதைப்போலக் கடினமாக இல்லாமல், கரும்பைக் கடிப்பதுபோலக் களிப்பாக இருக்கும்.

மன்னன் ஈர இதயத்தோடு இருக்கவேண்டும். அவனுடைய குடிமக்கள் வறுமைத் துன்பத்தின் வெப்பத்தை அறியாமல் வாழவேண்டும் என்கிற கருத்து, குறுங்கோழியூர் கிழார் பாடிய புறநானூற்றுப் பாட்டில் வலியுறுத்தப்பட்டிருக்கிறது

இலக்கியத்தில் மேலாண்மை

> நீர் மென்மையாக இருந்தே
> கடினப்பாறைகளையும்
> சொரசொரப்பான கற்களையும்
> வழவழப்பாகவும் மாற்றிவிடுகிறது

அறிவும் ஈரமும் பெருங்கண்ணோட்டமும்
சோறு படுக்குந் தீயோடு
செஞ்ஞாயிற்றுத் தெறல்அல்லது
பிறிதுதெறல் அறியார்நின் நிழல்வாழ் வோரே
திருவில் அல்லது கொலைவில் அறியார் (20)

ஆலூர் மூலங்கிழார் பாடிய 'புறநானூற்று'ப் பாடலில் 'மன்னனுடைய கருணை உள்ளம் கற்பகச் சோலை' என்கிறார். தன்னை நாடி வந்தவர்களுக்கு இன்பநிலை அளித்துப் பொன் பூ பூக்கும் கற்பகச் சோலையைப்போலக் கண்ணோட்டம் கொண்ட உள்ளம் வாய்க்கப்பெற்ற மன்னன் சோழன் கிள்ளி வளவன் என்று குறிப்பிடும் பாடலாக இது அமைந்துள்ளது. வீரச் செருக்கைவிட, கருணை உள்ளத்தையே மக்கள் போற்றுவார்கள் என்பது இதிலிருந்து புலப்படுகிறது.

தலைமைப் பொறுப்பில் இருப்பவர்கள் ஊக்கு விப்பவர்களாக இருக்க வேண்டுமே தவிர விமர்சகர் களாக இருக்கக்கூடாது. டாங் சாம்ராஜ்யத்தில் பிற்படுத்தப்பட்ட பகுதிக்கு லியூ பின் என்கிற நபரை நிர்வாகியாக அனுப்பி வைத்தார்கள். அவ்வூர் மக்கள் படிக்காதவர்கள், ஏழைகள். சார்நிலைப் பணியாளருடைய மகன் ஒருநாள் அவரைச் சந்தித்து அவன் எழுதிய கட்டுரைகளைக் காட்டினான். லியூ பின் அவனை வெகுவாகப் புகழ்ந்தார். அவருடைய சக ஊழியர்கள் அதிர்ச்சியடைந்தார்கள். 'மிக மட்டமான கட்டுரைகளை இப்படிப் பாராட்டு கிறாரே!' என்று அதிர்ச்சியடைந்தனர். அவன் சென்ற பிறகு லியூ பின்பு சொன்னார். 'இந்த இளைஞன் படிக்காத குடும்பத்திலிருந்து வந்திருக் கிறான், ஆனால் படிக்க ஆசைப்படுகிறான். தன்னு டைய முயற்சியில் சிரமப்பட்டுப் படித்துள்ளான். இவனை நான் தன்னம்பிக்கையை இழக்கச் செய்யும்படி ஆக்கக்கூடாது. நான் அவனைப் புகழ்ந்தால்தான் அவனது சமவயதினர் அவனைப் போலப் படிக்கத் தொடங்குவார்கள். இவனோ இன்னும் தீவிரமாக உழைக்க ஆரம்பிப்பான். இதன் மூலம் இந்த ஊரில் எல்லோருமே வாசிப்பவர் களாகவும், உழைப்பவர்களாகவும் மாறுவார்கள்.

சட்டத்தை மீறுபவர்கள் குறைவாக இருப்பார்கள். நான் ஏன் புகழ்வதில் கஞ்சத்தனம் காட்ட வேண்டும்?' என்று குறிப்பிட்டார்.

திருவள்ளுவர் கருணையோடு நிர்வாகத்தை நடத்த வேண்டும் என்பதை வலியுறுத்தி ஓர் அதிகாரத் தையே எழுதியிருக்கிறார். அதிகாரம் மட்டும் பயன்படாது என்பதை உணர்த்தும் அதிகாரம் அது. 'கண்ணோட்டம்' என்கிற அந்த அதிகாரத்தில் இவ் வுலகம் அழியாமல் இருப்பது கண்ணோட்டத்தால் தான் என்று சுட்டிக் காட்டுகிறார். விழிகள் அழகு பெறுவது கருணையினால்தான். 'கருணையற்ற கண்கள் புண்கள்' என்று குறிப்பிடுகிறார்.

அதே நேரத்தில் 'கருணையும் குறையாமல், கருமமும் சிதையாமல் காரியம் ஆற்ற வேண்டும்' என்பது அவருடைய கூற்று. இன்று மேலாண் மையில் பணியின் சார்பாகவும், பணியாளர் சார்பாகவும் ஒருங்கிணைத்து இயங்குகின்ற மேலாளரைச் சிறந்த மேலாளர்கள் என்று அழைக்

கிறார்கள். அதைத்தான் திருவள்ளுவர் அன்றே கூறியுள்ளார்.

**கருமம் சிதையாமல் கண்ணோட வல்லார்க்கு
உரிமை உடைத்திவ் வுலகு (578)**

சீனத்தில் வூ கீ என்கிற தளபதி இருந்தார். தன் சிப்பாய்கள் என்ன உடை உடுக்கிறார்களோ, என்ன

இன்று மேலாண்மையில் பணியின் சார்பாகவும், பணியாளர் சார்பாகவும் ஒருங்கிணைத்து இயங்குகின்ற மேலாளரைச் சிறந்த மேலாளர்கள் என்று அழைக்கிறார்கள்

உணவு உண்கிறார்களோ, அவற்றையே அவரும் உண்டு உடுப்பவர். குதிரையில் சவாரி செய்யாமல் அவர்களோடு நடந்து செல்வதில் மகிழ்ச்சி அடைபவர். ஒருமுறை சிப்பாய் ஒருவருக்குச் சண்டையில் காயம் ஏற்பட்டது. அவர் அந்தச் சிப்பாய் படுத்திருக்கும் இடத்திற்குச் சென்றார். அந்தச் சிப்பாயின் முதுகில் ஒரு கொப்புளம் இருந்தது.

மற்ற சிப்பாய்கள் முன்பு, அந்தத் தளபதி மண்டியிட்டு அந்தக் கொப்புளத்தை உடைத்து அதிலிருக்கும் சீழைத் தன் வாயால் உறிஞ்சி வெளியே துப்பினார். இந்தச் சம்பவத்தைக் கேள்விப்பட்ட அந்தச் சிப்பாயினுடைய தாய் கதறி அழுதாள். ஒருவர் அவளிடம் 'உன் மகன் ஒரு சாதாரண காலாட்படை வீரன். தளபதியே தக்க அக்கறை எடுத்துக் கொள்ளும்போது நீ ஏன் அழுகிறாய்?' என்று கேட்டார்.

அதற்கு அந்தப் பெண்மனி 'இதன் சூட்சுமம் உங்களுக்குத் தெரியாது. சில ஆண்டுகளுக்கு முன்பு என் கணவருக்கும் இதேபோன்று போர்க்களத்தில் தளபதி வூ கீ பணிவிடை செய்தார். என் கணவர் செஞ்சோற்றுக்கடன் பட்டு உயிரைத் துச்சமாய் மதித்துத் தளபதிக்காகப் போரிட்டுப் போர்க்களத்தில் மாண்டு போனார். இப்போது என் மகனும் அவ்வாறு இறந்துபோவானோ! என்கிற அச்சத்தில்தான் நான் அழுகிறேன்' என்றாள். இதுதான் உண்மையான அர்ப்பணிப்பைப் பணியாளர்களிடம் இருந்து வாங்குவதற்கான எடுத்துக் காட்டு.

★

அத்தியாயம் 73
படைக்கும் முந்து பந்திக்கும் முந்து

நிறுவன மேலாண்மைப் பணியாளர்களிடம் பொறுப்பையும், உரிமையையும் சம அளவில் பங்கிட்டு அளிப்பதை வலியுறுத்துகிறது. சில நிறுவனங்கள் பொறுப்பை மட்டும் நிறைய உண்டாக்கிவிடுகின்றன. ஆனால், பணியாளர்களுக்குத் தேவையான சுதந்திரத்தையோ, வெகுமதியையோ அவை அளிப்பதில்லை. சில நிறுவனங்களும் பணியாளர்களுக்குப் பணிந்து சலுகைகளின் எல்லாக் கதவுகளையும் அகலத் திறந்து வைத்துவிடுகின்றன. இந்த இரண்டுமே தவறான முன்மாதிரிகள். நிறுவனம் பணியாளர்களின் நலனில் அக்கறை செலுத்துவது அவசியம். அதே நேரத்தில் நிறுவனத்தின் நோக்கமும் அதன் சமன்பாட்டுப் பட்டியலும் செம்மையாக இருக்கும்படி பார்த்துக் கொள்ள வேண்டும்.

கம்பராமாயணத்தில் இராமனுடைய திருமணத்திற்கு மிதிலைக்குச் செல்லும் தசரதன், அவனுடைய சேனையையும் அழைத்துச் செல்கிறான். போருக்கு மட்டும் படை வீரர்கள் என்றிருந்தால் அது அவர்களை உற்சாகப்படுத்தாது. திருமணம் போன்ற மகிழ்ச்சியான நிகழ்வுகளிலும் பங்கேற்றால் தான், தங்கள் நாடு, தங்கள் மன்னர் என்னும் நெருக்க உணர்வு ஏற்பட்டு அது நேச உணர்வாக மாறித் தேச உணர்வாக ஒளிரும் என்பது தசரதன் காட்டும் தலைமைப் பண்பு. இன்று பல தனியார் நிறுவனங்கள் ஆண்டுக்கு ஒருமுறை குடும்பத் திருவிழாவை நடத்தி அதில் எல்லோரும் குடும்பத்தோடு கலந்து கொண்டு விளையாட்டுப் போட்டிகள், விருந்து, கேளிக்கைகள் ஆகியவற்றில் ஈடுபட

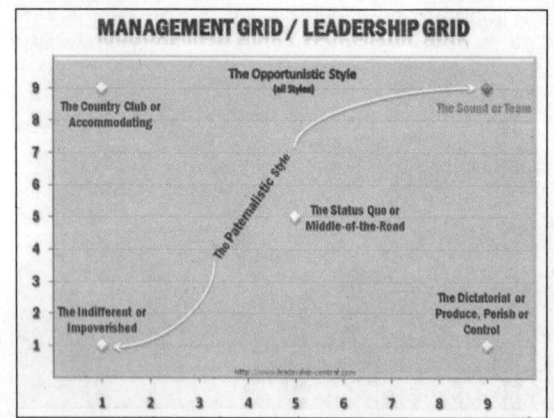

வேண்டும் என்று வற்புறுத்துவதற்குக் காரணம் அவர்களுக்குள் சுமுகமும், இணக்கமும் ஏற்பட வேண்டும் என்பதற்காகத்தான். அலுவலக மேசையில் எடுக்கப்படாத பல முடிவுகள் உணவு மேசையில் எடுக்கப்படுவதைப் பார்க்கலாம். பணியாளர் நலன் என்பது முக்கியம் என்பதை அன்றே தசரதன் அறிந்திருந்தான்.

நிறுவனங்கள் இப்போது பண்டிகைகளின் போது ஊக்கத் தொகை தருகின்றன. நிறுவனம் இலாபகரமாக நடந்தால் இருபது சதவிகிதம் வரை போனஸ் தரப்படுகிறது. இந்தச் செய்தி பணியாளர்களிடம் தாங்களும் அந்த நிறுவனத்தின் ஒரு பகுதி என்கிற உணர்வை ஏற்படுத்துகிறது. அவர்கள் இன்னும் அதிகமான இலாபத்தை நிறுவனத்திற்கு ஈட்டித்தரவேண்டும் என்று உழைக்கிறார்கள். அவர்கள் தங்களைச் சம்பளம் பெறுகிற சிப்பந்திகளாக நினைக்காமல் அந்த நிறுவனத்தைக் காக்கும் சிப்பாய்களாக நினைக்கிறார்கள். சிப்பந்திகளைச் சிப்பாயாக்கும் நிறுவனமே சிறப்பைப் பெற முடியும்.

ஜென் இலக்கியத்தில் ஓர் உருவகக்கதை உண்டு. ஜப்பானிய இராணுவத்தின் ஒரு பிரிவு போர்ப் பயிற்சி செய்யும்போது சில இராணுவ அதிகாரிகள் காஸன் கோயிலில் தங்க நேர்ந்தது. அந்த மடாலயத்தின் தலைவரான காஸன் சமையல்காரனிடம் அதிகாரிகளும் நம்மைப்போல சாதாரண உணவையே உண்ணட்டும் என்றார். இராணுவ அதிகாரிகளுக்குக் கோபம் வந்தது. அவர்கள் காஸனிடம் சென்று 'எங்களை யார் என்று

தங்களைச் சம்பளம் பெறுகிற சிப்பந்திகளாக நினைக்காமல் அந்த நிறுவனத்தைக் காக்கும் சிப்பாய்களாக நினைக்கிறார்கள். சிப்பந்திகளைச் சிப்பாயாக்கும் நிறுவனமே சிறப்பைப் பெற முடியும்

நினைத்துக்கொண்டீர்கள்?, நாங்கள் எங்கள் உயிரைத் தியாகம் செய்கிற இராணுவ அதிகாரிகள். எங்களை ஏன் மரியாதையோடு நடத்த மறுக்கிறீர்கள்?' என்று கேட்டார்கள். அதற்குக் காஸன் 'நாங்கள் யார் என்று நீங்கள் நினைக்கிறீர்கள்? நாங்கள் மனித நேயத்திற்காகப் போராடும் சிப்பாய்கள்' என்று உறுதியான பதில் சொன்னார். தலைமைப் பொறுப்பில் இருப்பவர்கள் எது கிடைத்தாலும் அதை மகிழ்ச்சியாக ஏற்றுக்கொண்டு தேடுவதைத் தொடர்வது அவசியம். அப்போதுதான் அவர்களுக்கு உரிய மரியாதை மற்றவர்களால் தரப்படும்.

ஔவையார் 'நல்வழி'யில் 'நிலத்தின் தன்மையை நீராலும், வாரி வழங்கும் குணத்தைத் தக்கவர் தன்மையாலும், கண்ணின் பெருமையைக் கருணைமிக்க பார்வையாலும், கற்பு நெறியைப் பெண்ணின் மேன்மையாலும் காணலாம்' என்று கண்ணோட்டத்தைப் பற்றி முன்னோட்டம் விடுகிறார்.

'தண்ணீர்நில நலத்தால் தக்கோர்குணம்
கொடையால்
கண்ணீர்மை மாறாக் கருணையால் -
பெண்ணீர்மை

கற்புஅழியா ஆற்றால் ; கடல்சூழ்ந்த வையகத்துள்

அற்புதமாம் என்றே அறி'. (16)

சீன அறிஞர் கன்ஃபூஷியஸ் மௌன்ட் டாய் வழியாக ஒருமுறை தன் சீடர்களோடு சென்று கொண்டிருந்தார். அப்போது ஒரு பெண்மணி கல்லறைக்கு முன்னால் நின்று அழுது கொண்டிருந்தாள். அதைப் பார்த்ததும், ஒரு சீடனை அவள் அழுவதற்கான காரணத்தைக் கேட்டுவருமாறு அனுப்பினார். அந்தச் சீடன் அவளிடம் 'உன் கவலையின் காரணத்தை அறியலாமா?' என்று கேட்டான். அதற்கு அந்தப் பெண்மணி 'ஒரு புலி என் மாமனாரை முன்பு அடித்துக்கொன்று விட்டது, என் கணவனுக்கும் புலியால் தான் மரணம் ஏற்பட்டது. இப்போது இன்னொரு புலி என் மகனை அடித்து உண்டுவிட்டது. அவன் கல்லறைக்கு முன்புதான் நான் அழுதுகொண்டிருக்கிறேன்' என்றாள். அதற்கு கன்ஃபூஷியஸ் 'புலிகளால் இப்படி தொல்லை இருக்கிறதே, நீ ஏன் வேறு இடத்திற்குச் செல்லக்கூடாது?' என்று கேட்டார்.

அதற்கு அந்தப் பெண்மணி 'இந்தப் பிரதேசத்தை நிருவகிப்பவர் கருணையுள்ளம் கொண்டவராக இருக்கிறார். அதனால்தான் இங்கு வாழ்கிறோம்'. கன்ஃபூஷியஸ் சீடர்களிடம் 'இதை மனத்தில் வைத்துக் கொள்ளுங்கள்' என்றார். 'கொடுங்கோன்மை, கொடூரப் புலியைவிட கொடூரமானது' என்றார். அது சீனத்தில் பழமொழியாகவே தங்கி விட்டது.

கடினமான தலைமையும், விதிக்கப்படுகிற கட்டுப்பாடும் நிரந்தரமான நன்மையைத் தராது. சீனத்தில் 'மாபெரும் பாய்ச்சல்' என்ற கொள்கை ஒரு கட்டத்தில் முன்வைக்கப்பட்டது. தொழிற்சாலைகள் பெருகவேண்டும் என்பதற்காகக் கட்டாயமான நடவடிக்கைகள் எடுக்கப்பட்டன. அவையெல்லாம் குறுகிய காலத்தில் பொருளாதார முன்னேற்றத்தை ஏற்படுத்தின. ஆனால் நாளடைவில் தேசத்திற்கு நலிவை ஏற்படுத்தின. அது மட்டுமல்லாமல் சீனத்தில் நான்கு கோடி பேர் இறக்கிற அளவிற்குக் கடுமையான பஞ்சம் ஏற்பட்டது. இயற்கைப் பேரழிவுகள் நிகழ்ந்தன. மக்கள் பட்டினி கிடந்தார்கள். எஃகு உற்பத்தியை அதிகரிக்கக் காட்டிய முனைப்பால் பயிர் உற்பத்தி பாதிக்கப்பட்டது. இது அந்த நாட்டையே பின்னுக்குத் தள்ளியது. எந்த நடவடிக்கையும் துப்பாக்கி முனையிலோ, குறிப்பாணை நுனியிலோ திணிக்கப்பட்டால் அது பயனளிக்காது.

புலிகளைக்கூட அன்பினால் வசப்படுத்த முடியும் என்கிற சீன நாட்டுப்புறக் கதை ஒன்று உள்ளது.

மலையடிவாரத்தில் இருந்த ஒரு சாது பல அதிசயங்களை நிகழ்த்தக் கூடியவர். ஒரு பெண்மணி அவரைத் தேடி வந்தாள். தன்னுடைய கணவர் போருக்குச் சென்று, திரும்பி வந்ததிலிருந்து மூன்றாண்டுகளாக எதிலும் ஈடுபாடு கொள்ளாமல் உள்ளார் என்று தெரிவித்தாள். அவர் பேசுவதே கிடையாது. அப்படிப் பேசினாலும் கடுமையாகப் பேசுகிறார். பிடிக்காத உணவைப் பரிமாறினால் வெளியேறிவிடுகிறார். அவரைக் குணப்படுத்த ஏதுவாக லேகியம் ஒன்றைத் தர வேண்டும் என்று பாதங்களில் விழுந்தாள்.

சாது, ''எனக்கு லேகியம் தயார் செய்யத் தேவையான பொருளைக் கொண்டு வந்து தர வேண்டும்'' என்றார். புலியின் மீசையிலிருந்து ஒரு முடியைப் பிடுங்கி வர வேண்டும் என்றார். 'அய்யோ! அது முடியாதே!' என்றாள் அவள். 'அது இருந்தால்தான் நீ கேட்கும் லேகியம் தயாரிக்க முடியும்' என்று உறுதியாகச் சொல்லிவிட்டார்.

ஓர் இரவு, சாதத்தையும், கறிக் குழம்பையும் எடுத்துக்கொண்டு புலி நடமாடும் மலைப்பகுதிக்கு அவள் சென்றாள். புலிக் குகைக்குத் தொலைவில்

நின்றவாறே உணவருந்த அழைத்தாள். ஆனால் புலி வெளியே வரவில்லை. அடுத்த இரவும் குகைக்குச் சென்று புலியைச் சாப்பிட அழைத்தாள். அன்றும் அது வரவில்லை. அடுத்த இரவும் சென்று அழைத் தாள். அன்று புலி வெளியில் வந்து அவளைப் பார்த்து விட்டுச் சென்றுவிட்டது. மறுநாள் இரவு புலி வெளியில் வந்து அவளது கண்களையே உற்றுக் கவனித்தது. பிறகு அவள் கொண்டு வந்த உணவைச் சாப்பிட்டது.

இதைப்போலவே ஆறுமாத காலம் ஓடியது. இப்பொழுது புலியும் இவளைப் பார்த்து உறுமு வதில்லை. புலியைப் பார்த்து இவளும் பயப்படு வதில்லை. ஒருநாள் புலியின் தலையைத் தடவிக் கொடுத்துக்கொண்டே ஒரு முடியைப் பிடுங் கினாள். புலியும் கோபப்படவில்லை.

அந்தப் பெண் மகிழ்ச்சியுடன் புலி முடியுடன் சாதுவிடம் ஓடி வந்து அதைத் தந்தாள். அது புலியின் முடிதானா என்பதைச் சாது ஊர்ஜிதப் படுத்திக் கொண்டு அதைத் தீயில் போட்டுவிட்டார். ரொம்பக் கஷ்டப்பட்டுக் கொண்டு வந்த முடியைத் தீயில் போட்டுவிட்டாரே என்று அவள் பதைபதைத்தாள். சாது அமைதியாக 'இந்த முடியை எவ்வாறு கொண்டு வந்தாய்?' என்று கேட்டார். ஆறு மாத காலமாக, தான் புலியைச் சந்திக்க மேற்கொண்ட முயற்சிகளை விவரித்தாள்.

'நீ அன்பாகப் பேசி, பணிவிடை செய்து, காட்டில் வாழும் ஒரு கொடிய மிருகமான புலியையே உன் அன்பால் அடக்கிவிட்டாய். உன் கணவன் என்ன புலியைவிட கொடியவனா? அவனையும் உன் அன்பால், அரவணைப்பால் எளிதாகத் திருத்தி விடலாமே' என்றார், சாது.

அந்தப் பெண் வாயடைத்து நின்றாள். உண்மை அவளுக்கு விளங்கியது. மலைவாழ் சாது கூறிய உண்மையை உணர்ந்தபடியே வீட்டிற்குத் திரும் பினாள். நாம் அன்போடு மேற்கொள்கிற முயற்சி எல்லாக் கட்டுப்பாடுகளையும் உடைத்துவிடும். வலிமை பெற்றுவிடும். நாம் செய்கின்ற செயலைப் பொறுப்புடன் நம்முடைய ஆத்மாவை அதில் கலந்து செய்யும் போது வெகு எளிதில் அது பலனைத் தருகிறது. கொடிய மிருகங்கள்கூட மனிதனுடைய அன்புக்குக் கட்டுப்படுகின்றன. நாகங்களோடு வாழ்க்கை நடத்துபவர்கள் இருக் கிறார்கள்.

சீனத்தின் ஷாங் மன்னர்கள்தான் அந்த நாட்டை ஆண்ட முதல் சாம்ராஜ்யத்தைச் சார்ந்தவர்கள் எனத் தொல்லியல் ஆய்வுகள் தெரிவிப்பதாக 'உலக வரலாறு' என்ற நூல் தெரிவிக்கிறது. அந்த அரசு கி.மு. 1122 ஆம் ஆண்டு வரை நீடித்தது. அதற்குப் பிறகு அந்த மன்னர்கள் கொடுங்கோலர்களாக ஆனார்கள். எனவே மேற்கிலிருந்து ஜௌ என்ற இனம் முற்றுகையிட்டு, ஷாங் மன்னரைக் கொன்றது. எனவே கொடுங்கோலர்கள் எப்போதுமே உள்ளூர் மக்களால் உதாசீனப்படுத்தப்படுபவர்களாகவே இருக்கமுடியும். முடியாட்சியிலும் அவர்கள் முடியைப் பிடித்து அரியாசனத்தைவிட்டு இறக்க மக்கள் தயாராகவே இருப்பார்கள்.

பைபிளில் 'வாளால் வாழ்பவன் வாளால் வீழ்வான்' என்கிற வாசகம் இடம் பெற்றிருக்கிறது. ஜூடாஸ் ஏசுவை முத்தமிட்டு 'எஜமானரே வாழ்க!' என்று கூறியபோது ஏசு அவனிடம் 'நீ எங்கிருந்து வந்தாய்?' என்று கேட்டார். அப்போது அவர் கைது செய்யப்பட்டார். அப்போது ஏசுவின் உடனிருந்த ஒருவர் கத்தியை உருவிக் கைது செய்ய வந்தவர் களில் ஒருவனை வாளால் காயப்படுத்தினார். அப்போது ஏசு 'உன் வாளை உறையில் போடு. வாளை எடுப்பவன் வாளால் வாழ்விழப்பான்' என்றார். எல்லா நேரங்களிலும் வாளைப் பயன் படுத்தி வாழ்ந்துவிடமுடியாது. தன்னைக் கொல்ல வந்த முத்தநாதன் மீது கூட அன்பு செலுத்தியவராக

இலக்கியத்தில் மேலாண்மை

மெய்ப்பொருள் நாயனார் இருந்தார் என்பதைப் 'பெரியபுராணம்' தெளிவுபடுத்துகிறது. முத்தநாதன் உடைவாளை ஓங்கிக் குத்தியபோதும் தன் மெய்க் காப்பாளன் அவனை வாளால் வெட்ட முனைந்த போது 'தத்தா! இவர் நம்மவர்' என்று அவனைத் தடுத்தவர் மெய்ப்பொருள் நாயனார். 'எம்பிரான் அடியவரான இவர் என் நாட்டை விட்டுத் திரும்பிச் செல்லும் வகையில் காவல் மேற்கொண்டு இவரைக் கொண்டுவிடுவாயாக' என்றும் சொன்னார்'

'வேதனை எய்தி வீழ்ந்த வேந்தரால்
    விலக்கிப்பட்ட
தாதனாந் தத்தன் தானும் தலையினால்
    வணங்கித் தாங்கி
யாதுநான் செய்கேன் என்ன எம்பிரான்
    அடியார் போக
மீதிடை விலக்கா வண்ணம் கொண்டுபோய்
    விடுநீ என்றார்'.

> பைபிளில் 'வாளால் வாழ்பவன் வாளால் வீழ்வான்' என்கிற வாசகம் இடம் பெற்றிருக்கிறது.

'லங்காவதார சூத்ரா' பிரபஞ்ச ஆன்மாவைப் பற்றிப் பேசுகிறது. பிரபஞ்ச ஆன்மா தனிப்பட்ட ஆன்மாக்களையும், அவற்றின் கட்டுப்பாடு களையும் கடந்ததாக இருக்கிறது. முற்றிலும் தூய்மையானது. குற்றங்களிலிருந்து விடுபட்டது. தன்முனைப்பற்றது. எந்த விருப்பமோ, வெறுப்போ அற்றது. பிரபஞ்ச மனம் பெருங்கடலைப் போன்றது. மேற்பகுதி அலைகளாக இருந்தால் ஆழம் அமைதி யாக இருக்கிறது. அதற்குத் தனிப்பட்ட உருவம் கிடையாது. தேவைப்படுகிறபோது தேவையான பாத்திரத்தை அது தரித்துக்கொள்கிறது என்று கருணையைப் பற்றிக் குறிப்பிடுகிறது.

★

இலக்கியத்தில் மேலாண்மை

அத்தியாயம்
74

கனிவுடன் கண்டிக்கலாம்

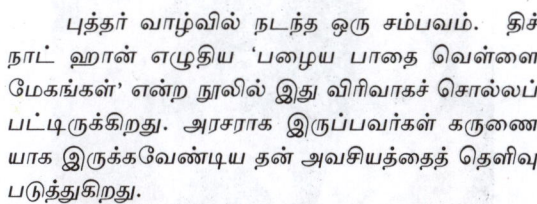

புத்தர் வாழ்வில் நடந்த ஒரு சம்பவம். திச் நாட் ஹான் எழுதிய 'பழைய பாதை வெள்ளை மேகங்கள்' என்ற நூலில் இது விரிவாகச் சொல்லப் பட்டிருக்கிறது. அரசராக இருப்பவர்கள் கருணை யாக இருக்கவேண்டிய தன் அவசியத்தைத் தெளிவு படுத்துகிறது.

ஒரு நாள் புத்தர் பூங்காவில் இருந்த போது அவர் காலடியில் அன்னப்பறவை ஒன்று வந்து விழுந்தது. அப்போது அவருக்கு ஒன்பது வயது. அதன் உடலில் அம்பு ஒன்று இருந்தது. அதைப் பார்த்ததும் துடிதுடித்துப்போன புத்தர் அதன் சிறகு ஒன்றில் ஆழமாகப் பதிந்திருந்த அம்பை மெதுவாக வெளியில் எடுத்தார். அந்தப் பறவை வலியால் கதறியது. தன் விரலை வைத்து வழியும் இரத்தத்தை நிறுத்தினார். அரண்மனையிலிருந்த சுந்தரி என்கிற பெண்மணி சில மூலிகைகளைக்கொண்டு வந்து அந்தப் பறவையின் காயங்களில் தடவினாள். அந்த அன்னம் நடுங்கியது. புத்தர் தன் மேலங்கியை எடுத்து அதை மூடினார்.

அரச சமையலறைக்குள் எடுத்துச்சென்று அதற்குக் கதகதப்பைத் தந்தார். அப்போது அதன்மீது அம்பு எறிந்த புத்தரின் உறவினரான தேவதத்தன் அதை எடுப்பதற்காக ஓடினான். புத்தர் 'நீ அதை எடுக்கக்கூடாது' என்று தடுத்தார். அப்போது தேவதத்தன் 'நான் தான் இதன் மீது அம்பு எறிந் தேன், எனவே இது எனக்குத்தான் சொந்தம்' என்று சொன்னான். புத்தர் 'அந்தப் பறவை காயமடைந்து உள்ளது, அதை நான் காப்பாற்றியவன், இது இங்குத்

தான் இருக்கவேண்டும்' என்று வாதிட்டார், அவர்களுக்குள் வாக்குவாதம். புத்தர் சொன்னார் 'அன்பு செலுத்துபவர்கள் ஒரே இடத்தில் இருக்க வேண்டும். எதிரிகளோ விலகி இருக்க வேண்டும். நீ இந்த அன்னத்தைக் கொல்ல நினைத்தாய். எனவே நீ இதற்கு எதிரி. இந்தப் பறவை உன்னோடு இருக்க முடியாது. நான் இதை நேசிக்கிறேன். எனவே நாங்கள் தாம் ஒன்றாக இருக்கலாம்' என்று சொன்னார்.

வாக்குவாதம் வழக்கானது. அரண்மனைக்கு எடுத்துச்செல்லப்பட்டது. ஆனால் அங்கிருந்த பெரும்பான்மையான அமைச்சர்கள் பறவையைக் கொல்ல அம்பு எய்திய தேவதத்தனுக்குத்தான் அது சொந்தம் என்று சொன்னார்கள். அமைதியாக இருந்த புத்தரின் தந்தை சுத்தோதனர் அதற்கு மேலும் பொறுமையாக இருக்க முடியாமல் தொண்டையைச் செருமினார். அமைச்சர்கள் அமைதியானார்கள்.

அதற்குப் பிறகு அரசர் அவர்கள் வாதத்தை விரும்பவில்லை என்பதை உணர்ந்து புத்தர் பக்கமே நியாயம் இருப்பதாக வாதிட்டனர். புத்தருக்கு அன்னம் கிடைத்தது. ஆனால் அவர் மகிழ்ச்சி யடையவில்லை. அமைச்சர்கள் அவருடைய தந்தையைத் திருப்திப்படுத்துவதற்காகத்தான் அவ்வாறு பேசினார்களேயொழிய சித்தார்த்தருடைய வாதத்தை உணரவில்லை என்பதுதான் அவருடைய வருத்தத்திற்குக் காரணம். புத்தர் இந்தச் சம்பவத்தை ஸ்வஸ்திக்கும், சுஜாதாவிற்கும் எடுத்துச் சொல்லிப் 'பத்து இலட்சம் பேர் சொன்னாலும் பொய் பொய் தான். கருணையும், அன்புமே உண்மையானவை' என்று குறிப்பிட்டார். கருணையோடு அந்த நிகழ்வைச் சுத்தோதனருடைய அரசவையில் இருந்தவர்கள் பார்க்கவில்லை என்பதுதான் இப்படியொரு குளறுபடிக்குக் காரணம்.

ஏசு கிறிஸ்து உருவகக்கதை ஒன்றில் கருணையைப் பற்றிக் குறிப்பிடுகிறார். பீட்டர் அவரிடம் 'எத்தனை முறை ஒருவரை மன்னிக்க வேண்டும்?' என்று கேட்டதற்கு அவர் 'ஏழு முறை மன்னிக்கலாம். எழுபது முறை மன்னிக்கலாம்' என்று அதிகப்படுத்திக்கொண்டே போகிறார். அதற்கு ஓர் உருவகக்கதையையும் சொல்கிறார். ஓர் அரசன் தன் சேவகர்களிடம் கணக்குகளைத் தீர்த்துக் கொள்ள விரும்புகிறான். அப்போது அவனுக்குப் பத்தாயிரம் காசுகள் கொடுக்கவேண்டிய ஒரு சேவகன் திருப்பிக்கொடுக்க முடியாத நிலை மையை அடைகிறான். குடும்பத்தையும், சொத் தையும் பறிமுதல் செய்ய வேண்டிய நிலை. அந்தச் சேவகன் அவர் கால்களில் விழுந்து கெஞ்சி ''என்னை மன்னித்துக்கொள்ளுங்கள். சில நாட் களில் உங்கள் கடனைத் திருப்பிச் செலுத்திவிடு கிறேன்'' என்கிறான். அரசன் அவன் மேல் கருணை கொண்டு கடனைத் தள்ளுபடி செய்து அடிமைத் தளையிலிருந்து விடுவித்து அனுப்பினான்.

அவனோ வந்ததும் அவனோடு பணிபுரிந்த இன்னொரு பணியாள் தனக்குத் தரவேண்டிய சில பவுண்டுகளுக்காக அவன் கழுத்தைப் பிடித்து நெரித்து 'எங்கே என் பணம்? திருப்பிக் கொடு' என்று மிரட்டினான். அந்தப் பணியாளோ 'கொஞ்சம் பொறுமையாய் இரு. நான் நிச்சயம் உன்னை ஏமாற்றமாட்டேன்' என்று கெஞ்சினான். ஆனால் இவனோ, அவனை மன்னிக்காமல் சிறைக்கு அனுப்பினான். மற்ற பணியாட்கள் இந்தச் செய்தியை எஜமானரிடம் சொன்னார்கள். அவரோ 'நான் எவ்வளவோ பணத்தை உனக்கு மன்னித்து அருளினேன். ஆனால் நீயோ ஒரு சின்னத்

தொகைக்காக உன் சக பணியாளைச் சிறைக்கு அனுப்பினாய்' என்று வெகுண்டு அவனுக்குத் தண்டனை வாங்கித் தந்தார்.

தனது நாடகங்களில் கருணை காட்டு வதையும், மன்னிப்பதையும் மாபெரும் நெறியாக ஷேக்ஸ்பியர் வலியுறுத்துகிறார்.

அவருடைய 'விரும்பியபடி' நாடகத்தில் ஆலிவர் என்கிறவனுக்கு ஆர்லண்டோ என்பவன் தம்பி. தம்பி சிறுவனாக இருந்த போதே தந்தை இறந்துவிட்டார். இறக்கும்போது ஆலிவரை அழைத்துத் தம்பியை நன்கு வளர்க்க வேண்டு மென்று கேட்டுக் கொண்டார். ஆனால் அண்ணனோ மோசமானவன். தம்பியை நன்றாகப் படிக்க வைக்கவில்லை. இருந்தாலும் ஆர்லண்டோ அனை வரும் விரும்பும் படி நற்குணங்கள் பெற்றான். ஆலி வருக்குப் பொறாமை. அரண்மனையில் மல்யுத்தப் போட்டி. அதில் ஆர்லண்டோ கலந்து கொண்டான். மல்யுத்த வீரன் ஆலிவரிடம் சென்று 'உன் தம்பிக்கு ஏதாவது தீங்கு ஏற்படலாம்' என்று சொன்னபோது 'நீ அவனை மல்யுத்தத்தில் தீர்த்துக்கட்டிவிடு' என்று சொல்கிறான். ஆனால் ஆர்லண்டோ வீரத் தால் வெற்றி பெறுகிறான். அவன் பெற்ற வெற்றி, அந்நாட்டு அரசனுக்குப் பிடிக்கவில்லை. அவனைத் தீர்த்துக்கட்ட முடிவுசெய்து அவனைக் கொண்டுவர வேண்டும் என்று ஆலிவருக்கு ஆணையிடுகிறான். அவனும் தம்பியைத் தேடி அவன் மறைந்து வாழும் காட்டுக்கு வருகிறான். அங்கே அவனைத் தாக்கச் சிங்கம் ஒன்று பாய்ந்துவருகிறது. தனக்கு இத்தனை கொடுமைகள் செய்திருந்தாலும் ஆர்லண்டோ கருணையும், பெருந்தன்மையும் கொண்டு அவன் உயிரைச் சிங்கத்திடமிருந்து காப்பாற்றுகிறான். ஆலிவரும் திருந்துகிறான்.

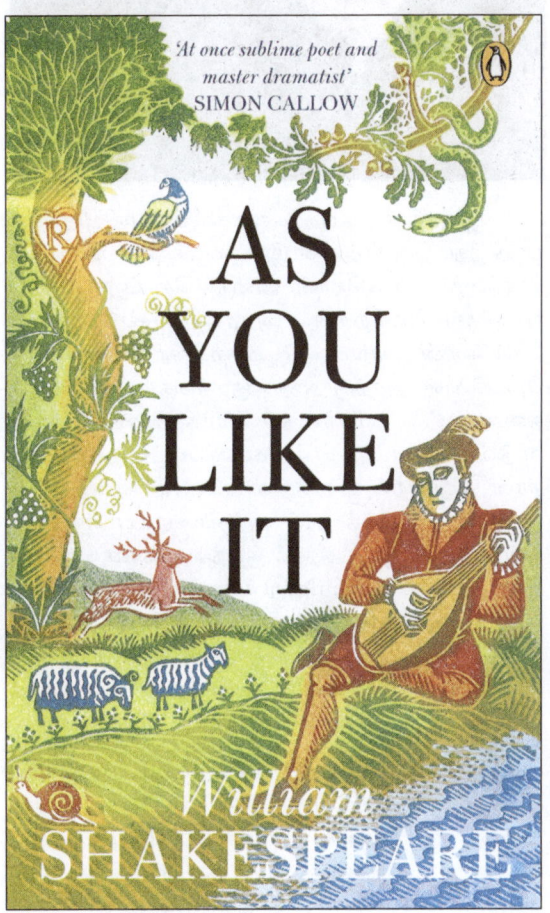

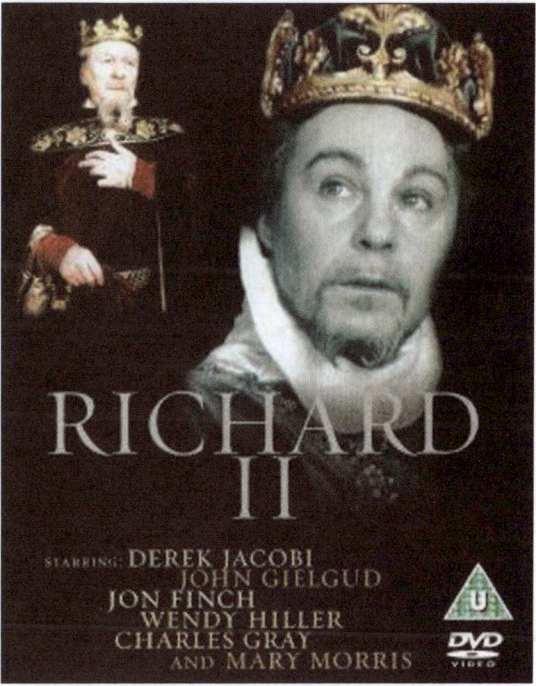

'மறப்போம், மன்னிப்போம்' என்கிற புகழ் பெற்ற வாசகங்கள் ஷேக்ஸ்பியரின் பல நாடகங் களில் இடம்பெற்றிருக்கின்றன. 'கிங் லியரி'ல் அது வருகிறது. 'இரண்டாம் ரிச்சர்ட்' நாடகத்திலும் 'மற,

'மகத்தான குணம் பழிவாங்குவதில் அல்ல. மறப்பதில்தான் இருக்கிறது'

மன்னி' என்கிற வாசகம் இடம்பெற்றிருக்கிறது. 'ஆறாம் ஹென்றி' நாடகத்தில் 'புத்திசாலிகள் இழப்புக்காக வருந்தாமல் இனிமையுடன் நடந்து கொள்ள முயற்சி செய்கிறார்கள்' என்பது கூறப் பட்டிருக்கிறது. 'ஆண்டனி அண்ட் கிளியோ பட்ரா'வில் 'நடந்தவை என்னைப் பொருத்தவரை கடந்தவை' என்கிற வாசகம் இடம் பெற்றிருக்கிறது. 'சான்றோன் தவறுகளை எண்ணிக்கொண்டே இருக்கக் கூடாது' என்பது 'கோரியலேனஸ்' நாடகத்தில் இடம்பெற்றுள்ளது. 'நடந்தவை நல்ல வையாகவே இருக்கின்றன' என்ற நாடகத்தில் 'நான் எல்லாவற்றையும் மன்னித்து மறந்துவிட்டேன்' என்கிற புகழ்பெற்ற வரிகள் காணப்படுகின்றன. 'டெம்பஸ்ட்' நாடகத்தில் 'மகத்தான குணம் பழி வாங்குவதில் அல்ல. மறப்பதில்தான் இருக்கிறது' என்று தெரிவிக்கப்படுகிறது. இப்படி, எல்லா நாடகங்களிலும் மையக்கருத்தாக மன்னிப்பதை வலியுறுத்திக் கருணையைத் தூக்கிப்பிடிக்கும் பண்பு ஷேக்ஸ்பியரிடம் இருந்தது.

'டெம்பஸ்ட்' நாடகத்தில் ஆலன்ஸோவையும், ஆண்டனியோவையும் பார்த்து ஏரியல் என்கிற ஆவி 'பாவிகளே, உங்கள் பாவச்சுமை மிகப் பெரியது, மிலன் தேசத்து அரசர் பிராஸ்பரோ விற்கும், அவருடைய மூன்று வயது மகளுக்கும் நீங்கள் செய்த துரோகம் கொடுமையானது. அவர் களைத் தன்னந்தனியே நடுக் கடலில் விட்டீர்கள்' என்று திட்டித் தீர்க்கிறது. தாங்கள் செய்த பாவத்தை எண்ணி அவர்களும் வருந்துகிறார்கள். இருவரும் பிராஸ்பரோவிடம் மன்னிப்பு கேட்டு மண்டியிடு கிறார்கள். பிராஸ்பரோ 'அனைத்தையும் மறப் போம், மன்னிப்போம்' என்று கூறுகிறார். பதவி உயர உயர மன்னிக்கும் தன்மை அதிகரிக்க வேண்டும். வயது அதிகரிக்க அதிகரிக்க மன்னிப்பது அடர்த்தியாக வேண்டும். கருணையும், பொறுமையும், விட்டுக்கொடுக்கும் தன்மையுமே முதிர்ச்சியின் அடையாளங்கள். அவை இல்லாதவர்கள் நிர்வாகி களாக இருக்க முடியாது என்பதை 'டெம்பஸ்ட்' நாடகம் உணர்த்துகிறது.

சின்ன வயதிலிருந்தே கருணை மயமான எண்ணம் இருக்கவேண்டும்.

இது சீன மரபுக் கதைகளில் வலியுறுத்தப் படுகிறது. ஒரு சிறுவன் இரட்டைத்தலை கொண்ட நாகத்தைப் பார்க்கிறான். அதைக் கொன்று பூமியில் புதைத்துவிடுகிறான். அழுதுகொண்டே வீடு செல்கிறான். அம்மா அழுவதற்கான காரணத்தைக் கேட்கிறாள். அதற்கு அந்தக் குழந்தை 'யார் இரண்டு தலை உள்ள நாகத்தைப் பார்த்தாலும் இறந்து விடுவார்கள் என்று நான் கேள்விப்பட்டிருக்கிறேன். நான் ஒன்றைப் பார்த்துவிட்டேன்' என்று கூறி அழுதது. 'அந்தத் தாய் அந்தப் பாம்பு எங்கே?' என்று கேட்டாள். அந்தக் குழந்தை 'நான் கொன்று புதைத்து விட்டேன். வேறு யாரும் பார்த்து இறக்கக் கூடாது என்பதால் அவ்வாறு செய்தேன்' என்றது. அந்தத் தாய் புளகாங்கிதம் அடைந்து 'நீ இறக்க மாட்டாய் மகனே. உன் கருணையான இதயத்தைக் கடவுள் பார்த்துக்கொள்வார்' என்று மெச்சினாள்.

பைபிளில் 'வலது கை கொடுப்பது இடது கைக்குத் தெரியவேண்டாம்' என்கிற வாசகம் உண்டு. இடது கை 'தன்முனைப்பை'யும், வலது கை 'ஈகை உள்ளுணர்வையும்' குறிப்பிடுகிறது. நாம் தருவதைக்கூட விளம்பரப் படுத்தக்கூடாது. தந்த வுடனே அதை மறந்துவிடவேண்டும். தந்தோம் என்கிற உணர்வைக்கூட தூக்கிக் கொண்டு அலையக் கூடாது என்பதை பைபிள் வலியுறுத்துகிறது.

'மாற்றங்கள் குறித்த புத்தகம்' ('The Book of Changes') என்கிற சீன இலக்கியம் ஃபூ க்ஸி என்பவரால் எழுதப்பட்ட, ஐந்தாயிரம் ஆண்டுக்கு முற்பட்ட சீன ஆவணம். அதில் தலைமைப் பண்புகள் பற்றிப் பல அறிவுரைகள் வழங்கப்

பட்டிருக்கின்றன. ஒரு நல்ல தலைவன் தன் தொண்டர்களிடம் சான்றாண்மையாலும், தன்னுடைய உதாரண குணத்தாலும் தாக்கம் ஏற்படுத்துபவன். பொறுமையாளன், தாராள மனப்பான்மை கொண்டவன். மக்களின் இதயத்தில் தன் எதிரொலி யைக் கேட்பவன். பணிவாக இருப்பவன்; களிப் போடு இருப்பவன்; நன்னடத்தை கொண்டவன்; நேர்மையாக இருப்பவன்; வீட்டைக் கவனிப் பதைப் போலவே நிறுவனத்தைக் கவனிப்பவன். அவன் வாழ்வே ஒரு தகவல். கொஞ்சம் கொஞ்ச மாக வளர்ச்சியடைபவன். தடைகளைச் சந்தித்து வெற்றி பெறுபவன். துணிச்சலாகவும், திடமாகவும் இருப்பவன். இருண்ட நேரத்திலும் ஒளிர்ந்த எதிர் காலத்தை நோக்கி முயற்சிகளை மேற்கொள்பவன். மக்களின் துணையோடு சவால்களைச் சந்திப்பவன். பெற்ற வெற்றியைப் பேணிக்காப்பவன். மாற்றங் களை எதிர்பார்ப்பவன் என்று தேவையான குணங் களை அது விவரித்துக்கொண்டே செல்கிறது.

ஷேக்ஸ்பியர் 'வெனிஸ் நகர வியாபாரி' நாடகத்தில் கருணையைப் பற்றி விரிவாகப் பேசு கிறார். 'கருணையின் தன்மை கறைபடிவதில்லை. அது சொர்க்கத்திலிருந்து விழும் மென்மையான மழைத்துளிபோல, விழுகிற இடத்தை இரண்டு வகைகளில் ஆசிர்வதிக்கிறது. கொடுப்பவனையும் வாழ்த்துகிறது, பெற்றுக் கொள்பவனையும் வாழ்த்து கிறது' என்று ஒப்பந்தத்தைப் பிடிவாதமாக நிறை வேற்றித் தீர வேண்டும் என்று வாதிடும் ஷைலாக்கின் கொடூர மனத்தை அது சுட்டிக்காட்டுகிறது.

'பழிக்குப் பழி' என்கிற நாடகத்திலும் கருணை வலியுறுத்தப்படுகிறது. 'கருணைமயமாக இருப்பவர்கள் கடவுள் தன்மையோடு இருக் கிறார்கள். கருணையுடன் நடந்துகொள்ளும்போது தெய்வங்கள் நம்மை நெருங்கி வருகின்றன'. 'டைட்டஸ் ஆன்ட்ரானிகஸ்' என்கிற நாடகத்தில் இது கூறப்பட்டுள்ளது.

'கோரியலேனஸ்' நாடகத்தில் சின்ன வயதில் அவன் பட்டாம் பூச்சிகளைப் பிடித்துத் துன் புறுத்துபவன் என்பது சித்திரிக்கப்பட்டிருக்கிறது. யாருக்கும் எந்தத் தீங்கும் செய்யாத வண்ணத்துப் பூச்சிகளை ஒருவன் வதைக்கிறான் என்றால் குரூர மனம் படைத்தவனாகத்தான் அவன் இருக்க

'கருணையின் தன்மை கறைபடிவதில்லை. அது சொர்க்கத்திலிருந்து விழும் மென்மையான மழைத்துளிபோல

முடியும் என்பதை அந்தக் காட்சிச் சித்திரத்தின் மூலம் ஷேக்ஸ்பியர் தெளிவுபடுத்துகிறார். ஒரு மனிதன் தலைமைப்பண்பு உள்ளவனா, இல் லையா என்பதை அவனுடைய பாலகப்பருவமே தீர்மானித்துவிடுகிறது. அந்த வயதில் அவன் காட்டுகிற கருணையே அவன் வளர்ந்த பிறகு எவ்வாறு மற்றவர்களை நடத்துகிறான் என்பதற்குச் சாட்சியாக இருக்கிறது என்பது அதன்மூலம் தெளிவுபடுத்தப்படுகிறது.

லிண்டா ஹென்மேன் என்கிற மேலாண்மை வல்லுநர் 'எவ்வாறு தலைமை தாங்குவது' என்ற ஒரு நூலை எழுதியிருக்கிறார். அதில் அவர் 'F2 Leaders: Fair but Firm' என்கிற பதத்தைப் பயன் படுத்துகிறார். கருணையுடனும், பொறுப்புடனும்

பணியாற்றுபவர்களே தலைசிறந்த நிர்வாகிகளாக இருக்கமுடியும். சிலரோ தீவிரவாதத் தலைமை யோடு இருப்பார்கள். அவர்களுக்குப் பணியே முக்கியம். தண்டனையே வழிமுறை. ஆதிக்க மனப் பான்மையே கொள்கை. தடித்ததோலே ஆடை, கட்டுப்படுத்துதலே உத்தி. சிலரோ இருக்கிற இடம் தெரியாமல் பணியாற்றுபவர்கள். அவர்களுக்கு எதன்மீதும் பிடிப்பு இருக்காது. பணியும் முக்கிய மில்லை, ஊழியர்களும் முக்கியமானவர்கள் இல்லை.

மேசைக்கு வருகிற கோப்புகளில் மொட்டைக் கையொப்பம் போட்டு விட்டு முடியை வளர்ப் பார்கள். அனுசரணையானவர்கள் அடுத்த விதம். அவர்கள் பிரச்சினையில்லாமல் இருந்தால் சரி என்று எண்ணுவார்கள். எல்லோரிடமும் நட்பாக இருப்பார்கள். மற்றவர்களை மகிழ்விப்பதே அவர்கள் மந்திரம். பணி எக்கேடு கெட்டால் என்ன என்றிருப்பார்கள். ஃப் டூ தலைவர்களோ உறுதி யாகவும், நியாயமாகவும் இருப்பார்கள். பிரச்சினை களுக்குத் தீர்வு காண்பார்கள். எல்லாச் செயலும் பலன் குறித்தனவையே என்று செயல்படுவார்கள். அப்படிப்பட்டவர்களே கருமம் சிதையாமல் கண்ணோட வல்லவர்கள். அப்படிப்பட்டவர்கள் இருக்கும் நிறுவனத்தில் பணியாளர்கள் அலுவலகம் செல்லும்போது மகிழ்ச்சியாகவும் திரும்பி வருகிற போது திருப்தியோடும் இருப்பார்கள்.

★

அத்தியாயம்

75

சுற்றுச்சூழல் மேலாண்மை

நம்மைச் சுற்றியிருக்கின்ற அனைத்துமே சுற்றுச்சூழலைக் குறிக்கும். டையன் அஃகர்மென், வானம் பூமியின் ஒரு மில்லி மீட்டர் உயரத்திலிருந்தே ஆரம்பமாகிவிடுகிறது என்று குறிப்பிடுகிறார். காற்று, நீர், மண் என்ற அனைத்துமே சுற்றுச் சூழல்தான். மரங்கள், உயிரினங்கள் என்கின்ற அனைத்தும் அதில் அடங்கும். இயற்கையின் சமத் தன்மை பாதிக்கப்பட்டால் உணவு உற்பத்தி வீழ்ச்சியடையும். அப்போது இரண்டாம், மூன்றாம் பிரிவைச் சார்ந்த தொழில்களும் நசிந்துபோகும்.

இன்று வன மேலாண்மை என்பது தனிப் பிரிவாக வளர்ந்து வருகிறது. இயற்கை வளங்களை அப்படியே பாதுகாத்தால்தான் நாம் நல்ல நீரையும், தூய்மையான காற்றையும் பெற முடியும். இயற்கை சலித்துச் சலித்து இவற்றைக் கோடிக்கணக்கான ஆண்டுகளாகச் செம்மைப்படுத்தியிருக்கிறது. வனத்திலிருக்கிற உயிரினங்கள் மட்டுமல்ல; நம்மைச் சுற்றியிருக்கின்ற மரங்களையும், செடிகளையும், மூலிகைகளையும் பாதுகாப்பது அவசியம். நிரந்தரமான இழப்பு ஏற்படாத அளவிற்கு நாம் இயற்கையைப் பயன்படுத்திக்கொள்ளலாம். ஆற்றில் இருக்கிற மணலை நாம் எவ்வளவு பயன் படுத்திக்கொள்ள முடியுமோ அதற்கு மேல் அதைச் சுரண்டக் கூடாது. அதைப்போலவே பல்லுயிரினம் என்கிற ஒன்று இன்று போற்றிப் பாதுகாக்கப்பட வேண்டிய ஒன்றாக இருக்கிறது. எல்லா உயிரினங் களையும் குறையாமல் பாதுகாத்தால்தான் நாம் பூமியைக் காப்பாற்றிக்கொள்ள முடியும் என்பது

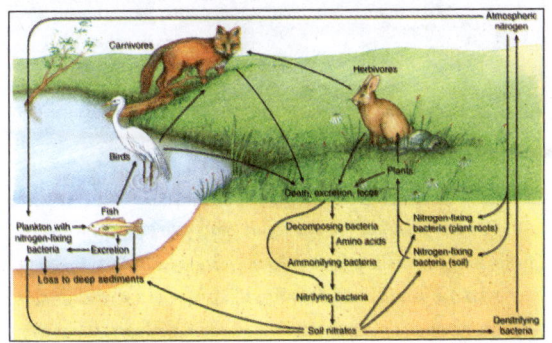

எல்லா உயிரினங்களையும் குறையாமல் பாதுகாத்தால்தான் நாம் பூமியைக் காப்பாற்றிக்கொள்ள முடியும் என்பது இன்று சுற்றுப்புறச் சூழலியலாளர்கள் குறிப்பிடும் கருத்து

இன்று சுற்றுப்புறச் சூழலியலாளர்கள் குறிப்பிடும் கருத்து.

இன்று மேலாண்மையில் முக்கியமான ஒரு கூறு சுற்றுச்சூழல் நுண்ணறிவு. ''உணர்ச்சி நுண்ணறிவு'' என்கிற பதத்தைப் பரவலாக்கிய டேனியல் கோல்மேன் என்பவர்தான் சுற்றுச்சூழல் நுண்ணறிவையும் முன்வைக்கிறார். இன்று நாம் சந்திக்கின்ற மிகப்பெரிய சவால் சுற்றுச்சூழலைப் பேணுவதும், உலக வெப்பமயமாதலைத் தடுப்பதும் தான். முன்பு போல் இலாபம் ஈட்டுவது என்கிற குறுகிய நோக்கத்தை மட்டும் மனத்தில் வைத்துக்கொண்டு செயல்படமுடியாது. பொருளாதார இலாபம் மட்டுமே குறிக்கோளாக இருந்தால் அது நாளடைவில் மிகப்பெரிய அழிவை ஏற்படுத்தி இழப்பை ஈடுகட்ட முடியாமல் திக்கித் திணற வைத்துவிடும். அப்படி ஒரு நிகழ்வுதான் திருப்பூர் சாயப்பட்டறை விவகாரம். சுற்றுச்சூழல் மேலாண்மையையும் கணக்கில் எடுத்துக்கொண்டிருந்தால் இப்படியொரு விபத்து நேர்ந்திருக்காது. எல்லோரும் கையைப் பிசைந்துகொண்டு வருந்துகிற அவசியமும் ஏற்பட்டிருக்காது.

வர்த்தகங்கள் உற்பத்தியையும் அடிப்படையாகக் கொண்டவை. சில நேரங்களில் நுகர்வோர்களைக் கவர வேண்டும் என்கின்ற குறுகிய பார்வையோடு சுற்றுச்சூழலுக்குப் பாதிப்பு ஏற்படுகிற பொருட்களைப் பயன்படுத்தக் கூடாது. அதைப் போலவே சுவையைக் கூட்டுவதற்காக உடலுக்குக் கேடு விளைவிக்கின்ற பொருட்களை உணவில் சேர்க்கக்கூடாது. பொருளைப் பயன்படுத்திய பிறகு தூக்கியெறிகிற கழிவுகள் இயற்கைக்கு உகந்ததாகவும், எளிதில் மக்கும் திறன் கொண்டதாகவும் இருக்க வேண்டும்.

இன்று பல நிறுவனங்கள் பாத்திரங்களைத் திரும்பப் பயன்படுத்தும் தன்மையோடு பொருள்களை விற்பனைக்கு உட்படுத்துகின்றன. சுற்றுச் சூழலுக்கு உகந்த பொருள்களுக்குப் பல நாடுகளில் வரிச் சலுகையும் தரப்படுகிறது.

ஒரு பக்கம் வனத்துறை போன்ற அரசு அமைப்புகள், காடுகள், உயிரினங்கள் போன்றவற்றைப் பாதுகாப்பதில் ஈடுபட்டாலும் இன்னொரு பக்கம் வர்த்தக நிறுவனங்கள் மற்ற இயற்கை வளங்களைப் பாதிக்காமல் பொருள்களையும், சேவைகளையும் ஆற்றுவது முக்கியம். இந்தச் சூழலில் தான் புதுப்பிக்கத்தக்க ஆற்றலை மையமாகக் கொண்ட சூரிய விளக்குகள், காற்றுச் சக்திச் சாதனங்கள் போன்றவற்றை நிறுவனங்கள் குறைந்த விலையில் உற்பத்தி செய்வதற்கு முன்வர வேண்டும். அவர்கள் தீவிர ஆய்வு செய்து எளிய மக்களும் பயன்படுத்துகிற அளவிற்கு அவற்றை அதிக எண்ணிக்கையில் உருவாக்க வேண்டும்.

'விசுதிமக்கா' என்கிற ஐந்தாம் நூற்றாண்டு இந்திய இலக்கியத்தில் 'தேர் என்பது எங்கே உள்ளது - சக்கரத்திலா, கைப்பிடியிலா, அச்சாணியிலா, குதிரைகளைப் பிணைக்கும் நுகத்திலா?' என்று

இலக்கியத்தில் மேலாண்மை

> அறிவியலைப் பார்த்தால் இயற்கையோடு அனுசரணையாக இருந்தவர்கள் பெண்கள்தாம்

ஒரு கேள்வி கேட்கப்படுகிறது. அதற்கு விடை 'எங்குமில்லை' என்பதே. தேர் என்பது அதன் பாகங்கள் சேர்ந்த தற்காலிக ஏற்பாடு மட்டுமே. அதைப்போல் சுயம் என்பதும் ஒருவிதமான நினைவுகளின் தொகுப்புதான். நம் சுயத்தை இயற்கையிடமிருந்தும், சுற்றுச்சூழலிடமிருந்தும் பெற்றுக்கொள்கிறோம். எதைச் செய்தாலும் ஏதேனும் ஒரு வகையில் இயற்கையின்மீது நாம் தாக்கத்தை ஏற்படுத்திக்கொண்டே இருக்கிறோம். காகிதக் குவளைகூட மரக்கூழை எடுத்துக்கொள்கிறது. ஒரு காகிதக் குவளைக்கு 33 கிராம் மரக்கூழ் தேவைப்படுகிறது. அதற்கு 36 மடங்கு மின்சாரம் தேவைப்படுகிறது. 580 மடங்கு கழிவு நீரை உபயோகப்படுத்திக்கொள்கிறது. எனவே நாம் இயற்கையைச் சார்ந்தது என்று நினைக்கிற பொருட்களாலும் இயற்கை பாதிக்கப்படுகிறது என்று டேனியல் கோல்மேன் கூறுகிறார்.

அறிவியலைப் பார்த்தால் இயற்கையோடு அனுசரணையாக இருந்தவர்கள் பெண்கள்தாம். வேளாண்மை என்பதை அறிமுகப்படுத்தியதில் பெண்களே முக்கிய பங்கு வகிக்கிறார்கள். இப்போதும் பெரும்பான்மையான வேளாண் பணிகளில் ஈடுபடுபவர்கள் பெண்களே. மரங்கள் எப்போதும் பேணப்படுவது பெண்களால்தான். மரங்களைக் காப்பாற்ற இன்னுயிரையே அளித்த பெண்களும் இருக்கிறார்கள்.

ஜோத்பூர் மாவட்டத்தில், கேஜர்லி என்கிற இடத்தில் கி.பி.1730 ஆம் ஆண்டில் 363 பெண்கள் அம்ரிதா தேவி என்கிற பெண்ணின் தலைமையில் பச்சை குத்தியிருந்த கேஜ்ரி மரங்களைக் காப்பாற்ற ஒன்று கூடினர். தங்கள் சமுதாயத்திற்குப் புனிதமான அந்த மரங்களைக் காப்பாற்ற ஒன்றுபட்டனர், வைராக்கியம் கொண்டனர். அந்த நாட்டு அரசர் வெட்ட அனுப்பிய ஆட்களுக்கு எதிராகத் திரண்டனர். ஒவ்வொருவரும் ஒரு மரத்தைக் கட்டிப்பிடித்துக் கொண்டனர். 'எங்களை வெட்டிய பிறகு மரங்களை வெட்டு' என்று துணிந்து நின்றனர். மனிதக் கோடாரிகளுக்குக் கண்ணிருக்கிறதா, நெஞ்சிருக் கிறதா? அவர்கள் உயிர்கள் விலகின, கட்டிப் பிடித்த கைகள் இறுகியதால், அந்த மகத்தான தியாகமே சிப்கோ இயக்கத்திற்கு வழிவகுத்து சுற்றுச்சூழல் பெண்ணியம் உருவாக உறுதுணையானது.

தமிழ்நாடு மாசுக்கட்டுப்பாடு வாரியம் தொழிற் சாலைகளுக்கு உரிமம் வழங்குகிறபோது குறிப்பிட்ட நிலப்பரப்பைப் பசுமையாக மாற்றிவைக்க வேண்டும் என்று நிபந்தனை விதிக்கிறது. அப்போதுதான் அந்த நிறுவனம் இயங்குவதற்கான செயலாணை தரப்படுகிறது. சாலைகளை விரிவுபடுத்தும் போது இரண்டு பக்கங்களிலும் மரங்களை நட வேண்டும் என்று நீதி மன்றங்கள் உத்தரவுகளைப் பிறப்பிக் கின்றன. மரங்களை நடுவது மட்டும் முக்கிய மல்ல, அவற்றைச் செம்மையாகப் பராமரிப்பதும் அவசியம். இவ்வாறு நாம் பசுமைப்பகுதியை உருவாக்கினால் அங்கு ஏராளமான பறவைகளும், பூச்சிகளும் உற்பத்தியாகி அந்தச் சூழலையே இனிமையானதாக மாற்றிவிடுகிறது. சில கிராமங்கள், பறவைகள் ஏரிகளில் தங்குவதற்காகப் பல ஆண்டு

களாகப் பட்டாசு வெடிக்காமல் பத்தியம் இருக்கின்றன என்பது பரவசப்படுத்தும் தகவல்.

'சுக்ர நீதி'யில் மரங்களை உண்டாக்கி வளர்க்கும் முறை அரசனின் ஒரு கடமையாகவே கருதப்பட்டது. அரசன், கிராமங்களில் அவற்றிற்குரியனவும், வனங்களில் அவற்றிற்குரியனவும் ஆகிய மரங்களை வைத்து வளர்த்தல் வேண்டும். அவற்றுள், தலையாய மரங்களுக்கு இருபது முழ அளவும், இடையாய மரங்களுக்குப் பதினைந்து முழ அளவும், கடையாய மரங்களுக்குப் பத்து முழ அளவும், மிகச் சிறிய மரங்களுக்கு ஐந்து முழ அளவும், உள்ள நிலங்களை இடைவெளியாக விட்டு வைத்தல்வேண்டும். அம் மரங்களை வெள்ளாடு செம்மறியாடு பசு ஆகிய இவற்றின் எருக்களையிட்டும், நீர் பாய்ச்சியும், இறைச்சிகளையிட்டும் வளர்த்தல் வேண்டும்.

அத்தி, அரசு, ஆல், புளிமா (சிஞ்சம்) சந்தனம், எலுமிச்சை, வெண் கடம்பு, அசோகம், மகிழ், கூவிளம், சீந்தில், விளா, இராசாதானம், மா, புன்னை, பூவரசு, புளி, சண்பகம், கடம்பு, கோகாமிரம், சரளம், மாதுளை, கடு, பிசடம், சிஞ்சுபம், சிம்பு, இலந்தை, வேம்பு, நாரத்தை, பாலை, பேரீந்து, புன்கு, பேயத்தி, தமாலம், சிம்பலம், மலையத்தி, வள்ளிக்கொடி, நெல்லி, கமுகு, கொம்மட்டிமாதுளை, இரச எலுமிச்சை, தெங்கு, வாழை இவை முதலிய நல்ல பழங்களையும் நறுமணங் கமழும் மலர்களையுமுடைய மரங்களைக் கிராமங்களின் அண்மையில் வைத்து வளர்த்தல் வேண்டும்.

வாழும் இல்லத்தின் இடப்புறத்தில் அழகிய ஆடற் பூஞ்சோலை அமைத்தல் வேண்டும்.

அச்சோலையின் கண்ணுள்ள மரஞ் செடிகளுக்கு முதுவேனில் காலத்தில் காலை மாலைகளிலும், பனிக் காலத்தில் ஒவ்வொரு நாள் இடைவிட்டும், இளவேனிற் காலத்தில் பகலில் ஐந்தாம் முகூர்த்தமாகிய பத்து நாழிகைக் குள்ளும் நீர் விடல் வேண்டும். மழைக் காலத்தில் ஒருபொழுதும் நீர் விடலாகாது.

'சுக்ர நீதி'யில் காட்டு மரங்களை உண்டாக்கும் முறைகளும் கூறப்பட்டிருக்கின்றன. வனத்தில் உண்டாக்கி வளர்க்கவேண்டிய மரங்களை அறிந்து அவற்றைத் தகுந்த முறை வளர்க்க வேண்டுமென்பது அது வழங்கும் அறிவுரை.

இன்று நாம் மாநகரங்களிலும், நெடுஞ்சாலைகளிலும் காணுகின்ற பெரும்பாலான மரங்கள் வெளிநாட்டு மரங்கள்தாம். வெள்ளைக்காரர்கள் நம் நாட்டிற்கு இழைத்த மிகப்பெரிய அநீதியே இயற்கையைச் சிதைத்தலும், பண்பாட்டை அழித்ததும் தான். நம் நாட்டு மரங்கள் நிதானமாக வளரும், ஆனால் ஆழமான வேர்களைப் பூமியில் செலுத்தும்- அதிகமான கார்பனை உறிஞ்சி, மாசற்ற சுற்றுப்புறச் சூழலை உருவாக்கும். அவற்றின் பயன்பாடும் அதிகம். வேங்கை, குமிழ், வாகை, செஞ்சந்தனம், வேம்பு போன்றவற்றின் மருத்துவக் குணமும், தடிமரப் பயனும் அதிகம். வெளிநாட்டு மரங்களோ வேகமாக வளரும், ஆனால் அவை மாசுக் கட்டுப்பாட்டில் ஆற்றும் பணியோ குறைவு. சின்ன காற்றடித்தால் அவை விழுந்து போக்குவரத்தையே போக்கிவிடும்.

சோலைக் காடுகள் அழகானவை. அவை பல்லடுக்கு உயிரினங்களை வாழவைப்பவை. பல நிலை உயரங்களில் தாவரங்கள் வளர்ந்து பறவைகளுக்கும், பூச்சியினங்களுக்கும் புகலிடம் தருபவை. அவற்றுள் புகுந்தால் ஏற்படும் இசையும், ஒலியும் நம்மை மெய்மறக்கச் செய்பவை. ஆனால் வாட்டல் மரங்களை விதைத்து நம் சோலை காடுகள் சிதைக்கப்பட்டன. இன்று அவற்றை மீட்டெடுக்கும் முயற்சிகள் நடக்கின்றன. காடுகள் சிதையும்போது, அவற்றில் இயல்பாக வாழ்ந்த வன உயிரினங்களும் பாதிக்கப்படுகின்றன. அவை இருப்பிடக் குழப்பத்தில் ஊருக்குள் புக நேர்கிறது. நாமோ அவை அட்டகாசம் செய்வதாய் செய்தி போடுகிறோம். 'அட்டகாசம்' மனிதனுக்கு மட்டுமே பிரத்யேகமானது. அட்டகாசம் செய்ய

அவற்றிற்குச் சுட்டுப் போட்டாலும் தெரியாது. காட்டு விதி என்கிறோம். காடுகளில் பிறந்த விலங்குகளும் பேராசைப்படுவதோ, உணவைப் பதுக்குவதோ இல்லை.

பீஷ்மர் 'மகாபாரத'த்தில் மரம் வளர்ப்பதன் மகிமையைப் பாண்டவர்களுக்கு எடுத்துச் சொல் கிறார். மரங்கள், புதர்கள், கொடிகள், செடிகள் மேல் பட்டை கடினமாக இருக்கும் மூங்கில் முதலி யவை, புல், பூண்டு வகைகள் என ஆறு வகைகள் உண்டு. மரங்களை நட்டு வளர்ப்பவன் மனித உலகில் புகழும் இறந்த பின் புண்ணிய பலனும் அடைகிறான். பித்ருக்கள் உலகத்தில் முன்னோர் களும் அவனைக் கொண்டாடுவார்கள். தேவ உலகம் போன பின்னும் அவன் பெயர் அழியாது.

மரம் வைப்பவன் இறந்தகாலத்திலும், எதிர் காலத்திலும் தன் வம்சத்தைக் கரையேற்றுவான்.

மரங்கள், அவற்றை நடுபவனுக்குக் குழந்தை களாக ஆகின்றன. மரம் நடுபவன் மேலுலகம் போகும்போது, சொர்க்கத்தையும் மற்றும் அழி வில்லாத உலகங்களையும் அடைகிறான்.

மரங்கள், பூக்களால் தேவர்களையும், பழங் களால் பித்ருக்களையும், நிழலால் விருந்தினர் களையும் பூஜை செய்கின்றன. மரங்கள் பூத்தும் காய்த்தும் மனிதர்களுக்கு மகிழ்வை ஊட்டு கின்றன. மரங்களைக் கொடுப்பவனை அந்த மரங்கள் பிள்ளைகளைப்போல மறுமையில் நரகத்தைத் தாண்டச் செய்கின்றன.

ஆகையால், நன்மையை அடைய விரும்புவன் குளக்கரையில் நல்ல மரங்களை எப்போதும் வளர்க்கவேண்டும். பிள்ளைகளைக் காப்பாற்று வதைப் போல, அவற்றைக் காப்பாற்றவும் வேண்டும். மரங்கள் தங்கள் செய்கையால் பிள்ளைகளாகவே நினைக்கப்படுகின்றன என்றெல்லாம் பீஷ்மர் அறிவுரை வழங்குகிறார். அது இன்று நமக்கும் பொருந்துவதாக இருக்கிறது.

அந்தக் காலத்தில் கோயில்களில் தலவிருட்சம் என்று குறிப்பிட்ட மரத்தை நட்டுப் பேணிக் காத்தார்கள். ஜே.வி. நாதன் 'ஆரோக்கியம் அருளும் ஆலய விருட்சங்கள்' என்றொரு நூலை எழுதி யுள்ளார். 'குற்றாலக் குறவஞ்சியில்' மரங்களுக்கும் இறைமைக்குமான தொடர்பைத் திரிகூடராசப்பர் வலியுறுத்தியிருப்பதை மேற்கோள் காட்டுகிறார்

கிளைகளாய் கிளைத்த பல கொப்பெலாம்
சதுர்வேதம் கிளைகளீன்ற
களையெலாம் சிவலிங்கம் கனியெல்லாம்
    சிவலிங்கம்
கனிகளீன்ற சுளையெல்லாம் சிவலிங்கம்

திருக்கோயில்களில் நம் மண்ணிற்குச் சொந்த மான மரங்களை வளர்த்தார்கள். அவற்றைப் புனிதப் படுத்தினால் அவற்றை வெட்டாமல் பாதுகாப்பார்கள் என்பதே அதன் நோக்கம்.

★

இலக்கியத்தில் மேலாண்மை

அத்தியாயம்
76

வனத்தை வளமாக்கி வாழ்வை நலமாக்குவோம்

வன மேலாண்மை என்பது வனத்துறையின் பொறுப்பு மட்டுமல்ல. வனங்களையொட்டியுள்ள பகுதிகளில் அமைக்கப்படும் தொழிற்சாலைகளின் நிருவாகிகளுக்கும் அதில் பொறுப்பு இருக்கிறது. நெகிழிப் பைகளை மக்கள் சுற்றுலா செல்கிறபோது வனப்பகுதிகளில் எறிந்துவிடுகிறார்கள். அவற்றைத் தின்னும் யானைகள், மான்கள் போன்றவை பாதிக்கப்பட்டு உயிரிழக்கின்றன.

இன்று நாம் நகர்ப் பகுதிகளிலும் நிறைய குயில்களையும், கிளிகளையும், புறாக்களையும் பார்க்க முடிகிறது. அதற்கு முக்கியக் காரணம் வனத் துறையின் நடவடிக்கைதான். இந்திய அளவில் புகழ் பெற்ற சிலரும் மான் வேட்டையாடியபோதும், மயில் வேட்டையாடியபோதும் சட்டத்தின்பிடியில் மூலம் பிடித்துக்கொண்டு வரப்பட்டார்கள் என்பது மற்றவர்களிடம் இதைப் போன்ற நடவடிக்கையில் ஈடுபடாமல் இருக்கும் அச்சத்தை உருவாக்கியது.

மக்களிடம் விழிப்புணர்வை ஏற்படுத்துவதும் இதுபோன்ற மேலாண்மையின் ஒரு பகுதி. தண்டனைகளால் மட்டுமே இதைச் சாதித்துவிட முடியாது. ஊக்கத்தை ஏற்படுத்துவது, நிறைய பிரச்சாரங்களை உண்டாக்குவது போன்றவற்றின் மூலமும், மக்களை வன மேலாண்மையில் ஈடுபடுத்துவதன்

> கணக்குக் காட்டுவதற்காக மட்டும் செய்யாமல் மண் சார்ந்த, தரமான மழையில் விழுந்து விடாத மரங்களை நடுவது அவசியம்

மூலமும் இதை நாம் செயல்படுத்த முடியும்.

வன மேலாண்மை என்பது பல்வேறு நிலைகளில் தகுதியான அதிகாரிகளை நியமிப்பதில் இருக்கிறது. இது அரசுத் துறையில் மட்டுமில்லாமல் தனியார் தொழிற்சாலையிலும் உரிய அலுவலர்களைக் கொண்டு செய்யப்படவேண்டிய செய்கையாகும். கணக்குக் காட்டுவதற்காக மட்டும் செய்யாமல் மண் சார்ந்த, தரமான, மழையில் விழுந்து விடாத மரங்களை நடுவது அவசியம். அதன் மூலம் நாம் சுற்றுச்சூழலை மேம்படுத்த முடியும்.

'அர்த்தசாஸ்திர'த்தில் ஒவ்வொரு நாட்டிலும் விளைகாடுகளுக்குத் தலைமைக் கண்காணிப்பாளர் ஒருவர் நியமிக்கப்படவேண்டும் என்றும், அவருக்குப் பயனுள்ள மரங்களைப் பற்றியும், செடிகளைப் பற்றியும் அடையாளம் காணும் அறிவு இருக்கவேண்டுமென்றும் அந்த மரங்களிலிருந்து எவ்வாறு பொருட்களை அறுவடை செய்யவேண்டுமென்பதும் தெரிந்திருக்கவேண்டும் என்றும் குறிப்பிடப்பட்டிருக்கிறது. அந்தக் காலத்திலேயே வனச்சரகர்கள் இருந்தார்கள் என்பதும், வனத்திற்குள்ளேயே தொழிற்சாலைகள் அமைக்கப்பட்டன என்பதும் தெரியவருகிறது. உயிரியல் பூங்காக்கள் அமைப்பது குறித்தும் அதில் குறிப்புகள் கொடுக்கப்பட்டிருக்கின்றன.

புதுமைப்பித்தன் 'தேக்கங்கன்றுகள்' என்கிற சிறுகதையை எழுதியிருக்கிறார். அதில் வில்லி ஸ்டேதம் என்கிற இங்கிலாந்துக்காரர் ஆக்ஸ்போர்ட் பல்கலைக்கழகத்தில் படித்து இம்பீரியல் ஃபாரஸ்ட் சர்விசில் சேருகிறார். மாவட்ட வன அலுவலராகப் பணியேற்கிறார். அவரைப் பற்றிக் குறிப்பிடும் போது 'தனது ஆக்ஸ்போர்ட் நடைநொடி பாவனைகளை, விஷக் காய்ச்சல் பிடித்த மேற்குத் தொடர்ச்சி மலைகளில், ஊளையிடும் நரிகளுக்கும், புஸ்தகத்தை ஒப்பிப்பதுபோல் பேசும் இந்திய ரேஞ்சர்களிடத்தும் காண்பிக்க வேண்டும் என்று நினைக்கவேயில்லை' என்று நகைச்சுவையாக புதுமைப்பித்தன் குறிப்பிடுகிறார்.

வில்லி எப்போதும் தன் காதலியைப் பற்றியே நினைக்கிறார். அவருக்குத் தொலைவில் அவள் கூப்பிடுவதுபோல பிரமைகூட ஏற்படுகிறது. அவருக்கு ஒரு தந்தி வந்திருக்கிறது. அதில் அவருடைய காதலி லில்லி கார்ட்டர் இறந்த தகவல் இருக்கிறது. அவர் இரவு முழுவதும் தூங்கவில்லை. இராஜினாமா செய்து விடுகிறார். அவருடன் இருந்த சேவகன் ஸ்டேதம், மிகவும் இரசித்த சண்பக மேட்டைச் சுற்றி அவருக்குப் பிடித்தமான தேக்கங் கன்றுகள் நடுகிறான். அந்தத் தேக்கங் கன்றுகளைப் பார்த்துப் பார்த்து அவர் மகிழும்போதே மயக்கமாகிவிடுகிறார். மறுநாள் மருத்துவமனைக்கு அழைத்துச் செல்லப்படுகிறார். நிமோனியாவால் அவர் இறந்துவிடுகிறார். ஸ்டேதம் தன் உயிலில் 'லில்லி' என்ற ஒற்றைச் சொல்லைத்தான் நடுங்கும் கையுடன் எழுதுகிறார். அவர் அந்த சண்பகக் கிளைகளுக்கு அடியிலேயே புதைக்கப்படுகிறார். அந்தப் பள்ளத்தாக்கிற்கு ஸ்டேதம் வாலி என்று பெயர் என்று புதுமைப்பித்தன் கதையை முடிக்கிறார். காதலியை நேசிப்பவன் மரங்களையும் நேசிப்பான்.

ஒவ்வொரு மாணவனும் ஒரு மரத்தை நடவேண்டும் என்கிற கட்டாயத்தைச் சில பள்ளிகள் ஏற்படுத்துகின்றன. பள்ளி வளாகத்தில் அந்த மாணவன் சேர்ந்ததுமே ஒரு மரத்தை அவன் நடுவான். அவன் பிறந்த நாளன்று அது நடப்படும். அதை அவன் பராமரிக்க வேண்டும். இதைப் போன்ற செயல்பாடுகள் மாணவர்களுக்கு, அதுவும் குறிப்பாக நகரப் பகுதிகளில் இருக்கின்ற சிறுவர்களுக்கு, இயற்கை பற்றிய விழிப்புணர்வை ஏற்படுத்தும். வர்த்தக மேலாண்மையில் ஈடுபட்டிருக்கும் நிறுவனங்களும் அவர்கள் ஊழியர்களிடம் மரங்களை நடச்சொல்லி அவர்களைப் பராமரிக்கும்படி செய்யலாம். நாம் சுவாசிக்கும் காற்று விலை

மதிப்பில்லாதது என்பதை எல்லோரும் உணரும்படி செய்வது நிறுவனங்களின் பங்கு.

பண்டைய தமிழ் இலக்கியங்களிலும் மரங்களைத் தங்கையாக நினைக்கும் மனப்பான்மை இருந்ததைப் படிக்கிறோம். 'நற்றிணை'யில் ஒரு பாடல். தலைவியைப் பார்க்க வந்த தலைவனை நோக்கித் தோழி கூறுகிறாள். 'தலைவனே, ஒரு புன்னை மரத்தை நாங்கள் வளர்த்து வந்தோம். இதனை, உங்களுடன் பிறந்த தங்கை என்று அன்னை கூறினாள். எனவே இதன் முன்பு உங்களோடு நகையாட அஞ்சுகிறோம், வேறு இடத்திற்குச் செல்லலாம்' என்று குறிப்பிடுகிறாள். மரத்தைப் பகுத்தறிவுள்ள உயிராகக் கருதும் பண்பு அன்பினால் ஏற்பட்டது என்பதை அறியமுடிகிறது

'விளையாடு ஆயமொடு வெண்மணல் அழுத்தி,
மறந்தனம் துறந்த காழ்முளை அகைய,
நெய்பெய் தீம்பால் பெய்துஇனிது வளர்த்தது,
நும்மினும் சிறந்தது நுவ்வை ஆகும்' என்று,
அன்னை கூறினள், புன்னையது நலனே
அம்ம நாணுதும், நும்மொடு நகையே'

'மதுரைக் காஞ்சி'யில் 'மேகம் முகப்பதால் குறைவுபடாமலும், ஆறுகள் பாய்வதால் அளவு கூடாமலும், கரையை மோதி ஒலிக்கும் கடல் போல' என்று கடலைப் பற்றிக் குறிப்பிடப் பட்டுள்ளது. இதன்மூலம் நீர்ச்சுழற்சி சக்கரம் தெளிவுபடுத்தப்பட்டிருப்பதோடு அந்தக் காலத்தில் கடல் மட்டம் அதிகரிக்கவில்லை என்கிற நுட்பமும் தெளிவுபடுத்தப்பட்டிருக்கிறது. எனவே அன்று இயற்கையோடு இயைந்து வாழ்ந்து உலகம் வெப்பமாகாமல் பார்த்துக்கொண்டனர் என்பது புலப்படுகிறது.

பண்டைய தமிழ் இலக்கியங்களிலும் மரங்களைத் தங்கையாக நினைக்கும் மனப்பான்மை இருந்ததைப் படிக்கிறோம்

மழைகொளக் குறையாது, புனல் புக மிகாது
கரைபொருது இரங்கும் முந்நீர் போல

உயிர் கடலில் உருவானது என்கிற அடிப்படை அறிவியலறிவு தமிழர்களுக்கு இருந்திருக்கலாம் என்று எண்ணத் தோன்றுகிறது. 'திருமுருகாற்றுப் படை'யில் 'பார்முதிர் பனிக் கடல்' என்று நக்கீரர் பாடுகிறார்.

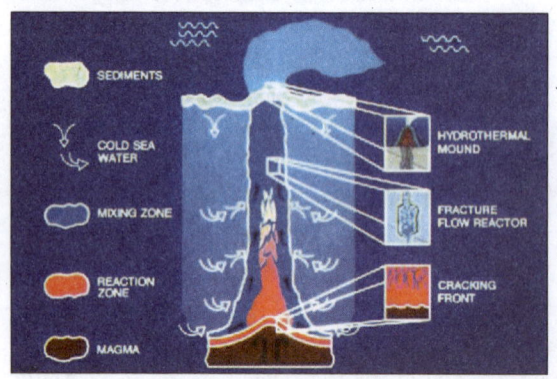

காதலைச் சுட்டும்போதுகூட இயற்கையோடு பொருத்தி அதைக் கண்ட மனப்பான்மை நம் முன்னோர்களுக்கு இருந்தது. 'நற்றிணை'யில் கபிலர் பாடிய ஒரு பாடல். தலைவன் இல்லாமல் தலைவி இல்லை என்பதை விளக்கத் தண்ணீரில்லாமல் உலகம் அமையாது என்கிற உவமையின் மூலம் சுட்டிக்காட்டப்படுகிறது.

நீர்இன்று அமையா உலகம் போலத்
தம்இன்று அமையா நம்நயந்தருளி
நறுநுதல் பசத்தல் அஞ்சிச்
சிறுமை உறுபவோ? செய்பு அறியலரே

'அகநானூற்றில்' இயற்கை பாழ்படாமல் போக்குவரத்து நடந்தவிதம் சுட்டிக்காட்டப் படுகிறது. தலைவன் தலைவியைப் பார்க்க

விரைந்துவருகிறான். அப்போது வளைந்த தலை யாட்டத்தால் பொலிவு பெற்ற, கத்தரிகை இட்டு நறுக்கின பிடரி மயிரினை உடைய குதிரைகள், பாகன் கடிவாளத்தை இழுக்கும்போது விரைந்து ஓடுவதால் பூஞ்சோலையில் தேன் உண்ணும் வண்டுகள் தொல்லையுறலாம் என்று அஞ்சி, அந்தத் தலைவன் மணிகளின் நாவினை ஒலிக் காமல் கட்டிப் பயணம் செய்தான் என்று குறுங்குடி மருதனார் எழுதிய பாடல் குறிப்பிடுகிறது.

தாதுஉண் பறவை பேதுறல் அஞ்சி,
மணி நா ஆர்த்த மாண் வினைத் தேரன்
உவக்காண் தோன்றும்குறும் பொறை நாடன்,
கறங்குஇசை விழவின் உறந்தைக் குணாது,
நெடும்பெருங் குன்றத்து அமன்ற காந்தட்
போது அவிழ் அலரின் நாறும்
ஆய் தொடி அரிவைநின் மாண்நலம் படர்ந்தே?(4)

'புறநானூற்றில்' இயற்கை எவ்வாறெல்லாம் மனித இனத்திற்கு உதவுகிறது என்பதை ஒக்கூர் மாசாத்தனார் பாடுகிறார். கைம்மை நோன்பு இருக்கும் பெண் வறுமையிலிருக்கும் போது அல்லி புல்லரிசி தந்து உதவுகிறது. அதை உண்டு வாழ் கிறாள். அதே அல்லி அவள் இளமையாக இருந்த போது அழகூட்ட உதவியது.

அளிய தாமே சிறுவெள் ஆம்பல்
இளைய மாகத் தழை ஆயினவே
இனியே பெருவளக் கொழுநன் மாய்ந்தெனப்
பொழுதுமறுத்து
இன்னா வைக லுண்ணும் கடிது
அல்லிப் படுஉம் புல்லா யினவே

'போர் ஊரையே பாழாக்கிவிடும்' என்கிற செய்தியும் அன்றே புறநானூற்றில் அண்டர் நடுங் கல்லினார் என்பவரால் பாடப்பட்டுள்ளது. யானைகள் கட்டியதால் சோலைகள் கெடுவதை யும், தேர்கள் ஓடுவதால் தெருவில் புழுதி கிளம்பு வதும், அதனால் ஊர் மாசுபடுவதும், படைக் கருவிகளைக் கழுவுவதால் நீர்நிலைகள் அசுத்தப்படு வதையும் சுட்டிக்காட்டி 'வளமைமிக்க வயல்கள் உள்ள ஊர் பாழாகும்' என்று வருத்தப்பட்டுப் பாடுகிறார் புலவர். அதைப்போலவே கபிலர் போர் நடக்கும் போது, போரிட வந்த வேந்தர்கள் யானை களைக் கட்டி வைப்பதால் பருத்த பெரிய மரங்களும் வேர் தளர ஆடி அசைய ஆரம்பித்துவிட்டன, எனவே போரால் மரங்களுக்கும் துன்பம் என்று மனமுருகிப் பாடுகிறார்.

'பத்துப்பாட்டில்' ஒன்றான 'குறிஞ்சிப் பாட்டில்' கபிலர் 99 மலர்களின் பெயர்களைக் குறிப்பிடுகிறார். அதில் தலைவியும், தோழியும் அருவியில் சுனையில் நீராடிய பின் மரம், செடி, கொடிகள் ஆகியவற்றில் பூத்த மலர்களையும், கொழுந்துகளையும் பறித்து அகன்ற பாறையில் குவித்தனர். அந்தப் பூக்களின் பெயர்களை எல்லாம் வரிசையாகக் கபிலர் குறிப்பிடுகிறார். இந்தப் பூக்கள் எல்லாம் இருந்திருக்கின்றனவா என்கிற ஐயம் நமக்கு ஏற்படுவது இயல்பே. அண்மையில் வெளி யிட்ட உலகத் தமிழ் செம்மொழி மாநாட்டு மலரில் இந்த அத்தனைப் பூக்களின் புகைப்படங்களும் வெளியிடப்பட்டுள்ளன. இயற்கையோடு எவ் வளவு தூரம் இசைந்து வாழ்ந்தார்கள் என்பது இந்தப் பகுதியால் தெளிவாகிறது. இன்று இந்த மலர் களுக்குப் பதிலாக வெளிநாட்டு மலர்கள் நம் பூங்காக்களை ஆக்கிரமித்துக் கொண்டன. உரமின்றி வளரக்கூடிய இம்மலர்கள் ப்ூச்சி தாக்கா தவை. ஆனால் இன்று வர்த்தகரீதியாக உற்பத்தியாகும் பூக்களுக்கு மருந்தடிப்பதால் தேனீக்கள் அழி கின்றன.

பயனுள்ள பூச்சிகள் அழிவதால் வேளாண்மை வெகுவாகப் பாதிக்கப்படும் என்று உயிரியல் விஞ்ஞானிகள் அஞ்சுகிறார்கள் இன்று பெருமளவு பூச்சிக்கொல்லி, பூஞ்சான் கொல்லி மருந்துகள் உப யோகப்படுத்தப்படுவதால் தேனீக்கள் எண்ணிக்கை

வெகுவாகக் குறைந்துவிட்டது. இதனால் அயல் மகரந்தச் சேர்க்கை பாதிக்கப்பட்டு, பயிர்களின் உற்பத்தி வெகுவாகக் குறையும் எனக் கவலைப்படுகிறார்கள் சுற்றுப்புறச் சூழலியல் ஆர்வலர்கள்.

சீனத்தில் சிட்டுக்குருவிகள் பயிர்களைச் சேதம் விளைவிக்கின்றன என்று அரசு முடிவு செய்து அவற்றை ஒழிப்பதற்கு முகாம் நடத்தினார்கள். சீன மக்கள் அப்பாவி சிட்டுக்குருவிகளை விரட்டி விரட்டி வேட்டையாடினர். சில குருவிகள் கிளைகளில் இளைப்பாறாத வண்ணம் தொடர்ந்து துரத்தப் பட்டு, பறக்கத் தெம்பில்லாமல் பூமியில் விழுந்து உயிர் விட்டன. சிட்டுக் குருவிகள் அடியோடு அழிந்தன. ஆனால் அவை தானியங்களை மட்டும் சாப்பிடுவதில்லை, பூச்சிகளையும் சாப்பிடுகின்றன. பயிர்களுக்குச் சேதம் விளைவிக்கும் பல பூச்சிகளை அவை உணவாகக் கொள்கின்றன. சிட்டுக் குருவிகள் சேதப்பட்டதால் தீய பூச்சிகளின் எண்ணிக்கை அதிகரித்தது. அதனால் பெரும் பஞ்சம் ஏற்பட்டுப் பலர் உயிரை விட்டனர்.

'ஐங்குறுநூறு' ஐந்தாவது நூறில் முல்லை பற்றிப் பாடிய பேயனார் புறவழிப்பத்து என்று பாடியிருக்கிறார். அதில் முல்லைக்காடு, கார்ப் பருவ வருகையால் புத்தழகு பூண்டு விளங்குதலைப் பொருளாகக் கொண்ட பாடல்கள் பவனிவருகின்றன. தலைவி 'தோழியே, நம் தலைவர் சென்ற வழி நெருப்பி லிட்டுச் சுட்ட பொன்போல் ஒளிவிடும் கொன்றைப் பூவைச் சூடி அழகியதாகத் தோன்றுகின்றது. மேலும், மணவிழாவிற்குச் செல்லும் மாந்தர் போல் தம்மை ஒப்பனை செய்து கொண்டு மகிழும் மள்ளர்களையும் உடையது' என்கிறாள்.

'நன்றே காதலர் சென்ற ஆறே
சுடுபொன் அன்ன கொன்றை சூடிக்
கடிபுகு வனர்போல் மள்ளரும் உடைத்தே' (432)

★

அத்தியாயம்

77

வாழ்வு சிறக்க வான்சிறப்பு

இன்று தாராளமயமும், உலகமயமும் ஏற்பட்டு விட்ட காரணத்தால் நுகர்வோர்களுக்கான உலகம் உருவாகி உள்ளது. எக்கச்சக்க பொருட்கள் பல்வேறு ரகங்களில் சந்தையில் குவிந்து கிடக்கின்றன. குறைவான சம்பளத்தை அந்தப் பொருட்கள் துரத்தி வித்தியாசமான பணவீக்கத்தை ஏற்படுத்திவரு கின்றன. இப்படி இயந்திரமயமாக்கலின் காரண மாக உற்பத்தியாகும் பொருட்கள் சுற்றுப்புறச் சூழலுக்குத் தீங்கு விளைவிக்கின்றன. அதோடு இன்று அமில மழை போன்றவை அடிக்கடி ஏற்படு கின்றன. பல இடங்களில் நீர் மாசு படிந்து குடிக்க முடியாததாக இருக்கிறது. தொழிற்சாலைகளின் கழிவுகள் நதிகளில் விடப்படுகின்றன. மக்களும் அவற்றைத் தடுக்க மனமில்லாமல் பணிந்து போகிறார்கள். கூவம் ஒரு காலத்தில் குளிக்கத் தகுந்த நதியாக இருந்தது என்பது கற்பனைச் சம்பவமாக நமக்குத் தெரிகிறது. நீர் குறைந்து வருகிற காலத்தில் இருக்கிற நீரைப் பாதுகாப்பது என்பது சுற்றுப்புறச் சூழல் மேலாண்மையின் அவசியத்தை வலியுறுத்துகிற ஒரு நிகழ்வு.

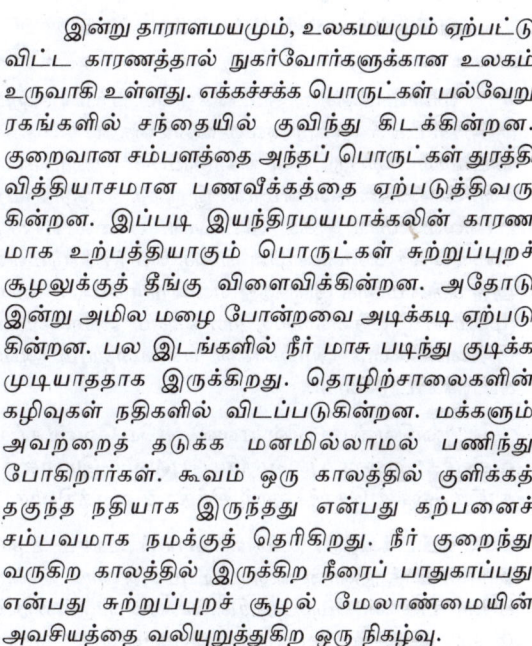

திருவள்ளுவர் சுற்றுச்சூழலைப் பற்றிக் குறிப் பிட்டுச் சொல்லாவிட்டாலும் முதல் அதிகாரமான 'கடவுள் வாழ்த்து'க்கு அடுத்தபடியாக 'வான் சிறப்பை'த்தான் வைத்திருக்கிறார். மழை என்பது மண்வளத்தின் குறியீடு. மழை முறையாகப் பெய்தால் அங்கே இயற்கை வளம் செறிவாக இருக்கிறது என்று பொருள். மழையில்லாவிட்டால் ஒரு புல்கூட துளிர்க்காது. கடல் வளமும் குன்றிப் போகும். அதிகமாகப் பெய்தாலும் மழை அழி வைத் தரும், பெய்யாவிட்டாலும் பஞ்சம் மேற்படும்

என்று பலவகைகளில் திருவள்ளுவர் மழையின் முக்கியத்துவத்தைக் கோடிட்டுக் காட்டிச் சுற்றுச் சூழலைப் பேணவேண்டிய அவசியத்தை நுட்ப மாகக் குறிப்பிட்டிருக்கிறார்.

'கம்பராமாயண'த்தில் இயற்கைக் காட்சிகள் எடுப்பாகச் சித்திரிக்கப்பட்டிருக்கின்றன. அவற்றைப் படிக்கும் போது இப்படிப்பட்ட காட்சியை எங்கா வது நாம் பார்க்கமுடியுமா என்கிற ஏக்கம் நமக்கு ஏற்படவே செய்கிறது.

தண்டலை மயில்கள் ஆட, தாமரை விளக்கந்தாங்க
கொண்டல்கள் முழவின் ஏங்க, குவளைக்
கண் விழித்து நோக்க
தெண்டிரை எழினி காட்டத் தேம்பிழி மகர யாழின்
வண்டுகள் இனிது பாட மருதம் வீற்றிருக்கும்
மாதோ

விஸ்வாமித்திரர் தாடகையைப் பற்றிக் கூறும் குற்றச்சாட்டில் ஒன்று அவள் வனத்தையே சிதைத்து விட்டாள் என்பது. தன் கொடூரமான நடவடிக்கை களால் சோலைவனமாக இருந்த பகுதியைப் பாலைவனமாக ஆக்கி விட்டாள். பாலை என்கிற சொல்லைச் சொன்னாலே நாக்கு வெந்துவிடுமளவு அது கடுமையாக இருந்தது என்கிறார் கம்பர். மறை முகமாக இயற்கையைச் சிதைக்கும் அனைவரும் இரக்கமில்லாத அரக்கர்கள் என்பதையும் அவர் சுட்டிக்காட்டுகிறார்.

'நளவெண்பா'வில் 'மல்லிகையே வெண் சங்கா வண்டூத' என்று புகழேந்திப் புலவர் இயற்கைக் காட்சிகளைச் சொற்களால் சித்திரம் வடிக்கிறார்.

ஒட்டக்கூத்தர் சங்கின் வாய்ப் பக்கம் உதடு களை வைத்துத்தான் ஊத முடியும். ஆனால் வண்டு களோ மலரின் மேற்புறத்திலல்லவா பாடுகின்றன! இந்த உவமை பொருந்தவில்லையே! என்று வாதிட்டபோது, புகழேந்தி மதுவைக் குடித் திருக்கும் மயக்கத்தில் வண்டுகளுக்கு எது சங்கின் வாய் என்று தெரியவில்லை என்று குறிப்பிட்ட தாகப் படித்திருக்கிறேன். இயற்கை ஒவ்வொரு திசுவிலும் கலக்கிறபோதுதான் இப்படிப்பட்ட இனிமையான உவமைகளை ஒருவன் கையாள முடியும்.

மதுவைக் குடித்திருக்கும் மயக்கத்தில் வண்டுகளுக்கு எது சங்கின் வாய் என்று தெரியவில்லை

ஷேக்ஸ்பியர் 'ஆஸ் யூ லைக் இட்' நாடகத்தில் விரட்டியடிக்கப்பட்ட மன்னன் துயரத்திலும் இனிமை இருக்கிறது என்று சொல்வதாகத் தொடங்கி வனச்சூழலைச் சிலாகித்திருக்கிறார். மனித சமூகத்தில் இருந்து விலகியிருப்பது பரம சுகமாக இருக்கிறது. மரங்களுக்கு நாக்கும், நதிகளில் புத்தகங்களும், கற்களில் உபன்யாசங்களும் அடங்கி யிருக்கின்றன என்று அந்த அமைதியான சூழலில் இருக்கும் இனிமையை அவர் வெளிப்படுத்தி யிருப்பார்.

ஜான் கீட்ஸ் 'இயற்கையின் கவிதை ஒரு போதும் இறப்பதில்லை' என்று சொன்னார். அவருடைய 'வானம்பாடிக்கு ஒரு பாடல்' மிக நேர்த்தியாக எழுதப்பட்ட கவிதை.

வானம்பாடி மரணமில்லாத பறவை. அதன் இனிய இசை தொடர்ந்து கேட்டுக்கொண்டே இருக்கும். பழங்காலத்தில் மன்னர்களும், அவர் களின் கோமாளிகளும் கேட்டார்கள். அதே பாடல் இன்றும் ஒலித்துக்கொண்டிருக்கிறது. இந்தப் பாடல் ஒலிக்கிற நேரமே மரணம் அடையத் தக்க தருணம். இத்தனை உச்ச மகிழ்ச்சியில் உயிர்

பிரிவதே உத்தமம் என்று அவர் தன் இதயத்தைத் தாள்களில் நிரப்பியிருப்பார். வானம் பாடிகளின் இசை தொடர்ந்து கேட்க வேண்டுமென்றால் நாம் சுற்றுச் சூழலைப் போற்ற வேண்டும். நம் முன்னேற்றச் சக்கரங்கள் பசுமையை அழித்துவிட்டு முன் செல்லக்கூடாது.

அந்தக் கவிதை எப்படி உருவானது என்பது ஒரு சுவாரசியமான சம்பவம். 1819ஆம் ஆண்டு வசந்த காலத்தில் தன் நண்பர் சார்லஸ் ஆர்மிடேஜ் ப்ரௌன் என்பவரோடு கீட்ஸ் தங்கியிருந்தார். அப்போது ப்ரௌன் வீட்டிற்கு அருகே கூடுகட்டிய வானம்பாடியின் இசையைக் கேட்பதற்கு அலாதி யான மகிழ்ச்சி. ஒருநாள் தன் நாற்காலியைத் தோட்டத்தில் போட்டு மூன்று மணிநேரம் அமர்ந் திருந்தார். திரும்பிவந்தபோது அவர் கைகளில் இருந்த காகிதத்தில் சில கிறுக்கல்கள் இருந்தன. இருவரும் சேர்ந்து அவற்றைத் தொகுத்தார்கள். அதுவே 'வானம்பாடிக்கு ஒரு பாடலாக' உருவானது. பிறகு பல புத்தகங்களில் அவர் இவ்வாறு அஜாக் கிரதையாக எழுதிவைத்த கவிதைகள் ப்ரௌனுக்குக் கிடைத்தன. அவற்றைப் ப்ரௌன் பிரதிகள் எடுத்துத் தெளிவான படிமங்களாக உருவாக்கம் செய்தார்.

இன்று சமூக நுண்ணறிவு, சுற்றுப்புற நுண்ணறிவு ஆகியவை முக்கியமானவையாகக் கருதப்படுகின்றன. அந்த நுண்ணறிவு இருந்தால் தான் நாம் இயற்கை வளங்களைச் சிதைக்காமல் பொருள்களின் உற்பத்திக்கும், அவற்றைச் சந்தைக்குப் பயன்படுத்துவதற்கும் முடியும். இன்று பல நாடுகள் சுற்றுப்புறச்சூழலைப் பாதிக்காமல் இருக்கும் தொழிற்சாலைகளுக்குச் சலுகைகளைத் தருகின்றன. அதோடு ஒரு தொழிற்சாலை, இன் னொரு தொழிற்சாலையின் சுற்றுப்புறச் சூழலின் கேட்டிற்குச் சரிசெய்து கொள்ளவும் வழி வகுக் கின்றன. இன்று மேலாண்மை பயன்படுத்துகிற பொருட்கள் எல்லா வகைகளிலும் கேடு விளைவிக் காதவையாக இருக்க வேண்டும் என்பதில் எச்சரிக் கையாக இருக்க வேண்டும். மூலாதாரங்களையும் குறைவாகப் பயன்படுத்தக் கற்றுத் தர வேண்டும். குறைந்த மின்சாரம், எரிபொருள் போன்றவற்றைப் பயன்படுத்தி உற்பத்தியைப் பெருக்க வழிவகை செய்ய வேண்டும்.

இயற்கையை வழிபடுபவர்களில் ஒருவராக வேர்ட்ஸ்வொர்த் இருந்தார்.

இயற்கையைச் சிலாகித்து எண்ணற்ற கவிதை களை அவர் எழுதியிருக்கிறார். சுருங்கிய மொட்டுக்கள் சூரிய வெளிச்சத்தில் மறுபடியும் மலர்வதை வியந்து 'ஒரு பாடம்' என்கிற தலைப்பில் பாடியிருக்கிறார். டேஃபோடில் மலர்களைப் பற்றி அவர் பாடிய பாடல்கள் அமரத்துவம் பெற்றவை. தன் இதயம் அந்த மலர்களோடு நடனமாடுவதாக எழுதியிருப் பார். இப்படிப்பட்ட விவரிப்புகளை வாசிக்கிற போது, இது மாதிரி ஓர் இடத்தில் ஒரு மாதம் தங்கி

வரமுடியாதா என்கிற எண்ணம் நமக்கும் ஏற்படு கிறது. தூக்கத்திற்கு ஒரு பாடல் எழுதியிருக்கிறார். தூங்காமல் இருக்கிறவன் இயற்கை வெளியில் எத்தனை அழகான ஒலிகளைக் கேட்க முடிகிறது என்பதுதான் அதன் கருத்து. மெதுவாகச் செல்லும் செம்மறிகளின் ஓசை, மழையின் ஒலி, தேனீக்களின் ரீங்காரம், ஆறுகளின் சத்தம், காற்று, கடல் ஆகிய வற்றின் ஓசை, பயிர்கள் அசையும் ஒலி, என்று புண் படாத இயற்கையைப் பற்றி அவர் எழுதும் போது இப்படிப்பட்ட இயற்கையை நாம் குறுகிய நோக்கத் திற்காகச் சிதைத்து விட்டோமே, இருப்பவற்றை யாவது காப்பாற்ற வேண்டுமே என்கின்ற எண்ணம் ஏற்படுகிறது.

ஷெல்லி இயற்கையின் உபாசகர். ஸ்கைலார்க் என்கின்ற பறவையைக் குறித்து அவர் எழுதிய பாடல் புகழ்பெற்றது. மனத்தயாரிப்பு செய்யாத கலை, அதன் இதயத்திலிருந்து பீறிட்டு எழுவதாக ஷெல்லி பாடுகிறார். பூமியிலிருந்து மேலே நெருப்பின் மேகம்போல அது பறந்து செல்வ

மூலாதாரங்களையும் குறைவாகப் பயன்படுத்தக் கற்றுத்தர வேண்டும். குறைந்த மின்சாரம், எரி பொருள் போன்றவற்றைப் பயன்படுத்தி உற்பத்தியைப் பெருக்க வழிவகை செய்ய வேண்டும்

தாகவும், உயரப் பறக்கும்போது பாடிக்கொண்டே பறப்பதாகவும் அவர் எழுதியிருக்கிறார்.

இத்தாலியைப் பற்றிப் 'பயணி' என்கின்ற கவிதையை ஆலிவர் கோல்ட்மிஸ்த் எழுதியிருக்கிறார். இத்தாலியின் மைந்தர்கள் ஆசிர்வதிக்கப் பட்டவர்கள். அங்கு இயற்கை அபரிமிதமாகப் பரந்து விரிந்து கிடக்கிறது என்று பாடுகிறார். இயற்கை ஆசிர்வதிக்கப்பட்ட இடங்கள் மகத்தானவை என்று மனிதன் கருத வேண்டும். நகர்மயமாதலை வைத்துக் கொண்டு வளர்ச்சி கணக்கிடப்படக் கூடாது.

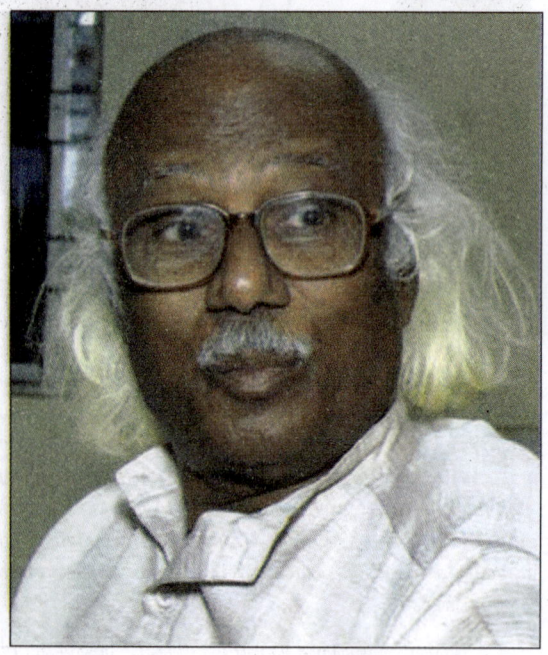

சுந்தர ராமசாமி 'ஒரு புளியமரத்தின் கதை' என்ற நாவலில் காற்றாடி மரத்தோப்பு என்கிற அழகான தோப்பு சிதைக்கப்பட்டு நகரப் பூங்காவாக உருவான கோரமான காட்சியை உருக்கமாகச் சித்திரிப்பார். 'காற்றாடி மரங்கள் ஒன்றன் பின் ஒன்றாகச் சரிந்து மண்ணில் விழுந்த காட்சியை ஒதுங்கி நின்று வேடிக்கை பார்த்தது, இப்பொழுது கூடப் பசுமையாக என் நினைவில் தங்கி நிற்கிறது. எனது சகபாடியும் அருமை நண்பனுமான சக்ரபாணி ராவ்தான் தகவல் தந்து வலுக்கட்டாயமாக என்னை இழுத்துக் கொண்டுபோய்க் காண்பித்தான்'.

அந்த நாவலில் நூற்றுக்கணக்கான கோடரிகள் ஏக காலத்தில் விழுந்து மரங்களைச் சாய்க்கும் காட்சியை அவர் படம்பிடிக்கிறார். மரங்களைச் சிதைக்கும் அழகியல் பற்றியும் வருத்தப்பட்டு, சுந்தர ராமசாமி எழுதியிருப்பார். மரமாக வளராத செடிகளைத் தான் பூங்காவில் வைப்பார்கள். மரமாகும் செடிகளையும் வெட்டிவிடுவார்கள் என்று வருத்தப்பட்டிருப்பார். அதைக் கௌபீனத்தை அவிழ்த்து தலைப்பாகை கட்டிக் கொள்ளும் காரியம் என்று கிண்டலடித்திருப்பார்.

தமிழில் புளியந்தோப்பு சிதைந்த இன்னொரு நாவலாக உருவானது சா.கந்தசாமியின் 'சாயா வனம்'.

அதில் அழகான ஆறு; அதையொட்டி கோயில். அடுத்துப் புளியந்தோப்பு. அந்தத் தோப்பைக் கரும்பு ஆலை அமைப்பதற்காகச் சிதம்பரம் என்பவன் அணுஅணுவாக அழித்துச் சாம்பலாக்குகிறான். அதைச் சிதைப்பதில் கொள்ளும் பெருமைதான் அவன் வெற்றியாக அவனுக்குத் தெரிகிறது. புளியந்தோப்பு இருக்கும் வரை அதில் எத்தனையோ பறவைகள், நரிகள், விலங்குகள், எல்லாம் சுதந்தரமாகத் திரிந்தன. அதைச் சிதைக்கும் போது குருவிக்கூடுகளும் சரிந்து விழுகின்றன. இறக்கை முளைக்காத குஞ்சுகள் எல்லாம் கருகி விழுகின்றன. அந்த ஊரில் கிடைத்த நல்ல புளி, அந்தத் தோப்பு அழிந்ததோடு கிடைக்காமல் போய்விட்டது. அந்த வனத்தோடு அந்த ஊரின் இயற்கைச் சூழலும் சிதைந்துவிட்டது. வர்த்தகம் என்பது எல்லாவற்றையும் சிதைப்பதால் ஏற்படுவதில்லை என்பது இந்த நாவலின் மூலம் தெரிவிக்கப்பட்டிருக்கிறது.

தமிழில் பல இலக்கியங்கள் சுற்றுச் சூழலைத் தூக்கிப்பிடிக்கும் முயற்சியோடு எழுதப்பட்டு உள்ளன. இயற்கையைச் சிலாகித்து எழுதப்பட்ட பல கவிதைகள் இருக்கின்றன. அவை ஒருபுறம் இருக்க நேரடியாகச் சுற்றுச்சூழல் பாதிக்கும் வகையில் எடுக்கப்பட்ட வர்த்தக முயற்சிகள்,

அவை குறித்த போராட்டங்கள், அவற்றை அடக்கி ஒடுக்க அதிகார மையங்கள் எடுத்த நடவடிக்கைகள் போன்றவற்றையும் விரிவாக அலசிப் பாடல்கள் வெளிவந்திருக்கின்றன.

பாரதியாரின் 'குயில் பாட்டு' அவர் புதுவையில் தங்கியிருந்தபோது இரசித்த குயில் தோப்பின் வெளிப்பாடு. இன்று அந்தக் குயில்தோப்பு இருக்குமிடம் நகர் மையமாக மாறிவிட்டது.

'கன்னிக் குயிலன்று காவிடத்தே பாடியதோர்
இன்னிசைப் பாட்டினிலே யானும் பரவசமாய்,
மனிதவுரு நீங்கிக் குயிலுருவம் வாராதோ?
இனிதிற் குயிற்பேட்டை யென்றும் பிரியாமல்,
காதலித்துக் கூடிக் களியுடனே வாழோமோ?
நாதக் கனலினிலே நம்முயிரைப் போக்கோமோ?'

பாரதிதாசன் விலங்கினங்களுக்கும் சுதந்திரம் உண்டு. அவற்றை மதித்துப் பேண வேண்டும் என்பதைக் கூண்டில் அடைபட்ட ஒரு பறவைக்கு வானத்தில் பறந்து திரியும் இன்னொரு கிளி அறிவுறுத்துவதுபோல் எழுதியிருப்பார்.

'தித்திக் கும்பழம் தின்னக் கொடுப்பார்
மதுரப் பருப்பு வழங்குவார் உனக்கு
பொன்னே, மணியே, என்றுனைப் புகழ்வார்
ஆயினும் பச்சைக் கிளியே அதோ பார்
உன்னுடன் பிறந்த சின்ன அக்கா,
வான வீதியில் வந்து திரிந்து
தென்னங் கீற்றுப் பொன்னூஞ்சல் ஆடிச்
சோலை பயின்று சாலையில் மேய்ந்து
வானும் மண்ணுந்தன் வசத்திற் கொண்டாள்
தச்சன் கூடுதான் உனக்குச் சதமோ?
அக்கா அக்கா என்று நீ அழைத்தால்
அக்கா வந்து கொடுக்கச்
சுக்கா மிளகா சுதந்திரம் கிளியே?'

புதுக்கவிதைகளிலும் சுற்றுச்சூழலின் முக்கியத்துவம் சுட்டிக்காட்டப்படுகிறது. கவிஞர் வாலி 'பொய்க்கால் குதிரை' தொகுப்பில் மரங்கள் நம்மைப் பார்த்து

மனிதர்களே!
நீங்கள் எங்களைக் கொண்டு
பல சிலுவைகளைச் செய்துவிடுகிறீர்கள்
உங்களைக் கொண்டு
ஒரு ஏசுவை ஏன் செய்யக்கூடாது

என்று கேள்வி கேட்பதுபோல எழுதியிருப்பார்.

கவிஞர் மு.மேத்தா 'ஒரு பூ இங்கே உதிர்ந்து கிடக்கிறது, ஓரமாய்ச் செல்லுங்கள் தோழர்களே' என்று உதிர்ந்த பூவை யாரும் மிதித்துவிடக் கூடாது என்று அக்கறையோடு எழுதியிருப்பார்.

இயற்கை பற்றி இலக்கியம் வரைந்திருக்கும் சித்திரமும், மாசு ஏற்படுவது பற்றி அது வடித்திருக்கும் காவியங்களும் மகத்தானவை. வர்த்தக நோக்கத்தில் மாத்திரம் செயல்படாமல் சுற்றுச்சூழலைப் பாதுகாக்கிற வகையில்தான் நம் முன்னேற்றம் முகிழ்க்க வேண்டும் என்பது இலக்கியம் அனுசரணையோடும், அக்கறையோடும் நமக்குக் கூறும் அறிவுறுத்தல். ★

அத்தியாயம்

78

ரிஸ்க் எடு... ரஸ்க் சாப்பிடு

வர்த்தகம், நிர்வாகம் ஆகிய இரண்டும் நிச்சயமற்ற நிலையை (Risk) எப்போதும் கைகளில் ஏந்திய வண்ணம் இருப்பவை. அதைச் சமாளிக்க அதீத துணிச்சல், நவீனப் பார்வை, திரவத்தன்மை, துரித செயல்பாடு ஆகியவை அவசியம். இன்று நாம் பல பொருட்களை உபயோகப்படுத்துகிறோம் என்றால் அவற்றைச் சந்தைக்குக் கொண்டுவர பல நிறுவனங்கள் பல விபத்துகளைச் சந்தித்தன என்பது நினைத்துப் பார்க்க வேண்டிய ஒன்று. ஆனால் அப்படிப்பட்ட ரிஸ்க் சரியான விகிதத்தில் இருக்க வேண்டும். கணிக்கப்பட்ட நிச்சயமற்ற தன்மையாக இருந்தால் அதில் ஆபத்து இல்லை. பெருகிற இலாபத்தில் குறைவு ஏற்படலாம். ஆனால் மூலாதாரமே அடித்துக் கொண்டு போகாமல் இருக்கவேண்டும் அது அவசியம்.

எனக்குத் தெரிந்த சிலர் தொழிலதிபர்களாக இருக்கிறார்கள். 50 ஆண்டுகளுக்கு முன்பு அந்த ஊரிலேயே அவர்கள்தான் மிகப் பெரிய பணக் காரர்கள். ஆனால் இன்றோ அவர்கள் அந்த ஊரில் முதல் பத்து இடங்களில் கூட இருக்கவில்லை. ஏனென்றால் அவர்கள் பாதுகாப்பான வர்த்தகச் சூழலையே விரும்பினார்கள். மறந்தும் ஒரு சின்ன ரிஸ்கைகூட எடுக்க விரும்பவில்லை. அதனால் அவர்கள் தொடங்கிய இடத்திலேயே இருக்கிறார்கள். ஆனால் அவர்களைச் சார்ந்தவர்கள் அதிகப் பணக் காரர்களாக இல்லாமல் இருந்தும் 'கேல்கு லேட்டட் ரிஸ்க்' எடுத்தார்கள். அது மாதிரி ஒரு முடிவை

தவிர்க்கமுடியாத சூழல்களில் நம்மிடம் இருக்கும் அசாத்திய ஆற்றல் வெளிப்படுகிறது

எடுக்கும்போது அது கையைச் சுட்டுக்கொள்ளாத வாறு இருக்க அனைத்து முயற்சியையும் மேற் கொண்டார்கள். அதை வெற்றியாக்கிய பிறகு அடுத்த முக்கிய முடிவை எடுத்தார்கள். இப்படி, படிப்படியாக அவர்களுடைய முதலீடுகளும், தொடர்புடைய தொழில்களின் எண்ணிக்கையும் அதிகரித்தன. இப்போது அவர்கள் எங்கேயோ போய் விட்டார்கள்.

வழக்கமான பாணியில் சிந்திக்காமல் பக்க வாட்டுச் சிந்தனையில் சிந்திக்கும்போதுதான் தீர்வுகள் உடனடியாகக் கிடைக்கின்றன.

ஈசாப்புக் கதைகளில் சின்ன வயதில் படித்த உருவகக்கதை ஒன்று நினைவுக்கு வருகிறது. வேட்டை நாயொன்று முயலைத் துரத்திச் செல் கிறது. நாய்க்கு டிமிக்கி கொடுத்துவிட்டு முயல் ஒரு பொந்தில் புகுந்துகொள்கிறது. அவ்வழியாக வந்த ஆடு மேய்ப்பவன் வேட்டை நாயிடம் 'இவ்வளவு சக்திசாலியாக இருந்தும் நீ முயலிடம் தோற்று விட்டாயே' என்று பரிகாசத்துடன் கேட்கிறான். அதற்கு அந்த நாய் 'நான் இரைக்காக ஓடினேன். அது உயிருக்காக ஓடியது. உயிரைக் காப்பாற்றிக் கொள்ள ஓடும் ஒருவரை விஞ்சுவது சற்றுக் கடினம் தான்' என்று பதில் சொன்னது. தவிர்க்கமுடியாத சூழல்களில் நம்மிடம் இருக்கும் அசாத்திய ஆற்றல் வெளிப்படுகிறது என்பதற்கு இந்தக் கதை ஓர் உதாரணம்.

துணிச்சல் மிகுந்தவர்களே நிச்சயமற்ற நிலையை எதிர்கொள்ளமுடியும். அதில் ஏற்படும் இழப்பையும் பொருட்படுத்தாமல் தொடர்ந்து போராடமுடியும் என்பதை விளக்கத் திருவள்ளுவர் படைச்செருக்கு என்கிற அதிகாரத்தில் ஒரு திருக் குறளைப் பயன்படுத்துகிறார். கையில் ஏந்திய வேலை ஒரு யானையின்மீது எறிந்து துரத்திவிட்டு வேறு வேலை தேடிவருகின்றவன் தன் காயம்பட்ட

மார்பில் இருந்து வேலைப் பறித்து ஆயுதமாக்கிக் கொள்கிறான் என்று குறிப்பிடுகிறார்.

கைவேல் களிற்றொடு போக்கி வருபவன்
மெய்வேல் பறியா நகும் (774)

நிச்சயமற்ற சூழலில் ஏற்படுகிற இழப்புக் கூட ஒருவகை அனுபவமே. அது எதிர்காலத்தை முறையாகத் திட்டமிடுவதற்கும் எச்சரிக்கையுடன் நடந்துகொள்ளவும் பாடமாக அமையும் என்பதை இக்குறள் தெளிவாக்குகிறது.

'மா யுவான் வாழ்க்கை வரலாறு' என்கிற சீன நூலில் ஹன் சாம்ராஜ்யத்தைக் குறித்த தளபதி ஒருவரைப் பற்றிய சம்பவம் இடம்பெற்றிருக்கிறது. பல ஆண்டுகள் போர்புரிவதில் செலவழித்த தளபதி மா யுவான் தன்னுடைய 62 ஆம் வயதில் அண்டை நாட்டோடு போர் வந்தபோது அரசரிடம் சென்று மன்றாடினார். 'எனக்குப் படையை வழி நடத்திச் செல்ல இன்னொரு வாய்ப்புத் தாருங்கள், உண்மை யான வீரன் செயலில் இறக்கவேண்டுமே தவிர வெறுமனே இருந்து இறக்கக்கூடாது. அவன் குதிரை சேணத்தின்மீது அமர்ந்து மரணம் அடைய வேண்டுமே தவிர படுக்கையில் வீழ்ந்து மகன் களும், மகள்களும் பணிவிடை செய்யும்படி உயிரிழக்கக்கூடாது' என்று வேண்டினார். அதைப்

போலவே தலைமையேற்றுச் சென்று போரில் வீர மரணம் அடைந்தார். இன்றும் நிர்வாகத்தில் துணிச்சலான பணிகளைக் கவனிக்க ஒருசிலரே விரும்புகிறார்கள். பலர் பாதுகாப்பான பணி களையே தேர்ந்தெடுக்கிறார்கள்.

துணிச்சலான பணியில் சில நாட்கள் இருந் தாலும் பெறுகிற அனுபவம் மகத்தானதாக இருக் கிறது. சிலர் எப்போதும் குறைவான இலக்கு களையே வகுத்துக்கொள்வார்கள். அவற்றை எளிதில் அடைந்துவிடுவார்கள், அதில் திருப்திப் பட்டுக் கொள்வார்கள். ஆனால் இன்னும் சிலரோ ஏற்கெனவே அடைந்ததை விட இன்னும் உயர மாகத் தங்கள் குறியீட்டை தாங்களாகவே நிர்ண யித்துக்கொள்வார்கள். அப்போது அவர்களுடைய அத்தனை ஆற்றலும் அதை நோக்கியே செலுத்தப் படும். அவர்கள் நிறுவனம் முழுமையையும் அந்த இலக்கை நோக்கி முடுக்கி விடுவார்கள். அதன் மூலம் அந்த நிறுவனம் ஒவ்வொரு கட்டத்திலும் வளர்ச்சியடைந்து கொண்டேயிருக்கும்.

'புறநானூற்றில்' சோழன் நலங்கிள்ளியின் பேராற்றலையும், பகையஞ்ச வாழ்ந்த அவன் வீரத்தையும், கோவூர் கிழார் பாடுகிறார். அதில் அவன் எவ்வளவு தூரம் உயிரைப் பணயம் வைக்கத் தயாராக இருக்கிறான் என்பதையும் தெளிவு படுத்துகிறார். அவன் பாசறையில் வாழ்வதையே விரும்புவன். அவனுடைய போர் யானைகளும் தந்தக் கொம்புகளின் நுனி மழுங்கப் பகையரசர் காவல் மதிற்களை மோதித் தகர்க்கவே பார்த்துக் கொண்டிருக்கும். அவன் படை வீரர்களோ போருக் காக ஏங்குகிறார். இவ்வாறு அவர் ஆபத்தோடு வாழும் வாழ்வை விரும்பும் அரசனைப் பாராட்டு கிறார்.

பாசறை அல்லது நீயொல் லாயே
நுதிமுக மழுங்க மண்டி, ஒன்னார்
கடிமதில் பாயும்நின் களிறுஅடங் கலவே
போர்எனில் புகலும் புனைகழல் மறவர் (31)

சங்ககாலப் புலவர்கள்கூட வீரனோடு போர் புரிவதையே ஆதரித்தார்கள். கோழைகளை வெற்றி பெறுவதை அவர்கள் வீரமென்று கொண்டாட வில்லை. சோழன் கிள்ளிவளவன் கருவூரை முற்றுகையிட்டபோது, கருவூர் மன்னன் போருக்குப் பயந்து அரண்மனையில் பதுங்கிக் கிடந்தான். போருக்கு அஞ்சும் கோழையோடு போரிடுவது கிள்ளிவளவன் பெருமைக்கு இழுக்காகும் என்று ஆலத்தூர் கிழார் பாடிய பாடல் புறநானூற்றில் உண்டு.

ஆங்குஇனி திருந்த வேந்தனொடு ஈங்குநின்
சிலைத்தார் முரசம் கறங்க
மலைத்தனை என்பது நாணுத்தக வுடைத்தே (36)

சிறந்த மேலாளர் கடினமான இலக்கை நிர்ண யிப்பார். பிறகு அதை அடைவதற்கான திட்டத்தை மிகவும் கச்சிதமாக வகுப்பார். அந்தத் திட்டத்தின் பல்வேறு உட்பிரிவுகளை வரிசைக் கிரமமாகப் பட்டியலிடுவார். அதற்குப் பிறகு அதைச் செயல் படுத்துவார். அந்தத் திட்டத்தின் ஒவ்வொரு கட்டத் தையும் முழு வீச்சில் தீவிரம் காட்டிச் செயல்

சிறந்த மேலாளர் கடினமான இலக்கை நிர்ணயிப்பார். பிறகு அதை அடைவதற்கான திட்டத்தை மிகவும் கச்சிதமாக வகுப்பார்

படுத்தும்போது கண்காணிப்பையும் அதன் முன்னேற்றத்தையும் முறைப்படுத்துவார். ஒவ்வொரு நாளும் அது எந்த நிலையை அடைந்திருக் கிறது என்பதை, தான் வகுத்த அட்டவணையோடு பொருத்திப் பார்ப்பார். பின்தங்குகிறபோது தொய்வுக்கான காரணத்தை கலந்தாலோசித்து மூலாதாரங்கள் மூலமோ, பணியாளர்கள் மூலமோ சரிக்கட்டுவார். அந்தச் செயல் தரமாக இருக்கிறதா என்பதையும் வல்லுநர்களைக்கொண்டு உறுதிப் படுத்துவார். திட்டம் முடிந்ததும் அதன் பலன்களைக் கூர்மையாக ஆய்வு செய்வார். போதிய அளவிற்குப் பலன்கள் இல்லையென்றால் தேவையான மாற்றங்களைச் செய்து அதை மறுபடியும் செயல்படுத்தி வெற்றியானதாக மாற்றுவார். முற்றிலும் பயனற்றது என்று முடிவு செய்தால் அதைத் தூக்கியெறிந்து விட்டு அதில் ஏற்பட்ட தவறுகளைப் பட்டியலிட்டு அதற்குப் பிறகு அவ்வாறு நிகழாமல் பார்த்துக் கொள்ளுவார்.

கோ கோ என்கிற சீன மன்னன் ஒருவன் இருந்தான். அவன் நாட்டிற்குத் தூர தேசத்திலிருந்து தூதுவன் ஒருவன் வந்தான். தன் நாட்டின் மீது படையெடுக்கலாமா வேண்டாமா என்பது பற்றிய ஆய்வை நடத்தத்தான் அவன் வருகிறான் என்பதைக் கோகோ அறிந்தான். தன்னால் வியப்பையும் அச்சத்தையும் அவனுக்கு ஏற்படுத்த முடியுமா என்கிற சந்தேகம் மன்னனுக்கு உண்டாயிற்று. எனவே அவன் கீழ்நிலைப் பணியாளர் ஒருவரை அரசனைப்போல சிம்மாசனத்தில் அமர்த்தி அவன் பக்கத்தில் கத்தியை வைத்துக்கொண்டு மெய்க் காப்பாளனைப்போல நின்றான். தூதனின் முக பாவனைகளை உற்றுக் கவனித்தான். அந்தத் தூதன் சென்ற பிறகு ஓர் ஒற்றனை அனுப்பி அவன் என்ன நினைக்கிறான் என்பதையும் கேட்டு வரும்படி கோ கோ பணித்தான்.

ஒற்றன், ‘மன்னனைப் பற்றி என்ன நினைக்கிறீர்கள்?’ என்று தூதனிடம் கேட்டான். அதற்கு அந்தத் தூதன் ‘மன்னன் மிகவும் பண்பட்ட கௌரவமான மனிதராகத் தெரிந்தார். ஆனால் அவர் பக்கத்தில் வாளை வைத்துக்கொண்டு நின்று கொண்டிருந்த வீரன்தான் உண்மையான நாயகன்’ என்று சொன்னான். இதைக் கேள்விப்பட்ட கோ கோ ஒருவனை அனுப்பி அந்தத் தூதனை யாருக்கும் தெரியாமல் கொன்றுவிட்டான்.

‘மதுரைக் காஞ்சி’யில் மன்னன் எவ்வாறு சிறு எதிர்ப்பும் கிளம்பாமல் இருக்கப் புத்திக்கூர்மையுடன் செயல்பட்டான் என்பதை விளக்க அவன் எப்படிப் பகைவர்களை அழித்ததோடு அவர்களுக்குப் பாதுகாப்பு தரும் துணைவழியையும் அழித்தான் என்று குறிப்பிட்டுள்ளது. அதைப் போலவே அந்நகரில் காவலர்கள் இரவுப்பொழுதின் மூன்றாம் பகுதியில் கள்வர்களிடமிருந்து அந் நகரைக் காப்பாற்ற அக்கறையோடு பணியில் ஈடுபட்டு உயிருக்கு இறுதி பற்றி எண்ணாமல் காவலில் சிறந்து விளங்கினார்கள் என்றும் ‘மதுரைக் காஞ்சி’ சித்திரிக்கிறது.

போர் மட்டுமல்ல, காதலும் கரடு முரடான பாதையைக்கொண்டதுதான் என்பதைக் களவொழுக்கம் பற்றிய சங்ககாலப் பாடல்கள் உணர்த்துகின்றன. ‘குறிஞ்சிப் பாட்டில்’ தலைவியைக் காணத் தலைவன் இரவில் வருகிறான். அவன் வருகிற பாதையோ ஆபத்தானது என்பதை எண்ணித்

தலைவி கலங்குகிறாள். மலைப்பகுதியில் அவன் வரும்போது புலி, யாளி, கரடி, ஆமாவின் ஏறு, களிறு, பாம்பு, முதலை, இடங்கர், கராம், பெரும் பாம்பு முதலிய விலங்குகளும் இடியேறு, சூர், பிசாசு போன்ற மீ இயற்கைப் பொருட்களும், கொலைத் தொழில் நிகழும் இடம், வழுக்கு நிலம், முட்டுப்படும் நெறி ஆகிய இடங்களும் வழிச் செல் வோர்க்கு அச்சத்தை விளைத்து, உயிரைப் பறிப்பன. முல்லையிலும், குறிஞ்சியிலும் உறையும் விலங்குகள் ஈண்டு குறிக்கப்பட்டுள்ளன. முதலை, கராம், இடங்கர் ஆகியவை முதலையின் வெவ்வேறு இனங்களாகும். இந்தப் பேராபத்துகளை எல்லாம் தாண்டித் தன்னைக் காணத் தலைவன் வர வேண்டுமே என்பது அவளது அச்சத்தின் காரணம்.

அதைப்போலவே 'மலைபடுகடாம்' தலைவன் வருகிற பாதையை விவரிக்கிறது. அவன் பன்றிப் பொறியுள்ள வழிகளில் பகலில் செல்லவேண்டும். மலைப்பகுதியில் காட்டுப்பன்றிகளைப் பிடிப் பதற்காகப் பொறிகளை இட்டு வைத்திருப்பார்கள். இரவில் பயணித்தால் பன்றிகளாலோ, பொறி களாலோ அபாயம் விளையும். பிறகு பாம்புகள் உறையும் இடத்தைக் கடந்து வர வேண்டும்.

பின்னர் தினைக்கதிர்களை உண்ண வரும் யானைகளைக் கவண் கல்லெறிந்து மலைவாழ் மக்கள் அகற்றும் பகுதியைத் தாண்டி வர வேண்டும். அதையும் கடந்து காட்டாற்று வழிகளில் வழுக்கும் வழிகளைக் கடந்துவர வேண்டும்.

அதன் பின்னர் பாசிபடிந்த குளங்களைக் கடந்துவரவேண்டுமென்று, பாதையில் இருக்கின்ற அபாயங்களைப் பற்றிக் குறிப்பிடப்பட்டுள்ளது.

இனிமை தரக்கூடிய காதலின் பாதையும் கரடுமுரடானது என்பதைச் சங்கப்பாடல்கள் தெரிவிக்கின்றன.

போர்க்காலத்தில் தளபதியாக இருப்பதுதான் சிரமம். அமைதிக் காலத்தில் யார் வேண்டு மானாலும் தளபதியாக இருக்கலாம்.

அமைதிக் காலத்திலேயே போர் நிகழ்ந்தால் என்ன செய்வது என்று படையைத் தயாராக வைத்திருப்பதைப் போல எந்தத் தொழிலையும் நடத்துபவர்கள் அதில் நிகழக்கூடிய ஆபத்தான கட்டங்களையும் அந்தத் தொழில் நலிந்து போவதற்கான போட்டிகளையும் முன்னெச்சரிக்கை யுடன் யூகிக்க வேண்டும். அவற்றைச் சரியாகச் சமாளிக்கத் திட்டங்களைக் கையில் வைத்திருக்க வேண்டும்.

எல்லாம் நன்றாக நடக்கும் என்று நம்மை நாமே திருப்திப்படுத்திக் கொண்டு வர்த்தகத்தில் ஈடுபட்டால் எதிராளி நம்மை எளிதில் சாப்பிட்டு ஏப்பம் விட்டுவிடுவான்.

ஆபத்து வருகிறபோது ஓடி ஒளியாமல் நிலைமையைச் சமாளிப்பவனே புத்திசாலி. பான் சாவ் என்கிற தூதன் மேற்கு மண்டலத்திற்கு ஒரு முறை ஷான்சன் நாட்டு அரசனைப் பார்க்க முந்நூறு படைவீரர்களுடன் சென்றான்.

அரசன் அவனை மிகுந்த விருந்தோம்பலுடன் நடத்தினான். ஆனால் வேறொரு நாட்டிலிருந்து ஒரு தூதன் மிகப்பெரிய படையுடன் ஷான்சன் மன்னனைச் சந்திக்கவந்தான். அதற்குப் பிறகு பான் சாவ் மிக மோசமாக நடத்தப்பட்டான்.

பான் சாவ் நிலைமையை உணர்ந்தான். மன்னன், வந்திருக்கும் இன்னொரு தூதனுடைய நாட்டோடு சேர்ந்து கொண்டு தன் நாட்டின் மீது படையெடுப்பானோ என்கிற பயம் அவனுக்கு ஏற்பட்டது. அந்த ஆபத்தை எதிர்கொள்ளத் துரித மாக ஒரு முடிவெடுத்தான்.

இரவு நேரத்தில் யாரும் எதிர்பார்க்காத போது தன் படைவீரர்களுடன் புகுந்து அந்த இன்னொரு நாட்டுத் தூதன் தங்கியிருந்த கூடாரங்களுக்குத் தீ வைத்தான்.

வீரர்கள் எப்படி நெருப்பு வந்தது என்று, ஆயுதமில்லாமல் வெளியே வந்தபோது அவர்கள் அனைவரையும் பான் சாவ் வீரர்கள் வெட்டிச் சாய்த்தனர். பான் சாவ் 'புலியின் குகைக்குள் நுழையாமல், புலிக்குட்டிகளை எப்படிக் கைப் பற்றமுடியும்' என்று சொன்னான். ஷான்சன் மன்னன் பான் சாவ் நாட்டோடு உறவு வைத்துக் கொள்ளச் சம்மதித்தான். ஒரு தூதன் எடுத்த ரிஸ்க் ஒரு நாட்டையே காப்பாற்றியது.

இலக்கியத்தில் மேலாண்மை

அத்தியாயம்
79

உச்சம் செல்ல
அச்சம் தவிர்

நிச்சயம் இழப்போம் என்பது தெரிந்து முடிவெடுப்பது அறிவுடைமை ஆகாது. தோல்வி யுற வாய்ப்புகள் இருந்தாலும் அஞ்சாமல் முடி வெடுப்பதே வர்த்தக சாமர்த்தியம். குறைவான மூலாதாரங்கள் இருந்தாலும் அவற்றைச் சாதுர்ய மாகப் பயன்படுத்தினால் வெற்றிபெறலாம் என் பதற்குச் சரித்திரம் சாட்சி கூறுகிறது.

பிரான்சிஸ்கோ பிசாரோ என்பவர் எழுதப் படிக்கத் தெரியாத ஸ்பெயின் நாட்டுச் சாகசக்காரர். பெரு என்கிற தென் அமெரிக்க நாட்டைச் சார்ந்த இன்கா அரசை 1475இல் வெற்றி கொண்டவர் அவர். அவருக்கு வயது நாற்பத்தேழு ஆண்டுகள் ஆன போது இன்கா சாம்ராஜ்யத்தைப் பற்றித் தெரிந்து கொண்டார். கடற்பயணச் சாகசக்காரரான அவர் அந்த நாகரிகத்தை வெற்றிகொள்ள முடிவெடுத்தார். முதல் முயற்சியில் தோல்வியடைந்தார். இரண் டாவது முறை பெரு நாட்டின் கடற்கரையை அவரால் அடைய முடிந்தது. திரும்பி வந்தபோது தங்கத் தோடும், செவ்விந்தியர்களோடும் ஸ்பெயினுக்கு வந்தார்.

1529 ஆம் ஆண்டு ஐந்தாம் சார்லஸ் மன்னர் பெருவைக் கைப்பற்ற, அவருக்கு அதிகாரத்தை வழங்கியதோடு தேவையான நிதி ஆதாரத்தையும் வழங்கினார். 177 சிப்பாய்களுடனும், அறுபத் திரண்டு குதிரைகளுடனும் கஜமார்க்கா என்கின்ற பெரு நகரத்தை அடைந்தார். அங்கு, தான் இன்கா அரசர் அட்டகௌல்பா நாற்பத்திரண்டாயிரம் வீரர்களோடு தங்கியிருந்தார். பிசாரோ அட்டகௌல் பாவைப் படைவீரர்களை விட்டுவிட்டு வரும்படி வேண்டுகோள் விடுத்தார். பிசாரோவுடன் பேச்சு

எதிர்பாராத நேரத்தில் தாக்கி எதிரிகளை நிலைகுலையவைப்பது ஒருவித தந்திரம்

வார்த்தை நடத்த ஆயுதமில்லாத ஐயாயிரம் பேரோடு அட்டகௌல்பா பிசாரோவைச் சந்திக்க வந்தார். உடனே தாக்கும்படி தன்னுடைய போர் வீரர்களுக்குப் பிசாரோ கட்டளையிட்டார். அரை மணி நேரத்தில் ஒரு ஸ்பானிஷ் சிப்பாய்கூட காய மாகாமல் பிசாரோ மட்டும் சின்ன காயமடைய அட்டகௌல்பா உயிருடன் கைப்பற்றப்பட்டார். அதற்குப் பிறகு அங்கு ஸ்பானிஷ் சாம்ராஜ்யம் விரிவுபடுத்தப்பட்டது. மிகக்குறைவான சிப்பாய் களோடு ஒரு நாட்டைக் கைப்பற்றமுடியும் என் பதற்கு இந்தச் சம்பவம் தான் ஒரே சான்றாக இருக்கமுடியும்.

எதிர்பாராத நேரத்தில் தாக்கி எதிரிகளை நிலை குலையவைப்பது ஒருவித தந்திரம். இது வர்த்தகத் திலும் நிகழ்ந்திருக்கிறது. இருபதாண்டுகளுக்கு முன்பு குடிசைத் தொழிலாகத் தொடங்கப்பட்ட ஒரு துணிசோப்பு நிறுவனம் குறைவான விலையாலோ, கவர்ச்சி மிகுந்த விளம்பரத்தாலோ பன்னாட்டு நிறுவனங்களின் விற்பனையைப் பாதிக்கும் அளவு வளர்ச்சியடைந்தது. குறைந்த மூலாதாரங்களைக் கொண்டு, தகுந்த அணுகுமுறையைக் கையாண் டால் வெற்றிபெற முடியும் என்பதற்கு அந்த நிறுவனத்தின் வளர்ச்சி ஒரு சான்று.

'போர்க்கலை'யை எழுதிய சன் சு 'எதிரியை அறிந்துகொள், உன்னையும் அறி, அப்போது வெற்றி நிச்சயமற்றதாக இருக்காது'. களத்தை அறிந்து கொள், இயற்கைச் சூழலையும் உணர், வெற்றி பூரணமானதாக இருக்கும்' என்று குறிப்பிடுகிறார்.

எந்தச் சமயத்தில் பின்வாங்க வேண்டும் என்பதையும் அறிந்து வைத்திருப்பவரே வெற்றி பெறமுடியும் என்றும் அவர் அறிவுறுத்துகிறார்.

சாகசம் இல்லாத வாழ்க்கை சுவாரசியமாக இருப்பதில்லை. எந்தத் திருப்பமும் இல்லாமல் அலுவலகம் சென்று வந்து சாப்பிட்டுவிட்டுத் தூங்கு கிற வாழ்க்கையில் நிம்மதி இருக்கலாம், ஆனால் மகிழ்ச்சி இருக்காது. மகிழ்ச்சி என்பது தொல்லை களையும், தொந்தரவுகளையும், அபாயங்களையும் அடைகாத்துக்கொண்டே பிறக்கிற அதிசயப் பறவை. ஒரே இடத்தில் நடக்கிற எதுவும், சம்பவம்

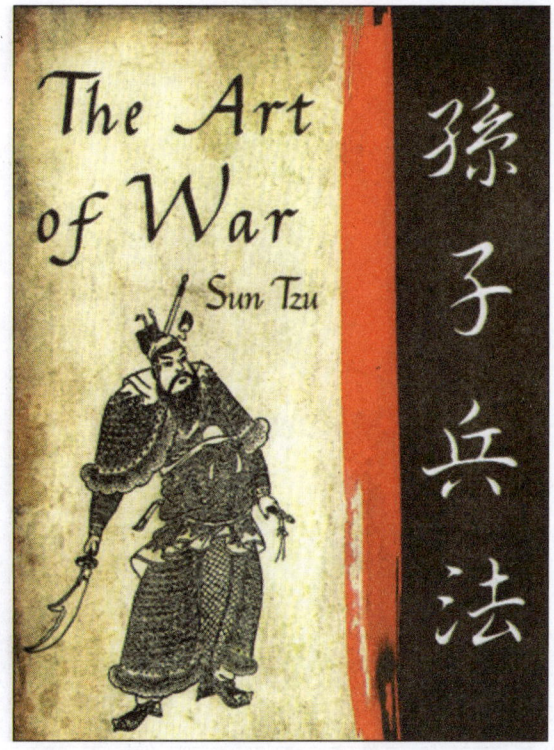

தானே தவிர சரித்திரமாக முடியாது. 'ஆயிரத்தோர் அராபியக் கதைகள்' சாகசங்களை அடிப்படையாகக் கொண்டதால்தான் இன்றும் வாசிக்கவும், நேசிக்க வும் படுகின்றன. அதில் சிறுவர் முதல் பெரியவர்கள் வரை விரும்பிப் படிப்பது சிந்துபாத் கதை. ரிஸ்க் எடுக்காதவன், எந்தச் சாதனையையும் செய்ய முடியாது என்பதற்கு 'ஆயிரத்தோர் அராபிய கதைகள்' இலக்கியமே சாட்சி. ஒவ்வோர் இரவும் ஒரு கதையைச் சொல்லி மன்னனிடம் உயிரைத் தக்க வைத்துக்கொள்ளும் பெண்ணின் சம யோசித புத்தி ஒரு சஞ்சவினி உத்தி.

வர்த்தகம் என்றால் கடுமையான பயணங் களை மேற்கொள்ள வேண்டிய சூழ்நிலையில் அக் காலத்தில். உயிருக்கு உத்தரவாதம் கிடையாது. திரும்பி வரும்வரை உறவினர்களும் உயிரைக் கையில் பிடித்துக்கொண்டு காத்திருக்கவேண்டிய நிலை. பல ஆபத்துக்களைக் குறியீடாக்கி முன் வைக்கும் கதையே சிந்துபாத் என்கிற மாலுமியின் கதை.

சிந்துபாத் என்கிற கூலி ஒரு பணக்கார வியா பாரியின் மாளிகை முன்பு இருந்த திண்ணையில்

இலக்கியத்தில் மேலாண்மை

> இலக்கியம் பொழுதுபோக்க மட்டுமல்ல, நம் பொழுதைஆக்கவும் உதவி புரியும் அருமருந்து

சோர்வின் காரணமாக அமர்கிறான். அங்கு அவன் அந்த மாளிகையைப் பார்த்து வியந்து 'அல்லாவே! இந்த உலகில் என்ன நியாயம் நடக்கிறது. பணக்காரர்கள் எந்தச் சிரமமுமில்லாமல் மகிழ்ச்சியாக வாழ்கிறார்கள், ஆனால் ஏழைகளோ கடுமையாக உழைத்தும் வறியவர்களாகவே வாழ்கிறார்கள்' என்று முறையிடுகிறான். அப்போது அதைக் கேட்ட அந்த மாளிகைவாசி, அந்தக் கூலியை அழைத்து வரும்படி ஆளனுப்புகிறான். அந்தக் கூலியின் பெயரும் சிந்துபாத், தன் பெயரும் சிந்துபாத் என்பதில் உள்ள ஒற்றுமையை உணர்ந்த அந்தச் செல்வந்தன் அவன்மீது ஒருவித அன்புகொண்டு அவனிடம் தான் செல்வந்தனான வரலாற்றைச் சொல்கிறான். மிகவும் கஷ்டப்பட்டு, உயிரை இழக்கும் நெருக்கடிகளில் மாட்டிக்கொண்டுதான் இவ்வளவு பணக்காரனாக முடிந்தது என்று தன் ஏழு சாகசப் பயணங்கள் பற்றிக் குறிப்பிடுகிறான்.

ஒவ்வொரு பயணத்திலும் ஏதேனும் ஒரு பேராபத்தை அவன் சந்திக்கின்றான். கப்பல் மூழ்கி விடுகிறது, அல்லது தரைதட்டிவிடுகிறது. தீவு என அவன் இளைப்பாறிய இடமோ திமிங்கல முதுகாக இருக்கிறது. திடீரெனத் திமிங்கலம் கடலுக்குள் செல்ல, கப்பல் சிந்துபாத்தை விட்டுவிட்டுச் செல்ல, அவன் கடலில் தன் மரப்பெட்டியைப் பிடித்துக் கொண்டு கரையேறுகிறான். அந்த ஊர் மக்கள் உதவுகிறார்கள். ஒருநாள் அவன் கப்பல் அந்தத் தீவுக்கு வர, அவன் ஊர் திரும்புகிறான்.

இரண்டாம் பயணத்தில் அழகான தீவில் அவனை இறக்கிவிட்டுக் கப்பல் சென்றுவிடுகிறது. இராட்சதப் பறவை ஒன்று அவனைத் தூக்கிக் கொண்டு போய், பாம்புகள் இருக்கும் பள்ளத்தாக்கில் போடுகிறது. அங்கோ கொட்டிக்கிடக்கும் வைரங்கள். அந்தப் பறவையை மாமிசத்துண்டால் ஈர்த்த பிறகு, பள்ளத்தாக்கிலிருந்து வைரங்களோடு தப்பிக்கிறான்.

மூன்றாம் பயணத்தில் மனிதர்களைச் சாப்பிடும் இராட்சத மனிதர்கள்.

நான்காம் பயணத்தில் மனிதனைச் சாப்பிடும் காட்டுமிராண்டிகள்.

ஐந்தாவது பயணத்தில் அவன் முதுகில் ஏறி இறங்க மறுக்கும் கடல் கிழவன்.

ஆறாவது பயணத்தில் மறுபடியும் கப்பல் தரைதட்டுகிறது.

ஏழாவது பயணத்தில் கடற்கொள்ளையர்கள் தாக்குதலில் அவன் அடிமையாக விற்கப்படுகிறான். அவன் முதலாளி, யானைகளை எப்படி வேட்டை யாட வேண்டும் எனச் சொல்லிக் கொடுத்து, 500 யானைகளின் தந்தங்களைக் கொண்டு வந்தால் அவனை விடுதலை செய்வதாக வாக்களிக்கிறான்.

ஒருநாள் யானையொன்று சிந்துபாத்தை, யானைகளின் சுடுகாட்டிற்கு அழைத்துச் செல்கிறது. அங்கு ஆயிரக்கணக்கான தந்தங்கள் கிடக்கின்றன. அவன் எந்த யானையையும் கொல்லாமல், அவற்றைக் கொண்டு செல்ல, விடுதலை பெறுகிறான்.

ஒவ்வொரு மனிதனும் ஆபத்தை எதிர் கொள்வதன் மூலமே சிந்துபாத் என்கிற கூலியாக இருப்பதா, சிந்துபாத் என்கிற சீமானாக இருப்பதா

என்று முடிவுசெய்கிறான் என்பதை நேர்த்தியாகச் சொல்லும் கதை இது. ஒவ்வொரு நெருக்கடியின் போதும் அன்பான மனிதர்களையும் அவன் சந்திக் கிறான். வர்த்தகத்தில் கழுத்தை அறுப்பவர்களும், விசுவாசிகளும் கலந்தே காணப்படுகிறார்கள் என்பது சூசகமாகச் சொல்லப்பட்டிருக்கிறது. துணிவு இருப்பவனே விழிப்புணர்வுள்ளவன், எந்த இக்கட்டிலும் சமாளித்து வெளிவருவான்; பயந்தாங் கொள்ளியாக இருப்பவன் வெந்ததைத் தின்று வந்ததைப் பேசி இருக்க வேண்டியதுதான் என்கிற நுட்பம் உள்ள கதை சிந்துபாத் என்கிற மாலுமியின் கதை.

இலக்கியம் பொழுதுபோக்க மட்டுமல்ல, நம் பொழுதை ஆக்கவும் உதவி புரியும் அருமருந்து என்பது இது போன்ற கதைகளின் மூலம் நம் காது களில் கிசுகிசுக்கப்படுகிறது. சரித்திரத்திலும் சாகசம் புரிய உயிரைப் பற்றிக் கவலைப்படாதவர்களே உயர்ந்த இலக்கை அடைந்தனர்.

ரிஸ்க் எடுப்பதில் நெப்போலியன் வல்ல வனாக இருந்ததால்தான் மிகச் சிறந்த இராணுவத் தளபதியாகப் புகழைப் பெறமுடிந்தது. *1800* ஆம் ஆண்டு வசந்த காலத்தில் அவர் இத்தாலியின் மீது படையெடுக்க விரும்பினார். அப்போது அவருடைய இராணுவ அலுவலர்கள் ஆல்ப்ஸ் மலையை அந்த நேரத்தில் கடப்பது இயலாது என்றும், எனவே காத்திருக்கும்படியும் வேண்டுகோள் விடுத்தனர். ஆனால் நெப்போலியன், ‘நெப்போலியனின் படைக்கு ஆல்ப்ஸ் மலை எம்மாத்திரம்’ என்று பதிலளித்தார். ஒரு கோவேறு கழுதையின்மீது ஏறிக் கொண்டு படைக்குத் தலைமை தாங்கி வழிநடத்திச் சென்றார். மிகவும் அபாயமான அந்த நிலப் பகுதியில் பல தடைகளைக் கடந்து அவர்கள் படை பயணித்தது. ஒரு தனிமனிதனின் வைராக்கியம் ஒரு படையையே முன்னகர்த்திச் சென்றது. எதிரிகள் சிறிதும் எதிர்பார்க்கவில்லை. அவர்களை எளிதில் நெப்போலியன் படை தோற்கடித்தது.

★

அத்தியாயம் 80 — மாற்றி யோசி

எந்தப் பிரச்சினையையும் வேறொரு கோணத்தில் அணுகினால் அதற்கு விடை கிடைக்கும். விடைகிடைக்காத வினா என்று எதுவும் இல்லை. எல்லோரும் பார்க்கின்ற கண்ணாடியின் வழியாகப் பார்க்காமல் வித்தியாசமான சாளரத்தின் வழியாகப் பார்த்தால் நம்மால் சிக்கல்களை எளிதில் தீர்க்க முடியும் என்பதால் இன்று கட்டத்திற்கு வெளியே சிந்திப்பதையும், பெட்டிக்கு வெளியே யோசிப்பதையும் மேலாண்மை ஊக்குவித்து வருகிறது.

ஆப்ரஹாம் லிங்கனிடம் புத்தகம் ஒன்றை விற்பதற்காக ஒரு நூல் விற்பனையாளர் சென்றார். ஆனால் லிங்கனுக்கோ அந்தப் புத்தகத்தை வாங்க ஆர்வமில்லை. அந்த விற்பனையாளரோ, "ஜனாதிபதி அவர்களே, நீங்கள் இந்தப் புத்தகத்தை வாங்க ஆர்வம் காட்டாவிட்டாலும் இதைக் குறித்து ஒரு மேற்குறிப்பு எழுதித் தந்தீர்கள் என்றால் மற்றவர்களுக்கு அதை விற்பதற்கு உபயோகமாக இருக்கும்? என்று குறிப்பிட்டார்.

லிங்கன் "நிச்சயமாக" என்று கூறி அந்தப் புத்தகத்தை வாங்கி மடமடவென்று, "இந்தப் புத்தகத்தை விரும்புகிறவர்கள் இதைப் போன்ற புத்தகங்களையே விரும்புவார்கள்" என்று என்டார்ஸ் செய்து தன்னுடைய கையொப்பத்தை இட்டார்.

ஒரு புதிர்...
இரண்டு நாய்கள் ஒரு வயலில் எதிரெதிராக நின்று கொண்டிருந்தன.

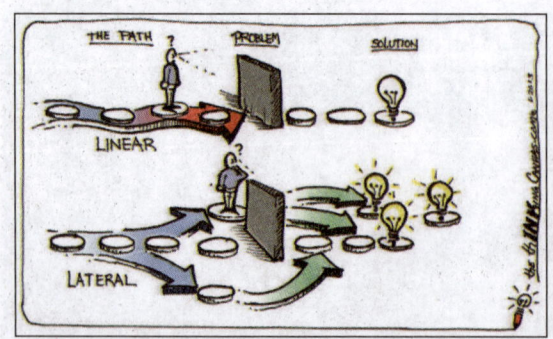

ஒன்று வடதிசையில் பார்க்கிறது.
மற்றொன்று தென்திசை.
திரும்பிப் பார்க்காமல் தலையைக்கூட திருப்பாமல்
கண்ணாடிகளை உபயோகிக்காமல் அவை
எப்படி ஒன்றை ஒன்று பார்த்துக் கொள்ளும்?
விடை எளிது.
அவை ஒன்றை ஒன்று பார்த்துக் கொண்டு தான்
எப்போதும் நிற்கின்றன.

இது புதிரே அல்ல. விடை தேவையில்லாத வினா. பல நேரங்களில் நாமும் அப்படித்தான் வினா இல்லாத வினாவையும் வினாவாக்கிக்கொள் கிறோம். அது நிறுவனத்தைச் சிக்கலில் கொண்டு போய்ச் சேர்த்துவிடுகிறது.

புதிய கண்டுபிடிப்புகளைப் பற்றி இன்று பல மேலாண்மைப் புத்தகங்கள் வந்துவிட்டன. அவை அனைத்துமே ஏற்கெனவே இருக்கும் நடை முறையில் புதிய வழிமுறைகளைச் செயல் படுத்தவே நம்மை வலியுறுத்துகின்றன. வித்தியா சமான ஒன்று, ஆனால் நல்ல விளைவுகள் இருக்க வேண்டும். இன்னும் விரைவாகவும், இன்னும் செம்மையாகவும் செயல்படக்கூடியதாக இருக்க வேண்டும்.

ஒரு காலத்தில் பெற்றோர்கள் தாங்கள் வேலை பார்க்கும் நிறுவனத்திலேயே தங்கள் குழந்தைகளும் வேலை பார்க்க வேண்டுமென்று எதிர்பார்த்தார்கள். ஆனால் இன்று அந்த நிலைமை இல்லை. குழந் தைகள் புதிய புதிய சிறகுகளை விரித்து வானவெளி யில் பறக்க நினைக்கிறார்கள். அவர்கள் மாற்றி யோசிக்கிறார்கள். அதனால் அவர்களால் புதிய பொருள்களைக் கற்பனை செய்துபார்க்க முடிகிறது.

குழந்தைகள் புதிய புதிய சிறகுகளை
விரித்து வானவெளியில்
பறக்க நினைக்கிறார்கள்.
அவர்கள் மாற்றியோசிக்கிறார்கள்.
அதனால் அவர்களால் புதிய பொருள்களைக்
கற்பனை செய்து பார்க்க முடிகிறது

கிரேக்க இலக்கியங்களில் ஒன்றான 'ஒடிசி'யில் கடற்கன்னிகளான சைரன்களின் ஒலியை எப்படி யுலிஸஸ் கேட்டு மகிழத் துணிச்சலான முடிவெடுத் தான் என்பது விவரிக்கப்பட்டுள்ளது. சைரன்கள் என்பவர்கள் அழகான இளம்பெண்கள் என்று கிரேக்கப் புனைவியலில் சித்திரிக்கப் படுபவர்கள். கடற்கரையில் உள்ள மிகப்பெரிய பாறைகளின் மீது அவர்கள் அமர்ந்துகொண்டு தெய்வீகக் குரலில் தேனிசை மழை பொழிபவர்கள். அந்த இசையால் ஈர்க்கப்பட்டு கடலில் செல்லும் மாலுமிகள் தங்கள் படகுகளை அவர்கள் இருக்கும் திசையை நோக்கிச் செலுத்துவார்கள். அந்தப் படகுகள் பாறைமீது மோதி அவர்கள் உயிர்களை இழப்பார்கள். யுலிஸஸ் அந்த இசையைக் கேட்கவேண்டுமென்று ஆசைப் பட்டான். தன்னுடைய வீரர்கள் காதில் பஞ்சை வைத்து அவர்கள் சைரன்களின் இசையைக் கேட்கமுடியாமல் செய்தான். பிறகு தன்னைக் கட்டிப் போடும்படி அவர்களைப் பணித்தான். எவ்வளவு முயன்றாலும் அவிழாதபடி அவனை இழுத்துக் கப்பலில் கட்டினார்கள். அவன் மட்டும் அந்த இசையைக் கேட்டு மகிழ்ந்தான். கப்பலும் பாறையில் மோதாமல் தப்பித்தது. ரிஸ்க் எடுத்து எப்படி வெற்றிபெறுவது என்பதற்கு யுலிஸஸ் ஓர் உதாரணம்.

படைப்பாக்க அழிவு (creative destruction) என்கின்ற சொல் ஒன்று இருக்கிறது. பழைய வற்றையே பிடித்துத் தொங்கிக் கொண்டிருக்கும் பண்பாடுகள் இருக்கிற நாடுகள் நெடுங்கால வளர்ச்சியை அடைய முடியாது. அங்கே கட்டாயப் படுத்தலின் காரணமாகக் குறுகிய கால வளர்ச்சியே நிகழும். சீனம் அப்படித் தான். அங்கிருக்கும் அரசியல் அமைப்பு பழையவற்றைத் தேவை யில்லை என்றால் தூக்கி எறியும் அளவு தன்னைத் தளர்த்திக்கொள்ளவில்லை. எனவே அங்கு வளர்ச்சி தொடர்ந்து அதிகரித்துக் கொண்டு

இலக்கியத்தில் மேலாண்மை

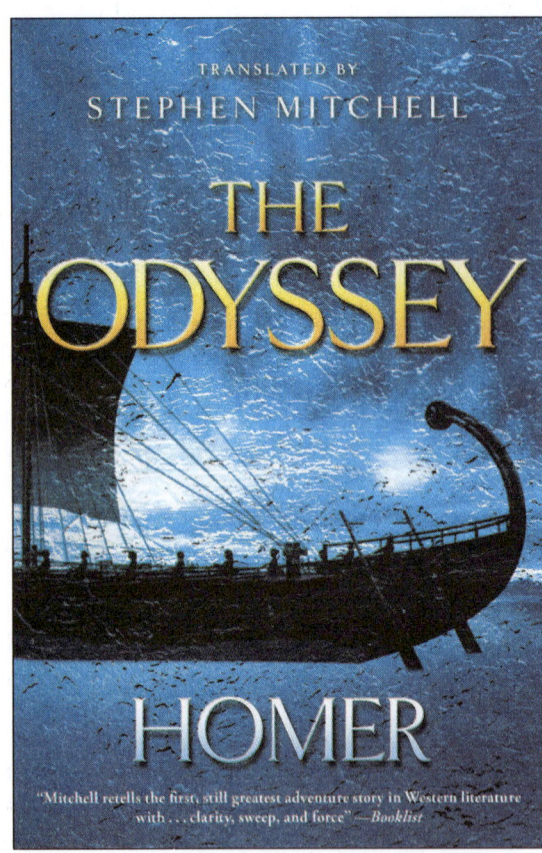

> படைப்பாக்க அழிவு என்கின்ற சொல் ஒன்று இருக்கிறது. பழைய வற்றையே பிடித்துத் தொங்கிக் கொண்டிருக்கும் பண்பாடுகள் இருக்கிற நாடுகள் நெடுங்கால வளர்ச்சியை அடைய முடியாது

தான் இருக்கும் என்று கூற முடியவில்லை. அங்கு மாற்றி யோசிப்பது ஆரோக்கியமான மனப்பான்மை யாக - ஜப்பானைப்போல் - ஏற்றுக்கொள்ளப்பட வில்லை என்பது உண்மை.

ஜென் இலக்கியத்தில் ஒரு கதை உண்டு. புகழ் பெற்ற ஒரு புத்த மடாலயத்தில் இளம் துறவி ஒருவர் இணைவதற்காக வந்தார். அந்த மடத்தின் தலைவர் முடியாது என்று மறுத்தார். ஆனால் இளந்துறவியோ அங்குதான் பயிற்சியைத் தொடர்வது என்பதில் உறுதியாக இருந்தார். உயிரைப் பணயம் வைக்கு மளவு அந்த இளைஞர் தயாராக இருக்கிறாரா என்பதை அறிந்துகொள்ள நினைத்தார் தலைமைத் துறவி. எனவே அவர் அந்த மடாலயத்திலேயே சிறப்பாகச் சதுரங்கம் விளையாடும் துறவியை அழைத்தார்.

அந்த இளைஞரைப் பார்த்து 'எங்கள் மடத்தில் சிறப்பாகச் சதுரங்கம் விளையாடும் துறவியோடு நீ சதுரங்கம் விளையாட வேண்டும். நீ வெற்றி பெற்றால் உன்னை மடத்தில் இணைத்துக்கொள் கிறோம். தோல்வியுற்றவர் தலை துண்டிக்கப்படும்' என்று அறிவித்தார். சவாலை அந்த இளைஞர் ஏற்றுக்கொண்டார்.

இளைஞரும் துறவியும் சதுரங்கம் விளையாட ஆரம்பித்தார்கள். ஒவ்வோர் அசைவையும் இரு வரும் உன்னிப்பாக எடுத்துவைத்தனர். இரண்டு பக்கமும் சமமாகவே நெடுநேரம் நீடித்தது. அதீத

விழிப்புணர்வு அங்கே கொடிகட்டிப் பறந்தது. விளையாட்டைப் பார்த்துக்கொண்டிருந்த அத்தனை துறவிகளும் ஆச்சரியமடைந்தார்கள். அப்போது திடீரென அந்த மடத்தின் துறவி ஒரு தப்பான அசைவை ஆடினார். முக்கியமான காய் வெட்டுப் பட்டது. துறவியை இளைஞர் எளிதில் வெற்றி கொள்ளலாமென்கின்ற நிலை, சிறிது நேரத்தில் ஏற்பட்டது. அப்போது அந்த இளைஞர் வேண்டு மென்றே காய்களை வெட்டுக் கொடுத்துத் தோற் பதற்காக ஆடினார்.

ஏற்கெனவே மடத்தில் இருக்கும் துறவியின் தலை வெட்டப்படக்கூடாது என்கிற சந்நியாசத்தின் மீதிருந்த மரியாதைதான் அவரை அவ்வாறு ஆட வைத்தது. உடனே, தலைமைத் துறவி 'போதும் நிறுத்துங்கள்' என்று விளையாட்டை நிறுத்தி அந்த இளைஞரைச் சேர்த்துக்கொண்டார். சந்நியாசத் திற்குக்கூட உயிரைப் பணயம் வைப்பதுபோன்ற துணிச்சல் தேவை என்பதையும் விழிப்புணர்வுடன் இருப்பவர்கள் எந்த ஆபத்தான நிலையையும் எதிர்கொள்ளலாம் என்பதையும் இச்சம்பவம் உணர்த்துகிறது.

ரிஸ்க் எடுப்பதைப்பற்றி அரசியல் வல்லுநரான மாக்கியவல்லி, 'அதிர்ஷ்டம் என்பது ஒரு பெண்ணைப் போல, அதன்மீது ஆதிக்கம் செலுத்துவதற்கு உனக்கு மேலோங்கி நிற்கும் தன்மை தேவைப் படுகிறது. அதிர்ஷ்டத்தை வெல்ல எச்சரிக்கையாக இருப்பவர்களைவிட துணிச்சலாக இருப்பவர் களே தகுதியானவர்கள்' என்று குறிப்பிடுகிறார்.

ஆர்.ஜி.எச்.சியூ என்பவர் எழுதிய 'அதிகாரத் தந்திரம்' என்ற நூலில் ரிஸ்க் எடுப்பதைப் பற்றி ஓர் அழகான கதை வரும். பாரசீகத்தின் அரசன் இரு வருக்கு மரண தண்டனை விதிக்கிறான். அவர்களில் ஒருவனுக்கு சுல்தான் குதிரைகளை எவ்வளவு நேசிக்கிறார் என்பது தெரியும். எனவே அவன் 'ஓராண்டுக்குள் உங்கள் குதிரையைப் பறக்க வைக்க என்னால் முடியும்' என்று கூறுகிறான். உடனே பறக்கும் குதிரையில் தான் இருப்பதைப்போல கற்பனை செய்கிற அந்த சுல்தான் ஓராண்டுக்குள் தன் குதிரையைப் பறக்கவைக்கவேண்டும் என்று நிபந்தனை விதித்து மரண தண்டனையிலிருந்து விலக்கு அளிக்கிறார். அப்போது அந்தச் சக கைதி தன் நண்பனைப் பார்த்து 'உனக்குத் தெரியும் குதிரைகள் பறப்பதில்லை. ஆனால் நீயோ குதிரை களைப் பறக்க வைப்பதாகச் சொல்லி ஓராண்டு விலக்குப் பெற்றிருக்கிறாய். நீ உன் மரணத்தைத் தள்ளிப்போடுவதைத் தவிர வேறென்ன சாதிக் கிறாய்' என்று கேட்டார். அதற்கு 'அப்படியில்லை, நான் நிரந்தர விடுதலை பெறுவதற்கு நான்கு வாய்ப்புகளை உருவாக்கிக் கொடுத்திருக்கிறேன். ஒரே ஆண்டுக்குள் சுல்தான் இறந்துபோகலாம், அல்லது நான் இறந்துபோகலாம், மூன்றாவது குதிரைகூட இறந்துபோகலாம், நான்காவது ஒருவேளை குதிரை பறக்கக்கூடச் செய்யலாம் இல்லையா' என்று சொன்னான். ரிஸ்க் எடுப்பவர் கள்தான் உயிரைப் பல நெருக்கடியான நேரங்களில் தக்க வைத்துக்கொள்ள முடியும். இது வர்த்தகத் திற்கும் பொருந்தும், வாழ்க்கைக்கும் பொருந்தும்.

நம்மிடம் இருக்கிற தகவல்களையே வேறு கண்ணோட்டத்தில் பார்த்தால் அதில் புதிய ஒன்று புலப்படும். பில் ஜேம்ஸ் என்கிற நிபுணர் புத்தகம்

ஒன்றை எழுதியிருக்கிறார். 'புதிய பில் ஜேம்ஸ் சரித்திரச் சுருக்கம்' என்கிற அதில் பழைய புள்ளி விவரங்களையே புதிய கோணத்தில் பார்த்தால் அதற்குள் நமக்கு தீர்க்கதரிசனப் பார்வை கிடைப்ப தோடு பழைமை வாதத்தைத் தூக்கி எறியவும் வழி கிடைக்கும் என்று குறிப்பிட்டார். ப்ராக்டர் அன்ட் கேம்பல் நிறுவனத்தின் முன்னாள் தலைமை நிருவாகி மாற்றிச் சிந்திப்பதற்கு வாடிக்கை யாளர்களே எஜமானர் என்று கருதவேண்டுமென்று குறிப்பிடுகிறார்.

கி.பி. 41 ஆம் ஆண்டில் மிகப்பெரிய நாடக ஆசிரியரான செனக்காவை அரசன், கோர்ஸிகா என்ற தீவிற்கு நாடு கடத்தினான். அங்கு எட்டு ஆண்டுகள் தனிமையில் செனக்கா இருந்தார். அப்போது பலவிதமான மனப்பயிற்சிகளை அவர் செய்தார். வலியுடன் கூடிய மரணத்தையும், சோக மான வாழ்க்கையின் இறுதியையும் கற்பனை செய்து தன் மனத்தையும், உடலையும் அதற்குப் பழக்கப்படுத்தினார். மரணத்திற்குச் சிறிதும் பயமற்ற நிலைமையை அவர் அடைந்தார். எட்டு ஆண்டுகளுக்குப் பிறகு மறுபடியும் குற்றச்சாட்டு களில் இருந்து விடுவிக்கப்பட்டு உரோமாபுரிக்கு அவர் திருப்பி அழைக்கப்பட்டார். அப்போது நம்மூர் மேயரைப்போன்ற ஒரு பதவியும் அவருக்கு வழங்கப்பட்டது. லூஸியல் டோமிட்டஸ் அகனோ பார்பஸ் என்கிற பன்னிரண்டு வயது சிறுவனுக்கு ஆசிரியராகவும் நியமிக்கப்பட்டார். அந்தச் சிறுவன்தான் பின்னால் நீரோ மன்னனாக ஆனான்.

நீரோவின் வன்ம எண்ணங்களைக் கட்டுப் படுத்தி அவனுக்கு நற்சிந்தனைகளைக் கொடுத்துச் சிறந்த அரசாட்சி அமைக்கும்படி வழிநடத்தி, தானே ஒரு வகையில் மறைமுக மன்னனாகச் செனக்கா செயல்பட்டார். அது அரசாங்கத்திலிருந்த மற்றவர் களுக்குப் பொறாமையை ஏற்படுத்தியது.

செனக்கா கி.பி. 62 ஆம் ஆண்டு பொது வாழ்க்கையிலிருந்து விடுபட்டு, கிராமப்புறத்தி லிருந்த ஒரு வீட்டிற்குக் குடிபெயர்ந்தார். அவருடைய சொத்துக்களை எல்லாம் நீரோவிடமே ஒப்படைத் தார். இருந்தாலும் கி.பி.65 ஆம் ஆண்டு மன்னனைக் கொல்லச் சதி செய்ததாக அவர் வீட்டிற்கு ஓர் அலுவலர் அனுப்பப்பட்டார். அதில் செனக்கா தன்னைத் தானே கொன்று சாகவேண்டும் என்கிற ஆணை இருந்தது. தன் உயிலைப் பார்வையிடுமாறு செனக்கா அந்த அலுவலரைக் கேட்டுக் கொண்டார். ஆனால் அவன் ஒப்புக்கொள்ளவில்லை.

நண்பர்களை நோக்கி 'என்னுடைய வாழ்க்கை நெறியை உங்களுக்கு என் நன்றிக் கடனாக விட்டுச் செல்கிறேன்' என்று குறிப்பிட்டார். எட்டு ஆண்டுகள் தனிமையில் இருந்தபோது மனத்தில் ஒத்திகை பார்த்த மரணத்தை நினைத்துக்கொண்டார். கை களிலும், கணுக்காலிலும் ஓடுகிற நரம்புகளைக் கத்தியால் அறுத்துச் சூடான வெந்நீர் நிரப்பிய தொட்டியில் அமர்ந்து இரத்தம் வேகமாக வெளி வரும்படி பார்த்துக் கொண்டார். விஷத்தையும் குடித்தார். வலியுடன் கூடிய அந்த மரணத்தை அமைதியாகப் பார்வையிட்டுக் கொண்டே இறந்து போனார். விளைவுகளைப் பற்றி முன்கூட்டியே சிந்திப்பவர்கள் வித்தியாசமான முடிவுகள் வரும் போது வருந்துவதில்லை.

இருபதாம் நூற்றாண்டில் ரிஸ்க் எடுப்பதற்குத் தயங்காதவராக வாழ்ந்தவர் ஹெமிங்வே. பதினெட் டாவது வயதில் அவசர ஊர்தி ஓட்டுநராகப் பணி புரிய முன்வந்து இத்தாலியில் போர்முனையில் ரெட் கிராஸ் இயக்கத்திற்காக அவர் பணிபுரிந்தார். ஒருமுறை குண்டுவெடித்தபோது மரணத்தின் நுனிவரை சென்று வந்தார். மறுபடியும் பிறந்த மனநிலை அவருக்கு உண்டானது. புதிய ஆபத்திற்குத் தன்னை விரும்பி ஒப்படைக்கச் சம்மதித்தார்.

இரண்டாம் உலகப்போரில் பிரான்சு நாட்டில் என்ன நடக்கிறது என்பதை அறிந்து செய்தி அனுப்பும் பணிக்குச் சென்றார். பிறகு காளையோடு சண்டைபோடுவது, ஆழ்கடல் மீன்பிடிப்பு, வேட்டையாடுவது போன்ற ஆபத்தான விளை யாட்டுகளில் ஈடுபட் டார். கணக்கற்ற விபத்துகளில் மாட்டிக் கொண்டு உயிர்தப்பினார். ஒவ்வொரு முறை பிழைக்கும்போது அவரிடம் ஒரு புதினம் உருவாகும். தன்னுடைய ஆன்மாவை உடலி லிருந்து கைக் குட்டையைப்போல வெளியே எடுத்த அனுபவம் அவருக்கு ஏற்பட்டது.

இலக்கியம் மாத்திரமல்ல, இலக்கியவாதி களும் தங்கள் வாழ்க்கையைத் திறந்த புத்தகமாக வைத்து நமக்கு ஆபத்தை எதிர்கொள்ள சொல்லித்

தருகிறார்கள் என்பதற்கு செனக்காவின் வாழ்க்கையும், ஹெமிங்வேயின் வாழ்க்கையும் உதாரணம். இப்படி அறிவியல், அரசியல், விடுதலைப்போராட்டம் என்று பல களங்களில் ரிஸ்க் எடுத்தவர்கள் இருந்ததால்தான் உலகம் இந்த அளவு வெளிச்சம் பெற்றது. வர்த்தகத்தில் அதிகபட்சம் பணத்தை மட்டுமே இழக்கும் நிகழ்வு இன்று உண்டு. அதைத் துணிச்சலுடன் எதிர் கொண்டால்தான் சாதிக்கமுடியும்.

★

இலக்கியத்தில் மேலாண்மை

அத்தியாயம் 81
உணர்ச்சிப் பழகுதல் வேண்டா

இன்றைய சூழலில் நிறுவனங்களை நிர்வகிக்க வெறும் மேற்பார்வை மட்டும் போதாது, தலைமைப் பண்பும் தேவை. உணர்ச்சித் திறன் (Emotional Intelligence) இல்லாமல் நுண்ணறிவு மாத்திரம் இருந்தால் முடிவுகள் எடுப்பதிலும், எதிர்ப்புகளைத் தாங்குவதிலும், நெருக்கடிகளைச் சமாளிப்பதிலும் பலவீனமடைந்து தோல்வியடைந்து விடுவார்கள். சின்ன பிரச்சினைக்கே மரவட்டையைப்போலச் சுருங்கும் மனம் உடையவர்கள் எவ்வளவு அறிவும், திறமையும் இருந்தாலும் நிறுவனத்தில் ஜொலிக்க முடியாது.

சின்ன வயது முதல் உணர்ச்சித் திறனை மேம்படுத்தும் வகையில் கல்வி இருப்பது அவசியம். முதல் மதிப்பெண் எடுக்காவிட்டால், தொலைத்து விடுவேன் என்கிற பெற்றோரும், போட்டியில் முதல் பரிசு பெறாவிட்டால் வீட்டிற்குள் நுழையாதே எனக் கண்டிக்கும் அப்பாக்களும், குழந்தைகள் மனத்தில் பதற்றத்தை ஏற்படுத்தி அவர்கள் உணர்ச்சித்திறனை மழுங்கடிக்கிறார்கள். முதல் மதிப்பெண் பெற்றவர்கள் எத்தனை பேர் வாழ்க்கையில் மின்னுகிறார்கள் என்கிற ஆய்வை நடத்தினால் அதில் பலர் மிகச் சாதாரணமாகவும், மகிழ்ச்சியற்றும் வாழ்வதைப் பார்க்கமுடியும்.

ஒருவர் கோபத்தில் கூறுவதுதான் உண்மை என்று படித்திருக்கிறேன். மகிழ்ச்சியில் மத்தாப் பாய்ச் சொரிகிற சொற்களைவிட பதற்றத்தில் பட்டாசாய் வெடிக்கிற வார்த்தைகளே நிஜம் என்பதை நாமறிவோம்.

கோபம், அன்பு, வருத்தம், ஏமாற்றம், ஆசை ஆகியவற்றை அபரிமிதமாக வெளிப்படுத்துகிற

இலக்கியத்தில் மேலாண்மை

நாயகர்கள் எப்படியெல்லாம் வீழ்ச்சியடைகிறார்கள் என்பதை இலக்கியங்கள் படம்பிடித்துக் காட்டுகின்றன. அவர்கள் அந்த நொடியில் சற்று மிதமாக இருந்திருந்தால் அந்தப் பள்ளத்தாக்கு வீழ்ச்சி நிகழ்ந்திருக்காது. மதம், மிதம் இரண்டும் உச்சரிப்பில் ஒத்துப்போய் உணர்ச்சியில் வேறுபடுபவை. அவை மோனையாக இருந்தாலும், எதுகையாக இருப்பவை.

அமெரிக்க மனையியல் வல்லுநர்களான பீட்டர் சால்வே, ஜான் மேயர் ஆகியோர் ஐந்து பண்புகளை உணர்ச்சித்திறனின் அளவுகோல்களாக அறுதியிட்டனர். அவை சுயவிழிப்புணர்வு, சுயக்கட்டுப்பாடு, ஊக்கம், கருணை, மனித உறவுகள் மிளிரும் திறன் ஆகியவை.

பெரும்பாலானோர் தாங்கள் உணர்ச்சி வசப்படுவது தெரியாமலே உணர்ச்சிவசப்படுவார்கள். சிலருக்கோ அவற்றை எப்படிக் கட்டுப்படுத்துவது எனத் தெரியாது. பூசி மெழுக முற்பட்டாலும் முகபாவனை காட்டிக் கொடுத்துவிடும். இன்னும் சிலருக்கோ அந்த உணர்ச்சிகளை எப்படிச் சமாளிப்பது எனத் தெரியாது. செருப்பை வேகமாக விடுவார்கள். தட்டைத் தட்டி விடுவார்கள். கதவை அறைவார்கள், கோபத்தைத் திசை திருப்புவார்கள். மேலதிகாரி திட்டியதற்கு மகனை அடிப்பார்கள்.

ஓர் அதிகாரத்தையே இதற்காகத் திருவள்ளுவர் ஒதுக்கியிருக்கிறார். இடுக்கண் அழியாமை என்கிற அதிகாரத்தின் முதல் குறளே நுட்பமானது.

இடுக்கண் வருங்கால் நகுக அதனை அடுத்தூர்வது அஃதொப்ப தில் (621)

மனம் உடைந்துவிட்டால், நிலைமை என்கிற குதிரை நம்மை உருட்டி உதைத்துவிடும். அதைச்

> மகிழ்ச்சியில் மத்தாப்பாய்ச் சொரிகிற சொற்களைவிட பதற்றத்தில் பட்டாசாய் வெடிக்கிற வார்த்தைகளே நிஜம் என்பதை நாமறிவோம்

சிரித்துக்கொண்டு எதிர்கொண்டால் பல தீர்வுகள் நமக்குத் தோன்றும். கன்னத்தில் கைவைத்து அமர்பவர்கள், அடுத்துவரும் பிரச்சினைகளைச் சமாளிக்க முடியாமல் தடுமாறி மேலும் பல தவறான முடிவுகளை எடுத்து முடிந்துபோய்விடுவார்கள். அப்போது ஷேக்ஸ்பியர் கூறுவதுபோல வருத்தம் தனியாக வருவதில்லை, கும்பலாக வருகின்றன என்ற குழப்பநிலை ஏற்பட்டுவிடும்.

சிரிப்பு என்பது நம்பிக்கையின் முத்திரை, மனம் தளரவில்லை என்பதன் வெளிப்படையான கூற்று. சிரிப்பு ஒன்றைச் சிந்தியவுடன், நகைச்சுவை ஒன்றை உதிர்த்தவுடன் இறுக்கமான சூழல் தளர்ந்து, எல்லோரும் ஆக்கப்பூர்வமாகச் சிந்தித்துத் தீர்வுடன் வெளிவருவார்கள். கலங்கி நிற்கும் நீரைப்போல சலனப்பட்ட முகத்தில் வெளிச்சம் வருவதில்லை. இன்று சிரிப்பு மருத்துவம் என்று மேற்கு கூறுவதை அன்றே வள்ளுவர் எழுதிவிட்டார். 'ஒரு நிமிட மேலாளர்' என்கிற புத்தகம், 'தவறு செய்யும்போது நமக்கு நாமே சிரித்துக்கொண்டால், அடுத்தமுறை எச்சரிக்கை பிறக்கும்' என்கிறது.

அதற்கு என்ன வழிமுறைகள் என்பதையும் வள்ளுவர் குறிப்பிடுகிறார். இன்பம் ஏற்படும்போது கூரையே உடையும்படி குதிக்காதவன், துன்பம் வருகிறபோது துவண்டுபோய் விடுவதில்லை. எப்போதும் அடக்கி வாசிப்பவர்கள், இடியையும் தாங்கும் இதயத்தைப் பெறுவார்கள். அவர்கள் அடிக்கடி உணர்ச்சிவசப்பட்டுக் கண்ணீர்விட மாட்டார்கள்.

இருதுருவ உணர்ச்சிநிலை என்கிற மனப் பிறழ்வு ஒன்றுண்டு. அதனால் பாதிக்கப்பட்டவர்கள் திடீரென மகிழ்ச்சியின் உச்சத்திற்குச் செல்வார்கள். பிறகு சிறிது நேரத்திலேயே மன அழுத்தத்திற்கு ஆட்பட்டு நொடிந்து போவார்கள். சமநிலையில் அவர்கள் ஒருபோதும் இருக்கமாட்டார்கள். எப்போது அவர்கள் எந்த மன நிலையில் இருப்பார்கள் என்பதை யாரும் சொல்ல முடியாது. இதைப் போன்ற நிர்வாகிகள் இருந்தால் அவர்களும் துயரப்படுவார்கள். அவர்களிடம் பணிபுரிபவர்

களும் தொல்லையுறுவார்கள். உணர்ச்சித் திறன் உள்ளவர்களே சரியான வழிகாட்டியாக இருக்க முடியும்.

கோபம் உணர்ச்சிகளிலேயே மோசமானது. அது சலன வட்டத்தைப் போல விரிந்துகொண்டே செல்லும். மேலாளர், அலுவலர் மீது கோபப் பட்டால், அவர் தன் கீழ்நிலைப் பணியாளர் மீது கோபப்படுவார். அவரோ தேநீர்க்கடைக்காரர்மீது தேவையின்றி எரிந்துவிழுவார். அவர் மனைவியின் மீது கொதிப்பைக் காட்டுவார்.

கோபம் உணர்ச்சிகளிலேயே மோசமானது.
அது சலன வட்டத்தைப் போல
விரிந்துகொண்டே செல்லும்

சிற்பியின் கவிதையொன்று. ரோஷம் என்பது தலைப்பு. அதில் அலுவலகத்தில் வேலைசெய்யும் ஒரு பணியாளர் மேலதிகாரிகளிடம் பயந்தும், நடுங்கியும் நாளைக்கழித்துவிட்டு வீட்டுக்கு வந்ததும் காலைக்கட்டிக் கொள்ளும் குழந்தையிடம் அலட்சியம் காட்டியும், கணக்கில் தொண்ணூறு மதிப்பெண்கள் பெற்ற பெண் பூரிக்கும் போதும் அவர்கள் முதுகில் பளார் என்று அறைந்தும் அன்பை வெளிப்படுத்த வேண்டிய இடத்தில் கோபத்தை வெளிப்படுத்தும் நிலையை விளக்கிச் சொல்லி, 'நம்ம ரங்கசாமி ரோஷக்காரன்தான்' என்று முடித் திருப்பார். முடியாத இடங்களில் அமைதி காத்துத் தேவையில்லாத இடங்களில் அந்தக் கோபத்தைத் தேக்கிவைத்துக் காறி உமிழ்வது பலருடைய பழக்கம்.

கோபப்படுபவர் சமநிலையில் வருவதற்கு நேரம் பிடிக்கும். அவர் சொன்ன சொற்களைப் பொறுக்க முடியாமல் போய்விடும். எக்காரணம் கொண்டும் வார்த்தைகளை வதைக்கும் வண்ணம் உபயோகப்படுத்த வேண்டாம். தீ சுட்டபுண் கூட ஆறும். ஆனால் நாக்கு சுட்ட வடு ஆறாது என்று வள்ளுவர் எச்சரிக்கிறார். ★

அத்தியாயம் 82

சினமென்னும் சேர்ந்தாரைக் கொல்லி

கோபம், கொண்டவனை அழிக்கிறது, அவன் குடும்பத்தைச் சிதைக்கிறது.

சினமென்னும் சேர்ந்தாரைக் கொல்லி
 இனமென்னும்
ஏமப் புணையைச் சுடும் (306)

என்கிறார் வள்ளுவர்.

ஜென் இலக்கியத்தில் கோபத்தைப் பற்றி இரண்டு உருவகக் கதைகள் உண்டு. ஹகியூன் என்ற ஜென் துறவியிடம் ஒரு சிப்பாய் வந்து 'உண்மையிலேயே சொர்க்கமும், நரகமும் இருக்கிறதா?' என்று கேட்டான். அதற்கு ஹகியூன் 'நீ யார்?' என்று கேட்டார். அவன் தன்னை ஒரு சாமுராய் என்று சொன்னான். உடனே ஹகியூன் 'உங்கள் அரசர் எப்பேற்பட்ட சாமுராயை வைத்திருக்கிறார். உன் முகம் பிச்சைக்காரனைப்போல இருக்கிறது' என்றார். அந்தச் சிப்பாய் உடனே அந்தத் துறவியின் தலையை வெட்டக் கத்தியை உருவினான்.

ஹகியூன் சிரித்துக்கொண்டே 'உன் ஆயுதம் என் தலையை வெட்டும் அளவு கூர்மையான தல்ல' என்று சொல்லி 'இப்போது நரகத்தின் கதவுகள் திறக்கின்றன' என்று குறிப்பிட்டார்.

அந்தச் சாமுராய் கத்தியை உறைக்குள் போட்டுப் பணிவாகக் குனிந்தான். ஹகியூன் 'சொர்க்கத்தில் வாயில்கள் திறக்கின்றன' என்று சொன்னார். கோபமே எது சொர்க்கம், நரகம் என்று தீர்மானிக்கிறது.

ஒரு ஜென் மாணவன் பாங்காய் என்கிற துறவியிடம் வந்து 'மாஸ்டர், என்னுடைய உணர்ச்சியைக் கட்டுப்படுத்த முடிவதில்லை. அதை எப்படிக் குணப்படுத்துவது?' என்று கேட்டான்.

உடனே பாங்காய் 'விசித்திரமான ஒன்று உன்னிடம் இருக்கிறது. அதை என்னிடம் காட்டு' என்று சொன்னார். 'இப்போது என்னால் அதைக் காட்ட முடியாது' என்று அவன் சொன்னான். 'எப்போது உன்னால் காட்ட முடியும்?' என்று பாங்காய் கேட்டார். 'அது எதிர்பாராத சமயத்தில் திடீரென எழும்புகிறது' என்றான் அந்த மாணவன். உடனே பாங்காய் 'அப்போது உன் உண்மையான இயல்பாக அது இருக்க முடியாது. உண்மையான இயல்பாக இருந்தால் எப்போது வேண்டுமானாலும் காட்டக்கூடியதாக இருக்கும். நீ பிறக்கும்போது இல்லாதது, உன் பெற்றோரால் தரப்படாதது அது என்றால் அதுபற்றிச் சிந்திப்பாய்' என்றார். அந்தச் சீடனும் அந்த உரையைக் கேட்டுத் தெளிவு பெற்றான். கோபசுபாவம் என்பதெல்லாம் நாமாக ஏற்படுத்திக்கொள்வதே தவிர நம்முடைய இயல்பு என்பதல்ல.

எல்லா நேரங்களிலும்வெற்றிபெற முடியாது. எதிர்பார்த்தது கிடைக்காது. எதிர்பார்த்தது நிகழாதபோது பதற்றம் ஏற்படுவது மனித இயல்பு

எல்லா நேரங்களிலும் வெற்றிபெற முடியாது. எதிர்பார்த்தது கிடைக்காது. எதிர்பார்த்தது நிகழாத போது பதற்றம் ஏற்படுவது மனித இயல்பு. ஆனால் அதற்கும் மனத்தயாரிப்பு செய்து கொண்டால் பிரச்சினை இருக்காது. ஒரு புலவர் மன்னனிடம் பரிசுபெற வேண்டும் என்ற வறுமை நிலையில் இருப்பவர். ஆனால் அரசனோ பரிசு தரவில்லை. இதுவரை அப்படிப்பட்ட அனுபவம் புலவருக்கு ஏற்பட்டது மில்லை. ஆனாலும் புலவர், 'நீயும் உன் மக்களும் நோயின்றி வாழ்வீர்களா! நீ ஒன்றும் தரவில்லை என்பதால் நான் வெயில்போலக் காய்ந்து உன்னைக் கோபிக்கமாட்டேன். இல்லாமை என்னும் பசித் துன்பமாகிய குளிரில் நான் விரைத்துச் செத்துவிடவும் மாட்டேன். நட்ட கல்லைப் போல என்னோடு ஒட்டிக்கொண்டிருக்கும் வறுமைக்குப் புகலிடமாக உள்ள என் வீட்டில், நாணமும் கற்புமே நல்ல அணியாகக் கொண்டு வாழும், வாள் போலும் நெற்றி உடைய என் அன்பு மனையாளை நினைத்து நான் போகிறேன். நீ நீண்டநாள் வாழ்க' என்று பாடுகிறார். பாண்டியன் இலவந்திகைப் பள்ளித் துஞ்சிய நன்மாறன் பரிசில் தராது காலம் கடத்திய போது ஆவூர் மூலங்கிழார் பாடிய பாடல் புறநானூற்றில் இருக்கிறது.

'வெயிலென முனியேன் பனியென மடியேன்
கல்குயின் றன்னஎன் நல்கூர் வளிமறை
நாணலது இல்லாக் கற்பின் வாணுதல்
மெல்லியல் குறுமகள் உள்ளிச்
செல்வல் அத்தைச் சிறக்கநின் நாளே' *(196)*

கோனாட்டு எறிச்சலூர் மாடலன் மதுரைக் குமரனார் மிகப்பெரும் துன்பம் பட நேர்ந்தாலும், அன்புணர்வும், அறவுணர்வும் இல்லாதவர்கள் செல்வத்தைப் பெற நாங்கள் சம்மதிக்க மாட்டோம் என்று உணர்ச்சித்திறன் விளங்கப் பாடும் பாடல் 'புறநானூற்றில்' இடம் பெற்றிருக்கிறது.

ஜே. கிருஷ்ணமூர்த்தி, தன்னைக் குறித்து நகைப்பதே சிறந்த நகைச்சுவையுணர்வு என்கிறார்

'பாடறிந்து ஒழுகும் பண்பி னாரே
மிகப்பேர் எவ்வம் உறினும் எனைத்தும்
உணர்ச்சி இல்லோர் உடைமை உள்ளேம்
நல்லறிவு உடையோர் நல்குரவு
உள்ளுதும் பெருமயாம் உவந்துநனி பெரிதே' (197)

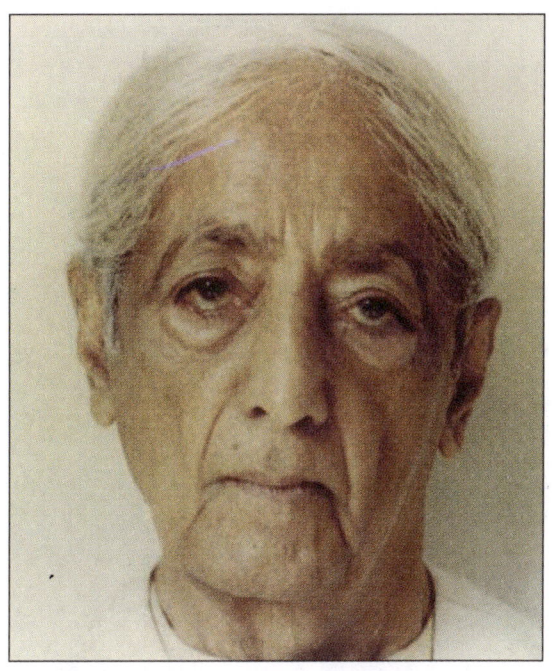

ஒருவன் அடக்க முடியாத கோபத்திலிருந்து விலகி இருந்தால் ஞானியாவான் என்று 'விதுர நீதி' குறிப்பிடுகிறது. அதைப்போலவே ஆசைப்படக் கூடாததுக்கு ஆசைப்படாதவனும் இழப்பை எண்ணி வருந்தாதவனும் மாற்றுச் சூழலில் மனம் கலங்காதவனும் ஞானி என்று வரையறுக்கிறது. அடுத்தவர்கள் மீது தன் தவற்றைச் சுமத்துபவனும், கோபத்தைக் கட்டுப்படுத்தாதவனும் முட்டாள் என்கிறது. பொறுமைசாலிகளுக்குப் பொறுமை மட்டுமே பலவீனம். பொறுமையின் மூலம் அனைத்தையும் வெல்லமுடியும். கோபமும் பழி வாங்கும் குணமும், கருமித்தனமும், வருத்தத்தின் வாயில்கள். கோபத்தையும் உணர்ச்சிவசப்படுத்து வதையும் கட்டுப்படுத்துபவன் எந்த இக்கட்டிலும் சமநிலையோடு இருப்பான். அவனை அதிர்ஷ்டம் வந்து அரவணைக்கும் என்றெல்லாம் 'விதுர நீதி' அறிவுறுத்துகிறது.

ஜே. கிருஷ்ணமூர்த்தி, தன்னைக் குறித்து நகைப்பதே சிறந்த நகைச்சுவையுணர்வு என்கிறார்.

துரியோதனன் நகைச்சுவை உணர்வு இல்லா தவன். வழுக்கி விழுந்தபோது, திரௌபதி சிரித்ததை இயல்பாக எடுத்துக் கொண்டிருந்தால் நாட்டையும், உயிரையும் இழந்திருக்க வேண்டியதில்லை. இத்தனைக்கும் அவன் சிலநேரம் மிகப்பெரிய சமநிலையில் நடந்துகொண்டவன். கர்ணனும், அவன் மனைவி பானுமதியும் சொக்கட்டான் விளையாடும்போது, விளையாட்டாகக் கர்ணன் அவள் இடுப்பிலிருந்த முத்துமாலையைப் பிடித்து இழுக்கும் போது சிதறிய முத்துக்களை சேர்க்கவா, கோக்கவா என்று கேட்ட பெருந்தன்மை உடையவன். ஆனால் ஆத்திரம், கோபம், நகைச்சுவை யுணர்வற்ற தன்மை, பொறாமை போன்றவை அவனுக்கிருந்த உணர்ச்சித்திறன் மிகவும் குறைவு என்பதைப் புலப்படுத்துகின்றன.

'சிலப்பதிகாரத்தில்' நாடுகாண் காதையில் கவுந்தியடிகளும் கோவலனும் கண்ணகியும் காவிரியின் தென்கரை அடைகின்றனர். அப்போது குணநலம் கெட்ட ஆணும் பெண்ணும் கவுந்தியடி களைப் பார்த்துக் கோவலன் கண்ணகி யார் எனக் கேட்கின்றனர். அதற்கு அடிகள் ''இவர் எம் மக்கள் பாரீர்'' என்று கூறுகிறார். அந்தக் குணங் கெட்டவர் களோ 'நும் மக்கள் என்கிறீரே. உடன் பிறந்தவர்கள் இல்வாழ்க்கை நடத்துவதும் உண்டோ' என்று கேட்டு எள்ளி நகையாடினர். கண்ணகியோ காது களைப் பொத்திக்கொண்டார். கோபமுற்ற கவுந்தி யடிகள் அவர்களை முதுநரியாகுமாறு சாபமிட்டார். தவத்தோர் இட்ட சாபம் என்பதால் அந்த இருவரும் முதுநரியாக மாறி ஊளையிட்டனர். கண்ணகியும், கோவலனும் அவர்களையும் மன்னிக்க வேண்டி அடிகளைக் கேட்க அடிகள் ஓராண்டிற்குப் பிறகு பழைய வடிவத்தைப் பெறுவார்கள் என்று சாப விமோசனம் தந்தார்.

'தீமொழி கேட்டுச் செவியகம் புதைத்துக்,
காதலன் முன்னர்க் கண்ணகி நடுங்க
எள்ளுநர் போலும்இவர், என்பூங் கோதையை
முள்ளுடைக் காட்டின் முதுநரி ஆகஎனக்
கவுந்தி இட்டது தவந்தரு சாபம்
கட்டியது ஆகலின் பட்டதை அறியார்
குறுநரி நெடுங்குரற் கூவிளி கேட்டு
நறுமலர்க் கோதையு நம்பியு நடுங்கி
நெறியின் நீங்கியோர் நீர்அல கூறினும்
அறியா மைஎன்று அறியல் வேண்டும்
செய்தவத் தீர்நும் திருமுன் பிழைத்தோர்க்கு
உய்திக் காலம் உரையீ ரோ?'

(நாடுகாண் காதை)

★

அத்தியாயம்

83

அஞ்சுவது அஞ்சுக

அச்சமென்பது முழுவதுமாக மேலாண் மையில் தவிர்க்க முடியாத நிகழ்வு. ஓரளவிற்கு அச்சம் இருக்கத்தான் வேண்டும். ஆனால் அதை முறைப்படுத்த வேண்டும், நெறிப்படுத்த வேண்டும். நிச்சயமாக வெற்றி கிடைக்கும் என்கிற நிகழ்வு களில் அரும்புகிற அச்சத்தை அமுக்கிக்கொண்டு ஆயுதத்தை ஏந்துவது அவசியம். வர்த்தகத்தில் அச்சப்படுகிறபோது சரியாக முடிவெடுக்க முடியாது. பதற்றம் ஏற்படும். நினைவு தப்பும், பயம் வருகிறபோது நாம் அவசரப்படுவோம், அல்லது முடிவே எடுக்காமல் இருந்துவிடுவோம்.

அச்சத்தில் உச்சக்கட்ட அச்சம் ஒன்று உண்டு. அது அதீத அச்சம், அது மனப்பிறழ்வு. சிலர் நாயைக் கண்டு மட்டும் பயப்படமாட்டார்கள், நாயின் பொம்மையையும் பார்த்துப் பயப்படுவார்கள். அது ஆபத்தான பயம். ஆனால் பயப்படவேண்டிய நிகழ்வுகளில் நாம் பதுங்குவதும், செயல்படாமல் இருப்பதும் தவறுகளிலிருந்து நம்மைப் பாது காக்கும்.

'மேக்பத்' நாடகத்தில் மேக்பத் மனைவியை லேடி மேக்பத் என்றே ஷேக்ஸ்பியர் அழைக்கிறார். தொடக்கத்தில் அவள் மிக அதிகமான நெஞ்சழுத்தம் பெற்றவளாகத் தோன்றுகிறாள். ''என்னுடைய பெண் தன்மையை இயற்கையே எடுக்கட்டும் என அறைகூவுகிறாள். மேக்பத் உணர்ச்சிகளை மறைக்கத் தெரியாதவன் என்று சாடுகிறாள். ''எனக்குப் பால் அருந்தும் குழந்தை இருந்தால், அதைக் கொல்லக் கூடத் தயங்கமாட்டேன்'' என்று இரக்கமற்றுப் பேசு கிறாள்.

அந்நாடகத்தில் ஒரு போர்ட்டர் காட்சி வருகிறது. அது மகத்தானது எனத் தாமஸ் க்வின்ஸி பாராட்டுகிறார்.

அரசன் டங்கன், விருந்தாளியாக வருகிறான். விருந்தாளியைக் கொல்வது பாவம். மன்னனைக் கொல்வது அதைவிடப் பாவம். அதுவும் தூங்கும் போது கொல்வது படுபாவம். அப்படி அநியாய மாகக் கொல்கிற செயலை மேக்பத்தும், லேடி மேக் பத்தும் செய்து விடுகிறார்கள். இப்படிக் கொலை உள்ளே நடந்திருக்கிறபோது திடீரென போர்ட்டர் ஒருவன் கோட்டையின் கதவைத் தட்டுகிறான். அவன் தன்னை நரகத்தின் வாயில் காப்பாளன் என்று அறிவித்துக்கொண்டு கதவைத் தட்டுகிறான். மிக நேர்த்தியாக வடிவமைக்கப்பட்ட காட்சி அது. உணர்ச்சித் திறன் என்பது எந்தவித உணர்ச்சியும் இல்லாமல் இருப்பதல்ல. மாறாகத் தேவையான உணர்ச்சிகளைத் தக்க விகிதத்தில் தக்க வைத்துக் கொள்வது தான் மேன்மையான உணர்ச்சித் திறன்.

லேடிமேக்பத், மேக்பத் இருவருமே டங்கனை மாத்திரம் தூக்கத்தில் கொல்லவில்லை. அவர்கள் தங்கள் தூக்கத்தையும் கொன்றுவிடுகிறார்கள் என

எனக்கு பால் அருந்தும் குழந்தை இருந்தால், அதைக் கொல்லக்கூடத் தயங்கமாட்டேன் என்று இரக்கமற்றுப் பேசுகிறாள்

ஷேக்ஸ்பியர் எழுதினார். அதை உச்சபட்ச அழகியல் என்று அரவிந்தர் சிலாகித்தார். அதற்குப் பிறகு லேடி மேக்பத் குற்ற உணர்வால் குறுகுறுக்கிறாள். அவள் கைகளில் இரத்தம் இருப்பதுபோல உணர்வு ஏற்படக் கையைக் கழுவிக்கொண்டே இருக்கி றாள். அரேபியாவின் அத்தனை வாசனைத் திரவியங்களும் அந்தக் கையில் இருக்கும் இரத்த வாடையைப் போக்க முடியாது எனப் புலம்புகிறாள். சிலர் உணர்ச்சியைக் கட்டுப்பாட்டில் வைத்திருப்பது போலத் தோன்றுவார்கள். ஆனால் அவர்கள் குற்ற மிழைத்தால் அதிலிருந்து தப்பமுடியாமல் தவிப் பார்கள் என்பதைத்தான் ஷேக்ஸ்பியர் சுட்டிக் காட்டுகிறார்.

கிளியோபட்ராவின் கோபம், அடக்கமுடியாத ஆத்திரம் ஆகியவையே அவள் வீழ்ச்சிக்கான காரணம். கஸியஸை புரூட்டஸ் எச்சரிக்கிறான், உன்னுடைய கோபம் சிக்கிமுக்கிக் கல்லைப்போல நெருப்போடு திகழ்கிறது. இது ஆபத்து. தேவையற்ற கோபமே இரண்டு குடும்பங்களுக்குள் பங்காளிச் சண்டையாய் மாறி, 'ரோமியோ ஜுலியட்' நாடகத்தில் அவர்கள் இரு வாரிசுகளை இழக்கச் செய்கிறது. மாண்டேகு, காபுலட் இரு குடும்பங் களின் நிரத்தரப் பகையால் காதலர்கள் தற்கொலை செய்துகொண்டு அவர்களை நீடித்த சோகத்தில் நீந்தச் செய்கிறார்கள். கோபம் கட்டுப்படுத்தப்பட வேண்டியது என 'இரண்டாம் ரிச்சர்ட்' நாடகத் திலும், கோபம் தன்னைக் காத்துக்கொள்ள ஒரு போதும் முடியாமல் தவிக்கிறது என 'ஆண்டனி அண்ட்கிளியோ பட்ரா'விலும் ஷேக்ஸ்பியரின் அறிவுரையாக வெளிப்படுகின்றன.

கிரீஷ் கர்னாட் படைத்த துக்ளக் நாடகம் மகத்தானது. திருமணம்கூட வேண்டாம். இந்து ஸ்தானை மிகவும் உன்னதமான நாடாக மாற்ற வேண்டும் என்கிற உன்னத லட்சியம் கொண்டவ னாகத் துக்ளக் இருக்கிறான். எப்போதும் அவனை விமர்சிக்கும் மதத்தலைவரைச் சந்திக்கிறான். தன்னைப் போலவே அவர் இருப்பதைப் பார்த்த தும், அவரைச் சமாதானப் பேச்சுக்குத் தனக்குப்

பதிலாக அனுப்புவது போல் ஏற்பாடு செய்கிறான். அவரும் நம்பிப் போகிறார். அப்போது அவருடன் சென்ற துக்ளக்கின் வீரர்கள் திடீரென அம்பு எய்ய, எதிரணியினர் அவர்மீது கத்தியெறிந்து கொல் கின்றனர். ஒரு எதிரியை வீழ்த்த அது துக்ளக்கிற்கு வாய்ப்பாக இருக்கிறது. ஆனால் துக்ளக் உணர்ச்சித் திறன் குறைந்தவன். எதிர்விளைவுகளைப் பற்றி அவன் சிந்திக்காமல் முடிவெடுக்கிறான். அவசரங் களும், உணர்ச்சிக் குழப்பங்களும் வரலாற்றில் அவனை மோசமான முடிவுகளுக்கு முன்னுதாரண மாக ஆக்கிவிடுகின்றன.

ஷேக்ஸ்பியரின் 'பன்னிரண்டாம் இரவு' நாடகத்தின் அரசன் ஆர்சினோ எளிதில் உணர்ச்சி வசப்படுபவன். அவன் பார்த்த மாத்திரத்தில் காதல் வசப்படுபவன். அவன் காதலோடு காதல் கொள் பவன். 'டெம்பஸ்ட்' நாடகத்தில் வரும் பிராஸ் பரோவோ உணர்ச்சித்திறன் மிக்கவன். தன்னந் தனியாக மகளுடன் ஒரு தீவில் இருந்தாலும், அவளை வளர்த்துச் சூழலைச் சமாளித்துத் தக்கத் தருணம் வரும்போது தன் எதிரிகளுக்குப் பாடம் புகட்டித் திருத்துபவன். கிங் லியர் உணர்ச்சி வசப்பட்டதால் கேவலப்பட்டுப் போனவர். இவற்றையெல்லாம் படிக்கும்போது, நாம் நம் உணர்ச்சித் திறனை எவ்வாறு மேம்படுத்திக் கொள்ள வேண்டும், மற்றவர்கள் மீது அதைப் பிரயோகிக்கும்போது எப்படிக் கவனமாக இருக்க வேண்டும் என்பதை உணர்கிறோம்.

எமிலி ப்ராண்ட் எழுதிய ஓர் ஆங்கிலக் கவிதை எப்படி எல்லா நிகழ்வுகளையும் சாட்சி யாகப் பார்க்க வேண்டும் என்பதைக் கற்றுத்தரு கிறது. சாட்சியாகப் பார்ப்பவர்கள் ஒருபோதும் சங்கடம் அடைவதில்லை. அதற்குத் தலைப்பு 'துறவு முதிர்ச்சி'.

'அளந்த செல்வமோ எனக்கு அற்பக்குப்பை
விளைந்த காதலோ வெறுப்பின் சிரிப்பு
புகழின் போதையோ அது புகைந்திடும் கனவு,
விடியும் என்பது ஒரு நாள் முடியும்
படியும் என் நெஞ்சில் பாதி வேண்டுவது இது ஒன்றுதான்
பனத்த நெஞ்சின் கட்டுக்கள் விலகி நினைத்த சுதந்திரம்
நிலைத்து நிற்கட்டும்
இதுதான் என் இறுதியை நோக்கிய பயணம் இறைவா!
உன்னிடம் இறைஞ்சுவது இதுவே
வாழ்விலும் தாழ்விலும், வலிவிலும் நலிவிலும்
தோயும் பற்றில் துளியுமில்லாத தூய்மையே வேண்டவே
துடிக்கிறேன் இதனையே!'

உணர்ச்சித்திறன் குறைந்தவர்கள் எப்படிப் பட்ட முடிவைச் சந்திக்கிறார்கள் என்பதற்குக் கிரேக்கப் புனைவியல் பல சம்பவங்களைக் காட்டுகிறது.

உணர்ச்சிகளின் கைதியாக இருப்பவர்கள் விரைவில் வெளுத்துப் போவார்கள். அவர்களால் சாதனைகளைச் செய்ய முடியாது. உணர்ச்சி வசப்படும்போது முடிவெடுக்காமல் இருப்பதே

நம்முடைய உணர்வுகள் நியாயமானவையா என்பதைக்கூட முடிவெடுக்கும் நிலையில் இருப்பவர்கள் இடைவெளி விட்டு பரிசோதித்துப் பார்க்க வேண்டும்

நல்லது. கோபத்தைத் தள்ளிப்போடவேண்டும், மிக மகிழ்ச்சியாக இருக்கும்போதும், மிகக் கோபமாக இருக்கும்போதும் முடிவெடுத்தால் அது தவறாகவே முடியும். ஆனந்தப் பரவசத்திலிருக்கும்போது தேவைக்கு அதிகமாகக் கொடுத்துவிடுவோம். கோபத்திலிருக்கிறபோது தந்ததையும் பிடுங்கிக் கொள்வோம். எனவே இதை மிதமாகக் கையாளுவது அவசியம். நிறைய பேர் நடுநிலைமையான மன நிலையில் ஆற அமர யோசித்து முடிவுகள் எடுப்ப தில்லை. இது அவர்களுடைய சரிவில் முடிந்து விடும். நம்முடைய உணர்வுகள் நியாயமானவையா என்பதைக்கூட முடிவெடுக்கும் நிலையில் இருப் பவர்கள் இடைவெளி விட்டு, பரிசோதித்துப் பார்க்க வேண்டும்.

எனக்குத் தெரிந்த ஓர் அலுவலர். கோபம் வந்தால் உடனே தொடர்புடையவருக்குக் கடுமை யாகத் திட்டி ஒரு கடிதத்தை டிக்டேட் செய்வார். ஆனால் அவருடைய உதவியாளரோ அப்போது அதைத் தட்டச்சு செய்துவிட்டு அனுப்பாமலேயே வைத்திருப்பார். இரண்டு மணிநேரம் சென்றதும் அந்த அலுவலரே உதவியாளரை அழைத்து அனுப்பி விட்டீர்களா என்று கேட்பார். இல்லை என்று உதவி யாளர் சொன்னால் அதைக் கொண்டுவரச்சொல்லித் திருத்தங்கள் செய்து மென்மையாக்குவார். இப்படி உணர்ச்சிவசப்படுபவர்களுக்கு உயர்ந்த உதவி யாளர்கள் கிடைப்பது அரிது. அது எல்லோருக்கும் வாய்ப்பதில்லை.

சாம்பிராணி மரம் உருவான கதை அதற்குச் சான்று. மிர்ரா என்கிற பெண் இருந்தார். அவள் தந்தை பெயர் தியாஸை. அவளுக்குத் தந்தை மீதே மோகம். இரவில் அவருக்குத் தெரியாமல் அவள் படுக்கையில் நுழைந்து கர்ப்பமாகிவிடுகிறாள். உண்மை தெரிந்ததும் தியாஸ் அவளைக் கொல்ல முற்படுகிறார். கடவுள்கள் பரிதாபப்பட்டு மரமாக மாற்றிவிடுகிறார்கள். மிர் என்றால் சாம்பிராணி எனப் பொருள். அம்மரத்தில் வழியும் ஒருவித பிசின் கசப்பாக இருக்கும். அராபி மொழியில் மிர் என்றால் கசப்பு. அந்தப் பிசின் மரமான அவள் கண்ணீராம். உணர்ச்சியை நெறிதவறிப் பயன் படுத்துகிறவர்கள் மரத்துப்போவார்கள் என்பதற்கு மிர்ரா கதை எடுத்துக் காட்டு.

உணர்ச்சியின் உந்துதலால் எடுக்கும் முடிவு ஆபத்து என்பதற்கு ஓவிட் எழுதிய 'மெடமார்ஃபஸிஸ்' நூலில் இடம்பெற்றுள்ள பிரமிஸ்-திஸ்பே கதையே சான்று.

பாபிலோனைச் சார்ந்த பிரமிஸ் என்கிற இளைஞனும் திஸ்பே என்கிற யுவதியும் ஒருவரை ஒருவர் உயிருக்குயிராக நேசித்தனர். ஆனால் பெற்றோர்கள் பகைமையின் பொருட்டுப் பிரித்த னர். இருவர் வீடுகளையும் பிரித்திருந்த மதில்சுவரில் துளையிட்டு இருவரும் சங்கதிகளைப் பரிமாறிக் கொண்டனர்.

ஒருநாள் இரவு நகருக்கு வெளியே சந்திப் பதாக முடிவு செய்கிறார்கள். அவள் முக்காடு

இலக்கியத்தில் மேலாண்மை

போட்டுப் பயந்து பயந்து வீட்டை விட்டு வெளி யேறுகிறாள். வழியில் ஒரு சிங்கம் துரத்த முக் காட்டை விட்டுவிட்டு ஓடிவிடுகிறாள். அச்சிங்கம் மாட்டைக் கொன்ற ரத்தம் வழியும் வாயோடு அவள் முக்காட்டைக் கடித்துக் குதறி இரத்தத்துடன் விட்டுச்செல்கிறது. அதற்குப் பிறகு அங்கு வந்த பிரமஸ் சிங்கத்தின் கால்சுவடுகளையும், ரத்தம் தோய்ந்த அவள் மேலங்கியையும் பார்த்து அவளைச் சிங்கம் கொன்றதாக முடிவு செய்து இறந்து போகிறான். அங்கு அதற்குப் பிறகு வந்த திஸ்பே அவள் காதலன் இறந்து கிடப்பதைப் பார்த்து அவளும் தற்கொலை செய்துகொள்கிறாள். உணர்ச்சி உயிரையே குடித்துவிடும்.

ஹோமரின் 'இலியட்' என்கிற இதிகாசத்தில் ஹெலனைப் பேரிஸ் கடத்தி வந்ததற்காக நடந்த ட்ராய் யுத்தம் பற்றிப் பலமுறை குறிப்பிட்டிருக் கிறேன். ஒரு கட்டத்தில் அஜெக்ஸ் என்கிற கிரேக்க வீரனுக்கும், ஹெக்டர் என்கிற பேரிஸின் அண்ணனுக்கு மிடையே ஒத்தைக்கு ஒத்தை மோதவிட்டு வெற்றி பெற்றவர் யார் எனப் பார்த்து அதன்படி பிரச் சினையை முடிவுக்குக் கொண்டுவருவது எனச் சமரசம் செய்கிறார்கள். அஜெக்ஸ், ஹெக்டர் இருவரும் கடுமையாக மோதுகிறார்கள். ஹெக்டர் பலத்த அடியுடன் தோல்விபெறுகிறான். அப் போது ட்ராய் தரப்பினர் இரண்டு பக்க வீரர்களிடையே சண்டையையும், உயிர்ச் சேதத்தையும் தவிர்க்கும் பொருட்டு ஹெலனைத் திருப்பி அனுப்பிவிடலாம் என முடிவு செய்கிறார்கள். ஆனால் ஹெலன்மீது கொண்ட அபரிமிதமான காதலால், உணர்ச்சிவசப் பட்ட பேரிஸ் மறுக்கிறான். இதுவே ட்ராய் வீழக் காரணமாகிறது. உணர்ச்சித்திறன் குறைந்தவர்கள் கோழையாக இருந்தாலும், பின் விளைவுகள் பற்றிச் சிறிதும் சிந்திக்காமல் முன்னேறி மூக்குடைக்கப் படுவார்கள்.

★

இலக்கியத்தில் மேலாண்மை

அத்தியாயம் 84
உணர்ச்சி மேலாண்மை

வாழ்க்கைத் திறன்கள் என்பவை இன்று எல்லாத் தலைமைப் பணிகளிலும் அத்தியாவசிய மானவையாக இருக்கின்றன. அவை சுயமறிதல், அடுத்தவரை அறிதல், ஆராயும் மனப்பான்மை, படைப்பாக்கச் சிந்தனை, முடிவெடுத்தல், பிரச்சினை களைத் தீர்த்தல், சக்தி வாய்ந்த தகவல் தொடர்பு, சமூக நுண்ணறிவு, மன அழுத்தமின்றி வாழ்தல், உணர்ச்சி மேலாண்மை ஆகிய பத்துக் கூறுகளை உள்ளடக்கியவை.

சுயத்தை முழுமையாக அறிகிறவர்கள் தான் உணர்ச்சிகளைக் கட்டுப்படுத்த முடியும். கட்டுப் படுத்தினால்கூட அவை ஏதேனும் ஒரு கட்டத்தில் வெளியே வந்துவிடலாம். அவற்றைக் கடப்பதுதான் மிக முக்கியம்.

'எம்பதி' என்கின்ற சொல் ஆங்கிலத்தில் மகத்துவம் வாய்ந்தது. அடுத்தவர்கள் நிலையில் தன்னை வைத்துப்பார்ப்பது அவசியம். அதுவும் மேலாண்மைப் பணியில் இருப்பவர்கள் பணியாளர் களுடைய சூழலையும், அவர்கள் வாழ் நிலை யையும் அவர்களுக்கு இருக்கும் இடைஞ்சல் களையும் நினைத்துப்பார்க்க வேண்டும். அப்போது தான் தேவையில்லாமல் அவர்களைக் கடிந்து கொள்கிற நிகழ்வு குறையும்.

அலசி ஆராய்தல் முடிவெடுப்பதற்கு அவசியம். எந்தச் செயல்பாட்டையும் பல கோணங்களில் அலச வேண்டும். அது எதனால் ஏற்பட்டது என்று மூலத்தையே கண்டுபிடித்துக் களைய வேண்டும். வெறும் பாதிப்புகளை வைத்து ஒன்றை அறிய முடியாது. பிரச்சினையின் வேருக்கே செல்லும் கிரிட்டிக்கல் திங்கிங் அவசியம்.

444

இலக்கியத்தில் மேலாண்மை

> படைப்பாக்கத்திறன் இருப்பவர்களே புதிய பொருள்களையும், புதிய முறைகளையும் மேலாண்மையில் புகுத்த முடியும்

படைப்பாக்கத்திறன் இருப்பவர்களே புதிய பொருள்களையும், புதிய முறைகளையும் மேலாண் மையில் புகுத்த முடியும். அவர்கள்தான் முடி வெடுக்கிற போது எல்லாவிதமான சாத்தியக் கூறு களையும் ஆராய்ந்து அதற்குத் தகுந்தவாறு முடி வெடுப்பார்கள். சரியான முடிவெடுக்காதபோது இது இமாலயத் தவறாக மாறி நிறுவனத்தையே காலி செய்துவிடும். உணர்ச்சிவசப்படாதவர்கள் சரி யாகவும் தகவல்களைப் பரிமாறிக்கொள்வார்கள்.

அடுத்தவர்களோடு பழகுவதும், அவர்களைச் சரியாக மதிப்பிடுவதும் சமூக நுண்ணறிவு. சிலர் அதிமேதாவியாக இருப்பார்கள். யாருடனும் ஒத்துப் போக மாட்டார்கள். அதனால் அவர்கள் தலைமைப் பொறுப்பை ஏற்க முடியாது. அதுமட்டுமில்லாமல் அவர்கள் குழுவாகச் சேர்ந்து யாருடனும் செயல்பட முடியாமல் திக்கித் திணறுவார்கள். மேலாண்மைப் பணியிலிருப்பவர்களுக்கு மனிதர்களை எடை போடவும், யார் சரியான நபர், யார் நம்பகமானவர் என்றெல்லாம் மதிப்பீடு செய்வதற்கும் வாழ்க்கைத் திறன் வேண்டும்.

வாழ்க்கைத் திறனில் இரண்டு கூறுகளே மன அழுத்தம் அடையாமல் பணியாற்றுவதும், உணர்ச்சி களை முறையாகக் கையாளுவதும். இந்த இரண் டையும் சரிவரச் செய்யாதவர்கள் மற்ற அத்தனைத் திறன்கள் இருந்தாலும் பால் பொங்குகிறபோது பாத்திரத்தை உடைத்தவர்களாகக் கருதப்படு வார்கள்.

உணர்ச்சித்திறன், உச்சக்கட்டம், பயமின்மை, தைரியம் என்பதுகூட பயத்தை நெறிப்படுத்துவது தான். பயமின்மையோ அதையும் தாண்டியது.

பாரதியாரின் அச்சமில்லை… அச்சமில்லை அந்த உயர்ந்த மனநிலையைப் பற்றிப் பாடி, உயிரையும் துச்சமாக எண்ணிப் போராடவேண்டிய தருணங்களில் நம்மை வீறுகொள்ளச் செய்கிறது.

உணர்ச்சிவசப்படுகிறவர்களாக இலக்கியம் படைப்பவர்கள் தோன்றினாலும், அவர்கள் எத்தகைய சூழலையும் நம்பிக்கையுடனும், கம்பீரத் துடனும் எதிர்கொள்பவர்கள் என்பதற்கு மகாகவி

பாரதியும், மகாத்மா காந்தியும் சந்தித்தபோது நிகழ்ந்த உரையாடல் சாட்சி. பாரதியின் கம்பீரம் வ.ரா.வால் பதிவு செய்யப்பட்டிருக்கிறது. இந்தச் சந்திப்பு நிகழவேயில்லை என்று சிலர் மறுப்பர். ஆனால், பாரதியின் இயல்பு வ.ரா. கூறுவதுபோல போன்றது தான் என்பதை யாரும் மறுக்க முடியாது.

மேற்கத்திய இலக்கியவாதிகளும் அப்படி நடந்துகொண்டதை அவர்கள் வாழ்வு பற்றி வாசிக்கும் போது அறிய முடிகிறது. எந்தச் சூழலிலும் நகைச் சுவை உணர்வுடன் இருந்தவர் ஆஸ்கர் வைல்டு. ஒருமுறை அவர் அமெரிக்க ஐக்கிய நாடுகளுக்குச் சொற்பொழிவாற்றச் சென்றிருந்தார். நியூயார்க் சுங்க அதிகாரி "நீங்கள் எதையாவது அறிவிக்கும்படி வைத்திருக்கிறீர்களா?" என்று கேட்டார். அதற்கு வைல்டு "என்னிடம் அறிவிப்பதற்கு என் மேத மையைத் தவிர வேறெதுவும் இல்லை" என்றார். தன் நாடகம் தோல்வியடைந்தபோதுகூட நாடகம் மகத்தான வெற்றியைப்பெற்றது, ஆனால் பார்வை யாளர்கள்தான் தோல்வியுற்றார்கள் என்று சொன்னவர் அவர்.

எந்தச் சூழலிலும் மனம் தளராமல் முயற்சி செய்யவேண்டும் என்பதற்குச் சீன சரித்திரத்தில் சான்று இருக்கிறது. வீ நாட்டு அரசன் மதிநுட்பமும், சரியாக எடைபோடும் குணமும் உள்ளவன். சுறுசுறுப்பானவன். தன் திட்டத்தை எல்லாப் பணியாளர்களோடும் பகிர்ந்துகொள்வான். ஒருவருக்குத் தாராளமாகப் பரிசளிக்கும் தன்மை

பெற்றவன். ஆயிரம் பொற் காசுகளைக்கூட திறமையானவர்களுக்குக் கொடுத்துவிடுவான். எதிரிகள் சரணடைந்தால் அவர்களில் சிறந்த வீரர்களைத் தன்னுடைய அணியில் அலுவலர் பணியில் நியமிக்கத் தயங்க மாட்டான். ஒருமுறை வடசீனத்தைக் கைப்பற்றும் முயற்சியில் தளபதி யுவான் ஷாவோவுடன் அவன் சண்டையிட நேர்ந்தது. யுவான் ஷாவோவின் சக்திவாய்ந்த ஒரு கோட்டையை அவன் கைப்பற்றியபோது அவனுடைய ஆலோசகர் யுவான் ஷாவோவிற்கும் அந்த மன்னனின் சில அதிகாரிகளுக்கும் இரகசியத் தகவல்கள் பரிமாறப் பட்டிருப்பதைக் கண்டறிந்தார். ஆலோசகர் அந்த அலுவர்களைக் கைது செய்து தூக்கில்போடுமாறு மன்னனுக்கு அறிவுரை கூறினார். ஆனால் மன்னன் வேறுவிதமாகச் சிந்தித்தான்.

'நானே யுவான் ஷாவோவைப் பார்த்துச் சற்று அச்சம் கொள்ளும்போது அலுவலர்களை எவ்வாறு தண்டிப்பது' என்று எண்ணிக்கொண்டான். எல்லாக் கடிதங்களையும் எரிக்க ஆணையிட்டான். அதைப் பற்றி மூச்சுவிடவில்லை. இன்னும் வட சீனாவில் பெரும்பகுதி யுவான் ஷாவோ கைகளில் இருப்பதை அவன் உணர்ந்தான். எனவே புலன் விசாரணை செய்தால் விளைவுகள் மோசமாக இருக்கும், அதிகாரிகள் அவனுக்கு எதிராகக் கிளர்ச்சி செய்யக் கூடும் என எண்ணினான். கடிதங்களை அவன் எரித்தபோது அவனது பெருந்தன்மையும் வெளிப் பட்டது. இரகசியப் பரிமாற்றம் செய்துகொண்டவர்கள் தாமாக முன்வந்து அவனுக்கு ஒத்துழைப்பு தருவதாகச் சொன்னார்கள். இறுதியில் யுவான் ஷாவோ நசுக்கப்பட்டான்.

மாப்பசான் எழுதிய 'இரண்டு இளஞ்சிப் பாய்கள்' என்கிற கதை பதின்மப் பருவத்தில் ஏற்படும் உணர்ச்சித் தடுமாற்றத்தை விவரிக்கிறது.

இரண்டு சிப்பாய்கள் புதிதாகப் படையில் சேருகிறார்கள். ஞாயிற்றுக் கிழமை மாலை அவர்களுக்கு எங்கு வேண்டுமானால் செல்லலாம் என்கிற சுதந்திரம். அவர்கள் இருவரும் ஜோடியாகப் பயிற்சி இடத்தைவிட்டுச் சென்று வெளி உலகத்தைப் பார்த்துவிட்டு வருவார்கள். அவர்களிடம் எந்தப்

பேச்சும் இருக்காது. தங்களுக்குத் தேவையான சில பொருட்களை வாங்கிக்கொண்டு வீடு திரும்புவார்கள். அவ்வாறு சென்று வரும்போது ஒரு கிராமத்தில் பசுவோடு பெண்ணொருத்தி வருவதைப் பார்க்கிறார்கள். அதற்குப் பிறகு ஒவ்வொரு ஞாயிற்றுக் கிழமையும் அவர்களை அந்தப் பெண் கடந்து செல்வாள். ஒருநாள் அவள் இருவரையும் பார்த்துக் காலை வணக்கம் சொல்லுகிறாள். பிறகு சின்னச் சின்ன உரையாடல்கள் அவர்களுக்குள் நிகழ்கின்றன. அதற்குப் பிறகு அவளை எதிர்பார்த்து அவர்கள் காத்திருப்பதும், அடுத்த ஞாயிறு சந்திப் போம் என்று சொல்வதும் பழக்கமானது.

அவர்கள் பெயர் ஜீன், லுக். ஒரு நாள் ஜீன் அவளை முதலில் பார்க்கிறான். லுக் அவளிடம் ''நாங்கள் உனக்காக ஒன்று கொண்டுவந்திருக்

'செல்லம்மா' கதையைத் தமிழ்ச் சிறுகதையின் ஒப்பற்ற சாதனை என்று சுந்தர ராமசாமி குறிப்பிடுகிறார். தமிழில் எழுதப்பட்டுள்ள காதல் கதைகளில் மிகச்சிறப்பானதும் இதுதான் என்கிறார்

கிறோம்'' என்று சொல்கிறான். அவர்கள் கொண்டு வந்த அந்தத் தின்பண்டத்தைத் தூக்கிக் காண்பிக் கிறார்கள். அவள் பால் கறந்துவிட்டு அவர்கள் இருவருக்கும் கொஞ்சம் பால் தருகிறாள். வாரம் முழுவதும் அவள் நினைவாகவே இருவரும் இருக் கிறார்கள். ஒருமுறை செவ்வாய்க் கிழமை லுக் விடுப்பு கேட்கிறான். வெளியே சென்ற அவன் இரவு பத்து மணிக்குத்தான் திரும்பினான். ஜீனுக்குக் குழப்பம். அடுத்த வியாழக்கிழமை கொஞ்சம் பணத்தைத் தன் அறை நண்பனிடம் கடன்வாங்கிக் கொண்டு லுக் மறுபடியும் அனுமதியின் பெயரில் செல்கிறான். அடுத்த ஞாயிறு வழக்கம் போல் இருவரும் அந்தக் கிராமத்திற்குச் செல்கிறார்கள். ஜீன் வேடிக்கைப் பார்த்திருக்கும்போது லுக் எழுந்துசென்று அந்த வழியே வந்து கொண்டிருந்த அந்தப் பெண்ணை அணைத்து முத்தமிடுகிறான். ஜீனுக்கு அதிர்ச்சி. அதற்குப் பிறகு இருவரும் அவன் கண்களில் படாமல் மறைவுக்குச் சென்று விடுகிறார்கள். ஜீன் தன்னிடமிருந்த மதுவை அருந்துகிறான். பிறகு புறக்கணிக்கப்பட்ட வருத்தத்தில் பள்ளத்தாக்கில் ஓடிக்கொண்டிருந்த நதியில் விழுந்துவிடுகிறான். ஒவ்வொரு ஞாயிற்றுக் கிழமையும் தன்னுடன் வரும் நண்பன் தன்னால் முடியாததைச் சாதித்துவிட்டான் என்ற வருத்தம் மதுவின் மயக்கத்தோடு பீடிக்க அந்த நிலையை அவன் அடைகிறான். பதின்மப் பருவம் உணர்ச்சி களின் தொகுப்பு. அப்போது தன்னை நெறிப் படுத்திக்கொள்பவர்களே வாழ்க்கையை முழுமை யாக வாழ்பவர்கள்.

புதுமைப்பித்தன் எழுதிய 'செல்லம்மா' கதையைத் தமிழ்ச் சிறுகதையின் ஒப்பற்ற சாதனை என்று சுந்தர ராமசாமி குறிப்பிடுகிறார்.

தமிழில் எழுதப்பட்டுள்ள காதல் கதைகளில் மிகச்சிறப்பானதும் இதுதான் என்கிறார். உண்மை யான அன்பைப் புரிந்துகொள்பவர்கள் தேவையற்று உணர்ச்சிவசப்படுவதில்லை. நோய்வாய்ப்பட்ட மனைவி செல்லம்மாளைக் குழந்தையைப்போல கவனித்துக் கொள்கிறார் பிரம்மநாயகம் பிள்ளை. அதே நேரத்தில் பணிவிடையில் எந்தக் குறை பாடும் வைக்கா விட்டாலும் மரணத்தோடு அவள்

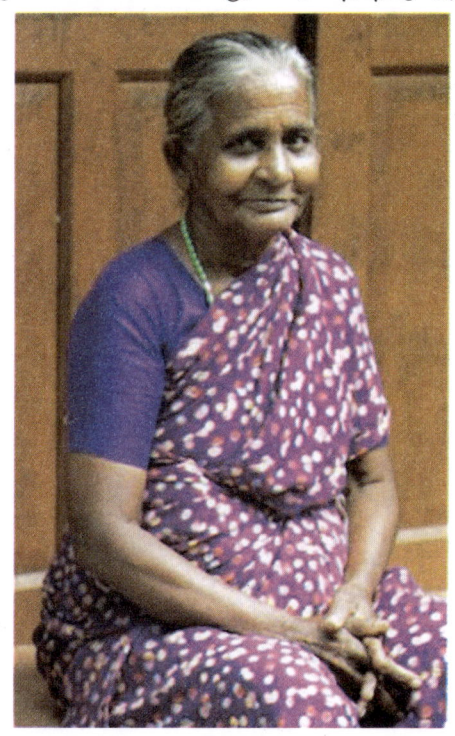

படுகிற போராட்டம் அவருக்கு வருத்தத்தைத் தருகிறது. அவள் உயிரைக் காப்பாற்ற வறிய நிலையில் எல்லாவிதமான அக்கறையையும் தனி ஆளாக இருந்தும் அவர் எடுத்துக் கொள்கிறார்.

ஆனாலும், செல்லம்மாள் இறந்து விடுகிறாள். உற்றார் உறவினர்களுக்கு வெகு தூரத்தில், பட்டத்துத் தனிமையிலே மாண்டுபோனார். திறந் திருந்த இமைகளை மூடிய பிரம்ம நாயகம் ஒரு பெரும்பளுவை இறக்கிக் கழுத்துக்கு ஆசுவாசம் கொடுப்பது போலவே, அவரது மனசிலிருந்தும் பெரும்பளு இறங்கியது. மனசிலே, மரணப் பிரிவினால் துன்பப் பிரவாகம் மதகுடைத்துக் கொண்டு பெருகி அவரை நிலைகுலையச் செய்ய வில்லை. சகதர்மிணியாக இருந்த ஒரு ஜன்மத்துக்குத் துன்பச் சுமை குறைந்துவிட்டது என்பதிலேயே அவருடைய மனசுக்கு ஒரு நிம்மதி.

உண்மையான அன்பு என்பது நம்மைச் சார்ந்தவர்கள் சிரமப்படக் கூடாது என்று நினைப்பது

தான். பல நேரங்களில் நாம் அடுத்தவர்கள் இறந்து போகிறபோது அழுவது அவர்களுக்காக அல்ல, நமக்காகத்தான் என்பதை உணர்வதில்லை. இருக்கிறவரை கடமைகளைச் செவ்வனே ஆற்றுவதும், இல்லாதபோது நினைவுகளில் வாழ்வதும்தான் மகத்தான அன்பாக இருக்கமுடியும். அப்படிப்பட்ட அன்பு உள்ளவர்கள் உணர்ச்சித் திறனில் உச்சத்தை அடைவார்கள் என்பது 'செல்லம்மாள்' கதையின் மூலம் தெரிகிற சேதி.

ஷேக்ஸ்பியர் எழுதிய பதினான்கு வரி சானட் ஒன்று உணர்ச்சிகளைக் கடந்த மோனநிலையைப் பற்றி விவரிக்கிறது. அப்படிப்பட்டவர்களே பிளாட்டோ கூறிய தத்துவவாதி அரசர்களாக ஆகமுடியும். அந்த சானட் பெயர் 'வேட்கை இல்லா வாழ்க்கை'.

'அடுத்தவர்க்கு அல்லல் தருவது
அமைந்த குணமே உடையவராயினும்
எடுத்து இன்னொருவருக்குத் துன்பம்
எப்போதும் செய்யார்
நிரம்பச் செய்யும் நினைப்புடையவராக
நேர் நின்றாலும்
துரும்பு கூட எந்தத் துளியும் செய்யமாட்டார்
உருகுவது போலத் தோன்றும் இவர்கள்
ஒரு சிறிதும்
அசையாத பெருங்கல்
கவர்ச்சியும் காட்டமாட்டார்
கடுகளவும் கவலைப்படாத மெத்தனத்தோடு
மூழ்கியிருப்பார்.
இவர்களைத்தான் சொர்க்கம் இங்கே வா
என்று அழைக்கும்
தோன்றும் இயற்கையெல்லாம்
இவர் தோள்களில் மாலை சூட்டும்
எது செய்தாலும் அவர் இச்சைக்கு ஏற்றது
அவர்களுக்கு அவர்களே தலைவர்கள்
அவர்களே அதிபர்கள்
மற்றவர் எல்லாம் அவர் முன்
மண்டியிடுவார்கள்
வேனிலில் பூக்கும் அவ்வெள்ளரிப்
பூவிலோ தன்னந்தனியாய் தானே உதிரும்
இப்படி இழிவு ஏற்படுமானால்
எப்புறம் உள்ளது
ஏளனம் இனிப்பது கூட செய்யும்
இந்த நிலையில் கசப்பாய் மாறும்
முல்லைக்கூட இதனால் கள்ளியாய் முடியும்!'

இலக்கியங்கள் வாழ்வின் எல்லாக் கட்டத்திலும் ஒருவன் உணர்ச்சித் திறனைப் பெற்றிருந்தால் தான் பணியிடத்திலும், நிர்வாகத்திலும் முதிர்ச்சியோடும், பக்குவத்தோடும் நடந்துகொள்ள முடியும் என்பதை நமக்குத் தெரிவிக்கிறது. தொடர்ந்து இலக்கிய படைப்புகளைப் படிக்கிறவர்களும், படைப்பாளிகள் தங்கள் வாழ்க்கையில் சந்தித்த இன்னல்களைத் தெரிந்து கொள்பவர்களும் சோகங்கள் தங்களைச் சூழ்ந்தாலும் அவற்றைச் சுண்டிவிட்டு முன்னேறிச் செல்லும் முதிர்ச்சியை அடைவார்கள்.

★

இலக்கியத்தில் மேலாண்மை

அத்தியாயம்
85 பாய்வதற்குப் பதுங்கு

சுயமாகத் தொழில் செய்பவர்களைத் தவிர, மற்ற பணியாளர்கள் தங்கள் அதிகாரிகளிடம் எவ்வாறு நடந்துகொள்கிறார்கள் என்பது மிகவும் முக்கியம். அதிலும் குறிப்பாக, அடுத்தமட்ட அதிகாரியைச் சுற்றியே பணியாளர்களுடைய செயல்பாடுகள் அமைந்திருக்கின்றன. அவர்களோடு இணக்கமாக இருந்தால் அலுவலகத்திலும், நிறுவனத்திலும் பணியின் தரம் மேம்படும். சுணக்கமாக இருந்தால் சோர்வும், விரக்தியும் ஏற்படும். பணியின் தன்மையைக் காட்டிலும் முக்கியமானதாக அடுத்த நிலை அதிகாரி இருக்கிறார். எனவே அவர்களிடம் எப்படி நடந்துகொள்வது என்பது பணியில் புதிதாகச் சேர்பவர்களுக்குச் சொல்லித் தரப்பட வேண்டும்.

இனிய உறவு நிலவும்போது நிறுவனத்தின் செயல்பாடும் சிறப்பாக இருக்கும். வழவழப்பான தரையில் உராய்வு இல்லாமல் ஊர்ந்து செல்லும் ஊர்தியைப்போல நிர்வாகம் நல்ல முறையில் நடக்கும். அலுவலகத்தில் உள்ள பிரச்சினைகளுக்கு உடனுக்குடன் தீர்வு கிடைக்கும். மனநலனும் செம்மையாக இருக்கும்.

மஹாபாரதத்தில் பதின்மூன்று ஆண்டுகள் வனவாசம் புரிந்த பாண்டவர்கள் துரியோதனனுடைய ஒற்றர்களால் கண்டுபிடிக்கப்படாமல் 12 மாதம் கழிக்க வேண்டும் என்கிற நிபந்தனையையும் பூர்த்தி செய்யவேண்டிய சூழல் ஏற்பட்டது.

449

இலக்கியத்தில் மேலாண்மை

> அரசன் மனித உருவம் கொண்ட நெருப்பு ஆவான்.
> அதிகம் கிட்ட நெருங்கக் கூடாது.
> அலட்சியம் செய்யக்கூடாது.

அப்போது அவர்களிடம் தௌம்மியர் சில உபதேசங்களைச் செய்கிறார். அரசகுமாரர்களாக இருந்தாலும் அரசர்களிடம் எப்படி நடக்க வேண்டும் என்பதைப் பணியாளர்கள் பார்வையிலிருந்து அவர் குறிப்பிடுவது இன்று அனைத்துப் பணியாளர்களும் கடைப்பிடிக்க வேண்டியதாக இருக்கிறது. தௌம் மியர் அவர்களை ஆசீர்வதித்து, அவர்களுக்குப் புத்தி மதிகளும் சொன்னார். "ராஜாக்கிரகத்தில் வேலைக்கு இருக்கிறவர்கள் ஜாக்கிரதையாக இருக்க வேண்டும். அதிகமாகப் பேசாமல் அரசனை உபாசிக்க வேண்டும். கேட்ட பின்னரே யோசனை சொல்ல வேண்டும். கேளாமல் ஒருபோதும் அரசனுக்கு யோசனை சொல்லக் கிளம்பலாகாது. சமயம் பார்த்து அரசனைப் புகழ வேண்டும். அற்ப காரியமானாலும் அரசனிடத்தில் தெரிவித்தே செய்ய வேண்டும். அரசன் மனித உருவம் கொண்ட நெருப்பு ஆவான். அதிகம் கிட்ட நெருங்கக் கூடாது. அலட்சியம் செய்யக்கூடாது. எவ்வளவு நம்பிக்கையும் அதிகாரமும் பெற்ற போதிலும், எந்தச் சமயமும் உடனே நீக்கப்படலாம் என்று வாயிலைப் பார்த்த வண்ணமாகவே எப் போதும் இருக்க வேண்டும். அரசர்களிடத்தில் நம்பிக்கை வைத்தல் மூடத்தனமாகும். அரசனுடைய அன்பைப் பெற்றுவிட்டதாக எண்ணி, அவனுடைய வாகனத்திலாவது, ஆசனத்திலாவது, ரதத்திலாவது ஏறக்கூடாது. அரசனிடத்தில் சேவை செய்கிறவன் சோம்பலற்று மனத்தை அடக்கினவனாகவே இருக்க வேண்டும். அரசனால் கௌரவிக்கப்பட்டாலும் அவமதிக்கப்பட்டாலும் சந்தோஷமாவது, மன வருத்தமாவது காட்டக்கூடாது.

"இரகசியமாகச் சொல்லப்பட்ட வார்த்தை களை வெளியில் பேசக்கூடாது! குடிகளிடமிருந்து எந்தவிதமான பரிதானமும் வாங்கக்கூடாது. வேறொரு சேவகனைப் பார்த்துப் பொறாமைப் படக்கூடாது. அறிவுள்ளவர்களை விட்டு மூடர்களை அதிகாரத்தில் அரசன் வைப்பான். அதைக்கண்டு மனக்கசப்பு அடையக்கூடாது. அரண்மனை ஸ்திரீகள் விஷயத்தில் மிகவும் ஜாக்கிரதையாக இருக்க வேண்டும். அவர்களிடத்தில் நேசம் பாராட்டக் கூடாது."

இவ்வாறு இராஜ சேவகர்களுக்கு வேண்டிய இன்னும் அநேக எச்சரிக்கைகளைத் தௌம்மியர் உபதேசம் செய்துவிட்டு, "பாண்டவர்களே! ஒரு வருஷம் விராடனிடத்தில் சேவக விருத்தியில் இவ்வாறு பொறுமையுடன் இருந்து முடித்தீர் களானால், பிறகு உங்களுடைய ராஜ்யத்தை அடைந்து சுகமாக வாழ்வீர்கள்" என்று ஆசீர் வதித்தார்.

மேலதிகாரியோடு நெருப்பில் குளிர்காய்வதைப் போல தகுந்த தூரத்தில் அனுசரிக்க வேண்டுமென்று திருக்குறள் அறிவுறுத்துகிறது. அருகில் சென்றால் நெருப்பு சுடும். விலகிச் சென்றால் குளிர் வாட்டும்.

தகுந்த தூரத்தில் இருப்பவர்கள் உரிய பலனைப் பெறுவார்கள்.

**அகலாது அணுகாது தீக்காய்வார் போல்க
இகல்வேந்தர்ச் சேர்ந்தொழுகு வார் (691)**

மேலதிகாரி இருக்கும்போது பக்கத்தில் இருப்பவர்கள் காதில் கிசுகிசுப்பதோ, சிரிப்பதோ, தன்னைப் பற்றித்தான் ஏதோ விவாதிக்கிறார்கள் என்ற எண்ணத்தை அந்த நபருக்கு ஏற்படுத்தி விடலாம். அதிகாரிகள் மந்தணமான செய்திகளைப் பேசும்போது அதுபற்றி அதிகமாக விசாரிக்காமல் அவர்கள் சொன்னவற்றை மட்டும் கேட்டுக்கொள்ள வேண்டும். ஒரு காலத்தில் நமக்கு நெருக்கமாக இருந்தார்கள் என்பதற்காகத் தலைமை நிர்வாகியாக இருப்பவர்களிடம் பழைய நெருக்கத்தை எதிர் பார்க்கக்கூடாது. அதைப்போலவே தன்னைவிட வயதில் இளையவராக நிர்வாகி இருப்பதால் குறைத்து மதிப்பிடக்கூடாது. நிர்வாகிகளுக்குப் பயனுள்ளவற்றைச் சொல்லி பயனற்றவற்றைச் சொல்லாமல் விடவேண்டும் என்றெல்லாம் பலவிதமான யோசனைகளைத் திருவள்ளுவர் அள்ளி வழங்குகிறார்.

பேஜிங்கில் குடிமைத் தேர்வு எழுதி வெற்றி பெற்ற ஓர் இளைஞன் தலைநகரில் உயர்ந்த பதவிக்கு நியமிக்கப்பட்டான். அவனை அவ்வாறு உருவாக்கிய நிர்வாகியைப் பார்த்து விடைபெறு வதற்காகச் சென்றான். அவர் அவனிடம் ‘தலை நகரில் வேலை பார்ப்பது மிகவும் சிரமம், நீ முன் னெச்சரிக்கையுடன் நடந்துகொள்ள வேண்டும்’ என்று சொன்னார். அதற்கு அவன் ‘நான், நூறு தேன் தடவிய வார்த்தைகளைத் தயாரித்து வைத் திருக்கிறேன். எனவே அவற்றைப் பயன்படுத்திக் கொள்வேன்’ என்று குறிப்பிட்டான். உடனே அவனுடைய வழிகாட்டி ‘நீ இவ்வாறு முகஸ்துதி செய்வதில் ஈடுபடக்கூடாது’ என்று கூறினார். அந்த இளைஞன், ‘என்ன செய்வது? நிறைய பேருக்கு முகஸ்துதி பிடிக்கிறதே. உங்களை மாதிரி ஒருசிலர் மட்டும்தான் அதை விரும்புவதில்லை’ என்றான். அந்தப் பெரியவர் ‘நீ சொல்வது சரிதான்’ என்று புன்னகையுடன் சொன்னார். இந்தச் சம்பவத்தைத் தன்னுடைய நண்பனிடம் விவரித்த அந்த இளைஞன் ‘என்னுடைய இருப்பிலிருந்த நூறு பதங்களில் ஒன்று இப்போது செலவாகி விட்டது, 99 மட்டுமே எஞ்சியிருக்கிறது’ என்றான்.

ஒரு காலத்தில் நமக்கு நெருக்கமாக இருந்தார்கள் என்பதற்காகத் தலைமை நிர்வாகியாக இருப்பவர்களிடம் பழைய நெருக்கத்தை எதிர்பார்க்கக்கூடாது

அலுவலக நடைமுறை என்பது நீதியியல், சட்டவியல் ஆகியவற்றிலிருந்து வேறுபட்டதாகப் பல நேரங்களில் இருக்கிறது. தன்னைவிட புத்தி சாலியாக இருப்பவர்களை மேலதிகாரிகள் நேசிப்ப தில்லை. அப்படி ஒரு வேளை இருந்துவிட்டாலும் அவர்கள் புத்திசாலித்தனத்துடன் நடந்து கொண்டால் அது பிடிப்பதில்லை. எந்தக் கட்டத்திலும் தன்னை விட தனக்குக் கீழே பணிபுரிபவர் மின்னி விடக் கூடாது என்பதில் தலைமை நிர்வாகிகள் எச்சரிக்கை யுடன் இருப்பார்கள். ராபர்ட் க்ரீனின் ‘அதிகாரத் திற்கான 48 விதிகள்’ என்கிற நூலில் இது குறித்து ஒரு சம்பவம் மேற்கோள் காட்டப்பட்டிருக்கிறது.

நிக்கலாஸ் ஃபகெட் என்பவர் பதினான்காம் லூயியின் நிதியமைச்சராக இருந்தார். தாராளமான மனிதர், விருந்து, கேளிக்கைகள், கவிதை ஆகிய வற்றை நேசிப்பவர். அரசர் தவிர்க்கமுடியாத அள

விற்குத் திறமையானவர். பிரதம மந்திரி இறந்த போது தன்னைத்தான் பிரதம மந்திரியாக்குவார் என்று எதிர்பார்த்தார். ஆனால் அரசரோ அந்தப் பதவியையே நீக்கி விட்டார். ஒருநாள் அவர் அரசனுக்குக் கோபத்தை ஏற்படுத்த மிக ஆடம் பரமாக ஒரு விருந்தை ஏற்பாடு செய்தார். ஐரோப் பாவில் சிறந்த மனிதர்களை எல்லாம் அதற்கு அழைத்தார். மிகச்சிறப்பான இசை நிகழ்ச்சியும் நடத்தப்பட்டது. அரசரும் அந்த விருந்தில் கலந்துகொண்டார். அனைவரும் ஆச்சரியப் பட்டுப்போனார்கள். அடுத்த நாள் ஃபகெட் கைது செய்யப் பட்டார். அரச கஜானாவைக் களவாடிய குற்றத்திற்காக இருபது ஆண்டுகள் தொலைதூர இடத்தில் தன்னுடைய வாழ்நாளைத் தனிமையில் கழித்து இறந்துபோனார்.

சீன ஞானத்தில் ஒரு கதை உண்டு. வூ நாட்டு மன்னன் யாங்ஸி நதியைக் கடந்து குரங்குகள் வசிக்கும் ஒரு மலைக்கு வேட்டையாடும் குழு வோடு சென்றான். அங்கிருந்த குரங்குகள் இதை அறிந்துகொண்டு காட்டுக்குள் ஓடிவிட்டன. ஒரே ஒரு குரங்கு மாத்திரம் தன்னை மிகவும் புத்தி சாலியாக நினைத்துக்கொண்டு அங்கேயே இருந்தது. மரம் தாவித் தன் திறமையை எல்லாம் காட்டியது. மன்னன் வில்லை எடுத்து அதன்மீது ஓர் அம்பை எய்தான். அந்தக் குரங்கு விலகி அந்த அம்பைப் பிடித்தது. உடனே அரசன் கோபப்பட்டு தன்னுடைய ஆட்கள் அனைவரையும் அம்பு எய்யச் சொன்னான். அந்த அம்பு மழையை எதிர்பார்க்காத குரங்கு கொல்லப்பட்டு மரப்பட்டையில் தொங் கியது. ''இந்தக் குரங்கு ஆணவம் பிடித்ததாக இருந்ததால் அழிந்தது. தான் புத்திசாலி எனத் தன்னைக் காண்பிக்க நினைத்தது. உண்மையில் அது சாதுர்யமான குரங்கு அல்ல'' என்று அரசன் சொன்னான்.

அலுவலகங்களில் இருப்பவர்கள் இந்த நுட்பங்களை எல்லாம் அறிந்தவர்கள். அவர்கள் முடிந்த அளவிற்குத் தங்களுடைய புத்திசாலித் தனத்தை அலுவலகத்திற்குள் சுருட்டி வைத்திருப் பார்கள். வெளியே தங்கள் அறிவு ஜீவித்தனத்தைக் காட்டிக்கொண்டாலும், அலுவலகத்திற்குள் எதுவுமே தெரியாததைப்போல் நடந்துகொள் வார்கள். இன்னும் சிலரோ தங்கள் மேலதிகாரி எப்படி இருந்தாலும் சில திருத்தங்களைச் செய்வார் என்று வேண்டுமென்றே ஒன்றிரண்டு இடங்களில் தவறாக வரைவுகளை எழுதிக் கொண்டு போவார்கள்.

ஆனால் தனியார் நிறுவனங்களில் நிலைமை இன்னும் பரிதாபம். அங்கு இரண்டு கோட்பாடுகள் தான் உள்ளன. மேலதிகாரி எப்போதும் சரியாகச் சிந்திப்பார். அடுத்த வாசகம், எப்போது சந்தேகம் ஏற்பட்டாலும் முதல் வாசகத்தைக் கடைப் பிடிக்கவும் என்பது தான்.

எனக்குத் தெரிந்த ஒருவர், அவருடைய நிர்வாகி கிழமையைத் தப்பாகச் சொன்னால்கூட முதலில் தலையாட்டி விட்டு, பிறகுதான் ''நீங்க தப்பாக நினைக்கலைன்னா இன்று வியாழக் கிழமை இல்லை, வெள்ளிக்கிழமை'' என்று நாசுக் காகத் திருத்துவார். இன்னொருவரோ தன் கீழ் அதிகாரிகளிடம் தனக்குத் செல்வாக்கில்லை என்பதைக் காட்டி மூக்குடைப்பு பெற விருப்ப மில்லாமல் ஒரு நிகழ்விற்கு என்னென்ன சாத்தியக் கூறுகள் இருக்கின்றனவோ அவற்றையெல்லாம் ஆராய்ந்து குறிப்புக்கோப்பில் எழுதி அனுப்புவார்.

ஒரு கட்டத்தில் இந்தியாவில் சிக்கன நடவடிக் கைகள் மேற்கொள்ளப்பட்டன. அப்போது தனியார் நிறுவனங்கள் உயர்நிலையில் இருப்பவர்கள் மட்டும்தான் ஐந்து நட்சத்திர விடுதிகளில் தங்கலாம். மற்றவர்கள் நான்கு நட்சத்திர விடுதி களில்தான் தங்க முடியும் என்று ஒரு விதியைக் கொண்டுவந்தன. உடனே பல ஐந்து நட்சத்திர விடுதிகள் அதே வசதிகளுடன் தங்களை நான்கு நட்சத்திர விடுதியாக அறிவித்தன. இன்னும் சில

இலக்கியத்தில் மேலாண்மை

நிறுவனங்களோ ஐந்து நட்சத்திர வசதிகளை ஏற்படுத்திவிட்டு ஐந்து நட்சத்திர அந்தஸ்திற்கு விண்ணப்பிக்காமல் இருந்தன. ஒரு நிர்வாகி தங்காவிட்டாலும் அடுத்த நிலையில் இருக்கிற பலர் தங்குவதால் அவர்களுக்குப் போதிய வருமானம் கிடைக்கும் என்பதுதான் காரணம்.

ஜாதகக் கதைகளில், அரசவை உறுப்பினர் மன்னனின் அரண்மனைக்குள் எப்படி இருக்க வேண்டும் என்று போதிசத்துவர் ஒருவரால் விவரிக்கப்பட்டிருக்கிறார். 'நீங்கள் அறிவாளியாகவும், துணிவுள்ளவராகவும் இருந்தாலும் அரசனைப் புண்படுத்திவிடாமல் இருப்பதற்கு ஜாக்கிரதையாக நடந்துகொள்ள வேண்டும். அரசன் விரும்பும் இன்பங்களை துய்க்கக்கூடாது. அரசனைப் போல உடையுடுத்தக்கூடாது, அரசனைப் போல ஆபரணங்களை அணியக் கூடாது, அரசனின் மனைவிகளிடம் தனியாகப் பேசக்கூடாது, அரசரிடம் வெகு தொலைவிலும் இருக்கக் கூடாது, அதிகம் நெருங்கவும் கூடாது. ஆனால் தயாராக எப்போதும் நிற்க வேண்டும். அரசன் முன்பு அதிகம் சிரிக்கக்கூடாது. குறைவாகப் பேச வேண்டும். கோபப்படும்படி நடந்து கொள்ளக்கூடாது'.

★

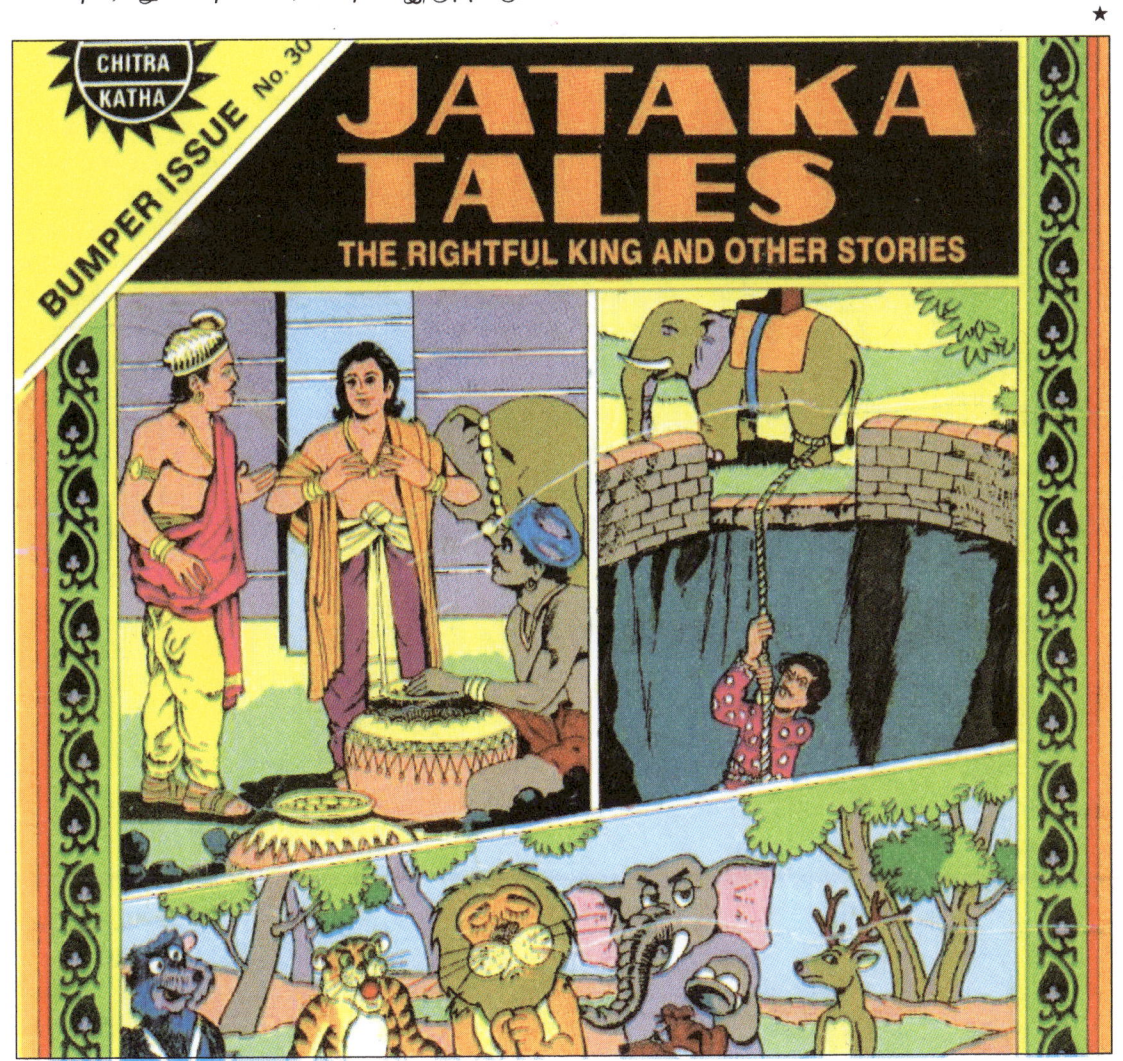

அத்தியாயம் 86

அளவோடு பேசுக

சரியான தகவல் தொடர்பு என்பதை நிறைய பேர் அதிகமாகப் பேசுவது என்று தவறாகப் புரிந்துகொள்கிறார்கள். அவர்கள் குரலே ஓங்கி ஒலிக்க வேண்டுமென்று நினைக்கிறார்கள். நிறைய பேசுபவர்களை உலகம் நிராகரித்து விடுகிறது. குறைவாகப் பேசுகிறவர்களை உலகம் கூர்ந்து கவனிக்கிறது. நிறைய பேசுகிறபோது அரங்கத்தின் கைத்தட்டலை எதிர்பார்த்துப் பேசிவிடுகிறோம். குறைவாகப் பேசுகிறவர்கள் தகவல் தொடர்பைச் செழுமைப் படுத்துகிறார்கள். அவர்கள் பயன் படுத்தும் ஒவ்வொரு சொல்லும் பத்து சொற்களின் பலத்தைப் பெறுகின்றது. அவர்கள் என்ன பேசு வார்கள் என்று எல்லோரும் கவனிக்கிறார்கள்.

தலைமைப் பொறுப்பிலிருப்பவர்கள் தொனத் தொனவென்று பேசிக்கொண்டிருப்பதை யாரும் விரும்புவதில்லை. எல்லோரையும் பேசவைத்து அதிலிருந்து கிரகித்துக்கொண்டு ஒன்றிரண்டு வரிகளில் முடிவை அறிவிக்கும்போது அதில் ஜனநாயகப் பண்பும் தெரிகிறது, அதே நேரத்தில் தலைமையின் கம்பீரமும் வெளிப்படுகிறது.

ஏற்கெனவே தயாரித்த பேச்சையே சர்வதேச அரங்குகளில் நாட்டின் தலைவர்கள் பேசுகிறார்கள். அங்கு ஒரு சொல் பிறழ்ந்தால் தேசத்தையே சிக்கலில் மாட்டிவிடும் என்று ஏற்பாடு. அந்தத் தலைவர்களுக்கு அங்கேயே சுயமாகப் பேசத் தெரியாது என்று பொருளல்ல. அதைப்போலவே நாம் உதாரணங்களைக் கையாளுவதில் எச்சரிக் கையாக இருக்க வேண்டும். பலர் எல்லோருக்கும்

புரிய வைக்கிறேன் என்று மலினமான உதாரணங் களைப் பயன்படுத்தி மாட்டிக் கொள்வதுண்டு.

நிறுவனத்தைப் பொறுத்தவரை உயர்ந்த நிலையிலிருக்கிறவர்கள் குறைவாகப் பேசப் பேச அவர்களிடம் ஒருவிதமான அச்சமும், எளிதில் எடுத்துக்கொள்ள முடியாத தன்மையும் வெளிப் படுகின்றன. சமமான நிலையில் இருப்பவர்களிடம் தனிமையில் பேசும் போதுகூட ஜாக்கிரதையாக இருக்க வேண்டும். ஓர் அரங்கத்தில் அவ்வப் போது நகைச்சுவையான கருத்துக்களைச் சொல்லலாம். அதுவும் எப்படிப்பட்ட அரங்கம் என்பதைக் கருத்தில்கொள்ள வேண்டும். சில நேரங்களில் சாதாரணமாகக் கூட்டங்களில் அப்படிப் பேசினால் கூட்டத்திலிருப்பவர்களும் நகைச்சுவையாக எதை யாவது சொல்லி நம் தரத்தைத் தாழ்த்திவிடுவார்கள்.

பத்திரஹரி என்கிற ஏழாம் நூற்றாண்டு சமஸ்கிருத புலவர் 'மௌனமாக இருந்தால் உங்களை அரசர் ஊமை என நினைப்பார். நிறைய பேசினால் முட்டாள் என்று நினைப்பார். அதிகம் பழகினால் கர்வி என நினைப்பார். தனிமையில் இருந்தால் தன்னம்பிக்கையற்றவர் என்று நினைப் பார். பொறுமையாக இருந்தால் கோழை என்றும், வேகமாக இருந்தால் திமிர் என்றும் நினைப்பார்கள். அரசுப் பணி என்பது புதிர்த்தன்மை கொண்டது' என்று அவர் எழுதிய கவிதை தெரிவிக்கிறது.

சோழர்கள் காலத்தில் ஒரு சின்ன அணி அரசனுக்கு அருகிலிருந்து பணிபுரியும் கௌர வத்தை அடைந்தது. அதற்குப் பெயர் தென்னவன் ஆபத்து தவிகள். அவர்களை அப்பணிக்கு நிய

'மௌனமாக இருந்தால் உங்களை அரசர் ஊமை என நினைப்பார். நிறைய பேசினால் முட்டாள் என்று நினைப்பார்

மிக்கும் சடங்கு முக்கியத்துவம் வாய்ந்தது. அரசன் அவர்களோடு கொஞ்சம் சாதத்தைப் பகிர்ந்துகொள் வான். தன் கைகளால் வெற்றிலை மடித்துத் தருவான். அந்த நொடியிலிருந்து எங்குச் சென் றாலும் அரசனை அவர்கள் பின்தொடர்வார்கள் என்று பஜூர்க் இபின் ஷாரியர் 'இந்தியாவின் அதிசயம்' என்கிற புத்தகத்தில் தெரிவிக்கிறார். அவர்கள்தாம் அரசனுக்குப் படைக்கப்படும் உணவை முதலில் ருசி பார்ப்பார்கள். அதில் ஏதும் விஷம் கலந்துவிடக்கூடாது என்பதில் எச்சரிக்கை யாயிருப்பார்கள். அதுமட்டுமில்லாமல் அரசன் இறந்தால் அவர்களும் தற்கொலை செய்துகொண்டு விடுவார்கள்.

பல்தசார் ஒவ்வொரு மனிதனுடைய விருப்பத் தையும் அறிந்து கொண்டு அதற்கேற்பச் செயல்பட வேண்டுமென்று குறிப்பிடுகிறார். அவர்களுக்கு எதில் விருப்பமிருக்கிறதோ அதில் அவர்களைத் திருப்திப்படுத்தும் போதுதான் நெருங்கிப் பழக முடியும் என்று அவர் கூறுகிறார்.

தமிழக நாட்டுப்புறத்தில் 'உன்னை விட பணக்காரனிடம் சிநேகிதம் வைத்துக்கொள்ளாதே' என்று பழமொழி ஒன்றைச் சொல்வார்கள். ஒரு நாட்டில் மிகப்பெரிய பணக்காரன் இருந்தான். அவனைவிட பணக்காரன் யாரும் கிடையாது. அவனுக்கு இந்தப் பழமொழியைப் பரிசோதித்துப் பார்க்க வேண்டுமென்று ஆசை ஏற்பட்டது. அவனை விட பணக்காரன் அந்த நாட்டின் இளவரசன்தான். எனவே அவனோடு சிநேகிதம் செய்து கொண்டான். அவன் வீட்டிற்குப் போகும்போதெல்லாம் விலை யுயர்ந்த பொருட்களை எடுத்துச்செல்வான். ஒவ் வொரு முறையும் அவன் கொண்டுவரும் பொருட் களைப் பார்த்த இளவரசன், இவனிடம் நம்மைவிட அதிகமாக செல்வம் இருக்கும்போலிருக்கிறதே, அவன் வீட்டிற்குச் சென்று பார்த்துவிட வேண்டு மென்று நினைத்தான். அந்தப் பணக்கார இளைஞனும் நன்றாகத் தன் வீட்டில் உபசரித்தான். அந்த வீட்டில் பேசுகிற அழகான ஒரு கிளி இருப்பதைப் பார்க்க

இளவரசன் அது தனக்கு வேண்டுமென்று கேட்டான். ஆனால் இளைஞனோ அந்தக் கிளியை உயிரைப் போல நேசித்தவன். எனவே அதைத்தவிர எதை வேண்டுமானாலும் தருகிறேன் என்று சொன்னான்.

கோபித்துக்கொண்டுபோன இளவரசன் படை வீரர்களை அனுப்பி வீட்டையே துவம்சம் செய்து விட்டான்.

குஜராத்தில் நாட்டுப்புறக் கதை ஒன்றுண்டு. கத்தரிக்காய் ஏழைகள் பயன்படுத்தும் காய் என்பதால் அரச சமையலறையில் பயன்படுத்தப்படுவதில்லை.

ஒருநாள் புதிதாக வந்த சமையல் உதவியாளன் தலைமைச் சமையலர் வராதபோது கத்தரிக்காயைக் கொண்டு கறி சமைத்துவிட்டான். மன்னன் அந்தப் புதுக் காயைப் பார்த்து ஆச்சரியப்பட்டான். ருசித்து ருசித்துச் சாப்பிட்டான். அவனுடன் இருந்த மந்திரியிடம் 'இந்தக் காய் மிகவும் நன்றாக இருக்கிறதே!' என்றான். 'ஆமாம்! ராஜா இது ராஜக்காய் அதனால் தான் இதன் தலையில் கிரீடம் இருக்கிறது' என்று மந்திரி காம்பைக் காட்டினான். அதற்குப் பிறகு தினமும் ராஜாவுக்குப் பிடிக்கிறது என்று கத்தரிக் காயில் விதவிதமான சமையல்கள். தினமும் அதையே சாப்பிட்டு மன்னனுக்கு அலுத்துப் போனது. வெறுத்துப்போன மன்னன் 'இனிமேல் கத்தரிக்காயைச் சமைக்கக்கூடாது' என்று மந்திரியின் முன்பு சொன்னான். மந்திரியும் 'ஆமாம்! மன்னா இது ருசியே இல்லாத காய்' என்றான். உடனே அரசன் 'அன்று நான் சொன்னதற்கு ராஜக்காய் என்று ஆமாம் போட்டீர்கள், இன்று அப்படியே திருப்பி மட்டமான காய் என்று சொல்லுகிறீர்களே!' என்று கேட்டதற்கு, 'உண்மைதான் ராஜா. எங்களுக்கு நீங்கள் தானே ராஜா, கத்தரிக்காய் ராஜா இல்லையே! எனவே நீங்கள் சொன்னதைத்தானே கேட்க வேண்டும்' என்று குறிப்பிட்டார். அதைப்போல, சமயத்திற்குத் தகுந்தவாறு பேசி சமாளிக்கிறவர்களும் இருக்கிறார்கள்.

மேலதிகாரிகள் கீழதிகாரிகளை எப்படி நடத்த வேண்டும் என்பதற்கும் இலக்கியம் கதைகளை வைத்திருக்கிறது.

சீனத்தில் ஓர் அரசனிடம், வேறொரு மன்னனிடம் வேலை செய்த படைவீரன் தளபதியாக நியமிக்கப் பட்டான். அவனிடம் பழைய அரசனைப் பற்றி இந்த நாட்டு அரசன் கேட்டான். அப்போது அந்தப் புதிய தளபதி 'என் பழைய அரசர் கம்பீர மானவர், அவர் கம்பீரத்தின் முன்பு அனைவரும் சுருங்கிவிடுவார்கள், மிகுந்த தைரியசாலி. ஆனால் அதிகாரத்தைப் பகிர்ந்தளிக்கமாட்டார். அன்புள்ளம் கொண்டவர். யார் நோய்வாய்ப்பட்டாலும் அவர்களுக்கு நல்ல உணவை அனுப்பி வைப்பார். சிகிச்சையை நேர்நின்று கவனிப்பார். இருந்தாலும் திறமை படைத்தவர்களுக்கு உயர்ந்த பதவியையோ விருதுகளையோ அளிக்கமாட்டார். அதிகாரத்தைத் தன்னிடமே வைத்திருப்பார். இதைப் பெண்மைத் தன்மை வாய்ந்த நன்மை கொண்டவர்கள் என்று சொல்லுவார்கள்'. தளபதியின் உதவியோடு அந்த நாட்டை இந்நாட்டு மன்னன் எளிதில் கைப்பற்ற முடிந்தது.

நாம் குறைவாகப் பேசுகிறபோது நிறைய கவனிக்கிறோம். நாம் பேசாமல் இருக்கும் தருணங்களில் அனைவரும் நம்மையே கவனிக்கிறார்கள். நாம் என்ன சொல்லப்போகிறோமோ என்கிற எதிர்பார்ப்பு அவர்கள் ஒவ்வொருவரிடமும் இருக்கிறது. அதுமட்டுமல்ல, எல்லாத் தரப்பு வாதங்களையும் கேட்பதற்கான சூழலும் அங்கே உருவாகிறது. ஆதரவான குரல்களும், எதிரான குரல்களும் உரசிக்கொள்கிற போது சாதகமான முடிவுகளை நம்மால் எடுக்க முடிகிறது. மேலும் பணியாளர்கள் அனைவரும் குரல்கொடுக்கும்படி மூளைப்புயல் நிகழ்ச்சிகள் நடத்தப்படுவது அவர்களிடமிருந்தும் சிறந்த கருத்துகள் வரலாம் என்பதால்தான்.

சில கிராமங்களில் பிரச்சினைகள் இருக்கும். மாவட்ட ஆட்சியர்கள், உயர் அதிகாரிகள் அங்கே சென்றால் அந்த மக்கள் பிரச்சினையைச் சொல்லி, அதைத் தீர்ப்பது எப்படி என்று வழிமுறைகளைச் சொல்லுவார்கள். காரணம், அந்தப் பகுதியிலேயே வாழ்ந்தவர்கள். எனவே தலைமுறை தலைமுறை யாக அந்தப் பிரச்சினையின் வேரையும் அதன் தீர்வையும் தெரிந்து வைத்திருப்பவர்கள். நாம் செய்யவேண்டியதெல்லாம் அவர்கள் சொல்லுகிற தீர்வுகளுள் சிறந்த தீர்வைத் தேர்ந்தெடுத்து அதைச் செயலாக்கம் செய்யும் விதத்தில் பட்டை தீட்டித் திட்டமாக தயாரித்து அவற்றின் நீண்ட கால விளைவு களையும் யோசனை செய்து அதனால் வேறு யாருக்கும் பாதிப்பு வராமல் பயன்படுத்துவதுதான்.

நாம் குறைவாகப் பேசுகிற போது நிறைய கவனிக்கிறோம். நாம் பேசாமல் இருக்கும் தருணங்களில் அனைவரும் நம்மையே கவனிக்கிறார்கள்

'புத்தனாவது சுலபம்' என்கிற நூலில் பேசும் கற்கள் என்கிற சிறு கதையைப் படிக்க நேர்ந்தது. எஸ்.இராமகிருஷ்ணன் எழுதியது.

விந்தியமலையின் அடர்ந்த காட்டிற்குள் சரளமாகப் பேசிக்கொள்ளும் கற்கள் இருந்ததாக அறிந்த அபய குலசேகர மன்னன் அதைக் கொண்டு வருமாறு படைவீரர்களை அனுப்பினான். நூறு குதிரை வீரர்கள் சுற்றி அலைந்தும் கற்கள் கிடைக்க வில்லை. ஆதிவாசிகளைக் கொடுமைப்படுத்தியும் அவர்கள் அந்தக் கல்லைக் காட்டிக்கொடுக்க வில்லை. ஆதிவாசி கிராமத்தில் மரத்தடியில் குழந்தைகளை வாளால் வெட்டிக்கொல்ல முயன்ற போது ''நிறுத்து'' என்று ஒரு குரல் கேட்டது. குரல் வந்த திசையில் ஆட்கள் இல்லை.

ஒரு பெரிய பாறை பேசியது. ''நான் பேசும் கல். உனக்கு என்ன வேண்டும்?'' என்றது. ''உன்னைக் கொண்டு வரும்படியாக மன்னர் கட்டளை'' என்றார்கள் சிப்பாய்கள். ''உங்கள்

மன்னர் கட்டளைக்கு அடிபணிய முடியாது'' என்று அது சொன்னது. அவர்கள் அதை நகர்த்திப் பார்த்தார்கள் முடியவில்லை. பாறை சிரித்தது. காட்டு யானையை வைத்து, பாறையை இழுக்க முயற்சி செய்தனர். அப்போதும் அது அசையவில்லை. வெடிமருந்தைப் பாறையினுள் செலுத்தி உடைக்க முயற்சி செய்தார்கள். வெறும் சத்தத்தோடு ஒரு பகுதி உடைந்தது. பாறை வலியோடு சொன்னது, ''உன்னால் என்னுடைய ஒரு பகுதியைத்தான் உடைக்கமுடிந்தது.''

அந்தப் படைத்தலைவன் பாறையைக் காலால் மிதித்தான். அந்தக் கல் ''உங்கள் மன்னருக்கு பேசும் கல் எதற்காகத் தேவைப்படுகிறது?'' என்று கேட்டது. ''எல்லா அதிசயமும் மன்னருக்குத்தான் சொந்தமானது, அவர் உன்னோடு பேச விரும்புகிறார்'' என்றான் படைத்தலைவன். கல் சொன்னது ''நான் ஓர் உண்மையைச் சொல்கிறேன், அவரை நான் சந்திக்கும் நாளில் அவர் உயிரோடு இருக்க மாட்டார்.'' அந்தக் கல் அதற்குப் பிறகு பேசவில்லை. அரண்மனையை நோக்கிப் பேசும் கல்லோடு படைத்தலைவன் சென்றபோது அரண்மனை அமைதியாக இருந்தது. மன்னர் சொந்த சகோதரனால் விஷமிட்டுக் கொல்லப்பட்டார் என்று மற்றவர்கள் சொன்னார்கள். இறந்து கிடந்த மன்னனின் சவத்தின் முன்னால் பேசும் கல் வைக்கப்பட்டது. கல் பரிகாசத்துடன் சொன்னது, 'மன்னா ஏன் என்னோடு பேச மறுக்கிறாய்? நூறு வருடங்கள் வாழ்வதற்குக்கூட முடியாத உனக்கே இவ்வளவு ஆணவம் இருக்கும்போது இந்தப் பூமியில் ஆயிரமாயிரம் வருடங்கள் வாழ்ந்த எங்களுக்கு எவ்வளவு திமிரும் தைரியமும் இருக்கும்'.

'மன்னா, உலகில் உள்ள எல்லாக் கற்களும் பேசக்கூடியதுதான். அது மௌனமாக இருப்பதற்குக் காரணம், அதன் இருப்பிடம் விட்டு உடைத்துக் கொண்டு வரப்பட்டதுதான். அந்தத் துயரம்தான் கற்களைப் பேசவிடாமல் செய்திருக்கிறது'.

'இனி நானும் அந்தக் கற்களைப் போல என் பேச்சை இழந்துவிடுவேன். என் நினைவில் மட்டுமே இனி காடும் அதன் இனிமையான வாழ்க்கையும் இருக்கும்' என்றபடியே அந்தப் பேசும் கல் அமைதியானது. பல திறமையான நிர்வாகிகள் தலைமை நிர்வாகிகளின் ஆணவத்தாலும், அலட்சியத்தாலும் பேசாத கற்களாக உருமாறிவிடுகிறார்கள் என்பதே உண்மை.

★

அத்தியாயம் 87

மனிதவளமே மிகுந்த பலம்

மேலாண்மையில் முக்கியமானது மனிதவள மேம்பாடு. எத்தனை மூலாதாரங்கள் இருந்தாலும் மனிதவளம் சரியாக அமையாவிட்டால் அந்த நிறுவனம் கரைதேற முடியாது. இன்று பணியாளர்களைப் பாரமாகக் கருதாமல் சொத்தாகக் கருதும் மனப்பான்மை ஏற்பட்டுள்ளது. மனிதவளம் குறித்து நிறைய கருத்தரங்குகளும், பணிப்பட்டறைகளும் நடந்தவண்ணம் இருக்கின்றன.

1998 ஆம் ஆண்டு இரண்டாயிரம் நிறுவனங்களில் ஓர் ஆய்வு நடத்தப்பட்டது. இருபத்தெட்டாயிரம் பணியாளர்கள் இதற்காகப் பயன்படுத்தப்பட்டனர். எந்த இடத்தில் மனிதவள மேம்பாடு முக்கியத்துவம் தரப்படுகிறதோ அங்குப் பணியாளர்கள் அர்ப்பணிப்புடன் செயல்படுகிறார்கள் என்பது கண்டுபிடிக்கப்பட்டது. இன்றைய சூழ்நிலையில் எல்லா அதிகாரிகளுமே மனிதவள மேம்பாட்டுப் பணியாளர்களாகச் செயல்படுகிறார்கள் என்பது தான் உண்மை.

மனிதவள மேலாண்மை என்பது ஊழியர்களை நியமித்தல், அவர்களுக்கு அறிமுகப் பயிற்சி தருதல், பணியிடம் தருதல், பணியை ஆய்வு செய்தல், பயிற்சி தருதல், பணிக்கேற்ற ஊதியம் தருதல், ஒழுங்கு நடவடிக்கை எடுத்தல் ஆகியவற்றை உள்ளடக்கியதாக இருக்கிறது.

பணியாளர் தேர்வுதான் மனித வளத்தின் செம்மையைத் தீர்மானிப்பதாக இருக்கிறது.

என்னதான் அறிவியல்பூர்வமான முறைகளைக் கொண்டு திறமைகளை மதிப்பீடு செய்தாலும் சில நேரங்களில் ஒரே மாதிரியான தன்மை கொண்ட

459

பலரில் ஒருவரை நாம் தேர்ந்தெடுக்க வேண்டிய சூழல் ஏற்படுகிறது. அப்போது நம்முடைய தனிப் பட்ட தேர்வு முக்கியத்துவம் வாய்ந்ததாக இருக் கிறது. பீட்டர் டிரக்கர் திறமையான நிர்வாகி, பலவீனங்களைக் குறைக்கவும், பலத்தை அதிகப் படுத்தவும், பணியாளர்கள் குறித்த முடிவுகளை எடுப்பான் என்று குறிப்பிடுகிறார்.

பணியாளர் தேர்வில் ஏழு பகுதிகள் இருக் கின்றன. அவை, பணி ஆய்வு, பணியாளரிடம் எதிர் பார்க்கும் பணித்தன்மை, தகுதி ஆய்வு, பணி விவரிப்பு, ஆற்ற வேண்டிய பணிகளின் விவரம், தேவைப்படுகிற நபர் பற்றிய குறிப்பு, தேவைப்படும் பயிற்சி பற்றிய தகவல் ஆகியவை ஆகும்.

'சுக்ர நீதி'யில் அமைச்சர் மற்றும் அதிகாரி களை எவ்வாறு தேர்ந்தெடுக்கவேண்டும் என்பது பற்றிக் கூறப்பட்டுள்ளது. சோதனை செய்வோர் பொன்னை உருக்கி ஆராய்வர். அங்ஙனமே அமைச்சர் முதலியோரைச் செயல், உடன் பழகுதல், குணம், ஒழுக்கம், குலப்பிறப்பு முதலியவற்றால் எப்பொழுதும் ஆராய்ந்து தெளிதல் வேண்டும். தெளிந்த பின் நம்புதற்குரியாரை நம்புதல் வேண்டும். சாதியையும், குலத்தையும் மட்டும் ஆராய்தலாகாது. ஒருவனுடைய செயல், ஒழுக்கம், அறிவு முதலிய குணங்களாகிய இவைகளே பாராட்டப்படுவனவாம். உயர்ந்த சாதியுடைமை. நற்குடிப்பிறப்பு ஆகிய இவற்றால் மாத்திரம் ஒருவன் சிறப்படையமாட்டான். இந்த அதிகாரி களை, அரசன் தன்னினும் சிறந்த செல்வாக் குடையவர்களாக இருக்கும்படி ஒரு பொழுதும் செய்தலாகாது. இப்பிரகிருதிகள் பதின்மரையும் தம்முள் ஒத்த ஆற்றலுடையராயிருக்கும்படி செய்தல் வேண்டும்.

ஓர் அதிகாரச் செயலில் எப்பொழுதும் மூவரை நியமனஞ் செய்தல் வேண்டும். அவருள், ஒருவன் மிகச் சிறந்தவனாகவும் உயர்ந்த அறிவுள்ள வனாகவும் இருத்தல்வேண்டும். அச்செயலில் துணைவராக இருவர் இருத்தல்வேண்டும். மூன்று, ஐந்து, ஏழு, பத்து ஆண்டுகளுக்கு ஒரு முறையாவது அத்துணைவரை மாற்றி நியமித்தல் வேண்டும். அவ்விரு துணைவரின் செயலையும் திறனையும் நோக்கி, அவரை அங்ஙனம் மாற்றி நியமித்தல் வேண்டும். அரசன் என்றும் எத்தகைய ஒருவனையும் ஓர் அதிகாரத்திலேயே நெடுநாள் வைத்தலாகாது.

ஒருவன் எவ்வதிகாரத்திற்குரிய ஆற்றல் அமைந்துள்ளானென்று கண்டு, அவ்வதிகாரத்தில் அவனை நியமனம் செய்தல்வேண்டும். நெடுநாள் அதிகாரத்தில் களித்து மயங்காதவன் யாவன்? (எல்லோரும் மயங்குவராதலின் ஒரே அதிகாரத்தில் யாரையும் நெடுநாள் இருக்கச் செய்தலாகாது என்பதாம்)

ஆதலின், ஓர் அதிகாரத்தில் சிலவாண்டு இருந்த வனைக் காரியத் திறன் நோக்கி அச்செயலினின்றும் மாற்றி வேறொரு செயலில் நியமித்தல் வேண்டும். அங்ஙனம் மாற்றி நியமிக்கும்கால், மாற்றப்படுஞ் செயலில் திறன் வாய்ந்தவனும் அத்தகைய பதவியில் இருக்கிறவனுமாகிய மற்றொருவனை நியமித்தல் வேண்டும். அவனுக்கு அத்திறன் இன்றேல், பிறனொருவனை நியமித்தல் வேண்டும். முன்னை வினைபுரிவோன் மகன், தந்தையை யொத்த குணஞ்செயல்களை உடையவனாயின் அவனை அவ்வினைக்கண் நியமனம் செய்யலாம்.

புதிய வினைவலானொருவன், எவ்வெச் சிறந்த பதவிகளுக்கு எவ்வெப்பொழுது தகுதி யுடையவனாகின்றானோ அவ்வப் பதவிகளில், அவன் முறையே மேலும் மேலும் நியமிக்கற் பாலன், இறுதியில் அவனைப் பிரகிருதிகளுள் ஒருவனாகச் செய்தல் வேண்டும். அதிகாரச் செயல் களின் மிகுதி நோக்கித் தக்கவாறு துணைவர் பலரை நியமிக்கலாம். அன்றித் துணைவரில்லாமலே காரியங் களைத் திறமையுடன் செய்யும் அதிகாரியைத் தனிமையாகவும் நியமிக்கலாம்.

'அர்த்தசாஸ்திர'த்தில் பதினெட்டு வகையான உயரதிகாரிகளைப் பற்றிக் கௌடில்யர் குறிப்பிடு கிறார். ஓர் அதிகாரியின் தர வரிசை அவருக்கு அளிக்கப் படும் ஊதியத்திலிருந்தே அறிந்துகொள்ள வேண்டும். அதிகமான ஊதியத்தைச் சில அதிகாரிகளுக்கு வழங்கவேண்டுமென்று அவர் அறிவுறுத்துகிறார். அப்போதுதான் அவர்கள் எதிரிகளின் வலையில் வீழாமல் இருப்பார்கள். ஊழல் செய்யமாட்டார்கள். சேனாபதி, ஆச்சாரியார் போன்றவர்களுக்கு 48 ஆயிரம்? சம்பளமாக அளிக்கப்பட்டது. காசாளர், அரசின் காவலாளிகளின் தலைவர், துவாரபாலகர் களுக்கு 24 ஆயிரம்? அளிக்கப்படவேண்டும் என்று 'அர்த்தசாஸ்திரம்' வலியுறுத்துகிறது.

தணிக்கையாளர், மாகாண ஆளுநர், வரி வசூலிப்பவர், ராஷ்டிர பாலர் போன்ற அதிகாரி களைப் பற்றியும், அவர்களது கடமைகளைப் பற்றியும் 'அர்த்தசாஸ்திரம்' வலியுறுத்துகிறது. எந்த அதிகாரிகள் அரசனின் செல்வத்தைக் களவாடாமல் அதை அதிகரிக்கிறார்களோ அவர்கள் நிரந்தரப் பணியாளர்களாக நியமிக்கப்படுவார்கள் என்று குறிப்பிடுகிறார். வானத்தில் பறக்கின்ற பறவை

வானத்தில் பறக்கின்ற பறவைகளின் வழித் தடத்தைக்கூட தெரிந்துகொள்ளலாம். ஆனால் அரசு ஊழியர்கள் முறையின்றி சேர்த்த சொத்தை எப்படி மறைக்கிறார்கள் என்பதைத் தெரிந்துகொள்ள முடியாது

களின் வழித் தடத்தைக்கூட தெரிந்துகொள்ளலாம். ஆனால் அரசு ஊழியர்கள் முறையின்றிச் சேர்த்த சொத்தை எப்படி மறைக்கிறார்கள் என்பதைத் தெரிந்து கொள்ள முடியாது என்கிறார் கௌடில்யர். அரசு அதிகாரிகளைக் குடிமைப் பணிக்கு நிய மிப்பதில் மிகவும் கவனமாக இருக்க வேண்டும். இல்லாவிட்டால் களவாடிகள் உள்ளே புகுந்து விடுவார்கள் என்று கூறுகிறார். பணியாளர்கள் கோபத்துடனும், ஆணவத்துடனும், பேராசை யுடனும், சோம்பலுடனும் இருக்கக்கூடாது என்று அவர் அறிவுறுத்துகிறார்.

திருக்குறளைப் பொருத்தவரை முறையாக ஒருவனைப் பரிசோதித்த பிறகுதான் அந்தப் பணிக்கு அமர்த்த வேண்டும், எல்லாவிதமான தகுதிகளையும் ஆராய்ந்து குறிப்பிட்ட பணிக்கு அவன் பொருந்துவானா இல்லையா என்பதைத்

தீர்க்கமாக ஆய்வு செய்யவேண்டும். அப்படிச் செய்தால்தான் அவனைத் தேர்ந்தெடுப்பதற்கு வசதியாக இருக்கும்.

தேறற்க யாரையும் தேராது தேர்ந்தபின்
தேறுக தேறும் பொருள். (509)

எதிர்மறையாக வேறுபடுத்துவதைத் திருக்குறள் வலியுறுத்தவில்லை. ஆனால் வாய்ப்பற்றவர்களையும், வசதி படைத்தவர்களையும் சமன்படுத்துவதற்கான வேறுபாட்டை அது முன் மொழிகிறது. ஒருவர் எக்காரணம் கொண்டும், அவருக்குத் தகுதியானவற்றிலிருந்து ஒதுக்கி வைக்கப்படக் கூடாது. திறமைகள் ஊக்குவிக்கப்பட வேண்டும்.

தகுதி எனவொன்று நன்றே பகுதியால்
பாற்பட்டு ஒழுகப் பெறின் (111)

கம்பர், இராமன் திருமுடி சூடுவதை அமைத்திருக்கும் விதமே வித்தியாசமானது. அதில், தன் வெற்றிக்குக் காரணமான அனைவருடைய கூட்டணியும் ஒன்று சேருகிறது.

''அரியணை அனுமன் தாங்க அங்கதன்
உடைவாள் ஏந்தக
பரதன் வெண் குடை கவிக்க இருவரும்
கவரிபற்ற
விரைசெறி கமலத்தாள் சேர் வெண்ணெயூர்ச்
சடையன் தங்கள்
மரபுளோர் கொடுக்க வாங்கி வசிட்டனே
புனைந்தான், மௌலி''

சடையப்பர் மரபுளோர் என்பது அவருடைய மூதாதையர் என்பதைக் குறிக்கவில்லை. வள்ளல் தன்மை உடையவர்கள் என்பதைக் குறிக்கிறது. வள்ளல் தன்மை உடையவர்கள் ஒரே மரபைச் சார்ந்தவர்கள். அதில் அவர் மகுடத்தைக் கொடுக்கிறார். கொடுப்பதற்கும், தருவதற்கும், அளிப்பதற்கும், வழங்குவதற்கும், விநியோகிப்பதற்கும், அருளுதலுக்கும் வேறுபாடுகள் இருக்கின்றன.

அனைவருக்கும் பரிசுகளை அள்ளிவழங்குகிற இராமன், அனுமனுக்குப் பொருள்களைக் காட்டிலும் உன்னதமான ஒன்றை வழங்குகிறார்.

''மாருதி தன்னை யையன் மகிழ்ந்து இனிது
அருளின்நோக்கி
ஆர்உத விடுதற்கு ஒத்தார் நீஅலால் அன்று
செய்த
பேர்உதவிக்கு யான்செய் செயல் பிறிது
இல்லை பைம்பூண்
போர் உதவிய திண்தோளாய் பொருந்துறப்
புல்லுக என்றான்''

அனுமனை அன்புடன் நோக்கிய இராமன் ''நீ செய்த உதவியை யாருடன் ஒப்பிட முடியும். அப்பெரிய உதவிக்குக் கைம்மாறாகச் செய்வது ஒன்றுமில்லை. எனது தோளினைச் சேர்க'' எனக் கட்டியணைத்தான். தக்கவரைச் சிறப்பாகப் போற்றியது இங்கு வெளிப்பட்டுள்ளது.

நிறுவனத்தில் இருக்கிற அனைவரையும் ஒரே மாதிரியாக அவர்கள் விசுவாசத்திற்கும், அன்பிற்கும் ஏற்ப நடத்தவேண்டும் என்பதற்குக் கம்பன் படைத்த இராமன் ஓர் உதாரணம்.

''குகனொடும் ஐவர் ஆனோம்
முன்பு; பின் குன்று சூழ்வான்
மகனொடும் அறுவர் ஆனோம்;
எம்முழை அன்பின் வந்த
அகனமர் காதல் ஐய!
நின்னொடும் எழுவர் ஆனோம்;

> சில நேரங்களில் அனைத்துப் பிரிவினரையும் நிர்வாகத்தில் இடம் பெறச்செய்வது நல்லது

புகலருங் கானம் தந்து
புதல்வரால் பொலிந்தான் நுந்தை''

வேடத்தலைவனாகக் குகனைக் காட்டில் கண்டு உசாவிய இராமன், அவனது நேசத்தைக் கண்டு 'உன்னுடன் ஐவரானோம்' என அவனை உடன் பிறந்தவனாகக் கருதுகின்றான். மன்னன் எங்கே? வேடன் எங்கே? இருவரையும் இணைக்கும் தோழமை தான் முக்கியம். எல்லோரையும் அரவணைத்துச் செல்லும் தலைமைப் பண்பு மேலாண்மையில் முக்கியம். அப்பண்பு இராமனிடம் நிரம்ப உள்ளது.

சில நேரங்களில் அனைத்துப் பிரிவினரையும் நிர்வாகத்தில் இடம் பெறச்செய்வது நல்லது. அப்போதுதான் நிறுவனத்தில் குழு மனப்பான்மை குறைந்து பல்வேறுவிதமான தகுதிகள் பெற்றவர்கள் இடம்பெறுவார்கள்.

சீனத்தில் டாங், சாங் சாம்ராஜ்யங்களைப் போல மிங் நாட்டிலும் குடிமைப் பணியாளர்களை அரசுத் தேர்வு மூலம் தேர்வுசெய்யும் முறை இருந்தது. தெற்குச் சீனம் வடசீனத்தைவிட பண்பாட்டில் மிகவும் முன்னேறியது. எனவே பெரும்பாலும் தென்சீனத்தைச் சேர்ந்தவர்களே இந்தத் தேர்வில் வெற்றிபெற்றார்கள்.

1397ஆம் ஆண்டு நடந்த தேர்வில் ஒரு வடசீனர்கூட தேர்வு பெறவில்லை. எனவே வடக்கத்தியர்கள் தலைமைத் தேர்வு அதிகாரியைக் குற்றம் சாட்டினார்கள். மிங் நாட்டு மன்னர் ஜு யுவான் ஸாங் இதுகுறித்து ஒரு விசாரணை நடத்த உத்தரவிட்டார். அப்போதும் வடக்குப் பகுதியினர் திருப்திப்படவில்லை. எனவே அந்த மன்னர் 62 வடசீனர்கள் அந்தத் தேர்வில் தேர்ச்சிபெறுவதற்கு இட ஒதுக்கீட்டை அறிமுகப்படுத்தினார். அதன் மூலம் அரசியல் ஸ்திரத்தன்மையையும், சட்டம் ஒழுங்கையும் நிலைநாட்ட முயற்சி செய்தார். 65 ஆண்டுகளுக்குப் பிறகும் அந்த ஏற்றத்தாழ்வு சரிசெய்யப்படவில்லை. எனவே ரெங்ஸாங் என்கிற அடுத்த மன்னர் முறையாக இடஒதுக்கீட்டை அறிமுகப்படுத்தினார். நூறு விழுக்காட்டில் நாற்பது வடக்கத்தியர்களுக்கும், அறுபது தெக்கத்தியர்களுக்கும் ஒதுக்கித்தந்தார். இந்தப் புதிய முறையில் வடக்கைச் சார்ந்தவர்கள் தோல்வி மனப்பான்மையுறாமல் உத்வேகத்துடன் தேர்வு எழுதுவார்கள் என்றார்.

அதற்குப் பிறகு வடக்கு, தெற்கு, மத்திய சீனப் பகுதிகள் என இவை மாகாண வாரியாகப் பிரிக்கப்பட்டு அமுல்படுத்தப்பட்டது.

★

இலக்கியத்தில் மேலாண்மை

அத்தியாயம்
88

தெளிவாகத் தேர்ந்தெடுத்தல்

ஒருவனை முறையாகத் தேர்ந்தெடுக்க வேண்டும். அப்படித் தேர்ந்தெடுத்த பிறகு அவனைச் சந்தேகப்படக்கூடாது. ஆராயாமல் தேர்ந்தெடுத்தாலும் தேர்ந்தெடுத்தவனிடம் சந்தேகப்பட்டாலும் நீங்காத துன்பம் வரும் என்கிறார் திருவள்ளுவர்.

**தேரான் தெளிவும் தெளிந்தான்கண் ஐயுறவும்
தீரா இடும்பை தரும் (510)**

இதுகுறித்து ஒரு சம்பவம் உண்டு. கொடுங் கோலன் ஒருவன் ஆட்சிசெய்த நாட்டைத் தாக்க ஒரு தளபதியை அரசன் நியமித்தான். அரசனின் ஆலோசகர் 'நீங்கள் நியமித்திருக்கும் தளபதி நேர்மையாளன். ஆனால் அவன் மகன் எதிரி நாட்டில் பணிபுரிகிறான்' என்றான். அதைப்பற்றி அரசன் தளபதியிடம் கேட்டபோது, 'நான் இந்த நாட்டுத் தளபதி. இதற்காகவே பணிபுரிவேன்' என்று அழுத்தமாகச் சொன்னான். கொடுங் கோலரசனின் நாடுமீது தளபதி படையெடுத்துச் சென்றான். கொடுங்கோல் அரசனின் கட்டளைக் கேற்ப மகன் தந்தையைச் சென்று பார்த்தான். தந்தை மோசமான அரசனிடம் பணிபுரிவதைக் குறித்துக் கண்டித்தான். ஒரு மாதம் படையெடுப்பைத் தள்ளிப் போடுமாறும் அதற்குள் தங்கள் நாடு சரணடைந்து விடும் என்றும் மகன் தந்தையிடம் வாக்களித்தான். தந்தையும் ஒப்புக்கொண்டான். ஆனால் கொடுங் கோல் அரசனுக்கோ தளபதியின் மகன் தன்னிடம் பணிபுரிவதால் அவன் தன் நாட்டின்மீது படை

464

யெடுக்க மாட்டான் என்று நினைத்தான். இப்படியே இன்னொரு மாதம் கால அவகாசம் வாங்கினான்.

தளபதியின் நேர்மையைப் பற்றி அவன் நாட்டில் ஐயப்பாடுகள் எழுந்தன. 'நீங்கள் எதற்காகக் காத்திருக்கிறீர்கள் தளபதியே?' என்று துணைத் தளபதி கேட்டான். 'நான் சரியான அவகாசத்திற்காகக் காத்திருக்கிறேன்' என்று சொன்னான். அதற்குள் கொடுங்கோலரசன் அவன் மகனைக் கொன்று அதிலிருந்து சூப் தயாரித்து தந்தைக்கு அனுப்பிவைத்தான். அதிர்ச்சியில் அவன் பின்வாங்குவான் என்று நினைத்தான். ஆனால் தளபதி ஆக்ரோஷமாகத் தாக்கினான். கொடுங்கோல் அரசன் வீழ்ச்சியடைந்து தற்கொலை செய்துகொண் டான்.

கோட்டையின் வாயிலில் அரசன் தளபதியை வரவேற்று ஒரு பரிசுப் பெட்டியை வழங்கினான். மிகப்பெரிய விருந்து அளித்தான். வீட்டிற்குச் சென்ற தளபதி அந்தப் பெட்டியில் விலையுயர்ந்த பரிசுகள் இருக்கும் என்று நினைத்தான். ஆனால் அதற்குள் தளபதியைச் சந்தேகப்பட்டு பலர் எழுதிய மொட்டைக் கடிதங்கள் இருந்தன. மறுநாள் மன்னனிடம் சென்று தளபதி 'நீங்கள் மட்டும் என்னை நம்பியிருக்காவிட்டால் நான் வெற்றி யடைந்திருக்க முடியாது' என்றான். 'உன் தராதரம் தெரிந்ததால் உன்மீது நம்பிக்கை வைத்தேன்' என்றான் மன்னன்.

இந்தியாவில் முறையான பணி நியமனம் நடந்ததாகத் தெரியவில்லை. ஆப்ரகாம் எரால் 'முதல் வசந்தம்' என்ற நூலில் இந்தியாவில் சீனத்தில் இருப்பதைப்போல, அரசுத் தேர்வுகள் நடத்தப்படவில்லை என்றும் படிப்பு, பயிற்சி ஆகியவற்றின் அடிப்படையில் பணி நியமனம் செய்யப்படவில்லை என்றும், அரசனின் விருப்பத் திற்கேற்பவே பணியாளர்கள் நியமிக்கப்பட்டார்கள் என்றும் குறிப்பிடுகிறார்.

இராஜ விசுவாசமே நியமனத்தில் முக்கியத் துவம் பெற்றது. மிகச்சிறந்த நிர்வாகத் திறன் கொண்ட சோழர்கள் கூட பணி நியமனத்துக்கும்,

பதவி உயர்வுக்கும் விதிமுறைகள் செய்யவில்லை என்கிறார். பாரம்பரிய முறையில் பணிகள் ஒதுக்கப் பட்டன. மண்ணின் மைந்தர்களுக்கும், வெளி நாட்டினர்களுக்கும் வேறுபாடு காணப்படவில்லை. கிரேக்கர்கள் மத்திய ஆசியினர் போன்றோர் உயர்ந்த பதவிக்கு நியமிக்கப்பட்டனர் என்பது பற்றி யெல்லாம் அவர் குறிப்பிடுகிறார்.

முறையான தேர்வுமுறையோ, பயிற்சியோ இல்லாமல் இளைஞர்கள் போருக்கு அனுப்பப் பட்டார்கள் என்பதைப் புறநானூற்றிலிருந்து தெரிந்து கொள்ள முடிகிறது. ஒரு பெண் முதல் நாள் போரில் தன்னுடைய தந்தையை இழந்தாள். அடுத்த நாள் நடந்த போரில் கணவனை இழந்தாள். போர் முடியவில்லை. போர்ப் பறையைக் கேட்டு மகிழ்ந்த அந்த வீரத்தாய் இனிப் போருக்கு யாரை

இலக்கியங்கள் முறையற்ற நியமனத்தை ஆதரிக்கவில்லை. ஒருவரை அவருடைய செயலின் தன்மைக்கேற்பவே தேர்ந்தெடுக்கவேண்டும்

அனுப்புவது என்று ஒரு கணமே சிந்தித்து, தனது ஒரே மகனை சின்னஞ்சிறு பாலகனை அழைத்து அவனுக்கு வெள்ளைத் துணி உடுத்திப் போர்க் களத்திற்கு அனுப்பிவைத்தாள் என்று ஒக்கூர் மாசாத்தியார் என்ற பெண்பாற் புலவர் பாடுகிறார்

'கெடுக சிந்தை கடிதுஇவள் துணிவே
மூதின் மகளிர் ஆதல் தகுமே
மேல்நாள் உற்ற செருவிற்கு இவள்தன்ஐ
யானை எறிந்து களத்துஒழிந் தனனே
நெருநல் உற்ற செருவிற்கு இவள்கொழுநன்
பெருநிரை விலங்கி ஆண்டுப் பட்டனனே
இன்றும் செருப்பறை கேட்டு விருப்புற்று மயங்கி
வேல்கைக் கொடுத்து வெளிதுவிரித் துஉடீஇப்
பாறுமயிர்க் குடுமி எண்ணெய் நீவி
ஒருமகன் அல்லது இல்லோள்
செருமுகம் நோக்கிச் செல்கஎன விடுமே' *(279)*

போரஸ் தேரில் செல்வதைப் பற்றியும் குறிப்பு இருக்கிறது. நான்கு குதிரைகள் பூட்டப்பட்ட தேரில் அவன் சென்றதாக வரலாறு கூறுகிறது. குப்தர்கள் காலத்தில் இருந்தே தேர்ப்படை தவிர்க்கப் பட்டுவிட்டது. மிகப்பெரிய வெற்றிகளைப் பெற்ற சோழர்களிடம் தேர்ப்படை இல்லை. இந்தியாவில் குதிரைகளை விருத்தி செய்யும் வழக்கம் இல்லை. குதிரைகளை வாங்குவதிலேயே அவர்கள் பணம் விரயமாகிறது என்று பாண்டிய மன்னன் பல்லாயிரம் குதிரைகளை வாங்கியது பற்றி மார்க்கோபோலோ எழுதியிருக்கிறார். தென்னிந்தியாவில் குதிரை களைச் சரியாகப் பராமரிக்கும் முறையில்லை. அந்தத் தட்பவெட்பமும் அதற்கு ஏற்றதாக இல்லை என்று வாசப் என்கிற அரேபிய சரித்திர வல்லுநர் சொல்லியுள்ளார். பதினொன்றாம் நூற்றாண்டில்தான் இளைஞர்களுக்குக் கட்டாயப் படைப்பயிற்சி அளிக்கும் உடற்பயிற்சித் திடல்கள் அமைக்கப் பட்டன. இந்தியப் படைவீரர்கள் பாதுகாப்பு அணிகலன்களோடு போர்புரியச் செல்லவில்லை என்று மார்க்கோபோலோ தெரிவிக்கிறார்.

ஆனால் இந்தியப் படைவீரர்களுடைய குடும்பங்களை அரசர்கள் மிகவும் நன்றாகப் பராமரித்தார்கள் என்பதும் தெரிகிறது. சோழ சிப்பாய்கள் உயிருக்குச் சிறிதும் பயப்படாமல் போரிட்டு மடிவதற்குத் தயாராக இருந்தார்கள் என்று கௌ சூ குவா என்கிற சரித்திர ஆசிரியர் குறிப்பிடுகிறார். போர்க்களங்களுக்குக் கவிஞர்கள் சென்றார்கள், அவர்கள் இரவு நேரங்களில் பல வீரக் கதைகளைச் சொல்லி வீரர்களை உற்சாகப் படுத்தினர்.

இலக்கியங்கள் முறையற்ற நியமனத்தை ஆதரிக்கவில்லை. ஒருவரை அவருடைய செயலின் தன்மைக்கேற்பவே தேர்ந்தெடுக்கவேண்டும். தகுதிக்கேற்பவே அவன் பெருமையும், சிறுமையும் உணரப்படும். ஒருவனை ஆராயாமல் நியமித்தால் பலவகைகளில் அவன் தேர்வு அழிவை விளை

வித்துவிடும் என்றெல்லாம் திருவள்ளுவர் குறிப் பிடுகிறார். எனவே முறையான தேர்வுகளுக்குப் பிறகுதான் ஒருவரைத் தேர்ந்தெடுக்கவேண்டும். அவ்வாறு தேர்ச்சி பெற்றாலும் களத்தில் வெற்றி பெற முடியுமா என்பது பயிற்சிக் காலத்தில் பரிசீலிக்கப்பட வேண்டும் என்றும் விளக்குகிறார். சிலர் தேர்வில் அதிக மதிப்பெண்கள் பெறுவார்கள். ஆனால் பணியில் ஒளிர்வார்களா என்பது சந்தேகம்.

'எனைவகையான் தேறியக் கண்ணும்
வினைவகையான்
வேறாகும் மாந்தர் பலர்' (514)

ஷேக்ஸ்பியர் நாம் சில நேரங்களில் தவறான தீர்வுகளுக்கு வந்து விடுகிறோம் என்பதை உணர்த்தும் வகையில் நம் கண்கள் நம் தீர்ப்புகளைப்போல சில நேரங்களில் குருடாக இருக்கின்றன என்கிறார். தவறான நபர்களை வாரிசாகத் தேர்ந்தெடுத்தற்குக் கிங் லியர் ஓர் எடுத்துக்காட்டு. 'எல்லாம் நன்றாக முடியும்' என்கிற நாடகத்தில் நான் ஒரு மனிதனை, அவன் வாளைச் சுத்தமாக வைத்திருப்பதை வைத்தோ, தூய்மையாக உடையணிந்திருப்பதை வைத்தோ நம்பமாட்டேன் என்கிற வாசகம் இடம்பெற்றிருக்கிறது.

பொதுவாகவே நாம் உருவ அமைப்பை வைத்து முடிவு செய்பவர்களாக இருக்கிறோம். ஒருவர் எடுப்பாக இருந்தால் அவர்களை மிகவும் சிறந்தவர்கள் என்று கருதிக்கொள்ளும் மனப் பான்மை பலரிடம் இருக்கிறது. ஏற்கெனவே மனத் தயாரிப்பு செய்த அடிப்படையில் அவ்வாறு சிந்திப் பதும் உண்டு. திருவள்ளுவரோ ஒருவரை எந்தக் காலத்திலும் உருவத்தை வைத்து முடிவு செய்யக் கூடாது என்று தெளிவாகச் சொல்கிறார். வண்டிக்கு அச்சாணி போல ஒவ்வொருவரும் ஒவ்வொரு கால கட்டத்தில் நிறுவனத்திற்கு இன்றியமையாதவர் களாக இருப்பார்கள் என்பது அவருடைய கூற்று.

'உருவுகண்டு எள்ளாமை வேண்டும்
உருள்பெருந்தேர்க்கு
அச்சாணி அன்னார் உடைத்து' (667)

All's Well That
Ends Well
William Shakespeare

பிட்ஸ்பர்க் பல்கலைக்கழகத்தில் ஓர் ஆய்வு நடத்தப்பட்டது. அதில் உயரமான பணியாளர்கள் ஆறடிக்குக் குறைவானவர்களைவிட தொடக்க ஊதியம் 12.4 விழுக்காடு அதிகம் பெற்றது அறியப் பட்டது. இன்னொரு பரிசோதனையில் ஆறடி ஓர் அங்குலம் உயரமான ஒருவரையும், ஐந்தடி ஐந்தங் குலம் உயரமான ஒருவரையும் தேர்வு செய்யக் குழுவை அமைத்த போது அதில் எழுபத்திரண்டு விழுக்காடு உயரமானவருக்கு வாக்களித்தார்கள். நம்மையும் அறியாமல் நிறம், உருவம், உயரம், அழகு ஆகியவற்றை நாம் முக்கியமாகக் கருது கிறோம். சம வாய்ப்பு என்பது ஆப்பிரிக்க - அமெரிக் கனை வெள்ளைக்காரர்கள் பணியில் அமர்த்துவதை விட இன்னும் மேம்பட்டதாகக் கருதப்பட வேண்டும் என்று ஹார்வார்ட் பிஸினஸ் ரிவீயூவில் கருப்பு மேலாளராக இருப்பது எப்படிப் பட்டது

இலக்கியத்தில் மேலாண்மை

என்ற கட்டுரையில் எட்வர்ட் ஜோன்ஸ் என்பவரால் எழுதப்பட்டிருக்கிறது. உலகமெங்கும் இந்த நிலைமை இருப்பதை நம்மால் உணரமுடிகிறது.

உருவத்தை வைத்து எதையும் எடை போடக்கூடாது என்பதை ஷேக்ஸ்பியர் 'வெனிஸ்நகர வியாபாரி' நாடகத்தில் குறிப்பிடுகிறார்.

★

அத்தியாயம்

89

தோற்றமெனும் காட்சிப்பிழை

மேலாளர்கள் வெளித்தோற்றத்தைக் கண்டு ஏமாந்துவிடக்கூடாது. எப்போதுமே தோற்றங்கள் நம்மை ஏமாற்றிவிடும் ஆற்றல் உடையவை. ஒருவருடைய பளபளப்பு, முக வசீகரம், உயரம், இனம், தோலின் நிறம், அங்க லட்சணங்கள் ஆகிய வற்றைக்கொண்டு அவர் தகுதியை மதிப்பிடக் கூடாது. ஆனால் உலகெங்கிலும் இவை பணி யாளர்களைத் தேர்ந்தெடுப்பதில் பெரிய பங்கு வகிக்கின்றன என்பது உண்மை. மேற்கத்திய நாடுகளிலும் இனம் ஒரு முக்கியமான பங்கை ஆற்றுகிறது. பிரைத் வெய்ட் என்பவர் மிகச்சிறந்த தகுதியிருந்தும் பல நிறுவனங்களால் நிராகரிக்கப் பட்டதைப் பற்றி அவருடைய 'டு சார் வித் லவ்' என்கிற நூலில் குறிப்பிடுகிறார். கருப்பின மக்களின் இரத்தமும், கருப்பாக இருக்கும் என்று இங்கிலாந் தில் இருக்கின்ற அந்தப் பள்ளி மாணவர்கள் நினைக் கிறார்கள். அவர் ஓர் எலும்புக்கூட்டைக் கொண்டு வந்து அவர்களுக்கு உண்மையைப் புரிய வைக்கிறார்.

வேண்டியவர், வேண்டாதவர் என்பதை முன்கூட்டியே தெரிந்ததால் மட்டும் ஒருவன் முடிவு செய்வதில்லை. அவர்களுக்குள் ஏற்கெனவே ஊறிப்போய் இருக்கின்ற எண்ணங்களும் இதற்குக் காரணம். சமூகம் தொடர்ந்து சிலவற்றை நம்மீது திணித்துக்கொண்டேயிருக்கிறது. சாதி, மதம், இனம், உருவ அமைப்பு போன்றவை அத்தகையவன் திணிப்புகளின் சில பரிமாணங்கள். கள்ளனை நம்பினாலும் குள்ளனை நம்பாதே போன்ற பல பழ

இலக்கியத்தில் மேலாண்மை

கள்ளனை நம்பினாலும் குள்ளனை நம்பாதே போன்ற பல பழமொழிகள் பொதுப்புத்தியை முன் வைத்து தொடர்ந்து உச்சரிக்கப்பட்டு வருகின்றன

மொழிகள் பொதுப்புத்தியை முன் வைத்து தொடர்ந்து உச்சரிக்கப்பட்டு வருகின்றன. இவற்றைக் கேட்டும், படித்தும் பணியில் உயர்ந்த நிலையில் இருப்பவர்களும் இத்தகைய உளுத்துப் போன சிந்தனைகளைத் தூக்கிப் பிடிப்பது வேதனையான நிகழ்வு.

நல்ல மேலாளர்கள் இதைப் போன்ற பாரபட்சங்களுக்கு இடம் கொடுக்க மாட்டார்கள். அவர்கள் தகுதி ஒன்றை மட்டுமே கருத்தில் கொண்டு பணியாளர்களைத் தேர்ந்தெடுப்பார்கள். உண்மை, நேர்மை, கடின உழைப்பு, சாதிக்கும் திறன் போன்றவற்றைக் கணக்கில் எடுத்துக் கொண்டு பதவி உயர்வுகளையும், பணி நியமனங்களையும் செய்வார்கள்.

போர்ஷியா என்கிற அழகிய பெண்ணை மணக்க ஒரு போட்டி.

மூன்று பெட்டிகள் இருக்கும். ஒன்று தங்கம், இன்னொன்று வெள்ளி, மற்றொன்று தகரம். இதில் ஒரு பெட்டியில் போர்ஷியாவின் சித்திரம் இருக்கும். எந்தப் பெட்டியில் அவள் சித்திரம் இருக்கிறதோ அதைத் தேர்ந்தெடுப்பவர்க்கே போர்ஷியா திருமணம் செய்துவைக்கப்படுவாள். மொராக்கோ நாட்டு இளவரசன் தங்கப்பெட்டியைத் தேர்ந்தெடுத்தான். அதில் ஒரு மண்டை ஓடும், ஒரு துண்டுச் சீட்டும் இருந்தன.

அதில்

'மின்னுவதெல்லாம் பொன்னல்ல
என்பதை அடிக்கடி நீங்கள் கேட்டிருப்பீர்கள்
அழகிய கல்லறைகளில்
புழுக்களே புரளும்'

என்ற வாசகம் அடங்கியிருக்கிறது.

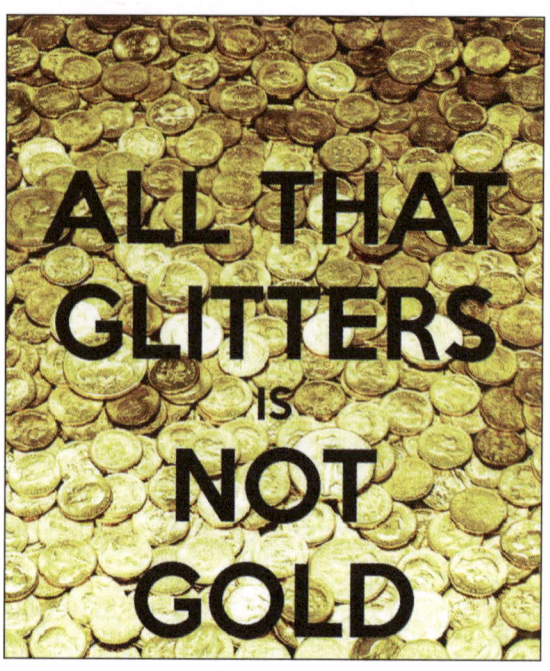

ஆரகன் நாட்டு இளவரசன் வெள்ளிப் பெட்டியைத் தேர்ந்தெடுக்கிறான். அதில் சிரிக்கும் முட்டாளின் முகமும், ஒரு துண்டுச் சீட்டும் இருந்தன. அதில் அவன் முட்டாள் எனச் சுட்டிக்காட்டப்பட்டிருந்தது. பசானியோ தகரப் பெட்டியைத் தேர்ந்தெடுத்தான். அதில் போர்ஷியாவின் ஓவியமும், துண்டுச் சீட்டும் இருந்தன. துண்டுச் சீட்டில்

'வெளிப்புறத்தைப் பார்த்துத்
தேர்ந்தெடுக்காதவன் நீ
அதிர்ஷ்டம் எனக்கு விழுகிறது
உனக்கான பெண்ணைப் பார்த்து
அவளை அன்பு முத்தத்தால் அடைந்துவிடு'

என்று எழுதியிருக்கிறது.

உருவத்தைப் பார்த்து உள்ளே இருப்பதைக் கணிக்க முடியாது என்பதற்கான தெளிவான உதாரணமாக இந்தச் சம்பவம் திகழ்கிறது. மனிதத் தோல் கண்ணாடியாலானதல்ல, உள்ளே இருப்பவற்றை ஊடுருவிப் பார்க்க.

ஒளிவட்ட விளைவு (Halo Effect) என்பது சமூகத்தில் பரவலாகக் காணப்படும் மதிப்பீட்டுக் கோளாறு.

இலக்கியத்தில் மேலாண்மை

ஒருவரிடம் உள்ள ஒரு குணத்தை வைத்து, மற்ற எல்லாவற்றையும் அதைக் கொண்டே முடிவு செய்து அவற்றைப் பற்றிய கருத்தாக்கத்தை உருவாக்கிக் கொள்வதே ஒளிவட்ட விளைவு. எட்வர்ட் தாண்டிக் என்பவரே இப்பதத்தை உருவாக்கியவர்.

இரண்டு இராணுவ அதிகாரிகளை அவர்களுடைய சிப்பாய்களின் குறிப்பிட்ட தன்மைகளை மதிப்பீடு செய்யும்படி சொன்னார். அவர்கள் அந்தச் சிப்பாய்களை உடலமைப்பு, அறிவு, தலைமைப் பண்பு போன்றவற்றைக் கொண்டு மதிப்பிட்டனர். அவர்கள் பெரும்பாலும் உடலமைப்பை வைத்தே மற்றவற்றையும் மதிப்பீடு செய்தனர் என்பது தெரிந்தது.

அழகாக இருப்பவர்கள் புத்திசாலிகளாக இருப்பார்கள், சிவப்பாக இருப்பவர்கள் சுத்தமாக இருப்பார்கள், நன்றாகப் பேசுகிறவர்கள் திறமை சாலிகளாக இருப்பார்கள் போன்ற பல ஒளிவட்டக் கற்பனைகளை நாம் உருவாக்கி வைத்திருக்கிறோம். படிப்பில் கெட்டிக்காரனாக இருந்தால், மற்ற எல்லாவற்றிலும் திறமைசாலியாக இருப்பான் என்றெல்லாம் நாம் முடிவு செய்துவிடுகிறோம்.

ஒளிவட்ட விளைவு பல நேர்முகத் தேர்வு களிலும், ஆளுமைத் தேர்வுகளிலும் வெளிப்படு வதைப் பார்க்கலாம். இது தண்டனை கொடுக்கும் போதும் நிகழ்கிறது. அழகானவர்களுக்குக் கடுமை யான தண்டனை கொடுக்கப்படுவதில்லை. ஆனால்

அழகானவர்களுக்குக் கடுமையானதண்டனை கொடுக்கப்படுவதில்லை

ஒரே பாலில், அழகாக இருப்பவர்களை மற்றவர்கள் விரும்பாமல் பொறாமையால் விலகியிருப்பதைப் பார்க்கலாம். ஒரு விரும்பத்தகாத குணமிருக்கும் நபரிடம் எல்லா விரும்பத்தகாத குணங்களும் இருப்பதாக எண்ணுகிற தலைகீழ் ஒளிவட்ட மனப்பான்மையும் உண்டு. ஒரு நிறுவனத்தின் ஒரு பொருள் சிறப்பானதாக இருந்தால், அதன் எல்லாப்பொருட்களும் சிறப்பாகவே இருக்கும் என எண்ணுவது ஒருவித ஒளிவட்ட விளைவு.

அதைப்போலவே முத்திரை குத்தும் பழக்கமும் நம்மிடம் இருக்கிறது.

'ஆண்கள் வீட்டு வேலைகளைச் சரியாகச் செய்ய மாட்டார்கள்'

'பெண்கள் சரியாகக் கார் ஓட்ட மாட்டார்கள்'

'முதலாளிகள் என்றால் திமிரின் மொத்த வடிவம்'

'பணக்காரர்கள் தன்முனைப்புடையவர்கள்' என்பன போன்ற பல பொதுப்படையான முடிவு களை நாம் வைத்திருக்கிறோம். இதுதான் முத்திரை குத்துதல். சிலரைப் பார்த்தவுடனேயே, அவர் களைப் பற்றிய தீர்மானத்திற்குத் தாவுவதே முத்திரை குத்துதல். உடனடியாக அவர்களைப் பற்றிய தீர்ப்பு சொல்லிவிடுவோம்.

ஒருவரைப் பார்த்தவுடனேயோ, அவர் மதத் தையோ, இனத்தையோ, கல்வித்தகுதியையோ கேட்ட மாத்திரத்திலேயோ அவர்களைப் பற்றி முடிவுக்கு வருபவர்கள் உண்டு. தன்னையே சான் றாண்மையின் இலக்கணமாக எண்ணி அதிலிருந்து மாறுபடுபவர்கள் மீதெல்லாம் முத்திரை குத்துவது மனிதர்கள் பலரது இயல்பு. சில இடங்கள் கூட இப்படித்தான் இராசியில்லாத இடமாகக் கருதப் படும். ஓரிடத்தில் முதலில் ஒருவர் கடை வைத்து அது நஷ்டமடைந்துவிட்டால், அடுத்து எந்தக் கடை அங்கு வந்தாலும், அது தவறாமல் இழப்பைச்

சந்திக்கும். பணியாளர்களை இப்படி முத்திரை குத்தி அவர்கள் பதவியுயர்வைத் தடைசெய்யும் பலர் இருக்கிறார்கள்.

இரஷ்ய நாவல் ஒன்றும் ஆங்கில நாவல் ஒன்றும் நாம் எப்படித் தயாரிக்கப்பட்ட கருத்து களுக்கு அடிமையாகிறோம் என்பதைத் தெளிவு படுத்துகின்றன. டால்ஸ்டாய் எழுதிய குறு நாவல் களில் ஒன்று 'இரண்டு ஹிஸ்ஸார்கள்'.

இரு மாறுபட்ட தலைமுறைகளின் போக்கைப் பற்றிச் சித்திரிக்கும் குறு நாவல். தந்தைக்கும், மகனுக்கும் இருக்கும் வேறுபட்ட குணநலன்கள் வெளிப்படுகின்றன. பார்வையை வைத்து எதையும் முடிவு செய்யக்கூடாது என்பதற்கு இன்னோர் உதாரணம்.

ஃப்டாயர் டர்பின் அழகான, நெருப்புப் பறக்கும் கோமகன். ஒரு சிறு நகரத்தில் ஓர் இரவு தங்க நேர்கிறது. அங்கிருப்பவர்களைத் தன் பய மின்மை, போதை போன்றவற்றால் குழப்புகிறான். அவன் அங்கிருந்த இளம் விதவையொருத்தியை மயக்கிச் செல்கிறான். அங்கு ஒரு விடுதியில் நடக்கும் சீட்டாட்டத்தில் ஏமாற்றித் தோற்கடிக்கப் பட்டவனின்மீது பரிதாபப்பட்டு, ஜெயித்தவனை மிரட்டி அவனிடமிருந்து பணத்தைப் பிடுங்கி உரிய வனிடம் சேர்ப்பித்து, அவன் பணி பறிபோகாமல் பார்த்துக்கொள்கிறான். அவன் பெருந்தன்மையும், தூய குணமும் அனைவருடைய மதிப்புக்கும் உரிய தாகின்றன.

இருபது ஆண்டுகளுக்குப் பிறகு டர்பினுடைய மகன் அதே ஊருக்கு வருகிறான். டர்பின் ஒரு சண்டையில் உயிரிழக்கிறான். மகனோ தந்தை மிகவும் மோசமான பேர்வழி, குடிகாரர் என்றெல்லாம் கூறி அவருடைய பெயரைச் சொல்லவே வெட்கப் படுகிறான். பார்ப்பதற்கும், தோரணைகளிலும் தந்தையைவிட நாகரிகமாகத் தோன்றுகிறான். ஆனால் அவன் நடவடிக்கைகளோ மோசமானதாக இருக்கின்றன.

அவன், அடைக்கலம் கொடுத்த தந்தைக்குப் பிரியமான விதவையிடமே சீட்டாட்டத்தில் பணம் ஜெயிக்கிறான். அவளுடைய அழகிய பெண்ணை மயக்க முயன்று தோல்வியுறுகிறான். அவனுடைய வலுக்கட்டாயமான திணிப்பும், அற்ப புத்தியும், பணப் பிடிப்பும் வெறுப்பை வரவழைக்கின்றன.

மென்மையான தோற்றத்துடன் அவன் மட்டமாக நடந்துகொள்கிறான். வெளித்தோற்றம் வெற்றுத் தோற்றமே என்பதற்கு இக்கதை ஆதாரம்.

என்னுடைய மனவியல் பேராசிரியர் ஒரு முறை வகுப்பில் இருந்தவர்களைப் பார்த்துக் கேட்டார். ''நீங்கள் வெளிநாட்டிற்குப் பயிற்சி ஒன்றுக்குச் செல்லுகிறீர்கள். அங்கே ஒரு பாகிஸ் தானி, ஜப்பானியர், சீனர், சிங்களர் ஆகியோர் வந்திருக்கிறார்கள். அவர்களில் ஒருவருடன் நீங்கள் அறை பகிர்ந்துகொள்ள வேண்டும். யாரைத் தேர்ந்

இலக்கியத்தில் மேலாண்மை

தெடுப்பீர்கள்?'' என்று கேட்ட போது முக்கால் வாசிப்பேர் ஜப்பானியரோடு தான் என்று பதில் அளித்தார்கள். எல்லாப் பாகிஸ்தானிகளும் மோசமானவர்கள் என்பது நம்மீது திணிக்கப்பட்ட எண்ணம். இதைப்போன்ற எண்ணமே பல நிலைகளில் நமக்கு நீடிக்கிறது. நம் அறைக்கு வருகிற குறிப்பிட்ட ஜப்பானியர் எப்படிவேண்டுமானாலும் இருக்கலாம், ஆனால் எதையும் பொதுப்படையாகப் பார்க்கும் நம் மனப்பான்மை அதைப்பற்றி ஆழச் சிந்திக்க விடாமல் நம்மைத் தடுத்து விடுகிறது.

★

அத்தியாயம் 90

புறத்தோற்றம் போலித்தோற்றம்

ஜேன் ஆஸ்டன் எழுதிய புகழ்பெற்ற நாவல். 'பிரைட் அண்ட் ப்ரிஜிடிஸ்'. முதல் பார்வையில் ஒருவரைப் பற்றி நாம் கொள்ளும் அபிப்பிராயம் எவ்வளவு தவறாக இருக்கும். இதை மட்டுமே வைத்து எந்த முடிவுக்கும் வரக்கூடாது என்பதற்கு இந்த நாவல் உதாரணம். அப்போது இங்கிலாந்தின் பிரதமராக இருந்த டிஸ்ரேலி அதை நான்கு முறை படித்தாராம். முதல்முறை பார்த்தபோது எலிஸபெத் என்ற பெண்ணுக்கு டார்ஸி என்கிற இளைஞன் திமிர் பிடித்தவன் போல தோன்றுகிறான்.

ஆனால் அவனோ உண்மையில் நல்லவன், போகப்போக அவனுடைய விருந்தோம்பலும், நாகரிகமான நடவடிக்கைகளும் அவளுக்குத் தெரிகிறது. அவன் எலிஸபெத்தின் ஓடிப்போன சகோதரியின் திருமணத்திற்கு நிறைய செலவழித்து ஏற்பாடு செய்கிறான். எலிஸபெத் அதுவரையில் அவன் மீது கொண்ட காழ்ப்புணர்வை மாற்றிக் கொண்டு அவனோடு திருமணம் செய்ய சம்மதிக்கிறாள்.

முதல் அபிப்பிராயம் முடிவான அபிப்பிராய மாக இருக்கவேண்டியதில்லை.

'ஒடிசி'யில் ட்ரோஜன் குதிரை என்கிற ஒரு பதம் இடம் பெற்றிருக்கிறது. உண்மையில் அது

> முதல் அபிப்பிராயம்
> முடிவான அபிப்பிராயமாக
> இருக்கவேண்டியதில்லை

கிரேக்கக் குதிரை. கிரேக்கர்கள் ட்ராயைத் தாக்குகிற தங்கள் முகாமிலிருந்து தாங்கள் திரும்பிப்போவதைப் போல ட்ராய் மக்களை நினைக்க வைக்க எண்ணி னார்கள். எனவே அவர்கள் ஒரு மிகப்பெரிய மரக் குதிரையைச் செய்தார்கள்.

அந்தக் குதிரைக்குள் தலைசிறந்த வீரர்களைப் புகச்செய்து அதை ட்ராயின் சந்தைப் பகுதியில் விட்டுவிட்டுச் சென்றார்கள். கப்பல்கள் திரும்பு வதைப் பார்த்த ட்ராய் மக்களோ அதை உண்மை என்றே கருதிவிட்டார்கள். அது கிரேக்கர்கள் தங்களுக்குத் தந்த பரிசு என்று நினைத்தார்கள். சிலர் அதைத் திறந்து பார்க்க நினைத்தார்கள். ஆனால் அவர்கள் அவ்வாறு செய்யாமல் நகரப் பகுதிக்கு அந்தக் குதிரையை இழுத்துச்சென்று, கிரேக்கர்கள் தங்களைத் தோற்கடித்ததற்காகக் கடவுளுக்கு அர்ப் பணம் செய்யச் சொன்னார்கள். இரவு நேரத்தில் கிரேக்கர்கள் அந்தக் குதிரையில் இருந்து கீழே குதித்து ட்ராய் நகரைத் தீக்கிரையாக்கினார்கள். மொத்தமாக ட்ராய் அழிந்துபோனது. பத்தாண்டுகள் நேரடியாக முடியாமல்போன படையெடுப்பை இந்தத் தந்திரத்தின் மூலம் கிரேக்கர்கள் சாதித் தார்கள். அழகானவை எல்லாம் பாதுகாப்பானவை என்று நினைக்கக் கூடாது.

மூதுரையில் உருவத்தைக் கொண்டு ஒருவரை மதிப்பிடக்கூடாது என்று அறிவுரை வழங்கப் பட்டிருக்கிறது. தாழம்பூவின் மடல் மிகப் பெரியது. ஆனால், மகிழம்பூ சிறிதானாலும் மணம் அதிகம். மிகப்பெரிய கடலானாலும், அந்த நீர் எதற்கு உப யோகம்? அருகில் உள்ள ஊற்று நீரே குடிப்பதற்கு ஏற்றதாகும். உருவத்தில் சிறியவர் என்பதால் அவரை அவமதிக்க வேண்டாம்.

மடல்பெரிது தாழை மகிழ் இனிது கந்தம்
உடல்சிறியர் என்றுஇருக்க வேண்டா - கடல் பெரிது
மண்ணீரும் ஆகாது அதன்அருகே சிற்றூறல்
உண்ணீரும் ஆகி விடும். *(12)*

முதல் அபிப்பிராயத்திற்கு அடிமையாக இருக்கக்கூடாது என்று பல்தசார் குறிப்பிடுகிறார். யார் முதலில் ஒன்றைச் சொல்கிறார்களோ அதை நம்புகிறவர்கள் எளிதில் ஏமாந்துபோவார்கள். பொய்க்கு விரைவாக ஓடும் கால்கள் இருக்கின்றன. எனவே முதலில் தெரிவதை வைத்து முடிவெடுக்கக் கூடாது. அலெக்ஸாண்டர் எப்போதும் மறுபக்கத் தையும் கேட்டுத்தான் முடிவெடுப்பார். நாமும் மற்ற பக்கங்களையெல்லாம் கேட்டுப்பார்த்துத்தான் முடிவெடுக்க வேண்டும் என்கிறார்.

'அகல்விளக்கு' என்கிற மு.வ. வின் நாவல் முக்கியமானது. அதில் சந்திரன் என்கிற சிறுவன் அழகாக இருப்பான். திறமைசாலியாகவும் இருப் பான். பழம் விற்பவள்கூட அவனுக்கு இரண்டு

மோசமான பணியாளர்களைத் தேர்வு செய்தால் தொடர்ந்து நிறுவனம் பரிதாபமான செயல்பாடுகளில் சிக்கிக்கொள்ளும்

பழம் கூடுதலாகத் தருவாள். ஆனால் நாளடைவில் அவன் சிதைந்து சிதறிவிடுவான்.

அவனுடைய நண்பனோ சராசரியாக இருந்தாலும் முயற்சியாலும், பண்புநலத்தாலும் கொஞ்சம் கொஞ்சமாக மேம்பட்டு வருவான். தொடக்கம் முக்கியமல்ல, முடிவே முக்கியம் என்பதை மனித வாழ்க்கை உணர்த்துகிறது. வெளிப்புறத்தை வைத்து முடிவெடுப்பது தவறு என்று அந்தக் கதை ஆழமாக உணர்த்துகிறது.

பணி நியமனம் செய்யும்போது அதில் ஊழல் நுழைந்துவிடக்கூடாது. மோசமான பணியாளர்களைத் தேர்வு செய்தால் தொடர்ந்து நிறுவனம் பரிதாபமான செயல்பாடுகளில் சிக்கிக் கொள்ளும். ஊழலை ஊக்குவிக்கும். பிறகு அவர்களுக்கு வேண்டியவர்கள் நியமிக்கப்பட்டுவிடுவார்கள். திருக்குறளைப் பொறுத்தவரை அன்புடைமை காரணமாக ஒருவரை நியமிப்பது முறைமையாகாது. யார் இடையூறுகளைத் தாங்கிச் செயல்களைச் செய்வார்களோ அவர்களைத்தான் சிறந்தவர்களாகக் கருதவேண்டும்.

'காதன்மை கந்தா அறிவறியார்த் தேறுதல்
பேதைமை எல்லாம் தரும்' (507)

'அறிந்தாற்றிச் செய்கிற்பாற்கு அல்லால் வினைதான்
சிறந்தானென்று ஏவற்பாற் றன்று' (515)

பணியாளர்களைத் தேர்ந்தெடுக்கும்போது அவர்கள் அதிக அவா இல்லாதவர்களாக இருக்க வேண்டும். பேராசை கொண்டவர்களாக அவர்கள் இருந்தால் தொடக்கத்தில் விசுவாசமாக இருப்பதைப் போல நடித்துப் பின்னர் முதலாளியை மாற்றுவதற்குத் துணிந்து விடுவார்கள். எனவே அவா உள்ளவர்களைத் தவிர்த்துவிடுவது நல்லது. விசுவாசம் என்பது வர்த்தக நிறுவனத்திற்கு மிகவும் முக்கியம். சில நேரங்களில் புத்திக் கூர்மை இல்லாமலிருந்தாலும் விசுவாசம் இருந்தால் அவர்களை நம்பிப் பணிகளை ஒப்படைக்க முடியும்.

'ஒரு புளியமரத்தின் கதை'யில் கோபால ஐயர் என்பவர் ஒரு ஜவுளிக் கடையை ஆரம்பிக்கிறார். அங்கே காதர் என்கிறவனைப் பணிக்கு அமர்த்துகிறார். அவர்மீது அபரிமிதமான நம்பிக்கை அவருக்கு ஏற்படுகிறது. கடையைப் பற்றிய கவலையே அவசியமில்லை என்ற உறுதியும் பிறந்தது. காதரும், 'நீங்க கவலைப் படாம நிம்மதியாருங்க, நான் கவனிச்சுகிறேன்! என்று சொல்வான். போகப் போக, கோபால் ஐயருக்கு கடையைப் பற்றி ஒன்றும் தெரியாது என்ற நிலை ஏற்பட்டுவிட்டது. தொலையூர் ஆசாமி காதர் இல்லாத சமயத்தில் கடைக்கு வந்த கோபால் ஐயரிடம் முதலாளி இல்லையா என்று சொல்லிவிட்டு நகர்ந்தார். அன்றிலிருந்து ஐயர் ஆசனத்திலிருந்து நகரவில்லை. முதலாளி என்பதை நிரூபிக்கத் தாறுமாறாகத் துணிகளைக் கொள்முதல் செய்தார். ஒருசமயத்தில் கண்டபடி கடன் வாங்கினார். கடையை விற்று விடுகிற நிலைமை எற்பட்டது. கடன் வாங்கித் தருவதாகச் சொன்ன காதர் சொந்தப் பணத்தைத் தந்து அந்தக் கடைக்கு முதலாளியாகிவிட்டான். அவா இருப்பவன் எல்லா வாய்ப்புகளையும் பயன்படுத்திக்கொள்கிறான்.

ஷேக்ஸ்பியரின் 'மேக்பத்' நாடகமே அதிக ஆசை ஆபத்தானது என்கிற கருத்தை வலியுறுத்தியே எழுதப்பட்டதுதான். அவனுடைய அவாவைத் தெரிந்துகொள்ளாமல் டங்கன் இன்னொரு பிரதேசத்திற்கு அதிபதியாக்கப்படுகிறான். ஆனால் அவனோ மன்னனாக வேண்டுமென்று முடிவெடுக்கிறான். சிறந்த போர்வீரனாக முதலில் இருந்தவன்

விசுவாசமற்ற படைத்தளபதியாக ஆகித் துரோகியாக மாறிக் கொடுங்கோலனாக ஆகிறான். அவா மேலிருப் பவர்களையும் அழிக்கும், அதற்கு அடைக்கலம் தந்தவர்களையும் அழிக்கும். 'சீவக சிந்தாமணி'யில் வரும் சச்சந்தன், மனோன்மணீயத்தில் வரும் குடிலன் என, அனைவருமே அதிக அவாவால் பீடிக்கப்பட்டவர்கள்தான். அதைத் தெரியாமல் அவர்களை நம்பியவர்கள் பலியானதுதான் காப்பிய மாக உருமாறியிருக்கிறது.

சின்ன வயதில் பாடப்புத்தகங்களில் படித்த ஒரு டால்ஸ்டாயின் கதை. 'ஆசைக்கு அளவில்லை யானால்' என்பது அதன் தலைப்பு. நகரத்திலிருந்து தங்கையைப் பார்க்க வந்த அக்காள், நகர வாழ்க் கையைப் பற்றிப் பெருமை பேசுகிறாள். பட்டண வாழ்க்கையே மேம்பட்டது என்கிறாள். தங்கை சலனப்படவில்லை. ஆனால் தங்கையின் கணவன் பகோம் அதைக்கேட்டுச் சற்று சலனப் படுகிறான். தன்னிடம் இருக்கும் நிலத்தைவிட இன்னும் அதிகமாகக் கிடைத்தால் மகிழ்ச்சியாக இருக்கலாமே என்று நினைக்கிறான். அந்த ஊரிலிருந்த சீமாட்டி யிடம் தன்னிடமிருந்த கால்நடைகளை எல்லாம் விற்று நாற்பது ஏக்கர் நிலம் வாங்குகிறான். ஒரு வருடத்திலேயே கடனை அடைக்கிறான். வாழ்க்கை மகிழ்ச்சியாக இருக்கிறது. அவனது நிலத்தில் மற்ற விவசாயிகளின் கால்நடை புகுந்ததால் அவனுக்கும், ஊர்க்காரர்களுக்கும் பகை ஏற்பட்டது.

வெளியூரிலிருந்து ஒருவன் அவனைப் பார்க்க வந்தான். வால்கா வின் அக்கரையிலிருந்து அவன் வருவதாகவும் அங்கே புதிய குடியிருப்பு ஒன்று உண்டாவதாகவும், அங்கே குடியேறுபவர்களுக்கு ஆளுக்கு முப்பது ஏக்கர் நிலம் கொடுப்பதாகவும் சொன்னான். பகோம் அங்கே குடிபெயரலாம் என்று நினைத்துச் சென்றான். குடும்பத்தோடு சென்று அங்கே தங்கிய அவனுக்கும் மற்றும் ஒவ்வொரு வருக்கும் முப்பது ஏக்கர் வீதம் 150 ஏக்கர் நிலம் கிடைத்தது. நாளடைவில் அந்த வசதியும் அவனுக்குப் போதவில்லை.

அயலூர் வியாபாரி ஒருவன் ஆயிரம் ரூபில் களுக்கு 1500 ஏக்கர் நிலம் வேறொரு இடத்தில் வாங்கியிருப்பதாகக் கூறுகிறான். வியாபாரி குறிப் பிட்ட பாஷ்கீர் என்கிற பகுதிக்கு அவன் செல்கிறான். அந்த மக்கள் 'உனக்கு எவ்வளவு நிலம் தேவையோ அதைக் கையால் சுட்டிக்காட்டு அந்தளவு நிலத்தைத் தருகிறோம்' என்றார்கள். அந்த மக்களுடைய தலை வனோ 'ஒரு நாளைக்கு எவ்வளவு தூரம் நடந்து போய் வர முடியுமோ அந்த அளவு நிலம் உனக்குச் சொந்தம். அதுதான் எங்கள் அளவுக் கணக்கு. அதற்குரிய விலை ஆயிரம் ரூபில்' என்கிறான். பகோமும் ஓடிக்கொண்டே இருந்தான்.

இன்னும் கொஞ்சம் ஓடலாம் என்று மூச்சைப் பிடித்துக் கொண்டு ஓடிய அவன் மாலைவரை ஓடியதில் வாயில் நுரைதள்ளி இறந்து விடுகிறான். அங்கேயே ஒரு சவக்குழி தோண்டிப் பகோமின் உடலைப் புதைத்தனர். ஆறடி நிலம். இறுதியில் அவனுக்கு வேண்டியதெல்லாம் அந்த ஆறடி நிலம் தான் என்று டால்ஸ்டாய் கதையை முடித்திருப்பார்.

சிலர் அவா உள்ளவர்கள் தங்கள் குணநலன் களைக்கூட சந்தைக்குட்படுத்துவார்கள் என்று 'விதுர நீதி'யில் கூறப்பட்டிருக்கிறது. தன் தகுதிக்கு மீறி ஆசைப்படுகிறவனும் உழைப்புக்கு மீறி விரும்புகிறவனும், நடப்பதற்கு மீறி சிந்திப்பவனும் முட்டாள் என்கிறார் விதுரர். மனிதனின் அமைதி யையும், சாந்தத்தையும் அவா கெடுத்துவிடுகிறது என்று அவர் அறிவுறுத்துகிறார். பேக்கன் அவா என்பது மனிதனைச் சுறுசுறுப்பாகவும், உற்சாக மாகவும் இருக்கத் தூண்டுவதாகவும் இருக்கிறது. ஆனால் அதை ஒரு கட்டத்தில் தடைசெய்யா விட்டால் அதுவே விஷமாகப்போய்விடுகிறது. பிறகு திருப்தியே ஏற்படுவதில்லை. எல்லோரையும் தீய விழிகளோடு பார்க்கிறார்கள் என்று பேக்கன்

குறிப்பிடுகிறார். அதிக ஆசை உள்ள மனிதர்களைத் தேர்ந்தெடுப்பது நிர்வாகத்திற்கு நல்லதல்ல. அவர்கள் சொந்த நலனை முக்கியமாகக் கருது வார்கள்.

சில நேரங்களில் ஆண்களின் உள்ளுணர்வை விட பெண்களின் உள்ளுணர்வு பலம் வாய்ந்ததாக இருக்கும். ஒரு மன்னன் ஒருநாள் தாமதமாக வீட்டிற்கு வந்தான். அவன் மனைவி தாமதத்திற் கான காரணத்தைக் கேட்டார். ''நான் சுவாரசியமான ஓர் உரையாடலில் ஈடுபட்டிருந்தேன்'' என்று அவன் சொன்னான். 'யாருடன் உரையாடினீர்கள் என்று அவள் கேட்டாள். பிரதம மந்திரியோடு உரை யாடினேன்' என்று சொன்னான். அதற்கு அவள் 'உங்கள் பிரதம மந்திரி விசுவாசமானவர் அல்ல' என்றாள். உடனே 'ஏன் அப்படிச் சொல்கிறாய்?' என்று அரசன் கேட்டான்.

இராணி மன்னனிடம் 'நான் உங்கள் மனைவி யாக பதினொரு ஆண்டுகள் இருக்கிறேன். உங்க ளுக்குப் பல அழகான பெண்களை அலுவலுக்காக நியமித்திருக்கிறேன். அவர்கள் என்னோடு போட்டி யிடுவார்கள் என்று நான் பொறாமை கொண்ட தில்லை. உங்கள் பிரதம மந்திரி பத்து ஆண்டுகளாக உங்கள் அமைச்சரவையில் இருக்கிறார். ஆனால் அதுவரை ஒருவரைக்கூட அவர் சிபாரிசு செய்த தில்லை. திறமையானவர்களை அறிந்தும் அவர் களைச் சிபாரிசு செய்யவில்லை என்று சொன்னால் அவன் தன் பணியை ஒழுங்காகச் செய்யவில்லை என்று பொருள்' என்றாள். மன்னன் தன் மனைவி சொன்னதைப் பிரதம மந்திரியிடம் சொன்னான். அவன் பணியிலிருந்து இராஜினாமா செய்தான். அதற்குப் பிறகு வந்தவன் திறமையாக நாட்டை ஆள, நாடு மிகவும் செழிப்படைந்தது. தேர்ந்தெடுப் பதற்கு ஒரு தகுதி வேண்டும். எல்லோராலும் அந்த நிலையை அடைய முடியாது. சிலருடைய உள்ளுணர்வு ஆழமானதாக இருக்கும்.

பணியாளர்களை நியமிக்கும் போது அவர் களுடைய எதிர்பார்ப்பும், நிறுவனத்தின் எதிர் பார்ப்பும் ஒத்துப் போகிறதா என்று பார்க்க வேண்டும். அப்படி இல்லாவிட்டால் அவர்கள் நிறுவனத்தில் ஆர்வம் செலுத்தமுடியாது. அது மட்டுமில்லாமல் அவர்களால் தங்கள் முழுத் திறமையை வெளிக் கொணரவும் முடியாது. எந்த இடத்தில் பணியாளர்களும் பணியில் ஒத்துப் போகின்றனரோ அங்குதான் உச்சபட்ச உற்பத்தி உண்டாகும். திருவள்ளுவர் இதைப் பற்றி விவரிக்கிறார். செய்கின்றவனுடைய தன்மையை ஆராய்ந்து செயலின் தன்மையையும் ஆராய்ந்து தக்க காலத்தோடு பொருந்துமாறு உணர்ந்து செய்விக்க வேண்டுமென்று சொல்கிறார்.

'செய்வானை நாடி வினைநாடிக் காலத்தோடு
எய்த உணர்ந்து செயல்' (516)

முதலாம் உலகப்போரின்போது இத்தாலிக்குச் சென்ற ஹெமிங்வே தன் சுய அனுபவங்களின் அடிப் படையில் எழுதப்பட்ட நாவல் 'ஆயுதங்களுக்கு விடை'

இத்தாலிய போர்முனையில் இருக்கும் ஹென்றி என்பவன் கேத்தரின் என்கிற பெண்ணைச் சந்திக் கிறான். இருவருக்கும் நெருக்கம் ஏற்படுகிறது. அவன் சண்டையின்போது, வெடிக்கிற குண்டில் முழங்காலில் காயப்படுகிறான். மருத்துவமனைக்கு அனுப்பப்படுகிறான்.

அவனுக்கும், கேத்தரினுக்கும் காதல் ஏற்படு கிறது. அவன் காயம் ஆறும்போது அவள் மூன்றுமாத

இலக்கியத்தில் மேலாண்மை

கர்ப்பம். அவன் போர் முனைக்குத் திரும்புகிறான். ஆஸ்திரிய தாக்குதலால் இத்தாலி பின்வாங்குகிறது. ஹென்றி, ஒரு பொறியியல் இராணுவ வீரனைக் கீழ்ப்படிய மறுத்ததற்காகக் கொன்றுவிடுகிறான். ஹென்றி, படைப் போலீஸ் பிரிவுக்கு அழைத்துச் செல்லப்பட்டு விசாரிக்கப்படுகிறான். விசாரணைக்கு அழைத்துச் செல்லப்படும் அனைவரும் கொல்லப்படுவதைப் பார்த்த ஹென்றி அருகிலிருந்த நதியில் குதித்துத் தப்பிக்கிறான். ஹென்றியும், கேத்தரினும் இணைகிறார்கள். படகில் ஸ்விட்சர்லாந்துக்குத் தப்பிச் செல்கிறார்கள். ஹென்றியும், கேத்தரினும் அமைதியாக வாழ்கிறார்கள். கேத்தரின் பிரசவத்தில் இரத்தப்போக்கில் இறக்கிறாள்.

பொருந்தாத பணியில் சேருபவன் எப்படித் துயருறுவான் என்பதை ஹென்றி பாத்திரம் மூலம் ஹெமிங்வே சித்திரிக்கிறார். ஒவ்வொருவரும் தனக்கு ஏற்ற பணியைத் தேர்ந்தெடுத்தால் மட்டுமே நிம்மதியாக வாழமுடியும் என்பதையே இப்புதினம் சுட்டுகிறது.

★

அத்தியாயம் 91

பயிற்சியே முயற்சி

பயிற்சியே முயற்சியின் முதல் படி. அயர்ச்சி அடையாமல் முயற்சி செய்பவன் முதிர்ச்சி அடைகிறான். முதிர்ச்சி அடைபவன் பணியில் எந்தத் தடங்கல் ஏற்பட்டாலும் அதிர்ச்சியடையாமல் அவற்றை வெற்றி காண்கிறான். பணியில் சேர்ந்தவுடன் பெறுகிற பயிற்சியே ஒருவனுடைய பணிக்கால அடித்தளமாக அமைகிறது. அது மட்டுமல்லாமல், பயிற்சி தருபவருடைய பண்பும், குணநலன்களும், நேர்மையும் பயிற்சியாளரைப் பாதிக்கவல்லதாக இருக்கிறது. எவ்வளவு படித்திருந்தாலும், அது பணிக்குப் பயன்படாது. களத்தில் சந்திக்கும் சவால்களும், சூழல்களும் வேறுபட்டவை என்பதால் பயிற்சியின் மூலமே பணியைப் பற்றிய நேரடி அனுபவம் கிடைக்கிறது.

மனிதவள மேம்பாடு, பணியாளர்களைச் சொத்துகளாகக் கருதுகின்றது. சொத்துகளைப் பராமரிப்பதுபோல, பயிற்சியும் அவசியமாகிறது லோட்டஸ் போன்ற நிறுவனங்கள் கோடிக்கணக்கான டாலர்களைப் பயிற்சிக்காகச் செலவிடுகின்றன. பயிற்சியின் மூலம் அந்த நிறுவனத்தின் பணிப்பண்பாட்டை அவை பதிய வைக்க முயற்சி செய்கின்றன. அவர்கள் களநிலை ஊழியர்களைக் கொண்டு பயிற்சியளிக்கிறார்கள். கழுத்துப்பட்டை அணிந்தவர்களே பயிற்சியளிக்கத் தகுதியானவர்கள் என்று கருதும் மனப்பான்மை அவர்களிடம் இல்லை.

பயிற்சித் திறன், அறிவு, மனநிலை ஆகியவற்றில் மாற்றத்தை ஏற்படுத்த வல்லதாக இருக்கிறது. பயிற்சியாளர்களுக்கு இருக்கும் ஐயப்பாடுகளை அது அகற்றுகிறது. பயிற்சி முடிந்த பின்பு, பணியில் சேர்ந்தாலும், தொடக்ககாலப் பணியைப்

இலக்கியத்தில் மேலாண்மை

பயிற்சியாகவே கருதவேண்டும். தெரியாதவற்றைப் பிறரிடம் கேட்டுத் தெளிவுபெறுவது அவசியம்.

பயிற்சியின்போது வெறுமனே பொழுதைக் கழிக்க நினைக்காமல், உடலை வருத்திக்கொள் பவனே சிறந்த பணியாளராகத் தேர்வு பெறுகிறான். 'சுகத்தை விரும்புபவனுக்கு வித்தை கிடையாது. வித்தையை விரும்புகிறவனுக்குச் சுகம் கிடையாது. எனவே வித்தையை அடைய விரும்புபவன் சுகத்தை விடவேண்டும். நன்றாகத் தூங்கி, வேளைக்குச் சாப்பிட்டு, உல்லாசப் பொழுது போக்குகளில் ஈடுபட்டு வாழ்ந்தால் வித்தையை அடைய முடியாது' என்று 'விதுரநீதி' விளம்புகிறது.

> பயிற்சி முடிந்த பின்பு, பணியில் சேர்ந்தாலும், தொடக்கக்காலப் பணியைப் பயிற்சியாகவே கருதவேண்டும். தெரியாதவற்றைப் பிறரிடம் கேட்டுத் தெளிவுபெறுவது அவசியம்

மாணவர்களுக்கு ஏற்படும் தேர்வுகளாக விதுரர் கூறுபவை பயிற்சியாளர்களுக்கும் பொருந்தும். அவை சோம்பல், கர்வம், மோகம், சபலம், வீண் பொழுது போக்கும் கூட்டம், திமிர், விறைத்துக் கொண்டு இருப்பது. மற்றவர்களுடைய நடைமுறை அறிவையும், தான் கற்ற கல்வியோடு பொருத்திப் பார்ப்பதுதான் பயிற்சி. அப்படிப் பட்டவர்கள், பேதைமையான சொற்களைச் சொல்லவோ, செயல்களைச் செய்யவோ மாட்டார்கள் என்கிறார் திருவள்ளுவர்.

'பிழைத்துணர்ந்தும் பேதைமை சொல்லார்
இழைத்துணர்ந்
தீண்டிய கேள்வி யவர்.' (417)

> இன்று பல நிறுவனங்கள் பயிற்சியைச் சடங்குபோல நடத்துகின்றன

பயிற்சி தருபவருடைய மகத்துவத்தை உணர் பவனே உன்னதப் பயிற்சியைப் பெறமுடியும் என்பதற்கு எடுத்துக்காட்டாகத் திகழ்ந்தவன் ஏக லைவன். துரோணர் தன்னிடம் பாடம் கற்க வந்தவனிடம் 'என்னை நீ மானசீகக் குருவாக எண்ணிச் செயல்படு, உனக்குச் சித்தி கைகூடும்' என்றார். அவ்வாறு இதயம் முழுவதும் அவன் நினைத்ததால் அவர் யாருக்கு எந்தக் கலையைக் கற்றுக்கொடுத்தாலும், அது ஏகலைவனுக்குக் கைகூடியது. ஒரு குரு எப்படி இருக்கக்கூடாது என் பதற்குத் துரோணரும், சீடர் எப்படியிருக்க வேண்டும் என்பதற்கு ஏகலைவனும் எடுத்துக் காட்டானார்கள்.

இன்று பல நிறுவனங்கள் பயிற்சியைச் சடங்கு போல நடத்துகின்றன. வரிசையாக எல்லோருக்கும் திருக்கோவிலில் திருநீறு அளிப்பதைப் போலப் பயிற்சியளிக்கப்படுகின்றன. சில நிறுவனங்களில் வெளிநாட்டுப் பயிற்சி என்பது வேண்டியவர்களுக்கு அளிக்கப்படும் விசேஷ சலுகை. அப்படி வெளிநாடு போகிறவர்கள் அங்கு அளிக்கப்படும் தினப்படியை மிச்சம் பிடித்து, இங்கிருந்து கொண்டு போகும் அவல் உப்புமாவைச் சாப்பிட்டு ஊர் வந்து சேர் வார்கள். பயிற்சி சென்றவர்களுக்குள் யார் என்ன கற்றுக்கொண்டார்கள், என்பதைவிட யார் அதிகம் மிச்சம் பிடித்தார்கள்? என்கிற போட்டியே இருக்கும். இங்கு வந்ததும் இவர்கள் இட்லி, தோசையை ஒரு பிடி பிடிப்பதுதான் மிச்சம். இதில் சில புத்திசாலிப் பயிற்சியாளர்கள் நம்மூர் பர்மா பஜாரிலேயே சில பொருட்களை வாங்கிவந்து, அவற்றை வெளி நாட்டில் வாங்கியதைப்போல மேலதிகாரிகளுக்குக் கொடுத்து, அடுத்த பயிற்சியையும் அடைந்துவிடு வார்கள். சிலவற்றிலோ 'பயிற்சி பெற்றால்தான் பதவி உயர்வு' என்ற மிரட்டலுக்குப் பணிந்து பயிற்சிக்குச் செல்பவர்கள் உண்டு.

முயற்சி இருப்பவர்களே சாதிக்க முடியும் என்பதை இலக்கியங்கள் மட்டுமல்ல; சரித்திரமும் நமக்கு எடுத்துச்சொல்கிறது.

உலகத்தின் தலைசிறந்த பேச்சாளராகக் கருதப்படுபவர் இருவர். ஒருவர் கிரேக்கத்தைச் சார்ந்த டெமஸ்தனிஸ். இன்னொருவர் உரோமா

புரியைச் சார்ந்த சிசரோ. மேடையில் பேசவே பயந்தாங்கொள்ளியாக இருந்தவர் டெமஸ்தனிஸ். பேசினால் திக்க ஆரம்பித்துவிடும். எல்லோரும்

கேலி செய்வார்கள். அவர் தந்தை சின்ன வயதிலேயே இறந்து விட்டார். அவர் விட்டுவைத்த சொத்தைச் சொந்தக்காரர்கள் திருடிக் கொண்டார்கள். அவர் வக்கீலாக விரும்பினார். ஆனால் சரளமாகப் பேச முடியாததால் சரமாரியாகத் தோல்வி. தன் பேச்சுக் குறைபாட்டைச் சரிசெய்ய வைராக்கியம் கொண்டார். தன் வீட்டிற்கு அடியில் யாருக்கும் தெரியாத ஒரு பாதாள அறையை உருவாக்கினார். தன் தலையில் பாதியைச் சிரைத்துக் கொண்டார். அப்போதுதான் முழுதாக முடி முளைக்கும்வரை வெட்கமாக இருக்கும் என்பதால், அங்குப் பேசிப் பேசிப் பழகினார். திக்கு வாயிலிருந்து விடுபட வாய் நிறைய கூழாங்கற்களை நிரப்பிக்கொண்டு கடற்கரையில் சத்தமாக இடைவிடாமல் அலைகளுக்கு மேலும் உரக்கமாகப் பேசிப் பழகினார். பேச்சை மனப்பாடம் செய்து பேசிக் கொண்டே மேடுகளின் மீது ஓடுவார். அப்போதுதான் மூச்சுப் பிடிக்கும் சக்தி வரும் என்பதால். பிறகு ஆளுயரக் கண்ணாடியில் தன்னைப் பார்த்துக் கொண்டு உடலசைவு மொழிகளைச் சரிசெய்து கொண்டார். தன் வீட்டிற்கு வருபவர்களிடம் உரையாடிப் பேச்சின் ஏற்ற இறக்கங்கள் அவர்களுடைய முக பாவனையை எப்படி மாற்றுகிறது என்று கற்றுக்கொண்டார். ஒரே ஆண்டில் தலைசிறந்த பேச்சாளராக உருவானார். அதற்குப் பிறகு அவரிடம் வந்த வழக்குகளில் எல்லாம் வாகை சூடினார்.

இராபர்ட் கிரீன் எழுதிய 'அதிகாரத்திற்கான ஐம்பதாவது வழிகள்' என்ற நூலில் இதைப் படித்ததும் அசந்துபோனேன்.

'தாயம்' என்கிற புத்தகத்தில் வழிநடத்துவதற்கும், திறமைக்கும் இடையே உள்ள வேறுபாடு பற்றிப் படித்தேன். சச்சின் டெண்டுல்கரைக் காட்டிலும் ராமகாந்த் ஆச்ரேக்கர் ஒன்றும் சிறந்த கிரிக்கெட் வீரர் அல்லர். ஆனால் அவர் பயிற்சிதான் சச்சினுக்குச் சச்சினை அடையாளம் காட்டியது. பி.டி.உஷாவோடு ஒப்பிடுகையில் ஓ.எம். நம்பியார் ஒன்றுமே இல்லை. ஆனால் அவர்தான் இந்தியாவிற்குத் தலைசிறந்த வீராங்கனையை வழங்கினார் என்ற அந்தக் கூற்று பயிற்சியைப் பற்றிய அணுகுமுறைக்கு அவசியம்.

★

அத்தியாயம் 92

பணியே பயிற்சிதான்

பயிற்சி முடிந்ததும் கிடைக்கிற பணி, பயிற்சியின் தொடர்ச்சி என்பதை நாம் உணர வேண்டும். பிரகாஷ் ஐயர் என்பவர் 'தலைமைப் பண்பின் இரகசியங்கள்' என்கிற புத்தகம் ஒன்றை எழுதியிருக்கிறார். அதில் கருணன் என்கிற ஓட்டுநர் கொடுத்திருக்கும் அறிவுரைகளைப் பட்டியலிடு கிறார்.

அவை

1. ஓட்டுவதற்காக உரிமம் பெற்றால் அது உங்களை ஓட்டுநராக்கிவிடாது. பல மாதங்கள் ஓட்டியபிறகே வாகனத்தைச் செலுத்துவதில் உள்ள நுட்பங்களை ஓரளவு புரிந்துகொள்ளலாம். அதைப் போல மேலாண்மையில் பட்டம் பெற்றவுடன் நாம் மேலாளராகி விடமுடியாது. பல ஆண்டுகள் பணியில் கற்றுக்கொண்டால் தான் மேலாளராக ஆக முடியும்.

2. உண்மையான உலகம் வகுப்பறையில் இருந்து மாறுபட்டது. ஓட்டுநர் பள்ளியில் கார் ஓட்டுவதற்கும், சாலையில் ஓட்டுவதற்கும் வித்தி யாசம் இருக்கிறது. ஓட்டுநர் பயிற்சிப் பள்ளியில் கார் ஓட்டக் கற்றுத்தருகிறார்கள். ஆனால் பணியில் டெம்போவை ஓட்ட வேண்டியதாக இருக்கிறது. இரண்டிற்கும் வாகன அமைப்பு முற்றிலும் மாறு பட்டது. அதைப் போலவே பயிற்சியின்போது இருக்கும் சூழல் வேறு, பணியின்போது முற்றிலும் மாறுபட்ட அனுபவங்களை எதிர்கொள்ள வேண்டி யிருக்கிறது.

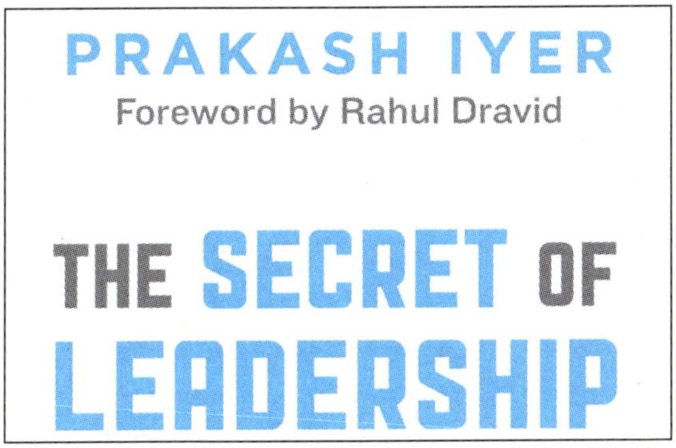

3. கைகளை அழுக்காக்கிக் கொள்ளத் தயாராக இருங்கள். ஓட்டுநராக இருக்கும்போது அவ்வப் போது வண்டி பழுதானால் டயரை மாற்றுவது, பாகங்களைச் சரிசெய்வது என்று கைகள் அழுக் காகும். அதைப்போலவே மேலாண்மைப் பணியில் தொடக்க காலத்தில் பணியைக் கற்றுக் கொள்ளும் போது நிறைய நேரம் செலவாவதோடு உடலும் அழுக்கடையும். அதைப் பொருட்படுத்தக்கூடாது.

4. முதலில் கற்றுக்கொள்வது முக்கியமே தவிர வருமானம் முக்கியமல்ல. முதல் பணியில் பெறுகிற வருமானம் குறைவாக இருக்கலாம். ஆனால் அது பணியையும் கொடுத்து, வருமானத் தையும் தருகிற ஒரு நிகழ்வு. எனவே கற்றுக்கொள் வதில்தான் அதிக நாட்டம் செலுத்த வேண்டும். எவ்வளவு சம்பளம் என்பதில் அல்ல.

5. எந்தக் கார் ஓட்டுகிறோம் என்று கவலைப் படக்கூடாது. நல்ல ஓட்டுநராக இருக்க வேண்டும். எந்த நிறுவனத்தில் மேலாளராக இருக்கிறோம் என்று நினைக்காமல் நாம் நல்ல பணியாளராக இருக்கிறோமா என்பதைப் பற்றியே சிந்திக்க வேண்டும்.

மைக்கேல் ஏஞ்சலோவின் வாழ்க்கையில் நடந்த சம்பவம் பற்றி 'அதிகாரத்திற்கான ஐம்பதாவது விதி' நூலில் ஒரு தகவல் இடம்பெற்றிருக்கிறது. ஏஞ்சலோவுக்குச் சிற்பம் பற்றிய மகத்தான கனவுகள், ஓவியம் பற்றியும் இருந்தன. ஆனால் அதற்கான திறமை இல்லை. மாபெரும் கலைஞர் களுடைய மகத்தான படைப்புகளை அவர் தம் முடைய படைப்புகளோடு ஒப்பிட்டுப் பார்க்கும் போது அவருக்குச் சற்று விரக்தியே விளைந்தது. அவர் ஒரு பரிசோதனையைச் செய்தார். அந்தப் படைப்புகளைப் போலவே தாமும் உருவாக்க வேண்டும் என எண்ணினார்.

அப்போதுதான் அந்தப் படைப்புகள் நுண்ணிய விவரங்களால் மேன்மையைப் பெற்றிருக்கின்றன என்பது அவருக்குப் புரிந்தது. அவருடைய சிந்தனை யோட்டத்தையே மாற்றியமைக்க வேண்டியதன் அவசியம் அவருக்குப் புரிந்தது. அதற்குப் பிறகு மனித சவத்தை அறுத்து, உறுப்புகள் அமைந் திருக்கும் விதம் பற்றி அறிந்தார். பிறகு துணிகளின் இழைகளின் மென்மையைப் பற்றி நுணுக்கமாகக் கற்றார். அதற்குப் பிறகு பெரிய படைப்புகளை உருவாக்கும் தன் அவாவை விட்டுவிட்டு, தான் செயல்படும் பொருள், இடைவெளி போன்ற வற்றில் அக்கறையையும், ஆர்வத்தையும் செலுத்தி னார். அதன் பிறகு அவருடைய படைப்புகள் உலகத்தரம் வாய்ந்தனவையாக உணரப்பட்டன.

பயிற்சியின்போது நாமே சுயமாக கோப்பு களை ஆளும்போதும், முடிவுகளை எடுக்கும் போதும் நிறைய கற்றுக் கொள்கிறோம். இல்லா விட்டால் பயிற்சிப் பள்ளியில் வேறொரு ஓட்டுநர் உடனிருந்து ஓட்டுவதைப்போல அது உண்மையான நிலவரத்தை நமக்குக் கற்றுத்தராது. இந்திய ஆட்சிப் பணியில் சாராட்சியராகப் பணிபுரிவதற்கு முன்னர் ஓராண்டுக் காலம் உதவி ஆட்சியர் பயிற்சியாக இருப்பார்கள். ஆனால் கோட்டப் பணியை ஏற்கும் போதுதான் அவர்களுடைய உண்மையான பயிற்சி தொடங்கும்.

கற்றுத் தருவதைப்பற்றிக் கலீல் கிப்ரான் 'தீர்க்கதரிசி'யில் குறிப்பிடுகிறார்.

உங்களுக்குள் அரைத்தூக்கத்திலிருப்பதையே இன்னொருவர் தெளிவுபடுத்துகிறார். அவர்தம் அறிவை அல்ல, நம்பிக்கையையும், நேசிப்பையும் தருகிறார். தன்னுடைய ஞான வீட்டிற்கு நம்மை அழைத்துச் செல்ல வற்புறுத்தாமல், நம்முடைய

மனத்தின் ஆழத்திற்கே இட்டுச் செல்கிறார். ஒரு மனிதனின் தரிசனம் இன்னொருவருக்குச் சிறகு களை ஒருபோதும் தர இயலாது. பயிற்சியில் ஒருவன் தன்னுடைய தவறுகளையெல்லாம் திருத்திக் கொள்ள வேண்டும். பணியில் பயின்ற வற்றை உடனடியாகப் பயன்படுத்தும் வகையில் சகலநுட்பங்களையும் உள்வாங்கிக்கொள்ளும் அளவு அவனுடைய கற்றுக்கொள்ளுதல் நிகழ வேண்டும்.

'அர்த்தசாஸ்திர'த்தில் ஒரே ஒரு இடத்தில் பயிற்சி பற்றிக் குறிப்பிடப்பட்டிருக்கிறது. அதுவும் படைகளுக்கான பயிற்சிதாமே தவிர பணியாளர் களுக்கான பயிற்சி அல்ல. நான்கு விதமான படைகளும் கிரகங்கள் ஒன்றுசேரும் நாட்களைத் தவிர, மற்ற நாட்களில் நகருக்கு வெளியே கட்டா யம் பயிற்சிபெறவேண்டும். அரசன் இப்பயிற்சியில் தனிப்பட்ட கவனம் எடுத்துக்கொள்வதோடு அடிக்கடி மேற்பார்வையிட்டு ஆய்வு செய்ய வேண்டும்.

'சுக்ரநீதி'யில் அரசன் புலி முதலிய கொடிய விலங்கினங்களை வேட்டையாடுதலாலும், இடை விடாது செய்யும் அம்பு, வாள் முதலிய படைக்கலப் பயிற்சியாலும், வீரர்களின் கூட்டுறவாலும் தன் வீரத்தன்மையை நன்கு வளர்த்தல்வேண்டும் என்றும், நல்ல வேதனங் கொடுத்தலாற் படைப் பலத்தையும், தவத்தாலும், பயிற்சியாலும் படைக் கல வன்மையையும், நூற் பயிற்சித் திறமை வாய்ந்த வர்களின் கூட்டுறவால் அறிவு வன்மையையும் எப்பொழுதும் மிகுவித்தல் வேண்டும் என்றும் பயிற்சியைப் பற்றிக் குறிப்பிடப்பட்டிருக்கிறது.

'தனுர்வேத சமிதா'வில் காலாட் படை சிப்பாய்கள் பின்னால் நகரவும், அசையாமல் நிற்கவும் கீழே படுக்கவும், விரைவாக ஓடவும், தலைதெறிக்க ஓடி எதிரிப்படை மீது தாக்கவும், சமிக்ஞைகளுக்கு ஏற்பப் பல திசைகளில் நகரவும் பயிற்றுவிக்கப்படவேண்டும் என்று குறிப்பிடப் பட்டுள்ளது. 'நீதி ப்ரகாதா'வில் சிப்பாய்கள் போரின் 32 அசைவுகளில் பயிற்றுவிக்கப்பட வேண்டும் என்பது தெரிவிக்கப்பட்டுள்ளது. 'மஹாபாரத'த்தில் சிப்பாய்கள் 21 விதமான வாள் பயிற்சியும் நான்கு விதமான கதாயுதப் பயிற்சியும் பெற வேண்டும் என்றும், 'அக்னி புராண'த்தில் 32 விதமான வாள் பயிற்சியும், ஈட்டியில் 11 விதமான பயிற்சியும், கதா யுதத்தில் 12 விதமான பயிற்சியும் தர வேண்டும் என்றும் குறிப்பிடப்பட்டுள்ளது. அவ்வப்போது போர் ஒத்திகையும் நிகழ்த்தப்பட வேண்டும்.

மார்க்கோபோலோ பாண்டியப் படை தரமற்ற சிப்பாய்களின் கூட்டமாக இருந்ததாகக் குறிப்பிடு கிறார். இந்திய சிப்பாய்கள் கவசம் போன்றவை யையோ, தலைப்பாதுகாப்பு கவசங்களையோ அணியாமல் போரில் குதித்தது பற்றி இலக்கியங்கள் தெரிவிப்பது உண்மைதான் போலிருக்கிறது.

இராஜராஜ சோழன் காலத்தில் நிரந்தரமான இராணுவம் இருந்தது. தமிழ் மன்னர்களில் இதன் அவசியத்தை முதலில் உணர்ந்தவர் அவர் தான் என்பதை 'இராஜராஜசோழன்' என்ற நூலில் ச.ந.கண்ணன் சுட்டிக் காட்டுகிறார். அதற்கு முன் பிருந்த மன்னர்கள் போர்த் தேவைக்காக மட்டுமே இராணுவத்தைத் திரட்டினார்கள். ஆனால் மக்களுக்கும், அரசுக்கும் பிணைப்பு ஏற்படுத்தும் ஓர் இயக்கமாக இராணுவத்தை மாற்றியவர் இராஜராஜன். தன்

படைகளை அவர் எந்த அளவுக்கு வலுவாக வைத்திருந்தார் என்பதற்கு கி.பி.1178 இல் சீன அறிஞர் ஒருவர் இராஜராஜனின் சோழற் படையை விவரித்ததை வைத்து அறிந்துகொள்ளலாம்.

'இந்நாடு மேற்கு நாடுகளுடன் போரிட்டுக் கொண்டிருக்கிறது. அரசிடம் ஏறக்குறைய அறுபதாயிரம் போர் யானைகள் உள்ளன. ஒவ்வொரு யானையும் ஆறு அல்லது ஏழடி உயரம் உள்ளது. போரிடும்போது யானைகள் மீது அம்பாரிகள் அமைத்து அவற்றில் அமர்ந்து வீரர்கள் வெகு தூரத்துக்கு அம்பு எய்கிறார்கள். வீரர்கள் ஈட்டிகளாலும் எதிரிகளைத் தாக்குகிறார்கள். வெற்றி அடைந்தவுடன் யானைகள் கௌரவிக்கப்படுகின்றன. அவற்றுக்குத் தங்கத்தாலான அம்பாரிகள் பரிசாகத் தரப்படுகின்றன. அரசர் முன்பு ஒவ்வொரு நாளும் யானைகள் கொண்டு வரப்படுகின்றன'.

ஆபிரஹாம் எராலி இந்தியப் படைகள் மோதிக் கொண்டவிதம் பல நேரங்களில் ஒழுங்குபடுத்தப் பட்ட போராக இல்லாமல் கோஷ்டி சண்டையைப் போல இருந்தது என்று தெரிவிக்கிறார். ஆனால் சோழர்கள் படையெடுப்பைப் பற்றி மா ட்வான்-லீன் என்கிற சீன எழுத்தாளர் போர் நிகழும்போது முதலில் யானைகள் அணிவகுக்கும், அதற்குப் பிறகு கவசம் தாங்கிய வீரர்கள். பிறகு ஈட்டி தாங்கிய வீரர்கள், பிறகு நீள்வாளோடு வீரர்கள். கடைசியாக வில்வீரர்கள் என்று விவரிக்கிறார். அரசரும், இளவரசரும் யானைகள் மீதும், தளபதிகள் தேரிலும் வருவார்கள். முரசறைந்து போரின் தொடக்கம் அறிவிக்கப்படும் என்கிறார்.

இலக்கியங்களில் போர் பற்றிய பெரிய பயிற்சி இருந்ததாகத் தெரியவில்லை. உணர்ச்சியின் உந்துதலால் படைக்கு அனுப்பப்பட்டவர்கள் இருந்தார்கள் என்பது புறநானூற்றைப் படித்தால் தெரிகிறது.

குதிரைகள் போன்றவை பயிற்சியளித்தால் தான் போருக்குப் பயன்படும் என்று பொன்முடியார் புறநானூற்றில் பாடுகிறார். இரண்டு அரசர்களுக் கிடையே போர் மூண்டது. ஒருவன் சிற்றரசன். அவனுடைய குதிரையோ உளுத்தம் பொட்டையே உணவாகக் கொண்டு தளர்நடை பயிலும் குதிரை. அது போர்க்களத்தில் கடலைக் கிழித்துக்கொண்டு செல்லும் தோணிபோல் முன்னேறிப் பகைக் கூட்டத்தை அழித்தது. எதிர்த்துப் போரிட வந்த பேரரசனின் குதிரைகள் நெய்யுணவை உண்டு வளர்ந்தவை. வீட்டு விலக்கான பெண்கள், நாணி ஒதுங்கி ஒருபுறமாக நிற்பதுபோலப், போர்க் களத்தில் முன்னேறாமல் பின்வாங்கி நின்றன என்று வர்ணிக்கிறார்.

பருத்தி வேலிச் சீறூர் மன்னன்
உழுத்தஅதர் உண்ட ஓய்நடைப் புரவி
கடல்மண்டு தோணியிற் படைமுகம் போழ
நெய்ம்மிதி அருந்திய கொய்சுவல் எருத்தின்
தண்ணடை மன்னர் தாருடைப் புரவி
அணங்குஉடை முருகன் கோட்டத்துக்
கலம்தொடா மகளிரின் இகந்துநின் றவ்வே. *(299)*

இலக்கியத்தில் மேலாண்மை

பயிற்சியைப் பற்றிச் சீனத்தில் ஒரு கதை உண்டு. யாங் சி என்பவருடைய பக்கத்து வீட்டுக்காரருடைய ஓர் ஆடு தொலைந்துவிட்டது. அவர் தன்னுடைய ஆட்களையெல்லாம் தேட அனுப்பியதோடு யாங்சியையும் தன் பணியாளர் ஒருவரை அனுப்பி வைக்குமாறு கேட்டார். அதற்கு யாங் சி ஒரு செம்மறியைத் தேட இத்தனை பேர் தேவையா? என்றார்.

> நிறைய பாதைகள் இருந்தால், ஒரு மனிதன் ஆட்டைக் கண்டு பிடிக்கமுடியாது. ஒரு சீடனுக்கு நிறைய ஆர்வம் இருந்தால், அவன் நேரம் நிறைய விரயமாகும்

"நிறைய வழிகள் இருக்கின்றன. எந்த வழியாக அது சென்றது எனத் தெரியாதல்லவா?" என்று பதில் வந்தது. யாங் சியின் சேவகன் திரும்பி வந்ததும், "ஆட்டைக் கண்டுபிடித்து விட்டாயா?" என்று கேட்டார்.

அவன் "இல்லை" என்றான்.

'நிறைய வழிகள். ஒன்று இன்னொன்றில் முடிகிறது. எதை எடுப்பது, எதை விடுவது என்று எங்களுக்குத் தெரியவில்லை. எனவே திரும்பி விட்டோம்' என்றான் அவன்.

யாங் சி மௌனமாக இருந்தார். அவர் முகத்தில் மெல்லிய புன்முறுவல்.

நிறைய பாதைகள் இருந்தால், ஒரு மனிதன் ஆட்டைக் கண்டுபிடிக்கமுடியாது. ஒரு சீடனுக்கு நிறைய ஆர்வம் இருந்தால், அவன் நேரம் நிறைய விரயமாகும். எல்லா அறிவின் மூலமும் ஒன்றே. அதன் மீது கவனம் வைத்தால் பாதை மாற மாட்டோம் என்றார் யாங் சி.

கற்றுக்கொள்ளும்போது எக்காரணம் கொண்டும் இலக்கைத் தவற விடக்கூடாது. எந்த நோக்கத்திற்காகப் பயிற்சி பெறுகிறோமோ, அதில் சிறிதும் கவனச் சிதைவும் ஏற்படக்கூடாது.

பீர்பாலை அக்பர் கேட்டார் "நீ எங்கிருந்து இவ்வளவு அறிவை அடைந்தாய்?"

பீர்பால் "முட்டாள்களிடமிருந்து. அவர்கள் செயல்பாடுகளைப் பார்த்து அந்தத் தவறுகளை நான் செய்யாமல் பார்த்துக்கொள்கிறேன். அதுவே என்னை அறிவாளியாக்குகிறது. நமக்கு அறிவைத் தருகிற அளவிற்கு நிறைய முட்டாள்களும், புத்தி கெட்டவர்களும் இருக்கிறார்கள்" என்றார்.

அடுத்தவர்களுடைய தவறுகளிலிருந்தும், நம்முடைய பழைய செயல்பாடுகளிலிருந்தும் நிறைய கற்றுக் கொள்ளமுடியும். பயிற்சியின்போது அவ்வாறு தவறு நிகழ்வதை எவ்வாறு தடுக்கலாம் என்பது பற்றி விளக்கம் பெறலாம்.

இப்போது பல நிறுவனங்கள், பணியில் சேரும்போது அளிக்கிற பயிற்சியோடு நிறுத்தி விடுகின்றன. அடிக்கடி பயிற்சி தேவைப்படுகிறது. அது சகப்பயிற்சியாளர்களிடம் கற்றுக் கொள்ளவும், அவர்கள் அனுபவங்களைப் பகிர்ந்துகொள்ளவும் பெரிய வாய்ப்பாக அமையும்.

எந்தெந்த நிறுவனங்கள் தரமான பயிற்சியில் அதிக முதலீடு செய்கின்றனவோ அவையே சிறந்த பணியாளர்களை உருவாக்குகின்றன. மருத்துவம் போன்ற துறைகளில் அடிக்கடி சர்வதேச கருத்தரங்கங்கள் நடத்தப்படுகின்றன. நாளுக்குநாள் புதிய கண்டுபிடிப்புகள் வந்து கொண்டே இருக்கின்றன. மருத்துவர்கள் அவற்றில் பரிச்சயம் செய்து கொண்டால்தான் தரமான சிகிச்சையை நோயாளிகளுக்கு வழங்க முடியும்.

ஐ.பி.எம் போன்ற நிறுவனங்கள் பயிற்சியில் அதிக முதலீடு செய்கின்றன. தொழில்நுட்பம் சார்ந்த பணிகளில் நிகழ்கால முன்னேற்றங்களை அறிந்து கொள்ளும் பயிற்சியே சரியான வழி. பயிற்சியில் பணியாளர்கள் தங்களுக்குள்ளான அனுபவங் களைப் பகிர்ந்துகொள்வதால் அது அவர்களுக்கு மிகப்பெரிய மாறுதலாக இருக்கிறது. அவர்கள் உள்ளம் புத்துணர்ச்சியும் பெறுகிறது. பல நேரங் களில் அரசுப் பயிற்சிக்குத் துறை அலுவலர்கள் ஆட்களைச் சரியாக அனுப்புவதில்லை. தேவை யில்லாத நபர்களைப் பயிற்சிக்கு அனுப்புவதும், குறிப்பிட்ட துறையில் பயிற்சி முடித்தவர்களை உடனடியாக வேறு துறைக்கு மாற்றுவதும் பயிற்சியின் நோக்கத்தை முனை மழுங்கச் செய்து விடுகின்றன.

★

அத்தியாயம் 93

அனைவரும் ஆசான்கள்

சமஸ்கிருதத்தில் ஒரு பழமொழி உண்டு. கால்வாசியை ஆசான்களிடமும், கால்வாசியைச் சுயமாகவும், கால்வாசியைச் சக மாணவர்களிடமும், கால்வாசியைக் காலப்போக்கிலும் கற்றுக்கொள் கிறோம் என்பதே அது. தொடர்ந்த பயிற்சி ஒருவருடைய அறிவை அகலமாக்கப் பேருதவியாக இருக்கும்.

எல்லோரிடமிருந்தும் கற்றுக்கொள்வதற்கு வாய்ப்புகள் இருக்கின்றன. நிறுவனத்தின் கடைசி ஊழியரும் ஒரு நிகழ்வு பற்றி மிகச் சரியான தீர்வைச் சொல்ல முடியும். யாரும் புறக்கணிக்கக்கூடிய வர்கள் அல்ல. இந்த அடிப்படையில்தான் ஜப்பானில் 'மூளைப்புயல்' நிகழ்ச்சிகள் நடத்தப்படுகின்றன. நிறுவனத்தில் உள்ள ஒரு சிக்கலைத் தீர்க்க எல்லாப் பணியாளர்களும் ஒன்றுகூடுகிறார்கள். அவர்கள் தயக்கமில்லாமல் கருத்துகளைக் கூறலாம். எந்தக் கருத்தின் மீதும் விமர்சனம் செய்யாமல் அதைப் பற்றி அலச வேண்டும். சாத்தியமா? சாத்திய மில்லையா? என்பதைப் பற்றி மட்டும் ஆராய வேண்டும். சொல்லப்படுகிற கருத்தே முட்டாள் தனமானது என்று, சொன்னவரை ஒருபோதும் புண்படுத்தக்கூடாது. இதைப் போன்ற வழிமுறை களை ஜப்பானில் பயன்படுத்தியதன் காரணமாகப் பணியாளர்கள் அனைவருக்கும் நிறுவனத்தின் செயல்பாட்டில் அவர்களும் பங்கு வகிப்பதன் உணர்வு ஏற்பட்டபோது நிறுவனம் பற்றிய முழுமை யான தகவல்களும் தெரிந்தன.

தரக்கட்டுப்பாடு மையங்களும் அப்படி அமைந்தவையே. பணியாளர்களாகக்கூடித் தொழிற் சாலையின் உற்பத்தியை அதிகரிக்கவும், இடு பொருட்களின் செலவைக் குறைக்கவும், இலாபத்தை

இலக்கியத்தில் மேலாண்மை

அதிகரிக்கவும், வழிமுறைகளை யோசித்து நிறுவனத் தலைமைக்குப் பரிந்துரைப்பார்கள். அவற்றில் சிறந்தவற்றை எடுத்துப் பரிசோதித்து நிறுவனம் ஏற்றுக்கொள்ளும். இன்று இந்தியாவில் பல தொழிற்சாலைகள் இந்த முறையைக் கடைப் பிடிக்கின்றன. மேலும் தரவட்டங்களிடையே போட்டிகளையும் உருவாக்கி, சிறந்த வட்டங் களுக்குப் பரிசுகளையும் வழங்குகின்றன. இப்படிப் பட்ட முயற்சிகளின் மூலம் நிறுவனம் பெருமளவு சேமிக்க முடிகிறது. அந்தச் சேமிப்பைத் தொழிலா ளர்களுக்குப் பகிர்ந்து தந்து நல்லெண்ணத்தையும் ஏற்படுத்த முடிகிறது.

360 டிகிரி மதிப்பீட்டு அறிக்கையும் இது போன்ற முயற்சிகளில் ஒன்று. மேலாளர்கள் பணியாளர்களை மதிப்பிடுவது போலவே பணி யாளர்களும் மேலாளர்களை மதிப்பீடு செய்யலாம். அவற்றில் இருக்கக்கூடிய நியாயமான குறைபாடு களை மேலாளர்கள் களைய வேண்டும். புகார் புத்தகங்கள் வாடிக்கையாளர்களும் பயனுள்ள யோசனைகளைத் தரலாம் என்கிற அடிப்படையில் எழுந்தவையே. எந்தப் பொருளும் பூரணத்துவத்தை அடைவதில்லை. நாம் தொடர்ந்து மேம்படுத்திக் கொண்டே இருக்கவேண்டிய கட்டாயத்தில் இருக்கிறோம் என்பதுதான் கசப்பான உண்மை.

வர்த்தகத்தில் செட்டியார்கள் எவ்வாறு பயிற்சி பெற்றார்கள் என்பதை மார்க்கோபோலோ குறிப்

> எந்தப்பொருளும் பூரணத்துவத்தை அடைவதில்லை. நாம் தொடர்ந்து மேம்படுத்திக் கொண்டே இருக்கவேண்டிய கட்டாயத்தில் இருக்கிறோம் என்பதுதான் கசப்பான உண்மை

பிட்டிருக்கிறார். பதின்மூன்று ஆண்டுகள் நிறைவு செய்ததும், ஆண் வாரிசுகளை வீட்டிலிருந்து அனுப்பிவிடுவார்கள். அதற்குப் பிறகு பராமரிப்புச் செலவை மேற்கொள்ள மாட்டார்கள். கொஞ்சம் பணம் கொடுத்து, வியாபாரம் செய்ய அனுப்பு வார்கள். அந்தச் சிறுவர்கள் பல இடங்களுக்குச் சென்று பொருள்களை வாங்கி விற்றுப் பிழைக்க வேண்டும். இவ்வாறு அவர்கள் வர்த்தகத்தில் பல நுணுக்கங்களைக் கற்றுச் சிறந்த வியாபாரிகளாக ஆவார்கள். அவர்கள் 21 வயது நிரம்பியவுடன் குடும்ப வர்த்தகத்தில் அடுத்தவன் என்ற உதவி யாளனாகச் சேர்த்துக் கொள்ளப்பட்டு பத்து ஆண்டு களுக்குப் பிறகு பங்காளியாக உயர்த்தப்பட்டு, அடுத்த பத்து ஆண்டுகளுக்குப் பின் முதலாளியாக வளர்ச்சிபெறுவார்கள்.

ஓர் அரசர் தன்னுடைய இசைக் கலைஞனிடம் "எனக்கு எழுபது வயதாகிறது. படிக்க ஆசையாக இருக்கிறது, ஆனால் மிகவும் காலதாமதமாகி விட்டது" என்றார்.

"நீங்கள் ஏன் ஒரு மெழுகுவத்தியை ஏற்றக் கூடாது?" என்றார் அந்த இசைக்கலைஞன்.

"மன்னனிடம் கிண்டலா" அரசர் கோபமுற்றார்.

"நான் நகைச்சுவை செய்யவில்லை. இளம் வயதில் படிக்கும் ஆசை இருந்தால், அவன் எதிர் காலம் காலைச் சூரியன்போல ஜொலிக்கும். நடுத்தர வயதில் அதைப் பயன்படுத்தினால், அது நண்பகல் போல. வயோதிகத்தில் வாசிப்பது மெழுகு வத்தியின் ஒளியைப்போல. அது பளிச்சென்று இருக்காவிட்டாலும், இருட்டில் தடுமாறுவதை விடப் பரவாயில்லை" என்றார். கற்றுக் கொள் வதற்கு வயது தடையல்ல, பணியனுபவமும் விலக்கல்ல. கற்றுக்கொண்டு அறிவைத் தேக்கி வைத்திருப்பதால் மட்டும் பயனில்லை. அதை எப்படி வர்த்தகமாக்கி வெற்றிபெறுகின்ற உத்தியும் தெரிந்திருக்க வேண்டும்.

எவ்வளவு வயதானாலும் களத்திற்குச் செல்லுகிறபோது கற்றுக் கொள்ளலாம்

களப்பணி செய்வதன் மூலம்தான் உண்மையான சூழலை நாம் உணர முடியும். குளிர்சாதன அறையில் குந்திக்கொண்டு எல்லாம் எனக்குத் தெரியும் என்று இருப்பவர்கள் எந்த முன்னேற்றத்தையும் நிகழ்த்த முடியாது. மகாத்மா காந்தி இந்தியா முழுவதும் களப்பணி செய்த காரணத்தால் தான் மக்களின் நாடியை அறிந்து அவர்களுக்கான மகத்தான பணியை ஆற்ற முடிந்தது. அவர் தமிழ் நாட்டிற்கு மட்டும் 20 முறை வந்திருக்கிறார். அவை அனைத்துமே பல நாட்கள் தங்கியிருந்த பயணங்கள்.

எவ்வளவு வயதானாலும் களத்திற்குச் செல்லுகிறபோது கற்றுக் கொள்ளலாம். சில நேரங்களில் நம்முடைய சிந்தனைகள் எவ்வளவு தூரம் நடைமுறைக்கு ஒவ்வாதவை என்பதையும் நாம் களத்தில் தான் கற்றக்கொள்ள வேண்டும். முதிர்ந்த நிலையிலிருக்கும் மேலாளர்களும் களத்திற்குச் செல்லுகிறபோது என்ன பிரச்சினை என்பதை நுணுக்கமாகத் தெரிந்துகொள்ள முடியும். அதற்குப் பிறகு அவற்றைத் தீர்க்க சாதகமான முடிவுகளை எடுக்க முடியும்.

இது பற்றித் தாவோ கதையொன்று உண்டு

ஒரு குடும்பத்திற்குத் துணிகளுக்குச் சாயம் போடும் பணி. எல்லா நேரமும் கைகளைச் சாயத்திலேயே நனைத்திருப்பதால் அவை சிவப்பாகவும், புண்ணாகவும் ஆகிவிடுவதால் அவர்கள் மிகவும் துன்பப்பட்டார்கள். அப்போது அந்தக் குடும்பத்தைச் சார்ந்த ஒருவர் புண்ணைக் குணப்படுத்தும் களிம்பு ஒன்றைக் கண்டுபிடித்தார். அது ஒவ்வொரு தலைமுறையாகக் கற்றுத்தரப்பட்டு, பல நூற்றாண்டுகள் கைகள் புண்ணாகாமல் அவர்கள் காலந்தள்ளினர்.

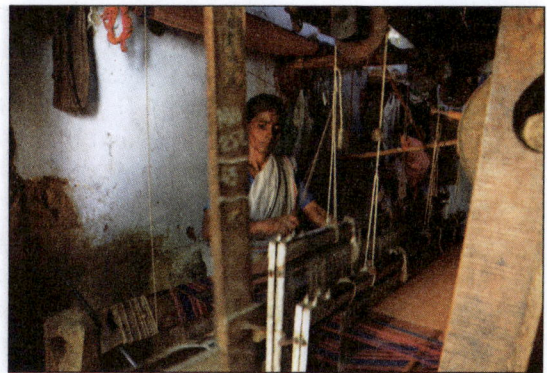

ஒருமுறை அந்த வழியாக வந்த ஒரு பயணி அந்தக் குடும்பத்தினர் கைகளில் ஒருவிதக்களிம்பு தடவுவதைப் பார்த்து 'இதன் பயன் என்ன?' என்று கேட்டார். அவர்கள் சொன்னார்கள். 'இதை எப்படித் தயாரிப்பது என்று எனக்குத் தெரிய வேண்டும்' என்று அந்தப் பயணி சொன்னார். அதற்கு அவர்கள் தங்கள் குடும்பத்தில் பெரியவரிடம் அழைத்துச் சென்றார்கள். அந்தப் பயணி நூறு பொற்காசுகளையும் கொடுக்க, அவரும் மகிழ்ச்சியோடு, 'இத்தனை நாளாக இந்தத் தொழிலைச் செய்து வருகிறோம், இவ்வளவு பணம் பார்க்கவில்லை' என்று சொல்லிப் பணத்தைப் பெற்றுக் கொண்டு தொழில்நுட்பத்தைச் சொல்லிக்கொடுத்தார்.

அந்தப் பயணி அரசரைச் சந்தித்தார். அரசரோ அப்போதுதான் வடமாநிலத்தில் ஏற்பட்டிருந்த கிளர்ச்சியை அடக்கச் சிப்பாய்களை அனுப்ப முடிவுசெய்திருந்தார். வடக்குப் பகுதியோ மிகவும் குளிரானது. பயணி அரசரிடம் 'வடக்குப் பகுதியில் குளிரில் சிப்பாய்களின் கைகள் புண்ணாகிவிடும். அவர்களால் வாளேந்த முடியாது. எனவே கிளர்ச்சியாளர்கள் எளிதில் வெற்றிபெற்றுவிடுவார்கள்' என்றார்.

அரசரும் அவர் சொன்னதை ஆமோதித்தார். அப்போது அந்தப் பயணி வண்டி நிறைய தான் தயாரித்து வைத்திருந்த களிம்பைக் காட்டினார். தினமும் அந்தக் களிம்பைக் கைகளில் தடவும்படி சிப்பாய்களிடம் சொன்னார். கிளர்ச்சி முறியடிக்கப் பட்டது. பயணிக்கு அரசன் மிகப்பெரிய தோப்பை எழுதிவைத்தார்.

பயிற்சியளிப்பவர்கள் பயிற்சியாளர்களின் மீது மிகப்பெரிய தாக்கத்தை ஏற்படுத்துகிறார்கள். ஒரு நேர்மையான அதிகாரியின் கீழ்ப் பயிற்சி பெறுகிற இளம் அலுவலர், அவருடைய நடவடிக்கைகளைப் பார்த்து அவரும் நேர்மையாக இருக்க வேண்டும் என்கிற எண்ணத்தைத் தொடக்கக் காலத்திலேயே பெற்றுவிடுகிறார். பயிற்சியளிப்பவர்கள் தங்களைச் செம்மையாக வைத்துக் கொள்வதோடு நிறைய வாசித்தும், தெரிந்துகொண்டும் அனுபவத்தைச் செறிவாக்கிக்கொள்வது அவசியம்.

பயிற்சியளிப்பவர்கள் தொழிலில் விற்பன்னர் களாகவும், வெறும் அறிவுடன் நின்று விடாதவர் களாகவும் இருக்கவேண்டும். அப்போதுதான் பயிற்சியால் பலன் கிடைக்கும். இது குறித்துக் கீழை நாட்டுக்கதை ஒன்றுண்டு.

ஒருவன் பழங்காலத்தில் அரசனிடம் சென்று 'நான் குதிரைகளைப் பயிற்றுவிப்பதில் நிபுணன்' என்றான். அரசரும் தன்னுடைய மிகச்சிறந்த பத்துக் குதிரைகளை அவனிடம் ஒப்படைத்து அவற்றைப் பழக்குமாறு சொன்னார். முதலில் அவற்றைப் பழுக்கக் காய்ச்சிய கம்பியால் சூடு போட்டான். பிறகு அவற்றின் குஞ்சத்தை வெட்டினான். குளம்பு களைச் செதுக்கினான். அவற்றை மோசமான இலாயத்தில் கட்டினான். மூன்று குதிரைகள் மடிந்துபோயின. அவற்றிற்குக் குறைவான உணவு கொடுத்து, சவுக்கால் அடித்து பந்தயத்திற்குப் பழக் கினான். அவற்றில் மேலும் மூன்று இறந்தன. கடைசியில் வத்தலும், தொத்தலுமாக நான்கு மட்டுமே உயிருடன் போராடிக் கொண்டு எஞ்சி யிருந்தன.

பயிற்சி என்பது பண்படுத்த வேண்டும், புண் படுத்துவதற்கான களமல்ல. நிபுணத்துவம் பெறு பவர்கள், எளிமையாக இருந்தாலும் எல்லோராலும் மதிக்கப்படுவார்கள். செங்கோலால் செய்யும் அதிகாரத்தைக் காட்டிலும், நிபுணத்துவத்தால் பெறு கின்ற அதிகாரம் உயர்ந்தது என்பதை 'நன்னெறி' சுட்டிக்காட்டுகிறது.

'பொன் அணியும் வேந்தர் புனையாப்
பெருங்கல்வி
மன்னும் அறிஞரைத்தாம் மற்றுஒவ்வார்
மின்னுமணி
பூணும் பிற உறுப்புப் பொன்னே அது
புனையாக்
காணும் கண் ஒக்குமோ காண்' (40)

என்கிற அந்தப் பாடலில் பொன் ஆபரணம் அணிந்து கொள்ளும் மன்னன், ஆபரணம் எதுவும் அணியாத அறிஞர்க்கு ஒப்பாகமாட்டார். ஒளிதரும் பொன் அணிகளைத் தரிக்கும் பிற உறுப்புகள், அணிகளைத் தரியாத விழிக்கு ஒப்பாகுமா என்ற வினா எழுப்பப் படுகிறது.

கற்பதைக் களத்தில் செயல்படுத்தாதபோது, கல்வி முற்றுப்பெறாது என்பதை உணர்த்தவே கற்கக் கசடற என்ற திருக்குறளை வள்ளுவர் 'கல்வி' அதிகாரத்தில் முதன்மைப்படுத்தினார். பயிற்சிக்கு அது முற்றிலும் பொருந்தும்.

ஒவ்வொரு நிறுவனமும் கற்கும் நிறுவனமாக உருவாகவேண்டும். அப்போதுதான் பல துறைகளில் புகுந்துள்ள புதிய தொழில்நுட்பங்களைப் பற்றியும், மாற்றங்களைப் பற்றியும் தெரிந்து கொள்வதற்கு இயலும். புதிய உத்வேகத்துடன் செயல்படமுடியும். இப்போது தொழிற்சாலைகளில் தரக் கட்டுப்பாடு குழுக்களை அமைத்து, அதில் உள்ள உறுப்பினர் களுக்குள் ஆரோக்கியமான போட்டியை உரு வாக்கி, சிறந்த கண்டுபிடிப்புகளை உருவாக்கித்

தருபவர்களுக்குப் பரிசுகளையும் தருகிறார்கள். ஒவ்வொரு மாதமும் வல்லுநர்களை அழைத்து குறிப்பிட்ட துறையில் பேச வைக்கிறார்கள். உற்பத்தியாகும் பொருட்களில் நூறு விழுக்காடு தரமானதாக இருக்க வேண்டும் என்று வலியுறுத்து கின்றார்கள்.

உவப்பத் தலைக்கூடி உள்ளப் பிரிதல்
அனைத்தே புலவர் தொழில் (394)

என்கிற குறட்பா, இன்றைய தொழில் நிறுவனங்கள் கற்கும் நிறுவனங்களாக மாற வேண்டியதன் அவசியத்தை உணர்த்துவதாக இருக்கிறது. 'மிலான்ட்-பன்ஹா' என்கிற புத்தபாலி நூலில் மெனான்டர் என்ற அரசனுக்கும், புத்த முனிவர் நாக சேனாவுக்கும் இடையே நடந்த விவாதம் விவரிக்கப்படுகிறது. நாகசேனா மன்னர்களுக்கும், ஞானிகளுக்கு மிடையே நடக்கும் கலந்துரையாடலின் வேறுபாடு பற்றிக் குறிப்பிட்டார். அரசன், 'படிப்பாளிகள் எவ்வாறு விவாதிப்பார்கள்?' என்று கேட்டார்.

நாகசேனா, 'அறிவாளிகள் பேசும் போது, அவர்கள் கருத்தைச் சொல்வார்கள், அதை ஆராய் வார்கள். யார் தவறாகப் பேசுகிறாரோ, அவர் தன்னு டைய தவறை ஒப்புக்கொள்வார். பிறகு அவர்கள் வேறுபாடுகளை வகுப்பார்கள். ஆனாலும் அவர்கள் வாதத்தில் கோபம் கொப்பளிக்காது.

'அரசர்கள் எப்படி விவாதிப்பார்கள்?'

அரசன் பேசும்போது, 'ஒரு கருத்தை முன் வைப்பார்கள். யாராவது அதில் மாறுபட்டால், அவருக்கு அபராதம் விதிக்கப்படும். தண்டனையும் அளிக்கப்படுவதுண்டு'.

கற்றல் நிறுவனமாக கல்வியாளர்கள் அவை எப்போதும் விளங்கியது. அது ஆன்மிகமானாலும் சரி, இலக்கியமாக இருந்தாலும் சரி.

'மஹா பரிநிர்வாண சுத்தா'வில் புத்தர் கூறிய வாசகம் ஒன்று இருக்கிறது.

'நான் பல சூட்சுமங்களுக்குச் சென்றிருக்கிறேன்
அதில் பலதரப்பட்ட மனிதர்கள்
சிலவற்றில் அரசர்களும், பிரபுக்களும்
சிலவற்றில் பூசாரிகளும், துறவிகளும்
சிலவற்றில் இல்லறவாசிகள்
நான் அவர்கள் பேசும் முறைக்கேற்பப்
பேசுவேன்
உடலின் வண்ணத்தைக்கூட அவர்களுக்கேற்ப
உருமாற்றம் செய்வேன்
அவர்கள் புரிந்துகொள்ளும் வகையில் என்
உபந்யாசத்தை நடத்துவேன்
அவர்களை இவ்வாறு உற்சாகப்படுத்தி
வழிநடத்துவேன்'

புத்தர் சொன்ன சூத்திரம் இன்றைய பயிற்சி தருபவர்களுக்குக் கட்டாயம் பொருந்தும்.

★

இலக்கியத்தில் மேலாண்மை

அத்தியாயம்
94

பதவி உயர்வும், ஊக்க உயர்வும்

மனிதவள மேம்பாட்டில் மிகவும் முக்கிய மானது பதவி உயர்வு. ஒரே பணியில் தொடர்ந்து பணியாற்றுபவர்களுக்கு அலுப்பும், சலிப்புமே ஏற்படுகின்றன. விரக்தியடையும் போது அவர் களைப் பயன்படுத்திக்கொள்ள வேறு நிறுவனங்கள் தயாராக இருக்கின்றன. இவ்வளவு நாள் ஒரு நிறுவனம் அளித்த அனுபவம் வேறொரு நிறுவனத் திற்கு வளம் சேர்த்துவிடும். அதுமட்டுமல்லாமல் பதவி உயர்வு என்பது தலைமைப்பண்பை வளர்த்துக் கொள்ள உதவும் வழிமுறை. படிப்படியாக அனு பவத்தை விருத்தி செய்யும்போது உயர்ந்த பொறுப்புகளை எளிதில் நிருவகிக்க முடியும்.

'உச்சமும் மிச்சமும்', என்கிற நூலில் (Most and More) வாசித்த ஒரு சம்பவம்...

சதுரங்கப் பலகையின் முதல் வரிசையில், ராஜா, ராணி, பிஷப், நைட், ரூக் போன்றவை இருக்கின்றன. அதற்கடுத்த வரிசையில் எட்டு சிப்பாய்கள் இருக்கிறார்கள். ஆட்டம் தொடங் கியதும் முடியும்வரை ஒரு ரூக், ரூக்காகவே இருக்கும். பிஷப் பிஷப்பாகவே இருக்கும். அவற்றை யானை, குதிரை, ஒட்டகம் என்று சிறுவர்கள் அழைப்பார்கள். அவை விலங்குகள் போல; ஒரு விலங்கு கடைசிவரை விலங்காகத்தான் இருக்க முடியும். எடுத்தவுடன் அவை சக்தியுடன் இயங்கும். திறந்தவுடன் ஓடும், நீந்தும். மனிதனால் அது சாத்தியமில்லை.

ஆனால் சிப்பாய்களோ மனிதர்கள். மனிதன் மட்டுமே பதவி உயர்வு பெறுகிற சாத்தியம்

494

ஒரு சிப்பாய் ராணியாவதோ, ரூக் ஆவதோ, 'சிலர் மகத்துவத்தை சம்பாதிக்கிறார்கள்' என்கிற ஷேக்ஸ்பியருடைய வாசகத்திற்குச் சான்று

உள்ளவன். ஆறே ஆறு கட்டங்களைக் கடந்தால் அவை இராணியாகவோ, கூட உருமாற்றம் பெறலாம். சதுரங்கத்தில் உள்ள இராஜா பிறப்பால் அடையும் பதவி. 'சிலர் பிறப்பால் மகத்துவம் அடைகிறார்கள்' என்ற ஷேக்ஸ்பியரின் கூற்றிற்கு இராஜா உதாரணம். இன்னொன்று இராணிக்காய். 'சிலர் மீது புகழ் திணிக்கப் படுகிறது' என்பதற்கு இராணி சாட்சி. இராஜாவை மணப்பதால் மட்டுமே இராணி என்கிற அந்தஸ்து. ஆனால் ஒரு சிப்பாய் இராணியாவதோ, ரூக் ஆவதோ, 'சிலர் மகத் துவத்தைச் சம்பாதிக்கிறார்கள்' என்கிற ஷேக்ஸ்பி யருடைய வாசகத்திற்குச் சான்று.

எடுத்தவுடன் நிறுவனத்தின் உயர் பதவியை அடைகிறவர்களைவிட, கொஞ்சம் கொஞ்சமாகப் பணி உயர்வு பெற்று மேலிடத்தைப் பெறுகிறவர் களே மேன்மையானவர்கள் என்பதற்கும், சாதாரண பணியில் இருந்தாலும் உழைப்பால் பெரிய நிலையை அடைய முடியும் என்பதற்கும் இந்த விளக்கம் மிகவும் பொருத்தமானது.

நான் பலரைச் சந்திக்கிறேன்... அவர்கள் சிற்றுண்டிச் சாலையில் பரிமாறுபவராக இருந்து உணவகங்களுக்குச் சொந்தக்காரராக மாறியவர்கள்; பரிமாறுபவர்கள் பரிணாம வளர்ச்சி பெற்றால் அது அதிர்ஷ்டமல்ல உழைப்பு. ஒரு மில்லில் காசாளராக இருந்து பெரிய ஜவுளி முத்திரைக்குச் சொந்தக் காரராக மாறியதைப் பார்த்திருக்கிறேன். இப்படிப் பலர் உழைப்பால் பதவி உயர்வைப் பெற்று, பலருக்குப் பணியளிக்க முடியும் என்பதை நிரூபிக்கிறார்கள்.

திருவள்ளுவர் பணியாளர்களைத் தேர்வு செய்யும்போது தகுதியே முதலிடம் வகிக்க வேண்டும் என்று வலியுறுத்துகிறார். தனிப்பட்ட இச்சைகளுக்கு முக்கியத்துவம் தருவது கூடாது. ஒவ்வொரு பணியாளரையும் அவருடைய தகுதி பற்றி முழுமையாக அறிந்து அதற்கேற்றவாறு பணி யளிக்க வேண்டும். தகுதியே கட்டளைக் கல்லாக இருக்கவேண்டுமே தவிர, வேறெந்த வகையிலும் ஒருவருடைய மதிப்பை முடிவு செய்யக்கூடாது. பயனற்றவர்களை வேண்டியவர்கள் என்பதால் தலையில் தூக்கிவைத்துக் கொண்டாடக்கூடாது.

''பெருமைக்கும் ஏனைச் சிறுமைக்கும் தத்தம்
கருமமே கட்டளைக் கல்'' (505)

ஷேக்ஸ்பியருடைய 'ஒதெல்லோ' நாடகத்தில் இயாகோவுடைய கோபத்திற்குக் காரணமே அவன் தகுதி பெற்றிருப்பதாகவும், வெறும் கணித ஆற்றல் கொண்ட கேசியோவிற்குத் தன்னை மீறிப் பதவி உயர்வு கிடைத்ததாகவும் அவன் நினைப்பதுதான். அவன் பார்வையில் கேசியோ போரைப் பற்றிப் புத்தகங்களில் வாசித்தவன் தானே தவிர, போர்க் களத்தைச் சந்தித்தவனல்லன். அவன் வருத்தப் பட்டுக் குறிப்பிடுகிறான்.

'பணியின் சாபம்
விருப்பம் என்பதைப் பொறுத்ததாக இருக்கிறது
பணிக்காலத்தைப் பொறுத்து
அது அமைவதில்லை.
ஒவ்வொரு நொடி முதுமைநிலையும் முக்கியம் என்பது
வசதியாக மறக்கப்படுகிறது'

உயரிய பதவியில் இருப்பவர்கள் மனநிலை எப்படி இருக்கும் என்பதைச் சீனப்பழங்கதை ஒன்று விவரிக்கின்றது.

ஒரு பணக்காரனும், ஏழையும் பேசிக்கொண் டிருந்தார்கள்.

''என்னிடம் நூறு பொற்காசுகள் இருக் கின்றன. உனக்கு இருபது தந்தால் என்னைப் புகழ்வாயா?''

''சமமாகப் பங்கிடாதபோது, நான் உன்னைப் புகழ எனக்கு எந்தக் காரணமும் இல்லையே!''

''சரி பாதி பொற்காசுகளைத் தந்தால் புகழ்வாயா?''

''அப்போதும் நாம் சமம்தானே''.

''மொத்தப் பொற்காசுகளையும் உனக்கே தந்தால், அப்போதாவது புகழ்வாயா?''

''எல்லாச் செல்வமும் என்னிடம் இருந்தால், நான் ஏன் உன்னைப் புகழ வேண்டும்?''

பலரைப் புகழ்ந்தே பதவி உயர்வு பெறுகிறவர்கள் உண்டு. ஆனால் ஏற்கெனவே குறிப்பிட்டதைப்போல அவர்கள் பாலாடை புளிக்கும்வரை உயர்வதுபோல உயர்ந்து அங்கேயே தங்கிவிடுவார்கள். தாமதமானாலும் தகுதியே வெற்றி பெறும்.

எந்த முயற்சியும் எடுக்காமல் நமக்குச் சீனியாரிட்டிப்படி பதவி கிடைக்கும், பணி உயர்வு கிடைக்கும் என்றிருப்பவர்களும் பல நிறுவனங்களில் இருக்கிறார்கள். எதையாவது புதுமையாகச் செய்யப்போய் மாட்டிக்கொண்டால் என்னாவது என்கிற அடிப்படையில் இவர்கள் எந்தப் பொறுப்பையும் ஏற்றுக்கொள்ள மாட்டார்கள். எந்தக் குற்றச்சாட்டும் இல்லாத காரணத்தால் இவர்களுக்கும் பணி உயர்வு கிடைப்பதுண்டு. ஆனால் தனியார் நிறுவனங்களில் இது எல்லா நேரமும் சாத்தியமில்லை. இதற்கு அர்மேனிய நாட்டுப்புறக் கதையை உதாரணமாகக் கூறுலாம்.

பலரைப் புகழ்ந்தே பதவி உயர்வு பெறுகிறவர்கள் உண்டு. அவர்கள் பாலாடை புளிக்கும்வரை உயர்வதுபோல உயர்ந்து அங்கேயே தங்கிவிடுவார்கள்

ஒரு குழந்தை இடைவிடாமல் அழுதது. காட்டுப்பக்கத்தில் இருந்த கிராமம் அது

அந்தக் குழந்தையின் செவிலி 'இப்போது நீ அழுவதை நிறுத்தாவிட்டால் உன்னை ஓநாய்க்குப் போட்டு விடுவேன்' என்று பயமுறுத்தினாள். அந்த வழியாக வந்த ஓநாய், அதைக் கேட்டுவிட்டது. குழந்தையோ தொடர்ந்து அழுதது. அந்தக் குழந்தையை அதே செவிலி வெளியே கொண்டு வந்து போடுவாள் என்று ஓநாய் நாள் முழுக்கக் காத்துக் கொண்டிருந்தது. இரவு நேரம் வந்தது. குழந்தையோ தூங்கிவிட்டது. வெறும் கைகளோடு இருப்பிடத்திற்குத் திரும்பிய ஓநாயை அதன் மனைவி திட்டியது.

''ஏன் இப்படிப்பட்ட ஏமாற்றம்?''

''நான் மனிதன் சொல்லை நம்பி ஏமாந்துவிட்டேன்'' என்றது ஆண் ஓநாய்.

பதவி உயர்வு தருவதாகச் சொல்லியே பணியை உறிஞ்சிக் கொண்டு, திடீரென கல்தா கொடுத்து வரும் நிறுவனங்கள் உண்டு. பணியாளர் பதிவேட்டையே பராமரிக்காத சில நிறுவனங்களும் உண்டு. அந்த ஊழியர்கள் எந்தத் தொழிலாளர் நல நீதிமன்றத்திற்கும் சென்று போராட அத்தாட்சிகள் இல்லாமலே அவதிப்படுவார்கள். எந்த நேரத்திலும் கழுத்தைப் பிடித்துத் தள்ளமுடியும் என்கிற அச்சத்திலேயே அவர்கள் இருப்பார்கள். ஒருகட்டத்தில் வேறெங்கும் சென்று பணியில் சேரமுடியாத அளவு வயதாகிவிடும்.

பணிக்காகவும், பதவிக்காகவும் ஆசைப்படாதவர்கள் இருக்கிறார்கள். அவர்களுக்கு எவ்வாறு நிறுவனங்கள் மரியாதை தருகின்றன என்பதை விளக்க தாவோ அறிஞர் சங் சு ஒரு கதையைக் குறிப்பிடுகிறார்.

ஆய் என்கிற மனிதன் சீனத்தில் இருந்தான். பார்க்க அவலட்சணம். ஆயினும் மனிதர்கள் அவனை மதித்தனர். அவன் பேசும்போது, கூட்டத்தினரின் அனைத்து விழிகளும் அவன்மீது. பெண்களுக்கும் அவன் அழகனாய்த் தெரிந்தான். 'நான் ஆய் மனைவியாகவே இருக்க ஆசைப்படுகிறேன்' எனப் பெண்கள் பேசுவதுமுண்டு.

இலக்கியத்தில் மேலாண்மை

எந்தப் பதவியையும் அவன் நேசிக்கவில்லை. அவனால் விருந்தோம்பக்கூட இயலாது. ஆனாலும் பலருடைய நேசிப்புக்கு உகந்தவனாகவே இருந்தான். அரசனுக்கு இது அதிசயமாகவே இருந்தது. எனவே அந்த ஆயை அரசவைக்கு வரவழைத்தான். அவனது அவலட்சணம் அரசனுக்கு முதலில் அருவருப்பையே ஏற்படுத்தியது. இருந்தாலும் ஒரு மாதம் தன்னுடன் தங்கும்படி பணித்தான். மெல்ல மெல்ல, அவன் குணங்கள் அரசனுக்குப் பிடிக்க ஆரம்பித்தன. ஓராண்டில் அவன்மீது அரசனுக்கு முழுமையான நம்பிக்கை ஏற்பட்டது. எனவே அவன் ஆயை முதலமைச்சராக இருக்கும்படி கேட்டான்.

ஆனால் ஆயோ அதற்குப் பிடிகொடுக்காமல் இருந்தான். அரசனுக்கே அது தர்மசங்கடமாக இருந்தது. தயக்கத்திற்குப் பிறகு அரசவையில் மன்னன் அனைவர் முன்பும் 'இனி ஆய் நம் பிரதம அமைச்சர்' என்று அறிவித்தான். அன்றிரவே ஆய் சந்தடியின்றி அரண்மனையைக் காலி செய்து விட்டு, ஊருக்குத் திரும்பி விட்டான்.

அரசன், "நான் என் பதவி குறித்துப் பெருமைப் பட ஏதுமில்லை என்பதை ஆய் எனக்கு உணர்த்தி விட்டான்", என அனைவரிடமும் இடிந்துபோய் உரைக்கத் தொடங்கினான்.

அத்தியாயம்
95
பணியைத் தாண்டி...

இரண்டுவிதமான ஊக்கங்கள் இருக்கின்றன. ஒன்று வெளியிலிருந்து வரக்கூடிய ஊக்கம். மற்றொன்று பணியிலேயே இருக்கக் கூடிய ஊக்கத்திற்கான அம்சங்கள். பதவி உயர்வு, பணியின் பெயர், சம்பளம், பாதுகாப்பு, இன்னபிற வசதிகள் ஆகியவை பணியின் வெளியே இருக்கின்ற ஊக்கக் கூறுகள். ஆனால் இவற்றிற்காக மட்டுமே எல்லோரும் பணியாற்றுவதில்லை. ஆற்றுகிற பணியின் தன்மையும் பலரை ஆட்படுத்துகிறது. பணியிலேயே இருக்கக்கூடிய திருப்தி, சேவைக்கான சாத்தியக்கூறுகள், மற்றவர்கள் நடந்து கொள்கிற விதம், அங்கீகாரம், தன் ஆற்றலை முழுமையாக வெளிக்கொண்டுவர உதவியாக இருக்கும் சூழல் போன்றவை முக்கியமானவை. பணியில் திருப்தி கிடைக்காவிட்டால் எவ்வளவு சம்பளம் கிடைத்தாலும் பலரால் வேலைபார்க்க முடியாது. எதற்கெடுத்தாலும் எரிந்துவிழுகிற மேலாளர் இருந்தால், பதவி உயர்வைக் கண்டு ஒருவர் மகிழ்ச்சியடைந்து விட மாட்டார்.

சேவை மனப்பான்மை உள்ளவர்கள் சின்னப் பதவியையும் பெரிதாக்கிவிடுவார்கள். அவர்கள் அந்தப் பணியின் முழுமையான தன்மையை ஆராய்ந்து அதன்மூலம் என்னென்ன நன்மைகள் செய்ய முடியும் என்பதைப் பட்டியலிட்டு இது வரை யாரும் செய்யாத செயல்களையெல்லாம் செய்து அந்தப் பணிக்கே பெருமையை ஏற்படுத்தி விடுவார்கள். அவர்களுக்குப் பணி என்பது ஓர் ஊடகம், அதன்மூலம் நாம் ஆற்றுகிற விடையே முக்கியம் என்பதில் மும்முரமாக இருப்பார்கள்.

சேவை மனப்பான்மை உள்ளவர்கள் சின்னப் பதவியையும் பெரிதாக்கிவிடுவார்கள்

எல்லோரும் பதவிக்காகப் பணியாற்று பவர்கள் அல்லர். எனக்குத் தெரிந்த மேல்நிலைப் பள்ளி தனியாருக்குச் சொந்தமானது. அங்கு ஆங் கிலம் சொல்லிக்கொடுக்கும் ஆசிரியருக்குப் பதவி உயர்வு கிடைத்தது.

தலைமையாசிரியரான அவர், அவருக்குப் பின்பு ஆங்கிலம் சொல்லிக் கொடுக்க ஆசிரியரைத் தேர்ந்தெடுக்க நேர்காணல் நடத்தினார். திருப்தியாக அமையவில்லை. அவர் 'நான் ஆங்கிலம் சொல்லிக் கொடுக்கும் பணியிலேயே தொடர் கிறேன்'. வேறு யாராவது தலைமை ஆசிரியர் பணியை ஏற்றுக் கொள்ளட்டும் என்று விலகினார். அவரை நேரில் சந்தித்தபோது நான் வியந்தேன்.

சீனச் சரித்திரத்தில் ஒரு சம்பவம். லியூ யாங் என்பவர் மன்னரானார். அவருக்கு, கீ என்கிற பெண் விருப்பமானவளாக இருந்தாள். அவள் பட்டத்து இளவரசனான லியூ யாங்கை அகற்றித் தன் மகனை அப்பதவியில் அமர்த்தவேண்டுமென்று வேண்டி னாள்.

லியூ யாங் சுற்றுலா போகவிருந்தான். நான்கு ஞானிகள் அவனால் அழைக்கப்பட்டனர். அவர்களும் அவனோடு செல்லச் சம்மதித்தனர். இதைக் கேள்விப்பட்ட அரசன் அவர்களிடம் ''நான் உங்களைப் பயணம் போகும் போது பலமுறை உடன்வருமாறு வற்புறுத்தியிருக்கிறேன். ஆனால் நீங்கள் தொடர்ந்து மறுத்து வந்திருக்கிறீர்கள். இப்போது என் மகனுடன் செல்லுகிறீர்களே'' என்றான். அவர்கள், ''நீங்கள் சிந்தனையாளர்களை விரும்புவதில்லை. அவர்களைத் திட்டித் தீர்க் கிறீர்கள். எனவே அவமானங்களைத் தவிர்க்கும் பொருட்டு உங்களைச் சந்திப்பதைத் தவிர்த்தோம். பட்டத்து இளவரசன் கனிவானவர், கடமை யுணர்வு உடையவர் என்றும், சிந்தனையாளர்களை மதிப்பவர் என்றும் கேள்விப்பட்டோம். எனவே அவரோடு இணைந்து கொண்டோம்'' என்றனர். அவனை நன்றாகப் பார்த்துக் கொள்ளுங்கள் என்று மட்டும் அரசனால் கூற முடிந்தது. தன் விருப்ப மான பெண்ணிடம் ''நான் உன் மகனையே பட்டத்து இளவரசனாக்க விரும்பினேன். ஆனால் லியூ யாங்கிற்கு இறகுகள் முழுவதுமாக முளைத்து விட்டன, அவனை மாற்ற முடியாது'' என்றான்.

பலவகைகளில் தகுதிகளை வளர்த்துக் கொண்டவர்களை நிர்வாகம் மாறினாலும் தவிர்க்க முடியாது. அவர்களுடைய ஆற்றலைத் தாமதமாக வேனும் பயன்படுத்த வேண்டும் என்று நினைக்கும் சூழலைக் காலம் உருவாக்கும். தன்னுடைய பணியை மட்டுமே குறுகிய நோக்கத்தில் பார்க்கிறவர்களால் நிறுவனத்திற்கு நிலையான பங்களிப்பைத் தர முடியாது. ஒட்டுமொத்த நிறுவனத்தின் செயல் பாட்டையும் ஒரு மாபெரும் எண்ணெய்ச் சாய ஓவியமாக பார்க்கிறவர்கள்தான் அவர்களுடைய பணியையும் தாண்டிச் சிந்தித்து மற்றவர்களோடு ஒருங்கிணைந்தும், அனுசரித்தும் செயல்பட முடியும்.

தகுதி படைத்தவர்கள் எப்படி நடந்துகொள் வார்கள் என்பது குறித்து ஹான் சாம்ராஜ்ய சம்பவம் ஒன்று இலக்கியத்தில் மேற்கோள்காட்டப்படு வதுண்டு.

ஹான் சாம்ராஜ்ய மன்னன், படையெடுப்பை முறியடிக்க மூன்று தளபதிகளை நியமித்தான். அவர்களுடைய எல்லையோர முகாம்களைப் பார்வையிட மன்னன் சென்றான். முதல் இரண்டு தளபதிகளுடைய முகாம்களுக்கு அவன் சென்ற போது, நேரடியாக வாயிலுக்கே வந்து தளபதிகள் வரவேற்றார்கள்.

மூன்றாவது முகாம் தளபதி ஜாவ் என் பவருடையது. அங்குச் சென்றபோது வாயிலி லேயே ஆயுதம்தாங்கிய படை வீரர்கள் அரசனைத் தடுத்தி நிறுத்தினார்கள்.

ஒட்டு மொத்த நிறுவனத்தின் செயல்பாட்டையும் ஒரு மாபெரும் எண்ணெய்ச் சாய ஓவியமாக பார்க்கிறவர்கள்தான் அவர்களுடைய பணியையும் தாண்டி சிந்தித்து மற்றவர்களோடு ஒருங்கிணைந்தும், அனுசரித்தும் செயல்பட முடியும்

''அரசர் வருகிறார்'' என மெய்க் காப்பாளர்கள் தெரிவித்தார்கள்.

அவர்களோ ''எங்களுக்குத் தளபதி ஆணை பிறப்பிக்கவேண்டும்'' என்று மறுத்தனர்.

அரசரின் ஒரு தூதர் தகுந்த முத்திரைகளுடன் தளபதியுடன் சென்று அரசர் வந்திருப்பதை அறிவித்தான். அதற்குப் பிறகுதான் வாயிலைத் திறந்துவிட தளபதி ஆணையிட்டான்.

அப்போதும் குதிரையின்மீது விரைந்து செல்ல முடியாது என அறிவிக்கப்பட்டது.

அரச ஊர்வலம் மெதுவாகச் சென்று அடைந்தது. தளபதி ஜாவ் முழுச்சீருடையில் தன்னுடைய சிப்பாய்களுடன் காத்திருந்தார்.

''மண்டியிடாததற்கு மன்னியுங்கள் மன்னரே!'' என்று கூறித் தலையை மட்டும் தாழ்த்தி, ''சீருடையில் இருக்கும் சிப்பாய் இராணுவ முறைப்படியே மரியாதை தருவான்'' என்றார் தளபதி ஜாவ்.

மன்னரும் நிமிர்ந்து நின்று படைவீரர்களைப் பார்த்து சல்யூட் அடித்தார். அவருடைய ஆய்வு முடிந்ததும் திரும்பச் சென்ற அரசர், தளபதிக்கு நன்றி சொல்லித் தகவல் அனுப்பினார். இவரே உண்மையான தளபதி. மற்ற இரண்டு முகாம்களிலும், ஒழுக்கம், கட்டுப்பாடு எதுவும் இல்லை. திடீரெனத் தாக்குதல் நடத்தி அந்தத் தளபதிகளை யார் வேண்டுமானால் பிணைக் கைதியாக எடுத்துச் செல்ல முடியும். ஆனால் தளபதி ஜாவ் அதற்கு இம்மியும் வாய்ப்புத் தராதவர்.

அதற்குப் பிறகு அவர் அனைத்துப் படைகளுக்கும் தலைமைப் பதவிக்கு உயர்த்தப்பட்டார். நாடு எந்தப் படையெடுப்பையும் முறியடித்துச் செழித்தது. உண்மையான தகுதியுள்ளவர்கள் எதற்காகவும் மண்டியிடமாட்டார்கள், தகுதியுள்ளவர்கள் எப்போதும் மதிக்கப்படுவார்கள். முதலில் அவர்கள் பற்றிய தவறான எண்ணம் இருந்தாலும், அது விரைவில் களையப்படும் என்பதை இந்தச் சம்பவம் உணர்த்துகின்றது. பதவி உயர்வுக்காகக் கொள்கையை இழப்பவர்களும், கொள்ளை அடிப்பவர்களும் உணர்ந்து கொள்ளும் பாடமாக இச்சம்பவம் திகழ்கிறது.

இரஷிய அரசியல் பிடிக்காமல் அமெரிக்கா சென்ற அயன் ராண்ட் எழுதியது 'ஃபவுண்டன் ஹெட்'.

அயன் ராண்ட் எழுதிய 'ஃபவுண்டன்ஹெட்' நாவல் 65 லட்சம் பிரதிகள் விற்றுச் சாதனை படைத்த நாவல். பணியில் உயர்வதற்குத் திறமை வாய்ந்த ஒருவன் படுகிற மன அழுத்தமும், அவன் சந்திக்கும் போராட்டங்களுமே கதைக்களன்.

ஹவர்ட் ரோர்க் என்கிற இளைஞன், கட்டடக் கலை நிபுணன். தனித்துவம் வாய்ந்தவன். நவீனக் கட்டடக் கலையில் ஆர்வமும், அசாத்திய திறமையும் கொண்டவன். அவன் படித்த நிறுவனத்தின் பாரம்பரியக் கட்டடக்கலையை ஒட்டிப் பயிற்சிசெய்ய மறுத்ததால், அதிலிருந்து வெளியேற்றப்படுகிறான். அவனைச் சில பேராசிரியர்கள் காப்பாற்ற முயலும் போதும், அவன் நிறுவனத்தை விட்டு வெளியேறிவிடுகிறான்.

பீட்டர் கீட்டிங் என்பவன் பிரசித்தியானவன். ரோர்க், கீட்டிங்கிடம் பணிக்குச் சேருகிறான். ஆனால் முதலாளி ஃப்ராங்கன் சொன்னதைக்

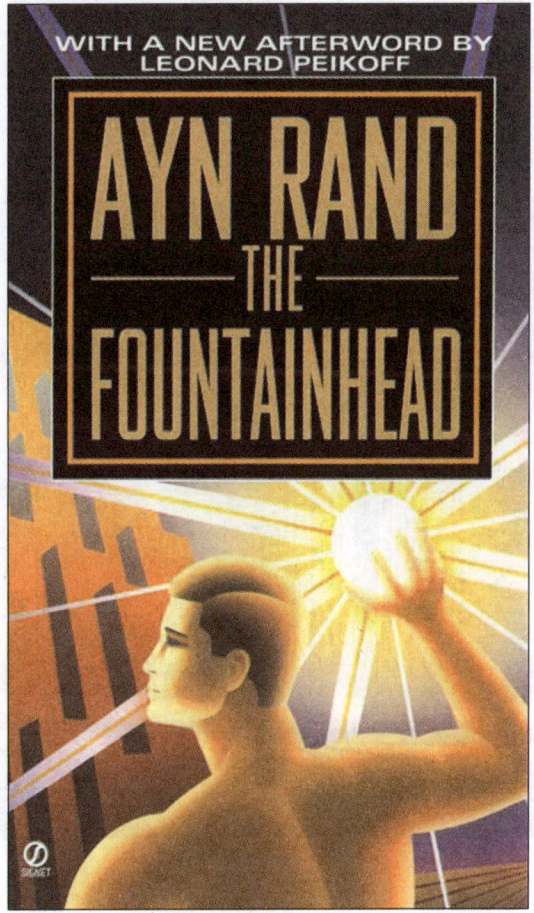

கேட்காததால் வெளியேற்றப்படுகிறான். ஃப்ராங் கன் மகள் டொமினிக்கை, கீட்டிங் சந்திக்கிறான். ஆனால் அவளோ ரோர்க் மீது மையல் கொள்ளு கிறாள்.

ரோர்க் தன் சொந்த அலுவலகத்தைத் திறக் கிறான். ரோர்க் ஒரு வாடிக்கையாளர் கிடைத்த காரணத்தால் நியூயார்க் வருகிறான். அவனை நியமித்தவன் வழக்குத் தொடுக்க அவன் மறுபடி வேலையின்றி நிற்கிறான்.

பிரச்சினையே வாழ்வாக இருக்கிற ரோர்க்கைக் காட்டிலும், வெற்றிகரமாக வாழும் கீட்டிங் மீது டொமினிக் விருப்பம் தாவுகிறது. அவள் அவனுக்குக் கைநீட்டுகிறாள். டொமினிக் ரோர்க்கைப் பகிரங்க மாக எதிர்த்து அவனுக்குச் சாத்தியமான வாடிக்கை யாளர்களையெல்லாம் கீட்டிங் பக்கம் இழுக்கிறாள். ஆனாலும் ரோர்க் ஒரு சின்ன வாடிக்கையாளர் கூட்டத்தை ஈர்க்கிறான்.

டொமினிக், கீட்டிங்கிற்கு ஓர் ஒப்பந்தத்தை வாங்கச் செய்தித்தாள் அதிபர் கையில் வைநாண்டு என்பவனுடன் சம்மதிக்கிறாள். அவனோ கீட்டிங் கிடம் டொமினிக்கை விவாகரத்து வாங்க வைத்து மணந்துகொள்கிறான். அதற்குப் பிறகு வைநாண்டுக்கு அதிர்ச்சியான தகவல் கிடைக்கிறது. அவன் நேசிக்கிற அத்தனை கட்டடங்களுமே ரோர்க்கால் வடிவமைக்கப்பட்டவை என்பதுதான் அது. எனவே தனக்காகவும், டொமினிக்குக்காகவும் ஓர் இல்லத்தைக் கட்ட நியமிக்கிறான். அழகிய இல்லம் உருவாகிறது. வைநாண்டிற்கு டொமினிக் ரோர்க்குடன் கொண் டிருந்த நெருக்கம் தெரியாது. இருவரும் மிகவும் நெருங்கிய நண்பர்கள் ஆகிறார்கள்.

மக்கள் விழிகளில் மகத்தான தோல்வி யடைந்த கீட்டிங், ஒரு மதிப்புமிக்க திட்டத்திற்கு வடிவமைத்துத் தரும்படி ரோர்க்கிடம் மன்றாடு கிறான். ரோர்க் செய்து தந்த வடிவமைப்பு அவனுடைய நிபந்தனையை மீறி மாற்றப்பட்டிருப் பதைப் பார்க்கிறான். ரோர்க் அந்தக் கட்டடத்தை வெடி மருந்து வைத்துத் தகர்க்கிறான். அவன் செயலைப் பத்திரிகைகள் நியாயப்படுத்தும்படி வைநாண்டு செய்கிறான்.

வழக்கு நடக்கிறது. நீதிமன்றத்தில் ரோர்க் எழுச்சியூட்டும் உரையை நிகழ்த்துகிறான். நீதிபதிகள் அவனை விடுவிக்கிறார்கள்.

நியாயமாக இருப்பவர்கள் எவ்வாறெல்லாம் சிரமப்படுவார்கள். அவர்கள் பதவி உயர்வு, பணி மேம்பாடு ஆகியவற்றை அடைவது எவ்வளவு சிரமம் என 'ஃபவுண்டன்ஹெட்' குறிப்பிடுகிறது. திறமை மாத்திரமே முக்கியம் என்று சொல்லுகிற பல நிறுவனங்களில் எது திறமை என்பது கேள்விக் குறியாகவே இருக்கிறது. இருந்தாலும், பணி உயர்வைப் பற்றிச் சிறிதும் கவலைப்படாமல் சிரத்தையுடன் பணியாற்றுகிற சீர்மிகுந்தவர்கள் இருக்கவே செய்கிறார்கள்.

இன்று திறமையுள்ளவர்கள் பெறும் அவதிகளையும், அவர்கள் சந்திக்கும் போராட்டங்களையும் விளக்குகிறது. பதவியையும், பணத்தையும் தாண்டி உண்மையை நோக்கிப் பயணம் செய்பவர்கள் ஒருபோதும் தோற்பதில்லை என்பதே வரலாறு படைத்த இந்த நாவலின் கருத்து. அது நமக்கும் பொருந்தும்.

சின்னச் சின்ன பணிகளும் அவையளவில் முக்கியத்துவம் பெற்றவையே. மேலாளராக இருப்பவர்கள் சில பணியாளர்களே முக்கிய மானவர்கள் மற்றவர்கள் தேவையில்லை என்று நினைக்கக்கூடாது. எந்தப் பணியாளரும் தான் முக்கியமில்லையோ என்று நினைக்கும்படியான எண்ணத்தையும் ஏற்படுத்தக்கூடாது. அவர்கள் அனைவருமே செய்கிற செயல் நிறுவனத்தைத் தூக்கிப்பிடிக்கிற செயல், அவர்கள் இல்லாமல் செயல்பட முடியாது என்கிற ஆழமான எண்ணத்தை அவர்களிடம் ஏற்படுத்த வேண்டும். முக்கிய மானவர்கள் என்று நினைக்கிறவர்கள், அந்தப் பணியிலிருந்தே திருப்தியைக் காற்றிலிருந்து ஈரத்தை உறிஞ்சிக்கொள்கிற செடிகளைப்போல உறிஞ்சிக்கொண்டு வாழ்கிறார்கள். அவர்கள் ஐந்துக்கும், பத்துக்கும் ஆசைப்பட்டு சம்பள உயர்வுக்காகப் போராட்டங்கள் நடத்துவதில்லை.

★

இலக்கியத்தில் மேலாண்மை

அத்தியாயம் 96
நெருப்பு அடுப்பும், நெஞ்ச நேர்மையும்

மனிதவள மேம்பாட்டில் ஒழுங்குபடுத்துவது ஒரு முக்கியமான அம்சம். ஒருவகையில் அது நல்ல பணியாளர்களுக்கு வெளிச்சமாகவும், சரியாகப் பணியாற்றாதவர்களுக்குச் சவுக்காகவும் இருக்கிற செயல்பாடு. இதுவே பணியாளர்களைத் தரம் பிரித்துக் காட்டுகிறது. வேறுபடுத்திக்காட்டும் போதுதான் மோசமான பணியாளர்கள் பதவி உயர்வு பெறாமல் பின்தங்குவதற்கும், நல்ல பணியாளர்கள் பணி ஏணியில் முன்னேறுவதற்கும் வாய்ப்புகள் கிடைக்கின்றன.

ஒழுங்குபடுத்துவது நல்ல அலுவலர்களைத் தக்கவைத்துக் கொள்வதற்கான வழிமுறை. நிறுவனம் முழுமையும் ஒரே திக்கில் செல்வதற்கு அவ்வப்போது ஒழுங்கு நடவடிக்கைகள் அவசியம். பணமும், அதிகாரமும் புழங்கும் இடத்தில் ஒவ்வொரு ரூபாயும் முறையாகக் கணக்கிடப்பட வேண்டியவை. அவற்றை விருப்பம்போல் கையாளுவதற்கு யாருக்கும் உரிமை இல்லை. அதனால் மிகச் சிறப்பாக ஒழுக்கத்தைக் கடைப்பிடிக்கச் செய்ய வேண்டியது அவசியம். அவற்றை நேர்மறை யாகவும், எதிர்மறையாகவும் கையாளலாம். நாளடைவில் பணியாளர்களே தங்களுக்கான கட்டுப்பாட்டை வரையறுத்துக் கொள்ள அது உதவும்.

எதுவும் தொடக்கத்தில் திணிக்கப்படு வதாகவே இருக்கிறது. ஆனால் இது எல்லாருக்கும் பொருந்துவதாக இல்லை. தொண்ணூறு சதவிகித பணியாளர்கள் யாரைப் பற்றியும் பொருட் படுத்தாமல் அவர்களுடைய கடமையைச் செம்மை யாக ஆற்றுகிறார்கள். வேலை செய்வது என்பது

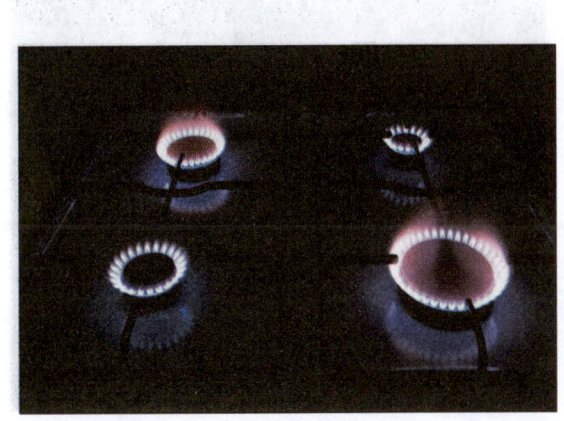

விருப்பமற்ற கோட்பாடு என்பது தவறு. மேலும் பலரும் தங்களால் ஏதேனும் பங்களிப்பு செய்ய வேண்டும் என்பதில் குறியாகவே இருக்கிறார்கள். பத்து சதவிகிதம் பேர்தான் மதில்மேல் பூனையாக இருக்கிறார்கள். ஆனால் அவர்களை ஒழுங்கு படுத்தாமல் விட்டால் ஒரேயொரு அழுகிய ஆப்பிள் உள்ள கூடையில் அனைத்து ஆப்பிள்களும் அழுகு வதைப்போல அனைவரையுமே அது ஒழுங்கீன மற்றவர்களாக ஆக்கி விடும்.

'ஒழுங்கு' என்பது மனிதவளம் பிறழாமல் இருக்க அவசியமான அலுவல் நடைமுறை. தனிநபரோ, குழுவோ இலக்கை அடையத் தேவை யான விதிமுறைகளையும், நடைமுறைகளையும் வழுவின்றிக் கடைப்பிடிக்க வலியுறுத்தும் ஆற்றலே ஒழுங்கு நடவடிக்கை. ஒழுங்கு என்பது சில காலத்தில் ஒவ்வொரு பணியாளருக்குள்ளும் தோன்றும் இயல்பான குணநலனாக மாற வேண்டும், அது திணிப்பதாக இருந்தால் நிர்வாகம் திணறும். தனக்குள் மனிதன் விதிக்கும் நெறி முறைகளே நிறுவனம் வலியுறுத்துபவற்றைக் காட்டிலும் முக்கியமானவை.

ஒழுங்கு நடவடிக்கை என்பது சூடான அடுப்பைப்போல இருக்க வேண்டும். முதலிலேயே எச்சரிக்கை, விருப்பு-வெறுப்பற்ற தன்மை, ஒரே மாதிரியான அணுகுமுறை ஆகியவை அவசியம். சிவப்பு, நெருப்பு அடுப்பு தொட்டால் சுடும் என எச்சரிப்பதைப் போலத் தவறு செய்பவர்கள் தண்டிக்கப்படுவார்கள் என்பது உணர்த்தப்பட வேண்டும், வேண்டியவர்-வேண்டாதவர் என்கிற பாகுபாடு இல்லாமல் எல்லோரையும் சுடுவது அடுப்பு. யார் எவ்வளவு தொடுகிறார்கள் என்பதைப் பொருத்து ஒரே மாதிரியான அணுகுமுறை.

ஒழுங்கு என்பது சில காலத்தில் ஒவ்வொரு பணியாளருக்குள்ளும் தோன்றும் இயல்பான குண நலனாக மாறவேண்டும்

ஒழுங்கு நடவடிக்கையிலேயே ஆக்கப்பூர்வ மான அணுகுமுறையும் உண்டு. பரிசு, அங்கீகாரம், பதவி உயர்வு, தேவையான ஆதரவு ஆகியவை இலக்கை நோக்கி விரைவாக விதிமுறைகளின்படி செல்ல வழிவகுக்கின்றன. எதிர்முறை அணுகு முறை என்பது தண்டனைகள் மூலம் செய்வது.

பொதுவாகத் தண்டனைகளைக் கூட படிப் படியாகப் பயன்படுத்துவதே நல்ல நிர்வாகம். வாய்மொழி எச்சரிக்கை, எழுத்துப்பூர்வ கண்டனம், ஊதிய உயர்வு நிறுத்தம், பணியிறக்கம், பணியறவு என்று ஒழுங்குக்கு வராதவர்கள் மீது நடவடிக் கையைத் தீவிரப்படுத்துவது தான் நியாயமான அணுகுமுறை. ஆனால் செய்கிற குற்றம் கடுமை யானதாக இருந்தால், படிப்படியாக அணுக முடியாது. உதாரணத்திற்கு, நிறுவனம் கொடுத் திருந்த இரகசிய ஒப்பந்தப்புள்ளி பற்றிய தகவலைப் போட்டி நிறுவனத்திற்குப் போட்டுக் கொடுத்த வனுக்கு முதலிலேயே வாசலைக் காண்பிப்பதுதான் நல்ல நிர்வாகம். அடிக்கடி ஒரே தவறைச் செய்து கொண்டிருப்பவனை, அலட்சியம் செய்பவனை, அடங்காப்பிடாரியைத் தாஜா செய்து நிர்வாகம் செய்யமுடியாது. தளுக்குப் பேச்சும் அவர்களிடம் எடுபடாது. கறாரான அணுகுமுறையே பலனைத் தரும்.

கலீல் கிப்ரான் விதிகளைப் பற்றிக் கூறும்போது

''நீங்கள் விதிகளை வகுக்கும் போது மகிழ்ச்சி அடைகிறீர்கள்''

அவற்றை உடைக்கும்போது இன்னும் உங்களுக்கு மகிழ்ச்சி.

''கடற்கரையில் கவனமாக மண் வீடுகளைக் கட்டி, அவற்றைச் சிரிப்புடன் உடைக்கும் குழந்தைகள் போல நீங்களும், உங்கள் விதிகளும்'' என்று தீர்க்கதரிசி குறிப்பிடுவதாக எழுதியிருப்பார்.

இந்தியாவில் சட்டம் என்பது ஒரு காலத்தில் எல்லா மனிதர்களும் சட்டத்தின் முன் சமமல்ல என்கிற கோட்பாட்டின் அடிப்படையில் அமைந்திருந்தது என வரலாற்று வல்லுநர்கள் குறிப்பிடுகிறார்கள்.

இந்தியாவில் பழங்காலத்தில் சொத்துத் தகராறுகள் பெரும்பாலும் கிராமம், சாதி, வணிக அமைப்புகள் ஆகியவற்றின் மூலம் அரசைத் தொந்தரவு செய்யாமல் தீர்த்துவைக்கப் பட்டன. அரசு அதிகாரிகள் பெருங் குற்றங்கள் நிகழும்போது மட்டுமே சம்பவ இடத்திற்கு வந்தனர். தென்னிந்தியாவில் கிராமத்தின் நலனுக்கு எதிராகச் செயல்படுபவர்களை, துரோகிகள் என முத்திரை குத்தி, ஊரை விட்டு விலக்கிவைக்கும் வழக்கம் இருந்தது. அவர்கள் ஊர்க்கோயிலில் வழிபட மறுக்கப்பட்டதோடு, சொத்துகளும் பறிமுதல் செய்யப்படுவதுண்டு.

குற்றம் புரிந்தோர் விசாரணையில் சித்திரவதை செய்யப்பட்ட நிகழ்வுகள் இருந்தன. பதினெட்டு விதமான சித்திரவதைகள் 'அர்த்தசாஸ்திரத்'தில் கூறப்பட்டிருக்கின்றன. 'மிலாண்ட்- பன்ஹா'வில் அவற்றைப் பற்றி விலாவாரியாக விளக்கப்பட்டிருக்கிறது. மண்டையைத் திறந்து, கொதிக்கும் கஞ்சி ஊற்றும் தண்டனை இருந்தது. உடல் முழுவதும் கொதிக்கும் எண்ணெய்ப் பூசுவது, தோலை உரிப்பது, உடலில் புண் ஏற்படுத்தி உப்பு, மிளகு தடவுவது என்பதெல்லாம் சகஜமாக இருந்திருக்கின்றன. 'அர்த்தசாஸ்திரம்' மிகப்பெரிய குற்றத்திற்கு மாத்திரம் சித்திரவதை செய்து விசாரிக்கலாம் எனக் கண்டிப்புடன் சொல்கிறது.

பதினெட்டு விதமான சித்திரவதைகள் 'அர்த்தசாஸ்திரத்'தில் கூறப்பட்டிருக்கின்றன

அன்றிருந்த சட்டப்புத்தகங்களில் விசாரணையின்றி தண்டனை வழங்கும் பழக்கம் இருக்கவில்லை. நீதிமன்ற நடைமுறைகள் விரிவாக வகுக்கப்பட்டிருந்தன. 'நாரத ஸ்மிருதி'யில் அவை தொகுக்கப்பட்டிருக்கின்றன. விண்ணப்பம் பெறுவது, தீர்மானிக்கப்பட வேண்டிய சட்ட விதியை அலசுவது, வாதிப் பிரதிவாதிகளின் வாதங்களைக் கேட்பது, தீர்ப்பு வழங்குவது என்பவையே அவை.

ஜாதகக்கதையில் இரண்டு பெண்கள் ஒரு குழந்தையைத் தன்னுடையது எனச் சொந்தம் கொண்டாடிய வழக்கின் தீர்ப்பு பற்றிக் கூறப்பட்டிருக்கிறது.

நீதிமானாக இருந்த ஞானி ஒரு கோடு போட்டு, அக்குழந்தையை அக்கோட்டின்மீது படுக்கச் செய்தார். இரு பக்கமும் அந்தப் பெண்களை நிற்கவைத்து எந்தப் பெண் தன் பக்கம் இழுத்து குழந்தையை எடுத்துக் கொள்கிறாளோ, அவளுக்கே குழந்தை சொந்தம் என்று கூறுகிறார்.

இருவரும் இழுக்கிறார்கள் குழந்தை அழ ஆரம்பித்ததும், ஒரு பெண் விலகி ஓரமாகச் சென்று அழுகிறாள்.

''யாருடைய மனம் குழந்தையைப் பொருத்த வரை மென்மையானது?'' எனக் கூட்டத்தினைக் கேட்க ''யார் குழந்தையை இழுக்காமல் விலகி நின்றாளோ, அவள் மனம்'' என்று கூட்டம் ஒருமித்து உரைத்தது. எனவே குழந்தை உண்மையான தாயிடம் ஒப்படைக்கப்பட்டது.

'விஷ்ணுஸ்மிருதி' அரசர்கள் கையூட்டு வாங்கும் நீதிமான்களை நாடுகடத்த வேண்டும் என்றும், அவர்கள் சொத்துகளைப் பறிமுதல் செய்யவேண்டும் என்று குறிப்பிடுகிறது. வழக்கு தாக்கல் செய்பவர்களிடம் தனிப்பட்ட உரையாடல் கூடாது, கவனக்குறைவுடன் தீர்ப்பு கூறுபவர்கள் மீது அபராதம் விதிக்க வேண்டும், தன் தவறால் வாதிக்கு இழப்பு ஏற்படாமல் நீதிமான் அதை ஈடுகட்ட வேண்டும் என்றெல்லாம் கூறப்பட்டிருக்கிறது.

'தசகுமாரசரித்ரா,' அரசன் மிகவும் கனிவாக இருந்தால் அரசு பலவீனமடையும். அதிகக் கடுமை

காட்டினால் அவன் கொடுங்கோலனாகக் கருதப் படுவான் என்று கூறுகிறது.

மேலாண்மையைப் பொருத்தவரை தலைமை நிருவாகி பாரபட்ச முறையில் தண்டனையை நிறை வேற்ற வேண்டும். எடுத்தவுடன் ஒருவரைக் கடுமை யான தண்டனைக்கு உட்படுத்தாமல் அது வேண்டு மென்றே செய்த தவறா? அல்லது தெரியாமல் நிகழ்ந்த ஒன்றா என்பதை முடிவுசெய்ய வேண்டும். சொந்த ஆதாயத்திற்காகச் செய்த தவறு என்றால் தண்டனை கொடுப்பது அவசியம். நல்ல எண்ணத்தில் பிழை நிகழ்ந்துவிட்டது என்றால் அது மன்னிக்கக் கூடியதே.

ஆபிரஹாம் எராலி 'கிளாஸிகல் இந்தியா'வில் தண்டனைகள் கடுமையாக இருந்தன என்று குறிப்பிடுகிறார். 'குறுந்தொகை'யில் பரணர் பாடிய பாடல் ஒன்று இது உண்மையான கூற்று என்று உறுதிப்படுத்துகிறது.

உண்டார்க்கு நீண்ட ஆயுளைத் தருவது என நன்னன் என்ற குறுநில மன்னன், தன் நாட்டின் காவல் மரமாக ஒரு மாமரத்தை வளர்த்து வந்தான். காற்று வீசி, அம்மரத்திலிருந்து காய் ஒன்று, அருகில் ஓடிய ஆற்றில் வீழ்ந்தது. புனலாடுவதற்கு ஆற்றிற்குச் சென்ற கோசர் குலப்பெண் ஒருத்தி, அறியாமல் நீரில் அடித்து வரப்பட்ட அக்காயை உண்டனள். அப்பெண் செய்த தவற்றிற்காக நன்னன் ஒன்பதிற்று ஒன்பது களிறுகளோடு, அவள் நிறை பொன்னால் செய்யப்பட்ட பாவையைக் கோசர் தந்தும் பெறாமல், அவளைக் கொன்றனன்.

இக் கொடுமையைப் பொறாத கோசர், தம் மகளின் இறப்பிற்குக் காரணமாகிய மாமரத்தை அழித்து, நன்னனையும் பழிவாங்க எண்ணினர். பாடல் மகளிர்க்குப் பெண் யானைகளைப் பரிசாக வழங்கும் அகுதை தந்தையிடம், அகவல் மகளிரைப் பரிசுபெறக் கோசர்கள் அனுப்பினர். அவர்கள் பரிசுபெற்றுத் திரும்புங்கால், அந்த யானைகளை நன்னனுடைய காவல் மரத்தில் பிணிக்குமாறு வேண்டினர். நன்னன் ஊரில் இல்லாத நாளில், அந்த யானைகள், மரத்தை வேரொடு சாய்த்து அழித்தன. நன்னனும் ஊர் திரும்பி இதனை அறிந்து போர் புரிந்தான். அப்போரில் கோசர்களால் நன்னனும் கொல்லப் பட்டான். இதுவே கோசர் செய்த வன்கண் சூழ்ச்சியாகும்.

'குறுந்தொகை'யில் பரணர் பாடிய இன்னொரு பாடலிலும் நன்னன் பற்றிய குறிப்பு வருகிறது.

நன்னன், உண்டார்க்கு நீண்ட ஆயுளை நல்க வல்ல, மாங்கனியைத் தரும் கன்று ஒன்றைத் தன்னுடைய எழில் குன்றத்து, ஆற்றோரத்து வைத்துப் போற்றிக் காத்தனன். அதன் ஒரே ஒரு பிஞ்சினை, ஆற்றில் குளித்த பெண் ஒருத்தி, அறியாது உண்டனள் என்றும், இது தவறு எனக் கருதி அவன் கொன்றான் என்றும், இச் செயலால் அவனைப் புலவர் பாடாது ஒழிந்தனர் என்ற தகவல் அந்தப் பாடலால் தெரிகிறது.

'மகிழ்நன் மார்பே வெய்யை யால்நீ
அழியல் வாழி தோழி நன்னன்
நறுமா கொன்று ஞாட்பிற் போக்கிய
ஒன்றுமொழிக் கோசர் போல,
வன்கட் சூழ்ச்சியும் வேண்டுமால் சிறிதே' (73)

கடுமையான தண்டனைகளை மனத்தால் நினைப்பது, அவற்றை வழங்குவதைவிட மோசமானது என்பதைக் 'கெஸ்டா ரோமனோரம்' ஒரு சம்பவம் மூலம் விளக்குகிறது. ஃபலாரிஸ் நாட்டின் அரசக் கைவினைஞனாக ஆக வேண்டும் எனப் பெரிலஸ் என்பவன் ஆசைப்பட்டான். அந்த நாட்டு மன்னன் கொடுங்கோலன். கடுமையான தண்டனைகளை வழங்கும் அவனை மகிழ்விக்கும் பொருட்டு ஒரு வெண்கலக் காளை ஒன்றைப் பெரிலஸ் செய்தான். அதன் ஒரு பக்கம் இரகசிய அறை இருந்தது. அது வழியாகக் கைதிகள் உள்ளே அனுப்பப்பட்டால், அவர்கள் எரிந்து சாம்பலாவார்கள். அப்போது காளையொன்று எழுப்பும் சத்தம் விழும். மனித ஒலி கேட்டால், இரக்கம் ஏற்படுமோ என மாட்டு ஒலி வருமாறு அதை வடிவமைத்திருந்தான் பெரிலஸ்.

மன்னனுக்கு மகிழ்ச்சி. ''நண்பரே, நான் நினைப்பதைக் காட்டிலும் கொடூரமான தண்டனையை கற்பனை செய்துள்ளீர்களே. இதைப் பரிசோதிக்க வேண்டாமா? எனவே நீங்களே முதலில் அதன் செயல்பாட்டைப் புரிய வைக்க உள்ளே செல்லுங்கள்'' என அனுப்பினான். மரணத்தை வடிவமைத்தவன், அதன் கருப்பையிலே மடிய வேண்டும் என்பது தான் உயர்ந்த சட்டம் என ஓவிட் இதுபற்றிக் குறிப்பிடுகிறார். ★

அத்தியாயம் 97
நாமே அடுத்தவருக்கு அளவுகோல்

உதாரணமாக இருந்து தலைமை தாங்குவது என்பது ஆங்கிலத்தில் உள்ள புகழ்பெற்ற சொற் றொடரின் தமிழாக்கம். ஒழுக்கத்தை நிறுவனத்தில் ஏற்படுத்துவதை நல்ல தலைவன் தன்னிடமிருந்து தொடங்குகிறான். அலுவலகம் ஆரம்பிப்பதற்கு முன்பே வந்துவிட்டால் பணியாளர்கள் அவருக்கு முன்வர முயற்சி செய்வார்கள்.

அலுவலரே தாமதமாக வந்து பணியாளர்கள் தாமதமாக வந்ததற்கு நடவடிக்கை எடுக்க முயற்சி செய்தால் அவருக்கு அதற்கான தார்மீக அதிகாரம் இல்லையென்றே கருதுவார்கள். தலைவர் எளிமை யாக இருந்தால் அந்த நிறுவனத்தில் இருப்பவர்கள் எளிமையாக இருப்பார்கள். தலைமை நிருவாகி களே சாதாரண விடுதிகளில் தங்கினால், சிக்கன வகுப்பில் பயணம் செய்தால், நிறுவனத்தைச் சார்ந்தவர்கள் அவரைப் பின்பற்றத் தொடங்கு வார்கள்.

எளிமையான உணவு, கச்சிதமான சந்திப்பு, சுறுசுறுப்பாக முடிவுகள் எடுத்தல், உடனுக்குடன் கோப்புகளைக் கையொப்பமிட்டு அனுப்புதல் போன்றவை ஒரு நிறுவனத்தின் அனைவரையும் ஆற்றுப்படுத்தும் நிகழ்வுகள். இவை சோர்ந் திருக்கும் பணியாளர்களையும் உசிப்பிவிடும், மந்தமாக இருக்கிற பணியாளர்களையும் எழுப்பி விடும்.

சிலப்பதிகாரத்தில் தான் செய்தது தவறு என் பதை அறிந்த மன்னன் தனக்குத்தானே தண்டனை கொடுத்துக்கொண்டு உயிரைக் கொடுத்தது அறத்தி

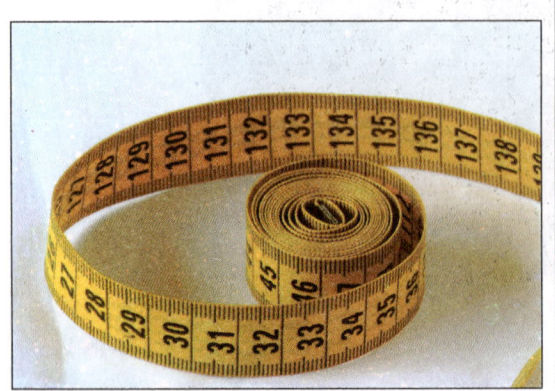

இலக்கியத்தில் மேலாண்மை

விருந்து தவறுபவன் ஆட்சியை மட்டுமல்ல உயிரையும் இழப்பான் என்பதை உணர்த்துகிறது. கண்ணகியும் மதுரையை எரிக்கும்போது எல்லோரையும் எரிக்குமாறு தீயை ஏவவில்லை. சிலருக்கு விதிவிலக்கு விதித்தாள்.

'பார்ப்பார், அறவோர், பசு,பத் தினிப் பெண்டிர்,
மூத்தோர், குழவி எனும் இவரைக் கைவிட்டுத்
தீத்திறத்தார் பக்கமே சேர்கஎன்று, காய்த்திய
பொற்றொடி ஏவப், புகைஅழல் மண்டிற்றே
நற்றேரான் கூடல் நகர்' (வஞ்சினமாலை)

மதுராபதித் தெய்வம் பாண்டியர்களின் நீதி நெறியை விளக்கும்போது கட்டுரை காதையில் பொற்கைப் பாண்டியனைப் பற்றிக் குறிப்பிடுகிறது.

'நெஞ்சம் சுடுதலின், அஞ்சி, நடுங்குற்று,
வச்சிரத் தடக்கை அமரர் கோமான்
உச்சிப் பொன்முடி ஒளிவளை உடைத்தகை
குறைத்த செங்கோல் குறையாக் கொற்றத்து
இறைக்குடிப் பிறந்தோர்க்கு இழுக்கம் இன்மை'

கண்ணுக்குக் கண் என்று தண்டனையளித்தால் உலகமே குருடாகிவிடும் என்று மகாத்மா காந்தி ஒரு முறை கூறினார். இதை விளக்க 11 ஆம் நூற்றாண்டைச் சார்ந்த சோமதேவர் எழுதிய கதை, 'கதா சரித சாக்ரா'வில் இடம்பெற்றிருக்கிறது. பாஞ்சாலத்தில் தேவபூதி என்கிற பண்டிதர் இருந்தார். அவருடைய கற்பிற் சிறந்த மனைவி கருவுற்றிருந்தாள். அவள் தோட்டத்திற்குக் காய்கறிகள் பறிக்கச் சென்றபோது, துணி வெளுப்பவருடைய கழுதை தோட்டத்தில் மேய்வதைப் பார்த்தாள். அந்தக் கழுதையைத் துரத்தத் தடியோடு ஓடினாள். ஒரு குழியில் தடுமாறி விழுந்த கழுதையின் கால் ஒடிந்தது. கேள்விப்பட்ட கழுதையின் உரிமையாளன் அந்தப் பெண்ணைக் குச்சியால் அடித்து உதைத்தபோது கருச் சிதைவு ஏற்பட்டது.

கண்ணுக்குக் கண் என்று
தண்டனையளித்தால்
உலகமே குருடாகிவிடும் என்று
மகாத்மா காந்தி ஒருமுறை கூறினார்

வீட்டுக்கு வந்த அந்த தேவபூதி அந்த நகரத்தின் நீதிமானிடம் புகார் செய்தார். அந்த நீதிமான் துணி வெளுப்பவரை வரவழைத்து வழக்கின் இரு பக்கமும் விசாரித்தார். அந்த நீதிமான் தேவபூதி கழுதை சரியாகும் வரை துணிகளைச் சுமக்க வேண்டும், துணி வெளுப்பவன் தேவபூதியின் மனைவியைக் கர்ப்பமாக்கவேண்டும் எனத் தீர்ப்பளித்தார். அரசர் கோபப்பட்டு, தவறான தீர்ப்பளித்த நீதிமானுக்கு மரண தண்டனை விதித்தார்.

'புறநானூற்றி'ல் பாண்டரங் கண்ணனார் பாடிய பாடல் ஒன்று இடம்பெற்றிருக்கிறது. பகை நாட்டைப் பெருநற்கிள்ளி எப்படிச் சிதைப்பான் என்பது அதில் குறிப்பிடப்பட்டுள்ளது.

கரும்புக் காட்டைத் தவிர வேறு காடு என்பதையே அறியாத வயல்களும் நிறைந்த பெரிய மருத நிலம் பாழாக, பகையரசர் நாடுகள் தீக்கிரையாகக் கொடூரமான போர்களைச் செய்தால் - உன்னைப் போலவே உன்னுடைய போர் யானைகளும் என்பது அதில் மையக்கருத்து. வீடுகளை அழிப்பதும், எரிப்பதும் பகை நாட்டின் வனச் செல்வங்களை சிதைப்பதும் வாலாயமான நடைமுறை.

'பெருந்தண்பணை பாழ்ஆக
ஏமநன்னாடு ஒள்எரி ஊட்டினை
நாம நல்லமர் செய்ய
ஓராங்கு மலைந்தன, பெருமநின் களிறே' *(16)*

இது கற்பனையல்ல, உண்மை என்பது சரித்திரத்தைப் புரட்டினால் தெரிகிறது.

> வீர ராஜேந்திரசோழன்
> சாளுக்கிய குறுநில மன்னன்
> மூக்கை அறுத்தான். தோற்ற மன்னனின்
> மனைவியரை அரசவையில் எடுபிடி
> வேலைபார்க்கச் செய்த
> சம்பவங்களும் உண்டு

சோழ மன்னன் இராஜாதிராஜன் இலங்கை அரசன் மாதவன் மூக்கை அறுத்தான். வீர இராஜேந்திரசோழன் சாளுக்கிய குறுநில மன்னன் மூக்கை அறுத்தான். தோற்ற மன்னனின் மனைவி யரை அரசவையில் எடுபிடி வேலைபார்க்கச் செய்த சம்பவங்களும் உண்டு. சாளுக்கியர்களின் தோற்ற தளபதிக்குப் பெண் உடையை அணிவிக்கும் பழக்கம் இருந்தது என யுவான் சுவாங் எழுதி யிருக்கிறார்.

‘விதுர நீதி’யில் தருமம் என்பது நாம் மற்ற வர்கள் நமக்கு என்ன செய்யக்கூடாது என்று நினைக்கிறோமோ, அதை அவர்களுக்கு நாம் செய்யாமல் இருப்பதுதான் என்று குறிப்பிடப் பட்டுள்ளது.

‘‘இனிய செயல்களை நீ செய், இனியவை யல்லாதவற்றை மற்றவர்கள் மூலம் செய்ய வேண்டும்’’ என்று பல்தசார் குறிப்பிடுகிறார். முடியாது என்பதை நிர்வாகியே சொல்லாமல் அவருடைய நேர்முக எழுத்தர் மூலம் சொல்வது நல்லது. அது அநாவசியமான தர்மசங்கடத்தைக் குறைக்கும்.

இந்தியாவில் மட்டுமல்ல, மேற்கிலும் தண்டனைகள் கடுமையாகவே இருந்திருக்கின்றன. இளவரசனும், பக்கிரியும் (The Prince and the Pauper) என்கிற புதினத்தில் மார்க் ட்வெயின் இங்கிலாந்தில் இருந்த கடுமையான தண்டனைகள் பற்றிக் குறிப் பிடுகிறார்.

தன் முடிவுரையில் அமெரிக்கர்களும், பிரிட்டிஷ் காரர்களும், மற்ற நாடுகளில் இருக்கின்றவர்கள் மனிதத் தன்மை இல்லாமல் நடந்துகொள்வதாகப் பிரச்சாரம் செய்கிறார்கள். ஆனால் அவர்களைப் போல நீதித்துறையில் வன்முறை செய்தவர் களில்லை. அவர்களிடமிருந்த நீளச் சட்டக்கோட் பாடு இருநூற்று இருபத்து மூன்று குற்றங்களுக்காக

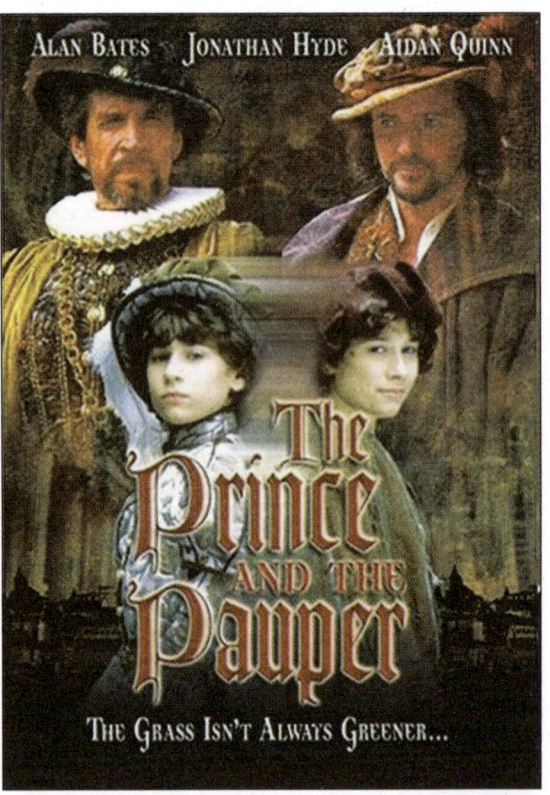

மரண தண்டனை விதிப்பதாக அமைந்திருந்தது என்று சுட்டிக்காட்டுகிறார். அந்தப் புதினத்தில் இளவரசன் பக்கிரியாக ஆள் மாறாட்டம் செய்து கொள்ளும்போது தான் இங்கிலாந்தில் இருந்த சட்டத்தின் கடுமையைப் பற்றித் தெரிந்து கொள் கிறான். அவன் மறுபடியும் அரசாட்சியைக் கைப் பற்றும்போது ஆறாம் எட்வர்ட் மன்னனாகப் பட்டத் திற்கு வருகிறான். கடுமையான சட்டங்களை நீக்கு கிறான். அவன் மிகவும் தாராளமாக நடந்து கொள்வதைக் கண்டு சிலர் சட்டத்தைத் தளர்த்து வதைப் பற்றிய சந்தேகங்களைக் கிளப்பும்போது அவன் ‘உங்களுக்குத் துன்பத்தைப் பற்றியும், அடக்கு முறையைப் பற்றியும் என்ன தெரியும்? எனக்கும் என் மக்களுக்கும்தான் அதன் கொடுமை தெரியும்’ என்று கூறுகிறான். சில நாட்களே அரசாட்சி செய்தாலும் கருணையுள்ள கண்ணியமான ஆட்சி நடத்திப் புனிதமான மனிதனாக வாழ்கிறான்.

முகலாயச் சக்ரவர்த்திகளில் கருணையுள்ளத் தோடு திகழ்ந்தவர் அக்பர். அவருடைய சாம்

ராஜ்யத்தில் ஊஜ்பக் பிரதேசத்தைச் சார்ந்தவர்கள் கிளர்ச்சி செய்தபோது, அதைச் சாதுர்யமாக முறியடித்தார். ஆனால் அந்தக் கிளர்ச்சியைத் தூண்டியவர்களோடு சமாதானமாகப் போகும் பொருட்டு மன்னித்தார். ஆனால் அவர்களோ அவருடைய பெருந்தன்மையைப் பலவீனமாகக் கருதி மறுபடியும் கிளர்ச்சி செய்தனர். அது அடக்கப் பட்டது., இரண்டாம் முறையும் அவர்களை மன்னித்தார். அவர்கள் மீண்டும் கிளர்ச்சி செய்த தோடு நிற்காமல், அக்பருடைய சித்தி மகனான அப்துல் ஹகீமை மன்னராக அறிவித்தார்கள். அக்பருடைய உறவினர்களான மீர்ஜாக்களும் கிளர்ச்சியில் ஆக்ரா அருகே ஈடுபட்டனர். அக்பரின் பொறுமை தீர்ந்தது. அவர்களைக் களத்தில் வெட்டிச் சாய்த்ததோடு பிடிபட்ட பலரை யானை மிதிக்கும் படி செய்தார்.

மன்னிப்பு பலவீனமாகக் கருதப்படுவது நிர்வாகத்தில் உண்டு. ஆனால் மன்னிக்கப்பட்டவர் களே, மன்னிப்பார்கள் என்பதற்கு ஜெயகாந்தன் எழுதிய சிறுகதை சான்று.

'தவறுகள், குற்றங்கள் அல்ல' என்ற சிறுகதை முக்கியமானது. தண்டனைகளால் திருந்தாதவர்கள் உண்டு. அவர்களுக்குத் தேவை தண்டனையல்ல, சிகிச்சையே என்பது அவர் வாதம். நாகராசன் என்கிற உயர் பதவியிலிருப்பவரிடம் தெரஸா என்கிற ஆங்கிலோ இந்தியப் பெண்மணி நேர்முக உதவியாளராகப் பணி புரிகிறார். அவருக்கு ஐம்பது வயது. அவளோ இளமை அழகுடன் இருப்பவள். கன்னையா என்கிற நாகராசனின் அத்தை மகன் அவரோடு வந்து தங்குகிறான். சின்ன வயதில் அவனுக்கு மதுவை அறிமுகப்படுத்தியவரே நாகராசன்தான். அதனால் அவன் சீர்கெட்டு அவரிடம் வருகிறான். ஒண்டிக்கட்டையான அவனுக்கு அவர் அடைக்கலம் தருகிறார். ஒருவிதக் குற்ற உணர்வு அவருக்கு. நாகராசனின் மனைவியோ சீக்காளி. நாற்காலியிலிருந்து எழவே சிரமப்படுபவர்.

கன்னையாதான் தினமும் மதியம் நாகராசன் அலுவலகத்திற்குச் சாப்பாடு கொண்டு வந்து பரி மாறுவான். அவன் பரிமாறுவது பரிவும், நேர்த்தியும் கலந்தது. அவருக்குச் சுயமாகப் பரிமாறிச் சாப்பிடத் தெரியாது. ஒருநாள் அவனுடன் காரில் போகும் போது அவனிடம் நாகராசன் ''டேய், கன்னையா... நம்ப செக்ரட்டரி அம்மா எப்படி இருக்கா'' என்று கேட்டார். ''அவளுக்கு உம்மேலே ஒரு கண்ணு இருக்குது. அது தெரியாது?'' என்று கண்களைச் சிமிட்டி அவரைக் குஷிப்படுத்தினான் கன்னையா.

அவருக்கும் அன்று முதல் சபலம்.

ஒருநாள் 500 ரூபாயைத் திருடிக் கொண்டு கன்னையா ஓடிவிட்டான். மதிய உணவைப் பரிமாறிக் கொள்ளத் தெரியாத அவருக்குத் தெரஸா உதவி செய்தாள். இருவரும் ஒன்றாக அமர்ந்து சாப் பிட்டனர். பத்து நாட்களில் நெருக்கம் ஏற்பட்டது. ஆனால் அதை ஈர்ப்பு என எண்ணிய நாகராஜன் பின்பக்கமாக அவளை அணைக்க முயன்றபோது அவள் அழுகையுடன் விடுவித்துக்கொண்டு விடு கிறாள்.

நாகராசன் தனிமையில் தன் செயலுக்காக வருந்துகிறார். இராஜினாமா செய்து விடுவாளோ என்று அச்சப்படுகிறார். தந்தை வயதில் இருக்கும் தான் நடந்துகொண்ட தரக் குறைவான விதம் பற்றி அவருக்கே அருவருப்பாக இருந்தது. அவளை அழைத்து மன்னிப்புக் கேட்டு, கடிதம் ஒன்றை அவர் டிக்டேட் செய்தார். அவளோ வேறொரு கடிதத்தை டைப் அடித்துக் கொண்டு வந்தாள்.

அதில் 'இது உங்கள் வீழ்ச்சியல்ல, இது ஒரு சறுக்கல். முறைகேடான நடத்தைகள் தவறுகள்தாம். குற்றங்களல்ல. நான் உண்மையான கிறிஸ்தவப் பெண். மன்னிக்கிறவர்களே மன்னிக்கவும் படு கிறார்கள். இதனை மறந்து இதற்காக வருந்து வதைத் தவிருங்கள்' என்று டைப் அடிக்கப் பட்டிருந்தது.

நாகராசன் 'தெரஸா, நீ எவ்வளவு உயர்வான ஆத்மா' என வியந்தார்.

அன்று இரவு எட்டு மணிக்கு வீடு திரும்பிய நாகராசன் காரை ஷெட்டில் விடுவதற்காக அங்கு நின்றிருந்த கன்னையாவைப் பார்த்தார். அவன் அவரருகே வந்து அழுதான். அவனை மன்னித்து அவர் அனுமதித்தார். அவரது மகளும், மனைவியும், எவ்வளவு பெருந்தன்மை மிக்க மனிதர் இவர் என்று நாகராசனைப் பற்றி எண்ணிப் பெருமிதம் கொண்டனர்.

★

அத்தியாயம் 98

தடியை உயர்த்து அடிக்காதே

தண்டனை அளிக்கிறபோது எடுத்தவுடன் கடுமையான தண்டனை அளித்தால் பணியில் சேர்ந்தவர்கள் சுருங்கிப்போய்விடுவார்கள். பணியில் இளையோரை, மிகவும் மோசமான நடத்தை இருந்தால் தவிர கடுமையாகத் தண்டிக்கக் கூடாது. கடுமையாகத் திட்டலாம், மிரட்டலாம், ஆனால் எழுத்து மூலமாகத் தண்டனை கொடுத்து எதிர் காலத்தையே பாழடித்துவிடக்கூடாது. தண்டனை என்பது அடுத்தவர்களுக்கும் படிப்பினையாக இருக்கவே தரப்படுவது. எனவே தவிர்க்க முடியாத காரணத்தின்போதுதான் உச்சபட்ச தண்டனைகள் அளிக்கப்படவேண்டும்.

தண்டனை வழங்குகிறபோது இரண்டு முறை யோசிக்க வேண்டும். அந்த நிகழ்வைப் பலமுறை வாசிப்பதில் தவறில்லை. ஏதேனும் ஒரே ஒரு வாய்ப்பு குற்றம் சாட்டப்பட்ட நபருக்குச் சாதகமாக இருந்தால் கூட அவரைத் தண்டனையிலிருந்து விடுவித்து விடலாம்.

தண்டனை வழங்கும்போது பாரபட்சம் பார்க்கக் கூடாது. ஒரே மாதிரி தவறு செய்த இருவருக்கு வெவ்வேறு விதமான தண்டனைகள் தரக்கூடாது. அதோடு நிறைய நல்லது செய்திருக்கிற ஒருவர் ஏதேனும் ஒரு நிகழ்வில் தவறிவிட்டார் என்பதற்காக அவர் செய்த அனைத்துச் சாதனை களையும் மறந்துவிட்டு அவருக்குத் தண்டனை அளிக்கக்கூடாது. ஒருவரின் ஒட்டுமொத்த செயல் பாட்டையும் மனத்தில் வைத்து நாம் தண்டனையை அளிக்கவேண்டும்.

இலக்கியத்தில் மேலாண்மை

> தண்டனை வழங்கும்போது
> பாரபட்சம் பார்க்கக்கூடாது.
> ஒரே மாதிரி தவறு செய்த
> இருவருக்கு வெவ்வேறு விதமான
> தண்டனைகள் தரக்கூடாது

தண்டனை அளிக்கிறபோது அதை முறையாக அளிக்க வேண்டும். உரிய வழிமுறைகளைப் பின்பற்ற வேண்டும். 'எடுத்தோம், கவிழ்த்தோம்' என்று விதிமுறைகளைக் காற்றில் பறக்க விட்டு அவசர அவசரமாக ஒருவரைப் பழிதீர்க்கத் தண்டனை தரக்கூடாது. அதோடு உரிய வாய்ப்புகளைக் குற்றம் சாட்டப்பட்டவருக்கு அளிக்க வேண்டும். அவர், தான் களங்கமற்றவர் என்பதை நிரூபிக்க ஆதாரங்களைச் சமர்ப்பிக்கும் உரிமையையும் தர வேண்டும். அவர் சார்பில் கருத்துகளைக் கூற வாய்ப்புத் தந்து நீதியின் இயற்கை விதிகளைப் பின்பற்றி, அதற்குப் பிறகு விரிவாகக் குற்றச்சாட்டுகளை ஆராய்ந்து, ஏற்றுக் கொள்கிறோமா இல்லையா என்று காரணங்கள் கூறி ஆணையைப் பிறப்பிக்க வேண்டும்.

மனிதர்களைப் பொறுத்தே தண்டனை அமைய வேண்டும் என்பதற்கு மாப்பசான் எழுதிய சிறுகதை உதாரணம். 'தோற்றது' என்ற சிறுகதையை அவர் எழுதியுள்ளார்.

ஓர் இளைஞன் ஒரு நாள் கடை வீதியில் கண்காட்சி ஒன்றில் புதிதாகத் திருமணமான ஓர் இளம் ஜோடியைப் பார்த்தான். மிகச் சாமானிய வருமானத்தைச் சார்ந்தவர்கள் என்பது அந்தத் தம்பதியின் உடைகளிலிருந்தே தெரிந்தது. அந்தப் பெண் மிக அழகாக இருந்ததால், அவளை எப்படியாவது கவரவேண்டும் என அவன் முயற்சிகளை மேற்கொண்டான். கௌரவமான பின்னணியைச் சார்ந்த அந்தப் பெண்ணுக்கோ அது எரிச்சலைத் தந்தது.

அங்கு, கண்காட்சியில் எந்த இடத்திற்குச் சென்றாலும் அவன் அந்த ஜோடியைப் பின் தொடர்ந்தான். அந்தப் பெண் ஓர் அழகிய தோல் கோட்டையே பார்த்த வண்ணம் நின்றிருந்தாள்.

"எனக்கு அது வேண்டும்" என்று நினைத்தாள். ஆனால் அந்தக் கடைக்காரன் சொன்ன விலையைத் தர அவளால் முடியவில்லை. அப்போது அந்த இளைஞன் 'இந்த மேலங்கி உங்கள் மேனியைத் தவழும்படி செய்ய எனக்கு அனுமதி தாருங்கள்' என ரகசிய குரலில் கிசுகிசுத்தான்.

"நீங்கள் விளையாடுகிறீர்கள்" எனக் கோபமாகக் கேட்டாள் அவள்.

"உங்களை விரும்புகிறேன். நான் உங்கள் அடிமையாக இருக்க விரும்புகிறேன்"

"அடிமை என்றால் சவுக்கால் அடிக்கலாமா?"

"நிச்சயம்"

"நான் சொன்னதைக் கேட்டால், அடிக்கடி சந்திக்கத் தயாரா?"

"உறுதியாக"

"அப்படியென்றால் என்னிடம் 25 சவுக்கடிகள் வாங்கினால் நான் என்னை உங்களுக்குத் தருகிறேன்"

"சம்மதம்"

மறுநாள் அவள் கொடுத்த முகவரிக்கு அவன் சென்றான். இரவு 8.00 மணி. அவள் அவன் கைகளைக் கட்டி முதல் அடி தந்தாள். "மிகவும் வலிக்கிறது" என்றான்.

"உனக்கு வலிக்க வேண்டும் என்பதுதான் என் நோக்கம்".

24 அடிகள் முடிந்தபோது அவள் "24 முடிந்து விட்டன" என்றாள்.

"நான் 25 அடித்த பிறகே உங்களுக்குப் பரிசு தருவதாகச் சொன்னேன். ஆனால் நீங்கள் 24 தான் வாங்கியிருக்கிறீர்கள்" என பின்னால் இருந்த

514

கடுமையாகக் கண்டிக்கவேண்டும். ஆனால் தண்டனை தருகிறபோது அது மிதமானதாக இருக்கவேண்டும்

திரையை விலக்க அவளுடைய கணவனும், இன்னும் இரண்டு பேரும் வெளியே வந்தார்கள்.

''தோற்றுவிட்டேன்'' என அவன் பரிதாபமாக முனகினான்.

தவறு செய்யும்போது, அதனால் கிடைக்கும் பலன்களைப் பற்றிக் கவலைப்படுகிறார்களே தவிர, அவர்கள் மாட்டிக்கொண்டால் கிடைக்கும் தண்டனையைப் பற்றிச் சிறிதும் சிந்திப்பதில்லை.

திருக்குறளில் ஆக்கப்பூர்வமான ஒழுங்குமுறை வலியுறுத்தப்படுகிறது. ஒருவனுடைய குற்றம் எத்தகையது என்பதை ஆராய்ந்து அந்தக் குற்றத் திற்குப் பொருந்துமாறு தண்டிப்பவனே அரசன் என்பது வலியுறுத்தப்படுகிறது. தண்டனையின் நோக்கம் மீண்டும் அக்குற்றம் நிகழாமல் இருப்பது தானே தவிர தன்னுடைய கோபத்தைத் தனி மனிதன் மீது தீர்த்துக்கொள்வதற்காக அல்ல

***'தக்காங்கு நாடித் தலைச்செல்லா வண்ணத்தால்
ஒத்தாங்கு ஒறுப்பது வேந்து' (561)***

கடுமையாகக் கண்டிக்கவேண்டும். ஆனால் தண்டனை தருகிறபோது அது மிதமானதாக இருக்க வேண்டும். எனக்குத் தெரிந்த சில அதிகாரிகள் தவறு நடக்கும்போது கோபத்தில் குதிப்பார்கள். உடனே குறிப்பாணை அனுப்புவார்கள்.

அது அலுவலகத்தின் ஒழுக்கத்தையும், நெறியையும் ஏற்படுத்துவதற்காகத்தானே தவிர குறிப்பிட்டு யாரையும் தண்டிப்பதற்கு அல்ல. பிறகு எச்சரிக்கையோடு அந்த நபரை குற்றச்சாட்டி லிருந்து விடுவிப்பார்கள். சில நேரங்களில் குற்றச் சாட்டு நீடிக்கும் வரை ஏற்படுகிற அச்சமே தண்டனை யாக இருப்பதும் உண்டு. அதைத்தான் திருவள்ளுவர் வலியுறுத்துகிறார்

***'கடிதோச்சி மெல்ல எறிக நெடிதாக்கம்
நீங்காமை வேண்டு பவர்' (562)***

ஷேக்ஸ்பியரும் இதைப்போலவே பிராஸ் பரோவை 'டெம்பஸ்ட்' நாடகத்தில் படைத்துக் காட்டுகிறார். மிராண்டா தன் தந்தையைப் பற்றிக் கூறுகிறபோது, அவர் சொற்களில் கடுமையாகத் தோன்றினாலும் செயலில் மென்மையானவர் என்று குறிப்பிடுகிறார்.

ஒழுங்கு நடவடிக்கைகளைச் செயல்படுத்து பவர்கள் நீதிமுறை கெடாதவாறு அதைச் செயல் படுத்த வேண்டும். அரசன் தன்னுடைய செங்கோல் கோணாமல் இருக்கப் பார்த்துக்கொள்ள வேண்டும் என்றெல்லாம் திருக்குறள் வலியுறுத்துகிறது. பாரபட்சம் இல்லாமல் துலாக்கோலைப்போல நீதிப் பரிபாலனம் செய்வதுதான் நிர்வாகிக்கு அழகு.

ஷேக்ஸ்பியர் 'ஐந்தாம் ஹென்றி' நாடகத்தில், மன்னன் தன் நண்பனே கொள்ளையடித்தாலும் அவன்மீது மரண தண்டனை விதித்து ஆணை பிறப் பிக்கிறான். அதன்மூலம் பல தகவல்களை அவன் சூசகமாகச் சொல்கிறான். 'என் நண்பனாக இருந் தாலும் நான் அவனைத் தூக்கிலிடுகிறேன் என்றால் மற்றவர்கள் அதிலிருந்து ஒழுங்காக நடந்துகொள்ள வேண்டும் என்று தெரிந்துகொள்ளுங்கள். தவறு செய்பவன் நண்பனாக இருந்தாலும் குற்றவாளி

யாகத்தான் கருதப்படவேண்டும்' என்பதை அவர் ஐந்தாம் ஹென்றியின் செயல்முறையை விளக்குகிறா ஒரு பாரபட்சமற்ற தன்மை வெளிப்படுகிறது.

'சுக்ர நீதி' குற்றங்களை நான்கு வகைகளாகப் பிரிக்கிறது. உடலைப் பற்றியதும், மொழியைப் பற்றியதும், மனத்தைப் பற்றியதும், செயற்கை யாலாவது எனக் குற்றம் நான்கு வகைப்படும் என்றும், அறிந்துசெய்தல், அறியாது செய்தல் என இரண்டு வகைப்படும் என்றும் அது தெரிவிக்கிறது. 'சுக்ர நீதி'யிலும் தலையாயோன், இடையாயோன், கடையாயோன் என்று மனிதர்களைப் பிரித்து அவர்கள் தன்மைக்கேற்பத் தண்டனைகள் வழங்கப் பட்டிருக்கின்றன. ஆனால் அதே நேரத்தில் கண், முகம் முதலியவற்றின் விகாரத் தோற்றங்களால் மனத்தின் கண் நிகழுங்குற்றத்தையும், செயலால் உடலின்கண் நிகழுங்குற்றத்தையும், கடுஞ்சொற் களாற் சொல்லின்கண் நிகழுங்குற்றத்தையும், உடன் பழகுவோரால் சேர்க்கையால் நேருங் குற்றத்தையும் உணர்ந்து, அவற்றின் வன்மை மென்மைகளைச் சீர்தூக்கி, நிகழ்ந்தனவும் நிகழ்வனவுமாகிய தீவினை களுக்குத் தக்கவாறு தண்டல் செய்தல்வேண்டும்.

அரசன் நன்கு ஆராய்ந்து தண்டிப்பவனாகவும், பொறுமையாளனாகவும், குடிகளால் விரும்பப்படு பவனாகவும் இருத்தல் வேண்டும்.

'அர்த்தசாஸ்திரம்' நீதிபதிகளுக்கான இலக்கணங்களைக் குறிப்பிட்டிருக்கிறது. அது இன்று நிர்வாகங்கள் நடத்தும் ஒழுங்கு தண்டனைக்கும் பொருத்தமானதாக இருக்கும். சாட்சி முறை, பொய்சாட்சி, கட்டளைகளைப் பிறப்பிக்கும் முறை, திருமணத்தில் நடந்துகொள்ள வேண்டியது குறித்த விதிகள், மணமுறிவு பற்றிய தண்டனைகள் என்று பலவகைக் குற்றங்களைப் பற்றி அது விரிவாக விவரிக்கிறது. சொத்து விவரங்கள் பற்றியும் அது குறிப்பிடுகிறது. வரி கட்டுபவர் வரி விலக்கு விதிக்கப்பட்ட கிராமத்தில் சொத்தை வாங்கி அதை வரிகட்டாத ஒருவருக்கு விற்றால் அதற்குக்கூட தண்டனை என்று 'அர்த்தசாஸ்திரம்' குறிப்பிடுகிறது. ஒப்பந்த சட்டத்தைப் பற்றியும் 'அர்த்தசாஸ்திரம்' பேசுகிறது. மரணத்திற்கு ஏதாவது உள் நோக்கம் இருந்ததா என்பது பற்றியும், தற்கொலை, சித்ரவதை பற்றியும் விரிவான விவரங்கள் கொடுக்கப்பட்டிருக் கின்றன.

கௌடில்யருடைய சட்டமுறை அனைத்து அம்சங்களையும் உள்ளடக்கியதாக இருக்கிறது. அவற்றை அரசுகள் ஏற்கெனவே செயல்படுத்து கின்றன. நிர்வாகங்களும் தேவையானவற்றை அவற்றிலிருந்து கிரகித்துக்கொள்ள முடியும் என்கிற அளவிற்கு அவை விரிவாக இருக்கின்றன. ★

அத்தியாயம்

99

நீதியிலும் நீக்குப்போக்கு

நீதியைச் செயல்படுத்துவதில் எவ்வாறு நீக்குப் போக்குடன் நடந்துகொள்ள வேண்டும் என்பதற்குச் சீன சரித்திரத்தில் ஒரு சம்பவம் உண்டு.

சூ நாட்டு மன்னன் சாவுங். அவன் ஒருநாள் தன் அமைச்சர்களுக்கும், தளபதிகளுக்கும் விருந்து வைத்தான். இசை நிகழ்ச்சி நடந்தது. விருந்து, மதியத்திலிருந்து இரவு வரை நீடித்தது. இரவு நேரத்தில் மெழுகுவத்திகள் ஏற்றப்பட்டன. அரசன் தன்னுடைய மனைவியை அந்த அரங்கு முழுவதும் உள்ள விருந்தாளிகளின் கோப்பைகளில் மதுவை ஊற்றும்படி சொன்னான். கண்ணாடிக் குவளைகள் உரசும் ஒலியிலும், சிரிப்பொலிகளின் நடுவிலும் திடீரென வீசிய காற்று மெழுகுவத்திகளை யெல்லாம் அணைத்துவிட்டது. அந்த அரங்கம் முழுவதும் இருட்டு.

அரசனின் மனைவி நின்றிருந்த இடத்தில் இருந்த ஒருவன் அவளது அழகில் மயங்கி அவளுடைய உடலைத் தொட்டுவிட்டான். அவளோ சாதுர்யமாக அவனிடமிருந்து நழுவி அவன் தலையில் இருந்த தொப்பி தாடையைப் பிணைத்திருந்த ரிப்பனை உருவிக் கொண்டாள். அவள் நேராக அரசனிடம் ஓடி 'யாரோ என் துணியை இழுக்க முயற்சி செய்தார். நான் அவருடைய தாடை ரிப்பனைத் தொப்பியிலிருந்து உருவிக்கொண்டேன். மெழுகுவத்தியை ஏற்றுங்கள்

'நான் அந்த நபரை அடையாளம் காட்டுகிறேன்' என்றாள்.

மெழுகுவத்தியை ஏற்றுவதற்கு அரசன் பணியாளர்களை அழைக்கவில்லை. மாறாக எல்லோரையும் தங்கள் தொப்பியை அகற்றி, உடைகளைத் தளர்த்தி ஓய்வாக உட்காரும்படி பணித்தான். அவர்களும் அவ்வாறே செய்தார்கள். மெழுகுவத்திகள் ஏற்றியபோது அந்தப் பெண்ணால் அடையாளம் காட்ட முடியவில்லை. அவள் ஏமாற்றம் அடைந்தாள்.

விருந்து முடிந்தவுடன் அரசன், 'அந்த மனிதன் சற்று அதிகமாகக் குடித்திருக்க வேண்டும் நீ களேபரம் செய்து விருந்துச் சூழ்நிலையைக் கெடுக்க வேண்டாம். இவர்கள் எனக்காக விசுவாசத்துடன் உழைத்தவர்கள். அவர்கள் நன்றாகப் பொழுதைக் கழிக்க வேண்டுமென்று நான் விரும்பினேன்' என்று விளக்கம் அளித்தார்.

மூன்றாண்டுகள் முடிந்தன. சூ நாட்டிற்கும் அண்டை நாட்டிற்கும் போர் மூண்டது. சாவுங் மன்னனை எதிரிகள் சூழ்ந்துகொண்டார்கள். அவர்களிடமிருந்து வெளியே வர அவன் கடுமையாகப் பிரயாசைப்பட்டான். அந்நேரத்தில் தளபதி டாங் விரைந்து வந்து மன்னனைக் காப்பாற்றத் தீவிரமாகப் போராடினான். மன்னனை விடுவித்ததோடு தோற்கப்போகும் நிலையிலிருந்து வெற்றி பெற்றுத் தந்தான்.

இன்று உலகம் முழுவதும்
உயிர்க்கொலை புரிபவர்களுக்கு
மரண தண்டனை விதிப்பதா
வேண்டாமா என்கிற விவாதம்
நடந்துகொண்டேயிருக்கிறது

சாவுங் மனம் முழுவதும் நன்றியால் நிறைந்தது. 'நான் உனக்குக் குறிப்பாக எதுவும் செய்யவில்லை, ஆனால் உயிரைப் பணயம் வைத்து எனக்காக ஏன் இவ்வளவு தீவிரமாகப் போராடினாய்?' என்று அந்தத் தளபதியிடம் கேட்டான்.

அரசன் அவனுக்குக் கொடுத்த பரிசுப் பொருட்களையும் அவன் நிராகரித்துவிட்டு 'மன்னரே, மூன்றாண்டுகளுக்கு முன்பு நடந்த விருந்தில் அரசியிடம் தவறாக நடந்துகொண்டது நான்தான். அப்போது என்னைத் தண்டிக்காமல் மன்னித்துவிட்டீர்கள். அதற்காக நன்றிக்கடன் செலுத்தக் கூடிய தருணத்தை நான் எதிர்பார்த்துக் காத்திருந்தேன்' என்று சொன்னான். சில நேரங்களில் மன்னிப்பு தண்டனையைவிட அதிக விசுவாசத்தைப் பெற்றுத் தருவதுண்டு.

இன்று உலகம் முழுவதும் உயிர்க்கொலை புரிபவர்களுக்கு மரண தண்டனை விதிப்பதா வேண்டாமா என்கிற விவாதம் நடந்துகொண்டேயிருக்கிறது. இதைப் பற்றிச் 'சுக்ர நீதி' குறிப்பிடும்போது குற்றம்புரிவாரை ஒரு திங்களாதல், மூன்று திங்களாதல், ஆறு திங்களாதல், ஓராண்டாதல் வாழ்நாள் முழுதும் விலங்கிட்டுச் சிறைக் கோட்டம் புகுவித்து இழி தொழில் செய்யும்படி தண்டிக்கலாம். இவருள் எவனும் கொலைத் தண்டத்திற்குரியனாகான். உயிர்களைக் கொலை செய்தலாகாதென்று வேதங்கள் வற்புறுத்திக் கூறுகின்றன. ஆதலின், அரசன் எவ்வாறாவது முயன்று கொலைத் தண்டத்தை ஒழித்தல் வேண்டும்.

அதே 'சுக்ர நீதி' எப்போது மரண தண்டனை விதிக்கவேண்டும் என்பதைப் பற்றியும் சொல்

கிறது. 'பகைவரின் சூழ்ச்சியால் அரசனுக்கும், நாட்டிலுள்ள குடிகளுக்கும், அமைச்சர் முதலிய அரசியல் வினை செய்வார்க்கும் மாறுபாட்டுத் தன்மையை விரும்புவோரை, அரசன் விரைந்து அழித்துவிடல் வேண்டும்.'

தீவிரவாதிகளை ஒழிப்பதைப் பற்றியும் 'சுக்ர நீதி' விவரிக்கிறது. 'அரசன், ஒரு குழுவினர் தீங்கு புரிவாராயின் இக்குழுவினரை ஒரே காலத்தில் ஒருங்கு அழித்துவிட விரும்பலாகாது. ஒரு குழந்தை

பாலுண்ணுங்கால் தனத்தை ஒவ்வொன்றாகப் பற்றி உண்ணுதல் போல, அரசனும் அத்தீயோரை முறையே ஒவ்வொருவராகப் பற்றி அழித்துவிடக் கடவன்.'

இந்த நியதி இன்று நிறுவனங்களில் பணி செய்யாமல், பலரைத் தடுக்கின்ற, கிளர்ச்சியை விளைவிக்கின்ற பணியாளர்களை ஒடுக்குவதற்கும் பொருந்துவதாக இருக்கிறது.

திருவள்ளுவர், இப்படிப்பட்ட பணியாளர்களை முதலிலேயே அறிந்து ஆரம்பக்கட்டத்திலேயே அவர்களைப் பணியிலிருந்து நீக்கிவிட வேண்டும். அவர்களை வளரவிட்டால் நிறுவனத்திற்கே கேடுவிளைவிப்பார்கள். நிறுவனத்திற்குள்ளிருந்தே அதற்கு எதிராக வேலை செய்பவர்களை மட்கலத்தை அறுக்கும் கருவிபோல் அந்த உட்பகை தவறாமல் அழிவு செய்யும் என்பதால் நிர்வாகி தன்னைக் காத்துக்கொள்ள வேண்டும். மனம் திருந்தாத உட்பகை ஒருவனுக்கு உண்டாகுமானால், அது அவனுக்குச் சுற்றம் சீர்படாமைக்குக் காரணமான குற்றம் பலவற்றையும் தரும் என்று குறிப்பிடுகிறார்.

'இளைதாக முள்மரம் கொல்க, களையுநர்
கைகொல்லும் காழ்த்த இடத்து' *(879)*

'உட்பகை அஞ்சித்தற் காக்க உலைவுஇடத்து
மண்பகையின் மாணத் தெறும்' *(883)*

'மனம்மாணா உட்பகை தோன்றின் இனம்மாணா
ஏதம் பலவும் தரும்' *(884)*

அதே நேரத்தில் திருவள்ளுவர் மிகவும் மோசமானவர்களைத் தண்டிப்பது, பயிர்களில் உள்ள களைகளை நீக்குவதற்குச் சமம். அப்போதுதான் பயிர்கள் செழித்து வளரமுடியும் என்று கொலைத் தொழில் புரிபவர்களைத் தண்டிப்பதைப் பற்றியும் குறிப்பிடுகிறார்.

'கொலையிற் கொடியாரை வேந்தொறுத்தல் பைங்கூழ்
களைகட் டதனொடு நேர்' *(550)*

ஷேக்ஸ்பியர் 'ஜூலியஸ் ஸீஸர்' நாடகத்தில் புரூட்டஸ் தன்னுடைய செயலை நியாயப் படுத்துவதுபோல குறிப்பிடும் சில வாசகங்களை அமைத்திருக்கிறார். சீசர் ஒரு பாம்பின் முட்டை; அது பொரிந்தால் தொல்லை தரக் கூடியது என்பதால் ஓட்டின் உள்ளிருக்கும்போதே கொல்லப்பட வேண்டியது என்று புரூட்டஸ் சீசரை அழிப்பதை நியாயப்படுத்துவான். ஷேக்ஸ்பியரும் களையெடுக்கிற உதாரணத்தையே 'மேக்பத்'தில் பயன்படுத்துகிறார். 'அரச மலருக்குப் பனி பொழிவிக்கக் களைகளை மூழ்கடித்தல்' என்று குறிப்பிடுகிறார். ஓரிடத்தில் 'நாம் பாம்பைக் கருக்கினோம்; கொல்லவில்லை' என்கிற வாசகமும் இடம் பெற்றிருக்கிறது.

பாதி தண்டனை கொடுத்தால் அது இன்னும் ஆபத்தானது. தண்டனை பெற்றவன் வஞ்சகத்தோடு என்றாவது பழிவாங்க வேண்டுமென்று கருவிக்

இலக்கியத்தில் மேலாண்மை

கொண்டே இருப்பான். அவனால் ஆபத்துத்தான் விளையுமே தவிர அந்நியோன்யம் ஏற்படாது. மன்னித்துவிட்டார்கள் என்கிற எண்ணம் ஏற்படாமல் அவமானப் படுத்திவிட்டார்கள் என்கிற ஆத்திரமே அவனுக்குத் தோன்றும்.

★

இலக்கியத்தில் மேலாண்மை

அத்தியாயம் 100
ஆயுள் தண்டனையா ஆயுத தண்டனையா

நிறுவனங்களைப் பொருத்தவரை பணிநீக்கம் தான் உச்சபட்ச தண்டனை. அதுவும் இரண்டு வகைப்படும். ஒன்று டிஸ்மிஸ்ஸல், இன்னொன்று டிஸ்சார்ச். டிஸ்சார்ச் என்று சொன்னால் அவர்கள் வேறு இடத்தில் வேலை தேடிக்கொள்ள முடியும். டிஸ்மிஸ்ஸல் என்று சொன்னால் அவர்கள் எங்கும் வேலை செய்யமுடியாது.

பணி நீக்கம் செய்வது உச்சபட்ச தண்டனை மட்டுமல்ல, ஒருவர் பணிக்கொடை, ஓய்வூதியப் பலன்கள் போன்வற்றையும் அத் தண்டனையால் இழந்துவிடுவார்கள். எனவே தவிர்க்க முடியாத நிகழ்வுகளில்தான் இந்தத் தண்டனையை வழங்க வேண்டும். சிலரால் எந்தப் பயனும் இல்லை, நிறுவனமே அவர்களால் நாற்றம் எடுக்கிறது என்கிற நிலை வருகிற போதும் ஊழல் செய்தவர்கள் என்பது தெள்ளத் தெளிவாகத் தெரிகிறது என்கிறபோதும், எந்தப் பணியும் செய்யாமல் வெறுமனே காலத்தைக் கழிக்கிறார்கள் என்கிறபோதும் ஒருவரைப் பணியை விட்டு நீக்குவதைத் தவிர வேறு வழியில்லை. ஒருவரை நமக்குப் பிடிக்கவில்லை என்பதற்காகப் பணி நீக்கம் செய்யக்கூடாது. நம்மை ஒருவர் பகிரங்க மாகச் சுட்டிக்காட்டினார் என்பதற்காகவும் இதைச் செய்யக்கூடாது. ஒழுங்கீனமானவர்கள் இது போன்ற நிலை நமக்கு ஏற்படக் கூடும் என்கிற அச்சம் தோன்ற வேண்டும் என்பதற்காக அவ்வப் போது இதைப் பயன்படுத்தித்தான் தீர வேண்டும். பயன்படுத்தப்படாத அதிகாரங்கள் பயனற்றவை யாகிவிடும் என்பதைக் கருத்தில் கொள்ள வேண்டும்.

521

பணி நீக்கம் செய்யும் போது மிகுந்த எச்சரிக்கையுடன் அந்த நேர்வுகளைக் கையாள வேண்டும். ஒரு போதும் அவசரப்பட்டு விதிமுறைகளைப் பின்பற்றாமல் அதைச் செய்துவிடக் கூடாது. அது அந்தப் பணியாளர் மறுபடியும் வந்து அதே இருக்கையில் அமர்ந்துகொண்டு நம் அதிகாரத்தை முழுவதுமாக மறுதலித்த சூழலை ஏற்படுத்திவிடும்.

'அர்த்தசாஸ்திரம்' சில குற்றங்களுக்குக் கடுமையான தண்டனையைப் பரிந்துரை செய்கிறது. வயதுக்கு வராத பெண்ணிடம் பாலியல் பலாத்காரம் செய்பவனுடைய கையை வெட்ட வேண்டும். நானூறு பனாக்கள் தண்டம் விதிக்கவேண்டும். அந்தப் பெண் இறந்தாலும் மரண தண்டனை விதிக்க வேண்டும் என்கிறது. தகாத உறவு கொள்பவர்களின் ஆண்குறிகள் வெட்டப்பட வேண்டும் என்பதுகூட தண்டனையாகக் குறிப்பிடப்படுகிறது. மரண தண்டனை குறித்து, தனியான அத்தியாயமே ஒதுக்கப்பட்டிருக்கிறது. பத்து மாடுகளுக்கு மேல் திருடினால் மரண தண்டனை என்றும், பட்டத்து யானை, குதிரை போன்றவற்றைக் கொண்டு செல்பவர்களுக்குக் கடுமையான மரண தண்டனை, ஆயுதங்களைத் திருடுபவர்களுக்கு அம்பு எறிவதன் மூலம் மரண தண்டனை, நீர்நிலைகளை உடைப்பவர்களுக்கு அந்த நீர்நிலையிலேயே மூழ்கடித்து மரண தண்டனை, மனித மாமிசத்தை விற்பவர்களுக்குப் பல வகைகளில் மரண தண்டனைகள் பரிந்துரை செய்யப்படுகின்றன.

மரண தண்டனை கொடுமையானதா, ஆயுள் தண்டனை கொடுமையானதா என்பது குறித்து இரஷ்ய இலக்கியத்தில் ஒரு சிறுகதை உண்டு. சிந்திக்கத் தூண்டும் இந்தச் சிறுகதை நம் வாழ்வு குறித்த மிகப்பெரிய கேள்வியை முன்வைக்கிறது.

'பெட்' என்கிற சிறுகதை ஆன்டன் செகாவ் எழுதியது. தண்டனை பற்றிய நுட்பம் வாய்ந்த கதை. வயதான வங்கி உரிமையாளர் ஒருவர் அறையின் குறுக்கும், நெடுக்குமாக அமைதியின்றி நடந்துகொண்டிருக்கிறார். பதினைந்து ஆண்டுகளுக்கு முன்பு நடந்த சம்பவம்...

பணி நீக்கம் செய்யும் போது மிகுந்த எச்சரிக்கையுடன் அந்த நேர்வுகளைக் கையாள வேண்டும்

அவர் வீட்டில் ஒரு விருந்து. படித்த பெருமக்கள் பங்கு கொண்டனர். மரண தண்டனை பற்றிய விவாதம். அப்போது அங்கு வந்திருந்த இளம் வழக்கறிஞர், 'மரண தண்டனை, ஆயுள் தண்டனை இரண்டுமே மோசமானவை. ஆனால் ஆயுள் தண்டனை சற்றுப் பரவாயில்லை. உயிர் மிஞ்சுகிறதே' என்றார்.

அந்த வங்கியாளர் பொறுமையிழந்து 'நீ சொல்வது தவறு. நான் இருபது லட்சம் தருகிறேன். உன்னால் ஒரே அறையில் ஐந்து ஆண்டுகள்கூட கழிக்க முடியாது' என்று கத்தினார்.

வழக்கறிஞரோ 'ஐந்து என்ன! 15 ஆண்டுகள் என்னால் இருக்க முடியும்' என்றார்.

இருவரும் ஒத்துக்கொண்டனர். பதினைந்து ஆண்டுகள் ஒரே அறையில் வங்கியாளர் வீட்டில் இருந்தால், இருபது இலட்சம் பணம் வழக்கறிஞருக்குத் தரப்பட வேண்டும்.

இப்போது வங்கியாளர் குறுக்கும் நெடுக்குமாக நடப்பது, இப்போது பதினைந்து ஆண்டுகள் முடியும் தருணம் வரப்போகிறது. அன்று நடந்த விருந்துக்குப் பின் நிகழ்ந்த சம்பவங்களை நினைவுபடுத்திப் பார்த்தார்.

வங்கியாளருடைய தோட்டத்தில் உள்ள அறையில் வழக்கறிஞர் 15 ஆண்டுகள் இருக்க வேண்டும். வேறு யாரையும் சந்திக்கக்கூடாது.

அவர் இசைக் கருவிகள் வைத்துக்கொள்ளலாம், படிக்கலாம், கடிதம் எழுதலாம், புகைக்கலாம், குடிக்கலாம். இருவரும் நிபந்தனைகளைத் துல்லியமாக வரைவுசெய்து கையொப்பமிட்டனர். ஒப்பந்தம் 14ஆம் தேதி, நவம்பர், 1870 ஆம் ஆண்டு நள்ளிரவு 12.00 மணிக்கு முடிகிறது. முதலாமாண்டு வக்கீல் படிக்க லகுவான புத்தகங்கள், புதினங்கள் போன்றவை அவருடைய விருப்பத் தின்பேரில் அனுப்பப்பட்டன. இரண் டாம் ஆண்டு செவ்வியல் நூல்கள். ஐந்தாம் ஆண்டு இசையை மட்டும் வாசித்தார். அப்போது எதுவும் படிக்காமல் குடிப்பது, புகைப்பது என்றிருந்தார். புத்தகங்கள் மட்டும் படித்தார். இரவு எழுதுவார். பகலில் கிழித்துப் போடுவார். சிலசமயம் அழுகைக் குரல் கேட்கும்.

ஆறாம் ஆண்டு மொழி, தத்துவம், வரலாறு ஆகியவற்றை வாசிக்க ஆரம்பித்தார். 600 புத்தகங்கள் அவருடைய விருப்பத்தின் பேரில் அனுப்பப் பட்டன. அந்த வங்கியாளருக்கும் கடிதம் வந்தது. 'என்னுடைய ஜெயிலரே! இந்த வரிகளை நான் ஆறு மொழிகளில் எழுதுகிறேன். மொழி வல்லுநர் களிடம் இதைக் காட்டவும். அவர்கள் படிக்கட்டும். இதில் எந்தத் தவறும் இல்லையென அவர்கள் ஒப்புக்கொண்டால் தோட்டத்தில் துப்பாக்கி வெடிக்கும் ஓசையின் மூலம் அந்தச் செய்தியை எனக்குத் தெரிவிக்கவும். உலகின் எல்லா மொழி களிலும், எல்லாக் காலங்களிலும் ஒரே உண்மை தீபமாக எரிகிறது'.

அந்தக் கடிதங்கள் சரியாக இருந்ததால், துப்பாக்கி சத்தம் கேட்டது. பத்தாம் ஆண்டு அந்த வழக்கறிஞர் புதிய ஏற்பாட்டை மட்டும் படித்தார். பிறகு மதம், ஆன்மிகம் குறித்த புத்தகங்கள். கடைசி இரண்டாண்டுகள் இயற்கை பற்றியும், பைரன் ஷேக்ஸ்பியர் பற்றியும்.

வங்கியாளர் பதைபதைத்தார். ''நாளை மதியம் அவனுக்கு விடுதலை. நான் இரண்டு மில்லியன் தர வேண்டும். என் சொத்து முழுவதும் காலி.''

இவன் ஏன் மரணமடையவில்லை? நான் அவனை யாரும் சந்தேகிக்காதவாறு கொல்லப் போகிறேன். பழி வாட்ச்மேன் மீது விழும், என எண்ணி மெதுவாக அந்த அறைக்குள் நுழைந்தார். இன்னொரு சாவியை உபயோகித்து, சின்ன மெழுகுவத்தி வெளிச்சத்தில் பின்புறம் காட்டியபடி அந்த வக்கீல் மேசை அருகே அமர்ந்திருந்தார். ஐந்து நிமிடங்கள் ஓர் அசைவுமில்லை. பதினைந்து ஆண்டுகள் அனுபவம் அசையாமல் அமர்ந்திருக்கக் கற்றுத் தந்திருக்கிறது. ஆனால் உடல் வெறும் எலும்புக்கூடாக இருந்தது.

''பாவம் தூங்குகிறான். இவன் கழுத்தைத் தலையணையில் சற்று அழுத்தினால் போதும். இந்த மெல்லிய உருவம் இயற்கையாக இறந்த

ஓரளவிற்கு மேல் தண்டனைகளும் மனிதர்களை மரத்துப்போகச்செய்துவிடும்

தாகவே எல்லோரும் கருதுவார்கள்'' அப்போது அவர் எழுதிய ஒரு கடிதம் மேசையில் இருந்தது. என்ன எழுதியிருக்கிறான். முதலில் படிப்போம் என வாசிக்கத் தொடங்கினார் வங்கியாளர்.

''நாளை நள்ளிரவு எனக்கு விடுதலை. நான் உள்ளுணர்வோடு உரைப்பேன். விடுதலை, வாழ்வு, நலம் போன்ற அனைத்தையும் நான் வெறுக்கிறேன். புத்தகங்கள் மூலம் மனமுள்ள மதுவை ருசித்தேன், பாடல்கள் பாடினேன், மான் வேட்டையாடினேன்... பெண்களை நேசித்தேன். உங்கள் புத்தகங்கள் எனக்கு அறிவைத் தந்தன. நான் உங்களைவிட அறிவாளி என நான் அறிவேன். ஆனால் உங்கள் புத்தகங்கள், உலக அறிவு அனைத்தையுமே வெறுக்கிறேன். அனைத்தும் கானல்நீரைப் போல மாயமானவை.

'நீங்கள் வாழும் வாழ்க்கையின் மீது என் வெறுப்பை உமிழும்பொருட்டு இருபது லட்சம் ரூபாயை நான் புறக்கணித்து குறிப்பிட்ட நேரத்திற்கு ஐந்து நிமிடங்கள் முன்பாகவே சென்று ஒப்பந்தத்தை மீறப்போகிறேன்'. இதைப் படித்ததும் தூக்கத்திலிருந்த அந்த வக்கீலின் தலையில் முத்தமிட்டுவிட்டு வங்கியாளர் அழுதார். அவருக்கே தன்மீது வெறுப்பாக இருந்தது. அவர் தூங்காமல் படுக்கையில் புரண்டு படுத்தார்.

அடுத்த நாள் காலை வாட்ச்மேன் மூலம் அந்த வழக்கறிஞர் சென்ற விவரம் கிடைத்தது. வதந்தி எதுவும் பரவாமல் இருக்க அவர் எழுதிய கடிதத்தை மட்டும் பத்திரப்படுத்தினார். தண்டனையை நாம் தண்டனையாகக் கருதும் வரை அது தண்டனையாக முடியாது.

சிலர் தண்டனை தருகிற மனப்பான்மையைப் பெற்றிருப்பார்கள். அவர்கள் பணி செய்யும் இடங்களிலெல்லாம் ஏகப்பட்டவர்களுக்குக் குற்றச்சாட்டு குறிப்பாணையை ஏற்படுத்துவார்கள். எல்லோருக்கும் ஏதேனும் ஒரு தண்டனை தருவார்கள். இப்படிப்பட்டவர்களைக் கண்டு நிறுவனமே நடுங்கும். ஆனால் இது ஆரோக்கியமான மனப்பான்மை அல்ல. ஓரளவிற்கு மேல் தண்டனைகளும் மனிதர்களை மரத்துப்போகச் செய்துவிடும். மேலும் நல்ல பணியாளர்கள் இதனால் விரக்தியடைந்து பணிசெய்யாமல் இருப்பார்கள்.

சிலர் பணியாளர்களிடம் நல்ல பெயர் எடுக்க வேண்டும் என்பதற்காக யாரையும் தண்டிக்காமல் இருப்பார்கள். யார் எப்போது வந்தாலும் கண்டு கொள்ளாமல் பணி செய்கிற அதிகாரிகள் அந்த நிறுவனத்தையே சீர்குலைத்து விடுவார்கள். எனவே இரண்டு மனப்பான்மைகளுமே ஆபத்தானவை. வேலையும் வாங்க வேண்டும், அதே நேரத்தில் பணியாளர்களையும் குறைந்தபட்ச மன அழுத்தத்தோடு வைத்திருக்க வேண்டும்.

தரப்படுகிற தண்டனை விரைவாகத் தரப்பட வேண்டும். இல்லாவிட்டால் தவறு செய்தவர்கள் குளிர்விட்டுப் போய்விடுவார்கள். நாம் குற்றக் குறிப்பாணையை ஏற்படுத்தும்போது விரைவாக முடிவெடுக்கத்தான் என்ற எண்ணம் ஏற்பட்டால் அதை வழங்கிய உடனேயே பல பணியாளர்கள் தங்களைத் திருத்திக்கொள்வார்கள். ஒரு குற்றக் குறிப்பாணையை ஏற்படுத்தித் தொடர்ந்து கட்டுப்பாட்டில் வைத்திருக்கும் குரூரமான சிந்தனை சிலருக்கு உண்டு. ஆனால் அது ஆரோக்கியமானதல்ல.

'சுக்ர நீதி'யில் குடும்பத்தைக் கவனிக்காமல் இருப்பவர்களுக்குத் தண்டனை கொடுப்பது பற்றியும் குறிப்பிடப்பட்டிருக்கிறது. முதியோர் உதவித் தொகை இல்லாத அக்காலத்தில் அந்நூல் சொல்லும் சூட்சுமம் குறிப்பிடத்தக்கது. 'எவன் தன் தந்தை தாய் மனைவியாகிய இவர்களைக் காவாமல் விட்டுத் தன் விருப்பின் வண்ணம் திரிகின்றானோ, அவனைக் கால் விலங்குகளாற் பிணித்துத் தெருப் பெருக்குதல் முதலிய தொழில்களில் நியமனஞ் செய்தல் வேண்டும். அவனுக்குரிய கூலியிற் பாதியை முயன்று பிடித்து அவன் தந்தை முதலியோர் பொருட்டு அரசன் கொடுத்தல் வேண்டும்.'

சட்டம் தராத ஆறுதலை இலக்கியம் தருகிறது. சரித்திரம் சொல்லாத நியாயத்தை இலக்கியம்

இலக்கியத்தில் மேலாண்மை

செய்கிறது என்பதற்குக் "கடவுள் உண்மையை அறிவார், ஆனால் காத்திருக்கிறார்" என்கிற டால்ஸ்டாயின் சிறுகதை சான்று. சிலநேரங்களில் நியாயம் பிறழ்கிறபோது இலக்கியம் தருகிற ஆறுதல் நாம் இளைப்பாற உதவுகிறது.

★

அத்தியாயம்

101

விட்டவை தொட்டவை

மேலாண்மையில் மிகவும் முக்கியம் நிதி மேலாண்மை. அதைச் சரியாகச் செயல்படுத்துகிற போதுதான் நிறுவனம் தழைக்க முடியும். மனித வளத்தை மேம்படுத்துவதற்கும் சிறப்பாக நிர்வாகத்தை வழிநடத்திச் செல்வதற்கும் நிதி மேலாண்மை அவசியம்.

நிதி என்பது எப்போதும் குறைவாக இருப்பது. தேவைகளோ அதிகம், ஆதாரங்களோ குறைவு. எனவே கைவசம் வைத்திருக்கும் ஆதாரங்களை திறமையாகப் பல்வேறு நல்ல பயன்பாடுகளுக்கு உபயோகப்படுத்த வேண்டும். அவற்றை முறையாக ஈட்ட வேண்டும். ஒரு ரூபாய்கூட சிதறாமல் பெற வேண்டும். பிறகு சரியாக வரவு வைக்க வேண்டும். ஆதாயம் தரக்கூடியவற்றில் கச்சிதமாக முதலீடு செய்யவேண்டும். அது விரயமாகாமல் சேமிக்கப் படவேண்டும். இது இன்றிருக்கக்கூடிய எல்லா நிறுவனங்களுக்கும் பொருந்தும்.

ஊழல், கையூட்டு போன்றவை நிதி மேலாண் மையில் குறைவை ஏற்படுத்துகின்றன. ஊழல் இருந்தால் நிறுவனத்தின் நிதி தனியாருக்கு முறை யின்றித் தரப்படுகிறது என்று பொருள். எனவே எக் காரணத்தைக் கொண்டும் சேதாரத்திற்கு வழி வகுக்கக் கூடாது. நிறுவனம் சேமிப்பைச் செய்வது அவசியம். அந்தச் சேமிப்பையும் உரிய முறையில் இலாபகரமான தொழில்களில் முதலீடு செய்ய வேண்டும். அப்போது தான் நிதிப் பற்றாக்குறை ஏற்படாமல் அந்தப் பணத்தைப் பயன்படுத்த முடியும். எதிர்பாராத நிதி ஆதார சிக்கல் வந்தால் அந்தப் பணம் பெரும் உதவியாக இருக்கும்.

'இயற்றலும் ஈட்டலும் காத்தலும் காத்த வகுத்தலும் வல்ல தரசு' (385)

என்று ஈட்டிய பொருளாதாரத்தை முறையாக முதலீடு செய்து விருத்தி செய்வதைப் பற்றித் திருவள்ளுவர் குறிப்பிடுகிறார். பதின்மூன்றாம் நூற்றாண்டைச் சார்ந்த மாறவர்ம குலசேகரன் என்ற பாண்டிய மன்னன் மிகப்பெரிய கஜானாவை நிர்வகித்தான். 1200 கோடி பொற்காசுகள் அவனிடம் இருந்தன என்று அந்தக் காலத்தில் வாழ்ந்த பாரசீக சரித்திர ஆசிரியர் வாஸப் எழுதுகிறார். தங்கம் தவிர முத்து, வைரங்கள் ஆகியவை கஜானாவை நிரப்பி யிருந்தன. யுவான் சுவாங் ஹர்ஷருடைய நிர் வாகத்தைப் பற்றிக் குறிப்பிடும்போது அரசரின் வருவாய் நான்கு பாகங்களாகப் பிரிக்கப்பட்டு செலவழிக்கப்பட்டன. முதலாவது பாகம் நாட்டின் நிர்வாகத்திற்காகவும், இரண்டாவது பாகம் பணி யாளர்களுடைய சம்பளத்திற்காகவும், மூன்றாவது பாகம் திறமையானவர்களுக்குப் பரிசளிப்பதற் காகவும், நான்காவது பாகம் ஆன்மிக நிறுவனங் களுக்கு நன்கொடையளிப்பதற்கும் பயன்படுத் தப்பட்டது என்று தெரிவிக்கிறார்.

அரசன் ஆறில் ஒரு பகுதியைச் சேமிக்க வேண்டும். மீதமிருப்பவற்றைப் பாதியில் இராணுவச் செலவிற்கும், பன்னிரண்டில் ஒரு பகுதியைச் சொந்தச் செலவிற்கும், பன்னிரண்டில் ஒரு பகுதியைத் தானத்திற்கும், அதே பங்கு அதிகாரி களின் சம்பளத்திற்கும், அதே பங்கு பொதுப்பணி களுக்கும் செலவிட வேண்டுமென்று 'சுக்ர நீதி'யில் குறிப்பிடப்பட்டுள்ளது.

'அர்த்தசாஸ்திரம்' வேளாண்மை, கால்நடைப் பராமரிப்பு, வியாபாரம் ஆகிய மூன்று பொருளா தாரச் செயல்பாடுகள் பற்றிக் குறிப்பிடுகிறது.

தானியம், கால்நடை, வனப் பொருள்கள், உழைப்பு போன்ற மூலாதாரங்கள் இந்தப் பொருளாதாரச் செயல்பாடுகளால் ஏற்படுகிறது. நாடு பலவிதமான பொருளாதார நடவடிக்கைகளை நுணுக்கமாக மேற்கொள்ள வேண்டும்.

பணத்தில் இரண்டுவிதமான அபாயங்கள் இருக்கின்றன. நல்ல செயல்களுக்கு அகப்படா மலிருப்பதும், தீயவற்றிற்கு அகப்படுவதுமே அவை.

கொடையளிக்காத பணக்காரர்களும், வறுமைக்கான காரணத்தைச் சிந்திக்காத ஏழைகளும் வழியற்ற முனையை அடைகிறார்கள் என்று 'விதுர நீதி' விளம்புகிறது.

வர்த்தகம் வீழ்ச்சியடைந்தால் நாட்டின் வளம் போகும் என்பதற்குச் சரித்திரம் சான்று வைத்திருக் கிறது. குப்தர்களின் புகழ்வாய்ந்த கடைசி அரசன் ஸ்கந்த குப்தன். எண்ணற்ற போர்களால் அவன் இராணுவம் களைப்படைந்தது. அடிக்கடிப் போர் நிகழ்ந்ததால் வர்த்தகம் சரிந்தது. நிதி ஆதாரம் குறைந்தது. அவன் காலத்தில் விநியோகிக்கப்பட்ட மட்டமான தங்க நாணயங்களே அதற்குச் சாட்சி. உட்பகை ஏற்பட்டது. கிளர்ச்சிகள் தோன்றின. மைய அதிகாரம் நீர்த்ததால் நாடு சிதைந்தது. குப்தர்கள் சாம்ராஜ்யமாக இல்லாமல் பீகார், மேற்கு வங்கம் ஆகிய மாநிலங்களுக்குச் சுருங்கிப் போனார்கள்.

இந்தியாவில் அதிகமான சம்பளம் வாங்கி யவர்கள் இராணுவ அதிகாரிகள் தான். அவர்கள் திறமையாகப் பணியாற்றினால் நிறைய நில புலன்கள் அவர்களுக்கு அளிக்கப்பட்டன. கௌடில்யர் எதிரி மன்னனைக் கொல்லும் வீரனுக்கு 10,000 பனாக்கள் வழங்கப்படவேண்டும், அவன் வாரிசை யோ, தளபதியையோ கொல்பவனுக்கு 50,000 பனாக்கள் வழங்கப்பட வேண்டுமென்று சொல்லி யுள்ளார். இந்தியாவைப் பொறுத்தவரை போரில் வீர மரணம் அடைந்தவர்களுடைய குடும்பங்கள் நன்றாகப் பாதுகாக்கப்பட்டன. இவற்றைச் சாஸ் திரங்களும் குறிப்பிடுகின்றன.

சந்தேலா இராஜ்யத்தைச் சார்ந்த ஒரு கல்வெட்டு, போரில் மரணம் அடைந்தவர்கள்

வர்த்தகம் வீழ்ச்சியடைந்தால் நாட்டின் வளம் போகும் என்பதற்கு சரித்திரம் சான்று வைத்திருக்கிறது

குடும்பத்திற்காக இரண்டு கிராமங்கள் எழுதி வைக்கப்பட்டதைத் தெளிவுபடுத்துகிறது.

பல சாம்ராஜ்யங்கள் நிதி நிர்வாகம் இல்லாததால்தான் வீழ்ச்சியடைந்தன என்பதை ஷேக்ஸ்பியர் தெளிவுபடுத்துகிறார். இரண்டாம் ரிச்சர்ட் மன்னன் ஆடம்பரச்செலவால் அவதிப்படுகிறான் என்கிறார். அவனுடைய வீண் பெருமையே அவனுடைய வீழ்ச்சிக்குக் காரணமாக இருக்கிறது. டைமன் வரவுக்கு மீறிச் செலவு செய்து மனித இனத்தையே வெறுக்கும் அளவிற்கு மாறிப்போகிறான்.

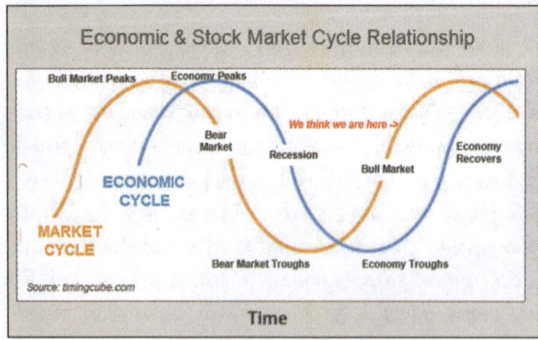

பொருளாதாரத்தில் வறுமையின் மோசமான சுழற்சக்கரம் என்கிற கருத்தாக்கம் ஒன்று உண்டு. குறைந்த முதலீடு, குறைந்த உற்பத்தி, குறைந்த இலாபம், குறைந்த வருமானம் என்று தொடர்ந்து வறுமைச் சூழலில் சில நாடுகளும், நிறுவனங்களும் மாட்டிக் கொள்கின்றன. அவை இலாபகரமான முதலீடுகளைச் செய்ய முடியாததால் தொடர்ந்து குறுகிய நோக்கத்திலேயே செயல்படுகின்றன. காலத்திற்குத் தக்கவாறு விரைவாகவும், நவீனமாகவும் அவை போட்டிபோட முடிவதில்லை. அரசும் அரசு சார்ந்த நிறுவனங்களும் சில கூட்டுறவு அமைப்புகளுக்குக் கைகொடுத்து ஒரு காலத்தில் உதவின. திறந்தவெளி ஒப்பந்தப் புள்ளிகள் வந்த பிறகு அந்த நிறுவனங்கள் இழுத்துமூடப்பட வேண்டிய நிலைக்குத் தள்ளப்பட்டன.

திருவள்ளுவர் வறுமையை ஒரு போதும் வாழ்த்தியவரல்ல. வறுமையைப் பற்றி ஓர் அதிகாரத்தையே எழுதியிருக்கிறார். ஒருவன் நெருப்பிற்குள் இருந்து தூங்கவும் முடியும், ஆனால் வறுமை நிலையில் கண்மூடித் தூங்கமுடியாது என்கிறார்

'நெருப்பினுள் துஞ்சலும் ஆகும் நிரப்பினுள்
யாதொன்றும் கண்பாடு அரிது' *(1049)*

பணம் அதிகமாகப் புழங்கும்போது பொருளாதாரம் உயருகிறது. பலருடைய கைகளுக்குப் பணம் செல்லுகிற போது வாழ்க்கைத்தரமும் மேம்படுகிறது. ஒரு கட்டத்தில் குறைவாகப் பணப்புழக்கம் இருந்தது. அப்போது நடுத்தர குடும்பங்கள் இரண்டு மிதிவண்டிகளை வைத்திருக்கக்கூட இயலாத நிலை இருந்தன. ஆனால் இன்று பணப்புழக்கம் அதிகரித்ததன் காரணமாக நடுத்தரக்குடும்பங்கள் மோட்டார் சைக்கிள் வைத்திருக்கும் அளவு முன்னேற்றம் ஏற்பட்டுள்ளது. பணத்தைத்தான் பகிர்ந்தளிக்க முடியும், வறுமையை அல்ல.

'மகாபாரத'த்தில் செல்வம் எல்லாத் தகுதிகளையும், எல்லா இன்பங்களையும், சொர்க்கத்தைக் கூட படைக்கும் அளவிற்கு உயர்ந்த தன்மை பெற்றிருக்கிறது என்று அர்ஜுனன் கூறுவதாக அமைந்திருக்கிறது. 'மிருட்சகடிகம்' வறுமையே அனைத்துத் தீங்கிற்கும் ஆதாரம் என்கிறது. வெறுப்பின் சகோதரி வறுமை என்கிறது 'தசகுமார சரிதம்'. 'பஞ்ச தந்திரம்' பணத்தை ஈட்டுவது மிகவும் சிரமம், அதைக் காப்பதோ அதைவிட சிரமம்; வருவதும் போவதுமாய், பணம் தரும் தொல்லை எல்லையில்லாக் கவலையை உண்டாக்குகிறது என்கிறது. 'சத்த சாதகம்' என்கிற நூலில் செல்வமும், மரணமும் ஒருவனுக்கு நிச்சயம். மரணம் எல்

இந்தியாவில் அந்தக் காலத்திலேயே வணிக அமைப்புகளுக்கான குழாம்கள் இருந்தமை தெரிகிறது

லோருக்கும் பொதுவானது. வினை செய்யாதவர் களுக்குச் செல்வம் சாத்தியமில்லை. மரணமே சாத்தியம் என்கிறது. திருவள்ளுவரோ 'இலன் என்றிருப்பவரைப் பார்த்து நிலம் நகும்' என்று பொருளீட்டாதவனைச் சாடுகிறார்.

இந்தியாவில் நெசவு ஒரு முக்கியமான தொழிலாக இருந்தது. கால்நடைப் பராமரிப்பு அவ்வளவு முக்கியத்துவம் பெறவில்லை. குப்தர்கள் காலத்தில் நாரத ஸ்மிருதியில் கால்நடை பராமரிப்புப் பற்றி எதுவும் குறிப்பிடப்படவில்லை. அதில் செல்வம் மூன்று வகைப்படும் என்று வரையறுக்கப்பட்டு உள்ளது. வெள்ளைச் செல்வம் என்பது புனித அறிவினாலும், இராணுவ ஆற்றலாலும் பற்றற்று இருப்பதனாலும், வரதட்சணையாலும், சொல்லிக் கொடுப்பதாலும், பாரம்பரியத்தினாலும் வருவது. கறைபடிந்த செல்வம் என்பது வட்டியினாலும், கூலியினாலும் வருவது. கருப்புச் செல்வம் என்பது இலஞ்சம், சூது, மற்றவர்களுக்கு வலி ஏற்படுத்துவது, திருட்டு, ஏமாற்று, மோசடி போன்றவற்றால் வருவது என்பது குறிப்பிடப்பட்டிருக்கிறது.

இந்தியாவில் அந்தக் காலத்திலேயே வணிக அமைப்புகளுக்கான குழாம்கள் இருந்தமை தெரிகிறது. எல்லாவிதமான தொழில், வர்த்தக நடவடிக்கைகள் தொழிற்சங்கமாக அமைக்கப் பட்டிருந்தன. ஜாதகக் கதைகளில் 18 விதமான கில்டுகள் பற்றிப் பேசப்பட்டிருக்கின்றன. ஒவ்வொரு கைவினைஞருக்கும் ஓர் அமைப்பு இருந்தது. தொழிலாளர்களுடைய கூட்டமைப்பும் இருந்தது. திருடர்கள், விலைமகளிர்க்குக்கூட கூட்டமைப்பு இருந்தது. செவ்வியல் காலத்தில் இருந்த கில்டுகள் செல்வாக்குப் படைத்தவர்களாக இருந்தார்கள். அவர்கள் ஆன்மிக நிறுவனங்களுக்கு நிதி உதவி செய்பவர்களாகவும் இருந்தார்கள். தென்னிந்தியக் கில்டுகள் தாமதமாக ஆரம்பிக்கப்பட்டாலும் அதிக நாட்கள் புழக்கத்தில் இருந்தன. படையெடுப்பு களால் பாதிக்கப்படாமல் இருந்ததால் அவற்றின் பாதுகாப்பு உறுதிசெய்யப்பட்டது.

தென்னிந்தியாவில் முத்துக்குளிப்பதைப் பற்றிச் சீன ஆசிரியர் வாங்டா யுவான் என்பவர் எழுதியிருக்கிறார். ஒவ்வொரு படகிலும் ஐந்து ஆண்கள் இருப்பார்கள். இருவர் துடுப்பை வலிப் பதற்காக, இருவர் கயிற்றைப் பிடிப்பதற்காக. ஐந்தாவது மனிதர் ஆயுள் பையோடு ஒரு மூங்கில் வளையம் வழியாகக் கயிறால் கட்டிக்கொண்டு ஒரு கல்லோடு ஆழத்திற்குச் செல்வான். பிறகு அவன் முத்துச்சிப்பிகளைப் பொறுக்கித் தன் பையில் போடுவான். படகு நிறையும்வரை முத்து சேகரிப்புத் தொடரும் என்றெல்லாம் அவர் தெரிவித்திருக் கிறார்.

பணம் என்பது உழைப்பின் சேமிப்பு. ஒருவர் நிறைய உழைத்து குறுகிய காலத்தில் தன்னுடைய உழைப்பைப் பணமாக மாற்றிக்கொள்கிறார். அந்த வகையில் அந்தச் சேமிப்பிற்கு வேறொருவர் பங்கு தாரராக வேண்டுமென்றால் அந்த முன்கூட்டிய உழைப்பிற்கான ஒரு விலையைத் தர வேண்டும். பணம் என்பது முதலீடுகளுக்குப் பயன்படுகிற ஒரு பொருள். எனவே வேறொருவர் பணத்தை வாங்குகிற போது கட்டாயம் அதற்கான ஒரு தொகையைத் தந்து ஈடு செய்யவேண்டும் என்பது மரபு. அதுவே வட்டி.

பணம் கொடுப்பதும், அதற்கு வட்டி வசூலிப் பதும் அந்தக் காலத்தில் புழக்கத்தில் இருந்தது என்பதைப் பழங்கால நூல்கள் மூலம் தெரிந்து கொள்கிறோம். முதலுக்கு ஈடாக வட்டி வந்தவுடன் வட்டி தருவது நிறுத்தப்படவேண்டும் என்று

இலக்கியத்தில் மேலாண்மை

'அர்த்தசாஸ்திரம்' குறிப்பிடுகிறது. வட்டிக்கு எவ்வாறு இரசீது கொடுக்கப்பட வேண்டும் என்பதையெல்லாம் 'நாரத ஸ்மிருதி' விவரிக்கிறது. தென்னிந்தியாவில் இந்துக் கோயில்களே நிதி ஆதாரங்கள் பெற்றவையாக விளங்கியிருக்கின்றன. தென்னிந்தியாவில் சோழர்கள்தான் முதலில் சாலை அமைத்தார்கள். இவ்வாறு நிதி மேலாண்மை பலவகைகளில் பேணப்பட்டதை இலக்கியங்களிலிருந்து தெரிந்துகொள்ளலாம்.

★

அத்தியாயம்

102

நேர்மையோடு தொழில், நேர்மையான தொழில்

வர்த்தகம் என்பது நேர்மையாக நடக்க வேண்டும் என்பது பொதுவான எதிர்பார்ப்பு. உற்பத்தி செய்யப்படும் பொருட்கள் அல்லது தரப்படும் சேவைகள் உயர்ந்த தரத்தில் இருக்க வேண்டும். அவை நல்ல வடிவமைப்பில் நியாய மான விலைக்குக் கிடைக்க வேண்டும். தரத்திற்குக் குறிப்பிட்ட கால உத்திரவாதம் இருக்கவேண்டும். பார்ப்பதற்கும், பயன்படுத்துவதற்கும் ஏற்றதாக இருக்க வேண்டும். அதன் உதிரி பாகங்கள் கிடைக்க வேண்டும். விற்ற பிறகு ஏதேனும் குறைபாடுகள் இருந்தால் சரி செய்வதற்கு அந்த நிறுவனம் முன்வராமல் இருக்கும் நிலை உண்டாகக்கூடாது. பழுதுபட்ட உடனே வந்து சரிசெய்யும்படி ஆயத்தமான அமைப்பாக அது இருக்க வேண்டும்.

இந்திய இலக்கியங்கள் பெரும்பாலும் வணிகர் களை ஏமாற்றுப் பேர்வழிகள் என்றே சித்திரிக் கின்றன. 'அர்த்தசாஸ்திரம்' 'மிருச்சகடிகம்' போன்றவை அப்படித்தான் அவர்களை வர்ணிக் கின்றன. 'அக்னி புராணம்' ஒரு வணிகர் உள்நாட்டுப் பொருட்களுக்கு ஐந்து விழுக்காடு இலாபமும், வெளிநாட்டுப் பொருட்களுக்குப் பத்து சதவிகித இலாபமும் விதிக்கலாம் என்று வழிவகுத்துள்ளது. 'பட்டினப்பாலை'யில் வணிகர்கள் மிகவும் உன்னத மானவர்களாகவும், கருணையுள்ளவர்களாகவும் விளங்கினார்கள் என்று தெரிவிக்கப்பட்டிருக்கிறது. மார்க்கோபோலோ, இந்திய வியாபாரிகள் நம்பிக்கைக்குரியவர்கள் என்று குறிப்பிடுகிறார்.

Mrichchakatika

मृच्छकटिकम्

நேர்மை என்பது தனிநபர்களுக்கு மட்டுமல்ல நிறுவனத்திற்கும் அவசியம். பல நிறுவனங்கள்

இலக்கியத்தில் மேலாண்மை

கடியலூர் உருத்திரங்கண்ணனார்
அருளிய
பட்டினப்பாலை

நிறைய பணம் கிடைக்க வேண்டும் என்பதற்காக வர்த்தக தர்மத்திற்கு உட்படாத பல செயல்களில் ஈடுபடுகின்றன. அது நாளடைவில் வாடிக்கையாளர்களிடம் இருக்கும் நம்பகத்தன்மையைப் போக்கி விடுகிறது. வாய்மொழி மூலம் ஏற்படுகிற விளம்பரம் தான் சிறந்த விளம்பரம் என்பது பலருக்குத் தெரிவதில்லை. அதனால் பணியாளர்களுக்கு முறையாகச் சம்பளம் தரவில்லை. அந்தப் பணியாளர்கள் போகிற இடமெல்லாம் நிறுவனத்தைப்பற்றிக் குறை சொல்வார்கள். அவர்கள் தரமான சரக்குகளையும் தருவதில்லை. அதனால் வாடிக்கையாளர்கள் இரண்டாம் முறை அங்குச் சென்று ஏமாறத் தயாராக இல்லை. பங்குதாரர்களுக்கு ஈவுத் தொகையையும் தருவதில்லை. அரசுக்குச் செலுத்த வேண்டிய தொகைகளையும் அவர்களுக்கு மூலப் பொருட்களை வழங்குபவர்களுக்குத் தரவேண்டிய பாக்கியையும் செலுத்துவதில்லை. அவர்கள் சார்ந்திருக்கும் சமூகத்திற்கும் எந்த நன்மையும் செய்வதில்லை. இப்படி, சமூகத் தணிக்கை இல்லாத நிறுவனங்கள் கார்ப்பரேட் ஷோசியல் ரெஸ்பான்ஸி

> நேர்மை என்பது தனிநபர்களுக்கு
> மட்டுமல்ல நிறுவனத்திற்கும் அவசியம்

பிலிட்டி இல்லாமல் பங்காற்றும்போது விரைவில் கீழே தள்ளப்படுகின்றன.

திருவள்ளுவர் நேர்மையின் அவசியத்தை விளக்கிச் சொல்கிறார். அவரைப் பொருத்தவரை தவறான முறையில் ஈட்டுகிற செல்வம் ஒருவனைத் துன்புறுத்திவிட்டு விலகிச் செல்லும். தீயமுறை களில் ஈட்டிய செல்வத்தைப் பாதுகாக்க நினைப்பவன் பச்சை மண்கலத்தில் நீரைச் சேமிப்பதைப் போல, சேமிக்க முடியாமல் போவான் என்று குறிப்பிடுகிறார்

'அழக்கொண்ட எல்லாம் அழப்போம் இழப்பினும்
பிற்பயக்கும் நற்பா லவை' (659)

'சலத்தால் பொருள்செய்தே மார்த்தல் பசுமண்
கலத்துள்நீர் பெய்திரீ இ யற்று' (660)

ஒரு திருடனிடம் நிறைய திருட்டு வைரங்களும், பொற்காசுகளும் இருந்தன. அவன் தாவோ அறிஞர் லீட்சுவிடம், யாரும் கண்டுபிடிக்காதபடி ஒன்றை மறைத்து வைக்கமுடியுமா என்று கேட்டான். அவர் பதில் ஏதும் சொல்லவில்லை. "நான் ஒரு கல்லைக் குளத்தில் எறிந்து மறைக்க முடியுமா?" என அவன் திரும்பக் கேட்டான்.

நீரில் மூழ்கத் தெரிந்தவன் கண்டுபிடிக்க முடியும்.

ஓர் ஏரியில் தண்ணீர் ஊற்றி அதை மறைக்க முடியுமா?

கூர்மையான சுவையை உணர்பவர்களால் அறியமுடியும்.

எனவே எதையும் மறைக்க முடியாதல்லவா?

எந்த திடப் பொருளையும் மறைக்க முடியாது. உண்மையை அறிவாளிகள் தங்கள் சொற்களால் மட்டுமே மறைக்க முடியும். அவர்கள் வார்த்தைகளால் போடும் முக்காட்டை விலக்கினால், அதை நீ கண்டுபிடிக்க முடியும். அந்தத் திருடன் திருடிய பொருட்களை ஒரு கோணிப்பையில் போட்டு உரியவர்களிடம் ஒப்படைத்தான். பிறகு அவன் லீட்-சுவிடம் சீடனாகச் சேர்ந்தான்.

நேர்மை என்பது ஷேக்ஸ்பியர் காலத்திலேயே அருகிய தன்மைதான் என்பது தெரிய வருகிறது. 'ஹேம்லட்' நாடகத்தில் பத்தாயிரம் பேருக்கு ஒருவனே நேர்மையானவனாக இருக்கிறான் என்கிறார்.

பணத்திற்காக எல்லா வழிகளும் திறந்து கொள்கின்றன என்று 'மெர்ரி ஒய்வ்ஸ் ஆஃப் வின்சர்' என்கிற நாடகத்தில் எதார்த்தத்தைக் குறிப்பிடுகிறார். 'ஜுலியஸ் சீசரி'ல் புரூட்டஸ் கசியஸை அரிக்கும் கைகள் கொண்டவன் என்று அவன் ஊழலைப் பற்றிக் குறிப்பிடுகிறார். பணம் என்பது மனிதர்களின் மனத்தை விஷத்தைக் காட்டிலும் அதிகமாகப் பாழ்படுத்துகிறது என்று ரோமியோ விஷம் வாங்கும்போது சொல்கிறார்.

நிர்வாகத்திலும், மேலாண்மையிலும் எதையுமே அதிகமாகச் செய்யக்கூடாது என்பது விதி. பொருளாதாரத்தில் Law of diminishing Marginal என்கிற விதி ஒன்றுண்டு.

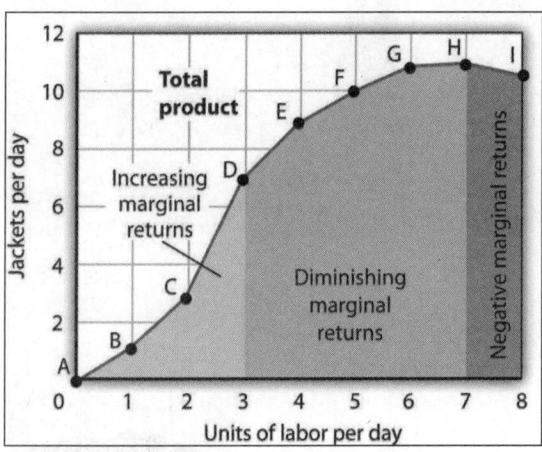

ஓர் அளவிற்கு மேல் இடுபொருட்களை இட்டால் விளைவு எதிர்மறையாக இருக்கும் என்பதுதான் அதன் தத்துவம். உதாரணமாக நெற்பயிருக்கு உரத்தை அதிகரித்துக்கொண்டு போனால் இலாபமும் அதிகரிக்கும். ஆனால் ஒரு கட்டத்தில் உரத்தை அதிகரித்தால் விளைச்சல் குறையும். எனவே இடுகிற இடுபொருளின் விலை யளவிற்கு மகசூலின் விலை வராதபோது அதை நிறுத்திவிட வேண்டும். இதைத் திருவள்ளுவர் வலியுறுத்துகிறார். மயிற் பீலியாக இருந்தாலும் அளவுக்கதிகமாக ஒரு வண்டியில் ஏற்றினால் அதன் அச்சாணி முரிந்துபோகும். மயிற்பீலி மென்மை யானதுதான், ஆனால் அதைக்கூட அதிகம் ஏற்றினால் ஒரு கட்டத்தில் அதை வண்டி தாங்காமல் போய் விடும் என்று குறிப்பிடுகிறார்.

முன்பு அதை அறிவு வடியல் என்று சொன்னார்கள். இன்றோ அதை அறிவு வங்கி என்று அழைக்கிறார்கள்

'பீலிபெய் சாகாடும் அச்சிறும் அப்பண்டம்
சால மிகுத்துப் பெயின்' (475)

'பைபிளி'ல் கடை வைக்கோல் தான் ஒட்ட கத்தின் முதுகை உடைத்தது என்கிற வாசகம் வருகிறது. ஷேக்ஸ்பியர் அளவுக்கதிகமான நன்மையும், மிதமிஞ்சியதால் தன் மகத்துவத்தை இழக்கிறது. சின்ன நெருப்பு சின்னக் காற்றால் நன்றாக எரிகிறது. அதிகக் காற்று வருகிறபோது அணைந்துவிடுகிறது என்று 'டேமிங் ஆஃப் த ஷ்ரூ' என்ற நாடகத்தில் எழுதுகிறார்.

இன்று உலகமே ஒரு குடைக்குள் வந்து விட்டது. கண்டங்களைத் தாண்டிய பயணங்கள், நாடுகளைத் தாண்டிய வேலைவாய்ப்புகள் ஆகி யவை உருவாகிவிட்டன. முன்பு அதை அறிவு வடியல் என்று சொன்னார்கள். இன்றோ அதை அறிவு வங்கி என்று அழைக்கிறார்கள். மற்ற இடங் களுக்குச் சென்று பணியாற்றுவது என்பது தவிர்க்க முடியாத ஒன்றாக இருக்கிறது. யாருக்கு அறிவு இருக்கிறதோ அவர்களுக்கு அத்தனை நாடும் விருந்து கொடுக்கிறது. அதைத்தான் கணியன் பூங்குன்றனார் புறநானூற்றில் அன்றே தெளிவு படுத்தியிருக்கிறார்.

''யாதும் ஊரே யாவரும் கேளிர்
தீதும் நன்றும் பிறர்தர வாரா
நோதலும் தணிதலும் அவற்றோ ரன்ன
சாதலும் புதுவது அன்றே; வாழ்தல்
இனிதுஎன மகிழ்ந்தன்றும் இலமே; முனிவின்
இன்னாது என்றலும் இலமே மின்னொடு
வானம் தண்துளி தலைஇ ஆனாது

கல்பொருது இரங்கும் மல்லல் பேர்யாற்று
நீர்வழிப் படூஉம் புணைபோல் ஆருயிர்
முறைவழிப் படூஉம் என்பது திறவோர்
காட்சியின் தெளிந்தனம் ஆகலின் மாட்சியின்
பெரியோரை வியத்தலும் இலமே
சிறியோரை இகழ்தல் அதனினும் இலமே (192)

'வேறொரு நாட்டில் பணி செய்ய விரும்பு கிறவர்கள் தம் நாட்டோடு அந்த நாட்டை ஒப்பிடக் கூடாது. அவர்களைப் பெரியவர்கள் என்று நினைத் தால் தாழ்வு மனப்பான்மை வரும், சிறியவர்கள் என்று நினைத்தால் தகராறு வரும். தன்னம்பிக்கை உள்ளவன் தன்னைப் பற்றி எந்த மனத்தயாரிப்பும் இல்லாமல் வாழ்வை எதிர்கொள்வான். அவன் எல்லாவற்றிலும் சகஜமாகப் பழகுவான் என்பது தான் கணியன் பூங்குன்றனார் வேறு நாட்டிற்குச் செல்பவனுக்கு வழங்கும் அறிவுரை.

திருவள்ளுவர் கற்றவருக்கு எல்லா நாடுகளும் தன்நாடு போலாகும் என்றும், கல்வியே அழிவில்லாத சிறந்த செல்வம் என்றும் குறிப்பிடுகிறார்.

'யாதானும் நாடாமால் ஊராமால் என்னொருவன்
சாந்துணையுங் கல்லாத வாறு' (397)

'கேடில் விழுச்செல்வம் கல்வி ஒருவற்கு
மாடல்ல மற்றை யவை' (400)

இலக்கியத்தில் மேலாண்மை

அத்தியாயம்
103

விருந்தும் ஒரு மருந்தே

வணிக நிறுவனங்கள் விருந்தோம்பலுக்கு முக்கியத்துவம் அளிக்கவேண்டும். அப்போதுதான் பலரைக் கவர்ந்து இழுக்க முடியும். விருந்தோம்பும் போது வர்த்தகத் தொடர்புடையவர்கள் மகிழ்ச்சி யடைகிறார்கள். அவர்கள் நல்ல சரக்குகளைப் பகிர்ந்துகொள்ள வேண்டும் என்று எண்ணு கிறார்கள். அடுத்த முறை இன்னும் விலையைக் குறைத்துத் தரலாம் என்று நினைக்கிறார்கள். உணவைப் பகிர்ந்துகொண்ட நினைவை யாரும் மறப்பதில்லை.

நிறுவனத்தின் முக்கியப் பணியாளர்களோடு விருந்து உண்ணும்போது சகஜமான கருத்துப் பரிமாற்றங்கள் நிகழ்கின்றன. அவை புதிய சிந்தனை களுக்கு வழிவகுக்கின்றன. மற்ற பணியாளர் களையும் அலுவலக நேரமில்லாத சமயத்தில் நிறைய அறிந்துகொள்ள முடிகிறது. வர்த்தக ஒப்பந்தங்களின்போது விருந்தோம்புவதால் நம்மையும் அறியாமல் நாம் இணக்கமாகச் செயல் படுகிறோம்.

பணியாளர்கள் குடும்பங்களுக்காகக் கேளிக்கை நிகழ்ச்சிகள் நடத்தும்போதும் பணியாளர்கள் மட்டு மல்லாமல் அவர்கள் குடும்பங்களைச் சார்ந்தவர் களும் நிறுவனத்தின் மீது பற்று வைக்கத் தொடங்கு கிறார்கள். தன் கணவர் கௌரவம் மிக்க நிறுவனத்தில் பணிபுரிகிறார் என்கிற எண்ணம் மற்றவர்களுக்கு ஏற்படுகிறது. சில சமயங்களில் கணவன் தாமதமாக வந்தாலும் அவர்கள் பிரச்சினையை ஏற்படுத்துவ தில்லை. வீட்டிலிருக்கிற பெண்களுக்கும் பொழுது போக்க நண்பர்கள் கிடைக்கிறார்கள்.

535

'புறநானூற்'றில் தன்னுடைய வாளையும், இசைக்கருவியையும் கூட அடகுவைத்து, வருகிற விருந்தினர்களுக்கு உணவு படைத்தது உருக்கமாகக் கூறப்பட்டிருக்கிறது.

தனக்கென வாழாமல் பிறருக்கென வாழ்பவர்கள் வாழ்வதால்தான் உலகம் இயங்கிக் கொண்டிருக்கிறது என்கிற கருத்து வெளிப்படுகிறது. திருக்குறளில் இல்வாழ்க்கை என்பது மற்றவர்களுக்கு உதவி செய்தவதற்காகத்தான் என்ற கருத்து குறிப்பிடப்பட்டுள்ளது. அமிர்தத்தைக்கூட மற்றவர்களுக்குக் கொடுத்துவிட்டுத் தான் அருந்துவார்கள் என்று சொல்லப்பட்டிருக்கிறது. ஷேக்ஸ்பியர் விருந்தோம்புவதன் மூலம் சொர்க்கத்திற்குச் செல்ல முடியுமென்று 'ஆஸ் யூ லைக் இட்' நாடகத்தில் குறிப்பிடுகிறார்.

வர்த்தக உறவுகளில் விருந்துக்கு முக்கியத்துவம் உண்டு. அதன்மூலம் பொருளை வாங்குபவர்களுக்கும், விற்பவர்களுக்கும் உறவு மேம்படும், புரிதல் உண்டாகும், இறுக்கம் தளரும். ஒருவரையொருவர் சமமானவர்கள் என்று கருதத் தொடங்குவார்கள். அதனால் அவர்களுடைய நிர்வாகம் மேம்படும். ஆனால் 'வெனிஸ் நகர வியாபாரி' என்கிற நாடகத்தில் பசானியோ ஷைலாக் என்கிற

> விருந்தோம்புவதன் மூலம் மற்றவர்களுடைய நல்லெண்ணத்தைப் பெறமுடியும். மற்றவர்கள் காலமெல்லாம் அதையே நினைத்துக் கொண்டிருப்பார்கள்

யூதனைத் தன்னோடு உணவருந்துமாறு வற்புறுத்துகிறான். ஆனால் ஷைலாக் ''நான் உன்னிடம் பொருள்களை வாங்குவேன், பொருள்களை விற்பேன், உன்னோடு பேசுவேன், நடப்பேன், உணவருந்த மாட்டேன், குடிக்கமாட்டேன், பிரார்த்தனை செய்யமாட்டேன்'' என்கிறான். அவனோடு உணவருந்தி விட்டால் பின்னர் அவனிடம் கடுமையாக நடந்துகொள்ள முடியாது என்பது ஒரு காரணம்.

விருந்தோம்புவதன் மூலம் மற்றவர்களுடைய நல்லெண்ணத்தைப் பெறமுடியும். மற்றவர்கள் காலமெல்லாம் அதையே நினைத்துக் கொண்டிருப்பார்கள். விருந்து கொடுப்பவர்கள் எப்போதும் முகமலர்ச்சியோடும், புன் சிரிப்போடும் இருக்க வேண்டுமென்று வள்ளுவரும், ஷேக்ஸ்பியரும் குறிப்பிடுகிறார்கள்.

ஒவ்வொரு நிறுவனமும் தன்னைச் சுற்றி என்ன நடக்கிறது என்பதைத் தெளிவாகத் தெரிந்து வைத்திருக்க வேண்டும். அரசுக்கும் இது பொருந்தும், நிறுவனங்களுக்கும் பொருந்தும். நிறுவனத் துப்பறிதல் என்பது முக்கியமான ஒரு செயல்பாடு. மற்ற நிறுவனங்கள் எந்த மாதிரியான உத்திகளைக் கையாளுகின்றன, அவற்றின் விலை விவரம் என்ன, ஏதேனும் புதிய பொருளைச் சந்தைக்கு அனுப்ப இருக்கின்றனவா, அவை என்ன தந்திரங்களைக் கையாளுகின்றன போன்றவற்றை அறிந்துகொண்டால் தான் அதற்குத் தகுந்தவாறு நாமும் விலையையும், வழிமுறைகளையும் வகுக்க முடியும்.

'போர்க்கலை' என்கிற நூலில் வேவு பார்ப்பதைப் பற்றியே ஒரு தனி அத்தியாயம் இருக்கிறது. போட்டியாளர்களுடைய அசைவுகளை அறிவ தற்கு ஐந்துவிதமான ஒற்றர்களைப் பயன்படுத்த வேண்டுமென்று சன் சு தெரிவிக்கிறார். முதலாவது தாயக ஒற்றர்கள், உள் ஒற்றர்கள், இரட்டை ஒற்றர்கள், பொய் ஒற்றர்கள், எஞ்சியிருக்கும் ஒற்றர்கள். தாயக ஒற்றர்கள் எதிரி நாட்டின் பிரஜைகள். அவர்களை நாம் நம் நாட்டின் சார்பாக

எல்லா இடங்களிலும்
வேவு பார்ப்பது சாத்தியம்.
ஒற்றர்கள் ஒவ்வொரு
விவரத்தையும் துல்லியமாகச்
சேகரித்துக்கொண்டுவந்து தரவேண்டும்

வேவுபார்க்க நியமிக்கிறோம். உள் ஒற்றர்கள் எதிரி நாட்டு அதிகாரிகளை நமக்கு வேவு பார்ப்பதற்காக நியமிப்பது. இரட்டை ஒற்றர்கள் என்பவர்கள் எதிரிநாட்டு ஒற்றர்களைப் பணம்கொடுத்து நம்முடைய ஒற்றர்களாக ஆக்கிக் கொள்வது. பொய் ஒற்றர்கள் பொய்யான தகவல்களைத் தருபவர்கள். எதிரிகளில் உயிர் தப்பியவர்கள் எஞ்சியிருக்கும் ஒற்றர்களாகச் செயல்படுவார்கள். சன் சு அவர்களுக்குத் தாராளமாகப் பணம் அளிக்கவேண்டும் என்கிறார். எல்லா இடங்களிலும் வேவு பார்ப்பது சாத்தியம். ஒற்றர்கள் ஒவ்வொரு விவரத்தையும் துல்லியமாகச் சேகரித்துக்கொண்டுவந்து தர வேண்டும். இரட்டை ஒற்றர்கள் மூலம் எதிரிகளைத் திசை திருப்ப முடியும் என்றெல்லாம் கூறுகிறார்.

'அர்த்தசாஸ்திர'த்தில் இரகசிய முகவர்கள் துறவியைப்போல வேடமிட்டுக்கொண்டு திரிந்து விவரங்களைச் சேகரிக்கவேண்டும். பெண் ஒற்றர்களும் சந்நியாசிகளைப்போல வேடமிட்டுச் செல்ல வேண்டும். அதனால் அப்படி யாராவது சந்தேகத்திற்கிடமாகத் திரிந்தால் அரசன் கைது செய்து விசாரிக்க வேண்டும் என்று குறிப்பிடப்பட்டிருக்கிறது.

'அர்த்தசாஸ்திரம்' இரகசிய சேவைப்பிரிவை உருவாக்குவது தொடர்பாக ஓர் அத்தியாயத்தையே ஒதுக்கியுள்ளது. தேர்வு செய்யப்படுகிற உயரதிகாரிகள் ஏழு தேர்வுகள் எழுதி, அவற்றில் தேர்ச்சி பெற வேண்டும். ஒரே இடத்தில் இருக்கும் ஒற்றர்கள் துறவிகள் போலவும், இல்லறத்தவரைப் போலவும், வியாபாரிகளைப் போலவும் வாழ்ந்து தகவல்களைச் சேகரிக்க வேண்டும். சுற்றித் திரிகிற ஒற்றர்கள் கொலை செய்யவும், விஷம் வைக்கவும், பெண் பிச்சைக்காரர்களைப்போலவும் நடமாடவேண்டும் என்கிறார். நுண்ணறிவு அலுவலர்களுக்குக் 'கபாடிகா' என்று பெயர். கௌடில்யரும் இரட்டை ஒற்றர்கள் பற்றியும், வெளிநாட்டு ஒற்றர்கள் பற்றியும், பொய் ஒற்றர்கள் பற்றியும் விளக்குகிறார்.

திருவள்ளுவர் ஒற்று பற்றி அதிகாரம் ஒன்றை ஒதுக்கியிருக்கிறார். அவர் கூறுவது இன்று நிறுவனங்கள் போட்டி நிறுவனங்களைப் பற்றிய தகவல்களைப் பெறுவதற்கும் பொருந்துவதாக இருக்கிறது. நிருவாகி நிறுவனத்தில் எங்கு என்ன நடக்கிறது என்பதை நிச்சயம் தெரிந்து வைத்திருக்க வேண்டும். அப்படித் தெரிந்துகொள்ளாவிட்டால் அவன் வெற்றிபெற முடியாது. சில நேரங்களில் சிக்கலானவற்றை இரு நபர்களைக் கொண்டு வேவு பார்த்துவரச் செய்யவேண்டும். ஒருவன் சொன்னதையே மற்றவனும் சொன்னால் அப்போதுதான் அது சரியான தகவல் என்று கருத முடியும்.

'ஒற்றொற்றித் தந்த பொருளையும் மற்றுமோர்
ஒற்றினால் ஒற்றிக் கொளல்' (588)

திருவள்ளுவர் ஒற்றர்கள் ஒருவருக்கொருவர் அறியாதபடி ஆளப்பட வேண்டுமென்றும் மற்றவர்களுக்குத் தெரியாமல் அவர்களுக்குச் சிறப்பு ஊதியம் வழங்கவேண்டுமென்றும் குறிப்பிடுகிறார்.

'சிலப்பதிகார'த்தில் அழும்பிள் வேள் என்னும் அமைச்சர், இந்நாவலந்தீவில் உள்ள நம்முடைய பகை மன்னர்களின் ஒற்றர்கள் நமது காவல்மிக்க தலைநகராகிய இவ்வஞ்சியின் வாயினிடத்தே நீங்காது காத்துக்கிடப்பார். பகை வேந்தர்களின் ஒற்றர்களே இச்செய்தியைத் தத்தம் அரசர்களுக்குத் தெரிவிக்கும் தன்மை உடையவராவார்கள். ஆதலால் வடதிசைச் செல்வது குறித்து நம் நகரிலேயே பறையறிந்து அறிவித்தால் போதும் என்கிறார்.

இலக்கியத்தில் மேலாண்மை

'அழும்பிள்வேள் உரைப்ப
நிறையருந் தானை வேந்தனும் நேர்ந்து
கூடார் வஞ்சிக் கூட்டுண்டு சிறந்த
வாடா வஞ்சி மாநகர் புக்கபின்' (காட்சிக் காதை)

ஒரு மன்னனிடம் தலைமை இரகசிய அதிகாரி இருந்தார். எப்போது அரசரைச் சந்தித்தாலும், குற்ற விகிதம், நாட்டின் பண்பாட்டுக் குறைவு, இயற்கைச் சீற்றங்கள் முதலியவற்றையே அவர் தெரிவிப்பார். மன்னரின் முகம் சிவந்து போகும். சக ஊழியர்கள், 'இப்போது அமைதி தவழ்கிறது. நீ கூறுகிற பிரச்சினைகள் வெவ்வேறு அதிகாரிகளால் கையாளப்படுகின்றன. இவற்றையெல்லாம் மன்னருக்குச் சொல்லி அவரை நிம்மதியிழக்கச் செய்ய வேண்டுமா?' என்றனர்.

அதற்கு அவர் 'நான் அரசர் கவலைப்படுவதற்குச் சில காரணங்கள் இருக்கவேண்டுமென்று விரும்புகிறேன். இல்லாவிட்டால் அவர் பல தவறான நடவடிக்கைகளில் ஈடுபட்டு சுயக்கட்டுப்பாட்டை இழப்பார்' என்று பதிலளித்தார்.

டையோனிஷியஸ் என்கிற தளபதி பேஸிலியின் மிகப்பெரிய நகரமான சிராகர் மீது தன்னுடைய ஆளுகையைச் செலுத்தியவர். 38 ஆண்டுகள் ஆட்சி நடத்தியவர். அதுவும் அடிக்கடி மன்னர்கள் மர்மமாக வீழ்த்தப்படுகிற அரண்மனைக் கிளர்ச்சிகளுக்கு நடுவே. அவர் எப்போதும் கண்காணிப்புடனும், எல்லோரையும் சந்தேகப்படும் மனத்துடனும் வாழ்ந்தவர். அவருடைய அறையிலிருந்து ஒரு குறுகிய வழி சிறைச்சாலைக்குள் சென்றதாகவும், அவர் சிறையிலிருப்பவர்கள் பேசுவதைத் துல்லியமாகக் கேட்டதாகவும் தெரிவிக்கப்படுகிறது. முதலில் டையோனிஷியஸின் காதுகள் என அது அழைக்கப்பட்டன. ★

538

இலக்கியத்தில் மேலாண்மை

அத்தியாயம்
104

கண்களை மூடு
காதுகளைத் தீட்டு

சந்தை நுண்ணறிவைத் திரட்டுவது வர்த்தக நிறுவனங்களுக்கு மிகவும் முக்கியம். சிலர் எல்லாத் தகவல்களையும் திரட்டுவார்கள். ஆனால் சரியாகப் பயன்படுத்த மாட்டார்கள். தகுந்த நபர்களைக் கொண்டு நம்பகமான தகவல்களைத் திரட்ட வேண்டும். அவற்றைக் கூர்ந்து ஆராய்ச்சி செய்ய வேண்டும். அவற்றை முறையாகப் பயன்படுத்த வேண்டும். முடிவெடுப்பதில் இவற்றிற்கு முக்கிய பங்கு உண்டு.

ஷேக்ஸ்பியரின் ஐந்தாம் ஹென்றி மன்னன் மிகச்சிறந்த முறையில் தகவல்களைத் திரட்டு கிறான். தன் அலுவலர்களின் மனத்தை அறிகிறான். அவர்களது உள்ளத்தைப் படிக்கிறான். அவர்களோடு வாதிடுகிறான். சுதந்திரம் அளிக்கிறான். அவர்களைச் சம்மதிக்கச் செய்கிறான். கிடைத்த தகவல்களை முறையாகப் பயன்படுத்துகிறான்.

மாற்றி யோசிப்பதும் பிரச்சினைகளை வேறு விதமாகத் தீர்ப்பதும் மேலாண்மையில் இன்றியமை யாதவை. அப்படித்தான் இன்று நாம் பல நவீன கருவிகளைப் பெற்றிருக்கின்றோம்.

பக்கவாட்டுச் சிந்தனை என்பது இன்று மேலாண்மையில் பயன்படுத்தப்படுகிற பதம். இதை இலக்கியங்கள் வெவ்வேறு வகைகளில் பயன்படுத்தியிருக்கின்றன. சிலேடை என்பதுகூட ஒருவித பக்கவாட்டுச் சிந்தனைதான்.

தமிழ் இலக்கியத்தில் சோழன் உலா வந்த போது அவனைப் புகழ்ந்து ஒட்டக்கூத்தர் இரண்டடி

பாடுகிறார். அதை முடிக்கவிடாமல் பின் இரண்டடியைச் சோழன் பாடி முடிக்கிறான். இப்படிப் பட்ட இலக்கிய நயங்கள் இந்திய மண்ணில் அதிகம். ஒட்டக்கூத்தர், இயல்பாக அசையும் அரண்மனைவாயிலில் கட்டப்பட்ட மணி முறை வேண்டி வந்து அதனை அடிக்கச் செய்யாமல் உலகமெலாம் பரவியுள்ள குடையைக்கொண்டுள்ள வள்ளல் என்று சோழனைப் பாட அவ்வரிகளைத் தொடர்ந்து சோழன், இந்த உலகத்தில் புலவர் அனைவரும் பாராட்டும் ஒட்டக்கூத்தனின் திருவடி களைத் தலையில் சூடிய சோழன் என்று என்னை அனைவரும் சொல்லுவார்கள் எனப் பாடி முடிக்கிறார்'

'ஆடும் கடைமணி நாவசை யாமல் அகில மெங்கும்
நீடும் குடையைத் தரித்தபிரான் இந்த நீணி லத்தில்
பாடும் புலவர் புகழொட்டக் கூத்தன்
பதாம்புயத்தைச்
சூடும் குலோத்துங்க சோழன் என்றே
என்னைச் சொலுவரே'

பக்கவாட்டுச் சிந்தனைக்கு இன்னொரு சான்று சங்கம் மருவிய பாடலொன்றில் இடம் பெற்று உள்ளது. கடுமையான பாலை. இரண்டு மான்கள் ஆண், பெண். சிறிதளவே நீர். இரண்டும் குடிக்க வாய் வைக்கின்றன. குடிப்பது போல நடிக்கிறது ஆண் மான்.

'சுனையின் சிறுநீரை எய்தாதென் றெண்ணிப்
பிணைமான் இன்தண்ண
வேண்டினிது-கலைமாத்தன்
கள்ளத்தின் ஊச்சும் சுரமென்பர் காதலர்
உள்ளம் படர்ந்த நெறி' (ஐந்திணை ஐம்பது:38)

ஆகம சாத்திரத்தில் புத்தர் ஒரு கருத்தைக் குறிப்பிடுகிறார். நான்கு விதமான குதிரைகள் இருக்கின்றன. சவுக்கின் நிழலைப் பார்த்தே ஓடுகிற குதிரைகள் முதல் வகை. சவுக்கு லேசாகத் தீண்டியதும் ஓடுகிற குதிரைகள் இரண்டாவது வகை. சதைமீது சவுக்குப் பட்டதும் அலறி ஓடுகிற குதிரைகள் அடுத்த வகை. நான்காம் வகையோ எலும்புகள்மீது சவுக்குகள் பட்டால்தான் ஓடும் என்கிறான். இந்தத் துறவிகளுக்காகப் புத்தர் கூறுகிற உதாரணம் பணியாளர்களுக்கும் பொருந்தும்.

ஒருமுறை சொன்னாலே பணியைச் செய்கிற மென்மையான ஊழியர்கள் இருக்கிறார்கள். மிரட்டினால் செய்பவர்கள் இருக்கிறார்கள்.

தண்டனை கொடுப்பேன் என்று கத்தினால் செய்பவர்கள் இருக்கிறார்கள். தண்டனை தந்தால் தான் பயந்து பணியாற்றுபவர்களும் இருக்கிறார்கள். எனவே பணியாளர்களின் தரத்தைப் பார்த்து அதற் கேற்றவாறு அவர்களிடம் வேலைவாங்க வேண்டும். பணியாளர்களை முறையாகத் தரவரிசை செய்ய வேண்டும். அவர்கள் நேர்மை, பணித்திறன், விதி களை அறிந்திருக்கும் தன்மை, முடிவெடுக்கும் திறன், விசுவாசம், ஈடுபாடு போன்ற எல்லா அம்சங் களையும் பட்டியலிட்டு அவர்களை மதிப்பீடு செய்யவேண்டும். அவ்வாறு நாம் தேர்ந்தெடுக் கின்ற மிகச்சிறந்த பணியாளர்களுக்கு நம்பகமான பணிகளைத் தரவேண்டும். நாம் வெளியூர் செல்கிற போது அவர்களுக்கே நம் அதிகாரங்களைப் பகிர்ந் தளிக்க வேண்டும். அவர்களைப் பதவி உயர்வுக்கு முன்னுரிமை கொடுத்து ஊக்கப்படுத்த வேண்டும்.

இன்று வர்த்தகத்தில் அடிக்கடி பயன்படுத்தப் படும் வாசகம் 'அவுட் ஸோர்ஸிங்.'

நிலையான பணியாளர்கள் நிறுவனத்தின் நிரந்தர ஊதியத்தில் இடம் பெறுவார்கள். சில நேரங்களில் அவர்களின் பணி தேவையில்லாமல் போகலாம். அப்போதும் அவர்களை தக்கவைத்துக் கொள்கிற சூழ்நிலை ஏற்படும். காலாவதியான பணி யாளர்களையும் கக்கத்தில் தூக்கிவைத்துக் கொண்டு போராட வேண்டிய நிலையில் நிறுவனங்கள் இருக் கின்றன. இதை மாற்ற வெளியிலிருந்து வேண்டிய

நாம் தேர்ந்தெடுக்கின்ற மிகச்சிறந்த பணியாளர்களுக்கு நம்பகமான பணிகளைத் தரவேண்டும். நாம் வெளியூர் செல்கிறபோது அவர்களுக்கே நம் அதிகாரங்களைப் பகிர்ந்தளிக்க வேண்டும்

போது ஆட்களைத் தருவித்துக்கொண்டால் நாம் அவர்களுடைய பணி நியமனத்தையும், அது தொடர்பான பளுவான பணியையும் கையாள வேண்டிய அவசியம் இல்லை. அவர்கள் மீது ஒழுங்கு நடவடிக்கை, பதவி உயர்வு, இடம் மாறுதல் என்றெல்லாம் கோப்புகளின் எடையைக் கூட்ட வேண்டியதில்லை எனவே ஒவ்வொரு நிறுவனமும் மூன்றுவிதமான பணிகளை வகைப் படுத்த வேண்டும். அதி முக்கியப் பணி, பரவலான பணி, அவ்வப்போது தேவைப்படும் பணி. முக்கிய மான பணிகளுக்கு நிரந்தரப் பணியாளர்கள்

நிறுவனத்தில் இருக்க வேண்டும். இல்லாவிட்டால் அலுவலகத்தின் முக்கிய இரகசியம் பாதுகாக்கப் படாது. அன்றாடப் பணிகளே ஸ்தம்பித்துவிடும். அவ்வப்போது தேவைப்படும் பணிகளில் நாம் அவர்களைப் பயன்படுத்த வேண்டும்.

திருவள்ளுவர் தன்னைவிட மிகுந்த அறிவுடைய வருடைய நட்பைப் பெறவேண்டும் என்றும், தம்மை விட அறிவு முதலியவற்றால் பெரியவராக உள்ளவர்கள் தமக்குச் சுற்றாராகுமாறு நடந்து வருதல் மிகச் சிறந்த வல்லமை என்றும் குறிப்பிடு கிறார்

'தம்மிற் பெரியார் தமரா ஒழுகுதல்
வன்மையுள் எல்லாம் தலை' (444)

'ஜூலியஸ் சீசரில்' மெட்டலஸ் சிசரோவைத் தங்களுடைய சதித்திட்டத்திற்கு இணைத்துக் கொள்ளலாம் என்று ஆலோசனை சொல்கிறார். அதற்கு அவன் சொல்லும் காரணம் 'அவன் நரைத்த தலை, சிறந்த கருத்தை நமக்குத் தரும், அவன் நம்மோடு இருந்தால் எல்லோரும் நம் செயலுக்கு ஆதரவு தருவார்கள்' என்று குறிப்பிடுகிறான். ஆனால் எல்லோரும் அதை ஒப்புக்கொள்ளவில்லை. சீசரோ இருந்திருந்தால் அவன் ஆன்டனியின் பேச்சை முறியடிக்கும் சிறந்த பேச்சை ஆற்றிச் சீசரைக் கொன்றது நியாயம் தான் என்று வாதிட்டிருப் பான். ஆனால் அதற்குச் சாத்தியமில்லாமல் போன தால் கசியஸ், புரூட்டஸ் போன்ற அனைவருமே தங்கள் உயிரை இழக்க வேண்டியதாக இருந்தது.

சீனத்தில் மூத்தவர்களைப் படை யெடுப்புக்கு ஆலோசகராக வைத்துக் கொள்ளும் வழக்கம் இருந்தது.

தளபதி ஸாங், கோகோவை எதிர்த்துப் போரிட நேர்ந்தது. அப்போது அது கடுமையான எதிரியுடன் நிகழ்த்தும் போராக இருந்தது. கோகோ திடீரென பின்வாங்குவது தெரிந்ததும், அவனைத் துரத்திச் செல்ல ஸாங்ஸியூ முயன்றார். அப்போது அவருடைய ஆலோசகர் ''அப்படிச் செய்யாதே நீ தோற்பாய்'' என்றார். தளபதி கேட்காமல் பின்தொடர்ந்தார். திடீரென 10,000 சிப்பாய்கள் பின்பக்கமிருந்து ஊடுருவி ஆக்ரோஷமாகத் தாக்கத் தளபதி பின் வாங்கவேண்டிய சூழல்.

ஆலோசகரிடம் ''உங்கள் பேச்சை நான் கேட்டிருக்கவேண்டும்'' என்றார்.

''இப்போது மறுபடியும் திரும்பிச் சென்று தாக்கு! நீ வெல்வாய்.''

''இப்போது தானே தோற்றேன்''.

''இம்முறை நீ வெற்றி பெறுவாய் என்பதற்கு நான் உறுதியளிக்கிறேன்''.

இரண்டாம் முறை கோகோவை துரத்திச் சென்றபோது, வெற்றி விளைந்தது. தளபதி சொன்னார், ''முதல்முறை நீ அவனைத் துரத்திய போது சிறந்த படைவீரர்களுடன் சென்றோம். ஆனாலும் தோற்றோம். இரண்டாம் முறை தோல்வியுற்ற படைவீரர்களுடன் சென்றபோது எப்படி வென்றோம்?''

ஆலோசகர் ஜீவா கஸி சொன்னார். ''போர்க் கலை உனக்கு நன்றாகத் தெரியும். ஆனால் உன் எதிரி உன்னை விட அதை நன்றாக அறிந்தவன். முதல்முறை பின்வாங்கும்படி கோகோ ஆணையிட்ட போது, தன் சிறந்த வீரர்களை அவர் பாதுகாப்பு வளையமாக இறுதியில் நிறுத்தியிருந்தான். எந்தத் தாக்குதலையும் சமாளிக்க அவர்கள் தயாராக இருந்தார்கள். உன்னைத் தோற்கடித்த பிறகு அவன் பாதுகாப்பு அரணைப் பற்றிக் கவலைப்படவில்லை. அதுவே உனக்கு வாய்ப்பாக அமைந்தது.'' இது பக்கவாட்டு சிந்தனையும் கூட.

இன்று ஒருவருடைய தகுதியை ஆய்வு செய்வது என்பது நிர்வாகத்தில் அவசியம். கொடுக்கப்படுகிற இலக்குகளை முடிக்கிறார்களா என்பது முக்கியம். அந்த வகையில் ஒவ்வோர் ஆண்டும் ஒருவருடைய செயல்பாட்டை ஆய்வு செய்தால்தான் நிறுவனத்தினுடைய குறிக்கோளை அடைய முடியும். தரமான பணியாளர்களையும், தரமற்ற பணியாளர்களையும் இனம் பிரிக்க முடியும். பணியாளர்களையும் அவர்கள் தரம்பிரித்து அவர்களுக்குத் தகுந்த பணியையும், பயிற்சியையும் அளிக்க முடியும்.

முதலில் பணியாளர்களை மதிப்பீடு செய்வதற்கு அவர்களை அதில் ஈடுபடுத்த வேண்டும். மதிப்பீடு ஆக்கப் பூர்வமானதாக இருக்கவேண்டும். சாத்தியமான இலக்குகள் நிர்ணயிக்கப்பட வேண்டும். மேலதிகாரிகள் ஒவ்வொரு பணியாளருடைய வேலையைக் குறித்தும், செயல்பாடுகள் குறித்தும் தெரிந்துவைத்திருக்க வேண்டும்.

பணியாளர்களை மரக்கட்டைகள், உழைப்புக் குதிரைகள், பிரச்சினைக் குழந்தைகள், நட்சத்திரங்கள் என்று நான்கு விதமாகப் பிரிக்கலாம். குறைந்த தரம், குறைந்த பங்களிப்பும் கொண்டவர்கள் மரக்கட்டைகள்; குறைந்த திறன், நிறைய உழைப்பு உள்ளவர்கள் குதிரைகள்; நிறைய திறன், குறைவான பங்களிப்பு கொண்டவர்கள் பிரச்சினைக் குழந்தைகள்; அதிகத் திறனும் அதிக உழைப்பும் கொண்டவர்களே நட்சத்திரங்கள்.

உருவத்தைக்கொண்டு மதிப்பிடக் கூடாது எனத் திருவள்ளுவரும், 'ஒதல்லோ'வில் 'மூர்' மூலம் ஷேக்ஸ்பியரும் வலியுறுத்துகிறார். கிளாடியோவைப் பற்றி 'மச் அடோ அபவுட் நத்திங்' என்ற நாடகத்தில் அந்த தகவலாளர் ஓர் ஆட்டின் உருவில் சிங்கத்தின் சாதனைகளைப் பார்த்தேன் என்று குறிப்பிடுகிறார்.

பணியாளர்களை மரக்கட்டைகள், உழைப்புக் குதிரைகள், பிரச்சினைக் குழந்தைகள், நட்சத்திரங்கள் என்று நான்கு விதமாகப் பிரிக்கலாம்

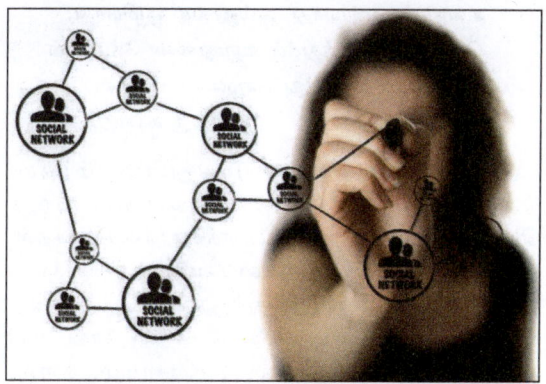

தகுதியின் அடிப்படையில் மட்டுமே எடை போட வேண்டும். அவர்கள் மேம்போக்காகவும், நாசுக்காகவும் பேசுவதைப் பார்த்து எடைபோடக் கூடாது என்பதற்குக் கிங் லியர், ஒதல்லோ அனைவரும் சாட்சி.

கன்ஃபூசியஸ் 'அந்தஸ்தைப் பற்றிக் கவலைப் படாதே, நீ எங்குப் பயனுள்ள வகையில் நிறுவிக் கொள்ள இயலும் என்று மட்டுமே கவலைப்படு. மற்றவர்கள் அங்கீகரிக்கவில்லையே என ஆதங்கப் படாதே. அவர்கள் அங்கீகரிப்பதற்குத் தகுதியாகும் படி உன்னை வளர்த்துக்கொள்' என்றார்.

மன்னன் என்பவன் எப்போதும் மக்கள் எளிதில் அணுகும்படியாக இருக்க வேண்டும். தமிழக மன்னர்கள் எளிமையாகவே இருந்திருக் கிறார்கள் என்று வரலாற்று ஆசிரியர்கள் தெரிவிக் கிறார்கள். நிர்வாகிகள் எளிதில் அணுகும் தன்மை யோடு திகழ்ந்தால் அவர்கள் பல பிரச்சினைகள் துளிர்ப்பதற்கு முன்பே தீர்த்துவைக்க முடியும்.

'காட்சிக் கெளியன் கடுஞ்சொல்லன் அல்லேனேல்
மீக்கூறும் மன்னன் நிலம்' (386)

என்கிறார் திருவள்ளுவர். மன்னன் இனிமையான சொற்களோடு இருக்க வேண்டும்.

ஷேக்ஸ்பியர் எளிமையான தலைவனைப் பற்றி வலியுறுத்துகிறார். 'நான்காம் ஹென்றி' இரண்டாம் பாகத்தில் ஆர்ச்பிஷப், அரசன் தங் களுக்கு நேரம் ஒதுக்காமையைப் பற்றிக் கூறுகிறார்.

இன்று நிறுவனங்கள் இலாபம் மட்டுமே முக்கியமல்ல என்றும் சமூக ஆய்வு (Social Auditing) முக்கியம் என்றும் கூறுகின்றன. அவர்கள் சமூகத் திற்கு என்ன பங்களிப்பு செய்கின்றனர் என்பது அவசியம்.

சிலப்பதிகாரத்தில் நடுகற் காதையில் மாடலன் மறையோன் சேரனிடம்

'நாளைச் செய்குவம் அறமெனின் இன்றே
கேள்வி நல்லுயிர் நீங்கினும் நீங்கும்'

என அறம் செய்ய வேண்டியதை அவன் வெற்றிக் களிப்பில் இருக்கும் போது வலியுறுத்துகிறார்.

மணிமேகலையில்

'மண்திணி ஞாலத்து வாழ்வோர்க் கெல்லாம்
உண்டி கொடுத்தோர் உயிர்கொடுத் தோரே'

என்று பாத்திரம் பெற்ற காதையில் தீவதிலகை மணிமேகலையிடம் குறிப்பிடுகிறாள்.

இளங்கோவடிகள் தன் நூலின் இறுதியில் அறத்தைப் பற்றி மன்னருக்கும், மக்களுக்கும் அறிவுறுத்துவதில் பல கருத்துகள், இன்று நிர்வாகி களுக்கும், பணியாளர்களுக்கும் பொருந்தும்

''பரிவும் இடுக்கணும் பாங்குற நீங்குமின்
தெய்வம் தெளிமின் தெளிந்தோர்ப் பேணுமின்
பொய்யுரை அஞ்சுமின் புறஞ்சொல் போற்றுமின்
ஊனுண் துறமின் உயிர்க்கொலை நீங்குமின்
தானம் செய்ம்மின் தவம்பல தாங்குமின்
செய்ந்நன்றி கொல்லன்மின் தீநட்பு இகழ்மின்
பொய்க்கரி போகன்மின் பொருள்மொழி நீங்கன்மின்
அறவோர் அவைக்களம் அகலாது அணுகுமின்
பிறவோர் அவைக்களம் பிழைத்தும் பெயர்மின்
பிறர்மனை அஞ்சுமின் பிழையுயிர் ஓம்புமின்
அறமனை காமின் அல்லவை கடிமின்
கள்ளுங், களவும், காமமும், பொய்யும்,
வெள்ளைக் கோட்டியும் விரகினில் ஒழிமின்
இளமையும், செல்வமும், யாக்கையும் நிலையா

உளநாள் வரையாது, ஒல்லுவது ஒழியாது,
செல்லும் தேஎத்துக்கு உறுதுணை தேடுமின்
மல்லன்மா ஞாலத்து வாழ்வீர் ஈங்கென்''
(வரந்தரு காதை)

பிறருக்குக் கவலையும் துன்பமும் தரா திருத்தல், பொய் சொல்ல அஞ்சுதல், புறஞ் சொல்லாதிருத்தல், உயிர்களைக்கொல்லாதிருத்தல், தானம் செய்தல், பிறர் உதவியை என்றும் நினைத்தல், தீயவர் நட்பை வெறுத்து ஒதுக்குதல், பொய்ச் சான்று கூறாதிருத்தல், உண்மையே பேசுதல், சான்றோர் அவையில் சேர்ந்திருந்தல், கள், காமம், களவு, பொய் நீக்குதல், துன்பமற்ற உயிர்களைக் காத்தல் என இளங்கோவடிகள் கூறும் அறிவுரைகளில் பல இன்றைய மேலாண்மை நிருவாகிகள் பின்பற்ற வேண்டியவை ஆகும்.

'புறநானூற்'றில் சோழன் நலங்கிள்ளியை உறையூர் முதுகண்ணன் சாத்தனார் பாடிய பாடலில் 'அரசனே! நீ பெற்ற செல்வம் அறம், பொருள், இன்பம் ஆகிய மூன்றினையும் போற்றிப் பாதுகாப் பதற்கே ஆகும் என்பதை அறிவாயாக! அப்படி யெல்லாம் அறத்தைப் போற்றிப் பாதுகாக்க, அரசே! நீ மறப்பாயாகில் குறையுள்ள மனிதப் பிறவியி லிருந்து நின்னைப் பாதுகாத்துக்கொள்ளத் தவறி யவனாவாய்' என்று அறிவுறுத்துகிறார்.

'அதனால் அறனும், பொருளும், இன்பமும்
மூன்றும்
ஆற்றும் பெரும நின் செல்வம்
ஆற்றா மைநின் போற்றா மையே' (28)

வெறும் படிப்பு மட்டும் மேலாண்மைக்குப் போதாது. படிப்பு ஒருவனுடைய இயல்பான நுண்ணறிவை ஒளிரச் செய்யவேண்டும். சேகரிக்கும் அறிவு ஓர் ஆதாரம் தானே தவிர மூலாதாரம் அல்ல. அதை மட்டுமே நம்பமுடியாது.

இலக்கியங்கள் கடந்து பெறுகிய அறிவை மாத்திரம் நம்பிப் பயனில்லை என்பதைத் தெளிவு படுத்துகின்றன.

மதிநுட்பம் நூலோடு உடையார்க்கு அதிநுட்பம்
யாவுள முன்நிற் பவை (636)

என்று திருக்குறள் தெளிவுபடுத்துகிறது. எவ்வளவு நூல்களைக் கற்றாலும் உண்மை அறிவே ஒருவருக்கு மிகும் என்பது வள்ளுவர் வாக்கு. மேலாண்மையை முறையாகப் படிக்காமல் தொழில் தொடங்கிக் கடை நிலையிலிருந்து உயர்நிலைக்கு வந்தவர்கள் பலர் இருக்கிறார்கள்.

தாவோ இலக்கியத்தில் ஒரு கதை உண்டு. ஒரு பணக்காரர் வாசலில் அமர்ந்து ஒரு நூலைப் படித்துக் கொண்டிருந்தார். வெளியே ஒருவர் சக்கரம் ஒன்றைச் செய்துகொண்டிருந்தார். அவர் தன் சுத்தியையும் உளியையும் போட்டுவிட்டு, அந்தப் பணக்காரரைப் பார்க்கச் சென்றார்.

''நீங்கள் என்ன வாசிக்கிறீர்கள்''?

''ஒரு ஞானியின் நூலை.''

''அவர் இன்னும் உயிரோடு இருக்கிறாரா?''

''வெகு காலத்திற்கு முன்பு இறந்துவிட்டார்.''

''அப்படியென்றால் இது இறந்த காலத்துக் குப்பை.''

பணக்காரர் கோபம் கொண்டு ''நான் வாசிக்கிற புத்தகத்தைப் பற்றி இப்படிச் சொல்ல உனக்கு எவ்வளவு துணிச்சல்?'' அதற்கு அந்தச் சக்கரத் தொழிலாளி ''நான், என் பணியை வைத்து இதைச் சொல்கிறேன். நான் என் சுத்தியை மென் மையாகப் பயன்படுத்தினால், இனிய ஓசை எழும். ஆனால் நல்ல சக்கரம் வராது. வலுவாகப் பயன் படுத்தினால், நான் களைத்துப்போய்ப் பணியைப் பாதியிலேயே நிறுத்த வேண்டியிருக்கும். நான் சுத்தியைப் பயன்படுத்தும்போது, என் ஆன்மாவை

என் கைகளில் ஏந்துவதாக எண்ணிக்கொள்கிறேன். இதைப் பற்றி யாருக்கும் நான் விளக்கமுடியாது. ஒவ்வொருவரும் சுயமாக இதுபற்றிக் கற்றுக் கொள்ள வேண்டும். ஞானிகளும் வாழும்போது அவர்கள் ஞானத்தையும் உடனெடுத்துச்சென்று விடுகிறார்கள்'' என்றான்.

புத்தக அறிவைத் தாண்டியதாக உலக அனுபவம் உள்ளது என்பதை இலக்கியங்கள் மூலமே அறிந்து கொள்ளமுடியும்.

பணியில் நாம் கற்றுக்கொள்பவை புத்தகத்தில் கற்றுக்கொள்வதைவிட அதிகம் இருக்கின்றன. பணி செய்கிற போது கடன் வாங்கிய அறிவைக் கொண்டு செயல்படுவது நமக்கு வீழ்ச்சியைத் தரும் என்பதை உணர முடியும். புத்தக அறிவு என்பது நமக்கு ஓர் அடிப்படை கருத்தாக்கத்தை உண்டாக்கு வதற்குத்தான். அவற்றையே முழுமையாகச் செயல் படுத்த முடியாது. வாழ்க்கையில் சந்திக்கும் நேர்வுகள் வெவ்வேறாக இருக்கின்றன. அதனால் நாம் நேர்வுக் கேற்றவாறு முந்தைய அனுபவத்தையும் பின்தள்ளி விட்டு முடிவெடுக்க வேண்டியவர்களாக இருக்கி றோம். எல்லா நேரங்களிலும் அனுபவம் கை கொடுப்பதில்லை. பழையவற்றை முற்றிலுமாக மறந்து விட்டுப் புதிய வகையில் சிந்திக்க வேண்டிய தருணங்களும் நிறைய உண்டு.

★

அத்தியாயம் 105 நிறைவாக

இலக்கியத்தில் மேலாண்மை என்னும் இந்நூல் மொத்தம் முப்பது நாட்களுக்குள் எழுதி முடிக்கப்பட்டது. இது பெரிய ஆய்வு நூலல்ல. எனக்குத் தோன்றியவற்றையும், தெரிந்தவற்றையும் வைத்துக்கொண்டு புதிய கோணத்தில் அவற்றைப் பார்க்கும்போது ஏற்பட்ட உணர்வுகளின் தொகுப்பு. இதைக் கோக்க நாராக மட்டுமே நான் இருந்திருக்கிறேன்.

'இலக்கியத்தில் மேலாண்மை' குழந்தையின் நடையாக மலர்ந்த முயற்சி. இதில் மரபு இலக்கியங்கள் மட்டுமின்றி, நான் பரிச்சயம் செய்து கொண்ட பலவிதமான இலக்கிய வடிவங்களைக் கையாண்டிருக்கிறேன். 'இலக்கியங்களில் இவ்வளவு தான் மேலாண்மையா?' என்று யாரும் கேட்கக் கூடாது. விசாலமான இலக்கிய வானத்தில் என் விழிகளுக்குத் தெரிந்தவற்றை மட்டும் நான் தொகுத்திருக்கிறேன்.

இதை வாசிக்கும்போது இலக்கியத்திலும், மேலாண்மையிலும் நிபுணத்துவம் பெற்ற பலருக்கு 'இந்தச் சிறுகதை இன்னும் பொருத்தமாக இருந்திருக்குமோ' 'இந்தக் கவிதை ஏற்றதாக இருந்திருக்குமோ' என்கிற எண்ணங்கள் ஏற்படலாம். அப்படி ஏற்பட்டால் என் முயற்சி வெற்றிபெற்றதாகவே நான் கருதுவேன்.

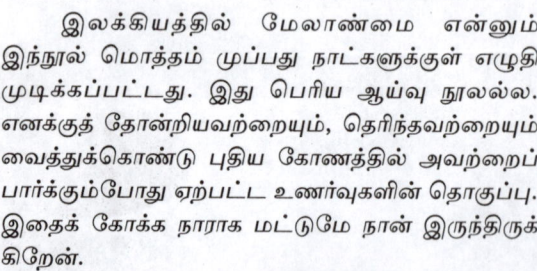

இலக்கியம் என்னும் கலைடாஸ்கோப்பில் நான் பார்த்தவற்றை மட்டும்தான் வெளிப்படுத்தியிருக்கிறேன்

தமிழர்கள் எப்போது அந்தப் பழைய கம்பீரத்தையும், எளிமையையும், வீரத்தையும், நேர்மையையும் மீட்டெடுக்கப்போகிறார்கள் என்கிற ஏக்கமே எனக்கு எஞ்சியிருக்கிறது

இலக்கியம் என்னும் கலைடாஸ் கோப்பில் நான் பார்த்தவற்றை மட்டும்தான் வெளிப்படுத்தி யிருக்கிறேன். அது பல கோணங்களையும், பார்வை களையும் கொண்டது என்பதை நான் அறிவேன். கடலில் கிடைத்த கிளிஞ்சல்களைத் தூக்கிக் கொண்டு ஓடிவந்து பெற்றோரிடம் காட்டுகிற குழந் தையின் ஆர்வத்துடன் இந்த நூலை உங்களிடம் கொண்டுவந்து சேர்த்திருக்கிறேன்.

இலக்கியங்களில் இருப்பவையெல்லாம் நடைமுறையில் இருந்திருக்குமா என்கிற வினா பலருக்குத் தோன்றலாம். அவர்களுக்கு விதிமுறை களில் இருப்பதுபோலவே இன்று எல்லா நிறுவனங் களிலும் நடக்கிறதா என்கிற பதிலையே நான் தரமுடியும். உயர்ந்த சிந்தனையும், ஆழ்ந்த பார்வை யும் அன்றும் இருந்திருக்கின்றன என்பது தெரிகிறது.

இதிகாசங்கள், இலக்கியங்கள், புனை வியல்கள், ஆன்மிக நூல்கள், நீதி நூல்கள் போன்ற வற்றில் எனக்குத் தெறித்து விழுந்த மேலாண்மைப் பொறிகளையே இதில் பயன்படுத்தியிருக்கிறேன்; இவை தவிர எத்தனையோ புதினங்களிலும், கவிதை களிலும் மேலாண்மை, நிர்வாகம் போன்ற கூறுகள் இருக்கலாம். இந்திய ஆட்சிப் பணி அதிகாரி உபமன்யூ சட்டர்ஜி என்பவர் எழுதிய 'இங்கிலீஷ் ஆகஸ்ட்-இந்திய கதை' என்கிற நாவலில் பயிற்சிக் காலத்தை எப்படிப் பயன்படுத்தத் தெரியாமல் பலர் சிரமப்படுகிறார்கள் என்று எழுதியிருக்கிறார். 'பில்லி பிஸ்வாஸ் உருவகக் கதை' என்ற ஆங்கில நாவலில் தனக்கு விருப்பமான துறையைத் தேர்ந் தெடுத்த இளைஞனின் தேடல் பற்றி அருண் ஜோஷி எழுதியிருக்கிறார். இப்படி எண்ணற்ற நூல்கள் ஏதேனும் ஒரு மேலாண்மைக் கருத்தை உள்ளடக்கியிருக்கின்றன.

இந்தத் தொகுப்பில் இலக்கியம் மேலாண் மையைத் தாண்டிய நிர்வாகக் குறிப்புகளைப் போகிறபோக்கில் வலியுறுத்திவிட்டு ஒரு பூந்தென்றல் நம்மைப் பரவசப்படுத்திவிட்டு முன் செல்வது போலச் செல்கிறது என்று நிறுவ முயன்றிருக்கிறேன். பொதுவாக என் புதிய நூல்களில் ஏற்கெனவே வேறொரு நூலில் நான் எழுதிய கருத்துக்களைப் பயன்படுத்துவது கிடையாது. ஆனால் இந்த நூலில் அவசியம் கருதியும், முக்கியத்துவம் கருதியும், எடுத்துக்கொண்ட தலைப்பின் பிரமாண்டம் கருதியும் ஏற்கெனவே நான் எழுதிய நூல்களி லிருந்து சிலவற்றைப் பயன்படுத்தியிருக்கிறேன்.

இந்நூலில் என் மனத்திலிருப்பவற்றை யொட்டிச் சில கதைகளையும், கவிதைகளையும் மேற்கோள் காட்டியிருக்கிறேன். அவற்றில் சில பிசகுகள் இருக்க வாய்ப்புண்டு. பொருள் குற்ற மல்லாதவை அவை.

நாம் அணிந்து கொண்டிருக்கும் மூக்குக் கண்ணாடியின் நிறத்திற்கேற்ப இலக்கியங்களில் பல வண்ணங்களைக் காணமுடியும். இதில் பயன் படுத்தியிருக்கும் படைப்புகள் எனக்குத் தாக்கத்தை ஏற்படுத்தியவை. விருப்பு வெறுப்பின்பால் அவற்றைப் பயன்படுத்தவில்லை.

வறட்சியாக இருக்கக்கூடாது என்பதற்காகப் புனைவியல் குறித்த பல சிறுகதைகளையும், உருவகக் கதைகளையும் சேர்த்திருக்கிறேன்.

நம் முன்னோர்கள் வாழ்ந்த செறிவான வாழ்க்கை, மறுவாசிப்பின் போது எனக்கு

இன்னமும் தெளிவாகப் புரிய ஆரம்பித்தது. அதை உணர்த்தவே பல சரித்திரக் குறிப்புகளையும் அங்கங்கே இடைச்செருகலாகச் சேர்த்திருக்கிறேன். மேலாண்மையைத் தாண்டிய மனித நேயத் துடனும், மேன்பையுடனும் இலக்கியங்கள் பல நெறிகளைச் சுட்டிக்காட்டியிருக்கின்றன

இந்நூலைத் தொடர்ந்து இன்னும் சிலர் விரிவாக இத்தலைப்பில் விடுபட்டவற்றையும் இணைத்து ஒரு நூலைக் கொண்டுவந்தால் என்னை விட மகிழ்ச்சி அடைபவர் யாரும் இருக்கமுடியாது.

தமிழர்கள் எப்போது அந்தப் பழைய கம்பீரத் தையும், எளிமையையும், வீரத்தையும், நேர்மை யையும் மீட்டெடுக்கப்போகிறார்கள் என்கிற ஏக்கமே எனக்கு எஞ்சியிருக்கிறது. நல்ல முயற்சிகள் எப்பொழுதும் முற்றுப் பெறுவதில்லை.

★

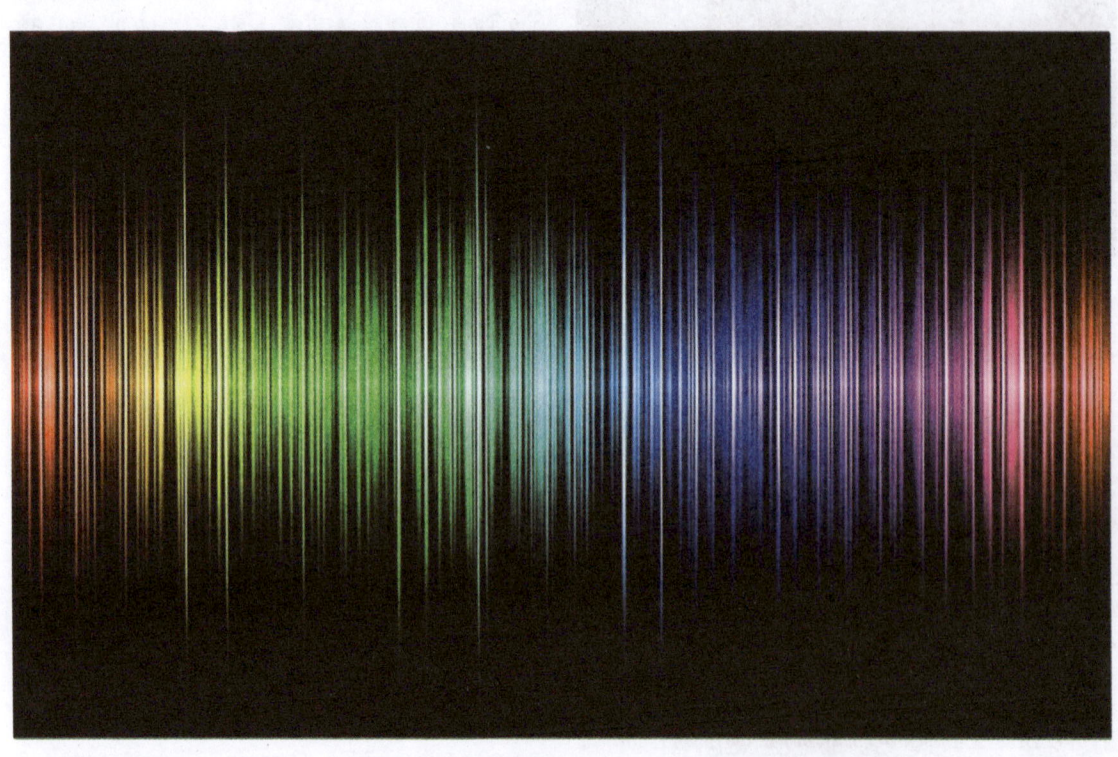

மேலும் வாசிக்கும் வசதிக்கு ...
English Books and Authors

1. Vidura Neethi

மகாபாரதத்தில் விதுரர் திருதராஷ்டிரனுக்குச் சொன்ன அறிவுரைகள், திருக்குறளோடு ஒப்பிடத்தகுந்தவை. பல நிர்வாக, மேலாண்மைக் கருத்துகள் அடங்கியவை. விதுரர் நீதிமானாகவும், புத்திமானாகவும் இருந்தவர். செஞ்சோற்றுக்கடன் என்றெல்லாம் பேசித் திரியாமல் போரில் விலகியவர். அவருடைய அறவுரைகள் இன்றும் பொருந்தும்.

2. Selected Great Poems

ஆங்கிலத்தின் முக்கியமான கவிதைகளைப் பெரிய எழுத்தில் அச்சிட்டுப் பதிப்பித்துள்ள இந்நூல் ஆங்கில இலக்கியத்தின் வீச்சை உணர்த்துகின்ற தொகுப்பு. ஒருமுறை புகைவண்டியில் நீலன் என்பவருடன் பயணம் செய்ய நேரிடுகிறது. அவர் பெரியாருடன் உதவியாளராக இருந்தவர். அவர் என்னிடம் பெரியாரைப்பற்றிக்கூறும்போது, ''பெரியார் எப்போதும் ஆங்கிலக் கலைக்களஞ்சியங்களைத் தாம் படிப்பார். படிச்சதையே மக்காநாளும் படிப்பார். அவரோட வண்டியிலும் அதுதான் இருக்கும். ஒருதபா உத்திரப்பிரதேசத்தில் அஞ்சுமணிநேரம் இங்கிலீஷ்ல பேசினாரு'' என்றார். சிலிர்த்துப்போனேன். திரும்பத் திரும்ப வாசித்தால் எதுவும் கைகூடும் என்பதற்குப் பெரியார் சாட்சி.

3. The Stories Behind 100 Chinese Idioms

பழமொழிகளை நாம் அப்படியே பயன்படுத்துகிறோம். சீனத்தில் 100 முக்கிய பழமொழிகள் உருவாக எந்தச் சரித்திரச் சம்பவம் சான்று என்பதைப் பல்வேறு வரலாற்றுக் குறிப்புகளிலிருந்து வடித்தெடுத்து, புத்தகம் ஒன்றை உருவாக்கியிருக்கிறார்கள். புலிகள் சண்டையிடுவதைக் குன்றின்மேல் ஏறி பார்வையிட வேண்டுமென்று குறிப்பிடும் சீனப் பழமொழி, செல்வம் பெற்றிருப்பது குன்றின்மேல் ஏறி யானைச் சண்டையைப் பார்வையிடுவது போன்றது என்கிற திருக்குறளை ஒத்திருப்பது வியப்பைத் தந்தது. இக்குறளுக்குப் பத்துவிதமான விளக்கங்களை முனைவர் மலையமான் தன்னுடைய திருக்குறளில் ஒளி உவமைகள் என்கிற நூலில் அளித்திருப்பார். ஆவணப்படுத்துவதில் சீனர்களை விஞ்ச முடியாது என்பதற்கு இந்நூல் சாட்சி.

4. Russian Short Stories

செகாவ், தாஸ்தாவஸ்கி, கார்க்கி போன்றவர்களுடைய ஒப்பற்ற சிறுகதைகள் அடங்கிய அருமையான தொகுப்பு. தத்துவப்பார்வையுள்ள சிறுகதைகளே காலம் கடந்து வாழும் என்பதற்கு இரஷ்யக் கதைகள் சான்று. அவற்றில் சம்பவங்கள் மாத்திரம் அறிக்கையைப்போல இடம் பெறாமல், அவற்றின் பின்னால் இருக்கும் சுவையான தத்துவம் நம்மைச் சிலிர்க்க வைப்பதாக வடிவமைக்கப்பட்டிருக்கும். இதில் உள்ள செகாவின் 'பந்தயம்' என்கிற சிறுகதை இலக்கியத்தின் உச்சங்களில் ஒன்று. என்னை மெய்மறக்கச் செய்தது. அதை மாத்திரம் பத்துமுறை வாசித்திருப்பேன்.

5. Journal of The Institute of Asian Studies

பல்வேறு அணுகுமுறைகளைப் பயன்படுத்தி, ஒரு வரலாற்று வரம்புக்குள் சமகால மாற்றங்கள் இடங்களை அறிய உதவும் இதழ்.

6. The Wiles of War - 36 Military Strategies from Ancient China Printed in the People's Republic of China

போர்க்கலையின் நுணுக்கங்கள் பற்றிப் பெயர் தெரியாதவர் சரித்திரம் சார்ந்த சான்றுகளோடு எழுதிய இந்நூலே ராபர்ட் க்ரீன் எழுதிய 33 Strategies of War என்கிற நூலுக்கு மூலாதாரம்.

7. The 50th Law of Power - 50 Cent and Robert Greene

50 சென்ட் என்பவர் புகழ்பெற்ற பாப் பாடகர். அவர் ராபர்ட் கிரீனின் தீவிர ரசிகர். இருவரும் சந்திக்க நேர்கிறது. 50 சென்ட் தம் வாழ்வில் சந்தித்த சோதனைகளைப் பற்றியெல்லாம் பகிர்கிறார். அவை ஒரு மனிதனை எந்த அளவிற்குப் பயமற்றவனாக ஆக்குகிறது என்பதையறிந்த கிரீன் 'அச்சமின்மை'க்கு 10 விதிகளைச் சொல்கிறார். 50 சென்ட் இதற்குக் காரணகர்த்தா என்பதால் இப்புத்தகத்திற்கு இந்த நாமகரணம்.

8. The First Spring – The Golden Age of India — Abraham Eraly

இந்தியச் சரித்திரத்தை மிகவும் சுவாரசியமாக எழுத முடியும் என்பதை நிரூபிக்கின்ற விதமாக எழுதிவரும் சரித்திர பேராசிரியர். இவருடைய சமீபத்திய புத்தகம் இது. இதில் அவர் இந்தியாவின் பொற்காலத்தைப் பற்றி ஆதாரங்களோடு விளக்குகிறார். ஒரு காலத்தில் இந்தியா உலகத்திலேயே மிகச்சிறந்த நாடாக விளங்கியதை வெளிநாட்டு அறிஞர்களும் பாராட்டுவதைப் பற்றிக் குறிப்பிட்டிருக் கிறார். சரித்திரத்தின் பல ஆதாரங்களை இந்த நூலிலிருந்து எடுத்துக் கையாண்டிருக்கின்றேன். வடநாட்டு நூல்களுக்குச் சமமாகத் தமிழ் நூல்களையும் இவர் கையாண்டிருப்பது மகிழ்ச்சியாக இருக்கிறது.

9. Emperors of the Peacock Throne — Abraham Eraly

முகலாய மன்னர்களின் வாழ்வை இந்த நூலில் படிக்கும்போது வியப்பு ஏற்படும். அக்பருடைய வீரம், போர்த்தந்திரம், மனிதநேயம், ஷெர்ஷா போலிக்கடிதங்கள் தயாரித்தது போன்ற பல தகவல்கள் இந்த நூலிலிருந்து எடுத்தாளப்பட்டுள்ளன.

10. Kambaramayanam Study — Aiyer. V.V.S.

நேர்த்தியான ஆங்கிலத்தில் எழுதப்பட்ட ஆய்வு நூல். சடாயு, சம்பாதி இருவரையும் இகாரஸ், டேடலஸ் ஆகியோருடன் ஒப்பிட்டிருப்பார்.

11. Body Language - Allan & Barbara Pease

உடல் மொழிகளைப் பற்றி மிகவும் சுவாரசியமாகப் பேசும் நூல். நம்மை அறியாமலேயே நாம் எவ்வளவு செய்திகளை உடல்மொழிகள் மூலம் உணர்த்துகிறோம் என்பதை அறிந்துகொள்ள உதவும் நூல். தகவல் பரிமாற்றத்தில் உடல் மொழிகளைப் பற்றிப் பல தகவல்களைத் தந்து உதவிய நூல்.

12. Teachings of RUMI - Andrew Harvey

ரூமியின் படைப்புகள் அடங்கிய கையடக்க நூல். அதிலிருந்து ஒரு கவிதை எடுத்தாளப்பட்டுள்ளது.

13. Solve Your Problems -The Birbal Way Anita S.R. VasLuis S.R. Vas

பீர்பாலுடைய நகைச்சுவைச் சம்பவங்களை எவ்வாறு இன்றைய மேலாண் சூழலுக்குப் பயன்படுத்தலாம் என்று விளக்குகிற நூல். ஒன்றிரண்டு சம்பவங்கள் இதிலிருந்து எடுத்தாளப்பட்டுள்ளன.

14. One Minute Wisdom - Anthony de Mello, S.J.

நகைச்சுவைக் கதைகளின் தொகுப்பான இந்த நூலிலிருந்து ஒருசில நகைச்சுவைக் கதைகள் கையாளப்பட்டுள்ளன.

15. Leadership Lessons from the Ancient World - Arthur Cotterell, Roger Lowe &Ian Shaw

வரலாற்றிலிருந்து கற்றுக்கொள்ள வேண்டிய தலைமைப் பண்புகளைப் பற்றி விரிவாகவும், சுவையாகவும் விவரித்துச் செல்லும் நூல். போரில் வெற்றிபெறுவதற்குப் படையைக் காட்டிலும் உத்திகளும், தலைமைப் பண்புகளுமே முக்கியமானவை என்பதை உணர்த்தும் நூல்.

16. The Fountainhead - Ayn Rand

அயன் ராண்ட் எழுதிய மாபெரும் படைப்பு. பிழைப்புக்காகச் சமரசம் செய்துகொள்ளாத ஒரு கலைஞனின் வாழ்க்கை நெஞ்சுருகும் வகையில் சித்திரிக்கப்பட்டுள்ளது. அவன் எவ்வாறு திறமை குறைந்தவனிடம் பணியாற்ற நேரிடுகிறது என்பதைச் சுட்டிக்காட்டுகிறது. இன்று இதுதான் பல இடங்களில் நிலை. அயன் ராண்ட் எழுதிய அத்தனை நூல்களுமே சுவாரசியமும், பொதுவுடமைக்கு எதிர்ப்பும் கொண்ட குறியீடுகளைத் தாங்கியவை. அவருடைய '13 ஆம் நாள் வெள்ளிக்கிழமை' வித்தியாசமான நாடகம்.

17. The Art of Worldly Wisdom - Balthasar Gracian

பதினேழாம் நூற்றாண்டில் வாழ்ந்த கெர்சூட் துறவியான பல்தசார் எழுதிய முந்நூறு சூத்திரங்களைக் கொண்ட உலகஞானக்கலை அறிவு யாத்திரிகர்கள் அவசியம் வாசிக்க வேண்டிய தொகுப்பு. நறுக்குத் தெறித்தாற் போன்ற சூத்திரங்கள்.

18. Armenian Folk tales - Charles Downing(Retold by

ஆர்மேனியன் கதைகள் அடங்கிய நூல். நாட்டுப்புறக்கதைகள். நெற்றியில் அடித்ததைப் போல யதார்த்தத்தை நேரடியாகச் சொல்லும் தன்மை பெற்றவை. அவை ஒரு சொல்கூட ஆடம்பரமாக அணியாமல் வாழ்வை உணர்த்தும் சூத்திரங்கள். இந்தக் கதைகளை அதிகாரத்திலுள்ள 48 விதிகள் என்கிற நூலில் கிரீன் சில கதைகளை எடுத்துக் கையாண்டிருக்கிறார். இதையும் பழைய புத்தகக்கடையிலிருந்து, இணையம் மூலம் தருவித்துச் சேகரித்தேன்.

19. Crystal Clear Communication   - Chris cole

தகவல் பரிமாற்றம் பற்றிய சம்பவங்கள், கதைகள், நகைச்சுவை துணுக்குகள் மேற்கோள்கள் போன்றவை அடங்கிய நூல். மாணவர்களும், மேலாண்மைப் பட்டப்படிப்பு படிப்பவர்களும் கட்டாயம் புரட்ட வேண்டிய நூல். வாசிக்க இலகுவான கட்டமைப்பும், பதிப்பும் அமைந்துள்ளன.

20. The Plays   - Christopher Marlowe

மார்லோவின் டாக்டர் ஃபாஸ்டஸ், தைமூர் ஆகிய நாடகங்களிலிருந்து பல வசனங்கள் எடுத்தாளப்பட்டுள்ளன. மார்லோவின் நாடகங்கள் தத்துவார்த்தம் கலந்த நீள்வசனங்களைக் கொண்டவை. தன்னுடைய படைப்பால் மிகப்பெரிய தாக்கத்தை ஆங்கில இலக்கியத்தில் ஏற்படுத்தியவர். அவர் இளம் வயதில் இறக்காமலிருந்திருந்தால் ஆங்கில இலக்கியம் அவரால் இன்னும் பெருமை பெற்றிருக்கும்.

21. The Funniest Tales of Mullah Nasruddin   - Clifford Sawhney

சூஃபி ஞானியான முல்லாநசுருதீன் கதைகள் மேலோட்டமாக முல்லாவை முட்டாளைப்போலச் சித்திரித்தாலும் ஆழ்ந்து பார்த்தால் பல வாழ்வியல் உண்மைகளை உணர்த்தும் வல்லமை பெற்றவை.

22. The Little, Brown Book of "Anecdotes"   - Clifton Fadiman

புகழ்பெற்ற அறிஞர்களின் வாழ்வில் நடந்த சுவையான சம்பவங்கள் தொகுக்கப்பட்டுள்ள நூல். வேர்ட்ஸ்வொர்த் பற்றிய துணுக்குச் சம்பவம் இந்த நூலிலிருந்து எடுத்தாளப்பட்டுள்ளது.

23. The Golden Treasury   - Daylewis. C

ஆங்கிலக் கவிதையின் சிறந்த கவிதைகள் இந்நூலில் தொகுக்கப்பட்டிருக்கின்றன. அவற்றிலிருந்து சில கவிதைகள் இந்நூலில் எடுத்தாளப்பட்டுள்ளன.

24. Robinson Crusoe   - Daniel Defoe

நினைத்துப் பார்க்கவே முடியாத உணர்ச்சித்திறன் கொண்டவனின் கதை.

25. Ecological Intelligence   - Daniel Goleman

'உணர்ச்சித் திறன்' பற்றிய தத்துவார்த்தத்தை அதிகம் பிரபலமாக்கிய பெருமை கோல்மேனையே சாரும். நுண்ணறிவுத்திறன் மாத்திரம் ஒருவரை வெற்றிபெற வைக்க முடியாது. உணர்ச்சித்திறனே முக்கியம் என்பதை இன்று மேலாண் நிறுவனங்கள் ஒத்துக்கொண்டதால்தான் நேர்முகத்தேர்வின்போது நிலைகுலைய வைக்கிற வினாக்களைத் தொடுக்கிறார்கள். சுற்றுச்சூழலுக்கு உகந்தது என நாம் எண்ணுகிற பலவற்றால் ஏற்படும் சுகாதாரக் கேடு பற்றி விரிவாகப் பேசும் இந்நூல், இன்றைய காலகட்டத்தில் மேலாண் வல்லுநர்கள் அவசியம் படிக்க வேண்டியதாகும்.

26. Human Resource Management   - David Decenzo and Stephen Robons

மனிதவள மேம்பாட்டுக்குப் பாடப்புத்தகம் போன்றது.

27. The Human Zoo   - Desmond Morris

உடல்மொழிகளைப் பற்றிய விஞ்ஞான விளக்கங்களை எழுதிய மோர்ஸ் எழுதிய இன்னொரு நூல். எரிகிற நெருப்பில் குழந்தையைக் காப்பாற்றும் தந்தை தியாகம் எதுவும் செய்யவில்லை. தன் மரபணுவைக் காப்பாற்றவே முயலுகிறார் என்பதை நிறுவியுள்ளார். இவருடைய People Watching உடல் மொழி பற்றிய மிகச்சிறந்த நூலாகும். அதில் முத்தம் எப்படிப் பரிணாம வளர்ச்சியில் விளைந்தது என்பதைப் புரியும்படி விளக்கியிருப்பார்.

28. Various Fables from Various Places **- Diane Di Prima**

உலகம் முழுவதும் புழங்கி வரும் உருவகக்கதைகள் அடங்கிய நூல். இது அதிகமாகக் கிடைக்காத நூல். பழைய புத்தகக்கடையைப் பற்றிய இணைய தகவல்கள் திரட்டி அவற்றின் மூலம் பெற்ற அரிய நூல். இதில் டால்ஸ்டாய், பில் பாய், இலத்தீன் கதைகள் போன்றவை எடுத்தாளப்பட்டிருக்கின்றன. மனுநீதிச் சோழன் போல உள்ள இலத்தீன் கதை இதில் நான் கண்டெடுத்த ஒப்புமை உருவகக்கதை.

29. Lateral Thinking **- Edward De Bono**

பக்கவாட்டுச் சிந்தனை என்பது இலக்கியங்களிலேயே இருந்திருக்கிறது. 'இரு கோடுகள்' கூட அப்படிப்பட்டது தான். ஆனால் அதைக் கருத்தாக்கமாக்கிப் பிரபலமாக்கியவர் பானோ. அவர் ஒரு நூலை விமானப் பயணத்திலேயே எழுதி முடித்திருப்பார். அந்த அளவு அவருடைய சிந்தனையோட்டம்.

30. The Decline and Fall of the Roman Expire **- Edward Gibbon**

உரோமாபுரி சாம்ராஜ்ய வரலாற்றைப் பற்றிய வரிவான நூல். படிக்கப் படிக்கச் சுவாரசியம். அறிஞர் அண்ணா 'ரோமாபுரி ராணிகள்' எழுதத் தாக்கத்தை ஏற்படுத்திய நூல்.

31. A Message to Garcia **- Elbert Hubbord**

அனைத்துப் பணியாளர்களும் படிக்க வேண்டிய கட்டுரை. என்னைப் பொருத்தவரை இது புதுமைப் பித்தனின் 'பொன்னகரம்' போல மகா இலக்கியம். என் நண்பர் திரு. ஷெட்டி கொடுத்து வாசிக்கச் சொன்னார்.

32. Tradition and Individuality **- Eliot. T.S.**

தனித்துவம் எல்லாம் ஊற்று போல, மாபு என்பது குளம் போல. எல்லா ஊற்றும் குளத்தில் கலக்க வேண்டும் என்கிற பார்வையில் நவீன இலக்கியவாதியான எலியட் மரபைப் போற்றி எழுதிய கட்டுரை. ஆங்கில இலக்கியம் படிப்பவர்களுக்குக் கட்டாயப் பாடம்.

33. Old Man and the Sea **- Ernest Hemingway**

எர்னஸ்ட் ஹெமிங்வே எழுதிய நூறு பக்கங்களுக்கும் குறைவான இந்த நாவல், நோபல் பரிசு பெற்ற தத்துவார்த்தமான படைப்பு. பல குறியீடுகளை உள்ளடக்கிய மகத்தான காவியம். ஊக்க சக்திக்கு இதை மேற்கோள் காட்டியிருக்கிறேன்.

34. A Farewell to Arms **- Ernest Hemingway**

கொஞ்சம் சுயசரிதக்குறிப்புகள் கலந்து எழுதப்பட்ட நாவல். எல்லோரும் எல்லாப் பணிகளுக்கும் பொருத்தமானவர்கள் என நினைக்கக்கூடாது என்பதை ஆழமாக உணர்த்துகிற நாவல். திரைப்படமாகவும் வெளிவந்துள்ள நாவல்.

35. Heraclites **- Fragmens**

ஒரே வரியில் மிகவும் நேர்த்தியாக வாழ்வு பற்றிய புரிதலை உண்டாக்கவல்லவை. அவருடைய ஒவ்வொரு விலங்கும் தட்டுத் தட்டிய பிறகே மேயச் செல்கின்றன என்கிற வரி, உழைப்பு பலருக்குப் பிழைப்பு மட்டுமே, நேசிப்பு அல்ல என்பதை விளக்கும்படியாக அமைந்திருக்கிறது.

36. Essays **- Francis Bacon**

ஆங்கிலத்தில் கட்டுரைகள் என்ற வடிவத்தைப் பிரபலமாக்கிய நூல். பேக்கன்தாம் ஷேக்ஸ்பியர் என்கிற பெயரில் நாடகங்களை எழுதியவர் என்று நினைக்கப்படும் அளவு அறிவாளி. ஆனால் கைசுத்தம் இல்லாதவர்கள் அவருடைய இந்நூல் செறிவாக எப்படி ஒரு கருத்தைச் சொல்ல முடியும் என்பதற்கு உதாரணம். ஆங்கிலத்தில் அடிக்கடி உதாரணம் காட்டப்படுகிற மேற்கோள்களில் பல, இந்நூலிலிருந்து எடுத்தாளப்படுபவை.

37. How to Read the person like a Book **- Gerald I.Nierenberg and Henry H. Calero**

மிகவும் நுட்பமான உடலசைவு மொழிகளடங்கிய நூல். ஜெர்மானியர்கள் கால்மேல் கால் போடும் விதமும் அமெரிக்கர்கள் போடும் விதமும் வேறுபட்டவை என்பதைச் சுட்டிக்காட்டியது. மேலும் சர்க்கஸில் விலங்குகளின் எல்லைப் பகுதியை அறுதியிடும் முறையிலேயே அவற்றைக் குறிப்பிட்ட செயல்களைச் செய்ய வைக்க முடிகிறது. ஒருவர் மற்றவரிடம் கை குலுக்கும் விதத்தைப் பார்த்தே அவர்கள் ஆளுமையைத் தெரிந்துகொள்ள முடியும். இறுக்கிக் கை குலுக்குபவர்கள். அதிகார மனப்பான்மை கொண்டவர்கள் நழுவுவது போலக் கைகுலுக்குபவர்களை நம்பக்கூடாது. மேலே கையை வைக்க முயற்சி செய்பவர்கள், நம் மீது ஆதிக்கம் செலுத்த விரும்புகிறவர்கள். நிறுவனத்... மேசையின் அகலம் அதிகரிக்கும்போது அதிகாரத்தின் உயரமும் அதிகரிப்பதைக் குறியீடாக்குகிறார்கள். ஒரு பெண்ணின் கண்ணசைவு கொண்டு அவள் பயப்படுகிறாளா, பாசம் காட்டுகிறாளா என்பதையறியலாம். அதே போல நாம் பேசுவதில் நாட்டமில்லாதவர்கள் என்னென்ன சைகைகள் செய்வார்கள் என்பதெல்லாம் தெளிவாகப் புரியும்படி சொல்லும் சுவையான நூல்.

38. The Diamond Cutter **- Geshe Michael Roach and Lama Christie Mcnally**

புத்தரின் வைர சூத்திரம் எப்படி வாழ்வுக்கும், வர்த்தகத்திற்கும் பயன்படுத்தக் கூடியது என்பது பற்றிய நடைமுறை மேலாண்மை நூல். அமெரிக்காவிலிருந்து வந்த நண்பர் பரிசளித்த இதை ஒரே இரவில் படித்து முடித்தேன்.

39. Hayavadana **- Girish Karnad**

விக்ரமாதித்தன் கதையை மையமாக வைத்து எழுதப்பட்ட சுவையான நாடகம். கிரீஷ் கர்னாட் நாடகங்களில் பாலுணர்வு தூக்கலாக இருக்கும் என்பதை வெளிப்படுத்தும் இன்னொரு நாடகம். விக்ரமாதித்தன் கதையை வைத்து எழுதப்பட்ட நூல். உடலுக்கும், மனத்திற்குமிடையே நடக்கும் தொடர்ச்சியான Thomas Mann போராட்டம் பற்றிப் பேசுகிறது.

40. Short Stories **- Guy De Maupassant**

மாப்பசான், சிறுகதைகள் மன்னர் என அறியப்படுவர். ரூபா பதிப்பகம் அவருடைய அனைத்துச் சிறுகதைகளையும் தொகுத்து வெளியிட்டுள்ளது. இத்தனை தளங்களில் ஒரு மனிதர் சிந்திக்க முடியுமா? நான்கைந்து பக்கங்களில் மகத்தான செய்திகளைச் சிறுகதையின் மூலம் உணர்த்திய மாபெரும் படைப்பாளி மாப்பசான். அவருடைய கதைகளில் மேலாண்மைத் தத்துவங்கள் உள்ளவற்றை மட்டும் எடுத்துக் கையாண்டிருக்கிறேன்.

41. Uncle Tom's Cabin **- Harriet Beecher Stowe**

இதைத் திருச்சி துளசிதாஸ் பரிசளித்தார். படித்ததும் இனவெறி தொடர்பான அனைத்து நூல்களையும் தேடிப்பிடித்துப் படிக்கத் தூண்டியது. நெல்சன் மண்டேலாவின் வாழ்க்கை வரலாற்றைப் பற்றிப் படித்தபோது, அவருடைய விடாமுயற்சி வியக்க வைத்தது.

42. Moby Dick **- Herman Melville**

அயராத வீரமும், ஊக்கமும் உள்ள ஒரு மனிதனின் கதையில் திமிங்கலம் குறியீடு. இன்னமும் உலகம் அதைப் பல்வேறு வகைகளில் புரிந்துகொள்ள முயற்சி செய்து கொண்டிருக்குமளவு சூட்சுமப் படைப்பு.

43. Histories **- Herodotus**

வரலாற்று நூல்களின் பிதாமகர் என அறியப்படுபவர். வரலாற்றை முதலில் எழுதியவர். கி.மு. 500இல் வாழ்ந்தவர். சுவாரசியமாக வரலாற்றை எழுதமுடியும் என்பதை நிரூபித்தவர் இவர். பொய்களையும் கலந்து எழுதியிருப்பதால், துசிடஸ் இவரைக் கடுமையாக விமர்சனம் செய்துள்ளார். இவர் பொய்யையும் வாய்மொழியாகக் கேட்டு எழுதியவர் என்பதற்கு ஓர் ஆதாரம், தென்னிந்தியர்கள் கருப்பாக இருப்பார்கள், எத்தியோப்பியர்களைப்போல அவர்கள் விந்தும் கருப்பாகவே இருக்கும் என இவர் எழுதியிருப்பதுதான்.

44. The Sufis **- Indries Shah**

சூஃபிகள் பற்றிய ஆதார பூர்வமான நூல்.

45. Kautilyas Arthashastra in Contemporary Management **- Internet (Courtesy)**

இணையத்திலிருந்து வாசித்த பயனுள்ள கட்டுரை.

46. Ancient yet Modern Management concepts inThirukkural **-Irai Anbu. V**

சொல்வதற்கு ஒன்றும் இல்லை, படித்துப் பாருங்கள். என் இந்த நூலுக்கான துணிச்சலைத் தந்த, என் ஆய்வு முயற்சியின் திரட்டு.

47. Isaac Asimov's Guide to Shakespeare **- Isaac Asimov**

ஷேக்ஸ்பியர் நாடகங்களை வரலாற்றுப் பூர்வமாகவும், பூகோள ரீதியாகவும் அலசும் நூல். ஐந்நூறு நூல்களுக்கும் மேல் எழுதிய அறிவியல் பார்வை கொண்ட யூதர் அசிமோவ். அவருடைய மேதைமை ஷேக்ஸ்பியர் நாடகங்களையும், இரண்டு நீள் கவிதைகளையும் புரிந்துகொள்ள உதவுகின்றன. ஷேக்ஸ்பியர் தவறாகப் பயன்படுத்திய உவமைகள், அவர் கையாண்ட காலப்பிறழ்வு போன்ற அனைத்துமே இதில் பதிவு செய்யப்பட்டுள்ளது. ஷேக்ஸ்பியர் ஒவ்வொரு நாடகத்தையும் எழுதிய சூழலும் விவரிக்கப்பட்டுள்ளது. இந்த வழிகாட்டி ஷேக்ஸ்பியர் வாசகர்களுக்கு அரிய பொக்கிஷம்.

48. The Biological Psychology **- James W. Kalat**

மனவியலுக்கும், மரபுக் கூறுகளுக்கும் இடையேயுள்ளத் தொடர்பை மிக அழகாக உதாரணங்களுடன் படைத்துக் காட்டும் நூல்.

49. The Rise and Fall of the Third Chimpanzee **- Jared Diamond**

மனிதனுடைய பரிணாம வளர்ச்சியின் சாதக பாதகங்கள் பற்றி மிக நேர்த்தியாக விளக்குகிற தலைசிறந்த நூல். தனியொரு மனிதன் இவ்வளவு அழகாகவும், அறிவியல் பார்வையுடனும் சிந்தித்து எழுத முடியுமா என்பதை யோசிக்க வைக்கும். மரணம் ஏன் நிகழ்கிறது என்கிற விஞ்ஞானப் பார்வை வெளிப்படும் ஆய்வு. இதில் விலங்குகள் தகவல் பரிமாற்றம் செய்வது பற்றி அழகாக விளக்கப்பட்டுள்ளது.

50. Why is Sex Fun? - **Jared Diamond**

ஜேரட் டயமண்ட் எழுதிய இந்நூல் பாதுகாக்கப்பட வேண்டிய இன்னொரு நூல். எந்தப் பால் அதிகம் சக்தியை முதலீடு செய்கிறதோ அதுதான் குழந்தையைப் பார்த்துக்கொள்ளும் பொறுப்பை எடுத்துக்கொள்கிறது என்கிற தகவல், உதாரணங்களுடன் விளக்கப்பட்டிருக்கிறது. மரபணுவோடு அப்பாவின் பங்களிப்பு முடிவதால், கருமுட்டை மூலம் அதிகம் முதலீடு செய்கிற தாய் குழந்தை வளர்ப்பில் அதிகம் கவனம் செலுத்துகிறாள்.

51. It's not the Big that eat the small It's the fast that eat the slow - **Jason Jennings and Laurence Haughton**

வேகம் வேறு, அவசரம் வேறு என்பதைப் புரிய வைக்கும் நூல். மனமும், உடலும் இணையும் போதே வேகம் சாத்தியம்.

52. The Stories of Fables - **Jayne Rutledge**

உருவகக்கதைகள் பற்றிய தொகுப்பு.

53. Effective decision making - **John Adair**

ஊக்கம், தலைமைப்பண்பு போன்ற புகழ்பெற்ற மேலாண்மைப் புத்தகங்களை எழுதிய வல்லுநர் அடைர் எழுதிய இந்நூல், முடிவெடுப்பது பற்றிய தகவல்கள் அடங்கியது. இந்நூல் வாசிக்கவும், அசைபோடவும் ஏற்றது.

54. The Tao of Leadership - **John Heider**

தாவோவை எவ்வாறு தலைமைப் பண்புகளுக்கேற்பப் பொருத்திப் பார்க்க முடியும் என்பதைச் சுட்டிக் காட்டும் சுவையான நூல். இன்றுள்ள சூழலில் தலைமை என்பது அதிகாரம் செலுத்துவதற்கான பதவி அல்ல, அது மென்மையான மனத்தை மாற்றும் உத்தி என்பதை இந்நூல் விளக்குகிறது.

55. Body Language - **Julius Fast**

முதலில் உடல்மொழியைப் பற்றி வாசிக்கத் தூண்டிய எளிய நூல். யார் நம்மிடம் பேச விரும்புகிறார்கள் என்பதையும், வர்த்தகப் பரிமாற்றத்தில் ஓர் ஒப்பந்தம் படியுமா இல்லையா என்பதையும் உடனே கண்டுபிடிக்க உடல்மொழி உதவும். உதட்டு மொழி மோசடி செய்யலாம், உடல் மொழியே உள்ள மொழி. புன்னகையில் கூட போலியும், உண்மையும் உண்டு. ஐந்து விதமான புன்னகைகள் உண்டு என்பதெல்லாம் இந்நூல் உணர்த்திய நுட்பங்கள்.

56. Management Principles in Thirukkural - **Lakshmanan. M**

திருக்குறளில் இருக்கும் மேலாண்மைக் கருத்துகள் மேம்போக்கான வாசகர்களுக்குரிய வகையில் எழுதப்பட்ட நூல்.

57. TaoTe Ching - **Lao TZU**

தாவோ என்கிற வழியை நிறுவிய சீன ஞானி லாவோட்சுவின் சூத்திரங்கள் சூட்சுமமும், சுவையும் உள்ளவை. அவருடையது என்று தெரியாமலேயே அவருடைய பல வாசகங்கள் இன்று பயன் படுத்தப்பட்டு வருகின்றன. அதிகமாக விளக்க உரைகள் வெளிவந்திருக்கும் நூல் என்ற பெருமையுடையது. ஒரே மூச்சில் வாசிக்கக்கூடியதல்ல. வளைக்க முடிந்ததை உடைக்கமுடியாது என்கிற வாசகம் இன்று நிர்வாகத்திற்கு மிகவும் பொருந்தும்.

58. Peter's Principle **- Laurence J. Peter Roymond Hull.**

தகுதியற்றவர்கள் பதவி உயர்வு பெற்றுத் தேங்குவதைப் பற்றிய நூல். பாலாடை புளிக்கும் வரை மேலே எழும்புவதைப் பற்றிய சுவையான ஆய்வு. இன்று பல நிறுவனங்களில் தலைமைப் பண்புகளைப் பற்றிக் கவலைப்படாமல், மூப்பு அடிப்படையில் அளிக்கப்படும் பதவிஉயர்வு இதை உறுதிப்படுத்தும்.

59. Singapore Story **- Lee Kuan Yu**

லீ க்வான் யூ, சிங்கப்பூரை வளர்ந்த நாடாக மாற்றிய சிற்பி. அவருடைய நூலில் தொடக்கத்தில் தனி நாடாக அறிவிக்கப்பட்டபோது, அநாதையான உணர்வு ஏற்பட்டதையும், அவர் அழுததையும் குறிப்பிடுகிறார். அந்தப் புத்தகத்தில் தண்டனைகள் கடுமையாக இருந்தால், பயன் விளையும் என்பதை ஜப்பான் சிங்கப்பூரை ஆக்கிரமித்தபோது தெரிந்து கொண்டதாகக் குறிப்பிடுகிறார். யாராக இருந்தாலும் தவறு செய்தால் தண்டிக்கப்படுவதை வலியுறுத்தி அம்மக்களிடம் கட்டுப்பாட்டை நெறியாக மேற்கொள்ளும் பண்பாட்டைத் தோற்றுவித்தவர்.

60. The Best Stories and Tales of Leo Tolstoy **- Leo Tolstoy**

டால்ஸ்டாய் எழுதிய சின்னஞ்சிறு கதைகளின் தொகுப்பு. கடவுள் உண்மையை அறிவார், ஆனால் காத்திருக்கிறார் என்கிற அவருடைய சிறுகதைத் தொகுப்பில் இடம் பெற்றுள்ள சிறுகதை. பல எழுத்தாளர்களால் மேற்கோள் காட்டப்படும் சிறுகதை. தெய்வம் நின்று கொல்லும் என்கிற இந்திய மரபை நினைவூட்டுகிற சிறுகதை. ''அங்கிநோவ், நீ எப்போதோ என்னைக் கொன்றுவிட்டாய்'' எனச் சொல்லும் வரிகள் கண்ணீரை வரவழைக்கும்.

61. Harvard Business Review on Managing People Cataloging in Publication Data

-Library of Congress

HBR இதழில் வந்த முக்கியமான கட்டுரைகள் அவ்வப்போது தொகுத்து நூலாகப் பதிப்பிக்கப் படுவதுண்டு. அப்படி வெளிவந்த இந்த நூலில் பிக்மாலியன் விளைவு பற்றிய கட்டுரை இடம் பெற்றுள்ளது.

62. How to Lead **- Linda Henman**

கனவும், கண்டிப்பும் கலந்த தலைமைப் பண்பை வலியுறுத்தும் நூல். பிரச்சினையைத் தீர்ப்பதும், முடிவெடுப்பதும் வெவ்வேறு மேலாண் பணிகள் என்பதை விளக்கும் நூல். கருமஞ்சிதையாமல், கண்ணோடக் கற்றுக் கொடுக்கும் நூல்.

63. The American Experience **- Literature**

அமெரிக்க இலக்கிய வரலாறு மிகவும் அழகாகவும், நேர்த்தியாகவும் ஆயிரம் பக்கங்களுக்கு மேல் தொகுக்கப்பட்ட இந்நூலை ஒரு கண்காட்சியில் நூறு ரூபாய்க்கு வாங்கினேன். அடிமைகளாக அமெரிக்காவில் வாழ்ந்த கருப்பின மக்களின் வேதனைப் பாடல்களை இந்த நூலிலிருந்து கையாண்டிருக்கிறேன்.

64. The Tipping Point **- Malcom Gladwel**

'The Blink', 'Outliers', 'The Dog' போன்ற புகழ்பெற்ற நூல்களை எழுதியவர். பத்தாயிரம் மணிநேரம் ஒன்றைச் செய்தால், அதில் தலைசிறந்த நிபுணராக ஆகலாம் என்பதை முன்மொழிந்திருப்பார். சீனத்தில் பத்தாயிரம் மைல் பயணமும், பத்தாயிரம் நூல் படிப்பும் கொண்டவனே முழுமையான மனிதனாக முடியும்

எனப் படித்தபோது, 10,000 என்கிற எண் மந்திர சக்தி கொண்டது என்பதை நான் உணர்ந்தேன். நூறு குரங்குத் தத்துவமும் நினைவுக்கு வந்தது.

65. McCormack on Communicating - **Mark H. McCormack**

தகவல் பரிமாற்றம் பற்றி What they won't teach at Harvard Business School என்ற புகழ்பெற்ற நூலை எழுதிய ஆசிரியரின் நூல். ஒவ்வொரு சூழலிலும் தகவல் பரிமாற்றம் எவ்வாறு மாறுபடுகிறது எனக் காட்டுகிறது. இடுக்கண் வருங்கால் நகுக என்பதற்கு இந்நூல் காட்டும் உதாரணம் ஆச்சரியப்பட வைக்கிறது.

66. What They Don't Teach You at Harvard Business School - **Mark H. McCormack**

மேலாண் அதிகாரிகள் அனைத்தையும் பல்கலைக்கழகங்களில் படித்துவிட முடியாது என்பதை நயமாகச் சொல்லும் நூல். 'இடுக்கண் வருங்கால் நகுக' என்பதற்கு நல்ல உதாரணம் ஒன்றை இந்த நூலில் காண முடிந்தது.

67. Machiavelli on Modern Leadership - **Michael A. Ledeen**

மாக்கியவல்லியின் தலைமைப்பண்புகள் குறித்த கருத்துகள் இன்று எவ்வாறு பொருந்தி வருகின்றன என்பதை விளக்கும் உன்னதநூல்.

68. The Book of Chinese Wisdom Book - **Michael C. Tang**

ஆங்கிலம் ஒரு பக்கமும், சீனமொழி இன்னொரு பக்கமுமாகத் தொகுக்கப்பட்டுள்ள சீனத் தொன்மைக் கதைகள். சீனத்தின் செவ்வியல் இலக்கியங்கள், சரித்திரக் குறிப்புகள் போன்ற நூல்களிலிருந்தெல்லாம் மகரந்தத்தைச் சேகரிப்பதுபோல சேகரிக்கப்பட்டுத் தொகுக்கப்பட்டுள்ளன. இவை மேலாண்மையின் சகல கூறுகளோடும் பொருத்தித் தொகுக்கப்பட்டுள்ளன. ஹாங்சௌ சென்றபோது தேடி வாங்கி வந்த இந்நூல்களை பெருமைக்குரிய சேகரிப்பாக நான் கருதுகிறேன்.

69. The 100 ranking of The most Influential persons In history - **Michael H. Hart**

மைக்கேல் ஹார்ட் கி.பி.2000 ஆண்டுவரை உலகைப் பாதித்த, தாக்கம் ஏற்படுத்திய 100 பேரைப் பட்டியலிட்டு எழுதிய நூல். அவர்கள் எந்த வகையில் தாக்கத்தை ஏற்படுத்தினார்கள் என்றும் விரிவாக எழுதியிருக்கிறார். முகமது நபியைப் பட்டியலில் முதலிடத்தில் வைக்கிறார். மணவை முஸ்தபா என்கிற தமிழ் அறிஞர் இதைத் தமிழில் மொழி பெயர்த்திருக்கிறார்.

70. Brush up Your Class - **Michael Macrone**

கிரேக்க, இலத்தீன் காவியங்களில் உள்ள பாத்திரங்களைப் பற்றிச் சுருக்கமாக அறிய உதவும் நூல்.

71. Brush up Your Shakespeare! - **Michael Macrone**

ஷேக்ஸ்பியர் மூலமாக ஆங்கில இலக்கியம் பெற்ற பதங்கள் சுவையாக எடுத்துச் சொல்லப் பட்டுள்ளன. இறுதியில் ஷேக்ஸ்பியர் மொழிக்குப் பங்களித்த சொற்களும், பதங்களும் பட்டியலிடப் பட்டதோடு, ஷேக்ஸ்பியர் அறிமுகப்படுத்தியதாகத் தவறாகச் சொல்லப்படும் பதங்களும் தொகுக்கப்பட்டிருக்கின்றன. ஆங்கிலமொழிவளம் அதிகரிக்க உதவும் நூல்.

72. Brush up Your Mythology - **Michael Macrone**

கிரேக்கப் புனைவியலிலிருந்தே ஆங்கில இலக்கியம் அதிகமான உவமைகளையும், உருவகங்களையும் கடன் வாங்கியுள்ளது. அந்தப் புனைவியலின் மூலத்தை அலசும் இந்நூல் சுவாரசியம் கொண்டது. ஷேக்ஸ்பியர், மார்லோ, மில்டன் போன்றவர்களின் படைப்புகளைப் புரிந்துகொள்ள அவசியம் படிக்க வேண்டிய நூல்.

73. Brush up Your Bible - **Michael Macrone**

ஆங்கில மொழிக்கு அதிகம் பங்களித்த பெருமை பைபிளையே சாரும். காலக்கிரமமாகப் பைபிள் உருப்பெற்ற விதமும், ஜேம்ஸ் பைபிள் தொகுக்கப்பட்ட விதமும் முன்னுரையில் உரைக்கப் பட்டிருக்கிறது. கமிட்டி சரியாகச் செய்த ஒரே செயல், பைபிள் தான் என்று நகைச்சுவையாகக் குறிப்பிடுவார்கள். பைபிள் பங்களித்த வாசகங்களின் வரலாற்றைப் படிக்கும்போது, பைபிளையே வாசித்தது போன்ற திருப்தியும், தித்திப்பும் ஏற்படும். பைபிளில் இருக்கும் கவித்துவம் அலாதியானது. பைபிள் கருத்துகளில் உள்ள மேலாண்மையைச் சுட்டிக்காட்ட உதவும் நூல்.

74. The Fruits of War - **Michael White**

மைக்கேல் வைட் எழுதிய இந்நூல் அநேகமாக அதிகம் வாசித்த பத்து நூல்களில் ஒன்று என நினைக்கிறேன். போர் பற்றி நாம் கொண்டிருக்கும் கருத்துகளை மறுவாசிப்பு செய்ய உதவும் நூல். இவர் எழுதிய அடுத்தநூல் எப்போது வரும் என்று காத்திருக்கும்படி செய்த கலைக்களஞ்சிய நூல். போர்த்தகவல்கள் மொட்டையடித்துப் பச்சைக்குத்திப் பரிமாறப்பட்ட விதம் இந்நூலிலிருந்து அறியப்பட்டது.

75. Leadership, The Shakespearean Way - **Murty. G.R.K.**

ஷேக்ஸ்பியரின் நாடகங்களில் தலைமைப் பண்புகள் எவ்வாறு வெளிப்படுகின்றன என்பதைச் சில நாடகங்கள் மூலமாக விளக்கும் நூல். வசனங்கள் மூலம் தலைமைப்பண்புகள் பற்றி எடுத்தாளப்பட்டுள்ளன.

76. The Prince - **Niccolo Machiavelli**

'இளவரசன்' மிகவும் நுணுக்கமாக எழுதப்பட்ட நூல். அதில் மாக்கியவல்லி சரித்திர ஆதாரங்களின் உதவியோடு பல உத்திகளையும், கருத்துகளையும் முன்வைக்கிறார். அவற்றில் பல இன்றும் பொருந்துகின்றன.

77. Ladli - **NurJahan's Daughter**

நூர்ஜஹானின் சாதுரியத்திற்குப் பலியாகும் களங்கமற்ற பரிதாபமான பெண்ணின் கதை.

78. The Iron Flute - **Nyogen Senzaki**

ஜென் மாஸ்டர்களைப் பற்றிய குறிப்புகள் அடங்கிய நூல். சுவையான குட்டிக்கதைகள் விரவி உள்ளன.

79. Complete works of Oscar Wilde - **Oscar Wilde**

ஆஸ்கர் வைல்டு குறும்பும், குறுகுறுப்பும் கலந்த எழுத்தாளர். மனிதநேயம், படைப்புகள்தோறும் புடைத்துநிற்கும் பண்பாளர். 'சுயநல அரக்கன்' இதிலிருந்து எடுத்தாளப்பட்டுள்ளது.

80. Metamorphoses **- Ovid**

சாம்பிராணி மரத்திலிருந்து ஆகாயத்தாமரை வரை எப்படி உருவானது என்பதைக் கவிதைநடையில் எடுத்துரைக்கும் இது, ஆங்கிலத்தில் வடிவம் சிதையாமல் மொழிபெயர்க்கப்பட்டுள்ளது.

81. Zen Flesh, Zen Bones :Penguin Books **- Paul Reps (Compiled by)**

ஜென் கதைகளை ஆதாரப்பூர்வமாகத் தொகுத்துள்ள நூல். இந்நூலிலிருந்தே பல ஜென் கதைகளை நான் எடுத்துக் கையாண்டிருக்கிறேன். இந்நூலின் இறுதியில் விக்யான் பைரவ் தந்திரமும் இடம் பெற்று இதயத்தைக் கவர்கிறது.

82. The Leader's Handbook **- Peter R. Scholtes**

தலைமைப்பண்புகள் பற்றிய நூல். டெமிங் கற்றுக்கொள்வது பற்றிச் சொன்ன விளக்கம். கற்றல் பற்றிய மிகப்பெரிய புரிதலை ஏற்படுத்தக்கூடியது.

83.The Apology for Poetry **- Philip Sidney**

ஸ்டீஃபன் காசன் கவிஞர்களைப் பொய்யர்கள் எனச் சொன்ன குற்றச்சாட்டிற்குப் பதிலளிக்கும் வண்ணம் சிட்னி எழுதிய நூல்.

84. Selected Lives **- Plutarch**

புளூடார்க் எழுதிய இந்நூல் கிரேக்கத்தில் ஒருவரையும், அதே துறையில் புகழ்பெற்ற ரோமானியர் ஒருவரையும் பற்றி எழுதி, இறுதியில் அவர்கள் இருவரையும் ஒப்பிடக்கூடிய பாணியில் அமைந்த வரலாற்றுப்பதிவு. ஷேக்ஸ்பியருடைய கிரேக்க, இத்தாலிய நாடகங்களுக்கு இதுவே ஆதாரம். கிளியோபட்ராவை அறிமுகப்படுத்தும் பகுதியில் அட்சரம் பிறழாமல் ஷேக்ஸ்பியர் புளூடார்க்கின் வரிகளைப் பயன்படுத்தியிருப்பார். டெமஸ்தனீஸையும், சிசரோவையும் அவர் ஒப்பிட்டிருக்கும் விதம் மெய்சிலிர்க்க வைக்கும்.

85. The Bull **- Ralph Hodson**

வயோதிகத்தில் மனிதன் படும் துயரம் காளையின் மூலம் கவிதையாக்கப்பட்டுள்ளது. நண்பர் திரு.ஜோதி ஜெகராஜன் அவர்கள் மூலம் அறிமுகமான அழகிய கவிதை.

86. Kautilya The Arthashastra **- Rangarajan. L.N.**

அர்த்தசாஸ்திரம் பற்றிய பெங்குவின் பதிப்பித்துள்ள இந்நூல் மிகவும் ஆதார பூர்வமான ஆங்கில நூல். கௌடில்யர் வேறு, சாணக்கியர் வேறாக இருக்கவும் வாய்ப்புண்டு என்பதை ஆராய்ச்சி பூர்வமாக வெளிப்படுத்தும் சிறந்த நூல். இதில் முன்னுரையிலேயே கௌடில்யர் காலம் பற்றியும், அவர் வர்த்தகம் பற்றிச் சொல்லும் நியாயம் பற்றி மொழிபெயர்ப்பாளர் கேள்விகளை எழுப்புகிறார்.

87. Phantoms in the Brain **- Ramachandran. V.S.**

மூளையைப் பற்றிப் படிக்க மூளை வேண்டும் என்பதை உணர்த்திய நூல். அறிவியல் நூலைக்கூட சாமானியன் புரிந்துகொள்ளும் வண்ணம் சுவாரசியமாக ஆக்க முடியும் என்பதற்கு இந்நூல் ஓர் உதாரணம். இதில் 'புன்னகை' பரிணாமவளர்ச்சி பெற்றது என எழுதியிருப்பார்.

88. The Tell Tale Brain — Ramachandran. V.S.

மூளையைப் பற்றிய இந்நூலில் மொழி பற்றி எழுதியிருப்பார். மூளையின் ஒரு பகுதி பாதிக்கப்பட்டபோது பேச முடியாதவர், பாடியதைச் சுட்டிக் காட்டி இரண்டும் வெவ்வேறு பகுதியின் செயல்பாடுகள் என்று உணர்த்தியிருப்பார்.

89. The Tao of Relationships — Ray Grigg

உறவுகள் மேம்பட, தாவோவைக் கையாளும் விதம் பற்றிப் பேசும் இது, மேலதிகாரிகளிடமும், சகபணியாளர்களிடமும் நடந்துகொள்ளும் முறைகளை அலசுகிறது.

90. Jonathan Livingston Seagull — Richard Bach

'உயரப் பறக்க வேண்டும்' என்ற எண்ணம் கொண்டவர்கள் காலத்தைத் தாண்டி வாழ்வார்கள் என்பதைப் புரியவைப்பதோடு, அப்படிப்பட்டவர்கள் சமூகத்தின் விமர்சனங்கள் பற்றியெல்லாம் கவலைப்படமாட்டார்கள் என்பதையும், அந்த உணர்ச்சித்திறன் நாளடைவில் மற்றவர்களையும் ஒத்துக்கொள்ள வைக்கும் என்கிற நுட்பத்தையும் புரியவைக்கிற நூல். இவருடைய 'மாயைகள்' நல்ல நூல்.

91. The Greek Myths — Robert Graves

கிரேக்கப் புனைவியல்களை விளக்கும் நூல்.

92. The Art of Seduction — Robert Greene

வரலாற்றில் பல்வேறு ஆளுமைகள் எவ்வாறு மக்களையும், மனம் கவர்ந்தவர்களையும் வசீகரித்தன எனப்பேசும் நூல்.

93. The 33 Strategies of WAR — Robert Greene

போர்த்தந்திரங்கள் பற்றிய குறிப்புகள் மேற்கத்திய சரித்திரத்தின் ஆதாரத்தோடு விளக்கப்பட்டுள்ளன. இந்தியப் போர்கள் பற்றிய தகவல் பற்றாக்குறை சற்று வருத்தத்தை வரவழைக்கிறது. சுக்ரநீதி, அர்த்தசாஸ்திரம், திருக்குறள் போன்றவற்றைக் கிரீன் மேற்கோள் காட்டாதது நமக்கு ஏமாற்றமே.

94. The 48 Laws of Power — Robert Greene

மிகவும் நேர்த்தியாக எழுதப்பட்ட நூல். அதிகாரிகளும், ஆளுபவர்களும் கட்டாயம் பலமுறை வாசித்துத் தங்கள் அணுகுமுறையை மாற்றிக்கொள்ள வேண்டும். தந்திரங்கள் சொல்லித்தரப்படுவதுபோல உள்ளனவே என்று பார்த்தால், அவற்றை நாம் கையாள வேண்டியதில்லை, அடுத்தவர்கள் கையாண்டால் அடையாளம் கண்டு உஷாராகலாம் என்கிற அளவில் இது முக்கியத்துவம் வாய்ந்தது.

95. 366 Readings from Islam — Robert Van De Weyer

இஸ்லாம், குரான், சூஃபி போன்றவற்றிலிருந்து முக்கியமான செய்திகள் சுவையாகத் தொகுக்கப்பட்டுள்ளன.

96. 366 Readings from Christianity — Robert Van De Weyer

பழைய ஏற்பாடு, புதிய ஏற்பாடு இரண்டிலிருந்தும் சுவையான செய்திகள் வாசிக்க வசதியாகத் தொகுக்கப்பட்டிருக்கின்றன.

97. 366 Readings From Taoism and Confucianism - **Robert Van De Weyer**

தாவோ, கன்பூஷியஸ் போன்ற இரண்டு வேறுபட்ட சீனமரபுகளிலிருந்து தொகுக்கப்பட்டுள்ள, வாசிக்க வேண்டிய தகவல்கள், கதைகள், தத்துவங்கள், சம்பவங்கள் ஆகியவை அடங்கிய புதையல். டாவோடீச்சிங் முதல் மெங் சூ வரை பல நுட்பமான செய்திகள் அடங்கியிருக்கின்றன.

98. 366 Reading from Buddhism - **Robert Van De Weyer**

புத்த மதத்தின் சூத்திரங்கள், ஜாதகக்கதைகள், தம்மபதம் போன்றவற்றிலிருந்து தொகுக்கப்பட்டுள்ள, பருந்துப்பார்வை கொண்ட, பௌத்த சாரம். வைரசூத்திரம், தாமரை சூத்திரம் போன்றவற்றோடு நின்று விடாமல் ஹீனயானம், மகாயானம், ஜென் போன்ற பல மரபுகளின் உபதேசங்களையும், உருவகக்கதைகளையும் தாங்கி வந்திருக்கும் நூல். பௌத்தம் பற்றி அதிகம் படித்தறியாதவர்களுக்கு எளிமையாக அறிமுகப்படுத்தி வைக்கும் இந்நூலைத் தமிழில் மொழிபெயர்த்தால் பயனுள்ளதாக இருக்கும்.

99. One Hand Clapping : a Collection of Zen Stories - **Rupa & Co**

ஜென் கதைகளின் தொகுப்பு. ஒருமணி நேர வாசிப்பு போதும்.

100. The Essential Chuang TZU - **Sam Hamill J.P. Seaton**

தாவோ அறிஞர் சங்-சு எழுதியவையும், அவர் வாழ்வில் நடந்த சம்பவங்களையும் தொகுத்தளித்திருக்கும் நூல். சீன தத்துவ மரபு வாழ்க்கையோடு நேரடியாகத் தொடர்பு உள்ளவை. இந்திய மரபு இலட்சியம் பற்றிப் பேசும், சீனம் யதார்த்தம் பற்றிக் கூறும். அந்த வகையில் தாவோ அறிஞர்களுடைய தத்துவம் அன்றாடம் கடைப்பிடிக்க ஏதுவானவை. எனவே மேலாண்மையில் தாவோ நெறிகளை எளிதாகப் பயன்படுத்தி வெற்றி பெற முடியும்.

101. The A to Z of Management Mantras - **Sathish B. Mathur**

மேலாண்மை பற்றிய குறிப்புகள் அடங்கிய பொதுநூல். மேலாண்மை பற்றிய அனுபவமோ, கல்விப் பின்புலமோ இல்லாதவர்களும் வாசித்தறிய ஏற்ற நூல்.

102. The Great Thoughts of Shakespeare - **Sen. N.B.**

ஷேக்ஸ்பியர் பற்றிய நூல். அவருடைய எண்ணங்கள் அவர் வாழ்ந்த காலத்தைத் தாண்டியிருந்ததைப் படம்பிடித்துக்காட்டுகிறார்.

103. In the Wonderland of Indian Managers - **Sharu Rangnekar**

ஷாரு ரங்னேகர் நகைச்சுவையாக எழுதுவதில் வல்லவர். குடும்பம் ஆட்சி செய்யும் இந்திய வர்த்தக மரபில் மேலாண்மை என்பதும் வேட்டியணிந்தவன் டைகட்டியது போல பொருந்தாமலேயே போய்விடுகிறது. நம்மவர்கள் மேற்கத்திய மேலாண்மையை ஓட்டுப்போடும்போது, எப்படி அது கேலிக்கூத்தாக ஆகிவிடுகிறது என்பதை இந்தநூல் விவரிக்கிறது. பலமுறை படித்து வாய்விட்டு இரசிக்கும் நூல். மேலாண்மை என்பது மண் சார்ந்தது என உணர்த்துகிறது.

104. How to Learn Management From Your Wife - **Sharu Rangnekar**

ஷாரு ரங்னேகர் எழுதிய சுவையான நூல். பெண்கள் எவ்வளவு நேர்த்தியாக மேலாண்மைத் தந்திரங்களைப் பயன்படுத்துகிறார்கள் என்பதையும், வீட்டை நிர்வகிப்பதும் நாட்டை நிர்வகிப்பதும் ஒரே மாதிரியானவை என்பதையும் சுட்டிக்காட்டும் நகைச்சுவையான நூல். முதல் அத்தியாயத்திலேயே

வாசகர்களை ஈர்க்கும் இந்தத் தொகுப்பிலிருந்து சில கருத்துக்களை மேற்கோள் காட்டியிருக்கிறேன். மனைவியின் திருத்தத்துடனும், ஒப்புதலுடனும் வெளிவருகிற நூல் என்று ஷாரு கொடுத்திருக்கும் முன்னுரை அட்டகாசம்.

105. Pygmalion - **Shaw. G.B**

பெர்னாட் ஷா எழுதிய மிகச் சிறந்த நாடகம். 'ஷா' எப்போதும் சமூகம் சார்ந்த பொதுவுடைமைக் கருத்துகளை முன்வைக்கிற தீவிர சிந்தனையாளர். அவருடைய, 'மனிதனும்-ஆயுதமும்' என்கிற நாடகம் போருக்கு எதிரான கருத்துகளை முன்வைத்தது.

106. If you Meet the Buddha on the Road, Kill Him **-Sheldon B. Kopp**

பல இலக்கியங்களிலிருந்து சாரத்தை எடுத்து நிர்வாகம், வாழ்வு போன்றவை பற்றி விளக்கும் நூல். எடுத்தால் வாசித்து முடித்த பிறகே வைக்கத்தகுந்த புத்தகம்.

107. Sun TZU Was a Sissy - **Stanley Bing**

சன்-சுவின் போர்க்கலையை இன்று மேலாண் நிறுவனங்கள் எப்படிப் பயன்படுத்த முடியும் என்பது பற்றிச் சிறுசிறு தகவல்களாகத் தொகுத்துள்ள நூல். வாசிக்க எளிதானது. இன்று வர்த்தகம் போர் போல மருவிய சூழலில், பல நிறுவனங்கள் வாழ்வா சாவா என்று போராடும் பொழுதில், கரணம் தப்பினால் மரணம் என்ற எதார்த்தம் நிகழ்கிற சந்தையில் இந்நூல் மேலாண் அதிகாரிகள் வாசிக்க வேண்டிய நூல்.

108. Black Holes and Baby Universes - **Stephen Hawkins**

ஸ்டீஃபன் ஹாகின்ஸ் எழுதிய பேரண்டம் பற்றிய பௌதீகநூல்.

109. The Art of War - **Sun Tzu**

யுத்தக்கலையின் பிதாமகர். இவரை, முப்பத்தி மூன்று போர் உத்திகள் என்கிற நூலை எழுதிய ராபர்ட் கிரீன், ஜீனியஸ் என்று குறிப்பிடுகிறார். புத்தகப் புழுவாக இருந்து மேம்போக்காக நூலை எழுதியவரல்ல. அவரே போரில் தளபதியாகச் செயல்பட்டவர். அவர் எழுதிய போர்க்கலையின் ஒவ்வொரு வரியும் படித்துப் படித்துக் கண்களை மூடி அசைபோட வேண்டியவை. போட்டிக்கும், வர்த்தகத்திற்கும் கூட அவர் எழுதிய கருத்துகள் பொருந்துபவை. ஒவ்வொரு மேலாளரும் வாசிக்க வேண்டிய நூல். மேலாண் நிறுவனங்களில் பாடப்புத்தகமாக வைக்கப்பட வேண்டிய நூல்.

110. Indian Ethos for Management - **Swami Jitatmananda**

இந்திய மரபு வழி மேலாண்மையைப் பிழிவாகத் தரும் நூல். புலியைப் பூனை மாதிரி நடத்தினால் அது பூனையாகவே மாறிவிடும் என்கிற விவேகானந்தரின் மேற்கோள் இடம் பெற்றிருக்கிறது. நியாயமாகவும், நேர்மையாகவும் பெறுகிற இலாபமும், வெற்றியுமே உயர்ந்தவை என்கிற இந்திய மரபு அடங்கிய சிந்தனைகளின் சாராம்சமாக இந்நூல் விளங்குகிறது. வர்த்தகத்தில் இன்று விரைவாகப் பணம் செய்யவேண்டும் என, மோசடிகள் செய்கிற பலர் பிடிபட்டு முகத்தை மூடிக்கொண்டு போவதை நாளிதழ்களில் பார்க்கிறோம். வழிகளும் மேன்மையானவை என உணர்த்தும் நூல்.

111. Zen in Business and Life the Quest for Self - **Takeshi Izuka**

க்ஷஜன் தத்துவம் நொடிக்கு நொடி வாழ்வது பற்றிப் பேசுகிறது. இந்த நொடியில் முழுமையாக வாழ்ந்தால், அடுத்த நொடி பற்றிக் கவலைப்பட வேண்டியதில்லை என்பது ஜென் சொல்லும் தத்துவம். அது கோட்பாடு அல்ல. எந்த மதத்தைச் சார்ந்தவர்களும் ஜென் தத்துவப்படி வாழ்ந்திட இயலும். அதை எப்படி வர்த்தகத்திற்குப் பயன்படுத்தலாம் என்பதைப் பூடகமாகக் கற்றுத் தருகிறார் ஜப்பானிய எழுத்தாளர் இன்கா.

112. The Hindu Speaks on Management **- The Editor (Compiled by)**

ஹிந்து நாளிதழிலும், அதன் மற்ற வர்த்தக நாளிதழ்களிலும் வெளியான பல எழுத்தாளர்கள்-மேலாண்மை வல்லுநர்கள் எழுதிய கட்டுரைகள் இரண்டு தொகுப்புகளாக வெளிவந்துள்ளன. மேலாண்மையைப் பற்றி அரிச்சுவடி கூட அறியாதவர்களும் எழுத்துக்கூட்டி வாசிக்க ஏற்ற நூல். சின்னச் சின்னக் கட்டுரைகள், அதிக பயமுறுத்தும் பதங்களற்ற எளிய மொழி ஆகியவற்றால் வசீகரிக்கும் இந்நூல் ஆய்வு மாணவர்களுக்கும் பயன்படும் என நான் பரிந்துரைக்கும் ஆவணம்.

113. Unposted Letter **- The Voice Ra**

'உருகிய எண்ணங்கள்' என்கிற மாதாந்தர இதழை நடத்தி இளைஞர்களிடம் ஆன்மிகப்பார்வையை ஏற்படுத்திவரும் ரங்கராஜன் எழுதிய நூல். ஆன்மீகம் என்பது வாழ்வைப் புறக்கணித்துப் புறமுதுகு காட்டும் நெறியல்ல, மாறாகப் பேரின்பமாக நுகரக் கற்றுத்தருகிற பயிற்சி என்கிற அவருடைய கருத்து என்னுடைய கருத்துடன் ஒத்துப்போவதால் விரும்பி வாசிப்பவன். பல இலட்சம் பிரதிகள் விற்றுள்ள இந்நூல் வடிவமைப்பிலும், பதிப்பிலும், எளிமையிலும் சிறந்து விளங்குகிறது. இந்நூலை இந்தத் தொகுப்பில் பெற்றோருடன் பயன்படுத்தியிருக்கிறேன்.

114. The Most and More **- The Voice Ra**

'உருகும் எண்ணங்கள்' இதழின் ஆசிரியர் எழுதிய இன்னொரு எளிய நூல். சதுரங்கம் பற்றி உருவகக்கதையைப் பதவி உயர்வு பற்றி எழுதும்போது, மேற்கோளுடன் பயன்படுத்தியிருக்கிறேன். நேர்த்தியாக வெளியிடப்பட்டால் நூலின் விலையை வாசகர்கள் ஒரு பொருட்டாகக் கருதுவதில்லை என்பதற்கு இந்தப் புத்தகம் இன்னொரு சாட்சி.

115. Old Path White Clouds **- Thich Nhat Hanh**

வியட்நாம் புத்தத்துறவி தீச் நாட் ஹான் பெயர் அமைதிக்கான நோபல் பரிசுக்காக முன்மொழியப்பட்டது. ஆனால் சண்டைபோட்டு நிறுத்துபவர்களுக்கே நோபல்பரிசு அமைதிக்காக வழங்கப்படும் என்கிற விதியைக் கெட்டியாகப் பிடித்துக்கொண்டிருக்கும் மேற்கு, அவருக்குப் பரிசு தரவில்லை. அவர் எழுதிய பல நூல்களில் இது மிக முக்கியமானது. புத்தருடைய வாழ்வை இவ்வளவு ஆதாரமாகவும், ஆழமாகவும், சுவையாகவும் வேறு யாரும் எழுதியதாகத் தெரியவில்லை. படிக்கும்போதே மெய்ஞ்ஞானம் பெறுகிற உணர்வை ஏற்படுத்தும் மென்மையான நூல். அன்னப்பறவை குறித்த சித்தார்த்தர் தேவதத்தன் ஆகியோருடைய வாக்குவாதம் இந்த நூலிலிருந்து எடுத்தாளப்பட்டிருக்கிறது.

116. The Essential Confucius **- Thomas Cleary**

கன்ஃபூஷியஸ் உபதேசங்கள் அடங்கிய நூல்.

117. Zen Antics **- Thomas Cleary**

ஜென் சம்பவங்கள், குறுங்கதைகள், தத்துவங்கள் அடங்கிய நூல். இதிலிருந்து சில கருத்துகள் கையாளப்பட்டிருக்கின்றன.

118. An Elegy written in a Country Churchyard **- Thomas Gray**

ஒருசில கவிதைகள் எழுதினாலும், செவ்வியல் தன்மையுடன் திகழ முடியும் என்பதற்கு உதாரணம் தாமஸ் கிரே. திரும்பத் திரும்ப வாசித்தால், நமக்கு இருக்கும் தன்முனைப்பு நீங்காவிட்டாலும் மட்டுப்படும்.

119. Say it Like Shakespeare - **Thomas Leech**

ஷேக்ஸ்பியர் தகவல் பரிமாற்றத்தில் விற்பன்னர். ஆங்கில இலக்கியத்தில் அதிகம் மேற்கோள் காட்டப்படும் ஆசிரியர். அவர் பாத்திரங்கள் மூலம் கம்யூனிகேஷன் பற்றி எப்படியெல்லாம் அழுத்தம் திருத்தமாக அறிவுறுத்துகிறார் என்பதைச் சுட்டிக்காட்டும் இந்நூல் உடல்மொழி, கவனித்தல், சுருங்கச் சொல்லுதல் போன்ற பலவற்றை மேற்கோள்களுடன் விளக்குகிறது. ஷேக்ஸ்பியர், திருவள்ளுவர் ஆகியோரைத் திரும்பத்திரும்ப வாசிப்பவர்கள் அநாவசியமாகப் பேசுவதைத் தவிர்ப்பார்கள்.

120. The Utopia - **Thomas Moore**

இலட்சிய கோட்டையைப் பற்றிய புனைவு நூல்.

121. Sunzi: The Art of War Sun Bin: The Art of War -**Translated by Lin Wusun**

சன்-சு வின் வழித்தோன்றல் சன்-பின். அவர் சன்-சுவிற்கு நூற்றி அறுபது ஆண்டுகள் கழித்துப் பிறந்தவர். அவரும் போரை நடத்தியவர். ஏட்டுச் சுரைக்காயைச் சுமந்து பொய் விதைகளைத் துப்பியவர் அல்லர். இந்த நூல் இந்தியாவில் கிடைக்கவில்லை. சீனா சென்றபோது வாங்கி வந்தேன். சம்பவங்களுடன் போர்க்கலையைப் பற்றிய புரிதலை ஏற்படுத்துகிற நூல்.

122. Ivanhoe - **Walter Scott**

வால்டர் ஸ்காட் எழுதிய சரித்திரப் புனைவு. இங்கிலாந்தின் ஒரு காலகட்ட வரலாற்றைப் பதிவு செய்த நூல்.

123. Time Machine - **Wells. H.G.**

அறிவியல் புனைவுகளின் பிதாமகர், கால இயந்திரம் முன்னும் பின்னும் விரைந்தால் எப்படியிருக்கும் என விளக்கும் நாவல். இவருடைய 'கண்ணுக்குத் தெரியாத மனிதன்' இன்னொரு அறிவியல் புனைவு. கால இயந்திரத்தில் முன்னோக்கி நகரும்போது மனிதன் பதுங்கு குழிகளில் வாழ்வதுபோல எழுதியிருப்பார். இன்றைய அடுக்ககங்கள் எனக்கு அதையே நினைவூட்டுகின்றன.

124. Complete Works - **William Shakespeare**

ஷேக்ஸ்பியர் எழுதிய அனைத்துப் படைப்புகளும் மிகவும் நேர்த்தியாக மேக்மில்லன் பதிப்பகத்தால் புத்தகமாகக் கொண்டுவரப்பட்டுள்ளது. ஷேக்ஸ்பியரின் வரிகளை மேற்கோள் காட்ட இந்தத் தொகுப்பு மிகவும் உதவியாக இருந்தது. 2500 பக்கம் கொண்ட இதைச் சீனத்தில்தான் அச்சடித்திருக்கிறார்கள் என்பது அவர்களுடைய மேலாண்மைப் பண்புக்கு ஓர் உதாரணம்.

125. King Richard II - **William Shakespeare**

ஷேக்ஸ்பியரின் துன்பவியல் நாடகம். இதில் மன்னர் ரிச்சர்ட் தான் அரசாட்சி புரிவதை இறைமை கொடுத்த உரிமை என நினைத்துச் சீரழிந்தவர். வரவுக்கு மீறி செலவு, அதீத நம்பிக்கை, திட்டமிடாமை, விளைவுகளைப்பற்றிச் சிந்திக்காமை போன்றவற்றால் அவன் போலிங்புரோக் என்கிற நான்காம் ஹென்றியிடம் தோற்றுப்போகிறான்.

126. Ancient Chinese Fables - **Yang Xianyi, Gladys Yang and Others (Translated by)**

சீன உருவகக்கதைகள் அடங்கிய இந்நூலையும் சீனத்தில் அரசுப் புத்தகக்கடையில் வாங்கினேன். இப்போது ஆங்கிலம் பயிலும் ஆர்வத்தில் சீனர்கள் மும்முரமாக இருக்கிறார்கள். அவர்கள் மேற்கை அறிவால் ஆக்கிரமிக்க ஆங்கில அறிவின்மையே தடையாக இருப்பதால், அதில் தீவிரகவனம் செலுத்துகிறார்கள். ஒருபக்கம் சீன எழுத்து, மறுபக்கம் ஆங்கிலம் என வந்துள்ள நூல். நாமும் நம் தமிழ் உருவகக்கதைகளை இப்படி வெளியிட்டால் ஆங்கில அறிவு மாணவர்களுக்கு வளருமே!.

இலக்கியத்தில் மேலாண்மை

தமிழ் நூல்கள், ஆசிரியர்கள்

1. பீஷ்மர் சொன்ன தத்துவக்கதைகள் - பி.என். பரசுராமன்

அம்பு படுக்கையிலிருந்து பீஷ்மர் பாண்டவர்களுக்குச் சொன்ன அறிவுரைகள் அர்த்தம் உள்ளவை. மரம் நடுதல், அன்னதானம் போன்றவற்றைப் பற்றி விரிவாகப் பேசியுள்ளார். அவர் தத்துவங்களை விளக்கிக்கூறியுள்ள உருவகக்கதைகள் நேர்த்தியானவை. மேலாண்மைக்குப் பொருந்துகின்றவை. ஒட்டகக்கழுத்து நீளக்கதையை இந்தத் தொகுப்பிலிருந்துதான் எடுத்தாண்டிருக்கிறேன்.

2. சங்கச் செவ்வி செம்மொழிப் பெட்டகம் - முனைவர் சுந்தர ஆவுடையப்பன்

சங்கச் செவ்வி என்கிற தலைப்பில் பதங்களை அலசி இருக்கிறார் நூலாசிரியர். கூவல் என்பதே நீர்நிலையின் பெயர். அவர் ஆதாரங்களுடன் தெரிவித்திருப்பார். சங்க இலக்கியம் எவ்வளவு மேன்மையான கருத்துக்களை உள்ளடக்கியது என்பதை அவர் எழுதியிருக்கும் விருந்தோம்பல் பற்றிய கட்டுரையிலிருந்து அறிந்துகொள்ளலாம். தமிழை ஆழமாக அறிய விரும்புகிறவர்கள் நேசித்து வாசிக்கலாம்.

3. கடல்வழி வணிகம் - நரசய்யா

கடல் பற்றிய கடலாடி என்கிற சுவையான நூலை எழுதிய நரசய்யா அவர்களை நான் சந்தித்திருக்கிறேன். கடல் எப்போதும் மயக்கத்தை ஏற்படுத்துகிற பேரதிசயம். அவர் கடல்வழி நடந்த வணிகம் பற்றி எழுதியிருக்கும் இந்த நூலில் தமிழர்களின் கடல் வணிகம் இலக்கிய ஆதாரங்களுடன் முன்வைக்கப்பட்டுள்ளது. கடலைக் கால்வாய் போல கையாண்டவர் பைந்தமிழர் என்பது பெருமைக்குரிய தகவல்.

4. கம்பராமாயணம்

வர்த்தமானர் பதிப்பகம் இலக்கியங்களை எல்லோருக்கும் அறிமுகப்படுத்த எடுத்த இனிய முயற்சியின் வெளிப்பாடு. எழுத்து வாசிக்கவும், பொழிப்புரையோடு பொருத்திப்பார்க்கவும் வசதியாகத் தொகுக்கப்பட்டுள்ள தொகுதிகள் கையடக்கமாக இருக்கின்றன. கம்பன் விழாக்களுக்குப் பேசப் பலமுறை வாசித்ததால், கம்பரின் கவிநயம் ஆழமாகப் புலப்பட்டது.

5. விக்கிரமாதித்தன் கதைகள் - கே.எஸ். பதஞ்சலி ஐயர்

கதா சரித்திர சாகராவின் ஒரு பகுதி. இதிலுள்ள ஒரு கதை தாமஸ் மன் அவர்களையும், கிரீஷ் கர்னாட் அவர்களையும் எவ்வாறு தாக்கத்திற்குள்ளாக்கியது என்பதையும், மேலாண் கருத்தோடு அதற்குள்ள தொடர்பையும் உணர்த்துகிறது.

6. லேவ் தல்ஸ்தோய் - சிறுகதைகளும் குறுநாவல்களும் - நா.தர்மராஜன்

நியூசெஞ்சுரியின் வெளியீடு. இரண்டு ஹீஸ்ஸர்கள் கதையை இந்த நூலிலிருந்து பயன் படுத்தியிருக்கிறேன்.

7. உலகப் புகழ்பெற்ற ஷேக்ஸ்பியரின் கதைகள் - என்.வீரண்ணன்

விஜயா பதிப்பகம், தமிழ் மட்டும் தெரிந்த வாசகர்கள் ஷேக்ஸ்பியரைப் புரிந்துகொள்ள எடுத்த முயற்சி.

8. ஃபுயோதர் தஸ்தாயேவ்ஸ்கி- கரமசோவ் சகோதரர்கள் - கவிஞர் புவியரசு

நியூ செஞ்சுரி இரண்டு தொகுப்புகளாக வெளியிட்டுள்ளது. சுந்தர ராமசாமி தமிழில் இந்த நாவல் வரவேண்டும் என வெகுவாக விரும்பியதாகப் புவியரசு தெரிவிக்கிறார்.

9. இளைஞர்களுக்கான டால்ஸ்டாய் கதைகள் - ஆர். சி.சம்பத்

சின்னஞ்சிறு கதைகள் அடங்கிய தொகுப்பு.

10. பாரதிதாசன் பாடல்கள்

பாரதிதாசனின் தனிப்பாடல்களின் தொகுப்பு.

11. பாரதியார் கவிதைகள்

பாரதியாரின் பாஞ்சாலி சபதம் இத்தொகுப்பில் கையாளப்பட்டுள்ளது.

12. புத்தனாவது சுலபம்-சிறுகதைகள் - எஸ். ராமகிருஷ்ணன்

'பேசும் கல்' என்கிற சிறுகதை இதில் கையாளப்பட்டுள்ளது. தத்துவம் சார்ந்த சிறுகதையே உச்ச இலக்கியம் என்ற என் எதிர்பார்ப்புக்கு ஏற்றதாக இருந்தது.

13. மார்க்கோபோலோ பயணக்குறிப்புகள் - பொன் சின்னத்தம்பி முருகேசன்

சுருக்கமாக மார்க்கோபோலோவின் பயணக் குறிப்புகளைத் தொகுத்தளித்திருக்கும் நூல். தமிழில் இதுபோன்ற நூல்கள் நேர்த்தியான வடிவமைப்புடன் வெளிவருவது, வாசக வட்டத்தின் ஆரோக்கியமான சூழலை உணர்த்தக் கூடியதாக இருக்கிறது.

14. இலக்கிய சங்கமம் - முனைவர். அ. சங்கரி

இலக்கியம் குறித்த முக்கிய வரவு.

15. பேரறிஞர் அண்ணாவின் கட்டுரைகள் தொகுதி 1 - பேரறிஞர் சி.என்.அண்ணாதுரை

சரளமான தமிழ்ப் பிரயோகம் அண்ணாவின் தனித்தன்மை. சீசரின் நான்கு மனைவிகள் பற்றிய குறிப்பை இதிலிருந்தே மேற்கோள் காட்டியுள்ளேன்.

16. முத்திரைக் கதைகள் - ஜெயகாந்தன்

ஆனந்த விகடன் முத்திரைக் கதைகள் என வெளியிட்ட ஜெயகாந்தன் அவர்களின் அனைத்துக் கதைகளையும் கவிதா சொக்கலிங்கம் தொகுத்துள்ளார். பத்தாம் வகுப்புப் படிக்கும் போதிருந்தே அவரை விரும்பி வாசிப்பவன் நான். அவர் பின்னாளில் நெருக்கமாகவும் ஆனார். அவருடைய படைப்புகள் அனைத்துமே தத்துவப் பார்வை கொண்டவை. ஜெயகாந்தனின் பிச்சைக்காரனிடமும் கம்பீரம் இருக்கும்.

17. பெரியபுராணம்

வர்த்தமானர் பதிப்பகம் இலக்கியத்தைப் பரவலாக்க எடுத்துக்கொண்ட இன்னொரு முயற்சி சேக்கிழாரின் பெரியபுராணம்.

18. சாயாவனம் - சா. கந்தசாமி

சுற்றுச்சூழல் பற்றிய பிரக்ஞையை அன்றே ஏற்படுத்திய சா.கவின் நாவல். புளியந்தோப்பு அழிவதை அங்குலம் அங்குலமாக, இல்லை, இல்லை... அழிக்கப்படுவதை அங்குலம் அங்குலமாக விவரிக்கும் நாவல். இதற்குப் பாவண்ணன் தந்திருக்கும் அணிந்துரை அழகான திறவுகோல்.

19. ஒரு புளியமரத்தின் கதை - சுந்தர ராமசாமி

சுந்தர ராமசாமியின் முதல் நாவல். எள்ளல், துள்ளல், வட்டார வழக்கு என நாவல் இலக்கியத்தைப் புதிய தளத்திற்கு அழைத்துச் சென்ற படைப்பு. மொழியைக் கையாளும் லாகவம் மட்டுமின்றிக் கதையை நகர்த்திச் செல்லும் பாங்கும் நம்மை வசீகரிக்கின்றன. திகட்டாத படைப்பு.

20. புதுமைப்பித்தன் கதைகள் - ஆ.இரா. வேங்கடாசலபதி

புதுமைப்பித்தன் எப்போதும் அதிகரிக்கும் அதிசயம். இத்தொகுப்பிலிருந்து பல சிறுகதைகளை நான் கையாண்டிருக்கிறேன்.

21. சங்க இலக்கிய மேற்கோள்கள் - முனைவர் இரா. சாரங்கபாணி, பேராசிரியர் த. சாமிநாதன்

தலைப்பு வாரியாகச் சங்கப்பாடல்களைத் தொகுத்திருக்கும் நூல். மேற்கோளுக்கு மிகவும் உதவுகின்ற படைப்பு.

22. தனிப்பாடல் திரட்டு - புலவர் அ. மாணிக்கம்

இரண்டு தொகுதிகளாக வந்துள்ள தனிப்பாடல் திரட்டில் தாம் எத்தனைக் கருத்துக் கருவூலங்கள்.

23. ராஜராஜ சோழன் - ச.ந. கண்ணன்

மாபெரும் ஆளுமையைப் பற்றிய ஆதார பூர்வப் படைப்பு.

24. இரசனையுள்ள இராயர் அப்பாஜி கதைகள் - ஸ்ரீமதி எஸ். லஷ்மி

அப்பாஜியின் உருவகக்கதைகள் மேலாண்மையுடன் நெருங்கிய தொடர்பு கொண்டவையாக இருக்கின்றன.

25. சூஃபி கதைகள் - தமிழில் சுஃபி

சுவையான சூஃபி கதைகள் - அழகிய தமிழில்.

26. குறுந்தொகையும் திருக்குறளும் - முனைவர் சரளா இராசகோபாலன்

முனைவர் சரளா ராஜகோபாலின் ஆய்வுக் கட்டுரை.

27. புறநானூறும் திருக்குறளும் - முனைவர் சரளா இராசகோபாலன்

புறநானூற்றைத் திருக்குறளோடு ஒப்பிட்டுப் பார்க்கும்போது இரண்டையும் இன்னும் ஆழமாக அறிய முடிகிறது.

28. மணிமேகலை - சீத்தலைச் சாத்தனார்

இரட்டைக் காப்பியங்களில் ஒன்று. அறத்தின் மேன்மையை உணர்த்தும் இந்நூல், சமூகத் தணிக்கை பற்றிய உள்ளுணர்வை உண்டாக்குகிறது..

29. சிலப்பதிகாரம் - இளங்கோவடிகள்

சிலப்பதிகாரம் மேலாண்மை பற்றி மட்டுமே தனியாக ஆய்வுக்கு எடுத்துக்கொள்ளப்பட வேண்டிய நூல்.

30. கம்பன் கவிநயம் - அருள்மொழியரசு கிருபானந்த வாரியார் சுவாமிகள்

கம்பரை எளிமையாகவும், வித்தியாசமாகவும் அணுகியிருக்கும் நூல்.

31. சோழச் சுடரொளி குந்தவை நாச்சியார் - ஏ.கே.இராசன்

குந்தவை நாச்சியார் வாழ்வின் இறுதிக்கட்டத்தில் இசுலாமிய மதத்தைத் தழுவியதாக ஆய்வு முடிவு தரும் அதிர்ச்சியான நூல்.

32. சங்க இலக்கியத்தில் மேலாண்மை - முனைவர் ஆ.மணவழகன்

தலைப்புக்கும் பொருண்மைக்கும் தொடர்பில்லை. நீர்மேலாண்மை பற்றி மட்டுமே தகவல்கள் உள்ளன.

33. உரைநடைத் தமிழில் ஐம்பெரும் காப்பியங்கள் - எம்.நாராயணவேலுப்பிள்ளை

சுருக்கமான வாசிப்புக்கு ஏற்றது. அறிமுக வாசகர்களுக்கு உதவும்.

34. ஒரு வண்ணத்துப்பூச்சியின் மரண சாசனம் - சி. மகேந்திரன்

ஆறுகள் நலிந்ததைப் பற்றித் துயரமாகப் பேசும் இது ஜுனியர் விகடனில் தொடராக வந்தபோதே பரபரப்பை ஏற்படுத்தியது.

35. காற்றில் கலந்த பேரோசை - சுந்தர ராமசாமி

ஜீவாவைக் காற்றில் கலந்த பேரோசை என அவர் மறைவின்போது உருவகப்படுத்திச் சு.ரா. எழுதிய தலைப்புக் கட்டுரையை உள்ளடக்கிய கட்டுரைகளின் தொகுப்பு.

36. கம்பன் என் காதலன் - சிவகுமார்

நடிகர் என்ற பரிமாணத்தை மீறிய ஒரு கலைஞனின் பிழிவு.

37. இதோபதேசக் கதைகள் - கைலாஸ்

பஞ்சதந்திரம் போன்றே இந்திய மரபு கண்ட வாழ்வியல் கதைகள்.

38. ஆரோக்கியம் அருளும் ஆலய விருட்சங்கள் - ஜே.வி. நாதன்

ஆலய விருட்சங்கள் ஏன் பாதுகாக்கப்பட்டன, அவற்றின் சிறப்புத் தன்மை என்ன என்பது பற்றியெல்லாம் வண்ணப்படங்களுடன் ஆனந்தவிகடன் வெளியீடாக வந்திருக்கும், பாதுகாக்கப்பட வேண்டிய படைப்பு.

இலக்கியத்தில் மேலாண்மை

39. பட்டினப்பாலை - முனைவர். இரா. ருக்மணி

பட்டினப்பாலை தமிழர் கடல் வணிகம் பற்றிய கவிதை ஆவணம். இன்று புகார் இல்லையே என எண்ணும் போது, தமிழனுக்குக் கண் கலங்கவே செய்யும்.

40. பாண்டவர் பூமி - கவிஞர் வாலி

கவிஞர் வாலி மூன்று தொகுதிகளாக மஹாபாரதத்தைப் புதுக்கவிதையில் வடித்திருக்கும் காவிய முயற்சி.

41. சிறுகதைகளும் குறுநாவல்களும் - அந்தோன் சேகவ்

ஒவ்வொரு சிறுகதையும் உன்னதம். 'பச்சோந்தி' இந்தியச் சூழலுக்கு மிகவும் பொருத்தமான சிறுகதை.

42. தமிழக வரலாறு மக்களும் பண்பாடும் - டாக்டர் கே.கே.பிள்ளை

தமிழர்கள் தங்களைக் கிள்ளிப் பார்த்துக் கொள்ள வைக்கும் இன்னொரு படைப்பு இது.

43. மனோன்மணீயம் - புலவர். அ. மாணிக்கம்

சுந்தரம் பிள்ளையின் தமிழ்த்தாய் வாழ்த்து இடம் பெற்றிருக்கும் கவிதை நாடகம். அகமதாபாத்தில் தமிழ்த்தாய் வாழ்த்தை ஓர் இளைஞர் மேடையில் மிகவும் இனிமையாகப் பாடியதைப் பார்த்த என் சகோதரர் அவரிடம் "மிகவும் அழகாகப் பாடினீர்கள்" என்று பாராட்டினாலும், அதற்கு அவர் "பாடித்தானே ஆக வேண்டும். எழுதியவர் என் தாத்தாவாயிற்றே" என்றாராம். கேட்கும்போதே மெய் சிலிர்த்தது.

44. சங்க இலக்கியங்கள்

ஐங்குறுநூறு

பதிற்றுப்பத்து

பத்துப்பாட்டு

கலித்தொகை

பரிபாடல்

அகநானூறு

நற்றிணை

புறநானூறு

குறுந்தொகை

நியூசெஞ்சுரி நிறுவனம் வெளியிட்டுள்ள சங்க இலக்கியம் மிகவும் பயனுள்ளதாக இருந்தது. தெளிவான உரையுடன் கூடிய இந்தப் பதிப்பு சங்க இலக்கியத்திலிருந்த மேலாண் கருத்துகளை முழுவதுமாக அறிய உதவியாக இருந்தது. இதில் அனைத்து இலக்கியங்களிலிருந்தும் பாடல்களை நான் பயன்படுத்தியுள்ளேன்.

45. மகாபாரதம் - சக்கரவர்த்தி இராஜகோபாலாச்சாரி

என் சகப் பணியாளர் திரு. சம்பத் ஐ.ஏ.எஸ் அவர்களிடம் பேசிக்கொண்டிருந்தபோது, அவரிடம் ஒருவர் மேலதிகாரிகளிடம் எவ்வாறு பழகவேண்டும் என்பதை மகாபாரதத்தில் தௌம்மியர் விராட

பருவத்தின்போது பாண்டவர்களுக்குச் சொன்னதாகவும், அந்த உபதேசங்கள் இப்போதும் பொருந்துவதாகவும் சொன்னார். அவர் மனப்பாடமாக அந்தக் குறிப்புகளைத் தந்ததோடு, அது இடம் பெற்றிருக்கும் பகுதியையும் சுட்டிக்காட்டி, மகாபாரதத்தை அனுப்பிவைத்தார். அவர் முதலமைச்சர் அலுவலகத்தில் பல நிலைகளில் பணியாற்றியவர். தினமும் ஒருமுறை அந்தக் குறிப்புகளைப் படித்துவிட்டுத்தான் அலுவலகம் சென்றதாகவும் குறிப்பிட்டார். முன்பு 'வியாசர் விருந்து' என்ற பெயரில் பிரசுரமாகித் தமிழகத்தின் அனைத்து மக்களுக்கும் மகாபாரதம் பற்றிய அறிவை ஏற்படுத்திய ராஜாஜியின் இந்நூலைச் சிறுவயதில் என் அக்கா வாசிக்க, நாங்கள் வட்டமாக அமர்ந்து கேட்ட நினைவு.

46. சுக்ர நீதி

சுக்கிரர் எழுதியதாகக் கூறப்படும் இந்த நூல் பற்றி 'முதல் வசந்தம்' நூலில் படித்தேன். பல கடைகளில் தேடியும் கிடைக்கவில்லை. பிறகு இதுபோன்ற நூல்களைப் பாதுகாத்து வரும் திரு பரசுராமன் அவர்களை அணுகியபோது தம்மிடம் இருப்பதாகச் சொன்னார். அது மிகவும் பயனுள்ளதாக இருந்தது. இதைத் தமிழில் மொழி பெயர்த்த பெருமை பண்டிதமணி கதிரேசச் செட்டியார். அவருடைய கொள்ளுப்பேரன் எனத் தன்னை அறிமுகப்படுத்திக்கொண்ட திரு. சாத்தப்பன் என் வீட்டிற்கு வந்திருந்தபோது, அதை நான் அவருக்குக் காண்பித்தேன். அவருக்கு இப்படியொரு நூல் இருப்பதோ, அதை அவருடைய கொள்ளுத்தாத்தா மொழி பெயர்த்ததோ தெரியவில்லை. அதன் நகல் ஒன்று தனக்கும் வேண்டும் என்று சாத்தப்பன் சொன்னார்.

47. செம்மீன் - தகழி சிவசங்கரன் பிள்ளை

தகழி சிவசங்கரன் பிள்ளை எழுதிய புகழ்பெற்ற புதினம். 'கடலும், கிழவனும்' நூலின் சாயல் ஓரிடத்தில் மட்டும் உண்டு. மீனவப் பெண்கள் கற்புடன் இருந்தால் மட்டுமே, கடலுக்குச் சென்ற கணவன் பத்திரமாகத் திரும்ப முடியும் என்கிற 'சென்டிமெண்ட்' உண்டு என்பதையும், அவர்கள் ஒழுக்கத்தை எவ்வளவு மதித்தார்கள் என்பதையும் அறிய உதவும் நாவல். தகழியின் நாவல்களில் ஹார்டியைப்போல எதிர்மறை சிந்தனையே எதார்த்தம் என்கிற பெயரில் காணப்படுகிறது.

48. தோட்டியின் மகன் - தகழி சிவசங்கரன் பிள்ளை

எனக்கு 'அங்கிள் டாம் கேபின்', 'ரூட்ஸ்' போன்ற நாவல்களை இது ஞாபகப்படுத்தியது. மலமள்ளுபவர் மனநிலையையும், அவர்கள் சந்திக்கும் சவால்களையும் உருக்கமாக விவரிக்கும் புதினம். அவர்களுக்கு வருகிற வியாதிகளையும், துன்பங்களையும், அவமானங்களையும் சித்திரிக்கும் நாவல். இதைப் படித்த இரவு முழுவதும் நானும், என் மனைவியும் தூங்கமுடியாமல் தவித்தோம். இதைப் படித்த பிறகு யாரையும் கேவலமாக நடத்தும் மனப்பான்மை யாருக்கும் வராது. தோட்டிகளின் குழந்தைகள் மீது பரிதாபமும், பரிவும் அவர்களை மோசமாக நடத்தும் சமூகத்தின் மீது கோபமும் நிச்சயம் ஏற்படும்.

49. சிலை எழுபது - கம்பர்

கம்பர் எழுதிய அற்புதமான நூல்களில் இதுவும் ஒன்று.

50. ஏரெழுபது - கம்பர்

வேளாண்மையின் சகல அம்சங்களையும் உணர்த்துகின்ற சின்ன நூல். இதை வேளாண் கல்வி படிப்பவர்கள் கட்டாயம் வாசிக்க வேண்டும். எனக்கு மிகவும் பிடித்திருந்தது. என் பட்டப்படிப்பு வேளாண்மை என்பதால் கூட இருக்கலாம்.

51. நீதிநெறி விளக்கம் - குமரகுருபரர்

'கருமமே கண்ணாயினார் கண்துஞ்சார்' என்பதை உணர்த்தும் பாடல் கொண்ட நூல்.

52. சீவக சிந்தாமணி - திருத்தக்கத்தேவர்

தமிழன்னைக்குச் சூட்டிய ஐம்பெருங்காப்பியங்களில் ஒன்று. ஆபரணங்கள் பெயரிலேயே அமைந்திருப்பது. அடுக்குப் பயிர் அமைப்பு பற்றிய பாடல் சுவையானது.

53. குடும்ப விளக்கு - பாரதிதாசன்

பாரதிதாசன் எழுதிய இந்நூல் நல்லதொரு குடும்பம் ஒரு பல்கலைக்கழகம் என்கிற தத்துவத்தை மையமாகக் கொண்டது. இதில் பெண்கள் வேலைக்குப் போனால்தான் சிறப்பு என்பது இல்லை. வீட்டிலிருக்கும் பெண்களும் ஆற்றுகிற பணிகளின் காரணமாக மிகப்பெரிய பங்களிப்பை இல்லத்திற்கும், சமூகத்திற்கும் செய்யமுடியும் என்பதை இந்த நீள் கவிதை நூல் உணர்த்தும். பாவேந்தரின் படைப்பின் உச்சம் இது. இதை 'இருண்ட வீடு' என்கிற அவரது இன்னொரு படைப்பான கவிதையுடன் ஒப்பிட்டுப் படித்தால் பெண் குடும்பத்திற்குத் தூபமாகவும் முடியும், தீப்பந்தமாகவும் முடியும் என்பதை உணர்த்தும்.

54. பெரியபுராணம்-ஓர் ஆய்வு - அ.ச.ஞானசம்பந்தன்

பேராசிரியர் அ.சா.ஞா., கம்பர், சேக்கிழார் போன்றவர்களது படைப்பில் புதிய சிந்தனைகளை உருவாக்கியதோடு, தமிழ்நாட்டில் பேசும் திறன்பெற்ற பரம்பரையை உருவாக்கவும் செய்தவர். அவர் மூன்றுதலைமுறைப் பேச்சாளர். அவர் இந்த ஆய்வு நூலில் 'பெரிய புராணம்காப்பியமாயின் அதன் நாயகத்தன்மை தொண்டுதான்' என்று நிறுவியுள்ளார். மிகவும் விரிவாக எழுதப்பட்ட இந்நூல் அவர் கையாலேயே எனக்குத் கிடைத்தது. இது சாகித்ய அகாதமி பரிசுபெற்ற நூலாகும்.

55. நெஞ்சத்தைத் தொட்டதும், சுட்டதும் - வெ.இறையன்பு

என்னுடைய கட்டுரைத் தொகுதி. உடலசைவு மொழிகளுக்குக் கீதையையும் உபயோகப் படுத்தினேன்.

56. மனிதன் எப்படிப் பேராற்றல் மிக்கவன் ஆனான் - எம். இலியன், யா.ஸெகார்

மனிதன் எவ்வாறு நேரத்தை உருவாக்கினான் என்கிற பகுதியைச் சிலாகித்துப் படித்தேன். யார் அதிகம் நேரத்தை உருவாக்குகிறார்களோ அவர்களே வெற்றி பெறுகிறவர்கள் என்பதை இந்நூலிலிருந்து கற்றுக் கொள்ளலாம்.

57. வால்மீகி ராமாயணம்

பரதனுக்கு இராமன் சொல்லும் அறிவுரைகள் கம்பராமாயணத்தில் இல்லை. முதல்முறை 'கம்பனில் நிர்வாகம்' என்கிற தலைப்பில் சென்னைக் கம்பன் விழாவில் பேசியபோது இரண்டையும் வரிக்கு வரி படித்தேன். அப்போது இந்த வேறுபாடு புரிந்தது. ஆனால் அந்தச் சூழலில் இந்த அறிவுரை பொருத்தமாக இல்லை என்றாலும், அறிவுரைகளின் உள்ளடக்கம் ஆழமானது.

58. கையேடு

இரண்டாம் உலகத் தமிழ் மாநாட்டின்போது வெளியிடப்பட்டஇது தமிழின் ஒப்பற்ற ஆவணம். பேரறிஞர் அண்ணாவின் மிகப்பெரிய பங்களிப்பு இது.

59. வாழும் வள்ளுவம் - வா. செ. கு

இது வா.செ.குழந்தைசாமியின் சாகித்ய அகாதமி பரிசுபெற்ற நூல். ஆங்கிலத்தில் மொழிபெயர்க்கப்பட்டுள்ளது. ஆய்வு நோக்கில் வள்ளுவர் அலசப்பட்டிருக்கிறார்.

60. திருக்கை வழக்கம் - கம்பர்

வேளாண்குடி மக்களின் பெருமையைப் பற்றிப் பேசும் நூல்.

61. இராஜ இராஜேஸ்வரம் - குடவாயில்

குடவாயில் பாலசுப்ரமணியன் மிகப்பெரிய தொல்லியல் அறிஞர். அவர் எழுதிய இந்நூல் இனிய பொக்கிஷம். பெரிய கோயிலின் மீது பற்றும், அலாதியான ஈடுபாடும் கொண்ட நான் தஞ்சையில் எட்டாம் உலகத் தமிழ் நாட்டின்போது அவர் வழிகாட்ட, அந்தக் கற்காவியத்தைச் சுற்றிப் பார்த்தேன். அப்போதுதான் அதன் மகத்துவம் முழுவதுமாகப் புரிந்தது. அவரோடு இராஜராஜன் சிலையை சாராபாய் அருங்காட்சியகத்திலிருந்து மீட்கப் பயணம் செய்தோம், அரும்பாடு பட்டோம், ஆனால் முடியவில்லை. அதைப் பார்க்கும் வாய்ப்பாக மட்டுமே அது அமைந்தது. குடவாயில் கூறும் போது, கோயில்கள் பற்றிக் கேட்கக் கோடிக் காதுகள் வேண்டும்.

62. நேயர் விருப்பம் - அப்துல் ரகுமான்

மரபு உச்சரிப்பில் எதுகை மோனையுடன் எழுதப்பட்ட கவிதைகள் கொண்ட நூல். இதில் 'பாவை அருகிருக்க பஞ்சாலையும் காத்திருக்க.....' என்கிற கவிதை பெண்ணைப் பல பெயர்கள் சொல்லிச் சிற்றின்பச் சிலிர்ப்புக்கே சொல்லும் போது, பேரின்பப் போதையில் பெயர் கோடி குடியாதோ என இறைவனுக்குப் பல பெயர்கள் இருப்பதை, இசுலாமியராக இருந்தாலும் நியாயப்படுத்தும் பெருந்தன்மையுடையவர். அவர் எத்தனை பதவி வெறி இந்த மனிதருக்கு! செத்தாலும் அதைச் சிவலோகப் பதவியென்பார் எனக்கூறும் கவிதை உன்னதமானது.

63. நன்னூல் - பவணந்தி முனிவர்

தகவல் பரிமாற்றம் பற்றிய இருபது இலக்கணங்கள்-பேச்சு, எழுத்து என இரண்டுக்கும் பொதுவாக இதில் காணப்படுகிறது.

64. அன்னை வயல் - சிங்கிஸ் ஐத்மாத்தவ்

மகத்தான மனம் கொண்ட எளிய விவசாயப் பெண்ணின் வாழ்வு பற்றிய எளிய நாவல்.

65. ஆயிரத்தொரு அராபிய இரவுகள்

எஸ்.ராமகிருஷ்ணன் பேசிய இரண்டுமணி நேரச் சொற்பொழிவைக் குறுந்தகட்டின் மூலம் பார்க்க நேர்ந்தபோது, இதன் மீது ஆர்வம் அதிகரித்து. அலிபாபா, சிந்துபாத் போன்ற கதைகளின் மூலம் அது. சிந்துபாத்தின் வாழ்வு ஆபத்தை எதிர்கொள்ளும் துணிச்சலிருப்பவர் மட்டும்தான் வர்த்தகத்தில் வெற்றிபெற முடியும் என்பது இன்னும் உணரப்படும் உண்மை.

66. ஔரங்கசீப்- இந்திரா பார்த்தசாரதி

ஔரங்கசீப் ஏன் ஷாஜஹானை சிறையிலடைத்தார் என்பது பற்றித் தெளிவாக உணர்த்தும் நேர்த்தியான நாடகம். இறுதியில் ஔரங்கசீப் மனம்தளர்ந்த மன்னனாகவே இருந்தார் என்பது இ.பா.வின் பார்வை.

67. வெள்ளை மாளிகையில் - அறிஞர் அண்ணா

அண்ணாவின் இக்கட்டுரை நூல் மிகவும் முக்கியத்துவம் வாய்ந்தது. ஆப்ரிக்க-அமெரிக்கர் ஒருவர் குடியரசுத் தலைவராக ஆனால், அமெரிக்காவில் எப்படிப்பட்ட எதிர் அலை உருவாகும் என்பதை விளக்கும். 'The Man' என்ற புதினத்தை அண்ணா தம்பிகளுக்கு அறிமுகப்படுத்த எடுத்த முயற்சி. இப்போது அது உண்மையாகியிருக்கும் சூழலில், இந்த நூல் அதிகப் பிரதிகள் விற்பனையாகியுள்ளன.

68. ஊர்வலம் - கவிஞர் மு. மேத்தா

மு.மேத்தாவின் இந்த நூல் தமிழக அரசுப் பரிசு பெற்றது. 'ஒரு பூ உதிர்ந்து கிடக்கிறது' கவிதை இடம் பெற்ற நூல். புதுக்கவிதையும், வானம்பாடியும் இளைஞர்களால் சிலாகிக்கப்பட்ட சூழலில் மிகுந்த கவனத்தைப் பெற்ற அவருடைய இரண்டாம் கவிதைத் தொகுப்பு.

இலக்கியத்தில் மேலாண்மை

69. அகல் விளக்கு - டாக்டர் மு. வ.

இந்நூல் முயற்சியுடையவன் ஊக்கம் தளராமல் நிதானமாக உழைத்தால் முன்னேற முடியும் என்பதற்கு உதாரணம். முயல், ஆமை கதையின் விரிவே. ஆனால் அந்தக் காலத்தில் அதிகம் பேசப்பட்ட நீதியுரை கொண்ட புதினம். சாகித்ய அகாதமி பரிசு பெற்றது. மனித மனங்களை வளப்படுத்த வல்லது.

70. நீதி நூல்கள்

ஆத்திசூடி, கொன்றை வேந்தன், நல்வழி, மூதுரை போன்றவற்றின் தொகுப்பு.

71. வைரமுத்து கவிதைகள் - கவிஞர் வைரமுத்து

கவிஞர் வைரமுத்துவின் அனைத்துக் கவிதைகளும் தொகுக்கப்பட்ட நூல். அண்மைக்கால வாழ்வியலுடன் பெரிதும் தொடர்புடைய கவிதைகள்.

★★★